केंद्रीय व महाराष्ट्र लोकसेवा आयोग आणि सर्व स्पर्धा परीक्षांसाठी
तसेच महाराष्ट्रातील सर्व विद्यापीठांतील परीक्षांसाठी
अत्यंत उपयुक्त संदर्भ ग्रंथ !

D9900188

भारतीय
स्वातंत्र्य चळवळीचा इतिहास

(हिंदुस्थानच्या स्वातंत्र्य चळवळीचा इतिहास)

■ लेखक ■

डॉ. जयसिंगराव भाऊसाहेब पवार

एम. ए., पीएच.डी.

NIRALI
PRAKASHAN
ADVANCEMENT OF KNOWLEDGE

N2005

भारतीय स्वातंत्र्य चळवळीचा इतिहास (हिंदुस्थानच्या स्वातंत्र्य चळवळीचा इतिहास)

प्रथम आवृत्ती : जानेवारी २०१३ ISBN 978-93-82448-94-5

द्वितीय आवृत्ती : ऑगस्ट २०१३ सुधारित तृतीय आवृत्ती : एप्रिल २०१४

सुधारित चौथी आवृत्ती : जानेवारी २०१५ पुनर्मुद्रण : जुलै २०१५, जानेवारी २०१६

सुधारित सहावी आवृत्ती : जानेवारी २०१७ पुनर्मुद्रण : जून २०१७, जानेवारी २०१८, ऑगस्ट २०१८,

पुनर्मुद्रण : जानेवारी २०१९

© डॉ. जयसिंगराव भाऊसाहेब पवार

■ अक्षर जुळणीकार : श्री. नितीन भुतडा ■ मुखपृष्ठ : श्री. रविंद्र वाळोदरे

प्रकाशक

निराली प्रकाशन

अभ्युदय प्रगती, १३१२, शिवाजीनगर,
जे. एम. रोड, पुणे - ४११ ००५
✆ (०२०) २५५ १२३३६/३७/३९
E-mail : niralipune@pragationline.com

बुक स्टॉल

मुंबई : **प्रगती बुक कॉर्नर**
जैन भुवन, इंदिरा निवास, १११-अ, भवानी शंकर मार्ग, दादर, **मुंबई** - ४०००२८.
✆ २४२२ ३५२६ / ६६६२ ५२५४ E-mail : pbcmumbai@pragationline.com

पुणे : **प्रगती बुक सेंटर**
- १५७, बुधवार पेठ, **पुणे** - २. ✆ (०२०) २४४५ ८८८७ / ६६०२ २७०७.
- ६७६/ब, बुधवार पेठ, जोगेश्वरी मंदिरासमोर, **पुणे** - २.
  ✆ (०२०) ६६०१ ७७८४. E-mail : pbcpune@pragationline.com
- २८/अ, बुधवार पेठ, अंबर चेंबर्स, अप्पा बळवंत चौक, **पुणे** - २. ✆ (०२०) ६६२८१६६९.
- १५२, बुधवार पेठ, **पुणे**-२. ✆ (०२०) २४४५ २२५४/६६०९ २४६३.

प्रमुख वितरक केंद्रे

निराली प्रकाशन :

◈ **पुणे :**
- ११९, बुधवार पेठ, जोगेश्वरी मंदिर मार्ग, **पुणे** - ४११ ००२. ✆ (०२०) २४४५ २०४४, ६६०२ २७०८.
  Email : niralipune@pragationline.com
- सर्वे नं. २८/२५ धायरी-कात्रज रोड, पारी कंपनीजवळ, **पुणे** - ४११ ०४१. ✆ (०२०) २४६९ ०२०४
  Email : niralidhayari@pragationline.com

◈ **मुंबई :** ३८५, एस.व्ही.पी. मार्ग, रसधारा को. ऑप. हाउसिंग सोसायटी लि., गिरगाव, **मुंबई** - ४०० ००४.
✆ (०२२) २३८५ ६३३९/२३८६ ९९७६ Email : niralimumbai@pragationline.com

इतर वितरक

◈ **निराली प्रकाशन**

जळगाव : ३४, व्ही. व्ही. गोलानी मार्केट, नवी पेठ, **जळगाव** -४२५ ००१. ✆ (०२५७) २२२ ०३९५

कोल्हापूर : न्यू महाद्वार रोड, केदारलिंग प्लाझा, पहिला मजला, आय.डी.बी.आय. बँकेसमोर, **कोल्हापूर** - ४१६ ०१२. मोबाईल नं. : ९८५००४६१५५ / ९७६७७ १७१९३
niralikolhapur@pragationline.com

नागपूर : लोकरत्न कमर्शिअल कॉम्प्लेक्स, दुकान नं. ३, पहिला मजला, झांशी राणी स्क्वेअर, सीताबर्डी, **नागपूर** - ४४० ०१२. ✆ (०७१२) २५४७ १२९ niralinagpur@pragationline.com

www.pragationline.com niralipune.pragationline.com

To Order ☞ E-mail : bookorder@pragationline.com

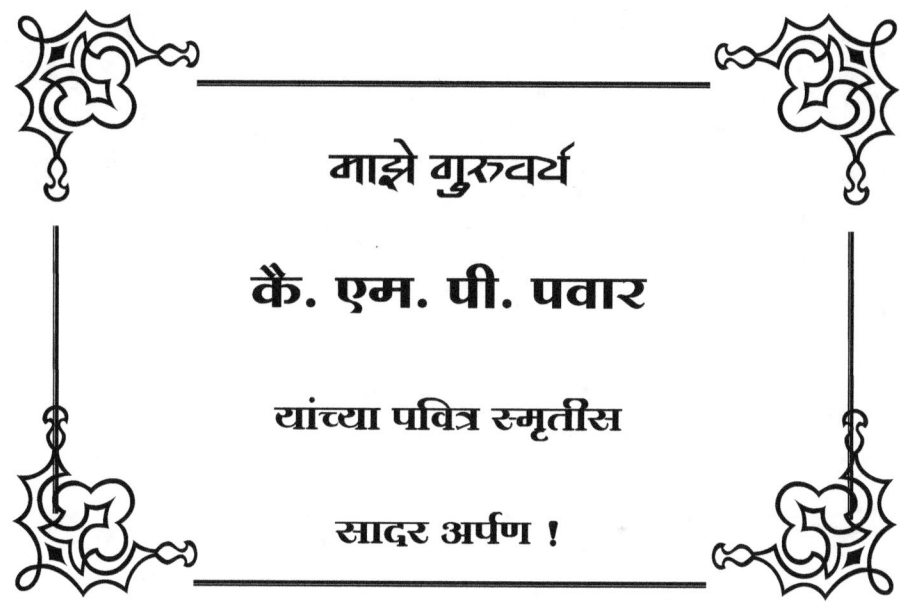

माझे गुरुवर्य

कै. एम. पी. पवार

यांच्या पवित्र स्मृतीस

सादर अर्पण !

दोन शब्द . . .

'भारतीय स्वातंत्र्य चळवळीचा इतिहास' हे पुस्तक विद्यार्थिवर्ग व अध्यापकवर्ग यांच्या हाती देत असताना लेखक या नात्याने आम्हास विशेष आनंद होत आहे. गेली चाळीस वर्षे विद्यार्थिप्रिय असणाऱ्या आमच्या 'हिंदुस्थानच्या स्वातंत्र्य चळवळीचा इतिहास' या पुस्तकाचीच ही सुधारून वाढविलेली नवीन आवृत्ती आहे. वास्तविक सदर पुस्तक शिवाजी विद्यापीठाच्या पदवी परीक्षेसाठी म्हणून लिहिले गेले होते. अल्पावधीत ते केवळ शिवाजी विद्यापीठातच विद्यार्थिप्रिय ठरले असे नाही तर महाराष्ट्रातील इतर विद्यापीठांतील विद्यार्थिवर्गानेही त्याचे उत्स्फूर्त स्वागत केले. काही कालावधीनंतर या पुस्तकाची लोकप्रियता इतकी वाढली की स्पर्धा परीक्षेचे विद्यार्थी मोठ्या संख्येने त्याकडे वळले आणि मग या पुस्तकाने स्पर्धा परीक्षांचे भारताच्या इतिहासावरील प्रथम दर्जाचे पुस्तक म्हणून स्थान प्राप्त केले आणि आजही ते अबाधित आहे.

सदर पुस्तकाचे **'हिंदुस्थानच्या स्वातंत्र्य चळवळीचा इतिहास'** हे पूर्वीचे नाव बदलून आता ते 'भारतीय स्वातंत्र्य चळवळीचा इतिहास' असे ठेवले आहे. प्रस्तुतच्या नव्या आवृत्तीत पूर्वीच्या पुस्तकाचा सर्व भाग अंतर्भूत आहेच; शिवाय अनेक नवीन प्रकरणांची भर त्यामध्ये घातलेली आहे. विशेषतः याच विषयावर आम्ही अन्यत्र केलेल्या लिखाणाचाही समावेश या नवीन पुस्तकात केला आहे. त्यामुळे पुस्तकास अधिक पूर्णत्व आलेले आहे. स्पर्धा परीक्षेच्या दृष्टीने विचार करता त्या परीक्षांसाठीच्या अभ्यासक्रमाला जास्तीतजास्त प्राधान्य देण्याचा प्रयत्न आम्ही केला आहे. तथापि, स्पर्धा परीक्षांच्या सर्वच अभ्यासक्रमाचा अंतर्भाव आम्ही येथे करू शकलो आहोत असा मात्र आमचा मुळीच दावा नाही.

प्रस्तुत पुस्तकात केवळ भारतीय स्वातंत्र्य चळवळीचाच वृत्तान्त आहे असे नाही; तर यामध्ये ब्रिटिशांच्या आगमनापासून ते आपल्या देशातून ते निघून जाईपर्यंतचा इतिहास आलेला आहे. तसेच त्यांच्या प्रशासनिक, आर्थिक व सामाजिक धोरणांचा ऊहापोह केलेला आहे. तसेच भारतीयांनी केलेल्या समाजसुधारणा चळवळींचीही चिकित्सा केलेली आहे. एवढेच नव्हे, स्वातंत्र्योत्तर कालखंडात प्रजासत्ताक राज्य निर्माण करण्यासाठी तयार केलेली राज्यघटना तसेच उद्योगधंदे, कृषी, दळणवळण, परराष्ट्रनीती आदी क्षेत्रांमध्ये आपण केलेली वाटचाल यांचाही अंतर्भाव येथे केलेला आहे. सारांश, हे पुस्तक म्हणजे आधुनिक भारताचे समग्र दर्शन संक्षेपाने घडविणारा इतिहास आहे असे म्हटल्यास वावगे होणार नाही.

हे पुस्तक नव्या स्वरूपात प्रकाशित करण्याची जबाबदारी निराली प्रकाशनने विशेषतः **श्री. दिनेशभाई फुरिया** व **श्री. जिग्नेशभाई फुरिया** यांनी स्वीकारली याबद्दल आम्ही त्यांचे ऋणी आहोत.

हे पुस्तक प्रकाशित होण्यामध्ये निराली प्रकाशनच्या कर्मचारीवर्गाचा मोठा हातभार लागलेला आहे.

श्री. नितीन भुतडा यांनी या पुस्तकाचे डीटीपी अतिशय उत्कृष्टरीत्या व कलात्मक रीतीने केले. तसेच मूळ हस्तलिखितात झालेल्या चुकासुद्धा दुरुस्त करण्याएवढी जाणकारी दाखविली.

पुस्तकाची मुद्रणप्रत तपासून ती अचूक करण्यामध्ये **सौ. स्नेहल गुळवणी** यांनी अप्रतिम काम केले.

श्री. रविंद्र वाळोदरे यांनी पुस्तकाचे मुखपृष्ठ उत्कृष्ट केले.

श्री. दामोदरप्रसाद गौड यांनी या पुस्तकाचे मुद्रण उत्कृष्टपणे केले.

प्रकाशन संस्थेतील इतर कर्मचारीवर्गाने आपली कामे जबाबदारीने केली.

या सर्वांचे मी आभार मानतो.

– डॉ. जयसिंगराव पवार

शके १९३८, मार्गशीर्ष (दत्त जयंती)
१३ डिसेंबर, २०१६

पुस्तकाची खास वैशिष्ट्ये

- ➲ केंद्रीय व महाराष्ट्र लोकसेवा आयोग आदी स्पर्धा परीक्षांसाठी उपयुक्त.

- ➲ विद्यार्थ्यांना समजेल – उमजेल अशा भाषेत विषयाची मांडणी.

- ➲ मान्यवर व दर्जेदार ग्रंथांच्या आधारे विषयाचे विवेचन.

- ➲ आवश्यक त्या सर्व ठिकाणी टीकात्मक परीक्षण.

- ➲ विपुल चित्रे व नकाशे.

STATUTORY WARNING

All rights reserved. No part of this publication may be reproduced or transmitted in any form or by any means, electronically or mechanically, including photocopying, recording or any information storage or retrieval system, without prior permission in writing from the publisher. Any person who does an unauthorized act in relation to this book may be liable to Criminal Prosecution and Civil Claims for damages without further notice.

1

इंग्रज (ब्रिटिश) सत्तेचा उदय

1.1 युरोपियनांच्या व्यापारी संस्कृतीचे स्वरूप

1.2 युरोपियन व्यापाऱ्यांचे भारतात आगमन

1.3 भारतातील इंग्रज - फ्रेंच संघर्ष : कर्नाटकी युद्ध

इंग्रज लोक आपल्या देशात व्यापारी म्हणून आले व कालांतराने आपल्या देशाच्या राजकारणात प्रवेश करून ते येथील राज्यकर्ते बनले. ही गोष्ट त्यांना सहजासहजी साध्य झालेली नव्हती. त्यांना त्यासाठी आपल्याशी युद्धे करावी लागली; अपार कष्ट सोसावे लागले व आपल्या बुद्धिचातुर्याचा वेळोवेळी उपयोग करावा लागला. या संघर्षात ते विजयी झाले व आपण पराभूत झालो. असे का व्हावे ? इंग्लंडसारखा छोटासा देश, त्या देशातून हजारो मैलांहून आलेले मूठभर इंग्रज लोक, या अफाट व सधन देशात विजयी का व्हावेत आणि या देशाला गुलामगिरी का प्राप्त व्हावी, याचा शोध आपण प्रारंभीच घेतला पाहिजे.

1.1 युरोपियनांच्या व्यापारी संस्कृतीचे स्वरूप

पंधराव्या व सोळाव्या शतकाच्या सुमारास युरोपात आधुनिक युगाचा उदय झाला. बुरसटलेल्या विचारांचे, अंधश्रद्धेचे जुने युग झपाट्याने मागे पडून बुद्धिनिष्ठ विचार करणारा नवा वर्ग युरोपात उदयास आला. कला, साहित्य, विज्ञान, धर्म, व्यापार, राजकारण अशा मानवी जीवनाच्या अनेक क्षेत्रांमध्ये या नव्या युगाच्या किरणांनी प्रवेश केला. जीवनाच्या प्रत्येक क्षेत्रात नवनवीन प्रयोग होऊ लागले. पूर्वीचे पंडित देवावर, धर्मावर, धर्मग्रंथांवर व धर्मगुरूंवर विश्वास ठेवणारे होते; आधुनिक युगातील पंडितांनी असा विश्वास ठेवण्यास नकार दिला. पूर्वीच्या धर्मग्रंथांत काय सांगितले आहे त्यापेक्षा प्रत्यक्षात निरीक्षण व प्रयोग यांनी काय सिद्ध होत आहे हे अत्यंत महत्त्वाचे मानले जाऊ लागले. अशा प्रकारे युरोपातील नव्या युगाचे पंडित हे केवळ पुस्तकी पंडित नव्हते तर ते संशोधक व शास्त्रज्ञ होते. या नव्या युगाचे पडसाद युरोपातील व्यापार, अर्थकारण व राजकारण यांवरही उमटल्याशिवाय राहिले नाहीत. फ्रान्स, इंग्लंड, हॉलंड, पोर्तुगाल यांसारख्या युरोपियन देशांत गेल्या पाचशे वर्षांत अनेक नवनवीन शहरे उदयास येऊन एक सधन व प्रबळ असा व्यापारीवर्ग उदयास आला होता. युरोपातील राजे-लोकांनी या व्यापाऱ्यांच्या संपत्तीचा वापर करून आपली सिंहासने बळकट केली होती. राजे-मंडळींना साहाय्य करण्यात व्यापाऱ्यांचाही स्वार्थ होता. त्यांच्याकडून या व्यापाऱ्यांना अनेक आर्थिक सवलती मिळत असत. राजे-लोकांच्या आश्रयाखालीच पुढे या व्यापाऱ्यांनी युरोपबाहेरच्या नवनवीन भूभागांचा शोध लावला आणि तेथे व्यापार करून व प्रसंगी राज्ये स्थापन करून प्रचंड संपत्ती कमविली.

इतर युरोपियन देशांतील व्यापारीवर्गांपेक्षा इंग्लंडमधील व्यापारीवर्ग अधिक प्रबळ होता. त्यांनी इंग्लंडच्या राजकारणात आपला दबदबा निर्माण केलेला होता. इंग्लंडमधील सरदार व धर्मगुरू यांच्यावरच नव्हे तर प्रत्यक्ष राजावरही त्यांनी पार्लमेंटच्या साहाय्याने वर्चस्व निर्माण केलेले होते. पुढे-पुढे हे वर्चस्व वाढत गेले व इंग्लंडच्या राजकारणाची सर्व सूत्रे या व्यापारीवर्गांच्या हाती गेली. या व्यापाऱ्यांचे खरे अंतरंग कसे होते हे सांगताना **आचार्य जावडेकर** म्हणतात,

"हे व्यापारी लोक राजकारणी व लढवय्ये होते; आमच्या देशातील व्यापारीवर्गाप्रमाणे केवळ व्यापार करून उपजीविका करणारे ते निरुपद्रवी प्राणी नव्हते. राजांनी किंवा सरंजामदारांनी आपले रक्षण करून देशात शांतता स्थापावी, आपण केवळ व्यापार करून पोट भरावे ही वृत्ती त्यांनी सोडून दिली होती. 'राज्य करणे' हे केवळ सरंजामदारांचे कार्य आहे हा सिद्धान्तच त्यांनी खोटा ठरविला होता. सरंजामदारांना देशात शांतता स्थापन करता येत नाही . . . . हे पाहून त्यांनी राज्यकारभारच आपल्या हाती घेतला होता. इतकेच नव्हे, तर राज्यविस्तार करण्याचे कार्य पूर्वी जे सरंजामदारांकडे होते तेही त्यांनी आपल्या हाती घेतले होते. सरंजामदारांनी प्रथम जाऊन मुलुखगिरी करावी आणि राज्यविस्तार करावा व मग आपण त्यांच्यामागून जाऊन व्यापार करावा हा क्रम उलटवून व्यापाऱ्यांनी आधी जाऊन मुलुखगिरी करावी आणि नंतर आपल्या राष्ट्राचा झेंडा परदेशात उभारावा असा त्यांचा हेतू होता !"

अशा इंग्रजांची संस्कृती युरोपातील इतर लोकांच्या संस्कृतीहून दिवसेंदिवस प्रगत होत गेली. युरोपात इतरत्र सर्व समाज अनियंत्रित राजांच्या वर्चस्वाखाली वागत असताना इंग्रज मात्र भारतात लोकशाही व व्यक्तिस्वातंत्र्य यांचा उपभोग घेत होते. 'लोकशाही', 'व्यक्तिस्वातंत्र्य', 'राष्ट्रवाद' यांसारखे शब्दही आम्हा भारतीयांना एकोणिसावे शतक उजाडेपर्यंत माहीत नव्हते. इंग्रज समाज व त्यांची भौतिक संस्कृती यांचा विचार करता, आपला समाज व संस्कृती अधोगतीला पोहोचली होती. ज्या भारतातील मराठे रजपुतांना परके समजत होते, रजपूत जाठांना परके समजत होते, तेथे राष्ट्रवादाचा उदय कसा होणार ? जेथे वैयक्तिक स्वार्थासाठी राज्याच्या हितावर पाणी सोडणारे राघोबा व बाजीराव इंग्रजांचा आश्रय घेण्यास यत्किंचितही मागे नव्हते तेथे स्वराज्याभिमान ही चीज कशी उत्पन्न होणार ? जेथे निरपराध तरुण विधवांना त्यांच्या पतीच्या शवाबरोबर बांधून जिवंत जाळून टाकण्याच्या प्रकाराला 'धर्मकृत्य' समजले जात होते तेथे 'व्यक्तिस्वातंत्र्य' म्हणजे काय हे कसे समजणार ? जेथे समुद्रपर्यटन हा 'धार्मिक' गुन्हा समजला जात असे तेथे कोलंबस अथवा वास्को-द-गामा निर्माण झाले नाहीत याबद्दल आश्चर्य का वाटावे ?

▣ युरोपियन लोकांच्या आगमनाची पार्श्वभूमी

फार प्राचीन काळापासून भारतवर्षाचे युरोपातील रोम, व्हेनिस, जीनिव्हा इत्यादी नगरांशी व्यापारी संबंध प्रस्थापित झाले होते. या ठिकाणांचे व्यापारी तुर्कस्तान-इराण-इराणचे आखात या मार्गांनी हा व्यापार करत असत; पण पंधराव्या शतकात तुर्क लोकांनी तुर्कस्तान, इराण, आशिया मायनर इत्यादी प्रदेश जिंकून सन 1453 मध्ये पूर्व रोमन साम्राज्याची कॉन्स्टॅन्टिनोपल ही राजधानीही जिंकली. त्यामुळे खुष्कीच्या सागरी मार्गाने होणारा हा युरोपियन व्यापार बंद पडला. तेव्हा पोर्तुगाल, स्पेन इत्यादी देश भारताकडे जाणाऱ्या सागरी मार्गाचा शोध घेऊ लागले. यातूनच बार्थोलो डायस, कोलंबस, वास्को-द-गामा, मेगेलान यांसारखे सागरी मार्गाचे धाडसी संशोधक निर्माण झाले. भारताकडे जाण्याच्या प्रयत्नात कोलंबसने सन 1492 मध्ये अमेरिका खंड शोधले तर आफ्रिकेच्या दक्षिण टोकाला वळसा घालून पोर्तुगालच्या वास्को-द-गामाने सन 1498 मध्ये भारताचा किनारा गाठला.

23 मे, 1498 रोजी वास्को-द-गामा भारताच्या पश्चिम किनाऱ्यावरील कालिकत बंदरात आला. भारताच्याच नव्हे, तर जगाच्या इतिहासातील ही एक महत्त्वाची घटना ठरली. कारण या घटनेने युरोपचे भारताशी सागरी मार्गावरून प्रत्यक्ष संबंध निर्माण होऊन पुढे युरोपियनांनी भारत व चीन या देशांचा इतिहास बदलून टाकला.

या सुमारास पंधराव्या व सोळाव्या शतकात युरोपात पुनरुज्जीवनाचे युग सुरू होते. आधुनिक युगाची तयारी चालू होती. अंधश्रद्धाळू वृत्ती मागे पडून प्रत्येक क्षेत्रात चौकस व बुद्धिनिष्ठ वृत्ती उदय पावत होती. कोपरनिकस, गॅलिलिओ यांसारखे शास्त्रज्ञ व संशोधक युरोपात अनेक आधुनिक शास्त्रांचा पाया रचत होते. पृथ्वी गोल आहे हे खगोलशास्त्रीय सत्य पुढे आणले गेले. त्या सत्याचा पडताळा पाहण्यासाठी युरोपियन सागरवीर पुढे सरसावत होते आणि त्यांना त्यांच्या देशांची सरकारे सर्व प्रकारचे साहाय्य देण्यात पुढे होती. विशेषतः पोर्तुगाल व स्पेन हे देश या बाबतीत आघाडीवर होते.

प्रारंभीच्या काळी स्पेन व पोर्तुगाल हे देशच आंतरराष्ट्रीय व्यापारात आघाडीवर होते. पण लवकरच हॉलंड, इंग्लंड, फ्रान्स या देशांनी या व्यापारी स्पर्धेत पदार्पण करून त्यांना मागे टाकले. पूर्वेकडील भारत, चीन, जावा, सुमात्रा इत्यादी देशांशी होणाऱ्या व्यापारात प्रचंड संपत्ती मिळत होती. त्याशिवाय आता त्यात आफ्रिकेतील गुलामांच्या व्यापाराने मिळणाऱ्या संपत्तीची भर पडली. युरोपात जमा होणाऱ्या या प्रचंड संपत्तीचा लवकरच औद्योगिक क्रांतीच्या उदयास हातभार लागला. औद्योगिक क्रांतीच्या सुरुवातीच्या कालखंडात युरोपात जी कारखानदारी उदयास आली तिच्या मुळाशी या युरोपियन व्यापाऱ्यांनी पूर्वेकडील भारत व चीन या देशांतून व्यापाराच्या व्यवहारांतून पैदा केलेली प्रचंड संपत्ती होती.

1.2 युरोपियन व्यापाऱ्यांचे भारतात आगमन

■ पोर्तुगीज व्यापारी लोक

भारताच्या किनाऱ्यावर पहिले पाऊल ठेवणारा युरोपियन प्रवासी वास्को-द-गामा हा पोर्तुगीज होता, हे आपण पाहिलेच आहे. कालिकतच्या झामोरिन राजाने वास्को-द-गामाचे मनापासून स्वागत केले आणि त्याने आपल्या राज्यात पोर्तुगिजांना व्यापार करण्यास परवानगी दिली. लवकरच शेजारच्या कोचीनच्या राजानेही पोर्तुगिजांना व्यापाराच्या सवलती दिल्या.

त्या काळी भारताच्या पश्चिम किनाऱ्यावर अरब व्यापाऱ्यांचे मोठे प्रस्थ होते. भारताचा परदेशी व्यापार त्यांच्या मध्यस्थीतून मोठ्या प्रमाणावर चाले. झामोरिनच्या राज्याची आर्थिक सुबत्ता या अरब व्यापाऱ्यांशी होणाऱ्या व्यापारावरच अवलंबून होती. पोर्तुगिजांनी या अरबांना शह देण्याचा अवैध प्रयत्न चालविला. एवढेच नव्हे, तर किनारपट्टीवरील राजांच्या अंतर्गत राजकारणात व कलहातही त्यांनी लक्ष घालायला सुरुवात केली. उदाहरणार्थ, झामेरिनचे शत्रुत्व पत्करून त्यांनी त्याचा शत्रू, कोचीन राजा याच्याशी हातमिळवणी केली. याशिवाय पोर्तुगिजांना ख्रिश्चन धर्मप्रसारात मोठा रस होता. व्यापारापेक्षा भारतातला मुलूख काबीज करावा व तेथे आपले राज्य स्थापून धर्मप्रसार करावा हे त्यांचे हेतू प्रबळ होते.

अल्फान्सो-द-अल्बुकर्क हा खरे म्हणजे भारतातील पोर्तुगीज राज्याचा संस्थापक मानला जातो. भारतातील पोर्तुगिजांचा गव्हर्नर म्हणून पोर्तुगाल सरकारने त्याची नेमणूक सन 1509 मध्ये केली. तो मोठा महत्त्वाकांक्षी व पराक्रमी होता. त्याने विजापूरच्या आदिलशाहच्या ताब्यात असणारा गोवा पुढच्याच वर्षी म्हणजे सन 1510 मध्ये काबीज करून पोर्तुगीज राज्याची स्थापना केली. आपल्या कारकिर्दीत त्याने गोव्यास तटबंदी करून त्याचे व्यापारी महत्त्व वाढविले. आपल्या पोर्तुगीज सहकाऱ्यांना त्याने स्थानिक हिंदू स्त्रियांशी लग्ने करण्यास प्रोत्साहन दिले. त्यात पोर्तुगीज प्रजाजनांची संख्या वाढावी हा त्याचा हेतू होता. धार्मिक छळातही तो पुढे होता. विशेषतः मुस्लिमांचा त्याने मोठा छळ केला. असे असले तरी त्याने सागरावरील पोर्तुगीज आरमारी सत्ता प्रबळ बनविली होती; तसेच अरब व्यापाऱ्यांना शह देण्यातही तो यशस्वी झाला.

अल्बुकर्कनंतर आलेल्या पोर्तुगीज गव्हर्नरांनी त्याचेच धोरण राबवून पश्चिम किनाऱ्यावरील अनेक प्रदेश जिंकून आपले राज्य वाढविले. त्यात पश्चिम किनारपट्टीवरील दीव, दमण, साष्टी, वसई, चौल व मुंबई यांचा आणि पूर्व किनाऱ्यावरील सॅन थॉम (मद्रास) व हुगळी (बंगाल) यांचा समावेश होत होता. सिलोनच्याही मोठ्या भू-भागावर पोर्तुगिजांची सत्ता स्थापन झाली होती. खरेतर एवढे मोठे राज्य स्थापन करण्याचा पहिला मान पोर्तुगिजांकडे जाऊनही हे राज्य फार काळ टिकले नाही. कालौघात एकेक करत पोर्तुगिजांच्या हातून हे सर्व प्रदेश निसटले. शहाजहानच्या काळात मुघल सभेदार कालीमखान याने हुगळी काबीज केली तर पुढे मराठ्यांनी चिमाजीआप्पाच्या नेतृत्वाखाली वसई, साष्टी हे प्रदेश काबीज केले. असे सर्व प्रदेश जाऊन शेवटी पोर्तुगिजांच्या ताब्यात दीव, दमण व गोवा एवढेच प्रदेश राहिले.

भारतात प्रवेश करणारे आणि प्रदेश जिंकणारे पहिले परकीय असूनही पोर्तुगिजांच्या सत्तेचा ऱ्हास झाला. याची कारणे अनेक आहेत. त्यापैकी महत्त्वाचे म्हणजे त्यांनी आपल्या राज्यव्यवहारात धर्मप्रसाराला दिलेला अग्रक्रम. त्यामुळे अनेक एतद्देशीय सत्तांचे शत्रुत्व त्यांनी ओढवून घेतले. याशिवाय व्यापारी व्यवहारातही नैतिकता फारशी पाळत नव्हते आणि शेवटी त्यांना त्यांच्या मागून येणाऱ्या डच, इंग्रज आदी युरोपियन व्यापाऱ्यांशी सामना करावा लागला आणि ही मंडळी राजकारणात व रणांगणावर पोर्तुगिजांना वरताण ठरली.

▣ डच ईस्ट इंडिया कंपनी

हॉलंडमधील लोकांना 'डच' असे म्हणतात. सन 1602 मध्ये डच व्यापाऱ्यांनी 'डच ईस्ट इंडिया कंपनी'ची स्थापना केली आणि पूर्वेकडील व्यापारास जिद्दीने प्रारंभ केला. डच सरकारचा त्यांना पूर्ण पाठिंबा होता. डचांनी भारताऐवजी जावा, सुमात्रा, मलाया, द्वीपकल्प या आग्नेय आशियातील प्रदेशांकडे प्रथम आपला मोहरा वळवून ते प्रदेश आपल्या प्रभावाखाली आणले. असे करीत असताना त्यांनी या प्रदेशांतील पोर्तुगीज व इंग्रज व्यापाऱ्यांचा जबरदस्त पराभव करून त्यांना तेथून हुसकावून लावले हे विशेष होय.

भारतातही डचांनी गुजरातमधील सुरत, भडोच, खंबायत व अहमदाबाद; केरळमधील कोचीन; मद्रासमधील नेगापट्टम; आंध्रातील मच्छलीपट्टण; बंगालमधील चीनसुरा; बिहारमधील पटना व उत्तर प्रदेशातील आग्रा इत्यादी ठिकाणी आपल्या वखारी स्थापन केल्या.

पूर्वेकडील देशांतील मसाल्याच्या पदार्थांच्या व्यापाराची मक्तेदारी प्रारंभी पोर्तुगिजांकडे होती; पण नंतर डचांनी त्यांची बरोबरी करून त्यांना मागे टाकले. एवढेच नव्हे, तर सतराव्या शतकात या व्यापारावर डचांनी आपली मक्तेदारीच निर्माण केली. त्याचबरोबर पोर्तुगिजांचे अतिपूर्वेकडे असणारे बरेचसे प्रदेश व ठाणीही त्यांनी काबीज केली.

अतिपूर्वेकडे डचांनी आपला राजकीय व व्यापारी प्रभाव निर्माण केल्यामुळे त्यांची व्यापारवृद्धीही झाली. विशेषतः भारतातून नीळ, रेशीम, सुती कापड, सोरा, तांदूळ, अफू इत्यादी पदार्थांची निर्यात हे अतिपूर्वेकडील व आग्नेय आशियातील देशांत करत असत.

सतराव्या शतकात इंग्रजांना प्रामुख्याने पोर्तुगीज व डच या युरोपियन व्यापाऱ्यांशी स्पर्धा व संघर्ष करावा लागला. त्यात पोर्तुगिजांशी त्यांचे प्रारंभी शत्रुत्व असले तरी सन 1630 मध्ये युरोपात इंग्लंड व पोर्तुगाल यांच्यात झालेल्या माद्रिदच्या मैत्रीच्या तहामुळे त्यांच्यातील परस्परसंबंधात नवे पर्व सुरू झाले. भारतातही या दोन सत्तांनी सहकार्याचे व मैत्रीचे धोरण अवलंबिले. तथापि, डचांशी मात्र इंग्रजांचा संघर्ष चालूच राहिला.

डचांनी आतापर्यंत भारतापेक्षा आग्नेय आशियातील जावा, सुमात्रा, मलाया, द्वीपकल्प या प्रदेशांकडे अधिक लक्ष दिले होते आणि तेथील पोर्तुगीज व इंग्रज यांच्या ताब्यात असणारे अनेक प्रदेश काबीज केले होते. भारतात मात्र डचांना इंग्रजांशी स्पर्धा करणे सोपे गेले नाही. तिकडे युरोपात इंग्लंड व हॉलंड या दोन देशांत शत्रुत्वाचे संबंध असल्याने ही स्पर्धा अधिकच तीव्र बनली होती. स्पेन हा देशही हॉलंडचा शत्रू होता; पण सतराव्या शतकाच्या पहिल्या दशकातच हॉलंडचा स्पेनशी मैत्रीचा तह झाल्याने आणि पोर्तुगीज दुबळे बनल्याने डचांनी भारतात मद्रास किनारपट्टीवर आपला प्रभाव वाढविण्याचा मोठा प्रयत्न केला. त्यासाठी त्यांनी पुलिकतच्या आपल्या वखारीस तटबंदी बांधली (सन 1610) आणि इंग्रजांशी संघर्ष करण्याची तयारी चालविली; पण लवकरच युरोपात या दोन सत्तांचा परस्परांशी सहकार्याचा करार झाल्यामुळे भारतातील डचांच्या इंग्रजविरोधी हालचाली मंदावल्या; पण डचांनी सन 1623 मध्ये काढलेल्या कुरापतीमुळे पुन्हा त्यांचे इंग्रजांशी संबंध बिघडले. येथून पुढे डचांचा व्यापार प्रामुख्याने मलाया, द्वीपकल्पाशी मर्यादित राहिला. भारतात मात्र ते अगदी अठराव्या शतकाच्या मध्यापर्यंत इंग्रजांशी व्यापारी स्पर्धा करत राहिले; तरी त्यांना फारसे यश मिळाले नाही. इंग्रजांनी डचांवरच नव्हे तर बलाढ्य फ्रेंच सत्तेवरही बाजी मारून भारतात आपले साम्राज्य निर्माण केले.

▣ इंग्लिश ईस्ट इंडिया कंपनी

सन 1599 मध्ये इंग्लंडमधील काही धाडसी इंग्रज व्यापाऱ्यांनी एकत्र येऊन 'इंग्लिश ईस्ट इंडिया कंपनी'ची स्थापना केली. पुढच्याच वर्षी इंग्लंडच्या एलिझाबेथ या राणीने त्यांना पूर्वेकडील प्रदेशांशी व्यापार करण्याची सनद बहाल केली (सन 1600). या कंपनीच्या वतीने सन 1608 मध्ये कॅ. हॉकिन्स नावाचा दूत जहांगीर बादशाहच्या दरबारात आला आणि त्याने सुरतेस कंपनीची वखार स्थापन करण्याचे बादशाही फर्मान मिळविले. दरम्यान पोर्तुगिजांनी मुघलांची काही जहाजे लुटल्याने बादशाहचा त्यांच्यावर रोष निर्माण झाला होता. याच वेळी इंग्रजांनी पोर्तुगिजांचा भारताच्या पश्चिम किनाऱ्यावर पराभव केला होता. या घटना इंग्रजांच्या पथ्यावर पडल्या. सन 1615 मध्ये खुद्द इंग्लंडच्या जेम्स राजाने तर टॉमस रो नावाचा आपला खास दूत जहांगिराच्या दरबारात पाठविला. हा मोठा हुशार व जिद्दी होता. त्याच्या अविरत प्रयत्नाने मुघल साम्राज्यात अनेक ठिकाणी इंग्रजांना आपल्या वखारी स्थापण्याचे फर्मान मिळाले.

इंग्रज मोठे धोरणी व्यापारी होते. सर टॉमस रो याच्या शिष्टाईमुळे त्यांची मुघलांच्या दरबारात प्रतिष्ठा निर्माण झाली होती. त्याचा त्यांनी जास्तीतजास्त फायदा उठविला. प्रारंभी त्यांनी व्यापार हेच भारतातील एकमेव उद्दिष्ट ठेवले होते. असे असले तरी येथील राजकीय घडामोडींवर ते बारीक नजर ठेवून असत. तथापि, पोर्तुगिजांप्रमाणे त्यांनी लगेच एतद्देशियांच्या राजकारणात भाग घ्यायला सुरुवात केली नाही.

इंग्रजांनी भारतातील महत्त्वाच्या व्यापारी पेठांत व बंदरांत आपल्या वखारी स्थापन करण्यावरच आपले लक्ष केंद्रित केले होते. सन 1623 पर्यंत इंग्रजांनी सुरत, भडोच, अहमदाबाद, आग्रा व मच्छलीपट्टणम येथे आपल्या वखारी स्थापन केल्या होत्या. उत्तरेपेक्षा दक्षिणेत त्यांच्या व्यापाराच्या वाढीस अधिक संधी होती. एक तर दक्षिणेला विस्तृत किनारपट्टी लाभली होती आणि दुसरे म्हणजे दक्षिणेत विजयनगर साम्राज्याचा अस्त झाल्यानंतर अनेक लहान-लहान राज्ये स्थापन झाली होती. अशा राज्यांकडून अधिकाधिक सवलती मिळविणे सोपे होते. उदाहरणार्थ, सन 1639 मध्ये पूर्व किनाऱ्यावर अशाच एका ठिकाणी त्यांना किल्ला बांधून वखार स्थापन करण्याचा परवाना एका राजाने दिला. इंग्रजांनी तेथे 'फोर्ट सेंट जॉर्ज' नावाचा किल्ला बांधला, हेच ठिकाण 'मद्रास' म्हणून पुढे प्रसिद्धीस आले.

बंगालमध्ये इंगजांनी मुघलांकडून हुगळी या ठिकाणी आपली वखार स्थापन करण्याची परवानगी मिळविली. लवकरच त्यांनी बंगाल सुभ्यातील पटना, बालासोर, ढाक्का इत्यादी ठिकाणी आपल्या वखारी स्थापन केल्या. सन 1698 मध्ये कंपनीस बंगालमध्ये हुगळी नदीच्या मुखावर तीन छोट्या गावांची जहागीर मिळाली आणि आपल्या वखारीच्या संरक्षणासाठी किल्ला बांधण्याचीही परवानगी मिळाली. कंपनीने तेथे 'फोर्ट विल्यम' हा किल्ला बांधला. हा किल्ला व तीन गावे यांची भरभराट होऊन पुढे आधुनिक कलकत्ता शहर उदयास आले.

आधुनिक मुंबईचा पायाही इंग्रजांनीच घातला आहे. मूळ मुंबई बेट म्हणजे छोट्या-छोट्या बेटांचा समूह होता आणि त्याची मालकी पोर्तुगिजांकडे होती; पण पोर्तुगीज राजाने इंग्लंडच्या राजाला आपली कन्या दिली, त्या वेळी ते बेट त्याने आंदण म्हणून त्यास दिले (सन 1661). पुढे इंग्लंडच्या राजाने हे बेट ईस्ट इंडिया कंपनीस वास्तव्यासाठी देऊन टाकले (सन 1667). कंपनीने या बेटावर किल्ला बांधून पश्चिम किनाऱ्यावर आपले एक मजबूत ठिकाण स्थापन केले. आतापर्यंत पश्चिम किनाऱ्यावर सुरतेस इंग्रजांची मुख्य वखार होती; पण मराठ्यांच्या स्वाऱ्यांमुळे सुरतेचा व्यापार बसल्यावर इंग्रजांनी मुंबई हेच आपले मुख्य ठाणे केले (सन 1687).

अशा प्रकारे इंग्रजांनी भारताच्या पूर्व-पश्चिम किनाऱ्यावरील महत्त्वाच्या तीन शहरांचा पाया आपल्या वखारी स्थापन करून घातला. या तीन नगरांच्या बळावर त्यांनी आपला व्यापार व त्याबरोबर आपली सत्ता वाढविली. भारतात वखारीभोवतालचा मुलूख ताब्यात घेऊन आपली सत्ता स्थापन करण्याची महत्त्वाकांक्षा सतराव्या शतकाच्या उत्तरार्धात इंग्रजांच्या मनात उत्पन्न झाली होती. तसा एक प्रयोग त्यांनी औरंगजेब बादशाहच्या कारकिर्दीत सन 1687 मध्ये केला होता. त्यांनी बंगालमध्ये बादशाहविरुद्ध बंड पुकारून काही ठाणी काबीज केली; पण त्यात त्यांचा पूर्ण पराभव झाला. इंग्रजांच्या अनेक वखारी मुघलांनी काबीज केल्या. शेवटी दीड लाख रुपये नुकसानभरपाई देऊन इंग्रजांनी शरणागती स्वीकारली. भारताचे राज्य ताब्यात घ्यायला अद्यापी पुष्कळ वेळ आहे, एवढा धडा त्यातून त्यांनी घेतला; पण राज्य निर्माण करण्याच्या महत्त्वाकांक्षेचा त्यांनी त्याग केला नाही.

औरंगजेब बादशाहच्या मृत्यूनंतर मुघल साम्राज्यास उतरती कळा लागली. दक्षिणेत अनेक ठिकाणी स्वतंत्र सत्ताधीश उदयास आले तर उत्तरेतील सुभेदारांनी आपापल्या परीने स्वतंत्र होण्याचा उद्योग आरंभिला. अशा अस्थिर परिस्थितीत इंग्रज व फ्रेंच लोकांना भारतात आपल्या सत्ता निर्माण करण्याची आयती संधी प्राप्त झाली. तिचा त्यांनी पुरेपूर फायदा उठविला.

▣ फ्रेंच ईस्ट इंडिया कंपनी

भारतात फ्रेंच बरेच उशिरा आले. सन 1664 मध्ये फ्रेंच राजाश्रयाखाली 'फ्रेंच ईस्ट इंडिया कंपनी'ची निर्मिती झाली. त्यानंतर चार वर्षांनी म्हणजे सन 1668 मध्ये सुरतेस त्यांनी आपली पहिली वखार स्थापन केली. त्यावेळी फ्रॅन्सिस कॅरॉन हा त्यांचा वखार प्रमुख होता. पुढच्याच वर्षी गोवळकोंडा राज्यातील मच्छलीपट्टम येथे फ्रेंचांनी आपली दुसरी वखार स्थापन केली.

सन 1672 मध्ये मद्रासजवळच्या सॅन थॉम या डचांच्या ताब्यात असणाऱ्या ठिकाणावर हल्ला करून फ्रेंचांनी ते जिंकले. डचांनी ते पोर्तुगिजांकडून जिंकून घेतले होते; पण फ्रेंचांना हा विजय पचला नाही. दुसऱ्याच वर्षी डचांनी गोवळकोंड्याच्या सुलतानाच्या मदतीने त्यांचा पराभव केला आणि सॅन थॉम परत आपल्या ताब्यात घेतले.

दरम्यान फ्रेंचांनी मद्रास किनारपट्टीवर एका लहानशा खेड्यात वखार बांधण्याची परवानगी वालिगंडपुरमच्या मुस्लीम सुभेदाराकडून मिळविली. फ्रॅन्सिस मार्टिन या फ्रेंच अधिकाऱ्याच्या मार्गदर्शनाखाली ही वखार उभी राहिली. हे ठिकाण म्हणजे पुढे प्रसिद्धीस आलेली पाँडिचेरी होय. फ्रॅन्सिस मार्टिन हा मोठा धोरणी व मुत्सद्दी होता. त्याची तेथे गव्हर्नर म्हणून नेमणूक झाली. त्याच्या नेतृत्वाखाली पाँडिचेरीची भरभराट होत गेली.

बंगालमध्ये मुघल सुभेदार शाहिस्तेखान याच्याकडून फ्रेंचांनी वखारीसाठी परवानगी आणि जागा मिळविली (सन 1674). पुढे त्या जागेवरच फ्रेंचांची सुप्रसिद्ध चंद्रपूरची वखार व नगरी उदयास आली.

फ्रेंचांना डच आणि इंग्रज हे खरे प्रतिस्पर्धी होते. सन 1693 मध्ये डचांनी हल्ला करून फ्रेंचांची पाँडिचेरी जिंकली. तथापि, नंतर रेस्विकच्या तहाने त्यांनी ती परत मिळवली. मार्टिन पुन्हा पाँडिचेरीचा गव्हर्नर झाला. त्याने पाँडिचेरीस पुन्हा एकदा वैभवाचे दिवस आणले. पाँडिचेरीची लोकसंख्या चाळीस हजारांपर्यंत गेली होती. या वेळी इंग्रजांच्या ताब्यातील कलकत्त्याची लोकसंख्या वीस हजार होती.

मार्टिनचा मृत्यू सन 1707 मध्ये झाला. त्याच्यानंतर फ्रेंचांना त्याच्याइतका कर्तबगार गव्हर्नर मिळाला नाही. फ्रेंच कंपनीच्या एकूण व्यवहाराची इतकी घसरगुंडी चालू होती की त्यांनी सुरत, मच्छलीपट्टणम इत्यादी ठिकाणी असलेल्या आपल्या वखारीही बंद केल्या.

तथापि, पुढे सन 1720 मध्ये कंपनीची पुनर्रचना केली गेली आणि तिला एक प्रकारची संजीवनी मिळाली. लेनॉर व दुमॉस यांसारख्या कार्यकुशल अधिकाऱ्यांच्या मार्गदर्शनाखाली फ्रेंचांनी भारतात पुन्हा अनेक ठिकाणी आपल्या वखारी थाटल्या. फ्रेंच व्यापार वाढू लागला. तथापि, त्यांनी या वेळेपर्यंत राजकीय महत्त्वाकांक्षा ठेवलेली नव्हती. फ्रेंचांनी आपल्या वखारींना तटबंदी घातली होती; तसेच त्यांच्या संरक्षणासाठी थोडेबहुत सैन्यही ठेवले होते; पण असे करण्यात त्यांचा उद्देश डचांच्या व इंग्रजांच्या संभाव्य हल्ल्यांपासून संरक्षण करणे हा होता; राज्य मिळविणे हा नव्हता.

तथापि, सन 1742 नंतर फ्रेंचांच्या उद्दिष्टात फरक जाणवू लागला. फ्रेंचांचा गव्हर्नर जनरल डुप्ले याच्या कारकिर्दीत फ्रेंचांचे व्यापारी उद्दिष्ट मागे पडले आणि फ्रेंच भारतात आपले साम्राज्य उभे करण्याचे स्वप्न पाहू लागले. अर्थात हे स्वप्न साकार करण्याच्या मार्गात इंग्रजांसारखा प्रबळ शत्रू उभा होता. स्वाभाविकच त्यांचा इंग्रजांशी संघर्ष होणे अपरिहार्य होते.

1.3 भारतातील इंग्रज - फ्रेंच संघर्ष : कर्नाटकी युद्ध

▣ इंग्रज-फ्रेंच यांचा अटल संघर्ष

इंग्रज व्यापारी असले तरी राजकारणी व्यापारी होते. भविष्यात आपणास भारतात राज्य स्थापन करावयाचे आहे ही महत्त्वाकांक्षा त्यांनी कधीच सोडलेली नव्हती. फक्त ते अनुकूल अशा परिस्थितीची वाट पाहत होते. तशी परिस्थिती अठराव्या शतकाच्या मध्यावर भारतात तयार झाली. सन 1738 मध्ये इराणहून नादिरशाहने भारतावर आक्रमण करून दिल्ली लुटली. शंभर कोटी रुपयांची संपत्ती घेऊन तो मायदेशी निघून गेला. त्याच्या आक्रमणाने मुघल बादशाही खिळखिळी झाली. उत्तरेतील ठिकठिकाणचे रजपूत, जाठ, शीख इत्यादी राजे स्वतंत्रपणे वागू लागले. मुघलांची उत्तर भारतातील अधिसत्ता संपुष्टात आली. त्याचा फायदा मराठ्यांनी घेतला व पंजाबपर्यंत आपली अधिसत्ता त्यांनी निर्माण केली. दक्षिणेत मराठे व निजाम-उल-मुल्क या दोन सत्ता प्रबळ होत्या. त्यापैकी मराठ्यांचे अधिक लक्ष उत्तरेकडे होते आणि निजामास दक्षिणेत अधिक रस होता; पण सन 1748 मध्ये निजाम मृत्यू पावला व निजामाच्या राज्यात गोंधळ सुरू झाला. अशा परिस्थितीत दक्षिणेत कर्नाटक प्रदेशात तशी कोणतीच प्रबळ सत्ता राहिली नाही. याचा फायदा इंग्रज व फ्रेंच या व्यापाऱ्यांनी घ्यायचे ठरविले. (आजचे कर्नाटक व तमिळनाडू यास पूर्वी 'कर्नाटक' असे म्हणत.) त्या काळात युरोपात इंग्लंड व फ्रान्स यांच्यात स्पर्धा व संघर्ष चालू असे. त्याप्रमाणे भारतातही या दोन राष्ट्रांचे व्यापारी एकमेकांना शत्रू मानत असत. आता इंग्रजांप्रमाणेच फ्रेंचांच्याही मनात भारतात राज्य करण्याची महत्त्वाकांक्षा निर्माण झाली होती. इंग्रजांना ते तुल्यबळ स्पर्धक होते. अशा परिस्थितीत या दोन युरोपियन सत्तांत संघर्ष होणे ही अटळ गोष्ट होती.

▣ फ्रेंचांचे दक्षिण भारतात वर्चस्व

पूर्व किनाऱ्यावर पाँडिचेरी येथे फ्रेंचांनी आपले मुख्य ठाणे केले होते आणि ते मजबूत तटबंदींनी सुरक्षितही ठेवले होते. शिवाय त्यांनी कवायती फौजाही उभ्या केल्या होत्या. इंग्रजांकडेही त्यांच्या वखारींच्या संरक्षणासाठी फौजा होत्या. या पार्श्वभूमीवर युरोपात सन 1742 मध्ये इंग्लंड व फ्रान्स यांच्यात युद्ध सुरू झाले. परिणामी, भारतातही या राष्ट्रांच्या व्यापारी कंपन्या एकमेकांशी लढू लागल्या. हे युद्ध सन 1748 पर्यंत चालले. शेवटी युरोपात इंग्लंडने फ्रान्सचा पराभव केला. तथापि, भारतात मात्र मद्रास किनाऱ्यावर फ्रेंचांनी इंग्रजांचा धुव्वा उडविला होता. युरोपात इंग्लंड-फ्रान्समध्ये तह झाल्यावर भारतातही या दोन कंपन्यांनी आपापसांतील युद्ध थांबविले. काही काळ त्यांच्यात शांतता प्रस्थापित झाली.

फ्रेंचांच्या सुदैवाने या वेळी त्यांना डुप्लेच्या रूपाने एक अत्यंत हुशार व मुत्सद्दी पुरुष गव्हर्नर जनरल म्हणून लाभला होता. त्याने एतद्देशीय सत्तांच्या दुफळीचा व वैरभावाचा फायदा उठविण्याचे ठरविले. तशी सुवर्णसंधी त्याच्याकडे लवकरच चालून आली. सन 1748 मध्ये हैद्राबादचा निजाम मृत्यू पावल्यावर त्याच्या वारसांत सत्तास्पर्धा सुरू झाली. निजामाचा पुत्र नासिरजंग व नातू मुजफ्फरजंग (मुलीचा मुलगा) यांच्यात झगडा सुरू झाला. तिकडे मद्रास किनारपट्टीवर कर्नाटकचा नवाब अन्वरुद्दीन व चंदासाहेब (माजी नवाबाचा जावई) यांच्यात संघर्ष पेटला. डुप्लेने मुजफ्फरजंगास निजामाच्या गादीवर व चंदासाहेबास अर्काट येथे नवाबपदावर बसवायचे ठरविले. त्याप्रमाणे त्यांच्याशी करार करून तो त्यांना घेऊन अन्वरुद्दीनवर चाल करून गेला. अंबूरच्या लढाईत अन्वरुद्दीन मारला गेला. त्याचा पुत्र महंमद अली त्रिचनापल्लीकडे पळून गेला (सन 1749). फ्रेंचांना मोठा विजय मिळाला. त्यांनी चंदासाहेबास कर्नाटकच्या नवाबपदावर बसविले. या चंदासाहेबाने फ्रेंचांना पांदेचेरीजवळची ऐंशी गावे इनाम दिली. अशा प्रकारे फ्रेंचांना प्रदेशाची प्राप्ती होऊन त्यांची भारतातील फ्रेंच साम्राज्याच्या निर्मितीकडे वाटचाल सुरू झाली.

लवकरच फ्रेंचांना निजामाच्या अंतर्गत राजकारणात हस्तक्षेप करण्याची संधी आयतीच चालून आली. फ्रेंच व मुजफ्फरजंग यांच्यावर नासिरजंग स्वतःच चालून आला; पण नासिरजंगाच्या लष्करातील एका सरदाराने त्याचा खून केला तेव्हा फ्रेंचांचा मार्ग अधिक सुकर झाला. त्यांनी मुजफ्फरजंगास 'निजाम' म्हणून जाहीर केले. नव्या निजामाने फ्रेंचांना मच्छलीपट्टण हे नगर व पाच लाख रु. बक्षीस दिले. मुजफ्फरजंगास घेऊन फ्रेंच हैद्राबादकडे निघाले असता मार्गातच त्याचाही लष्करातील पठाणांनी खून केला. तेव्हा फ्रेंच सेनापती बुसी याने मोठ्या प्रसंगावधानाने सलाबतजंग या नासिरजंगाच्या भावाला निजाम-पदावर बसविले. सलाबतजंगाने पुढे फ्रेंचांना त्यांच्या फौज-खर्चामधील आंध्रमधील 'उत्तर सरकार' हा प्रांत जहागीर दिला. बुसीला निजामाच्या दरबारी ठेवला गेला. थोडक्यात, निजाम व कर्नाटक नवाब या दोघांची राज्ये फ्रेंचांच्या आधिपत्याखाली जाऊन त्यांचा दक्षिणेत मोठाच दबदबा निर्माण झाला. निजामाच्या राज्यातील 'उत्तर सरकार' या प्रांताच्या जहागिरीच्या प्राप्तीमुळे फ्रेंचांची राज्य स्थापन करण्याची महत्त्वाकांक्षा अधिकच वाढत गेली.

▣ इंग्रजांचा फ्रेंचांना शह

दक्षिणेत फ्रेंचांनी आपले राजकीय व लष्करी महत्त्व वाढविले होते; ते इंग्रजांना सहन होणे शक्य नव्हते. फ्रेंचांना जबरदस्त शह देण्याची त्यांची तयारी चालू होती. कर्नाटकच्या अन्वरुद्दीन या माजी नवाबाचा मुलगा मुहम्मद अली त्रिचनापल्लीत आश्रय घेऊन राहिला होता आणि फ्रेंच व चंदासाहेब यांनी त्रिचनापल्लीस वेढा दिला होता. इंग्रजांनी अन्वरुद्दीनला पाठिंबा देऊन कर्नाटकच्या नवाबपदावर बसवायचे ठरविले.

अशा स्थितीत मद्रासकर इंग्रजांच्या फौजेत असणाऱ्या रॉबर्ट क्लाईव्ह या अधिकाऱ्याने (खरे म्हणजे तो एक क्लार्क होता) अवघ्या पाचशे सैनिकांनिशी अर्काटवर हल्ला करून ते जिंकून घेतले. अर्काट हे कर्नाटकच्या नवाबाच्या राज्याचे मुख्य ठिकाण असल्याने या विजयाने इंग्रजांची इभ्रत एकदम वाढली. अर्काट इंग्रजांच्या हाती पडल्याची बातमी समजताच चंदासाहेबाने त्रिचनापल्लीच्या वेढ्यातून अर्काटकडे धाव घेतली. तथापि, अर्काट पुन्हा काबीज करण्यात त्यास अपयश आल्याने त्याने माघार घेतली. त्यानंतर इंग्रज फौजांनी क्लाईव्हच्या नेतृत्वाखाली अनेक लढाया करून चंदासाहेब व फ्रेंच यांचा पराभव केला. महंमदअलीस आता कोणी प्रतिस्पर्धीच राहिला नाही. इंग्रजांनी त्यास 'कर्नाटकचा नवाब' म्हणून जाहीर केले (जून 1752). दक्षिणेत फ्रेंचांचे राज्य स्थापन करण्याच्या डुप्लेच्या महत्त्वाकांक्षेस असा जबरदस्त धक्का बसला.

या सर्व प्रकरणात डुप्लेचा बळी दिला गेला. भारतामधील फ्रेंचांच्या अपयशाचे खापर फ्रेंच सरकारने डुप्लेच्या माथ्यावर फोडून त्यास मायदेशी परत बोलाविले आणि त्याच्या जागी गोदेहू नावाचा अधिकारी पाठविला. भारतात आल्यावर गोदेहूने इंग्रजांशी तह केला. त्यानुसार कर्नाटकात डुप्लेने मिळविलेली सर्व ठाणी इंग्रजांकडे राहू देण्यास फ्रेंचांना मान्यता द्यावी लागली (सन 1754). एक प्रकारे फ्रेंचांची ही दक्षिणेतील अपमानास्पद माघार होती.

कर्नाटकात असा दणदणीत विजय प्राप्त केल्यावर लवकरच बंगालमध्ये इंग्रजांनी दुसरा एक मोठा विजय संपादन केला. नवाब सिराजउद्दौला याचा प्लासीच्या लढाईत पराभव करून तो सुभा आपल्या वर्चस्वाखाली आणला (सन 1757). या यशाने बंगालमध्येच नव्हे तर भारतात इंग्रजी साम्राज्याचा पाया रचला गेला. प्लासीच्या विजयाने इंग्रजांची राजकीय प्रतिष्ठा व लष्करी सामर्थ्य अपेक्षेहून अधिक पटीने वाढले. आता फ्रेंचांना शेवटचा एक तडाखा देणे शिल्लक होते. तीही संधी इंग्रजांकडे लवकरच चालून आली.

▣ फ्रेंच साम्राज्याचे स्वप्न धुळीस

सन 1756 मध्ये युरोपात इंग्लंड व फ्रान्स यांच्या दरम्यान युद्धाचा पुन्हा भडका उडाला. इतिहासात हे 'सप्तवार्षिक युद्ध' म्हणून प्रसिद्ध आहे. या युद्धाचा स्वाभाविक परिणाम म्हणून इकडे भारतातही इंग्रज व फ्रेंच एकमेकांशी लढू लागले. सन 1758 मध्ये कर्नल फोर्ड या इंग्रज सेनानीने फ्रेंचांवर हल्ला करून त्यांची उत्तर सरकार या प्रांतातून हकालपट्टी केली.

राजमहेंद्री व मच्छलीपट्टणम ही नगरेही इंग्रजांच्या हाती आली. फ्रेंचांची बाजू अशी कमकुवत झाल्यावर निजामाने त्यांना दूर करून इंग्रजांशी मैत्री केली. इंग्रजांना उपरोक्त दोन नगरे व उत्तर सरकारमधील चार लाखांचा मुलूख बक्षीस म्हणून मिळाला. पूर्वी बुसीने निजामाच्या दरबारात निर्माण केलेले फ्रेंचांचे स्थान असे अल्पावधीत नष्ट झाले.

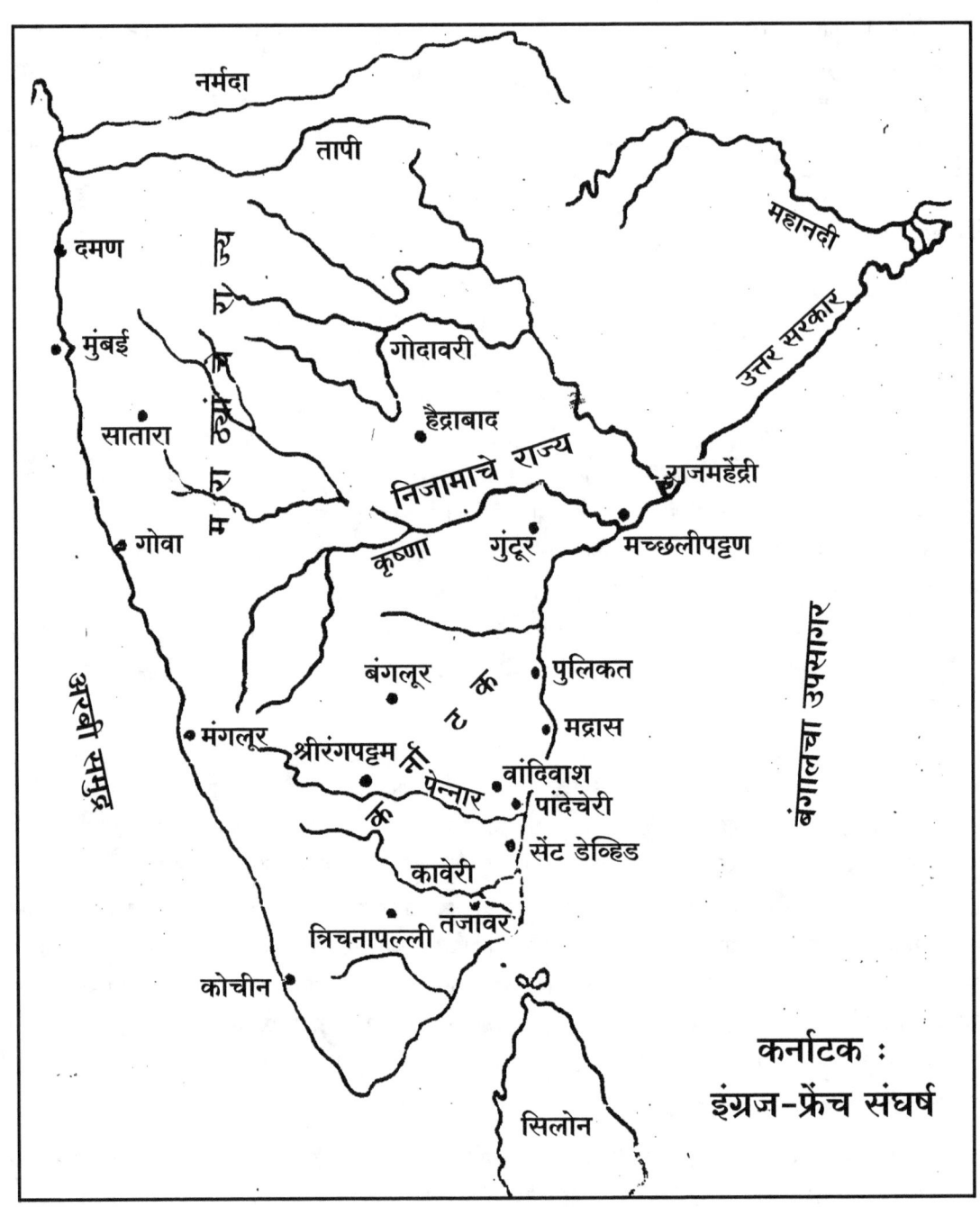

नकाशा क्र. 1.1 : कर्नाटक : इंग्रज – फ्रेंच संघर्ष

यावेळी काऊंट-द-लाली हा फ्रेंचांचा भारतातील गव्हर्नर जनरल होता. तो मोठा शूर सेनापतीही होता. त्याने हल्ला करून इंग्रजांचे फोर्ट सेंट डेव्हिड हे ठाणे जिंकून घेतले होते; पण लवकरच त्यास जबरदस्त पराभवास सामोरे जावे लागले. त्याच्या नेतृत्वाखालच्या फ्रेंच सैन्याचा इंग्रजांच्या सर आयर कूट या सेनानीने वांदिवॉश येथे 16 जानेवारी, 1761 रोजी निर्णायक पराभव केला. कूटने लगेच फ्रेंचांचे मुख्य ठिकाण पांदेचेरी काबीज करून खुद्द लालीस कैद केले. अशा प्रकारे भारतात राज्य मिळविण्याचे फ्रेंचांचे स्वप्न पूर्णपणे धुळीस मिळाले. पुढे सन 1763 मध्ये युरोपातील 'सप्तवार्षिक युद्ध' संपून उभयपक्षी तह झाला. या तहान्वये फ्रेचांना इंग्रजांकडून पांदेचेरी व बंगालमधील चंद्रनगर ही ठिकाणे परत मिळाली. तथापि, येथून पुढे भारताच्या राजेरजवाड्यांच्या अंतर्गत कलहात न पडण्याचा धडा त्यांनी घेतला. इंग्रजांशी सलोख्याचे संबंध ठेवून थोडाफार व्यापार त्यांनी चालू ठेवला.

भारतात साम्राज्य स्थापन करण्याच्या स्पर्धेत इंग्रजांनी पोर्तुगीज, डच, फ्रेंच या सर्वांना बाजूस सारून, प्रसंगी त्यांचा पराभव करून बाजी मारली आणि भारतात पुढे एकछत्री अंमल स्थापन केला. ही गोष्ट भारताच्या दृष्टीने बरी झाली की वाईट; याचा आता दोन-अडीचशे वर्षांनी विचार केला तर त्याचे उत्तर काय मिळते ? भारत एकट्या इंग्रजांनीच जिंकला हे बरे झाले; नाही तर उत्तर भारत इंग्रजांनी व दक्षिण भारत फ्रेंचांनी जिंकून आपापली स्वतंत्र साम्राज्ये उभारली असती तर पुढे एकोणिसाव्या व विसाव्या शतकात भारतात जी एक राष्ट्रीयत्वाची चळवळ उभी राहिली तिच्या मार्गात अनेक अडचणी निर्माण झाल्या असत्या. उत्तर व दक्षिण असे भारताचे दोन राजकीय तुकडे पडून प्रत्येक तुकड्याची स्वातंत्र्यप्राप्ती मागे-पुढे झाली असती. मुळातच अनेक राज्यांनी बनलेल्या भारतात राष्ट्रीय ऐक्याची भावना वाढीस लागण्यासाठी भारत एकछत्री अमलाखाली असणे आवश्यक होते. ही गोष्ट इंग्रजांच्या कर्नाटकातील विजयाने व फ्रेंचांच्या पराभवाने घडून आली.

▣ फ्रेंचांच्या पराभवाची कारणमीमांसा

इंग्रज जसे कुशल दर्यावर्दी व धाडसी होते तसेच फ्रेंचही होते. इंग्रज जसे शूर राजकारणी व्यापारी होते तसे फ्रेंचही होते. फ्रेंचांचे डुप्ले व बुसी हे काही कमी पराक्रमी सेनानी नव्हते. असे असूनही इंग्रजांकडून त्यांचा पराभव झाला; याला अनेक कारणे होती.

याचे पहिले महत्त्वाचे कारण म्हणजे भारतामधील फ्रेंच व्यापारी कंपनी ही पूर्णपणे फ्रेंच सरकारच्या नियंत्रणाखाली व आश्रयाखाली होती. फ्रान्समधील राज्यकर्ते स्वतः विलासात राहून या कंपनीच्या कार्याबद्दल फार उदासीन असत. एवढेच नव्हे तर डुप्ले, बुसी, लाली यांसारख्या कर्तबगार अधिकाऱ्यांची किंमतही त्यांच्यालेखी नव्हती. याउलट, क्लाईव्ह, कूट, लॉरेन्स इत्यादी इंग्रज सेनानींच्या कामगिरीचे कौतुक त्यांच्या मायदेशीच्या सरकारने केलेले दिसते.

दुसरे कारण म्हणजे फ्रेंच सरकारकडून आवश्यक ती साधनसामग्री व सहकार्य फ्रेंच कंपनीस मिळू शकले नाही. शिवाय फ्रेंचांच्या सैन्यातील दुय्यम दर्जाच्या सेनानींची फळी नेहमीच कमकुवत राहिली. याउलट, इंग्रजांकडे दुय्यम दर्जाचे सेनानीही कर्तबगार निघाले. क्लाईव्हने प्रथम अर्काट घेतले त्या वेळी तो सामान्य क्लार्क होता, हे लक्षात घेतले पाहिजे.

तिसरे कारण म्हणजे दरम्यानच्या काळात इंग्रजांनी बंगालचा सुभा आपल्या ताब्यात आणला होता. तेव्हा या सुभ्यातील साधनसंपत्तीच्या जोरावर त्यांचे सैन्य बलवान बनले होते. अशा प्रकारे नेतृत्व, संघटन कौशल्य, साधनसामग्री, मायदेशीचा पाठिंबा अशा सर्वच बाबतीत फ्रेंच इंग्रजांहून पिछाडीस राहिले. याचा परिणाम असा झाला की, भारतातील साम्राज्याचे पक्व झालेले फळ गिळंकृत करण्यास इंग्रजांना फार मोठी मेहनत घ्यावी लागली नाही.

▣ इंग्रजांच्या विजयाचे महत्त्व

खरे पाहिले तर भारतातील राज्या-राज्यांतील कलहाचा फायदा घेऊन आपल्या लष्करी बळाच्या जोरावर त्यांना आपल्या वर्चस्वाखाली आणण्याचा पहिला यशस्वी प्रयत्न कर्नाटकात फ्रेंचांनी केला होता. इंग्रजांनी त्यांचे अनुकरण नंतर बंगालमध्ये केले. म्हणजे इंग्रजांपूर्वीच फ्रेंचांनी साम्राज्य स्थापनेचा प्रयोग केला होता. इंग्रजांनी त्यांच्यानंतर सुरुवात करून त्यांना मागे टाकले. या कार्यात इंग्रजांनी या देशातीलच संपत्तीचा वापर करून याच देशातील शिपायांच्या कवायती फौजा उभ्या केल्या व त्या फौजांच्या जोरावर याच देशातील राजेरजवाड्यांना जिंकून आपले साम्राज्य स्थापन केले. शिस्तबद्ध कवायती फौज, आधुनिक तोफखाना व शस्त्रे, संघटन कौशल्य, एकजूट व राष्ट्राभिमान यांच्या जोरावर आपण बलाढ्य भारतीय फौजांचा पराभव करू शकतो असा आत्मविश्वास इंग्रजांच्या ठिकाणी निर्माण झाला. या आत्मविश्वासाच्या बळावरच त्यांनी भारतात पुढे आपले साम्राज्य उभे केले.

⊙⊙⊙

2

ब्रिटिश साम्राज्याची स्थापना व वृद्धी : सन 1757 ते 1818

2.1 बंगालच्या सुभ्यात ब्रिटिश साम्राज्याची स्थापना

2.2 रॉबर्ट क्लाईव्हची दुहेरी राज्यव्यवस्था : तिचे स्वरूप आणि परिणाम

2.3 ब्रिटिश साम्राज्याची वृद्धी : सन **1772** ते सन **1818**

2.4 ब्रिटिशांनी केलेला मराठेशाहीचा अस्त

इतर अनेक युरोपियन व्यापारी कंपन्यांप्रमाणे इंग्लंडची 'इंग्लिश ईस्ट इंडिया कंपनी' ही भारतात व्यापार करण्यासाठी आली आणि कालौघात तिने फ्रेंच, पोर्तुगीज, डच आदी कंपन्यांना मागे हटवित भारतात आपल्या भावी साम्राज्याचा पाया रचला; याचा संदर्भ मागील प्रकरणात येऊन गेलाच आहे. प्रस्तुत प्रकरणात 'इंग्लिश ईस्ट इंडिया कंपनी'ने हे साम्राज्य कसे स्थापन केले आणि कोणत्या हिकमतीने वाढविले याचा थोडक्यात वृत्तान्त आपण पाहणार आहोत.

'ब्रिटिश साम्राज्य' असे का म्हणतात ? : इंग्लिश ईस्ट इंडिया कंपनीने भारतात स्थापन केलेले साम्राज्य 'इंग्लिश साम्राज्य' या नावाने इतिहासात नमूद न होता ते 'ब्रिटिश साम्राज्य' या नावाने प्रसिद्धीस आले. असे का हे प्रथम आपण समजून घेतले पाहिजे. ज्या इंग्रजांनी हे साम्राज्य स्थापन केले त्या इंग्रजांच्या देशाचे मूळ नाव 'ग्रेट ब्रिटन' असे आहे. इंग्लंड हा ग्रेट ब्रिटनचा एक मोठा भाग आहे. इंग्लंड, वेल्स, स्कॉटलंड, उत्तर आयर्लंड व शेजारची शेकडो लहान-लहान बेटे या सर्वांनी मिळून 'ग्रेट ब्रिटन' हा देश बनला आहे आणि म्हणूनच 'इंग्लिश ईस्ट इंडिया कंपनी' ही मूळची 'इंग्लंड'ची असली तरी तिने निर्माण केलेले साम्राज्य संपूर्ण देशाच्या मालकीचे म्हणजे ग्रेट ब्रिटनच्या मालकीचे होते. **अतएव या साम्राज्याला 'ब्रिटिश साम्राज्य' असे म्हणत आणि हे साम्राज्य भारतात चालविणाऱ्या लोकांना ब्रिटिश लोक असे म्हणत. म्हणून येथून पुढे 'इंग्रज' या शब्दाऐवजी 'ब्रिटिश' असाच शब्दप्रयोग सर्वत्र केला आहे.**

2.1 बंगालच्या सुभ्यात ब्रिटिश साम्राज्याची स्थापना

ब्रिटिश म्हणजे केवळ व्यापार करणारे 'बनिये' नसून ते लढाऊ राजकारणी, प्रसंगी तलवार हाती घेऊन युद्ध करणारे हिकमती लोक आहेत हे त्यांच्या कर्नाटकातील उद्योगावरून स्पष्ट झाले होते. कर्नाटकचा नवाब चंदासाहेब व त्यास पाठिंबा देणारे फ्रेंच यांचा पराभव करून ब्रिटिशांनी कर्नाटकात आपली राजकीय प्रतिष्ठा निर्माण केली होती. कर्नाटकच्या नवाबीवर आपल्या वतीने नवाब स्थापून त्यांनी 'किंग मेकर'ची (राजनिर्माते) भूमिका पार पाडली होती. अशाच प्रकारचा प्रयोग त्यांनी लवकरच बंगालच्या नवाबाबाबतही करावयाचे ठरविले आणि त्यात ते कमालीचे यशस्वी झाले.

▣ नवाब सिराजउद्दौलास ब्रिटिशांचे आव्हान

मुघल साम्राज्यात बंगाल हा एक मोठा संपन्न सुभा गणला जात होता. त्या काळी बंगाल हा सुभा बंगाल, बिहार व ओरिसा अशा तीन प्रदेशांनी मिळून बनलेला होता. काळाच्या ओघात मुघल साम्राज्याच्या ऱ्हासाबरोबर बादशाहची अशा लांबवरच्या सुभ्यांवरील पकड ढिली झाली होती. ठिकठिकाणचे मुघल सुभेदार आता जवळजवळ स्वतंत्र सत्ताधीशच बनले होते. बंगालचा सुभेदार हा त्यापैकीच होय. त्यास 'बंगालचा नवाब' असे म्हणत. प्लासीच्या लढाईच्या वेळी सिराजउद्दौला हा तरुण नवाब बंगालच्या नवाबीवर होता.

ईस्ट इंडिया कंपनीने बंगालमध्ये कलकत्त्यास आपले एक प्रमुख व्यापारी केंद्र स्थापन केल्याचे आपण पाहिलेच आहे. सन 1717 मध्ये दिल्लीच्या फर्रुखसियर या बादशाहकडून (त्याला एका ब्रिटिश वैद्याने असाध्य रोगातून मुक्त केल्याबद्दल) बक्षीस म्हणून एक फर्मान कंपनीस मिळाले होते. या फर्मानानुसार कंपनीला कोणताही कर न भरता बंगालच्या सुभ्यात आयात-निर्यात व्यापार करण्याची खास सवलत दिली गेली होती. कंपनी आणि बंगालचा नवाब यांच्यामधील संघर्षाचे मूळ या फर्मानात होते.

फरुखसियर बादशाहने कराची ही सवलत कंपनीच्या व्यापारास दिली होती; पण कंपनीचे व्यापारी आपला खाजगी व्यापारही करीत आणि त्या खाजगी व्यापारावरील (हा कंपनीचाच माल आहे असे भासवून) कर द्यावयास नकार देत. नवाब सिराजउद्दौलाने या ब्रिटिशांच्या खाजगी व्यापारावर कडक कारवाई सुरू केली. दरम्यान युरोपात इंग्लंड-फ्रान्स यांचे युद्ध सुरू झाले आणि कलकत्त्याच्या ब्रिटिशांना शेजारच्या चंद्रनगरच्या फ्रेंचांच्या हल्ल्याचा धोका उत्पन्न झाला. अशा संभाव्य हल्ल्यापासून संरक्षण करण्यासाठी ब्रिटिशांनी कलकत्त्याच्या वसाहतीभोवती तटबंदी उभारण्यास सुरुवात केली. नवाबाने या तटबंदीस हरकत घेतली; पण ती न जुमानता ब्रिटिशांनी तटबंदीचे बांधकाम चालूच ठेवले. याचा अर्थ स्पष्ट होता. ब्रिटिशांनी आता नवाबाच्या लष्करी सामर्थ्यासच आव्हान दिले होते. नवाब हे सहन करणार नव्हता.

▣ कलकत्त्याची अंधार कोठडी

आपला हुकूम न मानणाऱ्या ब्रिटिशांना शिक्षा करण्यासाठी सिराजउद्दौला साठ हजारांच्या फौजेनिशी ब्रिटिशांवर चालून गेला. ब्रिटिशांची कासीम बझारची वखार लुटून त्याने कलकत्त्यावर हल्ला केला. नवाबाच्या एवढ्या मोठ्या सैन्याशी कलकत्त्याचे मूठभर ब्रिटिश सामना करू शकत नव्हते. त्यांचा वखार प्रमुख ड्रेक आपल्या सहकाऱ्यांनिशी कलकत्त्याच्या दक्षिणेस हुगळी नदीच्या मुखावर असणाऱ्या 'फुल्टा' या ठिकाणी पळून जाऊन तेथे आपल्या आरमारासह बंदोबस्तात थांबला. इकडे नवाबाने कलकत्ता सहज काबीज केले आणि तेथील ब्रिटिश कैद्यांना एका कोठडीत डांबून ठेवले (20 जून, 1756). असे म्हणतात की, 20' × 20' च्या कोठडीत 146 ब्रिटिश कैदी होते; कोठडीस एक-दोनच लहान खिडक्या असल्याने शुद्ध हवेच्या अभावी या कैद्यांपैकी 126 कैदी एका रात्रीत मरण पावले. 'कलकत्त्याची अंधार कोठडी' या नावाने ही घटना इतिहासात प्रसिद्ध आहे.

▣ नवाब सिराजउद्दौलाविरुद्ध कारस्थान

नवाब सिराजउद्दौला

वास्तविक फुल्टाकडे पलायन केलेल्या ब्रिटिशांचा पाठलाग करून नवाबाने त्यांचा बंदोबस्त करायला हवा होता; पण तो स्वस्थ राहिला. याचे प्रायश्चित्त त्याला पुढे घ्यावे लागले. फुल्टावर थांबलेल्या ब्रिटिश प्रमुखाने कलकत्त्याचा वृत्तान्त मद्रासला कळवून तातडीची लष्करी मदत मागविली आणि दरम्यानच्या काळात खुद्द नवाबाच्या दरबारात फंदफितुरी करण्यास त्याने सुरुवात केली. लवकरच मद्रासकर ब्रिटिशांनी क्लाईव्ह व वॅटसन या दोन पराक्रमी सेनानींना आपल्या मोठ्या आरमारी काफिल्यासह कलकत्त्याकडे धाडले. ही कुमक येताच ब्रिटिशांनी कलकत्त्यावर हल्ला करून ते काबीज केले (2 जानेवारी, 1757). एवढेच नव्हे, तर कलकत्त्याच्या बचावास येणाऱ्या नवाबाच्या फौजेचाही पराभव केला. तेव्हा घाबरून जाऊन नवाबाने ब्रिटिशांशी तह केला.

ब्रिटिशांना त्यांच्या जप्त केलेल्या वखारी, मालाची नुकसानभरपाई व पूर्वीच्या सर्व सवलती त्याने परत दिल्या; पण विशेषतः क्लाईव्ह एवढ्या विजयावर समाधानी नव्हता. त्याला अर्काटच्या नवाबाप्रमाणे बंगालचा नवाबही ब्रिटिशांच्या हातात आणायचा होता. त्यासाठी त्याने नवाबाच्या दरबारात फंदफितुरी सुरू केली, त्याच्या या फितुरीच्या डावास लवकरच यश आले. नवाबाच्या दरबारातील सेनापती मीर जाफर आणि जगतशेठ, उमीचंद यांसारखे मोठे व्यापारी फितुर झाले. आता खुद्द सिराजउद्दौलाची पदच्युती करण्याचे कारस्थान क्लाईव्हने रचले. या कारस्थानाच्या जाळ्यात लवकरच नवाब अडकणार होता. या कारस्थानाचा शेवट प्लासीच्या लढाईत झाला.

▣ प्लासीची लढाई

रॉबर्ट क्लाईव्हसारखा अत्यंत धाडसी, मुत्सद्दी व महत्त्वाकांक्षी नेता या वेळी ब्रिटिशांना लाभला होता, हे त्यांचे भाग्य होते. यापूर्वी क्लाईव्हने भारताच्या पूर्व किनाऱ्यावर फ्रेंचांवर आणि पश्चिम किनाऱ्यावर आंग्र्यांवर विजय प्राप्त केले होते. आता बंगालच्या भूमीवरही त्याला असाच नेत्रदीपक विजय प्राप्त करायचा होता; तोही पराक्रमापेक्षा फंदफितुरीच्या जोरावर.

ब्रिटिशांचा हा बहादूर सेनापती नऊशे गोरे शिपाई, एकशेवीस भारतीय शिपाई व आठ तोफा एवढे छोटे सैन्य घेऊन सिराजउद्दौलावर चालून गेला. मुर्शिदाबाद या आपल्या राजधानीतून सिराजउद्दौला आपल्या प्रचंड सैन्यासह लढाई करण्यास निघाला. त्याच्याजवळ पन्नास हजार पायदळ, अठरा हजार घोडदळ व पन्नास तोफा होत्या; पण हे प्रचंड सैन्य आतून फंदफितुरीने पोखरलेले होते. प्लासी या गावाजवळ उभय सैन्यांची गाठ पडली. तत्पूर्वीच नवाबाच्या मीर जाफर आणि रायदुर्लभ या सेनानींनी लढाईतून आपले अंग काढून घेतले. हे पाहताच नवाबाचे अवसान गळाले. रणांगणावर फारशी लढाई झालीच नाही. ब्रिटिशांचे अवघे एकोणतीस शिपाई मारले गेले. नवाबाचे पाचशे सैनिक रणांगणी पडले. खुद्द नवाब मुर्शिदाबादेस पळून गेला. ब्रिटिशांना मोठा विजय मिळाला (23 जून, 1757). पुढे नवाबास पकडून ठार केले गेले. क्लाईव्हने मीर जाफरला पुढे करून मुर्शिदाबाद घेतले आणि तेथे त्यास 'बंगालचा नवाब' म्हणून गादीवर बसविले. अशा प्रकारे बंगालचा नवाब आता ब्रिटिशांच्या हाती आला.

▣ प्लासीच्या लढाईचे महत्त्व

(1) प्लासीची लढाई ही भारताच्याच नव्हे तर जगाच्या इतिहासातील एक महत्त्वाची लढाई मानली जाते. लष्करीदृष्ट्या तिला फारसे महत्त्व नसले तरी राजकीयदृष्ट्या ती अतिशय प्रभावी घटना ठरली. या लढाईनेच ब्रिटिशांच्या भावी साम्राज्याचा पाया घातला असे म्हणावे लागेल. आता भारतामधील अतिशय संपन्न व मोठा बंगालचा प्रदेश ब्रिटिशांच्या प्रभावाखाली गेला. बंगालचा नवाब ब्रिटिशांच्या हातातील बाहुले बनला.

(2) या विजयाने ब्रिटिशांना प्रचंड संपत्ती मिळाली. एकट्या कंपनीस 1 कोटी 77 लाख रुपये नव्या नवाबाकडून नुकसानभरपाई मिळाली. तसेच कंपनीस कलकत्त्याजवळ चोवीस पगरण्यांची जहागीरही दिली गेली. याशिवाय कंपनीच्या अधिकाऱ्यांना मोठमोठ्या रकमेच्या बक्षिशी मिळाल्या. क्लाईव्हला वीस लक्ष तर वॅटसनला दहा लक्ष रुपये बक्षीस (लाच) मिळाली. अशा प्रकारे बंगालच्या नवाबाच्या खजिन्यातील तीन कोटी रु. कंपनीच्या घशात गेले.

(3) अशा प्रकारे राज्याचा खजिना रिकामा झाल्यावर बंगालची नवाबी अधिकच दुबळी झाली व ती अधिकाधिक ब्रिटिशांच्या वर्चस्वाखाली गेली.

(4) या विजयानंतर कंपनीच्या ब्रिटिश अधिकाऱ्यांना बंगालमध्ये आपल्या व्यापारासाठी मुक्तद्वार मिळाले. त्यांचा खाजगी व्यापार भरभराटीस आला.

(5) सर्वांत महत्त्वाचे म्हणजे प्लासीच्या विजयाने ब्रिटिश ही भारतातील एक प्रमुख राजकीय सत्ता म्हणून उदयास आली. स्वाभाविकच, भारतावर साम्राज्यसत्ता स्थापन करण्याचा प्रयत्न करणाऱ्या मराठ्यांबरोबर तिचा संघर्ष अपरिहार्य ठरला.

▣ बंगालचा गव्हर्नर : रॉबर्ट क्लाईव्ह

रॉबर्ट क्लाईव्ह

प्लासीच्या विजयाचा खरा शिल्पकार रॉबर्ट क्लाईव्ह हा होता. प्लासीची लढाई म्हणजे त्याच्या मुत्सद्देगिरीचा विलक्षण नमुना होता. न्याय-अन्यायाची चाड न बाळगता त्याने हा विजय हस्तगत केला होता. कंपनीने त्याच्यावर खुश होऊन त्यास 'बंगालचा गव्हर्नर' म्हणून नेमले (सन 1758). आता कंपनीस बंगालच्या संपत्तीची हाव सुटली. बंगालच्या रूपाने त्यांना 'कामधेनू'च सापडली होती. कंपनीने बंगालमधून जास्तीतजास्त संपत्ती गोळा करण्याचे ठरविले. मद्रास व मुंबई प्रेसिडेन्सीचा सर्व खर्च बंगालच्या संपत्तीतून भागवला जावा तसेच याच संपत्तीतून बंगालमधील निर्यातीचा मालदेखील खरेदी केला जावा असे कंपनीने आपल्या अधिकाऱ्यांना हुकूम केले. परिणामी, नव्या नवाबाकडे ब्रिटिशांच्या द्रव्याच्या मागण्या दिवसेंदिवस वाढत गेल्या. सन 1760 मध्ये क्लाईव्ह मायदेशी परतला. तेव्हा तो प्रचंड संपत्तीचा मालक बनला होता. कंपनीचे इतर अधिकारीही असेच गर्भश्रीमंत बनले होते. हा सर्व पैसा त्यांनी बंगालमधील भ्रष्टाचाराने मिळविला होता.

▣ बंगालच्या नवाबीवर : मीर कासीम

दरम्यान ब्रिटिशांनी बंगालच्या नवाबीवरच घाला घातल्याचे पाहून मुघल बादशाहने त्यांच्यावरील मोहीम हाती घेतली होती; पण ब्रिटिशांनी त्याचा पटणा येथे पराभव करून त्यास परतवून लावले. इकडे आपल्या फौजेचा पगार नवाबाने द्यावा म्हणून ब्रिटिशांनी मीर जाफरकडे धरणे धरले; पण खजिना रिकामा झाल्याने तो कोठून पगार देणार ? तेव्हा ब्रिटिशांनी त्यास पदच्युत करून त्याचा जावई मीर कासीम यास नवाबीवर बसविले (ऑक्टोबर 1760). नव्या नवाबाने कंपनीस बरद्वान, मिदनापूर व चितगाव हे तीन जिल्हे लष्कराच्या खर्चासाठी बहाल केले. या वेळी खुद्द कंपनीच्या अधिकाऱ्यांनी 29 लाख रुपयांची बक्षिशी मिळविली.

नवा नवाब मीर कासीम मोठा हुशार व कार्यक्षम माणूस होता. त्याने कंपनीचे स्वामित्व झुगारून द्यायचे ठरविले. पहिली गोष्ट म्हणजे त्याने आपली राजधानी मुर्शिदाबादहून मोंगीर येथे (कलकत्त्यापासून तीनशे मैल दूर) नेली. कारभारातील उधळपट्टीस व भ्रष्टाचारास आळा घालून खजिना भरून काढला. एवढेच नव्हे, तर पाश्चात्त्य धर्तीवर त्याने कवायती फौजाही उभारण्यास सुरुवात केली. नव्या नवाबाकडून ब्रिटिशांनी अशी अपेक्षा केलेली नव्हती. नवाबाने त्यांच्या हातातील बाहुले बनून राहावयास हवे होते. त्यास नकार मिळताच नवाबाशी संघर्ष अटळ झाला. ब्रिटिशांनी त्याला पदच्युत करण्यासाठी पावले उचलण्याचे ठरविले.

▣ पुन्हा मीर जाफर

लवकरच मीर कासीम व ब्रिटिश यांच्यात संघर्ष सुरू झाला. कंपनीचे व्यापारी आता खाजगी व्यापारही राजरोसपणे कर न देता करीत होते. एवढेच नव्हे, तर माल स्वस्त किमतीत मिळावा म्हणून लोकांवर अत्याचारही करीत होते. मीर कासीमने ब्रिटिशांच्या खाजगी व्यापारावर कर वसूल करण्याचा इरादा प्रकट करताच ते त्याच्यावर संतापून उठले. तेव्हा मीर कासीमने बंगालमधील सर्वच देशी-परदेशी व्यापाऱ्यांवरील कर उठविले. ब्रिटिशांनी या गोष्टीस हरकत घेतली. आता नवाब-ब्रिटिश यांचा उघड-उघड संघर्ष सुरू झाला. अनेक लढाया होऊन मीर कासीम पराभूत होऊन बंगालमधून अयोध्येचा नवाब सिराजउद्दौला याच्याकडे आश्रयासाठी पळून गेला. आता बंगालच्या नवाबीवर माजी नवाब मीर जाफर यास ब्रिटिशांनी पुन्हा बसविले (सन 1763). भारताच्या राजकीय रंगमंचकावर आता ब्रिटिश खऱ्या अर्थाने 'किंग मेकर'ची भूमिका वठवित होते.

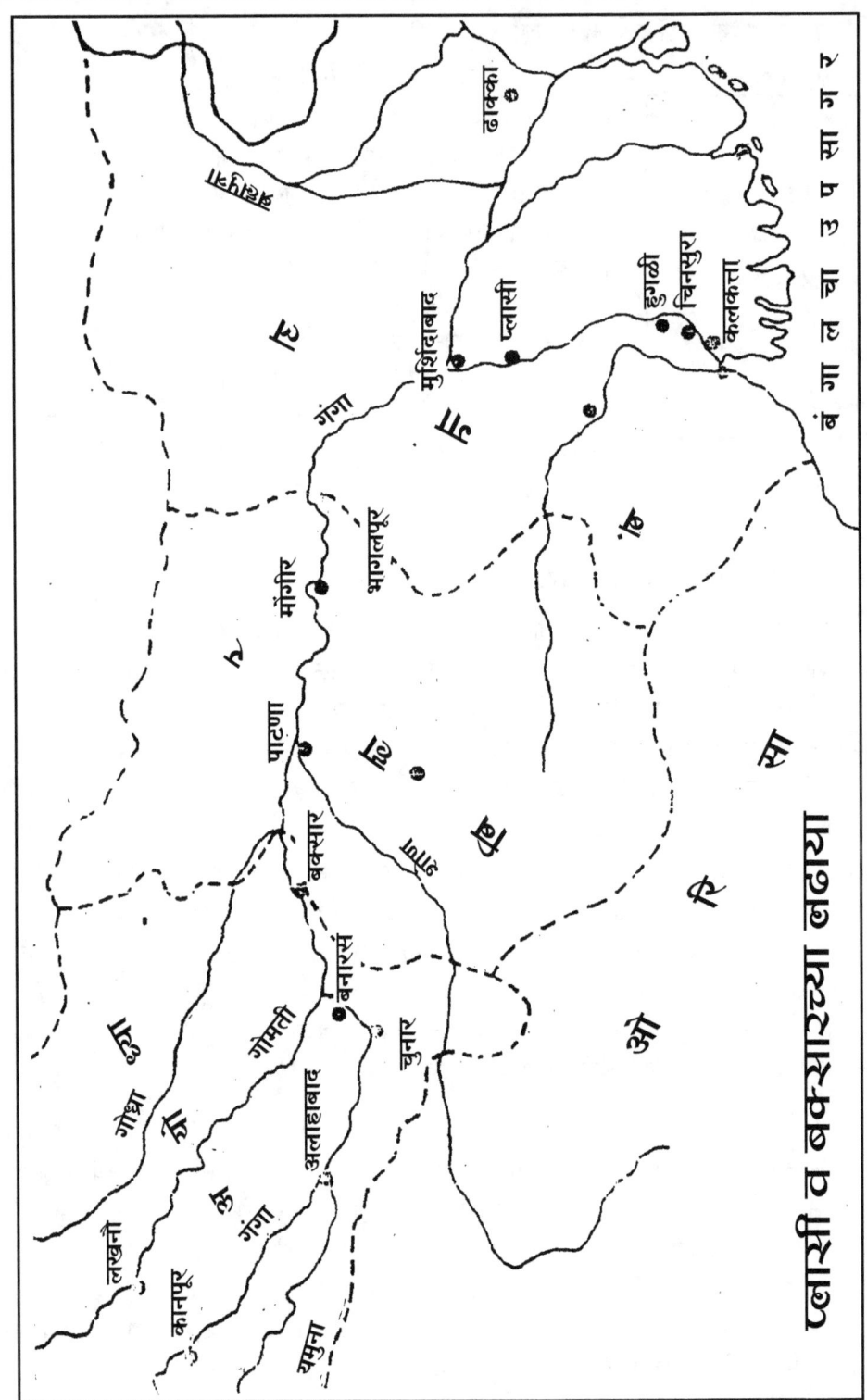

नकाशा क्र. 2.1 : प्लासी व बक्सारच्या लढाया

▣ बक्सारची लढाई

पदच्युत नवाब मीर कासीम याने आता मुघल बादशाह शहाअलम व सुजाउद्दौला यांचे साहाय्य घेतले आणि ब्रिटिशांशी लढा देण्याची जय्यत तयारी केली. तेव्हा त्यांना तोंड देण्यासाठी ब्रिटिशांचा सेनानी मेजर मन्रो याने सात हजार सैन्यानिशी चाल केली. बक्सार येथे ही इतिहासप्रसिद्ध लढाई खेळली गेली. मन्रोने केवळ सात हजार सैन्यानिशी शत्रूच्या चाळीस हजार संयुक्त फौजेचा धुव्वा उडविला. शिस्तबद्ध फौज, आधुनिक तोफखाना व शस्त्रे आणि अचूक व कल्पक डावपेच या गुणांच्या जोरावर ब्रिटिशांनी ही लढाई जिंकली (22 ऑक्टोबर, 1764).

बक्सारच्या मैदानावर बादशाह, सुजाउद्दौला व मीर कासीम अशा तीन सत्ताधीशांचा एकत्रित पराभव करण्यात ब्रिटिश यशस्वी झाले; ब्रिटिशांचा हा खरा लष्करी विजय होता. आधुनिक शस्त्रांनी सज्ज असलेल्या छोट्या कवायती फौजेपुढे प्रचंड भारतीय फौजांचा निभाव लागत नाही ही गोष्ट आता स्पष्ट झाली. या विजयाने ब्रिटिशांची भारतातील राजकीय प्रतिष्ठा वाढली; लष्करी दबदबा निर्माण झाला. आता बंगाल सुभाच नव्हे तर उत्तरेतील अयोध्येचे राज्यही ब्रिटिशांच्या प्रभावाखाली गेले आणि शेवटी अत्यंत महत्त्वाचे म्हणजे दिल्लीचा बादशाह आता त्यांच्या ताब्यात आला. बक्सारचा विजय सामान्य नव्हता. प्लासीच्या लढाईने ब्रिटिश साम्राज्याचा पाया घातला गेला तर बक्सारच्या लढाईने या साम्राज्याचा पाया अधिक मजबूत केला गेला. पुढे त्यावर ब्रिटिश साम्राज्याची भव्य इमारत बांधली गेली.

2.2 रॉबर्ट क्लाईव्हची दुहेरी राज्यव्यवस्था : तिचे स्वरूप व परिणाम

बक्सारच्या लढाईत पराभूत झाल्यावरही अयोध्येचा नवाब सुजाउद्दौला याने उमेद सोडली नव्हती. त्या काळातील मराठ्यांचा उत्तरेतील प्रसिद्ध सरदार व कसलेला सेनानी मल्हारराव होळकर यांची त्याने मदत घेतली. पण ब्रिटिशांनी त्या दोघांचाही पराभव 'कोरा' या ठिकाणी केला. त्यानंतर मात्र बादशाह व सुजाउद्दौला हे ब्रिटिशांना शरण गेले आणि त्यांनी अलाहाबाद येथे ब्रिटिशांशी तह केला. त्यानुसार सुजाउद्दौलाने कंपनीस युद्धाची नुकसानभरपाई म्हणून पन्नास लाख रुपये द्यायचे आणि ब्रिटिशांशी संरक्षणात्मक करार करण्याचे मान्य केले. कंपनीने बादशाहच्या खर्चासाठी दुआबमधील अलाहाबाद व कोरा हे दोन जिल्हे त्यास बहाल केले. म्हणजे बादशाहच्याच साम्राज्यातील दोन जिल्हे कंपनी सरकारने मेहरबान होऊन बादशाहला बहाल केले. हा काळाचा केवढा मोठा महिमा !

▣ बंगालची दिवाणी

रॉबर्ट क्लाईव्हच्या धाडसी कृत्यांनी व कृष्णकारस्थानांनी कंपनीस बंगालच्या नवाबीवर सत्ता प्रस्थापित करता आली होती आणि त्यामुळे लाखो पौंडांचा फायदा कंपनीस झाला होता. अशा हुशार अधिकाऱ्याचा आणखी उपयोग कंपनीस व्हावा यासाठी त्याची इंग्लंडहून भारतात बंगालचा गव्हर्नर म्हणून पुन्हा रवानगी केली गेली. क्लाईव्ह भारतात आला त्या वेळी कंपनीने नुकताच बक्सारचा विजय मिळविला होता. भारताचा बादशाहच कंपनीच्या आश्रयाखाली आला होता. या संधीचे सोने करायचे असे क्लाईव्हने ठरविले. अलाहाबादच्या मुक्कामी त्याने बादशाहकडून बंगालच्या दिवाणीचे फर्माने मिळविले (12 ऑगस्ट, 1765). या फर्मानानुसार कंपनीस बंगाल, बिहार व ओरिसा या प्रदेशांतील जमीन महसूल गोळा करण्याचा हक्क प्राप्त झाला. त्याच्या मोबदल्यात कंपनीने बादशाहास सालाना 26 लाख रुपये द्यावेत व बंगालच्या नवाबास राज्यकारभाराच्या खर्चासाठी 53 लाख रुपये द्यावेत असे ठरले.

▣ रॉबर्ट क्लाईव्हची दुहेरी राज्यव्यवस्था

रॉबर्ट क्लाईव्ह हा मोठा धोरणी होता. त्याने या वेळी योजले असते तर बंगालची नवाबी बरखास्त करून कंपनी सरकारचा अंमल प्रस्थापित करणे त्याला काहीच अवघड नव्हते; पण तो मोह त्याने टाळला. त्याचे पहिले कारण म्हणजे बंगालवर प्रत्यक्ष राज्यकारभार करण्याइतके मनुष्यबळ कंपनीजवळ नव्हते. दुसरे म्हणजे बंगालच्या सुभ्यासारखे राज्य एकदम गिळंकृत केल्यास भारतातील अनेक भारतीय सत्ता ब्रिटिशांविरुद्ध एक झाल्या असत्या. म्हणून क्लाईव्हने वरकरणी बंगालच्या नवाबाची सत्ता ठेवली. कंपनीने बंगालच्या सुभ्यात शांतता राखून महसूल गोळा करायचा; पण कारभार मात्र नवाबाने पाहावयाचा. दुसऱ्या शब्दांत, बंगालवर सत्ता चालणार कंपनीची तर बंगालच्या कारभाराची जबाबदारी मात्र नवाबाची; अशी दुहेरी राज्यव्यवस्था क्लाईव्हने निर्माण केली. राज्यकारभारातही नवाबाच्या हाताखाली तीन नायब दिवाण ब्रिटिशांनी नेमायचे, पण त्यांना ब्रिटिशांच्या संमतीवाचून काढता येणार नाही अशी आणखी एक क्लृप्ती या व्यवस्थेत क्लाईव्हने योजली होती.

बंगालमधील ब्रिटिशांच्या विजयाचा वास्तवातील अर्थ मराठा आदी भारतातील सत्तांच्या लक्षात आला नाही. ब्रिटिशांनी नवाबी बरखास्त न केल्याने एक नवाब जाऊन दुसरा नवाब बंगालच्या नवाबीवर आला एवढाच त्यांनी मर्यादित अर्थ घेतला. या घटनेचे गांभीर्य त्यांच्या लक्षात आले नाही. शत्रूच्या लक्षात हे गांभीर्य आणू न देणे ही खरी मुत्सद्देगिरी होती.

▣ दुहेरी राज्यव्यवस्थेचे परिणाम

रॉबर्ट क्लाईव्हच्या डोक्यातून निर्माण झालेल्या दुहेरी राज्यव्यवस्थेने बंगालसारख्या एकेकाळच्या संपन्न सुभ्यात हाहाकार माजला. या राज्यव्यवस्थेचे पुढील अनर्थकारी परिणाम घडून आले :

(1) या व्यवस्थेमुळे बंगालचा नवाब हा पूर्णतः नामधारी बनला. सत्ता व जबाबदारी यांची फारकत केल्यामुळे बंगालमधील दुरवस्थेला आपण जबाबदार नाही, असे नाटक ब्रिटिशांना करता आले. प्रत्यक्षात हेच बंगालचे खरेखुरे मालक बनले.

(2) बंगालच्या सुभ्याचा महसूल गोळा करण्याचा हक्क मिळाल्याने कंपनीस प्रचंड फायदा मिळू लागला. आता या द्रव्यातूनच कंपनी ब्रिटनकडे पाठवायचा माल खरेदी करू लागली. अशा प्रकारे सन 1766, 1767 व 1768 या तीन वर्षांत एकट्या बंगालमधून ब्रिटनमध्ये 57 लक्ष पौंड संपत्ती नेण्यात आली. (पौंडाचा आजचा दर 88 रु. आहे.) ब्रिटनमधील सरकारलासुद्धा कंपनीकडून दरवर्षी 4 लक्ष पौंड नजराणा म्हणून मिळू लागला.

(3) अशा प्रकारे बंगालमधून प्रचंड संपत्ती ब्रिटनमध्ये नेल्याने 'सुवर्णभूमी' असलेला बंगाल 'भुकेकंगाल' झाला. त्यातच सन 1769-70 मध्ये बंगालमध्ये भयंकर दुष्काळ पडला. या दुष्काळात एक कोटी माणसे मृत्युमुखी पडली. बंगालमधील दोन-तृतीयांश श्रीमंत माणसे धुळीला मिळाली.

(4) अशा दुष्काळी परिस्थितीतही कंपनीने सारावसुलीचे काम जारी ठेवले. तेव्हा प्रजेवरील अन्याय व अत्याचारास पारावर राहिला नाही. हे सर्व क्लाईव्हच्या दुहेरी राज्यव्यवस्थेचे व ब्रिटिशांच्या द्रव्यलोभाचे फळ होते.

(5) अशा भुकेकंगाल झालेल्या बंगालमधील व्यापार तो काय चालणार ? उद्योगधंदे नष्टप्राय झाले. जगप्रसिद्ध बंगालची मलमल तयार करण्याची कारागिरी लयास गेली. अशी सर्वत्र अव्यवस्था माजल्याने कंपनीचा व्यापारही बसला. तेव्हा ब्रिटिश सरकारने बंगालमधील अव्यवस्थेची व कंपनीच्या कारभाराची चौकशी चालविली व त्यातूनच कंपनीच्या कारभारावर नियंत्रण ठेवणारा सन 1773 चा 'रेग्युलेटिंग ॲक्ट' तयार केला गेला. त्याची महत्त्वाची कलमे आपण प्रकरण चारमध्ये पाहणार आहोत.

2.3 ब्रिटिश साम्राज्याची वृद्धी : सन 1772 ते सन 1818

▣ वॉरन हेस्टिंग्जची कारकीर्द (सन 1772 ते सन 1785)

दुहेरी राज्यव्यवस्थेने बंगालची कशी दुर्दशा झाली होती हे आपण पाहिले. कंपनीच्या अधिकाऱ्यांनी द्रव्यलोभापोटी बंगालसारखी सोन्याची अंडी देणारी कोंबडीच मारून खाल्ली होती. त्यामुळे कंपनीची आर्थिक स्थिती डबघाईला आली होती. खजिना रिकामा पडला होता. कंपनीच्या अधिकाऱ्यांत भ्रष्टाचार बोकाळला होता. बंगालमध्ये सर्वत्र अव्यवस्था माजली होती.

या पार्श्वभूमीवर वॉरन हेस्टिंग्जची सन 1772 मध्ये कंपनीने बंगालचा गव्हर्नर म्हणून नेमणूक केली. हेस्टिंग्ज भारतात आला तेव्हा त्याच्यासमोर कंपनीच्या बिकट आर्थिक स्थितीचे मोठे संकट उभे होते. अशा परिस्थितीत हेस्टिंग्जला कंपनीची आर्थिक स्थिती सुधारून बंगालचे गाडे रुळावर आणावयाचे होते. यासाठी त्याने सर्व अव्यवस्थेचे मूळ असणारी दुहेरी राज्यव्यवस्था हळूहळू नाहीशी केली आणि बंगालच्या सुभ्याचा सर्व कारभार कंपनीचे अधिकारी नेमून आपल्या हाती घेतला. नवाबाची बत्तीस लक्षाची नेमणूक अर्ध्यावर आणली. बादशाह मराठ्यांच्या आश्रयाखाली गेला म्हणून त्याचीही सव्वीस लक्षाची नेमणूक रद्द केली. एवढेच नव्हे तर बादशाहला दिलेले अलाहाबाद व कोरा हे दोन जिल्हे अयोध्येच्या वजिरास विकून पन्नास लक्ष रुपयांची भरती त्याने खजिन्यात केली.

हेस्टिंग्जने आपल्या कारकिर्दीत अनेक निर्णय धडाडीने घेतले आणि या निर्णयांत त्याने न्याय-अन्यायाची चाड बाळगली नाही. त्याच्या कारकिर्दीत रोहिलखंड प्रकरण, चेतसिंग प्रकरण, अयोध्येच्या बेगमांचे प्रकरण अशी अनेक प्रकरणे उद्भवली; पण या प्रत्येक प्रकरणातून त्याने कंपनीसाठी लक्षावधी रुपयांची प्राप्ती मिळवून दिली. हेस्टिंग्जच्या या कृत्यांनी कंपनीचा खजिना भरला, पण कंपनी मात्र पुरेपूर बदनाम झाली.

कंपनीला भारतात या वेळी मराठे व कर्नाटकातील हैदर नाईक हे दोन प्रमुख शत्रू होते. या दोन्ही सत्तांशी कंपनीला संघर्ष करावा लागला. तिकडे ब्रिटनचे अमेरिकन वसाहतींशी युद्ध चालू होते. तेव्हा मायदेशाहून कंपनीस मदत मिळणे शक्य नव्हते. खुद्द हेस्टिंग्जचे सहकारी त्याच्या विरोधात होते. अशा अत्यंत प्रतिकूल परिस्थितीत क्लाईव्हने स्थापन केलेल्या ब्रिटिश साम्राज्याचे हेस्टिंग्जने मुत्सद्देगिरीने केवळ रक्षणच नव्हे तर ते अधिक मजबूत केले, ही त्याची सर्वांत मोठी कामगिरी मानली जाते.

हेस्टिंग्जच्या कारकिर्दीतच ब्रिटिश पार्लमेंटने कंपनीच्या कारभारावर परिणामकारक नियंत्रण घालण्यासाठी दोन महत्त्वाचे कायदे पास केले. त्यापैकी पहिला म्हणजे रेग्युलेटिंग ॲक्ट होय; हे आपण पाहिलेच आहे. या कायद्यान्वये बंगालच्या गव्हर्नरास 'गव्हर्नर जनरल' हा किताब दिला आणि त्याची सत्ता मुंबई व मद्रास येथील गव्हर्नरांवर चालण्याची तरतूद केली. पुढे सन 1784 मध्ये ब्रिटिश सरकारने 'पिट्स इंडिया ॲक्ट' पास करून कलकत्त्याच्या गव्हर्नर जनरलला निर्णायक अधिकार दिले आणि मुंबई व मद्रास येथील गव्हर्नरांना पूर्णपणे त्याच्या वर्चस्वाखाली आणले. कंपनीच्या प्रशासनात ही फार महत्त्वपूर्ण सुधारणा होती.

▣ लॉर्ड कॉर्नवॉलिसची कारकीर्द (सन 1786 ते सन 1793)

लॉर्ड कॉर्नवॉलिस हा अत्यंत कार्यक्षम व सुधारणावादी गव्हर्नर जनरल होता. हेस्टिंग्जच्या काळात कंपनीस भारतातील अनेक सत्तांशी युद्धे करावी लागली होती. परिणामी, कंपनीवर मोठा आर्थिक ताण पडला होता. कंपनीने शक्यतो भारतीय राजेरजवाड्यांच्या अंतर्गत प्रश्नात पडू नये असे कॉर्नवॉलिसचे धोरण होते. तरीही त्याच्या कारकिर्दीत कंपनीस हैदरचा पुत्र टिपू याच्याशी युद्ध करावेच लागले (सन 1790 ते 1792). या युद्धात त्याने निजाम व मराठे यांचे सहकार्य मिळविले होते. सन 1792 च्या 'श्रीरंगपट्टणम्च्या तहाने' हे युद्ध संपले आणि टिपूस अर्धे राज्य व साडेतीन कोटी रुपये खंडणी

द्यावी लागली. कंपनीस मलबार, कुर्ग इत्यादी प्रदेश मिळाले. यापूर्वीच सन 1788 मध्ये टिपूविरुद्ध साहाय्य करण्याचे आश्वासन देऊन कंपनीने निजामाकडून गुंटूर हा परगणा ताब्यात घेतला होता.

कॉर्नवॉलिसने कंपनी सरकारच्या कारभारात अनेक भरीव सुधारणा केल्या. कंपनीच्या अधिकाऱ्यांतील भ्रष्टाचार त्याने निपटून काढला. त्यांच्या खाजगी व्यापारास पूर्ण बंदी केली. सर्व प्रांतभर दिवाणी व फौजदारी न्यायालयांची स्थापना करून आणि कलकत्ता, ढाक्का इत्यादी ठिकाणी अपील कोर्टांची स्थापना करून त्याने न्यायसंस्थेत महत्त्वपूर्ण सुधारणा घडवून आणल्या. कॉर्नवॉलिसची सर्वांत महत्त्वाची सुधारणा म्हणजे बंगाल प्रांतात अमलात आणलेली 'कायमधारा पद्धती'. या पद्धतीने कंपनीने जमीनदारांना त्यांच्या जमिनीचे मालक बनविले. या जमीनदारांनी रयतेकडून सारा गोळा करायचा व तो सरकारला ठरावीक रकमेत नियमितपणे द्यायचा अशी एकूण ही पद्धती होती. सरकारचे देणे एकदा निश्चित झाल्यामुळे जमीनदार आपल्या जमिनीतील उत्पन्न वाढविण्यास मोकळा असे. या पद्धतीमुळे शेतीस उत्तेजन मिळाले व कंपनीचे उत्पन्नही निश्चित झाले. अशा प्रकारे कंपनीच्या राज्याचे उत्पन्न निश्चित झाल्यामुळे तिच्या राज्याचा पायाही अधिक मजबूत झाला.

▣ लॉर्ड वेलस्लीची कारकीर्द (सन 1798 ते सन 1805)

कॉर्नवॉलिसच्या कारकिर्दीनंतर सर जॉन शोअर या गव्हर्नर जनरलची कारकीर्द झाली. (सन 1793 ते 1798); पण त्याने भारतीय राजेरजवाड्यांच्या बाबतीत शक्यतो तटस्थतेचे धोरण स्वीकारले; त्यामुळे मराठ्यांची सत्ता वाढीस लागली. टिपू पुन्हा ब्रिटिशांविरोधी कारवाया करू लागला. तसेच निजामाच्या दरबारी ब्रिटिशांचे महत्त्व कमी होऊन फ्रेंचांचे महत्त्व वाढले. या सर्व पार्श्वभूमीवर लॉर्ड वेलस्ली याचे गव्हर्नर जनरल म्हणून भारतात आगमन झाले.

लॉर्ड वेलस्ली

वेलस्लीचे आक्रमक धोरण : लॉर्ड वेलस्ली हा आक्रमक धोरणाचा पुरस्कर्ता होता. त्याची कारकीर्द त्याने केलेल्या अनेक लढाया, मिळविलेले विजय व दाखविलेली मुत्सद्देगिरी यामुळे अपार गाजली. त्याच्या कारकिर्दीत कंपनीचे राज्य एकदम मोठ्या प्रमाणावर वाढले. तो आक्रमक धोरणाचा पुरस्कार करणारा होता. ब्रिटिशांनी एक तर भारतात सर्वश्रेष्ठ अधिसत्ता म्हणून राहावे, नाही तर मायदेशी परतावे असे त्याचे मत होते. स्वाभाविकच, कंपनीची भारतात अधिसत्ता स्थापन होण्यासाठी त्याने आपली 'तैनाती फौजेची' कल्पना अमलात आणली. ही कल्पना म्हणजे कंपनीचे भारतातील साम्राज्य वाढविण्याचे एक प्रभावी राजकीय हत्यारच ठरले.

तैनाती फौजेचे स्वरूप : लॉर्ड वेलस्लीच्या तैनाती फौजेचे स्वरूप पुढीलप्रमाणे :

(1) भारतीय राजाने आपल्या राज्याच्या संरक्षणासाठी कंपनीची फौज ठेवावी.

(2) या फौजेच्या खर्चासाठी भारतीय राजाने आपल्या राज्यातील ठरावीक प्रदेश कंपनीस द्यावा.

(3) कंपनीचा प्रतिनिधी (रेसिडेन्ट) त्या राजाच्या दरबारात राहील.

(4) त्या राजास कंपनीच्या मध्यस्थीशिवाय इतर कोणत्याही सत्तेशी तह अथवा करारमदार करता येणार नाही.

(5) राजाने इतर राजांबरोबर निर्माण झालेले वाद कंपनीच्या मध्यस्थीने सोडवावेत.

(6) ब्रिटिशांशिवाय इतर कोणीही युरोपियनांना राजाने आपल्या दरबारात स्थान देऊ नये. तैनाती फौजेच्या या अटींवरून हे स्पष्ट होते की, जो राजा ही फौज पदरी ठेवेल तो कंपनी सरकारच्या पूर्ण अंकित होणार होता.

तैनाती फौजेची अंमलबजावणी

निजाम : वेलस्लीने तैनाती फौजेचा प्रयोग प्रथम निजामावर केला. खर्ड्याच्या लढाईत मराठ्यांकडून पराभूत झालेल्या निजामावर दबाव आणून त्याने त्याच्या पदरी असलेल्या फ्रेंच अधिकाऱ्यांना व फौजेला हाकलून लावले आणि कंपनीची तैनाती फौज त्यास स्वीकारायला लावली (सन 1798). निजामाच्या राज्याच्या संरक्षणाची जबाबदारी आता कंपनीने स्वीकारली. अशा प्रकारे निजाम कंपनीचा पूर्ण अंकित बनला.

म्हैसूर व तंजावर : टिपूचे म्हैसूरचे राज्य हे कंपनीच्या शत्रुस्थानी होते. विशेषतः फ्रान्समधील नेपोलियनशी टिपूने संधान बांधल्यामुळे त्याचा धोका ब्रिटिशांना अधिक वाटत होता. तेव्हा त्यांनी निजामाला आपल्यासोबत घेऊन टिपूवर चाल केली. श्रीरंगपट्टणम्‌च्या लढाईत टिपू मारला गेला (4 मे, 1799). त्याचे सर्व राज्य ब्रिटिशांच्या हाती आले; पण या राज्याची वाटणी निजामाला द्यायला लागू नये म्हणून वेलस्लीने पूर्वीच्या म्हैसूरच्या राज्याची पुनर्स्थापना केली व उरलेल्या प्रदेशातील गुत्ती व गुरुमकोंडा हा भाग निजामाला देऊन बाकीचा सर्व प्रदेश कंपनीकडे ठेवला. म्हैसूरचे राज्य पूर्णपणे कंपनीच्या अधिसत्तेखाली राहिले.

टिपूवरील विजयानंतर तंजावरच्या राजाने तैनाती फौजेचा स्वीकार केला. तंजावरचा कारभार कंपनीच्या हाती आला. याच सुमारास कर्नाटकातील अर्काटच्या नवाबाकडून व सुरतेच्या नवाबाकडून वेलस्लीने राज्यकारभार काढून घेतला. या त्याच्या आक्रमक धोरणामुळे कर्नाटकात ब्रिटिशांची साम्राज्य सत्ता स्थापन झाली.

अयोध्या : लवकरच अयोध्येच्या नवाबावरही तैनाती फौजेची सक्ती करण्यात आली (सन 1800). या फौजेच्या खर्चाबद्दल वेलस्लीने नवाबावर दबाव आणून त्याच्याकडून रोहिलखंड व अलाहाबाद वगैरे दक्षिण दुआबचा प्रदेश हस्तगत केला. अशा प्रकारे अयोध्येचे अर्धे राज्य ब्रिटिशांनी घशाखाली घातले.

दुसरा बाजीराव : वेलस्लीच्या काळात मराठी राज्याची सूत्रे दुसरा बाजीराव पेशव्यासारख्या नादान राज्यकर्त्याच्या हाती होती. मराठ्यांची सत्ता हीच ब्रिटिशांची भारतातील खरी स्पर्धक होती. पानिपतनंतर उद्‌भवलेल्या परिस्थितीचा फायदा घेऊन ब्रिटिशांनी उत्तरेत आपली प्रतिष्ठा व सामर्थ्य इतके वाढविले होते की, दिल्लीच्या बादशाहलासुद्धा त्यांनी आपल्या आश्रयाखाली आणला होता. पुढे महादजी शिंदे यांनी त्याची ब्रिटिशांच्या कचाट्यातून सुटका केली. ब्रिटिश त्या वेळी स्वस्थ राहिले; कारण महादजीसारख्या कर्तबगार सेनानीशी संघर्ष करणे त्यांना परवडणारे नव्हते. ब्रिटिश अनुकूल संधीची प्रतीक्षा करीत राहिले.

अशी अनुकूल संधी दुसऱ्या बाजीरावाच्या काळात निर्माण झाली. मराठ्यांचे दोन मोठे नेते महादजी शिंदे व नाना फडणीस काळाधीन झाले होते आणि उरलेल्या मराठा सरदारांत ऐक्य राहिलेले नव्हते. अशा परिस्थितीत दौलतराव शिंदे व यशवंतराव होळकर या दोन बड्या सरदारांनी पेशव्यांवर वर्चस्व निर्माण करण्याचा प्रयत्न सुरू केला. त्यातच बाजीरावाने होळकरांविरुद्ध शिंद्यांचे साहाय्य घेतले; पण होळकरांनी या दोघांचा पराभव केल्यावर बाजीरावाने पळून जाऊन वसई येथे ब्रिटिशांचा आश्रय घेतला आणि आपणास साहाय्य करण्याची विनंती केली. वेलस्लीला ही सुवर्णसंधी मिळाली होती. त्याने बाजीरावाशी 'वसईचा तह' करून त्याच्या पायात 'तैनाती फौजेच्या' शृंखला अडकविल्या (31 डिसेंबर, 1802). पेशव्याने कंपनीस सव्वीस लाखांचा मुलूख द्यायचा व परराष्ट्रीय धोरणात ब्रिटिशांच्या सल्ल्याने चालायचे कबूल केले. त्याच्या मोबदल्यात ब्रिटिशांनी त्याच्या संरक्षणाची जबाबदारी स्वीकारली व आपल्या फौजा पुण्यास पाठवून त्याला पुन्हा पेशवेपद प्राप्त करून दिले (मे 1803).

बाजीरावाने असे मांडलिकत्व स्वीकारल्यानंतर शिंदे व नागपूरकर भोसले एक होऊन ब्रिटिशांशी लढू लागले. या वेळी होळकर व गायकवाड हे मराठा सरदार तटस्थ राहिले. लवकरच ब्रिटिशांनी शिंदे व भोसले यांचा पराभव करून त्यांना तैनाती फौजा स्वीकारावयास लावल्या. शिंद्यांकडून भडोच, अहमदनगर, दिल्ली, आग्र्याचा प्रदेश तर भोसल्यांकडून कटक प्रांत त्यांनी हस्तगत केला. शिंद्यांनी मुघल बादशाहवरील आपले सर्व हक्क सोडून दिले (डिसेंबर, 1803). यानंतर होळकरांनी ब्रिटिशांशी युद्ध सुरू केले. होळकरांशी ब्रिटिशांचे युद्ध चालू असतानाच वेलस्लीचा कंपनीच्या डायरेक्टरांशी खटका उडून तो मायदेशी परतला (सन 1805).

अशा प्रकारे ईस्ट इंडिया कंपनीस रॉबर्ट क्लाईव्हपासून लॉर्ड वेलस्लीपर्यंत लाभलेल्या कर्तबगार व पराक्रमी वरिष्ठ अधिकाऱ्यांनी कंपनीच्या साम्राज्याची म्हणजे ब्रिटिश साम्राज्याची पायाभरणी केली. वेलस्लीच्या काळात तर कंपनीच्या राज्याचे साम्राज्यसत्तेत रूपांतर होत गेले. कर्नाटकातील टिपूची सत्ता आणि उत्तरेतील मराठ्यांची दिल्लीच्या बादशाहवरची सत्ता नष्ट करण्यात त्याला यश मिळाले. मराठ्यांचा स्वातंत्र्यसूर्य त्याच्याच काळात वसईच्या तहाने अस्तास गेला. पुढे संधिप्रकाशात मराठी सत्ता थोडीफार अस्तित्वात राहिली खरी; पण तीही पुढे सन 1817 मध्ये अस्तास गेली.

वेलस्लीच्या आक्रमक धोरणांमुळे कंपनी सरकारच्या राज्याची मोठी वाढ झाली हे खरे; पण कंपनीच्या खजिन्यावर मोठा ताण पडला. ही युद्धे तशी खर्चीकच झाली. शिवाय तिकडे युरोपात नेपोलियनच्या रूपाने मोठा धोका खुद्द ब्रिटनलाच निर्माण झाला होता. अशा परिस्थितीत मिळविलेले राज्य स्थिर करण्याचा निर्णय कंपनीच्या ब्रिटनमधील राज्यकर्त्यांनी घेतला.

वेलस्लीनंतर भारतात तटस्थ धोरणाचा पुरस्कार करण्यासाठी कॉर्नवॉलिसची दुसऱ्यांदा नेमणूक झाली; पण येथे आल्यावर थोड्याच दिवसांत त्याचा मृत्यू घडून आला. त्यानंतर सर बार्लो (सन 1805-07) व त्याच्यानंतर लॉर्ड मिंटो (सन 1807-13) असे दोन गव्हर्नर जनरल होऊन गेले. त्यांनी तटस्थ धोरणाचीच अंमलबजावणी केली. मिंटोच्या कारकिर्दीत महाराजा रणजितसिंहाशी करार होऊन ब्रिटिश व शीख यांच्या राज्यांत सतलज ही हद्द ठरविली गेली.

▣ लॉर्ड हेस्टिंग्जची कारकीर्द (सन 1813 ते सन 1823)

लॉर्ड हेस्टिंग्जची नेमणूक गव्हर्नर जनरल म्हणून सन 1813 मध्ये झाली. त्यालाही तटस्थ धोरणाचा पुरस्कार करण्याचे ब्रिटिश सरकारचे आदेश होते; पण भारतातील निर्माण झालेली अराजकाची परिस्थितीच अशी होती की, शांतता व सुव्यवस्था प्रस्थापित करण्यासाठी त्याला आपल्या तटस्थ धोरणाचा त्याग करावा लागला. नेपाळच्या गुरख्यांवर आणि दक्षिणेतील मराठ्यांवर त्याला शस्त्र धरावे लागले. अर्थात, त्यातून कंपनी सरकारचा मोठा फायदाच झाला.

नेपाळ पराभूत : वेलस्लीनंतरच्या काळातील तटस्थ धोरणाचा फायदा घेऊन नेपाळच्या गुरखा राजाने भूतानपासून सतलजपर्यंतचा प्रदेश ताब्यात आणला होता. आता सन 1814 मध्ये त्याने कंपनीच्या मुलुखावर आक्रमण करावयास सुरुवात केली होती. तेव्हा नेपाळशी युद्ध अपरिहार्य झाले. हेस्टिंग्जने नेपाळविरुद्ध युद्ध पुकारून त्यात गुरख्यांचा पूर्ण पराभव केला. मार्च 1816 मध्ये झालेल्या तहानुसार कंपनीला नेपाळकडून तराई, गढवाल व कुमाऊ हे प्रदेश मिळाले; तसेच नेपाळच्या राजाने ब्रिटिश रेसिडेंट आपल्या पदरी ठेवून घेण्याचे मान्य केले. यानंतर मात्र ब्रिटिश व नेपाळचा राजा यांच्यात कायमचा सलोखा राहिला.

रजपूत अंकित : पेशव्यांचे उत्तरेतील सरदार शिंदे व होळकर यांनी रजपूत राजांवर आपली अधिसत्ता निर्माण केली होती. आता या मराठा सरदारांचाच पराभव ब्रिटिशांनी केल्यावर हे रजपूत राजे ब्रिटिशांचे अंकित बनले. हेस्टिंग्जने कर्नल टॉड नावाचा हुशार मुत्सद्दी या कामावर नेमला. रजपूत राजे हे पूर्वीप्रमाणेच बेकीने वागणारे असल्याने ब्रिटिशांचे कार्य सोपे झाले होते. सन 1818 मध्ये उदयपूर, बुंदी, किशनगढ, बिकानेर, जयपूर, जोधपूर इत्यादी रजपूत राज्यांशी कंपनीचा 'मैत्रीचा, सहकार्याचा व संरक्षणाचा' करार झाला. त्यान्वये रजपूत राजांनी कंपनीचे संरक्षण स्वीकारून पूर्वी मराठ्यांना देत असलेली खंडणी द्यायचे कबूल केले. त्यांचे परराष्ट्रीय धोरण ठरविण्याचा अधिकारही ब्रिटिशांना मिळाला. अशा प्रकारे रजपुतांचे स्वातंत्र्य कायमचे लयाला गेले.

2.4 ब्रिटिशांनी केलेला मराठेशाहीचा अस्त

▣ पहिले ब्रिटिश - मराठा युद्ध

प्लासी आणि बक्सार या लढायांतील विजयामुळे ब्रिटिश अधिक धीट व आक्रमक बनले होते. भारतातील सत्ता, त्यांच्यातील हेवेदावे याबाबत त्यांचा चांगला अभ्यास होता. आपले स्वतःचे राज्य उभे करण्यासाठी भारताची सूत्रे त्यांना फारच अनुकूल वाटत होती. स्वाभाविकच, भारतीय सत्तांच्या भांडणातून निर्माण होणारी एकही संधी ते वाया घालवत नव्हते.

पेशव्यांच्या गृहकलहातून अशी संधी ब्रिटिशांकडे चालून आली. राघोबाने सुरतकर ब्रिटिशांकडे आपणहून जाऊन मदतीची याचना केली. ब्रिटिशांनी त्याला राजकीय आश्रय तर दिलाच; शिवाय मदत करून पेशवाई मिळवून देण्याचा करार केला. हा 'सुरतेचा तह' होय. याअन्वये मदतीच्या मोबदल्यात साष्टी, वसई इत्यादी प्रदेश व सहा लाख रु. ब्रिटिशांना देण्याचे त्याने कबूल केले.

राघोबा मुंबईकर ब्रिटिशांची फौज घेऊन निघाला तेव्हा मराठा सरदार हरिपंत फडक्याने गनिमी पद्धतीने त्यास हैराण केले. दरम्यान कलकत्त्याचा गव्हर्नर जनरल हेस्टिंग्जने हे युद्ध 'अप्रशस्त' व 'अनधिकृत' म्हणून बंद केले आणि आपले वकील परस्पर पुण्याकडे पाठवून मराठ्यांशी मैत्रीचा तह केला (पुरंदरचा तह : 3 मार्च, 1776). ब्रिटिशांनी राघोबाचा पक्ष सोडावा असे ठरले; पण लवकरच युद्धाचा पुन्हा उद्‌भव झाला. या वेळी मराठेशाहीची सर्व सूत्रे फडणीस व महादजी शिंदे यांच्याकडे आली होती. राघोबास घेऊन पुण्याकडे येत असता मुंबईकर ब्रिटिशांचा महादजीने तळेगावजवळ जबरदस्त पराभव केला. त्यांना राघोबाची बाजू सोडून शरणागतीचा तह करावा लागला (वडगावचा तह : जानेवारी, 1779).

पण हा तह हेस्टिंग्जने मान्य न केल्याने पुन्हा संघर्ष सुरू झाला. नानाने मराठा, निजाम, हैदर व भोसले यांची ब्रिटिशांविरूद्ध 'चतु:संघाची' युती घडवून आणली. शिंदे-होळकरांनी चालून येणाऱ्या फौजांचा धुव्वा उडविला. तूर्त मराठ्यांचा पराभव करणे अवघड आहे हे जाणून हेस्टिंग्जने त्यांच्याशी तह केला (साल्बाईचा तह : 17 मे, 1782). त्यान्वये ब्रिटिशांनी राघोबास केव्हाही आश्रय देऊ नये; एकमेकांना एकमेकांची ठाणी परत करावीत; साष्टी ब्रिटिशांकडे असू द्यावी असे ठरले. राघोबा पुण्याच्या कारभाऱ्यांच्या ताब्यात आला.

यानंतर राघोबा लवकरच मृत्यू पावला (11 डिसेंबर, 1783). त्यास बाजीराव व चिमाजी असे पुत्र होते. राघोबा शूर होता; पण अविवेक व स्वार्थ यामुळे त्याचे जीवन वाया गेले. चिमाजीआप्पाने जशी बाजीरावास साथ दिली तशी साथ राघोबाने माधवरावास दिली असती तर मराठ्यांच्या इतिहासात त्याचे नाव आदराने घेतले गेले असते.

महादजी शिंदे याची कामगिरी : महादजी हा 'बारभाई' मधील एक प्रमुख सदस्य होता. पुढे तर इतर सदस्यांची नावे मागे पडून 'बारभाई' म्हणजे पुण्यात नाना फडणीस व उत्तरेत महादजी शिंदे असेच समीकरण झाले. साल्बाईचा तह महादजीच्या मध्यस्थीने झाला होता. मल्हारराव होळकरांच्या मृत्यूनंतर उत्तरेत महादजीचा सर्वश्रेष्ठ मराठा सरदार म्हणून उदय झाला. पाश्चात्त्य युद्धपद्धतीचा तो चाहता होता. कवायती फौजांचे महत्त्व त्याच्या लक्षात आले होते आणि म्हणून ब्रिटिशांच्या कवायती फौजांना शह देण्यासाठी त्याने डी. बॉयने या फ्रेंच अधिकाऱ्याच्या साहाय्याने आपल्या कवायती फौजा तयार केल्या होत्या. या फौजांच्या जोरावरच त्याने उत्तरेत मोठमोठे विजय संपादित केले.

दक्षिणेपेक्षा उत्तरेच्या राजकारणात महादजीस अधिक रस आणि गती होती. प्रथम त्याने ग्वाल्हेर व गोहद जिंकून आपली पिछाडी मजबूत केली. पुढे होऊन त्याने बादशाहची भेट घेतली. बादशाहने त्यास 'वकील-इ-मुतालक' हे बादशाहीतील सर्वश्रेष्ठ पद बहाल केले (14 नोव्हेंबर, 1784). मुघल बादशाहीचे वजीरपद व सेनापतीपद या पदात समाविष्ट झाले होते. त्यामुळे बादशाहीचा सूत्रचालक म्हणून तिचे संरक्षण करण्याची जबाबदारी त्याच्यावर पडली. बंडखोर रजपूत राजे, मुघल किल्लेदार व सुभेदार, रोहिले पठाण, जाठ व ब्रिटिश अशा बादशाहच्या अनेक विरोधकांशी त्याला तेथून पुढे सतत संघर्ष करावा लागला. या काळात मध्यंतरी नजीबचा नातू गुलाम कादरने दिल्ली काबीज करून बादशाहीची बेइज्जत केली होती (सन 1788). महादजीने दिल्ली पुन्हा काबीज करून गुलामास पकडून त्यास ठार केले. बंडखोर रजपुतांवर अनेक मोहिमा काढून त्यांच्याकडून लक्षावधी रुपयांची खंडणी वसूल केली. या कामी डी. बॉयने, जिवबादादा, अंबुजी इंगळे, राणाखान या निष्ठावान सहकाऱ्यांचे त्यास मोठे साहाय्य झाले. महादजीच्या या कामगिरीमुळे पानिपतवर गेलेली प्रतिष्ठा मराठ्यांनी पुन्हा प्राप्त केली. मराठी सत्तेचा दबदबा पुन्हा एकदा दिल्लीपासून पंजाबपर्यंत सर्वत्र निर्माण झाला.

अशा प्रकारे मराठ्यांची सत्ता उत्तरेत पुन्हा प्रस्थापित करून सन 1792 मध्ये महादजी पुण्यास आला. आपणास मिळालेल्या पदव्या व मानचिन्हे त्याने पेशव्यांना अर्पण करून आपली एकनिष्ठा प्रकट केली. पुणे दरबारात अडकलेली अनेक प्रकरणे त्याने निकालात काढून पेशवाईचा कारभार स्वच्छ करण्याचा प्रयत्न केला. दरम्यान उत्तरेत तुकोजीने महादजीच्या सैन्यावर हल्ला चढविला; पण त्याचा पराभव झाला. आपापसातील या यादवीचे महादजीला दुःखच झाले. यानंतर लवकरच पुण्याजवळ वानवडी येथे महादजीचे अल्पशा आजाराने निधन झाले (12 फेब्रुवारी, 1793). त्यास पुत्रसंतान नव्हते, म्हणून त्याच्या भावाच्या नातवास दौलतरावास शिंद्यांची सरदारी मिळाली.

▣ दुसरा बाजीराव पेशवा होतो . . .

सवाई माधवरावांचा मृत्यू : सवाई माधवराव हे पेशवाईचे मुख्य कारभारी नाना फडणीस यांच्या देखरेखीखाली लहानाचे मोठे झाले होते. त्या काळच्या राज्यकर्त्याला रणांगणावरचे प्रशिक्षणही मिळणे आवश्यक होते; पण नाना पडले बैठे मुत्सद्दी. रणक्षेत्रावरचे धडे पेशव्यांना द्यायचे तर त्यांना अनुभवी सरदारांसोबत मोहिमांवर पाठविणे गरजेचे होते; पण असे केले तर पेशवे त्या सरदाराच्या प्रभावाखाली जातील अशी भीती नानांना वाटत असे; त्यामुळे रणक्षेत्रावरचे धडे पेशव्यांना मिळू शकले नाहीत. त्यांचे सर्व आयुष्य पुण्याच्या शनिवारवाड्यात गेले. अशा वैयक्तिक स्वार्थामुळे नानांनी पेशव्यांच्या व्यक्तिमत्त्वाचा विकास होऊ दिला नाही. परिणामी, तरुण पेशवे नानांच्या दडपणाखाली राहिले आणि हे दडपणच असह्य होऊन शेवटी त्यांनी शनिवारवाड्यातील माडीवरून उडी मारून आत्महत्या केली (27 ऑक्टोबर, 1795). मराठेशाहीच्या दुर्दैवाला येथून सुरुवात झाली.

बाजीरावास पेशवाई प्राप्ती : सवाई माधवरावांच्या अकाली दुःखद निधनानंतर पेशव्यांच्या घराण्यातील ज्येष्ठ वारसदार म्हणून राघोबापुत्र बाजीरावाकडे आयतीच संधी चालून आली. अनेक घालमेलीनंतर तो दौलतराव शिंदे यांच्या मदतीने पेशवेपदावर बसला (6 डिसेंबर, 1796). नाना फडणीस त्यांचे कारभारी झाले; पण त्यांचे बाजीरावाशी पटले नाही. उभयतांचा एकमेकांवर विश्वासच नव्हता. महादजी, हरिपंत फडके, त्र्यंबकराव पेठे, तुकोजी, जिवबादादा, परशुराम भाऊ इत्यादी अनेक कर्तबगार व्यक्ती आता काळाच्या पडद्याआड गेल्या होत्या आणि आता बाजीराव, दौलतराव, सर्जेराव घाटगे यांसारख्या स्वार्थी व अदूरदृष्टीच्या व्यक्तींकडे मराठेशाहीची सूत्रे गेली होती. अखिल भारताचे राजकारण जाणण्याची कुवत त्यांच्याकडे नव्हती. याच वेळी मराठ्यांचे मुख्य शत्रू ब्रिटिश यांच्या बाजूला वेलस्ली बंधू, मेटकॉफ, एल्फिन्स्टन, मन्रो, माल्कम यांसारख्या कर्तृत्ववान आणि कर्तव्यनिष्ठ व्यक्ती होत्या. आता येथून पुढे मराठ्यांना लढावे लागणार होते; ते या अशा धूर्त आणि कर्तबगार ब्रिटिशांशी.

बाजीराव व नाना यांच्यात वितुष्ट वाढतच गेले. परिणामी, दौलतराव शिंदे याला जवळ करून बाजीरावाने त्यांना कैदेत घातले (डिसेंबर 1797). कैदेतील अवहेलनेमुळे ते पुढे 13 मार्च, 1800 रोजी मृत्यू पावले. उत्तर पेशवाईमधील असामान्य बुद्धिवैभव असणारे हे मुत्सद्दी होते. नारायणरावांच्या वधानंतर नाना व महादजी या दोघांनीच मराठेशाही सावरली. नानांबरोबर मराठेशाहीतील सर्व शहाणपण लयाला गेले, हे ब्रिटिश अधिकारी पामरचे उद्‌गार त्यांची थोरवी दाखवितात. सर रिचर्ड टेम्पलने म्हटले आहे की, नानांच्या मृत्यूने मराठेशाहीच्या कारभारातील प्रामाणिकपणा व कार्यक्षमता हे गुण नाहीसे झाले.

गादीवर येण्यापूर्वी बाजीराव बंदीतच होता. त्यास राजनीतीचा अथवा युद्धनीतीचा काहीही अनुभव नव्हता. स्वार्थ, अदूरदृष्टी, चैन, विलासबाजी इत्यादी अनेक दुर्गुणांनी त्याचे व्यक्तित्व बनले होते. अशा व्यक्तीच्या हाती आता मराठेशाहीची मुख्य सूत्रे गेली होती.

बाजीराव ब्रिटिशांच्या आश्रयाखाली : दौलतराव हा शूर असला तरी महादजीचे शहाणपण व सबुरी त्याच्या ठिकाणी नव्हती. बाजीराव काय अगर दौलतराव काय, यांना आपला मुख्य शत्रू कोण हे उमजले नव्हते. या दोघांनी आता मराठी दौलतीचा एक मुख्य आधारस्तंभ होळकर यांच्याशीच संघर्ष सुरू केला. या वेळी तुकोजी होळकरांचे पुत्र मल्हारराव, विठोजी व यशवंतराव हे होळकरांचा संरजाम पाहत होते. दौलतरावाने मल्हाररावांच्या छावणीवर छापा टाकून त्यांना ठार केले तर बाजीरावाने विठोजीस पकडून पुण्यात हत्तीच्या पायी दिले. या कृत्यांनी यशवंतराव सुडाने पेटून उठला.

त्याने आपल्या फौजेनिशी प्रचंड धुमाकूळ घालून पेशव्यांचा तापीपासून कृष्णेपर्यंतचा व शिंद्यांचा नर्मदेपासून उज्जैनपर्यंतचा मुलूख उजाड करून टाकला. सर्वत्र बेबंदशाही माजली. रयतेला कुणी वाली राहिला नाही. शेवटी बाजीरावाची पुण्याजवळ यशवंतरावाशी लढाई झाली. बाजीरावाकडे शिंद्यांच्या फौजा होत्या. यशवंतरावाने त्यांचा धुव्वा उडविला (25 ऑक्टोबर, 1802). बाजीराव निराधार होऊन ब्रिटिशांच्या आश्रयासाठी तडक वसईकडे पळाला. इकडे मराठेशाहीची राजधानी पुणे यशवंतरावाने लुटून बाजीरावावर सूड उगविला. ज्यांच्या पूर्वजांनी दिल्ली काबीज करून अटकेपार झेंडे नेले ते मराठे आता यादवी युद्धात आपल्याच राजधानीचा नाश घडवून आणत होते. हा काळाचा केवळ दैवदुर्विलास होता.

वसईचा तह : पूर्वी बारभाईकडून पराभूत झाल्यावर राघोबाने पळून जाऊन सुरतकर ब्रिटिशांचा आश्रय घेतला. आता होळकरांकडून पराभूत होऊन बाजीरावाने वसईकर ब्रिटिशांचा आश्रय घेतला आणि आपण राघोबाचे खरेखुरे वारसदार आहोत हे सिद्ध केले. ब्रिटिश अशा सुवर्णसंधीची वाटच पाहत होते. त्यांनी बाजीरावाशी मदतीचा करार केला. त्यान्वये, (1) पेशव्यांच्या मुलुखाचे ब्रिटिशांनी संरक्षण करावे; (2) त्यासाठी बाजीरावाने सहा हजार तैनाती फौज बाळगावी व फौज खर्चासाठी सव्वीस लाखांचा मुलूख द्यावा; (3) ब्रिटिशांच्या पूर्वपरवानगीशिवाय कोणाशी युद्ध अथवा करार करू नये अशी मुख्य कलमे होती (31 डिसेंबर, 1802). वास्तवात, याच तहाने मराठेशाहीचे स्वातंत्र्य व सार्वभौमत्व बुडाले. मराठेशाहीने ब्रिटिशांचे आधिपत्य मान्य केले. आता ती झपाट्याने आपल्या अस्ताकडे वाटचाल करू लागली होती.

ब्रिटिशांनी कर्नल वेलस्ली व कर्नल क्लोज यांच्याबरोबर पुण्यास फौज पाठवून बाजीरावास पेशवेगिरीवर बसविले. यशवंतराव यापूर्वीच निघून गेल्याने ब्रिटिशांना कोणाचाच प्रतिकार झाला नाही (13 मे, 1803). बाजीरावावर आता राज्यकारभाराची फारशी जबाबदारी राहिली नाही. विलास, भोजने, नाच-तमाशा आदींमध्ये तो दंग राहू लागला.

▣ दुसरे ब्रिटिश - मराठा युद्ध

शिंदे - भोसले यांचा पराभव : मराठ्यांचा राज्यप्रमुख पेशवा बाजीराव हा जरी ब्रिटिशांच्या हातात आला असला तरी अद्यापी त्यांचे शिंदे, होळकर, भोसले इत्यादी सरदार स्वतंत्र होते आणि त्यांना हतबल केल्याशिवाय मराठेशाहीची इतिश्री होणार नव्हती; परंतु या सर्वच मराठा सरदारांशी एकाच वेळी युद्ध करण्याचा धोका ब्रिटिशांनी स्वीकारला नाही. त्यासाठी त्यांनी मुत्सद्दीपणाने होळकरास तटस्थ ठेवून शिंदे-भोसले यांच्याविरुद्ध युद्ध पुकारले (7 ऑगस्ट, 1803). शिंद्यांच्या फौजेतील बहुतेक युरोपियन अधिकारी ब्रिटिशांनी वश करून घेतले. दक्षिणेत शिंदे-भोसल्यांच्या फौजा पराभूत करून ब्रिटिशांनी अहमदनगर, बऱ्हाणपूर ही महत्त्वाची ठाणी जिंकली तर कर्नल लेकने अलिगढ जिंकून दिल्ली घेतली. बादशाह ताब्यात घेतला. लवकरच आग्र्याचा किल्ला पडला. उत्तर भारतात शिंद्यांच्या फौजा सर्वत्र पराभूत होऊन ब्रिटिशांचे प्रभुत्व स्थापन झाले. रजपूत, जाठ इत्यादी सत्ताधीशही ब्रिटिशांच्या अधिसत्तेखाली आले. शिंदे-भोसले युतीने ब्रिटिशांसमोर शरणागती पत्करली. डिसेंबर 1803 मध्ये शिंदे-भोसल्यांशी तह झाले. शिंद्यांनी दुआब प्रदेश, दिल्ली-आग्रा, बुंदेलखंड, नगरचा किल्ला ब्रिटिशांना दिला. बादशाहवरील आपला ताबा सोडला. भोसल्यांना कटक प्रांतावर पाणी सोडावे लागले.

होळकरही पराभूत : आता ब्रिटिशांनी होळकरांकडे मोर्चा वळविला. यशवंतराव होळकरांकडे साठ हजार घोडदळ व उत्कृष्ट तोफखाना होता. त्याच्या जोरावर त्यांनी ब्रिटिशांशी काही काळ यशस्वी झुंज दिली. ब्रिटिशांच्या फौजा पराभूत केल्या; पण शेवटी ब्रिटिशांच्या रणनीती व राजनीतीपुढे त्यांचीही हार झाली. चंबळच्या उत्तरेकडील मुलूख ब्रिटिशांना देऊन त्यांना शरणागती स्वीकारावी लागली (डिसेंबर, 1805). यशवंतराव मोठा शूर होता; पण आता मराठेशाही कोसळण्याचा वेगच इतका भयानक होता की, त्याच्यासारखा शूरवीरही वाया गेला.

▣ तिसरे ब्रिटिश - मराठा युद्ध (मराठेशाहीचा अस्त)

बाजीरावाचा कारभार : आता पेशव्यांची अधिसत्ता नाहीशी होऊन त्यांच्यासह शिंदे, होळकर, भोसले, गायकवाड इत्यादी सर्व मराठा सरदार ब्रिटिशांच्या अधिसत्तेखाली आले होते. ब्रिटिशांना हाताशी धरून बाजीराव पेशवेपदावर बसला होता; पण तो ब्रिटिशांशीही प्रामाणिक नव्हता. त्यांच्याविरुद्ध तो सतत कारस्थाने करीत राहिला. एवढेच नव्हे, तर आपल्या जवळच्या रास्ते, पटवर्धन, पानसे या सरदारांशी संघर्ष करीत राहिला. परिणामी त्याच्या राज्यात अनेक ठिकाणी दंगेधोपे व बंडाळ्या सुरू झाल्या. रहिमतपूरचा माने, औंधचा प्रतिनिधी यांच्यासारख्या मंडळींनी राज्यात हैदोस सुरू केला. अशा वेळी एक सेनापती बापू गोखले सोडले तर त्रिंबकजी डेंगळ्यांसारखी सामान्य बुद्धीची व कर्तृत्वाची माणसे बाजीरावाची सल्लागार बनली. पेशव्यांचा दरबार म्हणजे क्षुद्र कटांचा व कारस्थानांचा अड्डा बनला. पेशव्यांची विलासप्रियता व चैनबाजी वाढत गेली. ब्राह्मण-भोजने, होमहवन, अनुष्ठाने अशा धार्मिक कृत्यांत ते धन्यता मानू लागले; पण एवढ्यावरच बाजीराव स्वस्थ बसला नाही. पटवर्धन, रास्ते इत्यादी सरदारांच्या जहागिऱ्या त्याने जप्त केल्या. तेव्हा ते रेसिडेन्ट एल्फिन्स्टनकडे गेले. परिणामी, ब्रिटिशांच्या पूर्वपरवानगीशिवाय पेशव्यांना सरदारांचे सरंजाम जप्त करता येणार नाहीत असा बंधनात्मक करार त्याच्यावर लादला गेला (जुलै 1812).

गंगाधरशास्त्रीचा खून : ब्रिटिशांचे वर्चस्व बाजीरावास असह्य वाटत होते. ते फेकून देण्याचा शेवटचा प्रयत्न म्हणून आता त्याने फौजा उभारण्यास सुरुवात केली. दरम्यान गायकवाड याच्या खंडणीच्या थकबाकीचे प्रकरण उद्‌भवले. 'विनाशकाले विपरीत बुद्धी' या न्यायाने बाजीराव व त्रिंबकजी डेंगळे यांनी गायकवाड याचा वकील गंगाधरशास्त्री याचा पंढरपुरात खून घडवून आणला. शास्त्रींच्या जिवाची हमी ब्रिटिशांनी घेतल्यामुळे त्यांनी त्यास पुरते आपल्या जाळ्यात अडकविले. जून 1817 मध्ये पेशव्यांवर आणखी एक कडक करार लादून त्यांनी त्याचा साडेचौतीस लाखांचा मुलूख ताब्यात घेतला. मराठा सरदारांशी असणारे त्याचे सर्व संबंध तोडून टाकले. वास्तविक याच वेळी बाजीरावाचे राज्य संपुष्टात आले असे म्हणावयास हरकत नाही.

मराठेशाहीची समाप्ती : ब्रिटिशांविरुद्ध शेवटची निर्णायक लढाई देण्याची बाजीरावाने तयारी केली. शिंदे, होळकर, भोसले यांच्याशी त्याने अनुसंधान साधण्याचा प्रयत्न केला. पण बाजीरावाची नादानी व चंचलता यामुळे त्यापैकी कोणी साहाय्यास आले नाही. तरीसुद्धा पुण्यात त्याने पन्नास हजार फौज जमविली. तिचे आधिपत्य बापू गोखल्यांकडे दिले. 5 नोव्हेंबर, 1817 रोजी खडकीच्या मैदानावर लढाईस प्रारंभ झाला. बाजीराव पर्वतीवरून लढाई पाहत होता आणि खाली बापू प्राणपणाने लढत होते. ही लढाई निर्णायक झाली नाही; पण लवकरच 16 नोव्हेंबर, 1817 रोजी येरवड्यास दुसरी लढाई झाली व त्यात मराठ्यांचा पूर्ण बीमोड झाला. ब्रिटिश विजयी झाले. बाजीरावाने तेथून पळ काढला. दुसऱ्या दिवशी एल्फिन्स्टनने पुण्यात प्रवेश करून शनिवारवाड्यावर पहिल्या बाजीरावाच्या काळापासून फडकणारे मराठ्यांचे भगवे निशाण उतरवून युनियन जॅक फडकविला ! तोही बाळाजीपंत नातू या मराठी माणसाच्या हस्ते.

बाजीराव ब्रह्मवर्ताकडे : जनरल स्मिथने बाजीरावाचा पाठलाग सुरू केला. सहा मैल पुढे बाजीराव व मागे ब्रिटिश अशी मोठी धामधूम माजली. या धावपळीत बाजीरावाने सातारकर छत्रपतींनाही बरोबर घेतले होते. शेवटी पंढरपूरजवळ आष्टी येथे शेवटची लढाई बापू गोखल्यांनी केली व धन्याच्या रक्षणार्थ प्राण अर्पण केला. मराठ्यांचा पूर्ण पराभव झाला (20 फेब्रुवारी, 1818). पेशवा त्यातून निसटला व उत्तरेकडे पळाला. शेवटी मार्गात आशीरगडाजवळ अगदी असहाय होऊन त्याने ब्रिटिशांसमोर शरणागती पत्करली. ब्रिटिशांनी त्यास पदच्युत केले. पेशवाई खालसा करून त्यास आठ लक्ष रुपयांचा तनखा दिला व त्याची रवानगी कानपूरजवळ गंगेच्या काठी ब्रह्मवर्ताकडे केली (3 जून, 1818).

शिवप्रभूंनी स्थापन केलेली, संभाजी-राजाराम-ताराबाईंनी रक्षिलेली, बाजीराव-नानासाहेब-माधवरावांनी वृद्धिंगत केलेली व नाना-महादजींनी कळसास पोहोचविलेली मराठेशाही शेवटच्या या नादान पेशव्याने अशी घालविली !

⦿⦿⦿

3

ब्रिटिश साम्राज्याचे दृढीकरण सन 1818 ते 1857

3.1 लॉर्ड ॲम्हर्स्ट ते लॉर्ड हार्डिंग्ज (सन **1823** ते **1848**)

3.2 ब्रिटिशांची सिंध प्रांतावरील मोहीम (सन **1832** ते **1843**)

3.3 ब्रिटिशांची पंजाबच्या शिखांवरील मोहीम (सन **1845** ते **1849**)

3.4 लॉर्ड डलहौसीचे आक्रमक खालसा धोरण (सन **1848** ते **1856**)

(3.1)

अठराव्या शतकात पंजाबपासून तंजावरपर्यंत आपले साम्राज्यवादी वर्चस्व गाजविणाऱ्या मराठी सत्तेस भारतात उदयास आलेल्या ब्रिटिश कंपनीच्या सत्तेने आव्हान दिले आणि एकोणिसाव्या शतकाच्या पहिल्या एक-दोन दशकांतच तिला हतबल करून सन 1818 मध्ये तिचा अस्त घडवून आणला हे आपण पाहिले. मराठेशाहीच्या अस्तानंतर ब्रिटिशांना आव्हान देऊन त्यांची साम्राज्यसत्तेची घोडदौड रोखण्याचे सामर्थ्य एकाही भारतीय सत्तेजवळ नव्हते. ब्रिटिश सत्तेला थोडाफार अटकाव करण्याचे सामर्थ्य महाराजा रणजितसिंह या शीख नेत्याजवळ होते; पण त्याच्या मर्यादांची जाणीव त्याला असल्याने त्यानेही ब्रिटिशांशी नमते घेऊन आपल्या राज्याचे अस्तित्व टिकवून धरले. अशा परिस्थितीत ब्रिटिशांनी भारतातील राज्ये एकामागून एक याप्रमाणे पराजित करून ती घशाखाली घातली आणि आपल्या साम्राज्यांची वाढ व दृढीकरण एकाच वेळी साधले.

3.1 लॉर्ड ॲम्हर्स्ट ते लॉर्ड हॉर्डिंग्ज (सन 1823 ते 1848)

लॉर्ड हेस्टिंग्जनंतर लॉर्ड ॲम्हर्स्ट हा गव्हर्नर जनरल म्हणून भारतात आला. त्याच्या कारकिर्दीत (सन 1823 ते 1828) कंपनी सरकारचे ब्रह्मी सरकारशी युद्ध उद्भवले. त्याचे असे झाले की, ब्रह्मी राजाने आसाम जिंकून आपल्या राज्याची सीमा ब्रिटिशांच्या साम्राज्याशी भिडवली होती. पुढे या राजाने एवढ्यावरच न थांबता पुढे होऊन ब्रिटिशांच्या प्रदेशात घुसखोरी केली. अशा प्रकारची आगळीक ब्रिटिश सहन करणे शक्य नव्हते. परिणामी, लॉर्ड ॲम्हर्स्टने ब्रह्मदेशविरुद्ध युद्ध जाहीर केले (सन 1824). ब्रिटिश फौजांनी आसाममधून ब्रह्मी सैन्याला हाकलून देऊन रंगून दिशेने कूच केले; आणि त्यांचा महाबुंदेले नावाचा सेनापती ठार केला. ब्रह्मी फौजा ब्रिटिश फौजांचा प्रतिकार करू शकल्या नाहीत. त्या शरण गेल्या. ब्रह्मी सरकारने एक कोट रुपयांची खंडणी, आराकान व तेनास्सेरीम हे प्रांत ब्रिटिशांच्या हवाली केले. शिवाय आसाम वगैरे प्रदेशांवरील आपला हक्कही सोडला. अशा प्रकारे ब्रिटिशांच्या या विजयाने त्यांच्या ब्रह्मदेशावरील वर्चस्वास प्रारंभ झाला.

लॉर्ड ॲम्हर्स्टनंतर लॉर्ड विल्यम बेंटिंग हा गव्हर्नर जनरल झाला (सन 1828 ते 1835). तो उदारमतवादी व तटस्थ धोरणाचा पुरस्कर्ता होता. त्याने कंपनीच्या राज्यात अनेक मानवतावादी व मूलगामी सुधारणा हाती घेतल्या. राज्यात शांतता व सुव्यवस्था निर्माण करण्यासाठी त्याने ठगांचा बंदोबस्त केला. त्याला कंपनीच्या राज्याची वाढ आता थांबवावी असे वाटत नव्हते; तशी संधी मिळाली तर तो ती साधून प्रदेशप्राप्ती केल्याशिवाय राहत नव्हता. उदाहरणार्थ, अंतर्गत बंडाळी व अराजक या कारणांवरून त्याने म्हैसूर राज्याचा कारभार आपल्या हाती घेतला तर कछार व कूर्ग ही संस्थाने खालसा करून कंपनीच्या राज्यात विलीन करून टाकली.

लॉर्ड बेंटिंगनंतर सर मेटकॉफ हा गव्हर्नर जनरल म्हणून रुजू झाला; परंतु त्याने भारतातील वृत्तपत्रांना स्वातंत्र्य बहाल केल्याने त्याचा राग कंपनीच्या डायरेक्टरांना आला आणि त्यांनी त्यास परत बोलाविले. त्याच्या जागी त्यांनी लॉर्ड ऑक्लंड याची नेमणूक केली (सन 1836). ऑक्लंडच्या कारकिर्दीत पहिले अफगाण युद्ध घडून आले. या सुमारास अफगाणिस्तान जिंकून रशिया भारतावर स्वारी करेल अशी भीती ब्रिटिशांना वाटत होती. रशियाने अफगाणिस्तान काबीज करण्यापूर्वी आपणच ते जिंकावे, या हेतूने ऑक्लंडने ब्रिटिश फौजा तेथे घुसविल्या. तथापि, या मोहिमेत ब्रिटिशांना मोठे अपयश आले. अफगाणांनी ब्रिटिश फौजा कापून काढल्या (सन 1842). ही मोहीम चालू असतानाच ऑक्लंडची मुदत संपून तो मायदेशी गेला आणि त्याच्या जागी लॉर्ड एलेनबरो याची नेमणूक झाली (सन 1842 ते 1844). एलेनबरोने अफगाण मोहिमेतील अपयश धुऊन काढण्यासाठी जनरल पॉलॉकच्या नेतृत्वाखाली पुन्हा अफगाणिस्तानमध्ये फौजा पाठविल्या आणि गझनी, काबूल आदी नगरे हस्तगत करून अफगाण भूमीवर ब्रिटिशांचे वर्चस्व प्रस्थापित केले. लवकरच सिंधवरही अशीच मोहीम पाठवून तो प्रांत त्याने खालसा केला आणि कंपनीच्या राज्यास जोडला. एलेनबरोने ग्वाल्हेरच्या शिंद्यांच्या कारभारातही हस्तक्षेप करून तेथील राज्यकारभार आपल्या ताब्यात आणला. शिंद्यांनी एक-दोन लढाया करून प्रतिकार करण्याचा प्रयत्न केला; पण त्यात ते अपयशी ठरले.

लॉर्ड एलेनबरोनंतर लॉर्ड हार्डिंग्ज भारतात आला (सन 1844 ते 1848). त्याच्या कारकिर्दीत पहिले ब्रिटिश-शीख युद्ध घडून आले. या युद्धात शिखांचा पराभव होऊन त्यांना शरणागती स्वीकारावी लागली. त्यानंतर झालेल्या लाहोरच्या तहाने त्यांना सतलजच्या पूर्वेकडील सर्व प्रदेश तसेच सतलज-बियास यामधील दुआबचा प्रदेश ब्रिटिशांना द्यावा लागला (सन 1846).

यानंतर लॉर्ड डलहौसीची कारकीर्द घडून आली; पण तिचा वृत्तान्त पाहण्यापूर्वी लॉर्ड ॲम्हर्स्ट ते लॉर्ड हार्डिंग्ज या कालखंडात ब्रिटिशांनी केलेल्या दोन मोठ्या मोहिमा आपण थोड्या खुलासेवार पाहणार आहोत. सिंधवरची मोहीम आणि पंजाबच्या शिखांवरील मोहीम अशा या दोन मोहिमा होत.

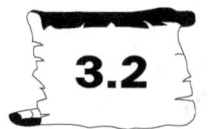

3.2 ब्रिटिशांची सिंध प्रांतावरील मोहीम (सन 1832 ते 1843)

▣ सिंध मोहिमेची पार्श्वभूमी

या काळी भारतात ब्रिटिश राज्यकर्त्यांना रशियाच्या साम्राज्यवादी कारवायांची भीती वाटत होती. रशिया अफगाणिस्तानातून खाली उतरून भारतावर हल्ला करील असे त्यांना वाटत होते. त्यासाठी अफगाणिस्तान जिंकण्याचे त्यांनी ठरविले होते; पण अफगाणिस्तान जिंकायचा तर मध्ये सिंध प्रांताचा अडथळा होता. तो दूर करण्याचा त्यांनी निश्चय केला व त्यातून सिंध प्रांतावरील मोहीम जन्मास आली. सिंध प्रांतात अनेक छोटे-छोटे सत्ताधीश होते, त्यांना 'अमीर' असे म्हणत. त्यांच्यात तीन प्रमुख 'अमीर' होते. या अमिरांना शेजारचा शीख राजा रणजितसिंह याच्या आक्रमणाची भीती वाटत असे. तसा सिंध जिंकण्याचा रणजितसिंहाचा डावही होता; पण ब्रिटिशांना सिंध शिखांच्या ताब्यात जाणे मान्य नव्हते. स्वाभाविकच, सन 1832 मध्ये ब्रिटिशांनी अमिरांशी 'मैत्रीचा करार' करून त्यांना आपले संरक्षण दिले. त्याच्या मोबदल्यात सिंधू नदीचा उपयोग व्यापारासाठी करण्याचा हक्क ब्रिटिशांना मिळाला; पण सिंधूचा वापर ब्रिटिशांनी लष्करी मोहिमांसाठी करू नये असे त्या वेळी ठरले. या करारामुळे सिंध रणजितसिंहास जिंकता आला नाही. एक प्रकारे ब्रिटिशांनी रणजितसिंहाच्या महत्त्वाकांक्षेस हा शहच दिला होता.

आक्रमणास प्रारंभ : ब्रिटिश केवळ मैत्रीच्या करारावर व सिंधू नदीत मिळणाऱ्या व्यापारी हक्कांवर समाधानी नव्हते. त्यांना हळूहळू सिंधवर आपले वर्चस्व स्थापून, शेवटी जिंकून त्यास गिळंकृत करायचे होते. या दृष्टिकोनातून सन 1838 मध्ये लॉर्ड ऑक्लंडने अमिरांवर सक्ती करून सिंध प्रांतात ब्रिटिश रेसिडेन्टची नेमणूक केली. ही सिंधवरील आक्रमणाची सुरुवात होती. पुढच्याच वर्षी 1839 साली ब्रिटिशांनी अफगाणिस्तानवरील मोहीम हाती घेतली आणि 1832 साली झालेला करार पायदळी तुडवून त्यांनी सिंधू नदीतून आपल्या लष्कराच्या हालचाली सुरू केल्या. ब्रिटिशांचा स्वार्थ येथेच थांबला नाही. त्यांनी अफगाणिस्तानच्या परागंदा झालेल्या अमिरास सिंधच्या अमिरांनी द्यावयाच्या खंडणीच्या बाकीचे प्रकरण उपस्थित केले आणि त्याच्याकडून पंचवीस लाख रु. खंडणी उकळली. लवकरच त्या पुढे जाऊन अमिरांचा कोणताही गुन्हा नसताना त्यांच्यावर आणखी एक अन्यायी करार लादला (सन 1839).

या करारान्वये अमिरांचा राज्यसंघ बरखास्त करण्यात आला. सिंधूच्या पलीकडे 'टट्टा' या ठिकाणी ब्रिटिश फौज ठेवली गेली व त्या फौजेचा तीन लाखांचा खर्च अमिरांवर बसविला गेला. लवकरच ब्रिटिशांनी सिंध प्रांतातील बुक्कूर, कराची व सुक्कर ही ठाणी हस्तगत केली. इतके होऊनही अमीर ब्रिटिशांशी प्रामाणिक राहिले. त्यांनी अफगाण युद्धात ब्रिटिशांना तीन हजार उंट व इतर सामानसुमान यांची मदत केली; पण ब्रिटिश हे उपकार स्मरायला राजी नव्हते. त्यांना सिंध प्रांतच जिंकून आपल्या राज्यात विलीन करायचा होता.

सिंध काबीज : शेवटी लॉर्ड एलेनबरोच्या कारकिर्दीत ब्रिटिशांनी सिंधचे प्रकरण संपविण्याचे ठरविले. त्यासाठी सर चार्ल्स नेपीयर या सेनानीच्या नेतृत्वाखाली लष्करी मोहीम पाठविण्यात आली. त्याला मोहिमेचे सर्वाधिकार दिले गेले. त्याने अमिरांवर शत्रुत्वाचे अनेक गंभीर आरोप करून लष्करी मोहीम सुरू केली (जानेवारी, 1843). अमीर वाटाघाटीस तयार असतानाही नेपीयरने युद्ध चालूच ठेवले. आता मात्र सिंधच्या बलुची लोकांनी ब्रिटिशांना तीव्र प्रतिकार केला; पण ब्रिटिशांच्या आधुनिक शस्त्रांपुढे त्यांचा धुव्वा उडाला. शेवटी अमिरांना हाकलून लावून ब्रिटिशांनी सिंधचा पूर्ण ताबा घेतला. या कामगिरीबद्दल नेपीयरला सात लाख रु. बक्षीस मिळाले आणि सिंधच्या गव्हर्नराची जागाही मिळाली. अशा प्रकारे सिंध प्रांत आता ब्रिटिशांच्या राज्याचा एक भाग बनला.

सिंध प्रांतावरील मोहीम हे ब्रिटिशांच्या साम्राज्यवादी इतिहासातील एक काळे पान आहे. अमिरांचा कोणताही अपराध नसताना केवळ 'बळी तो कान पिळी' या न्यायाने ब्रिटिशांनी सिंध गिळंकृत केला. आपण सिंधच्या अमिरावर अन्याय करतो आहे अशी खुद्द ब्रिटिशांचीही भावना होती. म्हणूनच सर नेपीयरने आपल्या रोजनिशीत 'Advantageous and useful piece of rascality'. (बदमाशगिरीचा एक अत्यंत किफायतशीर व उपयुक्त नमुना) असे प्रांजळपणे नमूद करून ठेवले आहे.

3.3 ब्रिटिशांची पंजाबच्या शिखांवरील मोहीम (सन 1845 ते 1849)

महाराजा रणजितसिंह या पराक्रमी शीख नेत्याने पंजाबच्या शिखांमध्ये ऐक्य व संघटन निर्माण करून त्यांची अस्मिता जागृत केली आणि शिखांच्या स्वतंत्र अशा 'खालसा राज्याची' स्थापना केली; हा वृत्तान्त आपण मागे पाहिलाच आहे. रणजितसिंह सन 1839 मध्ये निधन पावला. त्यावेळी शिखांचे राज्य बलिष्ठ होते. त्यांच्याजवळ 90 हजार कवायती पायदळ, 21 हजार घोडेस्वार व 500 तोफा असे लष्करी सामर्थ्य होते. असे असूनही त्यांचे स्वातंत्र्य रणजितसिंहाच्या मृत्यूनंतर दहा वर्षेसुद्धा टिकू शकले नाही.

शीख सत्तेच्या ऱ्हासाचे मुख्य कारण म्हणजे रणजितसिंहानंतर शीख राज्यास अंतर्गत यादवीने ग्रासून टाकले. सिंहासन प्राप्तीसाठी झालेल्या संघर्षाने शिखांचे ऐक्य नष्ट झाले. राज्यावर आलेले एकामागून एक असे शीख राजे कर्तृत्वहीन व व्यसनी निघाले. सरदार व सेनानी शिरजोर झाले. अशा परिस्थितीत शेवटी सन 1843 मध्ये रणजितसिंहाची एक राणी जिंदान हिचा अल्पवयीन पुत्र दिलीपसिंह यास शिखांच्या गादीवर बसविले गेले. त्याचा सर्व राज्यकारभार राणी जिंदान व वजीर लालसिंग यांच्या हाती आला.

▣ पहिल्या ब्रिटिश - शीख युद्धाची पार्श्वभूमी

ब्रिटिशांच्या साम्राज्यवादी आराखड्यात पंजाब काबीज करण्याचा कार्यक्रम होताच. केवळ रणजितसिंहाच्या मुत्सद्देगिरीमुळे तसेच सामर्थ्यामुळे ब्रिटिशांना आपले उद्दिष्ट साध्य करता आलेले नव्हते; पण आता रणजितसिंहाच्या मृत्यूनंतर त्यांना तशी संधी प्राप्त झाली. ब्रिटिशांचे डावपेच सुरू झाले. खरे तर सिंधनंतर ते पंजाबवर आक्रमण करणार होते; पण दरम्यान अफगाणिस्तानच्या मोहिमेत त्यांना जबरदस्त माघार घ्यावी लागल्याने त्यांनी हे आक्रमण काही काळ लांबणीवर टाकले होते. तथापि, ब्रिटिशांची पंजाबवरील आक्रमणाची तयारी चालू होती. शिखांच्या सरहद्दीवरील फिरोजपूर, लुधियाना, अंबाला, मेरठ इत्यादी ठाणी लष्करीदृष्ट्या बळकट करण्याचे काम जोरात सुरू झाले होते.

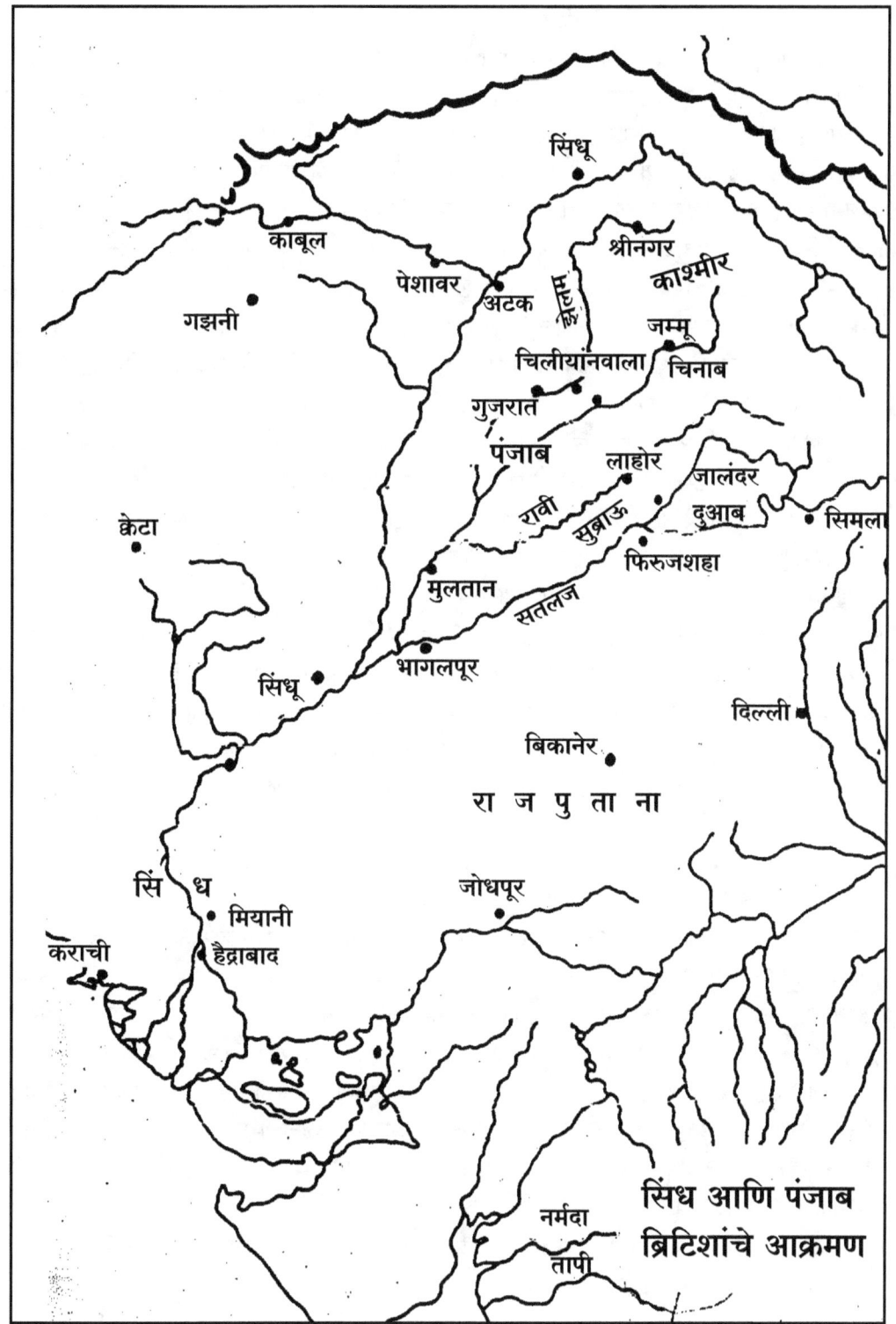

नकाशा क्र. 3.1 : सिंध आणि पंजाब ब्रिटिशांचे आक्रमण

इकडे पंजाबमध्येही ब्रिटिशांविरोधी मोहिमेची तयारी सुरू झाली होती. राणीने ब्रिटिशांशी युद्ध करण्याचा निर्णय घेतला होता; पण त्याचे कारण वेगळेच होते. राणीचे सैन्य तिला अथवा तिच्या वजिराला जुमानत नव्हते. ते शिरजोर झाले होते. अशा परिस्थितीत आपल्या सैन्याचा नक्षा उतरविण्याचा एकच मार्ग होता आणि तो म्हणजे ब्रिटिशांशी युद्ध असे राणी व वजीर यांना वाटत होते. या युद्धात पराभव झाला तरी शीख सैन्याची खोड मोडणार आणि विजय झाला तर सारा देश जिंकण्याची संधी मिळणार असा त्यांचा दुहेरी होरा होता. तथापि, त्यांचा हा निर्णय म्हणजे ब्रिटिशांचे सामर्थ्य त्यांच्या लक्षात आले नव्हते याचे द्योतक होते. त्यांचा हा निर्णय आत्मघातकीपणाचा होता.

पहिले ब्रिटिश - शीख युद्ध : ब्रिटिशांनाही असे युद्ध हवेच होते. ते त्याच्या तयारीतही होते. त्यासाठी त्यांनी लुधियाना, फिरोजपूर, अंबाला अशा अनेक मोक्याच्या ठाण्यांवर आपल्या मोठ्या फौजा आणल्या होत्या. त्याहीपेक्षा महत्त्वाचे म्हणजे ब्रिटिश पंजाबमधील शीख नेत्यांत फितुरी पेरण्यात यशस्वी झाले होते. अनेक लष्करी अधिकारीही फितूर बनले होते. इकडे ब्रिटिशांच्या आघाडीवर मात्र सरसेनापती सर ह्यू गफ, बर्न्स, नेपीयर इत्यादी सेनानी शिखांची सत्ता नामशेष करण्याच्या योजना आखत होते.

या पार्श्वभूमीवर शीख नेत्याने वजीर लालसिंगच्या नेतृत्वाखाली 11 डिसेंबर, 1845 रोजी सतलज ओलांडली. त्याबरोबर लगेचच लॉर्ड हार्डिंग्जने शिखांशी ब्रिटिशांचे युद्ध सुरू झाल्याची आणि सतलजच्या दक्षिणेकडील शिखांचा मुलूख जप्त केल्याची घोषणा केली. मुदकी या ठिकाणी पहिली लढाई खेळली गेली. शीख मोठ्या शौर्याने लढले; त्यांनी ब्रिटिशांची मोठी मनुष्यहानी केली; पण विजय दृष्टिक्षेपात येत असतानाच वजीर लालसिंगने लढाईतून माघार घेतली आणि त्यांच्या नेत्यानेच विश्वासघात केल्याने शिखांना पराभव पत्करावा लागला.

अशाच प्रकारच्या स्वकीयांच्या दग्याने शिखांना आणखी एक पराभव पदरात घ्यावा लागला. फिरूजशहा या ठिकाणी झालेल्या दुसऱ्या एका लढाईत शीख सैनिक अतुल शौर्याने लढले; पण येथे खुद्द सेनापती तेजसिंगानेच त्यांना दगा दिला. ब्रिटिशांची अवस्था बिकट झाली असता तेजसिंगाने रणक्षेत्राहून माघार घेऊन ब्रिटिशांना सावरण्याचा मोका दिला. तेजसिंगाच्या फितुरीने ब्रिटिशांना असे अभय मिळाले. पुढे अनेक लढाया होऊन त्यात शिखांचा पुरता बीमोड झाला. शेवटची भयंकर लढाई सतलजच्या तीरावर सुब्राऊ या ठिकाणी झाली (10 फेब्रुवारी, 1846). लढाईला तोंड फुटताच सेनापती तेजसिंगाने माघार घेऊन सतलजवर शिखांनी बांधलेला नावांचा पूल मोडून टाकला. शीख सैनिक असामान्य शौर्याने लढले; पण ते नेतृत्वहीन असल्याने शिस्तबद्ध ब्रिटिश सैन्यापुढे टिकू शकले नाहीत. शेवटी शीख सैन्याचा पराभव झाला आणि मग सतलज ओलांडत असताना ब्रिटिशांनी त्यांची भयानक कत्तल केली. दहा हजार शीख सैनिक सतलजमध्ये मारले गेले. सतलज शिखांच्या रक्ताने लाल होऊन गेली. शीख पराक्रमात कमी पडले नाहीत; पण आपापसातील बेकी व फितुरी या दुर्गुणांनी त्यांना दगा दिला.

शिखांची शरणागती व लाहोरचा तह : विजयी ब्रिटिश फौजांनी आगेकूच करून शिखांची राजधानी लाहोर ताब्यात घेतली (फेब्रुवारी 1846). तेव्हा लाहोर दरबारने त्यांच्यासमोर शरणागती स्वीकारली. ब्रिटिशांनी मनात आणले असते तर याच वेळी शिखांचे संपूर्ण राज्य ते खालसा करू शकले असते; पण त्यांनी तसे केले नाही. कारण पंजाबसारख्या एवढ्या मोठ्या प्रांताचा कब्जा घेण्याइतकी ब्रिटिशांची प्रशासकीय तयारी झालेली नव्हती. शिवाय तूर्त अफगाणिस्तान व ब्रिटिश राज्य यांच्यात पंजाबचे राज्य 'बफर राज्य' म्हणून त्यांना उपयोगी ठरणार होते. या पार्श्वभूमीवर ब्रिटिशांनी शिखांवर 'लाहोर तह' लादला. या तहान्वये,

(1) ब्रिटिशांना सतलजच्या दक्षिणेकडील शिखांचा प्रदेश, बियास व सतलजमधील दुआब आणि हजारा हे प्रदेश मिळाले.

(2) शीख सैन्यातील पायदळाची संख्या वीस हजारापर्यंत व घोडदळाची संख्या बारा हजारांपर्यंत मर्यादित केली गेली. बंडखोर सैन्यास रजा दिली गेली.

(3) शीख राज्यातून ब्रिटिश फौजांना हालचाली करण्याची मुभा दिली गेली.

(4) दिलीपसिंह यास शिखांचा राजा, लालसिंगास वजीर तर जिंदान राणीस रीजन्ट म्हणून ब्रिटिशांनी मान्यता दिली.

(5) शिखांवर दीड कोटी रुपयांची युद्धखंडणी बसविली गेली. पैकी खजिन्यातून पन्नास लक्ष मिळाले. उरलेल्या खंडणीसाठी ब्रिटिशांनी शिखांपासून काश्मीर घेऊन त्यांचा साहाय्यकर्ता जम्मूचा सुभेदार गुलाबसिंग यास ते एक कोट रुपयांस विकले.

(6) ब्रिटिशांचा रेसिडेन्ट हेन्री लॉरेन्स यांची नेमणूक लाहोरमध्ये केली गेली.

अशा प्रकारे महाराजा रणजितसिंहाने निर्माण केलेले शिखांचे स्वातंत्र्य या तहाने लयाला गेले. शिखांचे लाहोरचे राज्य व गुलाबसिंगचे काश्मीरचे राज्य ही दोन्हीही ब्रिटिशांच्या स्वामित्वाखाली आली. लवकरच ब्रिटिशांनी वजीर लालसिंगावर ब्रिटिश द्रोहाचा आरोप ठेवून त्याची रवानगी बनारसला केली आणि लाहोर दरबारवर आणखी एक कडक तह लादला (16 डिसेंबर, 1846). त्यान्वये पंजाबचा कारभार आठ सदस्य मंडळाकडे सुपूर्द करून त्यावर रेसिडेन्टने देखरेख करावी असे ठरले. राणी जिंदानला वार्षिक दीड लाखाची पेन्शन देऊन बाजूला सारले गेले. लाहोर राजधानीत ब्रिटिश फौजा ठेवल्या जाऊन त्यांचा फौजखर्च म्हणून वार्षिक 22 लाख रु. लाहोर दरबारने द्यायचे ठरले. या तहाने तर शिखांचे राज्य ब्रिटिशांचे पूर्ण मांडलिक बनून त्यांच्यावर ब्रिटिशांच्या साम्राज्याची अधिसत्ता स्थापन झाली.

दुसरे ब्रिटिश - शीख युद्ध : शीख हे स्वाभिमानी व शूर लोक होते. ब्रिटिशांनी केलेल्या पराभवाने त्यांच्या अस्मितेला धक्का बसला होता. त्यांना ब्रिटिशांबद्दल तर चीड होतीच; पण ब्रिटिशांनी फितूर केलेल्या शीख नेत्यांविषयी संतापाची भावना होती. शिखांचे मोठे सैन्य बरखास्त केल्याने हजारो सैनिक बेकार झाले होते. तशातच ब्रिटिशांनी जिंदान राणीला राज्यकारभारातून दूर करून तिच्यावर ब्रिटिशांविरोधी कारस्थानाचा आरोप ठेवल्याने शिखांच्या भावना दुखावल्या गेल्या होत्या. अशा पार्श्वभूमीवर दुसरे ब्रिटिश-शीख युद्ध खेळले गेले. त्याला निमित्त मुलतानच्या मूळराज नावाच्या सुभेदाराच्या बंडाचे झाले. रणजितसिंहाच्या काळात मुलतानचा सुभेदार लाहोर दरबाराला बारा लाख रु. खंडणी देत असे. आता ब्रिटिशांच्या हाती कारभार आल्यावर त्यांनी ही रक्कम वीस लाखांपर्यंत वाढविली. एवढेच नव्हे, तर मूळराजने आपला एक-तृतीयांश प्रदेश स्वाधीन करावा अशी मागणी केली गेली. हे प्रकरण येथेच थांबले नाही. ब्रिटिशांनी मुलतानचा ताबा घेण्यासाठी आपले सैन्य पाठविले; पण ब्रिटिशांना पाहताच मुलतानच्या लोकांनी त्यांच्याविरुद्ध बंड पुकारले. मूळराज आता बंडवाल्यांचा नेता बनला (एप्रिल 1848).

मूळराजचे बंड हे शिखांच्या ब्रिटिशांविरुद्धच्या उठावास निमित्त ठरले. ब्रिटिशांबद्दल कमालीची असंतोषाची भावना शिखांच्या मनात खदखदत होती. तिला या बंडाने वाट मिळाली. सर्व पंजाबवर ब्रिटिशांविरुद्ध उठाव सुरू झाले. अनेक ठिकाणांचे शीख पुढारी आता बंडवाल्यांचे नेतृत्व करू लागले. त्यात हजारा प्रांताचा सुभेदार छत्रसिंह व त्याचा पुत्र शेरसिंह हे मुख्य होते. शिखांनी आता सरहद्दीवरील अफगाणांशीही हातमिळवणी केली. अफगाणिस्तानच्या दोस्त महंमदाने आपल्या आक्रमखान या पुत्रास पंजाबमध्ये शिखांच्या साहाय्यास ससैन्य धाडले. सर्व पंजाबभर बंडाचा वणवा पेटला. जालंदर, दुआब, अटक व लाहोर हे प्रदेश सोडल्यास सर्वत्र ब्रिटिशांचा अंमल उखडला गेला.

शिखांचा पराभव : या वेळी डलहौसी हा ब्रिटिशांचा गव्हर्नर जनरल होता. त्याने प्रारंभी फारशी हालचाल केली नाही. बंड सर्वत्र पसरले की त्याचे निमित्त करून सर्व पंजाबच खालसा करण्याचा त्याचा डाव होता. त्याप्रमाणे बंडाचा प्रादुर्भाव सर्वत्र होताच. त्याने आपला सरसेनापती लॉर्ड गफ यास पंजाबमध्ये सैन्यासह धाडले (नोव्हेंबर, 1848). त्याने रावी नदी ओलांडून शेरसिंहाच्या फौजेशी लढाई केली. लढाई उभयपक्षी तेज झाली; पण निर्णय लागला नाही.

तिकडे ब्रिटिशांनी मुलातनच्या किल्ल्यास वेढा घातला होता. ब्रिटिशांनी केलेल्या गोळीबारात दारूगोळ्याच्या कोठारास अचानक आग लागल्याने किल्ला त्यांच्या हाती पडला. मूळराज शरण गेला (जानेवारी 1849). दरम्यान चिलीयांवाला येथे ब्रिटिशांशी शिखांची मोठी लढाई झाली. तीस हजार शिखांनी पराक्रमाने लढून ब्रिटिशांवर सरशी मिळविली; पण हा त्यांचा विजय फार काळ टिकू शकला नाही. लवकरच गुजरात (पंजाबमधील एक गाव) येथे आणखी एक मोठी लढाई घडून आली. उभयपक्षी तोफांची भयंकर मारागिरी होऊन शेवटी त्यात शिखांचा जबर पराभव झाला (21 फेब्रुवारी, 1849). लवकरच रावळपिंडी येथे छत्रसिंह, शेरसिंह इत्यादी शिखांच्या नेत्यांनी ब्रिटिशांसमोर शरणागती स्वीकारली. मूळराजला शिक्षा म्हणून रंगूनला धाडले गेले. अशा प्रकारे शिखांनी ब्रिटिशांसमोर पूर्ण शरणागती स्वीकारली. या शरणागतीने त्यांच्या 'खालसा राज्याचा' सूर्य कायमचा अस्तास गेला.

पंजाब खालसा : लॉर्ड डलहौसीने 29 मार्च, 1849 रोजी जाहीरनामा काढून पंजाब खालसा केल्याचे व तो कंपनीच्या राज्यात विलीन केल्याचे घोषित केले. दिलीपसिंहास राजपदावरून पदच्युत केले गेले. त्यास पन्नास हजार पौंडाची पेन्शन देऊन त्याच्या मातेसह त्याची ब्रिटनला रवानगी केली. याच वेळी त्याच्याकडील जगप्रसिद्ध कोहिनूर हिरा ब्रिटिशांनी घेतला. (तेव्हापासून तो ब्रिटनच्या राजमुकुटात विराजमान झालेला आहे.)

मराठ्यांनंतर भारतात ब्रिटिश सत्तेला आव्हान देण्याचे सामर्थ्य फक्त शिखांत होते. मराठ्यांनंतर ब्रिटिशांना शिखांचाच धोका होता. लॉर्ड डलहौसी या वेळी मायदेशी लिहिलेल्या पत्रात म्हणतो, ''पंजाब खालसा करणे ही कंपनीच्या अत्यंत फायद्याची गोष्ट आहे. कारण जोपर्यंत पंजाबमध्ये शीख सत्ता अस्तित्वात आहे तोपर्यंत भारतातील आपले साम्राज्य निर्धोक होऊ शकत नाही. कारण शीख ब्रिटिशांचे कधीच मित्र बनू शकणार नाहीत.''

अशा प्रकारे महाराजा रणजितसिंहाने मोठ्या पराक्रमाने स्थापन केलेले शिखांचे राज्य ब्रिटिशांच्या राजनीतीमुळे व खुद्द शीख नेत्यांच्या फंदफितुरीमुळे अस्तास गेले. पंजाबचा राज्यकारभार पाहण्यासाठी एक खास कमिशनर नेमला गेला. जॉन लॉरेन्स हा पंजाबचा पहिला कमिशनर बनला.

सिंध व पंजाब या भारताच्या मोठ्या प्रांतांवर ब्रिटिशांनी आपला कब्जा प्रस्थापित करून जवळजवळ सर्व देशावर आपली अधिसत्ता स्थापन केली; पण एवढ्याने डलहौसीसारख्या कट्टर साम्राज्यवादी मुत्सद्द्याचे समाधान झाले नव्हते. भारतात ब्रिटिशांनी हतबल करून ठेवलेल्या अनेक राज्यांचे अस्तित्वच त्यास नाहीसे करायचे होते आणि हा सर्व देशच ब्रिटिशांच्या प्रत्यक्ष साम्राज्यसत्तेखाली आणायचा होता. तो वृत्तान्त आता आपण पाहणार आहोत.

3.4 लॉर्ड डलहौसीचे आक्रमक खालसा धोरण (सन 1848 ते 1856)

रॉबर्ट क्लाईव्हने प्लासीच्या लढाईने ब्रिटिश राज्याचा पाया घातला; लॉर्ड वेलस्लीने या राज्यास खऱ्या साम्राज्यसत्तेचे रूप दिले आणि पुढे लॉर्ड डलहौसीने या साम्राज्यावर कळस चढविला. म्हणूनच अनेक इतिहासकारांनी त्याला 'ब्रिटिश साम्राज्याचा निर्माता' असे म्हटले आहे. आपल्या एकूण आठ वर्षांच्या कारकिर्दीत त्याने भारतातील अनेक राज्ये या ना त्या कारणावरून खालसा केली. भारताबाहेर ब्रह्मदेशावर स्वारी करून त्याचा दक्षिणेकडील पेगू प्रांत जिंकला आणि कंपनीच्या राज्यात विलीन केला (सन 1852). पंजाब तर त्याने यापूर्वीच खालसा केला होता. याशिवाय रेल्वे, टेलिग्राफ यांसारख्या अनेक अद्‌भुत भौतिक सुधारणांमुळेही त्याची कारकीर्द गाजली.

▣ डलहौसीच्या खालसा धोरणाचे स्वरूप

प्रशासनातील दोन सूत्रे : डलहौसीने कंपनी सरकारची परराष्ट्र व्यवहारनीती अतिशय आक्रमक बनविली. कंपनीचा अंमल आसेतुहिमाचल निर्धोकपणे निर्माण करण्याची त्याची महत्त्वाकांक्षा होती. त्यासाठी एतद्देशीयांची म्हणजे भारतीयांची राज्ये दोन सूत्रांनुसार खालसा करण्याचे त्याने ठरविले. ही सूत्रे म्हणजे (1) दत्तक वारस नामंजूर आणि (2) राज्याच्या कारभारातील अव्यवस्था व गोंधळ. तथापि 'दत्तक वारस नामंजूर' हे सूत्र काही डलहौसीने शोधून काढलेले नव्हते. कंपनीच्या डायरेक्टर बोर्डाने पूर्वी सन 1834 मध्ये जाहीर केले होते की, कंपनी ही भारतातील अधिसत्ता असल्याने भारतामधील राजेरजवाड्यांचा दत्तक वारस मंजूर-नामंजूर करण्याचा तिला हक्क आहे. एखाद्या राज्याचा राजा निपुत्रिक मरण पावला तर त्याच्या दत्तक वारसास केवळ कंपनी सरकारची मेहरबानी म्हणून मंजुरी द्यावी आणि तीही अपवादात्मक असावी.

अशा प्रकारे दत्तक वारससंबंधीचे कंपनीचे सूत्र सन 1834 चे असले तरी त्यानंतरच्या गव्हर्नर जनरलने ते भारतातील राज्यांना लागू केले नव्हते; परंतु डलहौसी हा मूलतः कट्टर साम्राज्यवादी आणि विस्तारवादी गव्हर्नर जनरल असल्याने त्याने या देशातील अनेक राज्ये खालसा करण्यात या राजनीतीचा ब्रिटिशांचे साम्राज्य वाढविण्यासाठी पुरेपूर उपयोग करून घेतला आणि जेथे दत्तक वारस नामंजूर हे तत्त्व लागू करता येत नव्हते तेथे राज्यकारभारातील अव्यवस्था, प्रजेवरील अत्याचार इत्यादी कारणे पुढे करून बरीच राज्ये खालसा केली.

खालसा धोरणाचा हेतू : खरे पाहिले तर हिंदू धर्मशास्त्रानुसार निपुत्रिक भारतीय राजांना त्यांच्या पसंतीचा दत्तक घेण्याची परवानगी होती. तशी राजनीतीही चालत आलेली होती. हिंदू धर्मशास्त्राप्रमाणे दत्तक पुत्रास औरस पुत्रांइतकेच अधिकार होते; पण डलहौसी हा अधिकार मानावयास तयार नव्हता. त्याच्या दृष्टीने ही भारतीय राज्ये म्हणजे भारतातील ब्रिटिश साम्राज्याच्या वाढीच्या मार्गावरील अडथळे होते. भारतीय राज्याच्या अस्तित्वामुळे ब्रिटिशांचा भारतामधील व्यापार हवा तेवढा वाढू शकत नव्हता; शिवाय या राज्यांतील प्रजेवरही हे राजे 'अन्याय व अत्याचार' करीत असतात तेव्हा सर्व भारतावर ब्रिटिशांचा एकछत्री अंमल बसविल्याशिवाय येथील लोकांचे व ब्रिटनचे 'कल्याण' होणार नाही. त्याच्या या विचारसरणीत खरे म्हणजे 'भारतीय लोकांच्या कल्याणापेक्षा ब्रिटनचे कल्याण' हेच प्रमुख सूत्र होते.

लॉर्ड डलहौसी

भारतामधील भारतीय राज्ये खालसा करण्यात ब्रिटिशांचे दोन महत्त्वाचे उद्देश होते : पहिला म्हणजे भारतावर एकछत्री प्रत्यक्ष राज्यकारभार निर्माण झाला तर मोठ्या प्रमाणावर ब्रिटनच्या कारखान्यांना लागणारा कच्चा माल भारतातून निर्वेधपणे उपलब्ध होऊ शकणार होता आणि दुसरे म्हणजे ब्रिटनमध्ये तयार झालेल्या पक्क्या मालास येथे प्रचंड बाजारपेठ सहजासहजी उपलब्ध होणार होती. ही उद्दिष्टे साध्य करायची तर त्यांच्या मार्गातील भारतीय राजेरजवाड्यांचा अडसर दूर करायला हवा.

▣ खालसा धोरणाची अंमलबजावणी

आता आपण डलहौसीने कोणकोणत्या कारणांनी भारतातील कोणकोणती राज्ये खालसा केली त्याचा थोडक्यात वृत्तान्त पाहू.

साताऱ्याचे राज्य खालसा : ब्रिटिशांनी सन 1818 मध्ये मराठी राज्य बुडविले. सर्व भारतावर अधिसत्ता गाजविणाऱ्या मराठ्यांची राजसत्ता ब्रिटिशांनी काबीज केली. अशा परिस्थितीत राज्यकर्त्या मराठी माणसांच्या मनात ब्रिटिशांबद्दल द्वेषभावना राहू नयेत म्हणून सातारकर छत्रपतींकडे थोडा प्रदेश राखून ब्रिटिशांनी सातारा राज्याची पुनर्स्थापना केली होती; पण कालौघात ब्रिटिशांना ही आपली चूक झाली असे वाटून ते राज्य म्हणजे मुंबई इलाख्यातील त्यांच्या राज्यास अडसर वाटू लागले. परिणामी, सातारच्या प्रतापसिंह छत्रपतींवर खोटे आरोप ठेवून त्यास त्यांनी सन 1839 मध्ये पदच्युत केले. त्यानंतर प्रतापसिंहाचा बंधू आप्पासाहेब सातारच्या गादीवर बसला; पण तो निपुत्रिक होता. सन 1848 मध्ये तो मरण पावला. मृत्यूपूर्वी त्याने दत्तक पुत्र घेतला होता; पण डलहौसीने हा वारस नामंजूर करून सातारा राज्य खालसा केले. वास्तविक 1819 साली झालेल्या करारानुसार ब्रिटिशांनी साताऱ्याचा दर्जा 'स्वतंत्र राज्य' म्हणून मान्य केला होता. असे असूनही ब्रिटिशांनी स्वार्थी हेतूने व राज्यलोभाने सातारा खालसा केल्याने मराठी लोकांची मने दुखावली गेली.

नागपूरचे राज्य खालसा : नागपूरवर तिसरा रघुजी राज्य करत होता. तो सन 1853 मध्ये निपुत्रिक मरण पावला. मृत्यूपूर्वी त्याने आपल्या नात्यातील यशवंतराव यास दत्तक घेण्याची योजना केली होती आणि ब्रिटिशांकडे तशी रीतसर परवानगीही मागितली होती; पण ब्रिटिशांनी परवानगी तर दिली नाहीच, उलट नागपूरच्या राजाने आपल्या मृत्यूनंतर वारसाची काहीच व्यवस्था न केल्याने कंपनी सरकारने त्याचे राज्य खालसा केले आहे असा कांगावाखोर पवित्रा घेतला. ब्रिटिशांनी भोसल्यांचे राज्य तर घेतलेच; पण राजवाड्यात घुसून राणी बाकाबाईस न जुमानता तेथे लुटालूट केली. हत्ती-घोडे पकडून त्यांचा जाहीर लिलाव केला. खजिन्यातील अनमोल रत्ने कलकत्त्यास पाठवून तेथे ती लिलावात लक्षावधी रुपयांस विकली. ब्रिटिशांनी राजवाड्यातील फर्निचरसुद्धा नेले. ब्रिटिशांच्या साम्राज्यवादाचे, डलहौसीच्या स्वार्थीपणाचे अत्यंत हिडीस दर्शन नागपूरच्या प्रजाजनांना झाले. स्वाभाविकच, त्या ठिकाणी ब्रिटिशांबद्दल कमालीचा संताप खदखदू लागला.

झाशीचे राज्य खालसा : नागपूरकरांवर जसा ब्रिटिशांनी अन्याय केला तसा झाशीच्या राणीवरही केला. पेशव्यांच्या सत्तेखाली असणारे झाशीचे राज्य पेशवाई संपल्यावर ब्रिटिश सत्तेखाली आले. या सुमारास गंगाधरराव हा झाशीचा राजा होता. त्याची राणी लक्ष्मीबाई ही मोठी हुशार व कर्तबगार स्त्री होती. गंगाधरराव निपुत्रिक असल्याने मृत्यूपूर्वी त्याने दत्तक पुत्र घेतला होता. सन 1853 मध्ये गंगाधरराव मृत्यू पावला. तेव्हा डलहौसीने त्याचा दत्तक वारस नामंजूर करून झाशीचे राज्य खालसा केले. राणी लक्ष्मीबाईस वार्षिक तनखा दिला गेला. या मानी स्त्रीस हा अवमान वाटून त्याचा बदला तिने पुढे ब्रिटिशांविरुद्धच्या उठावात घेतला.

सातारा, नागपूर, झाशी यांच्याप्रमाणेच दत्तक वारस नामंजूर हे सूत्र पुढे करून डलहौसीने राजस्थानमधील उदयपूर, ओरिसामधील संबळपूर इत्यादी अनेक राज्ये खालसा केली.

वऱ्हाड हस्तगत : वेलस्लीच्या काळात ब्रिटिशांनी निजामावर तैनाती फौजेची सक्ती केली होती. या फौजेचा खर्च निजामाने द्यायचा होता. सन 1853 मध्ये निजामाकडून या तैनाती फौजेच्या खर्चाची थकबाकी 46 लाख रु. येणे होती. ही संधी साधून डलहौसीने निजामाशी नवा करार केला आणि थकबाकीपोटी त्याने त्याच्यापासून वऱ्हाड हा अत्यंत सुपीक प्रांत हस्तगत केला. भारतातील सर्वांत उत्तम प्रतीचा कापूस उत्पादन करणारा हा प्रदेश होता.

अयोध्येचे राज्य खालसा : वेलस्लीने अयोध्येच्या नवाबाच्या गळ्यातही तैनाती फौजेचे लोढणे अडकवले होते आणि त्या फौजेच्या खर्चासाठी म्हणून त्याचे निम्मे राज्यच ताब्यात घेतले होते. इतके होऊनही नवाब ब्रिटिशांशी एकनिष्ठ राहून वेळोवेळी त्यांच्या द्रव्याच्या मागण्या पूर्ण करीत होता. सन 1837 च्या एका कराराने राज्यात जर अव्यवस्था निर्माण झाली तर कारभार हाती घेण्याचा हक्क ब्रिटिशांनी निर्माण केला. पुढे नवाबाच्या राज्यात अव्यवस्था व गोंधळ वाढतच गेला. सन 1847 मध्ये वजीद अली शहा हा तरुण नवाब गादीवर बसला. नाचगाणे, चैन व विलास यांच्यात गुंतून राहिल्याने नव्या नवाबाच्या कारकिर्दीत राज्यकारभार रसातळाला पोहोचला. सर्वत्र भ्रष्टाचार व रयतेवरील अत्याचार यांनी परिसीमा गाठली. या अनावस्थेस नवाब जेवढा जबाबदार होता तेवढेच ब्रिटिश जबाबदार होते. कारण नवाबावर अंतिम सत्ता त्यांची होती व त्यांनी मनात आणले असते तर कारभाराची सूत्रे हाती घेऊन राज्याची व्यवस्था त्यांना लावता आली असती; पण ब्रिटिशांना अयोध्येचा कारभार हाती घ्यायचा नव्हता; त्यांना ते राज्यच खालसा करायचे होते. या त्यांच्या उद्दिष्टाप्रमाणे त्यांनी अव्यवस्थेचे निमित्त पुढे करून अयोध्येचे राज्य खालसा करून टाकले. पदच्युत नवाबास कलकत्त्यास धाडले गेले. अयोध्येचे राज्य खालसा केले नसते तर आपण परमेश्वराचे व जनतेचे अपराधी ठरलो असतो, असे डलहौसीने या वेळी उद्‌गार काढले. साम्राज्यवाद्यांचा हा केवढा दर्प ! डलहौसीच्या या अन्यायी धोरणामुळे अयोध्या राज्यातील प्रजा, विशेषतः मुस्लीम प्रजा मोठ्या प्रमाणावर दुखावली गेली.

पदव्या व तनखे रद्द : ब्रिटिशांनी काही राज्ये यापूर्वीच खालसा केली होती आणि त्यांच्या वारसांना तनख्यांवर बसविले होते. काहींच्या पूर्वीच्या पदव्या तशाच चालू ठेवल्या होत्या. आता डलहौसीच्या साम्राज्यवादी धोरणाची संक्रांत या वारसदारांवर आली. उदाहरणार्थ, पेशवाई नष्ट केल्यावर ब्रिटिशांनी दुसऱ्या बाजीराव पेशव्यास सालाना आठ लक्ष रु. (तनखा) देऊन ब्रह्मावर्तास ठेवले होते. सन 1852 मध्ये बाजीराव मरण पावला. तत्पूर्वी त्याने धोंडोपंत ऊर्फ नानासाहेब यास दत्तक घेतले होते; पण ब्रिटिशांनी बाजीरावानंतर नानासाहेबास तनखा देण्याचे नाकारले. बाजीराव हयात असेपर्यंत हा तनखा होता असे त्यांनी कारण दाखविले.

पेशव्यांप्रमाणेच कर्नाटकातील नवाबाचे राज्यही यापूर्वीच ब्रिटिशांनी गिळंकृत केले होते. सन 1855 मध्ये कर्नाटकचा नवाब निपुत्रिक मरण पावला. त्याचे राज्य यापूर्वीच गेले होते. तो नवाब या पदवीचा व वार्षिक तनख्याचाच मालक होता; पण आता त्याच्या वारसदारास ब्रिटिशांनी पदवी व तनखा या दोन्ही बाबी नाकारल्या. अशीच गोष्ट तंजावरच्या राजाबद्दल घडून आली. तोही याच साली निपुत्रिक मृत्यू पावला. त्याचे राज्य गेले तरी त्याला छोटी जहागीर होती. तनखाही मिळत होता. ब्रिटिशांनी ही जहागीर जप्त करून तनखा रद्द केला. ब्रिटिशांच्या तडाख्यातून मुघल बादशाह बहादूरशाह हाही सुटला नाही. तो मेल्यावर त्याच्या वारसदारांना दिल्लीच्या राजवाड्यात राहता येणार नाही असे त्यांनी जाहीर केले.

जहागिऱ्या व इनामे जप्त : काही राजांची राज्ये खालसा झाली. काहींचे तनखे रद्द झाले. तेव्हा राजेरजवाडे यांच्या आश्रयाखाली असणारे जहागीरदार व वतनदार हे डलहौसीच्या तडाख्यातून सुटणे शक्य नव्हते. त्याने या राज्यातील

हजारो सरंजामदार व इनामदार लोकांच्या पदव्या, जहागिऱ्या व इनामे खालसा केली. एकट्या मुंबई इलाख्यात पन्नास हजार इनामदारांची इनामे या ना त्या कारणांनी बरखास्त केली गेली. अयोध्येच्या राज्यात शेकडो सरंजामदार होते. त्यांना त्या वेळी 'तालुकेदार' असे म्हणत. अशा तालुकेदारांची इनामे व सरंजाम सरकारजमा करण्यात आले.

अशा प्रकारे लॉर्ड डलहौसीच्या साम्राज्यवादी वरवंट्याखाली भारतातील राजेरजवाडे आणि त्यांच्या आश्रयाखाली असणारा सरंजामदारांचा मोठा वर्ग भरडला गेला. ब्रिटिश साम्राज्यवाद्यांची लष्करी शक्तीच एवढी जबरदस्त होती की हे सर्व होत असताना त्यांना फारसा प्रतिकार झाला नाही; पण त्यातून एक प्रकारचा प्रचंड असंतोष भारतीय समाजात निर्माण झाला. याचा स्फोट केव्हा ना केव्हा तरी होणारच होता. त्यासाठी त्याला सन 1857 च्या कंपनी सरकारच्या सैन्यातील बंडाचे निमित्त मिळाले आणि मग हां-हां म्हणता त्याचे रूपांतर भारतीयांच्या सार्वत्रिक उठावात झाले, तो वृत्तान्त आपण पुढे पाहणार आहोत. तत्पूर्वी कंपनी सरकारच्या प्रशासन यंत्रणेची माहिती घेणार आहोत.

4

ईस्ट इंडिया कंपनी : प्रशासन
(सन 1757 ते 1857)

4.1 **ईस्ट इंडिया कंपनीची प्रशासन यंत्रणा**

- ईस्ट इंडिया कंपनीची ब्रिटनमधील प्रशासन यंत्रणा
- ईस्ट इंडिया कंपनीची भारतामधील प्रशासन यंत्रणा

4.2 **कंपनीचे प्रशासन आणि पार्लमेंटचे कायदे**

4.3 **कंपनी सरकारची भारतामधील मुलकी सेवेची यंत्रणा**

4.4 **कंपनी सरकारची भारतातील न्यायदान यंत्रणा**

(4.1)

भारताशी व्यापार करू इच्छिणाऱ्या काही धाडसी ब्रिटिश व्यापाऱ्यांनी सन 1599 मध्ये 'ईस्ट इंडिया कंपनी'ची स्थापना केली आणि या कंपनीस भारत व पूर्वेकडील अन्य देशांशी व्यापार करण्यास परवानगी देणारी सनद ब्रिटनच्या एलिझाबेथ या राणीने सन 1600 मध्ये दिली. प्रारंभी कंपनीचे व्यापारी गटागटाने भारताशी व्यापार करत आणि होणारा फायदा आपापसात वाटून घेत. कालौघात कंपनीची घटना क्रमाक्रमाने उत्क्रांत होत गेली. क्रॉमवेलच्या कारकिर्दीत कंपनीस जॉईंट स्टॉक कंपनीचे स्वरूप प्राप्त झाले (सन 1657). पुढे ब्रिटनचा राजा तिसरा विल्यम याने सन 1698 मध्ये कंपनीस जी एक सनद दिली तिच्यामुळे कंपनीचे हक्क व अधिकार स्पष्ट झाले. सन 1757 पर्यंत म्हणजे प्लासीच्या लढाईपर्यंत कंपनीचे स्वरूप व्यापार करणारी कंपनी असेच राहिले; पण सन 1757 नंतर मात्र तिचे रूपांतर भारतामध्ये राज्य करणाऱ्या 'कंपनी सरकार' मध्ये झाले. सन 1858 च्या ब्रिटनच्या व्हिक्टोरिया राणीच्या जाहीरनाम्यापर्यंत हे कंपनी सरकार अस्तित्वात राहिले. जाहीरनाम्याने ते बरखास्त होऊन भारतावर प्रत्यक्ष राणीचा म्हणजे पार्लमेंटचा कारभार सुरू झाला.

4.1 ईस्ट इंडिया कंपनीची प्रशासन यंत्रणा

▣ ईस्ट इंडिया कंपनीची ब्रिटनमधील प्रशासन यंत्रणा

ईस्ट इंडिया कंपनी ही भागधारकांच्या (Shareholders) मालकीची होती. या भागधारकांच्या मंडळास 'कोर्ट ऑफ प्रोप्रायटर्स' असे म्हणत. हे मंडळ म्हणजे कंपनीच्या कारभाराचे उगमस्थान होते. भागधारकांच्या या मंडळींकडून कंपनीच्या कारभारावर नियंत्रण ठेवण्यासाठी व देखरेख करण्यासाठी 'कोर्ट ऑफ डायरेक्टर्स' नावाचे दुसरे मंडळ असे. कोर्ट ऑफ डायरेक्टर्सचा (संचालक मंडळ) चेअरमन (अध्यक्ष) हा कोर्ट ऑफ प्रोप्रायटर्स या मंडळाचा पदसिद्ध चेअरमन असे.

'कोर्ट ऑफ डायरेक्टर्स'च्या सदस्यांची संख्या चोवीस असे आणि दरवर्षी कोर्ट ऑफ प्रोप्रायटर्सकडून त्यांच्याच सदस्यांमधून म्हणजे भागधारकांतून निवडले जात. कोर्ट ऑफ डायरेक्टर्स हे कंपनीचे एक प्रकारचे कार्यकारी मंडळच होते. कोर्ट ऑफ प्रोप्रायटर्स यांनी घालून दिलेले नियम, कायदे, आदेश, मार्गदर्शन यानुसारच 'कोर्ट ऑफ डायरेक्टर्स' हे कंपनीचा कारभार करत असत. अर्थात कंपनीचे नियम, कायदे वगैरे बाबी पार्लमेंटने कंपनीसाठी केलेल्या कायद्यांवर आधारित होत्या हे लक्षात ठेवले पाहिजे. याचा अर्थ, ब्रिटनच्या पार्लमेंटचा या कंपनीवर पूर्ण अधिकार चालत होता.

भारतातील कंपनीच्या अधिकाऱ्यांच्या नेमणुका, त्यांचे पगार इत्यादी बाबी कोर्ट ऑफ डायरेक्टर्स ठरवित असे; तसेच या अधिकाऱ्यांनी कोणत्या सूत्रानुसार कारभार करायचा हेही ते ठरवित असत. त्यांना बढत्या देणे किंवा शिक्षा करण्याचा अधिकारही या मंडळास असे.

कोर्ट ऑफ डायरेक्टर्स आपल्या अखत्यारीत कंपनीच्या कारभारासाठी अनेक कमिट्या स्थापन करत असे. त्यापैकी 'सिक्रेट कमिटी ऑफ कोर्ट' ही महत्त्वाची कमिटी असे. डायरेक्टरांना त्यांच्या कारभारात साहाय्य करण्यासाठी ती कमिटी नेमली जात असे.

▣ ईस्ट इंडिया कंपनीची भारतामधील प्रशासन यंत्रणा

कंपनीने भारतात कलकत्ता, मद्रास व मुंबई अशा तीन ठिकाणी आपली प्रमुख व्यापारी केंद्रे स्थापन केली होती. या केंद्रांना प्रारंभी 'सेटलमेंट्स' असे म्हटले जात असे. नंतर त्यांना 'प्रेसिडेन्सीज' असे म्हटले जाई. मराठी भाषेत आपण त्यांना 'इलाखे' असे म्हणू लागलो. (उदाहरणार्थ, मुंबई इलाखा, मद्रास इलाखा इत्यादी.) या प्रेसिडेन्सीच्या आधिपत्याखाली इतर अनेक उपकेंद्रे येत असत, त्यांना 'फॅक्टरी' असे म्हणत. आपण या फॅक्टरींना 'वखारी' असे म्हणत असू.

प्रत्येक प्रेसिडेन्सीवर एक प्रेसिडेंट कोर्ट ऑफ डायरेक्टरांकडून नेमले जाई. प्रेसिडेंट आणि त्याला मदत करण्यासाठी एका कौन्सिललाच 'गव्हर्नर' असे म्हटले जाई. या तीन प्रेसिडेन्सी एकमेकांशी सहकार्याने व संगनमताने वागत असत. तथापि, घटनात्मकदृष्ट्या त्या स्वतंत्र असून त्या कोर्ट ऑफ डायरेक्टरांना जबाबदार असत.

प्रेसिडेन्सीमध्ये गव्हर्नरला कंपनीच्या कारभाराचे सर्वश्रेष्ठ मुलकी आणि लष्करी अधिकारी असत. प्रसंगी कौन्सिलचे बहुमत बाजूला ठेवून निर्णय घेण्याचे त्याला अधिकार असत. पुढे कलकत्त्याच्या गव्हर्नरास 'गव्हर्नर जनरल' असे पद मिळून त्याचा अधिकार मद्रास व मुंबईच्या गव्हर्नरांवर चालू झाला. एवढेच नव्हे, तर कंपनी सरकारच्या लष्कराचा सरसेनापती नियुक्त करण्याचे अधिकारही त्याला प्राप्त झाले.

भारतातील राज्यांशी पत्रव्यवहार करण्याचे व त्यांच्या संदर्भात निर्णय घेण्याचे, एवढेच नव्हे, तर तह रद्द करण्याचे अधिकार प्रेसिडेन्सीच्या गव्हर्नरकडे असत; पण त्याचा एखादा निर्णय कलकत्त्याच्या गव्हर्नर जनरलला आवडला नाही तर तो नाकारण्याचा अधिकारही त्यास असे. पहिल्या ब्रिटिश-मराठा युद्धात मुंबईच्या गव्हर्नरने राघोबाशी केलेला 'सुरतेचा तह' आणि मराठ्यांशी सुरू केलेले युद्ध या गोष्टी अमान्य करून कलकत्त्याचा गव्हर्नर जनरल वॉरन हेस्टिंग्जने आपला खास वकील पुणे दरबाराशी मैत्रीचा तह करण्यास धाडला होता (सन 1776).

गव्हर्नरला कारभारात मदत करण्यासाठी नऊ ते बारा सदस्यांचे एक 'कौन्सिल' ब्रिटनमधील कोर्ट ऑफ डायरेक्टरांकडून नियुक्त केले जाई. तथापि, या कौन्सिलमधील जागा रिकामी झाली तर त्यावर गव्हर्नर आणि मंडळाचे सदस्य कंपनीतीलच एखाद्या वरिष्ठ अधिकाऱ्याची नेमणूक करीत असत. अर्थात, अशा नेमणुकीला कोर्ट ऑफ डायरेक्टरांची संमती नंतर घेतली जात असे.

कौन्सिलशिवाय प्रत्येक प्रेसिडेन्सीत एक 'सिलेक्ट कमिटी' नेमली जाई. या कमिटीत गव्हर्नर हा मुख्य असे. इतर सदस्य (तीन ते सहा) कोर्ट ऑफ डायरेक्टर यांच्याकडून नेमले जात. या कमिटीवर एखाद्याची हंगामी नियुक्ती करण्याचा अधिकार गव्हर्नरला असे.

प्रेसिडेन्सीमधील कंपनीच्या कारभारावर सर्वसाधारण देखरेख करण्याचे, त्यासंबंधी निर्णय घेण्याचे आणि चांगल्या प्रशासनासाठी योग्य असे नियम तयार करण्याचे अधिकार कौन्सिलला असत.

4.2 कंपनीचे प्रशासन आणि पार्लमेंटचे कायदे

भारतामध्ये कंपनीच्या राज्यकारभारावर नियंत्रण ठेवणारा पहिला कायदा ब्रिटिश पार्लमेंटने सन 1773 मध्ये मंजूर केला. तो 'रेग्युलेटिंग ॲक्ट' या नावाने इतिहासात प्रसिद्ध आहे.

▣ रेग्युलेटिंग ॲक्ट

कायद्याची महत्त्वाची कलमे अशी :

(1) या कायद्यान्वये ब्रिटिश सरकारने कंपनीच्या कारभारावर गव्हर्नर जनरलची नेमणूक केली. कलकत्त्याच्या गव्हर्नरास 'गव्हर्नर जनरल' असा किताब देऊन त्याचा अधिकार मुंबई व मद्रास येथील गव्हर्नरांवर चालावा असे ठरविले गेले.

(2) गव्हर्नर जनरलला कारभारात साहाय्य करण्यासाठी एक कौन्सिल नेमले गेले. त्याचा कारभार कौन्सिलच्या बहुमताने चालावा असे ठरले.

(3) कलकत्त्यास एक सुप्रीम कोर्ट स्थापन केले गेले. त्याच्या न्यायाधीशाची नेमणूक ब्रिटिश सरकार करणार होते. गव्हर्नर जनरल आणि कौन्सिल यांनी पास केलेल्या कायद्यास या सुप्रीम कोर्टाची संमती आवश्यक होती.

या कायद्यान्वये कंपनीच्या भारतातील कारभारावर एकाच अधिकाऱ्याचे म्हणजे गव्हर्नर जनरलचे नियंत्रण स्थापन केले आणि अशा प्रकारे कंपनीच्या कारभारात सुसूत्रता आणली (वॉरन हेस्टिंग्ज हा पहिला गव्हर्नर जनरल बनला.). मुंबई व मद्रास येथील गव्हर्नरांचे युद्ध अथवा स्वतंत्ररीत्या करारमदार करण्याचे अधिकार काढून घेतले गेले. या ॲक्टचे दुसरे महत्त्व म्हणजे त्याने गव्हर्नर जनरल, त्याचे कौन्सिल व सुप्रीम कोर्ट असे तीन घटक निर्माण करून भारताच्या भावी कारभारातील कार्यकारी मंडळ, कायदेमंडळ व न्यायसंस्था हे मूलभूत घटक स्थापन केले. शेवटी, कंपनीचा राज्यकारभार कसा असावा हे ठरविण्याचा अधिकार ब्रिटिश सरकारला आहे हे कायद्याने स्पष्ट केले.

तथापि, रेग्युलेटिंग ॲक्टमध्ये काही दोषही होते. गव्हर्नर जनरलने आपल्या कौन्सिलच्या बहुमतानेच कारभार करायचा असल्याने व या वेळी असलेल्या वॉरन हेस्टिंग्जच्या विरोधात कौन्सिलचे बहुमत असल्याने त्याच्यासमोर अनेक अडचणी उत्पन्न झाल्या. गव्हर्नर जनरलच्या हाती निर्णायक अधिकार राहिला नव्हता. गव्हर्नर जनरल आणि कौन्सिल यांनी मंजूर केलेल्या कायद्यांना सुप्रीम कोर्टाची संमती आवश्यक केल्याने अशाच प्रकारची अडचण उत्पन्न झाली. शिवाय सुप्रीम कोर्टाने कोणत्या कायद्यानुसार (ब्रिटिश, हिंदू की मुस्लीम ?) न्यायदान करायचे यावर हा कायदा संदिग्ध होता. पुढे सन 1781 मध्ये ब्रिटिश पार्लमेंटने एक दुरुस्ती कायदा मंजूर करून गव्हर्नर जनरल आणि कौन्सिल यांनी मंजूर केलेल्या कायद्यास सुप्रीम कोर्टाच्या संमतीची घातलेली अट काढून टाकली.

▣ सन 1784 चा पिट्स इंडिया ॲक्ट

हा कायदा इंग्लंडचा पंतप्रधान पिट (धाकटा) याच्या कारकिर्दीत पार्लमेंटने मंजूर केला. त्याची महत्त्वाची कलमे अशी :

(1) कंपनीच्या कोर्ट ऑफ डायरेक्टर्सवर अधिकार चालविणारे ब्रिटिश सरकारचे एक वरिष्ठ मंडळ निर्माण केले गेले, त्यास 'बोर्ड ऑफ कंट्रोल' असे म्हणत. या मंडळात ब्रिटनचा अर्थमंत्री आणि सेक्रेटरी ऑफ स्टेट अशा दोन मंत्र्यांचा समावेश करण्यात आला. कंपनीच्या भारतामधील राज्यकारभारावर 'देखरेख, मार्गदर्शन व नियंत्रण' करण्याचे अधिकार या मंडळास दिले गेले. सर्वसाधारणपणे कोर्ट ऑफ डायरेक्टर्समार्फत हे मंडळ गव्हर्नर जनरलशी पत्रव्यवहार करीत असे; पण कोर्ट ऑफ डायरेक्टर्सना न कळविताही हे मंडळ आपल्या आज्ञा भारतात पाठवू शके.

(2) या कायद्यान्वये गव्हर्नर जनरलच्या कौन्सिलची सभासद-संख्या तीन करण्यात आली. भारतातील राज्यकारभाराचे चांगले ज्ञान ही अशा सभासदाच्या नेमणुकीची पात्रता ठरली.

(3) तसेच या कायद्याने मुंबई व मद्रास येथील गव्हर्नरांवरील गव्हर्नर जनरलचे अधिकार अधिक परिणामकारक व निर्णायक केले गेले.

(4) मुंबई व मद्रास या प्रांतांच्या गव्हर्नरांच्या कौन्सिलची सभासद-संख्या तीन करून त्यापैकी एक जण लष्कराचा सेनापती असावा असे ठरले.

आतापर्यंत कंपनीच्या कारभारावर ब्रिटिश सरकारचे अप्रत्यक्ष व जुजबी नियंत्रण होते. या कायद्याने मात्र बोर्ड ऑफ कंट्रोलच्या निर्मितीने हे नियंत्रण प्रत्यक्ष व परिणामकारक बनले. आणखी असे की, या कायद्याने ब्रिटिश सत्तेच्या भारतामधील प्रशासनाची जी घटना निर्माण झाली ती थोड्याबहुत फरकाने 1858 सालापर्यंत म्हणजे कंपनी सरकारचा अंमल नष्ट होईपर्यंत अस्तित्वात राहिली. ही प्रशासन पद्धती 'द्विसरकार पद्धती' (System of Duel Government) म्हणून प्रसिद्ध आहे.

▣ सन 1793 चा सनदी कायदा

रेग्युलेटिंग ॲक्ट मंजूर झाला त्याच वेळी असे ठरले होते की, दर वीस वर्षांनी कंपनीच्या कारभाराची फेरतपासणी होऊन कंपनीस भारतामधील व्यापारी मक्तेदाराची व राज्यकारभाराची नवी सनद दिली जावी. त्यानुसार सन 1793 मध्ये पार्लमेंटमध्ये सनदी कायदा मंजूर झाला. या कायद्यान्वये -

(1) भारतामधील कंपनी सरकारच्या कोणत्याही अधिकाऱ्यास परत बोलाविण्याचा अधिकार ब्रिटिश सरकारला मिळाला.

(2) गव्हर्नर जनरलला आपल्या कौन्सिलच्या बहुमताच्या निर्णयाविरुद्धही कंपनीच्या हितासाठी निर्णय घेता येईल असा अधिकार मिळाला.

(3) अशा प्रकारचा निर्णायक अधिकार प्रांतामधील गव्हर्नरांना आपल्या कौन्सिलच्या संदर्भातही प्राप्त झाला.

▣ सन 1813 चा सनदी कायदा

या कायद्यान्वये कंपनीची भारतामधील व्यापारी मक्तेदारी नष्ट करण्यात आली. याचा अर्थ, भारतातील व्यापार सर्व ब्रिटिश नागरिकांसाठी खुला केला गेला. (फक्त भारतामधील चहाच्या व्यापाराची मक्तेदारी कंपनीकडे राहिली.) या कायद्याचे एक महत्त्वाचे कलम असे होते की, कंपनी सरकारने दरवर्षी भारतातील प्रजाजनांच्या शिक्षणव्यवस्थेसाठी एक लाख रुपये खर्च करावेत.

▣ सन 1833 चा सनदी कायदा

हा कायदा मंजूर होण्याच्या प्रसंगी ब्रिटनमधील वातावरण उदारमतवाद व सुधारणावाद यांनी भारावून गेले होते. या कायद्यान्वये -

(1) ब्रिटिश सरकारने कंपनीला भारतामधील आपला सर्व व्यापारी व्यवहारच बंद करण्यास फर्माविले. त्यामुळे कंपनीचे व्यापारी स्वरूप अंतर्धान पावून ती आता एक राजकीय सत्ता म्हणूनच अस्तित्वात राहणार होती.

(2) भारतीय लोकांच्या दृष्टीने या कायद्यात एक महत्त्वाचे कलम होते. त्यानुसार भारतीय लोकांना कोणताही भेदभाव न करता कंपनीच्या प्रशासनात कोणत्याही स्थानाच्या नोकऱ्या दिल्या जाणार होत्या.

(3) दुसऱ्या एका कलमाने गव्हर्नर जनरलच्या कौन्सिलवर एक कायदा सभासदाची (Law Member) नेमणूक झाली. हा सभासद कायदेपंडित असावा व त्याने कौन्सिलला कायदेविषयक सल्ला द्यावा असे ठरले.

(4) या कायद्याने गव्हर्नर जनरल व त्याचे कौन्सिल यांना मुंबई व मद्रास या प्रांतांसाठी कायदे करण्याचा अधिकार मिळाला. त्याचप्रमाणे प्रांताच्या प्रशासकीय खर्चासही गव्हर्नर जनरलची अनुमती आवश्यक मानली गेली.

(5) याच वेळी प्रांतामधील गव्हर्नर व त्याचे कौन्सिल यांचा प्रांतासाठी स्वतंत्ररीत्या कायदे करण्याचा अधिकार काढून घेतला गेला. अशा प्रकारे या कायद्याने कंपनीच्या राज्यातील केंद्रीय सरकार बळकट व सामर्थ्यशाली बनले. कायदा करण्याच्या क्षेत्रात गव्हर्नर जनरल ही भारतामधील अंतिम व सर्वश्रेष्ठ सत्ता मानली गेली. ही गोष्ट पुढे प्रशासनात सुसूत्रता आणण्याच्या कामी साहाय्यभूत झाली.

▣ सन 1853 चा सनदी कायदा

ब्रिटिश पार्लमेंटने हा कायदा मंजूर करतेवेळी ब्रिटनमध्ये कंपनीच्या भारतातील कारभाराविषयी मोठा असंतोष व्यक्त करण्यात येत होता. परिणामी -

(1) या कायद्याने 'पार्लमेंटने कंपनीकडून भारतामधील राज्यकारभार काढून घेईपर्यंत तो कंपनीने ब्रिटनच्या राणीच्या वतीने पाहावा' असे जाहीर केले गेले. याचा अर्थ, आता कंपनीचे भारतामधील सरकार काही काळच अस्तित्वात राहणार होते. (पुढे 1857 च्या बंडाचे निमित्त करून ब्रिटिश सरकारने 1858 साली कंपनीचे सरकार बरखास्त केले.)

(2) या कायद्यान्वये गव्हर्नर जनरलच्या कौन्सिलमधील कायदा सभासदास कौन्सिलच्या सर्व बैठकींना हजर राहून मतदान करण्याचा अधिकार मिळाला.

(3) तसेच कौन्सिलच्या सभासदांची संख्या बारा करण्यात आली.

(4) मुंबई, मद्रास, बंगाल व आग्रा या प्रांतांचा प्रत्येकी एक प्रतिनिधी कौन्सिलवर सभासद म्हणून घेतला गेला.

(5) बंगाल प्रांतासाठी स्वतंत्र गव्हर्नर नेमला जाऊ लागला.

घटनात्मकदृष्ट्या या कायद्याचे वैशिष्ट्य असे की, त्याने केंद्रीय सरकारच्या कौन्सिलची सभासद-संख्या वाढवून 'कायदेमंडळाची' निर्मिती केली. गव्हर्नर जनरल व त्याच्या पूर्वीच्या कौन्सिलचे चार सभासद हे 'कार्यकारी मंडळ' बनले; तर या कायद्याने जे आठ जादा सभासद नेमले गेले त्यामुळे नव्या कौन्सिलला 'कायदेमंडळाचे' स्वरूप आले. या नव्या कायदेमंडळाच्या सभासदांस कायदे करण्याचेच नव्हे तर कार्यकारी मंडळास प्रश्न व उपप्रश्न विचारणे, ठराव आणणे इत्यादी महत्त्वाचे अधिकार मिळाले.

अशा प्रकारे ईस्ट इंडिया कंपनीच्या ब्रिटन तसेच भारतामधील कारभाराची यंत्रणा होती. ब्रिटनमधील ब्रिटिश सरकार बोर्ड ऑफ कंट्रोलमार्फत कंपनीच्या भारतामधील कारभारावर नियंत्रण ठेवीत असे. तात्त्विकदृष्ट्या हे ठीक होते; पण प्रत्यक्ष भारतावर अंमल चालू होता ब्रिटिश नोकरशाहीचा. ही नोकरशाहीच खऱ्या अर्थाने भारतावर राज्य करीत होती. तेव्हा तिचे स्वरूप कसे होते ते आता आपण पाहणार आहोत.

4.3 कंपनी सरकारची भारतामधील मुलकी सेवेची यंत्रणा

मुळात ईस्ट इंडिया कंपनी ही एक व्यापार-व्यवहार करणारी कंपनी होती. तेव्हा त्यासाठी जे कारकून (Writers) किंवा अधिकारी लागत त्यांची नेमणूक कंपनीकडून केली जाई आणि त्यांच्याकडून कंपनीचा कारभार केला जाई. पुढे कंपनीस बंगालची दिवाणी प्राप्त झाल्यावर राज्यकारभाराचीही जबाबदारी आली. तेव्हा मोठ्या प्रमाणावर भारतीय लोकांचे साहाय्य मुलकी कारभारासाठी कंपनी घेऊ लागली; पण कंपनी जसजशी मोठी प्रादेशिक सत्ता म्हणून उदय पावू लागली तसतसे जुन्या प्रशासन यंत्रणेतील दोष अधिक उघड होऊ लागले. कंपनीच्या प्रशासन यंत्रणेमधील खाजगी व्यापार व भ्रष्टाचार यांना लॉर्ड क्लाईव्ह व वॉरन हेस्टिंग्ज यांनी आळा घालण्याचा थोडाफार प्रयत्न केला; पण त्यात ते फारसे यशस्वी झाले नाहीत.

▣ लॉर्ड कॉर्नवॉलिसने केलेल्या सुधारणा

सन 1786 मध्ये लॉर्ड कॉर्नवॉलिस भारतात गव्हर्नर जनरल म्हणून रुजू झाला. कंपनीचा कारभार पारदर्शक व कार्यक्षम होण्यासाठी त्याने मुलकी सेवेच्या यंत्रणेत महत्त्वपूर्ण सुधारणा केल्या. त्याने कंपनीच्या सेवकांना खाजगी व्यापार करण्याची पूर्ण मनाई केली. भ्रष्टाचारास कडक कारवाईने निपटून काढले. त्याचबरोबर कंपनीच्या सेवकांचा पगारही त्याने वाढविला. उदाहरणार्थ, जिल्ह्याच्या कलेक्टरचा पगार त्याने दर महिना रु. 1,500 इतका वाढविला. शिवाय गोळा होणाऱ्या महसुलाच्या एक टक्का रक्कम त्यास मिळत असे ती वेगळी. प्रशासनामधील मुलकी सेवकांच्या बढत्याही सेवाज्येष्ठतेप्रमाणे होतील असा दंडक अमलात आणला.

तथापि, कॉर्नवॉलिसने कंपनीच्या प्रशासनामधील सर्व वरिष्ठ अधिकाराच्या जागा ब्रिटिश अथवा युरोपियन लोकांसाठीच राखून ठेवल्या. त्याच्या दृष्टिकोनातून कोणीही भारतीय माणूस अशा वरिष्ठ जागेसाठी लायक बनू शकत नव्हता. अर्थात, खालच्या दर्जाच्या नोकऱ्यांवर भारतीय लोकांना घेतले जात होते.

▣ कंपनीच्या अधिकाऱ्यांचे प्रशिक्षण

लॉर्ड वेलस्ली हा एक कर्तबगार व कार्यक्षम गव्हर्नर जनरल होता. त्याने आपल्या कारकिर्दीत ब्रिटिश अधिकाऱ्यांच्या प्रशिक्षणासाठी 'कॉलेज ऑफ फोर्ट विल्यम' नावाची संस्था स्थापन केली. कंपनीच्या वरिष्ठ जागेवर नेमणूक होण्यापूर्वी ब्रिटिश तरुणांना या कॉलेजमध्ये तीन वर्षांचा अभ्यासक्रम पूर्ण करावा लागत असे. भारतीय भाषा, इतिहास व कायदे हे अभ्यासाचे मुख्य विषय असत. तथापि, कंपनीच्या डायरेक्टरांनी वेलस्लीची ही योजना मान्य केली नाही. म्हणून ते कॉलेज पुढे बंद करावे लागले; पण डायरेक्टरांना वेलस्लीच्या प्रशिक्षणाच्या कल्पनेचे महत्त्व पटलेले होते. म्हणून त्यांनी ब्रिटनमध्ये हेलिबरी येथे अधिकाऱ्यांच्या प्रशिक्षणासाठी एक कॉलेज स्थापन केले (सन 1806). सन 1813 च्या कायद्याने भारतामधील कंपनीच्या सेवेतील 'रायटर' (Writer) या जागेसाठी कोणत्याही ब्रिटिश मनुष्यास हेलिबरी कॉलेजमध्ये चार सत्रे (Terms) पूर्ण करण्याचे बंधन घालण्यात आले.

▣ खुल्या स्पर्धेतून नोकरभरती

सन 1853 च्या कायद्याने कंपनीच्या मुलकी सेवेबद्दल कंपनीच्या डायरेक्टरांना व बोर्ड ऑफ कंट्रोलला असणाऱ्या खास अधिकाराची समाप्ती करण्यात आली आणि कंपनीच्या अधिकाराच्या जागा खुल्या स्पर्धेने भरण्याचे धोरण जाहीर झाले व त्याप्रमाणे त्याची अंमलबजावणी सुरू झाली. ब्रिटनमधील उच्च शिक्षण घेतलेल्या तरुणांचे उत्कृष्ट ज्ञान व बुद्धी भारतामधील मुलकी सेवा प्रशासनास उपलब्ध व्हावी हा त्यामागे हेतू होता. त्यामुळे ब्रिटनमधील बुद्धिमान व कर्तबगार व्यक्ती भारतातील मुलकी सेवेसाठी मिळू लागल्या.

▣ वरिष्ठ अधिकाराच्या जागा आरक्षित

कंपनीच्या मुलकी प्रशासन सेवेचे एक महत्त्वाचे वैशिष्ट्य म्हणजे अगदी लॉर्ड कॉर्नवॉलिसच्या काळापासून या सेवेमधील वरिष्ठ अधिकाराच्या जागा फक्त युरोपियनांसाठीच राखून ठेवल्या गेल्या होत्या. सन 1793 मध्ये असा कायदाच केला की, पाचशे पौंडांपेक्षा जास्त वार्षिक पगार असणाऱ्या सर्व जागा युरोपियनांसाठीच राखून ठेवल्या जाव्यात. फक्त मुलकी सेवेपुरतेच हे धोरण होते असे नाही तर प्रशासनातील सैन्य, पोलीस, न्यायमंडळ, अभियांत्रिकी खाते इत्यादी क्षेत्रांतही हाच दंडक घातला गेला होता आणि त्याची अंमलबजावणी कसोशीने केली जात असे.

याचे पहिले कारण म्हणजे ब्रिटिश राज्यकर्त्यांना असे वाटत होते की, ब्रिटिशांच्या प्रशासनाच्या कल्पना ब्रिटिशच अधिक कार्यक्षमतेने राबवू शकतात. ब्रिटिश लोक भारतीय लोकांना व त्यांच्या संस्कृतीला मागासलेले व रानटी समजत होते. अशा परिस्थितीत या जागा अधिकाराच्या व मानाच्या असल्याने अशा मागासलेल्या लोकांना त्या देणे ब्रिटिशांना उचित वाटत नव्हते; पण त्याहून महत्त्वाचे आणि खरे कारण असे होते की, त्यांना साम्राज्याच्या हितासाठी वरिष्ठ जागा भारतीय लोकांना देणे धोक्याचे वाटत होते. ब्रिटिश साम्राज्याच्या स्थैर्यासाठी व सुरक्षिततेसाठी वरिष्ठ जागा राज्यकर्त्या समाजाच्या हाती असणे आवश्यक आहे अशी त्यांची विचारप्रणाली होती. या विचारप्रणालीस पुढे भारतात जागृत झालेल्या सुशिक्षित वर्गाने राष्ट्रसभेच्या व्यासपीठावरून मोठा विरोध केलेला दिसतो.

4.4 कंपनी सरकारची भारतातील न्यायदान यंत्रणा

न्यायदान यंत्रणा ही कंपनी सरकारच्या प्रशासन व्यवस्थेचे एक प्रमुख अंग होते. या संदर्भात कंपनी सरकारने अनेक प्रयोग केलेले दिसतात. कंपनीस जेव्हा बंगालची दिवाणी मिळाली तेव्हा ती खऱ्या अर्थाने राज्यकर्ती बनू लागली होती. दिवाणी हक्कांमुळे स्वाभाविकच तिच्यावर महसूल व मुलकी बाबींचा न्यायनिवाडा करण्याची जबाबदारी येऊन पडली; पण

कंपनीजवळ तशी यंत्रणा नसल्याने ती जबाबदारी स्वीकारली नाही. परिणामी, प्रशासनाच्या क्षेत्रात अभूतपूर्व असा गोंधळ निर्माण झाला.

दिवाणी व फौजदारी न्यायालये : वॉरन हेस्टिंग्जच्या काळात दिवाणीमुळे निर्माण झालेली 'दुहेरी राज्यव्यवस्था' बरखास्त करण्यात आली (सन 1772) आणि कंपनीने बंगालमधील सर्व महसूल व्यवस्था व न्यायदान व्यवस्था आपल्या हाती घेतली. त्याअन्वये प्रत्येक जिल्ह्यात 'दिवाणी अदालत' आणि 'फौजदारी अदालत' अशी दिवाणी व फौजदारी न्यायालये स्थापन झाली. दिवाणी अदालतच्या निवाड्यावर कलकत्त्याच्या 'सदर दिवाणी अदालत' या उच्च न्यायालयाकडे अपील करता येत असे. बंगालचा गव्हर्नर व त्याचे कौन्सिल यांचे मिळून हे सदर 'दिवाणी अदालत न्यायालय' बनलेले असे. फौजदारी अदालतच्या निवाड्यावर कलकत्त्याच्या 'सदर फौजदारी अदालत' या उच्च न्यायालयाकडे अपील करता येत असे. हे न्यायालय गव्हर्नर जनरल व त्याचे कौन्सिल यांच्या देखरेखीखाली येत असे.

सुप्रीम कोर्टाची स्थापना : सन 1773 च्या 'रेग्युलेटिंग ॲक्ट' अन्वये कलकत्त्यास 'सुप्रीम कोर्टाची' स्थापना करण्यात आली. बंगाल-बिहारमधील कंपनीच्या सर्व अधिकाऱ्यांवर त्याचा अधिकार चालत असे; तसेच दिवाणी, फौजदारी, धार्मिक इत्यादी बाबींचाही न्यायनिवाडा करण्याचा अधिकार त्यास होता. या कोर्टाचे कंपनीवर निश्चित अधिकार कायद्याने स्पष्ट न झाल्याने व त्याचे न्यायालयीन अधिकार संदिग्ध शब्दांत असल्याने कंपनी व सुप्रीम कोर्ट यांच्यात संघर्ष निर्माण झाला. या कोर्टातील न्यायाधीश ब्रिटिश सरकारने नियुक्त केलेले असत व त्यांना भारतीय कायद्यांचे विशेष ज्ञान नसे. ब्रिटिश कायद्यानुसार ते भारतीय लोकांच्या खटल्यांचा इंग्रजीतून न्यायनिवाडा करीत. गव्हर्नर जनरल व त्याचे मंडळ यांनी मंजूर केलेल्या कायद्यांना सुप्रीम कोर्टाच्या संमतीची आवश्यकता होती. त्यामुळे गव्हर्नर जनरल व त्याचे मंडळ यांचा सुप्रीम कोर्टाशी संघर्ष अटळ ठरला. पुढे ब्रिटिश सरकारने सन 1781 चा कायदा करून गव्हर्नर जनरल व त्याचे मंडळ यांना सुप्रीम कोर्टाच्या प्रभावाखालून मुक्त केले. सुप्रीम कोर्टाने भारतीय लोकांसंबंधी त्यांच्या रीतिरिवाजांप्रमाणे न्यायदान करावे, ब्रिटिश कायदा त्यांच्यावर लादू नये असे ठरले. तथापि, कंपनीच्या राज्यातील न्यायालयीन यंत्रणेची पद्धती ठरविण्याचा अधिकार सुप्रीम कोर्टासच देण्यात आला.

लॉर्ड कॉर्नवॉलिसच्या सुधारणा : लॉर्ड कॉर्नवॉलिसने आपल्या कारकिर्दीत अनेक न्यायालयीन सुधारणा घडवून आणल्या, त्या अशा : बंगाल, बिहार व ओरिसा या तीन प्रांतांचे चार विभाग करून प्रत्येक विभागात 'फिरती न्यायालये' (Circuit Courts) स्थापन करण्यात आली (सन 1790). ही 'फिरती न्यायालये' एका जिल्ह्याच्या ठिकाणाहून दुसऱ्या जिल्ह्याच्या ठिकाणी जात असत. ही न्यायालये जन्मठेपेच्या अथवा फाशीच्यासुद्धा शिक्षा सुनावीत. अशा शिक्षा त्यावरील 'सरदार निजामत अदालत' या न्यायालयाकडे मान्यतेसाठी पाठविल्या जात. दुसरी सुधारणा म्हणजे पूर्वी जिल्ह्याच्या कलेक्टरांकडे महसुली व न्यायालयीन असे दोन अधिकार होते. आता त्याच्यापासून न्यायालयीन अधिकार काढून घेण्यात आले. ते अधिकार जिल्ह्यातील 'दिवाणी अदालत' या न्यायालयाकडे देण्यात आले. दिवाणी अदालतमध्ये दिवाणी स्वरूपाचे खटले चालत. याशिवाय कलकत्ता, ढाक्का, मुर्शिदाबाद व पाटणा या चार ठिकाणी 'प्रांतीय अपील न्यायालये' स्थापन करण्यात आली.

लॉर्ड बेंटिंगच्या सुधारणा : लॉर्ड बेंटिंगने न्यायालयीन क्षेत्रात बऱ्याच सुधारणा अमलात आणल्या. कॉर्नवॉलिसने स्थापन केलेली फिरती न्यायालये व प्रांतीय अपील न्यायालये त्याने बरखास्त केली व त्यांच्या जागी प्रेसिडेन्सीचे अनेक विभाग करून त्या-त्या विभागावर 'कमिशनर ऑफ रेव्हेन्यू ॲन्ड सर्किट' या न्यायालयीन अधिकाऱ्याची नेमणूक केली. या कमिशनरांनी दिलेल्या महसुली दाव्याच्या निकालाविरुद्ध 'बोर्ड ऑफ रेव्हेन्यू' या उच्च न्यायालयाकडे व फौजदारी निकालाविरुद्ध 'सदर निजामत अदालत' या उच्च न्यायालयाकडे जाता येत होते. 1831 साली बेंटिंगने कमिशनरांची सेशनची कामे जिल्ह्यातील मुलकी न्यायाधीशांकडे सोपविली. अशा प्रकारे 'डिस्ट्रिक्ट सेशन जज्ज' या पदाची निर्मिती झाली.

न्यायदान व्यवस्थेतील वरिष्ठ जागांवर युरोपियन व्यक्तींचीच नेमणूक केली जाई. बंगालमधील खालच्या दर्जाच्या मुन्सीफ आणि सदर अमीन यांसारख्या जागांवर भारतीय व्यक्तींना नेमले जाई. बेंटिंगने या भारतीय न्यायाधीशांच्या अधिकारांची वाढ करून त्यांचे पगारही वाढविले.

कायद्यांचे संहितीकरण : कंपनीच्या प्रशासनातील सर्वांत महत्त्वाची गोष्ट म्हणजे तिने निर्माण केलेली कायदेसंहिता. कंपनीच्या अमलाखालील प्रदेशात अनेक प्रकारचे कायदे अस्तित्वात होते. अशा दिवाणी व फौजदारी कायद्यांत एकसूत्रीपणा यावा म्हणून सन 1833 च्या कायद्याने 1834 साली 'लॉ कमिशन'ची स्थापना केली गेली. गव्हर्नर जनरल लॉर्ड बेंटिंगच्या कौन्सिलातील कायदा सभासद लॉर्ड मेकॉले या विद्वान कायदेपंडिताची त्याच्या प्रमुखपदी नेमणूक झाली. मेकॉलेने भारतीय दंडविधान संहितेचा (Indian Penal Code) कच्चा मसुदा तयार केला. पुढे 1853 च्या सनदी कायद्याने आणखी एका लॉ कमिशनची निर्मिती करण्यात आली. या कमिशनने केलेल्या शिफारशीनुसार पूर्वीचे सुप्रीम कोर्ट व सदर दिवाणी अदालत ही वरिष्ठ न्यायलाये बरखास्त करून 'हायकोर्टस्'ची स्थापना करण्यात आली (सन 1861). या दुसऱ्या एका लॉ कमिशनने दिवाणी आचारसंहिता (Civil Procedure Code) आणि फौजदारी आचारसंहिता (Criminal Procedure Code) या संहितांची निर्मिती केली. त्यांचे कायद्यात रूपांतर अनुक्रमे सन 1859 व 1861 मध्ये झाले.

कायद्याचे राज्य : ब्रिटिशांच्या न्यायदान व्यवस्थेचे सर्वांत महत्त्वाचे वैशिष्ट्य म्हणजे त्यांनी भारतात 'कायद्याचे राज्य' (Rule of Law) स्थापन केले. आपल्या राज्यात प्रत्येक प्रजाजनाला निश्चित कोणते हक्क व अधिकार आहेत हे सांगणारा कायदा त्यांनी दिला आणि या कायद्याचे पालन प्रत्येक व्यक्तीने केले पाहिजे असा दंडक निर्माण केला. व्यक्तीच्या हक्कांचे व अधिकारांचे संरक्षण हे राज्याचे प्रमुख कर्तव्य मानले गेले. कायद्याने प्रजाजनच नव्हे तर राज्यकर्तेही बांधले गेले.

पूर्वी धर्मशास्त्रे व परंपरा यांचे नियम म्हणजे कायदे मानले जात असत आणि राज्यकर्ते या कायद्याचा मन मानेल त्याप्रमाणे वापर करीत असत. आता ब्रिटिशांनी या कायद्याचे संहितीकरण केले. निश्चित कायदे कोणते हे ठरविले गेल्यावर त्यानुसार सरकारने स्थापन केलेल्या न्यायालयात न्यायनिवाडा होऊ लागला. या कायद्यानुसार ते राज्यकारभार करू लागले. कायद्याचे उल्लंघन केले तर राज्यकर्त्यांविरुद्धही न्यायालयात जाण्याचा अधिकार सामान्य प्रजाजनास मिळाला.

कायद्यासमोर सर्व समान : कायद्याच्या राज्यात 'कायद्यासमोर सर्व समान' (Equality before Law) हे प्रधान तत्त्व असते. ब्रिटिशांनी तेही अमलात आणले. कायद्याची अंमलबजावणी करीत असता व्यक्तीचा धर्म, जात अथवा वर्ग याकडे पाहिले जाणार नाही; सर्वांसाठी एकच कायदा असे या तत्त्वाचे स्वरूप होते.

ब्रिटिश अमलापूर्वी एकाच अपराधाबद्दल निरनिराळ्या जातींच्या अथवा वर्णांच्या व्यक्तींना निरनिराळ्या शिक्षा दिल्या जात. उदाहरणार्थ, एकाच प्रकारच्या अपराधाबद्दल ब्राह्मणांना अत्यंत सौम्य शिक्षा तर शूद्रास अत्यंत कठोर शिक्षा दिली जाई. अशीच गोष्ट जहागीरदार, सरंजामदार व प्रतिष्ठित वर्गाबद्दल असे. एक तर अशा वर्गाविरुद्ध खटले चालविले जात नसत आणि चालले तर ते दोषमुक्त सोडले जात अथवा त्यांना सौम्य शिक्षा केल्या जात. ब्रिटिशांच्या कायद्याच्या राज्यात ही परंपरा बंद पडली. सर्वांत महत्त्वाचे म्हणजे सर्वांना समान कायदा व सर्व जण कायद्यासमोर समान या तत्त्वामुळे सामाजिक समता प्रस्थापित होण्यास मोठी मदत झाली.

न्यायव्यवस्थेतील दोष : 'कायद्यासमोर सर्व समान' हे तत्त्व युरोपियन व्यक्तींना लागू नव्हते. युरोपियनांसाठी वेगळे कायदे व वेगळी न्यायालये अशी व्यवस्था राज्यकर्त्यांनी केली होती. युरोपियन व्यक्तीचा खटला युरोपियन न्यायाधीशांसमोरच चालविला जाई. युरोपियन अधिकारी, सैन्यातील अधिकारी, मळेवाले व व्यापारी हे भारतीय लोकांवर जो अन्याय-अत्याचार करीत त्यांना या न्यायालयात अप्रत्यक्षपणे संरक्षण दिले जाई.

दुसरे असे की, पूर्वी न्यायदानासाठी फी वगैरे नसे. राज्यकर्ते अथवा गोत पंचायती न्यायदान झटपट करीत. ब्रिटिशांच्या राज्यात न्याय मिळविण्यासाठी फी पडू लागली. शिवाय जिल्ह्याच्या ठिकाणी न्यायालये असल्याने दूरवरच्या लोकांना ती अधिक खर्चीक व त्रासदायक वाटू लागली. आधुनिक कायद्यांचे स्वरूप किचकट असल्याने सामान्य माणसांना न्यायालयात न्याय मिळविण्यासाठी आता वकीलवर्गाची मदत घ्यावी लागू लागली. शिवाय साक्षी व पुरावे यांच्यावर आधारित न्यायदानाची ही पद्धतीच अशी होती की, एकेक खटला कित्येक वर्षे न्यायालयात रेंगाळत असे. या सर्व बाबींमुळे ब्रिटिशांच्या राज्यात न्याय मिळणे ही गोष्ट सुलभ, सोपी व स्वस्त राहिली नाही. अर्थात हे सर्व दोष मान्य करूनही ब्रिटिशांनी या देशात कायद्याच्या राज्याचे तत्त्व रुजविले व भावी आधुनिक भारतीय समाजरचनेचा पाया घातला असे म्हटले पाहिजे.

◉◉◉

5

ईस्ट इंडिया कंपनी : आर्थिक व सामाजिक धोरणे (सन 1757 ते 1857)

5.1 ईस्ट इंडिया कंपनीचे आर्थिक धोरण आणि भारताची पिळवणूक

5.2 भारतातील आधुनिक दळणवळणाच्या साधनांचा प्रारंभ आणि त्यांनी घडवून आणलेले बदल

5.3 ईस्ट इंडिया कंपनीची जमीन महसूल पद्धती

5.4 ईस्ट इंडिया कंपनी आणि समाजसुधारणांचे धोरण

(5.1)

प्रत्येक राजवटीची काही आर्थिक व सामाजिक धोरणे असतात. राज्यकर्त्यांचे आर्थिक तसेच सामाजिक धोरण हे लोकांच्या कल्याणाचे असावे; त्यातून विकासाच्या अधिकाधिक वाटा निर्माण व्हाव्यात आणि एकूणच लोकांचे जीवनमान उंचावले जावे अशी आधुनिक काळात राज्यकर्त्यांकडून लोकांची अपेक्षा असते आणि ती योग्यच आहे. लोकांचा सर्वांगीण विकास घडवून आणणारे प्रशासन हे 'लोककल्याणकारी प्रशासन' असे मानले जाते.

प्रस्तुत प्रकरणात आपणास प्रथम ईस्ट इंडिया कंपनीच्या भारतातील आर्थिक धोरणाची चर्चा करायची आहे. प्रारंभी केवळ व्यापारासाठी स्थापन झालेल्या कंपनीस सन 1757 च्या प्लासीच्या लढाईने भारतात राज्य स्थापन करण्याची संधी मिळाली आणि त्यानंतर अवघ्या शतकभरात कंपनीने आपल्या राज्यसत्तेचे रूपांतर साम्राज्यसत्तेत केले. या काळात कंपनीच्या आर्थिक धोरणाने भारतीय लोकांचे कल्याण तर राहू द्याच; पण प्रचंड पिळवणूक होऊन कमालीचे दारिद्र्य त्यांच्या नशिबी आले. हे का व कसे घडले, त्याचाच वृत्तान्त आपण आता पाहणार आहोत.

5.1 ईस्ट इंडिया कंपनीचे आर्थिक धोरण आणि भारताची पिळवणूक

▣ कंपनीच्या व्यापाराचे स्वरूप

कंपनीच्या प्रारंभीच्या काही काळातील व्यापार फार मर्यादित होता. कंपनीचे व्यापारी ब्रिटनमधून सोने, रत्ने, चैनीच्या वस्तू इत्यादींची आयात भारतात करत आणि भारतातून सुती कापड, मसाल्याचे पदार्थ इत्यादी वस्तू ब्रिटनमध्ये निर्यात करत. भारताचे सुती कापड, विशेषतः बंगालमधील ढाक्क्याची मलमल ही त्या काळी सर्व जगात प्रसिद्ध होती. ब्रिटनमधील सुती कापड भारतीय सुती कापडाबरोबर स्पर्धा करू शकत नसे.

तथापि, प्लासीच्या लढाईनंतर कंपनीची परिस्थिती झपाट्याने बदलली. कंपनी केवळ व्यापारी संस्था न राहता ती एक राजकीय सत्ता बनली आणि या बदललेल्या परिस्थितीचा पुरेपूर फायदा कंपनीच्या अधिकाऱ्यांनी उठविला. त्यांनी या राजकीय सत्तेचा वापर आपल्या व्यापाराच्या वाढीसाठी केला. आता बंगालमधील इतर युरोपियनांना आणि भारतीय व्यापाऱ्यांना व्यापारास प्रतिबंध करून त्यांनी आपलीच व्यापारी मक्तेदारी निर्माण केली. या मक्तेदारीमुळे ब्रिटिश सांगतील त्या भावाने बंगालच्या विणकऱ्यांना आपला माल विकावा लागे. एवढेच नव्हे, तर आता ब्रिटिश व्यापारी या विणकरांवर कामाची व दराची सक्ती करून हवा तेवढा माल ब्रिटनला पाठवू लागले. बंगालची दिवाणी मिळाल्यामुळे कंपनीच्या खजिन्यात लक्षावधी रुपये महसुलाच्या रूपाने जमा होऊ लागले. या रकमेतूनच आता बंगालमधील माल खरेदी करून कंपनी तो ब्रिटनला पाठवू लागली. म्हणजे आता बंगालमधील माल खरेदी करण्यासाठी ब्रिटनहून द्रव्य आणण्याची आवश्यकता राहिली नाही. परिणामी, कंपनीची भारतामधील निर्यात वाढत राहिली. सन 1750-51 मध्ये ही निर्यात 15 लक्ष रुपये होती, ती सन 1797-98 मध्ये 58 लक्षांवर गेली. भारतातून ब्रिटनला प्रचंड प्रमाणावर निर्यात वाढूनही भारताचे दारिद्र्य वाढत गेले, हा वरवर अर्थशास्त्रीय चमत्कार होता; पण याचे रहस्य ब्रिटिशांच्या अर्थनीतीत होते. पूर्वी ब्रिटिशांना येथे मालासाठी सोने मोजावे लागत होते. आता भारतीय लोकांच्या पैशातूनच येथील माल खरेदी केला जाऊ लागला. परिणामी, ब्रिटनहून भारतात येणारा सोन्याचा ओघ थांबला. कंपनीचा हा भारतामधील एकतर्फी व्यापार अधिक आक्रमक होण्यास आणखी एक महत्त्वाची घटना घडली, ती म्हणजे ब्रिटनमध्ये अठराव्या शतकाच्या मध्यावर उदयास आलेली औद्योगिक क्रांती. विशेषतः कापड उद्योगाच्या क्षेत्रात ब्रिटिश संशोधकांनी नवनवीन यंत्रांचे शोध लावून आमूलाग्र क्रांतीची सुरुवात केली. एकेक यंत्र वीस ते पंचवीस कामगारांचे काम करू लागले. पूर्वी जे व्यापारी होते ते आता भांडवलदार व कारखानदार बनले. ब्रिटनमध्ये ठिकठिकाणी कारखान्यांच्या उदयाबरोबर नवनवीन शहरे उदयास आली. औद्योगिक क्रांतीत उदयास येणाऱ्या निरनिराळ्या कारखान्यांसाठी जी अमाप संपत्ती हवी होती ती ब्रिटिश व्यापाऱ्यांना भारतातून होणाऱ्या व्यापारातून प्राप्त झाली. या संपत्तीच्या जोरावर ब्रिटनमधील कारखानदारी जोमाने वाढली आणि त्या कारखानदारीने भारतातील उद्योगधंदे मारून टाकले. म्हणजे भारतातून व्यापाराच्या निमित्ताने लुटून नेलेल्या संपत्तीनेच ब्रिटनमधील कारखानदारांनी येथील उद्योगधंदे बुडवून टाकले.

भारत – एक आर्थिक वसाहत : औद्योगिक क्रांतीनंतर ब्रिटिशांचे आर्थिक धोरण केवळ व्यापारी स्वरूपाचे न बनता ते औद्योगिक स्वरूपाचेही बनले. याचा अर्थ, पूर्वीप्रमाणे ब्रिटिश व्यापाऱ्यांना भारतात स्वस्त दरात कापड खरेदी करून व ब्रिटनमध्ये ते महाग दरात विकून मिळणाऱ्या फायद्यात आता रस राहिला नाही. त्यांना ब्रिटनमधील आपल्या कारखान्यात तयार होणारा माल भारतात जास्तीतजास्त खपविण्यात आणि या कारखान्यांसाठी लागणारा कच्चा माल जास्तीतजास्त मिळविण्यात रस होता. संपत्तीच्या जोरावर आता त्यांनी ब्रिटनमधील पार्लमेंटही आपल्या प्रभावाखाली आणली होती. ब्रिटन आता अशा कारखानदारांना हवे तसे व्यापारी धोरण अवलंबू लागले. याच धोरणामुळे सन 1813 मध्ये पार्लमेंटने कंपनीची भारतामधील व्यापारी मक्तेदारी नष्ट करून तो व्यापार सर्व ब्रिटिश नागरिकांसाठी खुला केला.

याचा अर्थ, ब्रिटिशांनी मुक्त व्यापार धोरण स्वीकारले म्हणजे कोणीही ब्रिटिश व्यापारी अथवा कारखानदार मुक्तपणे भारतात आपला माल खपवू शकत होता. त्याच्या मालाच्या आयातीवर भारतात कर लादला जात नव्हता किंवा अगदी नाममात्र कर घेतला जात होता. परिणामी, ब्रिटनमध्ये यंत्रावर तयार होणारा माल, विशेषतः सुती कापड स्वस्त दराने भारतात खपविणे ब्रिटिशांना शक्य झाले. त्याचबरोबर भारतातील विणकऱ्यांनी हातमागावर तयार केलेले कापड दरात स्पर्धा करू शकत नव्हते. ब्रिटनच्या कारखान्यांतील यंत्रांच्या शक्तीबरोबर भारतीय कामगारांच्या हातांची शक्ती स्पर्धा करू शकत नव्हती. पुढे-पुढे यांत्रिक शक्तीची जसजशी प्रगती होत गेली तसतसा भारतामधील तलम कापडनिर्मितीचा हस्तव्यवसाय पूर्णपणे नाहीसा होत गेला. ज्या बंगालची 'मलमल' सर्व जगात शेकडो वर्षे प्रसिद्ध होती ती मलमल निर्माण करण्याची कला भारतातून लुप्त झाली. 1787 साली फक्त ढाक्का शहराने ब्रिटनला तीस लाख रुपयांची मलमल पाठविली होती. आता हा व्यवसाय पूर्णपणे बुडून 1817 साली ही निर्यात शून्यावर आली.

भारताचे थोर आर्थिक इतिहासकार रजनी पामदत्त या संदर्भात म्हणतात, ''यंत्रांनी बनविलेल्या ब्रिटिश कापडाने भारतातील विणकऱ्यांचा धंदा बुडविला आणि यंत्रांनी बनविलेल्या ब्रिटिश सुताने सूतकताईचा धंदा धुळीस मिळविला. सन 1818 ते 1836 एवढ्या काळात ब्रिटनमधून भारतात होणारी सुती कापडाची निर्यात 5,200 पटीने वाढली.'' आणखी एक आकडेवारी सांगते की, 1813 साली ब्रिटनची भारतामधील निर्यात 11,00,000 पौंड होती; ती वाढत जाऊन 1856 साली 73,00,000 पौंड झाली.

याचा परिणाम असा झाला की, पूर्वी हस्तव्यवसाय व कलाकुसर करणाऱ्या कारागिरांच्या वास्तव्याने व व्यापाराच्या उलाढालीने ढाक्का, मुर्शिदाबाद, सुरत यांसारखी शहरे गजबजलेली असत. आता ब्रिटिशांच्या व्यापारी धोरणामुळे व आर्थिक शोषणामुळे ती ओस पडू लागली. भारताचे मँचेस्टर म्हणून प्रसिद्ध असलेल्या ढाक्का शहराची लोकसंख्या ब्रिटिश राजवटीच्या सुरुवातीला (सन 1757) दीड लाख होती; ती सन 1840 मध्ये तीस हजारांवर आली. एकेकाळी वैभवशाली असणारे हे शहर ओस पडून तेथे झाडी वाढू लागली. हे फक्त ढाक्का शहरापुरतेच अथवा बंगाल प्रांतापुरतेच खरे होते असे नाही तर सर्व भारत देशाच्या उद्योग क्षेत्रात अशा प्रकारचे दैन्य निर्माण झाले.

भारताच्या संपत्तीच्या निस्सारणाचा सिद्धान्त : निस्सारण म्हणजे वाहून जाणे. भारताच्या संपत्तीचे निस्सारण म्हणजे भारतातून ब्रिटनमध्ये वाहून गेलेली संपत्ती. ब्रिटिश साम्राज्यवाद्यांच्या स्वार्थी आर्थिक धोरणामुळे भारतातील प्रचंड संपत्तीचे शोषण केले गेले. ही एक प्रकारची लूटच होती; पण आपली लूट होते आहे, आपले शोषण होते आहे हे मात्र तेथील भारतीय लोकांच्या लक्षात येत नव्हते. कारण ही 'सनदशीर' व 'कायदेशीर' लूट होती.

इतिहासात भारतावर अनेक आक्रमकांनी हल्ले केले व लुटी केल्या; पण त्या लुटींशी ब्रिटिशांनी केलेल्या लुटींची तुलनाच होऊ शकत नाही. कारण आक्रमकांची लूट एखाद्-दुसऱ्या वेळी होत असे. तो निघून गेला की भारतात पुन्हा संपत्ती निर्माण होत असे आणि म्हणूनच ब्रिटिश राज्य स्थापन होईपर्यंत भारत जगात 'सुवर्णभूमी' म्हणून प्रसिद्ध होता.

ब्रिटिशांचे साम्राज्य हेही भारतात आतापर्यंत स्थापन झालेल्या साम्राज्याहून वेगळे होते. भारतातील आतापर्यंतची राज्ये व साम्राज्ये भारतीयांचीच होती. त्यांनी प्रजेकडून गोळा केलेली संपत्ती भारतातच राहत होती; पण ब्रिटिश मात्र आपल्या राजवटीत ती संपत्ती ब्रिटनमध्ये नेऊ लागले. सन 1757 च्या प्लासीच्या लढाईपासून भारताच्या या आर्थिक शोषणास खऱ्या अर्थाने सुरुवात झाली. बंगालच्या नवाबाकडून व सरंजामदारांकडून कंपनीने व कंपनीच्या अधिकाऱ्यांनी लक्षावधी रुपये बक्षिशी म्हणून हडपले. सन 1758 ते 1765 या काळात ब्रिटिशांनी 60 लक्ष पौंड एवढी प्रचंड संपत्ती मायदेशी नेली. पुढे बंगालची दिवाणी मिळाल्यावर हा ओघ तर विस्तारतच गेला. बंगालच्या सुभ्यातून मिळणाऱ्या महसुलाच्या रकमेतूनच कंपनी येथील माल खरेदी करू लागली. अशा कंपनीच्या खरेदीला ते

'गुंतवणूक' (Investment) असे गोंडस नाव देत. सन 1765 ते 1770 या काळात कंपनीने अशा गुंतवणुकीपोटी 40 लक्ष पौंड इतकी संपत्ती ब्रिटनला पाठविली. विशेष म्हणजे एवढा प्रचंड माल पाठविला जाऊन त्याच्या मोबदल्यात भारताला मात्र काही मिळत नव्हते; हेच संपत्तीचे निस्सारण होय.

कंपनी भारतामधील प्रदेश जसजशी जिंकत गेली तसतसे हे संपत्तीचे निस्सारण वाढतच गेले. जिंकलेल्या प्रदेशातील शेती महसूलच नव्हे तर निरनिराळ्या प्रकारचे कर, कंपनीच्या गोऱ्या मुलकी व लष्करी अधिकाऱ्यांच्या पगारापोटी जाणारी रक्कम, कंपनीस होणारा व्यापारी फायदा इत्यादी अनेक मार्गांनी भारतामधून संपत्ती दरवर्षी ब्रिटनला जात होती. याशिवाय येथील राजेरजवाड्यांकडून कंपनी खंडणीच्या रूपानेही पैसा गोळा करीत होती ती वेगळी.

पितामह दादाभाई नौरोजी हे भारतातील पहिले विचारवंत नेते की, ज्यांनी भारताच्या या शोषणावर प्रकाश टाकून ब्रिटिशांच्या स्वार्थी पिळवणुकीवर हल्ला चढविला. दादाभाईंच्या मते, भारतातून ब्रिटनला सन 1800 ते 1830 या कालखंडात प्रत्येक वर्षी 30 लाख पौंड, सन 1835 ते 1839 या कालखंडात प्रत्येक वर्षी 53 लाख पौंड; सन 1870 ते 1872 या कालखंडात प्रत्येक वर्षी 2 कोटी 74 लाख पौंड तर सन 1905 या एकाच वर्षांत 3 कोटी 70 लाख पौंड संपत्ती वाहून नेली.

दादाभाईंच्या संपत्तीच्या निस्सारण सिद्धान्ताची चर्चा अधिक विस्ताराने आपण पुढे करणार आहोत.

ब्रिटिशांच्या आर्थिक धोरणाचे परिणाम : कंपनी सरकारच्या पिळवणुकीच्या आर्थिक धोरणामुळे भारतातील लक्षावधी लोक अर्धपोटी राहू लागले. दुष्काळात लक्षावधी लोकांचा बळी गेला. एकोणिसाव्या शतकात दुष्काळात मरण पावलेल्या लोकांची सरकारी आकडेवारी अशी होती : सन 1800 ते 1825 : 10 लाख लोक; सन 1826 ते 1850 : 4 लाख लोक; सन 1851 ते 1875 : 50 लाख लोक आणि सन 1876 ते 1900 : 2 कोटी 60 लाख लोक.

सरकारने नेमलेल्या दुष्काळ निवारण आयोगापुढे आपली साक्ष देताना दादाभाईंनी भारतीय जनतेच्या दैन्याचे अतिशय विदारक चित्र रंगविले आहे. एके ठिकाणी ते म्हणतात, ''भारतातून ज्या वेगाने संपत्ती ब्रिटनकडे गेली त्या वेगाने एखाद्या समुद्रातील पाणी बाहेर जाऊ लागले आणि बाहेर गेलेले पाणी कधी परत आले नाही तर तो समुद्र कोरडा होऊन जाईल त्याचप्रमाणे भारतातूनही अशाच प्रकारे संपत्ती ब्रिटनकडे निघून गेली व त्यामुळे भारत कोरडा झाला म्हणजे दरिद्री बनला.''

5.2 भारतातील आधुनिक दळणवळणाच्या साधनांचा प्रारंभ आणि त्यांनी घडवून आणलेले बदल

कोणत्याही राज्याच्या प्रशासनात दळणवळणाच्या साधनांना शरीरातील रक्तवाहिन्यांप्रमाणे महत्त्वाचे स्थान असते. मुघलांचे साम्राज्य एवढे बलाढ्य व सामर्थ्यशाली होते; पण त्यांच्याकडे वर्षभर सुरळीत दळणवळण चालेल असे रस्ते नव्हते. ब्रिटिशांच्या राज्यात असे रस्ते पहिल्यांदा तयार झाले. पूर्वीच्या रस्त्यावरून बैलगाडीतून अथवा घोडागाडीतून मालाची ने-आण केली जाई, पण ती फारच महाग असे. उदाहरणार्थ, भारतात धान्याने भरलेल्या एखाद्या बैलगाडीचे 24 मैलांचे भाडे किती होत असे ? तर त्या बैलगाडीत भरलेल्या धान्याच्या किमतीएवढे ! अशा परिस्थितीत दुष्काळपीडित भागात धान्याचा पुरवठा करणे ही किती अवघड गोष्ट होती हे लक्षात येईल. हीच गोष्ट एखादी वार्ता पोहोचविण्याच्या बाबतीत होती. पानिपतच्या पराभवाची बातमी महाराष्ट्रात पोहोचायला कित्येक आठवडे लागले. यावरून मध्ययुगीन दळणवळणाची गती आपल्या लक्षात येईल.

ब्रिटिशांचे उद्देश : ब्रिटिश आधुनिक युगाचे म्होरके होते. त्यांच्याबरोबर भारतात प्रगत दळणवळणाची साधने येणे ही एक स्वाभाविक गोष्ट होती; पण रस्ते, रेल्वे, तारायंत्रे इत्यादी आधुनिक साधने त्यांनी येथे निर्माण केली ती भारतीय लोकांची भौतिक प्रगती व्हावी, त्यांचे कल्याण साधता यावे म्हणून नाही; तर त्यामध्ये त्यांचा उद्देश साम्राज्यवादी स्वार्थ साधणे हाच होता. त्यांना भारतावरील आपल्या राज्याची पकड मजबूत करायची होती. अंतर्गत बंडाळीच्या प्रसंगी अथवा सीमेवरील परकीय आक्रमणाच्या प्रसंगी देशातील सैन्याची जलद हालचाल करण्यासाठी त्यांना आधुनिक रस्ते, रेल्वे व तारायंत्रे यांसारखी साधने निर्माण करावयाची होती.

ब्रिटिशांचा आणखी एक उद्देश होता, तो म्हणजे आयात-निर्यात व्यापाराची वृद्धी. भारतात दूरवरच्या प्रदेशात उत्पन्न होणारा कापूस, लोकर, कच्चे लोखंड, चहा, नीळ यांसारखा माल ब्रिटनला पाठविण्यासाठी बंदरापर्यंत आणणे व ब्रिटनमधील कारखान्यांत तयार झालेला माल भारताच्या कानाकोपऱ्यात पोहोचविणे यासाठी त्यांना आधुनिक रस्ते व रेल्वे यांचे जाळे विणायचे होते.

रस्त्यांची बांधणी : भारतातील प्रमुख शहरांना जोडणारे काही रस्ते अस्तित्वात होतेच. त्यांना आता आधुनिक बनविले गेले तसेच काही नव्याने बांधले गेले. पूर्वी रस्ते तयार करण्याचे काम मिलिटरी बोर्डाकडे सोपविलेले असे. आता डलहौसीच्या कारकिर्दीत सन 1854 मध्ये प्रत्येक प्रांतात सार्वजनिक बांधकाम खात्याची (PWD) निर्मिती करून त्याकडे हे काम दिले गेले. कलकत्ता ते दिल्ली यांना जोडणारा ग्रँट ट्रंक रोड 1839 साली सुरू झाला व सन 1850 नंतरच्या दशकात तो पूर्ण झाला. अशाच प्रकारे देशातील शहरे (उदा., मुंबई ते आग्रा, मुंबई ते मद्रास) एकमेकांस जोडली गेली. त्यासाठी नद्यांवर अनेक छोटे-मोठे पूल बांधले गेले. अस्तित्वात असलेल्या मार्गांचे विस्तारीकरण केले गेले. रेल्वेमार्गांची जसजशी उभारणी होत गेली तसतसे त्यांना पूरक रस्तेही तयार केले गेले.

जलवाहतूक : भारतात जलवाहतूक फार पूर्वीपासून सुरू होती. आता ब्रिटिशांच्या काळात त्यात क्रांती झाली. वाफेवर चालणारी जहाजे आली. उत्तर भारतामधील गंगा व ब्रह्मपुत्रा इत्यादी नद्यांचा ब्रिटिशांनी अंतर्गत वाहतुकीसाठी उपयोग करून घेतला. 1836 साली वाफेवर चालणारे पहिले जहाज ब्रिटनहून कलकत्त्यास आले. अशा प्रकारची अनेक जहाजे आता या नद्यांतून प्रवाशांची व मालाची ने-आण करू लागली. सन 1830 पासून ब्रिटन ते भारत असे वाफेवर चालणाऱ्या जहाजांचे दळणवळण सुरू करण्याचे प्रयत्न सुरू झाले व नंतरच्या वीस वर्षांत तांबडा समुद्र व भूमध्य समुद्र यांमधून हे दळणवळण चांगले प्रस्थापित झाले.

रेल्वेमार्गांची उभारणी : दळणवळणाच्या साधनात खरी क्रांती घडविली ती रेल्वेने. सन 1830 ते 1850 या काळात ब्रिटनमध्ये मोठ्या प्रमाणावर रेल्वेचे जाळे पसरले होते. आता आपल्या व्यापाराच्या व उद्योगधंद्यांच्या वाढीसाठी सरकारने भारतातही रेल्वे वाहतूक सुरू करावी असा दबाव ब्रिटनमधील व्यापारी, कारखानदार व भांडवलदार वर्ग यांनी कंपनीवर आणला. ब्रिटिश भांडवलदार रेल्वेच्या खाजगी कंपन्या काढून गुंतवणूक करण्यास तयार होते. अशा परिस्थितीत लॉर्ड डलहौसीच्या कारकिर्दीत सन 1853 मध्ये भारतातील पहिला रेल्वेमार्ग मुंबई ते ठाणे सुरू झाला. खुद्द डलहौसीने भारतात रेल्वेचा मोठा प्रसार व्हावा म्हणून हिरिरीने प्रयत्न केले. भारतातील प्रमुख शहरांना जोडणाऱ्या चार रेल्वेमार्गांची योजनाही त्याने ब्रिटिश सरकारपुढे मांडली होती.

भारतात रेल्वेमार्ग बांधण्यात ब्रिटिश भांडवलदारांना मोठा रस होता. स्वाभाविकच आता रेल्वेमार्ग बांधण्यासाठी या भांडवलदारांच्या अनेक कंपन्या पुढे आल्या. त्यांनी सन 1869 पर्यंत सहा हजार किलोमीटर रेल्वेमार्ग बांधले. पण भारतासारख्या खंडप्राय देशात ते फारच अपुरे होते. म्हणून आता खुद्द सरकारनेच हे कार्य हाती घेतले; पण तेही अपेक्षेप्रमाणे जलद होत नाही, हे पाहून सरकार व खाजगी कंपनी या उभयतांनी रेल्वेमार्ग बांधण्याचे काम जोमाने सुरू केले (सन 1880). सन 1905 पर्यंत सुमारे 45 हजार किलोमीटर लांबीचे रेल्वेमार्ग बांधले गेले. रेल्वेमार्ग बांधण्यात ब्रिटिश भांडवलदारांनी रु. 350 कोटींवर भांडवल त्यात गुंतविले होते. या भांडवलावर त्यांना फार मोठा नफा मिळत होता, असे नाही; पण सरकारने त्यांच्या भांडवलावर 5 टक्के व्याज देण्याची हमी दिली होती, त्यामुळे ते तोट्यातही नव्हते. (ब्रिटनमध्ये या वेळी व्याजदर 3 टक्के होता.) भारतामधील कंपनी सरकारने हमी व्याजापोटी या भांडवलदारांना सन 1849 ते 1858 या कालावधीत 22 लाख 44 हजार पौंडांहून अधिक रक्कम अदा केली होती. अर्थात, हा पैसा कंपनीने भारतीय लोकांकडून विविध करांच्या रूपाने गोळा केलेला होता, हे लक्षात घेतले पाहिजे. कंपनी काही पदरचे पैसे देत नव्हती.

पोस्ट आणि टेलिग्राफ : भारतात पोस्ट आणि टेलिग्राफ खाते ब्रिटिशांनीच सुरू केले. डलहौसीच्या कारकिर्दीत सन 1853 मध्ये भारतामधील पहिली टेलिग्राफ लाइन कलकत्ता ते आग्रा या दरम्यान टाकली गेली. लवकरच भारतातील सर्व प्रमुख शहरे तारायंत्राने जोडली गेली. सन 1857 च्या उठावाच्या वेळी या तारायंत्रांच्या साहाय्यानेच ब्रिटिशांना मीरत व दिल्लीच्या बंडाच्या बातम्या जलद गतीने इतरत्र पोहोचवून वेगवान हालचाली करता येणे शक्य झाले.

आधुनिक पोस्ट पद्धती ब्रिटिशांनीच सुरू केली. डलहौसीने तिच्यात आमूलाग्र सुधारणा केल्या. पूर्वी पत्रे पाठविण्यापूर्वी रोखीने पैसे पोस्टात भरावे लागत; तसेच ठिकाणांच्या अंतरावर पोस्टाच्या पत्राचा दर असे. आता डलहौसीने रोख पैशाऐवजी पोस्टाची तिकिटे पत्रावर लावण्याची पद्धती अमलात आणली; एवढेच नव्हे, तर केवळ अर्ध्या आण्यात भारतात कितीही दूर पत्रे पाठविण्याची सोय उपलब्ध करून दिली.

प्रगत दळणवळणाचे महत्त्व : ब्रिटिशांनी या देशात रस्ते बांधले, रेल्वेमार्ग तयार केले, तारायंत्रे आणली; या सर्वांचा फायदा त्यांना त्यांचे साम्राज्य सुरक्षित राखण्यात झाला. बाह्य आक्रमण व अंतर्गत बंडाळी या दोन्ही धोक्यांपासून त्यांना या प्रगत साधनांमुळे बचाव करता आला. याचे प्रत्यंतर त्यांना सन 1857 च्या शिपायांच्या उठावाच्या वेळी आले, पुढेही येत राहिले. केवळ संरक्षण व्यवस्थेसाठी नव्हे तर प्रशासन व्यवस्थेसाठीही ही साधने ब्रिटिशांना फार साहाय्यभूत ठरली. भारतासारख्या खंडप्राय देशाचे प्रशासन ते अधिक कार्यक्षमतेने व सुरक्षितपणे करू शकले.

याहून सर्वांत महत्त्वाचे म्हणजे ब्रिटनमधील कारखान्यांना भारतातून कच्च्या मालाचा पुरवठा करणे व तेथे तयार झालेला पक्का माल भारताच्या कानाकोपऱ्यात पोहोचविणे हे ब्रिटिशांना याच दळणवळणाच्या साधनांमुळे शक्य झाले. परिणामी, भारताचे आर्थिक शोषण करण्याची प्रक्रिया अधिक गतिमान झाली. ही गोष्ट भारतीयांच्या तोट्याची झाली असली तरी याच दळणवळणाच्या साधनांमुळे भारतीय लोकांमध्ये राष्ट्रीय जागृती उत्पन्न झाली; ब्रिटिशांविरुद्ध एकत्र येण्यासाठी त्यांनी बांधलेल्या रेल्वेमार्गांचाच उपयोग भारतीय लोकांना झाला. रेल्वे आणि इंग्रजी भाषा या दोन गोष्टींनी आपल्या राष्ट्रबांधणीच्या कार्यात मोलाचे कार्य केले आहे.

5.3 ईस्ट इंडिया कंपनीची जमीन महसूल पद्धती

जमीन महसूल ही कोणत्याही राज्याची उत्पन्नाची प्रमुख बाब असते. ईस्ट इंडिया कंपनीच्या राज्याच्या बाबतीतही ते खरे होते. जमीन महसुलाच्या या उत्पन्नातून प्रशासनाचा व लष्कराचा खर्च भागविला जाई. कंपनीचे मोठे सैन्य होते. या सैन्याच्या बळावरच कंपनीने येथील प्रदेश एकामागून एक याप्रमाणे जिंकले. म्हणजे भारतातीलच पैसा व भारतातीलच सैन्य यांच्या बळावर कंपनी एक साम्राज्यसत्ता बनली होती.

कंपनीने भारत जिंकला तेव्हा भारतात ठिकठिकाणच्या प्रदेशांत भिन्न-भिन्न महसूल व्यवस्था अस्तित्वात होत्या. भारतातील बहुतेक राज्ये आपल्या अधिकाऱ्यांकडून अथवा देशमुख-देशपांडे यांच्यासारख्या मध्यस्थांकडून जमीन महसूल गोळा करण्याचे काम करीत असत. कंपनीस बंगालची 'दिवाणी' मिळाली. म्हणजे जमीन महसूल वसूल करण्याचा अधिकार मिळाला. प्रारंभी कंपनीने पूर्वीचीच महसूल पद्धती चालू ठेवली. तथापि, तिने महसुलाच्या आकारणीत वाढ केली. पुढे कंपनीने जमीन महसूल पद्धतीत अनेक बदल केले. तेच आता आपणास पाहावयाचे आहेत.

वॉरन हेस्टिंग्जने केलेले बदल : सन 1773 मध्ये गव्हर्नर जनरल वॉरन हेस्टिंग्जने महसूल पद्धतीत मोठा बदल केला. त्याने महसूल वसुलीचे हक्क लिलावाने जास्तीतजास्त बोली करेल त्याला देण्याची पद्धत अमलात आणली. अशा पद्धतीने कंपनीचा महसुलाचा वसूल वाढला. पण प्रत्येक वर्षी निश्चितपणे किती रक्कम जमीन महसूल म्हणून खजिन्यात जमा होणार याची खात्री नव्हती; तसेच लिलावाने जादा रक्कम सरकारला देणारी व्यक्ती रयतांकडून किती रक्कम वसूल करी यास काही धरबंध नव्हता. त्यामुळे रयतेवरचा जुलूम वाढला.

कॉर्नवॉलिसची कायमधारा पद्धती : वॉरन हेस्टिंग्जची ही जुलमी पद्धती लॉर्ड कॉर्नवॉलिसने बदलली आणि बंगाल व बिहार या प्रदेशांत आपली नवीन महसूल पद्धती लागू केली, ती 'कायमधारा पद्धती' या नावाने ओळखली जाते. या पद्धतींची दोन महत्त्वाची वैशिष्ट्ये होती. पहिले म्हणजे परगण्यातील जमीनदारांना त्या-त्या परगण्यातील जमिनीचे मालकी हक्क दिले गेले. म्हणजे त्यांच्या अधिकाराखालील जमिनीचे ते मालक बनले व परगण्यातील सर्व रयत ही त्या जमीनदाराची कुळे बनली. रयतेचा आपल्या जमिनीवरील पूर्वीपासून चालत आलेला मालकी हक्क रद्द झाला. आता सरकारला महसूल देण्यासाठी जमीनदार बांधील झाले.

दुसरे असे की, जमीनदारांनी रयतेपासून जो महसूल गोळा केला असेल त्याच्या एक-दशांश टक्के रक्कम सरकारला द्यायची आणि ही देणे रक्कम एकाच वेळी कायमची निश्चित केली गेली. त्यानंतर जमीनदाराच्या अधिकाराखाली असणाऱ्या जमिनीचे उत्पन्न वाढो अगर कमी होवो, त्याने नेमाने द्यायची रक्कम सरकारला दिलीच पाहिजे. जर ती त्याने तशी दिली नाही तर सरकार त्याची जमीन लिलावात काढून विकू शकत असे. अशा प्रकारे राज्यात दुष्काळ पडो वा अतिवृष्टीने पीक नष्ट होवो; सरकारच्या तिजोरीत जमीन महसुलाची ठरावीक रक्कम दरवर्षी नियमितपणे येणार होती.

लॉर्ड कॉर्नवॉलिस

या पद्धतीत कंपनी सरकारने आपल्या प्रजेकडून जास्तीतजास्त जमीन महसूल नियमितपणे कसा मिळेल यावरच लक्ष केंद्रित केले होते. रयतेकडे उत्पन्नाचा किती भाग राहतो याचा विचार केला नाही. या पद्धतीप्रमाणे रयतेच्या उत्पन्नापैकी शेकडा 45 टक्के सरकारला व 15 टक्के जमीनदाराला जाऊन रयतेच्या घरात फक्त 40 टक्के उत्पन्न शिल्लक उरत असे.

कायमधारा पद्धतीचे परिणाम : कायमधारा पद्धतीमुळे अनेक परिणाम घडून आले. त्यातील प्रमुख असे :

(1) या पद्धतीमुळे बंगाल-बिहार प्रांतात ब्रिटिश राज्यकर्त्यांशी एकनिष्ठ राहणारा एक श्रीमंत जमीनदारांचा वर्ग अस्तित्वात आला. हा वर्ग म्हणजे ब्रिटिश राज्यकर्ते व लाखो असंतुष्ट प्रजाजन यांच्यात 'बफर' होऊन राहिला.

(2) या पद्धतीमुळे कंपनीचे वार्षिक उत्पन्न निश्चित झाले. या वेळी महसुलाचा दर वाढविल्याने खजिन्यात अधिक रक्कम येऊ लागली. या जमीन महसुलाच्या उत्पन्नावरच याच वेळी कंपनी भारतातील अनेक प्रदेशांत लष्करी मोहिमा चालवून राज्ये जिंकत होती. या मोहिमांसाठी निश्चित स्वरूपाचे उत्पन्न आवश्यक होते.

(3) या पद्धतीमुळे लाखो रयतांकडून महसूल वसूल करण्यापेक्षा काही मोजक्याच जमीनदारांकडून तो वसूल करणे हे सरकारला अधिक सोपे व कमी खर्चाचे होते.

(4) या पद्धतीत महसुलाची रक्कम कायमस्वरूपी ठरल्याने जमीनदार आपल्या जमिनीत अधिक उत्पन्न येण्यासाठी प्रयत्न करणार होता. कारण असे जादा उत्पन्न हे त्याच्याकडेच राहणार होते. अर्थात, जमीनदार आपल्या परगण्यातील रयतांकडून किती महसूल घेई यावर सरकारचे नियंत्रण नसल्याने जमीनदारांकडून रयत लोकांची पिळवणूक पद्धतशीरपणे होऊ लागली.

कॉर्नवॉलिसची ही कायमधारा पद्धती बंगाल-बिहार याशिवाय ओरिसा व मद्रास प्रांतांतील उत्तरेतील जिल्हे इत्यादी प्रदेशांत अमलात आणली गेली.

दक्षिणेतील रयतवारी पद्धती : उत्तर भारतात जशी मोठ्या प्रमाणावर जमीनदारी पद्धती होती तशी ती दक्षिण भारतात नव्हती. तेव्हा दक्षिणेकडील राज्ये जिंकल्यानंतर ब्रिटिशांनी तेथे नवीन महसूल पद्धती अस्तित्वात आणली. तिला 'रयतवारी पद्धती' असे म्हणतात. या पद्धतीप्रमाणे रयतांना त्यांच्या ताब्यात असणाऱ्या जमिनीचे मालक बनविले गेले. त्यांनी त्या जमिनीचा महसूल दरवर्षी नियमितपणे सरकारी खजिन्यात भरायचा; पण तसा तो भरला नाही तर सरकार त्यांची जमीन जप्त करून लिलावात काढून विकू शकत असे. सरकारला द्यायचा महसूल हा कायमस्वरूपी नव्हता. दर वीस ते तीस वर्षांनी या महसुलाच्या दराचे पुनर्मूल्यांकन करायचे आणि नवीन म्हणजे वाढीव दर ठरवायचा, असे योजले गेले.

कंपनी सरकारने रयतवारी पद्धती एकोणिसाव्या शतकाच्या सुरुवातीच्या दशकांमध्ये दक्षिणेत जिंकलेल्या मद्रास व मुंबई या इलाख्यांत लागू केली. या पद्धतीत रयतांना जमिनीचे 'मालक' बनविले गेले हे खरे; पण प्रत्यक्षात रयतांच्या लवकरच लक्षात आले की, उत्तरेकडील जमीनदारांचीच भूमिका दक्षिणेत सरकार बजावीत आहे. एक तर सरकारने महसुलाचा दर पूर्वीपेक्षा अनेक पटीने वाढविला. दुसरे असे की, दुष्काळासारख्या स्थितीतही सरकार हा महसूल गोळा करणारच होते. या पद्धतीत सरकार रयतांकडून त्यांच्या उत्पन्नाच्या 45 ते 55 टक्के भाग महसूल म्हणून घेत होते.

महालवारी महसूल पद्धती : कंपनी सरकारने ही महालवारी पद्धती गंगेच्या खोऱ्यात, वायव्य सरहद्द प्रांत, पंजाब व मध्य प्रदेश या ठिकाणी अमलात आणली. या पद्धतीत महसूल दर प्रत्येक महालानुसार अथवा खेड्यानुसार ठरविला जाई. त्या-त्या महालामधील अथवा खेड्यामधील सर्व रयत या महसूल वसुलीसाठी जबाबदार धरले जात. ठरलेला महसूल वसूल करून देणे ही त्यांची सामाईक जबाबदारी मानली जाई. रयतांची संख्या मोठी असेल तर त्यांचा महसूल ठरावीक प्रतिनिधींमार्फत गोळा केली जाई. या पद्धतीतसुद्धा महसूल पद्धतीचे काही कालावधीनंतर पुनर्मूल्यांकन होत असे आणि महसुलाचा नवीन दर ठरविला जात असे.

अशा प्रकारे कंपनी सरकारने भारतातील आपल्या प्रदेशात निरनिराळ्या प्रकारच्या महसूल पद्धती राबविल्या. या सर्व पद्धतीत जमिनीची मालकी एक तर जमीनदारांची अथवा रयतांची केली गेली. तसेच त्यांना आपल्या जमिनी विकण्याचा अथवा गहाण टाकण्याचा हक्क मिळाला. अशी व्यवस्था करण्यात राज्यकर्त्यांचा स्वार्थ होता. जमीनदार अथवा रयत जमिनीचा महसूल देऊ शकला नाही तर त्याला जमीन विकून तो देणे शक्य व्हावे अगर सरकारने ती जमीन जप्त करून विकून टाकावी यासाठी सरकारने ही व्यवस्था करून ठेवली होती. दुसऱ्या शब्दांत, रयतेची कितीही दुर्दशा झाली तरी सरकारच्या तिजोरीत भर टाकणाऱ्या जमीन महसुलात खोट येण्याचे कारण नव्हते. जो रयत शेतसारा देऊ शकत नव्हता त्याची जमीन सरकार लिलावात काढू शकत असे आणि ही जमीन घेणारे सावकार तर सर्वत्र अस्तित्वात होते. याचा अर्थ, रयतेचे दारिद्र्य व सावकारशाहीचे सामर्थ्य वाढविणारे हे कंपनीचे महसूल धोरण होते.

5.4 ईस्ट इंडिया कंपनी आणि समाजसुधारणांचे धोरण

ईस्ट इंडिया कंपनीने भारतात ज्या वेळी आपले राज्य स्थापन केले त्या वेळी भारतीय समाज मध्ययुगीन विचार-आचाराने चालत होता. धार्मिक कर्मकांड, व्रतवैकल्ये, अंधश्रद्धा, वर्णाधिष्ठित उच्चनीचता अशा अनेक रूढी-परंपरांनी तो ग्रस्त झाला होता. ब्रिटिश राज्यकर्त्यांना येथील समाजाच्या प्रगतीशी अथवा कल्याणाशी काही देणे-घेणे नव्हते; उलट राज्यकारभार करताना 1813 सालापर्यंत तरी त्यांनी या देशातील रूढी-परंपरा व सामाजिक व्यवहार यात हस्तक्षेप न करण्याचे धोरण स्वीकारलेले होते. सन 1813 नंतर मात्र राज्यकर्त्यांचे कर्तव्य म्हणून आपण ज्यांच्यावर राज्य करतो त्या भारतीय प्रजाजनांची सामाजिक स्थिती सुधारण्यासाठी काहीतरी उपाययोजना आपण केली पाहिजे हा विचार बळावू लागला. इंग्रजी शिक्षणाचा प्रारंभ याच विचारातून झाला. त्याचप्रमाणे सतीबंदी, बालहत्याबंदी यांसारख्या सुधारणाही याच विचारातून अमलात आल्या. तोच वृत्तान्त आता आपणास पाहावयाचा आहे.

समाजसुधारणेची पार्श्वभूमी : भारतीय समाजातील अंधश्रद्धा, दुष्ट रूढी व अज्ञान नष्ट करण्यासाठी राज्यकर्ते म्हणून आपली काही जबाबदारी आहे असे ब्रिटिशांना वाटू लागले; त्यास युरोपातील अठराव्या शतकातील बदललेली सामाजिक व वैचारिक परिस्थिती कारणीभूत होती हे प्रथम लक्षात घेतले पाहिजे.

फ्रेंच राज्यक्रांतीच्या 'स्वातंत्र्य, समता व विश्वबंधुत्व' या तत्त्वांचा प्रसार युरोपातील अनेक देशांत होऊन तेथे अनेक राष्ट्रवादी, स्वातंत्र्यवादी व मानवतावादी चळवळी उभ्या राहिल्या होत्या. बेकन, लॉक, व्हॉल्टेअर, रूसो इत्यादी विचारवंतांनी बौद्धिक क्रांती करून युरोपियन विचारवंतांवर व राजकारणी मंडळींवर मोठा प्रभाव पाडलेला होता. दरम्यान अठराव्या शतकात विज्ञान व तंत्रज्ञान या क्षेत्रात फार मोठी क्रांती होऊन त्यातून औद्योगिक क्रांतीचा जन्म झाला होता.

तेव्हा फ्रेंच राज्यक्रांती, त्यापूर्वीच सुरू झालेली बौद्धिक क्रांती आणि त्यातून उदयास आलेली औद्योगिक क्रांती अशा तीन क्रांत्यांमधून आधुनिक युरोपियन समाजाची जडणघडण होत होती.

भारतामध्ये जे ब्रिटिश अधिकारी होते त्यांचा भारतीय लोकांकडे बघण्याचा दृष्टिकोन वर्णवर्चस्ववादी विचारसरणीचा होता. भारतीय समाज हा अडाणी व अंधश्रद्धाळू असून तो गतिहीन झालेला आहे; त्यात सुधारणा होणे शक्य नाही, तो गुलामीतच राहण्याच्या योग्यतेचा आहे अशी बहुतेक ब्रिटिश अधिकाऱ्यांची मनोभावना असे. अशा ब्रिटिशांत वॉरन हेस्टिंग्जसारखा गव्हर्नर जनरल आणि एडमंड बर्कसारखा विचारवंत यांचा समावेश होत होता; परंतु अशा ब्रिटिशांतही लॉर्ड बेंटिंग, लॉर्ड मेकॉले, लॉर्ड एल्फिन्स्टन, सर मेटकॉफ, जनरल मर्नो, जनरल माल्कम यांसारखे उदारमतवादी व मानवतावादी अधिकारी होते. त्यांना माहीत होते की, एकेकाळी या भारतात उदात्त व प्रगत संस्कृती नांदत होती; पण आता हा समाज दुष्ट रूढींनी व परंपरांनी ग्रस्त झाला आहे. त्यातून त्याची मुक्तता करणे हे राज्यकर्ते म्हणून आपले कर्तव्य आहे असे त्यांना वाटत होते आणि म्हणूनच त्यांनी भारतीय समाजात सुधारणा घडविण्यासाठी काही धाडसी पावले उचलली.

लॉर्ड बेंटिंग व सतीबंदीचा कायदा : भारतामध्ये वेद, उपनिषदे यांमधील उदात्त धर्म केव्हाच विस्मृतीत जाऊन त्याची जागा निरर्थक कर्मकांड, अंधश्रद्धा व दुष्ट रूढी यांनी घेतली होती. धर्माने इतके विकृत स्वरूप धारण केले होते की, धर्माच्या नावाने भारतीय लोक आपल्याच स्त्रियांना जिवंत जाळत होते. सतीची चाल फार प्राचीन काळापासून भारतात अस्तित्वात होती. ब्रिटिश राज्याच्या स्थापनेच्या सुमारास दक्षिणेत तिचा जोर नसला तरी उत्तरेत विशेषतः बंगालमध्ये उच्चवर्णीयांत प्रामुख्याने ती रूढ होती.

सतीच्या चालीमागे जशी विकृत धार्मिक अंधश्रद्धा होती तशी ती रूढी चालू ठेवण्यात भटभिक्षुक वर्गाची मोठी स्वार्थी बुद्धी होती. कारण पतिनिधनानंतर एखादी स्त्री जेव्हा सती जात असे तेव्हा तिच्या अंगावरील सर्व दागदागिने दान म्हणून या भटभिक्षुकांना मिळत. स्वाभाविकच ते अशा स्त्रियांना सती जाण्यास विरोध करीत नसतच; तर धर्माचा बडगा दाखवून जबरदस्तीने पतीच्या चितेवर पाठवित. विधवा स्त्रीला सती पाठविण्यात कुटुंबातील दीर वगैरे मंडळींचाही स्वार्थीपणा असे. कारण तत्कालीन धर्मशास्त्राप्रमाणे पतिनिधनानंतर त्याच्या मालमत्तेचा वारसा त्याच्या विधवेकडे जात असे. अशा स्थितीत त्या विधवेस सती जाण्यास तिच्या घरातील मंडळीच भाग पाडत असत. सन 1826 ची सरकारची आकडेवारी सांगते की, एकट्या कलकत्ता विभागात त्या वर्षी 398 स्त्रियांना मृत पतीच्या चितेवर जिवंत जाळले गेले.

अशा या क्रूर व दुष्ट चालीविरुद्ध बोलणे हा धर्मद्रोहीपणा समजला जात होता. तेव्हा शहाणी माणसेही हतबल होऊन सतीचा प्रकार उघड्या डोळ्यांनी सहन करत होती. 1820 सालापर्यंत या दुष्ट रूढीविरुद्ध बोलण्याची हिंमत असणारी माणसे तयार झाली नव्हती. त्यानंतर मात्र इंग्रजी शिक्षणाच्या प्रभावातून निर्माण झालेले राजा राममोहन रॉय यांसारखे विचारवंत पुढे आले. त्यांनी स्त्रियांवर कित्येक शतके चालू असलेल्या या अत्याचारास वाचा फोडली आणि सर्व बंगालभर सतीविरोधी चळवळ उभारली. 1823 सालापासून खुद्द सरकारनेही या रूढीकडे गंभीरपणे लक्ष द्यावयास सुरुवात केली होती; पण सरकार भारतीयांच्या या 'धार्मिक बाबीत' हस्तक्षेप करावयास धजत नव्हते.

तथापि, जेव्हा राजा राममोहन रॉय यांसारख्या सुशिक्षित भारतीय व्यक्तींनी या रूढीविरुद्ध रान उठविले तेव्हा बेंटिंगसारख्या मानवतावादी गव्हर्नर जनरललाही सतीबंदीचा कायदा करण्याचे नैतिक बळ प्राप्त झाले. बेंटिंगने मोठे धाडस करून डिसेंबर 1829 मध्ये सतीबंदीचा कायदा जारी केला. सतीची चाल म्हणजे अखिल मानवजातीस कलंक तर आहेच; पण सुसंस्कृत म्हणवून घेतल्या जाणाऱ्या ब्रिटिशांच्या राज्यावरही तो कलंक आहे अशी बेंटिंगची विचारसरणी होती. अशा प्रकारे या दुष्ट प्रथेचे निर्दालन करण्याचे श्रेय राजा राममोहन रॉय व लॉर्ड बेंटिंग या दोन महापुरुषांकडे जाते. त्यांनी त्यांच्या काळातील लाखो विधवा स्त्रियांना सती जाण्याच्या भयानक कृत्यापासून वाचविले आणि त्यांचा दुवा घेतला.

लॉर्ड बेंटिंग आणि बालहत्या प्रतिबंध : सतीप्रमाणेच भारताच्या काही भागात बालहत्येची अतिशय क्रूर अशी रूढी अस्तित्वात होती. उदाहरणार्थ, ओरिसातील काही मागासलेल्या खेड्यांत इतू नावाच्या देवतेसमोर लहान बालकांना बळी दिले जात असे. तसेच मध्य प्रदेश (माळवा), काठेवाड, राजस्थान, पंजाब या प्रदेशांत काही उच्चकुलीन क्षत्रिय कुटुंबांत बालिका जन्मल्यावर त्यांना गळे दाबून ठार केले जाई अथवा मातांच्या स्तनाग्रांना अफू लावून ती चोखण्यास देऊन बालिकांना ठार मारले जाई. मुलगी म्हणजे आर्थिक तोटा व मानहानी असे या तथाकथित सुसंस्कृत लोकांचे गणित होते. स्वार्थासाठीच ही दुष्ट रूढी राबविली जात असे.

बेंटिंगने विल्किन्सनसारखे अनेक कार्यक्षम अधिकारी या रूढीचे निर्दलन करण्यास नेमले. त्यांनी या दुष्ट चालीविरुद्ध जनजागृती करावयास सुरुवात केली. प्रसंगी त्यांनी कायद्याचा बडगाही दाखविला. हळूहळू ही क्रूर प्रथा नामशेष करण्यात आली. बेंटिंगच्या या मानवतावादी धोरणामुळे पुढे हजारो बालक-बालिकांचे प्राण वाचवले.

लॉर्ड बेंटिंग आणि ठगांचा बंदोबस्त : आपल्या राज्यात शांतता व सुव्यवस्था राखणे हे आपले प्रधान कर्तव्य आहे असे ब्रिटिश राज्यकर्ते मानत होते. हे कर्तव्य पार पाडत असताना त्यांना 'ठग' नावाच्या लूटमार व खून करणाऱ्या लोकांचा बंदोबस्त करावा लागला. ठग म्हणजे वंशपरंपरेने खून करणारे लोक. ब्रिटिशांनी येथील राज्ये जिंकल्यावर या ठगांच्या टोळ्या त्यांच्या नजरेत आल्या. या ठगांना स्थानिक जमीनदार अथवा संस्थानिक यांचा आश्रय असे. आपल्या मिळकतीमधील ठरावीक भाग ठग त्यांना नेमाने देत असत. ठगांच्या टोळ्यांत सर्व जातीचे लोक असत. कालिमाता ही आपली देवता मानून आपला धंदा तेजीत चालावा म्हणून तिची ते आराधना करीत. त्यांच्या टोळ्यांत जमादार व सुभेदार अशा श्रेणीही असत. अशा एका टोळीत सुमारे दोनशे ते तीनशे ठग वावरत असत. ठग अत्यंत क्रूरपणे काम करीत असत. विशेषतः प्रवाशांवर त्यांची नजर असे. प्रवास करणाऱ्या वाटसरूंचा ते प्रथम खून करीत व मग त्यास लुटत असत.

ठग आणि सामान्य माणूस यात फरक दिसत नसल्याने ते सहजासहजी ओळखता येत नसत. त्यामुळे त्यांना शोधून काढून शिक्षा करणे हे मोठे आव्हान होते; पण हे मोठे कठीण आव्हान लॉर्ड बेंटिंगने स्वीकारले. त्याने या ठगांना नष्ट करण्याचा चंग बांधला. त्यासाठी त्याने खास खाते निर्माण करून कॅप्टन स्लीमनसारखे कर्तबगार अधिकारी त्यावर नेमले. ठगांचा बंदोबस्त कसा करता येईल यावर पद्धतशीर अभ्यास करून स्लीमनसारख्या अनेक ब्रिटिश अधिकाऱ्यांनी त्यांना नष्ट करण्यासाठी मोहिमा उघडल्या. त्यासाठी खास कायदे तयार केले गेले.

सन 1831 ते 1837 या कालखंडात एकूण 3,266 ठग पकडले गेले. त्यांपैकी 412 ठगांना फासावर लटकविले गेले. उरलेल्यांना आजन्म कारावासाची शिक्षा दिली. ज्यांनी ठगांच्या टोळ्यांची बितंबातमी पुरवून सरकारला सहकार्य केले त्या ठगांना माफी देऊन कामधंद्यास लावले. अशा प्रकारे शेकडो वर्षांपासून समाजाचे स्वास्थ्य नष्ट करणारी ही अट्ठल चोरांची जमात बेंटिंगने नामशेष करून ब्रिटिश प्रशासनाचा लौकिक भारतात व ब्रिटनमध्ये वाढविला. एक थोर मानवतावादी व सुधारणावादी प्रशासक म्हणून तो भारताच्या इतिहासात अमर झालेला आहे.

⊙⊙⊙

6

भारतातील 1857 चा उठाव

6.1 1857 च्या उठावाची विविध कारणे

- राजकीय कारणे
- सामाजिक कारणे
- धार्मिक कारणे
- आर्थिक कारणे
- लष्करी कारणे

6.2 1857 च्या उठावाचे स्वरूप : स्वातंत्र्ययुद्ध की बंड ?

- स्वातंत्र्ययुद्ध
- शिपायांचे बंड

6.3 1857 च्या उठावाचा प्रसार आणि शेवट

- मीरत
- दिल्ली
- कानपूर
- लखनौ
- बिहार
- झाशी

6.4 1857 चा उठाव अयशस्वी होण्याची कारणे

6.5 1857 च्या उठावाचे परिणाम

आधुनिक भारताच्या इतिहासात सन 1857 च्या उठावाइतकी वादग्रस्त घटना दुसरी कोणतीही नसेल असे वाटते. 1857 सालापासून आजतागायत या घटनेबद्दल भारतीय इतिहासकार, विचारवंत, नेते, ब्रिटिश राज्यकर्ते, परकीय इतिहासकार अशा अनेकांनी आपापली मते सांगितली आहेत. काही जणांनी या घटनेस 'शिपायांचे बंड' असे म्हटले आहे; तर काही जणांनी या घटनेचा 'भारतीय लोकांच्या स्वातंत्र्याचे युद्ध' म्हणून गौरव केला आहे. या घटनेचे स्वरूप कसे होते याविषयी असा वाद असला तरी भारताच्या इतिहासातील तिच्या महत्त्वाविषयी वाद नाही. या उठावानंतर भारताच्या इतिहासात एक नवे पर्व सुरू झाले याविषयी सर्व इतिहासकारांत एकमत आहे.

लॉर्ड डलहौसी निवृत्त होऊन ब्रिटनला गेल्यावर त्याच्या जागी 'भारताचा गव्हर्नर जनरल' म्हणून लॉर्ड कॅनिंग याची ब्रिटिश सरकारने नेमणूक केली (1856). विद्वत्ता, उद्योगीपणा, शांत वृत्ती व धिमा स्वभाव हे त्याचे गुण होते. या गुणांमुळे त्याने भारतातील आपली कारकीर्द 'एक आदर्श गव्हर्नर जनरल' म्हणून गाजविली असती; तथापि, त्याच्या गुणांना भारतात आल्यावर फारसा वाव मिळाला नाही. त्याच्या दुर्दैवाने त्यास ब्रिटिश राजवटीतील सर्वांत मोठ्या व सर्वांत गंभीर अशा भारतीय लोकांच्या उठावास तोंड द्यावे लागले. हा उठाव मोडून काढून ब्रिटिश साम्राज्याला नाशापासून वाचविण्याची मोठी जबाबदारी त्याच्यावर येऊन पडली. ती त्याने मोठ्या कार्यक्षमतेने पार पाडली.

वास्तविक, सन 1857 च्या उठावास तो फारसा जबाबदार नव्हता; पण भारतातील गव्हर्नर जनरल म्हणून, म्हणजेच सर्वश्रेष्ठ ब्रिटिश अधिकारी म्हणून हा उठाव मोडून काढण्याचे आणि आपल्या देशबांधवांनी मोठ्या कष्टाने व युक्तीने मिळविलेल्या साम्राज्याचे संरक्षण करण्याचे कर्तव्य करणे त्यास भाग पडले.

हा उठाव भारतामध्ये कोठे-कोठे घडून आला व तो कोणी-कोणी घडविला हे पाहण्यापूर्वी आपण या उठावाची पार्श्वभूमी (कारणे) समजून घेणे आवश्यक आहे.

6.1 1857 च्या उठावाची विविध कारणे

▣ राजकीय कारणें

1. **ब्रिटिशांची भेदनीती व साम्राज्यवाद :** आपले साम्राज्य उभे करताना ब्रिटिशांनी 'फोडा व झोडा' या तत्त्वाचा नेहमीच अवलंब केला. लॉर्ड क्लाईव्ह व वॉरन हेस्टिंग्जसारख्या अधिकाऱ्यांनी नीती-अनीती याचा फारसा विधिनिषेध पाळला नाही. त्यातच ब्रिटिशांची भेदनीती, त्यांचा व्यापारी साम्राज्यवाद, त्यांची शस्त्रास्त्रे व संस्कृतीचे सामर्थ्य यांचे रहस्य अनेक भारतीय राजेरजवाड्यांना उमजूनच आले नाही. आपापसातील हेवेदावे व सुखासीन वृत्ती यांमुळे त्यांचा ऱ्हास अधिक झपाट्याने झाला. त्यांच्यापैकी अनेकांचे प्रदेश कंपनी सरकारने आपल्या ताब्यात आणले. बहुतेक सर्व भारतीय सत्ताधीशांवर अनेक प्रकारचे गुलामीचे करार लादण्यात आले. त्यांची परराष्ट्रीय धोरणे ब्रिटिश ठरवू लागले. युद्ध व शांतता प्रस्थापित करण्याचा राज्यकर्त्यांचा प्रमुख अधिकार त्यांच्याकडून ब्रिटिशांनी आपल्याकडे घेतला.

लॉर्ड वेलस्लीच्या 'तैनाती फौजेच्या पद्धतीने' वर सांगितलेली ही अवस्था अनेक भारतीय सत्ताधीशांच्या नशिबी आली. त्यामध्ये हैद्राबादचा निजाम; मराठ्यांचे शिंदे, होळकर, भोसले हे सरदार; अयोध्येचा (औंध) नवाब इत्यादी सत्ताशीध प्रमुख होते. तैनाती फौजेच्या पद्धतीमध्ये या ब्रिटिश फौजेचा खर्च भारतीय राजांनी करावयाचा व त्या फौजेवर हुकमत गाजवायची मात्र ब्रिटिशांनी, असा वेलस्लीचा मुत्सद्दी डाव होता. तैनाती फौजेच्या प्रभावाखाली हे भारतीय राजे गेल्यामुळे ते दुबळे बनले, त्यांच्या ठिकाणची पराक्रमाची परंपरा लुप्त झाली. ब्रिटिशांनीच त्यांच्या संरक्षणाची बाजू स्वीकारल्याने ते आपल्या राज्यांच्या कारभाराकडे दुर्लक्ष करू लागले. परिणामी, त्यांची कारभार यंत्रणा मोडकळीस येऊन त्यांच्या राज्यात अशांतता व अव्यवस्था निर्माण होऊ लागली.

2. **लॉर्ड डलहौसीचे आक्रमक साम्राज्यवादी धोरण :** लॉर्ड डलहौसीसारख्या ब्रिटिश राज्यकर्त्याला असे वाटू लागले की, गैरकारभार असणारी राज्ये कशासाठी जगू द्यायची ? ती खालसा करणेच योग्य होईल. असे झाले की, सर्व भारत एकछत्री अमलाखाली येईल आणि सर्वत्र सुव्यवस्था स्थापन करता येईल. युद्धमार्गाचा अवलंब करून त्याने 1849 साली शिखांचा पराभव केला व त्यांचे राज्य जिंकले; तर 1852 साली ब्रह्मदेशाशी युद्ध करून त्याने दक्षिण ब्रह्मदेश ब्रिटिश साम्राज्यात विलीन केला. याशिवाय या ना त्या कारणाखाली त्याने अनेक भारतीय राज्ये खालसा केली व ब्रिटिश राज्याला जोडून टाकली. 'निपुत्रिक राजेरजवाड्यांनी आपल्या वारसांसाठी कंपनी सरकारची पूर्वसंमती घेणे आवश्यक आहे' असे त्याने घोषित केले. या घोषणेमागे कंपनी सरकार भारतातील अधिसत्ता आहे हे त्याला स्पष्ट करावयाचे होते. पूर्वी 1844 सालीच कंपनीच्या डायरेक्टरांनीच हे तत्त्व घोषित केले होते. तथापि, त्याची अंमलबजावणी कोणी केली नव्हती. ब्रिटिश साम्राज्याचा विस्तार करण्यासाठी डलहौसीला मात्र या तत्त्वाने मोठी संधी प्राप्त करून दिली.

1848 साली साताऱ्याचे छत्रपती निपुत्रिक मरण पावले. मृत्यूपूर्वी त्यांनी घेतलेला दत्तक डलहौसीने नामंजूर केला; आणि साताऱ्याचे राज्य खालसा करून टाकले. अशाच प्रकारे 1853 साली नागपूरचा राजा निपुत्रिक मरण पावला. त्याच्या राणीने घेतलेला दत्तक वारसही डलहौसीने नामंजूर म्हणून घोषित केला. परिणामी नागपूरचे राज्य खालसा होऊन ब्रिटिश साम्राज्यात विलीन झाले. नागपूर राज्याच्या खालसा प्रकरणी **अर्नाल्ड** म्हणतो, ''नागपूरचे राज्य कंपनीच्या साम्राज्यात ज्या तत्त्वानुसार विलीन केले ते तत्त्व फार जुने असले तरी अनुकरणीय खास नव्हते. 'बळी तो कान पिळी' हेच ते तत्त्व होते.'' इतिहासप्रसिद्ध झाशीची राणी 1853 साली विधवा झाली. पतीच्या मृत्यूपूर्वी तिने दत्तक पुत्र घेतला होता. हा दत्तक पुत्र वारस म्हणून नामंजूर करून डलहौसीने तिचे राज्य खालसा केले. अशाच प्रकारे या तत्त्वाचा वापर करून त्याने संबलपूर, जैतपूर, भगत व उदयपूर ही राज्ये खालसा केली व त्यांचे प्रदेश आपल्या साम्राज्यात विलीन करून टाकले.

याशिवाय तैनाती फौजेची बाकी वसूल करण्याचे निमित्त पुढे करून डलहौसीने हैद्राबादच्या निजामाकडून त्याचा वऱ्हाड प्रांत घेतला (1853). तसेच गैरकारभार व अव्यवस्था या कारणाखाली औंधच्या (अयोध्या) नवाबाचे राज्य खालसा केले (1856).

डलहौसी एवढ्यावरच थांबला नाही. त्याने अनेक राजेरजवाड्यांच्या पदव्या व तनखे बंद करून टाकले. पदव्या अथवा तनखे या गोष्टी वंशपरंपरेने चालत नसतात असे त्याचे मत होते. त्यानुसार त्याने 1852 साली दुसऱ्या बाजीरावाच्या मृत्यूनंतर त्याचा दत्तक पुत्र नानासाहेब पेशवा याचा वारसा हक्क नामंजूर केला व त्यास मिळू शकणारा आठ लाखांचा तनखाही बंद केला. त्याला प्राप्त होणारी 'पेशवा' ही पदवी आता नाममात्र होती, पण तीही त्याला देण्यात आली नाही. 1855 साली तंजावरचा राजा मृत्यू पावला. त्याच्या वारसदाराची जहागीर व तनखा या बाबी डलहौसीने जप्त केल्या. बिचारा मुघल बादशाह निर्माल्यवत झाला होता. अधिकार व संपत्ती या गोष्टी त्याला केव्हाच सोडून गेल्या होत्या. तोही ब्रिटिशांच्या तडाख्यातून सुटला नाही. ''तो मेल्यावर नंतर बनणाऱ्या मुघल बादशाहला मुघल सम्राटाच्या राजवाड्यात राहता येणार नाही'' असे डलहौसीने त्याला बजावले होते.

डलहौसीच्या या आक्रमक व अन्यायी धोरणामुळे भारतीय राजेरजवाडे हवालदिल बनले. ब्रिटिश इतिहासकार **पी. ई. रॉबर्ट** म्हणतो, ''डलहौसीच्या विदेश नीतीमध्ये सत्यांश कितीही असो, एक गोष्ट मात्र खरी की, या नीतीमुळे सर्व भारतीय संस्थानिकांना वाटू लागले की, आपली संस्थाने मोठ्या धोक्यात आहेत.'' याशिवाय सातारा, नागपूर, झाशी, उदयपूर ही राज्ये खालसा केल्याने भारतीय प्रजेच्या भावना दुखावल्या तर औंधच्या नवाबाचे राज्य नष्ट झाल्याने व मुघल बादशाहला निर्माल्यवत बनविल्याने मुस्लीम दुखावले गेले. नीती-अनीती यांची चाड न बाळगता ब्रिटिशांना भारतातील सर्व राज्ये खालसा करावयाची आहेत असेच सर्वसामान्य माणसांना वाटू लागले. या सुमारास कंपनी सरकारच्या अधिकाऱ्यांच्या ठिकाणी केवढा आक्रमक साम्राज्यवाद वसत होता याची साक्ष त्या वेळचा ब्रिटिश सेनापती नेपियरचे उद्‌गार देतील. **नेपियर** म्हणतो, ''मी जर का बारा वर्षांसाठी भारताचा बादशाह झालो तर भारतात एकही संस्थानिक

नावाला राहणार नाही. हैद्राबादचा निजाम इतिहासजमा होईल व नेपाळ ब्रिटिशांचे बनेल !'' या आक्रमक धोरणाविरूद्ध आपली प्रतिक्रिया नोंदवताना **लुडलाँ** हा लेखक म्हणतो, ''या परिस्थितीत भारतीय लोकांच्या भावना खालसा धोरणाला बळी पडलेल्यांच्या मागे उभ्या राहिल्या नसत्या व ब्रिटिशांच्या विरूद्ध गेल्या नसत्या तर भारतीय लोक मनुष्यत्वाला पात्र राहिले नसते.''

▣ सामाजिक कारणे

1. **ब्रिटिशांचा संस्कृतिश्रेष्ठत्वाचा गंड :** ब्रिटिश भारताचे राज्यकर्ते बनल्यावर त्यांच्या ठिकाणी असणारा संस्कृतिश्रेष्ठत्वाचा गंड भारतीय लोकांच्या लक्षात येऊ लागला. ब्रिटिश केवळ आपली संस्कृतीच श्रेष्ठ मानीत असे नव्हे, तर भारतीय संस्कृतीला 'रानटी संस्कृती' व भारतीय लोकांना 'रानटी माणसे' असे संबोधित. 1784 साली वॉरन हेस्टिंग्जनेसुद्धा ब्रिटिशांच्या या तुच्छ भावनेविषयी स्पष्ट कबुली दिली आहे. भारतीय माणसे रानटी असून युरोपातील सर्वांत मागासलेल्या देशातील सर्वांत मागासलेल्या माणसांचीसुद्धा ती बरोबरी करू शकणार नाहीत अशी दर्पोक्ती ब्रिटिश अधिकारी करीत. स्वाभाविकच राज्यकर्ते व प्रजा यांच्यामध्ये तुच्छतेची दरी निर्माण झाली होती. राज्यकर्ते स्वतः प्रजेपासून फटकून वागत असल्याने ही दरी कधी कमी होऊ शकली नाही. परिणामी राज्यकर्त्यांबद्दल प्रजेला आपलेपणा न वाटता त्यांच्यात असंतोष निर्माण झाला.

2. **भारतीय संस्कृतीवर संकट :** लॉर्ड बेंटिंग, लॉर्ड डलहौसी यांसारख्या काही सुधारणावादी ब्रिटिश राज्यकर्त्यांनी कायदे करून भारतीय समाजात सुधारणा घडविण्याचा प्रयत्न केला. उदाहरणार्थ, सतीबंदी कायदा, बालविवाह प्रतिबंधक कायदा, विधवा-पुनर्विवाह संमती कायदा इत्यादी. या कायद्यांमागची राज्यकर्त्यांची भूमिका योग्य होती; पण सामान्य लोकांना त्यामुळे आपल्या समाजाची चौकटच नष्ट होत आहे असे वाटू लागले. विधवांच्या पुनर्विवाहाला आजही जेवढी पाहिजे तेवढी सामाजिक मान्यता मिळत नाही. यावरून त्या काळी ब्रिटिशांनी जेव्हा कायद्याने अशी मान्यता दिली असेल तेव्हा समाजाच्या भावना किती प्रक्षुब्ध झाल्या असतील याची आपण कल्पना करू शकतो.

भारतातील पारंपरिक धर्मशास्त्राचा अभ्यास, संस्कृत, अरबी, फारशी भाषांचे अध्ययन इत्यादी बाबी आता इंग्रजी शिक्षणाच्या प्रसारामुळे कमी महत्त्वाच्या बनून मागे पडू लागल्या. राज्यकर्त्यांचेही अशा परंपरागत विद्याभ्यासाला उत्तेजन मिळणे बंद झाले. पूर्वी राज्यकारभाराची भाषा फारशी होती, आता तिची जागा इंग्रजीने घेतली. आता इंग्रजी शिक्षण घेणाऱ्यांना सामाजिक प्रतिष्ठा मिळू लागली. त्यामुळे भारतीय समाजात आतापर्यंत प्रतिष्ठा व वजन असणारा हिंदू पंडितांचा व मुस्लीम मुल्ला-मौलवींचा वर्ग असंतुष्ट बनला.

3. **हजारो सरंजामदार व सैनिक बेकार बनले :** ब्रिटिशांनी हजारो सरंजामदारांना त्यांच्या पदव्यांपासून, त्यांच्या जहागिऱ्यांपासून आणि हक्कांपासून वंचित केले. फक्त मुंबई प्रांतातच वीस हजार इनामदारांची इनामे जप्त केली गेली होती. औंध राज्यातील कमिशनर जॅक्सनने शेकडो तालुकेदारांच्या (जमीनदार) इस्टेटी खालसा केल्या. एवढेच नव्हे, तर जमीनदारांनाही 'दत्तक वारसा नामंजूर' हे तत्त्व लागू करण्यात आले. सरकारी अधिकारी कोर्टाचे निर्णयही धाब्यावर बसवत. मणिपूरच्या राजाची 113 खेड्यांची जहागीर अशीच अन्यायाने जप्त केली होती. जहागिरी व हक्क गेल्यामुळे या सरंजामदारांची सामाजिक प्रतिष्ठा लयाला गेली. त्यांचे हजारो आश्रित उघड्यावर पडले. तसेच अनेक लहान-मोठी भारतीय राज्ये खालसा झाल्यामुळे त्या राज्यांतील हजारो सैनिक व नोकर-चाकर आपल्या चाकरीस मुकले. त्यांच्या बेकारीमुळे औंधसारख्या राज्यात मोठा सामाजिक असंतोष निर्माण झाला.

▣ धार्मिक कारणे

1. **ख्रिस्ती मिशनऱ्यांचे हिंदू धर्मावर आक्रमण :** ब्रिटिशांच्या आक्रमणाने भारतीय लोकांची प्रथम राज्ये गेली, नंतर व्यापार-उदीम बुडाला आणि आता धर्म नष्ट होत आहे, अशी असंतोषाची भावना भारतीय समाजात उत्पन्न झाली. **देवगिरीकर** म्हणतात, ''भारतीय लोक नीतिभ्रष्ट, भेकड, नालायक, दुराचारी व आळशी; त्यांना दंडुक्यानेच हाकलले पाहिजे असे ब्रिटनमधील विचारवंत व लेखक आपल्या शासनाच्या समर्थनार्थ प्रमेय मांडू लागले. लोकांना सुधारावयाचे असेल तर त्यांचा धर्म, त्यांची सामाजिक रचना, त्यांच्या चालीरीती वगैरे बदलल्या पाहिजेत असे म्हणणारे मिशनरी पुढे

सरसावले. राज्यसत्ता गेली, उद्योगधंदे गेले आणि तिसरे संकट धर्म व समाजावर आले.'' म्हणूनच बंडवाले आपल्या जाहीरनाम्यात म्हणतात, ''फिरंग्यांना आपणा सर्वांना ख्रिस्ती करावयाचे आहे. म्हणून हिंदू व मुस्लिमांनी आपल्यातील मतभेद विसरून प्रतिकारास सज्ज झाले पाहिजे.''

पोर्तुगिजांप्रमाणे सरकारी फतवे काढून व जुलूम-जबरदस्ती करून ब्रिटिशांनी धर्मप्रसार केला नाही, हे खरे. पण त्यांचे अधिकारी ख्रिश्चन धर्मप्रसाराला अनेक वेळा उघड-उघड प्रोत्साहन व पाठिंबा देत. एखाद्या भारतीयाने धर्मांतर करून ख्रिस्ती धर्म स्वीकारला की त्यास सरकारी नोकरी दिली जाई अथवा नोकरीत लगेच बढती दिली जाई. एखाद्या व्यक्तीने धर्मांतर केले तर त्याचा बापजाद्यांच्या मालमत्तेवरील हक्क अबाधित राहील, असा जो ब्रिटिशांनी कायदा केला तो धर्मप्रसाराला प्रोत्साहन देणारा होता, असे हिंदू व मुस्लीम या दोघांनाही वाटत होते. खुद्द **गव्हर्नर जनरल कॅनिंग** म्हणतो की, ''कुटुंबाचे प्रमुख, श्रीमंत व प्रतिष्ठित व्यक्ती यांची खात्री झाली होती की, त्यांची मुले नसली तरी नातवंडे हिंदू धर्म सोडून ख्रिस्ती धर्म स्वीकारणार.''

सन 1813 च्या कायद्याने ब्रिटनमधील कोणाही व्यक्तीला धर्मप्रचारासाठी भारतात जाण्याचे पूर्ण स्वातंत्र्य दिले गेले. यानंतर शेकडो मिशनरी या 'रानटी' हिंदू समाजाला 'सुसंस्कृत' करण्यासाठी येऊ लागले. **रेव्हरंड केनडी** हा मिशनरी म्हणतो, ''जोपर्यंत भारतात आपले साम्राज्य आहे तोपर्यंत कितीही मोठे संकट येवो; पण आपण हे विसरता कामा नये की, या देशात ख्रिस्ती धर्माचा प्रसार करणे हे आपले प्रमुख कर्तव्य आहे. कन्याकुमारीपासून हिमालयापर्यंत सर्व देश ख्रिस्तीमय होईपर्यंत आणि हिंदू व मुस्लीम धर्म बदनाम होईपर्यंत आपण अविश्रांत प्रयत्न केले पाहिजेत.'' अनेक प्रकारची आमिषे दाखवून व प्रसंगी धाक दाखवून हे मिशनरी धर्मांतराचे 'पवित्र कार्य' करीत असत. दुष्काळासारख्या घटना म्हणजे त्यांना पर्वणीच लाभे. या दुष्काळात अनेक आई-बाप मृत्यू पावत व त्यांची निराश्रित मुले हे मिशनरी ताब्यात घेत, प्रसंगी पैसे देऊन विकत घेत व त्यांना आपल्या धर्माची दीक्षा देत. तसेच या मिशनऱ्यांनी चालविलेल्या शैक्षणिक संस्थांमधून हिंदू धर्मावर कडवी टीका केली जाई. त्यामुळे या संस्थांमधून शिकून येणारे तरुण आपल्या धर्माबद्दल तिरस्कार बाळगत. स्वाभाविकच हे मिशनरी व त्यांना प्रोत्साहन देणारे राज्यकर्ते हे आपल्या धर्माचे शत्रू आहेत, अशी भावना भारतीय समाजात निर्माण झाल्यास नवल नव्हते.

2. **ब्रिटिशांच्या समाजसुधारणावादी धोरणाची प्रतिक्रिया :** सतीबंदी कायदा, बालविवाहबंदी कायदा, विधवा-विवाह संमती कायदा, दत्तक-वारसा नामंजूर धोरण, धर्मांतरित व्यक्तीच्या मालमत्तेच्या हक्काचा कायदा इत्यादी कायदे अमलात आणण्यात राज्यकर्त्यांचा दृष्टिकोन सुधारणावादी होता. सामाजिक हितासाठीच त्यांनी हे कायदे केले. पण सामान्य भारतीय लोकांना हे कायदे म्हणजे आपली संस्कृती व धर्म नष्ट करण्याचा सरकारचा पद्धतशीर डाव असे वाटू लागले. 1806 साली मद्रास येथील लष्करातील हिंदू शिपायांना कपाळावर गंध लावण्यास व दाढी ठेवण्यास बंदी घालण्यात आली. 1842 साली ब्रह्मी युद्धामध्ये हिंदू शिपायांवर परदेशगमनाचा सक्तीचा हुकूम बजावण्यात आला. अशा वेळी या शिपायांना हे नियम म्हणजे धर्मावरील संकटच वाटले व अशा लहान-सहान गोष्टींनी हळूहळू असंतोष वाढत गेला.

▣ आर्थिक कारणे

1. **भारतातील हस्तव्यवसाय व कारागिरी बुडाली :** ब्रिटिशांचा साम्राज्यवाद हा आर्थिक साम्राज्यवाद होता. भारतामधून कराच्या रूपाने अथवा व्यापाराच्या रूपाने जास्तीतजास्त संपत्ती मायदेशी नेणे, हेच त्यांचे मुख्य उद्दिष्ट होते. हे उद्दिष्ट साध्य करण्यात ते पूर्ण यशस्वी झाले. भारताच्या अनेक प्रदेशांवर त्यांची मालकी प्रस्थापित होताच ते मनमानी व्यापार करू लागले. येथील बाजारातील भारतीय माल त्यांच्या यंत्रावर तयार होणाऱ्या मालाशी स्पर्धा करू शकला नाही. परिणामी, भारतातील परंपरागत हस्तव्यवसाय व कलाकुसरीचे धंदे बुडाले. त्यामधील कारागीर शेतीकडे वळले. सर्वत्र मोठी बेकारी व असंतोष निर्माण झाला.

2. **ब्रिटिश भांडवलदारांकडून होणारी पिळवणूक :** ब्रिटनमधील औद्योगिक क्रांतीने भारतातही रेल्वे, तारायंत्रे, रस्ते यांसारख्या भौतिक सुधारणा झाल्या हे खरे; पण त्यामुळे या देशाच्या आर्थिक पिळवणुकीस अधिक गती प्राप्त झाली. ब्रिटनमध्ये तयार झालेला माल कमी वेळात भारताच्या कानाकोपऱ्यात पोहोचू लागला व तेथून कच्चा माल जलद गतीने ब्रिटनकडे निर्यात होऊ लागला. त्यामुळे ब्रिटिशांचा व्यापार वाढला, कारखानदारी वाढली, परिणामी भांडवल वाढले.

हे भांडवल भारतामधील अनेक उद्योगधंद्यांत ब्रिटिश व्यापाऱ्यांनी गुंतविले. पण या भांडवलावर होणारा फायदा ते मायदेशी नेत असल्याने भारत दरिद्रीच राहिला. या संदर्भात **डॉ. ईश्वरीप्रसाद** लिहितात, ''ब्रिटिश भांडवलाचा भारतात ओघ येत राहिला. पण या भांडवल गुंतवणुकीतील व्याज व फायदा ब्रिटनला जात असल्याने त्याचे हानिकारक परिणाम घडून आले. भारत म्हणजे एक दुभती गाय बनली की, जिचे दूध ब्रिटन पित होते; पण तिची लेकरे मात्र उपासमारीने तडफडत होती.''

3. **शेतकरी व जमीनदार यांचा असंतोष व बेकारी :** बंगालमधील कायमधारा पद्धतीने महसूल व्यवस्थेला स्थिरपणा आला खरा, पण सरकारचा ठरावीक सारा न देता आल्याने अनेक जमीनदारांच्या जमिनी सरकारने ताब्यात घेतल्या, अशा जमीनदारांची प्रतिष्ठा धुळीला मिळाली. मद्रास-मुंबईसारख्या प्रांतांतून रयतवारी पद्धती सुरू करण्यात आली. पण तेथे जमीन महसुलाचा दर काही वेळा उत्पन्नाच्या पन्नास टक्के इतका अन्यायी असे. अशा प्रसंगी शेतकऱ्यांच्या हलाखीस पारावार राहत नसे. औंधचे राज्य खालसा केल्यावर तेथे रयतवारी पद्धती सुरू केली; पण आतापर्यंत जे जमीन महसूल गोळा करीत होते ते जमीनदार (तालुकेदार) दूर सारले गेल्यामुळे असंतोषी बनले. त्यांचे आश्रित बेकार बनले.

▣ लष्करी कारणे

1. **भारतीय शिपायांना मिळणारी अन्यायी वागणूक :** सन 1857 चा उठाव प्रथम लष्करातील भारतीय शिपायांनी केला. याचे कारण त्यांच्यामध्ये कंपनी सरकारविरुद्ध असंतोष खदखदत होता. भारतीय शिपायांना अत्यंत अपमानास्पद व अन्यायी वागणूक दिली जात होती. याउलट, गोऱ्या शिपायांची प्रतिष्ठा व मिजास राखली जाई. भारतीय शिपायांपेक्षा गोऱ्या शिपायांना पगार अधिक असे. उदाहरणार्थ, नुकताच लष्करात आलेल्या गोऱ्या शिपायांचा पगार अनुभवी भारतीय सुभेदाराच्या पगाराइतका असे. तसेच एखाद्या भारतीय शिपायाने धर्मांतर करून ख्रिस्ती धर्म स्वीकारला की त्याला बढती ठरलेली असे. हा प्रकार भारतीय शिपायांना संतापजनक वाटत होता. याशिवाय लष्करातील वरच्या हुद्द्याची जागा भारतीय सैनिक कितीही पराक्रमी असला तरी त्याला दिली जात नसे. अधिकाराच्या जागा ही गोऱ्यांची मक्तेदारी होती.

लष्करी मोहिमांत ब्रिटिश अधिकारी प्रथम भारतीय शिपायांची फौज आघाडीवर धाडत. लढाई होऊन पहिल्या हल्ल्यात अनेक भारतीय शिपाई मारले गेले की, मग गोरी फौज पुढे सरकत असे. त्यामुळे भारतीय शिपायांची जीवितहानी मोठी होई व शेवटी विजयश्रीची माळ गोऱ्यांच्या गळ्यात पडे. हा सर्वच प्रकार भारतीय शिपायांना संतापजनक वाटत होता.

2. **भारतीय शिपायांवरील जाचक निर्बंध :** 1806 साली मद्रास आर्मीतील हिंदू शिपायांवर गंध न लावण्याची व दाढी न राखण्याची सक्ती करण्यात आली होती. 1824 साली ब्रह्मी युद्धात बेंगॉल आर्मीतील हिंदू शिपायांवर समुद्रपर्यटनाची सक्ती करण्यात आली होती. या दोन्ही प्रसंगी हे आपल्या धर्मावर संकट मानून हिंदू शिपायांनी बंड केले होते; पण ब्रिटिशांनी ते मोडून टाकले होते. अफगाण युद्धात हिंदू शिपायांवर अफगाणिस्तानात जाण्याची सक्ती केली गेली होती. परत आल्यावर या शिपायांकडे धर्मभ्रष्ट म्हणून त्यांचे जातिबांधव पाहू लागले होते. जातीत येण्यासाठी त्यांना अनेक धार्मिक विधी करावे लागले होते.

अपुरा पगार व भत्ता याबद्दल सन 1764 ते 1844 या काळात भारतीय लष्कराने दहा-बारा वेळा बंडाळ्या केल्या होत्या. 1849 साली पंजाब ब्रिटिश साम्राज्याला जोडला तेव्हा हजारो पंजाबी, शीख व मुस्लीम शिपायांना ब्रिटिश लष्करात घेण्यात आले होते. तेव्हा त्यांच्या दाढीला व डोक्यावरच्या केसाला आपण धक्का लावणार नाही असे ब्रिटिशांनी वचन दिले होते; पण त्यांनी ते वचन पाळले नाही. परिणामी, अनेक शीख व मुस्लीम शिपायांनी लष्करी नोकरीचा त्याग केला व बेकारी पत्करली. 'बेंगॉल आर्मीत' औंधच्या राज्यातील बहुसंख्य शिपाई होते. औंध राज्य खालसा केल्यावर त्यांच्या भावना दुखावल्या. अशा प्रकारे ब्रिटिश लष्करातील भारतीय शिपायांच्या असंतोषाला अनेक गोष्टी कारणीभूत झाल्या होत्या.

3. **गोरी फौज संख्येने कमी व तीही पंजाबमध्येच :** ब्रिटिश लष्करात भारतीय शिपायांची संख्या गोऱ्या शिपायांच्या संख्येहून कितीतरी अधिक होती, या महत्त्वाच्या गोष्टीची नोंद घेतली पाहिजे. ब्रिटिश लष्करात 2 लाख 33 हजार भारतीय फौज होती तर गोरी फौज फक्त 45 हजार होती. शिपायांना या गोष्टींची जाणीव होती. म्हणून आपण जर

बंड पुकारले तर संख्येच्या जोरावर विजयी होऊ असा आत्मविश्वास त्यांना वाटत असावा. ब्रिटिश राज्याच्या सुरक्षिततेसाठी गोऱ्यांची फौज वाढविली पाहिजे, असा इशारा डलहौसीने विलायत सरकारला दिला होता. पण सरकारने या धोक्याच्या कंदिलाकडे दुर्लक्ष केले होते.

पंजाब नुकताच जिंकला होता. तेथे काही बंडाळी होऊ नये म्हणून 45 हजार गोऱ्या फौजांपैकी 40 हजार फौज तेथेच ठेवण्यात आली होती. बिहार व बंगाल या प्रदेशांतील दानापूर व कलकत्ता ही दोन ठिकाणे सोडून अन्यत्र फारसी गोरी फौज ठेवण्यात आली नव्हती. बंडवाल्यांच्या दृष्टीने ही महत्त्वाची व फायद्याची बाब होती.

उठावाचे तात्कालिक कारण

कोणत्याही खदखदत्या असंतोषाचा उद्रेक होण्यासाठी निमित्त हवे असते. असे निमित्त म्हणजे त्या उद्रेकाचे तात्कालिक कारण असते, ते प्रमुख कारण नसते. भारतीय शिपायांना जी काडतुसे दिली जात त्यांना गाईची व डुकराची चरबी लावलेली असते; ही बातमी 1857 च्या उठावास तात्कालिक कारण ठरली. काडतुसांच्या वापरासाठी ती प्रथम तोंडाने तोडावी लागत असत. साहजिकच, त्यावरील चरबी शिपायांच्या तोंडात जात असे. हिंदू लोक गाईला पवित्र मानतात तर डुकराला मुस्लीम लोक अपवित्र मानतात. दोन्ही जनावरांच्या चरब्या दोन्ही धर्मीयांना वेगवेगळ्या अर्थाने निषिद्ध होत्या. ही बातमी प्रथम कलकत्त्याच्या फौजेत पसरली व नंतर एखाद्या आगीप्रमाणे तिचा उत्तर भारतात सर्वत्र प्रसार झाला. हिंदू व मुस्लीम शिपाई संतप्त झाले. आपला धर्म बुडविण्याचा ब्रिटिशांचा हा डाव आहे असे त्यांना वाटू लागले. त्यांनी याचा जाब आपल्या गोऱ्या अधिकाऱ्यांना विचारला तेव्हा 'ही गोष्ट साफ खोटी' असल्याचे त्यांनी ठणकावून सांगितले. पण शिपायांचा त्यावर विश्वास बसला नाही. त्यातच काडतुसे वापरण्यास नकार देणाऱ्या शिपायांना शिक्षा करण्याचा इंग्रजांचा इरादा लक्षात येताच शिपांयाचा क्रोध वाढतच गेला. यातून मंगल पांडे या शिपायाने 29 मार्च, 1857 रोजी गोऱ्या अंमलदारावर पहिली गोळी झाडली. इंग्रजांनी मंगल पांडेस पकडून 8 एप्रिलला फाशी दिली. मंगल पांडे सन 1857 चा पहिला हुतात्मा ठरला ! त्यानंतर इंग्रजांविरुद्धचा असंतोष धुमसतच राहिला. या असंतोषाचा पहिला उद्रेक 10 मे, 1857 रोजी मीरत येथील छावणीत झाला. शिपायांच्या बंडाची पहिली ठिणगी तेथे पडली.

6.2 1857 च्या उठावाचे स्वरूप : स्वातंत्र्ययुद्ध की बंड ?

या प्रकरणाच्या अगदी प्रारंभी सांगितल्याप्रमाणे, 1857 च्या उठावाच्या स्वरूपासंबंधी इतिहासाभ्यासूंच्यामध्ये वाद आहे. काही जणांना हा उठाव 'महान राष्ट्रीय उठाव' वाटतो तर काहींना तो 'भारतीय स्वातंत्र्ययुद्ध' वाटतो तर काहींना ते केवळ 'शिपायांचे बंड' वाटते. या उठावासंबंधी इतिहासकार, नेते, विचारवंत यांची मते आपण प्रथम पाहू.

▣ स्वातंत्र्ययुद्ध

इतिहासकार **संतोषकुमार रे** म्हणतात, ''हा उठाव म्हणजे लष्करी अथवा सरंजामी उद्रेक अथवा धार्मिक उद्रेक याहून निश्चितपणे अधिक काहीतरी होता. हिंदू आणि मुस्लीम यांनी घडवून आणलेली ती क्रांती होती. या क्रांतीचा प्रसार झपाट्याने झाला आणि तिने जनतेच्या बंडाचे आणि स्वातंत्र्ययुद्धाचे स्वरूप धारण केले. खात्रीनेच हा उठाव म्हणजे केवळ शिपायांचे बंड नव्हते तर तो प्रजेचा उठाव होता. जर तो केवळ शिपायांचा बंड असता अथवा मूठभर लोकांचा उठाव असता तर त्यास युरोपातील इटालियन आणि फ्रेंच लोकांची सहानुभूती व सदिच्छा मिळाली नसती.'' फ्रान्समध्ये भारतीय उठावाचे *"God's judgement upon English rule in India"* असे वर्णन केले गेले.

बंडाविरुद्ध लष्करी मोहिमांत भाग घेणारा **कर्नल माल्सन** हा ब्रिटिश अधिकारी म्हणतो, ''त्या वेळच्या परिस्थितीने मला हे दाखवून दिले आहे की, भारतीय समाजात (ब्रिटिशांबद्दलची) दुष्ट व द्वेषजनक भावना निर्माण करणारी अनेकविध कारणे होती. ही भावना वैयक्तिक नसून राष्ट्रीय स्वरूपाची होती.''

आपल्या '**अठराशे सत्तावनचे स्वातंत्र्यसमर**' या सुप्रसिद्ध ग्रंथात **स्वा. सावरकर** म्हणतात, ''1857 च्या क्रांतीची प्रधान कारणे असलेली दिव्य तत्त्वे म्हणजे 'स्वधर्म व स्वराज्य' ही होत. आपल्या प्राणप्रिय धर्मावर भयंकर हल्ला झालेला आहे, असे यथार्थ रीतीने दिसू लागताच स्वधर्मरक्षणार्थ जी 'दीन-दीन' ही गर्जना सुरू झाली त्या गर्जनेत व आपल्या निसर्गदत्त स्वातंत्र्याला कपटीपणाने छिनावून आपल्या पायात गुलामगिरीच्या शृंखला घातल्या गेल्या; हे पाहताच स्वराज्य संपादनाच्या पवित्र इच्छेने त्या दास्यशृंखलेवर केलेल्या प्रचंड आघातात त्या क्रांतीचे मूळ आहे.'' हा उठाव म्हणजे 'भारतीय लोकांनी आपल्या धार्मिक व राजकीय स्वातंत्र्यासाठी केलेले क्रांतियुद्ध', असे मत सावरकरांनी मांडले आहे.

आपल्या *'The Great Rebellion'* या पुस्तकात **अशोक मेहता** म्हणतात, ''1857 चे बंड हे शिपायांच्या बंडाहून मोठे होते. अनेक ऱ्हासास जाणाऱ्या शक्तींना वाट मोकळी करून देणाऱ्या सामाजिक ज्वालामुखीचा तो स्फोट होता ....'' अशोक मेहतांच्या मते, ''शिपायांना आपल्या मायभूमीच्या पारतंत्र्याची सतत दुःखद जाणीव होती; शिपायांशिवाय लक्षावधी लोकांनी या बंडात भाग घेतला; शिपायांइतकीच प्रजाजनांची या बंडात हत्या झाली; काही ठिकाणी या बंडास जनतेचा पाठिंबा मिळाला. जे ब्रिटिशांच्या बाजूने गेले त्या आपल्या बांधवांवर भारतीय जनतेने सामाजिक बहिष्कार टाकला. इत्यादी अनेक घटना हे बंड 'मर्यादित प्रमाणावर का होईना, पण राष्ट्रीय उठावाच्या स्वरूपाचे होते' हे सिद्ध करतात.''

डॉ. एस. एन. सेन म्हणतात, ''धर्मयुद्ध म्हणून सुरुवात झालेल्या घटनेने शेवटी स्वातंत्र्ययुद्धाचे स्वरूप धारण केले. बंडवाल्यांना परकीय सत्ता उलथून टाकावयाची होती व मुघल बादशाहीच्या नेतृत्वाखाली जुना जमाना परत आणावयाचा होता, याविषयी शंका असण्याचे कारण नाही. आजकालच्या भारतीय अभ्यासकांना हे बंड म्हणजे परकीय वर्चस्वाविरुद्ध केलेला उठाव वाटतो. जरी या उठावास सर्व राष्ट्रांचा पाठिंबा मिळू शकला नाही तरी देशाच्या काही भागातील सामान्य जनतेची सहानुभूती या उठावास होती.'' औंधच्या नवाबी राज्यात जनतेने जो उठाव केला तो काहीसा राष्ट्रीय स्वरूपाचा होता असे म्हणत असतानाच डॉ. सेन म्हणतात की, '' 'राष्ट्रीय' हा शब्द फार मर्यादित अर्थाने वापरला पाहिजे; कारण भारतीय राष्ट्रवादाची कल्पना अद्यापी गर्भावस्थेत होती.''

▣ शिपायांचे बंड

बंड सुरू झाले त्या वेळी पंजाब प्रांताचा कारभार पाहणारा **सर जॉन लॉरेन्स** म्हणतो, ''बंडाचे खरे मूळ लष्करातच होते. त्याचे मूळ कारण म्हणजे काडतूस प्रकरण होय, दुसरे काही नाही.''

सर जॉन सीले हा दुसरा ब्रिटिश म्हणतो, ''हे बंड म्हणजे संपूर्णतया देशाभिमानरहित स्वार्थी शिपायांचे बंड होते. त्यास एतद्देशीय अथवा जनतेचा पाठिंबा नव्हता.''

बंड मोडण्यात ज्याने महत्त्वाची कामगिरी बजावली तो **जनरल कॅम्पबेल** म्हणतो, ''हे निर्भेळ शिपायांचे बंड होते. ते सुद्धा बेंगॉल आर्मीतील म्हणजे भारतीय शिपायांचे बंड होते . . . कामगारांनी संप करावा. त्यातलाच हा लष्करी प्रकार समजावा लागेल. शिपायांचे वेळोवेळी लाड पुरविले गेल्यामुळे ते शेफारले गेले होते. त्यात चरबीदार काडतुसांची भर पडली. बंडाची तयारी गुप्तपणे व चुपचाप झाली, ही समजूत चुकीची आहे. शिपायांना खरोखर बंड करावयाचे नव्हते तर आपले मनोगत हट्टाने पूर्ण करून घ्यावयाचे होते.''

Edingburgh Review या ब्रिटनमधील वर्तमानपत्राने एप्रिल 1859 मध्ये असे मत मांडले, ''बंडाच्या संपूर्ण काळात बंडाने आपले लष्करी बंडाचे स्वरूप कायम राखले होते. नुकत्याच विलीन केल्या गेलेल्या औंधच्या राज्याशिवाय इतरत्र कोठेही भारतीय प्रजा त्यात सामील झाली नाही आणि या परिस्थितीमुळेच ब्रिटिशांसाठी भारत वाचविला गेला.''

किशोरचंद्र मित्रा हे त्या काळातील बंगाली विचारवंत होय. त्यांनी 1858 साली काढलेले हे उद्‌गार : ''हे बंड मूलतः लष्करी बंडाच्या स्वरूपाचे आहे. एक लाख शिपायांचे हे बंड आहे. जनतेच्या सहभागाचा त्याच्याशी संबंध नाही.'' किशोरचंद्र मित्रांप्रमाणेच संभूचंद्र मुखोपाध्याय, हरिश्चंद्र मुखर्जी, सर सय्यद अहमद या त्या वेळच्या विचारवंतांनी अशीच मते मांडली आहेत.

एकोणिसाव्या शतकाच्या शेवटपर्यंत ब्रिटिश शिक्षण घेतलेले भारतीय नेते व विचारवंत यांच्यात 1857 च्या उठावाबद्दल अशीच भावना होती. याबाबत **प्रा. न. र. फाटक** म्हणतात, ''दादाभाई नौरोजी, फिरोजशहा मेहता, सुरेंद्रनाथ बॅनर्जी, न्या. रानडे, लो. टिळक, ना. गोखले, लाला लजपतराय, पंडित मालवीय यांनी लोकोद्धाराविषयी प्रगट केलेल्या विचारात शिपाईगर्दीला मान दिल्याचा दाखला नाही. बिपिनचंद्र पाल यांनी शिपाईगर्दीबद्दल बंगाल जनता अत्यंत उदासीन (Cold) असल्याचे आपल्या चरित्राच्या प्रस्तावनेत काही आडपडदा न ठेवता बजावले आहे.''

पी. ई. रॉबर्ट्स हा ब्रिटिश इतिहासकार म्हणतो, ''सर्वसाधारणपणे (सर जॉन) लॉरेन्सचा दृष्टिकोन (1857 च्या बंडाच्या बुडाशी असणाऱ्या) सत्याच्या जवळ जाणारा आहे. आपण हे गृहीत धरावयास हरकत नाही की, हा उठाव मूलतः लष्करी स्वरूपाचा होता. पण जेव्हा भारतात बराच राजकीय व सामाजिक असंतोष होता तेव्हा तो घडून आला. या बंडाच्या योगाने स्वार्थी उद्दिष्टांची परिपूर्ती करू इच्छिणारे अनेक हितसंबंधी लोक या बंडात सामील झाले होते.''

प्रसिद्ध इतिहासकार **थॉम्सन व गॅरेट** म्हणतात, ''या बंडास लष्करी बंड अथवा स्थानभ्रष्ट झालेल्या संस्थानिकांनी व जमीनदारांनी आपली गेलेली मालमत्ता व हक्क पुन्हा संपादन करण्यासाठी केलेला प्रयत्न, मुघल बादशाहीची पुनर्स्थापना करण्याचा प्रयत्न अथवा रयतांचे युद्ध असे अनेक नावांनी संबोधता येईल. पण त्याकडे कशाही दृष्टीने पाहिले तरी ते स्थानिकी, मर्यादित व असंघटित होते. मध्ययुगातील एखाद्या यादवी युद्धाप्रमाणे अथवा बंगाल प्रांतातील अगदी प्रारंभीच्या मोहिमांप्रमाणे ते वाटते. पण 1857 च्या उन्हाळ्यातील चार महिन्यांत मात्र अशी भीती वाटत होती की, हे बंड खरोखरच स्वातंत्र्ययुद्ध बनते की काय ? तसे झाले असते तर ब्रिटिशांना भारत पुन्हा जिंकणे अशक्य होऊन बसले असते.''

प्रसिद्ध भारतीय इतिहासकार **डॉ. आर. सी. मुजुमदार** यांच्या मते, ''1857 चे बंड ही राष्ट्रीय चळवळ मुळीच नव्हती . . . बंडाचे नेते हे भारतीय राष्ट्रीय भावनेने प्रेरित झालेले नव्हते.'' बहादूरशहाने शिपायांना मनःपूर्वक सहकार्य केले नाही; झाशीची राणी बंडाच्या प्रारंभी त्यात सहभागी झाली नाही. पण ब्रिटिशांनी तिच्यावर आरोप ठेवल्यावर ती त्यात सामील झाली.'' अशी अनेक उदाहरणे डॉ. मुजुमदार आपल्या मताच्या पुष्टीसाठी देतात.

दुसरे प्रसिद्ध भारतीय इतिहासकार **डॉ. ईश्वरीप्रसाद** म्हणतात, ''या उठावात ग्रामीण व शहरी जनतेत सारख्याच प्रमाणात देशभक्तीचा उद्रेक झालेला दिसतो. अनेक ठिकाणी भारतीय स्त्रियांनी पुरुषवेष धारण करून आपल्या ध्येयासाठी लढा दिला. तत्कालीन पुरावा असे सांगतो की, सन 1857-58 च्या घटना म्हणजे शिपायांच्या बंडाहून काही अधिक होत्या. पण ते स्वातंत्र्ययुद्ध होते का ? स्वातंत्र्य संपादन करणे हे तर या बंडाचे उद्दिष्ट होते. पण भारताचा बराच मोठा प्रदेश तटस्थपणे शांत राहिला अगर ब्रिटिशांना साहाय्यक झाला हे सत्य 'हा संघर्ष म्हणजे भारताच्या स्वातंत्र्याचे युद्ध' या विधानास मारक ठरते. तेव्हा या बंडाचे वर्णन 'कंपनीची राजवट नष्ट करण्याचे व परकीय जोखडापासून स्वातंत्र्य मिळविण्याचे उद्दिष्ट असलेले उत्तरेकडील बंड' असेच करणे यथार्थ होईल.''

उठावाचे वास्तव स्वरूप

अशा प्रकारे अनेक देशी व परदेशी इतिहासकारांनी, नेत्यांनी व विचारवंतांनी 1857 च्या उठावाचा शोध घेण्याचा आपापल्या परीने प्रयत्न केला आहे. ब्रिटिश राज्यकर्ते व इतिहासकार यांच्या मते हे केवळ शिपायांचे व दुखावलेल्या सरंजामी मंडळींचे बंड होते आणि विशेष म्हणजे असेच मत एकोणिसाव्या शतकातील भारतीय विचारवंतांनी मांडल्याचे आपण पाहिले. पण नंतरच्या काळात या बंडास 'भारताच्या स्वातंत्र्याचे युद्ध' असे मानले जाऊ लागले. याचे कारण म्हणजे विसाव्या शतकाच्या प्रारंभापासून आपल्या देशातील सशस्त्र क्रांतिकारक या लढ्याच्या तेजस्वी बाजूकडे आकृष्ट झाले. हा उठाव ब्रिटिश सत्तेविरुद्ध असल्याने त्यांनी त्यात आपल्या लढ्याच्या प्रेरणा शोधण्याचा प्रयत्न केला. या उठावातील राणी लक्ष्मीबाई, नानासाहेब, बहादूरशहा, कुंवरसिंग, तात्या टोपे इत्यादी नेत्यांना ते भारताचे स्वातंत्र्यवीर मानू लागले. त्यामध्ये ऐतिहासिक सत्यसंशोधनापेक्षा देशभक्तीचाच भाग अधिक होता. सन 1857 च्या उठावात धारातीर्थी पडलेल्या आपल्या लाडक्या नेत्यांबद्दल भारतीय समाजाला अभिमान वाटावा व त्यांना ब्रिटिशांविरुद्ध संघर्ष करण्याची प्रेरणा मिळावी हा त्यांचा हेतू होता. पण आता ब्रिटिश साम्राज्यही इतिहासजमा झाले आहे आणि आता ब्रिटिशांचे आपल्याशी शत्रुत्वाचे संबंधही राहिलेले नाहीत. अशा स्थितीत भारताच्या पारतंत्र्यामधील या महत्त्वाच्या घटनेचे मूल्यमापन आपण निष्पक्षपातीपणे करणे आवश्यक आहे.

प्रारंभी एक गोष्ट लक्षात घेतली पाहिजे की, 'बंड' या शब्दाचा वाईट अर्थ या घटनेस लागू करता येणार नाही. 'बंड म्हणजे प्रस्थापित जुलमी राजवटीविरुद्ध केलेला उठाव.' या अर्थाने 'बंड' हा शब्द सन 1857 च्या घटनेला लागू पडतो. म्हणून तो या प्रकरणात वारंवार योजला आहे. सन 1857 चा उठाव हा 'केवळ शिपायांचे बंड' होते असे म्हणण्यात त्यावेळच्या राज्यकर्त्यांचे व ब्रिटिश इतिहासकारांचे हित होते. त्या उठावाचा 'स्वातंत्र्ययुद्ध' म्हणून ते का गौरव करतील ? तसे त्यांनी केले असते तर भारतीय समाजाच्या स्वातंत्र्याच्या हक्काची अप्रत्यक्ष कबुली दिल्याप्रमाणेच झाले असते. तसेच विसाव्या शतकाच्या प्रारंभापासून आमचे क्रांतिकारक या घटनेस 'स्वातंत्र्ययुद्ध' का म्हणू लागले; याचे कारण मागे सांगितलेच आहे. त्यांना 1857 साली आपल्या प्रेरणा हव्या होत्या. ब्रिटिशांना विरोध केलेली प्रत्येक व्यक्ती त्यांना प्रिय व राष्ट्रीय वाटत होती आणि ती देशाच्या स्वातंत्र्यासाठी झगडली असे ते मानत होते.

सन 1857 च्या महान उठावाच्या बुडाशी असणारे सत्य या दोन आत्यंतिक टोकाच्या मतांच्या मध्यभागी आहे. हा उठाव म्हणजे निव्वळ शिपायांचे बंड असे म्हणणे शंभर टक्के खरे नाही व हा उठाव म्हणजे भारताच्या स्वातंत्र्याचा राष्ट्रीय लढा होता हे म्हणणेही शंभर टक्के बरोबर नाही.

शिपायांशिवाय भारतीय समाजातील संस्थानिकांनी, जमीनदारांनी त्यांच्या आश्रयाखाली असणाऱ्या लक्षावधी प्रजाजनांनी या उठावात भाग घेतला होता. काडतुसे तोंडाने तोडण्याची सक्ती गव्हर्नर जनरलने रद्द केली तरी शिपाई शांत राहिले नाहीत. त्यांनी बंड चालूच ठेवले. औंध राज्यातील सामान्य प्रजेवर काही काडतुसे तोडण्याची सक्ती सरकारने केली नव्हती. मग ती बंडात सामील का झाली ? हिंदू व मुस्लीम यांच्यात हेवेदावे असले तरी ते या उठावात खांद्याला खांदा लावून लढताना दिसतात. तसेच हा उठाव म्हणजे केवळ शिपायांचे बंड असते तर पुढे उठाव मोडल्यानंतर राणीच्या जाहीरनाम्यात भारतातील सर्व जनतेला शांत करण्याची व तिला अनेक प्रकारची आश्वासने देण्याची ब्रिटिशांना गरज नव्हती. सारांश, हे निव्वळ शिपायांचे बंड नव्हते. त्याची सुरुवात शिपायांच्या बंडाने झाली खरी व शिपाई शेवटपर्यंत लढत राहिले हेही खरे. पण त्यात भारतीय समाजातील अनेकांनी सहभाग घेतला हे कबूल करावे लागेल.

जेव्हा आपण या उठावास 'स्वातंत्र्याचे युद्ध', 'राष्ट्रीय युद्ध' अशी विशेषणे जोडतो तेव्हा हे शब्द फार जपून वापरले पाहिजेत. या उठावातील बंडवाल्यांना ब्रिटिश अंमल नष्ट करावयाचा होता व आपापली राज्ये पुन्हा स्वतंत्र करावयाची होती हे निर्विवाद सत्य आहे. एवढ्याच अर्थाने या उठावास 'स्वातंत्र्ययुद्ध' म्हणता येईल. पण ज्या अर्थाने विसाव्या शतकात भारतीय स्वातंत्र्य म्हणजे 'अखिल भारतीय समाजाचे स्वातंत्र्य' ही कल्पना विकसित झाली त्या अर्थाचे 'स्वातंत्र्य' 1857 च्या उठावात दिसत नाही. बंडवाले विजयी झाले असते तर बहादूरशहा, नानासाहेब, राणी लक्ष्मीबाई यांची राज्ये पुन्हा स्थापन झाली असती. कदाचित ब्रिटिशांशी एकनिष्ठ राहिलेल्या राजांशी त्यांनी युद्ध सुरू केले असते, भारतीय राजे एकमेकांत यादवी लढाया खेळत बसले असते, असे होणे स्वाभाविक होते. ज्या अर्थाने अमेरिकन वसाहतवाल्यांनी आपल्या स्वातंत्र्याच्या जाहीरनाम्यात व फ्रेंचांनी आपल्या मानवी हक्काच्या जाहीरनाम्यात 'स्वातंत्र्य' हा शब्द योजला होता त्या शब्दाच्या अर्थाचे व्यापकत्व बंडवाल्यांच्या नेत्यांना लक्षात येणे कठीण होते. मेईजी क्रांतीनंतर ज्याप्रमाणे जपानी सरदारांनी आपले सर्व सरंजामी हक्क राष्ट्राच्या चरणी अर्पण करून स्वतः सामान्य नागरिकांचे स्थान स्वीकारले व स्वयंभू क्रांती करून आपले राष्ट्र आधुनिक बनविले तसे हे भारतीय नेते करून दाखविणार होते का ? तशी काही योजना, तसा काही विचार त्या काळात मांडला गेला होता का ? याचे उत्तर नकारार्थीच द्यावे लागेल. हा सरंजामी नेत्यांनी सरंजामी भारतीय समाजाचे नेतृत्व स्वीकारून केलेला सरंजामी उठाव होता, असे म्हटल्यास वावगे होणार नाही.

'राष्ट्रीय' या शब्दातील अर्थाबद्दलही असेच म्हणता येईल. भारताचे राष्ट्रीयत्व या वेळी समाजाच्या गर्भात होते. त्याचा जन्म व्हावयाचा होता. या संदर्भात **पं. जवाहरलाल नेहरू** म्हणतात, ''भारताच्या जनतेला एकत्वाने बांधणाऱ्या राष्ट्रीय भावनेचा त्या काळी अभाव होता. अर्वाचीन पद्धतीचे राष्ट्रीयत्व अजून जन्माला यायचे होते.'' राष्ट्रीयत्वाच्या भावनेचा उदय व विकास ही नंतरच्या काळातील घटना आहे. या राष्ट्रवादाच्या विकासाला अनेक आधुनिक भारतीय नेत्यांचा व विचारवंतांचा हातभार लागलेला आहे. तेव्हा 1857 साली राष्ट्रीयत्वाचा उदयच झालेला नव्हता तर त्या सालातील उठावास 'राष्ट्रीय उठाव' असे कसे म्हणता येईल ? सारांश, 'स्वातंत्र्य' व 'राष्ट्रवाद' या आधुनिक कल्पनांचा शोध सन 1857 च्या उठावात घेणे इतिहासाला धरून होणार नाही. तसे केले तर आपण आपणाला आवडणाऱ्या कल्पना इतिहासाच्या माथ्यावर मारतो असा त्याचा अर्थ होईल.

6.3   1857 च्या उठावाचा प्रसार आणि शेवट

◘ मीरत

सन 1857 च्या मे महिन्याची ती 9 तारीख होती. त्या दिवशी ब्रिटिश अधिकाऱ्यांनी दिलेली काडतुसे घेण्यास मीरत येथील छावणीतील 85 शिपायांनी नकार दिला. लष्करी हुकुमाचा भंग केल्याबद्दल त्या शिपायांना प्रत्येकी दहा वर्षांची सक्तमजुरीची शिक्षा देण्यात आली. त्या काळी सक्तमजुरीची शिक्षा झालेल्या कैद्यांच्या पायात बेड्या ठोकत असत. दुसऱ्या दिवशी या कैद्यांच्या पायात बेड्या ठोकण्याचे काम इतर सर्व शिपायांच्या समोर सुरू करण्यात आले. ते 85 कैदी गोऱ्या अधिकाऱ्यांकडे दयेची याचना करू लागले. तथापि त्यांना दया दाखविण्यात आली नाही. तेव्हा या

कैद्यांनी समोर उभ्या असलेल्या आपल्या शिपाईबंधूंना ''तुमचे सोबती शिक्षेला बळी पडत असता तुम्ही नामर्दासारखे उभे का ?'' असा सवाल केला. दुसऱ्या दिवशी म्हणजे रविवार दि. 10 मे रोजी सायंकाळी या शिपाईबंधूंनी बंडाचा झेंडा उभारला. ब्रिटिश अधिकाऱ्यांना गोळ्या घालून ठार केले आणि तुरुंगाकडे धाव घेऊन तो फोडून शिपाई कैद्यांना मुक्त केले. 'कंपनी सरकारचे राज्य खालसा झाले' अशा आरोळ्या त्यांनी दिल्या. छावणीवर आता बंडवाल्यांचे वर्चस्व निर्माण झाले. ही बातमी मीरत गावात पसरताच गुंडांनी लुटालूट सुरू केली. आपण बंड केले खरे, पण पुढे काय करायचे यावर बंडवाले विचार करू लागले. शेवटी दिल्लीकडे कूच करण्याचा त्यांनी निर्णय घेतला. एकेकाळची भारताची ही वैभवशाली राजधानी अजूनही त्यांना आकृष्ट करत होती. नामधारी का असेना, पण तेथे मुघल बादशाह अद्यापि जिवंत होता.

▣ दिल्ली

मीरतपासून दिल्ली तीस मैल अंतरावर आहे. ते अंतर पार करून बंडवाले शिपाई दुसऱ्या दिवशी दिल्लीस आले. बहादूरशहा यास सिंहासनावर बसवून त्याची राजवट सुरू झाल्याची घोषणा त्यांना करावयाची होती. बादशाह हा नावाचाच बादशाह बनला होता. एकेकाळचे त्याच्या पूर्वजांचे वैभवशाली साम्राज्य व बलाढ्य सत्ता या गोष्टी आता इतिहासजमा झाल्या होत्या. ब्रिटिशांच्या पूर्ण वर्चस्वाखाली जाऊन तो त्यांचे बाहुले बनत होता. अशा परिस्थितीत बंडवाल्यांना साथ देणे त्याला धोक्याचे वाटत होते. बंडवाल्यांनी दिल्लीतील गोऱ्यांच्या कत्तली सुरू करून मोठी धामधूम माजविली होती. बंडवाल्यांचे पारडे जड होत होते. शेवटी त्यांच्या दबावाखाली त्याने सिंहासनावर बसण्याचे व भारताचा बादशाह होण्याचे कबूल केले. त्याचप्रमाणे समारंभही घडून आला. यानंतर दिल्लीतील दारूगोळ्याच्या कोठाराचा ताबा घेण्यासाठी बंडवाल्यांनी तिकडे धाव घेतली. पण कोठारावर असणाऱ्या ब्रिटिशांनी कोठारास आग लावून प्रचंड स्फोट घडवून आणला, त्यात शेकडो लोक नष्ट झाले. हे सर्व घडत असता प्रसंगावधान राखून ब्रिटिशांनी दिल्लीतील शिपायांच्या बंडाची बातमी तारायंत्राच्या साहाय्याने उत्तर भारतातील प्रमुख शहरांतील ब्रिटिश अधिकाऱ्यांना कळवून टाकली होती; ब्रिटिशांकडे असलेल्या या शास्त्रीय साधनांचा त्यांना अनमोल फायदा झाला. जी बंडाची बातमी कळण्यासाठी पूर्वीच्या काळी कित्येक आठवडे लागले असते तेथे ती काही क्षणांत जाऊन पोहोचली. बंडवाल्यांकडे असे काही साधन नव्हते हे लक्षात ठेवले पाहिजे.

चोवीस तासांमध्ये दिल्ली बंडवाल्यांच्या हाती आली. कालपर्यंत गुलाम असलेल्या बहादूरशहा यास त्यांनी 'भारताचा सम्राट' बनविला. परंतु 'बंड' करणे सोपे असते, ते 'यशस्वी' करणे अवघड असते. वास्तविक उत्तर भारतातील या वेळची ब्रिटिशांची अवस्था मोठी नाजूक होती. कडक उष्मा असल्यामुळे ब्रिटिश अधिकारी विश्रांतीसाठी थंड हवेच्या ठिकाणी गेले होते. एकूण 45 हजार गोऱ्या फौजेपैकी चाळीस हजार फौज पंजाबमध्ये होती. राहिलेली फौज विखुरलेल्या अवस्थेत होती. खुद्द दिल्लीत ब्रिटिशांनी गोरी फौज ठेवलेली नव्हती.

परंतु लवकरच ब्रिटिशांनी पंजाब वगैरे प्रदेशातून दिल्लीकडे फौजा गोळा केल्या. गुरखा, शीख इत्यादी लढाऊ जातींची नव्याने लष्करभरती करण्यात आली. जूनमध्ये ब्रिटिशांची एकूण 65 हजार फौज दिल्लीभोवती उभी राहिली. दिल्ली म्हणजे भारताची पूर्वापारची राजधानी; ती आपण काबीज केली की, बंडवाल्यांच्या उठावाचा कणाच मोडेल, असा ब्रिटिशांचा यथार्थ अंदाज होता. बंडवाल्यांची ही फौज फुगत चालली होती; बंडवाल्यांपैकी काहींनी खुद्द दिल्लीत लुटालूट करण्यास प्रारंभ केला होता. त्यामुळे बंडवाल्यांना स्थानिक प्रजेची सहानुभूती मिळाली नाही. खुद्द बंडवाल्यांच्या नेत्यांना दिल्ली व आसपासचा जिंकलेला प्रदेश येथे व्यवस्था निर्माण करता आली नाही.

प्रसिद्ध इतिहासकार **थॉम्सन गॅरेट** म्हणतात, ''बंडाचा प्रारंभ तर यशस्वी झाला, पण उत्तर भारतातील ब्रिटिशांच्या नाजूक अवस्थेचा फायदा उठविणारा एकही कार्यक्षम नेता बंडवाल्यांजवळ नाही, हे लवकरच स्पष्ट झाले.''

15 सप्टेंबर, 1857 रोजी ब्रिटिश व बंडवाले यांच्यातील लढाईस तोंड फुटले. बंडवाल्यांनी ब्रिटिश फौजांशी सतत दहा दिवस झुंज दिली. त्यानंतर मात्र त्यांचा पराभव होऊन दिल्ली ब्रिटिशांच्या हाती पडली. या लढाईत ब्रिटिश फौजांतील पंजाबी, शीख व गुरखा या शिपायांनी मोठी कामगिरी बजावली. दिल्ली काबीज होताच ब्रिटिश फौजेने लुटालूट व कत्तली यांचे सत्र सुरू केले. दिल्लीतील प्रजा संपूर्ण नागविली गेली. रस्त्यावर असंख्य मुडद्यांचे ढीग रचले गेले. आता बादशाहची स्थिती केविलवाणी बनली. ब्रिटिशांनी त्यास राजवाड्यातून काढून एका हुजऱ्याच्या कोठीत कैद करून ठेवले. त्याच्या अंगावर धड कपडेही नव्हते. भकास नजरेचा बादशाह आता केवळ कैदीच नव्हे तर पिंजऱ्यातील एक 'प्रेक्षणीय जनावर'च बनला होता.

प्रा. न. र फाटक लिहितात, ''या दुर्दैवी वृद्ध मुघल वंशजाची अशी दशा असूनही ब्रिटिशांनी त्याची चैन चालविल्याचा गिल्ला करून पाहिला. पिंजऱ्यात एखादे नवे रानटी जनावर पाहण्याची सामान्य माणसे उत्सुकता दाखवितात तशी बहादूरशहाला पाहण्याची उत्सुकता पुष्कळ ब्रिटिश स्त्री-पुरुष दाखवित असत. पाहणाऱ्या ब्रिटिशांशी तो कधी नीट बोलत नसे. त्याचे शब्द तोंडातल्या तोंडात घोटाळून बाहेर स्पष्ट ऐकू येत नसत. पहाऱ्यावरील एखाद्या सोजीराला त्याच्या दाढीचे केस ओढावेसे वाटत व क्लेश त्याला सहन करावे लागत असत. बादशाहच्या रोजच्या खर्चासाठी अवघे दोन आणे दिले जात.''

मयूरासनावर बसणाऱ्या व ताजमहाल बांधणाऱ्या महान मुघल बादशाहच्या वंशजाची ब्रिटिशांनी अशी अवस्था करून टाकली ! ब्रिटिशांचे क्रौर्य एवढ्यावरच थांबलेले नव्हते. त्यांनी राजवाड्याचा ताबा घेऊन तेथील 21 निरपराध राजपुत्रांना गोळ्या घालून ठार केले होते. तीन मुघल सेनापतींची नग्नावस्थेत रस्त्यातून धिंड काढली होती. पुढे ब्रिटिशांनी या बहादूरशहाला दिल्लीत न ठेवता ब्रह्मदेशात पाठवून तेथे कैदेत ठेवले.

▣ कानपूर

कानपूर शहराचा विकास ब्रिटिश कंपनीच्या कारकिर्दीतच झाला होता. कानपूर येथे ब्रिटिश फौजेच्या छावण्या असत. जवळच ब्रह्मावर्त येथे मराठ्यांचा पदच्युत पेशवा दुसरा बाजीराव यांचे निवासस्थान होते. मृत्यूपूर्वी त्याने धोंडोपंत ऊर्फ नानासाहेब याला दत्तक घेतले होते. पण बाजीरावानंतर त्यास मिळणारा आठ लाखांचा तनखा, छोटी जहागीर व पदव्या नानासाहेबांना बहाल करण्यास ब्रिटिश राज्यकर्त्यांनी नकार दिला होता. त्यामुळे नानासाहेबाच्या हृदयात सुडाचा अग्नी धुमसत होताच; पण ब्रिटिशांच्या सामर्थ्यापुढे तूर्त त्याने नमते घेतले होते. आता सूड उगवण्याची आयती संधी चालून आली होती.

मीरत येथील शिपायांचे बंड, त्यांची दिल्लीवरील चाल, दिल्लीतील प्रारंभीचा विजय या बातम्या कानपुरातील ब्रिटिश फौजेतील भारतीय शिपायांच्या कानावर लगेच आल्या. कानपूरचे शिपाई व त्यांचे गोरे अधिकारी दोघेही या बातम्यांनी अस्वस्थ झाले. परिस्थिती दिवसेंदिवस स्फोटक बनली आणि शेवटी 5 जून, 1857 रोजी एका गोऱ्याने भारतीय शिपायांवर गोळीबार केला व शिपायांच्या असंतोषाचा स्फोट झाला. त्यांनी लगेच बंड पुकारले आणि दिल्लीकडे कूच सुरू केली. वाटेत त्यांनी नानासाहेबांची भेट घेतली. बंडवाल्यांना नेता हवा होता, तो त्यांना नानासाहेबात मिळाला. नानासाहेबाने त्यांचे पुढारीपण स्वीकारले. तथापि, त्याने दिल्लीकडे कूच न करता आपली फौज कानपुरास परत आणली. दरम्यानच्या काळात कानपुरातील ब्रिटिश लोक एका खंदकाच्या इमारतीत आश्रयाला गेले होते. बंडवाल्यांनी त्यांना वेढा दिला. आतील ब्रिटिशांनी मोठ्या चिकाटीने व शौर्याने सतत 21 दिवस बंडवाल्यांचा प्रतिकार केला. शेवटी 26 जूनला बंडवाले व ब्रिटिश यांच्यात करार झाला व बंडवाल्यांनी त्यांना जीवदान दिले. इमारतीतील ब्रिटिश बाहेर येऊन नावांनी अलाहाबादेस जाण्यासाठी नदीच्या घाटावर पोहोचले. सर्व जण बायका-मुलांसह नावेत चढले व आता नाव सुटणार तोच त्यांच्यावर बंडवाल्यांनी अचानक गोळीबार सुरू केला. नानासाहेबांच्या कानावर ही वार्ता जाताच त्यांनी ब्रिटिश स्त्री-पुरुषांची ही कत्तल थांबवली. त्यामुळे शे-सव्वाशे लोक वाचले. बंडवाल्यांनी केलेला हा विश्वासघात होता. त्याचे प्रायश्चित्त पुढे उत्तर भारतातील निरपराध प्रजेला ब्रिटिशांकडून भोगावे लागले.

1 जुलै रोजी नानासाहेब 'पेशवा' बनल्याचा व कंपनी राज्य नष्ट झाल्याचा जाहिरनामा काढण्यात आला. परंतु कानपूर हातातून गेल्याचे कळताच ब्रिटिशांनी तिकडे फौजा पाठविल्या होत्या; आणि या फौजांचा पराभव केल्याशिवाय नानासाहेबांची कानपुरातील नवी राजवट सुरक्षित राहणार नव्हती. ब्रिटिश फौजा कानपुरात येण्यापूर्वीच नानासाहेबांनी फौजेनिशी कूच करून त्यांच्याशी लढाई केली (12 जुलै). ब्रिटिशांच्या तोफखान्याने नानासाहेबांच्या फौजेचा धुव्वा उडाला व ती पराभूत झाली. लवकरच ब्रिटिशांनी कानपूरवर चाल करून ते सर केले (17 जुलै). पराभूत झालेले नानासाहेब पेशवे औंधच्या प्रदेशात निसटले व ब्रिटिशांच्या प्रतिकाराची तयारी करू लागले.

नानासाहेब पेशवे

दरम्यान कानपूर ब्रिटिशांच्या हाती पडण्यापूर्वी बंडवाल्यांनी घाटावरील हत्याकांडातून वाचलेल्या शे-सव्वाशे ब्रिटिश लोकांची कत्तल करावयाचे ठरविले. शिपायांनी असले नीच कृत्य करावयास नकार दिल्यावर कानपुरातील पाच खाटकांकडे ही कामगिरी सोपविण्यात आली. त्यांनी बकरी-मेंढ्या तोडाव्यात त्याप्रमाणे ब्रिटिश कैद्यांना तोडून टाकले. पण ते फार काळ पचले नाही. **जनरल कॅम्बेल** या सेनानीने कानपूरवर चाल करून नानासाहेबांचा पुन्हा एकदा पराभव केला. नानासाहेब व तात्या टोपे यांना पळ काढावा लागला (6 डिसेंबर, 1857).

▣ लखनौ

लखनौ ही औंधची (अयोध्या) राजधानी होती. औंधच्या प्रदेशातच बंडाचा मोठा उद्‌भव व प्रसार झाला. याचे कारण औंधच्या नवाबाचे राज्य तर कंपनी सरकारने खालसा केले होतेच; शिवाय नव्या सरकारी धोरणांमुळे हजारो जमीनदार (तालुकेदार) बेकार व प्रतिष्ठाहीन बनले होते. नवाबाचे राज्य खालसा झाल्याने हजारो शिपाई बेकार झाले होते. तेव्हा स्फोटासाठी असा दारूगोळा तयार होता, फक्त ठिणगीची गरज होती. मीरत व दिल्ली इत्यादी ठिकाणच्या बंडाच्या बातम्यांनी ही ठिणगी औंधच्या प्रदेशात टाकली गेली. 30 मे, 1857 रोजी बंडाचा झेंडा उभारला गेला. राजघराण्यातील लोक, पूर्वीच्या राज्यातील अधिकारी व सरंजामदार, तालुकेदार, बेकार नोकरचाकर व सैनिक आणि औंधच्या राजघराण्याबद्दल आदर असणारी सामान्य जनता हे सर्व बंडात सामील झाले.

लखनौमधील ब्रिटिश लोक व गोरे सैन्य यांनी प्रसंगावधान राखून ब्रिटिश रेसिडेन्सीत आश्रय घेतला. ब्रिटिश रेसिडेन्टने त्यांच्या रक्षणाची चांगली व्यवस्था केली. रेसिडेन्सीमध्ये दोन हजार ब्रिटिश होते व त्यांच्याभोवती एक लाख बंडवाल्यांनी गराडा दिला होता. त्यात बिनलढाऊ बरेच जण होते. वेढ्यात सापडलेल्या ब्रिटिशांनी मनोधैर्य खचू न देता सतत सहा महिने बंडवाल्यांशी प्रतिकार केला. दोन हजारांनी लाख लोकांशी दिलेली ही झुंज खास कौतुकास्पद मानली पाहिजे. औंधमधील बंडवाल्यांनी ब्रिटिश स्त्री-पुरुषांवर अत्याचार केले नाहीत ही गोष्टही या ठिकाणी नोंदली पाहिजे.

औंधच्या नवाबाच्या 'हजरत महाल' या बेगमने बंडवाल्यांचे नेतृत्व स्वीकारलेले होते. बंड पुकारले गेल्यावर तिचा अल्पवयीन पुत्र औंधच्या गादीवर बसल्याचे व ब्रिटिश राज्य समाप्त झाल्याचे घोषित केले गेले होते. बहादूरशहा 'बादशाहचा अंकित' म्हणून औंधचा नवा नवाब राज्य करणार होता. पण ही राजवट फार काळ तरली नाही. सप्टेंबर 1857 मध्ये ब्रिटिश सेनानी औट्रम व हॅवलॉक हे आपल्या फौजा घेऊन लखनौवर चाल करून आले. त्यांनी बंडवाल्यांशी लढाया करून 17 नोव्हेंबरला ब्रिटिश रेसिडेन्सीभोवतीचा बंडवाल्यांचा वेढा उठविला. लवकरच वीस हजारांची फौज जनरल कॅम्पबेलच्या आधिपत्याखाली लखनौकडे आली. या संयुक्त फौजांनी हल्ला करून 22 मार्च, 1858 रोजी लखनौ सर केले. हजरत महाल बेगमच्या नेतृत्वाखाली बंडवाल्यांनी धैर्याने तोंड दिले, पण शेवटी ते पराभूत झाले.

▣ बिहार

बिहारमधील दानापूर येथे (पाटण्याजवळ) ब्रिटिशांची भारतीय फौज होती. ही फौज बंड करेल या भीतीने तेथील लॉईड या ब्रिटिश अधिकाऱ्याने भारतीय शिपायांना निःशस्त्र करण्याचा निर्णय घेतला. त्याच्या हुकुमाप्रमाणे भारतीय शिपाई आपली शस्त्रे खाली ठेवत असतानाच गोऱ्यांची फौज तेथे येऊन पोहोचली. भारतीय शिपायांचा असा समज झाला की, आपणास निःशस्त्र करून आपली कत्तल करण्याचा लॉईडचा डाव आहे. त्यांनी लगेच शस्त्रे हाती घेऊन गोऱ्या फौजेवर गोळीबार सुरू केला आणि अशा प्रकारे दानापूरमध्ये बंडाची सुरुवात झाली.

बिहारमधील जगदीशपूरचा वृद्ध जमीनदार कुंवरसिंह यावर ब्रिटिशांनी बरीच जुलूम-जबरदस्ती केली होती. त्याने बंडवाल्या शिपायांचे नेतृत्व स्वीकारले. त्याच्याशी ब्रिटिशांच्या अनेक लढाया घडून आल्या. कुंवरसिंहने असामान्य शौर्य गाजविले. तथापि, ब्रिटिश फौजेपुढे त्याचा निभाव लागला नाही. तो 1858 साली मरण पावला, त्याच्यानंतर त्याच्या अमरसिंग नावाच्या बंधूने ब्रिटिशांशी संघर्ष चालू ठेवला, पण त्यासही यश मिळाले नाही.

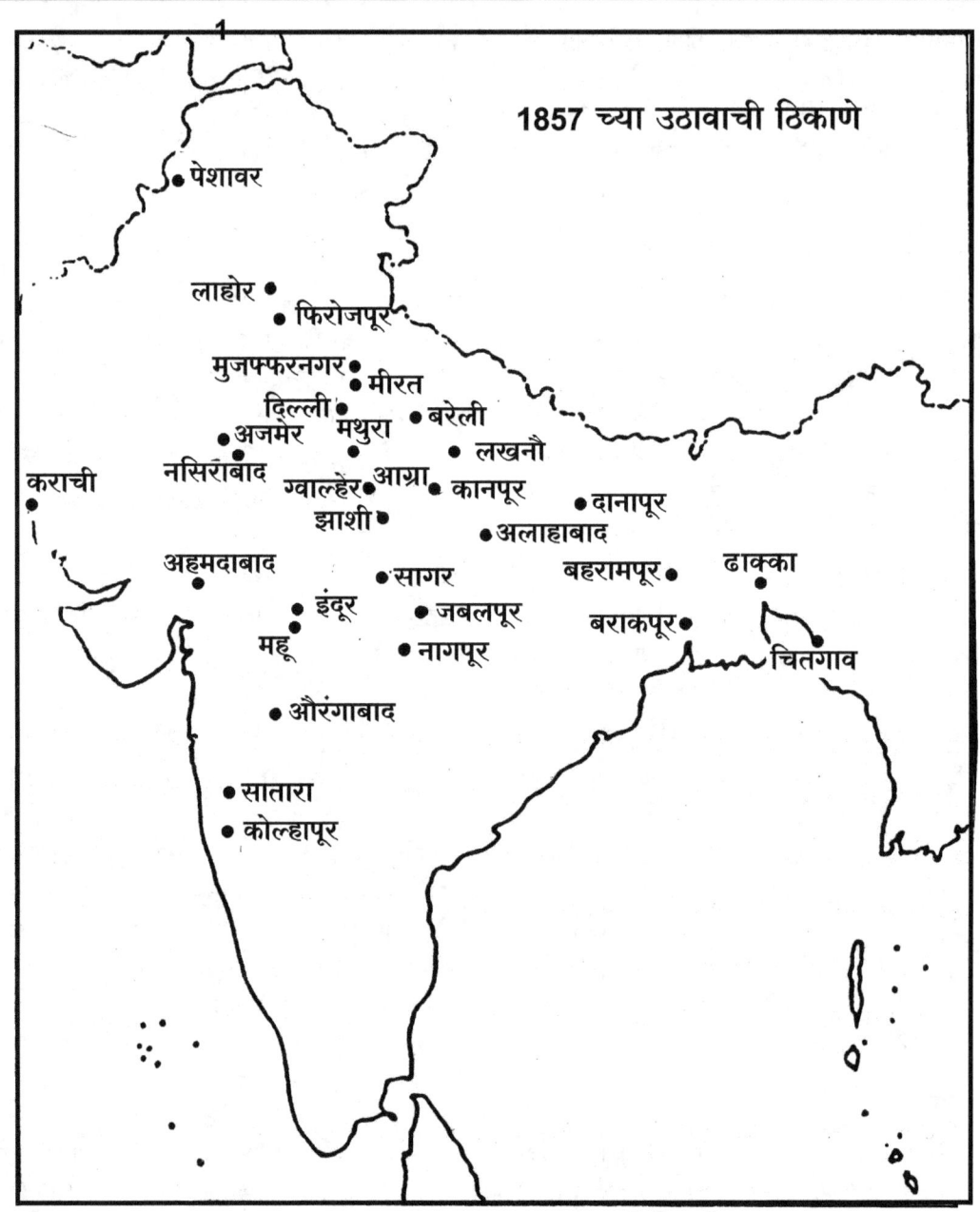

नकाशा क्र. 6.1 : 1857 च्या उठावाची ठिकाणे

▣ झाशी

'दत्तक वारस नामंजूर' या तत्त्वानुसार झाशीच्या राणीच्या – लक्ष्मीबाईंच्या दत्तक पुत्रास डलहौसीने राज्याधिकार नाकारला होता व झाशीचे राज्य खालसा केले होते. राणीला आपल्या पारतंत्र्याची जाणीव सारखी सतावत होती. खुद्द तिच्या खजिन्यावर तिचा ताबा नव्हता. आपल्या मुलाच्या मुंजीसाठी तिने आपल्याच खजिन्यातील एक लाख रुपये आपणास देण्याची ब्रिटिशांकडे विनंती केली. तेव्हा ब्रिटिशांनी तिच्याकडे जामीन मागितला. राणी अशी अपमानित व असहाय होत होती. तिच्या ठिकाणी क्षात्रतेज होते. सन 1857 च्या उठावाने या क्षात्रतेजाला संधी मिळाली.

बंडाच्या वार्ता जेव्हा झाशीवर धडकल्या तेव्हा तेथील भारतीय शिपायांनीही बंड पुकारून ब्रिटिश अधिकाऱ्यांची कत्तल केली (6 जून, 1857). त्यातून वाचलेल्या ब्रिटिशांनी झाशीच्या किल्ल्यात आश्रय घेतला. बंडवाल्यांनी त्यांच्याशी वाटाघाटी करून त्यांना जीवदानाचे आश्वासन दिले. पण ब्रिटिश जेव्हा बाहेर आले तेव्हा त्यांना विश्वासघाताने ठार केले (8 जून). ब्रिटिशांची ही कत्तल राणीने घडवून आणली नव्हती. तथापि, यानंतर बंडवाल्यांनी राणीकडे जाऊन बरेच द्रव्यसाहाय्य घेतले व त्यांनी दिल्लीकडे कूच केले. या वेळी एकनिष्ठ राहिल्याचे पाहून ब्रिटिशांनी झाशीचा राज्यकारभार आपल्या वतीने तिच्याकडे सुपूर्द केला (जानेवारी 1858). तथापि, ब्रिटिशांचा हा डावपेच होता. बंडाच्या संकटातून सावरत असतानाच ते झाशीस झालेल्या ब्रिटिशांच्या कत्तलीचा राणीविरुद्धचा पुरावा जमा करू लागले. झाशीच्या कत्तलीत शिपाई कसे रानटीपणाने वागले आणि आपले त्यांच्यापुढे काही चालले नाही, याबद्दल राणीने ब्रिटिशांना वारंवार लिहून आपली बाजू स्वच्छ असल्याचे निदर्शनास आणून दिले होते. पण आता ब्रिटिशांना राणीभोवती फास आवळावयाचा होता. परिणामी राणीचे ब्रिटिशांशी असलेले संबंध झपाट्याने बिघडू लागले. झाशीच्या कत्तलीचा आरोप आपणावर ठेवून ब्रिटिश आपणास फाशी देणार याबद्दल तिची खात्री झाली, तेव्हा असे नामुष्कीचे मरण पत्करण्यापेक्षा ब्रिटिशांशी लढून मरण पत्करण्याचे तिने ठरविले (मार्च 1858).

झाशी लढविण्याची राणीने पूर्ण लष्करी तयारी केली. सर ह्यू रोज या सेनानीच्या आधिपत्याखाली ब्रिटिश फौजा झाशीवर चाल करून आल्या आणि त्यांनी झाशीच्या किल्ल्यास वेढा दिला. राणी मोठ्या पराक्रमाने किल्ला लढवू लागली. एवढ्यात नानासाहेबाचा सेनापती तात्या टोपे झाशीच्या बचावास धावला. परंतु तात्याशी लढून ब्रिटिशांनी त्यास पराभूत केले आणि मोठ्या जोमाने हल्ला करून त्यांनी झाशीच्या तटबंदीस खिंडार पाडले. ब्रिटिश फौज आत शिरून लुटालूट व कत्तल करू लागली. ब्रिटिशांना वाटले की, राणी आता हाती पडणार, पण झाशी ब्रिटिशांच्या हाती पडत असता घोड्यावर स्वार होऊन ती मोठ्या युक्तीने किल्ल्याबाहेर पडली होती.

राणी लक्ष्मीबाई

अविश्रांत घोडदौड करून राणी प्रथम काल्पीला पोहोचली. काल्पीत नानासाहेब, तात्या टोपे, बांद्याचा नवाब व इतर बंडवाल्यांचे नेते एकत्र जमले होते. लवकरच सर ह्यू रोजच्या फौजेशी त्यांच्या दोन मोठ्या लढाया झाल्या. एका लढाईत खुद्द राणीने लष्कराचे नेतृत्व केले होते. दोन्हीही लढायांत बंडवाल्यांचा पराभव झाल्यावर ह्यू रोजने काल्पी जिंकली आणि राणी व तात्या टोपे ग्वाल्हेरकडे आले. ग्वाल्हेरच्या शिंद्यांच्या फौजेत तत्पूर्वीच बंडाचा प्रसार झाला होता. राणी व तात्या जाताच शिपायांनी त्यांचे नेतृत्व स्वीकारले. ग्वाल्हेरचा राजा जयाजीराव पळून आग्ऱ्यास गेला. ग्वाल्हेरचा किल्ला राणीच्या हाती आला (जून 1858).

ह्यू रोजला हे वृत्त समजताच तो काल्पीहून स-सैन्य ग्वाल्हेरवर चाल करून आला. मार्गात या ब्रिटिश फौजेस बंडवाल्यांनी प्रतिकार केला, पण तो मोडून ती फौज ग्वाल्हेरनजीक येऊन पोहोचली. आता धुमश्चक्रीच्या लढाईस सुरुवात झाली. ब्रिटिश फौजेचे आधिपत्य जनरल स्मिथ व ह्यू रोज करत होते. बंडवाल्यांचे नेतृत्व राणी लक्ष्मीबाई करत होती. लढाईचा पोशाख परिधान करून ती जणू रणचंडिकाच बनली होती. तिने वैयक्तिक पराक्रम खूप गाजविला. पण ब्रिटिशांची फौज संख्येने जास्त होती. शेवटी सर्व बाजूंनी शत्रुसैन्याने तिला वेढले तेव्हा या वेढ्यातून घोडा उडवून ती बाहेर पडली. शत्रूने पाठलाग सुरू केला. शेवटी एका नाल्याजवळ तिचा घोडा अडला, एवढ्यात मागून येणाऱ्या शत्रुसैनिकांनी तिच्या डोक्यावर व छातीवर जबर वार केले. त्या वारांनी मृत्यूला कवटाळण्यापूर्वी तिने वार करणाऱ्या दोन शत्रुसैनिकांना ठार केले. ब्रिटिशांची सरशी झाली. दुसऱ्या दिवशी ग्वाल्हेर त्यांच्या कब्जात आले. राणीच्या मृत्यूनंतर तिच्याशी लढणाऱ्या सर ह्यू रोजने धन्योद्गार काढले, *Although a lady, she was the bravest and best military leader of the rebels, a man among the mutineers*.

प्रा. न. र. फाटक तिची महती गाताना म्हणतात, ''एखादा प्रचंड तेजोगोल स्थानभ्रष्ट होऊन अंतरिक्षातून ज्यावेळी चकाकत जातो त्यावेळी त्याच्या गतीमागे पुष्कळ वेळेपर्यंत एक तेजोरेषा चमकत राहते; त्याचप्रमाणे लक्ष्मीबाईंचे खरे तेजस्वी चरित्र इतिहासदृष्ट्या अल्पकालीन असले तरी त्याची महती चिरकालीन आहे.''

स्वा. सावरकर आपल्या प्रतिभासंपन्न लेखणीने अशी श्रद्धांजली वाहतात, ''सत्तावन्नच्या स्वातंत्र्य समरातील अग्निकल्लोळाची ही शेवटची ज्वाला असली एक विभूती राष्ट्राच्या अस्मितेला सफलता देते. अत्युत्तम सद्‌गुणांची ही मंजूषा होती. जातीने स्त्री, वयाने पंचविशीच्या आत, रूपाने खुबसुरत, वर्तनाने मनमोहक, आचरणाने सच्छील, राज्याचे नियमन सामर्थ्य, प्रजेची प्रीती, स्वदेशभक्तीची जाज्वल्य ज्वाला, स्वातंत्र्याची स्वतंत्रता, मानाची माननीयता, रणाची रणलक्ष्मी ! 'लक्ष्मीराणी आमची आहे' हे म्हणण्याचा मान मिळणे परम दुष्कर आहे. ब्रिटनच्या इतिहासाला तो मान अजून मिळालेला नाही . . .''

इतर ठिकाणचे काही उठाव

उत्तर प्रदेशातील बनारसच्या प्रदेशात 4 जूनला बंड पुकारले गेले. कर्नल नील या लष्करी अधिकाऱ्याने आपल्या गोऱ्या व शीख लोकांच्या फौजेच्या साहाय्याने हे बंड मोडून काढले. त्याने अत्यंत क्रूरपणे लोकांची घरेदारे जाळली. अनेकांना रस्त्यावरच्या झाडांवर फाशी देऊन त्यांची प्रेते टांगती ठेवली. कत्तल करताना स्त्रिया-मुलांनाही त्याने दया दाखविली नाही.

बनारसच्या बंडाची वार्ता अलाहाबादला पोहोचताच तेथेही बंड सुरू झाले. बंडवाल्यांनी शहर ताब्यात घेऊन ब्रिटिशांना ठार मारले. अलाहाबादचा किल्ला मात्र ब्रिटिशांच्या ताब्यात राहिला. तेथे ब्रिटिशांच्या बिनलढाऊ माणसांनी व स्त्रियांनी आश्रय घेतला होता. त्या किल्ल्याचे रक्षण शीख लष्कराच्या एका तुकडीने केले. लवकरच कर्नल नील बनारसहून अलाहाबादवर चाल करून आला (17 जून) आणि त्याने बंडवाल्यांचा पराभव करून शहर ताब्यात घेतले. ब्रिटिश फौज शहरात शिरल्यावर 6,000 भारतीय लोकांची कत्तल करण्यात आली.

एक **ब्रिटिश अधिकारी** म्हणतो, ''खरे म्हणजे म्हाताऱ्यांनी व मुलाबाळांनी आमचा काहीच गुन्हा केला नव्हता. पण दुष्ट गुन्हेगारांवर (बंडवाल्यांवर) जसा सूड उगविण्यात आला तसा आपल्या छातीवर तान्ही बालके पाजणाऱ्या मातांवरही उगविण्यात आला !''

बंडाच्या काळात पंजाब सर्वसाधारणतः शांतच राहिला. पण तेथेही लाहोरच्या भारतीय शिपायांनी बंड पुकारले. पण त्यांचा लगेच बीमोड करण्यात आला. काही बंडवाल्यांना पकडून गोळ्या घातल्या गेल्या, तर काहींना गुदमरवून ठार मारण्यात आले. शेवटी अशा 282 मृत शिपायांची प्रेते एका विहिरीत टाकून देण्यात आली.

नागपूर येथे बंडवाल्यांचा बंडाचा प्रयत्न फसला. ब्रिटिश वेळीच सावध झाले. नागपूरची राणी बाकाबाई ही ब्रिटिशांशी एकनिष्ठ राहिली. नागपुरात बंड यशस्वी न झाल्याने ते दक्षिणेकडे पसरू शकले नाही.

मध्य प्रदेशातील सागर प्रदेशात बाणपूर व शहागड येथील राजांनी व रामगढच्या राणीने बंडाचा झेंडा उभारला. ऑगस्ट 1857 पर्यंत नर्मदेच्या उत्तरेचा बराचसा प्रदेश बंडवाल्यांनी आपल्या ताब्यात आणला होता. पण सर ह्यू रोजने या बंडवाल्यांचे पारिपत्य करून तो परत जिंकून घेतला (ऑगस्ट 1858). याशिवाय होळकरांच्या राज्यात इंदूर व महू येथे; राजपुतान्यात अजमेर, नसिराबाद व रोहिलखंडात काही ठिकाणी शिपायांची बंडे झाली. ती सर्व ब्रिटिशांनी मोडली. या वेळी पंजाबात मोठी बंडाळी होईल असे ब्रिटिशांना वाटत होते; पण तसे काही घडून आले नाही. उलट बंडवाल्यांचा बीमोड करण्याच्या कामगिरीत पंजाबी व शीख फौजांनी ब्रिटिशांना मोठी मदत केली. पंजाबमधील शीख, हिंदू व मुस्लीम या तीन जमातीत एकी नसल्याने तेथे बंड उद्‌भवू शकले नसावे. इतरत्र गुजरात, महाराष्ट्र, मद्रास, केरळ, हैद्राबाद व म्हैसूर (या प्रदेशातील काही किरकोळ प्रकार वगळले तर) येथे बंडाचा फैलाव होऊ शकला नाही.

ग्वाल्हेरच्या लढाईने बंडाचा खरा शेवट झाला होता. झाशीची राणी रणांगणावर ठार झाली. नानासाहेब पेशवा, बेगम हजरत महाल इत्यादी बंडवाल्यांच्या नेत्यांनी देशत्याग केला. तात्या टोपेने ब्रिटिशांविरुद्धच्या हालचाली काही दिवस चालू ठेवल्या, पण तोही विश्वासघाताने कैद झाला. त्याला फाशी देण्यात आली. अशा प्रकारे ब्रिटिश साम्राज्याविरुद्ध काही लोकांनी घडवून आणलेला हा शेवटचा सशस्त्र उठाव अयशस्वी झाला.

6.4 1857 चा उठाव अयशस्वी होण्याची कारणे

1. **बंडाचा फैलाव सर्व भारतभर झाला नाही :** हा उठाव सर्व भारतभर एकाच वेळी होऊ शकला नाही, हे त्याच्या अपयशाचे पहिले कारण आहे. दक्षिण भारतातील महाराष्ट्र, म्हैसूर, मद्रास, केरळ इत्यादी प्रदेशांत शांतता राहिली. त्यामुळे उत्तरेतील बंड पुकारलेल्या प्रदेशात ब्रिटिशांनी आपली लष्करी शक्ती एकवटली. उत्तरेकडेही राजपुताना, पंजाब, नेपाळ व बंगालचा बराचसा भाग येथे बंडाचा उद्‌भव झाला नाही. अफगाणिस्ताननेही या वेळी मित्रत्वाचे संबंध ठेवले. पंजाबमधील शांतता मात्र आश्चर्यजनक होती. पंजाबचे शिखांचे राज्य ब्रिटिशांनी नुकतेच खालसा केले होते. तरीही तेथील स्वाभिमानी व शूर लोक शांतच राहिले. एवढेच नव्हे, तर पंजाबी शिखांच्या फौजाही ब्रिटिशांशी एकनिष्ठ राहिल्या. पंजाब बंड करून उठला असता आणि शीख फौजा एकनिष्ठ राहिल्या नसत्या तर दिल्लीचा वेढा यशस्वी होणे केवळ अशक्य होते असे **सर डब्ल्यू. रसेल** या ब्रिटिशाने कबूल केले आहे. ब्रिटिशांनी दिल्ली बंडवाल्यांपासून जिंकली, ती शीख लष्कराच्या साहाय्याने हे लक्षात घेतले पाहिजे.

2. **भारतीय राजेरजवाड्यांच्या पाठिंब्याचा अभाव :** वास्तविक ब्रिटिशांच्या आक्रमक व स्वार्थी धोरणाखाली भारतातील अनेक संस्थानिक भरडले गेले होते. कोणाचे राज्य गेले तर कोणाची पदवी गेली तर कोणाचा तनखा गेला; तरीही त्यांच्यापैकी राणी लक्ष्मीबाई, नानासाहेब पेशवा, बहादूरशहा बादशाह, कुंवरसिंह, हजरत महाल असे काही जण सोडल्यास बाकीचे संस्थानिक हात बांधून स्वस्थ राहिले. शिंदे-होळकर हे मराठ्यांचे एकेकाळचे मोठे सरदार, त्यांच्या लष्करांनी बंड पुकारले; पण हे सरदार मात्र ब्रिटिश साम्राज्याशी एकनिष्ठ राहिले. ग्वाल्हेरच्या शिंद्यांचा दिवाण सर दिनकरराव व हैद्राबादच्या निजामाचा दिवाण सर सलारजंग यांच्या कामगिरीमुळे त्यांचे मालक बंडखोर न बनता ब्रिटिशांशी एकनिष्ठ राहिले. ''भारतामधील या दोन थोर राजकारणी पुरुषांनी ब्रिटिशांचे भारतीय साम्राज्य येथे राखण्यासाठी जी कामगिरी केली तिचे मोल करणेच कठीण आहे'' असे ब्रिटिश इतिहासकार **पी. ई. रॉबर्ट्स** याने म्हटले आहे.

3. **बंडवाल्यांना सर्वमान्य नेता मिळू शकला नाही :** या उठावात भारतीय लोकांना – विशेषतः बंडवाल्यांना सर्वमान्य नेता मिळू शकला नाही. राणी लक्ष्मीबाई, तात्या टोपे, कुंवरसिंह यांनी शिपायांचे नेतृत्व स्वीकारून आपल्या अंगचे शौर्य अनेक लढायांत दाखविले हे खरे; तथापि, त्यांच्यापैकी कोणी एकही जण सर्वमान्य नेता बनू शकला नाही. बहादूरशहा बादशाह, नानासाहेब पेशवा, राणी लक्ष्मीबाई, बेगम हजरत महाल यांनी आपापल्या बंडवाल्यांचे नेतृत्व केले व परस्परांना सहकार्यही केले. परंतु परस्परांशी सहकार्य वेगळे व सर्वमान्य नेतृत्व वेगळे. असे नेतृत्व निर्माण होण्यासारखी त्या वेळची भारताची परिस्थितीही नव्हती आणि बंडवाल्यांना तेवढा अवधीही मिळालेला नव्हता. भारतातील असंतोषाचा फायदा उठवून पुढे महात्मा गांधीजींनी जसे सर्वमान्य राष्ट्रीय नेतृत्व निर्माण केले तसे नेतृत्व या वेळी निर्माण झालेले नव्हते.

याउलट, ब्रिटिशांचा कारभार एकहाती होता. साध्या शिपायांपासून ते गव्हर्नर जनरलपर्यंत कारभार यंत्रणा बांधली गेली होती. भारतातील ब्रिटिश सत्तेचे नेतृत्व गव्हर्नर जनरल करत होता. त्याच्या हुकमांना भारतात कोणी आव्हान देऊ शकत नव्हते.

4. **सर्वमान्य ध्येयाचा व कार्यक्रमाचा अभाव :** सन 1857 च्या उठावातील बंडवाल्यांच्या समोर कोणती ध्येये होती ? बंडवाले व त्यांचे नेते यांना ब्रिटिशांचा पराभव करून त्यांची राजवट नष्ट करावयाची होती असे सर्वसाधारणपणे सांगता येईल. पण ब्रिटिशांचा पराभव कशासाठी करावयाचा होता अथवा तो झाल्यावर बंडवाल्यांना काय हवे होते ? याचे उत्तर अगदी स्पष्ट आहे. मुघल बादशाहला सिंहासन प्राप्त करून जमल्यास आपल्या सत्तेचे थोडेबहुत पुनरुज्जीवन करायचे होते; नानासाहेबास पेशवाई मिळवून मराठी राज्याचे पुनरुज्जीवन करावयाचे होते. राणी लक्ष्मीबाई व बेगम हजरत महाल यांना पूर्वीसारखी आपली राज्ये हवी होती आणि शिपायांना आपल्या गोऱ्या अधिकाऱ्यांच्या अन्यायी व उद्दाम वृत्तीचा सूड उगवावयाचा होता. सारांश, ध्येयामधील सुसूत्रता भारतीय नेत्यांमध्ये दिसून येत नाही.

तसेच सर्व बंडवाल्यांचा मिळून एक सुसूत्र कार्यक्रम, एक सुसूत्र योजना असे काही या उठावात दिसत नाही. या संदर्भात **मौलाना आझाद** म्हणतात, ''1857 चा उठाव हा सुसूत्र योजनेतून निर्माण झालेला नव्हता अथवा त्यामागे एखादा हिकमती नेताही नव्हता; असा उपलब्ध कागदपत्रांच्या अभ्यासावरून निष्कर्ष काढण्याशिवाय दुसरा पर्याय राहत नाही.''

काही इतिहासकारांच्या मते, बंडवाल्यांनी 'बंडाचा झेंडा' सर्व देशभर उभारावयाची तारीख 31 मे अशी ठरविली होती. परंतु बंडाचा स्फोट अगोदरच म्हणजे 10 मे रोजी मीरत येथे घडून आला आणि बंडाचा कार्यक्रम सर्वत्र पोहोचण्यापूर्वीच बंड सुरू झाले. त्यामुळे बंडाचे पूर्वनियोजन होऊ शकले नाही. यानंतर लष्करी छावण्यांत शिपायांनी बंडे पुकारली, पण त्यांच्या बंडाच्या हालचालीत कोणतीच सुसूत्रता राहिली नाही. त्यांच्यामधील या गोंधळाचा ब्रिटिशांनी मात्र फायदा उठविला.

5. **भारतीय नेते लष्करी डावपेचात कमी पडले :** सन 1857 च्या उठावात भारतीय बंडवाल्यांचे नेते ब्रिटिशांशी लढत असता लष्करी डावपेचात कमी पडले. लढाया जिंकण्यासाठी जसे शौर्य-पराक्रमादी गुण लागतात तसे डावपेचाचेही गुण आवश्यक असतात. बंडवाल्यांनी दिल्ली काबीज केल्यावर ती त्यांनी हर प्रयत्न करून ताब्यात ठेवणे जरूरीचे होते. कारण दिल्ली ही भारताची पूर्वापार राजधानी या नात्याने तिचा सर्व भारतभर 'मानसशास्त्रीय' प्रभाव होता.हा प्रभाव ब्रिटिशांनी जाणला होता, म्हणून त्यांनी हर प्रयत्ने फौज गोळा करून दिल्लीचा वेढा निकराने चालविला व ती काबीज केली. दिल्लीचा वेढा चालू असता वेढा देऊन बसलेल्या ब्रिटिश फौजेला पंजाबमधून कुमक पोहोचत असे. ही कुमक बंडवाल्यांना सहज बंद पाडता आली असती, पण त्यांना ते सुचले नाही. तसेच नानासाहेबांनी कानपूरकडून चाल करून दिल्लीच्या साहाय्याला जावयास हवे होते, तेही त्यांनी केले नाही. ते कानपूरकडेच वावरत राहिले. भारतीय नेते डावपेचात कमी पडल्याची उठावातील अनेक उदाहरणे आहेत.

6. **साधनसामग्री, अनुभव व मनोधैर्य यात ब्रिटिश वरचढ :** ब्रिटिशांजवळ तारायंत्रे, रेल्वे, पोस्ट या संदेशवहनाच्या आधुनिक सोई होत्या. त्यामुळे लांबलांबच्या बातम्यांची देवाण-घेवाण जलद गतीने होऊ शकत होती. स्वाभाविकच ब्रिटिश लष्कराच्या हालचाली अचूक व वेळेवर होण्यासाठी त्या साधनांचा मोठा उपयोग झाला. दिल्ली बंडवाल्यांनी काबीज केल्याची वार्ता उत्तर भारतातील प्रमुख ब्रिटिश ठाण्यांना लगेच समजू शकली होती. त्यामुळे ब्रिटिशांना जलद गतीने हालचाली करता आल्या. बंदुका, तोफा इत्यादी लष्करी हत्यारांच्या बाबतीतही ब्रिटिश वरचढ होते. बहुतेक बंडवाले पारंपरिक हत्यारांनी लढत होते. ब्रिटिशांची हत्यारे अत्याधुनिक व प्रभावी होती. म्हणूनच सर ह्यू रोजची अवघ्या दोन हजार सैनिकांची फौज तात्या टोपे यांच्या वीस हजारच्या फौजेचा पराभव करू शकली व 11,500 सैन्य आत असलेला झाशीचा किल्ला घेऊ शकली. सेनानीच्या ठिकाणी असामान्य मनोधैर्य, शिस्त, आपल्या कार्यावरील अविचल निष्ठा व देशभक्ती असे गुण असल्याशिवाय असे पराक्रम होऊ शकत नाहीत. ब्रिटिशांकडे असलेले हॅवलॉक, कॅम्पबेल, ह्यू रोज, नील, लॉरेन्स इत्यादी असे अनेक गुणी अधिकारी व सेनानी होते की, ज्यांनी सन 1857 च्या अग्निप्रलयात ब्रिटिश राज्य आपल्या पराक्रमाच्या व हिकमतीच्या जोरावर वाचविले व मायदेशाची सेवा बजावली. राणी लक्ष्मीबाई, तात्या टोपे, कुंवरसिंह, नानासाहेब इत्यादींनी प्राणाची पर्वा न करता लढाया केल्या व शौर्य गाजविले. पण ब्रिटिश सेनानींच्या ठिकाणी दिसून येणारा युद्धशास्त्रातील तरबेजपणा व रणनीती त्यांच्या ठिकाणी दृग्गोचर होत नाही.

7. **उठावास जनतेचा पाठिंबा पाहिजे तसा मिळाला नाही :** या उठावात काही ठिकाणी भारतीय जनतेनेही भाग घेतल्याची काही उदाहरणे आहेत. तथापि, ज्या प्रमाणात सामान्य भारतीय माणसांनी ब्रिटिशांविरुद्ध त्वेषाने उठाव करावयास हवा होता त्या प्रमाणात तो झाला नाही. दक्षिणेमधील राजेरजवाडे, जहागीरदार व सामान्य जनता शांत राहिलीच; पण उत्तरेकडील सामान्य जनता तटस्थ राहिली. काही ठिकाणी प्रारंभीचे यश मिळाल्यावर बंडवाल्यांनी आपल्या ताब्यात आलेल्या प्रदेशात स्वतःच लुटालूट सुरू केली. त्यामुळे अशा ठिकाणी उठावास असणारी सामान्य माणसाची सहानुभूती बंडवाले मिळवू शकले नाहीत. उलट काही ठिकाणी ब्रिटिश फौजांतील सैनिकांना भारतीय लोकांनी मार्गात साहाय्य केल्याचे ब्रिटिश अधिकारी म्हणतात. **जनरल कॅम्पबेल** म्हणतो, ''दिल्लीहून कानपूरकडे निघालेल्या ब्रिटिश लष्कराला सामान्य जनतेने खाद्यपेये पुरवून सलोखा दाखविला.'' ज्या प्रदेशात खुद्द बंडवाल्यांनी अत्याचार केले होते तेथे ब्रिटिशांची सरशी होत असल्याचे पाहून स्थानिक जनतेने बंडवाल्यांना पकडून ब्रिटिशांच्या स्वाधीन केले अथवा परस्पर ठार मारले. तेव्हा जरी सर्व भारतातील प्रजेची आर्थिक पिळवणूक होत होती; त्यांच्या धर्मावर व समाजावर संकट आल्याची भावना झाली होती तरीही ती प्रजा या वेळी ब्रिटिशांविरुद्ध सर्वस्वी उठाव करू शकली नाही.

8. **बंडवाल्यांच्या नेत्यांत दुही होती :** राणी लक्ष्मीबाई व तात्या टोपे या नेत्यांमधील ऐक्यासारखे काही अपवाद वगळल्यास बंडवाल्यांच्या नेत्यांमध्ये फारसे ऐक्य नव्हते. दिल्ली ज्यावेळी ब्रिटिश फौजांनी वेढली गेली त्यावेळी कानपूरचे शिपाई दिल्लीच्या बचावास जाण्यास उत्सुक होते. पण असे म्हणतात की, नानासाहेबांनी त्यांना दिल्लीकडे जाऊ दिले नाही; कारण नानासाहेब बहादूरशहाचे नेतृत्व अथवा स्वामित्व मानावयास तयार नव्हते. दिल्ली बचावली असती तर बहादूरशहाचा सर्वमान्य नेता म्हणून उदय झाला असता आणि नानासाहेबांना हेच नको होते. बंडवाल्यांच्या नेत्यांच्या दुहीसंबंधी **मौलाना आझाद** लिहितात, ''1857 च्या घटनेबद्दल जेव्हा मी वाचतो तेव्हा भारताचे राष्ट्रीय चारित्र्य अगदी हीनावस्थेत पोहोचलेले होते, असेच नाइलाजाने म्हणावे लागते. नेत्यांत एकमत होऊ शकत नव्हते. परस्परांबद्दल त्यांना असूया वाटे व ते सतत एकमेकांविरुद्ध कारस्थाने करत. खरे म्हणजे त्यांच्यामधील वैयक्तिक हेवेदावेच भारतीयांच्या पराभवाला मोठ्या प्रमाणावर जबाबदार आहेत.''

9. **आंतरराष्ट्रीय परिस्थिती ब्रिटिशांना अनुकूल :** या उठावाच्या पूर्वी नुकतेच रशियाशी चालू असलेले क्रिमियन युद्ध संपून ब्रिटन विजयी झाले होते. म्हणजे क्रिमियन युद्धातून ब्रिटिश फौजा मोकळ्या झाल्या होत्या (1856). क्रिमियन युद्धातील विजयामुळे ब्रिटिशांची आंतरराष्ट्रीय प्रतिष्ठा व सामर्थ्य वाढले होते. सर्व जगातील प्रमुख देशांशी त्यांचा व्यापार होता. त्यांचे आरमारी सामर्थ्य प्रचंड होते. प्रबळ आरमाराच्या जोरावर आपल्या साम्राज्यातील साधनसामग्री व लष्कर जलद गतीने भारतात आणणे त्यांना शक्य होते.

6.5 1857 च्या उठावाचे परिणाम

1. **कंपनीची राजवट बरखास्त झाली (सन 1858 चा कायदा) :** 'रेग्युलेटिंग ॲक्ट' हा कायदा ब्रिटिश पार्लमेंटने पास केल्यापासून विलायत सरकारचे कंपनीच्या कारभारावरील नियंत्रण वाढतच गेले होते. सन 1853 च्या सनदी कायद्यात 'पार्लमेंटने कंपनीकडून भारताचा राज्यकारभार काढून घेईतोपर्यंत कंपनीने भारताचा कारभार ब्रिटनच्या राणीच्या वतीने पाहावा' असे कलम घालून विलायत सरकारने कंपनीस इशारा दिलेलाच होता. आता सन 1857 च्या उठावाने विलायत सरकारला चांगली संधी चालून आली. सरकारने 1858 साली खास कायदा मंजूर करून कंपनीची राजवट बरखास्त केली व तेथून पुढे भारतात ब्रिटनच्या राणीची राजवट सुरू झाल्याचे घोषित करण्यात आले. कंपनीचे सर्व भूदल व आरमार राणी सरकारकडे घेण्यात आले. राणीच्या वतीने भारताचा व्हॉईसरॉय हा भारत सरकारचा कारभार पाहणार होता. पूर्वीची 'बोर्ड ऑफ कंट्रोल' व 'बोर्ड ऑफ डायरेक्टर' ही मंडळे बरखास्त करून त्यांच्या जागी 'भारतमंत्री आणि त्यांचे मंडळ' (The Secreatary of State in Council) यांची निर्मिती करण्यात आली. हा भारतमंत्री पार्लमेंटचा व ब्रिटिश मंत्रिमंडळाचा सभासद असे.

पिट्स इंडिया ॲक्टपासून भारतात निर्माण झालेली द्वि-सरकार पद्धती सन 1858 च्या कायद्याने बरखास्त केली. आतापर्यंत ईस्ट इंडिया कंपनीच्या भारतातील कारभाराबद्दल पार्लमेंट अधिक जागृत असे. कंपनीवर दिवसेंदिवस अधिक वर्चस्व गाजविण्याचा पार्लमेंटचा प्रयत्न असे. पण आता भारताच्या राज्यकारभाराची सर्व सूत्रे हाती आल्यावर पूर्वीची जागरूकता राहिली नाही. आता तिचे भारताच्या कारभाराकडे दुर्लक्ष होऊ लागले.

2. **राणीचा जाहीरनामा - राज्यकर्त्यांचे उदार धोरण :** सन 1857 च्या उठावातून ब्रिटिश राज्यकर्त्यांनी अनेक धडे घेतले. भारतातील असंतोषाची तीव्र जाणीव त्यांना उठावाने झाली. त्यामुळे त्यांनी भारतविषयक आपले धोरण बदलले. हे धोरण 1 नोव्हेंबर, 1858 रोजी अलाहाबाद येथे दरबार भरवून व तेथे राणीचा जाहीरनामा घोषित करून स्पष्ट केले.

जाहीरनामा असा :

"आम्ही आता राज्यवृद्धीच्या उद्योगाला हात घालणार नाही; देशी संस्थानिकांचे हक्क, मानमरातब आणि प्रतिष्ठा यांचा आमच्याप्रमाणे मान राखू. त्यांनी व आमच्या प्रजेने समृद्धीत राहावे अशीच आमची इच्छा आहे; अंतर्गत शांतता व चांगले सरकार यामुळेच भारतात सामाजिक प्रगती घडून येईल. तसेच आम्ही जाहीर करू इच्छितो की, देशी संस्थानिकांचे कंपनीशी जे करारमदार झाले असतील ते येथून पुढे आम्ही पाळू. संस्थानिकांना आपल्या इच्छेनुसार दत्तक घेता येतील; त्यांची राज्ये विलीन केली जाणार नाहीत, धर्मासाठी कोणावर कृपा किंवा अन्याय केला जाणार नाही, सरकार धर्माच्या बाबतीत ढवळाढवळ करणार नाही, सरकारी नोकऱ्या लायकी पाहून दिल्या जातील. धर्म, वर्ग किंवा जात त्याच्या मार्गात येणार नाही."

राणीच्या जाहीरनाम्यात अत्यंत उदात्त भावना प्रकट झालेली आहे. भारतात ब्रिटिश लोककल्याणकारी कारभार करतील; त्यांच्या धर्मात ढवळाढवळ करणार नाहीत. त्यांच्या लायकीनुसार त्यांना नोकऱ्या दिल्या जातील; संस्थानिकांना आता ब्रिटिशांपासून भय बाळगण्याचे कारण नाही इत्यादी अनेक गोड आश्वासने येथे दिली गेली. राज्यकर्त्यांचे उदार धोरण या जाहीरनाम्यात घोषित करण्यात आले.

3. **भारतीय लष्कराची पुनर्रचना करण्यात आली :** सन 1857 चा उठाव प्रथम भारतीय लष्करातच झाला. त्यामुळे ब्रिटिशांनी या लष्कराची पुनर्रचना करण्याचे काम तातडीने हाती घेतले. लष्करातील ब्रिटिश सैनिकांचे भारतीय सैनिकांशी असणारे प्रमाण 1 : 2 इतके वाढविण्यात आले. एक ब्रिटिश सैनिक ठेवण्यास भारतीय सैनिकांच्या चौपट खर्च येई, त्यामुळे लष्करी खर्च वाढला. भारतातील सर्व महत्त्वाची ठिकाणे ब्रिटिश फौजेच्या हाती ठेवण्यात आली. शस्त्रागार व तोफखाना हा ब्रिटिश अधिकाऱ्यांच्या हाती ठेवण्यात आला. पूर्वी लष्करी तुकड्यांत संमिश्र जातीचे सैनिक असत. आता लष्करी तुकड्यांची उभारणी जातवार करण्यात आली. पंजाबी, शीख, गुरखा, रजपूत, मराठा यांच्या जातवार रेजिमेंट उभारल्या गेल्या.

पंडित नेहरू म्हणतात, "लष्करामध्ये देशातील विविध गटांची अशी काही व्यवस्था करण्यात आली की, ज्यामुळे राष्ट्रीय एकात्मतेची भावना तयारच होऊ नये; ब्रिटिशांनी या गटाच्या आपल्या जाती-जमातीविषयीच्या निष्ठा वाढीस लावल्या, जमातीच्या घोषणांना प्रोत्साहन दिले. जनतेपासून लष्कर दूर ठेवण्याचा हरप्रकारे प्रयत्न केला गेला. एवढेच काय, सैनिकांच्या हाती वर्तमानपत्रही न पडेल अशी व्यवस्था करण्यात आली."

वरच्या अधिकाराच्या सर्व जागा ब्रिटिशांकरिता राखून ठेवण्यात आल्या. भारतीय लोकांना फारतर कारकुनाच्या जागा मिळत. परत लष्करी बंड उद्भवले तर ते सहजासहजी चिरडून टाकण्याइतकी तयारी ब्रिटिशांनी भारतीय लष्कराची पुनर्रचना करून केली.

4. **संस्थानांसंबंधीच्या आक्रमक धोरणाचा त्याग :** ज्यांची राज्ये खालसा झाली, ज्यांचे तनखे गेले, ज्यांच्या पदव्या काढून घेण्यात आल्या असे अनेक भारतीय संस्थानिक सन 1857 च्या उठावात सामील झाले आणि त्यांच्यामागे त्यांच्या राज्यातील प्रजाही सहभागी झाली. या संस्थानिकांची त्यांच्या प्रजेवर अद्यापही चांगली पकड असल्याचे ब्रिटिशांच्या निदर्शनास आले. तेव्हा भारतावर आपली पकड घट्ट बसविण्यासाठी या संस्थानिकांचा आहे तो दर्जा व अधिकार तसेच ठेवणे हिताचे आहे असे ब्रिटिशांना वाटले. तसेच रशियासारख्या परक्या शत्रूने भारतावर स्वारी केली तर हे संस्थानिक आपणास पुढे-मागे साहाय्यक ठरतील, असेही त्यांना वाटू लागले. परिणामी संस्थानांसंबंधीचे त्यांचे पूर्वीचे आक्रमक धोरण त्यांनी सोडून दिले. आता कोणाही संस्थानिकाचे राज्य विलीन केले जाणार नाही, त्यांना हवा तो दत्तक वारस निवडता येईल, त्यांचे मानमरातब पूर्वीप्रमाणे चालू ठेवण्यात येतील अशी आश्वासने त्यांनी दिली व पुढे त्यांनी ती पाळली.

5. **ब्रिटिशांचे सामाजिक सुधारणांसंबंधीचे धोरण बदलले :** कंपनीच्या राजवटीत सतीबंदी, बालविवाह प्रतिबंध, विधवा-विवाह संमती अशांसारख्या अनेक समाजसुधारणा घडवून खुद्द कंपनी सरकारने पुढाकार घेऊन कायदे केले. याची प्रतिक्रिया मात्र उलटी झाली व भारतीय लोकांना आपल्या धर्मावर व संस्कृतीवर संकट कोसळले आहे असे वाटले. परिणामी, त्यातून असंतोष निर्माण झाला. आता नव्या राजवटीने असे धोरण ठरविले की, येथून पुढे भारतीय समाजाच्या सुधारणेच्या चळवळीस आपण कायदे करून प्रोत्साहन द्यायचे नाही व असंतोषाचे व रोषाचे धनी व्हायचे नाही. जेव्हा भारतीय समाजालाच आपल्यात सुधारणा व्हावी असे वाटेल आणि त्या समाजातील समाजसुधारकच ते घडवून आणतील, आपले ते काम नाही.

पर्सिव्हल स्पिअर म्हणतो, ''सामाजिक सुधारणांशी सुरू असलेला सरकारचा मधुचंद्र संपला आणि सरकारने भारतीय समाजाच्या पारंपरिक समाजव्यवस्थेच्या गाड्याशी जमवून घ्यायचे ठरविले.''

सरकारने असे धोरण स्वीकारल्यावर खरोखरच भारतीय समाजात धर्मसुधारणा व समाजसुधारणा चळवळीची लाट उसळली. आर्य समाज, प्रार्थना समाज इत्यादी अनेक चळवळी उदयास आल्या. त्यांनी आपल्या प्राचीन संस्कृतीच्या भव्य परंपरेचे पुनरुज्जीवन केलेच; शिवाय समाजसुधारणेसाठी हवे असणारे अनुकूल वातावरणही तयार केले.

6. **ब्रिटिश राजवटीबद्दल दहशत व तिरस्कार :** बंडाचा बीमोड करत असताना कंपनीच्या लष्करी अधिकाऱ्यांनी शिपायांना तर ठार केलेच; शिवाय हजारो निरपराध स्त्री-पुरुषांचीही त्यांनी कत्तल केली. त्यातून वृद्ध व बालकेही सुटली नाहीत. एकूण एक लाख माणसांना फाशी देण्यात आली. त्यांची प्रेते झाडावर टांगून ठेवण्यात आली. ज्याला फाशी द्यायचे त्याला ब्रिटिश प्रथम चोपून काढत. नंतर त्याच्या शरीरावरील केस उपटत, जवळच कत्तल केलेल्या लोकांचे रक्त सांडलेले असे, ते रक्त त्यास जिभेने चाटावयास भाग पाडत व इतकी विटंबना केल्यावर मग त्यास फासावर लटकाविले जाई. ब्रिटिशांच्या क्रौर्यास यावेळी काही पारावार राहिला नाही. त्यांचे वागणे पशूप्रमाणे झाले होते. याचा परिणाम भारतीय लोकांच्या मनावर झाला. त्यांनी ब्रिटिशांबद्दल दहशत घेतली. भारतीय लोकांनी पुढे-मागे असे बंड करू नये हे ब्रिटिशांचे उद्दिष्ट त्यांच्या या क्रूर कृत्याने कदाचित साध्य झाले असेल; पण त्यांच्या भारतातील राजवटीला कलंक लागला. भारतीय लोकांच्या मनात त्यांच्याबद्दल तिरस्कार निर्माण झाला. सन 1857 च्या क्रौर्याचे व्रण ते विसरले नाहीत. त्यांच्यातूनच पुढे ब्रिटिश राजवट उलथून पाडू इच्छिणाऱ्या सशस्त्र क्रांतिकारकांच्या संघटनांचा जन्म झाला. या क्रांतिकारकांनी ब्रिटिशांबद्दल द्वेष व शत्रुत्व आणि स्वदेशाबद्दल प्रेम निर्माण करण्याचा मोठा प्रयत्न केला.

7. **उठावापासून भारतीय लोकांनी घेतलेला धडा :** या उठावापासून ब्रिटिशांनी जसे काही धडे घेतले तसे ते भारतीय लोकांनीही घेतले. सरंजामी पद्धतीचा उठाव करून व पारंपरिक हत्यारांनी लढून आता ब्रिटिश राज्य नष्ट होणार नाही याची त्यांना जाणीव झाली. नानासाहेब अथवा झाशीची राणी आता आपले नेतृत्व करू शकणार नाहीत, तो जमाना आता इतिहासजमा झाला; नवा जमाना सुरू झाला असून नव्या जमान्यात ब्रिटिश साम्राज्यवाद्यांशी लढण्याची नवी हत्यारे, नवी साधने आपण शोधली पाहिजेत याची जाणीव भारतीय विचारवंतांना झाली.

त्र्यं. र. देवगिरीकर म्हणतात, ''या युद्धापासून काय शिकण्यासारखे आहे ? एकच गोष्ट शिकण्यासारखी होती ती म्हणजे कत्तली करून धर्मरक्षण होत नाही. त्याचे रक्षण करायला निराळेच अंतःकरणाचे गुण लागतात.''

शस्त्राच्या बळाने ब्रिटिशांचे राज्य नष्ट करण्याच्या भरीला न पडता त्यांची विद्या संपादन करून 'आपण त्यांच्यासारखे होऊनच' आपली प्रगती साधता येईल हा धडा भारतीय लोकांनी या उठावातून घेतला. आपण राजेशाही अथवा सरंजामशाही यांच्या पुनरुज्जीवनासाठी न धडपडता स्वातंत्र्य, लोकशाही व व्यक्तिस्वातंत्र्य या नव्या युगाच्या हक्कांसाठी संघर्ष केला पाहिजे, ही जाणीव नव्यानेच उदयास आलेल्या ब्रिटिश शिक्षण घेतलेल्या वर्गामध्ये निर्माण झाली. या नव्या जाणिवेतून पुढे राष्ट्रीय स्वातंत्र्याची चळवळ उभी राहिली.

8. हिंदू-मुस्लिमांमधील दरी वाढत गेली : इतिहासात कधीही असे न दिसलेले ऐक्य हिंदू व मुस्लीम या दोन धर्मीयांत सन 1857 च्या उठावाने घडवून आणले होते. या वेळी ब्रिटिशांशी या दोन्हीही जाती खांद्याला खांदा लावून लढल्या. पण हे ऐक्य पुढे टिकले नाही. असे ऐक्य न व्हावे म्हणून यापुढे ब्रिटिशांनी मोठे प्रयत्न केलेले दिसतात. बंडामध्ये हिंदूंपेक्षा मुस्लीम अधिक त्वेषाने लढले होते. स्वाभाविकच, ब्रिटिशांचा राग त्यांच्यावर अधिक होता. बंडाचा बीमोड करताना ब्रिटिशांनी त्यांच्यावर अधिक दहशत बसविली. ब्रिटिशांनी राज्यकारभारात मुस्लिमांपेक्षा हिंदूंना अधिक जवळ करण्यास सुरुवात केली. परिणामी हिंदू व मुस्लीम यांच्यातील दरी रुंदावत गेली.

9. भारताचे परराष्ट्रीय धोरण ब्रिटनशी बद्ध झाले : नव्या राजवटीने एक अत्यंत महत्त्वाचा बदल घडवून आणला. तो म्हणजे भारताचे परराष्ट्रीय धोरण, त्याचे भवितव्य हे ब्रिटनच्या परराष्ट्रीय धोरणाशी जखडण्यात आले. ब्रिटनचा शत्रू तो भारताचाही शत्रू आहे असे राज्यकर्ते भारतीय (हिंदी) लोकांना सांगू लागले. पुढे पहिल्या व दुसऱ्या महायुद्धात भारत ब्रिटनच्या बाजूने ओढला गेला, तो याच तत्त्वानुसार होय.

10. ब्रिटिशांची भारतावरील पकड घट्ट झाली : या उठावातील भारतीय लोकांच्या पाडावामुळे व ब्रिटिशांच्या विजयामुळे ब्रिटनची भारतावरील पकड घट्ट झाली. आता भारतात सशस्त्र उठाव झाला तरी तो मोडून टाकण्याची सर्व व्यवस्था ब्रिटिशांनी केलीच; शिवाय देशी संस्थानिकांशी उदार धोरण ठेवून त्यांना आपल्या पूर्ण कह्यात आणले. ब्रिटिशांना सशस्त्र विरोध करण्याचे सामर्थ्य अथवा धाडस कोणाही भारतीय राजाजवळ आता राहिले नव्हते आणि तशा प्रकारचा विरोध त्यांनी करावयाचे कारणही आता उरले नव्हते. आता भारतीय समाजाचे नेतृत्व सुशिक्षितांकडे जाऊ पाहत होते व हे सुशिक्षित तर ब्रिटिश साम्राज्याशी एकनिष्ठ राहू इच्छिणारे व त्यांच्या न्यायबुद्धीवर विश्वास ठेवणारे होते. सारांश, ब्रिटिश साम्राज्यसत्तेला आता भारतात कोणताही मोठा धोका उरला नव्हता.

७

सन 1858 चा कायदा, राणीचा जाहीरनामा आणि ब्रिटिशांची प्रशासकीय धोरणे : लष्कर, मुलकी सेवा व संस्थाने

7.1 सन **1858** चा कायदा : त्याची वैशिष्ट्ये व महत्त्व

7.2 राणीचा जाहीरनामा : त्याची कलमे व महत्त्व

7.3 सन **1858** नंतरचे भारतातील केंद्रीय व प्रांतीय प्रशासन

7.4 सन **1858** नंतर ब्रिटिशांच्या प्रशासन नीतीत घडून आलेले बदल

सन 1857 चा उठाव म्हणजे कंपनी सरकारच्या लष्करातील भारतीय शिपायांचे बंड होते; त्यास लोकांचे मुळीच पाठबळ नव्हते, असे ब्रिटिशांनी त्याचे कितीही वर्णन केले असले तरी ते मनोमन जाणून होते की, हा कंपनीच्या राजवटीविरुद्धच्या भारतीय लोकांच्या असंतोषाचा उद्रेक होता आणि म्हणूनच अशा प्रकारचे उद्रेक भावी काळात होऊ नयेत यासाठी त्यांनी मूलभूत स्वरूपाची धोरणात्मक पावले उचलावयाचे ठरविले. त्यांपैकी पहिले पाऊल म्हणजे भारतातील कंपनी सरकारची राजवट बरखास्त करून ब्रिटनच्या राणीची राजवट सुरू करणे. अर्थात, ब्रिटनमध्ये राणीच्या नावाने ब्रिटिश पार्लमेंटच राज्य करीत होते. आता हेच पार्लमेंट राणीच्या नावाने भारतात राज्य करणार होते. ब्रिटनची राणी, पार्लमेंट, तिने नियुक्त केलेला भारतमंत्री व त्याचे मंडळ या सर्वांचे मिळून जे ब्रिटिश सरकार बनत असे त्यास आता येथून पुढे 'विलायत सरकार' असे संबोधिले आहे आणि भारतात जे ब्रिटिश सरकार अस्तित्वात आले त्यास 'भारत सरकार' असे म्हटलेले आहे.

7.1 सन 1858 चा कायदा : त्याची वैशिष्ट्ये व महत्त्व

विलायत सरकार कंपनीस दर सनदी कायद्याच्या वेळी भारतात राज्यकारभार करण्याची वीस वर्षांची सनद देत असे; पण 1853 च्या सनदी कायद्यात अशी काही मर्यादा घातलेली नव्हती. याचा अर्थ, विलायत सरकारने कंपनीची राजवट बरखास्त करण्याचे योजलेले होतेच. त्यास 1857 च्या उठावाने आयतीच संधी मिळाली. पंतप्रधान लॉर्ड पामर्स्टनच्या कारकिर्दीत 2 ऑगस्ट, 1858 रोजी ब्रिटिश पार्लमेंटने कंपनीची राजवट बरखास्त करणारा हा इतिहासप्रसिद्ध कायदा मंजूर केला.

▣ 1858 च्या कायद्याची वैशिष्ट्ये

(1) या कायद्याने कंपनीची राजवट बरखास्त होऊन ब्रिटनच्या राणीची प्रत्यक्ष राजवट भारतावर सुरू झाली.

(2) येथून पुढे गव्हर्नर जनरल राणीचा 'व्हॉईसरॉय' (प्रतिनिधी) म्हणून भारतावर राज्य करणार होता.

(3) कंपनीचे सर्व लष्कर व आरमार विलायत सरकारचे झाले.

(4) यापूर्वीची 'बोर्ड ऑफ कंट्रोल' व 'बोर्ड ऑफ डायरेक्टर्स' ही मंडळे बरखास्त केली गेली. आता त्यांच्या जागी भारतमंत्री (Secretary of State) आणि त्याचे मंडळ (Council) निर्माण केले गेले.

(5) भारतमंत्री हा पार्लमेंटचा सभासद असून त्याच्या हाताखाली 15 जणांचे मंडळ (Council of India) स्थापन केले गेले.

(6) भारतातील राज्यकारभाराचे व महसुलाचे सर्व अधिकार व त्यासंबंधीची कार्ये भारतमंत्री व त्याचे मंडळ यांच्याकडे सोपविण्यात आली.

(7) युद्ध, तह, करार-मदार या संदर्भात भारतमंत्री आपल्या मंडळास माहिती न देता भारतातील व्हॉईसरॉयला आज्ञा पाठवू शकत होता.

(8) भारतमंत्र्यावर टीका करण्याचा किंवा त्याला पदावरून दूर करण्याचा अधिकार पार्लमेंटला होता.

(9) ब्रिटनहून भारताकडे जाणारी सर्व कागदपत्रे भारतमंत्र्याच्या सहीने जाणार होती, तसेच व्हॉईसरॉय ब्रिटनला पाठविणारा सर्व पत्रव्यवहार भारतमंत्र्याच्या नावानेच करणार होता.

▣ 1858 च्या कायद्याचे महत्त्व

(1) सन 1784 मध्ये पिटच्या कायद्याने भारतात स्थापन झालेली 'द्विसरकार पद्धती' या कायद्याने बरखास्त केली. द्विसरकार पद्धतीमुळे कारभारात जो गोंधळ होत असे तो आता नाहीसा होऊन विलायत सरकारचा एकहाती कारभार सुरू झाला.

(2) सन 1858 पूर्वी विलायत सरकारने कंपनी सरकारवर जवळजवळ पूर्ण ताबा निर्माण केला होता. या कायद्याने ही प्रक्रिया पूर्ण होऊन कंपनीची राजवट बरखास्त केली गेली. हे एक प्रकारचे सत्तांतरच होते. भारतात आता विलायत सरकारचे नवे युग सुरू झाले.

(3) पूर्वी कंपनीच्या हाती भारताचा राज्यकारभार होता. तेव्हा ब्रिटनमधील पार्लमेंट त्या बाबतीत अधिक जागरूक असे. आता पार्लमेंटच्याच हातात कारभार आला. तेव्हा स्वाभाविकच पार्लमेंटचे भारताच्या राज्यकारभाराकडे दुर्लक्ष होऊ लागले.

(4) या कायद्याने ब्रिटनमध्ये भारतमंत्री व त्याचे मंडळ यांची निर्मिती केली. हा घटनात्मकदृष्ट्या मोठा बदल होता. पूर्वीच्या बोर्ड ऑफ कंट्रोलचे सर्व अधिकार आता भारतमंत्र्याकडे आले. भारताच्या राज्यकारभाराची सर्व सूत्रे त्याच्या हातात गेली. येथून पुढे भारतविषयक धोरण भारतमंत्री व व्हॉईसरॉय हेच ठरवू लागले.

7.2 राणीचा जाहीरनामा : त्याची कलमे व महत्त्व

भारतातील कंपनी सरकारची राजवट बरखास्त होणे व ब्रिटनच्या राणीच्या राजवटीचा प्रारंभ होणे ही घटना ऐतिहासिकदृष्ट्या महत्त्वाची होती. स्वाभाविकच विलायत सरकारचा हा निर्णय भारताचा पहिला व्हॉईसरॉय लॉर्ड कॅनिंग याने अलाहाबादेस खास वैभवशाली दरबार भरवून घोषित केला. या जाहीरनाम्यात विलायत सरकारने भारतविषयक भावी धोरण कसे असेल याचे दिग्दर्शन केलेले होते.

▣ राणीच्या जाहीरनाम्याची महत्त्वाची कलमे

(1) भारतातील कंपनीचा कारभार ब्रिटनची राणी (विलायत सरकार) आपल्या हाती घेत आहे. भारतीय लोकांनी राणीशी एकनिष्ठ राहावे.

(2) राणीने भारताचा गव्हर्नर जनरल लॉर्ड कॅनिंगची 'व्हॉईसरॉय' म्हणून नेमणूक केली असून राणीच्या वतीने तो भारताचा राज्यकारभार करील.

(3) कंपनीने देशी संस्थानिकांशी जे करार केले असतील ते भविष्यकाळात पाळले जातील. संस्थानिकांचे हक्क, मानमरातब यांना किंमत दिली जाईल.

(4) भारतात आता राज्य वाढविण्याची राणी सरकारची इच्छा नाही. इतरांनाही तसे करू दिले जाणार नाही.

(5) ख्रिश्चन धर्माची भारतीय जनतेवर सक्ती केली जाणार नाही. धर्मामुळे कोणावर कृपा अथवा अन्याय केला जाणार नाही. सर्वांना कायद्याचे समान संरक्षण मिळेल. भारतीय लोकांच्या धर्मात ढवळाढवळ होणार नाही.

(6) सरकारी नोकऱ्या देताना धर्म, जात किंवा वर्ग याकडे न पाहता गुण व लायकी यांना महत्त्व दिले जाईल.

(7) सन 1857 च्या बंडात भाग घेतलेल्या व आता पश्चात्ताप होणाऱ्या सर्वांना जाहीर माफी दिली जात आहे.

(8) राणी शेवटी म्हणते, "आम्हाला (राणी सरकारला) भारतीय लोकांच्या सुखासाठी, सुधारणेसाठी व फायद्यासाठी राज्यकारभार करावयाचा आहे. भारतीय लोकांची समृद्धी म्हणजेच आमची शक्ती, त्यांचे समाधान म्हणजेच आमची सुरक्षितता आणि त्यांची कृतज्ञता हेच आमचे बक्षीस."

▣ राणीच्या जाहीरनाम्याचे ऐतिहासिक महत्त्व

(1) भारताच्या आधुनिक इतिहासात राणीच्या जाहीरनाम्याचे महत्त्व अनन्यसाधारण आहे. यामुळे भारतातील कंपनीचे राज्य बरखास्त होऊन प्रत्यक्ष विलायत सरकारचे राज्य स्थापन झाले. एका नव्या राजवटीचा प्रारंभ झाला.

(2) या जाहीरनाम्यामुळे विलायत सरकारची भारताविषयीच्या धोरणाची दिशा निश्चित झाली. देशी संस्थानिकांना दिलासा मिळाला. आता त्यांच्या विलीनीकरणाचा धोका राहिला नाही.

(3) ब्रिटिश प्रशासनात जात व धर्म आदींकडे न पाहता सर्व भारतीय लोकांना त्यांच्या लायकीप्रमाणे समान संधी दिली जाईल हे निदान तत्त्वतः राज्यकर्त्यांनी मान्य केले. याच आश्वासनानुसार पुढे भारतीय नेत्यांनी ब्रिटिश राज्यकर्त्यांशी आपल्या हक्कांसाठी लढा उभारला.

(4) या जाहीरनाम्याद्वारे बंडवाल्यांना जाहीर माफी दिली गेल्याने ब्रिटिशांना भारतात शांतता व सुव्यवस्था स्थापन करणे सोपे गेले.

(5) जाहीरनाम्यात भारतीय जनतेच्या व्यक्तिस्वातंत्र्याच्या व समतेच्या हक्कांचा पुरस्कार केला आहे. या हक्कांच्या आधारावरच पुढे भारतीय स्वातंत्र्याची चळवळ सुरू झाली.

7.3 सन 1858 नंतरचे भारतातील केंद्रीय व प्रांतीय प्रशासन

सन 1857 च्या उठावाचे दमन करण्यासाठी ब्रिटिश राज्यकर्त्यांना शर्थीचे प्रयत्न करावे लागले. या उठावाचा एक महत्त्वाचा परिणाम असा झाला की, ब्रिटिशांची भारतावरील पकड अधिक मजबूत झाली. यास बदललेली जागतिक परिस्थितीही कारणीभूत होती. या सुमारास युरोपात व युरोपच्या बाहेर अमेरिका व जपान आदी देशांत उद्योगधंद्यांच्या क्षेत्रात मोठी प्रगती घडून येत होती. परिणामी, या क्षेत्रातील आतापर्यंतची मक्तेदारी संपुष्टात आली होती. आता फ्रान्स, अमेरिका, जपान इत्यादी प्रगत राष्ट्रांशी जागतिक बाजारपेठ व वसाहती संपादन करण्याच्या शर्यतीत ब्रिटनला स्पर्धा करावी लागत होती. याच काळात ब्रिटनमधील भांडवलदारांनी भारतातील रेल्वे, चहाचे व निळीचे मळे, कोळसा, ज्यूटच्या गिरण्या इत्यादी उद्योगांत प्रचंड भांडवल गुंतविले होते. अशा या पार्श्वभूमीवर ब्रिटिशांची भारतामधील प्रशासकीय धोरणे अधिक साम्राज्यवादी व प्रतिगामी होणे अपरिहार्य होते. अशा धोरणांचाच पुरस्कार या काळात लिटनपासून कर्झनपर्यंत अनेक व्हॉईसरॉयनी केलेला दिसतो.

▣ भारतातील केंद्रीय प्रशासन

सन 1858 च्या कायद्याने भारतात राणी सरकारची राजवट सुरू झाली. या नव्या राजवटीत ब्रिटनमधील भारतमंत्र्याच्या हाती राज्यकारभाराची सर्व सूत्रे आली. अशा प्रकारे भारतातील राज्यकारभाराची अंतिम सत्ता हजारो मैल दूर असणाऱ्या ब्रिटनमध्ये एकवटली गेली. अशा स्थितीत भारतामधील लोकमताचा इतक्या दूरवरच्या सत्ताकेंद्रांवर प्रभाव पडणे अवघड होऊन बसले. ब्रिटनमधील या सत्ताकेंद्रांवर आता ब्रिटिश भांडवलदार व उद्योगपती यांचा पगडा होता. अशा परिस्थितीत ब्रिटिश राज्यकर्त्यांचे भारतविषयक प्रशासकीय धोरण अधिक प्रतिगामी व स्वार्थी बनणे स्वाभाविक होते.

सन 1858 च्या कायद्याने गव्हर्नर जनरल व त्याच्या चार सदस्यांच्या (कार्यकारी) मंडळाने भारताचा राज्यकारभार करायचा होता. या सदस्यांना प्रशासनातील विविध खाती वाटलेली असत. मंडळामधील निर्णय बहुमताने घेतला जाई. तथापि, हा निर्णय डावलून स्वतःचा निर्णय घेण्याचा खास अधिकार गव्हर्नर जनरलला होता.

सन 1861 च्या कायद्याने (Indian Council Act) गव्हर्नर जनरलच्या कार्यकारी मंडळाच्या सदस्यांत एकाने वाढ करण्यात आली. महत्त्वाचे म्हणजे गव्हर्नर जनरलचे हे कार्यकारी मंडळ आता 'कायदेमंडळ' बनण्याची प्रक्रिया या कायद्यापासून सुरू झाली. गव्हर्नर जनरलला आपल्या मंडळात आणखी कमीतकमी सहा व जास्तीतजास्त बारा सदस्य नेमण्याचा अधिकार मिळाला. या जादा सदस्यांपैकी कमीतकमी निम्मे सदस्य बिनसरकारी (भारतीय) असावेत असे ठरले. अशा वाढ केलेल्या गव्हर्नर जनरलच्या मंडळास आता 'शाही कायदेमंडळ' (Imperial Legislative Council) असे संबोधले गेले.

अशा प्रकारे ब्रिटिशांच्या भारतामधील या सर्वश्रेष्ठ प्रशासन मंडळात सन 1861 च्या कायद्याने भारतीय लोकांचा प्रवेश झाला, ही गोष्ट खरी असली तरी आजच्या कायदेमंडळाच्या सदस्यांप्रमाणे त्यांना हक्क नव्हते. हे सदस्य लोकप्रतिनिधी नव्हते. सरकारच्या पूर्वपरवानगीशिवाय ते कोणत्याही विषयावर चर्चा करू शकत नव्हते. गव्हर्नर जनरल व त्याचे मंडळ यांस ते प्रश्न विचारू शकत नव्हते. अंदाजपत्रक त्यांच्या चर्चेच्या बाहेर होते. अशा कायदेमंडळाने मंजूर केलेला कोणताही ठराव गव्हर्नर जनरलवर बंधनकारक नव्हता. थोडक्यात, सरकारने निर्माण केलेल्या या शाही कायदेमंडळाचे स्वरूप सल्लागार मंडळासारखे होते. बडे जमीनदार अथवा संस्थानिक अशांची नेमणूक या कायदेमंडळावर बिनसरकारी सदस्य म्हणून होत असल्याने सामान्य भारतीय जनतेचे प्रश्न तेथे उपस्थित होणे अवघड होते. या कायद्याने गव्हर्नर जनरलला आणीबाणीच्या प्रसंगी वटहुकूम काढण्याचा अधिकार प्राप्त झाल्याने प्रसंगी तो भारताचा सर्वाधिकारी बनू शकत होता.

यानंतर पुढे सलग 31 वर्षे सरकारने या शाही कायदेमंडळाच्या संदर्भात काहीही सुधारणा केली नाही. दरम्यान भारतात राष्ट्रसभेची (काँग्रेस) स्थापना होऊन भारतीय नेते प्रशासनात भारतीय जनतेचा सहभाग वाढवावा म्हणून सतत मागणी करीत राहिले. त्या पार्श्वभूमीवर 1892 साली सरकारने कायदेमंडळ सुधारणेचा दुसरा हप्ता दिला. (Indian Council Act, 1892). या सुधारणा कायद्यानुसार शाही कायदेमंडळाच्या सदस्यांची संख्या कमीतकमी दहा व जास्तीत सोळा असावी असे ठरले. या सोळा सदस्यांपैकी दहा सदस्य बिनसरकारी (भारतीय) असून त्यांपैकी चार प्रांतीय कायदेमंडळाच्या बिनसरकारी सदस्यांकडून, एक कलकत्ता चेंबर ऑफ कॉमर्सकडून आणि पाच देशातील जमीनदार वर्गाकडून निवडले जाणार होते. या वेळी कायदेमंडळाच्या सदस्यांना सार्वजनिक महत्त्वाच्या बाबींवर प्रश्न विचारण्याचा हक्क प्राप्त झाला. एवढेच नव्हे, तर अंदाजपत्रकावर चर्चा करण्याचाही त्यांना हक्क मिळाला. (पण अंदाजपत्रकावर मतदान करण्याचा हक्क मात्र दिला गेला नाही.)

केंद्रीय प्रशासनाच्या वाटचालीतील हा कायदा महत्त्वाचा ठरला. या कायद्याने सरकारने निवडणुकीचे तत्त्व स्वीकारून एक पुढचे पाऊल टाकले; पण ते फसवे होते. प्रांतीय अथवा अन्य संस्थांच्या सदस्यांनी निवडून दिलेल्या सदस्यांची यादी ही शिफारसवजा समजली जात असे. म्हणजे गव्हर्नर जनरल अशा यादीतून आपणास हव्या त्या व्यक्तीची सदस्य म्हणून नेमणूक करीत असे. असे असले तरी मंडळाच्या सदस्यांना सरकारच्या अर्थसंकल्पावर चर्चा करण्याचा मिळालेला हक्क भावी संसदीय वाटचालीत मैलाचा दगड ठरला. तथापि, देशात या वेळी भारतीय सुशिक्षितांच्या प्रशासनासंबंधीच्या अपेक्षा उंचावल्या होत्या. त्या पूर्ण होऊ शकल्या नाहीत. कायदेमंडळाच्या सदस्यांना प्रशासनावर नियंत्रण ठेवण्याचे काहीही भरीव अधिकार मिळालेले नव्हते.

▣ भारतातील प्रांतीय प्रशासन

त्या काळी ब्रिटिशांच्या प्रत्यक्ष अमलाखाली असणारा प्रदेश प्रेसिडेन्सी (इलाखा) आणि प्रांत यात विभागला गेला होता. बंगाल, मद्रास, मुंबई या तीन प्रेसिडेन्सी आणि सिंध, पंजाब, संयुक्त प्रांत, मध्य प्रांत असे अनेक प्रांत अस्तित्वात आलेले होते. प्रेसिडेन्सीवर गव्हर्नर आणि त्याचे मंडळ तर प्रांतावर लेफ्टनंट गव्हर्नर किंवा कमिशनर व त्याचे मंडळ नियुक्त केले जाई.

सन 1833 च्या कायद्याने प्रेसिडेन्सी अथवा प्रांत यांच्याकडे असलेला कायदा करण्याचा अधिकार काढून घेतला गेला होता. एवढेच नव्हे तर राज्यातील सर्व महसूल केंद्र सरकार गोळा करीत असे व नंतर तो प्रांतांच्या खर्चासाठी वाटला जात असे. थोडक्यात, प्रशासनाच्या क्षेत्रात हे अतिरेकी केंद्रीकरण झाले होते, भारतासारख्या खंडप्राय देशात अशा प्रकारच्या केंद्रीकरणाने अनेक प्रशासकीय गोंधळ व अडचणी उद्‌भवत होत्या. त्या दूर करण्याचा प्रयत्न या पुढील काळात झाला.

सन 1861 च्या कायद्याने प्रेसिडेन्सीचा गव्हर्नर व त्याचे मंडळ यांना प्रेसिडेन्सीसाठी कायदा करण्याचा अधिकार दिला गेला. अशा कायद्यांना गव्हर्नर जनरलची अंतिम मंजुरी आवश्यक होती; तसेच सार्वजनिक कर्ज, लष्कर, चलन, पोस्ट, तारायंत्र इत्यादी महत्त्वाच्या विषयांसंबंधीच्या त्यांच्या बिलास गव्हर्नर जनरलची पूर्वसंमती आवश्यक होती.

याच कायद्याने गव्हर्नरांच्या मंडळात कमीतकमी चार व जास्तीतजास्त आठ जादा सदस्यांची नियुक्ती केली जाऊ लागली. या जादा सदस्यांपैकी निम्मे सदस्य भारतीय असणार होते. याशिवाय कायद्यासंबंधी सल्ला देणाऱ्या 'ॲडव्होकेट जनरल' या नव्या सदस्याची नेमणूक या वेळी गव्हर्नराच्या मंडळावर होऊ लागली.

सन 1892 च्या कायद्याने गव्हर्नरांच्या मंडळातील जादा सदस्यांची संख्या आणखी वाढविली गेली. उदाहरणार्थ, मद्रास आणि मुंबई प्रेसिडेन्सीमधील मंडळावर कमीतकमी आठ व जास्तीतजास्त वीस जादा सदस्य नेमले जाऊ लागले. याचा अर्थ, आता गव्हर्नरांच्या मंडळांना प्रांतीय कायदेमंडळाचे स्वरूप प्राप्त होऊ लागले. केंद्रीय कायदेमंडळातील सदस्यांप्रमाणे प्रांतीय गव्हर्नरांच्या मंडळातील सदस्यांना हक्क व अधिकार मिळालेले होते.

प्रांतीय प्रशासनात गव्हर्नराच्या मंडळाचा विकास होत असता आर्थिक क्षेत्रातही प्रांतांना अधिक अधिकार प्राप्त होऊन विकेंद्रीकरणाची प्रक्रिया सुरू झाली. सन 1870 मध्ये ग. ज. लॉर्ड मेयोने केंद्रीय व प्रांतीय अर्थबाबी निरनिराळ्या केल्या. पोलीस, तुरुंग, शिक्षण, रस्ते, वैद्यकीय सुविधा इत्यादी विषयांसाठी केंद्राकडून ठरावीक अनुदान प्रांतास मिळू लागले. हे अनुदान आपल्या मर्जीप्रमाणे वापरण्यास प्रांतास अधिकार मिळाला. सन 1877 मध्ये गव्हर्नर जनरल लॉर्ड लिटनने जमीन महसूल, उत्पादन कर, कायदा व सुव्यवस्था, न्याय या खर्चाच्या बाबी प्रांतांकडे सोपवून त्यासाठी केंद्राकडून जादा अनुदानाची तरतूद केली. 1882 साली अनुदानाची ही पद्धती बंद केली गेली व त्याऐवजी प्रांतामधील महसूल व इतर विषयांचे सर्व उत्पन्न प्रांताच्या हवाली करण्यात येऊ लागले. असे करण्यास प्रांतीय स्वायत्तता निर्माण करणे हा सरकारचा हेतू नव्हता; तर आर्थिक केंद्रीकरणातील अनावश्यक खर्च आणि प्रशासकीय गैरसोय टाळणे हा उद्देश होता. तसे पाहिले तर प्रांतीय सरकारवर पूर्णपणे केंद्रीय सरकारचे वर्चस्व होते व केंद्रीय सरकार पूर्णपणे भारतमंत्री आणि पार्लमेंट यांच्या हातात होते.

▣ ब्रिटिशांचे लष्करविषयक बदललेले धोरण

ब्रिटिशांनी भारत लष्कराच्या बळावर जिंकला. पुढे भारताचे हे साम्राज्य त्यांनी लष्कराच्या सामर्थ्यावरच तगवून धरले होते; पण सन 1857 च्या बंडाने ब्रिटिशांच्या आपल्या लष्करावरील विश्वासास तडा गेला. आपल्या लष्करविषयक धोरणात आता मूलभूत स्वरूपाचे बदल करणे आवश्यक आहे असे त्यांना वाटू लागले. त्यानुसार त्यांनी 1857 सालानंतर आपल्या लष्कराची पुनर्रचना केली, ती पुढीलप्रमाणे होती :

(1) लष्करावर ब्रिटिश लोकांचे वर्चस्व प्रस्थापित करण्यासाठी त्यांची सैनिकी संख्या वाढविली गेली. 'बेंगॉल आर्मी'त ही संख्या एका ब्रिटिशास दोन भारतीय सैनिक अशी तर 'मद्रास आर्मी' व 'बॉम्बे आर्मी' येथे दोन ब्रिटिशांस पाच भारतीय सैनिक अशी ठेवली गेली.

(2) लष्करीदृष्ट्या व भौगोलिकदृष्ट्या महत्त्वाच्या ठाण्यांवर ब्रिटिश लष्कर तैनात करण्यात आले. दारूगोळ्यांचे साठे, शस्त्रास्त्रांचे साठे, तोफखाना (नंतरच्या काळात रणगाडे) इत्यादी महत्त्वाच्या बाबी ब्रिटिश लष्कराच्याच ताब्यात ठेवल्या गेल्या.

(3) लष्करातील सुभेदारापर्यंतच भारतीय सैनिकांना बढती देण्याचे धोरण स्वीकारले गेले. सुभेदारावरील सर्व अधिकाराच्या जागांवर ब्रिटिशांची नियुक्ती करण्यात येऊ लागली.

(4) भारतीय समाजातील धर्मभेद, जातिभेद व प्रादेशिक भेद यांचा पुरेपूर उपयोग करून त्या-त्या भेदांवर आधारित अशा पलटणी उभारल्या गेल्या. उदाहरणार्थ, मराठा रेजिमेंट, महार रेजिमेंट, शीख रेजिमेंट, गुरखा रेजिमेंट इत्यादी. असे करताना त्या-त्या रेजिमेंटमधील सैनिकांचा जातीचा, धर्माचा अथवा प्रदेशाचा अभिमान वाढीस लागेल असे पाहिले जाऊ लागले. यामुळे लष्करातील भारतीय सैनिकांची राज्यकर्त्यांविरुद्ध एकी होऊ शकणार नाही तसेच त्यांच्यात राष्ट्राभिमान उत्पन्न होणार नाही अशी राज्यकर्त्यांची कल्पना होती.

(5) लष्करात भरती करताना भारतीय समाजात 'लढाऊ जाती' आणि 'बिनलढाऊ जाती' अशा प्रकारचा भ्रामक समज हेतुपुरस्सर निर्माण केला गेला. सन 1857 च्या बंडात ज्यांनी उठाव केला त्या अयोध्या, बिहार, मध्य प्रदेश येथील लोकांना 'बिनलढाऊ' म्हणून समजले गेले आणि हे बंड मोडण्यासाठी ज्या पंजाबी, गुरखा व पठाण लोकांनी मदत केली त्यांना 'लढाऊ' असे समजून त्यांनाच अधिक प्राधान्य दिले गेले.

(6) लष्करातील भारतीय सैनिकांच्या रेजिमेंटना एकमेकांबद्दल काहीच सहानुभूती राहणार नाही अशी दक्षता घेतली गेली. इतकी की, भारतमंत्री चार्लस् वुड याने सन 1861 मध्ये म्हटल्याप्रमाणे एका रेजिमेंटने बंड केले तर त्याच्या शेजारच्या रेजिमेंटच्या मदतीने हे बंड ब्रिटिशांना मोडून काढता आले पाहिजे.

(7) लष्कराला राष्ट्राच्या मुख्य प्रवाहापासून म्हणजे भारतातील राष्ट्रवादी चळवळीपासून दूर ठेवण्याचा पराकाष्ठेचा प्रयत्न सुरू झाला. स्वातंत्र्याचे अथवा राष्ट्रवादाचे विचार फैलावणारी नियतकालिके लष्करापासून अज्ञात राखली जाऊ लागली.

अशा प्रकारे ब्रिटिशांनी लष्करी धोरणात अनेक महत्त्वाचे बदल केले. भारतावर राज्य करण्याचे 'लष्कर' हे ब्रिटिशांचे प्रमुख साधन होते. दुसरे असे की, याच लष्कराच्या बळावर ब्रिटिशांना जगातील रशिया, जर्मनी, फ्रान्स या राष्ट्रांच्या आक्रमणापासून आपल्या साम्राज्याचे रक्षण करायचे होते; त्याचप्रमाणे त्याच्या साहाय्यानेच आशिया व आफ्रिका खंडांतील अनेक प्रदेश जिंकून आपले साम्राज्य वाढवायचे होते. विशेष म्हणजे ब्रिटिशांच्या साम्राज्याच्या संरक्षणासाठी व प्रसारासाठी उभारलेल्या या लष्कराच्या खर्चाचा बोजा मात्र सामान्य भारतीय शेतकरी सहन करीत होता.

▣ ब्रिटिशांचे मुलकी क्षेत्रातील लोक (प्रशासन) सेवासंबंधीचे (Public Service) धोरण

लष्कर आणि ब्रिटिश नोकरशाही हे ब्रिटिश साम्राज्याचे दोन महत्त्वाचे आधारस्तंभ होते. लष्करी क्षेत्राप्रमाणेच मुलकी प्रशासन क्षेत्रातही ब्रिटिशांनी आपले वर्चस्व ठेवले होते. ब्रिटिशांची सर्व साम्राज्यवादी धोरणे याच सनदी नोकरशहांच्या माध्यमातून राबविली जात असल्याने भारतीय लोकांना मुलकी क्षेत्रातील अधिकाराच्या जागांपासून हेतुपुरस्सरपणे दूर ठेवले गेले.

भारतातील प्रशासनासाठी सनदी नोकर तयार करण्याच्या उद्देशाने 1854 साली 'मेकॉले आयोग' नेमला गेला. या आयोगाच्या शिफारशीप्रमाणे 1855 साली 'सिव्हिल सर्व्हिस कमिशन' स्थापन करण्यात आले. या कमिशनमार्फत येथून पुढे 'इंडियन सिव्हिल सर्व्हिस' (ICS) च्या परीक्षांचे नियोजन केले होते.

ही आय. सी. एस. ची परीक्षा ब्रिटनमध्ये लंडन शहरी दरवर्षी घेतली जाई. या परीक्षेत उत्तीर्ण होणाऱ्या उमेदवारास भारतातील वरिष्ठ जागांवर नियुक्त केले जाई. तथापि, ब्रिटनमधील ही आय.सी.एस. ची परीक्षा अशा प्रकारे आयोजित केली जात असे की, कोणाही भारतीय तरुणास ती देता येणे शक्य होऊ नये. एक तर त्या परीक्षेसाठी ब्रिटनमध्ये जाणे ही मोठी खर्चाची व अवघड बाब होती. दुसरे असे की, त्या परीक्षेसाठी प्राचीन ग्रीक व लॅटिनसारखे विषय सक्तीचे असत. या विषयांचा अभ्यास करण्यासाठी ब्रिटनमध्ये वास्तव्य करणे आवश्यक असे आणि हे सर्व त्या उमेदवारास आपली वयोमर्यादा सांभाळून करावे लागे. 1859 सालापर्यंत उमेदवाराची वयोमर्यादा 23 वर्षे होती; ती कमी-कमी करीत राज्यकर्त्यांनी अवघ्या 19 वर्षांवर आणली. 19 वर्षांचा भारतीय तरुण ब्रिटनमध्ये जाऊन ही परीक्षा देणे व त्यात उत्तीर्ण होणे ही गोष्ट जवळजवळ अशक्यप्राय बनली होती. अशाही स्थितीत वर्षाकाठी एखाद्-दुसरा भारतीय तरुण आय.सी.एस. बनत असे. रवींद्रनाथ टागोर यांचे बंधू सत्येंद्रनाथ टागोर हे भारताचे पहिले आय.सी.एस. होते (सन 1863).

भारताचे थोर नेते पितामह दादाभाई नौरोजी यांनी ब्रिटनमध्ये निवडणूक लढवून पार्लमेंटमध्ये सदस्य म्हणून प्रवेश मिळविला होता. त्यांच्या प्रयत्नाने सन 1892 मध्ये पार्लमेंटने आय.सी.एस. ची परीक्षा ब्रिटन व भारत अशा दोन्ही ठिकाणी व्हावी असा ठराव पास केला होता; पण भारतमंत्र्याने तो अमलात आणला नाही.

प्रशासनातील पोलीस, सार्वजनिक बांधकाम, वैद्यकीय सेवा, पोस्ट, टेलिग्राफ, जंगल, अभियांत्रिकी सेवा इत्यादी खात्यांमधील वरिष्ठ जागाही ब्रिटिशांसाठीच राखीव असत. सारांश, भारतामधील नोकरशाही यंत्रणा पूर्णपणे ब्रिटिश राज्यकर्त्यांच्या हातात राहिली होती.

पुढे सन 1918 नंतर हळूहळू भारतीय लोकांची वरिष्ठ मुलकी जागांवर वर्णी लागू लागली. त्यांची संख्याही वाढली. तथापि, ब्रिटिश प्रशासनात वरिष्ठ जागांवर नियुक्त झालेले भारतीय नोकरशहा ब्रिटिश नोकरशहाप्रमाणेच साम्राज्यवादी सरकारशी एकनिष्ठ राहत असल्याचे चित्र भारतीय लोकांना पाहावे लागले.

▣ ब्रिटिशांचे भारतीय संस्थानिकांविषयीचे बदललेले धोरण

ब्रिटिश राज्यकर्त्यांना सन 1857 च्या उठावानंतर भारतीय संस्थानिकांविषयीच्या धोरणात महत्त्वाचे बदल करावे लागले. आपले राज्य वाढविण्याच्या महत्त्वाकांक्षेपोटी त्यांनी सन 1857 पूर्वीच्या कालखंडात या ना त्या कारणाखाली अनेक संस्थाने खालसा करून टाकली होती व त्यांचे प्रदेश आपल्या राज्यास जोडले होते. अशा विलीन केलेल्या अनेक संस्थानांच्या अधिपतींनी उठावात भाग घेतला होता; पण त्या वेळी हैद्राबाद, बडोदा, ग्वाल्हेर, इंदूर यांसारख्या अनेक संस्थानांच्या अधिपतींनी ब्रिटिशांना हा उठाव मोडून काढण्यास एक तर साहाय्य केले होते अगर ते तटस्थ राहिले होते. बहुसंख्य संस्थानिक उठावात सामील झाले असते तर ब्रिटिशांना भारतातून गाशा गुंडाळावा लागला असता.

स्वाभाविकच, भारतीय लोकांवर अद्यापही त्यांच्या राजेरजवाड्यांचा किती मोठा प्रभाव आहे हे ब्रिटिशांच्या लक्षात आल्याशिवाय राहिले नाही आणि म्हणूनच उठावानंतरच्या राणीच्या जाहीरनाम्यात भारतीय संस्थानिकांना अभिवचन दिले होते की, ''भारतीय संस्थानिकांशी कंपनीने जे करारमदार केले असतील ते आम्ही काळजीपूर्वक पाळू तसेच संस्थानिकही ते करारमदार पाळतील अशी आमची अपेक्षा आहे.'' वास्तविक जाहीरनाम्यातील या वाक्यावरून भारतीय संस्थानिक ब्रिटिशांचे बरोबरीचे दोस्त आहेत असे जरी भासवले गेले तरी प्रत्यक्षात हे सर्व संस्थानिक ब्रिटिश सत्तेचे मांडलिक होते. ब्रिटिशांची सत्ता ही भारतामधील 'सर्वश्रेष्ठ अधिसत्ता' (Paramount Power) होती; आणि भारतीय संस्थाने ही 'संरक्षित राज्ये' (Protected States) होती. तेव्हा राणीच्या जाहीरनाम्यातील भारतीय संस्थानिकांना दिलेला बरोबरीचा दर्जा हा औपचारिक होता. तरीही त्यास घटनात्मक महत्त्व होतेच.

भारतीय संस्थानिकांची राज्ये आता बरखास्त होणार नव्हती तसेच निपुत्रिक संस्थानिकांना आपल्या मर्जीप्रमाणे दत्तक घेण्यास परवानगी मिळणार होती; याचा अर्थ संस्थानिकांना पूर्णपणे अंतर्गत स्वातंत्र्य मिळालेले होते असे नाही. संस्थानिकांच्या राज्यात अव्यवस्था व अशांतता किंवा बंडाळी निर्माण झाल्यास त्यांच्या अंतर्गत कारभारात हस्तक्षेप करण्याचा अधिकार ब्रिटिशांनी आपल्याकडे ठेवलेला होता. प्रसंगी गैरकारभार करणाऱ्या संस्थानिकास पदच्युत करून त्याच्या जागी नवा वारस नेमण्याचा अधिकार ब्रिटिशांनी राबविल्याचे आपणास दिसून येते.

हे खरे की भारतीय संस्थानिकांच्या रोजच्या कारभारात भारतातील अधिसत्ता म्हणून ब्रिटिश ढवळाढवळ करीत नसत; पण त्यांच्या एकूण कारभारावर ब्रिटिश आपल्या प्रतिनिधींमार्फत बारीक नजर ठेवून असत. काही संस्थानांत तो प्रतिनिधी पॉलिटिकल एंजटच्या रूपाने तर काही संस्थानांत तो रेसिडेंटच्या रूपाने असे. संस्थानिकांची चुकीची धोरणे अथवा राज्यकारभारातील गंभीर त्रुटी त्यांच्या निदर्शनास आणून देण्याचे काम तो करीत असे. सारांश, ब्रिटिशांच्या भारतातील सार्वभौम सत्तेत कोणत्याही प्रकारचा धोका उत्पन्न होणार नाही या प्रकारची देखरेख संस्थानिकांवर ठेवली जात असे.

सन 1876 मध्ये ब्रिटिश-संस्थानिक संबंधाच्या संदर्भात एक महत्त्वपूर्ण घटना घडली. ब्रिटनच्या राणीला 'भारताची सम्राज्ञी' म्हणून पार्लमेंटने जाहीर केले. पार्लमेंटने असे घोषित करणे म्हणजे भारतीय संस्थानिकांना तत्त्वतः मांडलिकांचा दर्जा प्राप्त होणे असा अर्थ होत होता. तथापि, या घोषणेमुळे भारतीय संस्थानिकांच्या 'दर्जात' किंवा 'हक्कात' काही फरक पडणार नाही असा विलायत सरकारने खुलासा केला. पुढे मॉंटेग्यू-चेम्सफर्ड सुधारणा रिपोर्टमध्येही संस्थानिकांच्या दर्जाविषयी व हक्कांविषयी असेच जाहीर अभिवचन दिले गेले. असे असले तरी ब्रिटिशांचे आपण मांडलिक आहोत आणि त्यांच्याच कृपेने आपली सत्ता व राज्ये टिकून आहेत हे सत्य भारतीय संस्थानिक नजरेआड करू इच्छित नव्हते.

7.4 सन 1858 नंतर ब्रिटिशांच्या प्रशासन नीतीत घडून आलेले बदल

▣ पूर्वीच्या उदारमतवादी धोरणाचा त्याग

सन 1857 पूर्व कालखंडात एल्फिन्स्टन, बेंटिंग, मेकॉले आदी ब्रिटिश राज्यकर्त्यांचा भारतीय लोकांकडे बघण्याचा दृष्टिकोन सहानुभूतीचा व उदारमतवादी होता. हे लोक साम्राज्यवादी वृत्तीचे असले तरी ज्या लोकांवर आपण राज्य करतो त्यांच्या कल्याणाची काही तरी नैतिक जबाबदारी 'राज्यकर्ते' या नात्याने आपल्यावर आहे असे ते मानत होते. सन 1857 च्या उद्रेकानंतर ब्रिटिश राज्यकर्त्यांचा हा दृष्टिकोन बदलून गेला. त्यांचा साम्राज्यवादी व वंशश्रेष्ठत्ववादी अहंकार दिवसेंदिवस वाढत गेला. भारतीय माणूस म्हणजे रानटी व गुलाम अशी त्यांची कल्पना होती. ''अर्धा गोरीला व अर्धा निग्रो असणाऱ्या कनिष्ठ वंशाचे लोक'' अशा शेलक्या शब्दांत भारतीय लोकांचा उपमर्द केला जाई. मोठमोठ्या शहरांतील युरोपियन क्लबांच्या प्रवेशद्वारांवर 'Indians and dogs not allowed' अशा वांशिक उद्दामपणाच्या पाट्या लावलेल्या असत. बंगाल व आसाममधील युरोपियन मळेवाले व व्यापारी तर या उद्दामपणाचे मूर्तिमंत पुतळे होते.

ते भारतीय लोकांना Blackies, Darkies अशा शेलक्या शिव्या देत. त्यांनी गोरगरीब भारतीय लोकांवर केलेल्या अत्याचारांची दाद घेतली जात नव्हती. भारतीय माणसाच्या जीविताची किंमत कमी समजली जाई. युरोपियनांनी केलेले खून अनेक वेळा पचविले जात अथवा सौम्य शिक्षा होऊन गुन्हेगारांना सोडले जाई.

▣ राजेरजवाडे, सरंजामदार, जमीनदार वर्गाचा अनुनय

सामान्य अडाणी भारतीय माणसांबद्दलच नव्हे तर सुशिक्षित भारतीय व्यक्तीविषयी ब्रिटिश अधिकाऱ्यांच्या मनात तिरस्काराची भावना असे. तथापि, सन 1858 नंतरच्या काळात ब्रिटिशांनी भारतामधील राजेरजवाडे, सरंजामदार व जमीनदार या लोकांच्या वर्गाबद्दल सहानुभूती व प्रेम दाखविण्यास सुरुवात केली होती. हा वर्ग परंपरेने प्रतिगामी वृत्तीचा असल्याने व त्यांचे हक्क ब्रिटिशांच्या कृपेवर उभे असल्याने देशात राज्यकर्त्यांशी सर्वांत जास्त एकनिष्ठ वर्ग तोच होता. नाही म्हटले तरी देशातील बहुसंख्य अज्ञानी लोकांवर या लोकांचा प्रभाव होता. याचा फायदा ब्रिटिशांनी घेतला. राजेरजवाडे यांच्याबरोबरच सरंजामदार व जमीनदार हे ब्रिटिश साम्राज्याचे आधारस्तंभ आहेत असे उघडपणे गौरवाने म्हटले जाऊ लागले. अयोध्येच्या प्रदेशात डलहौसीच्या कारकिर्दीत अनेक जमीनदारांचा जमीनजुमला जप्त केला गेला होता. स्वाभाविकच, हा वर्ग राष्ट्रीय चळवळीस विरोध करून राज्यकर्त्यांच्या हितसंबंधांचे रक्षण करणारा वर्ग म्हणून पुढे आला.

▣ समाजसुधारणांबाबत तटस्थपणाचा स्वीकार

पूर्वी लॉर्ड बेंटिंगसारख्या मानवतावादी राज्यकर्त्याने धडाडीने सतीबंदीचा कायदा अमलात आणला होता, खुद्द डलहौसीच्या साम्राज्यवादी कारकिर्दीतही 'विधवा विवाह संमती कायदा' हे समाजक्रांतिकारक पाऊल उचलले गेले होते; पण आता राज्यकर्त्यांनी अशा प्रकारे समाजसुधारणा घडवून आणणारे धोरण सोडून सामाजिक बाबतीत तटस्थ धोरणाचा अवलंब केला. सन 1857 च्या बंडास ब्रिटिशांचे समाजसुधारणेच्या बाबतीतील कायदे कारणीभूत ठरले, अशा प्रकारचे प्रतिपादन राज्यकर्त्यांच्या गोटात केले गेल्याने ते आता अधिक सावध झाले. शक्यतो भारतीय लोकांच्या सामाजिक बाबतीत ढवळाढवळ करायची नाही; भारतीय लोकांना हव्या असतील तर त्यांच्या त्यांनी सुधारणा कराव्यात अशा प्रकारचे नवे धोरण त्यांनी स्वीकारल्यामुळे भारतातील समाजसुधारणा चळवळ मागे पडली. सुधारक व सुधारणाविरोधक यांच्या संघर्षात राज्यकर्त्यांनी तटस्थ राहणे म्हणजे अप्रत्यक्षपणे सुधारणाविरोधकांना मदत करण्यासारखेच होते.

▣ लोककल्याणी बाबींकडे दुर्लक्ष

कोणतीही राजवट लोकांच्या शिक्षण, आरोग्य, पाणीपुरवठा व रस्ते इत्यादी गरजांवर किती खर्च करते यावर तिचे लोककल्याणी स्वरूप अवलंबून असते. युरोपात लोकांकडून कराच्या रूपाने जमलेला पैसा हा लोकांच्याच कल्याणासाठी खर्च केला जात असे. भारतात मात्र ब्रिटिश भारतीय लोकांकडून वसूल केलेला पैसा लष्करावर व नोकरशाहीवर खर्च करत होते. उदाहरणार्थ, सन 1886 मध्ये भारताच्या खजिन्यात 47 कोटी रुपयांचा महसूल जमा झाला. त्यांपैकी 19 कोटी 41 लाख रुपये लष्करावर व 17 कोटी रुपये नोकरशाहीवर खर्च झाले. शिक्षण व वैद्यकीय सेवा यांसारख्या कल्याणकारी बाबींवर अवघ्या 2 कोटींहून कमी पैसा खर्च झाला. सर्व देशातील शेतीच्या जलसिंचनासाठी फक्त 65 लाख रुपये वाटणीस आले. यावरून या देशातील आम जनतेला सरकार सामाजिक सेवांपासून कसे वंचित ठेवत असे हे लक्षात येते.

▣ कामगार कल्याणविषयक धोरण

भारतात मुंबई, कलकत्ता यांसारख्या शहरी कारखाने व गिरण्या यांची स्थापना होऊन एक नवा कामगारवर्ग उदयास आला होता. त्यांची स्थिती मोठी दयनीय होती. त्यांना रोज बारा ते सोळा तास काम करावे लागे. शिवाय आठवड्याची सुट्टीही नसे.

मुळातच राज्यकर्ते हे भांडवलदारांचे रक्षक असल्याने त्यांचे कामगारवर्गाकडे अक्षम्य दुर्लक्ष होत होते; पण कालौघात त्यांनाही कामगारवर्गाच्या कल्याणाचे कायदे करावे लागले. सन 1881 मध्ये राज्यकर्त्यांनी 'पहिला कारखानेविषयक कायदा' (Factory Act) पास केला. त्या कायद्यानुसार सात ते बारा वर्षे वयाच्या मुलांना कारखान्यात जास्तीतजास्त नऊ तासांचे काम देता येईल. तसेच त्यांना महिन्यातून चार दिवस सुट्टीचे दिले पाहिजेत असे कारखानदारांवर बंधन घालण्यात आले. सन 1891 मध्ये 'दुसरा कारखानेविषयक कायदा' पास करण्यात आला. त्यानुसार देशामधील सर्व कामगारवर्गास आठवड्याची सुट्टी मिळाली. कारखान्यातील बालकामगारांचे कामाचे तास नऊ तासांवरून सात तासांवर आणण्यात आले. नऊ ते चौदा वर्षे वयाच्या मुलांना व स्त्री-कामगारांना रात्री कामास लावू नये असे बंधन घालण्यात आले. स्त्री-कामगारांचे कामाचे तास अकरा करण्यात आले.

कारखान्यातील कामगारांविषयी राज्यकर्त्यांनी केलेले कायदे आसाममधील चहा-कॉफीच्या मळ्यातील कामगारांना लागू केले नाहीत. या मळ्यांचे मालक युरोपियन होते व ते आसामबाहेरच्या गरीब मजुरांना फसवून करारबद्ध करून मळ्यात कामास लावीत. अत्यंत कमी मजुरीवर व अमानुष अत्याचार सहन करीत या मळ्यातील मजुरांना काम करावे लागे व त्यातून त्यांची करारामुळे सुटका होत नसे. ते मळेवाल्यांचे गुलामच बनलेले असत. विशेष म्हणजे राज्यकर्त्यांनी या मळेवाल्यांच्या हिताचे संरक्षण करणारेच अनेक कायदे केले. करार मोडणाऱ्या मजुराचा गुन्हा फौजदारी स्वरूपाचा समजला गेला.

सारांश, सन 1858 नंतरची ब्रिटिशांची औद्योगिक क्षेत्रातील धोरणे भांडवलदारांच्या बाजूचीच राहिली. कामगारांच्या कल्याणाचे जे काही कायदे त्यांनी केले ते त्यांनी देशातील व देशाबाहेरच्या कामगार चळवळीच्या दबावाखालीच केले होते.

अशा प्रकारे भारतातील ब्रिटिश राज्यकर्त्यांची 1857 सालानंतरची भारतीय लोकांविषयीची धोरणे होती. राणीच्या जाहीरनाम्यात भारतीय लोकांच्या कल्याणाची व समृद्धीची भाषा केली होती; पण ती फक्त कागदावरच राहिली व प्रत्यक्षात मात्र भारतीय प्रजेची पिळवणूक जारी राहून ती अधिकाधिक दरिद्री व दुबळी बनत गेली.

◉◉◉

8

ब्रिटिशांची प्रशासकीय धोरणे : न्याय, दुष्काळ, शिक्षण, वृत्तपत्रे व स्थानिक स्वराज्य

8.1 ब्रिटिशांची न्यायसंस्था **(Judiciary)**

8.2 ब्रिटिशांचे दुष्काळाबाबतचे धोरण **(Famine)**

8.3 ब्रिटिश सरकारचे शिक्षणविषयक धोरण **(Education)**

8.4 ब्रिटिशांचे वृत्तपत्रांसंबंधी धोरण **(Press)**

8.5 ब्रिटिश राजवटीतील स्थानिक स्वराज्य **(Local Self Government)**

प्रकरण 4 मध्ये कंपनी सरकारच्या काळातील न्यायदान यंत्रणेची चर्चा येऊन गेली आहेच. येथे विद्यार्थ्यांच्या सोईसाठी त्याची पुनरुक्ती केली आहे.

8.1 ब्रिटिशांची न्यायव्यवस्था (JUDICIARY)

▣ ईस्ट इंडिया कंपनीची प्रारंभीची न्यायसंस्था

सन 1600 मध्ये पूर्वेकडील देशांशी व्यापार करण्यासाठी ईस्ट इंडिया कंपनी स्थापन झाली. त्या वेळी ब्रिटनच्या राणीने कंपनीस दिलेल्या सनदेन्वये आपल्या कंपनीच्या नोकरांसंबंधी तिला कायदेकानू करण्याची परवानगी मिळाली होती. पुढे सन 1661 च्या सनदेन्वये कंपनीमधील व कंपनीच्या अखत्यारीखाली येणाऱ्या सर्व व्यक्तींवर गव्हर्नर आणि त्याचे कार्यकारी मंडळ यांचे न्यायालयीन अधिकार प्रस्थापित झाले. हळूहळू कंपनीच्या ताब्यात भारतामधील मुलूख जसजसा येत गेला तसतसा त्या-त्या मुलखातील लोकांचा न्यायनिवाडा कंपनीचे अधिकारी स्वतःच करू लागले. या ठिकाणी ते ब्रिटिश कायद्याचाच प्रामुख्याने वापर करत. यानंतर कंपनीला आपली न्यायालये स्थापन करण्याचा अधिकार प्राप्त झाला (सन 1683, 1686, 1687). 1726 साली कलकत्ता, मद्रास व मुंबई या प्रमुख शहरी 'मेयर कोर्ट' स्थापन करण्यात आली. या कोर्टातील निकालाविरुद्ध गव्हर्नरकडे अपील करता येत असे. मेयर कोर्टातील न्यायाधीश हे कंपनीचे अधिकारीच असत. पण त्यांना भारतीय रीतिरिवाजांची फारसी माहितीही नसे.

पुढे सन 1765 मध्ये कंपनीस मुघल बादशाहकडून बंगालची दिवाणी मिळाली व बंगालमध्ये दुहेरी राज्यव्यवस्था सुरू झाली. या हक्कानुसार खरे म्हणजे कंपनीवर महसूल व मुलकी बाबींचा न्यायनिवाडा करण्याची जबाबदारी येऊन पडली. पण कंपनीजवळ तशी यंत्रणा नसल्याने तिने ही जबाबदारी स्वीकारली नाही. परिणामी बंगालच्या क्षेत्रात अभूतपूर्व असा गोंधळ माजला. पण पुढे सन 1772 मध्ये दुहेरी राज्यव्यवस्था संपुष्टात आली आणि कंपनीने बंगालमधील सर्व महसूल व्यवस्था व न्यायालयीन व्यवस्था आपल्या हाती घेतली. बंगालमधील प्रत्येक जिल्ह्यात 'दिवाणी अदालत' व 'फौजदारी अदालत' अशी जिल्हा न्यायालये स्थापन झाली. या न्यायालयांतील निकालाविरुद्ध गव्हर्नरांकडे अपील करता येत असे.

▣ सुप्रीम कोर्टाची स्थापना व अडचणी

सन 1773 च्या 'रेग्युलेटिंग ॲक्ट' अन्वये कलकत्त्यास 'सुप्रीम कोर्टाची' स्थापना करण्यात आली. बंगाल व बिहारमधील कंपनीच्या सर्व अधिकाऱ्यांवर त्याचा अधिकार चालत असे. तसेच दिवाणी, फौजदारी, धार्मिक इत्यादी बाबींचाही न्यायनिवाडा करण्याचा अधिकार त्यास होता. या कोर्टाचे कंपनीवर निश्चित अधिकार कायद्याने स्पष्ट न झाल्याने व त्याचे न्यायालयीन अधिकार संदिग्ध शब्दात असल्याने कंपनी आणि सुप्रीम कोर्ट यांच्यात संघर्ष निर्माण झाला. या कोर्टात न्यायाधीश विलायत सरकारने नियुक्त केलेले असत व त्यांना भारतीय कायद्याचे विशेष ज्ञान नसे. ब्रिटिश कायद्यानुसार ते भारतीय लोकांच्या खटल्यांचा इंग्रजीतून न्यायनिवाडा करत. गव्हर्नर जनरल व त्याचे मंडळ यांनी मंजूर केलेल्या कायद्यांना सुप्रीम कोर्टाच्या संमतीची आवश्यकता होती. त्यामुळे गव्हर्नर जनरल व त्याचे मंडळ यांचा सुप्रीम कोर्टाशी संघर्ष अटळ ठरला. पुढे विलायत सरकारने अनेक कायदे करून गव्हर्नर जनरल व त्याचे मंडळ यांना सुप्रीम कोर्टाच्या प्रभावाखालून मुक्त केले. सुप्रीम कोर्टाने भारतीय लोकांसंबंधी त्यांच्या रीतिरिवाजाप्रमाणे न्यायदान करावे, ब्रिटिश कायदा त्यांच्यावर लादू नये असे ठरले. तथापि, कंपनीच्या राज्यातील न्यायालयीन यंत्रणेची पद्धती ठरविण्याचा अधिकार सुप्रीम कोर्टासच देण्यात आला (1781).

▣ लॉर्ड कॉर्नवॉलिसच्या न्यायालयीन सुधारणा

लॉर्ड कॉर्नवॉलिसने आपल्या कारकिर्दीत अनेक न्यायालयीन सुधारणा घडवून आणल्या, त्या अशा : बंगाल, बिहार व ओरिसा या तीन प्रांतांचे चार विभाग करून प्रत्येक विभागात 'फिरती न्यायालये' (Circuit Courts) स्थापन करण्यात आली (1790). ही 'फिरती न्यायालये' एका जिल्ह्याच्या ठिकाणाहून दुसऱ्या जिल्ह्याच्या ठिकाणी जात असत. ही न्यायालये जन्मठेपेच्या अथवा फाशीच्या सुद्धा शिक्षा सुनावत. अशा शिक्षा त्यावरील 'सरदार निजामत अदालत' या न्यायालयाकडे मान्यतेसाठी पाठविल्या जात. दुसरी सुधारणा म्हणजे पूर्वी जिल्ह्याच्या कलेक्टराकडे महसुली व न्यायालयीन असे दोन अधिकार होते. आता त्याच्यापासून न्यायालयीन अधिकार काढून घेण्यात आले. ते अधिकार जिल्ह्यातील 'दिवाणी अदालत' या न्यायालयाकडे देण्यात आले. दिवाणी अदालतमध्ये दिवाणी स्वरूपाचे खटले चालत. याशिवाय कलकत्ता, ढाका, मुर्शिदाबाद व पाटणा या चार ठिकाणी चार 'प्रांतीय अपील न्यायालये' स्थापन करण्यात आली.

याच काळात सरकारी नोकर अथवा खुद्द सरकार याविरुद्धही खटला भरण्याचा अधिकार प्रजाजनांस दिला गेला. याचा अर्थ, राज्यात कायदा श्रेष्ठ आहे हे तत्त्व या ब्रिटिश राज्यकर्त्यांनी पुरस्कारले होते. दावा दाखल करणाऱ्यांवर कॉर्नवॉलिसने 'कोर्ट फी' बसविण्याची पद्धती सुरू केली. तसेच न्यायाधीशांचे पगार वाढवून त्यांच्यामधील लाचलुचपतीच्या वृत्तीस आळा घालण्याचा प्रयत्न केला. तथापि, न्यायालयात मुन्सिफावरील सर्व अधिकारी ब्रिटिशच असत आणि त्यांना भारतीय कायद्यांचे फारसे ज्ञान नसे.

▣ लॉर्ड बेंटिंगच्या न्यायालयीन सुधारणा

बेंटिंगने फिरती न्यायालये व प्रांतीय अपील न्यायालये बरखास्त करून त्यांच्या जागी 'कमिशनरांची' नियुक्ती केली. कमिशनरांनी दिलेल्या महसुली दाव्याच्या निकालाविरुद्ध 'बोर्ड ऑफ रेव्हेन्यू'कडे व फौजदारी दाव्याच्या निकालाविरुद्ध 'सरदार निजामत अदालत' या उच्च न्यायालयाकडे जाता येत असे. 1831 साली 'सेशन जज्ज' या पदाची निर्मिती करून त्याकडे कमिशनरांची सेशनची कामे सोपविण्यात आली.

बेंटिंगच्या काळात न्यायालयीन यंत्रणेमधील अनेक दोष दूर करण्यात आले. 1858 साली कंपनीचा अंमल बरखास्त झाल्यावर विलायत सरकारने पूर्वीचीच यंत्रणा थोड्याफार फरकाने चालू ठेवली.

▣ जे. पी.

जे. पी. च्या (Justices of Peace) नेमणुका सन 1726 च्या सनदेन्वये होऊ लागल्या. सन 1773 च्या रेग्युलेटिंग ॲक्टने गव्हर्नर जनरल आणि त्यांचे मंडळ, सुप्रीम कोर्टाचे न्यायाधीश यांनाही जे. पी. चे अधिकार प्राप्त झाले. मुंबई व मद्रास येथे स्थापन झालेल्या सुप्रीम कोर्टाच्या न्यायाधीशांनाही जे. पी. चा अधिकार मिळाला. समुद्रावर गुन्हे करणारे लोक, भारतातील ब्रिटिश लोक इत्यादींचे खटले जे. पी. च्या समोर चालत.

▣ हायकोर्टाची स्थापना

न्यायालयीन यंत्रणेसंबंधी 1861 साली एक महत्त्वाचा कायदा झाला. पूर्वीची सर्व सुप्रीम कोर्ट्स तसेच सरदार निजामत अदालत व सरदार दिवाणी अदालत ही वरची न्यायालये बरखास्त करण्यात येऊन मुंबई, मद्रास व कलकत्ता येथे 'हायकोर्ट' (उच्च न्यायालये) स्थापन करण्यात आली. 1886 साली अलाहाबादेसही हायकोर्ट स्थापन झाले. हायकोर्ट हे प्रांतातील सर्वांत उच्च न्यायालय होते. त्यातील न्यायाधीशांच्या नेमणुका विलायत सरकार करीत असे. या न्यायालयाची प्रांतातील खालच्या न्यायालयांवर देखरेख चालत असे. पुढे सन 1865 च्या कायद्यान्वये गव्हर्नर जनरल व त्याचे मंडळ यांना हायकोर्टाच्या अधिकार-कक्षा वाढविण्याचा अधिकार मिळाला. यानंतरच्या काळात लाहोर, नागपूर अशा अनेक ठिकाणी हायकोर्टाची स्थापना करण्यात आली.

▣ प्रिव्ही कौन्सिलची न्याय समिती

प्रिव्ही कौन्सिलची न्याय समिती (Judicial Comittee of the Privy Council) याची स्थापना ब्रिटनमध्ये 1833 साली झाली होती. भारताला स्वातंत्र्य मिळेपर्यंत भारताचे ते 'सर्वोच्च अपील न्यायालय' होते. दहा हजार रुपयांवरचे दावे अथवा ज्यामध्ये कायद्याचा प्रश्न निर्माण झालेला आहे असे खटले या समितीसमोर चालत. ही समिती स्वतः निकाल न देता, निकाल कसा देण्यात यावा याविषयी ब्रिटनच्या राजाला अथवा राणीला सल्ला देत असे. सन 1935 च्या कायद्याने भारतात 'फेडरल कोर्ट' स्थापन झाले. तथापि, त्याच्या निकालाविरुद्धही या प्रिव्ही कौन्सिलच्या समितीकडे जाता येत असे.

▣ फेडरल कोर्ट ऑफ इंडिया

सन 1935 च्या कायद्याने भारतात संघराज्य (Federation) स्थापन झाले. संघराज्यात केंद्र व प्रांत यांच्यात सत्ताविभागणी होत असते. अशा परिस्थितीत केंद्र व प्रांत यांच्यात अधिकारासंबंधी वाद निर्माण होण्याची शक्यता असते. या वादाचा निर्णय देण्यासाठी 'फेडरल कोर्ट ऑफ इंडिया' (भारतीय संघराज्याचे न्यायालय) निर्माण करण्यात आले. यात एक सरन्यायाधीश व सहा इतर न्यायाधीश असत. त्यांची नेमणूक विलायत सरकार करत असे. प्रांतामधील हायकोर्टातील निकालाविरुद्ध या न्यायालयात अपील करता येत असे, पण सन 1935 च्या कायद्याचा शेवटचा निर्णायक अर्थ लावण्याचा अधिकार फेडरल कोर्टास नव्हता. फेडरल कोर्टाच्या त्याबाबतच्या निर्णयाविरुद्ध प्रिव्ही कौन्सिलकडेही जाता येत असे. 1950 साली नवी घटना भारताला मिळाली. त्या अन्वये 'फेडरल कोर्ट' व 'प्रिव्ही कौन्सिल' बरखास्त होऊन त्या जागी सुप्रीम कोर्टाची स्थापना झाली.

▣ कायदेसंहिता

सन 1833 च्या चार्टर ॲक्टप्रमाणे ब्रिटिश सरकारने 'लॉ कमिशन'ची निर्मिती केली होती. लॉर्ड मेकॉले या विद्वान कायदेपंडिताची या कमिशनच्या प्रमुखपदी नियुक्ती केली गेली. सन 1853 च्या ॲक्टने आणखी एक कमिशन नेमण्यात आले. यातून पुढे 1860 साली 'भारतीय दंडविधान संहितेची' (Indian Penal Code) निर्मिती झाली. याच सुमारास 'Civil Procedure Code' व 'Criminal Procedure Code' निर्माण झाली.

▣ परीक्षण

ब्रिटिश राज्यकर्त्यांनी भारतात दृढ पायावरील न्यायसंस्था स्थापन केली व भारतीय लोकांना प्रथमच आधुनिक अशी 'कायदेसंहिता' दिली. 'कायद्यासमोर सर्व जण सारखे' हे सूत्र तत्त्वतः स्वीकारण्यात आले. तथापि न्यायालयीन क्षेत्रात काळा-गोरा भेद होत नव्हता असे नाही. वरचे न्यायाधीश हे ब्रिटिश असल्याने अनेक वेळा त्यांच्या भारतीय चालीरीतींच्या अज्ञानामुळे अथवा पक्षपाती धोरणामुळे भारतीय लोकांवर अन्यायही होई. ब्रिटिश गुन्हेगारांकडे अधिक सहानुभूतीने पाहिले जाई. क्रिमिनल प्रोसिजर कोडप्रमाणे मुंबई, मद्रास व कलकत्ता ही शहरे वगळता इतरत्र कोठेही 'कोणत्याही भारतीय मॅजिस्ट्रेटला किंवा सेशन जज्जला युरोपियन माणसावर खटला चालविता येत नव्हता.' न्यायालयीन क्षेत्रामधील ही विषमता होती. ती पुढे लॉर्ड रिपन या उदारमतवादी व्हॉईसरॉयने 'इलबर्ट बिल' आणून दूर करण्याचा प्रयत्न केला. या बिलानुसार युरोपियन व भारतीय मॅजिस्ट्रेट समान पातळीवर येणार होते. तथापि, भारतातील ब्रिटिश नागरिकांना हा आपल्या वर्णश्रेष्ठत्वाला मिळालेला धक्का सहन झाला नाही. त्यांनी उग्र आंदोलन उभारले व शेवटी रिपनलाही माघार घेण्यास भाग पाडले. रिपनला ते बिल दुरुस्त करावे लागले. युरोपियन आरोपीचा खटला डिस्ट्रिक्ट मॅजिस्ट्रेट अथवा सेशन जज्ज यांच्यापुढेच चालावा (तो युरोपियन अथवा भारतीय असेल) पण युरोपियन आरोपीस हवे असल्यास ज्युरी मिळावेत, या ज्युरींपैकी निम्मे तरी युरोपियन असावेत, अशी दुरुस्ती जोडली गेली. यावरून ब्रिटिश राज्यकर्त्यांचा भारतीय लोकांविषयीचा पक्षपातीपणा व द्वेष उघड झाला. ही घटना भारतीय लोकांची अस्मिता जागृत करण्यास व भारतीय राष्ट्रवादाचा उदय घडवून आणण्यास साहाय्यभूत झाली.

8.2 ब्रिटिशांचे दुष्काळाबाबतचे धोरण (FAMINE)

▣ दुष्काळ का व कसा ?

भारतात आजच्याप्रमाणे पूर्वीही बहुसंख्य लोक शेतीवरच जगत होते. भारतातील शेती ही मान्सून पावसाच्या कृपेवर अवलंबून होती. मान्सून पडला नाही की शेती बुडत असे. अन्नधान्याचे उत्पन्न न आल्याने हजारो नव्हे तर लाखो लोक अन्नान करून मरत असत. दुष्काळामध्ये चाराही न आल्याने लाखो गाई-बैल नष्ट होत. त्यामुळे मागे जिवंत राहिलेल्या शेतकऱ्यांनाही शेती करण्यासाठी जनावर उपलब्ध होत नसत. पाण्याचे दुर्भिक्ष्य निर्माण झाल्याने कॉलऱ्यासारख्या साथी निर्माण होत व त्यातही मनुष्यसंहार होत असे. भारतातील कोणत्या भागात केव्हा पाऊस न पडल्याने, केव्हा महापुरामुळे तर केव्हा चक्रीवादळामुळे तर केव्हा टोळधाडीमुळे वारंवार दुष्काळ पडत असे. त्यातच सरकारचे भारी कर आणि सहानुभूतिशून्य धोरण या दुष्काळपीडितांच्या दुःखावर डागण्या देत असे.

▣ कंपनी सरकारचे धोरण

अठराव्या शतकात ब्रिटिश हे भारतातील जास्तीतजास्त प्रदेश काबीज करून तेथे आपला अंमल निर्माण करण्याच्या उद्योगात होते. व्यापाराबरोबर लढाया, राजकारण व कटकारस्थाने यातच कंपनीच्या राज्यकर्त्यांचा वेळ जात होता. अशा स्थितीत आपल्या ताब्यात आलेल्या प्रदेशात जर दुष्काळ पडला तर लोकांना त्यापासून वाचविण्यासाठी आपण काही पावले उचलली पाहिजेत, राज्यकर्ते म्हणून आपले काही कर्तव्य आहे ही भावना ब्रिटिशांच्या ठिकाणी उत्पन्न झालेली नव्हती. याशिवाय त्या काळात रेल्वे, मोठे रस्ते यांसारखी दळणवळणाची साधनेही तयार झाली नव्हती; अथवा शेतीच्या उत्पन्नासंबंधीची पद्धतशीर आकडेवारी व अभ्यास यांच्या सोई नव्हत्या. स्वाभाविकच, दुष्काळ पडला की लाखो लोक तडफडून मरत असत व आपले त्याच्याशी काही कर्तव्य नाही असे सरकारला वाटत असे.

एकोणिसाव्या शतकात कंपनीने भारतातील बहुतेक सर्व भाग आपल्या वर्चस्वाखाली आणला व आपले स्वतःचे प्रचंड साम्राज्य उभे केले. कंपनी सरकार भारतातील सर्वश्रेष्ठ सत्ता बनली, पण या सरकारचे दुष्काळासंबंधीचे धोरण फारसे बदलले नाही. 1837 साली गंगा-यमुनेच्या खोऱ्यात दुष्काळ पडला. त्या वेळी दुष्काळपीडितांसाठी सरकारने काहीतरी करावयास पाहिजे, ही पहिली जाणीव निर्माण झाली. धडधाकट माणसांना सरकारने काम पुरवावे आणि अपंग व असहाय लोकांची काळजी समाजाने पूर्वीप्रमाणेच घ्यावी असे सरकारचे धोरण ठरले. पण दुष्काळात काम पुरविण्याची जबाबदारीही सरकारने नीटशी पार पाडली नाही. परिणामी, लोकसंख्या मोठ्या प्रमाणात नष्ट झाली. सन 1857 च्या उठावानंतर कंपनीचा अंमल बरखास्त होऊन विलायत सरकारची राजवट सुरू झाली. या राजवटीत मात्र दुष्काळाविषयीचे धोरण हळूहळू ठरू लागले.

▣ सन 1860 चा दुष्काळ व पहिला चौकशी आयोग

सन 1860 मध्ये वायव्य सरहद्द प्रांतात, विशेषतः आग्रा, अलवार या प्रदेशांत मोठा दुष्काळ पडला. पाच लाख माणसे घरदार सोडून अन्नपाण्यासाठी भटकू लागली; पण या वेळी वायव्य प्रांताच्या काही भागात पाऊस पडल्याने पिकांची समृद्धी होती. तसेच ईस्ट इंडिया रेल्वेमार्ग तयार असल्याने दुष्काळग्रस्त भागात अन्नधान्य पाठविणे सरकारला सुलभ झाले. शिवाय धडधाकट व्यक्तींना काम पुरविण्याचे सरकारी धोरण जाहीर झाले होते. त्यामुळे मनुष्यहानीची तीव्रता कमी झाली. या दुष्काळाचे वैशिष्ट्य असे की, त्याची चौकशी करण्यासाठी ब्रिटिश सरकारने प्रथमच कर्नल स्मिथ या अधिकाऱ्याचा एक चौकशी आयोग (Commission of Enquiry) नेमला. दुष्काळाच्या कारणांची चौकशी होऊन सरकारला अहवाल सादर झाला, पण सरकारने निश्चित असे धोरण ठरविले नाही.

▣ सन 1866-67 चा दुष्काळ व कॅम्पबेल आयोग

सन 1866 साली ओरिसा प्रांतात मोठा दुष्काळ पडला. कलकत्त्यापासून मद्रासपर्यंतचा प्रदेश दुष्काळग्रस्त बनला. सरकारी अधिकाऱ्यांना दुष्काळाच्या गांभीर्याची वेळीच कल्पना येऊ शकली नाही आणि दुष्काळी भागात अन्नधान्य त्वरेने पाठविता आले नाही. ते पाठविण्याची जेव्हा तयारी झाली तेव्हा मोठा पाऊस सुरू झाला. त्यामुळे ओरिसातील दळणवळण बंद पडले. परिणामी एक-चतुर्थांश लोकसंख्या या दुष्काळात गारद झाली. यावेळी सरकारने जॉर्ज कॅम्पबेल या अधिकाऱ्याचा 'चौकशी आयोग' नेमला. आयोगाच्या चौकशी अहवालात हे स्पष्ट झाले की, सरकारी अधिकाऱ्यांनी आपल्या कर्तव्यात हलगर्जीपणा केला व केंद्र सरकारला वेळीच जागे केले नाही. सरकारला थोडी पूर्वकल्पना असती तर दुष्काळ एवढ्या मोठ्या प्रमाणावर पडला नसता. तेव्हा सरकारी अधिकाऱ्यांनी संभाव्य दुष्काळाबाबत जागृत राहावे, शेतीच्या उत्पन्नाची आकडेवारी पद्धतशीरपणे ठेवण्यात यावी व दळणवळणाच्या साधनात भरीव वाढ करावी, शेतीचा पाणीपुरवठा वाढवावा, दुष्काळावर मात करण्यासाठी सरकारने आपल्या अंदाजपत्रकात ठरावीक रक्कम बाजूला काढून ठेवावी, सार्वजनिक कामे उपलब्ध करून द्यावीत इत्यादी शिफारशी कॅम्पबेल आयोगाने केल्या.

अशा प्रकारे निश्चित स्वरूपाच्या शिफारशी प्रथमच केल्या जात होत्या. लवकरच 1868 साली जेव्हा राजपुताना, पंजाब, वायव्य प्रांत या प्रदेशात दुष्काळ पडला तेव्हा या शिफारशींचा सरकारला मोठा उपयोग झाला. असहाय व अपंगांची काळजी समाजाने वाहावी हे पूर्वीचे सूत्र सोडले गेले आणि अनेक ठिकाणी कालवे खोदण्याची व रेल्वे बांधण्याची कामे हाती घेण्यात आली. तरीही दुष्काळाने व रोगराईने दहा-बारा लाख माणसे मरण पावली.

यानंतर 1873 साली पुन्हा याच भागात मोठा दुष्काळ पडला. विशेषतः लोकसंख्येने गजबलेल्या उत्तर बिहारच्या प्रदेशाला त्याचा तडाखा फार जाणवला. उपाययोजना म्हणून सरकारने ब्रह्मदेशातून लाखो टन तांदळाची आयात करून तो दुष्काळग्रस्तांना पुरविला. दुष्काळी कामे काढून रोजगार पुरविला. शेतकऱ्यांना धान्याच्या अथवा पैशाच्या स्वरूपात बिनव्याजी कर्जे देण्यात आली. त्यामुळे दुष्काळ मोठा असूनही फार मोठी मनुष्यहानी झाली नाही.

▣ सन 1876-78 चा दुष्काळ व स्ट्रॅची आयोग

सन 1876-78 या दोन्ही साली मान्सूनने दगा दिल्यामुळे भारताच्या अनेक भागांत मोठा दुष्काळ पडला. म्हैसूर, हैद्राबाद, मुंबई, वायव्य प्रांत, औंध अशी दुष्काळाची व्याप्ती मोठी होती. या प्रदेशातील एकूण साडेतीन कोटी माणसे दुष्काळपीडित बनली. दुष्काळी भागातील लोकांना साहाय्य करण्याचे सरकारचे धोरण ठरले असले तरी या धोरणात सुसूत्रता नव्हती. अनेक ठिकाणी दीनदुबळ्यांसाठी दुष्काळी छावण्या उघडण्यात आल्या तर अनेक सार्वजनिक कामे हाती घेण्यात आली. तरी एकट्या मुंबई प्रांतात लाख माणसे मृत्युमुखी पडली. लॉर्ड लिटन या वेळी व्हॉईसरॉय होता. त्याने या दुष्काळाची चौकशी करून दुष्काळ निवारणाची तत्त्वे निश्चित करण्यासाठी जनरल रिचर्ड स्ट्रॅची याची चौकशी आयोगावर नेमणूक केली.

'स्ट्रॅची आयोगाने' 1880 साली अहवाल सादर केला. आयोगाच्या महत्त्वाच्या शिफारशी अशा :

(1) दुष्काळात लोकांना साहाय्य करण्याची सरकारने जबाबदारी स्वीकारली पाहिजे.

(2) दुष्काळग्रस्तांना त्यांच्या अंगातील त्राण निघून जाण्यापूर्वीच मदत केली गेली पाहिजे.

(3) खरोखर जे अपंग व दुबळे असतील त्यांनाच मोफत मदत दिली जावी. धडधाकट माणसांना काम पुरविले जावे.

(4) दुष्काळपीडितांसाठी सुरू केलेली कामे महत्त्वाची व दीर्घकाळ उपयोगी ठरणारी असावीत.

(5) दुष्काळी कामावरील कामगारांना औषधोपचार मिळावा. त्यांच्या राहण्याची सोय व्हावी.

(6) दुष्काळपीडितांना शक्यतो पैसा अथवा धान्य यांच्या स्वरूपात मदत द्यावी.

(7) मोफत साहाय्य योजनेसाठी स्थानिक लोकांचे सहकार्य घ्यावे. त्यासाठी जिल्ह्यात अनेक विभाग पाडावेत व त्यावर एखादा कार्यक्षम अधिकारी नेमावा.

(8) खाजगी व्यापाऱ्यांना अन्नधान्याची आयात व विक्री करण्याची परवानगी असावी, पण ते लोकांची लुबाडणूक करणार नाहीत हे पाहावे.

(9) दुष्काळी प्रदेशातील लोकांना जमीन महसुलात सूट द्यावी अथवा तो माफ करावा. शेतकऱ्यांना मशागतीसाठी कर्जे द्यावीत.

(10) आपल्या शेतावरील कुळे व मजूर यांच्यासाठी जमीनदारवर्गाने कामे काढावीत. त्यासाठी सरकारने जमीनदारांना कर्जे द्यावीत.

(11) दुष्काळपीडितांना आपली जनावरे गवताळ प्रदेशात घेऊन जाण्यास परवानगी द्यावी.

(12) दुष्काळी कामावर होणारा खर्च शक्यतो करामधून व्हावा. केंद्राने आवश्यक चौकशीनंतर अनुदान द्यावे.

(13) सरकारला कर देणाऱ्या वर्गाच्या प्रतिनिधींना दुष्काळ निवारण कार्यात सहभागी करून घ्यावे.

(14) दुष्काळ पडण्यापूर्वीच त्याच्यावर मात करण्यासाठी सरकारची कायमस्वरूपाची योजना तयार असावी.

(15) दुष्काळ निवारण करण्यासाठी सरकारने 'संहिता' (Code) तयार करावी. तिच्या आधारे प्रत्येक प्रांतीय सरकारने आपल्या स्थानिक परिस्थितीनुसार आवश्यक तो बदल करून आपापली 'संहिता' तयार करावी.

▣ दुष्काळसंहितेंची निर्मिती

स्ट्रॅची आयोगाच्या शिफारशी सरकारने स्वीकारल्या. त्यानुसार आपल्या अंदाजपत्रकात दीड कोटी रुपयांची रक्कम दुष्काळ निवारणार्थ बाजूला ठेवण्याची तरतूद सरकारने केली. तसेच या शिफारशींच्या आधारावर 1883 साली सरकारने 'दुष्काळसंहिता' जाहीर केली. या संहितेमधील मार्गदर्शक तत्त्वानुसार पुढे प्रांतीय सरकारांनी आपापल्या दुष्काळसंहिता तयार केल्या. त्यांची अंमलबजावणी करत असताना प्रत्येक दुष्काळातील अनुभवांनी त्यात पुढे वेळोवेळी सुधारणा केल्या गेल्या. दुष्काळाच्या संभाव्य धोक्याशी मुकाबला करण्यासाठी कोणत्या उपाययोजना कराव्यात, प्रत्यक्ष दुष्काळ पडल्यास मदत योजना कशा आखाव्यात व अमलात आणाव्यात, दुष्काळग्रस्त प्रदेशाची 'टंचाईग्रस्त' व 'दुष्काळग्रस्त' विभागात कशी गटवारी करावी इत्यादी बाबींसंबंधीचे नियम या संहितेत आढळतात.

▣ ल्यॉल आयोग व मॅक्डोनाल्ड आयोग

सन 1896-97 मध्ये वायव्य प्रांत, औंध, बिहार, मध्य प्रदेश, मद्रास, मुंबई, वऱ्हाड, पंजाब इत्यादी प्रदेशात मोठा दुष्काळ पडला. ब्रिटिश भारतातील सुमारे सहा कोटी लोक त्यामुळे दुष्काळपीडित बनले. वायव्य प्रांत व मध्य प्रदेश या प्रदेशात मोठ्या प्रमाणावर दुष्काळी कामे सुरू करण्यात आली. सरकारने सर ल्यॉल या अधिकाऱ्याचा आयोग दुष्काळाची चौकशी करण्यासाठी नेमला. या आयोगाने स्ट्रॅची आयोगाच्या शिफारशी ग्राह्य धरून सुधारित दळणवळण व वाढत्या किमती यांनी बदललेल्या परिस्थितीची दखल घेतली. परंतु ल्यॉल आयोगाच्या शिफारशींवर विचार करण्यापूर्वीच सरकारला एका भयंकर दुष्काळाला तोंड द्यावे लागले. असा दुष्काळ गेल्या दोनशे वर्षांत पडला नव्हता. पंजाब, मध्य प्रदेश, राजपुताना, बडोदा, गुजरात, हैद्राबाद, वऱ्हाड, मुंबई हे प्रदेश दुष्काळाने ग्रासले (1899 - 1900). तळी व नद्या आटून गेल्या. लक्षावधी जनावरे व माणसे मृत्युमुखी पडली. सरकार या वेळी जागृत होते. 637 वरिष्ठ सरकारी अधिकाऱ्यांची दुष्काळ-मदत योजनेनुसार खास नेमणूक करण्यात आली. खुद्द व्हॉईसरॉय लॉर्ड कर्झनने दुष्काळग्रस्त गुजरातचा दौरा करून प्रत्यक्ष पाहणी केली. अनेक ठिकाणी जमीन महसूल तहकूब अथवा रद्द करण्यात आला. दुष्काळी कामासाठी संस्थानिकांना व जमीनदारांना मोठ्या रकमेची कर्जे देण्यात आली. दीड कोट रुपयांची मदत धर्मादाय म्हणून देण्यात आली. या दुष्काळाची चौकशी करण्याकरिता सर मॅक्डोनाल्ड यांचा आयोग नियुक्त करण्यात आला. त्याच्या प्रमुख शिफारशी अशा :

(1) दुष्काळात लोकांचे नीतिधैर्य टिकविले पाहिजे. त्यासाठी सरकारी यंत्रणेस गती दिली पाहिजे. महसूल परत देणे, कर्जे देणे, दुष्काळी कामे सुरू करणे या गोष्टी झटपट होणे आवश्यक आहेत.

(2) दुष्काळ निवारण हे केवळ सरकारचेच काम न राहता त्यात लोकांच्या पुढाऱ्यांचाही सहभाग घ्यावा.

(3) शक्यतो लोकांच्या वस्तीच्या ठिकाणीच दुष्काळी कामे सुरू करावीत.

(4) पाटबंधारे वाढवावेत. शेती, बँका, पतपेढ्या काढाव्यात.

(5) रेल्वेचे मार्ग वाढवावेत.

मॅक्डोनाल्ड आयोगाच्या शिफारशी सरकारने स्वीकारून त्यानुसार दुष्काळसंहितेच्या नियमावलीत आवश्यक तो बदल करण्यात आला. यानंतर संयुक्त प्रांतात दुष्काळाने 1907-08 साली आपले डोके वर काढले होते. पण सरकारने त्यावर तातडीने उपाययोजना करून लोकांना मरू दिले नाही. सरकारी यंत्रणा जागरूक राहिल्याने सन 1918 च्या दुष्काळावरही सरकारला मात करता आली. शेतकऱ्यांसाठी पतसंस्था निर्माण करता याव्यात म्हणून 1904 साली सरकारने तशी परवानगी देणारा कायदा पास केला. पुढे 1919 सालापर्यंत तीस हजारांहून अधिक शेती-पतसंस्था देशात निर्माण झाल्या. त्यांच्याकडून शेतकऱ्यांना बिकट प्रसंगी आर्थिक साहाय्य मिळू लागले. तसेच शिक्षणाचा प्रसार वाढत होता. लोकही आपल्या दुःखाबद्दल दिवसेंदिवस अधिक जागृत होते. तसेच खुद्द सरकारने पाटबंधाऱ्यांची अनेक कामे हाती घेऊन अवर्षणाशी मुकाबला करण्याचे प्रयत्न चालू ठेवले होते. रेल्वेमार्गाचे जाळे सर्व देशभर पसरत चालले होते. त्याचाही फायदा अन्नधान्याची तातडीने आयात करण्यासाठी होत होता.

▣ परीक्षण

कंपनी सरकारच्या राजवटीत दुष्काळपीडितांची फारशी दखल सरकार घेत नव्हते. लोकांना दुष्काळाच्या तडाख्यातून वाचविणे हे चांगल्या सरकारचे आद्य कर्तव्य आहे, असे कंपनीचे अधिकारी मानत नव्हते. पुढे राणी सरकारची राजवट सुरू झाल्यावर अनेक चौकशी आयोग नेमून सरकारने या महत्त्वाच्या कार्यात हळूहळू लक्ष घालण्यास सुरुवात केली. सरकार प्रत्येक दुष्काळात नवनवे अनुभव शिकत गेले व त्यानुसार दुष्काळाशी मुकाबला करण्याचे सरकारचे विशिष्ट धोरण ठरले. हे धोरण प्रामुख्याने दुष्काळसंहितांवर आधारित होते. त्यानुसार संभाव्य दुष्काळाशी तोंड देण्यास यंत्रणा तयार ठेवणे, दुष्काळ पडल्यास तातडीने अन्नधान्य पुरविणे, दुष्काळी कामे त्वरेने हाती घेणे या सूत्रांशिवाय कालवे-पाटबंधारे, तळी बांधणे, रेल्वेमार्ग वाढविणे यांसारख्या दूरगामी महत्त्वाच्या ठरणाऱ्या बाबींकडेही सरकारने लक्ष पुरविले. परंतु भारतीय जनतेच्या खऱ्या दुखण्याकडे सरकारने लक्ष पुरविले नाही. भारतामधील बहुसंख्य प्रजा शेतीच्या उत्पन्नावरच अवलंबून होती. अशा वेळी भारतीय समाजात निरनिराळे व्यवसाय, उद्योग, नवी कारखानदारी यांचा उदय घडवून आणण्याच्या कामी सरकारने लक्ष घातले असते तर दुष्काळामध्ये हजारोंनी मरण्याची पाळी भारतीय प्रजेवर आली नसती. पण सरकार खुद्द असे उद्योगधंदे काढत नव्हतेच; जे काही नवे उद्योग धाडसाने निघत होते, तेही कसे मारले जातील याकडे राज्यकर्ते लक्ष देत होते. याचे कारण उघड होते. भारतात उद्योगधंदे निघून स्वदेशी माल तयार होऊ लागला तर ब्रिटिश मालाला गिऱ्हाईक कसे मिळणार ? स्वाभाविकच भारतीय उद्योगधंद्यांच्या मार्गात नाना अडचणी राज्यकर्ते आणत. त्यामुळे भारतीय लोकांची हलाखी दूर होणे शक्य नव्हते. पाणीपुरवठ्याच्या काही योजना सरकारने हाती घेतल्या हे खरे; पण देशाचा अफाट पसारा लक्षात घेता त्या अगदीच अपुऱ्या होत्या. खरे दुखणे आर्थिक अवनतीत होते व उद्योगधंद्यांच्या अभावी ते दूर होणे कठीण होते. तोपर्यंत सरकारच्या दुष्काळ निवारणार्थ असणाऱ्या योजना म्हणजे वरवरच्या मलमपट्ट्या होत्या.

8.3 ब्रिटिश सरकारचे शिक्षणविषयक धोरण (EDUCATION)

▣ इंग्रजी शिक्षण देण्याचा निर्णय

भारतीय लोकांच्या शिक्षणाच्या प्रश्नात कंपनी सरकारने अगदी प्रारंभापासून लक्ष घातलेले दिसते. गव्हर्नर जनरल वॉरन हेस्टिंग्ज यांनी 1772 सालीच कलकत्त्यास 'कलकत्ता मदरसा' नावाची संस्था स्थापन केली होती. कंपनीच्या कारभारासाठी भारतीय शिक्षित तरुण कारकून म्हणून मिळावेत हा त्याचा हेतू होता. यानंतर सर विल्यम जोन्स, डंकन यांसारख्या ब्रिटिश गृहस्थांनी संस्कृत विद्येचा अभ्यास करणाऱ्या संस्था काढल्या. या संस्थांमधून पारंपरिक विद्यांचेच अध्ययन होत होते. पुढे सन 1813 च्या सनदी कायद्यामध्ये भारतीय लोकांच्या शिक्षणासाठी कंपनीने दरवर्षी एक लाख रुपये खर्च करावेत, असे कलम घातले गेले. हा पैसा प्रामुख्याने संस्कृत ग्रंथांचे इंग्रजीत भाषांतर करण्यासाठी व संस्कृती-फारसी ग्रंथांच्या प्रकाशनासाठी थोडाबहुत खर्च होत होता.

भारतीय लोकांनी इंग्रजी शिक्षण घेतले पाहिजे याची जाणीव राजा राममोहन रॉय यांच्यासारख्या समाजसुधारकांना, एवढेच नव्हे तर कंपनीच्या काही अधिकाऱ्यांनाही होत होती. त्यांच्या प्रयत्नातूनच 1817 साली कलकत्त्यास 'हिंदू कॉलेज' निघाले. पुढे 1820 साली तेथेच मिशनऱ्यांनी 'बिशप्स् कॉलेज' सुरू केले. पंडित गंगाधर या सुधारकाने अशाच प्रकारचे एक कॉलेज बनारसला काढले होते.

आता खुद्द राज्यकर्तेही भारतीय लोकांच्या शिक्षणासंबंधी गंभीरपणे विचार करू लागले. भारतीय लोकांना पाश्चात्त्य पद्धतीचे इंग्रजी शिक्षण द्यावयाचे की पारंपरिक पद्धतीचे संस्कृत-फारसी भाषेतील शिक्षण द्यायचे हा प्रश्न त्यांच्यासमोर उभा होता. लॉर्ड बेंटिंगने या प्रश्नाची तड लावण्याचा निश्चय केला. त्याने शिक्षण समिती नेमून त्याच्या मंडळातील लॉर्ड मेकॉले या कायदा-सभासदास तिचे अध्यक्ष केले. पाश्चात्त्य पद्धतीचे इंग्रजी शिक्षण भारतीय लोकांना द्यावे असा अहवाल मेकॉलेने सादर केल्यास बेंटिंगने लगेच इंग्रजी शिक्षण देण्यासंबंधीचा कायदा या मंडळाच्या बैठकीत पास केला (7 मार्च, 1835).

▣ इंग्रजी शिक्षणास प्रोत्साहन

इंग्रजी शिक्षणाचा कायदा पास झाल्यावर इंग्रजी शिक्षणास मोठे प्रोत्साहन मिळाले. एकट्या बंगालमध्ये अवघ्या दोन वर्षांत शिक्षणसंस्थांची संख्या चौदावरून अठरावर गेली. 1835 साली 'कलकत्ता मेडिकल कॉलेज'ची स्थापना झाली. लवकरच सरकारने राज्यकारभारातून फारसी भाषा काढून टाकून तेथे इंग्रजीची योजना केली. त्यामुळे इंग्रजी शिक्षण घेतलेल्या भारतीय तरुणांना कंपनी कारभारात भराभर नोकऱ्या मिळू लागल्या. सन 1844 मध्ये लॉर्ड हार्डिंग्ज या गव्हर्नर जनरलने तर जाहीरच करून टाकले की, इंग्रजी शिक्षणात उत्कृष्ट गुणवत्ता असणाऱ्या उमेदवारास सरकारी नोकरीत अग्रक्रम दिला जाईल. त्यामुळे समाजातील जाणता वर्ग इंग्रजी शिक्षणाकडे वळला. या वर्गाने स्वतःहून अनेक ठिकाणी इंग्रजी शिक्षणाच्या संस्था स्थापन केल्या. बंगालप्रमाणे मुंबई-मद्रास इत्यादी प्रांतांतही इंग्रजी शिक्षणाचा जोमाने प्रसार चालू होता. मुंबईत 1834 साली 'एल्फिन्स्टन कॉलेज'ची व 1845 साली 'ग्रँट मेडिकल कॉलेज'ची स्थापना झाली होती. अनेक सरकारी व खाजगी स्कूल्स उदयास आली होती. मद्रास प्रांतात मिशनऱ्यांनी इंग्रजी शिक्षणाच्या अनेक संस्था काढून पुढाकार घेतला होता. 1850 सालापर्यंत 1,100 मिशनरी स्कूल्स त्यांनी उघडली होती.

▣ सन 1854 चा वुडचा खलिता

सर चार्ल्स वुड हा ब्रिटनमधील 'बोर्ड ऑफ कंट्रोल'चा अध्यक्ष. त्याच्या कारकिर्दीत विलायत सरकारने भारत सरकारकडे शिक्षणविषयक जो खलिता पाठविला त्यास 'वुडचा खलिता' असे म्हणतात. वुडचा खलिता म्हणजे भारताच्या शिक्षणक्षेत्रातील महत्त्वाचा टप्पा आहे. भारतीय लोकांना शिक्षण देऊन पाश्चात्त्य संस्कृतीचे फायदे उपलब्ध करून देणे हे ब्रिटिश राज्यकर्त्यांचे पवित्र कर्तव्य असल्याचे हा खलिता सांगतो. युरोपियन कला, शास्त्रे व साहित्य या

क्षेत्रातील ज्ञानावरच इंग्रजी शिक्षणाची भव्य इमारत रचली जावी असे खलित्यात म्हटले होते. या खलित्याच्या महत्त्वाच्या शिफारशी अशा :

(1) प्रत्येक जिल्ह्यात एक तरी विद्यालय काढले जावे.

(2) समाजातील व्यक्तींना शिक्षणसंस्था काढण्यास अनुदाने देऊन प्रोत्साहन द्यावे.

(3) शिक्षकांच्या प्रशिक्षणाची महाविद्यालये काढावीत.

(4) प्रत्येक प्रांतात अस्तित्वात असणारी सरकारची शिक्षण मंडळे बरखास्त करून तेथे 'शिक्षण खात्याची' निर्मिती करावी.

(5) शिक्षण संचालक हा अधिकारी नेमून त्याच्या हाताखालच्या इन्स्पेक्टरांनी कॉलेज, स्कूल्स व शाळा तपासाव्यात.

(6) कलकत्ता, मद्रास, मुंबई येथे लंडन विद्यापीठाच्या धर्तीवर विद्यापीठांची स्थापना करावी.

(7) मुस्लीम वर्ग व स्त्रिया यांच्या शिक्षणास प्रोत्साहन द्यावे.

(8) सरकारी शिक्षणसंस्थांतून धर्मप्रचार करू नये. वुडच्या खलित्यातील सर्व शिफारशी भारत सरकारने स्वीकारल्या. पुढे 1857 साली कलकत्ता, मद्रास व मुंबई येथे विद्यापीठांची स्थापनाही झाली.

▣ मातृभाषेतूनच शिक्षणाविषयीचे धोरण

सन 1835 च्या बेंटिंगच्या कायद्याने भारतीय लोकांना इंग्रजी शिक्षण देण्याचा सरकारने निर्णय घेतला. पण त्यामुळे बहुजन समाजाच्या शिक्षणाचा प्रश्न सुटला नव्हता; कारण काही थोड्या शिक्षणसंस्थांतून मिळणारे इंग्रजी शिक्षण हे फक्त समाजातील उच्चवर्णीय मंडळीच घेत होती. बहुजन समाज अडाणीच राहत होता. त्यास त्याच्या मातृभाषेतून प्राथमिक शिक्षण देण्याची व्यवस्था करणे आवश्यक होते. ती गरज आता राज्यकर्त्यांच्याही लक्षात येऊ लागली. यात वायव्य प्रांताचा लेफ्टनंट गव्हर्नर जेम्स थॉम्सन याने प्रथम पुढाकार घेतला. आपल्या सन 1843 ते 1853 या दहा वर्षांच्या कारकिर्दीत त्याने जवळजवळ प्रत्येक तालुक्यात प्राथमिक शाळा काढल्या. या शाळांमधून अंकगणित, बीजगणित, भूमिती, भूगोल व इतिहास या विषयांचे मातृभाषेतून शिक्षण दिले जाई. शिक्षकांना प्रशिक्षित करण्यासाठी थॉम्सनने एक प्रशिक्षण स्कूलही काढले. त्याने प्राथमिक शाळांची तपासणी करण्यासाठी स्वतंत्र यंत्रणा उभारली. त्याच्या प्रोत्साहनामुळे प्रारंभीच्या अवघ्या दोन वर्षांत मातृभाषेतून शिक्षण घेणाऱ्या विद्यार्थ्यांची संख्या तीस हजार झाली. बंगाल प्रांताच्या शिक्षण मंडळाचा सचिव एफ. जे. मौंट याला थॉम्सनचे कार्य आवडले व त्याने गव्हर्नर जनरल डलहौसीला अशा पद्धतीचे प्राथमिक शिक्षण सर्व देशभर सुरू करण्याची विनंती केली.

या वेळी मुंबई प्रांतावर एल्फिन्स्टन हा गव्हर्नर होता. त्याच्या प्रांताच्या शिक्षण मंडळात मातृभाषेतून शिक्षण देण्याच्या प्रश्नावर वाद चालू होता. शेवटी एल्फिन्स्टनने बहुजन समाजाला शिक्षण देण्यासाठी मातृभाषेचे माध्यम वापरावे असा निर्णय घेतला. मातृभाषिक शाळा स्थापन करून इंग्रजीमधील भौतिकशास्त्राच्या व साहित्याच्या पुस्तकांचे मराठीत भाषांतर करून ते अशा शाळांमध्ये उपलब्ध करून द्यायचे असे ठरले (1850). हा ठराव गव्हर्नर जनरल लॉर्ड डलहौसीकडे पाठविण्यात आला.

डलहौसीसमोर थॉम्सनचा यशस्वी प्रयोग होता. सरकारी अधिकाऱ्यांनाही कारभारासाठी भारतीय भाषांचे ज्ञान असणे आवश्यक आहे असे त्याला वाटत होते. लवकरच त्याने देशी भाषांतून शिक्षण देणाऱ्या शिक्षणपद्धतीचा सरकारने स्वीकार करावा, म्हणून विलायत सरकारकडे शिफारस केली. ही शिफारस स्वीकारण्यात येऊन सन 1854 च्या वुडच्या खलित्यात तिचा अंतर्भाव करण्यात आला. देशी भाषांतून बहुजन समाजाला शिक्षण मिळावे म्हणून सरकारने शाळा काढाव्यात, समाजातील खाजगी शाळांना अनुदाने द्यावीत, समाजसुधारकांना खाजगी शाळा काढण्यास प्रोत्साहन द्यावे असे आता राज्यकर्त्यांचे धोरण ठरले. उच्च शिक्षणाचे माध्यम इंग्रजी राहिले. पण सामान्य वर्गास उच्च शिक्षण घेणे शक्य नव्हते; त्यांना प्राथमिक शिक्षण घेणे शक्य होते व अशा शिक्षणात देशी भाषांचाच उपयोग होणार होता.

▣ स्त्री-शिक्षणाविषयीचें धोरण

भारतातील स्त्री-शिक्षणाचा पहिल्यांदा जोरदार पुरस्कार करणारा ब्रिटिश अधिकारी म्हणजे गव्हर्नर जनरलच्या मंडळाचा जॉन इलियट ड्रिंक वॉटर बेथ्यून हा होय. तो शिक्षण मंडळाचा अध्यक्षही होता. त्याच्या काळात मिशनऱ्यांनी मुलींच्या शाळा चालविल्या होत्या, पण त्यांच्या धर्मप्रचाराच्या तंत्रामुळे भारतीय समाजातील लोक आपल्या मुली अशा शाळांतून पाठविण्यास तयार नसत. मुळात शिक्षणाबद्दल सामान्य माणसाला फारसे आकर्षण नव्हते. अशा स्थितीत स्त्री-शिक्षणाचा प्रसार करणे अवघड होते. पण बेथ्यून याला स्त्री-शिक्षणाची तळमळ होती. त्याने आपल्या विचाराच्या बंगाली विचारवंतांना एकत्र केले व त्यांच्या साहाय्याने सरकारी शाळेच्या धर्तीवर मुलींसाठी एक खाजगी शाळा स्थापन केली (7 मे, 1849). सनातनी भारतीय लोकांचा त्यास प्रारंभी विरोध झाला. पण स्वतः या शाळेसाठी दरमहा सातशे रु. खर्चून बेथ्यूनने ही शाळा चालविली. बेथ्यूनचे प्रयत्न वाया गेले नाहीत. विलायत सरकारलाही आता भारतातील मुलींच्या शिक्षणास प्रोत्साहन द्यावयास हरकत नाही असे वाटू लागले. परिणामी, वुडच्या खलित्यात मुलींच्या शिक्षणाची शिफारस करण्यात आली. मुलांच्या शाळांप्रमाणेच मुलींच्या शाळांनाही अनुदान द्यावे असे ठरले. पण मुलींचे शिक्षण ही बाब सरकारने पूर्णतः खाजगी संस्थांकडे ठेवली.

सरकारच्या या धोरणामुळे अनेक प्रांतांतील प्रमुख शहरी खाजगी संस्थांनी मुलींच्या शाळा स्थापन केल्या. आपल्याकडे पुणे, मुंबई, अहमदाबाद येथेही मुलींच्या शाळा सुरू झाल्या. मुंबई इलाख्यातील महात्मा जोतीबा फुले यांची सन 1848 ची मुलींची शाळा ही पहिली शाळा होय.

▣ सन 1854 तें 1882 या कालातील सरकारचें धोरण

वुडच्या खलित्यानंतर लवकरच सरकारने प्रत्येक प्रांतात आपल्या स्वतंत्र 'शिक्षण खात्याची' निर्मिती केली. प्रांतातील शिक्षणसंस्थांना अनुदाने देणे, त्यांच्यावर देखरेख ठेवणे, त्यांच्या सुधारणेसाठी योजना आखणे ही कामे हे खाते करत असे. 1854 सालानंतर अनेक खाजगी शिक्षणसंस्था उदयास आल्या. त्यांना अनुदान दिल्यामुळे त्यांच्या कारभाराची चौकशी करण्याचा अधिकार सरकारला साहजिकच मिळत असे. तथापि, खाजगी संस्थांना अनुदान देण्यात अनेक वेळा सरकारी अधिकारी पक्षपातीपणे वागत. ख्रिश्चन मिशनऱ्यांच्या शाळांवर विशेष कृपा दाखविली जाई. तसेच सरकार स्वतः शिक्षणसंस्था काढण्यास फारसे उत्सुक नव्हते; निर्माण होणाऱ्या संस्थांना अनुदाने देऊन त्यांच्याकडून शिक्षणाचा प्रसार ते करू इच्छित होते.

सरकारच्या अनुदानाच्या अटीही अशा कडक असत की, अनेक खेड्यांतील प्राथमिक शाळा त्यामुळे बंद पडल्या. तथापि, माध्यमिक शाळांकडे सरकारचे अधिक लक्ष होते. खुद्द सरकारने जिल्ह्याच्या ठिकाणी हायस्कूल्स (माध्यमिक शाळा) काढली होती. अनेक ठिकाणी खाजगी संस्थांनीही हायस्कूल्स स्थापन केली होती. सन 1882 सालापर्यंत देशात तेराशेहून अधिक सरकारी व दोन हजारांहून अधिक खाजगी हायस्कूल्स निर्माण झाली होती. या हायस्कूल्समधून इंग्रजी भाषा, गणित, भूमिती, इतर भौतिकशास्त्रे, इतिहास इत्यादी विषय शिकविले जात; तथापि, सरकारच्या शिक्षणखात्याने इंग्रजी भाषेस इतके महत्त्व दिले होते की, या हायस्कूल्समध्ये देशी भाषांऐवजी इंग्रजी भाषेचाच शिक्षणाचे माध्यम म्हणून सर्वत्र स्वीकार केला गेला. सरकारचे धोरण सर्वसाधारणपणे पुढीलप्रमाणे होते असे म्हणता येईल : प्राथमिक शिक्षण हे खालच्या वर्गातील लोकांना लिहिता-वाचता येण्यापुरते मिळावे; मध्यमवर्गीयांना हायस्कूल्समधील शिक्षण पुरेसे व्हावे; ते शिक्षण घेऊन बाहेर पडलेला तरुण कनिष्ठ सरकारी नोकरीस पात्र व्हावा व उच्चवर्गीयांना महाविद्यालयीन शिक्षण मिळावे. वुडच्या शिफारशींप्रमाणे कलकत्ता, मद्रास व मुंबई येथे तीन विद्यापीठे स्थापन झाली. आता अनेक प्रमुख शहरी महाविद्यालये स्थापन होऊ लागली. 1882 सालापर्यंत देशात एकूण बाहत्तर महाविद्यालये स्थापन झाली.

▣ हंटर कमिशन - सन 1882

वुडच्या खलित्याला आता तीस वर्षे झाली होती. ज्यांना शिक्षण घेणे शक्य नाही अशा बहुजन समाजात शिक्षणाचा प्रसार करणे हे वुडच्या खलित्यातील उद्दिष्ट साकार झाले नव्हते; नव्हे तर सरकारही त्या दृष्टीने प्रयत्नशील नव्हते. अनुदान पद्धतीतही अनेक दोष होते. तेव्हा देशातील सर्व शिक्षणपद्धतींचा अभ्यास करून त्यामध्ये सुधारणा घडवून आणण्यासाठी लॉर्ड रिपन या व्हॉईसरॉयने आपल्या मंडळाचा एक सभासद सर विल्यम हंटर याच्या अध्यक्षतेखाली एक कमिशन नेमले. या हंटर कमिशनने सर्व देशभर दौरा करून व शिक्षणक्षेत्रातील विचारवंतांशी विचारविनिमय करून पुढील शिफारशी केल्या :

(1) प्राथमिक शिक्षणाच्या प्रसारासाठी स्थानिक शाळांची सुधारणा करावी, त्यांना भरीव साहाय्य देण्यात यावे, प्राथमिक शिक्षणासाठी सध्या खर्च केला जातो त्याहून अधिक पैसा प्रत्येक प्रांताने आपल्या लोकल फंडातून व महसुलातून खर्च करावा.

(2) प्राथमिक शाळेच्या अभ्यासक्रमात शेती, आरोग्य व उद्योगधंदे यांसारख्या क्षेत्रात उपयोगी पडणारे गणित, जमाखर्च, भौतिकशास्त्रे हे विषय शिकविले जावेत.

(3) माध्यमिक शाळांसाठी (हायस्कूल्स) अनुदानाची पद्धत सुलभ केली जावी. माध्यमिक शाळांमधील विषयांची दोन प्रकारे विभागणी व्हावी. एका विभागाच्या विषयांमुळे पुढे महाविद्यालयीन शिक्षणास विद्यार्थी पात्र व्हावा. दुसऱ्या विभागाच्या विषयांमुळे विद्यार्थ्यांस उद्योगंधदे व तांत्रिक क्षेत्रे यात वाव मिळावा.

(4) महाविद्यालयाचा नोकरवर्ग, व्यवस्थापन खर्च, संस्थेची कार्यक्षमता व स्थानिक गरजा यांचा विचार करून महाविद्यालयांना अनुदान मिळावे. इमारत, फर्निचर, ग्रंथालय, इतर सामान यांसाठी अनुदान द्यावे. अनुदान मिळणारी महाविद्यालये विद्यापीठाने सुरू केलेले निरनिराळ्या विषयांचे कोर्सेस सुरू करतील याकडे लक्ष द्यावे.

(5) विद्यार्थ्यांच्या शारीरिक व नैतिक शिक्षणाकडे सुधारित शिक्षणपद्धतीत लक्ष द्यावे.

हंटर कमिशनने शिक्षणपद्धतीत फार मोठा बदल करणाऱ्या शिफारशी केल्या असे नाही. तथापि, येथून पुढे प्राथमिक शिक्षणाकडे सरकारने अधिक लक्ष द्यायला सुरुवात केली. प्राथमिक शिक्षण ही बाब आता लोकल बोर्ड व म्युनिसिपालिटीज यांच्याकडे व्यवस्थापनासाठी देण्यात आली. त्यासाठी प्रांतीय सरकारांनी पैसा पुरवावा असे ठरले. तथापि, हा पैसा गरजेपेक्षा बराच अपुरा असल्याने खेड्यांतून प्राथमिक शिक्षणाचा प्रसार जेवढा व्हावयास पाहिजे होता तेवढा होऊ शकला नाही. तथापि, माध्यमिक शाळा व महाविद्यालयांची संख्या वाढत गेली. काही विशिष्ट हेतू बाळगून काही ठिकाणी हिंदू व मुस्लीम संघटनांनी महाविद्यालये काढली. विद्यापीठांच्या क्षेत्रात पंजाब विद्यापीठ (1882) व अलाहाबाद विद्यापीठ (1887) या दोन विद्यापीठांची भर पडली.

▣ लॉर्ड कर्झनचे शिक्षणविषयक धोरण

लॉर्ड कर्झनने भारताच्या राज्यकारभाराच्या प्रत्येक खात्यात सुधारणा घडवून कार्यक्षमता आणली. शिक्षणखातेही त्याच्या नजरेतून सुटले नाही. भारताच्या शिक्षणपद्धतीत सुधारणा घडवून आणण्यासाठी त्याने सिमला येथ 1901 साली स्वतःच्या अध्यक्षतेखाली प्रांतांच्या शिक्षण-संचालकांची व सरकारी तज्ज्ञांची एक परिषद भरवली आणि या परिषदेत त्याने शिक्षण सुधारणेविषयी 150 ठराव मंजूर केले. लवकरच त्याने भारतीय विद्यापीठांत सुधारणा घडवून आणण्यासाठी एक समिती नेमली. 'सिमला परिषद' व 'विद्यापीठ समिती' यांच्या शिफारशींमधून कर्झनने 1904 साली एका ठरावाद्वारे 'सरकारचे शिक्षणविषयक धोरण' जाहीर केले. या ठरावात असे म्हटले होते की, भारतातील पाचपैकी चार खेड्यांत शाळा नाही व चारांपैकी तीन मुलांना शिक्षण मिळत नाही. शिक्षणाचा हेतू सरकारी नोकरी मिळविणे हाच झाला असून देशी भाषांकडे अक्षम्य दुर्लक्ष झाले आहे. शाळा-कॉलेजांमधून परीक्षांवर व घोकंपट्टीवर भर दिला जातो. विद्यार्थ्यांच्या बुद्धिविकासाकडे लक्ष दिले जात नाही. यासाठी लोकल बोर्ड व म्युनिसिपालिटीज यांनी त्यांचा शिक्षण-निधी सर्वस्वी प्राथमिक शिक्षणावर खर्च करावा, प्रांतीय सरकारांनी आपल्या शिक्षण अंदाजपत्रकात प्राथमिक शिक्षणास अग्रक्रम द्यावा, शेतकऱ्यांच्या मुलांना असे शिक्षण दिले जावे की, व्यापारी-जमीनदार यांच्याकडून होणारी लुबाडणूक त्यांच्या लक्षात यावी; माध्यमिक शाळांना अनुदान देताना त्या शाळांची घटना, इमारत, ग्रंथालय, क्रीडांगण, शिक्षकांची कार्यक्षमता, अभ्यासक्रम इत्यादी गोष्टींची समाधानकारक तपासणी करावी. महाविद्यालये आपला दर्जा उच्च ठेवतात की नाही याकडे लक्ष देणे हे विद्यापीठांचे आद्य कर्तव्य आहे. तसेच विद्यापीठे ही केवळ परीक्षा घेणारी यंत्रणा न बनता त्या ठिकाणी उच्च विद्या, कला व शास्त्रे यांचे अध्यापन व्हावे असेही या ठरावात म्हटले होते.

1904 सालीच कर्झनने भारतीय विद्यापीठांच्या सुधारणेचा कायदा पास केला. त्यानुसार -

(1) विद्यापीठे विविध विषयांच्या अध्यापनाची व संशोधनाची सोय करतील, त्यासाठी प्राध्यापकांच्या नेमणुका, ग्रंथालय व प्रयोगशाळा यांची उभारणी करतील असे ठरले.

(2) ठरावीक कालावधीने आपल्या अधिकार कक्षेतील महाविद्यालयांची तपासणी करण्याचा अधिकार विद्यापीठांना मिळाला.

(3) महाविद्यालयाला संलग्नता देणे किंवा न देणे हा अधिकार सरकारने आपल्याकडे घेतला.

(4) विद्यापीठाच्या सिनेट व सिंडिकेट यांची सभासद-संख्या कमी करण्यात आली. सिनेटच्या सभासदांपैकी 80 टक्के सभासद सरकारनियुक्त बनले.

(5) सिनेटने पास केलेल्या ठरावांना मंजुरी देणे अगर त्यात बदल करणे अगर एखादा नवीन नियम तयार करणे हे अधिकार सरकारकडे आले.

भारतीय लोकांना हे कायदे सुधारणा न वाटता भारतीय शिक्षणाची प्रगती रोखण्याचा हा कर्झनचा एक प्रयत्न आहे, असे वाटले. कर्झनने संख्येपेक्षा गुणवत्तेवर व कार्यक्षमतेवर भर दिला होता. पण त्याने या प्रयत्नात विद्यापीठांचे स्वातंत्र्य नष्ट करून ती सरकारी खाती बनवली होती, हेही कबूल करावयास हवे. तसेच महाविद्यालयांची स्थापना करण्यासाठी प्रचंड पैसा उभा करावा लागणार होता व तो भारतासारख्या गरीब देशात किती ठिकाणी उभा होणार होता ?

▣ कर्झननंतरच्या काळातील धोरण

1904 सालानंतर प्राथमिक शिक्षणाच्या प्रसारावर सरकारने अधिक भर दिला. पण जेव्हा ना. गोखल्यांनी सक्तीच्या प्राथमिक शिक्षणाचा आग्रह धरला तेव्हा सरकारने ती जबाबदारी स्वीकारली नाही. पुढे 1911 साली ब्रिटनचा बादशाह पंचम जॉर्ज याच्या भारतभेटीच्या वेळी सरकारने भारतीय जनतेच्या प्राथमिक शिक्षणावर खर्च करण्यासाठी पन्नास लाख रु. जादा मंजूर केले. सरकारची ही भारतीय जनतेस सप्रेम भेट होती. पण त्यामुळे प्राथमिक शिक्षणास विशेष गती आली नाही. लवकरच सरकारने 1913 साली शिक्षणविषयक धोरण स्पष्ट करणारा एक ठराव मंजूर केला. त्यात शिक्षणासाठी मंजूर केलेल्या पैशापैकी अधिकाधिक पैसा प्राथमिक शिक्षणावर खर्च करण्याचा सरकारने निर्धार केला. तसेच अगदी मागासलेल्या भागात मोफत शिक्षणाच्या शाळा काढण्याचा सरकारने लोकल बोर्डांना आदेश दिला.

यानंतरच्या काळात अनेक प्रदेशांत प्राथमिक शिक्षण सक्तीचे व मोफत करण्याचे कायदे झाले. उदा., मुंबई प्रांताच्या कायदेमंडळाने 1918 साली मुंबई म्युनिसिपालिटीच्या क्षेत्रात प्राथमिक शिक्षण सक्तीचे केले. पंजाबमध्ये शहरी व ग्रामीण अशा दोन्ही ठिकाणी मुला-मुलींना प्राथमिक शिक्षण सक्तीचे केले गेले. संयुक्त प्रांत, बंगाल, बिहार, ओरिसा इत्यादी अनेक प्रांतांत म्युनिसिपल क्षेत्रात सक्तीचे शिक्षण करण्यात आले. 1937 साली स्थापन झालेल्या काँग्रेस सरकारांनी प्राथमिक शिक्षणप्रसारास जोराची चालना दिली. पण ही सरकारे अल्प मुदतीची झाल्याने पुढे प्रगती मंदावली.

सन 1913 च्या सरकारी ठरावात माध्यमिक शिक्षणाच्या सुधारणेचेही विचार मांडले होते. त्यात सरकारी हायस्कूल्सची सुधारणा, प्रशिक्षित शिक्षकांच्या नेमणुका, वसतिगृहाची सोय, नव्या हायस्कूलांची स्थापना इत्यादी बाबी होत्या. हायस्कूल्सची संख्या 1937 सालापर्यंत वाढतच गेली. फक्त ब्रिटिश भारतात तेरा हजारांवर हायस्कूल्स होती; पुढे महायुद्धाच्या काळात ही वाढ मंदावली. हायस्कूल्सप्रमाणे महाविद्यालयांची संख्याही वाढली. स्वातंत्र्याच्या काळापर्यंत ब्रिटिश भारतातील महाविद्यालयांत दोन लाख विद्यार्थी शिकत होते.

कर्झनच्या सन 1904 च्या कायद्यानुसार भारतीय विद्यापीठांची रचना करण्यात आली व प्रत्येक विद्यापीठात अनेक विषयांच्या अध्यापन व संशोधन शाखा सुरू केल्या. यानंतरच्या काळात बनारस, म्हैसूर, पाटणा अशा अनेक ठिकाणी विद्यापीठांची स्थापना झाली. विद्यापीठीय व महाविद्यालयीन शिक्षणाचा दर्जा सुधारण्यासाठी सरकारने वेळोवेळी सँडलर समिती, हरटॉग समिती, सार्जंट समिती यांसारख्या समित्या नेमल्या व त्यांच्या शिफारशींनुसार सुधारणा-कायदे केले. 1947 साली भारतात एकूण 25 विद्यापीठे व 643 महाविद्यालये होती. एकूण तीन लाख विद्यार्थी येथे शिक्षण घेत होते.

8.4 ब्रिटिशांचे वृत्तपत्रांसंबंधी धोरण (PRESS)

मुघल काळात अथवा मराठेशाहीत आजच्यासारखी वृत्तपत्रे नव्हती. आधुनिक वृत्तपत्रांचा उदय ईस्ट इंडिया कंपनीच्या राजवटीत ब्रिटिश वृत्तपत्रकारांनीच घडवून आणला आहे. प्रारंभीची वृत्तपत्रे ही इंग्रजी असत व त्यांचे संपादक व वाचकही युरोपियन असत. जसजसा इंग्रजी शिक्षणाचा प्रसार होऊ लागला तसतसा या वृत्तपत्रांना भारतीय वाचकवर्गही मिळू लागला.

▣ वॉरन हेस्टिंग्जचे धोरण

1780 साली 'बेंगॉल गॅझेट' हे भारतातील पहिले वृत्तपत्र 'हिकी' नावाच्या ब्रिटिश गृहस्थाने सुरू केले. लवकरच 'दि कलकत्ता गॅझेट', 'दि इंडियन वर्ल्ड' यांसारखी वृत्तपत्रे निघाली. ती सर्व ब्रिटिश गृहस्थांनी सुरू केली होती. ही वृत्तपत्रे स्वतंत्र बाण्याची होती. कंपनीच्या राजवटीवर ती कठोर टीका करीत. हिकी यांनी आपल्या वृत्तपत्रात गव्हर्नर जनरल वॉरन हेस्टिंग्जवर टीका केल्यामुळे हेस्टिंग्जने त्याचे वृत्तपत्र बंद पाडले व त्यास सजा म्हणून देशाबाहेर हाकून लावले (1782). वॉरन हेस्टिंग्जनंतर आलेल्या लॉर्ड कॉर्नवॉलिसनेही असेच धोरण स्वीकारले. सरकारवर केलेल्या टीकेचा राग येऊन त्याने 'दि इंडियन वर्ल्ड'च्या संपादकाला युरोपात पाठवून दिले. सर जॉन शोअर हा यानंतरचा गव्हर्नर जनरल. हाही या बाबतीत लॉर्ड कॉर्नवॉलिसच्या धोरणाचा पुरस्कर्ता होता.

▣ लॉर्ड वेलस्लीचे धोरण

वेलस्लीच्या कारकिर्दीत (सन 1798–1805) वृत्तपत्रांच्या स्वातंत्र्याची कसोटी लागली. वेलस्लीच्या आगमन प्रसंगी भारतातील ब्रिटिश सत्तेस चोहोबाजूंनी धोका उत्पन्न झाला होता. अशा परिस्थितीत वेलस्ली वृत्तपत्रांना स्वातंत्र्य देऊ इच्छित नव्हता. स्वाभाविकच 1799 साली त्याने पाच जाहीरनामे काढून वृत्तपत्रे सरकारच्या वर्चस्वाखाली आणली. त्यानुसार वृत्तपत्रांवर प्रसिद्धीपूर्व तपासणी लादण्यात आली. तसेच पत्रावर मालक व संपादक यांची नावे घालण्याची सक्ती करण्यात आली. युरोपातील बातम्याही छापण्यास बंदी घालण्यात आली. सरकारचे हे नियम उल्लंघणाऱ्या संपादकांची भारतातून उचलबांगडी होई. त्याप्रमाणे चार्ल्स मॅक्लीन या संपादकास वेलस्लीने भारतातून हाकलूनही दिले. वेलस्लीनंतरच्या लॉर्ड मिंटोने (सन 1807 - 13) हेच धोरण पुढे चालविले.

▣ लॉर्ड हेस्टिंग्जचे उदारमतवादी धोरण

मिंटोनंतर लॉर्ड हेस्टिंग्ज (सन 1813 - 23) हा गव्हर्नर जनरल झाला. तो उदारमतवादी व वृत्तपत्रीय स्वातंत्र्याचा भोक्ता होता. स्वाभाविकच, त्याने वेलस्लीच्या काळात लादलेली वृत्तपत्रांवरील नियंत्रणे रद्द केली. तथापि, ब्रिटिश राज्याच्या हितासाठी त्याने काही बंधने वृत्तपत्रांवर लादलीच. गव्हर्नर जनरल, त्याच्या मंडळाचे सभासद, न्यायाधीश, कलकत्त्याचा बिशप यांच्या सार्वजनिक क्षेत्रातील वागुणकीवर वृत्तपत्रांनी आक्षेपार्ह टीका करू नये; सरकारच्या राजकीय व्यवहारांवर, येथील भारतीय संस्थानिकांशी असणाऱ्या त्याच्या संबंधावर, सरकारच्या धार्मिक धोरणावर वृत्तपत्रांना आक्षेपार्ह मजकूर प्रसिद्ध करता येणार नाही, अशा स्वरूपाचे हे निर्बंध होते.

हेस्टिंग्जच्या या उदारमतवादी धोरणाचा वृत्तपत्रसृष्टीवर अनुकूल परिणाम झाल्याशिवाय राहिला नाही. आता इंग्रजी वृत्तपत्रांची संख्या तर वाढू लागलीच; शिवाय देशी भाषेत (बंगाली) 'समाचार दर्पण', 'संवाद कौमुदी' यांसारखी अनेक वृत्तपत्रे उदयास येऊ लागली.

▣ लॉर्ड ॲडम्सचे प्रतिगामी धोरण

वृत्तपत्रीय स्वातंत्र्य फार काळ टिकू शकले नाही. लॉर्ड हेस्टिंग्जनंतर लॉर्ड ॲडम्स गव्हर्नर जनरल म्हणून आला (1823). त्याला हेस्टिंग्जने बहाल केलेले वृत्तपत्रीय स्वातंत्र्य पसंत नव्हते. त्याने सर थॉमस मन्रो या अधिकाऱ्यास वृत्तपत्रीय स्वातंत्र्याच्या प्रश्नाचा अभ्यास करून अहवाल सादर करण्यास सांगितले. मन्रो कट्टर साम्राज्यवादी होता. येथील वृत्तपत्रांना स्वातंत्र्य दिल्याने लष्करात असंतोष निर्माण होऊन बंड उद्‌भवेल व ब्रिटिश सत्ता नामशेष होईल, तसेच भारतीय लोकांमध्ये स्वातंत्र्याची भावना उत्पन्न होईल असा अहवाल त्याने ॲडम्सला सादर केला. ॲडम्सने या अहवालाच्या आधारावर एप्रिल 1823 मध्ये वृत्तपत्रांच्या स्वातंत्र्यावर गदा आणणारा कायदा केला. त्या अन्वये 'कोणत्याही वृत्तपत्राच्या अथवा पुस्तकाच्या प्रकाशनासाठी सरकारकडे पूर्व-परवाना घेऊन प्रसिद्ध केलेल्या वृत्तपत्राच्या अथवा ग्रंथांच्या प्रती सरकारकडे तपासणीसाठी पाठविण्याचीही सक्ती करण्यात आली. आक्षेपार्ह वाटणाऱ्या वृत्तपत्रांची अथवा ग्रंथांची जप्ती सरकार केव्हाही करू शकत असे.' या कायद्यास ब्रिटिश वृत्तपत्रकारांनीच नव्हे तर राजा राममोहन रॉय, देवेंद्रनाथ टागोर यांसारख्या भारतीय वृत्तपत्रकारांनी व विचारवंतांनी कडाडून विरोध केला, पण सरकार नमले नाही.

▣ मेटकॉफचे वृत्तपत्र-मुक्तीचे धोरण

ॲडम्सनंतर ॲम्हर्स्ट हा गव्हर्नर जनरल झाला. त्याचेही धोरण प्रतिगामी राहिले. तो गेल्यावर चार्ल्स मेटकॉफ हा भारताचा हंगामी गव्हर्नर जनरल बनला (1835). त्याची कारकीर्द एक वर्षाचीच झाली. पण तो वृत्तपत्रीय स्वातंत्र्याच्या इतिहासात अजरामर झाला आहे. त्याने ॲडम्सचा सन 1823 चा कायदा रद्द करून वृत्तपत्रांना त्यांचे स्वातंत्र्य पुन्हा बहाल केले. या कृत्याचा कंपनीच्या डायरेक्टरांना राग येऊन त्यांनी त्यास पुढे गव्हर्नर जनरल म्हणून बढती दिली नाही. त्याच्या उदारमतवादी धोरणाचा तो स्वतःच बळी ठरला.

लवकरच सन 1857 चा उठाव घडून आला. त्या वेळी वृत्तपत्रांच्या प्रसिद्धीसाठी सरकारी परवाना घेण्याचा कायदा तयार केला. त्यानुसार वृत्तपत्रीय निर्बंध घालण्यात आले. हा कायदा 1865 सालापर्यंत जारी राहिला. दरम्यान 'बॉम्बे समाचार', 'अमृतबझार पत्रिका', 'दि इंडियन मिरर' इत्यादी पुढे नामांकित झालेली अनेक वृत्तपत्रे सुरू झाली.

▣ सन 1867 चा कायदा

सन 1867 च्या कायद्यानुसार, वृत्तपत्रांसंबंधी अथवा ग्रंथ प्रकाशनासंबंधी सरकारने काही नवे नियम जाहीर केले. त्यानुसार वृत्तपत्रांच्या अथवा ग्रंथांच्या मुद्रकांच्या व प्रकाशकांच्या नावांचे रजिस्ट्रेशन करणे, प्रकाशनाच्या प्रती सरकारला तपासणीसाठी व रेकॉर्डसाठी सादर करणे, आपल्या प्रकाशनाच्या चांगल्या हेतूबद्दल मॅजिस्ट्रेटसमोर शपथ घेणे इत्यादी बाबी आवश्यक होऊन बसल्या.

असे असले तरी ते निर्बंध वृत्तपत्रीय स्वातंत्र्याला फारसे जाचक नव्हते. या काळात इंग्रजी व देशी भाषेतील वृत्तपत्रांची मोठी वाढ झाली. 1870 सालापर्यंत एकूण 644 वृत्तपत्रे उदयास आली. त्यापैकी 400 देशी भाषेतील होती. वृत्तपत्रे ही समाजजागृतीचे एक नवे साधन बनली. ती इतकी की, सरकारला आता त्यांची भीती वाटू लागली.

▣ सन 1878 चा व्हर्नाक्युलर प्रेस ॲक्ट

मेटकॉफ हा वृत्तपत्रांच्या इतिहासातील 'स्वातंत्र्यदाता' तर लॉर्ड लिटन हा या 'स्वातंत्र्यावर घाला' घालणारा ठरला. त्याच्या उद्दाम धोरणाने अफगाण युद्ध सुरू झाले व त्यात त्याचे आक्रमक धोरण स्पष्ट झाले. स्वाभाविकच, त्याच्या राज्यकारभारावर व परराष्ट्रीय धोरणावर वृत्तपत्रे कडक टीका करू लागली. वृत्तपत्रांची मुस्कटदाबी करून त्यांना वठणीवर आणण्यासाठी त्याने 'व्हर्नाक्युलर प्रेस ॲक्ट' विलायत सरकारच्या संमतीने घाईघाईने पास केला. या कायद्यान्वये वृत्तपत्रकाराला आपल्या वृत्तपत्राच्या प्रसिद्धीसाठी मॅजिस्ट्रेटसमोर हजर राहून सरकारात ठरावीक तारण अथवा जामीन द्यावा लागे; अथवा समाजातील विविध जाती-जमातीत वैमनस्य निर्माण होणार नाही असा मजकूर; अथवा सरकारबद्दल अप्रीती निर्माण होईल असा आक्षेपार्ह मजकूर प्रसिद्ध न करण्याबद्दलचे हमीपत्र लिहून द्यावे लागे. हे नको असेल तर आपल्या वृत्तपत्राच्या प्रसिद्धीपूर्व तपासणीस त्यास मान्यता द्यावी लागे. विशेष म्हणजे हा कायदा फक्त देशी भाषांतील वृत्तपत्रांसाठीच होता. या कायद्यानुसार मॅजिस्ट्रेटने एखादे वृत्तपत्र बंद पाडले तर त्याविरुद्ध न्यायालयात अपील करता येत नव्हते.

या अन्यायी कायद्याविरुद्ध भारतीय विचारवंतांनी व नेत्यांनी तसेच ब्रिटनमधील वृत्तपत्र स्वातंत्र्याच्या पुरस्कर्त्यांनी टीकेचे काहूर उठविले. ब्रिटनच्या पार्लमेंटच्या कानावर गाऱ्हाणे घातले गेले. या कायद्याने ब्रिटिश वृत्तपत्रांना वगळून सरकारने पक्षपातीपणा दाखविला होता. या कायद्यामुळे देशात होऊ घातलेल्या निकोप राजकीय जागृतीस अनिष्ट वळण लागेल, सरकारला जनतेची दुःखे, खऱ्या भावना समजू शकणार नाहीत असा इशारा सर फिरोजशहा मेहता यांच्यासारख्या भारतीय नेत्याने दिला. पण सरकार लोकमतापुढे नमले नाही.

लवकरच ब्रिटनमधील हुजूरपक्षीय सरकार गडगडून ग्लॅडस्टनचे उदारमतवादी सरकार सत्तेवर आले. प्रतिगामी लिटनला राजीनामा द्यावा लागला व त्याच्या जागी लॉर्ड रिपन हा मानवतावादी व्हॉईसरॉय आला. त्याने लिटनचा कायदा रद्द करून देशी वृत्तपत्रांना पुन्हा स्वातंत्र्य बहाल केले (1881).

◉ सन 1908 चा वृत्तपत्रांचा कायदा

वृत्तपत्रे व सरकार यांचे संबंध लॉर्ड कर्झन याच्या कारकिर्दीत बिघडले. कर्झनची कट्टर साम्राज्यवादी विचारसरणी, भारतीय लोकांच्या स्वातंत्र्य चळवळीस असणारा त्याचा विरोध, स्थानिक स्वराज्य संस्थांसंबंधीचे व शिक्षणासंबंधीचे त्याचे प्रतिगामी धोरण, त्याची बंगालची फाळणी अशा अनेक कृत्यांमुळे भारतातील लोकमत त्याच्याविरुद्ध संतप्त झाले. कर्झन भारतातून निघून गेला तरी हे वातावरण निवळले नाही व वृत्तपत्रांची सरकारवर कडक टीका चालूच राहिली. परिणामी, भारतातील असंतोष दडपून टाकण्यासाठी सरकारने 1908 साली वृत्तपत्रांवर कडक नियंत्रणे टाकणारा कायदा पास केला. समाजातील वाढत्या हिंसाचारी प्रवृत्तीला आळा घालणे हे त्याचे वरवरचे उद्दिष्ट असले तरी भारतीय वृत्तपत्रांची मुस्कटदाबी करणे व राष्ट्रीय स्वातंत्र्याची चळवळ दडपून टाकणे हाच खरा हेतू होता. या कायद्यान्वये, हिंसाचाराला प्रोत्साहन देणाऱ्या कोणत्याही वृत्तपत्राची जप्ती जिल्हा मॅजिस्ट्रेट करू शकत होता. या कायद्याच्या वरवंट्याखाली 'संध्या', 'युगांतर', 'वंदेमातरम्' इत्यादी अनेक वृत्तपत्रे बंद पडली.

◉ सन 1910 चा वृत्तपत्रांचा कायदा

1910 साली सरकारने आणखी एक कायदा पास करून वृत्तपत्रांची आणखी गळचेपी करण्याचे धोरण स्वीकारले. जिल्हा मॅजिस्ट्रेट आता कोणत्याही वृत्तपत्रापासून 500 ते 5,000 रुपयांचा जामीन मागू शकत होता व प्रांतिक सरकार 500 ते 5,000 रुपयांचा जामीन मागू शकत होते. क्रांतिकारकांच्या संघटनांना आर्थिक साहाय्य करण्याची लोकांना सक्ती करणे, लष्करातील लोकांना चिथावणी देणे, सरकारी नोकर व न्यायाधीश यांच्यावर टीका करणे या बाबी आता आक्षेपार्ह मानल्या गेल्या. एखादा मजकूर आक्षेपार्ह आहे की नाही हे आता कोर्टाऐवजी सरकारच ठरवू लागले. पण सरकारच्या निर्णयाविरुद्ध हायकोर्टात दाद मागता येऊ शकत होती.

सरकारच्या या अन्यायी धोरणामुळे आठ-नऊ वर्षांत 200 वर्तमानपत्रांचे छापखाने व 130 वृत्तपत्रे बंद पडली. सुमारे 300 वृत्तपत्रांच्या व 350 छापखान्यांच्या अनामत रकमा जप्त झाल्या. 'अमृतबझार पत्रिका', 'बॉम्बे क्रॉनिकल', 'दि हिंदू' इत्यादी वृत्तपत्रांना मोठ्या संकटातून जावे लागले. या कायद्यास भारतीय लोकांनी केलेल्या विरोधामुळे सरकारच्या धोरणात काही बदल होऊ शकला नाही.

◉ सन 1931 चा वृत्तपत्रांचा कायदा

देशातील राष्ट्रीय स्वातंत्र्याच्या चळवळीस जसजशी गती प्राप्त होऊ लागली तसतसे त्याचे पडसाद वृत्तपत्रात उमटणे अपरिहार्य होते. सरकारविरुद्धच्या निदर्शनांना, पोलिसांच्या लाठीहल्ल्यांना वृत्तपत्रे ठळक प्रसिद्धी देऊ लागली. सरकारच्या चुकांवर व जुलमी कारभारावरही टीका करू लागली. म्हणून सरकारने 1931 साली वृत्तपत्रांवर आणखी निर्बंध लादले. छापखानेवाले व वृत्तपत्रकार यांनी सरकारात ठेवण्याची जामीनकीची रक्कम वाढविण्यात आली. हिंसाचाराला प्रवृत्त करणाऱ्या लिखाणास आक्षेपार्ह मजकूर ठरवून त्यांची अनामत रक्कम जप्त करण्याचा अधिकार प्रांतीय सरकारला देण्यात आला. सरकारच्या मागणीप्रमाणे जी वृत्तपत्रे व छापखाने अनामत रकमा भरणार नाहीत ती अनधिकृत समजून जप्त केली जातील, असेही कायद्यात म्हटले होते. राष्ट्रसभेचा (काँग्रेस) प्रचार, कायदेभंग चळवळीसंबंधीचे नेत्यांचे आदेश, नेत्यांच्या बैठकीच्या अथवा सभांच्या जाहिराती इत्यादी बाबींसंबंधीचा मजकूर सरकारच्या दृष्टिकोनातून आक्षेपार्ह होता. या कायद्याखाली 'बॉम्बे क्रॉनिकल', 'आनंदबझार पत्रिका', 'अमृतबझार पत्रिका', 'दि लिबर्टी', 'फ्री प्रेस जर्नल' इत्यादी अनेक वृत्तपत्रांकडून अनामत रकमा घेण्यात आल्या. त्यांपैकी अनेकांच्या रकमा जप्तही झाल्या.

यानंतरही सरकारने अनेक कायदे व वटहुकूम काढून वृत्तपत्र स्वातंत्र्यावर जास्तीजास्त निर्बंध लादण्याचा प्रयत्न केला. सन 1932 च्या कायद्याने भारत सरकार व परराज्ये यांच्यातील संबंधावर टीका करण्यास वृत्तपत्रांना मनाई करण्यात आली तर 1934 च्या कायद्याने देशी संस्थानांतील कारभारावर टीका करण्याचा अधिकारही काढून घेण्यात आला.

◉ परीक्षण

साम्राज्यवादी सरकार आपल्या अमलाखालच्या प्रदेशातील लोकांना स्वातंत्र्याचे हक्क कधीही आपखुशीने देत नाही आणि स्वातंत्र्याचे हक्क संपादन करण्याचे 'वृत्तपत्रे' हे फार प्रभावी साधन असते. स्वाभाविकच, भारतातील साम्राज्यवादी सरकारने येथील वृत्तपत्रांची मुस्कटदाबी करणे साहजिकच होते. येथील ब्रिटिश राज्यकर्त्यांत लॉर्ड हेस्टिंग्ज, मेटकॉफ व

रिपन यांच्यासारख्या उदारमतवादी व्यक्ती होत्या व त्यांनी वृत्तपत्रांना स्वातंत्र्य दिले. पण ते फार काळ वृत्तपत्रांना उपभोगता आले नाही. लिटन-कर्झनसारख्या कट्टर साम्राज्यवादी राज्यकर्त्यांनी वृत्तपत्रांची गळचेपी जेवढी करता येईल तेवढी केली. कारण त्यांच्या दृष्टीने वृत्तपत्रे ही भारतातील असंतोष निर्माण करण्याचे काम करीत होती व असा असंतोष ब्रिटिश राज्यकर्त्यांना परवडणारा नव्हता. वृत्तपत्र स्वातंत्र्य व पारतंत्र्य या दोन बाबी एकत्र नांदणाऱ्या नाहीत. तेव्हा पारतंत्र्याच्या काळात वृत्तपत्र चालविणे, सरकारच्या कायद्याच्या कक्षेत राहून सरकारविरुद्ध असंतोष निर्माण करणे म्हणजे सोपी बाब नव्हती. पण ही गौरवास्पद कामगिरी भारतीय वृत्तपत्रांनी केली. त्यात अनेक वृत्तपत्रांचा बळीही गेला. अनेकांच्या अनामत रकमा जप्त झाल्या. अनेकांना सक्तमजुरीच्या शिक्षा झाल्या, पण वृत्तपत्रकारांनी आपले 'सतीचे वाण' आपल्या देशाच्या स्वातंत्र्यासाठी सोडले नाही.

8.5 ब्रिटिश राजवटीतील स्थानिक स्वराज्य (LOCAL SELF GOVERNMENT)

देशाला केवळ स्वातंत्र्य मिळून चालत नाही. हे स्वातंत्र्य लोकांपर्यंत पोहोचावे लागते. केवळ केंद्रातील अथवा प्रांतातील सरकारे लोकप्रतिनिधींची बनून 'स्वराज्याची कल्पना' पूर्ण होत नाही. त्यासाठी स्थानिक स्वराज्य संस्था असाव्या लागतात. या संस्थांद्वारे जिल्हा, तालुका व गाव या पातळीवरीलही कारभार लोकांच्या हाती दिला तरच खऱ्या अर्थाने लोकशाही राजवट प्रस्थापित झाली असे म्हणता येते. सारांश, स्थानिक स्वराज्य संस्था म्हणजे लोकशाहीचे शिक्षण देणारी व राज्यकारभारातील प्राथमिक धडे देणारी शाळाच होय असे म्हटल्यास वावगे होणार नाही.

▣ ग्रामीण भागातील स्थानिक स्वराज्य

भारतामध्ये अगदी प्राचीन काळापासून खेड्यांचा कारभार हा खेड्यातील 'पंचायत' पाहत असे. या पंचायतीत गावचा पाटील, कुलकर्णी, एखादा पंतोजी व विविध जाती-जमातींचे प्रमुख पुढारी असत. खेड्यातील लोकांना लागणाऱ्या जवळजवळ सर्व वस्तू खेड्यातील कारागीर तयार करीत असत. तेव्हा खेड्यातील गरजा खेड्यातच भागविल्या जात. सरकारशी खेड्यांचा संबंध येई, तो खेड्याचा महसूल देण्यापुरता. एरव्ही खेडे हे स्वयंपूर्ण व स्वावलंबी असल्याप्रमाणेच होते. ब्रिटिशांनी भारतात राज्याची स्थापना केली तरी त्यांनी या खेड्यांतील कारभारयंत्रणेत फारसा हस्तक्षेप केला नाही. उदाहरणार्थ, खेड्यात पंचायतीचा सेवक असणाऱ्या 'कोतवाला'ला धान्याच्या स्वरूपात त्याच्या कामाचा मोबदला मिळे. ब्रिटिशांनी ही पद्धती चालू ठेवली. बंगाल प्रांतात ग्रामपंचायतीची पद्धती नव्हती. 1870 सालानंतर तेथे ग्रामपंचायती स्थापन करण्यात आल्या. तत्पूर्वी बंगालमध्ये कोतवालाचे काम खेड्यातील जमीनदारांचा नोकर करत असे. आता प्रत्येक खेड्यात कोतवालाच्या जागेची निर्मिती केली गेली. ग्रामीण भागातील गुन्हे शोधण्याच्या व दरोडेखोरांचा बंदोबस्त करण्याच्या कामी अनेक वेळा या ग्रामपंचायतींच्या सहकार्याची सरकारला गरज भासत असे. तसेच दुष्काळात या पंचायतीमार्फतच सरकार अन्नधान्याच्या मदतीचे वाटप करीत असे अगर दुष्काळी कामावर देखरेख ठेवत असे. याशिवाय खेड्यातील तंटे-बखेडे सोडविण्याच्या व प्राथमिक शिक्षणाच्या कामी पंचायत संस्था मोठी जबाबदारी उचलत असे.

ग्रामपंचायतीच्या इतिहासात 'सन 1915 चा कायदा' महत्त्वाचा आहे. त्यानुसार जेथे पंचायती नाहीत व जेथे लोकांमध्ये सहकार्याची भावना आहे तेथे सरकारने 'पंचायती' स्थापन कराव्यात; शक्य तेवढे न्यायनिवाड्याचे काम त्यांच्यावर सोपवावे; ग्रामस्वच्छता, शिक्षण यांची व्यवस्था त्यांनी पाहावी. पंचायतीमधील सभासद लोकांनी निवडलेले असावेत व त्यांच्या सहकार्याने पाटील-कुलकर्णी यांनी कारभार पाहावा असे सरकारचे धोरण जाहीर झाले. तथापि, या कायद्यानुसार पंचायत सुधारणा करण्यासाठी प्रांतीय सरकार फारसी उत्सुक नव्हती. पुढे सन 1919 च्या कायद्याने स्थानिक स्वराज्य संस्था हा विषय प्रांताच्या अधिकारात आला आणि मग ग्रामपंचायतीच्या यंत्रणेत व अधिकारांत झपाट्याने सुधारणा होऊ लागली.

- **जिल्हा समित्या व तालुका समित्या यांची स्थापना :** ग्रामपंचायत व सरकार यांच्यामध्ये आपल्या देशात एखादा दुवा नव्हता. युरोपात ज्याप्रमाणे लोकल बोर्ड्स होती त्याप्रमाणे याही देशात ती स्थापन करावीत असे ब्रिटिशांनी ठरविले. त्यानुसार मुंबई प्रांतात सार्वजनिक कल्याणाच्या योजना राबविण्यासाठी जिल्हा पातळीवर व तालुका पातळीवर

'जिल्हा समिती' व 'तालुका समिती' या संस्थांची निर्मिती करण्यात आली. या समितीचे सभासद सरकार नियुक्त करीत असे व स्थानिक अंमलदार त्यांच्या प्रमुखपदी असे. बंगाल प्रांतातही अशा प्रकारच्या जिल्हानिहाय समित्या स्थापन केल्या गेल्या होत्या. त्यांच्या प्रमुखपदी जिल्हा मॅजिस्ट्रेट असे. रस्ते व पूल बांधणे, नौकानयनाच्या सोई करणे ही कामे त्या समित्यांवर सोपविलेली होती. जमीन महसुलाबरोबर अशा सार्वजनिक कामासाठी ठरावीक कर शेतकऱ्यांकडून वसूल केला जाई. हेच या समित्यांचे प्रमुख उत्पन्न होते.

या संदर्भात लॉर्ड मेयो या गव्हर्नर जनरलने पास केलेला 'सन 1870 चा कायदा' महत्त्वाचा आहे. या कायद्यानुसार असे ठरले की, वैद्यकीय सेवा व शिक्षण यांच्या योजना प्रांतीय सरकार, स्थानिक स्वराज्य संस्था यांच्यामार्फत राबविल्या जाव्यात; त्यासाठी जमीन महसुलाबरोबर स्थानिक कर गोळा करावा. या कायद्यानुसार मुंबई प्रांतात जशा जिल्हानिहाय समित्या स्थापन झालेल्या होत्या तशा त्या पद्धतीवर इतर प्रांतांतही जिल्हा समित्या स्थापन करण्यात आल्या. त्यासाठी कराच्या रूपाने जिल्हानिहाय निधी (Fund) जमा केला जाऊ लागला. अशा प्रकारे मेयोच्या कायद्याने युरोपातील रूरल बोर्डाप्रमाणे जिल्हा पातळीवर 'बोर्डे' तयार झाली; पण या बोर्डातील सभासद सरकारच्या मर्जीतील व सरकारने नेमलेले असत. त्यांची नजर सरकारकडे वळलेली असे, लोकांकडे नाही. तसेच लोककल्याणाची फारसी तळमळ त्यांना नसे. असे असले तरी रस्ते बांधणे, दवाखाने काढणे, शिक्षणाच्या सोई उपलब्ध करणे यांसारखी अनेक लोककल्याणकारी कामे त्यांच्याकडून होऊ लागली.

* **जिल्हा लोकल बोर्डाची स्थापना - लॉर्ड रिपनची कामगिरी :** स्थानिक स्वराज्य संस्थांच्या प्रगतीच्या कार्यात लॉर्ड रिपन या व्हॉईसरॉयने महत्त्वाची कामगिरी केली. लॉर्ड रिपन हा उदारमतवादी होता. भारतात स्थानिक स्वराज्य संस्था वाढाव्यात, भारतीय लोकांना लोकशाहीचे व राज्यकारभाराचे मूलभूत धडे मिळावेत, त्यांच्या ज्ञानाचा व स्थानिक हितसंबंधांचा सरकारला फायदा मिळावा म्हणून त्याने 1882 साली अत्यंत महत्त्वपूर्ण कायदा पास केला. सार्वजनिक कामाची आवड असणाऱ्या व्यक्ती भारतात अनेक असून त्यांच्या सहकार्याने स्थानिक स्वराज्य संस्थेचा प्रयोग यशस्वी होईल अशी रिपनला खात्री होती. सन 1882 च्या कायद्याप्रमाणे पूर्वीच्या जिल्हानिहाय व तालुकानिहाय असणाऱ्या समित्या बरखास्त होऊन त्या ठिकाणी 'जिल्हा लोकल बोर्ड' व 'तालुका लोकल बोर्ड' यांची निर्मिती झाली. जिल्हा लोकल बोर्ड हा तालुका लोकल बोर्डांवर देखरेख करीत असे. तालुका लोकल बोर्डांतून प्रत्येकी एक याप्रमाणे जिल्हा लोकल बोर्डावर प्रतिनिधी पाठविला जाई. दोन्ही बोर्डांमधील बिनसरकारी सभासदांची संख्या दोन-तृतीयांश इतकी असावी आणि शक्य तेथे निवडणुकीच्या तत्त्वानुसार बिनसरकारी सभासद घेतले जावेत, त्यांच्या अधिकाराची मुदत दोन वर्षे असावी, सरकारने या स्थानिक संस्थांवर बाहेरून नियंत्रण ठेवावे, शक्य तेवढे त्यांना कारभाराचे स्वातंत्र्य द्यावे अशा प्रकारचे आदेश या कायद्याने प्रांतीय सरकारांना देण्यात आले. एखादी संस्था बेजबाबदारपणे कारभार करत आहे असे आढळल्यास सरकार हस्तक्षेप करू शकत असे किंवा तिचा सर्वच कारभार हातात घेऊ शकत असे; पण यास केंद्र सरकारची परवानगी लागत असे.

सन 1882 चा कायदा असेही सांगत होता की, सरकारी अधिकाऱ्यांनी शक्यतो निरीक्षकाची व मार्गदर्शकाची भूमिका स्वीकारावी; स्थानिक स्वराज्य संस्थांच्या कारभारात चुका होत असल्यास त्या दाखवून द्याव्यात, परंतु त्यांच्यावर सरकारी दबाव आणू नये. स्थानिक स्वराज्य संस्थांत समाजातील प्रतिष्ठित व्यक्ती याव्यात म्हणून त्यांना 'राव', 'रावबहादूर' अशा पदव्या देण्यात येऊ लागल्या. रिपनच्या या सुधारणांमुळे भारतात स्थानिक स्वराज्य संस्थांचा पाया घातला गेला. म्हणून त्यास 'स्थानिक स्वराज्य संस्थांचा जनक' असे म्हटले जाते.

लॉर्ड रिपन

- **विकेंद्रीकरण समितीच्या शिफारशी :** रिपनच्या कायद्यानुसार लोकल बोर्डात लोकप्रतिनिधींचा समावेश केला गेला होता. पण काही ठिकाणी तालुका लोकल बोर्डाच्या सरकार-नियुक्त सभासदांकडूनच जिल्हा लोकल बोर्डात सभासद पाठविले जात. ही खरी निवडणूक पद्धती नव्हती. हा दोष सन 1909 च्या 'विकेंद्रीकरण समितीच्या' शिफारशींप्रमाणे काढून टाकण्यात आला. आसाम, बिहार, बंगाल व ओरिसा या प्रांतांमधील लोकल बोर्डात लोकनियुक्त सभासदांचे बहुमत करण्यात आले. मध्य प्रदेश व मद्रासमध्ये हे बहुमत दोन-तृतीयांश व उत्तर प्रदेशात ते तीन-चतुर्थांश इतके करण्यात आले. एक रुपया महसुलावर एक पैसा इतका कर शेतकऱ्यांकडून गोळा करण्याचा व तो दळणवळणावर खर्च करण्याचा अधिकारही जिल्हा लोकल बोर्डास आता मिळाला.

- **सन 1918 चा कायदा :** अद्यापही बहुतेक ठिकाणी लोकल बोर्डाच्या अध्यक्षस्थानी कलेक्टर अथवा एखादा सरकारी अधिकारीच असे. असे न होता लोकल बोर्डांना शक्यतो 'लोकनियुक्त अध्यक्ष' असावा, मताधिकाराची पात्रता खालच्या पातळीवर आणावी (म्हणजे ही बोर्डे अधिक लोकप्रातिनिधिक होतील); बोर्डाचा आपल्या अंदाजपत्रकावर पूर्ण अधिकार चालावा, त्यांच्या अधिकाराखालच्या प्रदेशात त्यांना कर गोळा करण्याचा अधिकार असावा असे या सन 1918 च्या कायद्याने ठरले. पुढे सन 1919 च्या कायद्याने 'स्थानिक स्वराज्य संस्था' हे खाते प्रांताकडे आले व भारतीय मंत्र्यांच्या हाती ते सोपविण्यात आले. तेव्हा सन 1918 च्या कायद्यानुसार प्रांतीय सरकारांनी आपल्या राज्यात आवश्यक त्या सुधारणा केल्या.

▣ शहरी भागातील स्थानिक स्वराज्य

- **जिल्हा शहरातील स्थानिक स्वराज्य :** मुघल राजवटीत आणि मराठी राजवटीत महत्त्वाच्या शहरांत 'कोतवाल' हा प्रमुख अधिकारी असे. तोच त्या शहरातील 'मुख्य पोलीस अधिकारी' व 'मॅजिस्ट्रेट' असे. ब्रिटिशांचे राज्य स्थापन झाल्यावर त्यांनी शहरातील प्रतिष्ठित व्यक्ती, व्यापारी जमीनदार यांची 'स्थानिक समिती' प्रत्येक शहरात स्थापन केली. ही समिती त्या शहरातील मॅजिस्ट्रेटला शहराच्या कारभारात मदत करत असे. ब्रिटिश सरकारने प्रत्येक प्रमुख शहरी अशी व्यवस्था केली होती.

यानंतर प्रत्येक प्रांतातील सरकारने उपरिनिर्दिष्ट शहर-समितीच्या रचनेसंबंधी व शहर कारभारासंबंधी वेळोवेळी अनेक कायदे करून सुधारणा केल्या. उदाहरणार्थ, पंजाब प्रांतात प्रत्येक शहरात एक म्युनिसिपल समिती असे. या समितीमध्ये सरकारने नियुक्त केलेले अनेक जाती-जमातींचे सभासद असत. शहराची सुधारणा व पोलीस व्यवस्था या समितीकडेच असे. अमृतसर, लाहोर, अंबाला यांसारख्या शहरांत अशा समित्यांनी शहरांतील 'गटारव्यवस्था' कार्यक्षम ठेवली होती. शहराच्या आरोग्यासंबंधीच्या योजना राबविण्यास त्यांना जो पैसा लागे तो जकातीच्या उत्पन्नातून मिळे. पुढे सन 1867 च्या कायद्याने या म्युनिसिपल समित्यांना कायदेशीर मान्यता मिळाली. तसेच त्यांना स्वतःची करपद्धती कशी असावी हे ठरविण्याचाही हक्क मिळाला. अशा प्रकारचा कायदा वायव्य सरहद्द प्रांतातही झाला.

दरम्यान ब्रिटिश सरकारने सन 1850 मध्ये असा कायदा काढला होता की, एखाद्या शहरातील कमीतकमी सहा व्यक्तींनी सरकारकडे विनंती अर्ज केल्यास तेथे म्युनिसिपल समिती स्थापन करावी. या कायद्यानुसार अनेक जिल्हाधिकाऱ्यांनी स्थानिक व्यक्तींना प्रोत्साहन देऊन अनेक जिल्हा शहरांत म्युनिसिपल समित्या स्थापन केल्या. सन 1873 च्या कायद्यानुसार मुंबई सरकारने 'दहा हजारपेक्षा जास्त लोकसंख्या असलेली' व 'दोन हजारपेक्षा जास्त लोकसंख्या असलेली' अशी शहरांची वर्गवारी केली. शहर समित्यांत अनेक बिनसरकारी सभासद घेतले जात. पण निवडणूक तत्त्वाचा अवलंब अद्यापी केला गेला नव्हता. अद्यापी जिल्हा शहर समितीच्या अध्यक्षस्थानी जिल्हाधिकारीच असे.

मद्रास प्रांतातील शहरवासीयांनी मात्र सन 1850 च्या कायद्याचा फारसा फायदा घेतला नाही. तथापि, नंतर 1869 साली खुद्द सरकारनेच 42 शहरांत म्युनिसिपल समित्यांची स्थापना केली. अशा प्रकारच्या म्युनिसिपल समित्या बंगाल, मध्य प्रदेश इत्यादी प्रांतांतही होत्या. पण कोठेही निवडणूक तत्त्वाचा अवलंब केला गेला नव्हता.

म्युनिसिपल समितीच्या कार्यात खरी सुधारणा लॉर्ड रिपन याने घडवून आणली. सन 1882 च्या कायद्याने असे ठरले की, म्युनिसिपल समित्यांवर बाहेरून नियंत्रण ठेवावे; त्यांच्या कारभारात सरकारने वारंवार हस्तक्षेप करू नये; समितीच्या निर्मितीत निवडणूक तत्त्वाचा अवलंब करावा; समितीचा अध्यक्ष लोकनियुक्त असावा; समित्यांकडून 'पोलिसी काम'

काढून घेऊन त्यांच्याकडे शिक्षण, आरोग्य यांसारखी कामे सोपवावीत. या कायद्याच्या आदेशाप्रमाणे प्रांतीय सरकारांनी आपापल्या प्रांतासाठी कायदे केले. कोठे समित्यांमध्ये एक-द्वितीयांश सभासद लोकनियुक्त घेण्यात आले तर कोठे ही संख्या दोन-तृतीयांश इतकी करण्यात आली. गमतीची गोष्ट अशी की, म्युनिसिपल समित्यांत लोकनियुक्त सभासदांचे बहुमत असूनसुद्धा बहुतेक ठिकाणी हे सभासद जिल्हा अधिकाऱ्यांसच आपला अध्यक्ष करीत. स्थानिक स्वराज्य कारभाराची म्हणावी तशी गोडी अद्यापी भारतीय लोकांना लागली नव्हती हेच खरे.

पुढे भारतमंत्री मोर्ले याने स्थानिक स्वराज्य संस्थांचा अभ्यास करण्यासाठी 'विकेंद्रीकरण समिती' नेमली. या समितीने 1909 साली काही महत्त्वाच्या शिफारशी केल्या. त्यामध्ये लोकनियुक्त सभासदांच्या बहुमतावर व सरकारच्या कमीतकमी हस्तक्षेपावर भर देण्यात आला. म्युनिसिपल समित्यांचा अध्यक्ष लोकनियुक्त सभासद असावा; शहरवासीयांवर कर बसविण्याच्या समित्यांच्या स्वातंत्र्यात वाढ करावी; शहराचे आरोग्य व पाणीपुरवठा यासंबंधीच्या योजना राबविण्यासाठी खुद्द सरकारने समित्यांना अनुदान देत जावे. अशा स्वरूपाच्या शिफारशी या समितीने केल्या व त्या शिफारशी सरकारने स्वीकारल्या.

'सन 1892 च्या कायद्याने' प्रांतीय सरकारच्या कायदेमंडळातील काही बिनसरकारी सभासदांची निवड करण्याचा हक्क म्युनिसिपल समित्यांना मिळाला. या हक्कांमध्ये सन 1909 व 1919 च्या कायद्यांनी भरच टाकली. त्यामुळे समितीच्या सभासदांना निवडणूक पद्धतीचे शिक्षण मिळत गेले.

स्थानिक स्वराज्य संस्थांसंबंधीच्या 'सन 1918 च्या कायद्याने' देशातील सर्वच म्युनिसिपल समित्यांतील लोकनियुक्त सभासदांची संख्या एक-द्वितीयांश ते तीन-चतुर्थांश इतकी करण्यात आली. अल्पसंख्याकांच्या हितसंबंधांचे रक्षण करण्यासाठी सरकार त्यांच्यापैकी काहींची नेमणूक म्युनिसिपल समितीवर करू लागले. मताधिकार विस्तृत करण्यात येऊन करदात्यांना आता आपले शहर प्रतिनिधी निवडण्याचा हक्क प्राप्त झाला. समित्यांमधील आरोग्याधिकाऱ्यांसारख्या अधिकाऱ्यांची संख्या वाढविण्यात आली. पण त्यांना समितीत मताधिकार दिला गेला नाही. समित्यांनी शक्यतो लोकनियुक्त सभासदासच आपला अध्यक्ष म्हणून निवडावे असे सांगण्यात आले. कायद्याने सांगितलेल्या मर्यादेत हवे तसे कर बसविण्याचे व आपले स्वतंत्र अंदाजपत्रक तयार करण्याचे स्वातंत्र्य समित्यांना देण्यात आले. याचा अर्थ, सरकारचा या समित्यांच्या कारभारावर वचक नव्हता असे नाही. समित्यांनी पास केलेला कोणताही ठराव सरकार रद्द करू शकत असे, पण असे अपवादात्मक घडे.

सन 1919 च्या कायद्याने स्थानिक स्वराज्य हे खाते भारतीय मंत्र्याच्या हाती आले. या खात्याच्या कामात मदत करण्यासाठी एक मंडळ मंत्र्याच्या हाताखाली सरकारने दिले होते. या मंडळाचे सभासद प्रांतीय कायदेमंडळाचे सभासद असत. प्रांतांमधील स्थानिक स्वराज्य संस्थांबद्दल सर्वसाधारण धोरण ठरविणे, त्यांच्या कारभारातील समस्या व तंटे सोडविणे, त्यांचे हिशेब तपासून घेणे इत्यादी कामे हा मंत्री व त्याचे मंडळ करत असे. सन 1935 च्या कायद्याने अर्थखातेही भारतीय मंत्र्याच्या ताब्यात आल्याने प्रांतांमधील स्थानिक स्वराज्याच्या मंत्र्याचे खाते अधिक कार्यक्षम व प्रभावी बनले.

▣ प्रांतांच्या राजधानीच्या शहरांतील स्थानिक स्वराज्य

- **मद्रास शहरातील स्थानिक स्वराज्य :** ईस्ट इंडिया कंपनीची मद्रासला प्रारंभीच्या काळातील वखार होती. या वखारीचीच वाढ पुढे मद्रास शहरात झाली. 1687 सालीच कंपनीच्या डायरेक्टर्सच्या आदेशावरून मद्रासमध्ये 'कॉर्पोरेशन' स्थापन झाली होती. या कॉर्पोरेशनचे सभासद युरोपियन व हिंदी (भारतीय) असे दोन्ही समाजातील होते. पण कंपनीचा हा प्रयोग फसला. या कॉर्पोरेशनला शहरातील रस्तेसुद्धा स्वच्छ ठेवता आले नाहीत. पुढे 'रेग्युलेटिंग ॲक्ट' आला (1773). त्याअन्वये मद्रास शहरासाठी गव्हर्नर जनरलने दोन अधिकाऱ्यांची जे. पी. म्हणून नियुक्ती केली व त्यांच्याकडे शहराच्या आरोग्याची बाब सोपविली. पण अपुऱ्या पैशामुळे व कारभारात रस नसल्याने या जे. पी. च्या हातून शहराची व्यवस्था नीट राहिली नाही.

पुढे सन 1841 च्या कायद्याने शहरातील करांची आकारणी व वसुली या कामी सरकारी अधिकाऱ्यांना मदत करण्यासाठी मद्रासच्या नागरिकांची एक स्थानिक समिती (कॉर्पोरेशन) स्थापन करण्यात आली. पुढे सन 1867 च्या कायद्याने मद्रास शहराचे आठ विभाग (वॉर्ड) करण्यात आले. प्रत्येक वॉर्डमधून चार कौन्सिलर कॉर्पोरेशनसाठी नियुक्त

करण्यात आले. अध्यक्ष सरकारी अधिकारीच असे. कॉर्पोरेशनकडे शिक्षण, दवाखाने, शहर स्वच्छता, दिवाबत्ती ही कामे सोपविण्यात आली. पण शहराच्या आरोग्यासंबंधी व पाणीपुरवठ्यासंबंधी या समितीला पुरेशा पैशाअभावी फारसी प्रगती करता आली नाही. मद्रास शहरातील कर इतर प्रांतांच्या राजधानीतल्या करांच्या एक-पंचमांश इतके कमी होते. ते वाढविण्यास कौन्सिलर राजी नव्हते.

पुढे सन 1878 च्या कायद्याने मद्रास कॉर्पोरेशनमध्ये निवडणूक तत्त्वाचा अवलंब केला गेला व 32 सभासदांपैकी 16 सभासद लोकनियुक्त बनले. कॉर्पोरेशनला आपले अंदाजपत्रक तयार करण्याचे, नवे कर बसविण्याचे व कर्ज उभे करण्याचे अधिकार प्राप्त झाले. अद्यापी, कॉर्पोरेशनचा अध्यक्ष हा सरकारी अधिकारीच होता आणि त्याच्या वर्चस्वाखालीच सर्व कौन्सिलर असत. खरी सत्ता त्याच्या हातीच होती. त्यामुळे कौन्सिलरांचे स्थान 'सल्लागार मंडळा'सारखेच होते. पुढे 1884 साली कॉर्पोरेशनमधील लोकनियुक्त सभासदांची संख्या 16 ऐवजी 24 इतकी वाढविण्यात आली. पण पुढे 1904 साली लोकनियुक्त सभासदांची संख्या थोडी कमी करून त्यांच्या जागी उद्योगधंद्यांच्या क्षेत्रातील व्यक्तींची नियुक्ती होऊ लागली. तसेच गटारव्यवस्था व पाणीपुरवठा यासाठी सरकारकडून भरीव अनुदान मिळू लागले.

- **कलकत्ता शहरातील स्थानिक स्वराज्य :** मद्रासप्रमाणेच कलकत्त्यासही प्रारंभी काही जे. पी. च्या नेमणुका केल्या गेल्या होत्या. त्यानंतर शहराच्या कारभारासाठी सन 1840 मध्ये शहरातील प्रतिष्ठित नागरिकांची एक समिती स्थापन केली गेली. पुढे सन 1856 च्या कायद्याने तीन कमिशनरांची नेमणूक केली गेली व त्यांच्याकडे गटारबांधणी व दिवाबत्ती यांची कामे सोपविण्यात आली. 1863 साली जे. पी. ची पुन्हा नियुक्ती करण्यात येऊन त्यांना शहराच्या कारभारावर देखरेखीचे काम सांगण्यात आले. हळूहळू जे. पी. ची संख्या 120 झाली. पण अंमलबजावणीचे सर्व अधिकार कॉर्पोरेशनच्या अध्यक्षाकडेच होते. कलकत्त्याचा पोलीस कमिशनर हा या वेळी अध्यक्ष असे. त्याच्या वर्चस्वाखाली हे जे. पी. असत.

सन 1876 च्या कायद्याने जे. पी. ची संख्या 72 करण्यात आली. त्यांपैकी दोन-तृतीयांश सभासद करदात्यांकडून नियुक्त केले गेले. आता ठराव पास करून कॉर्पोरेशनचे हे सभासद अध्यक्षाच्या अधिकारास मर्यादा घालू शकत होते; तसेच त्यास सल्ला देण्यासाठी विविध विषयांच्या समित्याही ते स्थापन करू शकत होते. शहराच्या आरोग्यासाठी, पाणीपुरवठ्यासाठी आवश्यक त्या योजना आखण्याचे तसेच निधी जमा करण्याचे, कर्जे उभारण्याचे अधिकार कॉर्पोरेशनला मिळाले.

लॉर्ड रिपनच्या कारकिर्दीत 'सन 1882 च्या कायद्याने' कलकत्त्याभोवतालची उपनगरे कॉर्पोरेशनला जोडण्यात आली व लोकनियुक्त सभासदांची संख्या पन्नास करण्यात आली. नव्यानेच कॉर्पोरेशनच्या हद्दीत आलेल्या भागातील सुधारणेसाठी तीन लाख रुपयांची तरतूद करण्यात आली. शहरातील गटारव्यवस्थेवर दोन लाख रुपये खर्च करण्याचा आदेश सरकारने कॉर्पोरेशनला दिला.

लवकरच लॉर्ड कर्झन हा व्हॉईसरॉय म्हणून आला. तो भारतीय जनतेला लोकशाहीचे हक्क देण्याच्या विरुद्ध होता. भारतातील स्थानिक स्वराज्य संस्थांचा तो शत्रूच होता. त्याने कॉर्पोरेशनच्या लोकनियुक्त सभासदांची संख्या अर्ध्यावर आणली. कॉर्पोरेशनकडे फक्त कर ठरविण्याचे व सर्वसाधारण धोरण ठरविण्याचेच अधिकार राहिले. कारभाराचे सर्व अधिकार अध्यक्षाकडेच राहिले आणि हा अध्यक्ष सरकारी अधिकारी असे (1899).

कलकत्ता कॉर्पोरेशनचे मतदार दहा हजारांहून कमी होते. मताधिकार थोडा विस्तृत करण्यात येऊन 1909 साली मतदारांची संख्या अडतीस हजार करण्यात आली. सन 1911 च्या कायद्याने शहर सुधारणेसाठी अकरा विश्वस्तांचे एक 'सुधारणा मंडळ' सरकारने स्थापन केले. शहरातील घरबांधणी, रस्तेदुरुस्ती इत्यादी कामांवर हे मंडळ देखरेख करत असे.

- **मुंबई शहरातील स्थानिक स्वराज्य :** 1856 सालापर्यंत मुंबई शहराचा कारभारही मद्रास व कलकत्ता शहरांप्रमाणेच चालत होता. येथे युरोपियन नागरिक, भारतीय नागरिक व वरिष्ठ पोलीस अधिकारी यांची समिती शहराचा कारभार पाहत होती. हळूहळू या समितीचे रूपांतर कॉर्पोरेशनमध्ये झाले. सरकारने नियुक्त केलेले सुमारे पाचशे जे. पी.

या कॉर्पोरेशनचे सभासद असत (1865). पण कॉर्पोरेशनचा अध्यक्ष सरकारी अधिकारी असे व त्याच्याच हातात कारभाराचे सर्व अधिकार असत. कॉर्पोरेशन आपले अंदाजपत्रक ठरवत असे. सरकारने कॉर्पोरेशनच्या आर्थिक व्यवहारांवर वचक ठेवण्यासाठी 'कंट्रोल ऑफ अकौंट्स' हा स्वतंत्र अधिकारी नियुक्त केला होता.

पण कॉर्पोरेशनच्या सभासदांची संख्या कारभाराच्या दृष्टीने अडचणीची होती. अध्यक्षालाही या सभासदांचा फारसा पाठिंबा मिळत नसे. त्यामुळे कारभार गतिमान होत नव्हता. शेवटी सन 1872 च्या कायद्याने कॉर्पोरेशनच्या सभासदांची संख्या 64 करण्यात आली. यांपैकी 32 सभासद करदात्या मतदारांकडून नियुक्त केले जाणार होते. राहिलेले सरकार व मुंबईतील न्यायाधीश यांच्याकडून नेमले जाणार होते. त्याप्रमाणे कॉर्पोरेशनची पुनर्रचना करण्यात आली. कॉर्पोरेशन कमिशनरच्या हाती कारभाराचे सर्व अधिकार सोपविण्यात आले. कॉर्पोरेशनचे हिशेब दर आठवड्यास तपासण्यासाठी काही सभासदांची एक समिती (Town Council) स्थापन करण्यात आली.

1898 साली सरकारने मुंबई शहराच्या सुधारेणसाठी 'बॉम्बे इम्प्रुव्हमेंट ट्रस्ट' निर्माण केला. त्याच्या चौदा सभासदांपैकी चार कॉर्पोरेशनचे, तीन उद्योगधंद्यांच्या क्षेत्रातले व सात सरकारचे सभासद होते. आतापर्यंत कॉर्पोरेशनकडे पोलीसव्यवस्था होती. हे काम 1907 साली कॉर्पोरेशनकडून काढून घेण्यात आले व तिच्याकडे प्राथमिक शिक्षण व वैद्यकीय सेवा ही कामे सोपविण्यात आली.

1918 सालापर्यंत कलकत्ता, मद्रास व मुंबई या तिन्ही ठिकाणांच्या कॉर्पोरेशनची रचना व अधिकार जवळजवळ सारखेच झाले. या कॉर्पोरेशनच्या अधिकारकक्षेत येणाऱ्या सर्व नागरिकांना अद्यापी मताधिकार मिळालेला नव्हता. तसेच सरकारी अधिकाऱ्यांच्या हातीच कॉर्पोरेशनच्या कारभाराची सूत्रे होती. पुढे सन 1919 च्या कायद्याने प्रांतामध्ये द्विदल राज्यपद्धती सुरू झाली. स्थानिक स्वराज्य हे खाते भारतीय मंत्र्यांच्या हाती आले. भारतीय मंत्र्यांनी अनेक कायदे करून स्थानिक स्वराज्य संस्थांतील नागरिकांचा मताधिकार विस्तृत करण्याचा प्रयत्न केला. नंतर सन 1935 च्या कायद्याने प्रांतात स्वायत्त कारभार सुरू झाला. अर्थखातेही भारतीय मंत्र्याच्या हाती आले. त्यामुळे स्थानिक स्वराज्य संस्थांच्या सुधारणांना गती प्राप्त झाली.

यानंतर सन 1930-31 च्या कायदेभंगाच्या चळवळीच्या काळात सरकारच्या दडपशाहीच्या कृत्यांना उधाण आले. हजारो सत्याग्रहींना सरकारने तुरुंगात डांबले. अनेकांना लाठीहल्ल्यात व गोळीबारात जखमी केले. पं. नेहरूंच्या अटकेनंतर हजारो लोकांना अटक करण्यात आली. ही संख्या साठ हजार इतकी प्रचंड होती. मध्यंतरी गांधी-आयर्विन कराराने काँग्रेसचा सरकारशी समझौता झाला. पण दुसऱ्या गोलमेज परिषदेनंतर काँग्रेसेने पुन्हा कायदेभंगाची चळवळ सुरू केली (1932). सरकारने अत्यंत ताठर धोरण स्वीकारून पं. नेहरू, महात्मा गांधी, सरदार पटेल इत्यादी सर्व मोठ्या नेत्यांना तुरुंगात डांबले. सर्व देशभर सरकारविरोधाची लाट उसळली. एक लाख वीस हजार लोकांना तुरुंगात टाकण्यात आले. काँग्रेस नेत्यांची मालमत्ता जप्त करण्यात आली. काँग्रेसची संघटना मोडून काढण्यासाठी ती बेकायदेशीर ठरवून तिची सर्व मालमत्ता व कागदपत्रे सरकारने ताब्यात घेतली.

यानंतर देशाच्या स्वातंत्र्य चळवळीतील महत्त्वाचा टप्पा म्हणजे सन 1942 चा लढा होय. 8 ऑगस्ट, 1942 रोजी काँग्रेस नेत्यांनी भारतीय जनतेला देशव्यापी लढ्याचा आदेश देताच त्या दिवशी पहाटे काँग्रेसच्या सर्व नेत्यांना पकडून अज्ञात स्थळी हलविण्यात आले. जनतेला नेत्यांचे मार्गदर्शन मिळाले नाही. पण खुद्द जनतेनेच हा लढा स्वयंप्रेरणेने चालविला. ज्याला जसे जमेल तसे त्याने सरकारला विरोध करण्याचा प्रयत्न केला. सरकारही या वेळी अत्यंत दडपशाही वृत्तीने वागले. पोलीस व लष्करी दलांनी या चळवळीत 538 वेळा गोळीबार केला. या चळवळीत गोळीबारात मृत झालेल्या माणसांची सरकारने दिलेली संख्या 1,028 इतकी होती तर अनधिकृत आकडा चाळीस हजारांच्या घरात होता.

पुढे सन 1945 नंतरचा काळ म्हणजे स्वातंत्र्याच्या अरुणोदयाचा कालखंड होता. ब्रिटिश सरकार भारत सोडून जाणार हे निश्चित झाले होते. भारतातील हिंदू व मुस्लीम यांचा प्रश्न सोडवायचा कसा, यातच आता सरकार व भारतीय नेते मग्न राहिले. सरकार पूर्वीइतके दडपशाही वृत्तीने वागले नाही. तसे वागण्याची त्यास जरुरीही राहिली नव्हती.

⊙⊙⊙

9

ब्रिटिश राजवट आणि भारतीय अर्थव्यवस्था

9.1 भारताच्या पारंपरिक अर्थव्यवस्थेचा विध्वंस

9.2 जुन्या जमीनदारांचा अस्त व नव्या जमीनदारांचा उदय

9.3 भारतीय शेतीचा ऱ्हास आणि त्याची कारणमीमांसा

9.4 भारतातील दारिद्र्य आणि दुष्काळ

9.5 भारतातील आधुनिक उद्योगधंद्यांची स्थापना आणि त्यांची वाढ

ब्रिटिश साम्राज्य हे केवळ राजकीय साम्राज्य नव्हते, त्याचे स्वरूप मूलतः व्यापारी व औद्योगिक होते. म्हणजे ते मूलतः आर्थिक साम्राज्य होते. औद्योगिक क्रांतीच्या कालखंडात या साम्राज्याची उभारणी झाली होती. त्यामुळे भारत हा केवळ ब्रिटिश साम्राज्यातील एक विभाग असा न राहता तो त्या साम्राज्याची एक वसाहत बनला होता. वसाहतीमधील लोकांना स्वतःचे आर्थिक धोरण ठरविण्याचा हक्क नसतो, तो हक्क त्यांचे मालक म्हणवून घेणाऱ्या साम्राज्यवाद्यांना असतो. स्वाभाविकच, ब्रिटिशांनी भारताच्या संदर्भात जी आर्थिक धोरणे राबविली त्यांचा भारतीय समाजावर कसकसा परिणाम झाला त्याचीच चर्चा प्रस्तुत प्रकरणात करावयाची आहे.

9.1 भारताच्या पारंपरिक अर्थव्यवस्थेचा विध्वंस

भारताचे परराष्ट्र धोरण जसे ब्रिटनच्या परराष्ट्र धोरणाशी जोडले होते तसे भारताची अर्थव्यवस्था ब्रिटनच्या अर्थव्यवस्थेशी जोडलेली होती. यात ब्रिटनच्या अर्थव्यवस्थेला जे फायदेशीर होईल असेच निर्णय घेतले जात होते. याचे कारण ब्रिटिश या ठिकाणी जे साम्राज्य चालवित होते ते काही भारतीय लोकांच्या अभ्युदयासाठी किंवा कल्याणासाठी नाही. त्यांना आपल्या लोकांचा अभ्युदय घडवून आणायचा होता.

भारतावर ब्रिटिशांच्या पूर्वीही अनेक परकीय लोकांनी आक्रमणे करून आपली राज्ये व साम्राज्ये स्थापन केली होती. उदाहरणार्थ, अनेक मुस्लीम आक्रमकांनी येथे आपली साम्राज्ये चालविली; पण त्यांच्या राजवटीमुळे भारतीय लोकांची आर्थिक पिळवणूक झाली नव्हती. त्यांनी लोकांपासून करांच्या रूपाने वसूल केलेला पैसा देशाबाहेर जात नव्हता; तो येथेच खर्च होत होता. त्यामुळे या देशातील हस्तकौशल्याचे व्यवसाय व निरनिराळे उद्योग यांना बाधा न येता ते पूर्वीप्रमाणे भरभराटीस येत राहिले. अशा प्रकारे राज्यकर्ते बदलले तरी अर्थव्यवस्था पूर्वी जशी असे तशीच राहत होती.

ब्रिटिशांच्या राजवटीत मात्र भारतीय लोकांना वेगळा अनुभव येऊ लागला. पूर्वीच्या इस्लामी राज्यकर्त्यांप्रमाणे ब्रिटिश राज्यकर्ते येथे स्थायिक झाले नाहीत अथवा येथील समाजात मिसळून गेले नाहीत. ब्रिटिशांनी कराच्या रूपाने, भांडवलावरील व्याजाच्या व फायद्याच्या रूपाने व प्रशासकीय खर्चाच्या रूपाने द्रव्याचा मोठा ओघ ब्रिटनला नेला; पण ही वरवरची लूट होती. खरी लूट त्यांच्या आर्थिक धोरणांनी झाली आणि ती प्रत्यक्ष असली तरी फार प्रचंड होती. या त्यांच्या आर्थिक धोरणामुळेच भारताची पारंपरिक अर्थव्यवस्था उद्ध्वस्त झाली.

पूर्वीचे मुस्लीम आक्रमक व ब्रिटिश आक्रमक यांमध्ये आणखी एक फरक होता. पूर्वी शत्रूच्या आक्रमणामुळे शहरांची लूटमार होई व काही काळ शहरे ओस पडत; पण पुन्हा ती भरभराटीस येत. आता तसे घडले नाही. ब्रिटिशांच्या साम्राज्याची छुपी लूटमार अशी होती की, ज्यामुळे ढाक्का, मुर्शिदाबाद, सुरत यांसारखी अनेक नामांकित शहरे कायमची ओस पडली. जेथे पूर्वी सोन्याचा धूर निघत होता तेथे आता जंगले वाढीस लागून वन्य श्वापदे फिरू लागली. 'भारताच्या औद्योगिक इतिहासात अभूतपूर्व असे दुःख पसरलेले आहे' खुद्द भारताचा गव्हर्नर जनरल लॉर्ड विल्यम बेंटिंग याने काढलेले असे उद्‌गार इतिहासात नमूद आहेत. भारताच्या उद्योगधंद्यांच्या क्षेत्रातील ही शोकांतिका म्हणजे आर्थिक साम्राज्यवादाचीच भयानक फलश्रुती होती.

▣ भारतातील हस्तकला कौशल्याच्या व्यवसायांचा नाश : कारणे व परिणाम

कारणे : भारतीय हस्तकलेने आपल्या प्रगतीचा परमोच्च बिंदू सुती कापडाच्या, विशेषतः मलमल कापडाच्या क्षेत्रात गाठला होता. अगदी प्राचीन काळापासून भारतीय सुती कापड जगप्रसिद्ध होते. तथापि, ब्रिटिशांच्या स्वार्थी साम्राज्यवादी धोरणाचा जबर तडाखा प्रथम भारतातील सुप्रसिद्ध सुती कापड उद्योगास बसला. ब्रिटनमधील कापड गिरण्यांतील स्वस्त कापडनिर्मितीपुढे भारतातील पारंपरिक हस्तकौशल्याने तयार केलेले सुती कापड टिकाव धरू शकले नाही. सन 1813 नंतर ब्रिटिश राज्यकर्त्यांनी भारतातील व्यापार सर्व ब्रिटिश व्यापाऱ्यांना मुक्त केल्याने ब्रिटिश व्यापाऱ्यांचा लोंढाच भारतात घुसला आणि त्यांनी आपल्या कारखानदारीच्या व भांडवलदारीच्या सामर्थ्यावर भारतीय हस्तकौशल्याची मक्तेदारी नष्ट करून आपली मक्तेदारी स्थापन केली.

पुढे लवकरच भारतात रेल्वेचे आगमन झाले. भारतातील बंदरे आणि प्रमुख शहरे रेल्वेने एकमेकांशी जोडली गेली. परिणामी, ब्रिटनमधून भारतीय बंदरात उतरलेला माल देशाच्या कानाकोपऱ्यात अगदी दूरवर जाऊन सुलभरीत्या पोहोचू लागला. त्यामुळे ग्रामीण भागात कसेबसे तग धरून राहिलेले सुती कापड, रेशमी कापड, लोकरी वस्तू, दागदागिने व अलंकार, हत्यारे व धातूची भांडी, निरनिराळे रंग, कागद इत्यादी अनेक वस्तू तयार करणारे हस्तकौशल्याचे व्यवसायही आता नष्ट झाले.

अशा नष्ट झालेल्या हस्तकौशल्यात बंगालच्या मलमलीची शोकांतिका पाहण्यासारखी आहे. ही जगप्रसिद्ध मलमल स्वस्तात मिळावी म्हणून ब्रिटिश व्यापारी कारागिरांवर सक्ती करीत; बाजारपेठेपेक्षाही कमी दरात ती सक्तीने खरेदी करीत अथवा कमी मजुरी देऊन ती तयार करून घेत. याचा परिणाम असा झाला की, पिढ्यान् पिढ्या मलमल हस्तकौशल्याचा व्यवसाय करणाऱ्या लोकांनी त्या व्यवसायाचा त्याग केला आणि ते शेतीकडे वळले किंवा मोलमजुरी करण्यासाठी त्यांनी घरेदारे सोडली.

याच काळात ब्रिटनमध्ये औद्योगिक क्रांतीचा उदय झाला. तेथे बाष्पशक्तीच्या जोरावर चालणारी यंत्रे शोधली जाऊन त्यांच्या मदतीने मोठ्या प्रमाणावर औद्योगिक उत्पादन होऊ लागले. या यंत्रशक्तीवर तयार होणारा माल स्वस्त दरात विकणे ब्रिटिशांना सहजशक्य होत होते. त्याच्याशी हस्तकौशल्याने तयार होणारा माल (विशेषतः सुती कापड) स्पर्धा करू शकत नव्हता. या अडचणीतूनही आपल्याकडील उत्कृष्ट दर्जाचा माल भारतीय व्यापारी ब्रिटनला पाठवित असत; पण आता त्यावरही ब्रिटनमध्ये प्रचंड संरक्षक आयात कर लादल्याने त्यांच्या किमती वाढून तेथील त्यांची विक्री थांबली. ही गोष्ट 1820 सालानंतर झपाट्याने घडून आली.

भारतामधील हस्तकौशल्याच्या ऱ्हासाला अनेक देशी राज्यांचा झालेला अस्त ही घटनाही कारणीभूत झाली. हा अस्त ब्रिटिशांनी घडवून आणला. परिणामी, पूर्वी या राज्यांच्या दरबारात अनेक कलावंतांना व कारागिरांना राजाश्रय मिळाला होता, तो आता बंद पडला. जी राज्ये अस्तित्वात राहिली त्यांचीही आर्थिक प्रगती खुंटून गेली. पूर्वी राजेरजवाड्यांना युद्धात उपयोगी असणारी हत्यारे याच देशात तयार होत. अशी हत्यारे तयार करणारा मोठा व्यवसाय अस्तित्वात होता. आता ब्रिटिश राज्यात हत्यारे ब्रिटनहून येऊ लागली. येथील हा हस्तव्यवसाय संपुष्टात आला. असे अनेक हस्तव्यवसायांच्या संदर्भात घडून येऊन भारताची एकूण अर्थव्यवस्थाच उद्ध्वस्त झाली.

परिणाम : या कालखंडात भारताप्रमाणे युरोपातही तेथील हस्तव्यवसायांचा ऱ्हास झाला; पण तेथे दारिद्र्य निर्माण झाले नाही. कारण हस्तव्यवसायाच्या जागी तेथे नवनवीन कारखाने व उद्योगधंदे उभे राहिले. परिणामी, तेथील कारागीरवर्ग नव्या व्यवस्थेत कामगारवर्ग म्हणून रूपांतरित झाला. ही गोष्ट भारतात घडून आली नाही. ब्रिटिश मालाच्या आक्रमणाने उखडून निघालेल्या हस्तव्यवसाय क्षेत्रातील कारागिरांसाठी येथे कारखाने निघाले नाहीत. ही सर्व मंडळी आता 'शेती' या एकमेव आधारक्षेत्राकडे वळली. त्यांच्यापैकी काही छोटे-छोटे शेतकरी (कुळे) बनली तर काही शेतावर राबणारे मजूर बनली.

ब्रिटिशांच्या आर्थिक धोरणाचा आणखी एक परिणाम घडून आला. पूर्वी खेडे हे स्वयंपूर्ण होते. खेड्यातील लोकांच्या सर्व गरजा खेड्यातच निरनिराळ्या व्यावसायिकांकडून भागविल्या जात. आता नव्या खेड्यांची स्वयंपूर्णता ऱ्हासाला गेली. ब्रिटनमधील माल खेड्यापाड्यातही पोहोचू लागला. खेडे परावलंबी बनू लागले. त्याचबरोबर आर्थिक संतुलनही बिघडले. पूर्वी लहान शेतकरी आपली शेती सांभाळून हातमागासारखा एखादा जोडव्यवसाय करीत असे. आता तोही पूर्णपणे शेतीवर अवलंबून राहू लागला. सारांश, शेतीवरील लोकसंख्येचा बोजा अपरंपार वाढला.

अशा प्रकारे ब्रिटिशांच्या आर्थिक साम्राज्यामुळे भारताची आर्थिक पिळवणूक होऊ लागली. भारत म्हणजे ब्रिटिशांच्या कारखान्यांना कच्चा माल पुरविणारी वसाहत आणि त्या कारखान्यांतूनच तयार होणाऱ्या मालाची खरेदी करणारी एक प्रचंड बाजारपेठ बनली.

9.2

जुन्या जमीनदारांचा अस्त व नव्या जमीनदारांचा उदय

ब्रिटिश राजवटीचा प्रभाव संपूर्ण भारतीय समाजावर पडला. विशेषतः एकोणिसाव्या शतकाच्या प्रारंभीच्या काही दशकांत बंगाल व मद्रास इलाख्यांतील जुन्या जमीनदारवर्गास तडाखा बसला आणि त्यांचा मोठ्या प्रमाणावर अस्त घडून आला. वॉरन हेस्टिंग्जने जमीन महसूल लिलाव पद्धतीने वसूल करण्याच्या धोरणाचा हा परिणाम होता. पुढे कॉर्नवॉलिसने कायमधारा पद्धती सुरू केली. या दोन्ही पद्धतींत अनेक जमीनदारांना फटका बसला. दुष्काळ पडो वा महापूर येवो; या दोन्ही पद्धतींत जमीनदारांना ठरावीक महसुली रक्कम सरकारात भरायची होती. ही रक्कम जर ते भरू शकले नाही तर त्यांची जमीनदारी जप्त होई. बंगालमध्ये प्रारंभीच्या काळात अशा प्रकारे शेकडो जमीनदारांच्या जमीनदाऱ्या सरकारने लिलावात काढून आपली रक्कम वसूल केली होती.

जमीनदारांच्या जमीनजुमल्यांचा जेव्हा जाहीर लिलाव होई तेव्हा शहरातील पैसेवाला सावकारवर्ग अथवा व्यापारीवर्ग पुढे होऊन तो खरेदी करीत असे. अशा प्रकारे ब्रिटिश राजवटीत शहरात राहणारा सावकारी अथवा व्यापार करणारा नवा जमीनदारवर्ग उदयास आला. पूर्वीचा जमीनदारवर्ग हा ग्रामीण भागातील होता. तो शेतकऱ्यांच्या अडीअडचणी व दुःखे यांचा थोडाबहुत विचार करीत असे; आता नवीन शहरी जमीनदारवर्ग हा कशाचाच विचार न करता निर्दयपणे आपली वसुली करीत असे.

रयतवारी पद्धतीतही अशाच प्रकारचा नवा जमीनदारवर्ग उदयास आला. या पद्धतीत सरकारला ठरलेला महसूल ठरलेल्या वेळी द्यावा लागत असे. दुष्काळप्रसंगी अनेक शेतकऱ्यांना ते शक्य होत नसे. महसूल देण्याची ऐपत नसणाऱ्या अशा शेतकऱ्यांना जमिनी खरेदी करून सधन शेतकरी, सावकार अथवा व्यापारी हे आता नव्या राजवटीत 'नवे जमीनदार' बनले. हा नवा जमीनदारवर्ग स्वतः शेतीवर राबत नसे. तो गरीब शेतकऱ्यांना खंडाने जमीन लावून शेतीची व्यवस्था पाहत असे.

नवा जमीनदारवर्ग उदयास येण्यास आणखी एक महत्त्वाचे कारण होते; ते म्हणजे युरोपात पैसेवाले सावकार अथवा व्यापारी आपला पैसा उद्योगधंद्यात गुंतवित असत व त्यातून जादा नफा मिळवित. या देशात असे उद्योगधंदे विकसितच झाले नव्हते. त्यामुळे पैसेवाल्या लोकांना जमिनी खरेदी करण्याशिवाय आपला अतिरिक्त पैसा गुंतविण्याचा दुसरा मार्ग दिसत नव्हता.

तत्कालीन समाजात जमीनदारांच्या जमिनीवर कसणाऱ्या कुळांची संख्या मोठी असे. अनेकदा मग जास्तीतजास्त खंड देऊन जमीन कसण्यास घेण्याची जीवघेणी स्पर्धा त्यांच्यात निर्माण होई. अशा स्पर्धेतून जमीनदारांना जास्तीतजास्त खंड देऊन त्यांच्याशी करार करणारा एक नवा वर्ग समाजात उदयास आला. हा 'मध्यस्थ वर्ग' जमीनदारांकडून जमिनी ठरावीक कराराने घेत असे आणि गरीब व गरजू कुळांना ती कसण्यास देत असे. जमीनदारास द्यायच्या खंडापेक्षा हा खंड अधिक असे आणि त्याचा बोजा हा जमिनीवर प्रत्यक्ष कसणाऱ्या गरीब कुळांवर पडत असे. परिणामी, असा खंड देऊन त्या कुळांना वर्षभर पुरेल एवढेही उत्पन्न शिल्लक राहत नसे. अशा प्रकारे अर्धपोटी किंवा उपाशी राहणे एवढेच त्यांच्या नशिबी असे.

ब्रिटिशांच्या राजवटीत उदयास आलेला नवा श्रीमंत जमीनदारवर्ग ब्रिटिशांशी सतत एकनिष्ठ राहिला. कारण या राजवटीत त्यांच्या हक्कांचे व हितसंबंधांचे रक्षण होत होते. त्यांचे सर्व अस्तित्वच मुळी ब्रिटिशांच्या कृपेवर अवलंबून होते. स्वाभाविकच, पुढे ज्या वेळी ब्रिटिश राज्यकर्त्यांविरुद्ध देशात स्वातंत्र्याची चळवळ सुरू झाली त्या वेळी हा जमीनदारवर्ग सरकारचा साहाय्यक बनून राष्ट्रीय चळवळीचा विरोधक बनला.

9.3 भारतीय शेतीचा ऱ्हास आणि त्याची कारणमीमांसा

ब्रिटिशांच्या राजवटीत केवळ हस्तकौशल्यावर आधारित उद्योगधंद्यांचाच ऱ्हास झाला असे नाही तर पारंपरिक शेतीव्यवसायही ऱ्हासास गेला आणि त्यावर अवलंबून असणाऱ्या बहुसंख्य समाजाचे दारिद्र्य वाढतच गेले. हस्तव्यवसाय बुडाल्यामुळे त्या क्षेत्रातील कारागीर शेतीच्या क्षेत्राकडे वळले; पण शेतीक्षेत्रात लोकसंख्येची अशी मोठी गर्दी हेच केवळ शेतीच्या अधोगतीचे एकमात्र कारण नव्हते. जमीनदारांकडून आणि सावकारांकडून होणारी शेतकऱ्यांची पिळवणूक व त्यातून निर्माण झालेले त्यांचे दारिद्र्य हेही घटक त्यास कारणीभूत झाले होते. आकडेवारी सांगते की, सन 1901 पासून 1937 सालापर्यंत भारतीय शेतीतील उत्पादन चौदा टक्क्यांनी घटले होते. अन्नधान्याच्या बाबतीत ही घट दरमाणशी 24 टक्क्यांपर्यंत पोहोचली होती.

▣ शेतीच्या ऱ्हासाची कारणे

(1) जसजशी शेतीवर उपजीविका करणाऱ्यांची संख्या वाढत गेली तसतशी ही शेती अनेक लहान-लहान तुकड्यांत विभागली गेली. काही तुकडे इतके लहान असत की, त्यावर शेतकऱ्यांचे कुटुंब पोसले जाणे शक्य नसे. चांगले बी-बियाणे, खते, अवजारे, चांगली गुरेढोरे इत्यादी अनेक घटकांवर शेतीतील जादा उत्पन्न अवलंबून होते. हे सर्व पोटाचीच भ्रांत पडलेला शेतकरी कोठून आणणार ! कारण तो जे उत्पादन पैदा करील त्यांपैकी मोठा हिस्सा सरकार अथवा जमीनदार व सावकारवर्ग यांच्याकडे जाई; उरलेल्या हिश्शात तो अर्धपोटीच राहत असे. अनेक शेतकरी हे जमीनदारांच्या अथवा सावकारांच्या मालकीच्या शेतीवर खंडाने राबणारी कुळे असत. अशा कुळांचा जमिनीवर मालकी हक्क नसे आणि ज्यांचा मालकी हक्क असे त्या जमीनदारांना जमिनीचा पोत सुधारावा यात रस नसे. अशा परिस्थितीत शेतीची अधोगती होणे अपरिहार्य होते.

(2) या काळात युरोपात आधुनिक पद्धतीने शेती करण्याचे तंत्र विकसित होत होते. शिवाय युरोपातील जमीनदार आपल्या जमिनीतून अधिकाधिक उत्पादन पैदा व्हावे म्हणून भांडवली गुंतवणूक करीत; कुळांना त्या दृष्टीने ते भांडवलाचा व शेतीविषयक नव्या तंत्रज्ञानाचा पुरवठा करीत असत. भारतामधील जमीनदारांना ही दृष्टी नव्हती. शेतकऱ्यांकडून जास्तीतजास्त खंड वसूल करणे एवढी एकच गोष्ट त्यांना माहीत होती.

(3) शेतीचा आधुनिक पद्धतीने विकास करावा व त्यावर आधारित असणाऱ्या शेतकऱ्यांचे जीवनमान उंचवावे; किंबहुना हे आपले एक महत्त्वाचे राष्ट्रीय कर्तव्य आहे, हे आज स्वतंत्र भारताने स्वीकारलेले धोरण ब्रिटिश राज्यकर्त्यांनी स्वीकारलेले नव्हते. ब्रिटिश राजवटीत शेतीचा विकास करणे हे सरकार आपले कर्तव्य मानत नव्हते. खरे म्हणजे शेतकऱ्यांकडून जमा होणारा जमीन महसूल हे सरकारचे मुख्य उत्पन्न होते; पण या उत्पन्नापैकी फार कमी हिस्सा शेतीच्या प्रगतीवर खर्च केला जात असे. 1905 सालापर्यंत सरकारने रेल्वेबांधणीवर 360 कोटी रुपये इतकी प्रचंड रक्कम खर्च केली होती; पण शेतीच्या क्षेत्रातील जलसिंचन या बाबीवर 50 कोटी रुपयेसुद्धा खर्च झाले नव्हते. अशा परिस्थितीत शेतीचा विकास कसा होणार ?

(4) विसाव्या शतकात विज्ञान व तंत्रज्ञान यांचा मानवी जीवनाच्या सर्वच क्षेत्रांत प्रवेश होऊन आमूलाग्र बदल घडत होते. शेतीतही नवे तंत्रज्ञान अवलंबिले जात होते. भारतीय शेती मात्र हजारो वर्षे वापरात असलेल्या जुन्या-पुराण्या साधनांनी व तंत्रानेच केली जात होती. लाकडी नांगराऐवजी लोखंडी नांगर शेतकऱ्यांनी वापरात आणावा यासाठीसुद्धा आपल्याकडे किर्लोस्करांसारख्या स्वदेशी उद्योगपतींना केवढा खटाटोप करावा लागला, हे पाहिल्यावर पारतंत्र्यातील भारतीय शेतीचे मागासलेपण चटकन लक्षात येते.

(5) आज स्वतंत्र भारतात कृषिशास्त्राचे संशोधन, अध्ययन व अध्यापन करणाऱ्या तसेच कृषितंत्राचा विकास घडवून आणणाऱ्या शेकडो संस्था अस्तित्वात आहेत. ब्रिटिश राजवटीत मात्र या विषयाकडे फारसे गांभीर्याने पाहिले जात नव्हते. 1939 साली सर्व देशात एकूण फक्त सहा कृषी महाविद्यालये होती आणि बंगाल, बिहार, ओरिसा, सिंध यांसारख्या प्रांतात तर एकही महाविद्यालय नव्हते. देशातील बहुतेक सर्व शेतकरीवर्ग प्राथमिक

शिक्षणासारख्या मूलभूत हक्कांपासून वंचित होता. या शेतकऱ्यांची मुले कृषी महाविद्यालयात जाणे ही फार दूरवरची गोष्ट होती. या सर्व परिस्थितीमुळे भारतीय शेतीचा कमालीचा ऱ्हास झाला होता.

▣ भारतीय शेतकऱ्यांचे वाढते दारिद्र्य आणि त्याची कारणमीमांसा

ब्रिटिशांची राजवट प्रस्थापित होण्यापूर्वी या देशातील अनेक राजे व त्यांचे सरदार यांनी एकमेकांच्या प्रदेशावर हल्ले-प्रतिहल्ले चढवून सामान्य शेतकऱ्यांचे जीवन अस्थिर व संकटमय बनविले होते. ब्रिटिशांनी या सर्वांचा पाडाव करून सर्वत्र आपली साम्राज्यसत्ता निर्माण केली आणि त्याचबरोबर या देशात शांतता, सुव्यवस्था आणि न्याय प्रस्थापित केला. यामुळे खरोखरच भारतामधील करोडो शेतकऱ्यांना स्वास्थ्य व शांतता मिळाली. शेतकरीवर्ग राजेरजवाड्यांच्या युद्धांपासून व पेंढाऱ्यांच्या हल्ल्यांपासून मुक्त झाला; पण तो सुखी झाला नाही. कारण त्याची ब्रिटिशांच्या जमान्यात पूर्वीपेक्षा अधिक आर्थिक पिळवणूक होऊ लागली. त्यामुळे त्यांचे दु:ख व दैन्य वाढतच गेले. त्याची कारणमीमांसा अशी आहे :

- **सरकारकडून होणारी पिळवणूक :** ब्रिटिशांचे राज्य प्रथम बंगालमध्ये स्थापन झाले. तेथे प्रारंभी लॉर्ड क्लाईव्ह व वॉरन हेस्टिंग्ज यांच्या काळात शेतकऱ्यांकडून महसुलाच्या रूपाने जास्तीतजास्त द्रव्य उकळून घेण्यात येई. याचा परिणाम असा झाला की, बंगालमधून शेकडो शेतकरी परागंदा झाले. 'ब्रिटिशांच्या या धोरणामुळे एक-तृतीयांश बंगाल ओस पडून तेथे जंगल वाढले आहे' असे खुद्द लॉर्ड कॉर्नवॉलिस याने 1787 साली म्हटले होते.

पुढे महसूल अर्थव्यवस्थेत सुधारणा म्हणून 'कायमधारा पद्धती'चा स्वीकार केला गेला; परंतु सामान्य शेतकऱ्यांच्या अवस्थेत फरक पडला नाही. पूर्वी सरकार जुलूम करीत होते. नव्या पद्धतीत जमीनदार जुलूम करू लागला. दक्षिणेत 'रयतवारी पद्धती' अस्तित्वात आणली गेली. या पद्धतीत जमीनदारवर्ग नव्हता; पण खुद्द सरकारच जमीनदाराची भूमिका वठवित होते. या पद्धतीत शेतकऱ्याला जमीन महसूल म्हणून आपल्या उत्पन्नाचा एक-तृतीयांशपासून एक-द्वितीयांशपर्यंतचा भाग सरकारात जमा करावा लागे. भारतीय शेतकऱ्याच्या दरिद्री अवस्थेचे हे प्रमुख कारण होते. इतक्या मोठ्या प्रमाणावर भारतातील संस्थानिकही आपल्या प्रजाजनांकडून जमीन महसूल घेत नाहीत अशी खुद्द अधिकाऱ्यांचीच साक्ष आहे.

- **सावकारांकडून होणारी पिळवणूक :** दुष्काळ पडो अथवा महापूर येवो; सरकार ठरलेल्या वेळी आपली महसूल वसुली न चुकता करीत असे. जे शेतकरी महसूल देऊ शकत नसत त्यांच्या जमिनी लिलावात काढून महसूल वसूल केला जाई; परंतु शेतकरी सावकारांकडून कर्ज काढून लिलावांचे संकट टाळत असे; पण सावकारांकडून भारी व्याजदराने काढलेले कर्ज शेतकऱ्यांकडून क्वचितच फेडले जात असे. मुद्दल आणि चक्रवाढ व्याज यांची शेवटी इतकी रक्कम होई की गरीब बिचाऱ्या शेतकऱ्याला आपली जमीन सावकारालाच विकावी लागे, यातच शेतकरी निरक्षर व सावकार साक्षर तसेच मतलबी असल्याने अनेक शेतकऱ्यांना 'पूज्याचा फटका' बसत असे.

पूर्वीच्या काळी सावकारी होती; पण सावकारास कर्जवसुलीसाठी शेतकऱ्याची जमीन जप्त करण्याचा अधिकार नव्हता. फारतर तो शेतकऱ्यांची भांडी-कुंडी, सामानसुमान जप्त करून आपल्या कर्जाची भरपाई करी. आता ब्रिटिशांच्या राजवटीत 'कायद्याचे राज्य' आले. कोर्टकचेऱ्या स्थापन झाल्या. गुंतागुंतीची न्यायव्यवस्था निर्माण झाली. या जंजाळातून गरीब ऋणको शेतकऱ्याची सुटका होणे अशक्य बनले. सरकारचे कायदे व सरकारची पोलीस यंत्रणा कर्जवसुलीसाठी सावकारांच्या फायद्याचीच ठरली. याचा परिणाम असा झाला की, एकोणिसाव्या शतकाच्या अखेरीपर्यंत भारतात एक सधन सावकारी वर्ग अस्तित्वात आला आणि त्याबरोबर कर्जबाजारी शेतकऱ्यांची संख्या हजारोंनी वाढत गेली. काही ठिकाणी सधन जमीनदारवर्ग अथवा व्यापारीवर्ग सावकार बनला. गरीब शेतकऱ्यांच्या जमिनी कर्जवसुलीपोटी त्यांनी ताब्यात घेतल्या आणि एकेकाळी शेतावर मालक म्हणून राबणारा शेतकरी या जमीनदाराच्या अथवा व्यापाऱ्याच्या शेतावर कूळ म्हणून राबू लागला. अशा प्रकारे सरकार, जमीनदार व सावकार अशा तीन घटकांकडून भारतातील शेतकरी पिळला जाऊ लागला. या तिघांपासून वाचलेले फार थोडे उत्पन्न शेतकऱ्यांच्या पदरात पडू लागले.

• **पिळवणुकीचे परिणाम :** अशा प्रकारे अनेक बाजूंनी पिळवणूक होणाऱ्या शेतकऱ्यावर दुष्काळाला तोंड देण्याची पाळी येत असे. त्या वेळी त्याच्या दैन्यावस्थेला व दुःखाला काही पारावारच राहत नसे. जमीन महसूल अगर जमीनदाराचा खंड देण्यासाठीच नव्हे तर दररोजच्या भाकरीसाठी त्याला सावकाराचे अथवा जमीनदाराचे कर्ज काढावे लागत असे. अशा स्थितीत अगोदरच दरिद्री असलेला शेतकरी अधिकच दारिद्र्याच्या खाईत लोटला जाई. भारतीय शेतकऱ्याचा हा कर्जबाजारीपणा विसाव्या शतकातही वाढतच गेला. आकडेवारी सांगते की, सन 1911 मध्ये भारतीय शेतकऱ्यांच्या डोक्यावर तीनशे कोटी रुपये कर्ज होते; हा कर्जाचा आकडा वाढत जाऊन सन 1937 मध्ये 1,800 कोटी रुपये झाला.

त्या काळी देशाचे अर्थकारण शेतीवर अवलंबून होते आणि शेती कसणारा शेतकरीच कर्जबाजारीपणात बुडालेला होता. शेतकऱ्यांच्या कर्जबाजारीपणाचा व असहायतेचा फायदा व्यापारीवर्ग घेत असे. हंगामात शेतकरी मोठ्या प्रमाणात आपले अन्नधान्य बाजारात कर्जफेडीसाठी आणत असे. अशा वेळी व्यापारी नडलेल्या शेतकऱ्यांकडून हव्या त्या पडत्या भावात अन्नधान्याची खरेदी करीत व तेच धान्य पुन्हा काही काळाने चढ्या भावात बाजारात विकत. अशा परिस्थितीत शेतकऱ्यांनी अन्नधान्याच्या उत्पादनात वाढ केली तरी त्याचा खरा फायदा व्यापाऱ्यांच्या घशात जाई. शेतीचे असे झालेले वाणिज्यीकरण शेतकऱ्यांचे दारिद्र्य वाढविणारे, त्यांना उपाशीपोटी ठेवणारे होते. अशा स्थितीत जेव्हा दुष्काळासारखे संकट कोसळे तेव्हा लक्षावधी शेतकरी भूकबळी पडत; पण त्यांना वाचविणे हे आपले कर्तव्य आहे असे ब्रिटिश सरकारला वाटत नव्हते.

9.4 भारतातील दारिद्र्य आणि दुष्काळ

• **भारतातील दारिद्र्य :** युरोपियन व्यापाऱ्यांनी आपापली राज्ये स्थापन करण्यापूर्वी भारत हा सर्व जगात 'सुवर्णभूमी' म्हणून प्रसिद्ध होता. ही त्याची कीर्ती प्राचीन काळापासून चालत आलेली होती. युरेपियनांपैकी ब्रिटिश या देशात साम्राज्य स्थापन करण्यात यशस्वी झाले आणि मग त्यांच्या कारकिर्दीत एकेकाळची ही सुवर्णभूमी जगातील एक अत्यंत दरिद्री व भूकेकंगाल भूमी म्हणून ओळखली जाऊ लागली. ब्रिटिशांच्या साम्राज्यवादी अर्थनीतीने भारताला ही अवस्था प्राप्त झाली. ब्रिटिशांनी आपल्या अर्थनीतीने भारतीय लोकांचे अनेक प्रकारे शोषण करून या देशाला 'कंगाल देश' बनविले. पारंपरिक हस्तकलांचा ऱ्हास, पारंपरिक हस्तव्यवसायांचा अस्त, शेतीच्या क्षेत्रात लोकसंख्येची झालेली गर्दी व त्यातून शेतीची घडून आलेली अधोगती, नव्या उद्योगधंद्यांचा अभाव, नव्या तंत्रज्ञानाविषयी अज्ञान, बहुसंख्य शेतकरी समाजाची सरकार - जमीनदार - सावकार व व्यापारी यांच्याकडून होणारी पिळवणूक अशा अनेक कारणांनी भारतीयांचे जगातील समृद्ध व सुखी स्थान हरवून जाऊन त्यांची जागा दारिद्र्य व दुःखाने घेतली.

खरे म्हणजे भारत हा एक निसर्गसंपत्तीने समृद्ध देश होता. विस्तृत किनारपट्टी, गंगा-यमुनेच्या खोऱ्यासारखी सुपीक खोरी, अनेक नद्या व पर्वत, अनेक प्रकारच्या खनिजांचे साठे या सर्वांची विपुलता असूनही भारतीय लोकांचे दारिद्र्य वर उल्लेख केलेल्या कारणांनी दिवसेंदिवस वाढत होते. दोन वेळचे पोटभर अन्न न मिळणे यांसारखे दारिद्र्य कोणते ? खुद्द ब्रिटिशांनाही याची जाणीव होती. एकोणिसाव्या शतकातील चार्लस् इलियट नावाचा खुद्द गव्हर्नर जनरलच्या कौन्सिलमधील एक सदस्य म्हणतो की, भारतामधील निम्म्या शेतकऱ्यांना संपूर्ण वर्षात एकदाही पोट भरून जेवावयास मिळत नाही. ही स्थिती पुढे विसाव्या शतकात आणखी बिघडत गेली. शेतकऱ्यास मिळणाऱ्या अन्नाचे प्रमाण कमी-कमी होत गेले. सन 1911 ते 1941 या तीस वर्षांच्या काळात शेतकऱ्यांच्या ताटातील अन्न 29 टक्क्यांनी कमी झाले.

अशा प्रकारे भारतामधील सर्वसाधारण माणसांचे म्हणजे शेतकरीवर्गाचे दारिद्र्य व हालअपेष्टा वाढत असता तिकडे ब्रिटन, फ्रान्स आदी युरोपियन देशांतील लोकांचे राहणीमान व जीवनमान एकसारखे वाढत होते. भारताच्या आर्थिक

शोषणावर ब्रिटनमधील उद्योगधंदे व कारखाने वैभवात वाढत होते. त्याची फळे युरोपियन लोक चाखत होते. स्वाभाविकच, युरोपियन माणसाची सर्वसाधारण आयुर्मर्यादा साठ वर्षे झाली होती तर भारतीय माणसाची ती बत्तीस वर्षांपर्यंत खाली गेली होती. कोणत्याही देशातील लोकांची आयुर्मर्यादा ही त्या देशांतील समृद्धीचे निदर्शक असते. भारतात समृद्धीची जागा दारिद्र्याने घेतली होती आणि यास केवळ ब्रिटनचे भारताच्या संदर्भातील आर्थिक पिळवणुकीचे धोरण जबाबदार होते.

थोर इतिहासकार बिपिनचंद्र या प्रभृतींनी तत्कालीन भारताच्या दारिद्र्याची मीमांसा करताना म्हटले आहे, ''भारताचे दारिद्र्य भौगोलिक कारणामुळे नव्हते किंवा नैसर्गिक साधनसंपत्तीचा येथे अभाव नव्हता किंवा भारतीयांच्या स्वभावात, क्षमतेत काही उणिवाही नव्हत्या. मुघल राजवटीचा हा अवशेष नव्हता. तो केवळ गेल्या दोन दशकांतील घडामोडींचा परिपाक होता. त्यापूर्वी भारत पश्चिम युरोपातील कोणत्याही देशापेक्षा जास्त मागासलेला नव्हता किंवा त्या काळात सबंध जगभर लोकांच्या राहणीमानात फारसा फरक नव्हता. नेमक्या या दोन शतकांतच पाश्चिमात्य देश भरभराटीस आले आणि भारत मात्र आधुनिक वसाहतवादाचे भक्ष्य बनला. विकासापासून त्याला वंचित करण्यात आले. आज प्रगत असलेले सर्व देश बहुतेक त्याच काळात पुढे आले की, जेव्हा भारतावर ब्रिटनचे राज्य होते. या बहुतेक देशांचा उन्नती काळ सन 1850 नंतरचा आहे. एक गमतीचा योगायोग असा की, ब्रिटनमध्ये औद्योगिक क्रांतीचा आरंभ व भारतात बंगालवर ब्रिटिशांचा विजय या घटना एकाच वेळी घडल्या.''

पुढे त्यांनी असे म्हटले आहे की, ज्या ब्रिटिशांनी औद्योगिक, सामाजिक व सांस्कृतिक विकास घडवून आणला त्यांनीच भारतात आर्थिक, सामाजिक व सांस्कृतिक मागासलेपणा निर्माण केला. याचे कारण भारतीय अर्थव्यवस्था त्यांनी ब्रिटनच्या अर्थव्यवस्थेला जुंपली होती. परिणामी, भारताचा सर्वांगीण विकास खुंटला जाऊन देशात दारिद्र्य, रोगराई व दुष्काळ यांचे थैमान सुरू झाले.

- **भारतातील दुष्काळ :** जेथे सर्वसाधारणपणे पाऊस-काळ चांगला झाला असतानाही शेतकऱ्याजवळ वर्षभर पुरेल एवढेसुद्धा उत्पादन राहत नव्हते, तो कित्येक दिवस अर्धपोटीच राहत होता; तेथे जर अवर्षण पडून दुष्काळ पडला तर त्याच्या संकटास काही पारावारच राहत नसे. अन्नाविना तडफडून मरण्याशिवाय अन्य कोणताही पर्याय त्याच्याकडे नसे. असेच एकोणिसाव्या शतकातील भारतामधील दुष्काळांचा इतिहास सांगतो.

एकोणिसाव्या शतकात भारतात सतत कोठे ना कोठे दुष्काळ पडतच असे; पण त्यामधील सन 1858 नंतरचा सर्वांत पहिला मोठा दुष्काळ म्हणजे सन 1860-61 चा दुष्काळ होय. याचा सर्वांत जास्त तडाखा उत्तर प्रदेशाला बसून तेथील दोन लाखांहून अधिक माणसे मरण पावली. वायव्य सरहद्द प्रांतात विशेषतः आग्रा, अलवार या प्रदेशांत या दुष्काळामुळे पाच लाख माणसे विस्थापित होऊन अन्नपाण्यासाठी सर्वत्र भटकू लागली. पुढचा दुष्काळ 1865-66 साली पडला. ओरिसा, बंगाल, बिहार व मद्रास या प्रदेशांत सुमारे वीस लाख माणसे या दुष्काळात बळी पडली. त्यांपैकी फक्त ओरिसामध्येच दहा लाख माणसे मरण पावली होती.

लवकरच सन 1868 ते 1870 या काळात आणखी एका दुष्काळाला भारताला तोंड द्यावे लागले. या वेळी उत्तर प्रदेश, पंजाब, मुंबई, राजस्थान या प्रदेशांतील चौदा लाख लोक प्राणास मुकले. यानंतर सर्वांत भयानक दुष्काळ पडला तो सन 1876-78 या सालांत. मुंबई, म्हैसूर, मद्रास, हैद्राबाद, उत्तर प्रदेश, पंजाब इत्यादी अनेक प्रांतांत या भीषण दुष्काळाने थैमान घातले. मुंबई प्रांतातील महाराष्ट्रात त्या वेळी आठ लाख माणसे मरण पावली. मद्रास इलाख्यात हा आकडा 35 लाख होता तर उत्तर प्रदेशात तो 12 लाख होता.

सन 1896-97 च्या दुष्काळाने तर कहरच केला. वायव्य प्रांत, उत्तर प्रदेश, बिहार, मध्य प्रदेश, मद्रास, मुंबई, वऱ्हाड, पंजाब इत्यादी अनेक प्रदेशांतील 9.5 कोटी लोकांना याचा तडाखा बसला व त्यातील 45 लाख लोकांना अन्नावाचून तडफडून मरावे लागले. यानंतर लगेचच म्हणजे 1899-1900 सालात आणखी एक दुष्काळ पडला. त्यामध्ये 25 लाख माणसांचा मृत्यू झाला.

लिली नावाच्या एका युरोपियन लेखकाने 'India and its Problems' या पुस्तकात सरकारी माहितीच्या आधारावर एकोणिसाव्या शतकात दुष्काळात मृत्यू पावलेल्या लोकांची संख्या पुढीलप्रमाणे दिली आहे :

वर्ष	दुष्काळामुळे मृत्यू
सन 1800 ते 1825	10 लाख लोक
सन 1826 ते 1850	4 लाख लोक
सन 1851 ते 1875	50 लाख लोक
सन 1876 ते 1900	2 कोटी 60 लाख लोक

ही आकडेवारी सरकारी माहितीवर आधारित आहे. प्रत्यक्षात याहून अधिक लोक मेले असतील. विसाव्या शतकातही दुष्काळ पडत गेले व लक्षावधी माणसे मरत गेली. सन 1943 साली दुष्काळाने एकट्या बंगालमध्ये तीस लाख माणसे गिळंकृत केली. आज राज्यात एखादा भूकबळी झाला तर वर्तमानपत्रात सरकारविरुद्ध केवढा गहजब उठविला जातो. कारण सरकार आमचे आहे व राज्यात भूकबळी होऊ न देण्याची त्याची नैतिक जबाबदारी आहे असे आपण समजतो. एकोणिसाव्या शतकात मुकी भारतीय प्रजा कोणाविरुद्ध तक्रार करणार ? दुष्काळात प्रजेला वाचविणे हे आपले कर्तव्य आहे, असे मुळात सरकारलाच वाटत नव्हते आणि प्रजेलाही आपल्या 'जगण्या'च्या हक्काची जाणीव नव्हती.

एक गोष्ट खरी की ब्रिटिश राज्यकर्त्यांनी एकोणिसाव्या शतकात या दुष्काळांना तोंड देण्यासाठी अनेक आयोगांची स्थापना केली होती आणि या आयोगांच्या शिफारशीप्रमाणे दुष्काळपीडितांना मदत करण्याच्या योजनाही त्यांनी अमलात आणल्या होत्या आणि तरीही लाखो लोक मृत्युमुखी पडत होते. यावरून सरकारचे प्रयत्न किती वरवरचे होते हे स्पष्ट होते.

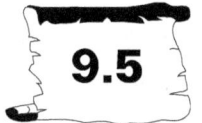

9.5 भारतातील आधुनिक उद्योगधंद्यांची स्थापना आणि त्यांची वाढ

- **औद्योगिक साम्राज्यवाद :** युरोपात औद्योगिक क्रांतीचा उदय अठराव्या शतकाच्या मध्यावर झाला. या क्रांतीचा प्रारंभ ब्रिटनमध्ये झाला असला तरी ती फक्त ब्रिटनपुरतीच मर्यादित न राहता तिचा हळूहळू प्रसार फ्रान्स, हॉलंड, जर्मनी इत्यादी देशांतही झाला. औद्योगिक क्रांतीच्या काळातच ब्रिटनने भारत जिंकायला सुरुवात केली होती आणि या क्रांतीच्या पहिल्या पर्वात भारत पूर्णपणे ब्रिटनच्या साम्राज्यवादी वर्चस्वाखाली गेला होता. औद्योगिक क्रांतीच्या विकासाबरोबरच युरोपियनांच्या साम्राज्यवादाचाही विकास होत होता. एवढेच नव्हे, तर त्यांच्या साम्राज्यवादाचे नवे स्वरूपही जगासमोर येत होते. हे स्वरूप औद्योगिक असल्याने त्यास 'औद्योगिक साम्राज्यवाद' असे संबोधण्यात आले. पूर्वी युरोपियनांचा साम्राज्यवाद केवळ व्यापारी साम्राज्यवाद होता; पण या नव्या स्वरूपाच्या साम्राज्यवादाचे हेतू फक्त व्यापारी नव्हते तर ते औद्योगिक गरजा पूर्ण करणारे होते.

याचा अर्थ, पूर्वीच्या साम्राज्यातील वसाहती या प्रामुख्याने व्यापारासाठी उपयोगी पडणाऱ्या होत्या; पण आता त्या वसाहतींना दुहेरी भूमिका करावयाची होती. साम्राज्यवादी राष्ट्राच्या उद्योगधंद्यांसाठी कच्च्या मालाचा पुरवठा करायचा आणि मग तेथे तयार झालेला पक्का माल आयात करून तोही विकत घ्यायचा अशी ही भूमिका होती. ब्रिटनच्या कारखान्यांना कच्चा माल पुरविण्याची व बंदरात आयात झालेला ब्रिटिश माल देशाच्या कानाकोपऱ्यात पोहोचविण्याची ही कामगिरी भारतातील रेल्वेने केली.

• **अनुकूल परिस्थिती :** ब्रिटनमध्ये कारखानदारीचा व ती उभारणाऱ्या भांडवलशाहीचा उदय होत असताना एकोणिसाव्या शतकाच्या उत्तरार्धात भारतातही काही उद्योगधंदे स्थापन झाले. अर्थात, हे उद्योगधंदे ब्रिटिश भांडवलदारांनीच सुरू केले होते आणि ते भारतीय लोकांच्या कल्याणासाठी नाही तर त्यांच्या स्वतःच्या फायद्यासाठी सुरू केले होते. त्यासाठी भारतात त्यांना अनुकूल परिस्थितीही उपलब्ध झाली होती. पहिली गोष्ट म्हणजे उद्योगधंद्यांसाठी आवश्यक असणारा कच्चा माल येथे तयार होत होता. दुसरी गोष्ट म्हणजे ब्रिटिश राजवटीने हस्तव्यवसाय बुडविल्यामुळे लक्षावधी लोक बेकार होऊन ते कामगार म्हणून उपलब्ध होते; आणि तिसरी गोष्ट म्हणजे तयार झालेल्या मालास वाहतुकीची साधने देशभर पसरल्यामुळे भारतातच देशव्यापी बाजारपेठ उपलब्ध झालेली होती. याशिवाय सर्वांत महत्त्वाचे म्हणजे भारतातील सरकार त्यांचेच असल्याने ते त्यांना सर्व प्रकारच्या सवलती देण्यास सदैव तत्पर होते. अशा प्रकारे अनुकूल पार्श्वभूमी लाभल्यामुळे ब्रिटिश भांडवलशहांनी भारतात प्रथम सुती कापड गिरण्या, ज्यूट गिरण्या, कोळशाच्या खाणी आणि चहाचे मळे असे चार प्रकारचे उद्योगधंदे सुरू केले.

• **सुती कापड व ज्यूट गिरण्या :** भारतात एकोणिसाव्या शतकाचा मध्य उलटल्यावर प्रथम कापड उद्योगाची स्थापना झाली. विशेष म्हणजे या उद्योगाची सुरुवात भारतीय उद्योगपतींनी केली होती. 1853 साली कावसजी नानाभाई यांनी मुंबईत पहिली कापड गिरणी स्थापन केली. लवकरच 1855 साली भारतातील पहिली ज्यूट गिरणी बंगालमध्ये रिश्रा या ठिकाणी स्थापन झाली. कापड व ज्यूट उद्योग धीमेपणाने विकसित होऊ लागले. 1879 सालापर्यंत भारतात एकूण 56 कापड गिरण्या स्थापन झाल्या. त्यात एकूण 43 हजार कामगार काम करीत होते. ज्यूट गिरण्यांची वाढ बंगालमध्येच होत राहिली. सन 1882 मध्ये बंगालमधील 20 ज्यूट गिरण्यांत एकूण वीस हजार कामगार काम करीत होते. कापड व ज्यूट गिरण्यांची संख्या पुढे वाढतच गेली. 1905 सालापर्यंत कापड गिरण्यांची संख्या 206 झाली आणि त्यामधील कामगारांची संख्या 1,96,000 इतकी वाढली. सन 1901 पर्यंत ज्यूट गिरण्यांची संख्या 360 झाली आणि त्यामधील कामगारांची संख्या 1,15,000 इतकी वाढली.

• **इतर उद्योग :** दरम्यान भारतात कोळसा उद्योगही वाढत राहिला. 1906 सालापर्यंत कोळशाच्या खाणीत काम करणाऱ्या कामगारांची संख्या जवळजवळ एक लाख एवढी झाली होती. यानंतरच्या कालखंडात यंत्रावर आधारित असे अनेक उद्योग भारतात सुरू झाले. त्यात कॉटन जीन; तांदूळ, आटा व लाकूड यांच्या गिरण्या; कातडी कमविण्याचे कारखाने, साखर कारखाने, लोकरीच्या गिरण्या; काच, कागद, आगपेट्या, सिमेंट इत्यादी वस्तू तयार करणारे कारखाने हे प्रमुख होते. पण या उद्योगांची अनेक कारणांनी म्हणावी तशी वाढ होऊ शकली नाही. ब्रिटिश भांडवलदारांचा भारतात अत्यंत भरभराटीस आलेला उद्योग म्हणजे नीळ, चहा व कॉफी यांचे मळे. कापड उद्योगात नीळ मोठ्या प्रमाणावर लागत असल्याने नीळ उत्पादनास जगभर मागणी होती. ब्रिटिश भांडवलदारांनी बंगाल व बिहार या प्रदेशांत मोठ्या प्रमाणावर निळीचे मळे तयार केले. अशाच प्रकारे आसाम, बंगाल, हिमाचल प्रदेश या ठिकाणी चहाचे व दक्षिण भारतात सन 1850 नंतर कॉफीचे मळे तयार केले गेले. मळेवाल्यांना सरकार बिनभाड्याने जमिनी देत असे. या मळेवाल्यांचे कायदे स्वतंत्र होते. त्यांच्या मजुरांवरील अत्याचाराच्या कहाण्या जगभर प्रसिद्ध झाल्या होत्या. पण सरकारच्या पाठिंब्यामुळे ते मुजोर बनले होते.

भारतात भरभराटीस आलेले ब्रिटिश भांडवलदारांचे उद्योग - मग ते चहा-कॉफीचे मळे असोत अगर कोळशाच्या खाणी असोत; त्यांचा खरा फायदा ब्रिटनला मिळत होता. या उद्योगातील सर्व फायदा ब्रिटिश अधिकारी व तंत्रज्ञ यांच्या पगारावर खर्च होणारा पैसा शेवटी ब्रिटनच्या घशातच जात होता. या उद्योगात मिळणाऱ्या द्रव्यातून ब्रिटन उद्योगधंद्यांच्या क्षेत्रात आणखी प्रगती करीत होते. भारताचा फायदा एवढाच की, तेथील लाखो लोकांना रोजगार उपलब्ध झाला होता; पण त्यांचे वेतन अतिशय कमी व कामाचे तास मात्र भरपूर होते. कामगार कसाबसा जगू शकेल इतके त्यास वेतन मिळू शकत होते. एक प्रकारच्या गुलामीच्या अवस्थेतच ते जगत होते.

- **भारत सरकारचे पक्षपाती धोरण :** ब्रिटनमध्ये तेथील भांडवलदारांनी ब्रिटिश पार्लमेंटवर आणि तिच्या माध्यमातून ब्रिटिश अर्थकारणावर आपला प्रभाव निर्माण केला होता. त्यामुळे भारत सरकारचे त्यांच्याविषयीचे धोरण त्यांच्या सर्व प्रकारच्या हितसंबंधांचे संरक्षण करण्याचे होते. परिणामी, भारतीय अर्थकारणात ब्रिटिश भांडवलदारांची मक्तेदारी निर्माण झाली होती. बँका आणि व्यवस्थापन या क्षेत्रातही त्यांचेच वर्चस्व होते. भारतीय उद्योगपतींची अडवणूक अनेक ठिकाणी केली जाई. ब्रिटिश बँकांतून त्यांच्या चढ्या दराने भांडवल उपलब्ध करून घ्यावे लागे. हळूहळू भारतीय लोकांनीही बँकांच्या क्षेत्रात पदार्पण करून आपल्या बँका स्थापन केल्या, पण त्यांना अनेक अडचणींना तोंड द्यावे लागत होते.

भारतामधील ब्रिटिश उद्योगपतींना सरकारचा पक्षपाती आशीर्वाद असेच; शिवाय ब्रिटनमधील कारखानदारीचे सर्व प्रकारचे साहाय्य त्यांच्या पाठीशी उभे असे. निरनिराळ्या प्रकारच्या यंत्रसामग्रीची उपलब्धता, जलवाहतुकीच्या सुविधा, इन्शुरन्स कंपन्यांचा पाठिंबा, ब्रिटिश नोकरशहांचे सहकार्य अशा प्रकारची सर्व अनुकूलता या उद्योगपतींना लाभली होती. भारतातील रेल्वेमार्ग ब्रिटिश भांडवलदारांच्या हातीच होते. परिणामी, ब्रिटनहून आयात केलेल्या मालास कमी भाडे व भारतात तयार होणाऱ्या मालास अधिक भाडे असा पक्षपात ते करू शकत होते. कारण रेल्वेही त्यांचीच व सरकारही त्यांचेच होते.

▣ भारतातील औद्योगिक विकास खुंटण्याची कारणमीमांसा

भारतात जे काही उद्योगधंदे ब्रिटिश भांडवलदारांनी सुरू केले त्यांना सरकारचे साहाय्य व सहकार्य मिळत गेले; पण भारतीय उद्योगपतींनी सुरू केलेल्या उद्योगधंद्यांना मात्र अनेक आपत्तींना तोंड द्यावे लागत होते. त्यामुळे भारतातील उद्योगधंद्यांची वाढ खुंटत गेली. त्याची कारणमीमांसा पुढीलप्रमाणे करता येईल :

(1) आधुनिक उद्योगधंद्यांच्या विकासासाठी लोह व पोलादाचे कारखाने, विविध यंत्रसामग्री निर्माण करणारे कारखाने, विद्युत उत्पादन केंद्रे यांसारख्या मूलभूत बाबींची आवश्यकता असते. भारतात औद्योगिक विकास झपाट्याने होऊ शकला नाही; याचे महत्त्वाचे कारण म्हणजे अशा प्रकारचे अवजड उद्योग येथे स्थापन झाले नाहीत.

(2) पण भारतातील उद्योगधंद्यांचा विकास खुंटण्याचे कारण परक्या ब्रिटिश सरकारचे असहकार्याचेच नव्हे तर प्रसंगी विरोधाचे धोरण हेच होते. भारताची औद्योगिक प्रगती होऊ नये असेच सरकारला मनोमन वाटत होते. खुद्द ब्रिटनमधील कारखानदारांचाही दबाव सरकारवर असल्याने भारतातील कापड उद्योगासारख्या उद्योगांच्या मार्गात अनेक अडचणी सरकार निर्माण करीत होते. ब्रिटनमधील कापड उद्योगपतींना भारतीय कापड उद्योगपतींनी केलेली प्रगती सहन होत नव्हती.

(3) या सर्वांच्या मुळाशी भारताचे पारतंत्र्य होते. जगातील ब्रिटन, फ्रान्स, अमेरिका, जपान इत्यादी अनेक स्वतंत्र राष्ट्रे आपापल्या उद्योगधंद्यांचे रक्षण करण्यासाठी त्यांना आर्थिक मदत देणे, परक्या मालावर जबर आयात कर लादणे इत्यादी उपाययोजना करीत असत. याच्या बरोबर उलट भारतातील सरकार वागत होते. आर्थिक साहाय्य तर दूर राहोच; पण 'मुक्त व्यापाराचे तत्त्व' अवलंबून भारतीय उद्योगधंद्यांचे खच्चीकरण मात्र ते करीत होते.

(4) युरोपातील औद्योगिक प्रगतीचा पाया तेथील विज्ञान व तंत्रज्ञान या क्षेत्रातील संशोधनाने व शिक्षणाने घातला होता. भारतात अशा प्रकारचे संशोधन होत नव्हते. औद्योगिक प्रगतीसाठी मोठ्या प्रमाणावर तंत्रज्ञ लागतात. तेही तशा प्रकारच्या शिक्षणसंस्था नसल्याने तयार होऊ शकत नव्हते. 1937 सालापर्यंत सर्व देशात एकूण फक्त सात अभियांत्रिकी महाविद्यालये होती आणि त्यात फक्त 2,217 विद्यार्थी शिकत होते. यावरून भारतीय लोकांची तंत्रज्ञानाच्या क्षेत्रात केवढी कुचंबणा होत होती हे लक्षात येईल. सरकारने जर मनात आणले असते तर भारतात कुशल तंत्रज्ञ निर्माण होऊ शकले असते आणि स्वातंत्र्यपूर्व काळातच रेल्वे इंजीन, मोटारकार, जहाजे व विमाने यांचे उद्योग सुरू होऊ शकले असते.

अशा प्रकारे ब्रिटिशांच्या राजवटीत आधुनिक उद्योगधंदे सुरू झाले तरी त्यांची वाढ सरकारच्या विरोधी धोरणामुळे मंद गतीने होत होती. भारताची एकोणिसाव्या शतकातील उद्योगधंद्यांची वाढ ही कापड व ज्यूट या क्षेत्रांपुरती मर्यादित होती. पुढे विसाव्या शतकात साखर व सिमेंट या क्षेत्रातही वाढ झाली. तथापि, भारतासारख्या खंडप्राय देशातील उद्योगधंद्यांची ही प्रगती कासवाच्या गतीने होत होती असेच म्हणावे लागेल.

शेवटी एक महत्त्वाची गोष्ट ध्यानात घेतली पाहिजे; ती म्हणजे भारतातील उद्योगधंद्यांच्या विकासाचे भारतीय समाजावर मूलभूत स्वरूपाचे परिणाम घडून आले. त्यातील एक महत्त्वाचा परिणाम म्हणजे अनेक नवनवीन शहरांचा उदय घडून आला. तेथे छोटा का होईना, पण भारतीय उद्योगपतींचा वर्ग व त्याबरोबर त्यांच्या उद्योगात सहभागी झालेल्या कामगारांचा वर्ग उदयास आला. भारताच्या इतिहासात अशा प्रकारच्या उद्योगपतींच्या व कामगारांच्या वर्गाची निर्मिती ही घटना अभूतपूर्व होती. या पूर्वी भारतात असे वर्ग निर्माण झालेले नव्हते. या वर्गांच्या इच्छा, आकांक्षा, ध्येये ही अखिल भारतीय स्वरूपाची होती. भारताच्या औद्योगिक विकासात या वर्गांना अधिक रस होता. ही घटना भारताच्या सामाजिक क्षेत्रात नवीनच होती. स्वातंत्र्योत्तर काळात या वर्गांना महत्त्वाचे सामाजिक व राजकीय स्थान प्राप्त होणार होते.

10

दादाभाई नौरोजी आणि त्यांचा संपत्तीच्या निस्सारणाचा सिद्धान्त

10.1 दादाभाईंचा संपत्तीच्या निस्सारणाचा सिद्धान्त

10.2 भारतातून संपत्तीचे निस्सारण किती होत होते ?

ब्रिटिश साम्राज्यसत्तेचा एक महत्त्वाचा पैलू म्हणजे तिची वसाहतिक आर्थिक शोषण नीती, यालाच 'युरोपियन सत्तांची साम्राज्यवादी आर्थिक नीती' असे म्हणतात. या नीतीमध्ये साम्राज्याच्या कक्षेत येणाऱ्या वसाहतींची प्रत्यक्ष व अप्रत्यक्ष अशी आर्थिक पिळवणूक व लुबाडणूक होत असे; आणि त्यातून हे गोरे लोक वसाहतींतून आपल्या मायदेशात दरवर्षी प्रचंड संपत्ती नेत होते. भारतासारख्या पारतंत्र्यातील वसाहतींमधून ब्रिटनसारख्या युरोपियन देशात अव्याहतपणे संपत्तीचा जो ओघ वाहत होता त्याचा शोध घेणारे पहिले भारतीय नेते म्हणजे पितामह दादाभाई नौरोजी हे होत. त्यांनी मांडलेल्या 'संपत्तीच्या निस्सारणा'च्या सिद्धान्ताचा उल्लेख आठव्या प्रकरणात आलेला आहेच. येथे आपण त्या सिद्धान्ताची थोडी सविस्तर चर्चा व चिकित्सा करणार आहोत.

10.1 दादाभाईंचा संपत्तीच्या निस्सारणाचा सिद्धान्त

भारतात इंग्रजी शिक्षणाने जी पहिली तरुण पिढी निर्माण झाली त्यात दादाभाई हे एक प्रमुख होते. निस्सीम देशभक्ती, अभ्यासू वृत्ती, जागतिक अर्थकारणाचे व साम्राज्यवादाचे आकलन, देशाच्या भवितव्याचा अचूक वेध घेणारी दूरदृष्टी या गुणांच्या जोरावर त्यांनी एकोणिसाव्या शतकात भारतीय नेत्यांत परम आदराचे स्थान मिळविले. युरोपियन साम्राज्यवादाचा, आर्थिक शोषण करण्याचा पैलू किती भयंकर आहे याची जाणीव दादाभाईंना जेवढी होती तेवढी कोणा भारतीय नेत्याला नव्हती. किंबहुना ब्रिटिशांचे साम्राज्य हे खरेतर आर्थिक साम्राज्य आहे हे वास्तव थोड्याफार भारतीय सुशिक्षितांच्या ध्यानात आले होते.

दादाभाईंनी भारताच्या आर्थिक परिस्थितीचा आणि ब्रिटिशांच्या साम्राज्यनीतीचा 1851 सालापासून 1871 सालापर्यंत बारकाईने अभ्यास करून आणि त्यावर चिंतन-मनन करून भारताच्या दारिद्र्याच्या संदर्भात आपली काही निश्चित अशी मते बनविली. ही मते म्हणजे त्यांचा भारताच्या संपत्तीच्या निस्सारणाचा (गळतीचा) सिद्धान्त होय. हा सिद्धान्त त्यांनी प्रथम ब्रिटनमध्ये 1871 सालच्या 'ईस्ट इंडिया फिनॅस कमिटी' पुढे मांडला. त्या वेळी ते म्हणाले होते की, भारतात दरमाणशी वार्षिक उत्पन्न फक्त 20 रुपये आहे आणि हे उत्पन्न ब्रिटिश सरकार आपल्या तुरुंगातील कैद्यांवर दरमाणशी जो खर्च करते त्याहून कमी आहे. भारतामधील लोकांचे हे दारिद्र्य असेच वाढत गेले तर ब्रिटिश साम्राज्याची नौका याच भारतीय दारिद्र्याच्या खडकावर आदळून फुटेल, असा इशारा त्यांनी विलायत सरकारला दिलेला होता. याच कमिटीसमोर साक्ष देताना दादाभाईंनी प्रथम संपत्तीच्या निस्सारणाचा सिद्धान्त मांडला. त्याचा आशय पुढीलप्रमाणे होता :

''भारतातून ब्रिटनमध्ये संपत्तीचे जे निस्सारण होत आहे त्याचे स्वरूप दोन प्रकारचे आहे. पहिल्या प्रकारात ब्रिटिश अधिकाऱ्यांवर भारतात व ब्रिटनमध्ये त्यांच्या पगाराच्या व पेन्शनच्या रूपाने जी भारताची संपत्ती खर्च होते ती येते. दुसऱ्या प्रकारात बिन-अधिकारी ब्रिटिश लोक भारतातून आपल्या उद्योगधंद्यांतील नफ्याच्या व डिव्हिडंडच्या रूपाने जी संपत्ती ब्रिटनमध्ये नेतात ती येते. विशेष म्हणजे ब्रिटनमध्ये या बिन-अधिकारी लोकांनी नेलेली संपत्ती पुन्हा त्यांच्या भांडवलाच्या रूपाने भारतात येते आणि त्यावर पुन्हा नफा कमवून ती संपत्ती परत ब्रिटनमध्ये जात असते. भारतामधील उद्योगधंद्यांची व व्यापाराची मक्तेदारी ब्रिटिशांकडेच असल्याने त्याचे भांडवल व त्यावरचा नफा सतत वाढत जातो आणि त्याबरोबर भारतातून ब्रिटनमध्ये जाणाऱ्या द्रव्याचा प्रवाहही अधिक गतिमान होतो. अशा प्रकारे भारताचे रक्तशोषण सतत चालत राहिल्याने ते आता मृत्युपंथाला लागल्याचे चित्र दिसते.''

▣ दादाभाईंच्या सिद्धान्तावरील आक्षेप आणि त्याचे निराकरण

दादाभाईंच्या सिद्धान्तावरचा पहिला आक्षेप असा होता की, ब्रिटिश अधिकाऱ्यांना जो पगार दिला जातो तो या देशातील राज्य चालविण्यासाठी त्यांनी केलेल्या सेवेचा मोबदला म्हणून दिला जातो. त्यामुळे आपल्या देशाला शांतता व सुव्यवस्था मिळत असते. त्याची काही किंमत आहे की नाही ? तेव्हा त्यांनी केलेल्या कामाचा मोबदला हे त्यांनी केलेले आमचे द्रव्यहरण असे कसे म्हणता येईल ?

यास दादाभाईंचे उत्तर असे की, वास्तवात हा पैसा भारतीय लोकांनाच मिळाला पाहिजे. खरेतर ब्रिटिश अधिकाऱ्यांच्या जागी भारतीयांना नेमले तर सरकारचा पैसाही कमी खर्च होईल आणि भारतीयांना पगाराच्या रूपाने मिळणारा सर्व पैसा येथेच खर्च होईल व देशाबाहेर जाणार नाही. समजा, या भारतीयांनी काही पैसे साठविले तर ते याच देशाच्या प्रगतीसाठी उपयोगात येणार असतात. तेव्हा दादाभाई म्हणतात, ''परकीय मनुष्याला दिलेली प्रत्येक पै हा राष्ट्रीयदृष्ट्या तोटा आहे आणि भारतीय मनुष्याला मिळणारी प्रत्येक पै ही राष्ट्रीयदृष्ट्या बचत आहे . . .! देशाच्या दारिद्र्याच्या किंवा भरभराटीच्या बुडाशी हाच एक प्रश्न आहे. एकदा हा परदेशी जाणारा द्रव्याचा ओघ थांबला, जनतेचे रक्तशोषण थांबले म्हणजे भारतीय नैसर्गिक संपत्ती, आपले श्रम आणि आपले भांडवल यांच्या साहाय्याने ब्रिटनप्रमाणे भारतही श्रीमंत होईल. यात ब्रिटनचे व मनुष्यजातीचेही खरे हित आहे.''

दुसरे असे की, त्या वेळच्या काही विचारवंतांना असे वाटे की, ब्रिटिश भांडवलदार भारतात येतात; उद्योगधंदे, कारखानदारी वाढवतात, ही गोष्ट भारताच्या फायद्याची व प्रगतीची आहे. पण दादाभाईंच्या मते, यातून आपल्या देशाची अधिकच लूट होत असते. आमच्याच देशातून लुबाडून नेलेला पैसा भांडवलाच्या रूपाने पुन्हा येथे आणून व त्यावर नफा कमवून तो पैसा अनेक पटीने पुन्हा ब्रिटनमध्ये जातो आणि भारतीयांचे हे रक्तशोषणाचे चक्र सतत चालू राहते. तेव्हा ब्रिटिशांचे येथील उद्योगधंदे ही भारतीयांवर कोसळलेली आपत्तीच आहे.

मग ब्रिटिश भांडवलदारांनी भारतात येऊन व्यापार व उद्योगधंदे करूच नयेत काय ? या प्रश्नाला उत्तर देताना दादाभाई म्हणतात, ''माझा तसा मुळीच उद्देश नाही. त्यांनी तसे करण्यास मुळीच हरकत नाही. पण तसे करताना त्यांनी आपले स्वतःचे भांडवल आणावे आणि मग त्यावर त्यांनी हवा तितका नफा मिळवावा; त्याबद्दल भारत त्यांना दुवा देईल; पण माझ्या म्हणण्याचा अर्थ असा आहे की, त्यांनी प्रथम भारताला लुटू नये; त्याला कष्टी व असहाय बनवू नये आणि त्याच्या लुबाडून नेलेल्या त्या भांडवलापैकीच काही भाग परत आणून ते आपले स्वतःचे भांडवल असे म्हणू नये. हे भांडवल परत आणून भारतातील निसर्गदत्त संपत्ती आणि श्रमशक्ती यांचा उपयोग त्याला लुबाडण्यास करून सर्व नफा उकळून न्यावा आणि भारतीय लोकांना केवळ मोळक्ये व पाणक्ये बनवून दक्षिण अमेरिकेतील राज्यांतील गुलामांपेक्षाही अधिक हीन स्थितीत लोटावे, असे त्यांनी करू नये.''

▣ ब्रिटिश भांडवलशाहीचे आक्रमक स्वरूप

सन 1880 मध्ये सरकारतर्फे फॅमिन कमिशनचा (दुष्काळ समितीचा) अहवाल प्रसिद्ध झाला. त्यात दादाभाईंनी ब्रिटिश भांडवलशाहीच्या भविष्यातील धोक्याचा इशारा दिला आहे. त्यात ते म्हणतात की, ब्रिटिशांनी भारताच्या भूपृष्ठावर असलेले धन ओरबडून नेलेच आहे, आता त्यांची नजर भूमिगत धनाकडे लागली आहे. हे भूमिगत धन खनिजसंपत्तीच्या स्वरूपात असून ते बाहेर काढण्यासाठी व ब्रिटनमध्ये नेण्यासाठी मोठमोठी यंत्रसामग्री व प्रचंड भांडवल लागणार आहे.

ब्रिटिश भांडवलदार येथून नेलेले आमचे द्रव्य पुन्हा भांडवलाच्या रूपाने येथे आणणार आणि भारताचे द्रव्यशोषण म्हणजे रक्तशोषण आणखी वाढत जाणार. भारतीयांना हीन दर्जाचे शारीरिक व बौद्धिक कष्टाचे काम दिले जाईल व त्यासाठी जुजबी मोबदला अदा केला जाईल; पण खरी मलई ब्रिटिश भांडवलदार घेऊन जाणार आहेत. आम्हाला मात्र सांगण्यात येईल की, भारतात एवढी खनिजसंपत्ती मिळाली, त्याची एवढी निर्यात झाली, भारताचा परदेशी व्यापार वाढला; पण प्रत्यक्षात भारत मात्र अधिकाधिक दरिद्री बनणार आहे.

भारतात येणाऱ्या ब्रिटिश भांडवलाच्या संदर्भात दादाभाई आणखी एक महत्त्वाचा मुद्दा मांडतात. तो असा की, ब्रिटिश भांडवलदार इतर देशांनाही भांडवल पुरवितात; पण ते व्याजाने दिलेले भांडवल असते. भांडवलावरचे व्याज दिले की ऋणको देशाचा भांडवलदारांशी असणारा संबंध थांबतो. येथे भारतात वस्तुस्थिती वेगळी आहे. हे भांडवलदार आपल्या भांडवलानिशी भारतावर स्वारीच करतात आणि येथे उद्योगधंदे स्थापन करून त्यातून मिळणाऱ्या नफ्याच्या व डिव्हिडंडच्या रूपाने मिळणारे द्रव्य मायदेशी नेतात. शिवाय या उद्योगधंद्यांत त्यांचे जे युरोपियन भाईबंद असतात त्यांच्याही पगाराच्या रूपाने भारताचे द्रव्यहरण होत असते.

दादाभाई म्हणतात की, यासाठी सरकारने पुढे होऊन येथे उद्योगधंदे काढले पाहिजेत, त्या उद्योगधंद्यांत येथील भारतीय मनुष्यांनाच काम दिले पाहिजे तरच भारतात द्रव्यसंचय होईल. भारताला ब्रिटिश भांडवल अगदी नकोच आहे असे नाही, ते पाहिजे आहे; पण वर सांगितल्याप्रमाणे ब्रिटिश भांडवलदारांच्या स्वाऱ्या नको आहेत, जेणेकरून येथील उद्योगधंदे त्यांच्या ताब्यात जातील.

10.2 भारतातून संपत्तीचे निस्सारण किती होत होते ?

ब्रिटिश राज्यकर्ते सांगत असत की, त्यांच्यामुळेच राज्यामध्ये शांतता प्रस्थापित झाली आहे. भारतीयांचे जीवित व वित्त सुरक्षित राहिले आहे. दादाभाई म्हणतात, ''ब्रिटिशांचे हे प्रतिपादन म्हणजे 'ही केवळ कादंबरी आहे'; वस्तुस्थिती तशी नाही.'' ते म्हणतात की, ब्रिटिश राज्याच्या स्थापनेमुळे भारतीय राजेरजवाड्यांच्या एकमेकांवरील स्वाऱ्या, युद्धे, रक्तपात अशा गोष्टी थांबल्या; लोकांना शांतता मिळाली आणि अशा अर्थाने लोकांचे जीवित व वित्त सुरक्षित राहिले, हे खरे आहे. पण ब्रिटन भारताचे जे रक्तशोषण करीत आहे त्यामुळे भारतीय लोकांच्या जीविताची व वित्ताची काहीच सुरक्षितता राहिलेली नाही.

ते पुढे म्हणतात,

''भारताचे वित्त सुरक्षित नाही. जर काही सुरक्षित असेल तर ब्रिटन मात्र सुरक्षित व बिनधोक आहे आणि यामुळे सध्याच्या हुंडणावळीच्या दराप्रमाणे ते दरसाल तीन ते चार कोटी पौंड या प्रमाणात भारताचे वित्त येथे खात आहे किंवा आपल्या देशात लुटून नेत आहे. म्हणून मी असे म्हणण्याचे धाडस करतो की, भारतात जीवित व वित्त यांची शाश्वती नाही आणि शिवाय ज्ञान किंवा शहाणपण हेही सुरक्षित नाहीत. भारतातील लक्षावधी जनतेचे जीवन म्हणजे अर्धपोटी जगणे, उपासमारीने मरणे अथवा दुष्काळाने किंवा रोगाच्या साथीने मरणे असेच आहे.''

दादाभाईंनी ब्रिटन करीत असलेल्या द्रव्यापहरणावर अतिशय आक्रमक भाषेत हल्ला चढविलेला दिसतो. पूर्वी मुस्लीम आक्रमकांनी भारताच्या केलेल्या लुटींची ब्रिटिशांच्या लुटीशी तुलना करताना ते म्हणतात,

"ब्रिटिशांचा जो द्रव्यापहार या शतकाच्या प्रारंभी दरसाल तीस लक्ष पौंड होता, तो आज दरसाल तीन कोटी पौंड झाला आहे. महंमद गझनीने अठरा स्वाऱ्या करून अठरा वेळा भारत लुटला असे इतिहासतज्ज्ञ म्हणतात; पण त्याने या सर्व स्वाऱ्यांतून लुटून नेलेली एकूण संपत्तीही तुम्ही (ब्रिटिश) एका वर्षात लुटून नेता तितकी होऊ शकली नाही. शिवाय त्याने भारताला जी जखम केली ती निदान अठराव्या घावानंतर तरी बंद झाली; पण तुम्ही जे घाव घालता व त्यामुळे जो रक्तपात होत आहे त्याला अंतच नाही. ज्याप्रमाणे ऋतुपरंपरा नियमितपणे चालूच असते त्याचप्रमाणे आम्ही जगलो किंवा मेलो, तरी आम्ही उत्पन्न केलेल्या धनापैकी तीन कोटी पौंडाचे धन दरसाल देशातून बाहेर धाडलेच पाहिजे.

तुमचे हे वैभवशाली साम्राज्य भारतीय लोकांच्या पैशावर व रक्तावर उभारलेले आहे. युद्धाच्या अवाढव्य खर्चामुळे आणि तुम्ही दरसाल भारताच्या द्रव्याचे जे हरण करता त्यामुळे भारत पूर्णपणे थकून गेला आहे व त्याचा रक्तस्राव होत आहे; आज या रक्तस्रावामुळे भारत मृत्युपंथास लागला असला तर त्यात नवल नाही."

पितामह दादाभाई नौरोजी

▣ यावर 'स्वराज्य' हाच एकमेव उपाय

ब्रिटिशांनी भारतात राज्य स्थापन केले त्या इतिहासाचे दादाभाईंनी परिशीलन केले होते. त्यांच्या मते, ईस्ट इंडिया कंपनीच्या अधिकाऱ्यांनी द्रव्याची धरलेली आत्यंतिक हाव व त्यासाठी केलेले बेमुर्वत अन्याय हाच ब्रिटिश साम्राज्याचा पाया होता. आपले साम्राज्य उभारत असता त्यांनी लोकांच्या काय हाल-अपेष्टा होतात याकडे लक्ष दिलेले नव्हते. तशी त्यांना गरजही भासत नव्हती; पण आता दादाभाई त्यांना इशारा देत होते की, ब्रिटिशांनी आपली स्वार्थी नीती सोडली नाही तर एक तर भारताचा सर्वनाश होईल अथवा ब्रिटिश साम्राज्याची उत्पत्ती जशी द्रव्याचा लाभ व अन्याय यातून झाली तसा त्याचा विनाशही अशा लोभातून व अन्यायातूनच होईल.

अशा प्रकारे भारताच्या संपत्तीच्या निस्सारणाचा सिद्धान्त मांडत असता दादाभाईंनी ब्रिटिशांच्या साम्राज्याची उत्पत्ती व विनाश यांचीही शास्त्रीय मीमांसा केलेली आढळते. भारतीय लोकांचे दारिद्र्य आणि उपासमार हा त्यांच्या राजकीय अथवा सामाजिक प्रश्नांहून अत्यंत भयावह प्रश्न असल्याची त्यांची खात्री झाल्यामुळे त्यांनी या एकाच समस्येवर आपले विचार केंद्रित केले होते.

यावर भाष्य करताना आचार्य शं. द. जावडेकरांनी म्हटले आहे,

''ब्रिटिश राज्याच्या उत्पत्तीचे, स्थितीचे व विनाशाचे अशा प्रकारे शास्त्रीय विवेचन दादाभाईंनी सन 1871 मध्ये केले असल्याने त्यानंतर त्यांनी या एका प्रश्नाहून दुसऱ्या कोणत्याही प्रश्नाकडे आपले लक्ष विचलित होऊ दिले नाही. या त्यांच्या समाधितुल्य एकाग्र तपश्चर्येमुळेच त्यांना स्वराज्यमंत्राचे प्रथम दर्शन झाले. भारतीय जनतेच्या जीविताचे व वित्ताचे अपहरण थांबविण्यासाठी स्वराज्य हा एकच उपाय आहे व त्यासाठी एकीने व चिकाटीने प्रयत्न करा असे सांगून त्यांनी आपले सार्वजनिक जीवन संपविले. या आर्थिक रक्तशोषणाच्या व राजकीय स्वराज्याच्या मानाने त्यांना सामाजिक व औद्योगिक चळवळी गौण वाटत असत.''

एकेकाळी नेमस्त वाटणाऱ्या दादाभाईंच्या राजकीय विचारात टप्प्याटप्प्याने बदल होत जाऊन भारताच्या सर्व समस्यांचे मूळ त्याचे पारतंत्र्य असून त्यावर एकच उपाय म्हणजे 'स्वराज्य' मिळविणे, या निष्कर्षांपर्यंत ते आले. एका परीने भारतातील जहाल राजकीय विचारसरणीची पायाभरणीच त्यांच्या या विचाराने झाली. तो वृत्तान्त आपण पुढे पाहणारच आहोत.

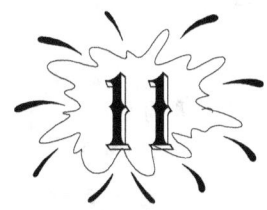

सामाजिक व धार्मिक सुधारणा चळवळी

11.1   राजा राममोहन रॉय : ब्राह्मो समाज व त्यांची कामगिरी

11.2   स्वामी दयानंद सरस्वती : आर्य समाज व त्यांची कामगिरी

11.3   स्वामी रामकृष्ण परमहंस, स्वामी विवेकानंद आणि रामकृष्ण मिशन

11.4   प्रार्थना समाज व त्यांची कामगिरी

11.5   थिऑसफी व त्यांची कामगिरी

11.6   महात्मा जोतीबा फुले : सत्यशोधक समाज व त्यांची कामगिरी

11.7   भारतीय समाजातील सुधारणा चळवळी

11.8   भारतातील स्त्री-मुक्तीची चळवळ आणि तिचा पुरस्कार करणारे समाजसुधारक

11.9   भारतातील जातिभेद निवारण व अस्पृश्यता निवारण चळवळी आणि

त्यांचा पुरस्कार करणारे समाजसुधारक

11.10   भारतातील धार्मिक व सामाजिक सुधारणा चळवळींचे समाजजीवनावर झालेले परिणाम

11.11   सामाजिक व धार्मिक चळवळींची राष्ट्रीय जागृतीमधील कामगिरी

सामाजिक व धार्मिक सुधारणा चळवळींची पार्श्वभूमी

ब्रिटिश साम्राज्याच्या स्थापनेमुळे भारतातील लोकांच्या संस्कृतीचा आणि धर्माचा ब्रिटिशांच्या संस्कृतीशी व धर्माशी संबंध येणे, प्रसंगी संघर्ष होणे अपरिहार्य होते. अठराव्या शतकात ब्रिटिशांनी भारतीय राजकारणात खरा भाग घ्यावयास सुरुवात केली व त्या शतकाच्या समाप्तीपर्यंत ब्रिटिश ही एक भारतातील मोठी राजकीय सत्ता बनली. एकोणिसाव्या शतकाच्या पूर्वार्धात या सत्तेने सर्व भारत आपल्या वर्चस्वाखाली आणला. ज्या देशावर ब्रिटिशांना राज्य करावयाचे होते तो देश म्हणजे भारत. ते भारतातील लोकांना मागासलेले व रानटी समजत होते. तेव्हा अशा मागासलेल्या समाजात आपल्या संस्कृतीचा व धर्माचा प्रसार व्हावा असे त्यांना मनोमन वाटत होते. तथापि, त्यांच्यामधील जे मुत्सद्दी राज्यकर्ते होते त्यांना आपल्या राजकारणाच्या मार्गावर धर्मकारण आडवे यावे असे वाटत नव्हते. म्हणून ब्रिटिश राज्यकर्त्यांनी आपल्या धर्माच्या प्रसाराचा उत्साह आवरून धरला.

तथापि, त्यांचे जे मिशनरी देशबांधव होते त्यांनी मोठ्या जोमाने आपले धर्मप्रसाराचे काम चालू ठेवले होते. हिंदू संस्कृती व धर्म यावरील त्यांच्या हल्ल्यांमुळे ख्रिस्ती धर्माला थोडे-बहुत अनुयायी मिळाले, तरी बहुसंख्य हिंदू लोकांना आपल्या धर्माचा व जातीचा त्याग म्हणजे प्राणत्यागाइतकी दुःखद गोष्ट वाटत राहिली.

पण ब्रिटिश राज्यकर्त्यांनी स्थापन केलेल्या राजकीय वर्चस्वाचा व ख्रिस्ती मिशनऱ्यांनी हिंदू धर्मावर केलेल्या हल्ल्यांचा एक महत्त्वाचा परिणाम हिंदू समाजातील विचारी पुरुषांच्या मनावर होत गेला. तो म्हणजे ब्रिटिश साम्राज्याच्या जुलमाला आव्हान देण्याची शक्ती आणण्यासाठी प्रथम आपला समाज प्रगत व्हावयास हवा. ही प्रगती आपल्या संस्कृतीमधील व धर्मामधील अंधश्रद्धा व भ्रामक रूढी नष्ट झाल्याशिवाय प्राप्त होणार नाही आणि यास्तव या अंधश्रद्धा व भ्रामक रूढी नष्ट करण्यासाठी प्रथम धर्मसुधारणा व त्याचबरोबर समाजसुधारणा घडून येणे आवश्यक आहे. ही जाणीव निर्माण होण्यास खुद्द मिशनऱ्यांनी सुरू केलेल्या इंग्रजी शिक्षणाच्या संस्था, त्यांचे छापखाने, त्यांची वर्तमानपत्रे या गोष्टी कारणीभूत झाल्या. इंग्रजी शिक्षण व छपाईच्या कलेचा प्रसार यामुळे भारतीय विचारवंतांना पाश्चात्त्य संस्कृतीच्या तत्त्वज्ञानाची व भौतिक प्रगतीची कल्पना येऊ लागली. पाश्चात्त्य इतिहास, राज्यशास्त्र, तत्त्वज्ञान इत्यादींचा परिचय इंग्रजी शिक्षणाने होऊ लागला.

सर विल्यम जोन्ससारख्या विद्वान ब्रिटिशाने स्थापन केलेल्या 'एशियाटिक सोसायटी ऑफ बेंगॉल' या संस्थेमधून पाश्चात्त्य विद्वान हिंदू संस्कृतीमधील प्राचीन वाङ्मयाचा अभ्यास करू लागले व हिंदू संस्कृतीचा तेजस्वी पैलू हिंदू विचारवंतांसमोर हळूहळू येऊ लागला. यातून हिंदू विचारवंतांमध्ये आत्मपरीक्षणाची भावना उदयास आली. हिंदू संस्कृती व धर्म यांची प्राचीन परंपरा पुनरुज्जीवित करून आपल्या समाजाची उन्नती होईल; तसेच भौतिक प्रगतीसाठी पाश्चात्त्य विद्या संपादन करणे आवश्यक आहे ही जाणीव त्यांच्यामध्ये उत्पन्न होऊ लागली. या जाणिवेमधूनच एकोणिसाव्या शतकात अनेक समाजसुधारणेच्या व धर्मसुधारणेच्या चळवळी निर्माण झाल्या आणि त्यातूनच भारतीय राष्ट्रवादाच्या अभ्युदयाची पार्श्वभूमी तयार झाली.

11.1 राजा राममोहन रॉय : ब्राह्मो समाज व त्यांची कामगिरी

▣ भारतीय समाजाची अधोगती

'आधुनिक भारताचा जनक' म्हणून भारताच्या इतिहासात प्रसिद्ध पावलेल्या राजा राममोहन रॉय यांच्या कामगिरीचे खरे महत्त्व ज्या काळात ते निर्माण झाले तो काळ नजरेसमोर आणल्याशिवाय लक्षात येणार नाही. त्याच सुमारास ब्रिटिशांनी या देशातील मोठा प्रदेश आपल्या सत्तेखाली आणला होता व जे काही भारतीय राज्यकर्ते आपली राज्ये सांभाळून होते तेही पूर्णतः ब्रिटिश सत्तेच्या आहारी गेले होते. भारतीय समाज मध्ययुगातील काळात वावरत होता.

सतीसारख्या, बालिका-बळीसारख्या दुष्ट चालीरीती समाजात 'धार्मिक कृत्ये' म्हणून स्वीकारल्या जात होत्या. भारतीय स्त्रिया - विशेषतः विधवा स्त्रिया - यांचे जीवन पराकोटीच्या हीनावस्थेत पोहोचले होते. वेद व उपनिषदे यांचे सुंदर तत्त्वज्ञान मागे पडून पुराणातील भाकडकथांनी भारतीय लोकांची मने विकृत झाली होती. अनेक देवदेवता, त्यांची मंदिरे, त्यांच्या पूजा-अर्चा, त्यांना दिले जाणारे बळी, तीव्र स्वरूपाचा जातिभेद, अंधश्रद्धा व अज्ञान या सर्वांच्या जाळ्यात सापडून भारतीय समाजाची मती मूढ बनली होती. सारांश, राजकीय-नैतिक-सामाजिकदृष्ट्या भारतीय समाज अधोगतीला पोहोचला होता. या अशा अंधश्रद्धाळू व अज्ञानी समाजामध्ये नव्या युगाचे चैतन्य निर्माण करण्याची पहिली कामगिरी राजा राममोहन रॉय यांनी करून दाखविली.

▣ ब्राह्मो समाजाची स्थापना

त्या सुमारास ख्रिस्ती मिशनऱ्यांचे हिंदू धर्मावर प्रखर हल्ले होत होते. हे हल्ले परतवून भारतीय धर्म व संस्कृती यांचे संरक्षण करण्यासाठी अस्तित्वात असलेल्या बुरसटलेल्या धर्मकल्पना हिंदूंनी फेकून दिल्या पाहिजेत, असे राजा राममोहन रॉय यांना वाटत होते. त्यासाठी त्यांनी हिंदू समाजातील मूर्तिपूजेवर व कर्मकांडावर हल्ले चढविले. उपनिषदांचा स्वतः अभ्यास करून मूर्तिपूजा व कर्मकांडे यांना मूळच्या हिंदू धर्मात व ग्रंथात कसा थारा नाही हे हिंदू लोकांसमोर साधार मांडले. हिंदूंचा खरा तेजस्वी धर्म वेद व उपनिषदे यात असून नंतरच्या काळात निर्माण झालेल्या पुराणकथांनी हिंदूंना वेडगळ व मूर्ख बनविले आहे, असे प्रतिपादून ते रूढ धर्माविरुद्ध बंड करून उठले होते. आपल्या बांधवांना त्यांच्या प्राचीन तेजस्वी धर्माचे खरे दर्शन व्हावे, म्हणून त्यांनी अनेक उपनिषदांचे बंगालीमध्ये भाषांतर करून त्यांच्या पुस्तिका सर्वत्र मोफत वाटल्या होत्या. पुढे आपल्या मताच्या प्रचारासाठी त्यांनी 1828 साली सर्व विश्वाचा नियंता असा एकच परमेश्वर मानणारा, मूर्तिपूजेवर विश्वास न ठेवणारा आणि प्रेम, भूतदया, बंधुत्व व मानवतावाद यांची शिकवण देणारा ब्राह्मो समाज स्थापन केला.

▣ ब्राह्मो समाजाचे तत्त्वज्ञान

ईश्वर हा सर्व विश्वाचा निर्माता व नियंता आहे, तो निराकार आहे; मूर्तिपूजा अथवा इतर कर्मकांड यांनी ईश्वरभक्ती होऊ शकत नाही. सर्व मानवजातीसंबंधी प्रेम हीच त्याची खरी भक्ती आहे. सर्व जाती-जमाती, विविध धर्मीय अथवा पंथीय लोक यांच्या धर्मातील ईश्वर हा एकच आहे. उच्च नीतिमत्ता, सदाचार, माणसाबद्दलची कणव, भूतदया यामुळेच जगातील विविध धर्मीयांत ऐक्य निर्माण होऊ शकते. ब्राह्मो समाज जगातील सर्व धर्मांतील तत्त्वज्ञानाबद्दल आदर बाळगतो. त्यांची निंदा करीत नाही. त्याची विश्वबंधुत्वावर श्रद्धा आहे.

राजा राममोहन रॉय

▣ धर्मसुधारणा हीच समाजसुधारणा

त्या काळी धर्म हा समाजाचा आत्मा समजला जात होता. समाजाची सुधारणा ही प्रथम धर्मसुधारणेतूनच होणे गरजेचे होते आणि या अर्थाने रॉय यांची धर्मसुधारणा म्हणजे एक प्रकारची समाजसुधारणाच होती. खुद्द रॉयनी हिंदू, इस्लाम, यहुदी, ख्रिस्ती, जैन, बौद्ध अशा अनेक धर्मतत्त्वज्ञानांचा गाढा अभ्यास केला होता. प्रेम, दया, बंधुभाव, परमेश्वराचे श्रेष्ठत्व या गोष्टी सर्व धर्मांमध्ये सारख्याच असल्याचे त्यांच्या लक्षात आले होते.

आचार्य जावडेकर म्हणतात, ''हिंदूंचा उद्धार वेदान्ताच्या आधाराने करावा, मुस्लिमांचा कुराणाच्या आधारे करावा, ख्रिस्तांचा बायबलच्या आधारे करावा आणि असे करता-करता प्रत्येक धर्मातील शुद्ध एकेश्वरी विचारांच्या लोकांनी परमेश्वराची उपासना करण्यास अगर तत्त्वज्ञानाची देवाण-घेवाण करण्यास एकत्र जमावे, यातच सर्व जगाच्या उद्धाराची बीजे रॉय यांना दिसत होती.''

हिंदू समाजाच्या प्रगतीसाठी भारतीय लोकांनी ख्रिस्ती धर्म स्वीकारण्याची गरज नाही; सध्या अस्तित्वात असलेल्या अंधश्रद्धा व मूर्ख रूढी यांचा त्याग करून वेदान्तामधील धर्माचे आचरण करावे. असे केल्यानेच समाजाची हीनावस्था नष्ट होऊ शकेल व यामधून भारतीय समाजाला प्राचीन, धार्मिक व नैतिक वैभव प्राप्त होईल; समाजाच्या नवनिर्मितीसाठी हे आवश्यक आहे अशी त्यांची विचारसरणी होती.

☐ पाश्चात्त्य शिक्षणाचा (ज्ञानाचा) आग्रह

समाजाच्या सर्वांगीण विकासासाठी 'शिक्षण' ही गुरुकिल्ली आहे असे राजा राममोहन रॉय यांचे मत होते. पण त्यांच्या मते, हिंदू अथवा इस्लाम धर्मशास्त्राचा अभ्यास करावयास लावणारे व त्यात 'पांडित्य' मिळवून देणारे शिक्षण भारतीय समाजाला अज्ञान व अंधश्रद्धा यांच्या शृंखलांतून मुक्त करू शकणार नव्हते. ज्या भौतिक ज्ञानामुळे पाश्चात्त्यांची (ब्रिटिशांची) प्रचंड प्रगती झाली व ज्या ज्ञानामुळे त्या काळी ते सर्व जगात अग्रेसर व प्रबळ बनले ते शास्त्रीय ज्ञान रॉय यांना हवे होते. अशा प्रकारचे ज्ञान इंग्रजी शिक्षणामुळेच भारतीय लोकांना मिळणे शक्य आहे, असे त्यांना वाटत होते. सन 1813 चा कायदा हा कंपनी सरकारने भारतीय लोकांच्या शिक्षणावर दरवर्षी एक लाख रु. खर्च करावेत असे सांगत होता. सरकार हे पैसे 'संस्कृत विद्येच्या प्रसारार्थ' खर्च करणार आहे असे समजताच राजा राममोहन रॉय यांनी सन 1823 मध्ये त्या वेळच्या गव्हर्नर जनरल लॉर्ड ॲम्हर्स्ट याला जे पत्र लिहिले आहे, त्यात रॉय म्हणतात, "ज्या अर्थी भारतीय लोकांची सुधारणा व्हावी असा सरकारचा हेतू आहे त्या अर्थी अधिक उदार व सुधारलेल्या शिक्षणपद्धतीचाच अवलंब त्याने केला पाहिजे. यात गणित, भौतिक विद्या, रसायनशास्त्र, शरीरशास्त्र व इतर उपयुक्त शास्त्रे यांचा समावेश असावा. हे शिक्षण देण्यासाठी युरोपात शिक्षण घेतलेल्या विद्वान व बुद्धिमान लोकांची नेमणूक या रकमेतूनच करावी आणि या कार्यासाठी एक कॉलेज काढून तेथे आवश्यक ते ग्रंथ, उपकरणे व इतर ज्ञानसाधने ठेवावीत.''

☐ शिक्षणसंस्थांची स्थापना

भौतिकदृष्ट्या अत्यंत प्रगत असलेल्या इंग्रजांनी आपल्या देशावर केलेले हे जे आक्रमण होते त्याचे खरे स्वरूप रॉयना समजले होते. ब्रिटिशांचे आव्हान भारतीय समाजाला जर स्वीकारावयाचे असेल तर त्याने त्यांची ज्ञानाची साधने प्रथम हस्तगत करावयास हवीत आणि हे काम इंग्रजी शिक्षणाशिवाय होणार नव्हते. या विचारांनीच त्यांनी कलकत्त्यास 'हिंदू कॉलेज' नावाची संस्था काढली (1817). त्याचप्रमाणे कलकत्त्यास इंग्रजी शिक्षण देणारे एक विद्यालयही सुरू केले होते. गुरुवर्य रवींद्रनाथ टागोर यांचे वडील महर्षी देवेंद्रनाथ टागोर यांचे आरंभीचे शिक्षण या इंग्रजी विद्यालयात झाले. 1826 साली त्यांनी कलकत्त्यासच 'वेदान्त कॉलेज' ही आणखी एक शैक्षणिक संस्था स्थापन केली. या ठिकाणी 'हिंदू एकेश्वरीवादाच्या प्रसारासाठी संस्कृत वेदान्ताचे अध्यापन' व्हावे व त्याचबरोबर 'ख्रिस्ती एकेश्वरी पंथाचे ज्ञान आणि पाश्चात्त्य भौतिक विद्या' यांचेही शिक्षण दिले जावे असे त्यांचे उद्दिष्ट होते. याचाच अर्थ असा की, पाश्चात्त्य भौतिकशास्त्राच्या अभ्यासाचा आग्रह धरत असता, हिंदूंच्या संस्कृतीचा जो तेजस्वी पैलू-वेदान्त याकडे ते दुर्लक्ष करू इच्छित नव्हते. पाश्चात्त्यांची भौतिक दृष्टी व भारतीयांचे वेदान्त ज्ञान यांचा समन्वय आपल्या शिक्षणपद्धतीत व्हावा, अशी त्यांची शिक्षणाबद्दलची विचारसरणी होती.

☐ सतीबंदीची चळवळ व स्त्रियांच्या हक्कांचा कैवार

भारतातील स्त्री-दास्यांच्या विमोचनाची पहिली चळवळ राजा राममोहन रॉय यांनी उभारली. त्या वेळचे क्रूर दृश्य पाहून या दुष्ट चालीविरुद्ध झगडण्याचा त्यांनी निश्चय केला. परंतु हे काम सोपे नव्हते. शतकानुशतकाचा धर्माचा पगडा समाजातील उच्चवर्णीयांवर होता. स्वार्थी भटभिक्षुकांची समाजावर फार जबरदस्त पकड होती. पतिनिधनानंतर विधवा स्त्रीने सती जाणे हा 'धर्म' मानला जात होता. अशा तथाकथित 'धार्मिक' कृत्यांविरुद्ध रॉयनी चळवळ उभारली. ही क्रूर चाल कायद्याने मोडून काढावी म्हणून सरकार-दरबारी प्रयत्न चालविले. रॉय व त्यांच्यासारख्या बंगाली सुधारकांनी सरकारकडे सतीबंदीसंबंधी जो अर्ज केला होता त्यात म्हटले होते, "कोणत्याही शास्त्राच्या दृष्टीने किंवा जगातील कोणत्याही लोकांच्या सारासार विचाराने पाहिले तरी हे सर्व (म्हणजे सती) खूनच आहेत.'' पुढे 1829 साली गव्हर्नर जनरल लॉर्ड बेंटिंग याने सतीबंदीचा कायदा केला व नंतर तो अमलात आणला गेला. पण हा कायदा मंजूर होण्यापूर्वी बंगालमधील लोकमत सतीबंदीच्या बाजूने तयार करण्यात राजा राममोहन रॉय यांनी मोठे कष्ट घेतले आहेत. रॉयसारख्यांनीच असे रान उठविले नसते तर सतीबंदीचा कायदा इतक्या लवकर तयार केला गेला नसता, असे म्हटल्यास वावगे ठरणार नाही.

याशिवाय स्त्रियांच्या वारसा हक्काबद्दलची चळवळ रॉयनी उभारली होती. प्राचीन हिंदू धर्मशास्त्राप्रमाणे स्त्रियांना वारसा हक्क होता हे त्यांनी साधार सिद्ध करून मांडले होते. कारण 'स्त्रियांना आर्थिक स्वातंत्र्य मिळाल्याखेरीज त्यांचे सामाजिक दास्य नष्ट होणार नाही' अशी त्यांची रास्त भावना होती. याशिवाय समाजातील बहुपत्निकत्वाची चाल मोडावी म्हणूनच त्यांनी आपल्या लेखणीद्वारे जनजागृती चालविली होती. पण सतीच्या चालीशिवाय स्त्री-दास्याच्या इतर रूढी मोडून काढण्यास त्यांना फारसे यश मिळाले नाही. असे असले तरी त्यांचे प्रयत्न कमी महत्त्वाचे ठरत नाहीत.

▣ जातिभेद निर्मूलनाची चळवळ

एकोणिसाव्या शतकाच्या सुरुवातीचा भारतीय समाज अनेक पंथ व जाती यांच्या बंधनांनी जखडला होता. भारतीय समाजाला स्वतःची प्रगती करून घ्यावयाची झाल्यास त्याने बंधने झुगारून दिली पाहिजेत, असे त्यांना वाटत होते. हे मत त्यांनी आपल्या लिखाणात अनेक ठिकाणी मांडले व त्यातून जनजागृती करण्याचा प्रयत्न केला. एका ठिकाणी रॉय म्हणतात, ''आज हिंदू लोक ज्या धर्मपद्धतीचे आचरण करत आहेत ते त्यांच्या राजकीय हितसंवर्धनाचा दृष्टीने इष्ट नाही, अनेक जाती-उपजाती निर्माण करणाऱ्या जातिभेदाने त्यांची राष्ट्रभावना नष्ट केली आहे.''

जातिभेदाविरुद्ध उठविला गेलेला हा आवाज बंगालमधीलच नव्हे तर भारतामधील पहिला आवाज असावा. जात, पंथ व धर्म या गोष्टी राष्ट्रभावनेच्या वाढीच्या आड येणाऱ्या गोष्टी आहेत, हे आज आपण सर्व जण मानतो. पण त्याची पहिली जाणीव रॉयना झालेली आहे. आपल्या बांधवांनी जातिबंधनाची व्यवस्था बदलून नव्या युगाचा स्वीकार करण्यातच त्यांचे खरे हित आहे, हा संदेश त्या काळी तरी क्रांतिकारीच होता.

▣ रॉय - एक महान मानवतावादी

राजा राममोहन रॉय हे खरे मानवतावादी होते. ते हिंदू असले तरी जगातील सर्व धर्मांतील श्रेष्ठ तत्त्वांवर त्यांचा विश्वास होता. समाजातील रंजल्या-गांजल्यांची सेवा म्हणजेच ईश्वरपूजा होय अशी त्यांची श्रद्धा होती. म्हणून त्यांनी आपले आयुष्य समाजातील असहाय विधवांवर होणाऱ्या अत्याचाराविरुद्ध, सतीसारख्या चालीविरुद्ध झगडण्यात वेचले. ते मानवी स्वातंत्र्याचे भोक्ते होते. 1823 साली जेव्हा दक्षिण अमेरिकेतील स्पॅनिश वसाहतींनी आपल्या मायदेशाविरुद्ध बंड पुकारून 'स्वातंत्र्य' घोषित केले तेव्हा रॉयनी कलकत्त्याला खास समारंभ आयोजित करून आनंद प्रदर्शित केला. यातून त्यांना वाटणारे अखिल मानवजातीसंबंधी प्रेम व कणव व्यक्त होते.

राजा राममोहन रॉय यांच्या ठिकाणी असणाऱ्या श्रेष्ठ मानवतावादी गुणांमुळे ब्रिटन व फ्रान्समधील विचारवंतांनी आणि राजेरजवाड्यांनीही त्यांचा सन्मान करून गौरव केला. ब्रिटनमधील त्यांच्या वास्तव्यात चौथ्या विल्यमचा राज्याभिषेक समारंभ घडून आला. या समारंभात रॉयना मोठ्या सन्मानाने पाचारण करण्यात आले होते. फ्रान्सला ते गेले असता फ्रेंच राजा लुई फिलिपी याने तर अनेक वेळा त्यांना भेटीस बोलावून त्यांचा सन्मान केला. पाश्चात्त्यांकडून एका भारतीय माणसाचा होणारा सन्मान म्हणजे एक अभूतपूर्व अशी गोष्ट होती.

▣ राजा राममोहन रॉय यांच्यानंतरच्या ब्राह्मो समाजाची कामगिरी

रॉय यांच्या निधनानंतर (1833) ब्राह्मो समाजाच्या कार्याची गती कमी झाली. पण पुढे 1844 साली महर्षी देवेंद्रनाथ टागोर यांनी ब्राह्मो समाजाची धुरा हाती घेतली व त्यास नवजीवन प्राप्त करून दिले. वेदान्ताच्या पायावर त्यांनी हिंदू धर्मसुधारणेचे कार्य जोमाने चालू ठेवले; ब्राह्मो समाजाच्या तत्त्वज्ञानाचा सामान्य लोकांमध्ये प्रसार होण्यासाठी त्यांनी कार्यकर्त्यांचे गट निर्माण करून सर्व बंगालभर ब्राह्मो समाजाच्या शाखा स्थापन केल्या. ख्रिस्ती मिशनऱ्यांच्या तात्त्विक हल्ल्यांना त्यांनी समर्थपणे तोंड दिले.

तथापि, ब्राह्मो समाजातील काही तरुण अनुयायांनी समाजातील बालविवाह, बहुपत्निक रूढी यांसारख्या सामाजिक रूढींवर हल्ले करून विधवा विवाह, स्त्री-शिक्षण इत्यादी समाजसुधारणांचा पुरस्कार करावयास प्रारंभ केला. या अनुयायांचे केशवचंद्र सेन हे पुढारी होते. 1858 साली ब्राह्मो समाजात आल्यावर त्यांनी 'समाजास' अखिल भारतीय पातळीवर नेण्याचा प्रयत्न केला. तसेच त्यांनी विधवा विवाह, प्रौढ विवाह, स्त्री-शिक्षण इत्यादी क्रांतिकारी सुधारणांसंबंधी धडाडीने विचार मांडावयास सुरुवात केली. ख्रिस्ती तत्त्वज्ञानाचाही त्यांच्या विचारावर पगडा होता. स्वाभाविकच, देवेंद्रनाथांशी संघर्ष होऊन 1866 साली केशवचंद्रांनी 'भारतीय ब्राह्मो समाज' ही नवी शाखा स्थापन केली. मूळचा समाज 'आदी ब्राह्मो समाज' या नावाने ओळखला जाऊ लागला. पुढे बालविवाहाचा धिक्कार करणाऱ्या केशवचंद्रांनीच आपल्या

चौदा वर्षांहून लहान असलेल्या कन्येचा विवाह घडवून आणल्यामुळे त्यांच्याविरुद्ध सर्वत्र वादळ उठले व त्यांच्या अनुयायांनी फुटून जाऊन 'साधारण ब्राह्मो समाज' या नव्या शाखेची स्थापना केली. यानंतर या चळवळीचा ऱ्हास होत गेला.

केशवचंद्रांना वैयक्तिक जीवनात 'सुधारणेचे' हे धाडस दाखविता आले नाही तरी त्यांच्या प्रभावी विचारांनी बंगालमधील समाजप्रबोधनाच्या चळवळीस गती मिळाली. त्यांच्यामुळेच ब्राह्मो समाजाने धर्मसुधारणेइतकीच समाजसुधारणेवर भर देण्यास सुरुवात केली.

ब्राह्मो समाजाने देशाला अनेक महान विचारवंतांची देणगी दिलेली आहे. महर्षी देवेंद्रनाथ, केशवचंद्र, अक्षयकुमार दत्त, ईश्वरचंद्र विद्यासागर, ईश्वरचंद्र गुप्ता, राजेंद्रलाल मित्र, राजनारायण बोस, बिपिनचंद्र पाल, सी. आर. दास, लॉर्ड सिन्हा आणि रवींद्रनाथ टागोर यांनी आधुनिक भारताचे राजकारण, समाजकारण, साहित्य इत्यादी क्षेत्रांत मोलाची कामगिरी बजावली आहे. एकोणिसाव्या शतकात जी राष्ट्रवादी चळवळ सुरू झाली त्या चळवळीस ब्राह्मो समाजाने आनंदमोहन दास व सुरेंद्रनाथ बॅनर्जी यांसारखे अनेक नेते दिले आहेत. भारतीय संस्कृतीचा 'आत्मा' जागा करण्याचे कार्य या ब्राह्मो समाजाने केले. या समाजाच्या सुधारणा चळवळीतून पुढे राष्ट्रीय स्वातंत्र्याच्या चळवळीचा पूर्वरंग तयार झाला. ब्राह्मो समाजाची चळवळ म्हणजे 'First Voice of Freedom' असे जे **डॉ. शिशिरकुमार मित्रा** यांनी म्हटले आहे ते यथार्थच होय.

11.2 स्वामी दयानंद सरस्वती : आर्य समाज व त्यांची कामगिरी

राजा राममोहन रॉय यांच्यानंतर भारताच्या अभ्युदयासाठी झटणारा दुसरा महापुरुष म्हणजे स्वामी दयानंद सरस्वती हे होय.

ऐन तारुण्यात ईश्वरासंबंधीच्या अंतिम सत्याचा शोध घेण्यासाठी ते घराबाहेर पडले. संन्यास धारण करून हिमालयापासून कन्याकुमारीपर्यंत सर्व देशभर त्यांनी भटकंती केली. शेवटी मथुरेतील अंध साधू विराजनंद यांच्या रूपाने त्यांना गुरू भेटला. त्यांच्या चरणी त्यांनी संस्कृत व हिंदू धर्म यांचा तीन वर्षे अभ्यास केला (1860 - 63) आणि या विषयात गाढा अधिकार संपादन करून ते हिंदू धर्माच्या पुनरुज्जीवनाच्या कार्यासाठी गुरूचा आशीर्वाद घेऊन बाहेर पडले.

▣ आर्य समाजाची स्थापना

आपल्या दहा-बारा वर्षांच्या पर्यटनात त्यांनी हिंदू समाजाची व हिंदू धर्माची हीनावस्था पाहिली होती. विविध देवदेवता, त्यांची पूजा-अर्चा, कर्मकांड, जातिभेद, अस्पृश्यता यांनी आपला समाज पोखरून गेला आहे; वेदकालीन संस्कृती नष्ट होऊन पुराणकालीन शास्त्रावर आधारलेली कर्मकांडाची विकृत संस्कृती निर्माण झालेली आहे; तेव्हा वैदिक धर्म, वैदिक संस्कृती यांचे पुनरुज्जीवन केल्याशिवाय हिंदू समाजाची उन्नती होणार नाही असे त्यांचे ठाम मत बनले. आपल्या मताच्या प्रचारार्थ त्यांनी देशभर प्रचार दौरा सुरू केला. पंजाब, उत्तर प्रदेश, राजस्थान, बिहार, बंगाल, महाराष्ट्र अशा प्रदेशांत जाऊन व अनेक ठिकाणी ख्रिस्ती, मुस्लीम व हिंदू पंडितांशी वादविवाद करून आपल्या विचारांचा प्रभाव पाडण्यास त्यांनी सुरुवात केली. बंगालमध्ये असताना ब्राह्मो नेते केशवचंद्र सेन यांच्याशी त्यांचा संबंध आला. केशवचंद्रांनी त्यांना आपल्या मताच्या प्रचारार्थ हिंदी या लोकभाषेचा आश्रय घेण्यास सांगितले. दयानंदांनी या सूचनेचा स्वीकार केला, एवढेच नव्हे तर ब्राह्मो समाजासारखी संघटनाही स्थापण्याचा त्यांनी निश्चय केला. परिणामी, ते मुंबईत आले असता त्यांनी 'आर्य समाजाची' स्थापना केली (1875). पुढे 1877 साली आर्य समाजाची लाहोर येथे एक शाखा स्थापन केली.

▣ आर्य समाजाचे तत्त्वज्ञान

आर्य समाज वेद व त्यातील तत्त्वज्ञान हेच खरे तत्त्वज्ञान मानतो. वेद हेच हिंदूंचे खरे धर्मग्रंथ व वेदकालीन समाजव्यवस्था ही आदर्श समाजव्यवस्था होय. परमेश्वर एकच असून तो निराकार, आदी-अंतरहित, सर्वशक्तिमान, सर्वत्र वास करणारा, कृपाळू, दयाळू, पवित्र आणि सर्व सृष्टीचा निर्माता व नियंता आहे. **आचार्य जावडेकर** लिहितात,

''परमेश्वराच्या शुद्ध स्वरूपाचे ज्ञान वेदात असून वेदांचे अध्ययन करणे हे प्रत्येक हिंदूचे कर्तव्य आहे. वेदाध्ययनाचा हक्क सर्व मनुष्यमात्रांना आहे. वेद हा आर्यांचा पवित्र धर्मग्रंथ असून त्याचे प्रामाण्य सर्व आर्यांनी मानले पाहिजे. चातुर्वर्ण्य हे जन्मसिद्ध नसून गुणकर्मांवर अवलंबून असावे आणि ज्याच्या अंगी ज्या वर्णाचे गुण असतील त्याला त्या वर्णाचा अधिकार प्राप्त व्हावा. आर्यांच्या वैदिक धर्माचे दरवाजे सर्व धर्मीयांना खुले असावेत व शुद्धीकरणाने कोणासही या धर्मात प्रवेश मिळावा. आर्य धर्माची दीक्षा सर्व जगाला देणे हाच जगदोद्धाराचा मार्ग असून आर्यावर्त हा आर्यांचा देश आहे.''

▣ 'वेदाकडे चला' - आपल्या धर्मबांधवांना आदेश

स्वामी दयानंद सरस्वती

हिंदू धर्मशास्त्रामधील वेद हेच खऱ्या ज्ञानाचे झरे असून तेच जीवनाच्या अंतिम सत्याचा मार्ग दाखवितात असे दयानंदांचे मत होते. हिंदूंचा (आर्यांचा) खरा धर्म म्हणजे वैदिक धर्म आहे. त्यात मूर्तिपूजा व कर्मकांड यांना थारा नाही. परमेश्वराचे व विश्वाचे स्वरूप समजून घेण्यासाठी व खऱ्या हिंदू धर्माचे तत्त्वज्ञान आकलन करून घेण्यासाठी प्रत्येक हिंदूने वेदाचे अध्ययन केले पाहिजे. वेदानंतर निर्माण झालेले साहित्य व त्यात सांगितलेले मूर्तिपूजादी उपासनेचे प्रकार हिंदूंनी टाकून दिले पाहिजेत आणि 'वेदात प्रतिपादिलेल्या विशुद्ध धर्माचे अनुसरण' केले पाहिजे, असे त्यांचे आग्रहाचे प्रतिपादन होते.

सोळाव्या शतकात ख्रिस्ती धर्मावर असलेली धर्मगुरूंची पकड नष्ट करण्यासाठी व त्यावर साचलेली पुटे दूर करण्यासाठी मार्टिन ल्यूथरने ज्याप्रमाणे 'Back to the Bible' असा ख्रिस्ती समाजाला आदेश दिला त्याप्रमाणे रूढिबद्ध उपासनेच्या मगरमिठीतून हिंदू धर्माला वाचविण्यासाठी दयानंदांनी 'Back to the Vedas' असा आपल्या धर्मबांधवांना आदेश दिला.

▣ लढाऊ हिंदू धर्म - हिंदू राष्ट्राची पायाभरणी

एका बाजूने धर्मवेडे मुस्लीम तर दुसऱ्या बाजूने सरकारच्या आश्रयाने हिंदू धर्मावर हल्ला करणारे ख्रिस्ती मिशनरी यांच्या कचाट्यातून पार होऊन त्यांना समर्थपणे तोंड देण्यासाठी आपला धर्म युयुत्सु व जयिष्णु बनवायचा होता. त्यांच्या कार्याचा गौरव करताना **ग. त्र्यं. माडखोलकर** म्हणतात, ''हिंदू तत्त्वज्ञानाच्या पुरातन वृक्षावर वाढलेली विकृत विचारांची आणि विषारी रूढींची बांडगुळे छाटून दयानंदांनी त्याला जोमदार स्वरूप दिले. ख्रिस्ती मिशनऱ्यांचा वितंडवाद धुळीला मिळविण्याचे जे कार्य राजा राममोहन रॉय यांच्या विद्वत्ताप्रचुर प्रबंधांनी झाले नाही ते दयानंदांनी देशभर फिरून केलेल्या घणाघाती वक्तृत्वपूर्ण प्रवचनांनी झाले. दयानंदांच्या आर्य समाजाचे वर्णन भगिनी निवेदिता यांनी 'Aggressive Hinduism' म्हणजे 'लढाऊ हिंदू धर्म' या शब्दांत जे केलेले आहे, ते याच कारणामुळे !''

स्वामी दयानंदांनी हिंदू धर्माला संघटित स्वरूप देण्याचा प्रयत्न केला. पंजाब, उत्तर प्रदेश अशा मुस्लिमांचे वर्चस्व असलेल्या प्रदेशात त्यांच्याच प्रयत्नामुळे हिंदू समाजाला संघटित स्वरूप प्राप्त होऊन त्याची अस्मिता जागी झाली. समान तत्त्वज्ञान व समान भाषा या तत्त्वांवर त्यांना हिंदू समाजाची पुनर्रचना करावयाची होती. त्यांना हिंदू समाजाचा मानसिक आणि आध्यात्मिक दृष्टिकोन बदलून हिंदू राष्ट्राच्या पायाची उभारणी करावयाची होती. त्यासाठी सत्यप्रियता, प्रामाणिकपणा व मानवतावादी दृष्टिकोन या गुणांचा त्यांनी आग्रह धरला होता.

▣ स्वामी दयानंद - एक महान समाजसुधारक

स्वामी दयानंदांच्या तत्त्वज्ञानाकडे देशाच्या विविध भागातील विचारवंत व सुधारक आकृष्ट झाले. लाला हंसराज व लाला लजपतराय हे त्यापैकी प्रमुख होते. राजपुतान्यातील शहापूर व जोधपूर येथील महाराजांनीही त्यांचे शिष्यत्व पत्करले. त्यांच्या मृत्युसमयी (1883) आर्य समाजाच्या सुमारे शंभर शाखा देशभर स्थापन झाल्या होत्या. त्यांनी अनेक ठिकाणी 'संस्कृत पाठशाळा' स्थापन केल्या होत्या. पाश्चात्त्य शास्त्रे व संस्कृती यांचा अभ्यास करण्यासाठी त्यांनी लाहोरला 'Indian Academy' ही संस्था निर्माण केली होती. त्यांच्यानंतर त्यांच्या अनुयायांनी पाश्चात्त्य विद्या व संस्कृत विद्या यांचे शिक्षण देणाऱ्या अनेक संस्था देशभर काढल्या. त्यात आर्य समाजाच्या तत्त्वज्ञानाचा अभ्यास करणारी 'गुरुकुले' होती, तशीच इंग्रजी शिक्षण देणारी 'महाविद्यालयेही' होती.

स्वामी दयानंदांनी खूप लिखाण केले. त्यातील त्यांची वेदवाङ्मयावरील टीका महत्त्वाची होती. त्यांनी वेदांचा स्वतंत्र अर्थ लावलेला आहे. त्यांचा 'सत्यार्थप्रकाश' हा हिंदू धर्मावरील ग्रंथ पुढे आर्य समाजाचा 'बायबल'च बनला.

स्वामी दयानंद हे महान समाजसुधारक होते. त्यांनी जातिभेद व अस्पृश्यता यांचा निषेध तर केलाच; पण धर्मशास्त्राच्या अध्ययनाचा सर्व मनुष्यप्राण्यांना हक्क असल्याचे घोषित केले. त्यांनी शूद्र व स्त्रिया यांना वेदाभ्यासाचा अधिकार दिला. राष्ट्रीय शिक्षण व स्त्री-शिक्षण या सुधारणांचा पुरस्कार केला. बालविवाह ही रूढी समाजाचे अधःपतन करावयास मोठ्या प्रमाणावर जबाबदार असल्याचे सांगून त्याविरुद्ध त्यांनी आवाज उठविला. भाकितांवर विश्वास, जप-तप, उपास-तापास, पूजा-अर्चा या पारंपरिक अंधश्रद्धांवर त्यांनी कडाडून हल्ला चढविला. ईश्वरभक्तीइतकीच जनसेवा महत्त्वाची असल्याचे प्रतिपादले. आर्य समाजाच्या मानवतावादी कार्यामागे त्यांची हीच प्रेरणा उभी होती.

▣ आर्य समाजाची समाजसुधारणा

वेदांनंतर निर्माण झालेल्या धर्मग्रंथांनी हिंदू धर्मास व समाजास जे विकृत स्वरूप प्राप्त झाले होते, ते नष्ट करून त्यास नवजीवन प्राप्त करून देणे हे आर्य समाजाचे व स्वामी दयानंदांचे जीवित कार्य होते. तथापि, धर्मसुधारणेबरोबरच त्यांनी समाजसुधारणेवर मोठा भर दिला. वर्ण हा जन्मावर नव्हे तर गुणांवर अवलंबून असतो, असे प्रतिपादून त्यांनी जातिसंस्थेला प्रचंड धक्का दिला. समाजातील बालविवाह, अस्पृश्यता, मूर्तिपूजा, पशुबळीची चाल, इतर कर्मकांड या चालीरीतींना त्यांनी विरोध केला. त्यांच्यापासून प्रेरणा घेऊन त्यांच्या अनुयायांनी विधवा विवाह, स्त्री-शिक्षण, जातिभेद निवारण, अस्पृश्यता निवारण इत्यादी समाजसुधारणा हाती घेतल्या. त्यामुळे सनातनी हिंदूंच्या हल्ल्यांनाही त्यांना तोंड द्यावे लागले.

देशाची प्रगती शिक्षणाच्या प्रसारावर अवलंबून आहे हे जाणून आर्य समाजाने अनेक शिक्षणसंस्था स्थापून समाजसुधारणेच्या व देशोद्धाराच्या चळवळीस गती दिली. लाला हंसराज यांचे लाहोरमधील 'डी. ए. व्ही. कॉलेज' व स्वामी श्रद्धानंद यांच्या कांग्री (हरिद्वार) येथील 'गुरुकुल' या दोन संस्थांनी शिक्षणाच्या क्षेत्रात महत्त्वाची कामगिरी बजावली आहे. या संस्थेच्या विविध शाखा देशभर स्थापन झाल्या. पाश्चात्त्य विद्येबरोबरच या संस्थांतून वेदविद्येचा व हिंदू संस्कृतीचाही अभ्यास केला जात होता. सुजाण, देशाभिमानी, हिंदुत्वनिष्ठ व नीतिमान पिढी निर्माण करण्याचे उद्दिष्ट गुरुकुलने आपल्या नजरेसमोर ठेवले होते. आपल्या धर्माच्या तेजस्वी परंपरांचे पुनरुज्जीवन करून आर्य समाजाने हिंदू समाजाची अस्मिता जागी केली. हिंदू धर्मावर होणाऱ्या ख्रिस्ती मिशनऱ्यांच्या हल्ल्याला प्रत्युत्तर देण्याचे काम या समाजाने केले. मुस्लिमांच्या आक्रमक वृत्तीस आक्रमक वृत्तीनेच व निर्भीडपणे तोंड देण्यास हिंदू लोकांना प्रवृत्त केले. परधर्मात गेलेल्या हिंदूंना आपल्या धर्मात आणण्याची 'धर्मशुद्धी'ची क्रांतिकारी चळवळ आर्य समाजानेच हाती घेतली.

11.3 स्वामी रामकृष्ण परमहंस, स्वामी विवेकानंद आणि रामकृष्ण मिशन

स्वामी रामकृष्ण परमहंस

स्वामी रामकृष्ण परमहंस

स्वामी रामकृष्ण परमहंस हे गेल्या शतकातील महान तपस्वी, योगी व धर्मसुधारक होते. ईश्वरप्राप्ती ही अंतःकरणाची एक अवस्था आहे; सर्व जगातील चराचर पदार्थांत ईश्वर पाहणे व ईश्वरात सर्व जग समाविष्ट झाल्याचे पाहणे ही बाब समाधी, साधना व श्रद्धा यांमुळेच प्राप्त होऊ शकते. सर्व प्राणिमात्रांत ईश्वर पाहणे ही साधनेची शेवटची अवस्था होय, असे रामकृष्ण म्हणतात. आपल्या साधनेच्या योगाने ते कालीमातेच्या स्वरूपात विलीन झाले होते. कालीमाता व आपण ही एकच रूपे आहेत, इतकी आत्म्याची एकात्मता त्यांनी साध्य केली होती.

रामकृष्णांच्या शिकवणुकीने हिंदू धर्माच्या तत्त्वज्ञानाचा तेजस्वी व स्वयंभू पैलू जगासमोर आला. सर्व जीवमात्र म्हणजे परमेश्वराचीच स्वरूपे असल्याने त्यांची सेवा म्हणजे परमेश्वराचीच सेवा होय, हे मानवधर्माचे सर्वश्रेष्ठ तत्त्व त्यांनी प्रतिपादन केले. पुढे याच तत्त्वाचा प्रसार विवेकानंदांनी केला. रामकृष्णांच्या मते, ईश्वरभक्ती सगुण अथवा निर्गुण अशा दोन्ही प्रकारची असू शकते. परमेश्वराच्या चरणी विलीन होणे व त्यावर आत्यंतिक श्रद्धा असणे हे महत्त्वाचे असून त्याच्या सगुणपणाची अथवा निर्गुणपणाची चर्चा महत्त्वाची नाही. तसेच रामकृष्णांनी परमेश्वराच्या उपासनेच्या प्रकाराबद्दलही निषेध व्यक्त केला नाही. त्यांनी ते एक ईश्वरभक्तीचे साधन मानले.

एकोणिसाव्या शतकात भारतात जी हिंदू धर्माच्या पुनरुज्जीवनाची चळवळ सुरू झाली होती तिला रामकृष्णांनी तेजस्वी स्वरूप प्राप्त करून दिले. भारतात आध्यात्मिक परंपरा लुप्त झालेल्या नाहीत, ईश्वराशी एकात्म होणे आजच्या भौतिक युगातही शक्य आहे, हे त्यांनी जगास दाखवून दिले. त्यांना विवेकानंदांसारखा शिष्य लाभला; त्यांनी आपल्या गुरूचा संदेश आपल्या देशातच नव्हे, तर युरोप-अमेरिका खंडांतील समाजापर्यंत नेऊन पोहोचविला.

स्वामी विवेकानंद

स्वामी विवेकानंद

ऑगस्ट 1886 मध्ये रामकृष्ण स्वर्गवासी झाले. मृत्यूपूर्वी त्यांनी विवेकानंदांना ''मनुष्यमात्रांच्या ठायी आध्यात्मिक जागृती घडवून आणण्याचा व त्यांची दुःखे निवारण करण्याचा'' संदेश दिला. हा संदेश प्रत्यक्ष आचरणात आणण्यासाठी विवेकानंदांनी संन्यास स्वीकारला. त्यानंतर त्यांनी आपल्या गुरूच्या शिकवणुकीच्या प्रसारार्थ देशभर भ्रमंती सुरू केली (1888 - 90). या काळात ते जसे राजे-रजवाड्यांना भेटले तसे सामान्य भारतीय माणसांची दरिद्री व दुःखी अवस्थाही त्यांनी प्रत्यक्षात पाहिली. या दारिद्र्यातून, दुःखातून व अज्ञानातून सर्व समाजाला वर काढण्याच्या उपायांवर ते चिंतन करू लागले.

असेच कन्याकुमारी येथील एका निर्जन खडकावर ध्यानस्थ बसले असता त्यांनी आपले जीवनाचे ध्येय निश्चित ठरविले. हिंदू समाजाचे रक्त म्हणजे त्याचा धर्म होय, तोच अशुद्ध झाल्याने समाजाची अवनती झाली असून हिंदू समाजास उन्नत करायचे तर प्रथम हे रक्त शुद्ध करावयास हवे. येथून पुढे त्यांनी भारतीय लोकांच्या उद्धारासाठी जीवन समर्पण करायचे ठरविले. सन 1893 च्या शिकागो येथील जागतिक धर्मपरिषदेला जाण्याचा निर्णय त्यापोटीच त्यांनी घेतला.

▣ शिकागोंची जागतिक धर्मपरिषद

शिकागोच्या धर्मपरिषदेत आपल्या प्रकांड पांडित्याने, अमोघ वक्तृत्वशैलीने, मानवजातीसंबंधीच्या अपार कणवेने व त्यांच्या विश्वबंधुत्वाच्या आवाहनाने विवेकानंदांनी तेथे जमलेल्या प्रचंड जनसमूहावर मोहिनी टाकली. हिंदू संस्कृती, हिंदू धर्म व त्याची महती त्यांनी त्यांना पटवून दिली. अमेरिकेतील वर्तमानपत्रांनी व विचारवंतांनी त्यांच्यावर स्तुतिसुमनांचा वर्षाव केला. विवेकानंदांचे नाव दशदिशांना गाजू लागले. भारताला इतकी थोर सांस्कृतिक परंपरा असता तेथे ख्रिस्ती मिशनरी ख्रिस्ती संस्कृतीच्या प्रसारासाठी पाठविणे म्हणजे मूर्खपणा होय, असे विचारी पाश्चात्य मंडळी उघड कबुली देऊ लागली. या वार्ता कानावर पडताच भारतीय लोकांचा आपल्या संस्कृतीबद्दलचा न्यूनगंड नष्ट झाला व त्याची जागा स्वाभिमानाने घेतली.

यानंतर त्यांनी सर्व अमेरिकाभर दौरा करून हिंदू धर्मावर प्रवचने दिली. अनेकांनी त्यांचे शिष्यत्व स्वीकारले. अमेरिकेशिवाय फ्रान्स-ब्रिटन याही देशांना त्यांनी भेटी दिल्या. 1897 साली या धर्म-दिग्विजयानंतर ते मायदेशी आले. भारतीय लोकांनी त्यांचे प्रचंड स्वागत केले. त्याच साली त्यांनी 'रामकृष्ण मिशन'ची स्थापना केली.

लवकरच 1899 साली ते पुन्हा युरोप-अमेरिकेला गेले. अनेक ठिकाणी त्यांनी आपल्या संघटनेच्या शाखा स्थापन केल्या. सन 1900 च्या शेवटी ते मायदेशी आले, पण लवकरच ते अल्पकालीन आजाराने 4 जुलै, 1902 रोजी बेलूर मठात निर्वाणपदी पोहोचले.

▣ उठा, जागे व्हा - संदेश

स्वामी विवेकानंदांच्या शिकवणुकीचा पाया वेदांमधील तत्त्वज्ञानच आहे. त्यांनी वेदान्तात कर्मयोगाचे दर्शन पाहिले आणि म्हणून भारतीय समाजाच्या समस्यांची सोडवणूक वेदान्तामधील कर्मयोगानेच होऊ शकते असे त्यांचे मत बनले. तथापि, वेदान्ताचे केवळ चिंतन करून उपयोग नाही, तो प्रत्यक्ष आचरणात आणण्याचा उपदेश त्यांनी केला. त्यांच्या मते, प्रगतीसाठी आवश्यक असणारे उच्च कोटीतील गुण भारतीय समाजात सुप्त अवस्थेत आहेत. ते गुण उत्तेजित करणारी प्रेरणा फक्त दिली गेली पाहिजे. म्हणून त्यांनी भारतीय लोकांना 'उठा, जागे व्हा आणि ध्येयसिद्धी झाल्याशिवाय थांबू नका' असा संदेश दिला.

विवेकानंद राजकारणापासून अलिप्त होते. पण त्याचा अर्थ ते देशभक्त नव्हते असा नाही. उलट हिंदू धर्माचे जे जगाला मार्गदर्शन करण्याचे महत्कार्य आहे ते देशभक्तीशिवाय होऊ शकणार नाही असे त्यांना वाटत असे. पाश्चात्त्य विज्ञानाचा स्वीकार करून जपानने जी प्रचंड प्रगती केली होती ती पाहून त्यांना वाटे की, भारताने जपानचा आदर्श डोळ्यांसमोर ठेवला पाहिजे. त्यासाठी आपल्या देशातील तरुण-तरुणींना जपानला पाठविले पाहिजे असे त्यांना वाटे. त्यांचा भौतिक प्रगतीस विरोध नव्हता. उलट भारतीय लोकांनी पाश्चात्त्यांचा भौतिकवाद स्वीकारावा व पाश्चात्यांनी भारतीय लोकांचा आध्यात्मिक दृष्टिकोन घ्यावा असे त्यांचे मत होते.

▣ सुधारणावादी विवेकानंद

विवेकानंदांच्या शिकवणुकीत दलितांबद्दलची कणव होती. दारिद्र्यात पिचणाऱ्या आपल्या देशबांधवांमुळे तुम्ही अस्वस्थ झालात तर तुमच्या देशभक्तीची ती पहिली पायरी होय, असे ते म्हणत. आपल्या देशबांधवांची सेवा म्हणजेच ईश्वरसेवा होय, असे मत मांडताना ते म्हणतात, ''ज्या देवाची पूजा आपण सर्वांच्या आधी करावयास हवी ते म्हणजे आपले स्वतःचे देशबांधव होत.''

या संदर्भात विवेकानंदांची भूमिका सांगताना **श्री. के. क्षीरसागर** म्हणतात, ''जो कोट्यवधी दलित बांधवांच्या तोंडात पोटभर घास आणि डोक्यात थोडेफार ज्ञान घालील तोच खरा धर्म व तोच खरा पुढारी अशी विवेकानंदांची भूमिका होती.''

'शिक्षणाचे कार्य म्हणजे व्यक्तीच्या ठिकाणी जे मूळ ज्ञान आहे त्याचा आविष्कार करणे' अशी शिक्षणाविषयी त्यांची भूमिका होती. त्यांच्या शिक्षणविषयक कल्पनेत व्यक्तीच्या चारित्र्यसंवर्धनास महत्त्व आहे. त्यांनी स्त्री-शिक्षणाचा जोरदार पुरस्कार केला आणि स्त्रियांचा उद्धार करण्यासाठी स्त्रियांनीच पुढे आले पाहिजे असे मत मांडले. शिक्षणाचा प्रसार जनसामान्यांत करण्याची जबाबदारी सुशिक्षितांवर आहे. त्यांनी जर हे केले नाही तर ते देशद्रोही होत, असे त्यांनी स्पष्टपणे बजावले.

विवेकानंदांचा विविध धर्मांना व उपासना प्रकारांना विरोध नव्हता; उलट त्यांची आपापल्या परीने वाढ होण्यातच त्यांना आनंद होता. म्हणून 'कालीमाते' इतकाच त्यांना 'ख्रिस्त' पूज्य वाटत होता. ख्रिस्ती लोकांना त्यांचा धर्म सोडून आमचा धर्म स्वीकारा असे त्यांनी कधीही सांगितले नाही.

विवेकानंदांच्या काळात भारतात राष्ट्रवादाचा उदय होऊ लागला होता. भारतीय राष्ट्र उदयाला येण्याची जी प्रक्रिया सुरू झाली होती तिला विवेकानंदांनी मोठी चालना दिली. राष्ट्रवादासाठी आवश्यक असणारी चेतना, उत्तेजित अस्मिता, संस्कृती-अभिमान विवेकानंदांच्या कामगिरीतून भारतीय लोकांना मिळाला.

▣ रामकृष्ण मिशनचे कार्य

स्वामी विवेकानंद यांनी रामकृष्ण यांच्या निधनानंतर त्यांची स्मृती व कार्य जिवंत ठेवण्यासाठी 'रामकृष्ण मिशन' या धर्मसंघटनेची स्थापना केली (1897). पुढे 1899 साली कलकत्त्याजवळ विवेकानंदांनी 'बेलूर मठाची' स्थापना केल्यावर ते स्थान रामकृष्ण मिशनचे केंद्र बनले.

रामकृष्ण मिशनची उद्दिष्टे : ''सनातन हिंदू धर्माच्या आधारावर व्यापक विश्वधर्माचा संदेश जगाला देणे, अद्वैत वेदान्त हा भौतिकशास्त्रीय प्रगतीने खोटा ठरू शकत नाही, अशी लोकांची खात्री करून देणे, भौतिक प्रगतीला व प्रवृत्तिपरतेला प्राधान्य देऊन वेदान्ताला कर्मप्रवण बनविणे, ख्रिस्ती मिशनऱ्यांप्रमाणे धर्माचरणात लोकसेवेला प्राधान्य देणे आणि धर्माच्या आधारावर राष्ट्रभक्तीची व स्वाभिमानाची ज्योत पेटवून लोकांमध्ये पारतंत्र्याविरुद्ध क्रांतिकारी वृत्ती फैलावणे.''

रामकृष्ण मिशनच्या स्थापनेनंतर सर्व भारतभर त्याच्या शाखा निर्माण झाल्या. रामकृष्ण मिशनच्या अनुयायांत सर्व त्याग करून ईश्वरभक्ती व समाजसेवा यांना वाहून घेणारे व संसार सांभाळून मिशनचे तत्त्वज्ञान आचरणात आणणारे अनुयायी असे दोन प्रकार होते. मिशनच्या अनुयायांनी सर्व देशभर दवाखाने, अनाथाश्रम, शाळा इत्यादी स्थापून प्रत्यक्ष दलित-पतितांच्या उद्धाराचा कार्यक्रम हाती घेतला. दुष्काळ, महापूर, चक्रीवादळे या संकटप्रसंगी मिशनच्या कार्यकर्त्यांनी मानवतेची फार मोठी सेवा बजावली आहे.

रामकृष्ण मिशनचे संस्थापक स्वामी विवेकानंद यांनी आपल्या गुरूचा विश्वधर्माचा संदेश सर्व जगभर पसरविला. अज्ञान व अंधश्रद्धा यांच्या गाढ निद्रेत असलेल्या भारतीय समाजाला जागे करून आपल्या अध्यात्म वृत्तीने जग जिंकण्याचा आदेश त्यांनी दिला. वेदान्ताच्या पायावर राष्ट्रीय चारित्र्य घडविण्याची चळवळ त्यांनी सुरू केली. पाश्चात्त्यांच्या अंधानुकरणावर त्यांनी जहरी टीका केली. पण पाश्चात्त्यांच्या भौतिकशास्त्राचा अभ्यास व अनुकरण करण्याचा त्यांनी देशबांधवांना आदेश दिला.

रामकृष्ण परमहंस व विवेकानंद यांनी प्राचीन हिंदू धर्म व तत्त्वज्ञान यांच्या पुनरुज्जीवनाच्या चळवळीत मोलाची भर टाकली. त्यांनी प्रत्यक्ष राजकारणात भाग घेतला नाही तरी त्यांच्या कार्याने ब्रिटिश साम्राज्यवादाशी संघर्ष करू इच्छिणारे भारताचे 'सामाजिक मन' तयार झाले.

11.4 प्रार्थना समाज व त्यांची कामगिरी

▣ प्रार्थना समाजाची स्थापना

ब्राह्मो समाजाचे नेते केशवचंद्र सेन यांनी सन 1864 मध्ये मुंबईस भेट दिली. तेव्हा त्यांच्या विचारांनी महाराष्ट्रातील काही सुधारक प्रभावित झाले. ब्राह्मो समाजासारखी चळवळ महाराष्ट्रातही सुरू करावी असे त्यांनी ठरविले. अशा सुधारकांत न्यायमूर्ती रानडे, डॉ. भांडारकर, वामन आबाजी मोडक, डॉ. आत्माराम पांडुरंग, गोपाळ हरी देशमुख ऊर्फ लोकहितवादी इत्यादी मंडळींचा समावेश होता. त्यांनी सन 1867 मध्ये मुंबईस प्रार्थना समाजाची मुहूर्तमेढ रोवली. पुढे न्या. रानडे व डॉ. भांडारकर या दोघांनी या समाजास तात्त्विक बैठक देऊन महाराष्ट्रातील धर्मसुधारणेचे व समाजसुधारणेचे वातावरण तयार केले.

▣ प्रार्थना समाजाचे तत्त्वज्ञान

प्रार्थना समाजाचे तत्त्वज्ञान हे ब्राह्मो समाजाच्या तत्त्वज्ञानासारखे असले तरी ब्राह्मो समाजाने हिंदू धर्माच्या कक्षेबाहेर जाऊन त्यावर हल्ला चढविला; तसे प्रार्थना समाजाने केले नाही. आपले कट्टर 'हिंदुत्व' राखूनच हिंदू धर्माची सुधारणा तो करू इच्छित होता. प्रार्थना समाजवाद्यांना 'मूर्तिपूजा' व 'अवतार कल्पना' मान्य नसली तरी ते ईश्वराला सगुण मानतात. शंकराचार्यांचे 'निर्गुण परब्रह्म' व 'मायावाद' त्यांना मान्य नाही. ईश्वर भक्तीने प्रसन्न होतो, जीवात्मा व परमात्मा दोन आहेत, एक नव्हे; आत्मिक उन्नतीसाठी प्रार्थना आवश्यक आहेत अशी त्यांची श्रद्धा होती.

▣ प्रार्थना समाजाचे कार्य

प्रार्थना समाजाने आपल्या धर्मसुधारणेच्या तत्त्वज्ञानाने महाराष्ट्रातील सुशिक्षित वर्गात समाजसुधारणेच्या चळवळीचा पूर्वरंग तयार केला. अस्पृश्यता, जातीयता, बालविवाह, मूर्तिपूजा इत्यादी परंपरांवर या समाजाने टीका करून समाजजागृतीस प्रारंभ केला.

प्रार्थना समाजाचे नेते पाश्चात्त्य संस्कृतीच्या श्रेष्ठ कल्पनांकडे व शिक्षणपद्धतीकडे आकृष्ट झालेले होते. पाश्चात्त्यांप्रमाणेच त्यांना आपल्या समाजाचे आधुनिकीकरण करावयाचे होते. आपल्या शिक्षणविषयक तळमळीतून त्यांनी कामगारांसाठी रात्रीच्या शाळा व मुलींच्या शिक्षणाच्या संस्था सुरू केल्या होत्या. मानवतावादी भूमिकेतून त्यांनी पंढरपूर येथे एक अनाथ बालकाश्रम स्थापन केला होता. दलितांच्या उद्धारासाठी प्रार्थना समाजाचे एक नेते कर्मवीर विठ्ठल रामजी शिंदे यांनी 'डिप्रेस्ड क्लास मिशन' स्थापिले होते.

न्यायमूर्ती रानडे यांच्या प्रयत्नातून उदयास आलेली महाराष्ट्रातील 'डेक्कन एज्युकेशन सोसायटी' आणि नामदार गोखल्यांनी स्थापन केलेला 'भारत सेवक समाज' या दोन्ही संस्था प्रार्थना समाजाच्या चळवळीचेच फलित होत्या. प्रार्थना समाजाच्या चळवळीने या वेळी जो राष्ट्रवादाचा उदय होत होता त्यास हातभारच लावला आहे.

एक नवी पिढीच या समाजाने राष्ट्राच्या चरणी अर्पण केली. त्यांपैकी काहींनी पुढे राष्ट्रीय स्वातंत्र्याच्या चळवळीस वाहून घेतले.

11.5 थिऑसफी व त्यांची कामगिरी

▣ थिऑसफीची स्थापना

'थिऑसफी' या धर्मसंप्रदायाची स्थापना सन 1875 मध्ये अमेरिकेतील न्यूयॉर्क शहरी झाली. रशियन विदुषी मॅडम ब्लॅव्हाटस्की व अमेरिकन लष्करी अधिकारी कर्नल ऑलकॉट हे या संप्रदायाचे संस्थापक होते. भारतातील आर्य समाजाचे संस्थापक स्वामी दयानंद सरस्वती यांनी त्यांना भारतभेटीचे निमंत्रण दिल्यावरून ते 1879 साली भारतात आले. 23 मार्च, 1879 रोजी मुंबईमधील त्यांच्या व्याख्यानात त्यांनी पुढील विचार मांडले; भारताचे नेतृत्व भारतीय पुढाऱ्यांनीच केले पाहिजे. भारताने आध्यात्मिक संस्कृतीचा अभिमान कधीही सोडू नये व त्यातूनच भारताचा खरा उद्धार होईल. त्यांच्या विचाराने भारतीय धर्मसुधारक व विचारवंत यांना त्यांच्याबद्दल आदर वाटू लागला. पुढे सन 1882 मध्ये मद्रास प्रांतातील अडयार या ठिकाणी त्यांनी भारतातील थिऑसफीच्या शाखेची स्थापना केली. यानंतरच्या काळात सुप्रसिद्ध ॲनी बेझंट या आयरिश विदुषी थिऑसफीला अनुयायी व संघटक म्हणून लाभल्या.

▣ थिऑसफीचे तत्त्वज्ञान

थिऑसफी म्हणजे ईश्वरज्ञानाची प्राप्ती करून देणारा संप्रदाय होय. हा सर्व धर्मसंग्राहक विचारसंप्रदाय असून त्याने हिंदू धर्मातील आध्यात्मिक तत्त्वज्ञानाच्या अभ्यासावर अधिक भर दिला. या संप्रदायाने हिंदू तत्त्वज्ञान व धर्मशास्त्र यांचे पुनरुज्जीवन करण्याचे कार्य अंगीकारले. हा धर्म जगातील कोणत्याही धर्माची निंदा अथवा खंडन करत नाही. सर्व धर्म व त्यातील आचार-विचार याकडे सहानुभूतीने पाहतो. हिंदू धर्मातील ब्रह्म, कर्म, पुनर्जन्म, मोक्ष, निर्वाण इत्यादी कल्पनांवर श्रद्धा ठेवतो. भिन्न-भिन्न धर्मांमध्ये ईश्वरविषयक विविध कल्पना असल्या तरी ती सर्वशक्तिमान अशा एकाच परमेश्वराची स्वरूपे आहेत असे मानतो.

▣ थिऑसफीचे कार्य

ॲनी बेझंट यांच्या कार्यामुळे थिऑसफीच्या संप्रदायास भारतात महत्त्व प्राप्त झाले. ब्लॅव्हाटस्की, ऑलकॉट, ॲनी बेझंट यांसारखे पाश्चात्त्य विचारवंत भारतात येऊन हिंदू धर्म, हिंदू धर्मशास्त्र, तत्त्वज्ञान, संस्कृती व परंपरा यांचे गुणगान करतात हीच भारतीय सुशिक्षितांना विस्मयजनक बाब वाटली. बेझंटबाईंनी तर भारत हा आपला देश व हिंदू धर्म हा आपला धर्म मानला. त्या कृष्णभक्त बनल्या. हिंदू धर्म व संस्कृतीबद्दलचा त्यांचा अभिमान त्यांच्या नसानसातून वाहू लागला. सर्व जगातील प्राचीन ज्ञान हिंदू धर्मात असल्याचे व अखिल मानवजातीला मार्गदर्शन करण्याचे सामर्थ्य त्यात असल्याचे त्यांनी प्रतिपादिले. एक पाश्चात्त्य विदुषी आपल्या धर्मातील तत्त्वज्ञानावर, नीतिशास्त्रावर, आचार-विचारांवर, अवतार-कल्पनांवर श्रद्धा ठेवते हे पाहून भारतीय लोकांचा आपल्या धर्माबद्दलचा जागा झालेला अहंकार वाढीस लागला. आपण सांस्कृतिकदृष्ट्या रानटी व मागासलेले नसून आपली संस्कृती महान आहे याची वाढती जाणीव भारताच्या पुनरुज्जीवनाच्या चळवळीस उद्धारक ठरली.

बेझंटबाईंनी केवळ धर्मकारणच केले नाही; तर राजकारण व समाजकारण यातही भाग घेतला. भारतीय राष्ट्रीय सभेच्या कार्यात त्या सहभागी होऊन पुढे त्या राष्ट्रीय सभेच्या अध्यक्षाही झाल्या (सन 1917). त्यांची होमरूल चळवळ भारतीय इतिहासात सुप्रसिद्धच आहे. आपल्या 'Common Weal and New India' या वर्तमानपत्रांतून त्यांनी भारताच्या स्वराज्याच्या प्रश्नाला चालना दिली. त्यांनी बनारस येथे 'सेंट्रल हिंदू कॉलेज' या संस्थेची स्थापना केली. पुढे याच संस्थेचे रूपांतर 'बनारस हिंदू विद्यापीठा'मध्ये झाले. बालविवाह प्रतिबंधासारख्या सामाजिक प्रश्नांवरही त्यांनी भारतातील लोकमत जागृत करून समाजसुधारणेच्या चळवळीस हातभार लावला.

11.6 महात्मा जोतीबा फुले : सत्यशोधक समाज व त्यांची कामगिरी

महात्मा जोतीबा फुल्यांच्या रूपाने गेल्या शतकात महाराष्ट्रात एक महान समाजसुधारक उदयास आला.

सामाजिक न्यायाला वाचा फोडायची असेल, समाजातील ब्राह्मणवर्गाच्या मक्तेदारीला जर आव्हान द्यायचे असेल तर बहुजन समाज ज्ञानी झाला पाहिजे व त्यासाठी आपण शिक्षणाच्या सोई निर्माण केल्या पाहिजेत, हे जोतीबांनी ओळखले. जोतीबांच्या काळात शिक्षण ही फक्त ब्राह्मणांचीच मक्तेदारी होती. जेथे उच्चवर्णीय मराठे शिकत नव्हते तेथे जोतीबांनी 1848 साली मुलींसाठी पुण्यात शाळा काढावी; एवढेच नव्हे, तर 1851 साली अस्पृश्यांसाठीही शाळा काढावी ही गोष्ट अद्भुतच होती. महाराष्ट्रातील पहिली मुलींची शाळा व पहिली अस्पृश्यांची शाळा ही जोतीबांची होय.

महात्मा जोतीबा फुले

स्त्री-शिक्षणाच्या कार्यात त्यांच्या पत्नी सावित्रीबाईंनी त्यांना फार सहकार्य दिले. त्यांनी स्वतः प्रथम साक्षर होऊन मुलींच्या शाळेतील शिक्षिकेचे काम स्वीकारले. मुंबईच्या गव्हर्नराने जोतीबांच्या शैक्षणिक कार्याबद्दल खास समारंभ करून त्यांचा जाहीर गौरव केला.

▣ स्त्री-शूद्रांचा कैवार

जोतीबांचे सर्वांत मौलिक कार्य स्त्री व शूद्र यांच्या उद्धाराचे आहे. त्यांना मिळणाऱ्या विषमतेच्या व अन्यायाच्या वागणुकीमुळे ते हिंदू धर्माविरुद्ध व ब्राह्मणवर्गाविरुद्ध बंड करून उठले होते. त्यांनी स्त्रियांच्या समाजातील समान दर्जाबद्दल आग्रह धरला व स्त्री ही पुरुषापेक्षा श्रेष्ठ असल्याचेही प्रतिपादिले. जोतीबा म्हणतात, ''सर्व प्राणिमात्रांत मानवप्राणी श्रेष्ठ आहे व त्यामध्ये स्त्री आणि पुरुष असे दोन भेद आहेत. उभयतांत जास्त श्रेष्ठ स्त्री आहे. (कारण) तीच आपल्या सर्वांस जन्म देणारी होय. आपले मलमूत्रादी काढून आपल्या सर्वांचे लालन व पालन करून आपल्या सर्वांचा परामर्श करणारी होय. . . .'' जोतीबा असे तत्त्वज्ञान सांगून थांबले नाहीत. त्यांनी समाजातील अभागी व दुःखी स्त्रियांच्या उद्धारासाठी स्वतः कार्यास हात घातला. त्यांनी विधवा विवाहाच्या सुधारणेचा जोरदार पुरस्कार केला. एवढेच नव्हे तर नैसर्गिक मोहाला बळी पडलेल्या विधवांनी बालहत्या करू नये, त्यांना समाजात संरक्षण मिळावे, म्हणून त्यांनी आपल्या घरीच 'बालहत्या प्रतिबंधक गृह' स्थापन करून त्या काळी अचंबा वाटावा असे सुधारणेचे मोठे पाऊल टाकले.

▣ जातिभेदाविरुद्ध लढा

शूद्र, अतिशूद्र यांच्या वतीने उच्चवर्णीयांविरुद्ध लढा पुकारणारे व त्यांच्यात शिक्षणाचा प्रसार करणारे जोतीबा हे महाराष्ट्राचे पहिले समाजसुधारक होत. ख्रिस्ती धर्मातील समतेच्या तत्त्वामुळेच त्या धर्माबद्दल त्यांना आस्था वाटत होती. मिशनऱ्यांच्या समाजसेवेबद्दल त्यांना आदर वाटत होता; पण जोतीबांनी ख्रिस्ती धर्म स्वीकारला नाही. त्यांना माणसा-माणसांमधील जातिबंधने नष्ट करून आपल्याच धर्मात समता आणावयाची होती. जातिभेदाविरुद्ध आवाज

उठविताना आपल्या सामान्य लोकांना समजेल अशा भाषेत जोतीबा म्हणतात, ''मानवप्राण्यात मूळ जातिभेद नाही, पशू-पक्षी वगैरे प्रत्येक प्राण्यांना जर जातिभेद नाही तर मानवप्राण्यातच कोठून असणार ?'' जातिभेद व अस्पृश्यता निवारण करण्यासाठी त्यांनी आपली वाणी व लेखणी झिजविली. एवढेच नव्हे, तर अस्पृश्यांच्या मुलांना शिकवून आपल्या घरातील हौद अस्पृश्यांसाठी खुला करून आपल्या सेवावृत्तीचा आदर्श समाजासमोर उभा केला.

▣ सत्यशोधक समाजाची स्थापना

''सत्यापरता नाही धर्म । सत्य हेचि परब्रह्म ।।'' या भावनेने प्रेरित होऊन महात्मा जोतीबा फुले यांनी पुणे शहरात 'सत्यशोधक समाज' याची स्थापना केली (28 सप्टेंबर, 1873). सामाजिक विषमता व दलितांची दुःखे नाहीशी करणे, समाजातील भटभिक्षुकांच्या व उच्चवर्णीयांच्या जुलमांचा प्रतिकार करणे, त्यासाठी अज्ञानी बहुजन समाजाला 'ज्ञानी' करून सोडणे, मानवधर्माचे व ईश्वरभक्तीचे सत्य स्वरूप बहुजन समाजासमोर ठेवणे हे उद्देश 'सत्यशोधक समाजा'च्या स्थापनेमागे होते. या समाजाचे तत्त्वज्ञान सारांशाने असे :

(1) ईश्वर एक असून तो सर्वव्यापी, निर्गुण, निर्विकारी, सत्स्वरूप आहे व सर्व मनुष्यप्राणी त्याची प्रिय लेकरे आहेत.

(2) ईश्वरभक्ती करण्याचा प्रत्येक मानवास पूर्ण अधिकार आहे. आईस संतुष्ट करण्यास अगर बापास विनविण्यास जशी मध्यस्थ/दलालाची जरूरी नसते त्याचप्रमाणे सर्वसाक्षी परमेश्वराची भक्ती करण्यास भट-दलालाची आवश्यकता नाही.

(3) मनुष्य हा जातीने श्रेष्ठ ठरत नसून तो गुणाने श्रेष्ठ ठरतो.

(4) कोणताही ग्रंथ सर्वस्वी प्रमाण व ईश्वरप्रणीत नाही.

(5) पुनर्जन्म, कर्मकांड, जपतप या गोष्टी अज्ञानमूलक आहेत.

सत्यशोधक समाजाची वर दिलेली तत्त्वे म्हणजे केवळ पुस्तकी पांडित्य नव्हते. महात्मा जोतीबांनी ती आपल्या आचरणात आणली व सत्यशोधक समाजाच्या माध्यमाने त्यांचा समाजातील सर्व थरांत प्रसार करण्याचा प्रयत्न केला. नव्या युगामध्ये जो वर्ग शिकला तो पुढे गेला व त्या वर्गाचीच मक्तेदारी समाजात निर्माण झाली, हे पाहून फुले यांनी शिक्षणाच्या प्रसाराचे कार्य हाती घेतले. ज्यांना पिढ्यान्पिढ्या कधी शिक्षणाचा गंधही नव्हता, ज्यांना आपल्यावर अन्याय व अत्याचार होतो आहे याची जाणीवही निर्माण होत नव्हती; अशा स्त्री-वर्गाच्या व अस्पृश्यांच्या शिक्षणाची पहिली मुहूर्तमेढ महाराष्ट्रात रोवली.

महात्मा फुले यांच्या प्रेरणेने स्थापन झालेल्या सत्यशोधक समाजाने शेतकरी, रयत, सरकारी अधिकारी व ब्राह्मणवर्ग यांच्याकडून पिळली जाणारी सामान्य माणसे, कामगार, स्त्रिया, अस्पृश्य अशा बहुजन समाजाच्या उद्धारासाठी जी सामाजिक क्रांतीची चळवळ सुरू केली त्या क्रांतीमुळे पुढे राजर्षी शाहू छत्रपती, कर्मवीर भाऊराव पाटील इत्यादी समाजसुधारकांना प्रेरणा मिळाली.

▣ शिक्षण हा सर्व सुधारणेचा पाया

उदरनिर्वाहासाठी जोतीबा कंत्राटदाराचा व्यवसाय करीत. त्यामुळे गरीब कामगार-मजुरांचे जीवन त्यांना जवळून बघता आले. गरीब मजूर काय अथवा रयत काय अथवा शूद्र काय; या सर्वांच्या गुलामगिरीच्या शृंखला तोडून टाकण्यासाठी जोतीबांना शिक्षण हाच रामबाण उपाय योग्य वाटत होता. त्यांच्याविषयी जोतीबा म्हणतात, ''एकंदर सर्व अज्ञानी शेतकऱ्यांसह कारागिरांनी आपापली मुले त्यांच्या शाळेत शिकविण्याविषयी बेलाशक सक्तीचा कायदा करावा आणि सरकारने सक्तीने पालकांकडून त्या सर्व लोकांस असा बोध करावा की, तुम्ही आपली मुले जर आपापल्या शाळेत पाठविली नाहीत तर ती आळसामुळे उनाड होतील आणि पोटे जाळण्याकरिता ती चोऱ्या करू लागतील. . . .''

शिकून ज्ञानी झाल्याशिवाय आपल्यावरील अन्यायाचा प्रतिकार करण्याचे सामर्थ्य बहुजन समाजात येणार नाही, अशी फुल्यांची रास्त श्रद्धा होती. शिक्षणाच्या महतीविषयी अत्यंत साध्या पण प्रभावी भाषेत जोतीबा म्हणतात,

''विद्येविना मति गेली । मतिविना नीती गेली ।
नीतिविना गति गेली । गतिविना वित्त गेले ।
वित्तविना शूद्र खचले । इतके अनर्थ एका अविद्येने केले ।।''

म. फुले यांनी आपल्या हयातभर समाजातील अंधश्रद्धा, अज्ञान, दांभिकपणा, स्त्री-जातीवरील व अस्पृश्यांवरील अन्याय व अत्याचार याविरूद्ध झगडा दिला. समाजातील कर्मकांड, विविध देवदेवतांसमोरचे पूजाविधी, भटभिक्षुकांची स्वार्थी वृत्ती, सावकारी, जुलूम-जबरदस्ती यांवर कडाडून हल्ला चढविलाच; त्याशिवाय विधवा विवाहासारख्या सामाजिक सुधारणेस गती दिली.

जोतीबांनी वृत्तपत्रांचे सामर्थ्यही ओळखले होते. आपल्या विचारांचा समाजात प्रसार करण्यासाठी त्यांनी 1877 साली 'दीनबंधू' नावाचे वृत्तपत्र सुरू केले होते. 'दीनबंधू' मधून त्यांनी दलित-पतितांच्या दुःखांना वाचा फोडली व समाजातील दांभिक वृत्तीच्या लोकांवर कोरडे ओढले. समाजातील भटभिक्षुक, सावकार व जमीनदार बहुजन समाजातील लोकांना कसे फसवतात व नाडतात याविषयी दंभस्फोट त्यांनी 'दीनबंधू'च्या साहाय्याने केला.

जोतीबांची लेखणी ओबडधोबड होती. त्यांच्या लिखाणात शैली नसली तरी त्यांच्या लिखाणातून माणुसकीचा झरा सदैव पाझरत असल्याने ते चिरंतन मूल्यांचे साहित्य बनले आहे. त्यांच्या ग्रंथांमध्ये शेतकऱ्यांचा आसूड, गुलामगिरी, ब्राह्मणाचे कसब, सत्सार, इशारा, अस्पृश्यांची कैफियत, सार्वजनिक सत्यधर्म हे प्रमुख ग्रंथ होत.

दलित-पतितांचा महाराष्ट्रातील पहिला उद्धारक, मानवधर्माचा प्रसारक, स्त्रियांचा कैवारी असणारा हा थोर महात्मा 1890 साली पंचत्वात विलीन झाला.

11.7 भारतीय समाजातील सुधारणा चळवळी

▣ मुस्लीम समाजातील सुधारणा चळवळ

पाश्चात्त्य संस्कृती व शिक्षण व्यवस्था यांचा प्रभाव केवळ हिंदू समाजावरच पडला असे नाही; तो भारतातील मुस्लीम, शीख, पारशी इत्यादी समाजांवरही पडलेला दिसून येतो. याही समाजात हिंदू समाजातील चळवळींप्रमाणे सुधारणा चळवळी निर्माण झाल्या. एकोणिसाव्या शतकाच्या पूर्वार्धात भारतातील मुस्लीम समाज पाश्चात्त्य शिक्षणापासूनच दूरच राहिला होता. सन 1857 च्या उठावानंतर या समाजातील काही नेत्यांच्या दृष्टिकोनात थोडाबहुत फरक पडला. सन 1863 मध्ये कलकत्त्यात काही पुरोगामी विचारांच्या मुस्लिमांनी 'मुहामेडन लिटररी सोसायटी' नावाची संस्था स्थापन केली. या संस्थेत आधुनिक युगाच्या संदर्भात धार्मिक, सामाजिक व राजकीय बाबींची चर्चा होई; उच्च आणि मध्यमवर्गीय मुस्लिमांनी पाश्चात्त्य शिक्षण घ्यावे म्हणूनही प्रयत्न केले जात; परंतु मुस्लीम समाजाला आधुनिक बनविण्याचा कसोशीने प्रयत्न करणारे गेल्या शतकातील पहिले सुधारक म्हणजे सर सय्यद अहमद खान (सन 1817 ते 1898) हे होत.

सर सय्यद अहमद खान यांचे कार्य

विचारस्वातंत्र्याचा आग्रह : पाश्चात्त्य ज्ञान व वैज्ञानिक विचारांचा सर सय्यद अहमद खान यांच्यावर मोठा प्रभाव पडलेला होता. कुराण हा इस्लामचा एकमेव प्रमाण ग्रंथ असल्याचे त्यांनी जाहीर केले असले तरी त्यामधील शिकवण ही आधुनिक बुद्धिप्रामाण्यवाद व विज्ञान यांच्या कसोटीवर तपासून घेतली पाहिजे. धर्माने काळानुसार बदलत गेले पाहिजे; नाही तर तो अश्मिभूत (Fossil) वस्तूसारखा बनतो; मुस्लिमांनी आपल्या आचार-विचारात अंधश्रद्धा, वृथा परंपराभिमान, अज्ञानी वृत्ती व भ्रामक कल्पना यांना थारा देता कामा नये; त्यांनी विचारस्वातंत्र्याचा आग्रह धरला पाहिजे; कारण कोणताही समाज विचारस्वातंत्र्याशिवाय सुसंस्कृत व आधुनिक बनू शकत नाही अशा प्रकारची पुरोगामी मते त्यांनी आपल्या धर्मबांधवांसमोर सातत्याने मांडली.

पाश्चात्त्य ज्ञानाचा पुरस्कार : मुस्लीम समाजातील धार्मिक व सामाजिक मागासलेपणा हा पाश्चात्त्य ज्ञानाच्या आणि संस्कृतीच्या पुरस्काराशिवाय दूर होणार नाही असे सर सय्यद अहमद खानांचे मत होते. त्यासाठी त्यांनी इंग्रजी शिक्षण देणाऱ्या अनेक शाळा स्थापन केल्या. अलीगढमध्ये त्यांनी 'मुहामेडन अँग्लो ओरिएन्टल कॉलेज' नावाची शैक्षणिक संस्था स्थापन केली. तेथे पाश्चात्त्य संस्कृती व शास्त्र यांचे अध्यापन होई. पुढे याच संस्थेचे रूपांतर 'अलीगढ मुस्लीम युनिव्हर्सिटी' मध्ये झाले.

धार्मिक सहिष्णुतेचा पुरस्कार : सर सय्यद अहमद खानांनी आपल्या शिकवणुकीत धर्मवेडेपणाला स्थान दिले नाही. आपल्या धर्मबांधवांना इतर धर्मांविषयी आदर व सहानुभूती बाळगण्याचा आणि धर्म ही खाजगी बाब समजण्याचा उपदेश केला. हिंदू आणि मुस्लीम हे भिन्न-भिन्न धर्मांचे अनुयायी असले तरी ते भारत या एकाच राष्ट्राचे (Nation) घटक आहेत असा राष्ट्रवादी ऐक्याचा विचार त्यांनी मांडला. हिंदू आणि मुस्लीम यांची प्रगती व कल्याण त्यांच्यातील ऐक्य, सद्भाव व प्रेम यावर अवलंबून असून एकमेकांतील त्यांचा वैरभाव शेवटी त्यांच्या नाशास कारणीभूत होईल असाही इशारा त्यांनी दिलेला आढळतो.

सामाजिक सुधारणांचा पुरस्कार : मुस्लीम समाजाने मध्ययुगीन आचार-विचारांच्या बंधनातून मुक्त व्हावे यासाठी सर सय्यद अहमद खान यांनी अविरत प्रयत्न केले. मुस्लीम स्त्रियांची पडदा पद्धती, मुस्लीम पुरुषांचे बहुपत्निकत्व, सुलभ घटस्फोट पद्धती अशा अनेक अनिष्ट चालीरीतींना त्यांनी विरोध केला. एवढेच नव्हे, तर मुस्लीम स्त्रियांनी शिक्षण घेतले पहिजे, त्यांचा सामाजिक दर्जा उंचावला पाहिजे अशी पुरोगामी मते सतत प्रतिपादन केली.

दुर्दैवाने सर सय्यद अहमद खान आपल्या जीवनाच्या अंतिम पर्वात भारतीय राष्ट्रवादाच्या प्रवाहात सामील झाले नाहीत. त्यांनी मुस्लीम समाजाला राष्ट्रसभेपासून (काँग्रेस) दूर ठेवले. मुस्लीम समाजाची काळाची गरज राजकीय हक्क हा नसून शैक्षणिक सुधारणा ही आहे असे प्रतिपादून त्यांनी मुस्लिमांना भारतीय राष्ट्रवादाच्या चळवळीपासून अलिप्त ठेवले.

थोर कवी मुहम्मद इक्बाल यांचे कार्य

मुहम्मद इक्बाल (सन 1876 ते 1938) हे 'आधुनिक भारताचे महान कवी' व मुस्लीम समाजाचे थोर विचारवंत मानले जातात. जर्मनीत तत्त्वज्ञानाची डॉक्टरेट तर ब्रिटनमध्ये बॅरिस्टरची पदवी संपादन केलेल्या या उच्चविद्याविभूषित मुस्लीम विचारवंताचा प्रारंभीच्या काळात अत्यंत राष्ट्रवादी दृष्टिकोन होता. राष्ट्रप्रेमाचे भरते आणणारे त्यांचे 'सारे जहाँसे अच्छा हिंदोस्ताँ हमारा' हे गीत आजही देशभर गायले जाते. दुर्दैवाने याही विचारवंताचा दृष्टिकोन नंतर बदलला व मुस्लिमांच्या फुटीर वृत्तीस त्यांनी आपल्या प्रतिभेचे खतपाणी घातले. सन 1930 मध्ये ते 'मुस्लीम लीग'चे अध्यक्ष झाले; त्याच वेळी त्यांनी मुस्लिमांसाठी स्वतंत्र राष्ट्राची - पाकिस्तानची कल्पना सर्वांत प्रथम मांडली.

असे असले तरी इक्बाल हे मूलतः मानवतावादी विचारवंत होते. मानवामधील प्रयत्नशील व कर्तव्यबुद्धी या गुणांना त्यांनी प्रतिष्ठा दिली. परिस्थिती कितीही प्रतिकूल असली तरी तिला शरण न जाता माणसाने जिद्द व प्रयत्नाने मात करावी, हा प्रयत्नवादाचा सिद्धान्त त्यांनी आपल्या लोकांसमोर प्रतिपादिला. धार्मिक कर्मकांडापेक्षा त्यांनी मानवी जीवनाच्या सौख्यावर अधिक भर दिला.

इक्बालांच्या काव्याचे अनेक संग्रह प्रसिद्ध आहेत. त्यांचे फारशीमधील 'असरारे खुदी' आणि 'रुमूजे बे खुदी' या काव्यसंग्रहांनी त्यांना जागतिक कीर्ती मिळवून दिली. त्यांना 'सर' हा किताबही त्यांच्या काव्यसंग्रहामुळेच प्राप्त झाला (सन 1922).

▣ पारशी समाजातील सुधारणा चळवळ

इस्लामच्या आक्रमणाने मूळच्या इराणी (पारशी) लोकांनी आपल्या देशाचा त्याग करून भारताच्या पश्चिम किनाऱ्यावर आश्रय घेतला. पुढे भारतालाच त्यांनी आपली मायभूमी मानले. हे लोक व्यापारी प्रवृत्तीचे होते. ब्रिटिश राजवटीत पाश्चात्त्य विद्या शिकून घेण्यात ते अग्रेसर झाले. पितामह दादाभाई नौरोजींसारखे थोर देशभक्त, फिरोजशहा मेहतांसारखे श्रेष्ठ राष्ट्रनेते, जमशेटजी टाटांसारखे महान उद्योगपती व डॉ. भाभा यांच्यासारखे सुप्रसिद्ध वैज्ञानिक याच पारशी समाजाने भारत देशाला दिले आहेत.

या समाजात एकोणिसाव्या शतकाचा मध्य उलटल्यानंतर धर्मसुधारणा चळवळ सुरू झाली. सन 1851 मध्ये काही आंग्ल विद्याविभूषित पारशी तरुणांनी 'रहनुमाई मझ्दयस्नन' नावाची एक संस्था निर्माण केली. पारशी (झरथुष्ट्री धर्म) धर्माला उजळून देऊन तो शुद्ध करणे आणि आपल्या धर्मबांधवांची सामाजिक स्थिती सुधारणे, ही या संस्थेची मुख्य ध्येये होती. 'रास्त गफ्तार' या नावाचे एक वृत्तपत्रही या संस्थेने चालू केले होते. त्यामध्ये तत्कालीन अनेक पारशी पंडितांनी आपल्या प्राचीन धर्मग्रंथांचा सखोल अभ्यास करून समाजजागृतीसाठी लेख लिहिलेले आढळतात. पारशी समाजासमोर झरथुष्ट्री धर्माचे विशुद्ध स्वरूप उलगडून दाखविणे हाच अशा लेखांचा प्रमुख उद्देश असे.

त्या काळी पारशी समाजात पडदा पद्धती व बालविवाह यांसारख्या अनिष्ट चालीरीती होत्या. त्या बंद पाडण्यासाठी तरुण सुधारकांनी चळवळी उभारल्या. स्त्री-शिक्षणाच्या प्रसारासाठी त्यांनी प्रयत्न केल्याचे दिसते. सुदैवाने पारशी समाजाने सुधारकांच्या प्रयत्नांना फार चांगला प्रतिसाद दिला. परिणामी विसाव्या शतकात पारशी समाज भारतातील एक अत्यंत प्रगत व आधुनिक समाज बनल्याचे दिसून येते.

▣ शीख समाजातील सुधारणा चळवळ

या काळात पंजाब प्रांतातील शीख समाजातही धर्मसुधारणा चळवळ सुरू झाली. विशेषतः एकोणिसाव्या शतकाच्या शेवटी अमृतसर येथे 'खालसा कॉलेज' स्थापन झाल्यावर या चळवळीस प्रारंभ झाला असला तरी तिला 1920 सालानंतरच खरी गती प्राप्त झाली. या चळवळीस 'अकाली धर्मसुधारणा चळवळ' असे म्हणतात.

शीख गुरूंनी पंजाबमध्ये आपल्या धर्माच्या प्रसारासाठी ठिकठिकाणी अनेक मोठमोठी गुरुद्वारे स्थापन केली होती. महाराजा रणजितसिंहाने व अनेक श्रद्धाळू शिखांनी या गुरुद्वारांना मोठमोठ्या जमिनी अर्पण केलेल्या होत्या. या जमिनीच्या उत्पन्नातून या गुरुद्वाराजवळ बरीच भौतिक संपत्ती जमा होई. या संपत्तीच्या जोरावर गुरुद्वारांचे महंत विलासी व दुराचरणी बनले होते. गुरुद्वार म्हणजे शिखांचे अत्यंत पवित्र असे श्रद्धास्थान. अशी श्रद्धास्थाने अनाचाराची केंद्रे बनल्याचे पाहून शीख समाजात मोठी अस्वस्थता निर्माण झाली.

परिणामी, सन 1920 मध्ये अकाली तरुणांनी अशा महंतांना हुसकावून लावून ही गुरुद्वारे शुद्ध करण्याची चळवळ सुरू केली. तरुण अकालींनी त्यासाठी आपली एक लढाऊ संघटना स्थापन केली. त्या संघटनेद्वारे काही ठिकाणी महंतांच्या व त्यांना पाठिंबा देणाऱ्या सरकारच्या विरोधात सत्याग्रह मोर्चांचे आयोजन केले गेले. काही प्रसंगी अकालींच्या या महंतांशी जोराच्या चकमकी होऊन त्यात अनेक अकालींना आपले प्राण गमवावे लागले.

शेवटी अकाली चळवळीचा विजय झाला. गुरुद्वारांच्या व्यवस्थापनाबाबत सरकारला खास कायदा 1925 साली तयार करावा लागला. या कायद्याने सर्व गुरुद्वारे 'शिरोमणी गुरुद्वारा कमिटी'च्या नियंत्रणाखाली आली. अकालींच्या या सुधारणा चळवळीचा पुरस्कार खुद्द महात्मा गांधी व राष्ट्रसभा (काँग्रेस) यांनीही केल्यामुळे अकालींच्या आंदोलनास देशभरातून मोठा नैतिक पाठिंबा मिळाला. गुरुद्वारांची व्यवस्था पाहणे हे या शिरोमणी गुरुद्वारा कमिटीचे मुख्य काम असले तरी तिच्याद्वारे काही ठिकाणी शिक्षणप्रसाराची कामेही सुरू झाली. पुढे या कमिटीहून वेगळी अशी शिखांची 'एक केंद्रीय शिरोमणी अकाली दल' या नावाची संघटना स्थापन झाली. या संघटनेमार्फत प्रत्येक जिल्ह्यात अकाली दलाच्या शाखा (जत्थे) स्थापन झाल्या. या शाखांमार्फत समाजसेवेचे अनेक उपक्रम राबविले जाऊ लागले.

11.8 भारतातील स्त्री-मुक्तीची चळवळ आणि तिचा पुरस्कार करणारे समाजसुधारक

एकोणिसाव्या व विसाव्या शतकात ज्या काही समाजिक चळवळी झाल्या त्यामध्ये स्त्री-मुक्तीची अथवा स्त्री-स्वातंत्र्याची चळवळ अंतर्भूत होती. भारतात कित्येक शतके स्त्री सर्वार्थाने जखडलेली होती. शिक्षणापासून ती वंचित होतीच; शिवाय बालविवाह, सती, बहुपत्नित्व यांसारख्या चालीरीतींची ती बळी ठरलेली होती. अनेक धर्मग्रंथांनी तर स्त्रीला 'शूद्र'च ठरविले होते. अशा पार्श्वभूमीवर समाजसुधारकांनी स्त्रीच्या मुक्तीसाठी केलेले कार्य पाहावयाचे आहे.

- **राजा राममोहन रॉय :** राजा राममोहन रॉय हे आधुनिक भारताचे पहिले समाजसुधारक. सामाजिक व धार्मिकदृष्ट्या अधोगतीस पोहोचलेल्या अज्ञानी व अंधश्रद्धाळू हिंदू समाजास नवी दृष्टी देण्याचे कार्य त्यांनी केले. रॉय हे थोर मानवतावादी व स्त्री-स्वातंत्र्याचे भोक्ते होते. त्यांचे सर्वांत महान मानवतावादी कार्य म्हणजे त्यांनी सतीच्या दुष्ट चालीविरुद्ध पुकारलेले बंड. अखिल मानवजातीस – विशेषतः हिंदू समाजास व धर्मास कलंक असणारी ही क्रूर चाल बंद पाडण्यासाठी त्यांनी लोकजागृती तर केलीच; पण सरकारदरबारी प्रयत्न करून बेंटिंगसाहेबांचे या कामी हात बळकट केले. सन 1829 मध्ये बेंटिंगने कायदा करून सतीच्या चालीचे उच्चाटन केले; पण हा कायदा मंजूर होण्यात रॉय यांचा

सिंहाचा वाटा होता. बेंटिंग व रॉय दोघाही महान पुरुषांनी भारतामधील हजारो व लाखो विधवांचा दुवा घेतला. याशिवाय रॉयनी स्त्रियांच्या वारसा हक्काचीही चळवळ उभारली; तसेच समाजातील बहुपत्निकत्वाची चाल मोडावी म्हणूनही प्रयत्न केले.

- **केशवचंद्र सेन :** बंगालमधील ब्राह्मो समाजाचे नेते केशवचंद्र सेन (सन 1838 ते 1883) यांनी विधवा विवाह, प्रौढ विवाह, स्त्री-शिक्षण या क्रांतिकारी सुधारणांचा हिरिरीने पुरस्कार केला. 'आंतरजातीय विवाह' हा जातिभेद निर्मूलनाचा महत्त्वाचा तोडगा आहे असे त्यांना वाटत होते. त्यानुसार त्यांनी सन 1862 मध्ये बंगालमधील पहिला आंतरजातीय विवाह घडवून आणला.

केशवचंद्र सेन

बालविवाह रूढीविरुद्ध त्यांनी चालविलेल्या मोहिमेमुळे सरकारला सन 1872 चा 'बालविवाह प्रतिबंध कायदा' मंजूर करावा लागला. या कायद्याने वधूचे वय चौदा व वराचे वय अठरा वर्षे निश्चित केले गेले. स्त्री-जातीच्या शिक्षणासाठी त्यांनी मोठे कष्ट घेतले. सन 1862 मध्ये त्या उद्देशाने त्यांनी 'ब्राह्मो बंधू सभा' ही संस्था काढली. सन 1864 मध्ये खास स्त्रियांसाठी 'बामबोधिनी पत्रिका' हे नियतकालिक काढले. पुढच्या वर्षी त्यांनी स्त्रियांच्या सामाजिक प्रश्नाला वाचा फोडण्यासाठी 'ब्राह्मिका समाज' ही ब्राह्मो समाजाची संघटना स्थापन केली. पुढे त्यांनी स्त्री-शिक्षणासाठी अनेक संस्था काढल्या. सध्याची कोलकत्यातील 'व्हिक्टोरिया इन्स्टिट्यूशन' ही त्यांपैकी एक होय.

- **ईश्वरचंद्र विद्यासागर :** रॉय यांच्यानंतर भारतातील स्त्रियांचा महान मुक्तिदाता म्हणजे ईश्वरचंद्र विद्यासागर (सन 1820 ते 1891). ईश्वरचंद्रांचे सर्वांत मोठे कार्य स्त्री-जातीच्या उद्धाराचे आहे. असे म्हणतात की, एका बालविधवेचे दुःख पाहून ईश्वरचंद्रांचे अंतःकरण कळवळले आणि समाजातील विधवांची दुःखे दूर करण्यासाठी त्यांच्या पुनर्विवाहाची चळवळ त्यांनी हाती घेतली. समाजातील प्रतिगामी मंडळींचा अशा सुधारणेस धर्माच्या नावाखाली मोठा विरोध होता. ईश्वरचंद्रांनी हिंदू धर्मशास्त्रावरील सर्व ग्रंथ धुंडाळून विधवा विवाहाला हिंदू धर्माचा विरोध नसल्याचे; एवढेच नव्हे, त्याची अशा विवाहाला संमती असल्याचे साधार प्रतिपादन केले आणि सरकारने त्यासाठी कायदा करावा म्हणून मोहीम सुरू केली.

ईश्वरचंद्र विद्यासागर

सन 1856 मध्ये त्यांनी या विषयावर 'Marriage of Hindu Widows' हा ग्रंथ लिहून अशा प्रकारच्या सुधारणेची समाजाला किती नितांत गरज आहे हे विशद केले. एवढेच नव्हे, तर अशा प्रकारचा कायदा सरकारने लवकरच पास करावा म्हणून ईश्वरचंद्रांनी बंगालमधील एक हजार विचारवंत व प्रतिष्ठित नागरिकांचा विनंती-अर्ज सरकारला सादर केला. बंगालमधील लोकमत विधवा-विवाहाला अनुकूल झाल्याचे पाहून सरकारने सन 1856 मध्ये विधवा-विवाहाला व त्यापासून होणाऱ्या संततीस कायदेशीर मान्यता दिली. ईश्वरचंद्र कृतिवीर होते. त्यांनी आपल्या मुलाचा विवाह एका विधवेशीच लावून देऊन समाजापुढे आदर्श ठेवला.

स्त्री-शिक्षणाचाही त्यांनी धडाडीने पुरस्कार केला. 1849 साली बेथ्यून या ब्रिटिश गृहस्थाने एक मुलींची शाळा काढली. ईश्वरचंद्रांनी त्यास पाठिंबा तर दिलाच; शिवाय त्या शाळेचे काही काळ ते चिटणीसही बनले. पुढे हालीडे या बंगालच्या गव्हर्नराचे स्त्री-शिक्षणाच्या प्रसाराच्या कार्यात त्यांना मोठे प्रोत्साहन मिळाले. या प्रोत्साहनाने उत्साहित होऊन त्यांनी ग्रामीण भागात स्त्री-शिक्षणाचा प्रसार केला.

- **स्वामी दयानंद :** स्वामी दयानंद सरस्वतीप्रणीत आर्य समाजाने स्त्री-मुक्तीच्या संदर्भात अनेक क्रांतिकारी सुधारणांचा पुरस्कार केला. बालविवाह, पडदा पद्धती, बहुपत्निकत्व या अनिष्ट चालींविरुद्ध सतत लढाई केली. शिक्षणाची सर्व द्वारे स्त्रियांना खुली झाली पहिजेत असा आग्रह धरला. आर्य समाजाने प्रौढ विवाहाचा पुरस्कार करून वधूचे वय सोळा व वराचे वय पंचवीस वर्षे निश्चित केले.

- **महात्मा जोतीराव फुले व सावित्रीबाई :** महाराष्ट्रातील स्त्रियांच्या मुक्तीची चळवळ सुरू करणारे महात्मा जोतीराव फुले व सावित्रीबाई फुले हे एक महान दांपत्य होय. त्यांनी 1848 साली पुण्यात मुलींसाठी शाळा स्थापन केली. पुढे 1851 साली त्यांनी अस्पृश्य मुला-मुलींसाठी शाळा काढली. त्याविषयी पूना ऑब्झर्व्हर या वृत्तपत्राने ऑगस्ट 1952 मध्ये म्हटले आहे, ''जोतीबा गोविंद फुले यांनी वेताळ पेठेत दोन शाळा काढल्या आहेत. महार, मांग, धेड, चांभार यांच्या मुलींसाठी एक व दुसरी त्याच जातीच्या मुलांसाठी. या दोन्ही शाळांत जोतीबा स्वतः शिकवितात आणि त्या शाळांची व्यवस्था करतात. ब्राह्मण शिक्षक त्यांना साहाय्य करत आहेत. या शाळांचा खर्च जोतीबा स्वतः पदरमोड करून करतात. शिवाय युरोपियन व सुसंस्कृत देशी लोक वर्गणी पाठवितात.''

त्या काळी स्त्री-शिक्षिका मिळणे अशक्य होते. तेव्हा जोतीरावांनी आपल्या पत्नीस सावित्रीबाईंना शिकवून 'शिक्षिका' म्हणून तयार केले. सावित्रीबाईंनी आपल्या पतीच्या कार्यात मोलाची साथ दिली. महाराष्ट्रातील त्या पहिल्या स्त्री-शिक्षक होत. 16 नोव्हेंबर, 1852 रोजी पुण्याच्या विश्रामबागवाड्यात मुंबई सरकारच्या वतीने पुना कॉलेजचे प्राचार्य मेजर कॅन्डी यांनी जोतीरावांचा 'स्त्रियांचा उद्धारकर्ता' म्हणून गौरव केला. या वेळी प्रि. गोपाळ गणेश आगरकर, महर्षी धोंडो केशव कर्वे, पंडिता रमाबाई व महात्मा गांधी या थोर स्त्री-सुधारकांचा जन्मही झालेला नव्हता हे लक्षात घेतले पाहिजे.

फुले दांपत्याने स्त्री व शूद्रातिशूद्र यांच्यावर होणाऱ्या अन्यायाविरुद्ध बंड पुकारले होते. हे त्यांचे सर्वांत महान कार्य होते. त्यांनी स्त्रियांच्या शिक्षणाचा व समानतेच्या हक्काचा पुरस्कार केला. एवढेच नव्हे, तर स्त्री ही पुरुषाहून श्रेष्ठ असल्याचे प्रतिपादिले. जोतीराव हे कृतिवीर होते. त्यांनी केवळ सुधारणेचे तत्त्वज्ञान सांगितले नाही तर ते प्रत्यक्षात अमलात आणले. मुलींच्या शिक्षणासाठी त्यांनी शाळा तर काढल्याच; शिवाय समाजातील अभागी व असहाय स्त्रियांसाठी सावित्रीबाईंच्या मदतीने स्वतःच्या घरीच 'बालहत्या प्रतिबंधक गृह' स्थापन केले. त्या काळी अचंबा वाटावे असे हे क्रांतिकारी व धाडसी कृत्य होते. जोतीरावांनी विधवा-विवाहाचाही पुरस्कार केला. यापुढे जाऊन उच्चवर्णीयांत रूढ असलेल्या 'केशवपन' या दुष्ट चालीविरुद्ध चळवळ उभारली. पतिनिधनानंतर सावित्रीबाईंनी स्त्रियांच्या उद्धाराचे कार्य चालूच ठेवले. त्यांच्याच प्रेरणेने केशवपन प्रथेविरुद्ध नाभिक वर्गाने असहकार पुकारला होता.

- **विष्णुशास्त्री पंडित :** विष्णुशास्त्री पंडित (सन 1827 ते 1876) हे एकोणिसाव्या शतकातील एक कर्ते सुधारक होत. त्यांनी आपल्या 'इंदुप्रकाश' या वृत्तपत्रामधून विधवांच्या दुःखांना वाचा फोडली. ईश्वरचंद्र विद्यासागर यांच्याप्रमाणे त्यांनीही विधवा विवाहाचा जोरदार पुरस्कार करून 'विधवा विवाह' नावाचा ग्रंथ तयार केला (सन 1865). विधवा विवाहास प्रोत्साहन मिळावे, त्या संदर्भात लोकजागृती व्हावी म्हणून त्यांनी 'पुनर्विवाहोत्तेजक मंडळ' या संस्थेची स्थापना केली होती. या मंडळामार्फत त्यांनी दोन विधवा विवाह घडवून आणले.

महाराष्ट्रातील सनातनी मंडळींचा विधवा-विवाहास फार मोठा विरोध होता. उच्चवर्णीयांना विधवा विवाह करणे म्हणजे धर्मबाह्य वर्तन करणे असे वाटत होते. सन 1870 मध्ये पुण्यामध्ये शंकराचार्यांच्या अध्यक्षतेखाली 'विधवा विवाह' या प्रश्नावर परिषद झाली. त्या वेळी विष्णुशास्त्री यांनी मोठ्या हिरिरीने विधवा विवाहाचा पुरस्कार करून प्रतिपक्षाच्या मतांचे खंडन केले. पुढे लवकरच त्यांची पत्नी मृत्यू पावल्याने ते विधुर बनले. तेव्हा त्यांनी एका विधवेशी विवाह करून आपण केवळ 'वाचावीर' नसून 'कृतिवीर' आहोत हे महाराष्ट्रीय समाजाला दाखवून दिले (सन 1874).

विष्णुशास्त्री पंडित

▪ **लोकहितवादी ऊर्फ गोपाळ हरी देशमुख :** एकोणिसाव्या शतकातील दुसरे मोठे सुधारक व विचारवंत गोपाळ हरी देशमुख ऊर्फ लोकहितवादी (सन 1823 ते 1892) यांनी 'लोकहितवादी' नावाचे मासिक चालविले होते. त्यातून आपल्या लेखांनी त्यांनी त्या काळातील सनातनी व धर्मभ्रष्ट ब्राह्मणवर्गावर टीकास्त्र सोडले. स्त्री-शिक्षण, स्त्री-मुक्ती, विधवा विवाह यांचा पुरस्कार करून जातिभेद, बालविवाह व सामाजिक गुलामगिरी यांचा कडक शब्दांत निषेध केला.

लोकहितवादींनी स्त्री-शिक्षणाचाही जोरदार पुरस्कार केला होता. त्यांच्या मते, स्त्रियांना शिक्षण न देणे, त्यांना अज्ञानात ठेवणे हा सामाजिक गुन्हा आहे. त्या सुशिक्षित झाल्या तर धार्मिक भ्रम नष्ट होऊन त्यांना स्वतःचे हित-अहित कळू शकेल. वैधव्य प्राप्त झाल्यास पुनर्विवाह करून सुखी होतील; मुलींना आवश्यक ते शिक्षण मिळण्यासाठी त्यांचे बालविवाह बंद झाले पाहिजेत; बालविवाहाने रोगट संतती निपजते, स्त्री-पुरुषांना अकाली म्हातारपण येते असे त्यांचे मत होते.

▪ **विष्णुबुवा ब्रह्मचारी :** एकोणिसाव्या शतकातील समाजसुधारकांविषयी क्रांतिकारी मते मांडणारा एक जगावेगळा सुधारक म्हणून विष्णुबुवा ब्रह्मचारी (सन 1825 ते 1871) यांचे नाव घेतले जाते. त्यांनी स्त्री-शिक्षण, प्रेमविवाह, विधवा विवाह, जातिभेदनिर्मूलन, अस्पृश्यता निवारण इत्यादी अनेक मूलगामी सुधारणांचा जोरदार पुरस्कार केला.

स्त्रियांची सामाजिक गुलामगिरीतून मुक्तता झाल्याशिवाय समाजाची प्रगती होणार नाही, सुसंस्कारित स्त्रीच सुसंस्कारित समाज निर्माण करू शकते असे त्यांचे मत होते. म्हणूनच स्त्रियांच्या स्वातंत्र्याचा पुरस्कार त्यांनी प्रथम केला. त्यासाठी स्त्रियांना शिक्षण दिले पाहिजे. प्रपंच-परमार्थाचे यथास्थित ज्ञान होण्यासाठी लेखन, वाचन, गणित इत्यादी विद्या दिल्या पाहिजेत असे प्रतिपादून ते पूर्वीच्या पुराणकालीन सुविद्य स्त्रियांचे दाखले समाजासमोर मांडत.

स्त्रीला आपला जोडीदार निवडण्याचा हक्क असला पाहिजे या मताचे विष्णुबुवा होते. रामायण-महाभारत काळी अस्तित्वात असणारी स्वयंवर पद्धती ही आदर्श पद्धती होती असे ते म्हणत; याशिवाय वर हा वधूहून सहा ते आठ वर्षांनी मोठा असावा; प्रथम विवाहाच्या प्रसंगी वराचे वय तीसहून अधिक नसावे, ''तीस वर्षांच्या पुरुषाने बारा वर्षांच्या लहान मुलीशी लग्न करू नये आणि जर पुरुषाचे वय तीसहून अधिक असेल तर त्याला कुमारिकेशी लग्न करण्याचा अधिकार असू नये'' अशी सडेतोड मते त्यांनी मांडली होती. विवाहात 'जन्मश्रेष्ठत्वा'पेक्षा वराच्या 'गुणश्रेष्ठत्वा'ला अधिक महत्त्व द्यावे असे ते प्रतिपादत.

विधवांच्या पुनर्विवाहाचा त्यांनी आवेशपूर्ण भाषेत पुरस्कार केला. त्या काळी वर पन्नास ते पंचावन्न वर्षांचा जरी असला तरी तो दहा ते बारा वर्षांच्या मुलीशीच लग्न करत असे. या बाल-जरठ विवाह पद्धतीमुळेच समाजातील बालविधवांचे प्रमाण वाढत होते. विष्णुबुवांनी या अनिष्ट रूढींवर अचूक बोट ठेवले. त्यासाठी बाल-जरठ विवाहाचा निषेध करून त्यांनी नवसमाजाच्या निर्मितीचे दंडकच सांगितले. 'विधुराने विधवेशी लग्न केले पाहिजे, इतकेच नव्हे तर तिशीच्या वर वय असलेल्या प्रथमवरानेही कुमारिकेशी लग्न न करता ऋतू प्राप्त झालेल्या विधवेशी लग्न केले पाहिजे' वगैरे.

▪ **न्या. महादेव गोविंद रानडे :** महाराष्ट्राचे थोर समाजसुधारक व विचारवंत न्या. महादेव गोविंद रानडे (सन 1842 ते 1901) यांनी आपल्या लिखाणातून प्रौढ विवाह, विधवा विवाह, स्त्री-शिक्षण इत्यादी सुधारणांचा हिरिरीने पुरस्कार केला. सन 1865 मध्ये 'विधवा विवाहोत्तेजक मंडळाची' स्थापना करून त्याद्वारे सन 1869 मध्ये महाराष्ट्रातील पहिला विधवा विवाहही घडवून आणला. त्यावर महाराष्ट्रात मोठे वादळ उठले.

पुण्यास धर्मसभा होऊन खुद्द शंकराचार्यांनी मंडळाच्या प्रमुख कार्यकर्त्यांवर धार्मिक बहिष्कार टाकला. अशा कार्यकर्त्यांत रानडेही होते. बहिष्कारातून मार्ग म्हणून प्रायश्चित्त घेऊन अनेक जण बाजूला झाले; पण रानड्यांनी प्रायश्चित्त न घेता या सामाजिक व धार्मिक बहिष्काराला निर्भयपणे तोंड दिले. हिंदूंच्या प्राचीन धर्मशास्त्रांचा व इतिहासाचा अभ्यास करून विधवा विवाहाला अनुकूल असणारे शास्त्राधार त्यांनी लोकांसमोर मांडले. स्त्री-शिक्षणाच्या प्रसारासाठी त्यांनी सन 1881 मध्ये पुण्यात 'फिमेल हायस्कूल' सुरू केले. न्या. रानडे हे सर्वांगीण सुधारणेचे भोक्ते होते.

न्या. महादेव गोविंद रानडे

■ **डॉ. भांडारकर :** डॉ. रामकृष्ण गोपाळ भांडारकर (सन 1837 ते 1925) हे संस्कृतचे प्रकांड पंडित व थोर कर्ते सुधारक होते. प्रार्थना समाजाचे ते आधारस्तंभ होते. स्त्री-शिक्षण, प्रौढ विवाह व विधवा विवाह या सुधारणांचे ते कट्टर पुरस्कर्ते होते. त्यांनी आपल्या कुटुंबातील स्त्रियांना उच्चविद्याविभूषित तर केलेच; पण त्याही पुढे जाऊन धाडसाने आपल्या विधवा कन्येचा पुनर्विवाह घडवून आणला. विधवा विवाहोत्तेजक मंडळाचे ते अध्यक्ष होते. सनातन्यांच्या समोर त्यांनी विधवा विवाहाला संमती देणारे शास्त्राधार काढून दाखविलेच; शिवाय न्याय, नीती आणि मानवता या तत्त्वांच्या आधारे विधवा विवाहांचे समर्थनही केले. 'संमतिवयाच्या बिलाला' पाठिंबा देण्यात ते अग्रेसर होते.

■ **प्रि. गोपाळ गणेश आगरकर :** प्रि. गोपाळ गणेश आगरकर (सन 1856 ते 1895) हे स्त्री-स्वातंत्र्याचा विचार धाडसाने मांडणारे थोर समाजसुधारक व विचारवंत होते. आपल्या 'सुधारक' या वृत्तपत्रातून त्यांनी सातत्याने स्त्री-शिक्षण, प्रौढ विवाह, विधवा विवाह यांसारख्या सुधारणांचा हिरिरीने पाठपुरावा केला. स्त्री-जातीवर कर्मठ सनातन्यांकडून होणाऱ्या अन्यायावर कठोरपणे लेखणी चालविली. महर्षी कर्वे यांच्या विधवा विवाहाचे प्रि. आगरकर एक निमंत्रक होते. या विवाहाचे सुशिक्षित तरुण विधुरांनी अनुकरण करून माणुसकीस लागलेल्या कलंकाचे निरसन करावे असे आवाहन त्या वेळी त्यांनी केले होते.

प्रि. गोपाळ गणेश आगरकर

तरुणांनी बालविवाह पद्धतीस बळी न पडता प्रौढ विवाहाचा पुरस्कार करावा असे आवाहन करताना आगरकर म्हणतात, ''बालविवाह बंद झाल्यास आज प्रत्येक घरी ज्या एक-दोन हतभाग्य बालविधवा दृष्टीस पडतात त्या दृष्टीस पडेनाशा होतील. पुरुषांच्या अंगी अधिक पौरुष दृष्टीस पडू लागेल; तरुणास अधिक उद्योग करण्याची हिंमत येईल व धाडसाची कामे अंगावर घेण्याची छाती होऊ लागेल; ज्याला-त्याला आपापल्या मनाप्रमाणे बायको पसंत करण्याची सवड मिळू लागल्यामुळे स्त्री-पुरुषांच्या सुखांची वृद्धी होऊन संसारयात्रा अधिक रमणीय होईल. विवाहापूर्वी मुलीस ज्ञान संपादण्यास अधिक फुरसत मिळाल्यामुळे पुढे त्यांच्याकडून अपत्य-संवर्धनाचे व प्रपंच चालविण्याचे काम चांगल्या रीतीने होऊ शकेल; पण हे होण्यासाठी बालविवाहाची चाल बंद झाली पाहिजे व ती बंद होणे किंवा न होणे सर्वथैव तुमच्याकडे आहे.''

■ **रमाबाई रानडे :** या न्या. रानड्यांच्या पत्नी (सन 1862 ते 1924). न्या. रानड्यांच्या हयातीतच रमाबाई विविध शैक्षणिक संस्थांच्या समितीवर काम पाहत होत्या. प्रार्थना समाजाच्या 'आर्य महिला सभेच्या' अध्यक्षा या नात्याने त्यांनी ज्ञानप्रसाराचे कार्य सुरू केले होते. त्यासाठी त्यांनी 'हिंदू सोशल ॲन्ड लिटररी क्लब' या संस्थेची स्थापना केली होती. या संस्थेमार्फत स्त्रियांसाठी कला, भाषा, विज्ञान यांचे शिक्षण देणारे वर्ग त्यांनी सुरू केले.

पुढे त्यांनी पुण्यात सन 1908 मध्ये 'सेवासदन' नावाची आणखी एक संस्था काढली. तेथे स्त्रियांच्या स्वावलंबनासाठी रुग्णपरिचर्येचे व वैद्यकीय प्रशिक्षण वर्ग सुरू केले. 'भारत महिला परिषदेच्या' पहिल्या अधिवेशनाच्या रमाबाई अध्यक्षा झाल्या (सन 1904). स्त्रियांना मतदानाचा हक्क मिळावा म्हणून त्यांनी आंदोलन सुरू केले (सन 1921). स्त्रियांना त्यांच्या हक्कांची व अधिकारांची जाणीव व्हावी म्हणून रमाबाईंनी आयुष्यभर शर्थीचे प्रयत्न केले.

रमाबाई रानडे

■ **पंडिता रमाबाई :** महाराष्ट्रातील एक थोर सुधारक विदुषी म्हणून पंडिता रमाबाईंचे (सन 1858 ते 1922) नाव घेतले जाते. त्यांचे संस्कृत भाषेवरचे असामान्य प्रभुत्व पाहून कलकत्ता विद्यापीठाने त्यांचा 'पंडिता सरस्वती' अशी पदवी देऊन सन्मान केला होता. काही काळ त्यांनी ब्रिटनमध्ये उच्च शिक्षणासाठी वास्तव्य केले. तेथेच त्या मानवतावादी ख्रिस्ताच्या शिकवणुकीकडे आकृष्ट होऊन त्यांनी ख्रिश्चन धर्माची दीक्षा घेतली.

मायदेशी परतल्यानंतर त्यांनी मुलींच्या शिक्षणासाठी व त्यांना स्वावलंबी बनविण्यासाठी प्रथम मुंबई-पुण्यात व नंतर कडेगाव येथे 'शारदा सदन' नावाची संस्था सुरू केली. आपल्या संस्थेच्या दारात येणारी मुलगी उच्चवर्णीय असो वा अस्पृश्य असो; तिच्या पालनपोषणाची, शिक्षणाची व तिला स्वावलंबी बनविण्याची 'पालक' या नात्याने आपली जबाबदारी आहे असे त्या मानत.

शारदा सदनला जोडूनच त्यांनी परित्यक्ता स्त्रियांसाठी 'कृपा सदन' नावाची संस्था काढली. एवढेच नव्हे, तर विधवांच्या शिक्षणाचा पुरस्कार करून त्या काळातील क्रांतिकारक पाऊल उचलले. या त्यांच्या कार्याचा महर्षी धोंडो केशव कर्वेंनीही गौरव केला आहे.

पंडिता रमाबाई

■ **ताराबाई शिंदे :** महात्मा फुले व सावित्रीबाई यांच्या समकालीन असणाऱ्या ताराबाई शिंदे या विदर्भातील बुलढाणा या गावच्या घरंदाज मराठा घराण्यातील महाराष्ट्रातील पहिल्या बंडखोर विचारवंत. त्यांनी सन 1882 मध्ये 'स्त्री-पुरुष तुलना' हा स्त्री-पुरुष नात्यांची व स्त्री-जातीवर होणाऱ्या अखंड अन्याय-अत्याचाराची मूलगामी चर्चा करणारा ग्रंथ लिहिला. त्यांच्या अत्यंत परखड व तर्कशुद्ध विचारप्रणालीचे खुद्द महात्मा फुले यांनी कौतुक केले होते. अतिशय तिखट भाषेत त्यांनी स्त्री-जातीवर पुरुषवर्गाकडून होणाऱ्या अन्यायाची हजेरी घेतली आहे. त्याचे एक उदाहरण पाहा.

त्या विचारतात, ''अरे, नवऱ्याआधी बायकोने मरावे किंवा नवऱ्याने बायकोआधी मरावे, याचा तुमच्या बापदादांनी देवापासून काही दाखला आणला काय रे ? . . . या स्त्री-जातीत सावित्री तरी आपले पतीचे प्राण परत आणण्याकरिता यमदरबारात जाऊन आली, पण पुरुषांमध्ये कोणीतरी आपल्या बायकोचे प्राण परत आणण्याकरिता यमदरबारात तर नाही; पण उगीच त्या दरबाराच्या वाटेवर तरी गेलेला कोठे ऐकण्यात आला आहे काय ? तर जसे एकदा सौभाग्य गेले, म्हणजे स्त्रियांनी आपली तोंडे अगदी एखाद्या महान खुन्यापेक्षाही महाजबर अपराध्यांप्रमाणे काळी करून सर्व आयुष्यभर अंधारकोठडीत राहावे त्याप्रमाणे तुमच्या बायका मेल्या म्हणजे तुम्हीही तोंड काळे करून, दाढ्या-मिश्या भादरून यावतजन्मपर्यंत कोठेही अरण्यवासात का राहू नये बरे ? एक बायको मेली की तिचे दहावे दिवशीच तुम्ही दुसरी करून आणावी, असा तुम्हाला कोणत्या शहाण्या देवाने दाखला दिला आहे बरे ? जशी स्त्री, तसेच पुरुष. तुमच्यात मोठे अलौकिक गुण कोणते ? तुम्हीच कोण असे शूर, म्हणून देवांनी तुम्हाला इतकी मोकळीक दिली ? ''

ताराबाई शिंदे

स्त्री-पुरुष समानतेचा, स्त्री-स्वातंत्र्याचा पुकार एवढ्या परखड व रोखठोक भाषेत ताराबाई शिंदे यांनी 125 वर्षांपूर्वी घेतल्याचे पाहून अचंबा वाटल्याशिवाय राहत नाही.

■ **राजर्षी शाहू छत्रपती :** राजर्षी शाहूंनी आपल्या राज्यात मुलींना शिक्षण मोफत केले होते. त्यांच्या शिक्षणाला चालना मिळावी म्हणून अनेक उत्तेजनार्थ योजना व शिष्यवृत्त्या ठेवल्या होत्या. विशेषतः मुलींच्या शिक्षणात शिक्षकांनी अधिक रस घ्यावा म्हणून मुलांच्या शाळेत पास होणाऱ्या मुलींच्या संख्येवर त्या शिक्षकांना खास 'इनाम' म्हणून बक्षिशी दिली जात असे. प्रौढ स्त्रियांच्या बाबतीत छत्रपतींनी विशेष लक्ष घातल्याचे दिसून येते. खासकरून मागासलेल्या जातीच्या शिक्षण घेऊ इच्छिणाऱ्या स्त्रियांसाठी त्यांनी सन 1919 मध्ये एक खास हुकूम काढला होता. त्याअन्वये अशा स्त्रियांची राहण्या-जेवण्याची सर्व व्यवस्था दरबाराकडून मोफत केली जाणार होती.

याशिवाय त्यांनी स्त्रियांच्या नैसर्गिक हक्कांचे संरक्षण करणारे कायदे आपल्या राज्यात अमलात आणायचे होते. उदाहरणार्थ,

(1) विधवांच्या पुनर्विवाहास कायदेशीर मान्यता देणारा कायदा (सन 1917);

(2) आंतरजातीय विवाह संमती कायदा (सन 1919);

(3) स्त्रियांवरील अत्याचारांचा प्रतिबंध करणारा कायदा (सन 1919);

(4) स्त्रियांना घटस्फोटाचा हक्क देणारा कायदा (सन 1920);

(5) देवदासी प्रथा प्रतिबंध कायदा.

राजर्षी शाहू छत्रपती

राजर्षी शाहूंचा 'स्त्रियांच्या अत्याचारास प्रतिबंध करणारा कायदा' हा त्या काळातील देशातील अशा प्रकारचा पहिला कायदा होता. स्वतंत्र भारताने असा कायदा सन 2006 मध्ये अमलात आणला आहे. तत्पूर्वी 85 वर्षे शाहू छत्रपतींनी हा कायदा केला होता. याच कायद्याप्रमाणे देवदासी प्रथेला प्रतिबंध करणारा कायदाही देशातील पहिला कायदा होता. ज्या काळात प्रगत ब्रिटिश सरकारच्या राज्यातही स्त्रियांच्या हक्कांचे संरक्षण करणारे असे कायदे अस्तित्वात नव्हते आणि ब्रिटिश सरकार अशा प्रकारचे कायदे करून परंपरावाद्यांचा रोष ओढवून घ्यायला तयार नव्हते त्या काळात शाहू छत्रपतींनी हे क्रांतिकारी कायदे अमलात आणले होते ही गोष्ट लक्षात घेतली पाहिजे.

■ **महर्षी धोंडो केशव कर्वे :** महाराष्ट्रातील थोर समाजसुधारक व स्त्री-शिक्षणप्रसाराचे अग्रणी महर्षी धोंडो केशव कर्वे (सन 1858 ते 1962) यांनी आपले सर्व जीवन स्त्री-जातीच्या उद्धारासाठी वेचले. ते कृतिशील सुधारक होते. विधवा विवाहाचा पुरस्कार करीत असता त्यांनी स्वतः एका बालविधवेशी विवाह केला (सन 1893). त्याच साली त्यांनी वर्धा येथे 'विधवा विवाहोत्तेजक मंडळी' या संस्थेची स्थापना केली. पुढे सन 1896 मध्ये त्यांनी हिंगण्यास मुलींच्या शिक्षणासाठी 'अनाथ बालिकाश्रम' ही संस्था स्थापन केली.

महर्षी धोंडो केशव कर्वे

सन 1898 मध्ये त्यांनी विधवा महिलांसाठी पुण्यात 'महिलाश्रम' नावाची संस्था काढली. पुढे ती पुण्याजवळच हिंगणे या गावी नेली (सन 1900). कर्व्यांनी आपल्या कर्तबगारीवर ही संस्था पुढे मोठी केली. लेडी नॉर्थकोट, रमाबाई रानडे, सयाजीराव महाराज, महात्मा गांधी इत्यादी थोरांची कृपा या संस्थेस लाभली. या आश्रमाविषयी आपल्या आत्मचरित्रात कर्वे म्हणतात, "आश्रमापासून झालेला सर्वांत मोठा फायदा म्हणजे खुद्द विधवावर्गाच्या अंतःकरणात त्यांनी जो आशेचा नवा अंकुर उत्पन्न केला तो होय." विधवांना शिक्षण देऊन त्यांना सुशिक्षित व स्वावलंबी बनविणे आणि त्यांच्यात आपल्या जीविताबद्दलचा विश्वास निर्माण करणे हा आश्रमाचा मुख्य उद्देश होता.

शिक्षणाशिवाय स्त्रियांची मुक्ती नाही हे जाणून कर्व्यांनी सन 1907 मध्ये हिंगण्यात 'महिला विद्यालय' स्थापन केले. स्त्रियांच्या जीवनाला उपकारक गृहजीवनशास्त्र, आरोग्यशास्त्र, शिशुसंगोपनशास्त्र यांसारखे विषय शिकविले जात. सन 1916 मध्ये त्यांनी स्त्रियांच्या सर्वांगीण उन्नतीसाठी 'महिला विद्यापीठाची' स्थापना केली. येथे स्त्रियांसाठी अनेक शास्त्रे व कला शिकविल्या जाऊ लागल्या. कालौघात अनेक विद्यालये व महाविद्यालये या विद्यापीठास जोडली गेली. पुढे हेच विद्यापीठ 'श्रीमती नाथीबाई दामोदर ठाकरसी विद्यापीठ' (SNDT) म्हणून प्रसिद्धीस आले. कर्व्यांच्या थोर कार्याचा गौरव भारत सरकारने त्यांना 'भारतरत्न' ही पदवी देऊन केला (सन 1958).

अशा प्रकारे राजा राममोहन रॉय यांच्यापासून महर्षी कर्वे यांच्यापर्यंतच्या समाजसुधारकांनी कर्मठ सनातनी लोकांशी संघर्ष करून स्त्री-मुक्तीचे आंदोलन चालविले. स्त्रीला पुरुषाइतकेच हक्क व अधिकार आहेत; तिला तिच्या व्यक्तिमत्त्वाचा विकास घडवून आणण्याचा पुरुषाइतकाच अधिकार आहे हे सत्य समाजाच्या गळी उतरविण्यासाठी या सुधारकांना मोठा संघर्ष करावा लागला आहे. इतके होऊनही आजची स्त्री ही पुरुषी वर्चस्वापासून पूर्णपणे मुक्त झालेली नाही. अद्यापी बरीच वाटचाल समाजाने करावयास हवी आहे.

11.9 भारतातील जातिभेद निवारण व अस्पृश्यता निवारण चळवळी आणि त्यांचा पुरस्कार करणारे समाजसुधारक

भारतात उदय पावलेल्या सर्व धर्मसुधारकांनी व समाजसुधारकांनी आपल्या चळवळीत जातिभेदनिवारण व अस्पृश्यतानिवारण कार्यास प्राधान्य दिलेले आढळते. भारतातील जातिसंस्था उतरंडीप्रमाणे असून ती उच्च-नीच भावावर आधारित होती. सर्वांत वर ब्राह्मण-क्षत्रिय तर सर्वांत खाली अस्पृश्य मानले गेलेले शूद्र होते. प्रत्येक जात खालच्या जातीस कनिष्ठ समजत होती. अस्पृश्यांचे जीवन केवळ असहाय व दयनीय होते. त्यांचे दर्शन, त्यांचा स्पर्श एवढेच नव्हे तर त्यांची सावलीही अपवित्र समजली जात असे. पशूपेक्षाही त्यांना हीन समजले जात असे. अशा खोल गर्तेत पडलेल्या आपल्या समाजाची उन्नती जातिभेद व अस्पृश्यता यांचे निर्मूलन झाल्याशिवाय होणार नाही म्हणून भारतातील सर्व सुधारकांनी या अनिष्ट प्रथांविरुद्ध संघर्ष केलेला दिसतो. असा संघर्ष करणाऱ्या समाजसुधारकांच्या कार्याचा आढावा सारांशाने आपणास येथे घ्यावयाचा आहे.

- **स्वामी दयानंद सरस्वती :** स्वामी दयानंद हे महान समाजसुधारक होते. त्यांनी जातिभेद व अस्पृश्यता यांचा निषेध तर केलाच; पण धर्मशास्त्राच्या अध्ययनाचा सर्व मनुष्यप्राण्यांना हक्क असल्याचे घोषित केले. त्यांनी शूद्र व स्त्रिया यांना वेदाभ्यासाचा अधिकार दिला. राष्ट्रीय शिक्षण व स्त्री-शिक्षण या सुधारणांचा पुरस्कार केला. बालविवाह ही रूढी समाजाचे अधःपतन करावयास मोठ्या प्रमाणावर जबाबदार असल्याचे सांगून त्याविरुद्ध त्यांनी आवाज उठविला. भाकितांवर विश्वास, जपतप, उपासतापास, पूजा-अर्चा या पारंपरिक अंधश्रद्धांवर त्यांनी कडाडून हल्ला चढविला. ईश्वरभक्तीइतकीच जनसेवा महत्त्वाची असल्याचे प्रतिपादिले. आर्य समाजाच्या मानवतावादी कार्यामागे त्यांची हीच प्रेरणा उभी होती.

वर्ण अथवा जाती या मनुष्याच्या जन्मावर नव्हे तर गुणकर्मावर अवलंबून आहेत असे प्रतिपादून स्वामीजींनी आर्य समाजाच्या माध्यमातून हिंदू धर्मातील जातिसंस्थेच्या मुळावरच घाव घातला. समाजात उत्तम विद्या व आचरण यांनी युक्त असतील ते ब्राह्मण; आणि जे मूर्ख व दुराचारी असतील ते शूद्र अशी ब्राह्मण-शूद्रांची नवी व्याख्या आर्य समाजाने मांडली.

- **स्वामी विवेकानंद :** स्वामी विवेकानंदांनी आपल्या गुरूंच्या शिकवणुकीचा प्रसार करण्यासाठी व मानवतेची सेवा करण्यासाठी रामकृष्ण मिशनची स्थापना केली. मिशनने आपले कार्य करताना वर्ण, जात, पंथ असा भेदभाव ठेवला नाही. सर्व मानव समान असून त्यांची सेवा म्हणजे ईश्वरसेवा होय असे उदात्त तत्त्वज्ञान मिशनने आपल्या आचाराने समाजासमोर मांडले.

धर्माच्या नावावर खालच्या जातींवर अन्याय करणाऱ्या लबाड लोकांवर प्रहार करताना स्वामीजी म्हणतात, ''हिंदू धर्माइतका इतर कोणताही धर्म कंठरवाने मानवाच्या महिम्याचा प्रचार करत नाही; आणि हिंदू धर्म गरीब व खालच्या जातीच्या लोकांना जितके पायाखाली तुडवतो तितके कोणताही धर्म तुडवत नाही; पण यात धर्माचा काहीच दोष नाही. हिंदू धर्मातील अहंकारी, स्वार्थी व ढोंगी व्यक्तींनी अनेक पारमार्थिक व व्यावहारिक सिद्धान्त लढवून नाना अत्याचाराचे उपाय शोधून काढले आहेत.''

'अस्पृश्यता पाळणे हाच धर्म' असे जे समजतात त्यांच्यावर कठोर टीका करताना स्वामीजी म्हणतात, ''आम्ही माणसे का आहोत ? आपल्या देशात चोहोंकडे अस्पृश्य समजले जातात त्यांच्या उन्नतीसाठी आपण काय करत आहोत ? आपण त्यांना स्पर्श करत नाही. 'दूर व्हा, दूर व्हा' असे म्हणतो. हे जे हजारो साधू, ब्राह्मण आहेत ते या

दलित गरीब बांधवासाठी काय करत आहेत ? 'मला शिवू नका' हाच घोष. एवढ्या चांगल्या सनातन धर्माची त्यांनी काय दशा करून टाकली आहे ? त्यांचा धर्म आता केवळ 'मला शिवू नका' या शब्दांतच साठवला आहे ? ''

■ **महात्मा जोतीराव फुले :** हिंदू धर्मातील ब्राह्मणी वर्चस्वावर व जातिभेदाच्या विकृत कल्पनांवर घणाघाती प्रहार करणारे व प्रत्यक्ष अस्पृश्य बांधवांच्या उद्धारासाठी सुधारणा करणारे महात्मा जोतीराव फुले हे महाराष्ट्रातील पहिले महान कर्ते सुधारक होते. माणसा-माणसांमधील कृत्रिम जातिबंधने नष्ट करून त्यांना जातिविरहित समाजव्यवस्था निर्माण करावयाची होती. 'पशुपक्षी वगैरे प्राण्यांत नाही तर मानवप्राण्यांत जातिभेद कोठून असणार ?' असा त्यांचा मर्मभेदी सवाल होता.

अस्पृश्यता हे जातिभेदाचेच कुरूप अपत्य होय. जोतीरावांनी अस्पृश्यांना पोटाशी धरले. अस्पृश्यांच्या मुला-मुलींसाठी शाळा काढणारे व त्यांच्या हक्कांसाठी सरकारदरबारी आवाज उठविणारे ते महाराष्ट्राचे आद्य सुधारक होते. त्यांनी आपल्या 'गुलामगिरी', 'अस्पृश्यांची कैफियत', 'सार्वजनिक सत्यधर्म' इत्यादी ग्रंथांतून जातिभेद व अस्पृश्यता या हिंदू धर्माच्या वैगुण्यावर कठोर हल्ले चढविले.

जगात अनेक धर्म असले तरी जगाचा निर्माता एकच आहे. म्हणून जोतीरावांनी त्यास निर्मिक म्हटले आहे. या निर्मिकावरील एका अखंडात ते म्हणतात,

"सर्वांचा निर्मिक आहे एक धनी । त्याचे भय मनी । धरा सर्व ॥ १ ॥

न्यायाने वस्तुंचा उपभोग घ्यावा । आनंद करावा । भांडू नये ॥ २ ॥

धर्मराज्य भेद मानवा नसावे । सत्याने वर्तावे । ईशासाठी ॥ ३ ॥''

धूर्त आर्यभट्टांनी या देशातील लोकांना कपटाने जिंकून त्यांना दास बनविले आणि जातिभेदाच्या व अस्पृश्यतेच्या गुलामगिरीत जखडून टाकले. त्यातून निसटण्याचा एकच मार्ग म्हणजे आपल्या मुला-बाळांना शिकवून शहाणे करणे व आपल्यातील जातीय विषमता, उच्च-नीच भाव दूर करणे हा होय असा जोतीरावांच्या शिकवणुकीचा मूळ आशय होता.

धर्माच्या नावावर शूद्रातिशूद्रांना लुबाडणाऱ्या ब्राह्मणवर्गावर जोतीरावांनी घणाघाती प्रहार केले असले तरी केवळ एखादा माणूस ब्राह्मण आहे, म्हणून त्यांचा ते द्वेष करत नव्हते. उलट तो आपला इतरांप्रमाणे बंधूच आहे असे त्यांनी म्हटले आहे. ते म्हणतात,

"ख्रिस्त महंमद मांग ब्राह्मणासी । धरावे पोटाशी । बंधूपरी ॥ १ ॥

मानव भावंडे सर्व एकसहा । त्याजमध्ये आहां । तुम्ही सर्व ॥ २ ॥''

■ **श्री नारायण गुरू :** श्री नारायण गुरू हे केरळमधील महान समाजसुधारक होत (सन 1854 ते 1928). भारतातील इतर प्रदेशांतील अस्पृश्यांप्रमाणेच केरळमधील अस्पृश्यांची स्थिती होती. किंबहुना ती अधिक असह्य होती. 'इझवा' ही अस्पृश्यांपैकीच एक मोठी जात होती आणि श्री नारायण गुरू तिच्या उद्धाराचे कार्य करणारे सुधारक होते. इझवांना हिंदूंच्या मंदिरात प्रवेश तर दूर राहोच; पण सार्वजनिक रस्त्यावरूनही मुक्तपणे संचार करता येत नव्हता. अज्ञान, दारिद्र्य, अंधश्रद्धा व ब्राह्मणी वर्चस्व यांच्या विळख्यात ते सापडले होते. श्री नारायण गुरूंनी या सामाजिक व धार्मिक अन्यायाविरुद्ध लढा पुकारला. हे करीत असता इझवांचे सामाजिक व सांस्कृतिक उत्थापन त्यांनी केले. इझवांना आधुनिक युगात आणण्याचे त्यांनी अविरत प्रयत्न केले.

वर्णश्रेष्ठत्वाच्या भावनेने केरळी ब्राह्मण समाज इतर सर्व जातिपातींवर अधिकार गाजवित होता. श्री नारायण गुरूंनी या वर्णश्रेष्ठत्वासच आव्हान दिले. त्यांनी इझवांची 'सुसंस्कृतीकरणाची' प्रक्रिया सुरू केली. आदिवासी देवदेवता, वेडगळ व भ्रामक समजुती इझवांनी टाकून द्याव्यात म्हणून त्यांनी प्रयत्न चालविले. एवढेच नव्हे, तर उच्चवर्णीय लोक हिंदू मंदिरात इझवांना प्रवेश नाकारतात; म्हणून त्यांनी इझवांसाठी स्वतंत्र मंदिरे उभारली. ही मंदिरे म्हणजे आत्यंतिक स्वच्छतेची व समाजप्रबोधनाची तीर्थक्षेत्रे बनली पाहिजेत असा त्यांचा कटाक्ष होता. इझवांची उपासना पद्धतीही त्यांनी ठरवून दिली. अशा प्रकारे इझवांमध्ये स्वतःबद्दलचा न्यूनगंड नाहीसा करून त्यांची अस्मिता जागृत करण्याचे कार्य त्यांनी केले.

शिक्षणाबरोबर आधुनिक शिक्षणाचा प्रसार व्हावा यासाठीही श्री नारायण गुरूंनी परिश्रम घेतले. ठिकठिकाणी आधुनिक शिक्षणाच्या शाळा सुरू केल्या. प्रसारासाठी खास निधी उभारला. प्रत्येक इझवा कुटुंबाने त्यास अर्थसाहाय्य करावे अशी योजना केली. इझवांनी आपल्या सामाजिक व धार्मिक हक्कांसाठी एक व्हायला हवे; आधुनिक जीवनपद्धतीचा व आचार-विचारांचा स्वीकार करावयास हवा; मुलाबाळांना शिक्षण देऊन विविध उद्योगधंदे शिकवायला हवेत; आपला समाज आर्थिकदृष्ट्या सबल बनवावयास हवा आणि असे घडले तर केरळच्या समाजजीवनात इझवा समाजाची एक प्रबळ शक्ती म्हणून किंमत केली जाईल हे मत श्री नारायण गुरूंनी आपल्या जातबांधवांच्या मनावर ठसविले होते. अस्पृश्यांमधील व्यसनांचे, विशेषतः मद्यपानाचे निर्मूलन व्हावे यासाठी श्री नारायण गुरूंनी अथक् प्रयत्न केले. आपल्या बांधवांच्या व्यसनमुक्तीसाठी 'दारू पिऊ नका, दारू देऊ नका आणि दारू तयार करू नका' असा त्रिसूत्री आदेश दिला.

आज केरळ हे सामाजिक व शैक्षणिकदृष्ट्या देशातील एक अग्रेसर राज्य मानले जाते. याचे मोठे श्रेय श्री नारायण गुरू या केरळच्या थोर समाजसुधारकास व दलितोद्धारकास दिले पाहिजे.

■ **लोकहितवादी :** जातिभेदाला लोकहितवादींनी विरोध केला आहे. जर ब्राह्मणात कसलीच श्रेष्ठता उरलेली नाही तर त्यांच्यात व इतर जातीत कसला भेद असा ते युक्तिवाद करतात. शिंपी, सुतार, लोहार हे जसे मजूर तसेच ब्राह्मण हे सुद्धा शब्दाची अर्थशून्य वाच्यता करणारे मजूरच. पुन्हा ते म्हणतात, ''मनुष्य या दृष्टीने पाहिल्यास ब्राह्मण इतरांप्रमाणेच जन्मास येतो, वाढतो, मरतो. मग त्याची मातब्बरी इतरांहून निराळी का मानायची ?''

■ **विष्णुबुवा ब्रह्मचारी :** विष्णुबुवांनी जातिभेद व अस्पृश्यता यावरही कडाडून हल्ले चढविले. समाजात प्रत्येक व्यक्तीस त्याच्या गुणकर्माप्रमाणे स्थान मिळावे; अमुक जातीत उत्पन्न झाला म्हणून नव्हे; आपण सर्वशक्तिमान परमेश्वराची लेकरे आहोत; सर्वांनी परस्परांवर प्रेम करावे असे ते सांगत असत. अस्पृश्यता हे थोतांड असल्याचे सांगून ते असा युक्तिवाद करत की मेलेल्या जनावरांचे मांस खाणारे ते अस्पृश्य तर जिभेचे लाड पुरविण्यासाठी जनावरे मारून खाणाऱ्यांना काय म्हणावे ? अस्पृश्य, आदिवासी इत्यादी समाजातील अशुची आचार, अज्ञान, अंधश्रद्धा नष्ट करून त्यांना आपल्या समाजात सन्मानाने वागविले पाहिजे. हे काम ज्ञानी बनलेल्या ब्राह्मणवर्गाने पुढाकार घेऊन केले पाहिजे असे ते बजावतात.

■ **प्रि. गोपाळ गणेश आगरकर :** आगरकरांनी आपल्या 'सुधारक' या पत्रातून जातिभेदास विरोध केला. जातिभेदामुळे व्यक्तीचा व देशाचा विकास होऊ शकत नाही असे त्यांनी स्पष्ट बजावले. त्यासाठी बदल हवा असे एकदा त्यांनी ठरविल्यावर 'निष्कारण मृदू शब्द वापरून आत्मवंचना' करणे त्यांना जमत नसे. पुण्यात ख्रिस्ती मिशनऱ्यांनी दिलेल्या चहापार्टीत ज्यांनी भाग घेतला त्यावर पुणेरी सनातन्यांनी काहूर उठविले व काहींना प्रायश्चित्त घ्यावयास लावले. त्यासंबंधी आगरकर म्हणतात, ''ब्राह्मणेतरांच्या हातचा चहा पिण्यात आम्हास दोष वाटत नाही. इतकेच नाही तर आमच्या नीच मानलेल्या अस्पृश्यांची स्थिती सुधारून त्यांची व वेदशास्त्रसंपन्न ब्राह्मणांची एक पंगत झालेली जर आम्हास पाहता येती तर आम्ही स्वतःस मोठे कृतार्थ मानले असते ही गोष्ट आमच्या देशबांधवांपासून आम्ही चोरून ठेवत नाही.''

आगरकरांचा समाजसुधारणेचा विचार 'व्यक्तिस्वातंत्र्य' या तत्त्वाभोवती फिरत होता. ते म्हणतात, ''सर्व गोष्टीत व्यक्तिमात्रास (पुरुषास व स्त्रीस) जितक्या स्वातंत्र्याचा उपभोग घेता येईल तितका द्यावयाचा हे अर्वाचीन पाश्चिमात्य सुधारणेचे तत्त्व आहे.'' 'जन्मसिद्ध चातुर्वर्ण्य पद्धती' ही व्यक्तिस्वातंत्र्यास विरोध करणारी असल्याने तिचा आगरकरांनी निषेध केला होता.

■ **राजर्षी शाहू छत्रपती :** जातिभेद हा भारताचा पुराना रोग असून हिंदू समाजातील विषमतेचे ते खरे मूळ आहे आणि आंतरजातीय विवाह हाच त्यावर प्रभावी उपाय आहे असे शाहू छत्रपतींनी प्रतिपादिले. एवढेच नव्हे, तर त्यानुसार आपल्या भगिनीचा आंतरजातीय विवाह घडवून आणला. अस्पृश्यता हे जातिभेदाचेच हिडीस स्वरूप होते. छत्रपतींनी अस्पृश्यता निवारणाचे अनेक जाहीरनामे काढून आपल्या राज्यातील पाणवठे, शाळा, सरकारी कार्यालये, दवाखाने इत्यादी सार्वजनिक ठिकाणे अस्पृश्यांसाठी खुली केली आणि तेथे अस्पृश्यता पाळणाऱ्यास शिक्षेची तरतूद केली. महार, मांग आदी अस्पृश्य समाजातील अनेक व्यक्तींना त्यांनी आपल्या खाजगी सेवेत राजवाड्यावर घेतले. अनेकांची नेमणूक तलाठी, पोलीस म्हणून केली. अनेकांना वकिलीच्या सनदा दिल्या. खेड्यातील बलुतेदारांवरील व्यवसायबंदी रद्द करून त्यांना कोणताही व्यवसाय करण्याचे स्वातंत्र्य दिले. महारांना पिढ्यान्‌पिढ्या गुलामगिरीत अडकविणारे महार वतनही बरखास्त करून त्यांची वेठबिगारीतून सुटका केली. त्यांना सामाजिक स्वातंत्र्य दिले. अस्पृश्यांच्या मुला-मुलींसाठी शिक्षण मोफत केले. त्यांना शिष्यवृत्त्या ठेवल्या. याशिवाय गुन्हेगार समजल्या गेलेल्या जातीवरील हजेरीसारख्या जुलमी पद्धती

कायद्याने नष्ट केल्या. शाहू छत्रपतींनी कोल्हापूर नगरपालिकेचा चेअरमन म्हणून चर्मकारी समाजातील व्यक्तीस नेमले होते. अशा प्रकारची भारतातील ही पहिली घटना होती.

राजर्षी शाहू हे कृतिशील समाजसुधारक होते. अस्पृश्य समाजाबद्दल त्यांच्या हृदयात अपार कणव होती. म्हणून तर डॉ. आंबेडकरांनी त्यांचे वर्णन 'अस्पृश्यांचा सखा' असे केलेले आढळते. अस्पृश्य समाजाच्या ऐहिक गुलामगिरीबरोबर त्यांची मानसिक गुलामगिरी नष्ट व्हायला हवी; त्यासाठी त्यांच्यात स्वाभिमान व अस्मिता निर्माण व्हायला हवी असे त्यांना वाटत होते आणि म्हणून त्यांनी नागपूरच्या बहिष्कृत समाज परिषदेत उद्गार काढले होते, ''अस्पृश्य हा शब्द कोणत्याही माणसास लावणे निंद्य आहे . . . तुम्ही अस्पृश्य नाही. तुम्हांस अस्पृश्य मानणाऱ्या पुष्कळ लोकांपेक्षा जास्त बुद्धिवान, जास्त पराक्रमी, जास्त सुविचारी, जास्त स्वार्थत्यागी असे तुम्ही भारतीय राष्ट्राचे घटकान्वय आहात. मी तुम्हास अस्पृश्य समजत नाही. आपण बरोबरीची भावंडे आहोत.''

▪ **महर्षी विठ्ठल रामजी शिंदे :** महर्षी शिंदे हे गेल्या शतकातील एक थोर विचारवंत व कृतिशील समाजसुधारक होते. ते ब्राह्मो समाजाचे उपासक व प्रचारक होते आणि जगातील सर्व धर्मांचा त्यांचा प्रगाढ अभ्यास होता. त्यांनी आपले सर्व जीवन दलित, पतितांच्या उद्धारासाठी खर्ची घातले होते. ''अस्पृश्यांसाठी शाळा, वसतिगृहे, उद्योगशाळा व दवाखाने उभारणे; अस्पृश्यांमध्ये शिक्षणाविषयी आस्था उत्पन्न करून त्यांना सामाजिक व राष्ट्रीय कर्तव्याची दीक्षा देणे'' या उच्च हेतूने प्रेरित होऊन महर्षी शिंदे यांनी मुंबईत 1906 साली 'डिप्रेस्ड क्लासेस मिशन' नावाची संस्था स्थापन केली. लवकरच पुणे येथे या मिशनचे 'अहिल्याश्रम' नावाचे प्रमुख केंद्र निर्माण झाले. सन 1912 पर्यंत देशात चोवीस शाळा व दोन वसतिगृहे काढून ती चांगली चालविण्यात मिशनने यश मिळविले होते.

राष्ट्रीय सभेतील मुख्य राजकीय नेत्यांशीही महर्षी शिंदे यांचा परिचय वाढत होता. या नेत्यांचे आपल्या कार्यात सहकार्य मिळविण्याच्या कामीही ते यशस्वी झाले. 1917 साली ॲनी बेझंट यांच्या अध्यक्षतेखाली जे राष्ट्रीय सभेचे अधिवेशन भरले होते त्यामध्ये महर्षी शिंदे यांनी अस्पृश्यता निवारणाचा ठराव आणला. राष्ट्रीय सभेने तो एकमताने संमत केला. त्या ठरावात म्हटले होते, ''अस्पृश्यांवरील सर्व धार्मिक निर्बंध रद्द करून त्यांना माणुसकीचे सर्व हक्क स्पृश्यांप्रमाणेच प्राप्त व्हावेत व सर्व उद्योगधंद्यांत समान स्थान मिळावे.'' महर्षी शिंदे यांनी अस्पृश्यतेच्या प्रश्नाला राष्ट्रीय व्यासपीठावरच अशी वाचा फोडली.

महर्षी शिंदे यांनी हयातीत खूप लेखन केले. त्यांच्या लेखनाचे विषय धर्मशास्त्र, तत्त्वज्ञान, भाषाशास्त्र, मराठ्यांचा इतिहास, समाजशास्त्र असे विविध होते. त्यांचा या विषयांचा अभ्यास सखोल होता. त्यांच्या लेखनामधून त्यांची तत्त्वचिंतकाची व संशोधकाची दृष्टी वारंवार दृष्टीस पडते. अस्पृश्यता ही आर्यपूर्व भारतीय समाजात असावी व ती आग्नेय आशियातील देशांतून आपल्याकडे आली असावी असा समाजशास्त्रीय सिद्धान्त त्यांनी मांडला आहे. महाराष्ट्रातील मराठ्यांच्या पूर्वी वस्ती करून राहणारे महारच होते असे प्रतिपादून त्यांनी महारांची अस्मिता जागी करण्याचा प्रयत्न केला.

''ब्राह्मण, मराठे व अस्पृश्य या तीन मोठ्या जातींत ऐक्य झाल्याशिवाय महाराष्ट्राची प्रगती होणार नाही'' असे त्यांनी स्पष्ट बजावले आहे. ते म्हणतात, ''ही एकी अजून म्हणण्यासारखी न झाल्याने महाराष्ट्राचे राजकारण, समाजकारण, धर्मकारण ही सर्वच अडून राहिली आहेत.''

▪ **स्वा. वि. दा. सावरकर :** स्वा. सावरकर हे कट्टर हिंदुत्ववादी असले तरी ते प्रमुख बुद्धिवादी व विज्ञानवादी होते. आपल्या कठोर तर्कनिष्ठ दृष्टिकोनातून त्यांनी हिंदू समाजातील जुनाट व मूर्ख रूढींवर कठोर प्रहार केल्याचे दिसून येते. त्यांच्या लेखणीला बुद्धिनिष्ठ युक्तिवादाची धार होती. वैदिक संस्कृतीचा व प्राचीन धर्मग्रंथांचा अभिमान बाळगणाऱ्या व त्यापुढे पाऊल न टाकू इच्छिणाऱ्या समाजातील उच्चवर्णीयांवर त्यांनी सडेतोड टीका केल्याचे आढळते.

सावरकरांनी हिंदू समाजातील जातिभेद व अस्पृश्यता या दोन दोषांवरही हल्ले चढविलेले आहेत. जन्मजात जातिभेदाचे 'व्यवसायबंदी, स्पर्शबंदी, रोटीबंदी व बेटीबंदी' हे चार पाय छाटल्याशिवाय जातिभेदाचा विषवृक्ष उखडून पडणार नाही असे त्यांचे मत होते. अस्पृश्यतेसंबंधी ते म्हणतात, की न्यायाच्या, धर्माच्या व माणुसकीच्या दृष्टीने अस्पृश्यता नष्ट करणे हे आपले कर्तव्यच होय. एवढेच नव्हे, तर 'अस्पृश्यता निवारण हाच मुख्य आणि निरपेक्ष धर्म आहे.'

सावरकरांनी आपल्या विचारांना कृतीचे रूप देण्याचे ठरविले. संपूर्ण रत्नागिरी जिल्ह्यातील खेड्यापाड्यांतून त्यांनी जातिभेद व अस्पृश्यता याविरुद्ध चढाईची चळवळ उभारली. आपल्या अमोघ वक्तृत्वाने व बिनतोड युक्तिवादाने त्यांनी सनातन्यांना तोंड दिले व बहुजन समाजाला चळवळीत सामील करून घेतले. खेड्यात जाऊन तेथील स्पृश्य लोकांचे मन वळवून अस्पृश्य मुलांना स्पृश्य मुलांच्या सोबत शाळेत बसविण्यात ते यशस्वी झाले. त्यांनी स्पृश्य व अस्पृश्य यांची अनेक सहभोजने घडवून आणली. अस्पृश्यता निवारणाचा एक प्रयत्न म्हणून त्यांनी रत्नागिरीत 'पतितपावन मंदिर' उभारले आणि त्या मंदिराची द्वारे सर्वांना खुली केली.

- **महात्मा गांधी :** गेल्या शतकात जातिभेद व अस्पृश्यता या दोन सामाजिक विकृतींचे निवारण करण्याच्या कार्यात महात्मा गांधींचा मोठा वाटा आहे. गांधींसारख्या लोकोत्तर नेत्याने अस्पृश्यता निवारण कार्य हाती घेतल्यावर अस्पृश्यतेविरुद्ध अभूतपूर्व जागृती देशभर झाली. अस्पृश्यता निवारण हे आपल्या स्वातंत्र्य चळवळीचे एक अंगच त्यांनी बनविले. गांधीजींनी अस्पृश्यांना 'हरिजन' (ईश्वराची लेकरे) अशी नवी संज्ञा दिली. हरिजनांच्या उन्नतीसाठी त्यांच्या प्रेरणेने 'हरिजन सेवक संघ' याची स्थापना झाली. अस्पृश्यतेविरुद्ध जनजागरण घडवून आणण्यासाठी त्यांनी 'हरिजन' नावाचे वृत्तपत्रही सुरू केले (सन 1933).

त्याच साली त्यांनी दौरे काढून अस्पृश्यता निवारण करण्याच्या दृष्टीने देशभर लोकजागृती घडवून आणली. गांधीजींच्या उपोषणामुळे काशी व प्रयागमधील मंदिरांचे दरवाजे अस्पृश्यांना खुले झाले. त्यांच्याच प्रेरणेने देशात अनेक ठिकाणी अस्पृश्यांच्या मंदिर प्रवेशासाठी सत्याग्रह झाले. गांधीजींच्या प्रयत्नामुळे अस्पृश्यता निवारण हा राष्ट्रीय आंदोलनातील महत्त्वाचा प्रश्न बनला.

- **डॉ. बाबासाहेब आंबेडकर :** महात्मा फुल्यांच्या नंतर जातिभेद व अस्पृश्यता यांच्यावर घणाघाती आघात करून सर्व जीवन अस्पृश्योद्धारासाठी वाहिलेला महान नेता म्हणजे डॉ. भीमराव ऊर्फ बाबासाहेब आंबेडकर (सन 1891 ते 1956). अस्पृश्यांवरील अन्यायाला वाचा फोडण्यासाठी आणि अस्पृश्य लोकांत सामाजिक व राजकीय जागृती करण्यासाठी 'मूकनायक', 'जनता', 'समता' व 'प्रबुद्ध भारत' अशी अनेक वृत्तपत्रे बाबासाहेबांनी काढली. 1924 साली त्यांनी अस्पृश्यांच्या हिताचे रक्षण करण्यासाठी 'बहिष्कृत हितकारिणी' ही संघटना निर्माण केली.

1926 साली रहिमतपूर (जिल्हा सातारा) येथे भरलेल्या 'महार परिषदेत' बाबासाहेबांनी महारांना गावकीचे व वतनदारीचे हक्क सोडून देण्याचा आदेश दिला. त्यानुसार शेकडो महारांनी गावकीच्या व वतनदारीच्या – गुलामगिरीच्या शृंखला फेकून दिल्या. इतर हिंदूंप्रमाणे अस्पृश्यांनाही समाजात समतेचे हक्क मिळाले पहिजेत, या मागणीसाठी बाबासाहेबांनी सन 1927 मध्ये महाड येथे 'चवदार तळ्याचा सत्याग्रह' आणि 1930 साली नाशिक येथे 'राममंदिर प्रवेशाचा सत्याग्रह' अशी दोन प्रखर आंदोलने करून अस्पृश्य समाजात मोठी सामाजिक जागृती घडवून आणली.

पुढे सन 1930 ते 1933 दरम्यान ब्रिटनमध्ये भरलेल्या गोलमेज परिषदेत बाबासाहेबांनी अस्पृश्यांच्या राजकीय हितासाठी सरकारकडून 'स्वतंत्र मतदारसंघाची' मागणी मान्य करून घेतली; पण पुढे गांधीजींच्या आग्रहामुळे ती त्यांना पुणे कराराने सोडून द्यावी लागली. सन 1942 ते 1946 या काळात ते गव्हर्नर जनरलच्या कार्यकारी मंडळाचे सभासद होते. या काळात व नंतरच्या कालखंडात अस्पृश्यांसाठी शैक्षणिक सवलती व सरकारी नोकरीत राखीव जागा मिळविण्यासाठी त्यांनी यशस्वी प्रयत्न केले. त्यांच्याच प्रयत्नामुळे पुढे या राखीव जागांच्या धोरणास घटनात्मक मान्यता मिळाली.

1942 साली देशातील सर्व अस्पृश्यांना संघटित करण्यासाठी बाबासाहेबांनी 'शेड्यूल्ड कास्ट फेडरेशन' नावाचा राजकीय पक्ष स्थापन केला. शिक्षणाच्या क्षेत्रात अस्पृश्यांना उच्च शिक्षण मिळावे म्हणून 'पीपल्स एज्युकेशन सोसायटी' स्थापन केली आणि तिच्याद्वारे मुंबईत 'सिद्धार्थ कॉलेज' व औरंगाबादेत 'मिलिंद कॉलेज' या पुढे नामवंत झालेल्या संस्थांची स्थापना करण्यात आली.

स्वतंत्र भारताची घटना बाबासाहेबांच्या नेतृत्वाखाली व मार्गदर्शनाखाली तयार केली गेली. एक अस्पृश्य नेता स्वतंत्र भारताची घटना तयार करतो हा भारतातील सुधारणा चळवळीचा उत्कट बिंदू होता. स्वतंत्र भारताच्या राज्यघटनेमध्ये अस्पृश्यता निवारणाचे कलम घालून बाबासाहेबांनी अस्पृश्यतेचा प्रश्न कायमचा निकालात काढला. असे झाले तरी हिंदू धर्मात अस्पृश्यांना न्याय मिळणार नाही ही बाबासाहेबांची पक्की खात्री होती; म्हणून त्यांनी आपल्या लाखो अनुयायांसह 14 ऑक्टोबर, 1956 रोजी नागपूर येथे बौद्ध धर्माचा स्वीकार केला. एक महान समाजसुधारक, अस्पृश्यांचा महान कैवारी, प्रकांड पंडित, श्रेष्ठ समाजशास्त्रज्ञ, थोर विचारवंत व भारतीय घटनेचे शिल्पकार म्हणून आधुनिक भारताच्या इतिहासात डॉ. बाबासाहेब आंबेडकर यांचे स्थान अढळ आहे.

11.10 भारतातील धार्मिक व सामाजिक सुधारणा चळवळींचे समाजजीवनावर झालेले परिणाम

एकोणिसाव्या व विसाव्या शतकात भारतात ज्या धार्मिक व सामाजिक सुधारणा चळवळी उदयास आल्या आणि फोफावल्या त्यांचे भारतीय समाजजीवनावर विविध अंगांनी परिणाम घडून आले. ते सारांशाने असे :

1. **दोषदर्शन घडविले :** आपला देश संपन्न प्राचीन परंपरांची सुवर्णभूमी समजला जाणारा असूनही ब्रिटनसारख्या छोट्या देशाकडून का पराभूत झाला याचे दोषदर्शन या चळवळीने स्वकीयांना घडविले. अनेक धर्म, पंथ, जाती यांमध्ये विभागल्या गेलेल्या आपल्या समाजाने हे सर्व भेद विसरून अंधश्रद्धा, दुष्ट चालीरीती यांना मूठमाती द्यायला हवी, याचीही जाणीव समाजातील सुशिक्षित वर्गात निर्माण झाली.

2. **निःस्वार्थी सुधारक वर्गाचा उदय :** या चळवळींनी भारतात असा एक सुशिक्षितांचा व विचारवंतांचा वर्ग निर्माण केला की, जो निःस्वार्थीपणे आपल्या देशाच्या उन्नतीसाठी झटण्यास पुढे झाला. राजा राममोहन रॉय, ईश्वरचंद्र विद्यासागर, महात्मा जोतीराव फुले, महर्षी दयानंद सरस्वती, न्या. रानडे इत्यादी प्रभूती ही त्या वर्गातील ठळक उदाहरणे आहेत. या सर्वांनी स्त्री-शिक्षण, विधवा विवाह यांसारख्या सुधारणांचा पुरस्कार केला. जातिभेद, अस्पृश्यता, केशवपन, बालविवाह, बाल-जरठ विवाह व समाजातील भोळसट रूढी यांचा धिक्कार केला व त्याविरुद्ध लोकजागृती केली. एकोणिसाव्या शतकातील या सुधारकांचा वारसा नंतर महाराष्ट्रात प्रि. आगरकर, राजर्षी शाहू महाराज, महर्षी कर्वे, डॉ. आंबेडकर, महर्षी शिंदे, स्वा. सावरकर यांनी पुढे चालविला. यांपैकी शाहू महाराज हे राजे असूनही त्यांनी बहुजन समाजाच्या सर्वांगीण प्रगतीसाठी आपले तन-मन-धन वेचले.

3. **भारतीय समाजाची अस्मिता जागृत :** या चळवळींनी भारताच्या प्राचीन तेजस्वी परंपरांना उजाळा दिला आणि भारतीय समाजातील न्यूनगंड नाहीसा केला. भारतीय संस्कृती एकेकाळी वैभवशाली संस्कृती होती. हिंदू धर्माजवळ आजही सर्व जगाला मार्गदर्शन करण्याचे सामर्थ्य आहे. आपण सांस्कृतिकदृष्ट्या मागासलेलो नाही, फक्त अज्ञान व अंधश्रद्धा यांचा त्याग करून प्राचीन संस्कृती व धर्म यांचे पुनरुज्जीवन करणे आवश्यक आहे असा संदेश दयानंद सरस्वती, रामकृष्ण परमहंस, स्वामी विवेकानंद, ॲनी बेझंट इत्यादी सुधारकांनी दिला. स्वामी विवेकानंदांनी तर युरोप-अमेरिकेत जाऊन हिंदू धर्माची पताका सर्वत्र मिरविली व पाश्चात्त्य विद्वानही त्यांची व त्यांच्या तत्त्वज्ञानाची स्तुती करू लागले. ॲनी बेझंटसारखी पाश्चात्त्य विदुषी व तत्त्वज्ञही हिंदू धर्मास आपला धर्म मानून त्याची महती गाऊ लागली. यांसारख्या घटनांचा भारतीय समाजमनावर व विचारांवर फार खोलवर परिणाम झाला. आम्ही रानटी तर नाहीच, पण ब्रिटिशांपेक्षा सांस्कृतिकदृष्ट्या वरचढ आहोत हा आत्मप्रत्यय व आत्मविश्वास भारतीय लोकांच्या ठिकाणी निर्माण झाला.

4. राष्ट्रवादाच्या उदयास हातभार : एकोणिसाव्या शतकात राजा राममोहन रॉय, स्वामी दयानंद, देवेंद्रनाथ टागोर, केशवचंद्र सेन, रामकृष्ण परमहंस, स्वामी विवेकानंद, महात्मा फुले, न्या. रानडे, आगरकर इत्यादी सुधारकांनी ज्या धर्मसुधारणेच्या व समाजसुधारणेच्या चळवळी निर्माण केल्या त्या भारतातील राष्ट्रवादाच्या उदयास साहाय्यभूत झाल्या. या चळवळींनी समाजातील वाईट चालीरीतींविरुद्ध बंड पुकारले गेलेच, शिवाय भारतीय राष्ट्रामध्ये जिवंतपणा आणला. आपल्या देशाची प्रगती करण्यासाठी केवळ जातिभेदच नाही तर धर्मभेद व प्रांतभेद नाहीसे व्हायला पाहिजेत ही भावना वाढीस लागली. न्या. रानड्यांसारख्या अनेक राजकारणी व्यक्तींनी समाजसुधारणा हा स्वराज्य चळवळीचा एक भाग मानला आणि राष्ट्रीय सभेच्या अधिवेशनाला जोडून सामाजिक परिषदेचे अधिवेशन भरविण्यास सुरुवात केली. राष्ट्रवादासाठी समाजाची अस्मिता जागी व्हावी लागते, त्याच्या ठिकाणी एकत्वाची भावना तयार व्हावी लागते. ती तशी करण्याचे महत्कार्य सुधारणा चळवळीने केले आहे.

5. बहुजन समाजातील नेतृत्वाचा उदय : सन 1857 पूर्वी समाजाचे नेतृत्व राजेरजवाडे व सरंजामदार यांच्याकडे होते. त्यानंतरच्या पन्नास वर्षांतील नेतृत्व इंग्रजी शिक्षण घेतलेल्या ब्राह्मणवर्गातील विचारवंतांकडे व सुधारकांकडे होते. विसाव्या शतकात शाहू महाराज, आंबेडकर, महर्षी शिंदे, कर्मवीर भाऊराव पाटील यांनी आपल्या बहुजन समाजाचे नेतृत्व केले. मागच्या शतकात जातिभेद व अस्पृश्यताविरोधी टीका झाली नाही असे नाही; पण कलंक नष्ट करण्यासाठी आता बहुजन समाजातील नेतेच पुढे आले. परंपरागत चालत आलेली धार्मिक व सामाजिक क्षेत्रातील मक्तेदारी व जुलूम-जबरदस्ती मोडून काढण्यासाठी त्यांनी आपल्या समाजात जागृती आणली. समाजातील सर्वांत खालचा थर जागृत करण्यासाठी सुधारणेची गंगा दलितांपर्यंत पोहोचविण्याची कामगिरी त्यांनी केली.

6. शिक्षणाचा प्रसार : राजा राममोहन रॉय यांच्यापासून महाराष्ट्रातील कर्मवीर भाऊराव पाटलांपर्यंतचे सर्व सुधारक आपण विचारात घेतले तर एक गोष्ट जाणवते; ती अशी की, या सर्व सुधारकांनी शिक्षण ही सर्वांगीण सुधारणांची गुरुकिल्ली मानली होती. शिक्षणाचा प्रसार बहुजन समाजात झाल्याशिवाय त्या समाजातील स्त्रिया, शेतकरी, अस्पृश्य, इतर दलित यांना त्यांचे हिताहित कळणार नाही; आपल्यावरील अन्यायाची जाणीव होणार नाही व अन्यायाविरुद्ध झगडण्याचे सामर्थ्यही पैदा होणार नाही. म्हणून महात्मा फुले, राजर्षी शाहू महाराज, महर्षी कर्वे, डॉ. आंबेडकर, कर्मवीर भाऊराव पाटील इत्यादी सुधारकांनी शिक्षणाच्या प्रसाराला सुधारणा चळवळीत प्रथम स्थान दिले होते. स्त्री-शिक्षणाच्या क्षेत्रात महर्षी कर्वे यांनी केलेली कामगिरी व बहुजन समाजाच्या शिक्षणक्षेत्रात भाऊरावांनी केलेली कामगिरी या विसाव्या शतकातील दोन मोठ्या सामाजिक क्रांतीच्या घटना होत. आज स्त्रिया व बहुजन समाज मोठ्या प्रमाणावर सुशिक्षित झालेला दिसतो तो त्यामुळेच होय.

11.11 सामाजिक व धार्मिक चळवळींची राष्ट्रीय जागृतीमधील कामगिरी

1. राष्ट्रीय जागृतीचा उद्‌गम : ब्रिटिश राज्याची स्थापना होण्यापूर्वी भारत अनेक राज्यांत विभागला गेला होता. अनेक सत्ताधीशांच्या लढायांनी सर्वत्र अशांतता व अराजक माजले होते. अशा परिस्थितीत मराठ्यांना रजपूत परके व रजपुतांना बंगाली परके वाटत होते. बंगाली लोक तर मराठ्यांना 'गनीम' मानत होते. राष्ट्रवादाच्या दृष्टिकोनातून आपली ही मोठी हीनावस्था होती. पण ब्रिटिश सत्तेच्या स्थापनेनंतर आपल्या देशात कलकत्ता, मुंबई, मद्रास इत्यादी प्रमुख शहरी पाश्चात्त्य विद्या देणाऱ्या शिक्षणसंस्था निघाल्या. काही मिशनरी लोकांनी काढल्या. काही राजा राममोहन रॉयसारख्या सुधारकांनी स्थापन केल्या. पुढे सरकारनेही त्यात पुढाकार घेतला. या पाश्चात्त्य शिक्षणामुळे युरोपातील संस्कृती, इतिहास, तत्त्वज्ञान व इतर शास्त्रे यांचाही परिचय आम्हाला होऊ लागला. युरोपातील इतिहासाचे अध्ययन करीत असता

ब्रिटिशांनी आपल्या देशात (ब्रिटनमध्ये) कशा प्रकारे लोकशाही स्थापन केली हे आमच्या लक्षात आले. फ्रान्समधील क्रांतीचे माहात्म्यही आमच्या ध्यानात आले. या सर्वांचा परिणाम म्हणजे इंग्रजी शिक्षण घेतलेली पहिली पिढी थोडीबहुत आत्मपरीक्षण करू लागली. या आत्मपरीक्षणामध्येच राष्ट्रीय जागृतीचा उद्‌गम होतो. आपल्या देशाला आलेले दैन्य, दारिद्र्य व मागासलेपणा कसा नष्ट करता येईल त्याचा विचार या आत्मपरीक्षणात प्रमुख होता.

2. **राजा राममोहन रॉय - राष्ट्रीय जागृतीची गंगोत्री :** असे आत्मपरीक्षण करून भारतात नव्या युगाचा प्रारंभ करणारा देशातील पहिला महामानव म्हणजे राजा राममोहन रॉय हे होत. राजकीयदृष्ट्या, सामाजिकदृष्ट्या व नैतिकदृष्ट्या अधोगतीला पोहोचलेल्या समाजात नव्या युगाचे चैतन्य निर्माण करण्याची पहिली कामगिरी रॉय यांची आहे. हिंदू समाजातील सती, बालिका बळी यांसारख्या दुष्ट रूढींचे निर्दालन करण्यासाठी त्यांनी खडतर परिश्रम घेतले. मूर्तिपूजा व कर्मकांड, अंधश्रद्धा व धर्मभोळेपणा यामध्येच गुंतून पडलेल्या हिंदू बांधवांना उपनिषदांच्या सुंदर तत्त्वज्ञानाचे दर्शन घडवून त्यांनी धर्माच्या क्षेत्रात नवे युग सुरू केले. प्रेम, भूतदया, बंधुत्व व मानवतावाद यांवर आधारित अशा ब्राह्मो समाजाची स्थापना करून धर्माच्या व पंथांच्या भेदाने पोखरलेल्या समाजास राष्ट्रीय ऐक्याचा श्रीगणेशा त्यांनी शिकविला. हिंदू, इस्लाम, ख्रिश्चन इत्यादी सर्व धर्म समान आहेत; त्यांना समान लेखण्यातच देशाचा उद्धार आहे, आपण सर्व एकाच महान देशाचे घटकावयव आहोत, हे तत्त्व उमजणारा व प्रतिपादणारा हा 'पहिला आधुनिक भारतीय' होता. भावी काळात भारतात उदयास येणारे राष्ट्र याच तत्त्वातून विकास पावणार होते.

रॉयनी जातिभेदाचा केवळ निषेध केला नाही तर त्यांनी त्यास अमानुष, अराष्ट्रीय व लोकशाहीविरोधी ठरविले. जातिभेद राष्ट्रभावनेच्या उद्‌भवास मारक असल्याचे त्यांनी आपल्या बांधवांना आवर्जून सांगितले. जातिभेद आणि स्त्री-पुरुषांमधील विषमता नष्ट झाल्याशिवाय राष्ट्र निर्माण होऊ शकणार नाही. हे दूरदृष्टीने पाहणारे रॉय हे आधुनिक इतिहासातील 'पहिले समाजसुधारक' होत.

रॉय प्राचीन हिंदू संस्कृती व तत्त्वज्ञान यांचे अभिमानी असले तरी आधुनिक राष्ट्रनिर्मितीसाठी पाश्चात्त्य ज्ञानाच्या प्रसाराचा त्यांनी आग्रह धरला होता. उदारमतवादी व लोकशाहीवादी पाश्चात्त्य संस्कृती आधुनिक भारत घडविणार होती. याच कारणामुळे रॉयनी ब्रिटिश सत्तेचे स्वागत केले होते. कारण या सत्तेने भारतीय समाजातील दुष्ट रूढी बंद पाडल्याच; पण त्याबरोबर पाश्चात्त्य ज्ञानाची गंगोत्रीही येथे आणली. वृत्तपत्रीय स्वातंत्र्य देऊन व्यक्तिस्वातंत्र्याचा मार्ग दाखवून दिला.

रॉय यांची चळवळ केवळ धार्मिक अथवा सामाजिक सुधारणेची नव्हती. अनेक प्रसंगी त्यांच्या चळवळीने राजकीय सुधारणांचीही मागणी केली आहे. उदाहरणार्थ, ब्रिटिश राज्यकर्त्यांनी भारतीय लोकांच्या वृत्तपत्रीय स्वातंत्र्यावर निर्बंध टाकण्याचा प्रयत्न केला. त्या वेळी त्यांनी वृत्तपत्रीय स्वातंत्र्याच्या संरक्षणासाठी सरकारविरुद्धही चळवळ उभारली. तसेच त्यांनी ब्रिटिश प्रशासनात उच्च अधिकाराच्या जागा भारतीय माणसांना न देण्याच्या सरकारी धोरणाचाही कडाडून निषेध केला. रॉय यांचे हे कार्य म्हणजे पुढे उदयास आलेल्या राष्ट्रसभेच्या बीजारोपणाचे कार्य होते. (पुढे राष्ट्रसभेने याच मागण्यांसाठी लढा उभारला होता.)

3. **आर्य समाज व राष्ट्रीय असंतोष :** आर्य समाजाचे संस्थापक स्वामी दयानंद सरस्वती हे एकोणिसाव्या शतकातील दुसरे महान समाजसुधारक होत. 'Go Back to the Vedas' हा संदेश त्यांनी आपल्या देशबांधवांना देऊन हिंदू समाजात नवचैतन्य निर्माण केले. त्यांनी वेदप्रामाण्य मानले तरी जातिभेद, वर्णभेद व पुरोहितांची मक्तेदारी या गोष्टी अमान्य केल्या. या गोष्टी म्हणजे हिंदू समाजाचे बालेकिल्लेच होते. त्यांना सुरुंग लावून, ते उद्ध्वस्त करून नवसमाजाच्या निर्मितीस त्यांनी प्रारंभ केला.

आर्य समाजाने समाजाला अधोगतीकडे नेणाऱ्या अनेकविध पंथांचा व कर्मकांडांचा त्याग केल्याने व शुद्ध वैदिक संस्कृतीच्या पुनरुज्जीवनाचा आग्रह धरल्याने हिंदू समाजाची खरी अस्मिता प्रगट होऊ लागली. हिंदू हे

इथून-तिथून सर्व एकाच राष्ट्राचे घटकावयव आहेत हे आर्य समाजाचे तत्त्व राष्ट्रीय एकात्मतेच्या प्रक्रियेस गती देणारे ठरले. 'Back to the Vedas' ही घोषणाही अशीच राष्ट्रवादाने प्रेरित झालेली व राष्ट्रप्रेम निर्माण करणारी ठरली. परिणामी, अनेक आंग्लविद्याविभूषित तरुण आर्य समाजाकडे आकृष्ट झाले. आर्य समाजाने राष्ट्रीय जागृती हे आपले ध्येय मानल्याने अशा प्रकारची राष्ट्रीय जागृती हा एक प्रकारचा ब्रिटिश सत्तेविरुद्धचा असंतोष होय असे ब्रिटिश सत्ताधाऱ्यांना वाटल्यास नवल नव्हते. अशा प्रकारचा राष्ट्रीय असंतोष निर्माण करण्यात आर्य समाज अग्रेसर राहिला.

म्हणूनच 1907 साली ब्रिटनमधील 'The Times' या वृत्तपत्राचा प्रतिनिधी व्हॅलेन्टाईन चिरोल हा भारतामधील असंतोषाची कारणे शोधण्यासाठी जेव्हा येथे आला तेव्हा त्याने भारतीय असंतोषास आर्य समाजास जबाबदार धरून म्हटले होते की, 'आर्य समाज हा ब्रिटन व त्याचे सार्वभौमत्व यास सर्वांत गंभीर धोका आहे.'

4. **भारत हा भारतीय लोकांसाठी :** स्वामी दयानंदांनी सुरू केलेल्या वैदिक धर्माच्या पुनरुज्जीवनाच्या चळवळीमुळे एकोणिसाव्या शतकातील हिंदू समाजाला आध्यात्मिक व सांस्कृतिक दिलासा मिळाला. स्वामींनी आपल्या देशबांधवांना 'स्वातंत्र्य व निर्भय वृत्ती' यांचा संदेश आपल्या भाषणांतून व लेखनातून दिला. ॲनी बेझंट म्हणतात, "भारत हा भारतीय लोकांसाठी आहे अशी पहिली घोषणा करणारा महान पुरुष म्हणजे दयानंद सरस्वती होय." परकीय सरकार कितीही चांगले असले तरी ते 'स्वकीयांच्या सरकारची' बरोबरी करू शकत नाही असे प्रतिपादन करून त्यांनी आपल्या देशबांधवांमध्ये स्वातंत्र्याची वृत्ती उत्पन्न करण्याचा प्रयत्न केला. त्यांचा लोकशाहीवर विश्वास होता. एवढेच नव्हे, तर आपल्या संघटनेच्या कार्यपद्धतीत त्यांनी निवडणुकीच्या तत्त्वाचा अवलंब केला होता. आपला विचार जनसामान्यांपर्यंत जावा म्हणून त्यांनी हिंदी भाषेचा आपल्या भाषणासाठी व लेखनासाठी स्वीकार केला. त्यामुळे भारतातील एकात्मतेच्या भावनेस जोड मिळाली.

एकोणिसाव्या शतकात उदयास आलेल्या धर्मसुधारणा व समाजसुधारणा चळवळीत आर्य समाजाचे स्थान उच्च कोटीतील आहे. आर्य समाजाच्या शिकवणुकीने मागच्या शतकात निर्माण झालेल्या 'हिंदू पुनरुज्जीवनाच्या' प्रक्रियेस खरी गती प्राप्त झाली. राजा राममोहन रॉय यांचे अपुरे राहिलेले कार्य पुढे चालू ठेवण्याची मोठी जबाबदारी या समाजाने स्वीकारली. राष्ट्रीय विचारवंतांची, समाजसुधारकांची व राष्ट्रभक्तांची एक पिढी आर्य समाजाने निर्माण करून राष्ट्रचरणी अर्पण केली.

5. **स्वामी विवेकानंद व राष्ट्रीय अस्मितेचे प्रकटीकरण :** गेल्या शतकात भारतीय समाजाच्या उदात्त व तेजस्वी परंपरांचे दर्शन भारताबाहेर स्वामी विवेकानंदांइतके इतर कोणीही घडवून आणले नाही. शिकागोच्या जागतिक धर्मपरिषदेत त्यांनी भारताची जी सांस्कृतिक व आध्यात्मिक शान प्रकट केली; त्यामुळे अखिल भारतीय समाजाची अस्मिता जागी झाली. अमेरिकेसारख्या लोकशाहीवादी देशाने त्यांना डोक्यावर घेतल्यावर सर्व जगात त्यांचे नाव दशदिशांना गाजू लागले आणि त्यांच्याबरोबरच भारतीय संस्कृती व तत्त्वज्ञान यांचे दर्शन सर्व जगाला घडले.

पाश्चात्त्यांपेक्षा आपली संस्कृती हीन दर्जाची मुळीच नाही, ती त्यांच्याहून उच्च दर्जाची आहे हे विवेकानंदांच्या पराक्रमानंतर भारतीय सुशिक्षितांच्या मनावर बिंबून त्यांच्यामधील न्यूनगंड निघून गेला. राष्ट्रवादाच्या अभ्युदयास ही गोष्ट मोठी उपकारक ठरली. खुद्द विवेकानंदांनी देशभर दौरे काढून, आपल्या शेकडो व्याख्यानांतून भारतीय समाजाची शेकडो वर्षांची अगतिकता नष्ट करून त्याच्या ठिकाणी नवचैतन्य आणण्याची पराकाष्ठा केली. परिणामी, विवेकानंद म्हणजे भारताच्या राष्ट्रीय ऐक्याचे, राष्ट्रीय चैतन्याचे व राष्ट्रीय स्वातंत्र्याचे प्रतीक बनले. त्यांनी प्रत्यक्ष राजकारणात भाग घेतला नाही. तरीसुद्धा ज्या तरुण पिढीने राजकारणात भाग घेऊन ब्रिटिश सत्तेविरुद्ध स्वातंत्र्याचा लढा उभारला त्या पिढीचे आत्मिक बल-सामर्थ्य शतपटीने वाढविण्याची मोठी कामगिरी त्यांनी केली. राष्ट्रवादाचे संवर्धन केवळ राजकीय चळवळीने होत नसते; त्या मागे उभी असलेली विवेकानंदांसारख्या महात्म्याची शक्तीही लाख मोलाची असते.

6. पाश्चात्त्यांनी भारतीय संस्कृतीचे केलेले गुणगान : या काळात भारतीय संस्कृतीच्या तेजस्वी पैलूंचे दर्शन घडविणाऱ्या व्यक्ती भारतातच उदय पावल्या असे नव्हे; तर अशा व्यक्ती अमेरिका, ब्रिटन, रशिया इत्यादी देशांतूनही या देशाकडे आकृष्ट झाल्या. त्यात थिऑसफीच्या डॉ. ॲनी बेझंट ही विदुषी प्रमुख होय. मॅडम ब्लॅव्हाटस्की, कर्नल ऑलकॉट, डॉ. ॲनी बेझंट यांसारखे श्रेष्ठ विचारवंत जेव्हा भारतीय संस्कृती व आध्यात्मिक परंपरेचा मुक्त कंठाने गौरव करू लागले आणि भारतीय संस्कृतीत अखिल जगाला मार्गदर्शन करण्याचे सामर्थ्य दडलेले आहे असे प्रतिपादन करू लागले तेव्हा भारतीय राष्ट्रवादी तरुणांचा राष्ट्राभिमान दसपटीने वृद्धिंगत पावल्यास नवल नव्हते. डॉ. ॲनी बेझंटनी तर भारत हा आपला देश व हिंदू धर्म हा आपला धर्म मानला. त्या पूर्णतया भारतीय बनून गेल्या. पुढे त्या भारतीय स्वातंत्र्य चळवळीच्या महान नेत्याही झाल्या. त्यांनी व लोकमान्य टिळकांनी चालविलेली होमरूल चळवळ इतिहासप्रसिद्धच आहे.

येथे आणखी एका गोष्टीची नोंद केली पाहिजे, ती म्हणजे एकोणिसाव्या शतकाच्या सुरुवातीस आणि नंतरही जे ख्रिस्ती मिशनरी हिंदू धर्माची निंदानालस्ती भारतात व भारताच्या बाहेर युरोप-अमेरिकेत करीत होते त्यांना या पाश्चात्त्य विचारवंतांनी हिंदू संस्कृतीच्या केलेल्या गुणगानाने परस्पर चपराक मिळाली. भारत म्हणजे आफ्रिका खंडासारखा एक मागासलेला रानटी देश आहे अशीच युरोप व अमेरिकेतील बहुतेकांची कल्पना होती. आता त्यांना असे वाटू लागले की, भारतासारख्या तेजस्वी धर्मपरंपरा व तत्त्वज्ञान असणाऱ्या देशात आपण मिशनरी पाठविणे हा एक मूर्खपणाच आहे.

7. धर्मसुधारणेतून समाजसुधारणा व समाजसुधारणेतून राष्ट्रीस जागृती : एकोणिसाव्या शतकात धर्म हा सर्व मानवी व्यवहाराचा पाया समजला जात होता. याचा अर्थ, मानवी व्यवहारातील दुष्ट चालीरीती, अंधश्रद्धा व विषमता या बाबी नष्ट करायच्या झाल्या तर प्रथम धर्माची शुद्धी करावी लागेल याची अचूक जाणीव राजा राममोहन रॉय, स्वामी दयानंद सरस्वती आदी महात्म्यांना झालेली होती. धर्मच भारतीय समाजावर इतके वर्चस्व गाजवित होता की, त्याच्या सुधारणेशिवाय समाजाची सुधारणेची कल्पना शक्य नव्हती. म्हणूनच राजा राममोहन रॉय यांनी ब्राह्मो समाज, स्वामी दयानंदांनी आर्य समाज, स्वामी विवेकानंदांनी रामकृष्ण मिशन, महाराष्ट्रात न्या. रानडे, डॉ. भांडारकर इत्यादी सुधारकांनी प्रार्थना समाज, महात्मा फुल्यांनी सत्यशोधक समाज अशा अनेक धर्म संघटनांची निर्मिती केली.

या धर्मसुधारकांनी समाजातील दुष्ट व अनिष्ट चालीरीतींवर व अंधश्रद्धांवर जसा हल्ला चढविला तसा समाजातील वर्णवर्चस्व व जातिवर्चस्वावरही हल्ला चढविला. या सर्व धर्मसुधारकांनी समाजातील पुरोहित वर्गाविरुद्ध बंड पुकारले होते. कारण पुरोहितवर्गाची धार्मिक क्षेत्रातील मक्तेदारी, सामाजिक समता व स्वातंत्र्य निर्माण करण्याच्या मार्गात मोठी धोंड होती. या संदर्भात महाराष्ट्रात महात्मा जोतीबा फुल्यांनी पुरोहितवर्गावर जे शरसंधान केले ते फार महत्त्वाचे ठरते. अखिल भारतात धर्माच्या क्षेत्रात जी समता प्रस्थापित करण्याची चळवळ उभी राहिली होती तिचाच एक भाग म्हणजे महात्मा जोतीबा फुल्यांची चळवळ होती हे लक्षात घेतले पाहिजे.

ब्रिटिश सत्तेच्या प्रभावाखाली भारतात एक आधुनिक समाज उदयास येत होता. या नव्या समाजात व्यक्तींचा व्यवसाय करण्याच्या व मालमत्ता धारण करण्याच्या स्वातंत्र्यावर बंधने नव्हती. नव्या समाजात सर्व जण कायद्यासमोर सारखे मानले जात होते. भारतात हे असे समतेचे तत्त्व प्रथमच अमलात आणले जात होते. या तत्त्वांचा पाया पाश्चात्त्य देशातील व्यक्तिस्वातंत्र्य हेच होते. एकोणिसाव्या शतकातील धर्म व समाजसुधारक अशा एका भारतीय समाजाचे भावी चित्र पाहत होते की, जिथे लोकशाही, सामाजिक समता, व्यक्तिस्वातंत्र्य, राष्ट्रीय एकात्मता या राष्ट्रीय गुणांचा समुच्चय झालेला होता. अशा समाजाच्या स्वागतासाठी सामोरे जाण्यासाठी राजा राममोहन रॉय यांच्यापासून महात्मा जोतीबा फुल्यांपर्यंत सर्वच धर्मसुधारकांची व समाजसुधारकांची धडपड चालू होती.

या धडपडीतून गेल्या शतकात भारतामध्ये भारतीय राष्ट्रवादाचा उद्भव व विकास घडून आला. गेल्या शतकात भारतीय राष्ट्र जागे केले ते प्रथम या सुधारकांनी होय; राजकीय नेत्यांनी नाही. आपणास माहीतच आहे की, सन 1857 च्या उठावापर्यंत भारताचे राजकीय नेतृत्व मध्ययुगीन विचारसरणीच्या राजेरजवाड्यांनी केले. त्यांच्यासमोर वर वर्णिलेला 'आधुनिक समाज' नव्हता; तर मध्ययुगीन राज्याचे पुनरुज्जीवन होते. सन 1857 च्या उठावात ब्रिटिश पराभूत झाले असते व भारतीय राजेरजवाडे विजयी झाले असते तर नव्या युगाचा उदय व्हावयास आणखी किती दशके लागली असती हे सांगणे कठीण. सारांश, गेल्या शतकातील राष्ट्रीय जागृतीची सर्व मदार या सुधारकांवर पडली होती व ती त्यांनी सर्वस्वाचा होम करून प्रसंगी जीवाची बाजी लावून पार पाडली.

ब्रिटिश सत्तेविरुद्धचे लोकांचे उठाव

12.1 ब्रिटिशांविरुद्धच्या उठावांची विविध कारणे

12.2 ब्रिटिश सत्तेविरुद्धचा आद्य क्रांतिकारक उमाजी नाइकांचा उठाव

12.3 ब्रिटिश सत्तेविरुद्धचा वासुदेव बळवंतांचा उठाव

12.4 ब्रिटिश सत्तेविरुद्धचा संथाळांचा उठाव

12.5 ब्रिटिश सत्तेविरुद्धचा नीळ-उत्पादक शेतकऱ्यांचा उठाव

अठराव्या शतकात प्लासीच्या लढाईने ब्रिटिशांनी भारतात आपले साम्राज्य उभारण्यास प्रारंभ केला आणि आपल्या भारतीय साम्राज्याची भव्य इमारत त्यांनी सन 1857 च्या उठावापर्यंत पूर्ण करत आणली. 1857 साली त्यांना भारतीय जनतेच्या उठावाला तोंड द्यावे लागले. पण त्यांच्या सरस युद्ध-साधनांमुळे व बिनतोड युद्धनीतीमुळे त्यांना उठाव मोडून काढून आपले साम्राज्य सावरून धरता आले; एवढेच नव्हे तर त्याचा पाया अधिक बळकट करण्यात ते यशस्वी झाले.

सन 1857 चा उठाव हा ब्रिटिश सत्तेच्या विरोधातील सर्वांत मोठा उठाव होता खरे; पण तो काही एकमेव उठाव नव्हता. खरेतर एकोणिसाव्या शतकाच्या प्रत्येक दशकात ब्रिटिश सत्तेच्या विरोधात लहान-मोठे असे अनेक उठाव सतत होत राहिले. अशा उठावांची संख्या शेकड्यांत मोजावी लागेल. भारतीय लोकांचे उठाव सर्वसाधारणपणे तीन प्रकारचे होते : (1) राजेरजवाडे, सरदार, पाळेगार, जमीनदार वगैरे नागरी लोकांचे उठाव; (2) रामोशी, संथाळ, कोळी, भिल्ल, मुंडा इत्यादी वन्य जमातींचे अथवा आदिवासींचे उठाव; (3) शेतकरीवर्गाचे उठाव.

12.1 ब्रिटिशांविरुद्धच्या उठावांची विविध कारणे

(1) ब्रिटिशांनी भारतातील अनेक राजेरजवाड्यांची राज्येच बरखास्त केली; सन 1857 च्या उठावाचे हे प्रमुख कारण होते हे आपण पाहिलेच आहे. याशिवाय समाजातील सरंजामदार व जमीनदार वर्गही आपल्या हक्कांना व अधिकारांना मुकला गेला होता. अनेकांची वतने खालसा झाली होती तर अनेक प्रदेशांतील जमीनदारांना सरकारच्या वाढत्या महसुलाच्या मागण्या पूर्ण करता न आल्याने त्यांच्या जमिनींचे लिलाव होऊन त्यांची समाजातील प्रतिष्ठा संपली होती. त्यामुळे ब्रिटिश त्यांना त्यांचे शत्रू वाटणे स्वाभाविक होते.

(2) ब्रिटिश राजवटीत सर्वांत जास्त हाल-अपेष्टा शेतकरीवर्गाच्या कपाळी आल्या. शेतकऱ्यांचे दारिद्र्य आणि त्यांची सरकार व सावकार यांच्याकडून होणारी पिळवणूक यांची चर्चा मागे येऊन गेलीच आहे. येथे एवढेच लक्षात ठेवले पाहिजे की, सरकारच्या जमीन महसुलाचा वाढीव दर व दुष्काळ यांच्या कैचीत सापडलेल्या शेतकरीवर्गाची सुटका करणारा मृत्यूशिवाय दुसरा कोणी वाली नव्हता. अशा परिस्थितीत अनेक प्रांतांतील शेतकऱ्यांनी जुलमी सावकार व सरकारी अधिकारी यांच्या विरोधात उठाव केल्याचे दिसून येते.

(3) ब्रिटिशांची नवी कायदा पद्धती व त्याचबरोबर आलेली न्यायव्यवस्था ही श्रीमंत सावकारवर्गाची पाठराखण करणारी होती. या कायद्यांनी सावकारांना गरीब शेतकऱ्यांच्या जमिनी कर्जवसुलीपोटी न्यायालयाच्या माध्यमातून हिरावून घेण्याची मुभा दिली गेली. तत्कालीन भ्रष्ट पोलीस यंत्रणा व महसूल यंत्रणाही सावकार, जमीनदार मंडळींनाच साहाय्य करत असे. 1859 साली विल्यम एडवर्डस् नावाच्या अधिकाऱ्याने लिहून ठेवले आहे, ''पोलिसांकडून केला जाणारा जुलूम व सक्तीची वसुली ही ब्रिटिश सरकारविरुद्धच्या असंतोषाचे प्रमुख कारण आहे.''

(4) पण भारतीय लोकांच्या असंतोषाचे सर्वांत प्रबळ कारण होते, ब्रिटिशांकडून होणारी अप्रत्यक्ष आर्थिक पिळवणूक. ब्रिटिशांनी भारतात खुला व्यापार सुरू केल्याने आणि ब्रिटनमध्ये भारतीय मालावर भरपूर जकात लादल्याने भारतीय हस्तव्यवसाय व उद्योग लयाला गेले. परिणामी, लाखो-करोडो लोकांचा रोजगार गेला. हे लोक शेतीकडे वळले आणि मग अगोदरच अर्धपोटी राहणारा शेतकरीवर्ग आणखी उपासमारीने मरू लागला. याशिवाय ब्रिटिश अधिकाऱ्यांचे पगार, भत्ते, ब्रिटिश मळेवाल्यांचा व कारखानदारांचा येथील नफा, व्याजाच्या रकमा इत्यादींच्या रूपाने भारताचे द्रव्यशोषण होत होते ते वेगळेच. या सर्वांचा ऊहापोह आपण केलेलाच आहे आणि पुढेही आणखी करणार आहोत. आता ब्रिटिशांच्या या जुलमी सत्तेविरुद्ध आणि आर्थिक पिळवणुकीविरुद्ध भारतात जे उठाव झाले त्यापैकी काही प्रातिनिधिक स्वरूपाचे उठाव आपण पाहणार आहोत; त्यांपैकी महाराष्ट्रातील आद्य क्रांतिकारक उमाजी नाईक व वासुदेव बळवंत फडके या दोघांचे उठाव प्रथम पाहू.

12.2 ब्रिटिश सत्तेविरुद्धचा आद्य क्रांतिकारक उमाजी नाइकांचा उठाव

महाराष्ट्रातील रामोशी ही एक लढाऊ वन्य जमात. सह्याद्रीच्या कडेकपारीत वस्ती करून राहणारी आणि राखणदारीची कामे करणारी एक इमानी जात. शिवाजी महाराजांनी त्यांना स्वराज्य स्थापनेच्या उद्योगात सहभागी करून घेतले आणि सह्याद्रीच्या माथ्यावरच गडकोटांच्या तटबंद्यांच्या रक्षणाची जबाबदारी त्यांच्यावर सोपविली. मराठ्यांचे राज्य ब्रिटिशांनी बुडविले आणि त्यामुळे या रामोशी मंडळींची लहानसहान वतने व त्यावर आधारित रोजगाराच्या वाटा बंद झाल्या. ब्रिटिशांनी लादलेल्या पारतंत्र्याची झळ रामोशांना जिव्हारी लागली आणि मग त्यांनी ब्रिटिश सत्तेविरुद्ध ठिकठिकाणी बंडाळी करण्यास सुरुवात केली. त्यांना साताऱ्याचा चितूरसिंग, सासवडचा दत्तू नाईक, पुरंदरचे उमाजी नाईक यांसारखे लुटीच्या व दरोड्यांच्या कामात तरबेज असणाऱ्या म्होरक्यांचे नेतृत्व मिळाले. यामधील उमाजी नाईक पुढे मोठे प्रसिद्धीस आले.

उमाजी नाइकांचे नाव महाराष्ट्रभर गाजू लागले; याचे कारण प्रारंभी केवळ लूटमार व दरोडेखोरी करणारे उमाजी आता ब्रिटिशांचे राज्य घालवून देण्याची भाषा बोलू लागले. एवढेच नव्हे, तर पुणे-साताऱ्याच्या पश्चिम भागातील डोंगरी प्रदेशात त्यांनी आपले 'राज्य'च स्थापन केले. ते दरबार भरवू लागले. ब्राह्मणांना दक्षिणा वाटू लागले आणि जाहीरनामे काढून जनतेला समज देऊ लागले : 'सरकारचे मामलेदारास वसूल देऊ नये, एक पैदेखील मामलेदाराकडे भरल्यास घरे जाळून राखरांगोळी करण्यात येईल' आणि मग सरकारनेही जाहीरनामे काढून उमाजीस व त्यांच्या सहकाऱ्यांना पकडण्यासाठी पाच-पाच हजारांची बक्षिसे घोषित केली. खुद्द उमाजींवर दहा हजारांचे बक्षीस लावले गेले. त्यांना पकडण्याचा जंगजंग प्रयत्न चालू झाला.

16 फेब्रुवारी, 1831 रोजी उमाजींनी राजेरजवाडे, जहागीरदार, सरदार, सामान्य प्रजाजन यांना उद्देशून एक जाहीरनामा काढला. त्यात ते म्हणतात, 'युरोपियन लोक मग ते अधिकारी व शिपाई कोणीही असोत; जेथे सापडतील तेथे पकडून ठार मारावे. साहेबास मारण्याचे काम जो उत्कृष्टपणे बजावेल त्यास नव्या सरकारातून रोख बक्षिसे, इनामे व जहागिरी वगैरे देण्यात येईल. ब्रिटिश राज्यात ज्यांची वतने, हक्क व मिळकती बुडाल्या असतील त्यांना आपले गेलेले हक्क परत मिळविण्याची संधी आली आहे. तिचा उपयोग करून घ्यावा, कंपनी सरकारच्या फौजेत भारतीय शिपाई, स्वार, पायदळ वगैरे आहेत त्यांनी नोकऱ्या सोडून बाहेर यावे. साहेबाचे हुकूम पाळू नयेत. ही आज्ञा न मानल्यास नवीन सरकार त्यांना शिक्षा करील. फिरंग्यांचे बंगले जाळावे, सरकारी तिजोऱ्या लुटाव्या. लुटीचा पैसा त्यांना माफ केला जाईल. हिंदू-मुस्लीम कोणी असोत, त्यांनी हा आमचा हुकूम मानावा. ब्रिटिश राज्य बुडणार असे जे भाकीत आहे ते खरे होण्याची ही वेळ आहे.'

देशावर पुणे, सातारा, कोल्हापूरपासून सोलापूर-अहमदनगरपर्यंतच्या भागांत आणि कोकणात अनेक ठिकाणी उमाजींनी आपल्या रामोशांच्या सैनिक-तुकड्यांनी मोठी धामधूम माजविली. ब्रिटिशांचा लष्करी अधिकारी कॅ. मॅकिन्टॉश हा उमाजींच्या पाठलागावर होता. शेवटी 15 डिसेंबर, 1831 रोजी त्यांस ब्रिटिशांनी भोरजवळ विश्वासघाताने कैद केले. स्वकीयांनीच फितुरी करून त्यांस पकडून दिले. पुढे त्यांच्यावर रीतसर खटला चालून ब्रिटिश सरकारने त्यांना 3 फेब्रुवारी, 1834 रोजी फाशी दिले.

उमाजींना पकडण्याच्या मोहिमेचे नेतृत्व करणाऱ्या कॅ. मॅकिन्टॉशने लिहून ठेवले आहे, ''मोठमोठ्या लोकांनी मला खात्रीपूर्वक सांगितले की, हा उमाजी रामोशी काही असला तसला भटक्या नव्हे. त्याच्या दृष्टीपुढे नेहमी शिवाजी महाराजांचे उदाहरण होते. शिवाजीराजांप्रमाणे आपण मोठे राज्य कमवावे, अशी त्याची उमेद होती.''

महाराष्ट्राच्या या आद्य क्रांतिकारकाच्या कार्याचे कौतुक करताना इतिहासकार **डॉ. खोबरेकर** म्हणतात, ''उमाजीचं कौतुक करायचं ते त्याच्या स्वातंत्र्यलालसेचं. सारे संस्थानिक, सरदार स्वत्व विसरून स्वार्थांच्या, विषयोपभोगाच्या गर्तेत लोळत पडलेले असताना उमाजीसारखा एक स्वातंत्र्यप्रेमी रामोशी आपल्या तुटपुंज्या सामर्थ्यानिशी का होईना, ब्रिटिशांविरुद्ध दंड थोपटून उभा राहावा यातच महाराष्ट्र भूमीचं आगळत्व आहे. सगळीकडे पराक्रमाचा लोप होऊन अखिल भारतभूमीवर पारतंत्र्याचा अंधकार पसरू लागला असता उमाजीच्या रूपानं पराक्रमाची उल्का तुटून पडली व तिच्या तेजानं दिपून जाऊन पसरणाऱ्या अंधकाराची भयाणता अधिकच वाढली.''

12.3 ब्रिटिश सत्तेविरुद्धचा वासुदेव बळवंतांचा उठाव

उमाजी नाइकांचे बंड व त्यात त्यांच्या प्राणाची पडलेली आहुती या गोष्टी अगदीच वाया गेल्या नाहीत. जुलमी व अन्यायी ब्रिटिश सत्तेविरूद्ध बंडखोरी करणाऱ्या पुढच्या पिढीतील अनेक स्वातंत्र्यप्रेमी तरुणांना त्यातून स्फूर्ती मिळाल्याचे दिसते. अशा तरुणांपैकी एक होते पुण्याचे वासुदेव बळवंत फडके.

वासुदेव बळवंतांच्या कार्याला पुण्यातील न्या. महादेव गोविंद रानडे आणि गणेश वासुदेव जोशी ऊर्फ 'सार्वजनिक काका' यांच्या विचारांची व कार्याची पार्श्वभूमी लाभलेली आहे. न्या. रानड्यांनी सर्वांगीण सुधारणांचा आग्रह धरून आपल्या समाजाच्या सर्वच क्षेत्रांतील पीछेहाटीची मीमांसा केली आणि त्यावर उपाययोजना सुचविल्या. त्यामध्ये भारतीयांच्या दारिद्र्याची, आर्थिक अवनतीची मूलगामी चिकित्सा करून त्यांनी काही अर्थशास्त्रीय सिद्धान्त मांडले आहेत. भारतीय लोकांनी केवळ शेतीवर अवलंबून न राहता शेतीमालातून पक्का माल निर्माण करण्याचे, त्यांच्या व्यापाराची वृद्धी करण्याचे तसेच स्वत:च्या पतपेढ्या निर्माण करण्याचे प्रयत्न करायला हवेत. एवढेच नव्हे तर लोखंड, पोलाद, साखर यांसारखे जड व मूलभूत उद्योग सुरू करायला हवेत. त्यासाठी सरकारने भारतीय उद्योगधंद्यांना संरक्षण द्यायला हवे, असे विचार त्यांनी आपल्या भाषणांतून व लेखनातून व्यक्त केले होते. एवढेच नव्हे, तर त्यांनी व त्यांचे सहकारी सार्वजनिक काका यांनी 'सार्वजनिक सभे'च्या माध्यमातून 'स्वदेशी'चा जोरदार पुरस्कार महात्मा गांधींच्याही पूर्वी 40-50 वर्षे केलेला होता.

सन 1872 मध्ये 'सार्वजनिक सभेच्या' व्यासपीठावरून आपल्या समाजातील आर्थिक परावलंबत्वाचे वर्णन करताना न्या. रानडे म्हणाले होते, ''आपल्यासारख्या समृद्ध देशातील लोकांची स्थिती अशी व्हावी की, त्यांच्या निर्वाहाचे सर्व पदार्थ त्यांना तयार करता येऊ नयेत; केवळ आयते तयार केलेले पदार्थ भोगण्याची मात्र अक्कल आपणास असावी, ही मोठी दु:खाची गोष्ट आहे. आपण दुसऱ्यावर अवलंबून राहत आहोत. पराधीनपणाची व नि:सत्त्वपणाची दशा देशास प्राप्त होत आहे, ही गोष्ट अनिष्ट आहे.''

न्या. रानड्यांच्या अशा विचारांनी मराठी तरुणांच्या मनात आपल्या देशाच्या अवनतीविषयी मोठी खळखळ व तळमळ निर्माण होत होती. त्यातून वासुदेव बळवंत फडक्यांसारख्या तरुणांनी ब्रिटिशांच्या अन्यायी धोरणांविरूद्ध बंड करण्याची प्रेरणा घेतली. स्वदेशीचे व स्वातंत्र्याचे व्रत घेऊन ते गावोगाव लोकजागृतीसाठी ('आपला देश स्वतंत्र झाला पाहिजे; त्यासाठी काय करायचे' या विषयावर) जाहीर व्याख्याने देऊ लागले आणि ब्रिटिश राजवटीच्या दुष्परिणामांचे चित्र उभे करून 'तुम्ही स्वतंत्र झाल्याशिवाय हे तुमचे नष्टचर्य संपणार नाही' असे उघडपणे सांगू लागले.

लवकरच वासुदेव बळवंतांनी प्रथम आपल्या समविचारी कार्यकर्त्यांना घेऊन 'पूना नेटिव्ह इन्स्टिट्यूशन' या नावाची संस्था स्थापन केली. भारतीय लोकांना ब्रिटिशांनी कसे योजनाबद्ध पद्धतीने नि:शस्त्र बनविले आहे याचे विवेचन न्या. रानड्यांच्या व्याख्यानांतून त्यांनी ऐकले होते. याचा गंभीर परिणाम त्यांच्या मनावर झाला होता. आपले नष्टचर्य संपविण्यासाठी ब्रिटिश राज्य उलथून टाकले पाहिजे; त्यासाठी शस्त्रास्त्रे हस्तगत करायला हवीत; त्यासाठी हवे तर ती सरकारच्या शस्त्रागारावर हल्ले करून काबीज करायला हवीत, असे त्यांनी मनोमन ठरविले. त्यासाठी पुण्यातील लहुजी वस्तादांच्या व्यायामशाळेत जाऊन त्यांनी शस्त्रे चालविण्याचे प्रशिक्षणही घेतले.

याच सुमारास दक्षिणेत भीषण दुष्काळ पडला. महाराष्ट्रात शेकडो माणसे अन्नपाण्याविना तडफडून मरू लागली. पोटची मुले विकण्याचा प्रसंग आईबापांवर आला. अशा परिस्थितीतून 'दक्षिणेतील शेतकऱ्यांचे दंगे' सुरू झाले. समाजमनाचा क्षोभ उठला. वासुदेव बळवंत अशा वेळी प्रक्षुब्ध होणे स्वाभाविक होते. आपण बंडखोर का बनलो, याची कारणमीमांसा करताना त्यांनी आपल्या रोजनिशीत लिहिले आहे, ''ब्रिटिश राजवटीत भारतातील लोकांची अन्नान्नदशा झाली असून मृत्यूच्या छायेत ते वावरत आहेत . . . काही दुष्काळी कामे काढली गेली; परंतु धान्याचा भाव एक रुपयाला पाच शेर असा असताना दुष्काळी कामावरील मजुरांना दिवसाला फक्त दीड आणा मजुरी दिली जात होती. अशा तऱ्हेची, जनतेच्या घोर फसवणुकीची अनेक उदाहरणे होती. या सर्वांचा अर्थ तरी काय ? याचा अर्थ एकच आणि तो म्हणजे ब्रिटिशांनी भारत जिंकून ती साम्राज्याची वसाहत बनविली. यामागचा उद्देश येथील पैशाची लूट करावी. आपल्या लोकांचे रक्त शोषण करावे आणि आपला धर्म नष्ट करावा . . . रात्रंदिवस या परिस्थितीचा आणि भारतीयांना सोसाव्या लागणाऱ्या अन्य हजारो हालअपेष्टांचा विचार करीत असताना भारतातील ब्रिटिश राजवट नष्ट केली पाहिजे असा माझ्या मनाचा निर्धार झाला.''

इतिहासातील शिवछत्रपतींचे उदाहरण वासुदेव बळवंतांना आठवत होते. गरीब मावळ्यांना एकत्र करून त्यांनी उन्मत्त मुघल बादशाहीला आव्हान दिले होते. त्यांच्या नजरेसमोर उमाजी नाइकांचे व नानासाहेब पेशव्यांचेही उदाहरण होते. तेव्हा उमाजींप्रमाणे वासुदेव बळवंतांनीही पुणे-सातारा भागातील रामोशांची संघटना उभारली. त्यांचे सशस्त्र गट तयार केले आणि बड्या-बड्या सावकारांच्या वाड्यांवर व सरकारी तिजोरीवर छापे घालून शस्त्रे व दारूगोळा यासाठी पैसा जमा करण्यास सुरुवात केली. सावकारांच्या वाड्यात असणाऱ्या शेतकऱ्यांच्या कर्जरोख्यांच्या कागदपत्राची होळी केली जाऊ लागली. लवकरच त्यांनी नाशिक, खानदेश, वऱ्हाड या प्रदेशांतील भिल्ल, कोळी व धनगर समाजातील तरुणांना एकत्र करून त्यांचेही सशस्त्र गट तयार केले.

ब्रिटिश सरकार वासुदेव बळवंतांचे हे उद्योग सहन करणे शक्य नव्हते. सरकारने त्यांना पकडण्यासाठी पन्नास हजार रुपयांचे बक्षीस जाहीर केले. त्यास प्रत्युत्तर म्हणून 'मुंबईचे गव्हर्नर सर रिचर्ड टेंपल' यांचे मस्तक कापून आणून देणाऱ्यास पाऊण लाख रुपये बक्षीस देण्याची घोषणा वासुदेव बळवंतांनी केली. स्वाभाविकच, भारतातच नव्हे तर ब्रिटनमधील वृत्तपत्रांनी त्यांच्या या बंडाळीची दखल घेऊन त्यांच्याविषयीच्या बातम्या ठळकपणे प्रसिद्ध केल्या. 'लंडन टाईम्स'ने तर सरकारला इशारा देताना म्हटले, 'या दरोडेखोरांचा बंदोबस्त सरकारने केला नाही तर त्याचे रूपांतर सन 1857 सारख्या वणव्यात होईल.' मुंबई सरकारही काही स्वस्थ बसले नव्हते. त्याने मेजर डॅनियल या पोलीस अधिकाऱ्याची वासुदेव बळवंतांना पकडण्याच्या कामावर खास नेमणूक केलेली होती.

वासुदेव बळवंत हा कोणी सामान्य दरोडेखोर नाही, तो एक देशभक्तीने व ब्रिटिशांबद्दल वाटणाऱ्या शत्रुत्वाने पेटून उठलेला बंडखोर आहे याची ब्रिटिशांना खात्री होती. म्हणून त्यांना पकडण्याचा त्यांनी आटोकाट प्रयत्न केला. ब्रिटिश सत्तेपुढे वासुदेव बळवंतांचेच नव्हे तर कोणाही भारतीय बंडखोरांचे प्रयत्न विफल होणार होते एवढी ब्रिटिशांची सत्ता अमर्याद होती. शिवाय या परक्या सत्तेला साहाय्य करणारे स्वकीय फितूर तयार होतेच. त्यांनी दिलेल्या खबऱ्यांच्या मागावर राहून डॅनियलने वासुदेव बळवंतांना 20 जुलै, 1879 रोजी विजापूर जिल्ह्यातील एका गावात गाढ झोपेत असता कैद केले. ते जेव्हा जागे झाले तेव्हा डॅनियल त्यांच्या छातीवर बसला होता व सभोवताली पोलिसांचे कडे होते. निःशस्त्र व बेसावध अवस्थेतील वासुदेव बळवंत डॅनियलला म्हणाले, ''अरे, मी झोपेत असताना तू मला पकडलेस, हिंमत असेल तर तू मला मुक्त कर. आपण द्वंद्वयुद्ध खेळू आणि मग कोण जिंकतो ते पाहू.''

जेरबंद अवस्थेत वासुदेव बळवंतांना पुण्यात आणून त्यांचा मानसिक व शारीरिक छळ करण्यात आला. पुढे त्यांच्यावर रीतसर खटला चालून त्यांना जन्मठेपेची शिक्षा ठोठावली. या वेळी पुण्याच्या सार्वजनिक काकांनी त्यांची केस लढवली होती. या वेळी काकांना त्यांच्या एका मित्राने सल्ला दिला, ''काका, हा खटला घेऊ नका, परिणाम वाईट होतील.'' काकांनी ताड्कन उत्तर दिले, ''एका वासुदेव बळवंताबरोबर दुसरा मी गणेश वासुदेवही फासावर लटकविला जाईल, इतकेच ना ? त्याला माझी तयारी आहे.'' अशील व वकील दोन्ही महान देशभक्त होते.

वासुदेव बळवंत फडके

वासुदेव बळवंतांना जेव्हा न्यायाधीशांनी शिक्षा सुनावली तेव्हा ते उद्‌गारले, ''कुत्र्याप्रमाणे स्वतःचे पोट जाळण्याची लाजिरवाणी पाळी आमच्यावर आली, हे माझ्याच्याने पाहावले नाही. म्हणून मी ब्रिटिश सरकारविरुद्ध बंड पुकारले. आमची योजना सिद्धीस गेली असती तर फार मोठा चमत्कार होऊन ब्रिटिशांना हाकलून लावून भारतीय प्रजासत्ताक राज्याची स्थापना करण्याचे माझे उद्दिष्ट साध्य केले असते. मला अपयश आले; पण ईश्वराला माहीत आहे की हे सर्व मी स्वदेशासाठी केले.''

वासुदेव बळवंतांच्या या उद्‌गारात त्यांची निस्सीम देशभक्ती, स्वामिभक्ती, निर्भीडपणा, स्व-बांधवाविषयीची तळमळ, लोकशाही मूल्यांवरची दृढ श्रद्धा इत्यादी अनेक गुणांची प्रचिती येऊन जाते आणि म्हणून न्या. रानडे यांनी त्यांच्या या गुणांचा गौरव करणाऱ्या लेखात त्यांचे वर्णन 'एक ध्येयवेडा देशभक्त' असे केले होते.

सरकारला वासुदेव बळवंतांना भारतात ठेवणे शक्य नव्हते. त्यांना अंदमानात पाठविले तर तिथे सन 1857 च्या बंडातील कैदी असल्याने सरकारला त्यांना तिकडे पाठविणे धोक्याचे वाटले. म्हणून या थोर देशभक्ताची रवानगी एडनला करण्यात आली (जानेवारी 1880). दिवसभर चक्की पिसण्याचे काम त्यांना करावे लागे. तुरुंगातून त्यांनी एकदा पलायनही केले; पण दुर्दैवाने ते पकडले गेले. लवकरच क्षयरोगाने त्यांचा बळी घेतला (17 फेब्रुवारी, 1883). वासुदेव बळवंतांचे हे बलिदान व्यर्थ गेले नाही. त्यांनी स्वा. सावरकरांसारख्या अनेक क्रांतिकारकांना मातृभूमीसाठी लढण्याची स्फूर्ती दिली.

12.4 ब्रिटिश सत्तेविरुद्धचा संथाळांचा उठाव

संथाळ ही उत्तर भारतातील बिहार प्रांतातील भागलपूर-राजमहाल प्रदेशाच्या डोंगराळ प्रदेशात वास्तव्य करणारी वन्य जमात. महाराष्ट्रात जशी पुणे-सातारा भागातील रामोश्यांनी उमाजी नाइकांच्या नेतृत्वाखाली बंडाळी केली होती तशी बंडाळी या संथाळांनीही केली. सन 1857 च्या उठावाच्या पूर्वी सुरू झालेला उठाव पुढे बराच काळ तग धरून राहिला.

सर्व देशभर वन्य जमातींवर जशा प्रकारचे अन्याय व अत्याचार होत होते तसे संथाळांवरही होत होते. ब्रिटिशांच्या नव्या राजवटीत त्यांच्यावर अन्याय करणारे, त्यांना फसवून त्यांची आर्थिक लूट करणारे सावकार, व्यापारी आणि महसूल वसूल करणारे मध्यस्थ यांना सरकारी संरक्षण व कायद्याचे आधार मिळत गेले. या मंडळींना 'डिकू' म्हणजे 'उपरे' असे म्हटले जाई. वन्य जमातींच्या (आदिवासींच्या) गावात तेली, लोहार, सुतार, कुंभार, परीट, न्हावी, गवळी इत्यादी लहानसहान व्यावसायिकही 'उपरेच' होते; पण त्यांचा या आदिवासींना त्रास न होता कित्येक वेळा साहाय्यच होई. या आदिवासींनी जेव्हा-जेव्हा ब्रिटिश सत्तेविरुद्ध बंडे पुकारली तेव्हा-तेव्हा हे गरीब 'उपरे' त्यांच्या बंडात सामील झाल्याची व त्यांनी त्यांना सहकार्य केल्याची अनेक उदाहरणे सापडतात.

तथापि, व्यापारी, सावकार, महसुली दलाल असे जे बडे श्रीमंत उपरे होते त्यांना मात्र हे आदिवासी शत्रू मानत असत. हे श्रीमंत उपरे (डिकू) अशा प्रकारे संथाळांचे आर्थिक शोषण करीत असत, याची माहिती 'कलकत्ता रिव्ह्यू' नावाच्या एका समकालीन मासिकात आलेली आहे. त्यात म्हटले आहे की, 'बेकायदा कर लादून सक्तीची वसुली करणारी मालमत्ता जबरदस्तीने हिरावून घेणारी हिंसक कृत्ये व अन्य बारीक-सारीक जुलूम करणारी पोलीस, जमीनदार, महसूल अधिकारी व न्यायालये यांची जणू एक पद्धतशीर यंत्रणाच भित्र्या आणि गरीब संथाळांवर लादण्यात आली आहे. कर्जाऊ रकमांवर पन्नास ते पाचशे टक्के दराने व्याजाची आकारणी करणे, बाजारहाटात खोटी वजनमापे वापरणे, श्रीमंतांनी आपली गुरे-ढोरे, तट्टू आणि अगदी हत्तीसुद्धा संथाळांच्या जमिनीत घुसवून उभ्या पिकांची नासधूस करणे यांसारखी व इतर अनेक बेकायदेशीर कृत्ये या प्रदेशात सर्रास होत असतात.'

गरीब व भोळ्या स्वभावाच्या संथाळांवर अशा प्रकारचा अत्याचार होत होता. त्यांच्या उठावाची कारणे अशा अन्यायी परिस्थितीत होती. संथाळांच्या नजरेत हे डिकू म्हणजे 'लांडी-लबाडी, चोऱ्यामाऱ्या, खोटे बोलणे व व्यसनाधीनता' या दुर्गुणांनी नीतिभ्रष्ट झालेले लोक होते.

अशा डिकूंचा अत्याचार जेव्हा पराकोटीला पोहोचला तेव्हा स्वाभाविकच या प्रकारांना कसे तोंड द्यायचे यावर त्यांच्या पुढाऱ्यांमध्ये विचारविनिमय सुरू झाला. काहींनी जमीनदार व सावकार यांच्यावर हल्ले करून त्यांना लुटण्यास सुरुवात केली. शेवटी 30 जून, 1855 रोजी भागानिधी या ठिकाणी 6,000 संथाळ-म्होरक्यांचा एक मेळावा आयोजित केला गेला. ही एक संथाळांच्या गावोगावच्या प्रतिनिधींची परिषदच होती. या परिषदेत डिकूंचा व त्यांना संरक्षण देणाऱ्या ब्रिटिश सत्ताधाऱ्यांचा कायमचा बंदोबस्त करण्याचा आणि संथाळांचे 'सत्याचे राज्य' स्थापन करण्याचा निर्णय घोषित केला गेला.

या आदिवासी जमातीचे पुढारी म्हणजे त्यांचे 'भगत' असत. आपणाजवळ दैवीशक्तीचे पाठबळ असून त्याच्या जोरावर डिकूंचा व ब्रिटिशांचा समाचार आपण घेऊ व संथाळांना त्यांच्या जाचातून मुक्त करू, असे आश्वासन ते आपल्या अनुयायांना देत असत. एवढेच नव्हे, तर आपल्याकडे असलेल्या जादूटोण्यामुळे शत्रूच्या बंदुकीच्या गोळ्यांचाही आपल्यावर काही परिणाम होत नाही असे ते सांगत आणि गरीब व अंधश्रद्धाळू संथाळांचा त्यांच्यावर मोठा विश्वासही बसत असे.

या वेळी सिदो व कान्हू हे संथाळांचे दोन प्रमुख पुढारी होते. त्यांनी जाहीर केले होते की, 'ठाकुरा'चा म्हणजे त्यांच्या देवाचा त्यांना साक्षात्कार झाला असून त्याने संथाळांच्या स्वातंत्र्यासाठी ब्रिटिश सरकारच्या विरोधात सशस्त्र बंड पुकारण्याचा आदेश दिलेला आहे. सिदोने काढलेल्या जाहीरनाम्यात म्हटले होते, ''ठाकुराने मला लढण्यासाठी आज्ञा करून सांगितले आहे की, देश काही साहेबांचा (ब्रिटिशांचा) नाही. ठाकूर स्वतः लढाईत उतरणार आहेत. साहेबाला व सैनिकांना प्रत्यक्षात ठाकुराशी लढावे लागणार आहे.''

खरे म्हणजे या संथाळांना ब्रिटिशांच्या लष्करी सामर्थ्याची खरी कल्पनाच आलेली नव्हती. होऊ घातलेल्या बंडात गोफणी, दगड, कुऱ्हाडी, भाले, धनुष्यबाण यांसारख्या आयुधांनी ते जगातील एका आधुनिक शस्त्रांनी सज्ज असलेल्या शिस्तबद्ध फौजेशी संघर्ष करणार होते; पण त्याची पर्वा न करता लाखो संथाळ आपल्या पुढाऱ्यांच्या हाकेला 'ओ' देऊन बंडात सामील झाले.

आता गावागावांतून ढोल-ताशांच्या गजरात संथाळांच्या भव्य मिरवणुका निघू लागल्या. हजारो स्त्री-पुरुष त्यात सामील होऊ लागले. या मिरवणुकांच्या अग्रभागी घोड्यावर अथवा हत्तीवर स्वार झालेले संथाळांचे मुख्य पुढारी असत. काही पुढारी पालखीत असत. अशा प्रकारे गावागावातून प्रचंड उत्साह व जागृती झाल्यावर संथाळांनी आक्रमक पवित्रा घेतला. सुमारे साठ हजार स्त्री-पुरुषांची एक फौजच उभी राहिली. मग पुढाऱ्यांनी त्यांची दीड-दोन हजारांच्या तुकड्यांत विभागणी केली. एवढी तयारी झाल्यावर संथाळांच्या या लष्करी तुकड्यांनी शेठ, सावकार, व्यापारी, जमीनदार, त्यांचे दलाल, पोलीस ठाणी, रेल्वेमार्ग, पोस्टाच्या जागा आदींवर हल्ले चढविण्यास सुरुवात केली. डिकू व सरकार यांची सर्व साधने म्हणजे संथाळांची शोषण करणारी सर्व साधने त्यांच्या रोषाला बळी पडू लागली. विशेष म्हणजे बिगर-संथाळ समाजातील म्हणजे गरीब उपऱ्यांपैकी अनेक जण या उठावात सामील झाले. त्यांनी बंडवाल्या संथाळांच्या फौजेला साधनसामग्री व सेवा उपलब्ध करून दिल्या. उदाहरणार्थ, संथाळांच्या फौजेतील लोहार लोक त्यांच्यासाठी शस्त्रे तयार करून देत असत.

संथाळांची अशी बंडाळी चालू असता ब्रिटिश सरकार हात बांधून स्वस्थ बसणे शक्य नव्हते. या बंडखोरांचा नायनाट करण्यासाठी सरकारने एक जंगी लष्करी मोहीम एका मेजर जनरलच्या आधिपत्याखाली राबविली. ब्रिटिश लष्कराच्या अनेक तुकड्या संथाळांच्या प्रदेशात घुसवून त्यांची गावेच्या गावे उद्ध्वस्त केली गेली. पंधरा हजारांहून अधिक स्त्री-पुरुषांना ठार केले गेले. संथाळांचा मुख्य पुढारी 'सिदो' विश्वासघाताने पकडला जाऊन त्याला ठार मारले गेले (ऑगस्ट 1855). पुढे संथाळांचा दुसरा पुढारी 'कान्हो' हाही ब्रिटिशांच्या हाती पडला (फेब्रुवारी 1866).

संथाळ बंडखोरांनी कडवा प्रतिकार केला. सरकारी लष्करानेही तेवढ्याच निर्दयपणे हा प्रतिकार मोडून काढला. ओ'मॅली नावाच्या एका अधिकाऱ्याने संथाळांच्या एका चकमकीचा वृत्तान्त दिला आहे. तो म्हणतो, ''संथाळांनी अतिशय निधडे शौर्य दाखविले. ब्रिटिश शिपायांनी घेरलेल्या एका मातीच्या झोपडीत पंचेचाळीस संथाळ बंडखोरांनी आश्रय घेतला होता. त्यांच्यावर बंदुकीच्या अनेक फैरी झाडण्यात आल्या. प्रत्येक वेळी बाणांचा वर्षाव करून बंडखोरांनी त्याला प्रत्युत्तर

दिले. बाणांचा वर्षाव संपल्यानंतर एक शिपाई झोपडीत शिरला तेव्हा त्याला एकच वृद्ध बंडखोर जिवंत आढळला. शिपायाने त्याला शरण येण्यास सांगताच तो वृद्ध संथाळ शिपायावर चालून गेला आणि त्याने आपल्या कुऱ्हाडीने त्याचा शिरच्छेद केला.''

अशा प्रकारे वैयक्तिक शौर्यात संथाळ जरी कमी पडले नाहीत तरी ब्रिटिशांच्या सामर्थ्यशाली आधुनिक सत्तेसमोर त्यांची हार झाली. संथाळांची हार झाली तरी त्यांनी दाखविलेली स्वातंत्र्यलालसा व तिच्यासाठी हजारोंनी केलेले प्राणार्पण भारताच्या स्वातंत्र्यलढ्यातील एक सुवर्णपान होऊन राहिले आहे.

भारतात वन्य जमाती आसेतु-हिमाचल येथे पसरलेल्या आहेत. त्यांपैकी अनेकांनी आपल्या वन्यजीवनावर झालेल्या आक्रमणाचा प्रतिकार त्यांच्याजवळ उपलब्ध असणाऱ्या साधनांनी केला. महाराष्ट्रातील रामोशी, मध्य प्रदेशातील कोळी, आंध्र किनारपट्टीवरील रांपा ही अशा वन्य जमातीतील प्रातिनिधिक उदाहरणे. मुंडा ही एक अशीच वन्य जमात. त्यांचा पुढारी बिरसा मुंडा हा उमाजी नाइकांप्रमाणेच आदिवासींच्या स्वातंत्र्यलढ्यातील एक आख्यायिका बनून राहिला आहे.

12.5 ब्रिटिश सत्तेविरुद्धचा नीळ - उत्पादक शेतकऱ्यांचा उठाव

ब्रिटिश सत्तेविरुद्ध झालेले रामोश्यांचे अथवा संथाळांचे उठाव हे वन्य जमातींचे किंवा आदिवासींचे उठाव होते. वासुदेव बळवंतांचा उठाव हा रामोश्यांसारख्या वन्य जमातींचे संघटन करून झाला असला तरी त्याला नागरी उठावाचेही स्वरूप प्राप्त झाले होते. आता आपण तिसऱ्या प्रकारच्या उठावाचे म्हणजे शेतकऱ्यांच्या उठावाचे एक प्रातिनिधिक उदाहरण पाहणार आहोत आणि ते आहे बंगाल प्रांतातील नीळ-उत्पादक शेतकऱ्यांच्या उठावाचे.

भारतात शेतकऱ्यांचे आर्थिक शोषण अनेक प्रकारे कसे होत होते याची चर्चा यापूर्वी आपण अनेकदा केली आहेच. रयतवारी पद्धतीच्या प्रदेशांत सरकारची व जमीनदारी पद्धतीच्या प्रदेशात जमीनदारांची महसूल-वसुलीत होणारी जबरदस्ती, सावकारांकडून कर्जबाजारी शेतकऱ्यांची होणारी पिळवणूक, त्यांच्या अज्ञानाचा घेतला जाणारा फायदा, सरकारी न्यायालये व पोलीस दल यांनी केलेली सावकारांची पाठराखण आणि या सर्वांत कहर करणारा दुष्काळ यामुळे सर्व देशातीलच शेतकरीवर्ग दारिद्र्याच्या व हाल-अपेष्टांच्या खाईत लोटला गेला होता आणि मग त्यातून देशाच्या विविध भागांत शेतकऱ्यांच्या असंतोषाचे उद्रेक सतत होत राहिल्याचे चित्र आपणास सन 1857 नंतरच्या कालखंडात दिसून येते. सन 1859-60 मधील बंगाल प्रांतातील नीळ-उत्पादक शेतकऱ्यांनी केलेले आंदोलन, सन 1872 मध्ये पंजाबमध्ये कुकांनी केलेले बंड, सन 1875 मधील महाराष्ट्रातील पुणे-अहमदनगर भागातील शेतकऱ्यांचे दंगे, सन 1893-94 मधील आसाममधील शेतकऱ्यांच्या चळवळी असे काही उठाव ही त्या काळातील प्रातिनिधिक स्वरूपाची उदाहरणे आहेत. त्यापैकी आपण बंगालमधील नीळ-उत्पादक शेतकऱ्यांच्या चळवळीचा वृत्तान्त थोडक्यात पाहणार आहोत.

भारतात इतरत्र जमीनदार, सावकार, पोलीस हे शेतकऱ्यांवर अन्याय-अत्याचार करीत होते; बंगालमध्ये मात्र युरोपियन मळेवालेच या सर्व भूमिका वठवून नीळ उत्पादक शेतकऱ्यांवर जुलूम करत होते. निळीचे उत्पादन ज्या भागात होत असे तेथील जमीन या युरोपियन लोकांनी द्रव्याच्या बळावर ताब्यात घेऊन तेच तेथील जमीनदार (मळेवाले) बनले होते आणि तेथील शेतकरी त्यांची कुळे बनून तेथे राबत होते. या कुळांनी त्या जमिनीवर इतर कोणतीही पिके न घेता निळीचेच पीक घेण्यासाठी या मळेवाल्यांकडून सक्ती, प्रसंगी जुलूम, जबरदस्ती होत असे. त्यासाठी ते या शेतकऱ्यांना थोडेबहुत पैसे आगाऊ देत आणि त्यांच्याकडून खोटेनाटे करार लिहून घेऊन त्यांची फसवणूक करीत. करारात लिहिलेली निळीच्या रोपांची किंमत आणि प्रत्यक्ष बाजारभाव यात मोठी तफावत असे. हे मळेवाले आपल्या कारखान्यात निळीच्या रोपांवर प्रक्रिया करून नीळ तयार करीत. हे कारखाने नीळ-उत्पादक भागातच असत.

खरेतर त्या प्रदेशातील सुपीक जमिनीवर भातासारखे पीक चांगल्या प्रकारचे येत असे आणि ते शेतकऱ्यांना किफायतशीर होई; पण जमिनीत कोणते पीक घ्यावे याचे स्वातंत्र्य शेतकऱ्यांना नसे. त्यांना निळीचेच पीक सक्तीने घ्यावे लागे. निळीच्या पिकाच्या खरेदी-विक्रीतही या मळेवाल्यांकडून पुढच्या वर्षीच्या पिकासाठीही शेतकऱ्यांना नको असली तरी सक्तीने आगाऊ रक्कम त्यांच्या पदरात बांधली जाई आणि मग त्याच्या मोबदल्यात निळीचे पीक देण्याची सक्ती त्यांच्यावर लादली जाई. अशी ही मोठी अजब 'मोगलाई' युरोपियन व्यापाऱ्यांनी चालविली होती.

मळेवाल्यांनी केलेल्या खोट्यानाट्या करारांमुळे शेतकऱ्यांच्या लुबाडणुकीची प्रकरणे न्यायालयात जात; पण तेथेही या मळेवाल्यांचेच युरोपियन भाऊबंद न्यायाधीशांच्या खुर्चीत 'मॅजिस्ट्रेट' म्हणून बसलेले असत. सन 1857 ची आकडेवारी सांगते की, अशा 30 मॅजिस्ट्रेटपैकी 29 मॅजिस्ट्रेट युरोपियन व फक्त एक जणच भारतीय होता. अशा परिस्थितीत अन्यायग्रस्त शेतकऱ्यांना क्वचितच न्याय मिळत असे; आणि ही न्यायालयीन प्रक्रिया बरीच लांबत असल्याने तेवढा काळ मळेवाले थांबावयास तयार नसत. मग ते दहशतीचा मार्ग अवलंबीत. त्यामध्ये शेतकऱ्यांचे अपहरण करून त्यांना डांबून ठेवणे, त्यांना व त्यांच्या मुलाबाळांना मारहाण करणे, त्यांच्या उभ्या पिकांची नासाडी करणे असे दहशतीचे सर्व प्रकार केले जात. त्यासाठी ते भाडोत्री गुंडांना हाताशी धरत. हे सर्व अत्याचार शेतकऱ्यांनी मळेवाल्यांना हव्या त्या दरात निळीचे उत्पादन द्यावे म्हणून चालत असत. शेतकऱ्यांना कोणी वाली राहिलाच नव्हता. सरकार तर मळेवाल्यांच्या बाजूनेच उभे राहत असे.

अशा परिस्थितीत मळेवाल्यांना अनपेक्षित अशी घटना घडली. हेमचंद्रकार नावाच्या एका भारतीय मॅजिस्ट्रेटने एका खटल्यात मळेवाल्यांच्या विरोधात शेतकऱ्यांच्या बाजूने निकाल दिला. एवढेच नव्हे, तर 'निळीच्या शेतकऱ्यांच्या सर्व तंट्यांमध्ये शेतकऱ्यांच्या जमिनीची मालकी त्यांच्याकडेच राहील; या जमिनीत पाहिजे ते पीक घेण्याची मुभा असेल, मळेवाले किंवा अन्य कोणी या बाबतीत हस्तक्षेप करणार नाहीत याची पोलिसांनी काळजी घ्यावी' असा एक हुकूमनामाच या मॅजिस्ट्रेटने प्रसिद्ध केला (17 ऑगस्ट, 1859).

या हुकूमनाम्याने सर्व बंगालमध्ये प्रचंड खळबळ माजली. मळेवाल्यांच्या जुलमाखाली कित्येक वर्षे दडपून गेलेल्या शेतकऱ्यांना आता मुक्तीचा एक किरण दिसू लागला. या हुकूमनाम्याच्या आधारावर शेतकऱ्यांनी सरकार दरबारी आपल्या समस्या रीतसर व अर्जविनंत्याद्वारे मांडण्यास सुरुवात केली. काही ठिकाणी त्यांनी शांततामय मार्गाने निदर्शने केली आणि आपल्या जमिनीत निळीचे पीक न घेण्याचा निर्धार व्यक्त केला; तसेच मगरूर मळेवाले आणि त्यांना पाठीशी घालणारे न्यायालय व पोलीस यांना निर्भयपणे तोंड देण्याची तयारी त्यांनी चालविली.

शेतकऱ्यांच्या आंदोलनाला प्रथम सुरुवात केली ती नाडिया जिल्ह्यातील गोविंदपूर गावातील शेतकऱ्यांनी. त्यांनी आपल्या शेतावर येथून पुढे निळीची लागवड करणार नाही अशी घोषणा करून बंडाचा झेंडा उभारला. तेव्हा मळेवाल्यांनी शंभर भाडोत्री गुंडांची एक टोळी त्यांच्यावर हल्ला करण्यासाठी पाठविली. शेतकरी घाबरले नाहीत. त्यांनी आपल्या जवळच्या लाठ्यांनी व भाल्यांनी गुंडांचा प्रतिकार केला. गोविंदपूरच्या या बहादूर शेतकऱ्यांची बातमी सर्वत्र पसरली. ठिकठिकाणच्या शेतकऱ्यांनी आता संघटित होऊन त्यांचा कित्ता गिरविण्यास सुरुवात केली. मळेवाल्यांकडून आगाऊ रक्कम स्वीकारण्यास, करारबद्ध होण्यास त्यांनी नकार दिला. निळीची लागवडच करायची नाही अशा प्रतिज्ञा शेतकरी मेळाव्यात घेतल्या जाऊ लागल्या. यावर मळेवाल्यांनी पाठविलेल्या गुंडांच्या टोळ्यांचा प्रतिकार लाठ्या-काठ्या, गोफणी-धोंडे, धनुष्यबाण, दगड-विटा अशा हाती सापडतील त्या साधनांनी केला जाऊ लागला.

आता आंदोलन सर्वत्र पसरले. सन 1860 च्या सुरुवातीस त्याचे अनेक ठिकाणी उद्रेक होऊ लागले. शेतकरी आक्रमक बनून त्यांनी आता मळेवाल्यांच्या निळीच्या कारखान्यांवर हल्ले चढविण्यास सुरुवात केली. या हल्ल्यात गावेच्या गावे सामील होऊ लागली. आंदोलकांच्या पुढाऱ्यांना पोलिसांनी अटक करताच त्यांनी पोलीस ठाण्यांवर हल्ले चढविण्यास सुरुवात केली. एका बाजूला निळीचे शेतकरी तर दुसऱ्या बाजूला मळेवाले व पोलीस असा संघर्ष सर्वत्र दिसू लागला.

अशा परिस्थितीत प्रतिपक्षावर हल्ला करण्यासाठी मळेवाल्यांनी आपल्या ठेवणीतील अस्त्र काढले; ते म्हणजे त्यांनी बंडखोर शेतकऱ्यांचा खंड भरमसाट वाढविला तसेच जमिनीवरून त्यांना हुसकावून लावण्याचे प्रयत्न चालविले; परंतु जागृत व निश्चयी बनलेल्या शेतकऱ्यांनी मळेवाल्यांच्या या प्रयत्नांना दाद दिली नाही. त्यांनी वाढीव खंड तर नाकारलाच; पण त्यांना जमिनीवरून हुसकावून लावू पाहणाऱ्या गुंडांनाच हुसकावून लावले. हे सर्व त्यांनी ऐक्याच्या व संघटनेच्या जोरावर केले. शेतकऱ्यांनी एकत्र येऊन आणि सामुदायिक निधी गोळा करून हे खटले लढविण्याची तयारी केली. एवढेच नव्हे, तर आता मळेवाल्यांनी केलेल्या अत्याचाराविरुद्ध दाद मागणारे अनेक खटलेही त्यांनी न्यायालयात दाखल केले.

अशा प्रकारे शेतकऱ्यांनी सर्व बाजूंनी मळेवाल्यांची कोंडी केली. त्यांच्या घरीदारी असणाऱ्या नोकरांनाही त्यांनी त्यांच्यापासून दूर केले. ज्यांनी मळेवाल्यांची नोकरी सोडली नाही त्यांच्यावर सामाजिक बहिष्कार टाकले जाऊ लागले.

आता हतबल होण्याची पाळी एकेकाळी मगरूरपणे वागणाऱ्या मळेवाल्यांवर आली. शेतकऱ्यांचे हे आंदोलन चिरडले न जाता ते फोफावतच निघाल्याचे पाहून त्यांनी आता आपल्या निळीच्या कारखान्यांना कुलपे ठोकण्यास सुरुवात केली. हळूहळू सर्व कारखाने बंद पडले. सन 1860 च्या अखेरपर्यंत बंगालच्या सर्व भागांतील निळीची लागवड बंद झाली. नीळ उत्पादक शेतकऱ्यांचा हा मोठा विजय होता. मळेवाल्यांच्या विरोधात केलेल्या आंदोलनात त्यांनी दाखविलेले धाडस, संघटना कौशल्य, शिस्त व उपक्रमशीलता या गुणांमुळेच त्यांना हा विजय मिळाला होता.

दरम्यान, सरकारने नीळ उत्पादकांच्या प्रश्नांची सखोल चौकशी करून ते सोडविण्यासाठी एक खास आयोग नेमला होता. आयोगाच्या चौकशीत नीळ उत्पादकांवर होणारे जुलूम अधिकच प्रकाशात आले. आयोगाने केलेल्या शिफारशीनुसार सरकारने नोव्हेंबर 1860 मध्ये एक हुकूम जारी केला. त्या अन्वये निळीच्या लागवडीची सक्ती कोणावरही करता येणार नाही आणि त्याविषयीचे सर्व तंटेबखेडे कायदेशीर पद्धतीनेच सोडविले जातील असे जाहीर केले गेले; पण या हुकूमनाम्यापूर्वीच मळेवाल्यांनी आपल्या कारखान्याचा गाशा गुंडाळण्यास सुरुवात केली होती.

या आंदोलनाला बंगालमधील बुद्धिजीवी वर्गाने आपल्या वृत्तपत्रांतून व सार्वजनिक सभांतून सक्रिय पाठिंबा दिला. मळेवाल्यांविरुद्धचे शेतकऱ्यांचे खटले लढविले. 'हिंदू पेट्रियट' या वृत्तपत्राचे संपादक हरिश्चंद्र मुखर्जी यांनी तर आपल्या लिखाणातून मळेवाल्यांच्या जुलूमशाहीचे आणि सरकारी अधिकाऱ्यांच्या पक्षपाती धोरणाचे वाभाडे काढले. शेतकऱ्यांच्या आंदोलनाची खास वार्तापत्रे प्रसिद्ध करून त्यांनी त्यांच्याबद्दल समाजात सहानुभूती उत्पन्न केली. या कामी साहित्यिकांनीही आपला वाटा उचलला. मळेवाल्यांच्या अत्याचारांचे चित्र उभे करणारे 'नीलदर्पण' नावाचे एक नाटक दीनबंधू मित्र यांनी लिहिले. ते सर्वत्र गाजून आंदोलनास मोठी प्रसिद्धी मिळाली. या सर्वांचा परिणाम असा झाला की, एरव्ही सरकारच्या बाजूने असणाऱ्या ख्रिस्ती मिशनऱ्यांनीही या आंदोलनास आपला सक्रिय पाठिंबा दिला.

ब्रिटिश सरकारने नागरी व वन्य जमातींचे उठाव कठोर उपायांनी मोडून काढले आणि उठाव करणाऱ्या शेकडो व हजारो बंडवाल्यांना त्यांनी ठार केले. तसे शेतकऱ्यांच्या उठावाच्या संदर्भात घडले नाही. त्यांच्या बाबतीत सरकारने सौम्य व सामोपचाराचे धोरण स्वीकारले; याचे कारण शेतकऱ्यांचे हे उठाव या देशातील भारतीय व युरोपियन जमीनदार, त्यांचे हस्तक, सावकार व त्यांना संरक्षण देणारे पोलीस यांच्या विरोधात होते. या लोकांनी चालविलेली जुलूमशाही जेव्हा असहाय होत असे तेव्हा शेतकऱ्यांनी उठाव केला. प्रस्थापित ब्रिटिश राजवट उलथून टाकणे असे त्यांचे उद्दिष्ट नव्हते. आपल्यावर होणाऱ्या अन्यायाला वाचा फोडणे आणि आपल्यावर होणारी जुलूमशाही बंद पाडणे एवढेच त्यांचे मर्यादित लक्ष्य होते. त्यामुळे हे लक्ष्य थोडेफार साध्य झाल्यावर शेतकऱ्यांची ही आंदोलने कालौघात विरघळून गेल्याचे आपणास दिसून येते.

13

राष्ट्रसभेची (काँग्रेसची) स्थापना व कार्य

13.1 भारतीय राष्ट्रवादाच्या उद्भवाची कारणे / भारतीय राष्ट्रसभेच्या (काँग्रेसच्या) स्थापनेची कारणे

13.2 राष्ट्रसभेची (काँग्रेसची) स्थापना : सन 1885

13.3 सन 1885 ते 1905 या काळातील राष्ट्रसभेची कामगिरी

13.4 राष्ट्रसभेच्या प्रमुख मवाळ नेत्यांची कामगिरी

1857 साली भारतीय लोकांनी उठाव करून ब्रिटिशांची अन्यायी व अत्याचारी राजवट उलथून पाडण्याचा प्रयत्न केला. हा प्रयत्न उत्तर भारतातील काही प्रदेशांपुरता व काही राजेरजवाडे, जमीनदार व शिपाई यांच्यापुरता जरी मर्यादित असला आणि तो जरी अपयशी झाला तरी तो भारताच्या इतिहासातील एक महत्त्वाचा टप्पा ठरला. आता आपल्या स्वातंत्र्यासाठी जुने नेतृत्व व जुन्या प्रेरणा उपयोगी पडणार नाहीत याची खात्री भारतीय लोकांना झाली. पाश्चात्त्य शिक्षणाने सुजाण झालेला एक सुशिक्षित वर्ग समाजात उदयास आलेला होता. याच वर्गाने येथून पुढे आपल्या समाजाचे नेतृत्व केले व कालांतराने स्वातंत्र्याची चळवळ उभारली. या स्वातंत्र्याच्या चळवळीचा उदय होण्यापूर्वी प्रथम राष्ट्रवादाचा उद्‌भव झाला. मराठे, गुजराती, पंजाबी, जाठ, बंगाली, मद्रासी व इतर अनेक प्रांतांतील लोक अथवा हिंदू, मुस्लीम, जैन, पारशी इत्यादी विविध धर्मांचे लोक हे सर्व जणच या भारत देशाचे नागरिक आहेत, ही राष्ट्रवादाची भूमिका हळूहळू तयार झाली. या राष्ट्रवादाच्या पार्श्वभूमीच्या पुढे 1885 साली देशातील प्रमुख विचारवंतांनी 'राष्ट्रसभा' या राजकीय संघटनेची स्थापना केली. तेव्हा प्रथम आपण या राष्ट्रवादाच्या उद्‌भवाची व त्यातून उदयास आलेल्या राष्ट्रसभेच्या स्थापनेची कारणे तपासून पाहू.

13.1 भारतीय राष्ट्रवादाच्या उद्‌भवाची कारणे अथवा भारतीय राष्ट्रसभेच्या (काँग्रेसच्या) स्थापनेची कारणे

1. **विविध धर्मसुधारणा चळवळी :** एकोणिसाव्या शतकात भारतात ब्राह्मो समाज, आर्य समाज, थिऑसॉफिकल सोसायटी, रामकृष्ण मिशन, प्रार्थना समाज इत्यादी अनेक धर्मसंघटना तयार झाल्या. हिंदू धर्माच्या रेखीव व तेजस्वी मूर्तीवर अंधश्रद्धा व कर्मकांड यांचे निर्माण झालेले ओंगळ थर नष्ट करून मूळची सुंदर मूर्ती आपल्या देशबांधवांसमोर उभी करण्याचे महान कार्य या संघटनांनी केले. त्यांच्या या कामगिरीमुळे हिंदू धर्माचे खरे तत्त्वज्ञान, त्याचे खरे स्वरूप केवळ हिंदू समाजासच नव्हे तर सर्व जगास परिचित झाले. त्यांनी चालविलेली ही सुधारणा चळवळ म्हणजे भारताच्या धार्मिक पुनरुज्जीवनाचाच एक भाग होता. या चळवळीने हिंदू समाजाची अस्मिता जागी झाली. त्यामुळे आपली संस्कृती ही युरोपियन संस्कृतीपेक्षा मागासलेली आहे, ही न्यूनगंडाची भावना झपाट्याने निघून गेली आणि तिची जागा स्वधर्म व स्वसंस्कृती यांच्या अभिमानाने घेतली.

या धर्मसुधारणा सुरू करणाऱ्या राजा राममोहन रॉय, स्वामी दयानंद सरस्वती, रामकृष्ण परमहंस, स्वामी विवेकानंद, ॲनी बेझंट या महान सुधारकांनी एकोणिसाव्या शतकात भारतामध्ये जी धार्मिक जागृती घडवून आणली ती पुढे घडून आलेल्या राजकीय जागृतीस मोठ्या प्रमाणावर कारणीभूत झाली. के. टी. पॉल हा इतिहासकार म्हणतो की, भारताची राष्ट्रीय चळवळ राजा राममोहन रॉय यांच्या ब्राह्मो समाजाच्या कुशीत सुरू झाली नसती तर 'भारत' राहिला नसता. राजा राममोहन रॉय यांचे अपुरे राहिलेले कार्य स्वामी दयानंद सरस्वती, रामकृष्ण परमंहस व स्वामी विवेकानंद यांनी पुढे चालविले. भारत हा भारतीयांसाठी आहे, अशी घोषणा देणारा पहिला महान पुरुष म्हणून ॲनी बेझंट यांनी स्वामी दयानंदांचा गौरव केला आहे. दयानंदांच्या आर्य समाजाने श्रद्धानंदांसारखे समाजसुधारक व लाला लजपतरायांसारखे महान नेते देशाला दिले. ही आर्य समाजाची मोठी कामगिरी आहे. रामकृष्ण परमहंस व स्वामी विवेकानंद यांनी तर भारताच्या आध्यात्मिक वैभवाचे पुनरुज्जीवन केले. ज्या देशात त्यांच्यासारखे थोर तत्त्वज्ञ जन्माला येतात त्या देशात धर्मप्रसारासाठी ख्रिस्ती मिशनरी पाठविणे म्हणजे शुद्ध मूर्खपणा आहे, असे पाश्चात्त्य विचारवंतही म्हणू लागले. जगातील सर्वांत प्राचीन ज्ञान भारताजवळ आहे व ते सर्व जगाला देऊन त्यास मार्गदर्शन करण्याची कामगिरी भारताला करावयाची आहे, असा गौरव थोर युरोपियन विदुषी ॲनी बेझंट करू लागली. तेव्हा खरोखरच भारतीय लोकांचा आत्मविश्वास वाढला व स्वाभिमान जागा झाला. अशा या थोर धर्मसुधारकांच्या प्रयत्नातून एकोणिसाव्या शतकात राष्ट्रवादाचा उद्‌भव घडून आलेला आहे.

2. **समाजसुधारकांचे प्रयत्न :** राजा राममोहन रॉय, स्वामी दयानंद व स्वामी विवेकानंद या थोर पुरुषांनी आपल्या समाजात केवळ धर्मजागृतीच नव्हे तर समाजजागृतीही घडवून आणली. सतीबंदी, पाश्चात्त्य शिक्षण यांविषयी राजा राममोहन रॉय यांनी केलेली चळवळ, जातिभेदनिवारण, अस्पृश्यतानिवारण, अंधश्रद्धानिवारण यासाठी केलेले दयानंद व विवेकानंदांचे प्रयत्न इतिहासप्रसिद्धच आहेत. याशिवाय बंगालमध्ये ईश्वरचंद्र विद्यासागर, शशिपाल बॅनर्जी; पंजाबमध्ये स्वामी श्रद्धानंद; महाराष्ट्रात महात्मा फुले, लोकहितवादी, रानडे, आगरकर; दक्षिणेत रघुनाथराव, विरेसलिंगम् पंतुलू, नटराजन इत्यादी समाजसुधारकांनी समाजातील अस्पृश्यता, जातिभेद, विधवांचा छळ, बालविवाह, जरठ-कुमारी विवाह, अंधश्रद्धा, धार्मिक कर्मकांड या समाजातील अनिष्ट रूढींवर आपल्या आचार-विचारांनी हल्ले चढविले. त्यामुळे एकाच वेळी देशातील धर्मसुधारणेच्या चळवळींबरोबर समाजसुधारणा या दोन गोष्टी फारशा भिन्न नव्हत्या. लोकांचे जीवन धर्माच्या पायावर उभे होते. तेव्हा समाजसुधारणेसाठी प्रथम धर्मसुधारणेस सुधारकांना हात घालावा लागला. राष्ट्रवादाच्या उद्भवासाठी भारतीय समाज जागृत करणे, सुधारणेला अनुकूल करणे ही गोष्ट आवश्यक होती. ती या सुधारकांनी घडवून आणली.

3. **पाश्चात्त्य शिक्षणाचा परिणाम :** पाश्चात्त्य शिक्षण ही ब्रिटिश राजवटीची भारताला मिळालेली फार मोलाची देणगी होती. 1835 साली बेंटिंगच्या कारकिर्दीत भारतीय लोकांना पाश्चात्त्य पद्धतीचे इंग्रजी शिक्षण देण्याचे सरकारी धोरण जाहीर झाल्यावर या देशात अनेक ठिकाणी पाश्चात्त्य शिक्षण देणाऱ्या संस्था सरकारने व सुधारकांनी सुरू केल्या. या संस्थांमधून पाश्चात्त्यांची संस्कृती, त्यांच्या कला, त्यांची सामाजिक व भौतिकशास्त्रे, त्यांचा इतिहास इत्यादींचे ज्ञान भारतीय लोकांना होऊ लागले. बायरनचे स्वातंत्र्याविषयीचे विचार, वर्डस्वर्थचे मानवजातीच्या अस्मितेचे विचार, धर्ममार्तंडांविरुद्धचे शेलेचे बंडखोर विचार, राष्ट्रवाद, लोकशाही व स्वराज्य याविषयीचे लॉक, स्पेन्सर, मिल, मेकॉले व ब्रुक या ब्रिटिश विचारवंतांचे विचार हे सर्व ब्रिटिश साहित्याच्या अभ्यासानेच भारतीय लोकांना समजून आले. पाश्चात्त्यांच्या इतिहासावरूनच अमेरिकन वसाहतवाल्यांच्या स्वातंत्र्याचा व लोकशाहीचा लढा, फ्रेंचांचा आपल्या राजाविरुद्धचा क्रांतीचा लढा, इटालियनांचा ऑस्ट्रियन साम्राज्यवाद्यांविरुद्धचा मुक्तिलढा अशा अनेक स्वातंत्र्यलढ्यांचा परिचय झाला. इटलीमध्ये राष्ट्रवादाचा उदय होऊन तेथे राष्ट्रनिर्मिती होते तर मग आपल्या देशात अशी राष्ट्रनिर्मिती का होऊ नये ? अमेरिकन वसाहतवाले आपल्या मायदेशाच्या पार्लमेंटमध्ये हक्क मागतात व ते न मिळाल्याने स्वातंत्र्याचा लढा पुकारतात तर या घटनेप्रमाणे भविष्यात आपण काही करू शकणार नाही काय ? खुद्द ब्रिटिश लोकांनी आपल्या देशातील राजास व बलदंड सरदारांना नमवून राज्याची सर्व सूत्रे लोकप्रतिनिधींच्या हाती सोपविली आहेत तर अशा प्रकारची लोकशाहीची क्रांती पुढे-मागे या देशात का शक्य होऊ नये ? ब्रिटन-अमेरिकेतील लोकशाही हक्क दूर राहो, पण माणूस म्हणून प्रतिष्ठेने जगण्याचा हक्क आपण का प्राप्त करून घेऊ नये ? अशा प्रकारचे नाना विचार पाश्चात्त्य शिक्षण घेतलेल्या सुशिक्षितांच्या मनात उभे राहिले.

लॉर्ड रेनॉल्ड से म्हणतो, ''पाश्चात्त्य ज्ञानाची मदिरा तरुण भारतीय लोकांच्या डोक्यात चढली. स्वातंत्र्य आणि राष्ट्रवाद यांच्या सुरईतून त्यांनी मनसोक्त हे ज्ञानपान केले आणि त्यांच्या विचारात एकदम क्रांतीच घडून आली.''

विसाव्या शतकातील ब्रिटिश मुत्सद्दी **रॅम्से मॅकडोनाल्ड** म्हणतो, ''भारतीय लोकांनी हर्बर्ट स्पेन्सरचा व्यक्तित्ववाद व लॉर्ड मेकॉलेचा उदारमतवाद या दोन तोफा आमच्याकडून पकडून नेल्या आहेत आणि आता त्या तोफांची तोंडे आमच्यावर रोखून ते हल्ला करीत आहेत.''

खरे म्हणजे भारतीय लोकांनी ब्रिटिशांच्या ज्ञानाच्या क्षेत्रातील बराच 'तोफखाना व दारूगोळा' पळवला होता. खुद्द ब्रिटिशांच्या लोकशाहीच्या हक्कांच्या लढ्याचा इतिहास व ब्रिटिशांचे लोकशाहीवरील प्रेम ही बाब बिटिश भारतीय लोकांपासून लपवून ठेवू शकत नव्हते. एवढेच नव्हे, हे ज्ञान फार काळ अज्ञात राहू शकणार नाही याचीही ब्रिटिशांना पूर्ण जाणीव होती. या ज्ञानाची गंगोत्री भारतीय समाजात जसजशी विस्ताराने वाहू लागली तसतसे तिच्या

काठावर राष्ट्रवादाचे अंकुर फुटणे स्वाभाविकच होते. राष्ट्रवादाचा अशा कारणांनी झालेला उदय भरीव प्रमाणात राष्ट्रसभेच्या स्थापनेला कारणीभूत झाला.

4. वृत्तपत्रांची महत्त्वपूर्ण कामगिरी : भारतातील अगदी प्रारंभीची वृत्तपत्रे ब्रिटिश गृहस्थांनी सुरू केली होती. अनेक वर्षे वृत्तपत्रांच्या क्षेत्रात ब्रिटिशांचा प्रभाव होता. पुढे भारतीय विचारवंतांनी या क्षेत्रात प्रवेश केला आणि इंग्रजी व देशी भाषेतील अनेक वृत्तपत्रे उदयास आली. ब्रिटिश मालकी असलेली बहुतेक सर्व वृत्तपत्रे सरकारी धोरणाची तरफदारी करणारी असत. सरकारच्या अन्यायी धोरणावर कोरडे ओढण्याचे व आपल्या बांधवांना जागे करण्याचे काम भारतीय वृत्तपत्रांनाच करावे लागले. प्रारंभीच्या कालखंडात 'दि इंडियन मिरर' (कलकत्ता), 'बॉम्बे समाचार व इंदुप्रकाश' (मुंबई), 'दि हिंदू' (मद्रास), 'ट्रिब्यून' (लाहोर) या वृत्तपत्रांनी लोकजागृतीचे केलेले कार्य महत्त्वाचे मानले पाहिजे. पाश्चात्त्य शिक्षणाचा जसजसा प्रसार होऊ लागला, राष्ट्रीय जागृती जसजशी वाढू लागली तसतशी भारतीय नेत्यांच्या व विचारवंतांच्या वृत्तपत्रांची संख्या वाढू लागली. वृत्तपत्र हे जनजागृतीचे व राजकीय असंतोषाच्या निर्मितीचे फार मोठे साधन आहे, हे भारतीय नेत्यांच्या लक्षात आल्यामुळे जवळजवळ प्रत्येक भारतीय नेत्याने स्वतःचे वृत्तपत्र काढले होते.

उदाहरणार्थ, राजा राममोहन रॉय यांचे 'संवाद-कौमुदी'; देवेंद्रनाथांचे 'तत्त्वबोधिनी पत्रिका'; श्री. अरविंद बाबूंचे 'वंदेमातरम्'; सुरेंद्रनाथांचे 'बंगाली'; लोकमान्यांचे 'मराठा' व 'केसरी'; लाला लजपतराय यांचे 'दि पिपल' इत्यादी.

आपल्या वृत्तपत्रांद्वारे भारतीय विचारवंतांनी सरकारच्या दुष्कृत्यांवर सतत हल्ला चढविल्याने लॉर्ड लिटनला देशी वृत्तपत्रांच्या स्वातंत्र्यावर निर्बंध टाकणारा कायदा करावा लागला. नंतरच्या काळातही सरकारला वृत्तपत्रांवर कडक निर्बंध लादावे लागले. याचे कारण सरकारविरुद्ध लोकमत निर्माण करण्याचे व लोकांना त्यांच्या हक्कांची जाणीव करून देण्याचे खरे कार्य ही वृत्तपत्रे करीत होती. सर्वच भारतीय लोकांना पाश्चात्त्यांचे इतिहास व शास्त्रे अवगत नव्हती. ज्यांना थोडेबहुत लिहिता-वाचता येते अशा माणसांपर्यंत नवनिर्मितीचे विचार पोहोचविण्यास वृत्तपत्रांसारखे अन्य कोणते साधन नव्हते. वृत्तपत्रांच्या साहाय्यानेच रानडे, टिळक, सुरेंद्रनाथ, लाला लजपतराय यांसारखे पुढारी आपल्या मनातील राष्ट्रीय जागृतीचे विचार असंख्य देशबांधवांपुढे मांडू शकत होते. अशा प्रकारे सरकारविरुद्ध असंतोष निर्माण करून राष्ट्रवादाचा प्रसार करण्याची महनीय कामगिरी वृत्तपत्रांनी केली आहे.

5. राष्ट्रीय साहित्यांची कामगिरी : एकोणिसाव्या शतकाच्या उत्तरार्धात केवळ राजकारण व धर्मकारण या क्षेत्रांमध्येच पुनरुज्जीवनाची चळवळ सुरू झाली असे नाही तर ती देशी भाषांच्या क्षेत्रातही सुरू झाली होती. याच कालखंडात या देशी भाषांचा झपाट्याने विकास होऊ लागला आणि साहित्याच्या क्षेत्रात नामवंत लेखक व कवी उदयास आले. बंगालीमध्ये बंकिमचंद्र चॅटर्जी, मायकेल मधुसूदन दत्त, दीनबंधू मित्र, नवीनचंद्र सेन, रवींद्रनाथ टागोर; हिंदीमध्ये भारतेंदु हरिश्चंद्रम्'; तमिळमध्ये सुब्रह्मण्यम् भारती; मराठीत लोकहितवादी, विष्णुशास्त्री चिपळूणकर, शि. म. परांजपे या लेखकांनी आपल्या मातृभाषेला आधुनिक व प्रागतिक बनविले. मातृभाषेविषयीचा त्यांचा अभिमान समाजात राष्ट्रवादाचा विकास होण्यास साहाय्यभूत झाला. महाराष्ट्रात मराठीला आधुनिक व तेजस्वी स्वरूप प्राप्त करून देण्याचे प्रारंभीचे कार्य विष्णुशास्त्री चिपळूणकरांनी आपल्या 'निबंधमालेतून' केल्याचे सर्वश्रुत आहेच. या राष्ट्रवादी लेखकाच्या मातृभाषेतील लिखाणाने देशातील राष्ट्रवादाच्या अंकुरास खतपाणी मिळाले व तो जोमाने वाढू लागला. याचे एक उत्कृष्ट उदाहरण म्हणजे बंकिमचंद्रांचे 'वंदेमातरम्' हे गीत होय. या गीताने प्रत्येक भारतीय माणसाचे हृदय त्या वेळी व आजही काबीज केले आहे. 'वंदेमातरम्' हे काश्मीरपासून कन्याकुमारीपर्यंत पसरलेल्या अफाट भारतीय समाजाचे 'राष्ट्रगीत' बनले व त्या गीताचे शब्द ओठांनी उच्चारत आठ-दहा वर्षांच्या कोवळ्या मुलांनीही आपल्या छातीवर बंदुकीच्या गोळ्या झेलल्या. 'वंदेमातरम्' हा शब्द उच्चारणेही पुढे दहशतीच्या काळात ब्रिटिशांच्या दृष्टीने गुन्हा ठरला.

6. भारताच्या प्राचीन संस्कृतीचे पाश्चात्त्य संशोधक व त्यांचे कार्य : ब्रिटिशांचे साम्राज्य भारतात स्थापन झाल्यावर अनेक पाश्चात्त्य संशोधकांनी भारताच्या प्राचीन साहित्याचा व इतिहासाचा अभ्यास व संशोधन सुरू केले. त्यांच्या या प्रयत्नामागे ज्ञानाबद्दलची तळमळ होती. त्यांनी अनेक अडचणींवर मात करून मोठ्या चिकाटीने भारताचा प्राचीन इतिहास व त्याची कामगिरी जगाच्या समोर मांडली. अशा पाश्चात्त्य संशोधकांमध्ये कोलब्रुक, विल्सन, मॅक्सम्यूलर, मोनिअर विल्यम्स् इत्यादी व्यक्ती प्रमुख होत. खुद्द भारतातही राजा राममोहन रॉय, राजा नरेंद्र लाल, डॉ. पंडू सेन, डॉ. भांडारकर यांचे या क्षेत्रातील प्रयत्न भारतीय संस्कृतीची महती वाढविण्यास कारणीभूत झाले. जेव्हा पाश्चात्त्य संशोधक प्राचीन हिंदू लोकांच्या कामगिरीची ग्रीक व रोमन लोकांच्या कामगिरीशी तुलना करू लागले व

प्राचीन हिंदूची स्तुती करू लागले तेव्हा सुशिक्षित भारतीय जनतेला आपल्या प्राचीन ठेव्याचा अभिमान वाटू लागला. सर्व देशाचा हा प्राचीन सांस्कृतिक वारसा आहे अशी अस्मिता त्यांच्या ठिकाणी उत्पन्न झाली.

7. **इंग्रजी भाषेचे भारतीय एकात्मतेस साहाय्य :** इंग्रजी भाषेच्या अभ्यासामुळे पाश्चात्त्य ज्ञानाशी भारतीय लोकांचा परिचय झाला, ही फार मोठ्या फायद्याची गोष्ट झाली. पण या भाषेने आणखी एक मोठी कामगिरी केली आहे. ती म्हणजे तिने भारताच्या विविध प्रांतांत राहणाऱ्या व राष्ट्राच्या कल्याणाचा विचार करणाऱ्या विचारवंतांना एकत्र आणण्यास साहाय्य केले आहे. काश्मिरी, पंजाबी, गुजराथी, बंगाली, मराठी, कानडी, मद्रासी अशी नाना भाषिक मंडळी प्रथम जेव्हा एकत्र आली तेव्हा त्यांनी इंग्रजीतूनच विचारविनिमय केला. मद्राशाला इंग्रजी येत नसते तर बंगाल्याशी बोलताना त्यास प्रथम बंगाली शिकावे लागले असते. भारतीय नेत्यांचे विचारविनिमयाचे माध्यम इंग्रजी असल्याने राष्ट्रवादाची झपाट्याने वाढ होऊ शकली व राष्ट्रीय एकात्मतेच्या चळवळीस गती आली. राष्ट्रसभेच्या स्थापनेच्या वेळी विचारांची देवाण-घेवाण करण्यासाठी इंग्रजीचाच वापर करण्यात आला होता.

8. **रेल्वे, तारायंत्रे, पोस्ट इत्यादी भौतिक सुधारणांचा हातभार :** रेल्वे, मोठे रस्ते, तारायंत्रे, पोस्ट इत्यादी भौतिक सुधारणा एकोणिसाव्या शतकाच्या उत्तरार्धात ब्रिटिशांनी भारतात सुरू केल्या. या सुधारणा करण्यामागे या देशाचे अधिकाधिक आर्थिक शोषण करणे आणि आपल्या राज्यकारभाराची पकड घट्ट करणे हे त्यांचे हेतू होते; ते साध्य झालेही. तथापि, या सुधारणांचे काही अप्रत्यक्ष परिणामही दृग्गोचर झाले. या सुधारणांनी भारतातील प्रमुख शहरे एकत्र जोडली गेली. प्रांता-प्रांतांतील पूर्वीचा दुरावा कमी होऊन भावनात्मक जवळीक निर्माण झाली. पंजाबमधील व्यक्तीला मद्रासमध्ये व मद्रासमधील व्यक्तीला बंगालमध्ये जाणे आता सहजसुलभ झाले. त्यामुळे देशातील विविध जाती-जमातींच्या व प्रांतांच्या पुढाऱ्यांतील विचारविनिमय वाढला. राष्ट्रवादाच्या उदयास या सोईंनी मोठा हातभार लावला आहे. ज्या सुधारणा भारतीय लोकांची पिळवणूक करण्यासाठी तयार झाल्या त्या सुधारणांचा भारतीय लोकांनी एकत्र येण्यासाठी फायदा घेतला. त्यांना एकत्र विचारविनिमय करण्यावर सरकारला बंदी घालणे व भारतामधील वाढती राजकीय जागृती थोपविणे आता अवघड होते. रेल्वेच्या सुधारणेने आणखी एक महत्त्वाची कामगिरी केली. आता रेल्वेच्या डब्यात समाजातील सर्व जातिपंथाचे लोक एकत्र बसून प्रवास करू लागले. त्यामुळे जातिपंथाची बंधने शिथिल व्हावयास मदत झाली.

9. **ब्रिटिशांच्या अतिकेंद्रित राज्यकारभाराचा परिणाम :** ब्रिटिशांनी काश्मीरपासून कन्याकुमारीपर्यंत व सिंधपासून आसामपर्यंतचा प्रदेश आपल्या वर्चस्वाखाली आणला. सन 1857 च्या उठावानंतर त्यांनी भारतातील संस्थानांना जीवदान दिले; तरी त्यांच्यावर ब्रिटिश साम्राज्यसत्तेचे पूर्ण प्रभुत्व प्रस्थापित झाले होते. संस्थानी भारतात त्या-त्या संस्थानिकांच्या राज्यकारभार पद्धती भिन्न-भिन्न असल्या तरी उरलेल्या मोठ्या प्रदेशावर ब्रिटिशांची प्रत्यक्ष एकछत्री राजवट निर्माण झाली होती. पं. नेहरू म्हणतात, "ब्रिटिश अमलाने स्थापन केलेल्या राजकीय ऐक्याने भारतात राजकीय जागृती व राष्ट्रीय ऐक्य यांचा उदय घडवून आणला." या राजवटीत केंद्र बलवान होते. प्रांताच्या कारभारासंबंधी कोणताही कायदा केंद्र सरकार करू शकत होते. एका अर्थाने प्रांतीय सरकारे म्हणजे केंद्र सरकारची हस्तके म्हणूनच काम पाहत असत. केंद्र सरकार जेव्हा एखादे राजकीय, आर्थिक अथवा लष्करी धोरण ठरवित असे तेव्हा ते अधिक भारत नजरेसमोर ठेवूनच धोरण आखत असे. केंद्र सरकारचे ICS अधिकारी देशात कोठेही बदली करून पाठविले जात. ब्रिटिश राजवटीत समान कायदेसंहिता समाजाला मिळाली. कायद्यापुढे सर्व समान हे तत्त्व घोषित करण्यात आले. एकाच प्रकारची न्यायसंस्था स्थापन झाली. सरकार एक, त्याचे लष्कर एक, त्याची राज्यकारभार पद्धती सर्वत्र सारखी; अशा सारख्या गोष्टींनी भारत झपाट्याने 'एक' होऊ लागला. राष्ट्रीय एकात्मता वाढविण्याच्या कामी या घटकांचा अप्रत्यक्ष उपयोग झाला.

10. **आर्थिक शोषण करण्याचे ब्रिटिशांचे धोरण :** ब्रिटिशांचे साम्राज्य हे व्यापारी साम्राज्य होते. या देशात आपल्या देशाचा माल अधिकाधिक खपवून त्यांना भारतीय लोकांची अप्रत्यक्ष पिळवणूक करावयाची होती. त्यासाठीच त्यांनी रेल्वेमार्ग बांधले, बंदरे तयार केली, सडका बांधल्या. भारतातील कच्चा माल मोठ्या प्रमाणावर ब्रिटनमध्ये नेण्यासाठी व पक्का माल येथे सर्वत्र पोहोचविण्यासाठी या साधनांचा त्यांनी वापर केला. सरकार त्यांचेच असल्याने त्यांनी मुक्त व्यापार पद्धती स्वीकारली; म्हणजे ब्रिटनमधून भारतात येणाऱ्या मालावरील जकात उठवली, त्यामुळे ब्रिटनमध्ये यंत्रावर तयार होणारा माल येथे स्वस्त भावाने विकू लागला. परिणामी या देशातील अनेक उद्योगधंदे बुडाले, प्रसिद्ध शहरांमधील कारागीरवर्ग बेकार बनला व तो खेड्यातील शेतीकडे वळला. पूर्वी खेड्यात शेती व हस्तव्यवसाय यांची सांगड होती. नव्या राजवटीत ही सांगड तुटली. हस्तव्यवसाय नष्ट झाले. सर्व जणच शेतीच्या मागे लागले. खेडे पूर्वी

स्वयंपूर्ण होते. आता ते तसे राहिले नाही. कळत-नकळत सर्व भारताची आर्थिक परिस्थिती व अर्थव्यवस्था एकाच स्वरूपाची बनली. भारत ही ब्रिटिशांचा पक्का माल विकत घेणारी एक मोठी बाजारपेठ बनली व सर्व भारतीय माणसे ब्रिटनची ग्राहक बनली. अशा प्रकारे भारताची पूर्वीची अर्थव्यवस्था मोडून परावलंबी का होईना, पण नवी राष्ट्रीय अर्थव्यवस्था उदयास आली.

या आर्थिक शोषणाची जाणीव सुशिक्षित वर्गास होऊ लागली. सरकारच्या स्वार्थी व अन्यायी धोरणाविरुद्ध आवाज उठविला गेला पाहिजे असे त्यांना वाटू लागले. त्यात पितामह दादाभाई नौरोजी प्रमुख होते. त्यांनी ब्रिटिश सरकारच्या स्वार्थी आर्थिक धोरणाचे आपल्या भाषणातून व लिखाणातून वाभाडे काढले. त्यांनी सरकारला स्पष्ट सुनावले होते की, भारतातून दरसाल तीन कोटी पौंड एवढी प्रचंड संपत्ती ब्रिटिश मायदेशी नेतात. मुहम्मद गझनीच्या अठरा स्वाऱ्यांतील लुटीच्या रकमेहून ही रक्कम मोठी होती. बंगाल, बिहार, आसाम या प्रांतांतील चहा व नीळ यांचे मळे युरोपियन मालकांच्या हाती होते. या मळ्यांवर काम करणाऱ्या मजुरांना गुलामाप्रमाणे वागविले जाई. त्यावरील अन्यायाला 1860 सालीच वाचा फुटली होती. त्यासाठी बंगालमधील नीळ मळ्यातील मजुरांनी आंदोलन सुरू केले होते. या आंदोलनाने बंगालमध्ये मोठी राजकीय जागृती घडवून आणली होती.

ब्रिटिश अधिकाऱ्यांचे पगार, ब्रिटिश भांडवलावरील व्याज, नफा या रूपाने या देशातून प्रचंड संपत्ती ब्रिटनमध्ये जात होती. ब्रिटिशांचे भारतातील प्रचंड लष्कर भारतीय पैशातून पोसले जात होते. एवढेच नव्हे, तर चीन, अफगाणिस्तान, आफ्रिका येथील प्रदेश ब्रिटिशांसाठी जिंकण्यात भारतीय लष्कराचा वापर केला जात होता. सारांश, शक्य होईल तेवढ्या सर्व बाजूंनी भारतीय लोकांचे आर्थिक शोषण चालले होते. हे सर्व थांबविण्यासाठी देशातील विचारवंतांनी एकत्र येणे आवश्यक होते. राष्ट्रसभेच्या रूपाने ते एकत्र येऊ इच्छित होते. भारतीय जनतेची दु:खे सरकारच्या कानावर घालण्यासाठी त्यांना एखादे राष्ट्रीय व्यासपीठ हवे होते.

11. लॉर्ड लिटनची दडपशाहीची धोरणे : भारतात राजकीय जागृती होऊ लागली असता लॉर्ड लिटन हा कट्टर साम्राज्यवादी व्हॉईसरॉय भारतात आला (सन 1876–1880). त्याच्या राज्यकारभारातील अन्यायी धोरणामुळे भारतातील सुशिक्षित वर्गातील असंतोषात भरच पडली. ब्रिटिश पार्लमेंटने खास कायदा करून ब्रिटनच्या राणीस 'भारताची सम्राज्ञी' म्हणून घोषित केले तेव्हा लिटनने दिल्लीस खास भव्य दरबार भरविला (1877). देशांतील सर्व राजेरजवाड्यांना या दरबारास पाचारण करण्यात आले होते. दक्षिण भारतामध्ये मोठा दुष्काळ पडून लक्षावधी लोक अन्नान्न करून मरत होते. अशा स्थितीत दिल्ली दरबार भरवून, आपल्या वैभवाचे प्रदर्शन करून लिटन लाखो रुपयांची उधळपट्टी करीत होता. परिणामी लिटनबद्दल 'When Rome was burning Nero was Fiddling' असे उद्गार भारतीय लोक काढू लागले. भारतीय वृत्तपत्रांत सरकारच्या या उधळपट्टीच्या धोरणावर सडकून टीका होऊ लागली. परिणामी लिटनने 1878 साली देशी वृत्तपत्रांवर कडक निर्बंध टाकणारा कायदा करून देशी भाषेतील वृत्तपत्रांची गळचेपी केली. याच सुमारास लिटनने खास 'Arms Act' पास करून भारतीय लोकांच्या हत्यारे बाळगण्यावर कडक निर्बंध टाकले. हे निर्बंध मोडणाऱ्यांना सक्तमजुरीच्या शिक्षा कायद्याने देण्यात आल्या. विशेष म्हणजे हे निर्बंध युरोपियन लोकांना लागू नव्हते. हे दोन्ही कायदे उघड-उघड पक्षपाती धोरणांचे होते. आपल्या कारभारात आपण वांशिक भेदभाव करणार नाही या राणीच्या जाहीरनाम्यातील आश्वासनाची ही पायमल्ली होती.

लिटनने अफगाणिस्तानशी निष्कारण युद्ध उकरून काढले. त्या देशात फौजा घुसवून त्यावर आपले वर्चस्व प्रस्थापित केले. या मोहिमेत हजारो भारतीय सैनिक मारले गेले. भारताचे लक्षावधी रुपये खर्च झाले. अफगाण युद्धात ब्रिटिशांचे स्वार्थी व साम्राज्यवादी धोरण अगदी उघडे पडले. 1878 साली ब्रिटनमधून भारतात आयात होणाऱ्या अनेक वस्तूंवरील आयात कर त्याने रद्द केला. परिणामी, भारतीय उद्योगधंद्यांना जबर तडाखा बसला. भारताची आर्थिक पिळवणूक अधिक वेगाने होऊ लागली. लिटनची ही सर्व कृत्ये अन्यायी व स्वार्थी होती. भारतीय लोकांची सर्व बाजूंनी मुस्कटदाबी करण्याचा त्याने प्रयत्न केला. पण त्यामुळे असंतोष वाढतच गेला. या असंतोषानेच राष्ट्रसभेच्या निर्मितीची पार्श्वभूमी तयार केली.

12. ब्रिटिशांचा वंशश्रेष्ठत्वाचा अहंकार व उद्दामपणा : काही अपवाद सोडल्यास ब्रिटिश अधिकारी भारतीय जनतेशी सहानुभूतिशून्य रीतीने वागत असत. एवढेच नव्हे, तर भारतीय लोक म्हणजे दगडांची व जनावरांची पूजा करणारे रानटी लोक आहेत. अर्धे निग्रो व अर्धे गोरिला या प्रकारातील प्राणी आहेत अशी हेटाळणी करीत. अगदी उच्च वर्गातील ब्रिटिशांची हीच भावना असे. ''भारतीय लोक म्हणजे डोकेफिरू गुन्हेगार असून त्यांना ब्रिटिश घटनेतील स्वातंत्र्याचे हक्क देता येणार नाहीत'' असे उद्दाम उद्गार भारतमंत्री लॉर्ड जॉन हॅमिल्टन याने काढले होते. भारतीय लोकांना

'Blackies, Darkies' अशा शेलक्या शिव्या ब्रिटिश मळेवाले अधिकारी देत. त्यांनी गोरगरीब हिंदूवर केलेल्या अत्याचारांची दाद घेतली जात नसे. युरोपियन माणसाचे जीवित मौल्यवान समजले जाई. भारतीय माणसांच्या जीविताची किंमत कमी लेखली जाई. युरोपियनांनी केलेले खून अनेक वेळा पचले जात अथवा थोडीफार शिक्षा होऊन गुन्हेगार सहज सुटे. अनेक प्रसंगी अशा गोऱ्या गुन्हेगारांना मदत करण्यासाठी भारतातील गोरे लोक वर्गणी गोळा करत. ब्रिटिश वृत्तपत्रे तर उघड-उघड गोऱ्यांच्या बाजूने उभी राहत. गोऱ्यांचा खटला गोरे न्यायाधीश चालवत; त्यामुळे गंभीर गुन्ह्यासही गोऱ्या गुन्हेगारास सौम्य शिक्षा होई. खुनासारख्या गुन्ह्यासाठी गुन्हेगारास सहा महिन्यांची शिक्षा दिली जाई.

रेल्वेच्या वरच्या डब्यातून प्रवास करणे ही गोऱ्यांची मक्तेदारी होती. तेथे भारतीय माणसाचा प्रवेश सहन केला जात नसे. अनेक युरोपियन क्लबांच्या प्रवेशद्वारावर 'Indians and dogs not allowed' अशा पाट्या लावलेल्या असत. अशी वांशिक उद्दामपणाची अनेक उदाहरणे सांगता येतील. ब्रिटिशांच्या या वागण्यामुळे सुशिक्षित भारतीय लोकांच्या हृदयात आपल्या गुलामगिरीच्या वेदना असह्य होत होत्या. या वेदनांचा परिहार करण्यासाठी भारतीय विचारवंतांनी एकत्र येणे व त्यांची संघटना स्थापन होणे आवश्यक होते.

13. इलबर्ट बिलापासून मिळालेला धडा : न्यायालयीन क्षेत्रातील काळा-गोरा हा वंशभेद नष्ट करण्यासाठी लॉर्ड रिपनने आपल्या मंडळात आणलेले 'इलबर्ट बिल' भारतीय राष्ट्रवादाच्या इतिहासात महत्त्वाचे मानले जाते. या बिलाला भारतातील ब्रिटिश समाजाने मोठा विरोध केला. खुद्द व्हॉईसरॉयविरूद्ध त्यांनी आंदोलन उभारून त्यास तडजोड करावयास लावली. भारतात ब्रिटिश समाज आपणास कधीच न्यायाची वागणूक देणार नाही, आपले हक्क आपण संघटित बनवून व आंदोलन करून सरकारपासून हिसकावून घेतले पाहिजेत, हा धडा भारतीय विचारवंतांनी या प्रकरणापासून घेतला. संघटित झालेल्या ब्रिटिशांचे सामर्थ्य त्यांच्या लक्षात आल्यावर आपणही आपल्यावरील अन्यायास वाचा फोडण्यास संघटना उभारली पाहिजे असे त्यांना वाटू लागले.

14. भारतीय सुशिक्षितांवरील अन्याय : कोणत्याही भारतीय माणसास केवळ त्याचा धर्म, वंश अथवा रंग यांवरून ब्रिटिश कारभारातील अधिकारांच्या जागा नाकारल्या जाणार नाहीत असे अभिवचन ब्रिटिश सरकारने 'राणीच्या जाहीरनाम्यात' दिले होते. तथापि, त्या अभिवचनाची परिपूर्ती करावयास सरकार तयार नव्हते. कलकत्ता, मद्रास व मुंबई या विद्यापीठांमधून मोठ्या प्रमाणावर सुशिक्षित तरुण वर्ग बाहेर पडत होता; पण त्यांच्या पात्रतेप्रमाणे त्यांना सरकारी नोकऱ्या मिळत नव्हत्या. काही हुशार भारतीय तरुण ICS परीक्षाही पास होऊ लागले होते. ICS ही आपली मक्तेदारी असून कनिष्ठ दर्जाच्या भारतीय लोकांचे त्यावर आक्रमण सुरू झाले आहे असे ब्रिटिश नोकरशहांना वाटत होते. उदाहरणार्थ, ICS मध्ये असलेल्या सुरेंद्रनाथ बॅनर्जींना क्षुल्लक कारण पुढे करून नोकरीवरून काढून टाकले गेले. भारतीय लोकांवर होणारा हा उघड-उघड अन्याय होता. याचे निवारण होणार कसे ? सरकारच्या या अन्यायी धोरणाविरूद्ध लोकमत जागृत करणे व त्यासाठी देशातील विचारवंतांनी एकत्र येणे आवश्यक आहे, असे सुरेंद्रनाथांसारख्या विचारवंतांना वाटू लागले.

▣ राष्ट्रसभेच्या स्थापनेपूर्वीच्या हालचाली

भारतीय लोकांच्या दु:खांना वाचा फोडण्यासाठी, विशेषतः सुशिक्षित भारतीय तरुणांत ऐक्याची भावना निर्माण करून सरकारवर दबाव निर्माण करण्यासाठी, सुरेंद्रनाथ बॅनर्जी यांनी बंगालमध्यें सुशिक्षित तरुणांची 'इंडियन असोसिएशन' स्थापन केली (26 जुलै, 1876). लवकरच या संघटनेला सरकारविरूद्ध लोकमत तयार करण्याची संधी मिळाली. ICS परीक्षांसाठी पूर्वी उमेदवारांच्या वयोमर्यादेची अट 22 होती, ती आता सरकारने 19 करण्याचे ठरविले. ही अट महत्त्वाकांक्षी भारतीय तरुणांच्या मार्गात मोठी अडचण निर्माण करणारी होती. सरकारच्या या धोरणाचा निषेध करण्यासाठी इंडियन असोसिएशनच्या वतीने सुरेंद्रनाथांनी बंगालमधील विचारवंतांची व्यापक परिषद भरवली. एवढेच नव्हे, तर सर्व देशभर दौरा काढून, ठिकठिकाणी व्याख्याने देऊन व संघटना स्थापन करून त्यांनी सरकारविरुद्ध लोकमत जागृत केले. लवकरच लालमोहन घोष यांचे एक शिष्टमंडळ ब्रिटिश पार्लमेंटकडे पाठविण्यात आले. घोषने आपल्या वक्तृत्वाने पार्लमेंटच्या सभासदांची सहानुभूती मिळवली. जरी ICS परीक्षेची वयोमर्यादा वाढवून घेण्यास त्यांना यश मिळाले नाही तरी भारतीय लोकांना अनुकूल असे ICS संबंधीचे नियम करवून घेण्यात ते यशस्वी झाले.

इंडियन असोसिएशनपूर्वीही भारतात ठिकठिकाणी अनेक राजकीय संघटना स्थापन झाल्या होत्या. उदाहरणार्थ, बंगालमध्ये 1851 सालीच बंगाली विचारवंतांनी 'ब्रिटिश इंडिया असोसिएशन' स्थापली होती. तिची एक शाखा मद्रासमध्येही स्थापन झालेली होती. ब्रिटिश साम्राज्यातील इतर वसाहतींच्या कायदेमंडळाप्रमाणे भारतासही

कायदेमंडळ मिळावे अशी मागणी या संघटनेने केली होती. मुंबईमध्येही याच सुमारास (1852) 'बॉम्बे असोसिएशन' नावाची संघटना दादाभाई नौरोजी, जगन्नाथ शंकरशेठ, जस्टिस तेलंग, फिरोजशहा मेहता आदींनी स्थापन केली होती. पुढे 1867 साली पुण्यात 'सार्वजनिक सभा' स्थापन झाली. तिचे नेतृत्व न्यायमूर्ती रानडे यांनी केले. 1884 साली मद्रासमध्ये 'महाजन सभा' नावाची संघटना स्थापन झाली होती.

1883 सालीच सुरेंद्रनाथांनी कलकत्ता येथे देशाच्या विविध भागांतील नेत्यांना व विचारवंतांना एकत्र बोलावून 'अखिल भारतीय राष्ट्रीय परिषदेचे' (All India National Conference) अधिवेशन भरविले होते. देशाच्या उद्धारासाठी आता सर्वांनी संघटित झाले पाहिजे असे आवाहन सुरेंद्रनाथांनी त्या सर्वांना केले. भारतीय लोकांच्या हक्कांसंबंधी अनेक ठराव या अधिवेशनात मंजूर करण्यात आले. यानंतर राष्ट्रीय चळवळीसाठी एक राष्ट्रीय निधीही गोळा करण्याचा कार्यक्रम हाती घेण्यात आला. इलबर्ट बिलाला येथील ब्रिटिशांनी जसा विरोध केला होता त्याच पद्धतीने आता भारतीय नेते संघटित होऊ पाहत होते. राष्ट्रसभेच्या स्थापनेनंतर ही संघटना सुरेंद्रनाथांनी राष्ट्रसभेत विलीन करून टाकली. आपल्या देशबांधवांत वैचारिक जागृती व भावनात्मक ऐक्य घडवून आणणे, त्यांच्यावरील राजकीय अन्यायास वाचा फोडणे; दुसऱ्या शब्दांत भारतातील राष्ट्रवादाचा विकास घडवून आणणे हेच उद्दिष्ट या राष्ट्रसभेच्या पूर्वीच्या संघटनांचे होते.

13.2 राष्ट्रसभेची (काँग्रेसची) स्थापना : सन 1885

ब्रिटिश राज्यकर्त्यांकडून आपल्यावर होणाऱ्या अन्यायाची दाद मिळवून घेण्यासाठी बंगाल, मुंबई, मद्रास इत्यादी प्रांतांत सुशिक्षित देशप्रेमी लोकांनी अनेक संघटना स्थापन केल्या होत्या. तथापि, अद्यापी संपूर्ण देशाचे प्रतिनिधित्व करणारी एखादी 'अखिल भारतीय' राजकीय संस्था निर्माण झालेली नव्हती. ती स्थापन करण्याच्या कल्पनेचा मान सेवानिवृत्त ब्रिटिश ICS अधिकारी ॲलन ऑक्टोव्हिअन ह्यूम याच्याकडे जातो. या कामी ह्यूमला सर विल्यम वेडरबर्न व सर हेन्री कॉटन या दुसऱ्या दोन सेवानिवृत्त ब्रिटिश अधिकाऱ्यांचेही सहकार्य मिळाले. हे ब्रिटिश अधिकारी ब्रिटिश साम्राज्याशी एकनिष्ठ होते. तथापि, त्यांनी भारतीय लोकांची दुःखे, त्यांची होणारी पिळवणूक व त्यातून निर्माण होणारी हलाखी, त्यांचा असंतोष यांचे बारकाईने अवलोकन केले होते. भारतीय लोकांचा धुमसणारा असंतोष, ब्रिटिश राज्यकर्त्यांविषयी दिसून येणारा वाढता तिरस्कार व त्यातून उद्भवणारी राष्ट्रवादी भावना याची त्यांना जाणीव झाली होती. या असंतोषाला दडपून न टाकता त्यास विधायक वळण देण्याची व त्यासाठी 'अखिल भारतीय व्यासपीठ' स्थापन करण्याची आवश्यकता त्यांना वाटत होती.

1857 साली इटवा जिल्ह्यात मॅजिस्ट्रेट असता ह्यूमने भारतीय लोकांचे बंड जवळून पाहिले होते. या बंडाने 'ब्रिटिश साम्राज्य वरून वाटते तितके सुस्थिर नाही आणि भारतीय लोकांत तीव्र असंतोष माजला असता त्याच्या वणव्यात ब्रिटिश राज्याची राखरांगोळी होणे शक्य आहे' असे त्याचे मत बनले होते. वेडरबर्न याने तर वासुदेव बळवंतांचे बंड प्रत्यक्ष बघितले होते. भारतातील असंतोष असाच वाढत राहिला तर त्यातून असे अनेक वासुदेव बळवंत उदयास येतील असे त्याचे मत बनले होते. सारांश, ब्रिटिश सत्ता तलवारीच्या बळावर उभी आहे. तिला भारतातील असंतोष फार काळ दडपून टाकता येणार नाही. त्यासाठी विधायक चळवळीची आवश्यकता आहे असे या ब्रिटिश अधिकाऱ्यांना वाटत होते. या कामी ह्यूमने पुढाकार घेतला.

ॲलन ह्यूम

प्रथम त्याने कलकत्ता विद्यापीठाच्या पदवीधरांना एक परिपत्रक पाठविले. त्यात त्याने 'भारतीय लोकांची मानसिक, नैतिक, सामाजिक व राजकीय प्रगती साधण्यासाठी एक देशव्यापी संघटना स्थापन करण्याचे' आवाहन केले होते. बंगालच्या सुशिक्षितांकडून ह्यूमला फार चांगला प्रतिसाद मिळाला. त्यांच्या सहकार्याने ह्यूमने प्रथम 1884 च्या शेवटी

'Indian National Union' स्थापन केली. मार्च 1885 मध्ये या युनियनची बैठक होऊन त्या वर्षीच्या नाताळात पुण्यास राष्ट्रीय परिषद भरविण्याचे ठरले. दरम्यान ह्यूमने ब्रिटनमध्ये जाऊन तेथील विचारवंतांची अशा संघटनेस सहानुभूती मिळविली होती.

ह्यूम सेवानिवृत्त ICS अधिकारी असल्याने सरकार-दरबारचीही त्यास आडकाठी आली नाही. एवढेच नव्हे, तर त्या वेळचा व्हॉईसरॉय लॉर्ड डफरीन यास या संदर्भात तो भेटला असता त्याने असा सल्ला दिला की, ब्रिटनच्या पार्लमेंटमध्ये जसा विरोधी पक्ष कार्य करतो तशा पद्धतीचे कार्य या भावी संघटनेने करावे; या संघटनेने सरकारच्या कारभारातील दोष उघडकीस आणावेत; संघटनेने ते दुरुस्त करण्यासाठी सूचना कराव्यात, तसेच लोकांची राजकीय भावना सरकारच्या कानावर घालावी. ह्यूमला व त्यानंतर इतर भारतीय नेत्यांना हा विचार पटला व त्यानुसार भावी राष्ट्रसभेचे ध्येयधोरण निश्चित झाले.

डिसेंबर 1885 मध्ये पुण्यास कॉलऱ्याची साथ सुरू होती. म्हणून पुण्याऐवजी मुंबईस अधिवेशन घेण्याचे ठरले. त्यानुसार सर्व भारतातील प्रमुख नेते मुंबईस जमले. 28 डिसेंबर, 1885 रोजी राष्ट्रसभेचे पहिले अधिवेशन भरले. अध्यक्षस्थानी कलकत्त्याचे थोर कायदेपंडित व विचारवंत उमेशचंद्र बॅनर्जी हे होते. याच अधिवेशनात 'भारतीय राष्ट्रसभेची' (Indian National Congress) स्थापना करण्यात आली. सर्व भारतातून एकूण 72 प्रतिनिधी राष्ट्रसभेच्या पहिल्या अधिवेशनास हजर होते. त्यामध्ये दादाभाई नौरोजी, फिरोजशहा मेहता, न्या. तेलंग, दिनशॉ वांच्छा, नरेंद्रनाथ सेन, गिरिजाभूषण मुखर्जी, न्या. रानडे, डॉ. भांडारकर, आगरकर, टिळक, रंगय्या नायडू, जी. सुब्रह्मण्यम, अय्यर, वीर राघवाचार्य, आनंद चार्लू, गंगाप्रसाद वर्मा इत्यादी भारतीय नेत्यांचा समावेश होता.

▣ राष्ट्रसभेची ध्येयधोरणे

राष्ट्रसभेच्या पहिल्या अधिवेशनाचे अध्यक्ष उमेशचंद्र बॅनर्जी यांनी आपल्या अध्यक्षीय भाषणात राष्ट्रसभेच्या प्रारंभीच्या ध्येयधोरणांची रूपरेषा सांगितली आहे, ती अशी :

(1) देशाच्या भिन्न-भिन्न प्रदेशांत राहणाऱ्या व देशसेवा करू इच्छिणाऱ्या कार्यकर्त्यांमध्ये वैयक्तिक जवळीक व मैत्री निर्माण करणे.

(2) सर्व देशप्रेमी लोकांमधील वंशभेद, पंथभेद व प्रांतीय संकुचित भावना नाहीशी करण्याचा प्रयत्न करणे.

(3) लॉर्ड रिपनच्या कारकिर्दीत उदयास आलेल्या राष्ट्रैक्याच्या भावनेची वाढ व संघटन करणे.

(4) सध्याच्या काळातील अत्यंत महत्त्वाच्या सामाजिक प्रश्नांवर देशातील सुशिक्षित वर्गाच्या मतांचा मागोवा घेणे.

(5) पुढच्या वर्षीच्या काळात भारतीय नेत्यांनी हाती घ्यावयाच्या कार्यक्रमाचा विचार करणे.

वरील मुद्द्यांवरून आपल्या लक्षात येईल की, राष्ट्रसभेची अगदी सुरुवातीची धोरणे भारतीय लोकांत देशभक्तीची व राष्ट्रैक्याची वाढ करू इच्छिणारी अशी साधी होती. तथापि, जसजसा कालावधी जाऊ लागला तसतशी राष्ट्रसभा अधिक प्रभावी बनू लागली व तिच्या दरवर्षीच्या अधिवेशनातील सरकारकडील मागण्या वाढू लागल्या. सन 1885 ते 1905 या काळातील अधिवेशनात जे विविध ठराव राष्ट्रसभेने मंजूर केले त्यातून राष्ट्रसभेचे ध्येयधोरण चांगल्या प्रकारे व्यक्त होते. या काळात राष्ट्रसभेने सरकारकडे पुढील मागण्या धाडल्या :

(1) व्हॉईसरॉय व गव्हर्नर यांच्या कार्यकारी मंडळाची वाढ करावी व त्यामधील भारतीय सभासदांची नियुक्ती निवडणूक तत्त्वानुसार व्हावी.

(2) भारतमंत्री व त्याचे मंडळ बरखास्त करण्यात यावे.

(3) स्थानिक स्वराज्य संस्थांना अधिक अधिकार व स्वायत्तता मिळावी.

(4) लष्करी खर्च कमी करावा व लष्करात ब्रिटिश अधिकाऱ्यांच्या जागी भारतीय अधिकाऱ्यांच्या नेमणुका कराव्यात.

(5) भारतीय कापड उद्योगांचे पुनरुज्जीवन करावे, नवीन उद्योगधंदे काढून सरकारने बेकारी निवारण करावी.

(6) न्यायसंस्था सरकारी दबावाखालून दूर व्हावी.

(7) भारताबाहेर स्थायिक झालेल्या भारतीय लोकांच्या हितसंबंधांचे रक्षण व्हावे.

(8) ICS परीक्षा भारतात घ्याव्यात.

(9) जमीनदारांच्या जुलमापासून रयतांचे संरक्षण व्हावे.
(10) जमीन महसूल कमी करावा.
(11) वृत्तपत्रांना अधिक स्वातंत्र्य मिळावे.
(12) कमी दरामध्ये शेतकऱ्यांना कर्ज देणाऱ्या ग्रामीण बँका स्थापन कराव्यात.
(13) कारभारातील वरच्या जागांवर भारतीय लोकांना घेतले जावे.
(14) भारतीय लोकांच्या तांत्रिक व औद्योगिक शिक्षणाची सोय करावी.
(15) लष्करी प्रशिक्षण देणाऱ्या आणखी काही महाविद्यालयांची स्थापना करण्यात यावी.

प्रारंभीच्या दहा वर्षांच्या काळातील राष्ट्रसभेच्या या मागण्या होत. यावरून हे स्पष्ट होते की, राष्ट्रसभेला भारतातील ब्रिटिश सत्ता उलथून पाडावयाची नव्हती. तसे तिचे ध्येयही या वेळी नव्हते. राष्ट्रसभेचे म्हणणे असे होते की, भारतातील सरकारने भारतीय लोकांच्या कल्याणासाठी कारभार केला पाहिजे. ब्रिटनमधील लोकांच्या हिताकडे नजर देऊन भारतीय लोकांवर अन्याय करू नये. असे करत असता, भारतीय लोकांना हळूहळू का होईना, पण राज्यकारभाराचे शिक्षण द्यावे व आपल्या देशाचा कारभार करण्यास समर्थ करावे.

13.3 सन 1885 ते 1905 या काळातील राष्ट्रसभेची कामगिरी

1. **सरकारविरुद्ध घेतलेला आक्रमक पवित्रा :** राष्ट्रसभेचे दुसरे अधिवेशन 1886 साली कलकत्त्यास भरले. त्या वेळी व्हॉईसरॉय लॉर्ड डफरीन याने राष्ट्रसभेच्या सभासदांना खास पाचारण करून 'गार्डन पार्टी' दिली. 1887 साली मद्रासमध्ये अधिवेशन भरले असता तेथील गव्हर्नरने राष्ट्रसभेच्या सभासदांच्या सन्मानार्थ खास समारंभ केला. तथापि, राष्ट्रसभा व सरकार यांचे 'प्रेमाचे संबंध' फार काळ टिकू शकले नाहीत. मद्रासच्या अधिवेशनानंतर ते झपाट्याने बिघडले. याचे कारण राष्ट्रसभेचे सूत्रधार ह्यूम यांनी राष्ट्रसभेच्या कार्यक्रमाविषयी घेतलेला आक्रमक पवित्रा होय. आपल्या परिपत्रकातून व भाषणांमधून त्यांनी भारतीय लोकांना 'अँटी कॉर्न लॉ लीग'च्या चळवळीप्रमाणे चळवळ उभारण्याचा आदेश दिला. ह्यूम म्हणतात, ''राष्ट्रसभेच्या प्रतिनिधींनी आजपर्यंत सरकारला जागे करण्याचा प्रयत्न केला आहे. पण सरकारने जागे होण्याचे नाकारले आहे. सर्व अनियंत्रित सरकारांप्रमाणे आमचे सरकारही बोध घेण्याचे नाकारत आहे. आता आपण राष्ट्राला जागे केले पाहिजे. आपल्या हक्कांसाठी जो लढा आम्ही सुरू केला आहे, त्यात या भारतमातेच्या पवित्र भूमीवर जगणारा प्रत्येक भारतीय मनुष्य आमचा सहकारी, आमचा बंधू व गरज पडल्यास आमचा सैनिक बनला पाहिजे.''

याचा परिणाम म्हणजे राष्ट्रसभेविषयी सरकारचे व नोकरशाहीचे मत दिवसेंदिवस कलुषित होऊ लागले. 1888 साली अलाहाबादेस राष्ट्रसभेचे अधिवेशन होते. तेथे सरकारच्या बदललेल्या धोरणामुळे राष्ट्रसभेच्या अधिवेशनास जागाही मिळणे कठीण झाले. दरभंग्याचे राजे सर लक्ष्मेश्वर सिंग यांच्या साहाय्याने राष्ट्रसभेस जागा मिळाली व अधिवेशन पार पडले. सरकारचे राष्ट्रसभेशी आता बिनसू लागले होते. आता राष्ट्रसभेच्या कार्यकर्त्यांकडून सद्वर्तनाचा जामीन सरकार घेऊ लागले व राष्ट्रसभेच्या अधिवेशनास जाणे हे सरकारी चष्म्यातून दुर्वर्तन ठरू लागले.

2. **राष्ट्रसभेत भारतीय लोकांनी उत्साह निर्माण केला :** राष्ट्रसभेने सुरू केलेली चळवळ दडपून टाकण्याचा सरकार जसजसा प्रयत्न करू लागले तसतशी तिची लोकप्रियता वाढीस लागली. अलाहाबादेच्या अधिवेशनास सर्व देशांतून 1,248 प्रतिनिधी आले होते. त्या वेळी कलकत्त्याचे एक युरोपियन व्यापारी अँड्र्यू यूल हे अध्यक्ष होते. अधिवेशनाच्या अध्यक्षस्थानावरून त्यांनी भारतामध्ये प्रातिनिधिक राज्यपद्धतीचा पुरस्कार करून 'राष्ट्रसभेची चळवळ पार्लमेंटच्या महाराणीच्या हेतूस धरूनच आहे' असे मत व्यक्त केले. राष्ट्रसभेचे कार्य दिवसेंदिवस वाढतच जाणार असल्याचे सांगताना ह्यूम म्हणतात, ''राष्ट्रसभेची स्थापना आज लोकांत इतकी रुजली आहे की, कोणतीही ऐहिक शक्ती तिला दडपून टाकू शकणार नाही. आज जरी राष्ट्रसभेचे कार्य करणारे दहा हजार लोक हद्दपार करण्यात आले तरीही ही कल्पना पसरतच राहील आणि भारतातील प्रत्येक स्त्री-पुरुषाचे व बालकाचे चित्त भारून टाकील.'' पुढे 1893 साली लाहोर अधिवेशनाचे अध्यक्ष म्हणून दादाभाई नौरोजी मुंबईहून निघाले तेव्हा मार्गात अनेक ठिकाणी

त्यांचे मोठ्या उत्साहाने स्वागत झाले. पंजाबमधील शिखांनी आपल्या अमृतसरच्या सुवर्णमंदिरात त्यांचा खास सत्कार घडवून आणला. राष्ट्रसभेने लोकांमध्ये निर्माण केलेला हा उत्साहच पुढे राष्ट्रीय जागृतीस पोषक ठरला.

3. **युरोपियन नेत्यांचे सहकार्य मिळविले :** ब्रिटनच्या पार्लमेंटमध्येही भारतीय लोकांच्या हक्कांबद्दल सहानुभूती बाळगणारे काही उदारमतवादी सभासद होते. त्यामध्ये चार्ल्स ब्रॅडलॉ हा स्वातंत्र्यप्रिय सभासद प्रमुख होता. त्यास राष्ट्रसभेच्या नेत्यांनी आपल्या कार्यासाठी वश केले आणि त्याच्याकडून ब्रिटिश पार्लमेंटमध्ये भारतीय कायदेमंडळाच्या सुधारणेविषयीचे बिल मांडण्याची योजना केली. एवढेच नव्हे तर सन 1889 च्या राष्ट्रसभेच्या मुंबईमधील अधिवेशनास ब्रॅडलॉ यांना पाचारण करण्यात आले. ब्रॅडलॉ यांनी या अधिवेशनास हजर राहून व राष्ट्रसभेच्या नेत्यांशी चर्चा करून पार्लमेंटमध्ये मांडावयाचे बिल तयार केले. या वेळी ब्रॅडलॉ यांचे भाषण बरेच गाजले. ते म्हणाले, *"For whom should I work if not for the people ? Born of the people, trusted by the people, I will die for the people."*

आयर्लंडमध्ये आयरिश स्वातंत्र्याची चळवळ ब्रिटिशांविरुद्ध चालू होती. भारतीय नेत्यांनी आयरिश नेत्यांशी संपर्क साधून त्यांचेही सहकार्य मिळविले होते. सन 1894 च्या राष्ट्रसभेच्या अधिवेशनाचे अध्यक्षपद भारतीय नेत्यांनी अल्फ्रेड वेब या पार्लमेंटच्या आयरिश सभासदास दिले होते. राष्ट्रसभेच्या कार्याविषयी ब्रिटिश पुढाऱ्यांत सहानुभूती निर्माण करण्याचे काम ह्यूम व दादाभाई नौरोजी या दोन राष्ट्रसभेच्या नेत्यांनी प्रभावीरीत्या केले होते. ब्रिटिश मित्रांच्या सहकार्याने दादाभाईंनी ब्रिटनमध्ये 1887 सालीच 'Indian Reform Association' नावाची संस्था स्थापन केली होती. पुढे त्यांनी पार्लमेंटची निवडणूक लढविली (1892) व भारतीय लोकांच्या हक्कांचे गाऱ्हाणे पार्लमेंटच्या व्यासपीठावर मांडले. एवढेच नव्हे, तर पार्लमेंटमधील सर विल्यम वेडरबर्न, केन यांसारख्या भारतीय लोकांविषयी प्रेम वाटणाऱ्या सभासद-मित्रांची दादाभाईंनी 'Indian Parliamentary Committee' स्थापन केली. या समितीस काही मजूरपक्षीय व स्वतंत्र सभासदांचा पाठिंबा त्यांनी मिळविला व तिच्यामार्फत भारतीय लोकांच्या प्रश्नावर पार्लमेंटमध्ये वारंवार चर्चा घडवून आणली. ब्रिटिश राजवटीकडून भारतीय लोकांची पिळवणूक व भारताची सत्य परिस्थिती याविषयीची खरी माहिती दादाभाई व त्यांचे ब्रिटिश मित्र पार्लमेंटला देऊ शकले व भारतीय प्रश्नासंबंधीची सहानुभूती निर्माण करू शकले.

4. **राष्ट्रसभेच्या ब्रिटिश समितीचे कार्य :** भारतातील सरकारी नोकरशहांशी राष्ट्रसभेचे बिनसल्यामुळे व त्यांच्याकडून भारतीय लोकांवर होणाऱ्या अन्यायाचे परिमार्जन होण्याची आशा मावळल्यामुळे राष्ट्रसभेच्या ह्यूम वगैरे नेत्यांनी ब्रिटनमध्ये भारतीय लोकांच्या हक्कांच्या प्रश्नाबद्दल सहानुभूती निर्माण करण्यासाठी 1890 साली राष्ट्रसभेची एक 'ब्रिटिश समिती' निर्माण केली. या समितीत यूल, ह्यूम, ॲडम्स, नॉटर्न व हॉवर्ड असे पाच ब्रिटिश गृहस्थ होते. या समितीने ब्रिटनमध्ये भारतीय प्रश्नासंबंधी ठिकठिकाणी सभा घेऊन, परिपत्रके वाटून, वृत्तपत्रीय लिखाण करून ब्रिटिश नागरिकांना भारतीय मागण्या समजावून सांगण्याचा व त्याविषयी सहानुभूती निर्माण करण्याचा प्रयत्न केला. या समितीने 'India' नावाचे एक मासिकही चालू केले होते. या मासिकातून भारतीय लोकांच्या परिस्थितीचे सत्य चित्रण ब्रिटिश समाजापुढे मांडले जात असे. या मासिकाचे रूपांतर साप्ताहिकामध्ये करण्यात आले.

5. **सन 1892 च्या कायद्याचे फलित :** सन 1861 च्या कायद्याने मिळालेल्या सुधारणांनी राष्ट्रसभेचे नेते समाधानी नव्हते. त्यांना गव्हर्नर जनरलच्या व गव्हर्नराच्या मंडळामध्ये (Councils) सभासदांच्या संख्येची वाढ व भारतीय लोकांचे वाढीव प्रतिनिधित्व हवे होते. त्यासाठी आपल्या अधिवेशनातून राष्ट्रसभेच्या नेत्यांनी अनेक वेळा तत्संबंधी मागण्या केल्या होत्या. पुढे 1892 साली ज्या सुधारणा सरकारने दिल्या त्यानुसार गव्हर्नर जनरलच्या व गव्हर्नरांच्या कौन्सिलमध्ये वाढ करण्यात येऊन अनेक भारतीय सभासदांचा प्रवेश झाला व त्यांच्या हक्कातही वाढ झाली. या सन 1892 च्या कायद्याने सरकारने निवडणूक तत्त्वाचा स्वीकार व अवलंब केला. आता व्हॉईसरॉयच्या मंडळात भारतीय सभासद बसून राज्यकारभाराची चर्चा करत असल्याचे व कायदे करण्याच्या प्रक्रियेत भाग घेत असल्याचे चित्र दिसू लागले. भारतीय लोकांच्या हक्कात ही जी वाढ झाली त्यास राष्ट्रसभेने केलेली राजकीय जागृतीही मोठ्या प्रमाणावर कारणीभूत होती, हे लक्षात ठेवले पाहिजे.

6. **सरकारविरुद्धचा विजय :** सरकार व राष्ट्रसभा यांचे संबंध अधिवेशनानंतर बिघडल्यामुळे राष्ट्रसभेच्या कार्यात अडथळे आणण्याचा प्रयत्न सरकार करू लागले. 1890 साली सरकारने असा आदेश काढला की, कोणत्याही सरकारी नोकरास राष्ट्रसभेच्या अधिवेशनास हजर राहता येणार नाही. या आदेशामुळे न्या. रानडे यांच्यासारख्या सरकारी नोकर

असणाऱ्या नेत्यांची मोठी कुचंबणा होऊ लागली. पुढे 1894 साली राजकारणात भाग घेण्याच्या वकील मंडळींच्या स्वातंत्र्यावर गदा आणण्याचा सरकार विचार करू लागले. तेव्हा राष्ट्रसभेने सरकारच्या अन्यायी धोरणाविरुद्ध लोकमत जागृत करून सन 1890 चा आदेश रद्द करावयास सरकारला भाग पाडले. जागृत लोकमताच्या दबावाखाली सरकार वकील मंडळींच्या स्वातंत्र्यावरही बंधने घालू शकले नाही.

7. **राष्ट्रवादी भावनेची वाढ :** राष्ट्रसभेची सर्वांत मोठी कामगिरी म्हणजे तिने घडवून आणलेल्या राष्ट्रवादाचा विकास ही होय. राष्ट्रसभेच्या पूर्वीच राष्ट्रवादाचा अंकुर उत्पन्न झाला होता हे खरे; तथापि, राष्ट्रसभेच्या स्थापनेने या अंकुरास जोम प्राप्त झाला. ह्यूम, दादाभाई, फिरोजशहा मेहता, सुरेंद्रनाथ बॅनर्जी, न्या. रानडे इत्यादी नेत्यांनी राष्ट्रसभेच्या व्यासपीठावरून अखिल भारतीय जनतेच्या दु:खांना वाचा फोडली आणि सरकारच्या अन्यायी धोरणांना प्रतिकार करण्यासाठी लोकजागृतीची आवश्यकता प्रतिपादन केली. राष्ट्रसभेच्या रचनेचे व कार्याचे स्वरूप अखिल भारतीय असल्याने तिच्या अधिवेशनात सर्व देशातील प्रतिनिधी जमू लागले. आपल्या अडीअडचणींचा विचार करू लागले व त्या दूर करण्यासाठी कोणती उपाययोजना करणे आवश्यक आहे याची चर्चा करू लागले. या एकत्र येण्यामुळे आपण सर्व एकाच देशाचे नागरिक आहोत व आपल्या सर्वांच्या स्वातंत्र्यासाठी आपण ऐक्य व जागृती निर्माण केली पाहिजे, ही राष्ट्रवादी भावना त्यांच्या ठिकाणी वाढीस लागली.

राष्ट्रसभेचे लोकजागृतीचे कार्यक्रम व तिचे सरकारवर टीका करण्याचे धोरण, यामुळे तिचे सरकारशी असलेले संबंध मित्रत्वाचे राहिले नाहीत. सरकार आपल्या न्याय्य मागण्यांचा सहानुभूतीने विचार न करता दुर्लक्ष करते; म्हणून अधिक प्रभावी यंत्रणा उभी करण्याचे व आक्रमक धोरण स्वीकारण्याचे राष्ट्रसभेने ठरविले व त्यानुसार ब्रिटनमध्ये शिष्टमंडळ पाठवून तेथे राष्ट्रसभेची खास शाखा काढून ब्रिटिश लोकांमध्ये भारतीय प्रश्नांवर सहानुभूती निर्माण करण्याचा प्रयत्न केला गेला. या संपूर्ण काळात (सन 1885–1905) राष्ट्रसभेने हिंसात्मक अथवा उग्र आंदोलनाचा मार्ग स्वीकारला नाही. उलट सरकारदरबारी अर्ज-विनंत्या करणे, सरकारच्या कानावर वारंवार गाऱ्हाणी घालणे, सरकारचे मतपरिवर्तन करण्याचा प्रयत्न करणे; यात यश न मिळाल्यास खुद्द ब्रिटनमध्ये चळवळ उभारणे असे हे राष्ट्रसभेचे सनदशीर राजकारण होते. राष्ट्रसभेच्या नेत्यांचा ब्रिटिश नोकरशाहीवरील विश्वास नष्ट झाला असला तरी विलायतेमधील ब्रिटिश राज्यकर्त्यांच्या व ब्रिटिश प्रजेच्या उदारमतवादावर, स्वातंत्र्यप्रियतेवर व न्यायीपणावर त्यांचा गाढा विश्वास होता. असा विश्वास बाळगणे चुकीचे आहे; त्यातून भारतीय लोकांच्या पदरी काही पडणार नाही असे म्हणणारा टिळक, लाला लजपतराय, बिपिनचंद्र पाल इत्यादी तरुण नेत्यांचा एक गट राष्ट्रसभेत होता. पण सन 1905 पूर्वी राष्ट्रसभेच्या धोरणावर त्यांचा म्हणावा तसा प्रभाव पडू शकत नव्हता. पण दिवसेंदिवस या जहालवाद्यांच्या विचारसरणीचा प्रभाव वाढत गेला. राष्ट्रसभेतील या जहाल-मवाळांच्या संघर्षाचा इतिहास आपण पुढील विभागात पाहणार आहोत.

13.4 राष्ट्रसभेच्या प्रमुख मवाळ नेत्यांची कामगिरी

1885 साली राष्ट्रसभा स्थापन झाली. सुरुवातीला भारतीय जनतेची दु:खे व संकटे यावर मायबाप सरकारने उपाययोजना करावी व भारतीय लोकांचा दुवा घ्यावा यासाठी राष्ट्रसभेचे नेते अर्ज-विनंत्यांचा मार्ग चोखाळत होते. पण अशा अर्ज-विनंत्यांनी सरकार जागे होत नाही, हे लवकरच लक्षात आल्यावर या नेत्यांनी स्वदेशात व खुद्द ब्रिटनमध्ये भारतीय जनतेच्या प्रश्नावर जनजागृती करण्याचे अनेक प्रयत्न चालविले. भारतातील ब्रिटिश नोकरशाही मुर्दाड असली तरी ब्रिटनमधील जनता, विशेषतः विलायत सरकार (पार्लमेंट), हे लोकमताची कदर करणारे आहे. त्यांच्या ठिकाणी सद्सद्विवेक बुद्धी व न्यायीपणा हे गुण वसत आहेत; त्यांनाही लोकशाहीचे हक्क त्यांच्या राजांशी लढूनच घ्यावे लागले आहेत, तेव्हा त्यांना जागे केल्यास त्यांच्यापुढे आपले प्रश्न व दु:खे साधार व समर्पक भाषेत मांडल्यास आपल्या हाती खात्रीने सुधारणा पडतील अशी श्रद्धा या मवाळ नेत्यांच्या ठिकाणी वसत होती. अशा मवाळ नेत्यांत पितामह दादाभाई नौरोजी, न्या. महादेव गोविंद रानडे, सर फिरोजशहा मेहता व नामदार गोपाळ कृष्ण गोखले हे प्रमुख होते. मवाळांच्या या नेमस्त विचारसरणीचा प्रभाव 1915 सालापर्यंत राष्ट्रसभेच्या ध्येयधोरणावर आणि कार्यांवर राहिला. प्रस्तुत प्रकरणात आपण या थोर नेत्यांची चरित्रे व विचारप्रणाली सारांशाने पाहणार आहोत.

▣ पितामह दादाभाई नौरोजी (सन 1825 - 1917)

संक्षिप्त चरित्र व कार्य :

'भारताचे पितामह' म्हणून ज्यांचा इतिहासात गौरवाने उल्लेख केला जातो ते दादाभाई नौरोजी मुंबईच्या पारशी कुटुंबात जन्मले (4 सप्टेंबर, 1825). विद्यार्थिदशेत अत्यंत बुद्धिमान विद्यार्थी म्हणून त्यांनी लौकिक प्राप्त केला. पुढे त्यांची मुंबईच्या सुप्रसिद्ध एल्फिन्स्टन कॉलेजमध्ये गणिताचे प्राध्यापक म्हणून नेमणूक झाली. या कॉलेजमधील ते पहिले भारतीय प्राध्यापक होते.

दादाभाईंच्या मनात स्वदेशभक्तीची भावना प्रारंभापासून होती. राजकीय गुलामीत पडलेल्या व सामाजिकदृष्ट्या मागासलेल्या आपल्या समाजास जागे करण्याचे व्रत स्वीकारून मुंबईत त्यांनी अनेक सामाजिक व राजकीय स्वरूपाच्या चळवळी सुरू केल्या. भारतीय लोकांवरील अन्यायास वाचा फोडण्यासाठी त्यांनी स्थापन केलेली 'बॉम्बे असोसिएशन' ही संस्था अशा चळवळीमधूनच उदयास आली होती (1852). भारतीय लोकांच्या मागण्या सरकारदरबारी धाडण्याचे हे एक व्यासपीठच बनले. सरकारने लोकहित नजरेसमोर ठेवून कारभार करावा, शिक्षणावरील खर्चात वृद्धी करावी, प्रत्येक प्रांतात उच्च शिक्षणप्रसारासाठी एक विद्यापीठ स्थापावे अशा मागण्या 'बॉम्बे असोसिएशन' मार्फत सरकारकडे करण्यात आल्या होत्या.

लवकरच कॉलेजमधील नोकरी सोडून दादाभाईंनी स्वतंत्र व्यवसाय सुरू केला (1855). आपल्या व्यवसायाच्या निमित्ताने येथून पुढे अनेक वेळा ब्रिटनला त्यांचे जाणे-येणे होऊन त्यांना दीर्घकाळ ब्रिटनमधील वास्तव्याचा लाभ मिळाला. 1907 सालापर्यंत ते ब्रिटनला अधूनमधून जाऊन वास्तव्य करीत असत. ब्रिटनमधील आपल्या वास्तव्यकाळात त्यांनी ब्रिटिश समाजात भारतीय राजकीय व आर्थिक प्रश्नांसंबंधी जागृती करण्याचा अथक प्रयत्न केला. राज्यकर्ता ब्रिटिश समाज व भारतीय समाज यांच्यात वैचारिक देवाण-घेवाण व्हावी, ब्रिटिशांना भारतातील समस्या समजाव्यात यासाठी त्यांनी ब्रिटनमध्ये प्रथम 'लंडन इंडियन सोसायटी' व त्यानंतर 'ईस्ट इंडिया असोसिएशन' अशा प्रकारच्या संस्था स्थापन केल्या. पुढे भारतात येऊन त्यांनी मुंबई, कलकत्ता व मद्रास या ठिकाणी 'ईस्ट इंडिया असोसिएशन'च्या शाखा निर्माण केल्या.

1873 साली दादाभाईंनी ब्रिटिश पार्लमेंटच्या कमिटीसमोर ब्रिटिशांनी भारताच्या केलेल्या आर्थिक शोषणाविषयीची (संपत्तीचे निस्सारण) साक्ष दिली. व्यापार, कर, वेतन, बक्षिसे इत्यादींच्या रूपाने ब्रिटन भारतातून दरवर्षी लक्षावधी रुपयांच्या संपत्तीची लूट करीत आहे, हे त्यांनी आकडेवारीनिशी सिद्ध करून दाखविले.

यानंतरच्या काळात बडोदा संस्थानचे दिवाण, मुंबई महानगरपालिकेत लोकप्रतिनिधी आणि पुढे मुंबई प्रांताच्या कौन्सिलचे सभासद अशी अनेक पदे दादाभाईंनी भूषवली. काही काळाने ते पुन्हा ब्रिटनमध्ये गेले आणि तेथे त्यांनी 1892 साली पार्लमेंटची निवडणूक लढवून ते 'हाउस ऑफ कॉमन्स'चे सभासद झाले. ब्रिटनच्या पार्लमेंटचे ते 'पहिले भारतीय सभासद' होते (सन 1892 - 95). पार्लमेंटमध्ये त्यांनी सतत भारताचे राजकीय व आर्थिक प्रश्न मांडले. भारतीय लोकांच्या मागण्या कशा न्याय्य आहेत, हे ते विविध मार्गांनी पार्लमेंट व ब्रिटनमधील जनता यांना पटवून देण्याचा प्रयत्न करीत राहिले. त्यासाठी त्यांनी पार्लमेंटच्या काही सभासदांच्या सहकार्याने 'इंडियन पार्लमेंटरी कमिटी' ही संस्था स्थापन केली.

दरम्यान भारतात राष्ट्रसभेची (काँग्रेस) स्थापना झाली होती. या स्थापनेत ॲलन ह्यूम साहेबाबरोबर दादाभाईंचा मोठा सहभाग होता. 1886 साली राष्ट्रसभेच्या कलकत्ता अधिवेशनाचे ते अध्यक्ष होते. राष्ट्रसभेचे एकूण तीन वेळा अध्यक्ष होण्याचा बहुमान त्यांना मिळाला. सन 1906 च्या राष्ट्रसभेच्या अध्यक्षपदावरून त्यांनी 'स्वराज्य' हे राष्ट्रसभेचे ध्येय असल्याचे जाहीर केले. राष्ट्रसभेच्या व्यासपीठावरून प्रथमच 'स्वराज्या'ची मागणी केली गेली. या वेळी राष्ट्रसभा अंतर्गत जहाल-मवाळ वाद पराकोटीस पोहोचला होता. या पार्श्वभूमीवर राज्यकर्त्यांच्या न्यायबुद्धीवर विश्वास ठेवून सनदशीर मार्गाने आपल्या हक्कांसाठी लढा चालू ठेवण्याचे आवाहन त्यांनी केले. यानंतरच्या कालखंडात सार्वजनिक जीवनातून दादाभाईंनी निवृत्ती स्वीकारली. पुढे त्यांचे मुंबईत 30 जून, 1917 रोजी निधन झाले.

दादाभाईंची विचारप्रणाली :

भारतीय राजकारणाच्या क्षेत्रात दादाभाईंनी सनदशीर चळवळीच्या मार्गाचा पुरस्कार केला होता. राष्ट्रसभेसमोरही त्यांनी तोच आदर्श ठेवला होता. राज्यकर्त्यांकडूनच कायदेशीर मार्गाने भारतात सुधारणा घडवून आणणे म्हणजे सनदशीर चळवळ होय. अशी सनदशीर चळवळ जर आपण सातत्याने व अथक परिश्रमाने केली तर ब्रिटिश राज्यकर्ते आपणास खात्रीने सुधारणा देतील असा त्यांचा विश्वास होता. दुसऱ्या शब्दांत, ब्रिटिशांच्या न्यायबुद्धीवर दादाभाई व त्यांचे इतर नेमस्त (मवाळ) सहकारी यांचा पूर्ण विश्वास होता. म्हणून तर त्यांनी ब्रिटनमधील जनतेत भारतीय प्रश्नासंबंधी जागृती व्हावी यासाठी ब्रिटनमध्ये ही चळवळ चालू केली होती.

दादाभाईंच्या सनदशीर विचारप्रणालीत केवळ सरकारदरबारी अर्ज-विनंत्या करीत राहणे एवढीच गोष्ट अभिप्रेत नव्हती तर भारतीय लोकांनी आपल्या हक्कांसाठी शांततामय रीतीने चळवळ चालविली पाहिजे व त्यासाठी त्यांनी ऐक्य व निष्ठा या तत्त्वांचे पालन केले पाहिजे अशी त्यांची अपेक्षा होती. ब्रिटनमधील जनतेनेही अशाच सनदशीर मार्गाने आपले लोकशाहीचे हक्क प्राप्त करून घेतले होते, याची जाणीव ते आपल्या देशबांधवांना सतत करून देत असत.

आपली स्वराज्याच्या हक्काची चळवळ शांततामय मार्गानेच चालविली पाहिजे, प्राप्त परिस्थितीत राज्यकर्त्यांशी शत्रुत्वाच्या भावनेने संघर्ष न करता मैत्रीच्या भावनेतून आंदोलन चालविले पाहिजे; कारण ब्रिटनचा भारताशी घडून आलेला संबंध (आधुनिक युगाच्या दृष्टीने) पोषक व उपकारच ठरला आहे; तेव्हा हा संबंध शक्य तेवढा काळ असाच राहावा अशी दादाभाईंची विचारप्रणाली होती.

दादाभाई आणि नामदार गोखले, सर फिरोजशहा मेहता इत्यादी मवाळ नेत्यांमध्ये सनदशीर चळवळीच्या अर्थात एक महत्त्वाचा फरक होता. तो म्हणजे 'स्वदेशी' आणि 'बहिष्कार' यांसारखी राजकीय चळवळीची अस्त्रे ही दादाभाईंना सनदशीर चळवळीत बसणारी अस्त्रे वाटत होती. तर गोखले - मेहता या प्रभृतींना ती 'जहालवादी' अस्त्रे वाटत होती. अशा अर्थाने दादाभाईंची विचारप्रणाली मवाळ व जहाल या दोन गटांच्या विचारप्रणालींचा सुवर्णमध्य साधणारी होती.

सन 1885 ते 1905 या कालखंडात राष्ट्रसभेच्या कार्याचे स्वरूप हळूहळू बदलत गेले. प्रारंभी सरकारकडे गाऱ्हाणी मांडणारी राष्ट्रसभा सन 1905 च्या सुमारास स्वराज्याची मागणी करणारी संघटना बनली. राष्ट्रसभेस हे बदलते स्वरूप प्राप्त करून देण्यात दादाभाईंचा मोठा वाटा होता. या संदर्भात पट्टाभीसीतारामय्या यांनी ''दादाभाईंनी स्वराज्यप्राप्तीचे निश्चित असे उद्दिष्ट राष्ट्रसभेस प्राप्त करून दिले,'' असे म्हटले आहे ते यथार्थच होय.

ब्रिटिश राजवटीने भारतात शांतता, सुव्यवस्था, कायद्याचे राज्य, व्यक्तिस्वातंत्र्य, उदारमतवाद, आधुनिक शिक्षण, ज्ञान-विज्ञान इत्यादी गोष्टी आणल्याने आपण अंधारयुगातून आधुनिक युगात जात आहोत, म्हणूनच ब्रिटनसारख्या प्रगत व लोकशाहीवादी राष्ट्राशी जडलेले आपले संबंध काही काळ तरी आपणास लाभदायक ठरणार आहेत, असे दादाभाईंना प्रामाणिकपणे वाटत होते. म्हणूनच ते अखेरपर्यंत ब्रिटिश राज्यकर्त्यांशी एकनिष्ठ राहिले, त्यांची ही एकनिष्ठा त्यांच्या देशहिताच्या कळकळीतूनच निर्माण झाली होती हे लक्षात घेतले पाहिजे.

▣ न्या. महादेव गोविंद रानडे (सन 1842 - 1901)

संक्षिप्त चरित्र व कार्य :

न्या. महादेव गोविंद रानडे यांचा जन्म 18 जानेवारी, 1842 रोजी झाला. कोल्हापूर येथे त्यांचे प्राथमिक शिक्षण झाल्यावर माध्यमिक व उच्च शिक्षणासाठी ते मुंबईस आले व तेथे त्यांनी मुंबई विद्यापीठाच्या बी.ए., एम.ए., एलएल.बी. या पदव्या प्राप्त केल्या. न्यायखात्यात प्रारंभी ते मुन्सफ व सबजज्ज या हुद्द्यावर होते. पुढे त्यांची नेमणूक मुंबई हायकोर्टात न्यायाधीश म्हणून झाली (1893). अखेरपर्यंत या हुद्द्यावरच ते होते. अभ्यासू वृत्ती, प्रकांड पांडित्य, न्यायबुद्धी या गुणांच्या जोरावर त्यांनी आपली हायकोर्टातील कारकीर्द संस्मरणीय केली.

विद्यार्थिदशा चालू असतानाच न्या. रानडे महाराष्ट्रातील सुधारणा चळवळीकडे आकृष्ट झाले होते. 1865 साली पुण्यात स्थापन झालेल्या 'विधवा विवाहोत्तेजक मंडळा'चे व पुढे 1870 साली उदयास आलेल्या 'सार्वजनिक सभेचे' मुख्य आधारस्तंभ होते. सार्वजनिक सभेद्वारे त्यांनी भारतीय लोकांची गाऱ्हाणी व इच्छा-आकांक्षा ब्रिटिश राज्यकर्त्यांसमोर मांडल्या. 1874 साली न्या. रानडे यांच्या प्रेरणेने सार्वजनिक सभेने 'जबाबदार राज्यपद्धतीचे हक्क' भारतीय जनतेला मिळावेत म्हणून हजारो लोकांच्या सहीचा अर्ज विलायत सरकारकडे पाठविला होता. अशाच प्रकारचा भारतीय लोकांच्या

दु:खांना वाचा फोडणारा अर्ज त्यांनी सभेमार्फत 1877 सालच्या 'दिल्ली दरबार'च्या निमित्ताने राज्यकर्त्यांना सादर केला होता.

न्या. रानडे हे देशातील सर्वांगीण सुधारणेचा पुरस्कार करणारे होते. राजकारण, अर्थकारण, धर्मकारण, समाजकारण अशा समाजपुरुषांची सर्वच अंगे अलग-अलग नसून ती एकमेकांशी संबद्ध आहेत आणि म्हणून अशा सर्व अंगांनी सुधारणा व्हायला हवी असे त्यांचे प्रतिपादन होते. या उद्देशाने प्रेरित होऊनच राष्ट्रसभेच्या (काँग्रेसच्या) अधिवेशनाबरोबर त्यांनी स्थापन केलेल्या 'भारतीय सामाजिक परिषदेचे' अधिवेशन घेण्याची प्रथा सुरू केली. धर्माच्या क्षेत्रातही भारतीय लोकांमधील अनिष्ट रूढी-परंपरांचे उच्चाटन व्हावे म्हणून त्यांनी 'प्रार्थना समाजाची' स्थापना केली होती. आपल्या देशाने उद्योगधंद्यांच्या क्षेत्रातही प्रगती करावी म्हणून त्यांनी 'भारतीय औद्योगिक परिषद' नावाची संस्था स्थापन केली होती. एवढेच नव्हे, तर समाजात वाङ्मयाबद्दल गोडी निर्माण व्हावी म्हणून 'ग्रंथोत्तेजक सभा'ही स्थापन केली होती.

न्या. रानडे हे सरकारी नोकर असल्याने राष्ट्रसभेच्या चळवळीत त्यांना प्रत्यक्ष भाग घेता येत नव्हता. पण राष्ट्रसभेच्या स्थापनेपासून तिच्या कार्यात त्यांचा मोठा सहभाग व प्रेरणा होती. राष्ट्रसभेचे संस्थापक ॲलन ह्यूम व राष्ट्रसभेचे एक आघाडीचे नेते नामदार गोखले यांसारख्या मातब्बर व्यक्ती न्या. रानडे यांना गुरुस्थानी मानत. यावरून त्यांचे भारतीय राजकारणातील श्रेष्ठत्व किती उच्च दर्जाचे होते हे दिसून येते.

1885 सालीच राज्यकर्त्यांनी न्या. रानडे यांची मुंबई प्रांताच्या कौन्सिलचे (कायदेमंडळाचे) सभासद म्हणून नेमणूक केली. सन 1890 व 1893 अशा दोन्ही वेळा त्यांची या जागेवर पुन्हा नियुक्ती झाली. वयाच्या साठाव्या वर्षी अल्पशा आजाराने त्यांचे निधन झाले (16 जानेवारी, 1901). थंड गोळा होऊन पडलेल्या महाराष्ट्राला ऊब देऊन त्याला अनेक उपायांनी व रीतीने जिवंत करण्याचे दुर्धर काम अंगावर घेऊन न्यायमूर्तींनी जिवापाड मेहनत केली असे गौरवोद्गार लोकमान्य टिळकांनी त्याच्या मृत्युप्रसंगी काढले.

न्या. रानडे यांची विचारसरणी :

पाश्चात्त्य उदारमतवादाचा प्रभाव व ब्रिटिश राज्यकर्त्यांच्या न्यायबुद्धीवर विश्वास ही भारतीय मवाळ नेत्यांच्या विचारांची वैशिष्ट्ये होती. न्या. रानडेही त्यास अपवाद नव्हते. भौतिकदृष्ट्या प्रगत व आधुनिक विचाराच्या ब्रिटिशांचे भारतावर स्थापन झालेले राज्य म्हणजे एक प्रकारचा ईश्वरीय संकेत आहे अशी या नेत्यांची विचारसरणी होती. अशा अर्थाने ब्रिटिश राजवट ही भारतीय लोकांना मिळालेले ईश्वरी वरदान आहे असे त्यांना वाटत होते. खुद्द न्या. रानडे एका ठिकाणी म्हणतात, ''ब्रिटिश लोकांकडे असलेली क्षमता तसेच भारतीय लोकांचे राजकीय शिक्षण व्हावे अशी ईश्वरी इच्छा, ही भारतातील ब्रिटिश राजवटीच्या स्थापनेमागील कारणे आहेत.''

याचा अर्थ, ब्रिटिशांच्या न्यायबुद्धीवर विश्वास ठेवून भारतीय लोकांनी स्वस्थ बसावे असा नव्हता. राज्यकर्त्यांच्या अन्यायी धोरणास आपण विरोध करायला हवा, त्यासाठी समाजजागृती सतत करायला हवी असे न्या. रानडे यांना वाटत असे. आपले प्रश्न सातत्याने व योग्य रीतीने सरकारदरबारी आपण प्रभावीपणे मांडत राहिलो तर सरकारला त्याची अवश्य दखल घ्यावी लागेल असा त्यांचा विश्वास होता.

न्या. रानडे यांचा हा मार्ग म्हणजे सनदशीर चळवळीचा मार्ग होता. बंडाळी करण्याचा मार्ग घातक व अयोग्य असून सनदशीर चळवळ हाच इष्ट मार्ग होय अशी त्यांची विचारसरणी होती. अर्थात, या मार्गाने आपले उद्दिष्ट गाठण्यास विलंब लागणार. पण जी काही आपली प्रगती होईल ती निसर्गनियमानुसार सावकाश होईल, त्यासाठी निष्ठेने व सातत्याने प्रयत्न आवश्यक आहेत असे त्यांना वाटे.

आचार्य जावडेकरांनी न्या. रानडे यांच्या राजकीय विचारप्रणालीचा निष्कर्ष असा सांगितला आहे, ''ऐतिहासिक घडामोडीकडे परमेश्वरी हेतूच्या दृष्टीने पाहण्याची न्या. रानड्यांची मनोवृत्ती असून प्रत्येक वाईट गोष्टीतून काहीतरी चांगले निर्माण होते अशी त्यांची दृढ श्रद्धा होती. देशात सर्वत्र कायद्याचे राज्य स्थापन करून शांतता प्रस्थापित कशी करावी या गोष्टीचे शिक्षण देण्यासाठीच परमेश्वराने ब्रिटिश लोकांना या देशात धाडले असा त्यांचा विश्वास होता व देशातील कायद्याच्या राज्यास धक्का बसेल असे कोणतेही कृत्य आपण करू नये यावर त्यांचा कटाक्ष होता.

न्यायमूर्ती प्रागतिक होते तसे नेमस्तही होते. वंशभेद किंवा धर्मभेद न मानता मनुष्या-मनुष्यात समानता व न्याय प्रस्थापित करणे म्हणजे प्रागतिकत्व आणि तडजोड व देवाण-घेवाण करून हळूहळू प्रगती करणे म्हणजे नेमस्तपणा असा अर्थ ते करीत.''

न्या. रानडेंसारख्या मवाळ मंडळींना स्वराज्याचे हक्क नको होते असे नाही. पण स्वराज्य हे फार दूरचे ध्येय होते. त्या ध्येयाप्रत जाण्यासाठी फार मोठी सामाजिक व राजकीय जागृती होणे आवश्यक आहे याचे भान त्यांना होते. भारतासारखा खंडप्राय देश केवळ पाशवी सत्तेच्या बळावर ब्रिटिशांना कायमचा हाती ठेवता येणार नाही; ईश्वरी कृपा, ब्रिटिशांचे उदाहरण व शिस्त या बळावर या देशातील लोक स्वायत्त समाजाचे जीवन जगू लागतील अशी त्यांची श्रद्धा होती. हे स्वायत्त जीवन म्हणजे स्वराज्याचेच जीवन होय.

▣ सर फिरोजशहा मेहता (सन 1845 - 1915)

संक्षिप्त चरित्र व कार्य :

सर फिरोजशहा मेहता यांचा जन्म मुंबईत 4 ऑगस्ट, 1845 रोजी एका व्यापारी कुटुंबात झाला. एल्फिन्स्टन कॉलेजमधून त्यांनी एम. ए. पदवी संपादन केल्यावर ते ब्रिटनला जाऊन बॅरिस्टर झाले (1867). ब्रिटनमधील वास्तव्यात ते दादाभाई नौरोजी यांच्या प्रभावाखाली आले. दादाभाईंकडून त्यांनी देशभक्तीची प्रेरणा घेतली. याच सुमारास ते उदारमतवादाकडे आकृष्ट झाले.

1868 साली फिरोजशहा मायदेशी आले व त्यांनी मुंबईस आपला वकिलीचा व्यवसाय सुरू केला. तथापि, सार्वजनिक कार्याची आवड त्यांना स्वस्थ बसू देत नव्हती. 1869 साली दादाभाईंनी मुंबईस आपल्या 'ईस्ट इंडिया असोसिएशन'ची शाखा स्थापन केली; तेव्हा फिरोजशहा या शाखेचे चिटणीस झाले. सन 1869 ते 1876 या काळात त्यांनी हायकोर्टाचे वकील म्हणून आपल्या कुशाग्र बुद्धीने व इंग्रजी भाषेवरील प्रभुत्वाने मोठा नावलौकिक प्राप्त केला. 'भारतातील सर्वोत्तम वादपटू' म्हणून ते प्रसिद्धीस आले.

फिरोजशहा मेहता

हायकोर्टात वकिली करीत असतानाच फिरोजशहांनी लोकजागृतीचे कार्य हाती घेतले. गोऱ्या लोकांच्या मिरासदारीविरुद्ध त्यांनी आघाडी उघडली. मुंबई महानगरपालिकेच्या कारभारविषयक त्यांनी केलेल्या अनेक मौलिक सूचना सरकारने स्वीकारल्या. एवढेच नव्हे, तर सरकारने त्यांना मुंबईचे 'कमिशनर' म्हणून नियुक्त केले (1863). पुढच्या काळात त्यांची दोनदा मुंबई महानगरपालिकेचे अध्यक्ष म्हणून निवड झाली (सन 1873 व 1905). सन 1894 मध्ये विलायत सरकारने त्यांना CIE हा सन्मान बहाल केला.

दरम्यान लॉर्ड लिटनच्या काळातील देशी वृत्तपत्रांच्या स्वातंत्र्यावर घाला घालणारा कायदा, विलायती मालावरील आयातकरात सूट देण्याचा कायदा, भारतीय लोकांनी हत्यारे बाळगण्यावर निर्बंध टाकणारा कायदा असे अनेक वंशभेदी व अन्यायी कायदे अमलात आणले गेले (सन 1876–1880). राज्यकर्त्यांच्या या अन्यायी कायद्यांविरुद्ध फिरोजशहांनी जनजागृती करून आंदोलने उभारली. पुढे लॉर्ड रिपनच्या काळात 'इल्बर्ट बिला' विरुद्ध भारतातील गोऱ्यांनी आंदोलन सुरू केल्यावर भारतीय लोकांच्या न्याय्य मागण्यासाठी फिरोजशहांनी प्रतिआंदोलन सुरू केले (1884).

याच सुमारास राष्ट्रसभेची स्थापना झाली. या स्थापनेत फिरोजशहा मोठ्या हिरिरीने सहभागी झाले. दादाभाई, न्या. रानडे यांच्याप्रमाणे ते राष्ट्रसभेचे एक अग्रगण्य नेते म्हणून ख्याती पावले. 1886 साली त्यांची मुंबई प्रांताच्या कौन्सिलवर सरकारने नियुक्ती केली. सन 1890 मध्ये राष्ट्रसभेच्या सहाव्या अधिवेशनाचे ते अध्यक्ष बनले. यानंतर दोन वर्षांनी व्हॉईसरॉयच्या 'इम्पीरियल कौन्सिल'चे सभासद म्हणून ते निवडून गेले (1892). कर्झनशाहीच्या कालखंडात फिरोजशहांनी राज्यकर्त्यांच्या अन्यायी धोरणावर कडाडून टीका केली. विशेषतः भारतीय लोकांवर अन्याय करणाऱ्या कर्झनच्या 'युनिव्हर्सिटी बिला'वर त्यांनी हल्ला चढवून विद्यापीठाच्या स्वायत्ततेचा आग्रह धरला. याच कौन्सिलमध्ये त्यांनी शेतकऱ्यांच्या कर्जबाजारीपणाच्या प्रश्नास वाचा फोडली. शेतकऱ्यांच्या जीवावर सरकार करत असलेल्या शासकीय व लष्करी खर्चाला त्यांनी कडाडून विरोध केला. अशा प्रकारे इम्पीरियल कौन्सिलमध्ये त्यांनी भारतीय जनतेचे प्रतिनिधित्व करून राजकीय व आर्थिक प्रश्नांवर सतत देशजागृती केली.

याच दरम्यान राष्ट्रसभा अंतर्गत जहाल-मवाळ यांचा संघर्ष सुरू झाला; पुढे तो अधिकच तीव्र बनत गेला. अशा परिस्थितीत 1904 साली राष्ट्रसभेचे ते दुसऱ्यांदा अध्यक्ष झाले. त्यानंतर घडून आलेल्या राष्ट्रसभेच्या सुरत अधिवेशनात मवाळांचा जहालांशी मोठा संघर्ष होऊन जहालवादी गट राष्ट्रसभेतून बाहेर फेकला गेला. या वेळी फिरोजशहांनी प्रयत्नपूर्वक मवाळांची पकड राष्ट्रसभेवर बसवली. यापुढे 1915 सालापर्यंतच्या कालखंडात राष्ट्रसभेवर फिरोजशहा, पं. मालवीय, दिनशॉ वांच्छा, नामदार गोखले इत्यादी मवाळ नेत्यांचाच प्रभाव राष्ट्रसभेच्या कार्यावर राहिला.

सन 1913 मध्ये फिरोजशहांनी 'बॉम्बे क्रॉनिकल' नावाचे राष्ट्रीय वृत्तीचे वृत्तपत्र सुरू केले. 1915 साली त्यांची मुंबई विद्यापीठाचे कुलगुरू म्हणून निवड झाली. त्याच साली 5 नोव्हेंबर रोजी त्यांचे मुंबईत निधन झाले. यावेळी ''फिरोजशहा थोर पारशी, थोर नागरिक, थोर देशभक्त व थोर भारतीय होते'' असे गौरवोद्गार व्हॉईसरॉय लॉर्ड हार्डिंग्ज यांनी काढले होते.

फिरोजशहांची विचारप्रणाली :

राष्ट्रसभेच्या प्रारंभीच्या कालखंडातील मवाळ नेत्यांमध्ये फिरोजशहा एक प्रमुख नेते व विचारवंत होते. पाश्चात्त्य उदारमतवाद, लोकशाही मूल्ये, इतिहास या गोष्टींचा त्यांच्यावर मोठा प्रभाव पडलेला होता. सुधारणा व स्वातंत्र्य हे त्यांचे फार आवडते विषय असले तरी समाजात सुधारणेची प्रगती व स्वातंत्र्याचा विकास क्रमाक्रमाने व्हायला हवा आणि तोही शांततामय मार्गानेच व्हायला हवा अशी त्यांची ठाम श्रद्धा होती.

लोकांच्या हक्कांसाठी जेव्हा लढा होतो तेव्हा ते हक्क पूर्णतया पदरात पडतातच असे नाही. अशा वेळी जे पदरी पडते ते घेऊन पुढच्या हक्कांची मागणी करण्याच्या तयारीस आपण लागले पाहिजे असे फिरोजशहांचे प्रतिपादन असे. दादाभाई नौरोजी अथवा लोकमान्य टिळक यांच्याप्रमाणे फिरोजशहा जनसामान्यांच्या वर्गाचे प्रतिनिधित्व करत नव्हते. भारतातील सुसंस्कृत अशा सुशिक्षित वर्गावरच त्यांचा अधिक प्रभाव होता. असे असले तरी राज्यकर्त्यांच्या अन्यायी जुलूमशाहीविरुद्ध ते प्रांतीय कौन्सिलमध्ये व इम्पीरियल कौन्सिलमध्ये मोठ्या ठामपणे व धैर्याने उभे राहत असत. त्यांच्या प्रभावी व्यक्तिमत्त्वाने राज्यकर्त्यांवरही एक प्रकारचा नैतिक दबाव निर्माण होत असे.

फिरोजशहांचे एक चरित्रकार श्री. होमी मोदी यांनी त्यांच्या विचारांचा व कार्याचा आढावा थोडक्यात असा घेतला आहे : ''ब्रिटिशांचे भारताशी जे संबंध आले त्यामुळे भारताचे फारच हित झाले या गोष्टीवर फिरोजशहांचा दृढ विश्वास होता. तथापि, भारताचा कारभार करण्यात ब्रिटिश सरकारचे कित्येकदा जे विशिष्ट दोष दिसून येत त्यावर फिरोजशहांइतके दुसऱ्या कोणीही निर्दयपणे कोरडे ओढले नसतील. लोकांचे हक्क व स्वातंत्र्य यांचा विस्तार व्हावा यांकरिता त्यांच्याइतका शौर्याने कोणीही लढा दिला नव्हता. इतके असूनसुद्धा दुसऱ्या कोणत्याही माणसास नसेल अशी त्यांना आपल्या देशाच्या दुर्बल परिस्थितीची व अनेक दोष असले तरी भारतावरील ब्रिटिशांच्या राज्यकारभारातील न्यायीपणा व मानवतावादी दृष्टी यांची जाणीव होती. त्यामुळेच भारताशी ब्रिटिशांच्या असलेल्या संबंधांचा त्यांच्याइतका मोठ्या जोशात कोणी उदो-उदो केला नव्हता.''

◾ नामदार गोपाळ कृष्ण गोखले (सन 1866 - 1915)

संक्षिप्त चरित्र व कार्य :

गोपाळ कृष्ण गोखले यांचा जन्म 9 मे, 1866 रोजी झाला. त्यांचे माध्यमिक शिक्षण कोल्हापूर येथे व उच्च शिक्षण पुणे-मुंबई या शहरांत झाले. इंग्रजी व गणित या विषयांत ते निष्णात होते. काही काळ त्यांनी फर्ग्युसन कॉलेजमध्ये प्राध्यापक व नंतर प्राचार्य म्हणून सेवा केली. 1887 साली त्यांची न्या. रानडे यांच्याशी भेट झाली आणि त्यांच्या जीवनात आमूलाग्र परिवर्तन झाले. त्यांनी देशसेवेचे व्रत स्वीकारले. 1890 साली निघालेल्या सार्वजनिक सभेचे ते लवकरच चिटणीस बनले.

1896 साली विलायत सरकारने भारताच्या अर्थव्यवहाराची चौकशी करणारे 'वेल्बी कमिशन' नेमले. त्या कमिशनसमोरची गोखल्यांची साक्ष त्या काळी फार गाजली. बिनतोड पुरावे व अचूक आकडेवारी यांच्या आधारे गोखल्यांनी राज्यकर्त्यांकडून भारताचे आर्थिक शोषण कसे होत आहे याचे स्पष्ट विदारक चित्र उभे केले. ब्रिटन व भारत यांच्यामधील अर्थव्यवहार दोन समान दर्जाचे भागीदार म्हणून चालावा, तसेच भारतीय लोकांना राज्यकारभारात हळूहळू प्रवेश दिला जावा अशी मागणी त्यांनी केली.

नामदार गोखले यांच्या कार्याच्या मागे न्या. रानडे यांची प्रेरणा सतत कार्यरत राहिली. सन 1895 मध्ये पुण्यात भरलेल्या राष्ट्रसभेच्या अधिवेशनाचे ते चिटणीस बनले. यानंतर सन 1905 पर्यंत राष्ट्रसभेशी त्यांचा फार घनिष्ठ संबंध राहिला. 1899 साली ते मुंबई प्रांताच्या कौन्सिलमध्ये निवडून गेले. पुढे 1902 साली त्यांनी व्हॉईसरॉयच्या इम्पिरियल कौन्सिलमध्ये प्रवेश केला. या दोन्ही कौन्सिलांतील गोखले यांची कामगिरी वाखाणण्यासारखी झाली. आपल्या अत्यंत अभ्यासपूर्ण व निःस्पृह भाषणांनी त्यांनी राज्यकर्त्यांच्या जुलमी व शोषण करणाऱ्या प्रशासनावर हल्ले चढविले. यावेळी लॉर्ड कर्झनची कारकीर्द होती. खुद्द कर्झनही गोखले यांच्या कार्याने प्रभावित होत असे. एका ठिकाणी त्यांनी म्हटले आहे, ''गोखल्यांच्या तोडीचा कौन्सिलच्या सभा गाजवणारा वक्ता माझ्या माहितीत नाही.''

कौन्सिलमधील आपल्या भाषणात सरकारने लष्करावरील आपला भारी खर्च कमी करून तो पैसा लोकांच्या कल्याणावर खर्च करावा; लष्करात भारतीय लोकांना अधिकाधिक जागा मिळाव्यात, सरकारने प्राथमिक शिक्षण मोफत करावे अशा प्रकारच्या अनेक लोकहिताच्या मागण्या त्यांनी केल्या. गोखले यांची कौन्सिलमधील बारा वर्षांची कारकीर्द मोठी संस्मरणीय झाली.

1904 साली गोखले यांनी 'भारत सेवक समाज' (Servants of India Society) नावाची देशभक्तांची संस्था स्थापन केली. 'साम्राज्यांतर्गत स्वराज्य' आणि 'देशबांधवांची उन्नती' ही या संस्थेची दोन प्रमुख ध्येये होती. दुःखनिवारण, समाजसेवा, सहकार, समाजशिक्षण व राजकीय जागृती या साधनांद्वारे सनदशीर मार्गाने ते देशाचा उत्कर्ष साधू इच्छित होते. यासाठी देशसेवकांचा एक तरुणवर्ग या संस्थेद्वारे त्यांना निर्माण करायचा होता.

राष्ट्रसभेच्या मवाळ नेत्यांत गोखले अग्रभागी होते. सन 1909 च्या मोर्ले-मिंटो सुधारणांचे स्वरूप ठरविण्यात गोखले यांचा मोठा सहभाग होता. तत्पूर्वी त्यांनी ब्रिटनचा दौरा करून भारतमंत्री मोर्ले यांच्याशी व अन्य उदारमतवादी नेत्यांशी केलेल्या चर्चेतून या सुधारणा पुढे आल्या होत्या.

महात्मा गांधी दक्षिण आफ्रिकेत जुलमी गोऱ्या राजवटीविरुद्ध आंदोलन चालवित होते. त्या सुमारास गोखले यांनी तेथे दौरा काढला (1912). याच वेळी गांधींना त्यांचा सहवास लाभून ते त्यांच्या इतके प्रभावाखाली आले की, गांधीजींनी त्यांना आपले 'राजकीय गुरू' म्हणून मानावयास सुरुवात केली.

आयुष्याच्या अखेरीस जहालमतवादी लोकमान्य टिळकांशी त्यांचा मोठा वादविवाद झाला. लवकरच 19 फेब्रुवारी, 1915 रोजी त्यांचे निधन झाले. थोर राष्ट्रभक्त, सोज्वळ राजकारणी, बुद्धिमान संसदपटू, प्रभावी वक्ते आणि भारत सेवक समाजाचे संस्थापक म्हणून त्यांचे नाव इतिहासात अजरामर झाले आहे.

नामदार गोपाळ कृष्ण गोखले

नामदार गोखले यांची विचारसरणी :

नामदार गोखले नेमस्तवादी म्हणजे मवाळ विचारसरणीचे नेते होते. त्यांचा ब्रिटिशांच्या न्यायीपणावर व उदारमतवादावर विश्वास होता. असे असले तरी ब्रिटिशांच्या अन्यायी कारभारावर त्यांनी कडाडून हल्ले चढविले होते. कर्झनशाहीच्या काळात इम्पीरियल कौन्सिलचे सभासद असता कसलीच भीडभाड न ठेवता भारतीय जनतेच्या दारिद्र्याचे, त्यांच्यावरील असह्य कारभाराचे आणि सरकारच्या लष्करासारख्या खात्यावर होणाऱ्या वारेमाप खर्चाचे आकडेवारीनिशी ते वाभाडे काढीत असत. प्रशासनात भारतीय लोकांना अधिक जागा द्या, त्यांच्यावरील कर कमी करा, शेतकऱ्यांची स्थिती सुधारण्याच्या उपाययोजना अमलात आणा, प्राथमिक शिक्षण मोफत करा या मागण्या दरवर्षीच्या अंदाजपत्रकावरील चर्चेच्या वेळी ते मोठ्या हिरीरिने मांडत.

सन 1904 च्या बनारसच्या राष्ट्रसभेच्या अधिवेशनात त्यांनी भारतातील कर्झनशाहीच्या कृत्यांवर जोरदार हल्ला चढवून त्याची औरंगजेब बादशाहशी तुलना केली होती. औरंगजेबाप्रमाणे कर्झन हा घमेंडखोर, संशयी व जनमताची पर्वा न करणारा होता; म्हणून त्याची कारकीर्द लोकक्षोभास कारणीभूत झाली असे त्यांनी म्हटले होते.

बंगाल फाळणीच्या आंदोलनाच्या पार्श्वभूमीवर गोखले यांनी ब्रिटनचा दौरा करून भारतीय लोकांची दुःखे हृदयस्पर्शी व समर्पक भाषेत ब्रिटिश मुत्सद्द्यांना व जनतेस समजावून सांगितली. याच वेळी ब्रिटनमध्ये उदारमतवादी सरकार सत्तेवर आले होते. उदारमतवादी भारतमंत्री मोर्ले यांच्याकडून भारतासाठी अधिकाधिक हक्क मिळविण्यासाठी गोखले यांनी जीवाचा आटापिटा केला. मोर्ले-मिंटो सुधारणा जाहीर झाल्यावर त्यातील अपुरेपणा मान्य असूनही त्यांचे त्यांनी स्वागत केले व ज्या सुधारणा पदरात पडल्या आहेत त्या कौशल्याने व एकोप्याने राबवून आपण पुढच्या सुधारणांसाठी लायक बनावे असा उपदेश त्यांनी त्या काळी आपल्या देशबांधवांना केला.

गोखले राजकारणातही नीतिमत्तेला व सचोटीच्या गुणाला किंमत देणारे राजकारणी होते. देशात कायदा व सुव्यवस्था राखणे हे सरकारचे आद्य कर्तव्य असून जनतेने त्यासाठी सरकारशी सहकार्य करायला हवे असे त्यांना वाटे. त्यामुळेच सन 1910 च्या वृत्तपत्रांच्या स्वातंत्र्यावर निर्बंध टाकणाऱ्या कायद्याचे बिल इम्पीरियल कौन्सिलमध्ये मांडले गेले, त्या वेळी त्यांनी त्या बिलास आपला पाठिंबा दिला. भारतात राजकीय हक्कांसाठी होणाऱ्या दंगली अथवा दहशतवादी आंदोलने त्यांना मान्य नव्हती. त्यांना राजकीय हक्क हवे होते; पण त्यासाठी सरकारशी सहकार्य करून, त्यांच्याबरोबर वादविवाद करून ते पदरी पाडून घ्यायचे होते.

याच वेळी ते सरकारच्या दहशतवादी व अत्याचारी धोरणालाही कडाडून विरोध करीत असत. 'बंदुकीच्या धाकावर तुम्हाला भारतावर अधिक काळ राज्य करता येणार नाही, भारतीय लोकांच्या असंतोषाला दडपून न टाकता त्या असंतोषाची मुळे शोधून काढून ती नाहीशी केल्याशिवाय खरी शांतता नांदणार नाही' असे त्यांनी राज्यकर्त्यांनाही अनेक प्रसंगी ठणकावून सांगितले होते.

बंगालच्या फाळणीच्या प्रसंगी गोखलेही इतर नेत्यांबरोबर अन्यायाबद्दल प्रक्षुब्ध झाले होते हे खरे, पण बहिष्कारासारखे शस्त्र भारतीय लोकांनी सर्व देशास लागू न करता बंगाल प्रांतापुरते मर्यादित ठेवावे. विशेषतः सरकारी शिक्षणसंस्थांवर लोकांनी बहिष्कार टाकून स्वतःचेच नुकसान करून घेऊ नये असे त्यांना वाटत होते.

इतर नेमस्त नेत्यांप्रमाणेच गोखले यांचीही ब्रिटन व भारत या दोन देशांमधील ऐतिहासिक संबंधाविषयी आशावादी भूमिका होती. परस्परांविषयी अविश्वास व तिरस्कार यातून दोन्ही देशांचे भले होणार नाही; मात्र परस्परांत सद्भाव व सहकार्य यांची भावना उत्पन्न झाली तर त्यामध्ये दोन्ही देशांचे भले आहे अशी त्यांची श्रद्धा होती आणि म्हणूनच राज्यकर्त्यांवर टीकेचे प्रहार करीत असताही त्यांच्याविषयी त्यांच्या मनात कधी कटुता निर्माण झाली नाही. ब्रिटनमधील उदारमतवादी सरकारशी तर त्यांचे मैत्रीचे संबंध राहिले. या मैत्रीच्या संबंधांचा उपयोग त्यांनी भारताला जास्तीतजास्त सुधारणा कशा मिळतील या उदात्त कार्यासाठी केला. त्यांच्या अंतःकरणात भारतीय जनतेच्या कल्याणाशिवाय अन्य कोणताही विचार प्रभावी नव्हता. म्हणून त्यांचे कट्टर विरोधक लोकमान्य टिळकांनी त्यांचे वर्णन 'The Diamond of India and Jewel of Maharashtra' अशी गौरवपूर्ण शब्दांत केलेले आढळते.

14

जहालवादाचा उदय व बंगालची फाळणी

14.1 जहालवादाच्या उदयाची कारणे

14.2 जहालवाद्यांचा कार्यक्रम

14.3 बंगालच्या फाळणीची पार्श्वभूमी

14.4 बंगालची फाळणी

14.5 बंगालच्या फाळणीविरुद्धचे आंदोलन

राष्ट्रसभेची स्थापना

एकोणिसाव्या शतकात ब्रिटिशांचे भारतातील साम्राज्य स्थिर झाले. पराक्रम, मुत्सद्देगिरी, उद्योगीपणा व चिकाटी या गुणांच्या जोरावर भारतासारख्या प्रचंड देशाचे ते स्वामी बनले आणि थोर सांस्कृतिक परंपरा असलेले व संख्येने कोट्यवधी भरणारे भारतीय लोक त्यांचे गुलाम बनले. परंतु या पारतंत्र्याच्या आपत्तीबरोबर काही चांगल्या गोष्टींचा प्रसारही या देशात झाला. त्यामध्ये इंग्रजी शिक्षण (पाश्चात्त्य ज्ञान) हे प्रमुख होय. इंग्रजी शिक्षणाच्या प्रसाराने भारतीय लोकांना युरोपियन देशांची संस्कृती, त्यांचा इतिहास, त्यांच्याकडे बहरलेल्या विद्या व कला, विज्ञान, वैज्ञानिक दृष्टिकोन इत्यादी बाबींचे ज्ञान होऊ लागले आणि आधुनिक जगाच्या प्रवाहात आपण कोठे उभे आहोत याची जाणीव होऊ लागली. इंग्रजी शिक्षणाने जिज्ञासू बनलेली नवी तरुण पिढी पाश्चात्त्य संस्कृतीमधील लोकशाही, स्वातंत्र्य, राष्ट्रवाद, व्यक्तिस्वातंत्र्य, उदारमतवाद इत्यादी आधुनिक विचारधारांकडे आकृष्ट होऊ लागली. पाश्चात्त्य देशांतील या विचारधारा आपल्याकडे का निर्माण करता येऊ नयेत व त्यासाठी काय करायला हवे याचा विचार भारतीय सुशिक्षित लोक करू लागले. या विचारात स्वदेशाचा उद्धार हे प्रमुख तत्त्व होते. सन 1857 च्या बंडाचा उपशम (नारा) झाल्यावर या स्वदेश-उद्धाराच्या विचाराची मुळे अधिक रुजू लागली. ब्रिटिश साम्राज्य इतके बलशाली आहे की, त्याचा सशस्त्र प्रतिकार करून ते नष्ट करता येणार नाही याची वास्तव जाणीव या सुशिक्षितांना झाली होती. आता भारतातील राजेरजवाडे व सरदार हे भारतीय लोकांचे नेतृत्व करू शकणार नव्हते. त्यांचे नेतृत्व सन 1857 च्या बंडाच्या अपयशाने संपुष्टात आले होते.

आता नव्या नेतृत्वाची गरज होती. हे नवे नेतृत्व हाती तलवार घेऊन लढणार नव्हते अगर राज्यकर्त्यांशी शत्रुत्वही करणार नव्हते. राज्यकर्त्यांनी दिलेल्या शिक्षणाच्या मुशीमधूनच हे नवे नेतृत्व जन्माला आले होते. या नव्या नेतृत्वाचा भारतातील राजेरजवाड्यांच्या नेतृत्वाशी काहीच संबंध नव्हता. विशेष म्हणजे भारतीय समाजात अशा सुशिक्षितांच्या नेतृत्वाची निर्मिती करण्यासाठी ॲलन ह्यूम, विल्यम वेडरबर्न इत्यादींसारखे युरोपियन प्रारंभी पुढे झाले, ही गोष्ट नोंद करण्यासारखी आहे. या ब्रिटिश अधिकाऱ्यांना वाटत होते की, ब्रिटिश साम्राज्य दिसते तितके सुस्थिर नाही आणि भारतीय लोकांच्या हृदयात ब्रिटिश राजवटीबद्दल असंतोष असून त्यास वाट करून दिली नाही तर त्याचा उद्रेक होऊन त्या उद्रेकात ब्रिटिश सत्ता नष्ट झाल्याशिवाय राहणार नाही.

वेडरबर्नने तर वासुदेव बळवंतांचे बंड प्रत्यक्ष पाहिले होते. तेव्हा भारतीय लोकांच्या असंतोषाला विधायक वळण देण्याच्या उद्देशाने त्यांनी तत्कालीन भारतीय विचारवंतांच्या (नेत्यांच्या) साहाय्याने 1885 साली 'राष्ट्रसभेची' (काँग्रेसची) स्थापना केली. या भारतीय नेत्यांमध्ये दादाभाई नौरोजी, फिरोजशहा मेहता, न्या. तेलंग, दिनशॉ वांच्छा, सुरेंद्रनाथ सेन, न्या. रानडे, डॉ. भांडारकर, आगरकर, लो. टिळक, रंगय्या नायडू, आनंदा चार्लू, गंगाप्रसाद वर्मा इत्यादींचा समावेश होता. भारतीय लोकांच्या दुःखांना वाचा फोडून त्यांच्या अडीअडचणी राज्यकर्त्यांच्या कानावर घालण्याचे विधायक कार्य राष्ट्रसभा ही संस्था सनदशीर मार्गाने करणार होती.

राष्ट्रसभेचा पहिला कालखंड

राष्ट्रसभेचे (काँग्रेसचे) पहिले अधिवेशन मुंबई येथे डिसेंबर 1885 मध्ये भरले. त्या अधिवेशनास सर्व भारतातून एकूण 72 प्रतिनिधी आले होते. हे सर्व प्रतिनिधी आंग्लविद्याविभूषित व देशहिताची खरी कळकळ असणारे होते. राष्ट्रसभेच्या प्रारंभीच्या वाटचालीत राज्यकर्त्यांची तिला पूर्ण सहानुभूती होती. 1887 साली मद्रास अधिवेशनाच्या वेळी तेथील गव्हर्नरने तर खास समारंभ भरवून प्रतिनिधींचा गौरव केला. पण लवकरच राज्यकर्त्यांचा हा दृष्टिकोन बदलला. राष्ट्रसभेची धोरणे व मागण्या राज्यकर्त्यांविरोधी व असंतोष निर्माण करणाऱ्या आहेत असे राज्यकर्त्यांना वाटू लागले. त्यामुळे पुढच्याच वर्षी (सन 1888) सरकारच्या बदललेल्या दृष्टिकोनामुळे राष्ट्रसभेच्या अलाहाबाद अधिवेशनास जागाही मिळणे कठीण गेले.

वास्तविक राष्ट्रसभेत या वेळी मवाळ धोरणाचे पुरस्कर्ते असणारे भारतीय नेते होते. इंग्रजी शिक्षणावर त्यांचा पिंड पोसला होता आणि ब्रिटिशांच्या न्यायबुद्धीवर व चांगुलपणावर त्यांची दृढ श्रद्धा होती. ब्रिटिशांनी आपल्या मायभूमीत राजेशाहीस नमवून लोकशाहीची स्थापना केलेली होती. असे ब्रिटिश राज्यकर्ते लोकशाहीचे भोक्ते असून आपण जर पात्रता व लायकी सिद्ध केली तर आपणासही ते लोकशाहीचे काही हक्क देतील असे त्यांना मनापासून वाटत होते. राष्ट्रसभेतील या मवाळ नेत्यांच्या मागण्या साध्या होत्या.

उदाहरणार्थ, (1) व्हॉईसरॉय व गव्हर्नर यांच्या कार्यकारी मंडळात भारतीय सभासदांची संख्या वाढवावी. (2) स्थानिक स्वराज्य संस्था अधिक स्वायत्त व्हाव्यात. (3) राज्यकर्त्यांनी लष्करी खर्च कमी करावा. (4) भारतीय कापड उद्योगास संरक्षण मिळावे. (5) न्यायसंस्था स्वतंत्र असावी. (6) भारतीय लोकांना वृत्तपत्रीय स्वातंत्र्य अधिक मिळावे इत्यादी.

राष्ट्रसभेच्या नेत्यांनी केवळ भारतातील सुशिक्षितांच्या जागृतीवरच आपले लक्ष केंद्रित न करता ब्रिटनमधील लोकमतही आपल्या बाजूने तयार होण्यासाठी तिकडे शिष्टमंडळे पाठविली. तेथे सभा घेऊन व वृत्तपत्रांत लिखाण करून सुबुद्ध ब्रिटिश नागरिकांची भारतीय प्रश्नाबद्दल सहानुभूती मिळविण्याचा प्रयत्न केला. दादाभाई नौरोजी यांनी तर पार्लमेंटची निवडणूक लढवून भारतीय लोकांचे गाऱ्हाणे पार्लमेंटच्या व्यासपीठावर मांडले. एवढेच नव्हे, तर पार्लमेंटमधील काही मजूरपक्षीय सभासदांच्या साहाय्याने त्यांनी 'Indian Parliamentary Committee' स्थापन केली व तिच्यामार्फत पार्लमेंटमध्ये भारतीय प्रश्नावर वारंवार चर्चा घडवून आणली.

देशातील एखाद्या महत्त्वाच्या शहरी राष्ट्रसभेचे अधिवेशन दरवर्षी भरत असे. राष्ट्रसभेचे प्रतिनिधी सरकारी कारभार, लोकांचे प्रतिनिधित्व, शिक्षण, अर्थव्यवस्था इत्यादी बाबींवर मूलगामी स्वरूपाचे ठराव करीत आणि ते ठराव सरकारकडे पाठविले जात; पण सरकार या ठरावांची दखल घ्यावयास तयार नव्हते. राष्ट्रसभेच्या मागण्या पूर्ण करण्याची सरकारची इच्छा नव्हती. तथापि, आपण सतत अशा मागण्या मांडत गेलो तर सरकारची न्यायबुद्धी जागी होईल व आपणास काही हक्क मिळतील असे राष्ट्रसभेतील ज्येष्ठ नेत्यांना वाटत होते. पहिल्या कालखंडात अशी विचारसरणी असणाऱ्या मवाळ नेत्यांच्या हाती राष्ट्रसभा होती. त्यांच्या विनंतीवजा मागण्यांचा राज्यकर्त्यांच्या धोरणावर व कारभारावर काही परिणाम होत नव्हता. राज्यकर्ते राष्ट्रसभेच्या भावनांकडे दुर्लक्ष करीत होते.

तथापि, राष्ट्रसभेचे कार्य वाया जात होते असे नाही. प्रारंभीच्या काळातील तिचे कार्य लोकशिक्षणाच्या स्वरूपाचेच होते. राष्ट्रसभेची अधिवेशने, तेथे होणारी भारतीय नेत्यांची भाषणे, चर्चा, ठराव, यांचे पडसाद सर्व देशभर उमटत असत. त्याविषयी वर्तमानपत्रांतून वर्षभर चर्चा सुरू असे. भारतीय लोकांच्या मागण्या न्याय्य असूनही सरकार त्याकडे हेतुपुरस्सर दुर्लक्ष करत असल्याची जाणीव त्यामुळे सुशिक्षितांमध्ये पसरली.

राष्ट्रसभेची अर्ज-विनंत्यांची कार्यपद्धती व त्याची दखल न घेता दडपशाहीने कारभार करण्याची राज्यकर्त्यांची पद्धती याची प्रतिक्रिया दोन प्रकारे उमटली.

पहिली प्रतिक्रिया खुद्द राष्ट्रसभेच्या तरुण नेत्यांमध्येच उमटली. अर्ज-विनंत्या करून हे सरकार बधणार नाही; त्यासाठी जहाल कार्यक्रमाचा स्वीकार राष्ट्रसभेने केला पाहिजे असे राष्ट्रसभेतील लोकमान्य बाळ गंगाधर टिळक, बिपिनचंद्र पाल व लाला लजपतराय यांसारख्या तरुण नेत्यांना वाटू लागले. या मंडळींना ना. गोखले, फिरोजशहा मेहता, रासबिहारी घोष, दादाभाई नौरोजी इत्यादी जुन्या पिढीच्या नेत्यांचा सनदशीर मार्ग मंजूर नव्हता. सरकारला जागे करण्यासाठीच नव्हे तर त्यास वठणीवर आणण्यासाठी परदेशी मालावर बहिष्कार, स्वदेशी मालाचा पुरस्कार, राष्ट्रीय शिक्षणाचा स्वीकार आणि वसाहतीच्या स्वराज्याची मागणी या चार अस्त्रांचा जोरदार पुरस्कार करणारा हा राष्ट्रसभेतील गट 'जहालवादी' या नावाने पुढे प्रसिद्धीस आला.

दुसरी प्रतिक्रिया आहे, दहशतवादी क्रांतिकारी चळवळीची. मग्रूर राज्यकर्त्यांना वठणीवर आणण्यासाठी पिस्तूल व बाँब या साधनांचाच वापर केला पाहिजे, दडपशाहीस दहशतीने उत्तर दिले पाहिजे, जुलमी राज्यकर्त्यांची हिंसा करणे म्हणजे पाप तर मुळीच नसून ती एक प्रकारची राष्ट्रसेवाच होय असे मानणारा क्रांतिकारी तरुणांचा गट भारतात उदयास आला.

राष्ट्रसभेतील जहालवादी गट तीव्र स्वरूपाची आंदोलने करून राष्ट्रीय जागृती करू इच्छित होता तर दहशतवादी गट ब्रिटिश राज्यकर्त्यांचे वध करून राज्यकर्त्यांच्या गोटात दहशत बसवू इच्छित होता. दोन्हीही गट जहालवादीचे होते, पण त्यांच्या साधनात फरक होता. राष्ट्रसभेतील जहालवाद्यांनी दहशतवादाचा पुरस्कार केलेला नव्हता. तथापि, या दोन्ही जहाल विचारसरणीच्या उदयाची पार्श्वभूमी एकच आहे. या जहाल विचारसरणीस 'नवराष्ट्रवाद' असेही म्हणतात. या जहाल विचारसरणीने सन 1905 च्या सुमारास उग्र स्वरूप धारण केले. ते पाहण्यापूर्वी हा जहालवाद अथवा नवराष्ट्रवाद याच्या उदयाची कारणमीमांसा थोडक्यात करू.

14.1 जहालवादाच्या उदयाची कारणे

1. **आंतरराष्ट्रीय घटनांचा प्रभाव :** भारतीय स्वातंत्र्याची चळवळ उदयास येत असताना आंतरराष्ट्रीय क्षेत्रात घडत असलेल्या घटनांचा तिच्यावर अप्रत्यक्षपणे परिणाम होत होता. सन 1891 मध्ये ॲबेसिनियनांनी (आफ्रिका खंडातील एका देशाचे लोक) इटालियनांचा पराभव केला तर सन 1905 मध्ये जपान्यांनी रशियनांचा पराभव केला. इटली व रशिया या दोन युरोपियन राष्ट्रांचा पराभव आफ्रिकी आणि आशियाई लोकांकडून झाला. या घटना युरोपियन संस्कृतीच्या श्रेष्ठत्वाला जबर धक्का देणाऱ्या ठरल्या. युरोपियन राष्ट्रे अजिंक्य आहेत, त्यांचा पराभव अन्य खंडांतील लोक करू शकणार नाहीत ही भावना आशियाई लोकांमधून नष्ट झाली. विशेषतः जपानने पाश्चात्त्यांचे अनुकरण करून, त्यांचे ज्ञान-विज्ञान शिकून जी नेत्रदीपक प्रगती केली त्यामुळे जपान हे राष्ट्र सर्व आशियाई राष्ट्रांना आदर्श ठरले. जपानने 1905 साली रशियावर मिळविलेल्या विजयाने भारतीय समाजाच्या नेत्यांत आत्मविश्वास वाढला. भारतीय समाजही युरोपियनांवर मात करू शकेल, ही त्यांची भावना वाढीस लागली.

2. **राज्यकर्त्यांकडून आर्थिक पिळवणूक :** ब्रिटिशांचे साम्राज्य हे आर्थिक साम्राज्यवादातून निर्माण झालेले होते. ब्रिटिश राज्यकर्ते व्यापाराच्या व कराच्या स्वरूपात करोडो रुपयांची संपत्ती मायदेशी दरवर्षी नेत असल्याचे दादाभाई नौरोजी, न्या. रानडे इत्यादी नेत्यांनी अभ्यासपूर्णरीत्या आकडेवारी देऊन सिद्ध केले होते. ब्रिटनमध्ये तयार झालेल्या मालावरील भारतीय बंदरांतील जकात कमी करून व भारतीय मालावरील विक्रीकर वाढवून राज्यकर्त्यांनी आपला पक्षपातीपणा व स्वार्थ उघड केला होता. राज्यकर्ते भारतीय उद्योगधंद्यांना संरक्षण द्यावयास तयार नव्हते आणि जोपर्यंत सरकार देशी उद्योगांना संरक्षण देणार नव्हते तोपर्यंत देशी उद्योगांची वाढ होणार नव्हती. परिणामी, भारतीय लोक दारिद्र्यात खितपत राहणार होते. सरकारच्या या पिळवणुकीच्या धोरणाला प्रत्युत्तर म्हणून भारतीय लोकांनी स्वदेशी मालाचा पुरस्कार करावा व परदेशी मालांवर बहिष्कार टाकावा अशी जहाल विचारसरणी भारतात निर्माण झाली.

3. **नैसर्गिक आपत्तीसंबंधी राज्यकर्त्यांची धोरणे :** एकोणिसाव्या शतकाच्या शेवटी भारतीय जनतेला भयंकर दुष्काळ व प्लेगच्या साथी या नैसर्गिक आपत्तींना तोंड द्यावे लागले. सन 1896-97 मध्ये देशात भीषण दुष्काळ पडला. आतापर्यंतच्या ब्रिटिश राजवटीतील हा सर्वांत भीषण दुष्काळ होय. या दुष्काळाचा तडाखा दोन कोटी लोकांना बसला व हजारो लोकांचे भूकबळी पडले. सरकारी कारभार यंत्रणेस जनतेबद्दल फारसी सहानुभूती नव्हती. त्यामुळे दुष्काळनिवारण यंत्रणा कार्यक्षमरीत्या राबवली गेली नाही. सरकारने हेतुपुरस्सर दुर्लक्ष केल्याने सामान्य जनतेतही सरकारबद्दल द्वेषाची भावना निर्माण झाली. जनतेचे हाल व सरकारचे धोरण पाहून तरुण भारतीय नेत्यांची डोकी भडकू लागली.

लवकरच म्हणजे सन 1899 - 1900 मध्ये पूर्वीच्या 1896-97 सालच्या दुष्काळाहून भीषण दुष्काळ पडला. यातही हजारो लोक मृत्युमुखी पडले. भारतासारख्या शेतीप्रधान देशात नैसर्गिक आपत्तीवर मात करण्यासाठी भारतीय समाजाची आर्थिक उन्नती होणे आवश्यक होते व जोपर्यंत सरकार भारतीय लोकांच्या आर्थिक पिळवणुकीचे धोरण सोडणार नव्हते तोपर्यंत अशाच प्रकारे हजारो भारतीय लोकांना अन्नान्न करून मरण्याची पाळी येणार होती. याला एकच मार्ग होता; तो म्हणजे लोकांचे संघटन करून सरकारचा प्रतिकार करणे. या विचारातून जहालवाद उदयास येणे अपरिहार्य होते.

4. **सन 1892 च्या कायद्याने केलेली निराशा :** सन 1892 च्या कायद्याने राज्यकर्त्यांनी केंद्रीय व प्रांतीय कायदेमंडळातील बिनसरकारी (भारतीय) सभासदांची संख्या वाढविली होती व काही हक्कही त्यांना बहाल केले होते. असे असले तरी भारतीय लोकांना मिळालेल्या सवलती व हक्क अगदी निराशा करणारे होते. दोन्ही ठिकाणांच्या कायदेमंडळात सरकारी सभासदांचेच बहुमत होते व जे काही भारतीय सभासद होते ते अल्पमतात असल्याने त्यांनी केलेल्या विरोधाचा सरकारच्या धोरणावर व कृत्यांवर काहीही परिणाम होत नव्हता.

सन 1892 नंतरच्या काळात अधिक राजकीय सुधारणांसाठी राष्ट्रीय सभेचे ठराव होत होतेच. कायदेमंडळाची वाढ व्हावी, अधिक भारतीय सभासदांचा समावेश त्यात व्हावा, ब्रिटन व भारत या दोन्ही ठिकाणी सिव्हिल सर्व्हिसेसच्या परीक्षा एकाच वेळी घ्याव्यात, सरकारी यंत्रणेपासून न्यायसंस्था दूर करावी या मागण्यांविषयी ते ठराव असत. तथापि, या ठरावांचा ब्रिटिश सरकारवर कोणताही परिणाम होत नाही, असे पाहून तरुण राष्ट्रवादी अस्वस्थ होऊ लागले. अधिक प्रभावी व क्रांतिकारी मार्गाचा अवलंब आवश्यक आहे असे त्यांना वाटू लागले. राजकीय हक्क आपण प्राप्त करू; पण आम्हास

(जहालांस) वाटते की, राज्यकर्त्यांवर भारी दबाव आणूनच आपण ते प्राप्त करू शकू. लोकमान्यांची ही विचारसरणी जहालवादाचे प्रतीकच होय.

5. **लॉर्ड कर्झनची दडपशाही कृत्ये :** राज्यकर्त्यांच्या दडपशाही धोरणाचा परमोच्च बिंदू लॉर्ड कर्झनच्या कारकिर्दीत गाठला गेला. लॉर्ड कर्झन हा पक्का साम्राज्यवादी विचारसरणीचा राज्यकर्ता होता. त्याच्या सहा-सात वर्षांच्या कारकिर्दीत त्याने भारताचा राज्यकारभार कार्यक्षम केला व मजबूत कारभार यंत्रणा उभी केली. हे जरी खरे असले तरी त्याची कारकीर्द कट्टर दडपशाहीची व साम्राज्यवादी समजली जाते. त्याचा भारतीय समाजातील व्यक्तींच्या कार्यक्षमतेवर विश्वास नव्हता. ब्रिटिश हे वंशाने श्रेष्ठ असून दुसऱ्यांवर राज्य करण्यासाठीच ते पृथ्वीवर निर्माण झाले आहेत, हे भारतीय त्यांची बरोबरी कधीच करू शकणार नाहीत. युरोपियन संस्कृती ही भारतीय संस्कृतीहून श्रेष्ठ आहे. भारतीय संस्कृतीत वाढलेल्या माणसांना लोकशाहीचे हक्क देण्यात काही अर्थ नाही, नव्हे ते देणे चुकीचे होईल अशी त्याची विचारसरणी होती.

युरोपियन संस्कृतीचा त्याला गर्व होता. हिंदू संस्कृती कनिष्ठ दर्जाची आहे असा त्याचा पूर्ण समज होता. ज्या भूमीत वेद, उपनिषदे, गीता निर्माण झाली; ज्या भूमीत भगवान गौतम बुद्ध व महावीर निर्माण झाले त्या भूमीवर आपण हे उद्‌गार काढत आहोत याचा विसर लॉर्ड कर्झनला पडला होता. ही केवळ त्याची उद्दाम वृत्ती होती. अशा वक्तव्यांनी तरुण सुशिक्षित हिंदूंची माथी भडकल्याशिवाय राहणार नव्हती. कर्झन येथेच थांबला नाही तर The Official Secrets Act, The Calcutta Corporation Act, Indian Universities Act यांसारख्या कायद्यांनी कारभार सुधारणेच्या नावाखाली त्याने भारतीय समाजाचे हक्क हिरावून घेतले. त्यांच्यावर अविश्वास प्रकट केला.

6. **बंगालची फाळणी :** आधुनिक भारताच्या इतिहासात 'बंगालची फाळणी' ही जहालवादास उधाण असणारी एक महत्त्वपूर्ण घटना होय. या घटनेमुळे भारतीय राष्ट्रवाद जहाल व आक्रमक बनला. बंगालची फाळणी हे कर्झनचे सर्वांत मोठे दडपशाहीचे कृत्य होय. बंगालच्या प्रांतात बिहार, ओरिसा व छोटा नागपूर याही प्रदेशांचा समावेश असल्याने राज्यकारभाराच्या सोईसाठी त्याची फाळणी करणे सरकारला आवश्यक वाटत होते. त्या दृष्टिकोनातून ती झाली असती तर भारतीय जनतेचा फारसा विरोध झाला नसता. तथापि, ही फाळणी करीत असताना मुस्लीम बहुसंख्याक असलेला पूर्व बंगालचा प्रदेश बाजूला काढून मुस्लिमांना फुटीर राजकारणाचे खतपाणी द्यायचे हा कर्झनचा इरादा होता. फाळणीनंतर कर्झनने काढलेल्या दौऱ्यात त्याने स्पष्ट केले की, मुस्लिमांचे हितसंबंध सुरक्षित राहावेत म्हणून सरकारने ही फाळणी केली आहे. कर्झनच्या या कृत्याने सर्व भारतात संतापाची लाट उसळली. हिंदू-मुस्लीम या दोन समाजात फूट पाडण्यासाठी सरकारने जाणूनबुजून हे पाऊल उचलले आहे अशी जनतेची खात्री झाली.

7. **पुनरुज्जीवनाची चळवळ :** इंग्रजी शिक्षणाच्या प्रसाराने भारतात सांस्कृतिक पुनरुज्जीवनाचीही चळवळ उदयास आलेली होती. या सांस्कृतिक चळवळीचे नेतृत्व स्वामी दयानंद सरस्वती, रामकृष्ण परमहंस, स्वामी विवेकानंद, ॲनी बेझंट, लोकमान्य टिळक इत्यादी व्यक्तींनी केले होते. ब्राह्मो समाज, आर्य समाज, रामकृष्ण मिशन, थिऑसॉफिकल सोसायटी, सर्व्हन्ट्स ऑफ इंडिया सोसायटी इत्यादी संस्थांनी सांस्कृतिक पुनरुज्जीवनाच्या चळवळीस गती आणली होती व देशात एक नवा जोम पैदा केला होता. कला, साहित्य, विज्ञान अशा जीवनाच्या अनेक क्षेत्रांत भारतीय माणसे चमकू लागली होती. उदाहरणार्थ, साहित्याच्या क्षेत्रांत बंकिमचंद्र चॅटर्जी, रवींद्रनाथ टागोर यांसारखे श्रेष्ठ साहित्यिक निर्माण झाले होते. या सर्वांत महत्त्वाची गोष्ट ही की, या सांस्कृतिक पुनरुज्जीवनाच्या चळवळीने भारतीय माणसांना आपल्या पूर्वीच्या संस्कृतीच्या भव्य कामगिरीचे यथार्थ दर्शन होऊन त्यांची अस्मिता जागी झाली. तत्त्वज्ञान व धर्म या क्षेत्रांत प्राचीन हिंदूंनी सर्व जगात श्रेष्ठ कामगिरी केली आहे असे प्रशंसेचे उद्‌गार ॲनी बेझंटसारख्या युरोपियन ज्ञानी मंडळींच्या तोंडून ऐकल्यावर भारतीय लोकांची अस्मिता व स्वाभिमान फुलल्याशिवाय कसा राहील ? सन 1905 च्या सुमारास भारतीय राजकारणात जो जहालवाद उदयास आला होता त्याचा पाया गेल्या पन्नास ते पंच्याहत्तर वर्षांत देशात होऊ घातलेल्या हिंदूंच्या सांस्कृतिक पुनरुज्जीवनाने तयार केला होता.

8. गोऱ्या लोकांची उद्दाम वृत्ती : ब्रिटिश राज्यकर्त्यांच्या आश्रयाने भारतात वावरणारे गोरे लोक हे भारतीय जनतेशी उद्दामपणे वागत असत. ब्रिटिश राजवटीत मुलकी व लष्करी क्षेत्रांत मोठ्या प्रमाणावर गोऱ्या लोकांची भरती होत असे; त्याशिवाय भारतातील चहाचे व कॉफीचे मळे, अनेक उद्योग या गोऱ्यांच्या हाती होते. राज्यकर्ते गोरे (ब्रिटिश) असल्याने या गोऱ्या समाजाची उद्दाम वृत्ती कळसास पोहोचली होती. आपला धर्म व संस्कृती श्रेष्ठ असून हिंदू धर्म व संस्कृती केवळ कनिष्ठच नव्हे तर रानटी आहे, असे या मंडळींचे मत होते. लोकशाही, व्यक्तिस्वातंत्र्य, न्यायालयीन क्षेत्रातील समतेचे तत्त्व इत्यादी आधुनिक मानवी मूल्ये ही भारतीय समाजासाठी नसून ती फक्त युरोपियन समाजासाठीच आहेत असे त्यांना वाटत असे. भारतीय लोकांना मिळणाऱ्या या अपमानास्पद वागणुकीच्या वार्तांनी राष्ट्रवादी विचारसरणीच्या व्यक्तींची मने प्रक्षुब्ध होत होती. ब्रिटिशांच्या वंशश्रेष्ठत्वाच्या अहंकारी भावनेचा डंख भारतीय मनाला सहन होत नव्हता.

9. लाल-बाल-पाल या त्रयींचे नेतृत्व : वर उल्लेखिलेल्या कारणांमुळे भारतात असंतोष निर्माण होऊन जहालवादी विचारसरणीची निर्मिती होत असता, तिचा जोरदार पुरस्कार करून जहालवादी लोकांचे राजकीय क्षेत्रात नेतृत्व करण्याचे कार्य लाला लजपतराय, बाळ गंगाधर टिळक व बिपिनचंद्र पाल या तीन जहाल नेत्यांनी केले. अर्ज-विनंत्या करून राजकीय हक्क मिळू शकणार नाहीत; त्यासाठी मातृभूमीवरील प्रेमाने, निर्भयपणे आणि निःस्वार्थीपणे क्रांतिकारी चळवळी हाती घेतल्या पाहिजेत; त्यासाठी वाटेल तो त्याग सोसण्याची व कष्ट उपसण्याची भारतीय समाजाने तयारी केली पाहिजे ही शिकवणूक या त्रयीने भारतीय समाजाला दिली. या तीन नेत्यांनी राष्ट्रीय सभेला पुढे बंडखोर बनविले. सनदशीर चळवळीच्या अर्ज-विनंत्यांच्या मार्गावरून तिला अधिक गतिमान व क्रांतिकारी पथावर आणले.

14.2 जहालवाद्यांचा कार्यक्रम

ब्रिटिश राज्यकर्ते अर्ज-विनंतीच्या पद्धतीने वठणीवर येणार नाहीत याबद्दल जहालवादी नेत्यांना तिळमात्र शंका नव्हती. राज्यकर्त्यांना वठणीवर आणून त्यांची अन्यायी धोरणे रद्द करण्यास लावण्यासाठी तीव्र आंदोलनाचा मार्ग स्वीकारायचे त्यांनी ठरविले होते. या आंदोलनातील बहिष्कार, स्वदेशी व राष्ट्रीय शिक्षण ही महत्त्वाची साधने होती. बहिष्काराची व्याप्ती बरीच मोठी होती. केवळ परदेशी मालावरच भारतीय लोकांनी बहिष्कार टाकावयाचा नव्हता तर राज्यकारभारातील नोकऱ्यांवर, सरकारी मानसन्मानांवर व पदव्यांवर बहिष्कार टाकावयाचा होता. त्याचबरोबर स्वदेशी मालाचा पुरस्कार करून स्वदेशी उद्योगधंद्यांना प्रोत्साहन द्यायचे होते. सरकारने स्थापन केलेल्या अथवा चालविलेल्या शाळा-कॉलेजांवर विद्यार्थ्यांनी व पालकांनी बहिष्कार टाकावयाचा होता व भारतीय सुधारकांनी नव्या राष्ट्रीय शाळा-कॉलेजेस् स्थापन करावयाची होती. अशा राष्ट्रीय शिक्षणसंस्थांतून विद्यार्थिवर्गाने शिक्षण घ्यायचे होते.

बंगालच्या फाळणीने राष्ट्रवादास इतके उधाण आले की, या तत्त्वत्रयींचा सर्व देशभर स्वीकार केला गेला. ठिकठिकाणी सभा-परिषदा होऊन परदेशी मालांच्या होळ्या होऊ लागल्या. सर्वत्र निषेध, मोर्चे निघू लागले व सरकार दहशतीचा अवलंब करू लागले. तरीही बहिष्काराची चळवळ अपेक्षेहून यशस्वी होऊ लागली. कलकत्त्याचे The Englishman वर्तमानत्र लिहिते, ''न विकल्या गेलेल्या मालांनी कलकत्त्याच्या वखारी गच्च भरलेल्या आहेत हे अगदी सत्य आहे. अनेक मारवाडी संस्था बंद पडल्या आहेत. अनेक युरोपियन व्यापारी कंपन्यांनी आपला व्यापार बंद ठेवला आहे किंवा तो जुजबी प्रमाणावर चालू आहे. ब्रिटिश राज्याच्या शत्रूच्या हाती बहिष्काराच्या स्वरूपात ब्रिटिशांच्या हिताचा नाश करणारे अत्यंत प्रभावी हत्यार आलेले आहे हे खरे.''

आपल्या हक्कांसाठी आपण तीव्र आंदोलने केली पाहिजेत, आपल्या हक्कांसाठी राज्यकर्त्यांकडे आपण भीक मागता कामा नये हे सांगताना लाला लजपतराय आपल्या देशबांधवांना म्हणतात, ''भिक्षेइतका इतर कोणत्याही गोष्टीचा तिरस्कार

ब्रिटिश करीत नाहीत. मला वाटते, भीक मागणाऱ्यांचा तिरस्कारच करावयास हवा. आम्ही भिक्षेकरी नाही, हे ब्रिटिशांना आपण दाखवून दिले पाहिजे.'' तीव्र राजकीय आंदोलनांनी राज्यकर्त्यांकडून राजकीय हक्क हिसकावून घेतले पाहिजेत, असा या विधानाचा सरळ अर्थ होता.

भारतीय जनतेने राष्ट्राची संघशक्ती एकवटून ब्रिटिश राज्यकर्त्यांना वठणीवर आणावे आणि अशा प्रकारे आपल्याविरुद्ध कार्य करणाऱ्या कोणत्याही शक्तीस तीव्र आंदोलनाद्वारे शरण आणता येईल असे बिपिनचंद्र पाल यांनी जाहीर केले होते. लोकमान्य टिळकांनी तर सर्व देशभर दौरा करून जहालवाद्यांचा कार्यक्रम आपल्या देशबांधवांसमोर ठेवून त्यांना तीव्र प्रतिकाराची हाक दिली होती. अर्ज-विनंत्यांचे युग अस्तास गेले असून आता प्रत्यक्ष कृतीचे युग अवतीर्ण झाल्याचे त्यांनी सांगितले.

14.3 बंगालच्या फाळणीची पार्श्वभूमी

बंगाल प्रांत अजगरासारखा अस्ताव्यस्त पसरलेला होता. त्यात बिहार, ओरिसा व छोटा नागपूर हेही प्रदेश समाविष्ट होते. त्याचे क्षेत्रफळ 1 लाख 90 हजार चौरस मैल होते तर त्याची लोकसंख्या सुमारे आठ कोटी इतकी प्रचंड होती. एवढ्या प्रचंड प्रांताचा कारभार कलकत्त्याहून एकट्या लेफ्टनंट गव्हर्नरने करावयाचा म्हणजे मोठे अवघड काम होते. प्रदेशाची व्याप्ती फार मोठी असल्याने राज्यकारभाराच्या अनेक अडचणी वेळोवेळी निर्माण होत आणि अनेक वेळा या प्रांताची फाळणी करावी काय, असा प्रश्न राज्यकर्त्यांच्या गोटात चर्चिला जाई. पण फाळणीचा प्रश्न कोणत्याही गव्हर्नर जनरलने तातडीने हाती घेऊन सोडविण्याचा प्रयत्न केला नाही.

तथापि, लॉर्ड कर्झन हा मोठा तडफदार गव्हर्नर जनरल होता. कार्यक्षमता हा त्याच्या कारभाराचा आत्मा होता. तो लोकांच्या भावनेची कदर करणाऱ्यांपैकी नव्हता. बंगालच्या फाळणीने अनेक दिवस धूळ खात बसलेली योजना मार्गास लागणार होती. राज्यकारभारातील अडचणी दूर होणार होत्या आणि त्याहीपेक्षा महत्त्वाची गोष्ट म्हणजे ब्रिटिश राज्याशी दिवसेंदिवस शत्रुत्व करणाऱ्या सुबुद्ध बंगाली लोकांचे ऐक्य भंग पावणार होते. हा एक राज्यकर्त्यांचा कुटील डाव होता. हा डाव खेळण्याचे लॉर्ड कर्झनने ठरविले.

सन 1903 च्या प्रारंभास बंगालचा लेफ्टनंट गव्हर्नर सर ॲन्ड्र्यू फ्रेझर याने कर्झनच्या आदेशाने फाळणीची योजना तयार केली. कर्झनने सर्वसाधारण अनुमती देऊन ती सरकारच्या प्रसिद्धीपत्रकात प्रसिद्ध केली (डिसेंबर 1930). ही योजना सर्वसाधारणपणे अशी होती :

(1) ओरिसा प्रांताच्या बाहेर ओरिसा भाषिक प्रदेश बंगाल प्रांतास जोडणे.

(2) बंगाल प्रांताच्या पूर्व भागातील चितगाव विभाग, ढाक्का व मैमनसिंग जिल्हे (संपूर्ण बंगाली भाषिक) बंगालपासून तोडून आसाम प्रांतास जोडणे, बंगाल प्रांतातील छोटा नागपूर काढून तो मध्य प्रांतास जोडणे.

ही योजना प्रसिद्ध झाल्याबरोबर सर्व बंगालमध्ये लोकमत प्रक्षुब्ध झाले. बंगाल प्रांतातील राजे, नवाब, जमीनदार, सुशिक्षित, विचारवंत, नेते, सामान्य माणसे अशी सर्व मंडळी बंगालच्या फाळणीच्या विरुद्ध आहेत असे चित्र त्यांच्या सभा-मोर्च्यातून स्पष्ट झाले. राष्ट्रसभेनेही आपल्या सन 1903 च्या अधिवेशनात सरकारचा तीव्र निषेध केला. आसाम प्रांत हा मागासलेला होता. या प्रांतात पूर्व बंगाली प्रदेश घुसडून सुबुद्ध बंगाल्यांवर अन्याय होणार होता. तेथे लोकमत अधिक प्रक्षुब्ध झाले होते. ते शांत करावे म्हणून लॉर्ड कर्झनने सन 1904 च्या प्रारंभात चितगाव, ढाक्का व मैमनसिंग या ठिकाणी दौरे काढून फाळणीची योजना व फायदे विशद करून सांगण्याचा प्रयत्न केला; पण त्यात त्याला

यश लाभले नाही. फाळणीस बंगाली लोकमत केव्हाही अनुकूल होणार नाही हे पाहिल्यावर त्याने लोकमताचा अनुनय करण्याचा विचार सोडून दिला व फाळणीची योजना गुप्तपणे तयार करण्याचे ठरविले. फाळणीबद्दल सरकारी गोटात इतके मौन पाळण्यात आले की त्यामुळे बंगाली लोकांना फाळणीची योजना बारगळली असे वाटू लागले.

14.4 बंगालची फाळणी

बंगालच्या फाळणीची योजना अमलात आणण्याचे लॉर्ड कर्झन याने ठामपणे ठरविले होते; पण त्यासंबंधी अत्यंत गुप्तता राखली गेली होती. दरम्यान लॉर्ड कर्झनने विलायत सरकारशी पत्रव्यवहार करून त्यांची संमती मिळविली होती. मे 1905 मध्ये लंडनच्या स्टँडर्ड या वर्तमानपत्राने फाळणीस विलायत सरकारने मान्यता दिल्याचे प्रथम छापले. त्यावर पार्लमेंटमध्ये प्रश्न विचारल्यावर भारतमंत्र्याने 'Secretary of State for India' ही वार्ता खरी असल्याचे निवेदन केले. भारतात ही वार्ता येऊन धडकताच सर्वत्र संतापाची लाट उसळली. भारत सरकारने ही योजना 7 जुलै, 1905 रोजी सिमल्याहून प्रसिद्ध केली.

सरकारी पत्रकात प्रसिद्ध झालेली बंगालची फाळणी पुढीलप्रमाणे होती :

(1) बंगाल प्रांतापासून चितगाव, ढाक्का, राजेशाही विभाग व माल्डा जिल्हा हे प्रदेश तोडून ते आसाम प्रांतास जोडले जातील. दार्जिलिंग बंगालमध्येच राहील. या नव्या प्रांताचे नाव 'पूर्व बंगाल व आसाम' असे राहील. ढाक्का ही त्याची राजधानी असेल. त्याचा कारभार लेफ्टनंट गव्हर्नर पाहील. या प्रांताचे क्षेत्रफळ 1 लक्ष 6,540 मैल राहील व एकूण लोकसंख्या 3 कोटी 10 लक्ष राहील. त्यापैकी 1 कोटी 80 लक्ष मुस्लीम व 1 कोटी 30 लक्ष भारतीय असतील. या प्रांतास स्वतःचे कायदेमंडळ असेल.

(2) बंगाल प्रांताच्या पश्चिमेकडील काही प्रदेश व छोटा नागपूर भागातील पाच हिंदू संस्थाने बंगालपासून अलग केली जातील आणि संबळपूर व इतर पाच ओरिसा संस्थाने बंगाल प्रांतास जोडण्यात येतील. या प्रांताचे क्षेत्रफळ 1 लक्ष 41,580 चौरस मैल असून त्याची लोकसंख्या 5 कोटी 10 लक्ष राहील. पैकी 4 कोटी 20 लक्ष भारतीय असतील तर 90 लक्ष मुस्लीम असतील.

बंगाल प्रांतापासून निर्माण झालेल्या नव्या पूर्व बंगाल व आसाम प्रांतात मुस्लीम बहुसंख्य होते व बंगाली हिंदू अल्पसंख्य होते. खुद्द बंगाल प्रांतात हिंदूंची संख्या 4 कोटी 20 लाख इतकी असली तरी त्यामध्ये बंगाली हिंदू मात्र 1 कोटी 80 लाख एवढेच होते. बाकीचे बिहार, ओरिसा व छोटा नागपूर या प्रदेशातील भारतीय होते. यावरून स्पष्ट होईल की, बंगालच्या फाळणीने बंगाल प्रांतातील फक्त हिंदू व मुस्लीम यांच्यातील भेदभाव अधिक वाढविला होता असे नाही तर बंगाली हिंदूंच्या ऐक्यासही धक्का दिला होता. कोणत्याच प्रांतात बंगाली हिंदूचे बहुमत होता कामा नये; पण मुस्लिमांना मात्र नव्या बंगाल-आसाम प्रांतात बहुमत मिळावे आणि जेणेकरून हिंदू-मुस्लीम यांच्यातील भावनात्मक दरी रुंदावत जावी असा राज्यकर्त्यांचा कुटील डाव होता. अशा प्रकारे राजकीयदृष्ट्या अतिशय जागृत झालेल्या बंगाली समाजाचे तुकडे करून भारतातील राष्ट्रीय स्वातंत्र्याच्या चळवळीला खीळ घालण्याचा इरादा राज्यकर्त्यांच्या मनात होता. याविषयी इतिहासकारांच्या मनात कोणताही संदेह नव्हता. जे पूर्व बंगाली प्रदेश आसाममध्ये घुसडले होते तेथे राष्ट्रवादी चळवळीने चांगलाच जोर धरलेला होता आणि तेथील जनता जागृत व राज्यकर्त्यांच्या विरुद्ध होती. या पूर्व बंगाल्यांना बाजूला केले तर बंगालमधील सरकारविरोधी चळवळीतील हवा निघून जाईल असे खुद्द लॉर्ड कर्झनला वाटत असल्याचे त्याने नमूद केले आहे.

फाळणीची घोषणा होण्यापूर्वी फेब्रुवारी 1904 मध्ये भारतमंत्र्यास पाठविलेल्या पत्रात लॉर्ड कर्झनने फाळणीच्या हेतूसंबंधीचे आपले विचार स्पष्ट मांडले आहेत. कर्झन म्हणतो, ''बंगाली लोकांना आपण म्हणजे राष्ट्रच आहोत असे वाटते आणि ब्रिटिश गेल्यानंतर आपणच राज्यकर्ते होणार अशा रम्य स्वप्नात ते दंग असतात. तेव्हा हे स्वप्न साकार होण्यास अडथळा आणणाऱ्या कोणत्याही गोष्टीचा हे बंगाली लोक तीव्र प्रतिकार करणार हे उघड आहे. पण आपण जर त्यांच्या आरडाओरडीपुढे नमलो तर पुढे आपणास बंगालचे तुकडे कधीच करता येणार नाहीत अगर बंगालचे क्षेत्रफळही कमी करता येणार नाही आणि त्याचा अर्थ असा होईल की, भारताच्या पूर्व आघाडीवरील एका भयंकर शक्तीस तुम्ही मजबूत करत आहात आणि ही शक्ती तुम्हास भविष्यकाळात त्रासदायक ठरल्याशिवाय राहणार नाही.''

लॉर्ड कर्झनच्या कारकिर्दीतील वरिष्ठ ब्रिटिश अधिकाऱ्यांचेही हेच मत होते. एवढेच नव्हे, तर लॉर्ड कर्झननंतर त्याच्या जागी आलेला गव्हर्नर जनरल लॉर्ड मिंटो यालाही बंगालच्या फाळणीचा राजकीय हेतू पूर्णपणे मान्य होता. पूर्वेकडील बंगाल-आसाम प्रांतांची निर्मिती करून तेथे मुस्लीम लोकसंख्या बहुमतात ठेवून व त्यांना राज्यकारभारात अधिक स्थान देऊन राज्यकर्त्यांना दुहीचे राजकारण करावयाचे होते, हाही हेतू लॉर्ड कर्झनने आपल्या पत्रव्यवहारातून स्पष्ट केला होता.

आपण राज्यकारभाराच्या दृष्टीने बंगाल प्रांताची फाळणी केलेली आहे असे राज्यकर्ते उघडपणे वारंवार सांगत होते. पण बंगाली प्रांतातून बिगर-बंगाली भाषिक प्रांत आजूबाजूच्या प्रांतास जोडून फक्त बंगाली भाषिकांचा एक प्रांत करता येणे राज्यकर्त्यांना अशक्य नव्हते व तसे करणेच राज्यकारभाराच्या दृष्टीने योग्य होते. पण सरकारकडे जेव्हा बंगाली लोकांनी ही योजना सादर केली तेव्हा तिचा साधा विचारही करण्याचे सौजन्य सरकारने दाखविले नाही. यावरून स्पष्ट झाले की, सरकारला भारतातील एका जागृत व एकसंध समाजाची फाळणी करून त्यांच्या ठिकाणच्या राष्ट्रीय चळवळीस आळा घालावयाचा आहे.

14.5 बंगालच्या फाळणीविरुद्धचे आंदोलन

बंगालच्या फाळणीची घोषणा एखाद्या बॉंबगोळ्याप्रमाणे बंगाली लोकांवर कोसळली. बंगाली लोकांची राष्ट्रीय अस्मिता खंडित करून त्यांची अवहेलना करण्याचा सरकारचा डाव बंगाली लोक सहन करणार नव्हते. 'सरकारने ही फाळणीची योजना मागे घेतली नाही तर त्यास एका खंबीर राष्ट्रीय लढ्यास तोंड द्यावे लागेल आणि आम्ही एका न भूतो न भविष्यती अशा आंदोलनाच्या उंबरठ्यावर उभे आहोत' असा इशारा बाबू सुरेंद्रनाथ बॅनर्जी यांनी आपल्या 'The Bangalee' या वृत्तपत्रातून त्याच दिवशी दिला आणि खरोखरच सुरेंद्रनाथांनी म्हटल्याप्रमाणे बंगालमध्ये अभूतपूर्व असा राष्ट्रीय लढा सुरू झाला. शहरांतून व खेड्यापाड्यांतून हजारो निषेध सभा भरल्या जाऊ लागल्या. काही ठिकाणी तर पन्नास हजारांच्या सभा झाल्या. सर्व देशातील भारतीय वृत्तपत्रांनी सरकारवर टीकेची झोड उठविली. सरकारचे हे कृत्य अन्यायी व दडपशाहीचे असल्याचा आवाज सर्वत्र उमटला. सर्व देशभर हे फाळणीविरुद्धचे आंदोलन पसरू लागले.

फाळणीविरोधी आंदोलनात राज्यकर्त्यांना वठणीवर आणण्यासाठी 'बहिष्काराच्या' शस्त्राचा वापर करण्याचे बंगाली लोकांनी ठरविले. ब्रिटिश मालावर बहिष्कार ही कल्पना भारतीय लोकांना नवी नव्हती. अगदी सन 1874-75 मध्ये काही भारतीय नेत्यांनी देशी उद्योगधंद्यांच्या संरक्षणासाठी ती पुरस्कारलेली होती; पण प्रत्यक्षात या कल्पनेची अंमलबजावणी होऊ शकली नव्हती. याचे कारण देशात तेवढी लोकजागृती झाली नव्हती. आता त्यानंतर बराच कालावधी निघून गेला होता व देशातील लोकमत राज्यकर्त्यांविरुद्ध चांगलेच भडकले होते. अशा परिस्थितीत बहिष्काराचे शस्त्र यशस्वी होण्याची शक्यता होती.

फाळणीची घोषणा झाल्यावर लवकरच घडून आलेल्या निषेध सभांतून परदेशी मालावर बहिष्कार टाकण्याचे ठराव पास होऊ लागले होते. परदेशी मालाची होळी करून स्वदेशी मालाचा पुरस्कार करण्यात विद्यार्थी व शिक्षक सर्वांत पुढे होते. 7 ऑगस्ट, 1905 रोजी कलकत्त्याच्या टाऊन हॉलमध्ये प्रचंड निषेध सभा भरली. सर्व थरांतील लोक इतक्या प्रचंड संख्येने आले की, ही सभा तीन ठिकाणी भरवावी लागली. जोपर्यंत बंगालची फाळणी रद्द होत नाही तोपर्यंत 'ब्रिटिश मालावर बहिष्कार' टाकण्याचा व तीव्र आंदोलन चालू ठेवण्याचा ठराव तेथे मंजूर करण्यात आला. या आंदोलनाने सर्व बंगाल पेटला आणि त्याच्या ज्वाला आता बंगालबाहेर इतर प्रांतांतही पसरल्या. देशात सर्वत्र सरकारचा निषेध होऊन 'बहिष्कार' चळवळीस पाठिंबा व्यक्त करण्यात आला. 'वंदेमातरम्' ही बंगालमधील घोषणा आता सर्व भारतीय लोकांची बनली. ब्रिटिश साम्राज्याचा राजपुत्र प्रिन्स ऑफ वेल्स याची भारतभेट होऊ घातली होती. या भेटीवर बहिष्कार टाकण्याचे ठरावही ठिकठिकाणी मंजूर झाले.

वृत्तपत्रे ही जनजागृतीची मोठी साधने होत. या वेळी बंगालमधील व बंगालबाहेरच्या वृत्तपत्रांनी बहिष्कार चळवळीस उचलून धरून तिचा जोरदार प्रचार केला. बंगाली वृत्तपत्र 'हितबंधू' लिहिते, ''आम्हास माहीत आहे की ब्रिटनवर व्यापाऱ्यांचे राज्य आहे. जर बहिष्काराच्या अस्त्राने आपण मँचेस्टरच्या विणकऱ्यांना एकदाच हलवू शकलो तर आपण मोठा चमत्कार घडवू शकतो. आपण फक्त एवढेच करणे आवश्यक आहे की, मँचेस्टरच्या गिरणीत तयार होणारे कापड वापरावयाचे नाही या निर्णयाशी ठामपणे चिकटून राहिले पाहिजे आणि हा निर्णय अमलात आणला पाहिजे. हे असे घडले तर आम्ही बंगाल पुन्हा एक केल्याशिवाय राहणार नाही.'' अशा प्रकारे वर्तमानपत्रे व सभा, परिषदा यातून बंगालच्या फाळणीचा निषेध व बहिष्काराचा पुरस्कार होत असता सर्व बंगालभर मायदेशावरील प्रेमाचे उधाण आले होते. बंकिमचंद्र चॅटर्जी यांच्या 'आनंदमठ' या कादंबरीतील 'वंदेमातरम्' हे गीत आता राष्ट्रगीत बनून विद्यार्थी व तरुण यांच्या ओठांवर ते विराजमान झाले होते. विद्यार्थिवर्गातील उत्साह मोठा होता. सरकारचा निषेध म्हणून बरिसालसारख्या छोट्या शहरातील विद्यार्थी व शिक्षक अनवाणी पायाने शाळेत जाऊ लागले. यावर सरकारी अधिकारी चिडून जाऊन त्यांनी 275 विद्यार्थ्यांना शाळेतून हाकलून दिले. बंगालमधील विद्यार्थिवर्ग मोठ्या संख्येने या चळवळीत उतरला. परदेशी मालाच्या दुकानासमोर निरोधने करावीत, ग्राहकांना विनंती करून परदेशी माल घेण्यापासून परावृत्त करावे, अशा प्रकारे त्यांची चळवळ शांततेने चालत असता सरकारी पोलीस चिडून जाऊन त्यांच्यावर हल्ले करीत. बहिष्काराची चळवळ समाजाच्या खालच्या थरापर्यंत पोहोचली होती. मैमनसिंगमधील चांभारवर्गाने ब्रिटिश बुटाची दुरुस्ती करावयाची नाही असे ठरविले होते तर कालिघाट येथील धोब्यांनी परदेशी कपडे न धुण्याचे ठरविले होते. यावरून बहिष्कार चळवळीने सामान्य माणसेही कशी भारली गेली होती हे दिसून येते. एवढेच कशाला, एका सहा वर्षांच्या बंगाली बालिकेने अत्यंत गंभीर आजारी असतानाही परदेशी औषध घ्यावयास नकार दिला होता.

फाळणीनंतर लॉर्ड कर्झनने पूर्व बंगाल-आसाम प्रांतातील अनेक मुस्लीम नेत्यांना आश्वासने देऊन व मुस्लीम नवाबांना कमी दराने कर्जे देऊन आपलेसे केले होते. असे असले तरी बंगालमधील बराचसा मुस्लीम समाज व त्यांचे नेते फाळणीच्या विरुद्ध होते. 23 सप्टेंबर, 1905 रोजी कलकत्त्यास मुस्लिमांची एक मोठी सभा भरली व तिच्यात फाळणीचा निषेध होऊन बहिष्काराचा पुरस्कार करण्यात आला. एवढेच नव्हे, तर आतापर्यंत बंगाल प्रांतातील जहागीरदार व उच्च वर्गातील लोक राजकारणापासून अलिप्त असत तेही आता फाळणीविरुद्ध चळवळीत सामील होऊ लागले. आंदोलनाला दिवसेंदिवस अधिक धार चढू लागली. मुसळधार पाऊस व वादळाचे थैमान चालू असतानाही दुर्गापूजेच्या वेळी कलकत्त्याच्या कालीमातेच्या मंदिरासमोर पन्नास हजार बंगाल्यांनी जमून परदेशी मालावर बहिष्कार टाकण्याची व मायभूमीची सेवा निःस्वार्थीपणे करण्याची शपथ घेतली (28 सप्टेंबर, 1905).

16 ऑक्टोबर, 1905 रोजी बंगाल प्रांताची फाळणी अमलात आली. या दिवशी सर्व बंगाली लोकांनी बाहेर पडून एकमेकांस राखी बांधावी ही कल्पना गुरुदेव रवींद्रनाथ टागोर यांनी मांडली होती. याप्रसंगी टागोरांनी काही काव्यरचनाही केलेली होती. आम्ही सर्व बंधू-बंधू असून जगातील कोणतीही शक्ती आमचे ऐक्य दुभंगू शकणार नाही, असा या राखीबंधनाचा प्रतीकात्मक अर्थ लावला गेला. त्या दिवशी सर्व कलकत्ता बंद राहिले. सर्व शहरवासीयांनी बाहेर पडून गंगास्नान केले व एकमेकांस राखी बांधली. शहरभर निषेध-मोर्चे होऊन दुपारी सर्क्युलर रोडवर पन्नास हजारांची सभा भरून सरकारचा निषेध केला गेला. दोन्ही बंगालमधील बंगाली लोकांच्या ऐक्याचे प्रतीक म्हणून 'फेडरेशन हॉल' या भव्य इमारतीचा पायाभरणी समारंभही साजरा झाला. तसेच बंगालची फाळणी रद्द करण्यासाठी प्राणपणाने लढण्याचाही ठराव मंजूर करण्यात आला. या वेळी सत्तर हजार रुपयांची वर्गणी गोळा करण्यात येऊन ती 'स्वदेशी' चळवळीस अर्पण करण्यात आली.

16 ऑक्टोबर, 1905 रोजी पूर्व बंगाल व आसाम हा नवा प्रांत निर्माण होऊन त्यावर सर फुलर यांची लेफ्टनंट गव्हर्नर म्हणून नियुक्ती झाली. तथापि, बंगाली लोकांनी आपले आंदोलन थांबविले नाही. सुरेंद्रनाथ बॅनर्जी व बिपिनचंद्र पाल यांसारख्या थोर नेत्यांनी पूर्व बंगालमध्ये दौरे काढून बहिष्कार व स्वदेशी यांचा प्रसारसभांतून प्रचार करण्यास सुरुवात केली. त्याचे देशभर पडसाद उमटले. आता इतर प्रांतांतही बहिष्कार व स्वदेशी यांचा पुरस्कार केला जाऊ लागला. सन 1905 च्या राष्ट्रसभेच्या अधिवेशनात बहिष्कार व स्वदेशी या दोन साधनांचा राष्ट्रीय पातळीवर स्वीकार करण्यात आला. नामदार गोपाळ कृष्ण गोखले यांनी ब्रिटनला जाऊन फाळणी रद्द व्हावी म्हणून विलायत सरकारची मनधरणी केली, पण ती निष्फळ झाली. शेवटी ना. गोपाळ कृष्ण गोखल्यांसारख्या मवाळवादी नेत्यासही उद्‌गार काढावे लागले, ''तरुण पिढी आम्हांस विचारू लागली आहे की, बंगालच्या फाळणीसारखे फल आमच्या पदरात पडणार असेल तर सनदशीर राजकारणाचा आम्हांस काय उपयोग ?''

▣ राज्यकर्त्यांची दडपशाहीची कृत्ये

फाळणीविरोधी आंदोलन जसजसे तीव्र होऊ लागले तसतशी राज्यकर्त्यांची दडपशाही वाढू लागली. या आंदोलनात बंगालमधील विद्यार्थिवर्ग व शिक्षक मोठ्या प्रमाणात उतरले होते. फाळणीविरोधी चळवळीतील स्वयंसेवक म्हणून हजारो विद्यार्थी काम करत होते. परदेशी माल विकणाऱ्या दुकानांवर निरोधने करणे, स्वदेशी मालाचा प्रचार करणे, परदेशी माल विकत घेऊन बहिष्काराचे प्रतीक म्हणून त्याची होळी करणे यांसारख्या गोष्टीत विद्यार्थिवर्ग पुढे होता. पण सरकारला ही न आवडणारी गोष्ट असल्यामुळे अनेक ठिकाणी विद्यार्थ्यांवर साध्या-साध्या कृत्यासाठी बेछूट लाठीहल्ला केला जाई अथवा खटले भरून साध्या गुन्ह्याबद्दल जबर शिक्षा ठोठावली जाई. एका बंगाली तरुणाने एक शेरभर परकीय साखर नष्ट केल्याबद्दल त्यास भारी दंडासह चार महिन्यांची सक्तमजुरीची शिक्षा ठोठावण्यात आली होती.

शाळा व महाविद्यालयांच्या चालकांना व प्रमुखांना त्यांनी विद्यार्थ्यांना या चळवळीपासून परावृत्त करावे अन्यथा त्यांची ग्रँट तोडली जाईल अशी धमकीची परिपत्रके पाठविली होती. एवढेच नव्हे, तर 'वंदेमातरम्' हे शब्दही उच्चारणे म्हणजे राजकीय गुन्हा होय असे पत्रक लेफ्टनंट गव्हर्नर फुलरसाहेबांनी काढले होते व त्याची अंमलबजावणी सरकारी पोलीस कसोशीने करत होते. फुलरसाहेब तर सत्तेच्या मदाने उन्मत्त झाला होता. आपल्या कारभारात त्याने मुस्लिमांचा पक्ष उघडपणे उचलून धरला होता. मुस्लीम व हिंदू या आपल्या दोन बायका; पैकी मुस्लीम ही आवडती व हिंदू ही नावडती, हा राज्यकर्त्यांस न शोभणारा त्याचा विनोद त्या काळात खूप गाजला. हिंदूंना लुटावे, त्यांच्या बायका पळवाव्यात आणि असले गुन्हे केले तरी सरकार आपल्या पाठीशी राहील अशी भावना बंगाली मुस्लिमांत निर्माण झाली होती आणि त्यास

सरकारच जबाबदार होते. अनेक वेळा गंभीर गुन्हे केलेल्या मुस्लिमांबाबत न्यायालयात पक्षपात केला जाऊन त्यांना मामुली शिक्षा होत असे. पूर्व बंगालच्या राज्यकारभारात अनेक वरच्या जागा मुस्लिमांसाठी राखून ठेवण्यात येऊ लागल्या. ढाक्क्याच्या नवाबास एक लाख पौंडाचे कर्ज देऊन त्याचे मन फाळणीस अनुकूल केले गेले. या सर्व कृत्यांतून राज्यकर्त्यांना दाखवून द्यायचे होते की, फाळणीमुळे मुस्लिमांचा मोठा फायदा झाला आहे व ही फाळणी रद्द झाल्यास या फायद्यांना ते मुकणार आहेत. राज्यकर्त्यांचा आशीर्वाद पाठीशी असल्यामुळे येथून पुढे बंगालमध्ये हिंदू व मुस्लीम यांच्यात जातीय तेढ वाढत गेली व परिणामी अनेक वेळा जातीय दंगली होऊन शेकडो निरपराध हिंदूंना प्राणास मुकावे लागले.

भारतातील राज्यकर्ते फाळणीविरुद्धचे आंदोलन मोडून काढण्यासाठी सर्व प्रकारची साधने वापरत असले आणि हे आंदोलन मोडून काढण्याचा निश्चय दृढ असला तरी ही फाळणी बंगाली लोकांच्या माथ्यावर मारण्यात आपली चूक झाली असे आता खुद्द विलायतेमधील (ब्रिटनमधील) मुत्सद्द्यांना वाटू लागले होते. खुद्द भारतमंत्री मोर्ले यांनी 1906 सालीच कबूल केले की, फाळणी लोकांच्या इच्छेच्या विरुद्ध झाली व फाळणीमुळे त्यांच्यावर फार मोठा अन्याय झाला आहे. मोर्लेसाहेबांच्या मनाचे जे परिवर्तन झाले ते बंगाली लोकांच्या उग्र आंदोलनामुळेच हे लक्षात घेतले पाहिजे. विलायतेमधील मुत्सद्द्यांना आता आपल्या चुकीमुळे भारतात राष्ट्रवादास खीळ बसण्याऐवजी त्यास उधाण आल्याचे पाहावे लागले. पण त्यांनी ही चूक चटकन सुधारणे म्हणजे राज्यकर्त्यांचा कमकुवतपणा ठरेल अशी भीती त्यांना वाटत राहिली. शेवटी ही फाळणी रद्द करण्याचा त्यांना निर्णय घ्यावा लागला. 12 डिसेंबर, 1911 रोजी दिल्ली येथे भव्य दरबार भरवून ब्रिटिश सम्राट पंचम जॉर्ज यांनी बंगालची फाळणी रद्द केल्याची घोषणा केली. भारतीय राष्ट्रवादी चळवळीचा हा पहिला मोठा विजय होता.

◉◉◉

15

सशस्त्र क्रांतिकारकांच्या चळवळी

15.1 सशस्त्र क्रांतिकारी चळवळीची पार्श्वभूमी

15.2 भारतीय क्रांतिकारकांचे परदेशातील कार्य

15.3 सशस्त्र क्रांतिकारी चळवळीच्या कार्याचे परीक्षण

15.4 सशस्त्र क्रांतिकारी चळवळीच्या अपयशाची कारणे

एकोणिसाव्या शतकाच्या शेवटी भारतीय राजकारणात नैराश्य निर्माण झाले होते. राष्ट्रसभेची स्थापना होऊन पंधरा-सोळा वर्षे झाली तरी भारतीय जनतेच्या हाती फारशा भरीव राजकीय सुधारणा पडल्या नव्हत्या. राष्ट्रसभेच्या दरवर्षीच्या अधिवेशनात भारतीय जनतेची गाऱ्हाणी मांडली जात व निरनिराळ्या मागण्यांचे ठराव मंजूर होऊन सरकारकडे पाठविले जात. तथापि, सरकार या ठरावांची दखल घ्यायची टाळाटाळ करत होते. सरकारी दृष्टिकोनातून राष्ट्रसभा म्हणजे राज्यकर्त्यांविरुद्ध असंतोष निर्माण करणारी मूठभर सुशिक्षितांची संघटना होती. असे असून राष्ट्रसभेच्या प्रमुख नेत्यांनी सनदशीर राजकारणाचा त्याग केला नाही अथवा राज्यकर्त्यांच्या न्यायीपणावरील त्यांचा विश्वास पूर्ण नष्ट झाला नाही. परंतु राष्ट्रसभेतील मवाळांचे हे धोरण व राज्यकर्त्यांची निष्क्रिय भूमिका यांची प्रतिक्रिया तरुण पिढीवर निर्माण झाल्याशिवाय राहिली नाही. खुद्द राष्ट्रसभेत लो. टिळक, बिपिनचंद्र पाल व लाला लजपतराय यांच्या नेतृत्वाखाली जहाल राष्ट्रवादी गट उदयास आला; त्यासंबंधीचे विवेचन मागच्या प्रकरणात केले आहे. प्रस्तुत ठिकाणी दुसऱ्या प्रतिक्रियेची म्हणजे सशस्त्र क्रांतिकारी चळवळीची आपण ओळख करून घेणार आहोत. दहशतवाद्यांच्या चळवळीस क्रांतिकारी चळवळ असेही नाव आहे.

15.1 सशस्त्र क्रांतिकारी चळवळीची पार्श्वभूमी

ब्रिटिश संस्कृतीच्या स्पर्शाने भारतीय समाजात जागृती होऊ लागली व तिचा एक प्रत्यक्ष परिणाम म्हणजे भारतीय नेते भारताच्या राज्यकारभारात स्थान मागू लागले. तसेच ब्रिटिश जुलमी कायद्यांचे निवारण व्हावे म्हणून प्रयत्न करू लागले. याच प्रयत्नातून राष्ट्रीय सभेची स्थापना सन 1885 मध्ये झाली. सुरेंद्रनाथ बॅनर्जी, पं. मालवीय, ना. गोखले, दादाभाई नौरोजी यांनी त्यासाठी सनदशीर अर्ज-विनंत्यांचा मार्ग स्वीकारला. तथापि, राष्ट्रीय सभेमधील तरुणवर्गाला लवकरच कळून चुकले की, अर्ज-विनंत्यांनी हे जुलमी ब्रिटिश सरकार जागे होत नाही, तेव्हा त्यांनी जहाल तत्त्वज्ञानाचा पुरस्कार करून भारतीय समाजात अधिक जलद गतीने जागृती घडवून आणण्याचे प्रयत्न चालविले. या जहाल गटाचे नेतृत्व लो. टिळक, लाला लजपतराय व बिपिनचंद्र पाल यांनी स्वीकारले होते. लो. टिळकांनी वैदिक संस्कृतीचे पुनरुज्जीवन करून तिचा अभिमान धरावयास भारतीय जनतेला सांगितले. गणेशोत्सव व शिवजयंती उत्सव महाराष्ट्रात सुरू करून त्याद्वारे समाजात जागृती करण्याचे सत्र चालविले. शिवाजी महाराज ही स्वातंत्र्याची प्रेरणा होती. त्यांनी जर मुघल साम्राज्यवादाशी टक्कर देऊन स्वराज्य मिळविले तर आपणास ते का शक्य होणार नाही, स्वराज्य हा मानवाचा जन्मसिद्ध हक्क आहे हे टिळकांचे तत्त्वज्ञान, क्रांतिकारी विचार महाराष्ट्रात पसरवू लागले. सरकारी धोरणापुढे राष्ट्रीय सभेच्या मवाळ वृत्तीचा उघड-उघड पराभव होत होता. भारतीय जनतेच्या साध्या-साध्या मागण्याही मान्य न होता 'बंगालच्या फाळणी'सारखे आणि 'विद्यापीठ कायद्या'सारखे कायदे करून सरकार आपल्या कट्टर साम्राज्यवादी वृत्तीचे प्रदर्शन करीत होते. दुष्काळाने व प्लेगने लाखो लोक मृत्युमुखी पडत असता सरकार आपल्या वैभवाचा व मगरूरीचा बाजार भरवित होते. अशा मगरूर, जुलमी व अन्यायी सरकारची मस्ती अर्ज-विनंत्या किंवा इतर शांततामय चळवळींनी नष्ट कशी होणार ? अन्यायी सरकारचे हृदयपरिवर्तन विनंत्यांनी व निदर्शनांनी कसे होणार ? असे प्रश्नांचे काहूर अनेक भारतीय तरुणांच्या मनात एकोणिसाव्या शतकाच्या उत्तरार्धापासून म्हणजे सन 1857 च्या उद्रेक शमल्यापासून सुरू झाले होते.

हे तरुण राष्ट्रवादी होते; नव्हे तर कट्टर राष्ट्रवादी होते. गुलामगिरीपेक्षा त्यांना मरण प्रिय होते. मातृभूमीच्या विमोचनासाठी दहशतवाद आणि क्रांतिकारी साधने यांची मदत घेतल्याशिवाय तरणोपाय नाही असे त्यांना वाटत होते. जुलमी राज्यकर्त्यांची हिंसा करणे पाप नसून ते मातृभूमीच्या स्वातंत्र्यासाठी तिच्या पुत्राने केलेले एक पवित्र कर्तव्य होय अशी त्यांची श्रद्धा होती. समाजात अस्थिरता अगर गोंधळ निर्माण करणे हा त्यांचा उद्देश नव्हता तर ब्रिटिश नोकरशाहीच्या मनात दहशत व वचक निर्माण व्हावा, भारतीय समाजावर अन्याय करीत असता त्यांना दोनदा विचार करण्यास लावावे आणि भारतीय समाजात ब्रिटिशांविषयी किती असंतोष निर्माण झालेला आहे याची जाणीव राज्यकर्त्यांना व सर्व जगाला व्हावी हेच त्यांचे उद्देश होते.

या क्रांतिकारकांना समाजात राजकीय व आर्थिक क्रांती करावयाची होती. राजकीय स्वातंत्र्य आणि आर्थिक समता ही त्यांची उदात्त ध्येये होती. ब्रिटिश त्यांना 'चोर, दरोडेखोर आणि खुनी' म्हणून संबोधत; तथापि, सर्व भारतीय जनतेच्या अभिमानाची ती स्थाने होती. क्रांतिकारकांचे जीवन म्हणजे प्रत्यक्ष मृत्यूशी खेळ होता. गुप्त संघटना उभारणे, शस्त्रास्त्रे तयार करणे, त्यांचे शिक्षण देणे, परदेशात जाऊन शस्त्रांची आयात करणे, लष्करात व समाजात आपल्या लिखाणाने व प्रचाराने असंतोष निर्माण करणे, सरकारी ऑफिसेस् - तिजोऱ्या - रेल्वे इत्यादींवर हल्ले चढविणे, जुलमी ब्रिटिश अधिकाऱ्यांचे खून करणे; या गोष्टी करणे म्हणजे प्रत्यक्ष मृत्यूशीच सामना होता. या गोष्टी करीत असता परिणामांचीही त्यांना जाणीव असे. ब्रिटिशांकडून पकडले गेले असता ते हसतमुखाने फासावर चढत आणि 'पुन्हा एकदा भारतात जन्म यावा व मातृभूमीसाठी जीवन समर्पण करण्याची संधी मिळावी' ही प्रार्थना त्यांच्या ओठावर असे. भारताच्या इतिहासात अशा ज्या क्रांतिकारी चळवळी झाल्या त्यांचे व क्रांतिकारकांचे कार्य थोडक्यात पाहू.

भारतातील क्रांतिकारकांच्या सशस्त्र क्रांतिकारी चळवळीस 1905 सालानंतरच खरा जोर उत्पन्न झाला असला तरी तत्पूर्वी सशस्त्र क्रांतिकारी चळवळी झाल्या नाहीतच असे नाही. एकोणिसाव्या शतकाच्या कालखंडात पंजाबमध्ये नामधारी शिखांची चळवळ आणि महाराष्ट्रातील आद्य क्रांतिकारक उमाजी नाइकांचे व वासुदेव बळवंतांचे उठाव त्यापैकीच होते.

▣ गुरू रामसिंगाची कुका चळवळ

रणजितसिंहाने स्थापन केलेले पंजाबचे राज्य 1849 साली ब्रिटिशांनी आपल्या साम्राज्यात विलीन करून टाकले. गुलामगिरीचे पाश स्वातंत्र्यप्रिय पंजाबी प्रजेच्या गळ्याभोवती आवळू लागले. गुरू रामसिंग या शूर पंजाबी पुरुषाने ब्रिटिशांना आव्हान देणारी 'नामधारी शीख चळवळ' ऊर्फ 'कुका चळवळ' उभारली. चळवळीचे स्वरूप धर्म व समाज यांची सुधारणा असे जरी प्रारंभी असले तरी लवकरच तिचा ब्रिटिश राज्यकर्त्यांशी सामना सुरू झाला. स्वदेशीचा पुरस्कार, पंचायत पद्धतीचे पुनरुज्जीवन, स्वदेशी टपालव्यवस्था व न्यायदान पद्धती इत्यादी साधनांनी गुरू रामसिंग यांनी पंजाबमध्ये जवळजवळ प्रतिसरकारच निर्माण केले होते. त्यांनी पंजाबची विभागणी 21 प्रांतांत करून प्रत्येक प्रांतावर एक अधिकारी नेमला होता आणि आपली स्वतंत्र कारभार-यंत्रणा उभी केली होती. ब्रिटिश राज्यकर्त्यांच्या विरुद्ध द्वेष फैलावण्याचे काम ही यंत्रणा करीत असे.

गो-वधास विरोध करणे हे कुकांच्या अनेक ध्येयांपैकी एक ध्येय होते. सरकारने गो-वधास परवानगी देताच कुका व सरकार यांच्यात सशस्त्र संघर्ष सुरू झाला (1869 - 1872). सरकार संधीची वाटच पाहत होते. गो-वध करणाऱ्या कसाबांना निपटून काढणाऱ्या कुकांविरुद्ध ब्रिटिशांनी प्रसंगी सैन्य पाठवून त्यांना नष्ट करण्याचा प्रयत्न केला. अनेक कुकांना पकडून तोफांच्या तोंडी देण्यात आले. त्यातून दहा-बारा वर्षांची मुलेही सुटली नाहीत. या शूर पंजाबी बालकांनी ब्रिटिशांची क्षमायाचना करून जीव वाचविण्यापेक्षा तोफेच्या तोंडी जाणे स्वीकारले. त्यांच्या हौतात्म्यानेच पंजाबमधील स्वातंत्र्याची चळवळ अधिक प्रदीप्त झाली. दहशतीने ही चळवळ दडपून टाकण्याचा सरकारचा इरादा होता. 1878 साली कुकांनी झारशी संगनमत केलेले आहे, असा त्यांच्यावरील आरोप ब्रिटिशांनी जाहीर केला. गुरू रामसिंग यांना कैद करून ब्रह्मदेशात ठेवण्यात आले. तेथे ते 1885 साली मृत्यू पावले. राजकीय स्वातंत्र्य असणे हा धर्माचा एक अविभाज्य भाग आहे असे गुरू रामसिंग मानत होते. गांधींच्या पूर्वी अर्धशतक 'सरकारशी असहकार' हे हत्यार त्यांनी वापरात आणले होते, अशा शब्दात पहिले राष्ट्रपती डॉ. राजेंद्रप्रसाद यांनी गुरू रामसिंग यांचा गौरव केलेला आहे. भारताला स्वातंत्र्य मिळेपर्यंत गुरू रामसिंगांच्या अनुयायांनी ब्रिटिश राज्यकर्त्यांशी पूर्ण असहकार पुकारला होता. ते राज्यकर्त्यांच्या कृपेसाठी लाचार झाले नाहीत अथवा त्यांच्या मानसन्मानांचाही त्यांनी स्वीकार केला नाही.

▣ उमाजी नाईक व वासुदेव बळवंत यांचे उठाव

एकोणिसाव्या शतकात महाराष्ट्राच्या भूमीवर आद्य क्रांतिकारक उमाजी नाईक व वासुदेव बळवंत फडके यांनी ब्रिटिशांच्या जुलमी राजवटीच्या विरोधात मोठे उठाव केले. उमाजींनी पुणे-साताऱ्याच्या डोंगराळ प्रदेशात रामोशांची संघटना करून आपले 'राज्यच' स्थापन केले होते. लोकांनी ब्रिटिशांचे हुकूम मानू नयेत म्हणून जाहीरनामेही काढले होते. शेवटी उमाजी विश्वासघाताने पकडले जाऊन त्यास फाशी दिले गेले.

पण उमाजींचे बलिदान व्यर्थ गेले नाही. त्यातून प्रेरणा घेऊन पुण्याच्या वासुदेव बळवंत फडके यांनी ब्रिटिश सत्तेस आव्हान देणारा उठाव केला; पण तोही अयशस्वी झाला. उमाजींप्रमाणे वासुदेव बळवंत फितुरीने पकडले गेले. त्यांनी आमरण तुरुंगवास भोगला. या दोन्ही क्रांतिकारकांच्या कामगिरीचा सविस्तर वृत्तान्त आपण प्रकरण क्र. 12 मध्ये पाहिलेलाच आहे.

◼ दामोदर चाफेकर – रॅन्डचा खून

ब्रिटिश जुलमाला आव्हान देणारा वर्ग भारतीय तरुणांत तयार होत होता. मगरूर ब्रिटिश बंदुकीच्या गोळ्यांशिवाय वठणीवर येणार नाहीत या भावनेने पुण्याच्या दामोदर चाफेकर या तरुणाने जुलमी प्लेग कमिशनर रॅन्ड याचा खून केला. ज्या दिवशी खून झाला तो दिवस भारतात व्हिक्टोरिया राणीचा हीरक महोत्सवाचा दिवस म्हणून मोठ्या दिमाखाने साजरा केला गेला होता (17 फेब्रुवारी, 1897). रॅन्डसाहेबाने आपल्या हाती असलेल्या अधिकाराचा गैरवापर करून पुण्यातील नागरिकांवर अत्याचार सुरू केले होते. प्लेग प्रतिबंधाच्या नावाखाली लोकांमध्ये दहशत निर्माण करण्याचा त्याचा प्रयत्न होता. या दहशत निर्माण करणाऱ्या क्रूर अधिकाऱ्याच्या कृत्यांचा बदला दामोदर चाफेकरने घेतला. समारंभाहून घोडागाडीने परत येत असता रॅन्डवर गोळी चालविण्यात आली. दामोदर व त्याचे सहकारी यांना पुढे फासावर चढविले. प्लेगच्या साथीत ब्रिटिश उर्मटपणे वागले, त्याचा बदला चाफेकर बंधूंनी घेतला होता.

दामोदर चाफेकर सर्व महाराष्ट्रभर कीर्तन करीत फिरत. कीर्तनातून ते प्रखर राष्ट्रवादी तत्त्वज्ञान पसरवित. ''केवळ शिवाजीराजांचे नाव घेऊन चालणार नाही तर आपण त्यांचे कृतीत अनुकरण केले पाहिजे. आता वेळ आली आहे तर हत्यारे तयार करून ब्रिटिशांवर घसरले पाहिजे. साम्राज्यवादी ब्रिटिशांच्या रक्ताने प्रथम पृथ्वी माखून काढा व नंतर मृत्यूला सामोरे जा.

◼ स्वा. वि. दा. सावरकर

चाफेकर फाशी गेले, त्यावेळी सावरकर अगदी कोवळ्या वयाचे होते. भारतवासीयांवरील जुलमाचा प्रतिकार चाफेकरांनी जुलमी रॅन्डचा खून करून केला व देशाच्या स्वातंत्र्यासाठी हसतमुखाने ते फासावर गेले. या घटनेचा सावरकरांच्या संवेदनक्षम मनावर विलक्षण प्रभाव पडला होता. 'मातृभूमीच्या स्वातंत्र्यासाठी सशस्त्र क्रांती करून अखेरच्या क्षणापर्यंत मी शत्रूशी लढत राहीन' अशी त्यांनी आपल्या कुलदेवतेसमोर शपथच घेतली होती. लो. टिळकांच्या जहाल तत्त्वज्ञानाचाही त्यांच्या क्रांतिकारी विचारसरणीवर प्रभाव पडला होता. सन 1900 मध्ये त्यांनी क्रांतिकारकांची 'मित्रमेळा' नावाची संस्था काढली होती. पुढे तिचेच रूपांतर सन 1904 मध्ये 'अभिनव भारत' या संस्थेत झाले.

स्वातंत्र्यासाठी सर्वस्वाचा होम करणारी शपथ 'अभिनव भारत'च्या सभासदांना – क्रांतिकारकांना घ्यावी लागत असे. महाराष्ट्रातील तरुणांमध्ये एक नवा क्रांतीचा स्फुल्लिंग सावरकरांनी फुलविला. गुप्त पत्रके, सभा व प्रचार यांनी अनेकांना त्यांनी क्रांतिभावनेने भारून टाकले. सन 1905 च्या बंगालच्या फाळणीच्या वणव्यात लो. टिळकांच्या प्रभावाखाली सावरकरांनी अनेक ठिकाणी परदेशी मालाच्या होळ्या केल्या. त्यांनी स्वदेशीचा पुरस्कार केला. लवकरच त्यांना ब्रिटनमध्ये क्रांतीचे कार्य करणारे श्यामजी कृष्ण वर्मा यांची 'Shivaji Scholarship' मिळून ते कायद्याचा अभ्यास करण्यासाठी ब्रिटनला गेले. परंतु ब्रिटनमधील भारतीय तरुणांच्या मनात क्रांतीचे बीजारोपण करूनच मी भारतात परतेन असे आश्वासन त्यांनी आपल्या सहकाऱ्यांना ब्रिटनला जाताना दिले. ब्रिटनमध्ये पोहोचल्यावर श्यामजी वर्मांचे प्रेम व साहाय्य त्यांना मिळाले. श्यामजी वर्मांनी स्थापन केलेले 'इंडिया हाउस' म्हणजे तरुण क्रांतिकारकांचे एक प्रमुख केंद्र बनले. अनेक भारतीय तरुणांना सावरकरांनी क्रांतीसाठी आपलेसे केले. पंजाबी तरुण लाला हरदयाल हे त्यांपैकी एक होत. लवकरच सुप्रसिद्ध इटालियन स्वातंत्र्यवीर जोसेफ मॅझिनी याच्या जीवनावरील सावरकरांचे पुस्तक भारतात प्रकाशित झाले. क्रांतीच्या विचाराने भारावून गेलेल्या सुशिक्षित लोकांच्या उड्या या पुस्तकावर पडल्या (1906).

सन 1907 मध्ये ब्रिटिश सरकारने 1857 साली मिळालेल्या विजयाचा महोत्सव साजरा करण्याचे ठरविले. त्याला उत्तर म्हणून सावरकरांनी 8 मे, 1908 रोजी इंडिया हाउसमध्ये 'भारताच्या स्वातंत्र्याचे पहिले युद्ध' म्हणून या घटनेचा महोत्सव साजरा केला. '1857 चे स्वातंत्र्यसमर' हा ग्रंथ लिहिला आणि भारतीय लोकांनी दिलेला हा लढा 'शिपायांचे बंड' नसून तो 'स्वातंत्र्यलढा' होता असे प्रतिपादले.

'अभिनव भारत'चे कार्य सावरकर ब्रिटनमध्ये गेले तरी चालूच होते. ब्रिटिश सरकारविरुद्ध लोकांत जहरी असंतोष निर्माण करून त्यांच्यात स्वातंत्र्याभिमान जागृत करण्याचे हे कार्य होते. सावरकरांचे बंधू गणेश सावरकरांनी ब्रिटिशद्वेषाच्या व स्वातंत्र्यप्रेमाच्या काही कविता प्रसिद्ध केल्याबद्दल त्यांना नाशिकच्या जॅक्सन या कलेक्टरांकडून जन्मठेपेची शिक्षा झाली. ब्रिटनमध्ये इंडिया हाउसवर पाळत ठेवून असलेला सर विल्यम कर्झन विली हाही ब्रिटिश अधिकारी या शिक्षा करण्याच्या प्रकारापाठीमागे होता. अशा प्रकारे कडक शिक्षा केल्यास दहशत निर्माण होईल असे त्यांना वाटत होते. तथापि, त्याचा परिणाम उलटा झाला. 'अभिनव भारत' व 'इंडिया हाउस' येथील क्रांतिकारकांनी या अन्यायाचा सूड घेण्याचे ठरविले. जुलमी ब्रिटिश अधिकाऱ्यांचे वध करण्यासाठी इंडिया हाउसकडून भारतात गुप्तपणे पिस्तूल व बाँब तयार करण्याचे तंत्रज्ञान धाडण्यात आले होते. खुद्द इंडिया हाउसमध्ये पिस्तूल चालविण्याचे व बाँब तयार करण्याचे ट्रेनिंग क्रांतिकारकांना देण्यात येत असे. लवकरच 'इंडिया हाउस' मधील तरुण क्रांतिकारक मदनलाल धिंग्रा यांनी जुलै 1902 मध्ये कर्झन विलीला गोळी घालून ठार केले; तर इकडे नाशिकमध्ये अनंत कान्हेरे या तरुणाने जॅक्सनला ठार केले (डिसेंबर, 1909). क्रांतिकारकांची चळवळ दडपून टाकणाऱ्या जुलमी अधिकाऱ्यांचा असा सूड घेतला गेला.

फासावर जाण्यापूर्वी कोर्टापुढील जबानीत मदनलाल धिंग्रा म्हणतात, ''मला वाटते की, जे राष्ट्र गुलामगिरीत असते ते नेहमीच युद्धमान स्थितीत असते. मला बंदूक मिळाली नाही आणि म्हणून मला पिस्तुलाचा वापर करावा लागला. माझ्यासारख्या किरकोळ शरीरयष्टीच्या व मंदबुद्धीच्या भारतमातेच्या पुत्राजवळ आपल्या रक्ताशिवाय आपल्या मातेस देण्यास अन्य काय असणार ? परमेश्वराजवळ एवढीच प्रार्थना की, मला परत माझ्या मातृभूमीत जन्म मिळू दे आणि मातृभूमीच्या स्वातंत्र्यासाठी परत फासावर जाण्याची संधी मिळू दे.''

स्वदेशाबद्दल किती हा प्रखर अभिमान ! ही तरुण मंडळी देशाच्या स्वातंत्र्यासाठी केवळ हा जन्मच नव्हे तर पुढचेही जन्म खपण्यास तयार होती. मदनलाल धिंग्रा व अनंत कान्हेरे यांना फासावर लटकविण्यात आले. अभिनव भारतच्या आणखी तीन सदस्यांना फाशीची शिक्षा दिली. इतर चौतीस जणांना वेगवेगळ्या प्रकारच्या शिक्षा झाल्या. अभिनव भारतमध्ये एक संस्थाद्रोही व देशद्रोही सभासद निघाल्यामुळे क्रांतिकारकांचे हे नेते पकडले गेले.

सावरकर या वेळी पॅरिसमध्ये होते. आपल्या सहकाऱ्यांना कठोर शिक्षा झाल्या असता आपण स्वस्थ बसणे त्यांच्या क्रांतिकारी मनाला मानवेना. ब्रिटनला परतून तेथे क्रांतिकारी हालचाली करण्याचे त्यांनी ठरविले. तथापि, ब्रिटनध्ये येताच त्यांना विलायत सरकारने कैद केले. जॅक्सनच्या खुनाचा आरोप त्यांच्यावर ठेवण्यात आला. त्यांच्यावर खटला चालविण्यासाठी त्यांना भारतात आणण्यात आले. मार्गात त्यांनी बोटीवरून उडी मारून सुटून जाण्याचा विलक्षण धाडसी प्रयोग केला. तथापि तो फसला. नाशिकमध्ये सेशन कोर्टासमोर सावरकरांचा खटला चालला. 22 मार्च, 1911 रोजी त्यांना पन्नास वर्षांची सजा फर्माविण्यात आली. यावेळी त्यांचे वय फक्त 28 वर्षांचे होते. त्यांची शिक्षा ऐकताच त्यांचा जेलर उद्‌गारला, "Oh God ! Fifty years". यावर सावरकरांनी शांतपणे उत्तर दिले, "Why worry ! Fifty years. Is the British rule going to survive these fifty years !" सावरकरांची रवानगी अंदमान तुरुंगात करण्यात आली. 1924 साली त्यांना भारतात आणून रत्नागिरीच्या तुरुंगात डांबण्यात आले. पुढे 1937 साली प्रांतात काँग्रेस सरकार सत्तेवर आल्यावर त्यांची सुटका करण्यात आली.

मातृभूमीवर अनन्यसाधारण प्रेम व स्वातंत्र्याविषयी भक्ती बाळगणारे सावरकर क्रांतिकारकांच्या इतिहासातील श्रेष्ठ पुरुष होत. स्वातंत्र्याभिमानाचे व अस्मितेचे ते प्रतीक होते. लाखो भारतीय तरुणांना त्यांच्या निःस्वार्थी देशप्रेमाने व धाडसी कृत्यांनी प्रेरणा मिळाली. त्यांच्या सहकाऱ्यांच्या क्रांतिकारी कृत्यांनी सर्व देश त्यांच्याविषयीच्या प्रेमाने भारावून गेला.

▣ सुब्रह्मण्यम शिव व चिदंबरम् पिलाई

मद्रास प्रांतात सशस्त्र क्रांतिकारी चळवळीचा उदय बंगालच्या फाळणीनंतरच्या काळात म्हणजे सन 1905 नंतर झालेला दिसतो. एप्रिल 1907 मध्ये प्रसिद्ध जहालवादी नेते बिपिनचंद्र पाल यांनी मद्रास प्रांताचा दौरा काढून व सर्वत्र सभा घेऊन राष्ट्रीय चळवळ तीव्र करण्याचे आणि त्यासाठी बहिष्कार व स्वदेशी यांचा पुरस्कार करण्याचे आवाहन लोकांना केले होते. मद्रास प्रांतातील लोकांवर त्यांचा मोठा प्रभाव निर्माण झाला होता. पुढे अरविंद घोष यांच्यावरील राजद्रोहाच्या खटल्यात त्यांच्याविरुद्ध साक्ष देण्यास नकार दिल्याबद्दल बिपिनचंद्रांना सहा महिन्यांची कारावासाची शिक्षा झाली (1907). त्याबरोबर सर्व देशभर संतापाची लाट उसळली. पुढे जेव्हा 9 मार्च, 1908 रोजी बिपिनचंद्रांची कारावासातून सुटका झाली तेव्हा तो दिवस साजरा करण्याचे मद्रासमधील सुब्रह्मण्यम् शिव व चिदंबरम् पिलाई या दोन क्रांतिकारकांनी ठरविले. त्यांनी सभा घेऊन स्वदेशी चळवळीचा पुरस्कार केला व परदेशी मालावर बहिष्कार टाकण्याचे आवाहन आपल्या बांधवांना केले. मद्रास सरकार अशा जहालवादी चळवळी दडपून टाकण्यासाठी फार जागरूक होते. सरकारने या दोन क्रांतिकारकांना लगेच अटक केली. ती वार्ता लोकांपर्यंत पोहोचताच सर्वत्र दंगल सुरू झाली. तिन्नुवेली शहरातील सर्व सरकारी कचेऱ्यांवर हल्ले होऊन त्या नष्ट करण्यात आल्या. पुढे खटला उभा राहून सरकारविरोधी दंगल केल्याच्या आरोपावरून 27 जणांना कठोर कारावासाच्या शिक्षा झाल्या.

येथून पुढे मद्रास प्रांतात सशस्त्र क्रांतिकारी चळवळीने चांगला जोर धरला. सरकारने चिडून जाऊन वृत्तपत्रांचे संपादक व सभा जिंकणाऱ्या नेत्यांवर खटले भरले व शिक्षा केल्या. त्यामुळे ही चळवळ अधिकच फोफावू लागली. आता तिला तिरुमल आचार्य व व्ही. व्ही. एस. अय्यर या दोन क्रांतिकारी नेत्यांचे नेतृत्व लाभले. या दोन्ही क्रांतिकारकांचे लंडनमधील ‘इंडिया हाउस’ व पॅरिसमधील ‘भारतीय दहशतवाद्यांचे केंद्र’ यांच्याशी संबंध होते. अय्यर तर सावरकरांसोबत इंडिया हाउसमध्ये काही काळ होते. भारतात आल्यावर त्यांनी पाँडिचेरी येथे येऊन क्रांतिकारकांची संघटना बांधली. पिस्तूल चालविण्याचे शिक्षण त्यांनी पाँडिचेरीच्या आपल्या केंद्रात देण्याची व्यवस्था केली होती. अय्यर यांच्या केंद्रात शिकून तयार झालेल्या ‘वांची अय्यर’ या तरुण क्रांतिकारकानेच पुढे तिन्नुवेल्लीचा कलेक्टर मि. ॲश याचा 11 जून, 1911 रोजी गोळ्या घालून खून केला. पुढे वांची अय्यरवर खटला होऊन त्यास सरकारने फाशी दिले. या खटल्यात इतर नऊ क्रांतिकारकांना निरनिराळ्या मुदतीच्या कारावासाच्या शिक्षा झाल्या.

▣ वीरेंद्रकुमार घोष, भूपेंद्रनाथ दत्त आणि खुदीराम बोस

महाराष्ट्र, बंगाल आणि पंजाब या तीन प्रांतांत सशस्त्र क्रांतिकारक उदयास आले. लॉर्ड कर्झनचा कट्टर साम्राज्यवाद आणि बंगालची फाळणी या कृत्यांनी सर्व बंगाल पेटून उठला होता. तरुण बंगाली माणसांचे रक्त सळसळत होते. ब्रिटिश जुलमांचा सूड घेण्यास ते आसुसले होते. योगी अरविंद यांचे बंधू वीरेंद्रकुमार घोष आणि स्वामी विवेकानंद यांचे बंधू भूपेंद्रनाथ दत्त हे बंगालमधील क्रांतिकारकांचे अग्रणी होते. सन 1906 मध्ये या दोन क्रांतिकारकांनी ‘युगांतर’ हे क्रांतीचा प्रचार करणारे वृत्तपत्र सुरू केले. लवकरच ते अतिशय लोकप्रिय झाले. ‘युगांतर’ मधून सरकारला सशस्त्र प्रतिकार करण्याच्या तत्त्वज्ञानाचा प्रचार होऊ लागला. गोऱ्यांच्या दडपशाहीचा प्रतिकार भारतीय जनतेने केला पाहिजे व स्वातंत्र्यासाठी आत्मबलिदानही केले पाहिजे, अशी क्रांतिकारी विचारसरणी बंगालमध्ये फैलावली. ‘अनुशीलन समिती’ नावाची क्रांतिकारी संघटना त्यांनी स्थापन करून सर्व बंगालभर तिच्या पाचशे शाखा उघडण्यात आल्या. रशियामध्ये बाँबचे शिक्षण घ्यावयास गेलेला हेमचंद्र दास हा या क्रांतिकारकांपैकीच होय. ‘युगांतर’ शिवाय अरविंद घोषांचे ‘वंदेमातरम्’; बिपिनचंद्र पाल यांचे ‘न्यू इंडिया’ इत्यादी वृत्तपत्रांनी बंगाली जनतेची स्वातंत्र्य भावना चेतविली होती.

सरकारी गोटात दहशत निर्माण करण्यासाठी व सरकारी अधिकाऱ्यांच्या अन्यायी कृत्यांना जाब देण्यासाठी बंगाली क्रांतिकारकांनी अनेक संघटना स्थापन केल्या होत्या. त्यात ‘अनुशीलन’ ही संघटना प्रमुख होती. बंगाली तरुणांच्या हृदयात स्वातंत्र्यप्रेम जागृत करून त्यांची संघटना बांधावयाची, त्यांना शस्त्राचा वापर करावयाचे प्रशिक्षण द्यावयाचे व त्यांच्याकडून जुलमी ब्रिटिश अधिकाऱ्यांचे खून पाडावयाचे असे या क्रांतिकारकांच्या कार्याचे सूत्र होते. त्यासाठी बंगाली तरुणांना शक्तिदेवता कालीमाता हिच्या उपासनेचे व तिच्यासाठी ब्रिटिशांचे रक्त सांडण्याचे आवाहन करण्यात आले होते.

एका पत्रकात बंगाली क्रांतिकारक म्हणतात, *"Will the Bengali worshiper of Shakti shrink from shedding of blood ? The number of Englishmen in this country is not above one lac and half and what is the number of English in each District ? If you are in firm in your resolution you can in a single day bring British rule to an end. Lay down your life but first take a life".*

सर्व भारतीय लोकांनी एकाच वेळी उठाव केला तर ब्रिटिश राज्य एका दिवसात नष्ट होईल हे क्रांतिकारकांचे प्रतिपादन सत्य असले तरी अवघड होते.

ब्रिटिश सरकारचे क्रांतिकारकांच्या हालचालींवर पूर्ण लक्ष होते. अनुशीलन समितीचा नायनाट करण्याचा व क्रांतिकारक दहशत निर्माण करण्याचा सरकार प्रयत्न करू पाहताच क्रांतिकारकांनी सरकारला त्याच्याच नाण्यात किंमत देण्यास सुरुवात केली. क्रांतिकारकांना अन्यायी शिक्षा करणाऱ्या ब्रिटिश अधिकाऱ्यांचे व मॅजिस्ट्रेटांचे मुडदे पडू लागले. 5 डिसेंबर, 1907 रोजी बंगालच्या गव्हर्नरांना घेऊन जाणारी आगगाडी उलथून टाकण्यात आली; तर 23 डिसेंबरला ॲलन या ढाक्क्याच्या मॅजिस्ट्रेटला क्रांतिकारकांच्या गोळ्यांनी फरीदपूर स्टेशनवर बळी पडावे लागले. कलकत्त्याचा मॅजिस्ट्रेट किंग्जफोर्ड, जो क्रांतिकारकांचा हाडवैरी होता त्याला जगातून नष्ट करण्याचा क्रांतिवीर खुदीराम बोस आणि प्रफुल्लचंद्र चाकी यांचा प्रयत्न फसला व त्याच्याऐवजी चुकून दोन ब्रिटिश बायका मारल्या गेल्या. प्रफुल्लचंद्रांनी स्वतःवर गोळ्या झाडून हाराकिरी केली तर खुदीराम सापडले; त्यांना फाशी देण्यात आले. खुदीरामचे वय फक्त पंधरा वर्षांचे होते. खुदीरामच्या हौतात्म्याने सर्व भारत हळहळला. शाळा-कॉलेजांत विद्यार्थ्यांनी सुतक पाळले. खुदीराम भारतीय तरुणांची स्वातंत्र्यदेवता बनला.

कलकत्त्यामधील क्रांतिकारकांच्या बाँब फॅक्टरीचा पोलिसांना सुगावा लागून त्यांनी तिच्यावर छापा घातला. अरविंद घोष, वीरेंद्रकुमार घोष, उल्हास दत्त, हेमचंद्र दास, उपेंद्रनाथ बॅनर्जी आणि इतर मंडळी यांना सरकारने अटक करून खटले चालविले व शिक्षा केल्या. कोर्टापुढील जबानीत वीरेंद्रकुमार क्रांतिकारकांच्या हल्ल्यांचा व खुनाचा उद्देश स्पष्ट करताना म्हणतात, ''इकडे-तिकडे राजकीय खून करून आमच्यासाठी स्वातंत्र्य मिळवून देणार नाहीत, याची आम्हाला पूर्ण जाणीव आहे; पण ब्रिटिशांच्या खुनांचे सत्र चालू ठेवल्यामुळे आमच्या स्वातंत्र्याचे प्रेम जागृत राहील.'' भारतीय समाजातील स्वातंत्र्यप्रेम जागृत ठेवण्यासाठी हे क्रांतिकारक आपल्या प्राणांची आहुती देत होते.

लवकरच या खटल्याचा निकाल लागून कन्हैयालाल दत्त व एस. एन. बोस या दोन क्रांतिकारकांना फासावर लटकविण्यात आले. बाकीच्या छत्तीस क्रांतिकारकांना कठोर कारवासाच्या शिक्षा सुनावण्यात आल्या. या खटल्यात माफीचे साक्षीदार झालेले, सरकारच्या बाजूने खटल्याचा तपास करणारे पोलीस अधिकारी व खटला चालविणारे सरकारी वकील या सर्वांचे क्रांतिकारकांनी खून पाडले. क्रांतिकारकांच्या दृष्टीने या खटल्यात सरकारला साहाय्य करणारे सर्वजण देशद्रोही होते.

▣ रासबिहारी बोस

भारतीय असंतोष काही प्रमाणात तरी दूर व्हावा यासाठी विलायत सरकारने बंगालची फाळणी रद्द केली. तथापि, पारतंत्र्याचे दुःख व नोकरशाहीची दडपशाही कशी दूर होणार ? क्रांतिकारकांच्या कारवाया काही थांबल्या नाहीत. व्हाईसरॉय लॉर्ड हार्डिंग्ज यांनी बंगालच्या भूमीवरून भारताची राजधानी हलवून ती दिल्लीस नेली. मोठ्या वैभवाने हार्डिंग्ज दिल्लीत हत्तीवरून प्रवेश करीत असता चांदणी चौकामध्ये एका क्रांतिकारी विद्यार्थ्याने बाँब फेकला; त्याचे नाव होते रासबिहारी बोस. बाँबचा नेम चुकला व व्हाईसरॉयचा A.D.C. ठार झाला. व्हाईसरॉय जखमी झाला. सर्व ब्रिटिश साम्राज्याला धक्का देणारे रासबिहारी बोस मात्र ब्रिटिशांच्या हातावर तुरी देऊन निसटले. सरकार त्यांच्या मागावर राहिले. त्यांना पकडून देणाऱ्यास सरकारने साडेसात हजार रुपयांचे इनाम जाहीर केले. तथापि, रासबिहारी सापडू शकले नाहीत. बाँबहल्ल्याचा कटही सापडू शकला नाही. हा खटला 'दिल्ली कट खटला' या नावाने प्रसिद्ध आहे.

सन 1915 मध्ये रासबिहारींनी सशस्त्र उठावाची तयारी केली होती. तथापि, एका देशद्रोही सहायकामुळे सर्व योजना बारगळली. शेवटी गुरुवर्य रवींद्रनाथ टागोर यांच्यासमवेत बनावट नावाखाली रासबिहारी जपानमध्ये गेले व तेथून त्यांनी आपल्या क्रांतिकारी कारवाया सुरू केल्या. तेथे त्यांनी 'Indian National Army' ची स्थापना केली. त्यांनी नेताजी सुभाषचंद्र बोस यांना तिचे आधिपत्य दिले. सन 1945 च्या जानेवारीमध्ये भारताचा हा श्रेष्ठ क्रांतिकारक मृत्यू पावला.

व्हाईसरॉयवरील हल्ल्याच्या संदर्भात मास्टर अमीरचंद, सुलतानचंद, दीनानाथ आदी क्रांतिकारकांना अटक करण्यात आली. त्यापैकी चौघांना फासावर लटकविले गेले. दोघांना सात वर्षांची सजा झाली. पोलिसांनी अमीरचंदाचे पत्र कोर्टासमोर हजर केले होते. त्यात अमीरचंद म्हणतात, ''परकीय राज्यकर्ते हे लोकांना त्यांचे स्वातंत्र्य चांदीच्या तबकातून कधीच सन्मानपूर्वक बहाल करीत नाहीत. त्यांच्याशी लढूनच त्यांना शरण आणावे लागते, याला इतिहास साक्ष आहे.''

"History testifies to the fact that the rulers never offer independence on a silver platter, they surrender it to the threat of sword".

▣ 1915 ची सशस्त्र उठावाची योजना

रासबिहारी बोस, सच्चिंद्र सन्याल, गणेश पिंगळे व बागी कर्तारसिंग यांनी ब्रिटिश सरकारविरूद्ध सशस्त्र उठावाचा कट तयार केला होता. लुधियाना, अमृतसर इत्यादी ठिकाणी बॉंब फॅक्टरीही सुरू केल्या होत्या. 21 फेब्रुवारी, 1915 चा दिवस उठावाचा ठरला. लाहोर, बनारस, मीरत इत्यादी प्रमुख शहरी एकाच दिवशी उठाव करण्यासाठी योजनाही आखली गेली. लष्करी छावण्यांतही क्रांतिकारकांनी शिरकाव केला होता. पंजाबमधील अनेक खेड्यांतही हा उठाव होणार होता. पंजाबमधील मोगा ठाण्यावर हल्ला करून तेथील खजिना लुटण्याचा क्रांतिकारकांनी प्रयत्न केला. त्यात दोन क्रांतिकारक ठार झाले व सात कैद झाले. पुढे त्यांना फाशी देण्यात आले. पण 21 फेब्रुवारीच्या उठावाची योजना बारगळली नाही. ती जोमाने चालू राहिली, पण एवढ्यात घात झाला; किरपालसिंग नावाचा ब्रिटिश सरकारचा हस्तक या कटात सामील झाला होता. त्याने सरकारला अगोदरच बातमी दिल्याने सरकारने सावध होऊन क्रांतिकारकांच्या गोटांवर धाडी घालून शस्त्रास्त्रे व कागदपत्रे जप्त केली. क्रांतिकारकांचे जवळजवळ सर्व नेते पकडले गेले. त्यात गणेश पिंगळे, बागी कर्तारसिंग, जगतसिंग, भाई परमानंद, मानसिंग, उधमसिंग हे प्रमुख होत. रासबिहारी बोस निसटले. कैद झालेल्या क्रांतिकारकांना फाशी देण्यात आले. फाशीवर जाण्यापूर्वी कर्तारसिंग यांनी काढलेले उद्‌गार कोणाही भारतीय माणसाला अभिमानस्पद वाटावेत असे आहेत. ते म्हणाले,

''जन्मठेपेपेक्षा फासावर जाणे मला अधिक आवडेल. माझ्या मायभूमीस स्वतंत्र करण्यासाठी मला पुनर्जन्म मिळावा अशी माझी इच्छा आहे. माझ्या देशाला स्वातंत्र्य मिळेपर्यंत प्रत्येक पुनर्जन्मी स्वातंत्र्यासाठी फासावर जाण्यासारखा दुसरा आनंद नाही.''

▣ रामप्रसाद, भगतसिंग, राजगुरू आणि चंद्रशेखर आझाद

जालियनवाला बाग हत्याकांडाचा सूड :

पहिल्या महायुद्धात ब्रिटनला सहकार्य दिले तर त्याच्या पदरी काही सुधारणा पडतील, म्हणून भारतीय नेत्यांनी महायुद्धात सहकार्य दिले; परंतु महायुद्ध संपताच, अडचणी दूर होताच बक्षीस तर राहोच, परंतु ब्रिटिशांनी भारतीय जनतेला ठेचण्यास सुरुवात केली. 'रौलेट बिलासारखे' व्यक्तिस्वातंत्र्य नष्ट करणारे जुलमी कायदे सरकारने अमलात आणावयास प्रारंभ केला. क्रांतिकारकांच्या व जहालवाद्यांच्या चळवळी खणून काढण्याचे जारीने प्रयत्न चालविले. याच सुमारास 13 एप्रिल, 1919 रोजी अमृतसरला जालियनवाला बागेत वीस हजार लोक रौलेट कायद्याचा निषेध करण्यास जमले असता त्या शांत, निःशस्त्र व निरपराध माणसांची कत्तल करण्यात आली. जनरल डायर या पाशवी ब्रिटिश अधिकाऱ्याने मुंग्या माराव्यात तशी शेकडो माणसे मारली, शेकडो जखमी झाली. सोळाशे फैरी उडविल्यावर जनरल डायरच्या दुर्दैवाने गोळ्याच संपल्या ! आता डायरचा नाइलाज झाला. शेकडो लोक पाणी-पाणी करीत जालियनवाला मैदानावर विव्हळत पडले होते. 'माझ्याजवळ आणखी दारूगोळा असता तर मी अधिक लोक मारले असते' असे पुढे डायरने आपल्या साक्षीत हळहळ व्यक्त केली. केवढी ही पाशवी वृत्ती ! पंजाबचा त्यावेळचा लेफ्टनंट गव्हर्नर

ओडवायर याच वृत्तीचा होता. याच्याच हुकुमाने पंजाबमध्ये ब्रिटिशांनी दडपशाहीचे व जुलमाचे थैमान घातले. पंजाब्यांचा अमानुष छळ होऊ लागला. सर्व भारत जालियनवाला हत्याकांडाने थरारून गेला.

जालियनवाला बाग प्रकरणावर सरकारने 'हंटर कमिशन' नियुक्त केले. त्याच्या मे 1920 च्या अहवालात पंजाबमध्ये सरकारने स्वीकारलेल्या धोरणाचे समर्थनच करण्यात आले होते. तथापि, डायरवर 'अविचार व पाशवी वृत्तीचा' ठपका कमिशनने ठेवला. सन 1921 मध्ये सरकारने डायरला सेवानिवृत्त केले व पेन्शन दिले नाही. डायरसारख्या अमानुष प्राण्याला केवढी भयंकर ही शिक्षा ! बिचाऱ्याला पेन्शनचा तोटा सोसायला नको म्हणून भारतातील कनवाळू व कोमल हृदयाच्या गोऱ्या मडमांनी डायरच्या जालियनवाला बागेतील थोर व महान कृत्याबद्दल त्याला वीस हजार पौंडांची थैली बहाल केली.

सरकारच्या जुलमी कृत्यांचा प्रतिकार म्हणून महात्मा गांधीजींनी अहिंसेवर अधिष्ठित असहकाराची चळवळ सुरू केली. तथापि, जुलमी सरकार गांधीजींच्या या साधनांनी वठत नाही हे पाहताच क्रांतिकारकांनी सन 1920 मध्ये सच्चिंद्रनाथ सेन यांच्या 'Indian Republicant Association' च्या नेतृत्वाखाली कंबर कसली. सच्चिंद्रनाथ लवकरच म्हणजे 1922 साली मरण पावले. तथापि, त्यांच्या सहकाऱ्यांनी लढा चालू ठेवण्याचे व्रत सोडले नाही. शस्त्रास्त्रे मिळविण्यासाठी क्रांतिकारकांना पैसा हवा होता. त्यासाठी रामप्रसाद बिस्मिल यांच्या नेतृत्वाखाली काकोरी स्टेशनजवळ रेल्वेवर हल्ला करून सरकारी तिजोरी पळविण्यात आली (ऑगस्ट 1925). रामप्रसाद बिस्मिल, रोशनसिंग, राजेंद्र लाहिरी, अशफाक उल्ला यांना पुढे खटल्यात फाशीची शिक्षा झाली. इतर अनेकांना वेगवेगळ्या मुदतीच्या शिक्षा झाल्या.

19 डिसेंबर, 1927 रोजी रामप्रसाद बिस्मिल यांना फासावर लटकविण्यात आले. त्या वेळी त्यांच्या मातेने वीरमातेस शोभणारे उद्‌गार काढले आहेत, ''मातृभूमीच्या चरणी आपले प्राण अर्पण करणाऱ्या एका स्वातंत्र्ययोद्ध्यास मी जन्म दिला, याचा मला मोठा अभिमान वाटतो. खरे म्हणजे माझ्यापेक्षा माझ्या मुलावर देशाचाच अधिक हक्क आहे. माझ्या मुला, उदात्त ध्येयासाठी तू हौतात्म्य पत्करले आहेस आणि म्हणूनच मला दुःख करण्याचे काही कारण नाही.''

अशफाक उल्ला हा जातीने मुस्लीम. हा मातृभूमीच्या स्वातंत्र्याने भारलेला होता. फासावर जाण्यापूर्वी तो म्हणतो, ''देशाच्या राजकीय रंगमंचकावर आम्ही आमची भूमिका केलेली आहे. आमची कृत्ये बरोबर असोत अगर चुकीची असोत, ती सर्व देशाला स्वातंत्र्य मिळण्याच्या उदात्त हेतूनेच केलेली आहेत. काही लोक आमची स्तुती करतील तर काही निंदा करतील. पण आम्ही कशाचीच कदर करीत नाही. माझी एकच इच्छा आहे ती ही की, माझ्या देशबांधवांनी जातिधर्माचा विचार न करता ब्रिटिश साम्राज्याचा किल्ला जमीनदोस्त करण्यासाठी एक व्हावे. आपल्या देशातील विविध धर्मीयांचे ब्रिटिश हे समान शत्रू आहेत. ब्रिटिश नोकरशाही नेस्तनाबूत करणे हे प्रत्येक भारतीय माणसाचे नैतिक कर्तव्य आहे. खटल्यात सिद्ध झाल्याप्रमाणे मी खुनी नाही. भारतीय स्वातंत्र्यदेवतेच्या वेदीवर बलिदान करणारा पहिला मुस्लीम म्हणून मला मोठा अभिमान वाटतो.''

लालाजींवरील हल्ल्याचा सूड :

सायमन कमिशनमध्ये एकही भारतीय सभासद नसल्याने त्याच्या निषेधार्थ 'Hindustan Socialist Republican Party' च्या वतीने निघालेल्या मोर्चाचे नेतृत्व लाला लजपतराय हे करीत असता उद्दाम ब्रिटिश पोलीस अधिकाऱ्यांनी त्या मोर्चावर हल्ला केला. सँडर्स या अधिकाऱ्याने लालाजींच्या छातीवर लाठ्या मारल्या. या हल्ल्यानंतर भरलेल्या सभेत लालाजी म्हणत होते, ''आपल्या निरपराध प्रजेवर हल्ले करणाऱ्या सरकारला सुसंस्कृत म्हणवून घेण्याचा हक्क नसतो. लक्षात ठेवा, असे सरकार फार काळ तग धरू शकत नाही ! या ठिकाणी मी घोषित करतो की, माझ्या छातीवर बसलेले लाठीचे प्रहार हे ब्रिटिश राजवटीच्या दफनपेटीवर ठोकले जाणारे शेवटचे खिळे आहेत !!''

लालाजींवरील हल्ल्याचे वृत्त कळताच सर्व राष्ट्राची अस्मिता दुखावली. लालाजींसारख्या वयोवृद्ध भारतीय नेत्याला लाठ्या माराव्या व त्या मारातच त्यांचा महिन्याभरात मृत्यू व्हावा, या प्रकाराने भारतीय तरुण क्रांतिकारकांचे रक्त खवळले. सर आर. सी. दास यांच्या पत्नी श्रीमती वासंतीदेवी यांनी या कृत्याचा निषेध जाहीर सभेत करताना सवाल केला,

''लालाजींसारख्या आमच्या आवडत्या व वयोवृद्ध नेत्याला पाशवी ब्रिटिश अधिकाऱ्याने ठार करावे, हे पाहून माझे रक्त पेटते आहे. हे भारतीय तरुणांना व त्यांच्या पौरुषत्वाला आव्हान आहे. भारतीय महिलांच्या वतीने मी विचारते आहे की, भारतीय तरुण जिवंत आहेत की मेलेत ? तरुण पिढीपैकी असा कोणी आहे का, की जो माझ्या आव्हानाचा स्वीकार करेल ?''

वासंतीदेवींचे आव्हान स्वीकारावयाचे सरदार भगतसिंग या तरुण क्रांतिकारकाने ठरविले व भारताची भूमी ही शूर वीरांची भूमी आहे, तिचे पुत्र जिवंत रक्ताचे आहेत, हे दाखवून देण्याचा निश्चय केला. सरदार भगतसिंग, चंद्रशेखर आझाद, सुखदेव, राजगुरू आणि जयगोपाल या क्रांतिकारकांनी लालाजींच्या मृत्यूचा सूड घेण्याचे ठरविले. 17 फेब्रुवारी, 1928 रोजी राजगुरू आणि भगतसिंग यांच्या पिस्तुलामधून सुटलेल्या गोळ्यांनी उद्दाम सँडर्सच्या डोक्याच्या चिंधड्या उडवल्या. सरकार क्रांतिकारकांना अटक करण्यात यश मिळवू शकले नाही. या घटनेनंतर लाहोर शहरात ठिकठिकाणी 'Hindustan Socialist Republican Party' च्या नावाने पत्रके लावण्यात आलेली पोलिसांना आढळून आली. त्यात क्रांतिकारकांनी म्हटले होते,

''सँडर्सची हत्या म्हणजे लालाजींच्या खुनाचा सूड आहे. पस्तीस कोटी भारतीय लोकांच्या आदराचे स्थान असलेल्या पूज्य लालाजींच्या छातीवर सँडर्ससारख्या हलकट माणसाने प्रहार करावेत ही गोष्ट अत्यंत नीच आहे. हा सर्व राष्ट्राचा अपमान आहे. भारतीय राष्ट्राचा असा अपमान करून ब्रिटिश सत्तेने आम्हा स्वाभिमानी व शूर भूमिपुत्रांना आव्हान दिलेले आहे. भारतीय राष्ट्र हे अद्यापी मेलेले नाही अथवा असला अपमान मूकपणे स्वीकारण्याइतके नादान नाही, हे आपल्या या उत्तराने आमच्या लोकांच्या व ब्रिटिशांच्याही लक्षात येईल. आम्हा भारतवासीयांच्या नसानसांतून तरुण रक्ताची ऊर्मी आहे. आम्ही भारतीय तरुण आता आमच्या राष्ट्राच्या अस्मितेचे रक्षण करण्यासाठी उभे ठाकलो आहोत. त्यासाठी जिवाची कुर्बानी करण्यास सज्ज झालो आहोत. जुलमी राज्यकर्त्यांनो, सावध राहा !''

''मानवी रक्त आम्हांस सांडावे लागत आहे, याचे आम्हाला दुःख होत आहे. पण क्रांतीच्या वेदीवर (जुलमी) राज्यकर्त्यांचे रक्त अर्पण करणे अपरिहार्य असते. त्यामुळेच माणसांकडून माणसांची होणारी पिळवणूक थांबणार आहे.''

8 एप्रिल, 1929 रोजी दिल्लीच्या कायदेमंडळात सरकारच्या दडपशाहीची 'Public Safety Bill' मंजूर होणार होते. सरदार भगतसिंग आणि बटुकेश्वर दत्त या दोन क्रांतिकारकांनी सर्व ब्रिटिश साम्राज्याला हादरवून टाकणारा बाँबस्फोट त्या दिवशी कायदेमंडळाच्या सभागृहात केला. त्यांना कोणालाही इजा करावयाची नव्हती; फक्त बाँबस्फोट करून व नंतर स्वतःला पोलिसांच्या ताब्यात देऊन सर्व जगाला जाहीरपणे क्रांतिकारकांची ध्येये व उद्देश जाहीर करावयाचे होते. कोर्टातील जबान्या वृत्तपत्रांतून प्रसिद्ध होणार होत्या व सर्व जगाला ब्रिटिश साम्राज्यवादाचे खरे स्वरूप पुन्हा एकदा दिसणार होते. सेशन जज्जांसमोर भगतसिंग व बटुकेश्वर दत्त यांनी आपले म्हणणे एका मोठ्या जबानीत दिले असून क्रांतिकारकांच्या इतिहासातील तो अत्यंत महत्त्वाचा भाग आहे. त्या जबानीत ते म्हणतात,

''भारतीय समाज वरवर शांत दिसत असला तरी त्याच्या हृदयात ब्रिटिशांविषयीचा असंतोष धुमसत आहे. या असंतोषाचा स्फोट केव्हाही होईल. या असंतोषाकडे दुर्लक्ष करून अविवेकाने पुढे जाणाऱ्या राज्यकर्त्यांना धोक्याचा कंदील दाखविण्यासाठी आम्ही हे कृत्य केलेले आहे. अहिंसेचा लढा आता संपलेला आहे, असे आम्ही घोषित केले आहे. गुरू गोविंदसिंग, शिवाजी मुस्तफा, केमाल पाशा, राजा खान, वॉशिंग्टन, गॅरिबाल्डी, लाफायत आणि लेनिन यांच्या तत्त्वज्ञानापासून आम्ही आमच्या कार्याची प्रेरणा घेतली आहे. सरकार व भारतीय नेते यांनी डोळे व कान बंद केले आहेत.

ते उघडले जावेत, यासाठी आम्ही हा बॉंबस्फोट केला आहे . . . सभागृहातील कोणाची हत्या करण्याचा आमचा इरादा नाही. उलट, आम्ही आपणहून मानवतेसाठी हौतात्म्य पत्करत आहोत. आम्हाला जुलमी साम्राज्यवाद्यांना इशारा द्यायचा आहे की, क्रांतिकारकांना नष्ट करून तुम्ही राष्ट्र नष्ट करू शकणार नाही. बॅस्टिलमुळे फ्रेंच राज्यक्रांती थोपवली गेली नाही. रशियन क्रांतिकारकांना सैबेरियात हद्दपारी करून रशियन राज्यक्रांती नष्ट झाली नाही. तेव्हा ब्रिटिशांच्या जुलमी कृत्यांनी भारतीय लोकांच्या हृदयातील स्वातंत्र्यप्रेमाची ज्योत कशी मालवली जाईल . . . !

'काही व्यक्तींचा रक्तपात घडवून आणणे म्हणजे क्रांती' अशी आमची क्रांतीची कल्पना नाही. माणसाची माणसाकडून होणारी पिळवणूक थांबविणे आणि आमच्या राष्ट्राचा स्वयंनिर्णयाचा हक्क प्राप्त करून घेणे ही खरी क्रांती आहे. क्रांतीचे ते खरे अंतिम उद्दिष्ट आहे. स्वातंत्र्य हा मानवाचा जन्मसिद्ध हक्क आहे. स्वातंत्र्य मिळविण्यासाठी कितीही हालअपेष्टा व कोणताही त्याग करण्यास आम्ही सिद्ध आहोत, क्रांती चिरायु होवो.''

भगतसिंग, राजगुरू, सुखदेव यांना लाहोर येथे 23 मार्च, 1931 रोजी फाशी देण्यात आले. देशाच्या स्वातंत्र्यासाठी या थोर क्रांतिकारकांनी हौतात्म्य स्वीकारले. भारतीय समाजातील स्वाभिमान जागा आहे, त्यांच्यात पौरुषत्व आहे याचा दाखला त्यांनी ब्रिटिश साम्राज्यवाद्यांना दिला.

चंद्रशेखर आझाद हे भगतसिंगांचे सहकारी, विलक्षण धाडसी व क्रांतिकारी माणूस. भगतसिंगांना तुरुंगातून सोडविण्याचे व व्हाईसरॉयकडून भगतसिंगांना फाशीची जन्मठेप करण्याचे प्रयत्न वाया जाताच व्हाईसरॉयलाच ठार करण्याचा कट यशपालसिंग यांनी रचला. 23 डिसेंबर, 1929 रोजी व्हाईसरॉय लॉर्ड आयर्विन रेल्वेतून दिल्लीकडे येत असता दिल्ली स्टेशनजवळ रेल्वे उलथून पाडण्यात आली. तथापि, लॉर्ड आयर्विन त्यातून बचावले.

जुलमी ब्रिटिश अधिकाऱ्यांविरुद्ध सशस्त्र लढा देण्यासाठी या क्रांतिकारकांनी 'Hindustan Socialist Republican Army' ची स्थापना केलेली होती. आझाद तिचे मुख्य सेनापती होते. भगतसिंग पकडले जाऊन त्यांना हौतात्म्य प्राप्त झाले तरी त्यांचे साथीदार भगतसिंगांसारखेच शूर होते. 27 फेब्रुवारी, 1931 रोजी आझाद, यशपालसिंग व सुरेंद्र पांडे अलाहाबादेस एकत्र आले. रशियातून शस्त्रास्त्रे आणून आपला लढा जारी ठेवावयाचा अशी योजना ते आखणार होते. ते तिघे एका बागेत जमले होते. आझादांना तेथेच थांबावयास सांगून यशपालसिंग व सुरेंद्र पांडे आणखी एका क्रांतिकारकाच्या भेटीस गेले. दरम्यान पोलिसांना या क्रांतिकारकांच्या अस्तित्वाचा धागा हाती आला व त्यांनी बागेतील आझादांना सर्व बाजूंनी घेरले. आता आपण सुटू शकत नाही हे लक्षात आल्यावर दोन्ही हातात दोन पिस्तुले घेऊन आझाद पोलिसांशी लढू लागले. शेवटी गोळ्या संपत आल्यावर त्या शूरवीराने शेवटची गोळी स्वतःवर उडवून घेतली व मातृभूमीच्या चरणी आपला देह अर्पण केला. एव्हाना आझादांवर पोलिसांनी गोळ्यांचा पाऊस पाडून त्यांचे शरीर छिन्न-विच्छिन्न करून टाकले होते.

आझादांनंतर क्रांतिकारी सेनेचे नेतृत्व यशपालसिंग यांच्याकडे आले. त्यांनी सशस्त्र लढ्याचा आदेश काढून आपली संघटना मजबूत करण्याचा प्रयत्न केला. पण दुर्दैवाने जानेवारी 1932 मध्ये तेही पकडले गेले. त्यांना अकरा वर्षांची कारावासाची शिक्षा झाली. पुढे उत्तर प्रदेशात काँग्रेसचे मंत्रिमंडळ आल्यावर यशपालसिंगाची विनाअट मुक्तता करण्यात आली (1938).

13 मार्च, 1940 रोजी पंजाबचा भूतपूर्व लेफ्टनंट गव्हर्नर ओडवायर याचा लंडनमध्ये खून करून क्रांतिवीर सरदार उधमसिंगने जालियनवाला बाग हत्याकांडाचा बदला घेतला. ओडवायरच्या आदेशानुसारच हे हत्याकांड झाले होते. उधमसिंग 1919 सालीच या सुडासाठी ब्रिटनला गेले होते व सतत वीस वर्षे अनुकूल संधीची वाट पाहत होते. हा थोर क्रांतिकारक मृत्यूपूर्वी म्हणतो,

"I am not the least afraid of death. :There is bravery in dying young, in sacrificing life for the country".

15.2 भारतीय क्रांतिकारकांचे परदेशातील कार्य

▣ श्यामजी कृष्ण वर्मा

श्यामजी कृष्ण वर्मा संस्कृतचे गाढे पंडित होते. हिंदू संस्कृती व साहित्य यांचा त्यांना अभिमान होता. त्यांच्या हृदयात देशाच्या स्वातंत्र्याविषयी तळमळ वास करीत होती. रॅन्डच्या खुनात श्यामजी कृष्ण वर्मांचा हात असावा अशी सरकारला शंका आल्याने सरकारकडून त्यांना वारंवार त्रास होऊ लागला. तेव्हा त्यांनी ब्रिटनला प्रयाण केले. ऑक्सफर्ड विद्यापीठात त्यांनी केलेल्या व्याख्यानांनी तेथील विद्वानांचे डोळे दिपून गेले. वर्माजींनी तेथे उद्योगधंद्यात भरपूर पैसा कमविला व तो देशाच्या स्वातंत्र्यासाठी खर्च करण्याचे ठरविले. 'इंडिया हाउस' या संस्थेची त्यांनी स्थापना करून भारतातील जहाल राष्ट्रवादी तरुणांच्या ब्रिटनमधील उच्च शिक्षणासाठी शिष्यवृत्त्या जाहीर केल्या. भारतातील अशा तरुणांना आकर्षून घेऊन त्यांना क्रांतीची दीक्षा वर्माजी ब्रिटनमध्ये देत होते. स्वा. सावरकर हे त्यांपैकी एक होते. लवकरच 'इंडिया हाउस' म्हणजे सावरकर, मदनलाल धिंग्रा, सरदारसिंग राणा यांसारख्या क्रांतिकारकांचे केंद्रीय ठिकाण बनले. ब्रिटन व भारत या ठिकाणी करावयाच्या कारवायांचे आराखडे इंडिया हाउसमध्ये आखले जाऊ लागले. वर्मांनी 'The Indian Sociologist' हे वृत्तपत्र सुरू करून भारतीय जनतेवर होणाऱ्या जुलमाला वाचा फोडून भारतीय जनतेच्या राष्ट्रीय भावना भडकविण्याचा मोठा प्रयत्न केला. ब्रिटनसारख्या साम्राज्याच्या माहेरघरी राहून, साम्राज्यविरोधी कारवाया करून आणि क्रांतिकारकांचा गट निर्माण करून वर्माजींनी भारताच्या क्रांतिकारी इतिहासात फार उच्च स्थान मिळविले होते. परदेशात जाऊन ब्रिटिशांविरुद्ध कट-कारस्थाने करून क्रांतीची ज्वाला पेटविणारे ते भारताचे पहिले क्रांतीवीर होत. पुढे ब्रिटनच्या पोलिसांच्या ससेमिऱ्यामुळे त्यांना फ्रान्सचा आश्रय घ्यावा लागला. तत्पूर्वी त्यांनी इंडिया हाउसची सर्व सूत्रे सावरकरांच्या हाती सोपविली. पॅरिसमध्येही ते स्वस्थ बसले नव्हते. पहिल्या महायुद्धाच्या कालखंडात त्यांना पॅरिस सोडून जीनिव्हाचा आश्रय घ्यावा लागला. तेथे वर्माजी 1930 साली मृत्यू पावले. ते शेवटपर्यंत भारतीय क्रांतिकारकांना मार्गदर्शन करीत होते.

▣ सरदारसिंग राणा व मादाम कामा

ब्रिटनमधील श्यामजी कृष्ण वर्मा यांच्या क्रांतिकारी गोटातील सरदारसिंग राणा व मादाम कामा या दोन क्रांतिकारकांनी भारताच्या स्वातंत्र्यासाठी अनेक प्रकारचे कष्ट सोसले. 'वंदेमातरम्, तलवार आणि इंडियन फ्रिडम' या क्रांतिकारकांच्या पत्रकाच्या संपादनात सरदारसिंगांचे श्यामजी वर्मांना साहाय्य होत होते. आपल्या जहाल शब्दांनी त्यांनी भारतीय तरुणांच्या मनात प्रक्षोभ निर्माण केला. रशियात बाँब तयार करण्याचे तंत्र शिकून घेण्यासाठी हेमचंद्रासारख्या क्रांतिकारकांना त्यांनी पैसा पुरविला. भारतातील क्रांतिकारकांना वीस पिस्तुले व गोळ्या पुरविल्या. त्यांनीच पुरविलेल्या एका गोळीचा जॅक्सन हा बळी होता. पहिल्या महायुद्धाच्या काळात त्यांना सरकारने कैद करून अज्ञातस्थळी पाठविले. महायुद्धाच्या समाप्तीनंतर त्यांची सुटका करण्यात आली.

भारताच्या स्वातंत्र्यासाठी झटणाऱ्या मादाम कामा या वर्माजींच्या क्रांतिकारी संघटनेमधीलच होत्या. 1907 साली जर्मनीमध्ये 'International Socialist Conference' भरली होती. या परिषदेत भारताचे प्रतिनिधी म्हणून सरदारसिंग राणा व मादाम कामा हजर राहिले. मादाम कामा यांनीच या वेळी प्रथम भारताचा राष्ट्रीय ध्वज फडकविला. 'सर्व स्वातंत्र्यप्रिय राष्ट्रांनी भारतीय स्वातंत्र्य चळवळींना मदत करावी' असे आवाहन त्यांनी या ठिकाणी जमलेल्या प्रतिनिधींना केले. डिसेंबर 1908 मध्ये लंडनमध्ये भारतीय राष्ट्रवाद्यांची परिषद भरली होती. या परिषदेस लाला लजपतराय व बिपिनचंद्र पालही हजर होते. तेथे जाऊन मादाम कामांनी परदेशी मालावरील बहिष्काराचा ठराव मांडला व तो मंजूरही करून घेतला. 1914 साली मादाम कामांना अटक करण्यात आली. त्यांना चार वर्षे कैदेत खितपत पडावे लागले. भारतात सन 1934 मध्ये आल्यावर पुढे दोन वर्षांनी त्या मृत्यू पावल्या. सतत तीस वर्षे या बाईंनी भारतीय स्वातंत्र्यासाठी चळवळ केली व आपले जीवन 'भारत' या राष्ट्रासाठी समर्पित केले.

▣ बाबा गुरुदीतसिंग व लाला हरदयाळ

कोमागाटा मारू आणि गदर पार्टी :

'कोमागाटा मारू' हे एक जपानी जहाजाचे नाव भारताच्या क्रांतिकारी इतिहासात मानाचे स्थान मिळवून गेले आहे. कॅनडामध्ये सन 1913 मध्ये चार हजार भारतीय लोक होते. कॅनडियन सरकारने या भारतीय लोकांवर अनेक जुलमी बंधने घालण्यास सुरुवात केली होती. अधिक भारतीयांनी कॅनडात प्रवेश करू नये यासाठी कॅनडा सरकारने 'कलकत्त्याहून निघालेल्या प्रवाशांनाच कॅनडात प्रवेश करू दिला जाईल' असा जुलमी कायदा पास केला. कलकत्त्याहून कॅनडामध्ये जहाज सुटत नव्हते. त्यामुळे कॅनडात जाणाऱ्या भारतीय माणसांची कुचंबणा होऊ लागली. याच वेळी कॅनडातील बाबा गुरुदीतसिंग हे राष्ट्रवादी भारतीय गृहस्थ पुढे सरसावले. ते श्रीमंत होते. त्यांनी 'कोमागाटा मारू' हे जपानी जहाज भाड्याने घेतले व पाचशे भारतीय प्रवासी घेऊन कलकत्त्याहून ते सोडले. कोमागाटा मारू कॅनडियन किनाऱ्यावर पोहोचताच कॅनडियन सरकारने आपणच केलेला कायदा मोडून त्याच्या प्रवाशांना किनाऱ्यावर उतरण्यास बंदी केली. एवढेच काय, परंतु अन्न व पाणीसुद्धा घेऊ दिले नाही. शेवटी कॅनडियन सरकारने हे जहाज बुडविण्यासाठी दोन युद्धनौका पाठविण्याचा निर्णय घेतल्यावर कोमागाटा मारूस परत फिरण्याशिवाय दुसरा मार्ग राहिला नाही. मार्गात हाँगकाँग आणि सिंगापूर या बंदरांतही ब्रिटिशांनी या जहाजाला आश्रय दिला नाही. 'हे जहाज बुडावे किंवा त्यातील माणसे अन्न व पाणी याशिवाय मरावीत' अशीच ब्रिटिशांची इच्छा होती. कलकत्त्यास हे जहाज पोहोचल्यावर सरकारने प्रवाशांना पकडण्याचा प्रयत्न केला. त्यातून चकमक उडाली व कित्येक लोक ठार झाले (सप्टेंबर 1914). बाबा गुरुदीतसिंग या चकमकीत जखमी झाले, परंतु ते निसटले. कोमागाटा मारू घटनेने ब्रिटिशांची कुटील नीती, भयानक साम्राज्यवाद, पाशवी वृत्ती यांचे दर्शन जगाला झाले. भारतीय मने संतप्त झाली. कॅनडामधील भारतीय लोकांना ही वार्ता समजताच ते प्रक्षुब्ध झाले. त्यांच्या भाई भागसिंग व भाई वतनसिंग या नेत्यांनी सरकारविरुद्ध अन्यायी कायदे रद्द करण्यासाठी आंदोलन उभारले. हाफकिन्स या अधिकाऱ्याने या दोन नेत्यांना मारेकरी घालून ठार केले. त्याचा बदला भारतीय क्रांतिकारकांनी हाफकिन्सच्या खुनाने घेतला.

भारतीय लोकांवर होणाऱ्या अन्यायाला व जुलमाला प्रतिटोला हाणण्याचे कार्य क्रांतिकारकांकडून चालूच होते. अभिनव भारतचे क्रांतिकारक ब्रिटन, फ्रान्स, जर्मनी आदी देशांतून आपल्या हालचाली चालूच ठेवत होते. असे क्रांतीचे कार्य लाला हरदयाळ अमेरिकेत राहून करीत होते. ते मोठे तत्त्वज्ञ व प्रभावी वक्ते होते. त्यांनी 'गदर' नावाचे पत्रक सुरू केले होते. ते पत्रक इंग्लिश, हिंदी, उर्दू, बंगाली, मराठी आणि गुरुमुखी या भाषेत प्रकाशित होई. चीन, जपान, सिंगापूर, जर्मनी इत्यादी अनेक देशांतील भारतीय लोकांकडून ते वाचले जाई. 'गदर'ची भाषा स्वातंत्र्याची - पारतंत्र्याविरुद्धच्या बंडाची होती. ब्रिटिशांची पाशवी कृत्ये उघडी करण्याचे कार्य 'गदर' करीत होते. कोमागाटा मारू घटनेच्या काळात 'गदर'च्या विरोधी प्रचाराला धार आली. दरम्यान लाला हरदयाल यांनी 'गदर' संघटना स्थापन केली. या गदर पार्टीने परदेशातील शेकडो भारतीय तरुणांना भारताच्या स्वातंत्र्यासाठी 'करू वा मरू' या प्रेरणेने भारावून भारतात पाठविले. 'गदर'च्या वाचकांना क्रांतीचे तत्त्वज्ञान पटविले जात होते. ''ब्रिटिश अधिकाऱ्यांना प्रतिकार करा, असहकार पुकारा, रेल्वे उलथून पाडा, राज्यकारभार यंत्रणा नष्ट करा, ब्रिटिश लष्करातील भारतीय सैनिकांत असंतोष निर्माण करा'' असे हे तत्त्वज्ञान होते. पहिले महायुद्ध सुरू झाले आणि परदेशात लढणाऱ्या भारतीय सैनिकांच्या मदतीने व जर्मनी, तुर्की, इराण, इराक, अफगाणिस्तान यांच्या साहाय्याने 21 फेब्रुवारीचा सशस्त्र उठावाचा दिवस ठरला. लाला हरदयाल, रासबिहारी, कर्तारसिंग हे या उठावाचे नेते होते. लाला हरदयाळ हे जर्मन सम्राट कैसर (दुसरा) यालाही भेटले होते. इराण, इराक, अरबस्तान व अफगाणिस्तान या देशांमधील मुस्लीम लोकही या उठावाच्या वेळी ब्रिटिशांविरुद्ध उठाव करण्याची शक्यता होती. खुद्द लाला हरदयाळ यांनी शेकडो स्वयंसेवक, शस्त्रास्त्रांचा मोठा साठा भारतात उठावासाठी धाडला होता. तथापि, सशस्त्र उठावाचा हा महान प्रयत्न घरभेद्यांमुळे फसला व शेकडो क्रांतिकारक देशोधडीला लागले.

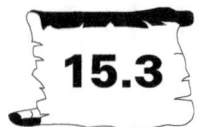

15.3 सशस्त्र क्रांतिकारी चळवळीच्या कार्याचे परीक्षण

भारतीय स्वातंत्र्यलढ्यातील अनेक प्रवाहांपैकी भारतीय क्रांतिकारकांची सशस्त्र क्रांतिकारी चळवळ हा महत्त्वाचा प्रवाह आहे. राष्ट्रसभेच्या सनदशीर चळवळीवर या क्रांतिकारकांचा बिलकूल विश्वास नव्हता. जुलमी राज्यकर्त्यांच्या अन्यायी कृत्यांचा नुसता निषेध करून ही कृत्ये थांबणार नाहीत अगर त्यास आळा बसणार नाही. त्यासाठी अत्याचारी कृत्यांना सशस्त्र क्रांतीच्या मार्गानेच जाब दिला पाहिजे, असे क्रांतिकारकांना वाटत होते. जालियनवाला बागेतील हत्याकांडाचे वर्णन वाचून आजही आपले मन व्यथित होते; तर त्या काळात तरुणांचे रक्त गरम होऊन त्यांच्यापैकी काहींनी सशस्त्र लढ्याचा मार्ग स्वीकारला तर नवल नव्हते. त्यांच्या दृष्टीने त्यांचा मार्ग चुकीचा नव्हता. जालियनवाला बागेत जमलेल्या निःशस्त्र व निरपराध स्त्री-पुरुषांवर अमानुषपणे गोळ्या झाडणारा व गोळ्या संपल्या म्हणून काही जण वाचले; म्हणून हळहळ व्यक्त करणाऱ्या नरपशू जनरल डायरचा भारतीय तरुणांनी कोणत्या शब्दांत निषेध करावयास हवा होता ? सर्व राष्ट्रास आदरणीय असणाऱ्या लाला लजपतराय यांच्या छातीवर लाठ्यांनी प्रहार करणाऱ्या सँडर्सचा कोणत्या कृतीने निषेध करावयास हवा होता ? अशा अत्याचारी व जुलमी राज्यकर्त्यांना त्यांच्याच भाषेत उत्तर देणे हे आपले परम कर्तव्य आहे असे क्रांतिकारकांना वाटत होते. ज्या मातृभूमीने आपणास जन्म दिला त्या मातृभूमीस गुलामगिरीतून मुक्त करण्यासाठी आपले जीवन अर्पण करणे यासारखे दुसरे पवित्र कार्य असू शकत नाही, ही त्यांची पवित्र भावना होती.

क्रांतिकारकांचे जीवन म्हणजे सतीचे वाण होते. हे सर्व क्रांतिकारक सुशिक्षित तरुण होते. सरकारी नोकरीत पडले असते तर सुखासमाधानाने जीवन जगले असते व संसार केले असते. पण त्यांचे जीवन त्यांच्या सुखासाठी नव्हते. आपल्या मायभूमीस त्यांनी ते समर्पित केले होते. सर्व सुखांचा व भोगांचा त्याग करण्याची व्यासपीठावरून भाषा करणे वेगळे आणि त्याप्रमाणे आचरण करणे वेगळे. हे सर्व क्रांतिकारक स्वातंत्र्याच्या भावनेने झपाटलेले होते. मायभूमीचे स्वातंत्र्य हेच त्यांचे अंतिम उद्दिष्ट होते. म्हणूनच फासावर जाण्यापूर्वी अनेक क्रांतिकारकांनी देशाच्या स्वातंत्र्यासाठीच पुन्हा या भूमीत जन्म मिळावा व पुन्हा प्राणार्पण करण्याची संधी मिळावी अशी आपली शेवटची इच्छा व्यक्त केलेली आढळते.

हे क्रांतिकारक सरकारी अधिकाऱ्यांचे खून का पाडत होते ? ते माथेफिरू नव्हते, त्यांचे कोणत्याही ब्रिटिश व्यक्तीशी व्यक्तिशः शत्रुत्व नव्हते. त्यांचे शत्रुत्व होते ब्रिटिश राज्यकर्त्यांशी व त्यांच्या जुलमी धोरणाशी आणि हे अधिकारी या जुलमी धोरणाची कसोशीने अंमलबजावणी करीत होते. स्वाभाविकच, त्यांचा बळी घेतला जाणे अपरिहार्य होते. चार-पाच अथवा दहा-पंधरा बड्या सरकारी अधिकाऱ्यांचे खून पाडून ब्रिटिश सत्ता नष्ट होणार नाही याची जाणीव क्रांतिकारकांनाही होती. सरदार भगतसिंगांसारख्यांनी ते प्रांजळपणे कबूलही केले आहे. अशा कृत्यांपेक्षा त्यामागच्या भावना व शक्ती क्रांतिकारकांच्या दृष्टीने महत्त्वाच्या होत्या. ब्रिटिशांच्या जुलमाविरुद्ध भारतीय समाजात असंतोष धुमसत होता. सरकारच्या अन्यायी कृत्यांचा सूड घेतला पाहिजे अशीही भावना समाजात होती; पण हा असंतोष व सरकारविरोधी भावना किती तीव्र स्वरूपात भारतीय समाजमनात वास करत आहे याचा भारतातील सरकारला, विलायत सरकारला व सर्व जगाला प्रत्यय आणून देण्यासाठी क्रांतिकारक सशस्त्र क्रांतिकारी कृत्ये करीत. 1,000 निषेध सभांनी ब्रिटिश राज्यकर्त्यांवर जेवढा परिणाम घडवून आणला असेल त्यापेक्षा अधिक पटीने सँडर्सच्या खुनाने घडवून आणला होता. भगतसिंगांनी कायदेमंडळाच्या सभागृहात जो बाँब टाकला त्यात कोणीही मृत्यमुखी पडले नाही हे खरे; पण त्याने सर्व ब्रिटिश साम्राज्याला हादरा बसला. सर्व जगाला भारतीय असंतोषाच्या तीव्रतेची जाणीव झाली. या बाँबस्फोटानंतर झालेल्या गडबडीत भगतसिंगांना सहज निसटता आले असते, पण त्यांनी स्वतःला अटक करून घेतले; यामागचे कारण उघड होते. कारण बाँबस्फोटाचा खटला सर्व जगभर गाजणार होता व 'आरोपी' म्हणून भगतसिंगांना आपली कैफियत न्यायालयात मांडता येणार होती व ती जगभरच्या वर्तमानपत्रांत प्रसिद्ध होणार होती. त्याप्रमाणे सर्व घडून आलेही.

15.4 सशस्त्र क्रांतिकारी चळवळीच्या अपयशाची कारणे

क्रांतिकारकांची सशस्त्र क्रांतिकारी चळवळ भारतात फोफावू शकली नाही, क्रांतिकारकांचे प्रयत्न एकाकी राहिले. याची कारणे पुढीलप्रमाणे :

1. सामान्य लोकांच्या पाठिंब्याचा अभाव : क्रांतिकारक हा जन्माला यावा लागतो. असामान्य धाडस, जाज्वल्य मातृभूमी प्रेम आणि त्यासाठी प्राणाची किंमत द्यावयाची तयारी या सर्व गोष्टी समाजातील सर्वच माणसांना कशा जमणार ? साहजिकच, क्रांतिकारकांबद्दल सहानुभूती, प्रेम आणि भक्ती समाजाला वाटत असली तरी ब्रिटिशांच्या दडपशाही कारभाराला असे तीव्र प्रतिकार करण्याचे सामर्थ्य भारतीय समाजात नव्हते. त्यामुळे क्रांतिकारकांना समाजाचा हवा तसा पाठिंबा मिळू शकला नाही आणि समाजातील सामान्य माणसाच्या पाठिंब्याशिवाय कोणतीही चळवळ यशस्वी होऊ शकत नाही हा इतिहासातील सर्वमान्य सिद्धान्त आहे.

2. समाज संघटनेचा अभाव : भारतासारख्या अफाट देशाला सशस्त्र मार्गाने स्वातंत्र्य मिळवून देण्यासाठी फार मोठी संघटना क्रांतिकारकांना स्थापणे आवश्यक होते. इटलीमध्ये जशी गॅरिबाल्डी व मॅझिनी यांनी संघटना स्थापन केली होती अथवा लेनिनने जशी आपल्या अनुयायांची संघटना स्थापन केली होती तशा प्रकारची देशव्यापी संघटना स्थापन करण्याचा प्रयत्न क्रांतिकारकांच्या हातून तडीस जाऊ शकला नाही. भारतात ज्या छोट्या-मोठ्या क्रांतिकारी संघटना होत्या त्या सर्व एक झाल्या पाहिजे होत्या व एक संघटना, एक उद्दिष्ट, एक कार्यपद्धती, एक नेता अशी क्रांतिकारी चळवळीची परिस्थिती निर्माण होणे आवश्यक होते. तसे न होता क्रांतिकारकांचे प्रयत्न आपापल्या संघटनांमार्फत होत होते. त्यामुळे त्यांचे सामर्थ्यही एकवटले जात नव्हते. प्रतिकार विभागला जात होता, प्रतिकारात एकसूत्रता येऊ शकत नव्हती.

3. देशद्रोह्यांच्या कारवाया : क्रांतिकारकांचा इतिहास सांगतो की, आमचे अनेक क्रांतिकारक आमच्या देशद्रोही बांधवांनी सरकारला पुरविलेल्या बातम्यांमुळे पकडले गेले. चंद्रशेखर आझाद बागेत असल्याची बातमी कोणी पुरविली ? सन 1915 चा होऊ घातलेला महान उठाव कोणी उधळून टाकला ? ही सर्व मंडळी भारतीयच होती. राज्यकर्त्यांची कृपा व प्रसंगी मिळणारी बक्षिसी यासाठी आपल्या देशासाठी जीवावर उदार झालेल्या स्वातंत्र्यवीरांना पकडून देण्यास हे देशद्रोही मागे-पुढे पाहत नसत. अर्थात, अशा देशद्रोह्यांना देहदंडाची शिक्षा दुसरे क्रांतिकारक दिल्याशिवाय राहत नसत. पण त्यामुळे क्रांतिकारकांची झालेली नुकसानी भरून येत नसे.

4. राष्ट्रसभेचे धोरण व महात्मा गांधींची चळवळ : भारतीय समाजातील सुशिक्षित वर्गाची सहानुभूती क्रांतिकारकांना जेवढी मिळावयास हवी होती तेवढी मिळू शकली नाही. राष्ट्रीय सभेतील नेत्यांना क्रांतिकारकांबद्दल सहानुभूती असली तरी त्यांचा हिंसात्मक मार्ग त्यांना मंजूर नव्हता. त्यांना सनदशीर राजकारण हवे होते. आशुतोष मुखर्जी व सुरेंद्रनाथ बॅनर्जी यांच्यासारखे नेते तर याहीपुढे जाऊन सरकारने क्रांतिकारकांविरुद्ध कडक कारवाई करावी असे प्रतिपादन करीत होते.

पुढे तर राष्ट्रीय सभा महात्मा गांधींनी जिंकली व ते काँग्रेसचे एकमेव श्रेष्ठ नेते बनले. असहकार व कायदेभंग यांसारखी सरकारला प्रतिकार करण्याची व सामान्य जनतेला पेलतील अशी शस्त्रे त्यांनी राजकारणात आणली. बहुसंख्य भारतीय समाजाचे नेतृत्व त्यांच्याकडे गेले. लोकांना महात्मा गांधींचा मार्ग अधिक सोईस्कर व कमी धोक्याचा वाटला. त्यामुळे क्रांतिकारकांच्या चळवळीचा जोर कमी झाला.

5. ब्रिटिश साम्राज्याचे अफाट सामर्थ्य : क्रांतिकारकांची कृत्ये ही देशाच्या स्वातंत्र्यासाठी केलेली असल्याने ती महान होत, हे खरे. अशा कृत्यांनी ब्रिटिश साम्राज्यसत्तेला प्रसंगी हादरेही बसत, हेही खरे. पण अशा हादऱ्यांनी ब्रिटिश सत्ता जमीनदोस्त होण्यासारखी नव्हती. पृथ्वीतलावरील अनेक खंडांतील अनेक प्रदेशांवर ब्रिटिश सत्ता पसरली

होती. तिचे आर्थिक व लष्करी सामर्थ्य प्रचंड होते. लष्करी दृष्टीने विचार करता, क्रांतिकारकांच्या सशस्त्र क्रांतिकारी कृत्यांनी ब्रिटिश लष्करी शक्तीवर फारसा प्रतिकूल परिणाम होणार नव्हता. एखाद्या संपूर्ण प्रांताने उभारलेले बंडही चिरडून टाकण्याची ताकद ब्रिटिशांजवळ होती. सर्व देशभरच सशस्त्र उठाव झाला असता तर मात्र काही वेगळा परिणाम घडून आला असता व देशाला सशस्त्र क्रांतीने स्वातंत्र्य मिळू शकले असते; पण तसे झाले नाही. सामान्य माणसे सशस्त्र क्रांतिकारी चळवळीपासून दूर राहिली व त्यांच्यावर राज्यकर्त्यांच्या लष्करी शक्तीचा दबाव सतत राहिला.

असे जरी असले तरी क्रांतिकारकांच्या प्रयत्नांचे महत्त्व कमी होत नाही. क्रांतिकारकांचा मार्ग भिन्न होता. तो मार्ग तेजस्वी होता. त्या मार्गाने जाणाऱ्यास हौतात्म्य मिळणे ठरलेले असे. पण क्रांतिकारकांना मृत्यूचे भय नव्हते. महान तत्त्वासाठी मृत्यूला कवटाळणारा हा मृत्यू पावत नसतो तर अमर होत असतो या सूत्रावर क्रांतिकारकांची श्रद्धा होती.

16

राष्ट्रसभेची वाटचाल : सन 1905 ते 1907

16.1 मवाळ व जहाल यांच्यातील तात्त्विक मतभेद

16.2 सन **1905** चे राष्ट्रसभेचे बनारस अधिवेशन

16.3 सन **1906** चे राष्ट्रसभेचे कलकत्ता अधिवेशन

16.4 सन **1907** चे राष्ट्रसभेचे सुरत अधिवेशन व राष्ट्रसभेतील उघड फूट

भारतातील राजकीय जागृतीमधून राष्ट्रसभेची स्थापना 1885 साली झाल्याचे आपण पाहिले. सन 1885 ते 1905 हा राष्ट्रसभेच्या वाटचालीचा पहिला कालखंड असे सर्वसाधारणपणे समजण्यात येते. भारतीय लोकांची दुःखे दूर करण्यासाठी सरकार-दरबारी अर्ज-विनंत्या करणे, त्यासाठी स्वदेशातील व ब्रिटनमधील लोकमत जागृत करणे, राज्यकर्त्यांना त्यांच्या चुका व अत्याचारी कृत्ये दाखवून देऊन ती दूर करण्याची विनवणी करणे अशी कार्यपद्धती राष्ट्रसभेतील प्रमुख नेत्यांनी स्वीकारली होती. त्यामध्ये पितामह दादाभाई नौरोजी, न्या. रानडे, सर फिरोजशहा मेहता, बाबू सुरेंद्रनाथ बॅनर्जी ही मंडळी प्रमुख होती. तथापि, राज्यकर्ते त्यांच्या अर्ज-विनंत्यांनी नमत नव्हते व भावी काळात नमण्याची शक्यताही नव्हती. तेव्हा अर्ज-विनंत्यांच्या चाकोरीबद्ध मार्गाने न जाता निःशस्त्र प्रतिकाराची जहाल चळवळ उभारावी व सरकारवर लोकांच्या चळवळीचे दडपण आणावे व त्यास नमवावे, अशा विचारांच्या तरुण मंडळींचा गट एकोणिसाव्या शतकाच्या सरतेशेवटी राष्ट्रसभेत उदय पावत होता. बाबू अरविंद घोष, लोकमान्य टिळक, लाला लजपतराय इत्यादी तरुण नेते या गटाचे नेतृत्व करीत होते. आता सन 1905 ते 1907 या काळातील राष्ट्रसभेची वाटचाल पाहण्यापूर्वी राष्ट्रसभेत मवाळ पक्ष व जहाल पक्ष यांच्यात अंतर कसे पडत गेले आणि त्यांच्या तत्त्वज्ञानात कोणता मूलभूत फरक होता हे पाहणे इष्ट ठरेल.

16.1 मवाळ व जहाल यांच्यातील तात्त्विक मतभेद

ब्रिटिशांनी भारत जिंकून आपले साम्राज्य प्रस्थापित केले व जेणेकरून भारताचा ब्रिटनशी जो संबंध जोडला गेला तो ईश्वरी संकेतानुसार होय आणि हा संकेत गृहीत धरूनच भारताच्या उन्नतीचा मार्ग चोखाळावयास हवा असे राष्ट्रसभेतील मवाळांचे मत होते. ब्रिटिश राज्यकर्ते सुसंस्कृत आहेत, त्यांनी आपल्या देशात लोकशाही स्थापन केलेली आहे; तेव्हा आपणही आपली लायकी सिद्ध केली तर ते आपणास लोकशाही हक्क आज ना उद्या खचितच देतील अशी त्यांची श्रद्धा होती. ब्रिटिश उदारमतवादी व न्यायी विचारांचे असून त्यांच्या सद्सद्विवेक बुद्धीस आवाहन केल्यास ती केव्हा ना केव्हा जागृत झाल्याशिवाय राहणार नाही असा वादही मवाळांमध्ये उत्पन्न झालेला होता. म्हणून ब्रिटिश राज्यकर्त्यांशी संघर्ष करण्याची अथवा प्रतिकार करण्याची भाषा न वापरता अगर तशी प्रतिकाराची कृती न करता त्यांच्याशी गोडीने वागून राजकीय सुधारणा पदरात पाडून घ्याव्यात, त्यासाठी लोकमत जागृत करावे; सरकारच्या कानावर एकसारखी आपली गाऱ्हाणी घालावीत; कायदेमंडळात सरकारचे दोष दाखवून द्यावेत, पण बहिष्कारासारखे शस्त्र उगारून राज्यकर्त्यांशी शत्रुत्व करू नये असे त्यांचे मत होते. न्या. रानडे, सर फिरोजशहा मेहता इत्यादी ज्येष्ठ भारतीय मवाळ नेत्यांची ही विचारसरणी होती. न्या. रानड्यांचे शिष्यत्व पत्करलेल्या नामदार गोखले यांनी हेच मवाळ राजकारण सन 1904-05 च्या दरम्यान उचलून धरले.

सन 1905 चा भारत हा सन 1895 चा राहिला नव्हता, याची ना. गोखल्यांना जाणीव होती. सरकारवर दडपण आणल्याशिवाय सरकार नमणार नाही हे त्यांना पटत होते. पण बहिष्कारादी साधनांनी सरकारशी लढा देऊन फारसे काही साध्य होणार नाही असे त्यांना प्रामाणिकपणे वाटत होते.

अलाहाबादेतील एका भाषणात ना. गोखले म्हणतात, ''आपणास जो न्याय मिळवून घ्यायचा तो देशातील प्रस्थापित राजसत्तेकडूनच मिळवून घेतला पाहिजे. अर्थात, यासाठी सत्ताधाऱ्यांवर एकसारखे दडपण आणीत गेले पाहिजे आणि म्हणूनच सत्ताधाऱ्यांशी आपणास काहीच कर्तव्य नाही ही कल्पना अग्राह्य व असमंजस आहे.''

बहिष्काराच्या कल्पनेसंबंधी ते म्हणतात, ''आपल्या देशातील उद्योगधंद्यांची वाढ व्हावी एवढी केवळ सदिच्छा बाळगून न थांबता स्वदेशी उद्योगधंद्यांच्या वाढीसाठी प्रत्येकाने आपल्या परिस्थितीप्रमाणे स्वेच्छेने त्याग करावा या कल्पनेचा अंतर्भाव स्वदेशीत होत असतो. पण हा अर्थ व्यक्त करण्यास 'बहिष्कार' या शब्दाची योजना करणे योग्य नाही; कारण बहिष्कार या शब्दाने आपले नुकसान झाले तरीही दुसऱ्याचे नुकसान करण्याची सूडबुद्धी व्यक्त होत असते आणि स्वदेशीच्या कार्यात निष्कारण विरोधी भावना जागृत होऊन अडथळे येतात.''

सरकारी नोकऱ्यांसंबंधी ते म्हणतात, ''जर सरकारला जितके नोकर लागतात तितके मिळविण्याची अडचण भासू लागली तरच बहिष्काराचा परिणाम सरकारला भासेल; पण ही गोष्ट व्यवहार्य आहे हे मत विचारातही घेण्यास पात्र नाही.''

तथापि, मवाळ नेत्यांचे हे सामोपचाराचे व राज्यकर्त्यांशी सहकार्य करून जेवढ्या देतील तेवढ्या सुधारणांवर समाधान मानण्याचे धोरण राष्ट्रसभेतील तरुण जहालवाद्यांना पटणे शक्य नव्हते. राष्ट्रसभेने 1885 सालापासून पंधरा-सोळा वर्षे सनदशीर राजकारणाचा पुरस्कार करूनही लॉर्ड कर्झनच्या राजवटीत भारतीय लोकांच्या पदरात काय पडले ? जुलमी कायदे आणि अवहेलना. बंगालच्या फाळणीने तर राज्यकर्त्यांचा दुष्ट हेतू अगदी स्पष्ट झाला आणि राज्यकर्ते भारतीय लोकांच्या भावनांची अजिबात कदर करावयास तयार नाहीत हेही स्पष्ट झाले. तेव्हा राज्यकर्त्यांच्या या वर्तनाचा निषेध करून त्यांच्या प्रतिकारास सिद्ध होण्याऐवजी राज्यकर्त्यांवर श्रद्धा ठेवून चालण्याचे पूर्वीचेच नेमस्त राजकारण चालविणाऱ्या मवाळांशी जहाल नेत्यांचे पटणे शक्य नव्हते. मवाळ-जहाल मतभेदास सन 1897 च्या सुमारास खरी सुरुवात होऊन पुढे या दोन गटांतील दरी रुंदावत गेली आणि परिणामी पुढे 1907 साली राष्ट्रसभा दुभंगली.

एव्हाना दादाभाई नौरोजींसारख्या मवाळ गटाचे म्हणून समजल्या गेलेल्या नेत्यांचाही आता ब्रिटिश राज्यकर्त्यांच्या न्यायीपणावरील विश्वास उडाला होता. त्यांनीही सन 1905 च्या सुमारास भारतीय राष्ट्रीय चळवळ अधिक तीव्र करण्याची गरज असल्याचे प्रतिपादन करावयास सुरुवात केली होती. 'आम्ही गुलामाप्रमाणे नांदणार नाही' अशी निर्धाराची वृत्ती आम्ही धारण केली पाहिजे असे त्यांनी आपल्या देशबांधवांना निर्भयपणे प्रतिपादण्यास सुरुवात केली.

आमच्यातील संघशक्ती एकवटून बहिष्कारासारख्या तीव्र चळवळींनी राज्यकर्त्यांची धुंदी उतरविल्याशिवाय आता भारतीय जनतेला अन्य पर्याय राहिला नाही, हे विशद करून सांगताना जहालवादी नेते लो. टिळक म्हणतात, ''विलायतेतील लोकांपुढे आमची रड गायिली तर काही उपयोग होईल असे वाटत होते. पण ही समजूत खोटी आहे असे मि. हिंडमन् यांनी पंडित श्यामजी (वर्मा) यांनी स्थापिलेले 'इंडिया हाउस' उघडतेवेळी जे भाषण केले त्यात स्पष्ट सांगितले आहे. लॉर्ड कर्झन ऐकत नाही, पार्लमेंट ऐकत नाही, मग करावे काय ? या सर्वांचे डोळे उघडतील असा काहीतरी इलाज करणे आवश्यक आहे. शस्त्रास्त्रांनी या अरेरावीचा प्रतिकार करणे अशक्य होय हे वर सांगितलेच आहे. आणि शस्त्रास्त्रे गेली म्हणजे केवळ संघराशक्तीच कायम राहते आणि या संघशक्तीचा उपयोग कायदेशीर रीतीने राज्यकर्त्यांची धुंदी उतरण्याचे कामी जर करता येईल तर धैर्याने आणि हिमतीने अशा प्रकारचा उपयोग करणे हे भारताची कळकळ बाळगणाऱ्या प्रत्येक मनुष्याचे कर्तव्य होय. ऐतिहासिकदृष्ट्या विचार केला तर 'राष्ट्रीय बहिष्कार' हा यांपैकीच एक उपाय आहे असे आढळून येते.''

1906 साली ब्रिटनमध्ये उदारमतवादी नेता मोर्ले हा भारतमंत्री बनला. पण त्यानेही भारतीय लोकांच्या मागणीस वाटाण्याच्या अक्षता लावल्या. जेव्हा उदारमतवादी ब्रिटिश सरकार आपली साम्राज्यवादी वृत्ती किंचितही ढिली करावयास तयार नसल्याचे भारतीय नेत्यांच्या लक्षात आले तेव्हा या राज्यकर्त्यांना निःशस्त्र प्रतिकाराचीच भाषा समजू शकेल; त्याशिवाय ते वठणीवर येणार नाहीत असे टिळकांसारख्या जहाल नेत्यांना वाटल्यास नवल नव्हते.

लो. टिळक म्हणतात, ''आमचे असे म्हणणे आहे की, आपल्या लोकांनी आपली जी उन्नती करून घ्यायची ती स्वदेशी चळवळ व बहिष्कार यांसारख्या विलायतवाल्यांस फटकारा बसणाऱ्या उद्योगांनीच केली पाहिजे. सरकारचे शिक्षण तुम्हांस पसंत नसेल तर स्वतःची युनिव्हर्सिटी तुम्ही काढा. सरकार तुमच्या उद्योगधंद्यास उत्तेजन देत नसेल तर तुम्ही द्या. लोक तुम्हास गांजीत आहेत, त्यांच्याशी संबंध जितका कमी ठेवता येईल तितका ठेवा. तुमच्या अंगात काही करामत आहे आणि काही निश्चय किंवा निग्रहसामर्थ्य आहे असे सरकारच्या प्रत्ययास आणून द्या. मग जॉन मोर्लेच काय, पण त्याच्या जागी निचर्ड फॉक्स जरी आला तरी तो तुमचे म्हणणे आदराने ऐकून घेऊन तुम्हास दाद देईल. मोर्लेसाहेब उदार बुद्धीचे तत्त्ववेत्ते आहेत. पण 'स्टेट सेक्रेटरी' या नात्याने त्यांच्याकडून आमच्या फायद्याची कोणतीही महत्त्वाची गोष्ट आम्ही जोर केल्याखेरीज कधीही व्हावयाची नाही हे निश्चित. ते गोड बोलतील, आमच्याकडून त्यास कोणी भेटावयास गेल्यास त्यास एखादा चहाचा पेलाही देतील. पण जोपर्यंत भारताच्या राज्यपद्धतीतील गांजणारी दुःखे आम्हाला असह्य झाली आहेत याचा प्रत्यक्ष पुरावा त्यांच्याजवळ नाही किंवा जोपर्यंत आमच्या पाठीवर बसणाऱ्या कोरड्यांचे वळ थोड्याशा कालाने आम्ही विसरतो अशी खात्री त्यास भारतातील बडे अधिकारी देत आहेत; अगर जोपर्यंत आमची दुःखे निवारण करण्याच्या उद्योगास आम्हीच लागलो नाही तोपर्यंत कोरड्या शाब्दिक कळकळीपेक्षा मोर्लेसाहेबांकडून आम्हास काहीएक प्राप्त व्हावयाचे नाही.''

'राष्ट्रीय सभेच्या कामाची दिशा' या आपल्या लेखात लोकमान्यांनी नव्या राष्ट्रीय चळवळीचे स्वरूप स्पष्ट केले आहे. ते म्हणतात, ''आमचे असे म्हणणे नाही की, राज्यकर्त्यांपाशी किंवा त्यांच्यापुढे आपली दुःखे मांडून कोणत्याही प्रकारची आपण मागणी करू नये. मागितल्याखेरीज कोणी देत नाही हे खरे; पण त्याचबरोबर हेही लक्षात ठेवले पाहिजे की, राजकीय बाबतीत महाभारतात सांगितल्याप्रमाणे राजकीय ब्राह्मणी मागणीचा काही उपयोग नाही . . . स्वदेशी चळवळीस जी आता सुरुवात झाली आहे तीच पुढे कायम ठेवून भारतातील लोकांनी आपले हित करून घेतले पाहिजे. अशा प्रकारच्या आग्रहाखेरीज कार्यभाग व्हावयाचा नाही. यासच इंग्रजीत 'पॅसिव्ह रेझिस्टन्स' असे म्हणतात. तात्पर्य, हक्कासाठी रडून किंवा भीक मागून काही उपयोग नाही; ते हक्क आपणास मिळतील असा आग्रह धरून आपल्या हातून शक्य असेल तेवढा उद्योग केला पाहिजे आणि जरूर पडल्यास सरकारात जितके अडविता येईल तितके अडवून ही गोष्ट निश्चयाने साध्य करून घेतली पाहिजे. हे तत्त्व आता बहुतेक सर्वसामान्य झाले आहे.''

बंगालमधील थोर जहालवादी नेते बाबू अरविंद घोष यांनी तर आपल्या 'वंदेमातरम्' या वृत्तपत्रातून, जाहीर भाषणांमधून भारतीय राष्ट्रवादास आध्यात्मिक बैठक दिली. त्यांच्या शब्दांनी सर्व बंगालच नव्हे तर सर्व देश चेतावला गेला. बाबू अरविंद एके ठिकाणी म्हणतात, ''आम्ही भारतीय लोक परकीयांच्या मायेला वश होऊन गेलो होतो व आमच्या आत्म्यावरही तिचा पूर्ण पगडा बसला होता. जे लोक आमच्यावर राज्य करीत आहेत त्या परकीय लोकांच्या परकीय अमलाची, परकीय संस्कृतीची, परकीय लोकांच्या शक्तीची व सामर्थ्याची ही माया होती. आमच्या शारीरिक, बौद्धिक व नैतिक जीवनावर घातलेल्या या जणू काय शृंखलाच होत्या. आम्ही स्वराज्याला व राजकारणाला अपात्र आहोत असेच आम्हास वाटू लागले. ब्रिटनकडेच आम्ही आदर्श राष्ट्र म्हणून पाहू लागलो. पण ही सर्व माया होती व त्याच शृंखला होत्या. . . . या मायेचा विध्वंस दडपशाही व क्लेश यावाचून होत नाही. वंगभंगाचे जे कडू फळ लॉर्ड कर्झन यांनी आम्हास चाखावयास भाग पाडले, त्यामुळे हा मोह नष्ट झाला. तुमच्या मार्गातील संकटांना भिऊ नका, तुमचा मार्ग रोखून धरणाऱ्या शक्ती कितीही मोठ्या असल्या तरी त्यांची फिकीर नाही. तुम्ही स्वतंत्र व्हा, हा परमेश्वराचाच आदेश आहे व तुम्ही स्वातंत्र्य संपादन केलेच पाहिजे. या परमेश्वरी शक्तीने भारलेले हे राष्ट्र व त्यातील सर्व लोक जागे होऊन उभे राहतील आणि सर्वशक्तिमान परमेश्वर त्यांना प्रेरणा देईल. मग कोणतीही ऐहिक शक्ती त्याचा प्रतिकार करू शकणार नाही. कारण, येथे परमेश्वराचे अधिष्ठान आहे व त्याचेच हे कार्य आहे. . . .''

राजकीय सुधारणा प्राप्त करून स्व-बांधवांची गुलामगिरीतून मुक्तता करावयाची यासंबंधी मवाळ व जहाल यांच्यात जरी सर्वसाधारणपणे एकमत असले तरी ध्येय साध्य करण्याच्या त्यांच्या साधनांत भिन्नता होती. ब्रिटिश राज्यकर्त्यांच्या न्यायीपणावरील आपली श्रद्धा किंचितही ढळविण्यास सर फिरोजशहांसारखे मवाळ नेते तयार नव्हते आणि त्यांच्याच हाती राष्ट्रसभेची सूत्रे होती. तेव्हा राष्ट्रसभेतील मवाळ वर्चस्वाविरुद्ध जहाल गटाचे बंड होणे अपरिहार्य होते. हळूहळू या दोन गटांतील दरी रुंदावत गेली व पुढे सुरतच्या अधिवेशनात तर दंगल माजून राष्ट्रसभाच दुभंगली. त्यामुळे राष्ट्रीय चळवळीस फार मोठा धक्का बसला.

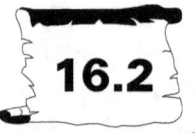

16.2 सन 1905 चे राष्ट्रसभेचे बनारस अधिवेशन

सन 1905 मधील राष्ट्रसभेचे अधिवेशन बनारस येथे 27 डिसेंबर ते 30 डिसेंबर या दरम्यान भरले. सर्व देशातून या अधिवेशनासाठी साडेसातशेहून अधिक प्रतिनिधी आले होते. ना. गोपाळ कृष्ण गोखले हे या अधिवेशनाचे अध्यक्ष होते.

हे अधिवेशन भरण्यापूर्वीची भारतीय राजकारणातील परिस्थिती फारच तंग बनली होती. बंगालची फाळणी लोकक्षोभाला न जुमानता राज्यकर्त्यांनी घडवून आणली होती. एवढेच नव्हे, तर फाळणीच्या विषयावर राष्ट्रसभेच्या नेत्यांशी बोलणे करावयासही राज्यकर्ते तयार नव्हते. राष्ट्रसभेच्या शिष्टमंडळास लॉर्ड कर्झनने मुलाखतही नाकारली होती. असे असले तरी राष्ट्रसभेच्या मवाळ नेत्यांचा अद्यापी राज्यकर्त्यांच्या न्यायी व उदार धोरणावर विश्वास होता. म्हणून राष्ट्रसभेचे

एक शिष्टमंडळ ना. गोखले व लाला लजपतराय यांच्या नेतृत्वाखाली ब्रिटनमध्ये पाठविण्यात आले. पण तेथेही त्यांच्या पदरी निराशा पडली. ब्रिटनमधील राज्यकर्तेच नव्हे तर नागरिक व वृत्तपत्रेही भारतीय प्रश्नाबद्दल फारसी सहानुभूती बाळगत नाहीत; हे कटू सत्य राष्ट्रसभेच्या या दोन नेत्यांना दिसले. मायदेशी आल्यावर लाला लजपतराय यांनी अगदी स्पष्टपणे सांगितले की, भारतीय लोकांच्या स्वातंत्र्याच्या प्रश्नात ब्रिटिश मंडळींचा फारसा उपयोग होणार नाही. आपले स्वातंत्र्य आपणच लढा देऊन प्राप्त करावयास पाहिजे. राज्यकर्त्यांविषयीच्या ना. गोखले यांच्याही विचारात महत्त्वपूर्ण बदल झाल्याचे त्यांच्या अध्यक्षीय भाषणातून स्पष्ट झाले. राष्ट्रसभेच्या व्यासपीठावरून त्यांनीच प्रथम 'ब्रिटिश साम्राज्यांतर्गत स्वराज्य' हे आमचे ध्येय राहील अशी घोषणा केली आणि कर्झनसाहेबांच्या राज्यकारभारावर प्रखर टीका केली. लॉर्ड कर्झनच्या जुलमी राजवटीचा ना. गोखल्यांसारख्या मवाळ नेत्यावरही इतका परिणाम झाला होता की, त्यांनी आपल्या भाषणात बंगालमधील बहिष्कार चळवळीचाही पुरस्कार केला आणि स्वदेशी चळवळीला आपला पूर्ण पाठिंबा दर्शविला. तथापि, त्यांच्या राजकीय विचारांच्या तळाशी असलेले ब्रिटिश राजनिष्ठेचे तत्त्व लुप्त पावले होते असे नाही. म्हणूनच ब्रिटिश साम्राज्याच्या युवराजाचे आपण सर्वांनी मनःपूर्वक स्वागत करावे असे त्यांनी प्रतिपादन केले. अर्थातच, जहाल विचारसरणीच्या नेत्यांना व कार्यकर्त्यांना ना. गोखलेंचा हा शेवटचा प्रस्ताव मंजूर होण्यासारखा नव्हता हे उघड होते.

लोकांच्या रागाची पर्वा न करता ब्रिटिशांनी केलेल्या बंगालच्या फाळणीचा निषेध तीव्र स्वरूपात राष्ट्रसभेच्या अधिवेशनात होणे नैसर्गिक होते. फाळणीबद्दल सरकारचा कडक निषेध करणारा ठराव एकमताने अधिवेशनात मंजूर झाला. भारतातील असंतोष नाहीसा करण्यासाठी अन्यायी फाळणी रद्द करण्याचे आवाहन सरकारला करण्यात आले. याप्रसंगी झालेल्या भाषणात अनेक संतप्त प्रतिनिधींनी सरकारवर आपल्या जहाल टीकेच्या तोफा डागल्या.

असे असले तरी अधिवेशनात इतर मुद्द्यांवर खडाजंगी चर्चा होऊन मतभेद स्पष्ट दिसू लागले. आपल्या ब्रिटनमधील वास्तव्यात ना. गोखल्यांनी भारतमंत्री मोर्ले यांना प्रिन्स व प्रिन्सेस ऑफ वेल्स यांच्या भारतभेटीचे राष्ट्रसभा एकमताने स्वागत करेल असे आश्वासन दिलेले होते. तथापि, बंगालच्या फाळणीने संतप्त झालेल्या बंगाली तरुण प्रतिनिधींनी या प्रस्तावास कडवा विरोध केला. सर्व बंगाल फाळणीच्या धक्क्याने शोकाकुल असता प्रिन्स ऑफ वेल्सचे स्वागत हसतमुखाने कसे करावे असा बंगाल्यांचा सवाल होता. याउलट, ना. गोखल्यांनी जरी बहिष्कार चळवळीचे समर्थन केले तरी इतर मवाळ नेते ही चळवळ तीव्र करण्याच्या विरुद्ध होते. अशा चळवळीने राज्यकर्त्यांची अप्रीती ओढवून काहीही साध्य होणार नाही असे त्यांना वाटत होते. (पुढे नामदार गोखल्यांनीही बहिष्कार चळवळीस दिलेला पाठिंबा काढून घेतला.) या पेचप्रसंगात लो. टिळक व लाला लजपतराय यांनी मध्यस्थी करून बंगाली प्रतिनिधींची समजूत घातली. युवराजच्या स्वागत ठरावाच्या वेळी त्यांनी मंडपातून बाहेर जावे आणि अशा प्रकारे राष्ट्रसभेने तो 'एकमताने' मंजूर करावा असे ठरले. तसेच मवाळांनीही जहालांच्या बहिष्काराच्या ठरावास पाठिंबा देण्याचे ठरविले. तथापि, ठरावाची भाषा संदिग्ध ठेवण्यात आली.

तो ठराव असा : ''लोकांच्या विनंत्या व निषेध यांना न जुमानता, बंगालची फाळणी जारी ठेवण्याच्या राज्यकर्त्यांच्या कृतीकडे ब्रिटिश नागरिकांचे लक्ष वेधावे यासाठी शेवटचा प्रभावी पण घटनात्मक उपाय म्हणून बंगाली लोकांना परदेशी मालावरील बहिष्काराचे शस्त्र हाती घ्यावे लागल्यावर राज्यकर्त्यांनी जे दडपशाहीचे धोरण स्वीकारलेले आहे त्या धोरणाचाही राष्ट्रसभा मनापासून व जोरदार निषेध व्यक्त करीत आहे.''

या ठरावाकडे बारकाईने पाहिले तर राष्ट्रसभेने आपल्या बहिष्काराचा पुरस्कार केलेला आहे असे स्पष्टपणे म्हटले नाही हे लक्षात येईल. तथापि, या ठरावाच्या वेळी जहालांची जी भाषणे झाली त्यातून बहिष्काराच्या जहाल तंत्राचा प्रभावी अवलंब केल्याशिवाय आता अन्य काही पर्याय उरलेला नाही हे सूत्र मांडले गेले.

बंगालच्या फाळणीच्या निमित्ताने बहिष्काराची चळवळ सुरू करून भारतीय राजकारणात एका नव्या युगाचा उदय घडवून आणल्याबद्दल लाला लजपतराय यांनी बंगाली लोकांचे अभिनंदन करून म्हटले, ''आपल्यावर अन्याय झाला तर त्याचा प्रतिकार कसा करावा हे ब्रिटिशांनीच आम्हास शिकविले आहे. या स्वातंत्र्याच्या लढ्यात आम्ही आमचे पौरुषत्व

दाखवावे हीच ब्रिटिशांची अपेक्षा आहे. आम्ही ब्रिटिश राज्यकर्त्यांना हे दाखवून दिले पाहिजे की, आम्ही भिक्षेकरी नसून ब्रिटिश साम्राज्यातील न्याय्य स्थान मिळवू पाहणारे नागरिक आहोत.''

या ठरावाशिवाय केंद्रीय व प्रांतिक कायदेमंडळाची वाढ व सुधारणा करावी, भारतीय लोकांना राज्यकारभारात अधिक स्थान मिळावे, ब्रिटनमधील पार्लमेंटमध्ये भारतीय जनतेला प्रतिनिधित्व मिळावे, भारतमंत्र्याच्या मंडळात कमीतकमी तीन भारतीय सभासदांची व गव्हर्नर जनरलच्या कार्यकारी मंडळात दोन भारतीय सभासदांची नियुक्ती व्हावी इत्यादी अनेक मागण्या करणारे ठराव अधिवेशनात मंजूर झाले.

मवाळ व जहाल या दोन गटांच्या नेत्यांत या अधिवेशनाच्या वेळी तडजोड झालेली होती हे खरे, पण त्यामुळे जहाल नेते समाधानी नव्हते. राष्ट्रसभेत मवाळांचे बहुमत होते व जहाल अल्पमतात होते. पण सर्व देशभर जी राजकीय जागृती व असंतोष निर्माण झाला होता या पार्श्वभूमीवर आता निःशस्त्र प्रतिकाराची चळवळ अधिक जारी करणेच योग्य होय असे जहालांना वाटत होते. पण ते अल्पमतात असल्याने बहिष्कारासारखा महत्त्वाचा ठरावही ते स्पष्ट शब्दांत मंजूर करून घेऊ शकले नव्हते. म्हणून समान विचाराच्या जहालवाद्यांनी या अधिवेशनाच्या वेळी राष्ट्रसभांतर्गत आपला नवा 'राष्ट्रीय पक्ष' (National Party) स्थापन केला. कोणत्याही परिस्थितीत राष्ट्रसभा सोडावयाची नाही, पण ती आज ना उद्या आपल्या हाती घ्यायची आणि जहालवादाशिवाय आता देशाला अन्य पर्याय नसल्याने आपल्या गटाच्या हातीच राष्ट्रसभेची सूत्रे येतील याविषयी लो. टिळक, लाला लजपतराय, बिपिनचंद्र इत्यादींना विश्वास वाटत होता.

16.3 सन 1906 चे राष्ट्रसभेचे कलकत्ता अधिवेशन

सन 1906 च्या राष्ट्रीय चळवळीवर भारताबाहेरच्या दोन जागतिक घटनांचा मोठा प्रभाव पडलेला होता. पहिली घटना जपानच्या रशियावरील विजयाची होती (सन 1905) व दुसरी घटना ब्रिटनमध्ये उदारमतवादी सरकार सत्तारूढ होण्याची होती (सन 1906). जपानसारख्या आशियाई देशाने रशियासारख्या युरोपियन देशावर जो नेत्रदीपक विजय मिळविला त्यामुळे सर्व आशियाई लोकांची मने आनंदून गेली. युरोपियन लोक आपण अजिंक्य असल्याच्या बढाया मारत होते; ती बढाई पोकळ ठरली. आणखी असे की, जर धैर्य, चिकाटी, कष्टाळूपणा, देशभक्ती या गुणांचा आपण अवलंब केला तर आपणही जपानी लोकांप्रमाणे प्रगत व उन्नत होऊ शकू असे आता भारतीय विचारवंतांना वाटू लागले. विशेषतः भारतीय जहाल नेत्यांनी या जपानी विजयापासून धडा शिकण्याची गरज आपल्या देशबांधवांना प्रतिपादन केली. जपानी विजय म्हणजे भारतीय जहालवाद्यांना चेतावणी देणारी घटना घडली. दुसरी घटना म्हणजे ब्रिटनमध्ये उदारमतवादी सरकारची स्थापना. या घटनेमुळे मवाळ नेत्यांच्या आशा पल्लवित झाल्या. ब्रिटनमधील उदारमतवादी राज्यकर्ते मानवी स्वातंत्र्याचा पुरस्कार करणारे असल्याने त्यांच्याकडून आता आपल्या न्याय्य मागण्या पूर्ण होण्यास फारसी अडचण पडणार नाही असे मवाळ नेत्यांना मनापासून वाटत होते.

परंतु मवाळांच्या भ्रमाचा भोपळा लवकर फुटला. उदारमतवादी भारतमंत्री मोर्लेसाहेबांनी नामदार गोखल्यांना स्पष्टच सांगून टाकले की, बंगालची फाळणी ही रद्द होणारी गोष्ट नाही आणि भारतीय लोकांनी स्वराज्याचे हक्क मागणे म्हणजे आकाशातील चंद्र मागण्यासारखे आहे. अशा प्रकारे विलायतच्या राज्यकर्त्यांनी राष्ट्रसभेतील मवाळांना तडाखा देऊनसुद्धा मवाळ नेत्यांचा ब्रिटिश न्यायबुद्धीवरील विश्वास शिल्लक राहिला होता. ना. गोखल्यांनीही जहालांच्या निःशस्त्र प्रतिकार चळवळीचा पुरस्कार न करता जुन्या राजकारणाच्या चाकोरीतून राष्ट्रसभेचा गाडा नेण्याचा निश्चय केलेला होता. तेव्हा मवाळांच्या या मवाळ धोरणाशी राष्ट्रसभेतील जहाल नेत्यांचा संघर्ष होणे अपरिहार्य होते.

बंगालच्या फाळणीच्या निमित्ताने सुरू झालेल्या स्वदेशी चळवळीच्या व बहिष्काराच्या चळवळीने आता सर्व देशभर जोर धरला होता. देशी वृत्तपत्रे सरकारच्या अन्यायी धोरणावर कडाडून टीका करीत होती. पुरोहित विद्यार्थ्यांपासून ते न्हावी-चांभारापर्यंत स्वदेशी व बहिष्काराच्या शपथा घेतल्या जात होत्या. अशा स्थितीत देशातील वातावरण

जहालवाद्यांच्या बाजूचे होत असता लो. टिळक, लाला लजपतराय, बिपिनचंद्र पाल यांच्या जोडीला आता बाबू अरविंद घोष या नेत्याचे आगमन भारतीय राजकारणात झाले. आपल्या असामान्य लेखनशैलीने व राष्ट्रप्रेमाने त्यांनी 'वंदेमातरम्' मधून भारतीय राजकारणास एक आगळेच नैतिक व धार्मिक अधिष्ठान प्राप्त करून दिले. राष्ट्रभक्ती म्हणजे आपला धर्मच असून मायभूमीची सेवा हीच ईश्वरभक्ती होय, हे त्यांच्या उपदेशाचे सूत्र आहे. भारतातील राष्ट्रीय चळवळ ही परमेश्वरप्रेरित असून आपण तिच्यात खात्रीने विजयी होऊ असा आत्मविश्वास त्यांनी नव्या पिढीत निर्माण केला.

अद्यापी राष्ट्रसभा मवाळांच्या हाती होती. पण जहालवाद्यांचे बळ एकसारखे वाढत होते. आपण सुचविलेला अध्यक्ष जहाल मान्य करतील याची मवाळांना खात्री नव्हती. कारण जहालांना लो. टिळकांना अध्यक्ष करावयाचे होते; पण मवाळांनी दादाभाई नौरोजी यांना अध्यक्ष करावयाचे ठरविल्यावर जहालांचा विरोध मावळला. पितामह दादाभाईंची निस्सीम देशभक्ती, स्वार्थत्याग व भारतीय राजकारणातील त्यांची कामगिरी इतकी महान होती की, त्यांच्या उमेदवारीला कोणीच विरोध केला नाही. 82 वर्षांच्या वृद्ध दादाभाईंचे अध्यक्षपद म्हणजे पुन्हा मवाळ व जहाल यांच्यातील तडजोडच होती.

राष्ट्रसभेचे सन 1906 चे अधिवेशन कलकत्त्यास भरले. देशाच्या सर्व भागांतून 1,650 च्या वर प्रतिनिधी आले होते व वीस हजारांहून अधिक प्रेक्षक हजर होते. राष्ट्रसभेच्या इतिहासात आतापर्यंत एवढे मोठे अधिवेशन भरलेले नव्हते. अध्यक्ष दादाभाई नौरोजी यांनी आपल्या भाषणात राजकीय सुधारणा मिळविण्याचा एक मार्ग म्हणजे 'चळवळ' असे सांगून 'स्वराज्य' हे आमच्या राष्ट्रीय चळवळीचे अंतिम उद्दिष्ट असल्याचे घोषित केले. राष्ट्रीय सभेच्या व्यासपीठावरून 'स्वराज्य' या ध्येयाची प्रथमच घोषणा होत होती ही लक्षात घेण्यासारखी बाब आहे.

या सुमारास देशात सर्वत्र स्वदेशी चळवळीचे वारे वाहू लागले होते, तेव्हा त्या विषयासंबंधी मवाळ-जहालांमध्ये कडाक्याची चर्चा होऊन प्रथम बंगालच्या फाळणीसंबंधीचा ठराव मंजूर करण्यात आला. लोकांच्या भावना लक्षात घेऊन फाळणी रद्द करावी अशी मागणी मागच्या अधिवेशनाप्रमाणे याही वेळी राज्यकर्त्यांकडे करण्यात आली. या ठरावाचे वैशिष्ट्य असे की, हा ठराव ढाक्क्याच्या नवाबाच्या बंधूकडून - नवाब ख्वाजा अतिकुल्ला यांच्याकडून मांडला गेला. ढाक्क्याचा नवाब हा पूर्व बंगालमधील मुस्लिमांचा नेता व फाळणीचा कट्टर पुरस्कर्ता होता. त्याच्या बंधूने हा ठराव मांडून मुस्लीम बांधवांना राष्ट्रीय लढ्यात सहभागी होण्याचे एक प्रकारचे आवाहन केले होते. याशिवाय चार महत्त्वाचे ठराव अधिवेशनात मंजूर झाले ते असे :

- पहिला ठराव 'बहिष्कार चळवळी' यासंबंधी होता. त्यात म्हटले होते की, या देशाच्या राज्यकारभारात भारतीय लोकांना काहीच महत्त्वाचे स्थान उरले नसल्याने बंगालच्या फाळणीच्या निमित्ताने उद्भवलेली बहिष्काराची चळवळ ही कायदेशीर होती व आहे असे राष्ट्रसभेचे मत आहे.
- दुसरा ठराव 'स्वदेशी चळवळी' संबंधीचा होता. त्यात म्हटले होते की, स्वदेशी चळवळीस राष्ट्रसभेचा पूर्ण पाठिंबा असून लोकांनी परकीय मालाऐवजी स्वदेशातील मालाची निवड करून, देशी उद्योगधंदे स्थापून व वाढवून चळवळीला यशस्वी करावे.
- तिसरा ठराव 'राष्ट्रीय शिक्षणासंबंधी' केला गेला. आपल्या मुला-मुलींना राष्ट्रीय शिक्षण देण्याची आणि वाङ्मयीन, शास्त्रीय व तांत्रिक शिक्षणपद्धती तयार करण्याची वेळ आलेली असून राष्ट्रीय शिक्षणासाठी राष्ट्रीय पातळीवरून प्रयत्न सुरू व्हावेत असे या ठरावात म्हटले होते.
- चौथा ठराव 'स्वराज्य' मागणीसंबंधीचा होता. ब्रिटिश साम्राज्यातील इतर वसाहतींना जशी स्वायत्त राज्यकारभाराची पद्धत दिलेली आहे तशी आम्हासही दिली जावी. म्हणजे वसाहतीचे स्वराज्य मिळावे व त्याचा पहिला हप्ता म्हणून पुढील सुधारणा तातडीने मिळाव्यात :

(1) आता फक्त ब्रिटनमध्येच ज्या परीक्षा घेतल्या जातात, त्या त्याच वेळी भारतामध्येही घेतल्या जाव्यात व भारतातील सर्व बड्या जागांवरील अधिकाऱ्यांच्या नेमणुका स्पर्धा परीक्षा घेऊनच केल्या जाव्यात.

(2) भारतमंत्री, गव्हर्नर जनरल व गव्हर्नर यांच्या मंडळात भारतीय लोकांना पुरेसे प्रतिनिधित्व मिळावे.

(3) केंद्रीय व प्रांतिक कायदेमंडळाची वाढ करून लोकांच्या प्रतिनिधींच्या संख्येत भरीव व खरी वाढ व्हावी आणि या लोकप्रतिनिधींना राज्यकारभारातील आर्थिक बाबीवर व कारभार यंत्रणेवर नियंत्रण ठेवण्याचे भरीव अधिकार दिले जावेत.

(4) लोकल व म्युनिसिपल संस्थांचे अधिकार वाढविले जावेत. ब्रिटनमध्ये अशा संस्थांवर सरकारचे जसे वर्चस्व असते त्याहून अधिक सरकारचे वर्चस्व येथील संस्थांवर नसावे.

बनारस अधिवेशनाप्रमाणे कलकत्त्याचे हे अधिवेशन तडजोडीच्या राजकारणाचे होते. सर फिरोजशहा मेहता, नामदार गोखले, बाबू सुरेंद्रनाथ बॅनर्जी इत्यादी मवाळ मंडळींना दादाभाई नौरोजी आपल्या तत्त्वाचाच पुरस्कार करतील असे वाटले होते. पण दादाभाईंनाही आता पूर्वीच्या सनदशीर राजकारणाचा कुचकामीपणा लक्षात आला होता. म्हणून त्यांनी चळवळीचा आदेश आपल्या देशबांधवांना देऊन 'स्वराज्याचे' ध्येय त्यांच्या डोळ्यांसमोर ठेवले होते. दादाभाईंच्या या कामगिरीमुळे जहालांचे समाधान झाले होते असे दिसते.

उदाहरणार्थ, लो. टिळक आपल्या केसरीत लिहितात, ''राष्ट्रीय सभा व स्वराज्य यांची अशा रीतीने या वृद्ध महापितामहने घालून दिलेली गाठ किंवा सांगड आता कोणाच्यानेही तोडली जाणार नाही. स्वराज्य – लोकांनी आपण होऊन चालविलेले; स्वराज्य – आपणास प्राप्त झाल्याखेरीज आपल्या उद्धाराचा दुसरा मार्ग नाही असे नेटाने, स्पष्टपणे व सोप्या भाषेत, गहिवरून दादाभाई यांनी जेव्हा काँग्रेस सभेच्या व्यासपीठावरून अखेरीस सांगितले तेव्हा कोणी वृद्ध देवदूत आपल्या तरुण पिढीस शेवटचा उपदेश करण्याकरिताच अवतरला आहे की काय असा क्षणभर भास झाला.''

'स्वराज्य' या शब्दाची योजना दादाभाईंनी मोघमपणे केलेली होती. जहालांच्या दृष्टीने त्याचा अर्थ 'संपूर्ण स्वातंत्र्य' असा लावला गेला तर मवाळांनी त्याचा अर्थ 'वसाहती स्वराज्य' असा लावला. बहिष्काराच्या उठावाबद्दलही जहाल व मवाळ यांची मते भिन्न-भिन्न होती. पं. मदनमोहन मालवीय, नामदार गोखले, सर फिरोजशहा मेहता इत्यादी मवाळ नेत्यांच्या मते बहिष्कार चळवळ बंगालपुरती मर्यादित ठेवणे योग्य होते; तर लो. टिळक, बाबू बिपिनचंद्र पाल यांच्या मते बहिष्कार चळवळ ही फक्त विदेशी मालासंबंधीच नव्हे तर सरकारी नोकऱ्या, मानमरातब इत्यादीसंबंधीही लागू आहे व ती सर्व प्रांतांतील लोकांनी चालू ठेवावयाची आहे.

सारांश, जहालांचा जहाल कार्यक्रम मवाळांना मनापासून मान्य नव्हता. परंतु दादाभाईंच्या व्यक्तित्वाच्या प्रभावाखाली दोन्ही पक्षांना अखेर सामोपचाराचे धोरण स्वीकारावे लागले.

▣ जहालवाद्यांचे तत्त्वज्ञान व कार्यक्रम

या सुमारास राष्ट्रसभांतर्गत जहालवादी तरुण पुढाऱ्यांचा जो 'राष्ट्रीय पक्ष' स्थापन झाला होता त्याची राजकीय भूमिका कोणती होती, त्याच्या नेत्यांसमोर राष्ट्रीय चळवळीचा कोणता कार्यक्रम होता याचे उत्कृष्ट विवेचन कलकत्त्याचे अधिवेशन झाल्यावर भरलेल्या एका प्रचंड जाहीर सभेतील लो. टिळकांनी केलेल्या भाषणात स्पष्ट होते.

लोकमान्य म्हणतात, ''आमच्या राजकारणात दोन नवे शब्द अलीकडे आले आहेत ते म्हणजे जहाल व मवाळ हे होत. या शब्दांचा विशिष्ट काळाशी विशिष्ट संबंध असून कालक्रमानुसार त्यांचा अर्थही बदलेल. जेव्हा राष्ट्रसभा प्रथम स्थापन झाली तेव्हा दादाभाईंचे जे विचार आज नेमस्त गणले जातात ते जाहीर होताच त्यांना 'जहाल' ही पदवी देण्यात आली. यावरून तुम्हास दिसेल की, जहाल हा शब्द प्रगतिसूचक आहे. आज आम्ही जहाल झालो, उद्या आमची मुले आपणास जहाल म्हणवतील व आम्हांस मवाळ म्हणतील. प्रत्येक नवा पक्ष जहाल म्हणून जन्माला येतो व मवाळ ठरून अंत पावतो. व्यावहारिक राजकारणाचे क्षेत्र अमर्याद आहे . . . नोकरशाहीकडे दाद मागणे व्यर्थ आहे. या मुद्द्यांवर जुन्या व नव्या पक्षाचे एकमत आहे. जुन्या पक्षाचा ब्रिटिश राष्ट्राकडे दाद मागण्यावर विश्वास आहे व आमचा नाही. आमची ही भूमिका असल्यामुळे आमच्यापाशी काहीतरी दुसरे साधन असले पाहिजे, हे तर्कसिद्ध आहे.

असे दुसरे साधन आमच्यापाशी आहे. आम्ही काय स्वस्थ बसणार नाही. आम्हाला जे हवे आहे ते प्राप्त करून घेण्याचे आम्ही दुसरे एखादे साधन घेऊ. आम्ही निराश झालो नाही व निराशावादी नाही. आमच्या स्वतःच्या प्रयत्नांनी आपले ध्येय गाठण्याची आशा आहे. म्हणूनच नवा पक्ष अस्तित्वात आला होता. महाभारतातील कथा सांगते की, श्रीकृष्णाला शिष्टाईला धाडले होते; पण कौरव व पांडव दोघेही शिष्टाईत यशस्वी झाले नाहीत तर त्या प्रसंगाला तोंड देण्यासाठी आपापली सैन्ये संघटित करीत होते, याला म्हणतात राजकारण. तुमची मागणी जर फेटाळली गेली तर अशा प्रकारे लढण्याची तुमची तयारी आहे काय ? जर तुमची तयारी असेल तर तुमची मागणी फेटाळली जाणार नाही, याबद्दल खात्री बाळगा; पण तुमची जर तशी तयारी नसेल, तर तुमची मागणी फेटाळली जाईल व ती कदाचित कायमचीच फेटाळली जाईल याबद्दलही पूर्ण खात्री बाळगा. आमच्याजवळ शस्त्रे नाहीत व शस्त्रांची आवश्यकताही नाही. आमच्याजवळ अधिक प्रबळ शस्त्र आहे. बहिष्कार हे आमचे राजकीय शस्त्र आहे. एक गोष्ट आमच्या दृष्टीस पडली आहे; ती ही की, मूठभर ब्रिटिश लोकांनी चालविलेला हा सर्व राज्यकारभार आमच्या सहकार्याने चालला आहे. आम्ही सर्व खालच्या जागांवर आहोत. सर्व राज्य आमच्या साहाय्याने चालू आहे आणि ते आम्हाला आमच्यातील सहकार्याच्या शक्तीसंबंधी अज्ञानात ठेवीत असतात. शक्तीचे ज्ञान आम्हास होईल तर आम्ही जे आज आमच्या हातांनी चालवित आहोत त्यावर आम्हास हक्क सांगता येईल. ते आमचे आम्ही चालवू शकू. नियंत्रणाची सर्व सत्ता आमच्या हाती आली पाहिजे हा मुख्य मुद्दा आहे. माझ्या घराची किल्ली माझ्या ताब्यात हवी. त्यातील एक-दोन परकीयांना बाहेर घालविण्याचा हा प्रश्न नाही. स्वराज्य हे आमचे आहे. आमच्या राज्यकारभारावरचा ताबा आम्हास हवा आहे. कारकून होऊन राहावयास आम्हास नको आहे. आज आम्ही केवळ कारकून आहोत आणि परकीय सरकारच्या हातातील शस्त्रे बनून आम्ही आमच्यावर खुशीने जुलूम करीत आहोत. हे सरकार जे आमच्यावर राज्य करते ते आपल्या अंगच्या बळाने करीत नसून या वस्तुस्थितीसंबंधी आम्हास अज्ञानात ठेवून करीत आहे. प्रो. सीले यांचे असेच मत आहे. प्रत्येक ब्रिटिशाला हे माहीत आहे की, या देशात ब्रिटिश केवळ मूठभर आहेत. पण तुम्ही दुर्बल आहात, ते प्रबळ आहेत असा मोह पाडणे हा त्यांच्यापैकी प्रत्येकाचा धंदा आहे हेच राजकारण होय. आजपर्यंत आम्ही या धोरणाने फसलो आहोत, तुमचे भवितव्य पूर्णपणे तुमच्याच हाती आहे याची जाणीव तुम्हास व्हावी, हाच नव्या पक्षाचा हेतू आहे. स्वतंत्र होण्याची जर तुम्हास इच्छा असेल तर तुम्ही स्वतंत्र होऊ शकाल. जर स्वतंत्र होण्याची तुमची इच्छा नसेल तर तुमचा अधःपात होईल व त्या स्थितीत तुम्ही कायम राहाल. तुमच्यापैकी पुष्कळांना शस्त्रे धरण्याची गरज नाही, पण सशस्त्र प्रतिकार करण्याचे सामर्थ्य तुमच्या अंगी नसले तरी स्वार्थत्याग आणि आत्मसंयमन यांचा उपयोग करून या परकीय सरकारला आपल्यावर राज्य न करण्याचे सामर्थ्य तुमच्या अंगी नाही काय ? हाच बहिष्कार होय आणि बहिष्कार हे राजकीय शस्त्र आहे असे जेव्हा मी म्हणतो तेव्हा त्याचा हाच अर्थ असतो. सारावसुलीस व शांतता रक्षणास आम्ही त्यास साहाय्य करणार नाही. भारताचे रक्त सांडून आणि भारताचा पैसा वेचून सरहद्दीच्या पलीकडे किंवा भारताच्या बाहेर युद्ध करण्यास आम्ही त्यांना साहाय्य करणार नाही. न्यायदानाचे कार्य करण्यास आम्ही मदत करणार नाही. आम्ही आमची कोर्टे स्थापन करू आणि वेळ आली म्हणजे आम्ही करही देणार नाही. तुमच्या संघटित प्रयत्नांनी तुम्हास हे करता येईल ! जर येत असेल तर तुम्ही उद्यापासून स्वतंत्र आहातच. आज येथे बोललेल्यांपैकी एका गृहस्थांनी अर्धी भाकरी व सबंध भाकरी अशी भाषा वापरली. मी म्हणतो, मला सगळीच भाकरी पाहिजे व तीही ताबडतोब पाहिजे. पण मला सगळी मिळाली नाही तर माझा धीर सुटेल असे समजू नका. त्यांनी अर्धी दिली तर ती घेऊन उरलेली मिळविण्याचा मी प्रयत्न करीन. आपल्या विचारांना व कृतींना हीच दिशा लावण्याचे शिक्षण तुम्ही घेतले पाहिजे.''

    लोकमान्यांचे वरील भाषण काळजीपूर्वक वाचले तर जहाल तत्त्वज्ञानाचे खरे स्वरूप स्पष्ट होते. सशस्त्र क्रांती शक्य नसल्याने निःशस्त्र क्रांतीचा मार्ग स्वीकारल्याशिवाय गत्यंतर नव्हते. सरकारचे नाक दाबल्याशिवाय तोंड उघडणार नाही, उग्र चळवळी करून व बहिष्काराचे हत्यार चालवून ब्रिटिश सत्तेला नमवता येईल, हेच त्यांच्या विवेचनाचे सार आहे.

16.4 सन 1907 चे राष्ट्रसभेचे सुरत अधिवेशन व राष्ट्रसभेतील उघड फूट

कलकत्ता अधिवेशनात पितामह दादाभाई नौरोजींच्या अध्यक्षतेखाली 'स्वराज्य, स्वदेशी, बहिष्कार व राष्ट्रीय शिक्षण' हे चार महत्त्वाचे ठराव पास होऊन एका अर्थाने जहालवाद्यांनी मवाळांवर बाजी मारली होती. हे निःशस्त्र क्रांतीचेच तत्त्वज्ञान होते व ते मवाळांच्या चाकोरीत न बसणारे होते. विशेषतः मवाळांमधील फिरोजशहा मेहतांसारखे जे नेते होते त्यांनी कोणत्याही परिस्थितीत राष्ट्रसभेला अशा जहाल मार्गावर जाऊ न देण्याचा निश्चय केला होता. इकडे जहालांमधील बाबू बिपिनचंद्र पाल व बाबू अरविंद घोष यांनी मवाळांशी तडजोड न करता राष्ट्रसभेला जहाल मार्गी बनविण्याचा निश्चय केला होता. त्या वेळची राष्ट्रसभेची स्थिती कशी होती हे सांगताना आचार्य जावडेकर लिहितात, ''या वेळच्या भारतीय राजकारणाचे अवलोकन केल्यास त्यास बंगालचे पुढारी बाबू बिपिनचंद्र पाल व अरविंद घोष एका टोकाने पुढे खेचीत होते तर दुसऱ्या टोकाने सर फिरोजशहा मेहता मागे खेचत होते असे दृश्य दिसते.नामदार गोखले, सुरेंद्रनाथ बॅनर्जी, लो. टिळक व लाला लजपतराय हे या दोन टोकांच्या मध्ये उभे असलेले दिसतात. राष्ट्रसभा दुभंगू नये आणि तिची शक्ती विभिन्न होऊन प्रतिपक्षाला त्याचा फायदा घेता येऊ नये याबद्दल चारही पुढाऱ्यांना एक प्रकारची उत्कंठा असल्याचे दिसून येते. पण राष्ट्रसभा दुभंगण्याचे संकट कसे टाळावे हाच या चार पुढाऱ्यांमधील महत्त्वाचा प्रश्न होता. त्यापैकी बिपिनचंद्र पाल, बाबू सुरेंद्रनाथ यांनी मेहता-वांच्छा इत्यादी प्रभृतींना (फिरोजशहा मेहता व दिनशॉ वांच्छा या आपल्या जुन्या पुढाऱ्यांना) परिस्थितीस अनुसरून थोडे पुढे खेचण्याचे कार्य करावयास हवे होते. ही दोन्ही कार्ये कलकत्त्याच्या राष्ट्रीय सभेत पितामह दादाभाई नौरोजी यांच्या अध्यक्षतेखाली व त्यांच्या वजनाने घडून आली. दोन्ही पक्षांना एका संस्थेत कार्य करावयाचे असल्यास कलकत्त्याचे ठराव न बदलणे हा एकच उपाय होता. हे ठराव अधिक जहाल करण्याचा आग्रह धरू नये ही गोष्ट लो. टिळकांनी आपल्या वजनाने तरुण बंगालकडून मान्य करवून घेतली होती. अर्थात, ते अधिक मवाळ बनू नयेत या गोष्टीस बाबू सुरेंद्रनाथ व नामदार गोखले यांनी मेहता-वांच्छा इत्यादी प्रभृतींकडून मान्यता मिळवून घ्यावयास हवी होती. पण त्यांची इच्छा काहीही असली तरी त्यांच्या अंगी हे सामर्थ्य नव्हते व जुन्या पुढाऱ्यांची भीड मोडून तशी हमी देण्यास ते तयारही नव्हते. राष्ट्रीय सभा दुभंगली तरी हरकत नाही, पण तरुण बंगालचे बहिष्कारादी नवे राजकारण आम्ही तिच्यातून खणून काढल्याशिवाय राहणार नाही असा तर फिरोजशहा मेहता यांचा दुराग्रह होता. या दुराग्रहामुळेच व त्या दुराग्रहास गोखले, सुरेंद्रनाथ हेही बळी पडल्यामुळे राष्ट्रीय सभा सुरतच्या अधिवेशनात 1907 साली मोडली.''

राष्ट्रसभेतील जहालवाद्यांचा उत्कर्ष थोपविण्याचा मवाळांनी इरादा केला होता, हे स्पष्ट होते. उदा., राष्ट्रसभेची प्रांतिक परिषद सुरतेस झाली तेव्हा या परिषदेच्या कार्यक्रमपत्रिकेतून 'बहिष्कार' व 'राष्ट्रीय शिक्षण' हे शब्द वगळण्यात आले होते. बंगालमध्ये बाबू अरविंदांनी मवाळ धोरणाचा पुरस्कार करावा म्हणून बाबू सुरेंद्रनाथ आग्रह धरत होते. पण अरविंदबाबू नमले नाहीत. मिदनापूर (बंगाल) येथे भरलेल्या जिल्हा सभेत मवाळ-जहालांचा संघर्ष होऊन दंगल झाली. शेवटी पोलिसांना पाचारण करावे लागले. देशभर प्रांतिक परिषदेत असे तट पडले असता वर्तमानपत्रातून दोन्ही बाजूच्या कार्यक्रमाची जोरदार चर्चा होऊन लोकमत जहालांच्या बाजूचे बनत चालले होते.

कलकत्ता अधिवेशनातच ठरले होते की, राष्ट्रसभेचे पुढचे अधिवेशन नागपूरला भरवावे. त्याप्रमाणे नागपूरकरांनी तयारी चालवली होती. पण नागपूरमध्ये जहालवाद्यांचा प्रभाव मोठा असल्याने मवाळांनी नागपूरऐवजी सुरत या ठिकाणी अधिवेशन घ्यायचे ठरविले. सुरतकरांत मवाळांची संख्या मोठी असल्याने आपल्या धोरणास मोठा पाठिंबा तेथे मिळेल असे नेत्यांना, विशेषतः त्यांचे पुढारी फिरोजशहा मेहता यांना वाटत होते. लवकरच अध्यक्षपदावर कोणाची नियुक्ती करावी हा वाद सुरू झाला. जहालांना लाला लजपतराय यांची निवड करावयाची होती. लालाजींची नुकतीच तुरुंगातून सुटका झाली होती व त्यांना अध्यक्षपद दिल्याने सरकारचा निषेध व त्या थोर नेत्याचा सन्मान होणार होता; पण राष्ट्रसभेतील मवाळांना हे मान्य नव्हते. त्यांनी डॉ. रासबिहारी घोष यांना अध्यक्षपद देण्याचे ठरविले. राष्ट्रसभा कोणत्याही परिस्थितीत जहालांच्या हाती द्यायची नाही असा मवाळ नेत्यांनी निश्चय केल्याचे राष्ट्रसभेच्या अधिकृतरीत्या प्रसिद्ध झालेल्या कार्यक्रमपत्रिकेवरून जहालांच्या स्पष्टपणे ध्यानात आले. कारण या कार्यक्रमपत्रिकेत

कलकत्ता अधिवेशनात मंजूर झालेल्या 'स्वराज्य, बहिष्कार व राष्ट्रीय शिक्षण' या तीन महत्त्वाच्या मुद्द्यांना बगल दिली गेली होती. यावरून मवाळांची पुढची पावले जहालांना स्पष्ट दिसू लागली.

राष्ट्रसभेत अद्यापी मवाळांचे बहुमत होते. त्यामुळे मवाळ नेत्यांनी ठरविलेला कार्यक्रम तेथे बहुमताने मंजूर होण्याचा धोका जहालांना दिसत होता. तथापि, कलकत्ता अधिवेशनात मंजूर झालेले ठराव मोडून राष्ट्रीय चळवळ मागे खेचण्याच्या मवाळांच्या प्रयत्नास शक्य तितका तीव्र विरोध करावयाचा, हे ठरवूनच जहाल मंडळी सुरतेच्या अधिवेशनास आली होती.

अधिवेशनापूर्वीच तीन-चार दिवस लो. टिळक सुरतेस येऊन पोहोचले होते. 23 डिसेंबर रोजी त्यांनी सुरतेत जाहीर सभा घेऊन सुरतेच्या अधिवेशनात कलकत्त्याच्या अधिवेशनातील ठरावांच्या मागे राष्ट्रसभेने जाऊ नये, निदान ते ठराव 'जैसे थे' तरी स्वीकारावेत असे आवाहन केले. दुसऱ्या दिवशी 24 तारखेस बाबू अरविंद घोषांच्या अध्यक्षतेखाली पाचशे जहाल प्रतिनिधींची बैठक होऊन मवाळांच्या नियोजित कार्यक्रमास व धोरणास, वेळ आल्यास अध्यक्ष-निवडीसही विरोध करण्याचे ठरले. 25 तारखेस लो. टिळकांच्या अध्यक्षतेखाली जहालांची आणखी एक बैठक झाली. टिळकांनी तेथे सांगितले की, कलकत्ता अधिवेशनातील स्वराज्य, बहिष्कार व राष्ट्रीय शिक्षण या ठरावांना वगळण्याचे मवाळांनी ठरविले असून आपण त्यास विरोध करणे गरजेचे आहे. पण त्या ठरावांना वगळले जाणार नाही असे आश्वासन मिळाले तर आपण अध्यक्ष निवडीसही विरोध करणार नाही. एवढेच नव्हे, तर लो. टिळकांनी बाबू सुरेंद्रनाथांची भेट घेऊन मवाळांनी कलकत्त्याचे ठराव पुसले जाऊ नयेत व राष्ट्रसभेचा कार्यक्रम 'जैसे थे' तरी ठेवला जावा म्हणून आवाहन केले. या संदर्भात टिळकांनी स्वागत समितीचे अध्यक्ष पं. मदनमोहन मालवीय यांचीही भेट घेण्याचा प्रयत्न केला. पण ती होऊ शकली नाही व टिळकांचे समेटाचे सर्व प्रयत्न वाया गेले.

राष्ट्रसभेचे हे तेविसावे ऐतिहासिक अधिवेशन 26 डिसेंबर, 1907 रोजी दुपारी अडीच वाजता सुरू झाले. सुमारे सोळाशे प्रतिनिधींनी अधिवेशनाचा मंडप गच्च भरला होता. स्वागताध्यक्ष पं. मालवीय यांचे भाषण झाल्यावर त्यांनी डॉ. रासबिहारी घोष यांचे नाव अध्यक्षपदासाठी सुचविले. लगेच बाबू सुरेंद्रनाथ हे त्यास अनुमोदन द्यावयास उठले. तेव्हा मंडपातील जहालांनी No ! No ! चा आवाज उठविला. लवकरच अधिवेशनास गोंधळाचे स्वरूप येऊन सुरेंद्रनाथांना आपले भाषण करणे अशक्य झाले. तेव्हा स्वागताध्यक्षांनी अधिवेशन त्या दिवसापुरते तहकूब केले. संध्याकाळी जहालांची एक बैठक होऊन 'जैसे थे' कार्यक्रमाविषयी मवाळांशी वाटाघाटी चालू ठेवण्याचा व त्यास मवाळांनी नकार दिल्यास अध्यक्ष निवडीस विरोध करण्याचे पुन्हा ठरविण्यात आले. लो. टिळकांचे समेटाचे प्रयत्न चालूच होते, पण त्यात त्यांना यश आले नाही.

अशा प्रकारे तडजोड न होताच राष्ट्रसभेचे अधिवेशन पुन्हा दुसऱ्या दिवशी दुपारी सुरू झाले. तत्पूर्वी लो. टिळकांनी स्वागताध्यक्ष पं. मालवीय यांच्याकडे चिठ्ठी पाठवून अध्यक्ष निवडीसंबंधी अनुमोदनानंतर प्रतिनिधींसमोर आपली मते मांडण्याची परवानगी मागितली होती. परंतु स्वागताध्यक्षांनी तिची थोडीही दखल न घेता कामकाज सुरू केले. अध्यक्ष-निवडीचे अनुमोदन होताच उभयपक्षी अनुकूल-प्रतिकूल घोषणांनी सर्वत्र गोंधळ सुरू झाला. तेव्हा स्वागताध्यक्षांनी अध्यक्ष-निवडीचा ठराव मंजूर झाल्याचे घोषित केले व डॉ. रासबिहारी घोष आपले अध्यक्षीय भाषण करावयास उभे राहिले. याच वेळी लो. टिळक व्यासपीठावर चढले तेव्हा त्यांना बोलावयास पं. मालवीय यांनी विरोध केला. आपण स्वागताध्यक्षांना यापूर्वीच कळविल्याचे व परवानगी मागितल्याचे टिळकांनी सांगताच मालवीयांनी अशी परवानगी धुडकावली गेल्याचे सांगितले. तेव्हा अध्यक्ष डॉ. घोष आपले भाषण वाचावयास पुन्हा उठले. पण लोकमान्य टिळकांनी आपणास आपली बाजू मांडण्याची परवानगी दिल्याशिवाय व्यासपीठावरील कार्यक्रम चालू करू दिला जाणार नाही असे खणखणीत शब्दांत स्पष्ट केले. एव्हाना मंडपात मोठा आरडाओरडा, घोषणा, प्रतिघोषणा होऊन सर्वत्र गोंधळ माजला होता. आता व्यासपीठावर जहालवादी अनुयायी चढले. मंडपात व व्यासपीठावर खुर्च्या व जोडे यांची फेकाफेक सुरू झाली. फिरोजशहा मेहता व बाबू सुरेंद्रनाथ यांच्यावर जोडे पडले. अधिवेशनातील अभूतपूर्व गोंधळ पाहून अध्यक्षांनी सभा बेमुदत तहकूब केली.

दुसऱ्या दिवशी ता. 28 रोजी लो. टिळकांनी सामोपचाराने संघर्ष मिटविण्याचा पुन्हा एकदा प्रयत्न केला. पण मवाळांनी त्यांना साथ दिली नाही. एवढेच नव्हे, तर मवाळांनी स्वतंत्र बैठक घेऊन राष्ट्रसभेतून जहालवाद्यांना हाकलून देण्याचा निर्णय घेतला. राष्ट्रसभेची नवी घटना तयार करण्यासाठी 100 सभासदांची एक समितीही स्थापन करण्यात आली. जहाल-मवाळ यांच्यातील फाटाफुटीवर आता मवाळांनी शिक्कामोर्तब करून टाकले.

राष्ट्रसभेचे सुरत अधिवेशन हा राष्ट्रीय स्वातंत्र्य चळवळीतील महत्त्वाचा टप्पा मानला जातो. या सुमारास बहरून आलेल्या जहाल राष्ट्रवादास बनारस व कलकत्ता या दोन अधिवेशनांत जी साथ मिळाली तशी ती सुरतलाही मिळाली असती तर राष्ट्रसभेचाच नव्हे तर राष्ट्राचा इतिहास बदलून गेला असता. स्वराज्य, बहिष्कार, राष्ट्रीय शिक्षण या कार्यक्रमापासून दूर जाऊन, किंबहुना त्यांचा उच्चारही न करण्याचे ठरवून मवाळांनी राष्ट्रीय चळवळीची हानीच केली असे खेदाने म्हणावे लागेल. या वेळी मवाळ नेते जहालांसंबंधी इतके प्रतिकूल बनले होते की, अनेक वेळा त्यांचा तोलही जात होता. उदाहरणार्थ, मवाळांचे ज्येष्ठ नेते सर फिरोजशहांनी आता मवाळ व जहाल यांनी स्वतंत्र अशा दोन राष्ट्रसभा भरवाव्यात असेही मत प्रतिपादन केले. तेव्हा त्यांचेच सहकारी बाबू सुरेंद्रनाथांनी 'फिरोजशहा मेहतांची ही उक्ती चुकीची आणि लोकसत्तेशी विसंगत अशी अरेरावीपणाची आहे' अशी स्पष्टपणे टीका केली.

राष्ट्रसभा दुभंगावी अशी कोणत्याच नेत्याची इच्छा नव्हती हे खरे; पण जहालांनी आपल्या इच्छा मानल्या नाहीत तर ती दुभंगली तरी हरकत नाही; पण आम्ही जहालांशी तडजोड करणार नाही या फिरोजशहा मेहता, दिनशॉ वांच्छा, मालवीय, ना. गोखले इत्यादी नेत्यांच्या दुराग्रहामुळे राष्ट्रसभा दुभंगली. वास्तविक जहालवाद्यांचे नेतृत्व करणाऱ्या लोकमान्यांसारख्या मान्यवर नेत्यांनी सुरतेच्या वास्तव्यात तडजोडीसाठी मनापासून प्रयत्न केलेला दिसतो. कलकत्त्याच्या अधिवेशनात जे ठराव मांडले त्याला तरी निदान राष्ट्रसभेने चिकटून राहावे ही लोकमान्यांची मागणी अगदी रास्त होती. पण त्यांची भेटही घेण्याची टाळाटाळ करून स्वागताध्यक्ष पंडित मालवीय यांनी आपणास तडजोड करावयाची नाही अशी वातावरणनिर्मिती केली. मवाळांच्या हाती बहुमत होते तेव्हा या ठिकाणी मवाळांनी अधिक उदार व सामोपचाराचे धोरण स्वीकारणे हे राष्ट्रहिताच्या दृष्टीने अधिक योग्य व आवश्यक होते. अधिवेशन सुरू होण्यापूर्वीच जहालवाद्यांनी नामदार गोखले यांची भेट घेऊन कलकत्ता अधिवेशनातील ठरावांना बगल देऊ नये म्हणून विनंती केली असता गोखले यांनी युक्तिवाद केला की, कोणता ठराव करावा अथवा न करावा हे काम राष्ट्रसभेच्या विषय-नियामक समितीचे असल्याने आपण अगोदरच त्याबद्दलचे आश्वासन कसे देऊ शकतो ? तांत्रिकदृष्ट्या नामदार गोखले यांचे म्हणणे योग्य असले तरी त्यांच्यासारख्या आदरणीय व ज्येष्ठ नेत्याने वजन खर्च केल्यावर मवाळ गट त्यांच्या म्हणण्याच्या विरुद्ध गेला नसता. पण मुळात नामदार गोखले यांनाही जहालांची तीव्र प्रतिकाराची विचारसरणी मान्य नसल्याने त्यांनी अगदी तांत्रिक उत्तर दिले होते.

आता या ठिकाणी एक गोष्ट लक्षात घेतली पाहिजे, ती म्हणजे सर फिरोजशहा मेहता, बाबू सुरेंद्रनाथ, ना. गोखले यांनी समेटाच्या दृष्टीने पावले उचलली नाहीत. याचा अर्थ ते देशप्रेमी नव्हते किंवा देशद्रोही होते असे नाही. जहाल नेत्यांइतकेच त्यांचे देशप्रेम जाज्वल्य होते. पण सरकारविरुद्ध तीव्र आंदोलन उभारून व सरकारला अडचणीत आणून आपल्या पदरात फारसे काही पडणार नाही. उलट ब्रिटनमध्ये जे उदारमतवादी सरकार सत्तारूढ झाले आहे त्याच्याशी सहकार्य करून ज्या सुधारणा पदरात पडतील त्या घ्याव्यात, राबवाव्यात व नंतर पुन्हा अधिक सुधारणांची मागणी करावी असा त्यांचा प्रामाणिक हेतू होता. जहालवादी विचारांनी देशाचे कल्याण होणार नाही असे त्यांना मनापासून वाटत होते.

या अधिवेशनापूर्वी ब्रिटनमधील उदारमतवादी भारतमंत्री मोर्ले याने मवाळांना आतून असे आश्वासन दिले होते की, ''राष्ट्रसभेतील दुफळीला न भिता जर सरकारशी सुधारणा व शांतता या तत्त्वावर (मवाळ नेते) समेट करतील तर राष्ट्रसभा दुभंगल्यास त्यांचे काहीच अनहित होणार नाही व ते ज्या सुधारणा मागतील त्यापैकी साठ ते सत्तर टक्के त्यांच्या पदरात पडतील.''

यावरून स्पष्ट होते की, मवाळांचा सरकारच्या या अभिवचनावर पूर्ण विश्वास होता; म्हणूनच त्यांनी सुरत अधिवेशनात जहालांच्या नेत्यांशी थोडीही तडजोड स्वीकारली नाही व जहालांची राष्ट्रसभेतून हकालपट्टी केली. मोर्लेसाहेबाने आश्वासन दिल्याप्रमाणे पुढे लवकरच विलायत सरकारने भारताला राजकीय सुधारणेचा हप्ता दिला. हा हप्ता भारताच्या इतिहासात 'मोर्ले-मिंटो सुधारणा' या नावाने प्रसिद्ध आहे. त्याचा वृत्तान्त आपण पुढील प्रकरणात पाहणार आहोत.

⦿⦿⦿

सरकारची दडपशाही व मोर्ले – मिंटो सुधारणा

17.1 सरकारची दडपशाहीची कृत्ये

17.2 मोर्ले - मिंटो सुधारणा

बंगालच्या फाळणीच्या सुमारास भारतातील राजकीय क्षेत्रात राज्यकर्त्यांच्या अन्यायी व दडपशाही धोरणाने मोठा असंतोष निर्माण झाला. राष्ट्रसभेच्या अर्ज-विनंत्यांच्या धोरणाचा सरकारवर कसलाही परिणाम होत नाही हे पाहून राष्ट्रसभांतर्गत जहालवादी गट उदयास आलेला होता व या गटाच्या लो. टिळक, लाला लजपतराय, बिपिनचंद्र पाल इत्यादी नेत्यांनी निःशस्त्र क्रांतीची हाक राष्ट्राला दिली होती. बंगालमध्ये सुरू झालेल्या 'स्वदेशी' व 'बहिष्कार' यांची चळवळ म्हणजे या निःशस्त्र क्रांतीच्या चळवळीचीच अस्त्रे होती. पण या चळवळीशी राष्ट्रसभेतील मवाळ नेते सहमत नव्हते. देशातील असंतोषाच्या व सरकारी दडपशाहीच्या दबावाखाली जरी राष्ट्रसभेने सन 1905 व 1906 च्या आपल्या अधिवेशनात 'स्वदेशी' व 'बहिष्कार' यांचा पुरस्कार केला असला तरी तिची सूत्रे हाती असलेल्या मवाळांनी ही नवी अस्त्रे वाऱ्यावर सोडून देण्याचा निश्चय केला. त्याचा प्रत्यय सन 1907 च्या सुरत येथील अधिवेशनात आला. कोणत्याही परिस्थितीत जहाल गटाशी तडजोड करावयाची नाही असा पवित्रा मवाळांनी घेऊन जहालांना त्यांनी राष्ट्रसभेतून हाकलून लावले. परिणामी, राष्ट्रसभेचे राजकारण पूर्णपणे सनदशीर व चाकोरीबद्ध बनले व जहालवादी चळवळीस मोठा धक्का बसला. जहालांशी सहकार्य न करता तुम्ही सरकारशी सहकार्य कराल तर तुमच्या पदरी भरीव सुधारणा पडतील; असे मधाचे बोट नामदार गोखल्यांसारख्या मवाळ नेत्याच्या तोंडास विलायतमधील मुत्सद्द्यांनी लावल्यामुळे मवाळांनी जहालांशी संबंध तोडण्याचे ठरविले होते.

17.1 सरकारची दडपशाहीची कृत्ये

राष्ट्रसभेच्या राष्ट्रीय चळवळीत फूट पडून जहाल गट बाहेर टाकला गेल्याबरोबर ब्रिटिश सरकारने भारतात दडपशाहीचे धोरण स्वीकारून जहालवादी नेते व सशस्त्र क्रांतिकारक यांना दडपून टाकण्यासाठी अनेक अन्यायी कायदे अमलात आणले. तथापि, या अन्यायी कायद्यांना न जुमानता भारतीय लोकांची स्वातंत्र्याची चळवळ वाढतच राहिली. 1905 साली बंगालपुरतीच मर्यादित असणारी 'स्वदेशी व बहिष्कार' यांची चळवळ आता देशव्यापी बनली होती व लोक सरकारच्या एकाधिकारशाहीला आव्हान देत होते. लोकांची चळवळ जशी वाढू लागली तसे सरकार एकामागून एक दडपशाहीचे कायदे करून ती दडपून टाकण्याचा प्रयत्न करू लागले. अशा प्रकारे सरकारी कृत्ये आणि लोकांची चळवळ एकमेकांवर क्रिया-प्रतिक्रिया करीत. 1908 सालापर्यंत भारतातील राजकीय परिस्थिती तंग बनली. त्याचा वृत्तान्त पुढीलप्रमाणे :

वास्तविक बंगालची फाळणी ही घटना भारतीय असंतोषाला उधाण आणण्यास मोठ्या प्रमाणावर कारणीभूत झाली होती. मुत्सद्देगिरीच्या दृष्टीने ही सरकारची मोठी चूक होती. ब्रिटनमध्ये 1906 साली उदारमतवादी सरकार अधिकारावर आल्यावर ही फाळणी रद्द होण्याची आशा भारतीय लोकांना वाटत होती, पण ती फोल ठरली. बंगालची फाळणी हा ब्रिटिश राज्यकर्त्यांनी प्रतिष्ठेचा प्रश्न बनविला होता. ती रद्द करणे म्हणजे भारतीय लोकांच्या चळवळीपुढे नमणे असे त्यांना वाटत होते. म्हणून बंगालची फाळणी रद्द न करता एका बाजूने राष्ट्रसभावाल्यांना राजकीय सुधारणांचे आमिष दाखवून तर दुसऱ्या बाजूने दडपशाहीचे कायदे करून सरकार भारतीय राष्ट्रवादाच्या चळवळीशी मुकाबला करू इच्छित होते.

लॉर्ड कर्झननंतर भारताचा व्हॉईसरॉय म्हणून आलेल्या लॉर्ड मिंटोचे राष्ट्रसभेबद्दल चांगले मत नव्हते. 28 मे, 1906 रोजी तो मि. मोर्ले यास लिहितो, *"As to Congress . . . We must recognise them and be friends with the best of them, yet I am afraid there is much that is absolutely disloyal in the movement and that is dangerous for the future".* लॉर्ड मिंटो हा साम्राज्यवादी होता. भारतीय लोकांनी चालविलेली राजकीय चळवळ दडपशाहीच्या कायद्यांनी दडपून टाकता येईल असे त्यास वाटत होते. याउलट, 1906 साली भारतमंत्री झालेल्या उदारमतवादी मोर्लेचे मत होते. भारतीय राजकीय प्रश्नांकडे आपण सहानुभूतीने पाहिले पाहिजे असे त्यास वाटत होते. भारतीय नेत्यांशी सामोपचाराने वाटाघाटी करून भारतातील असंतोष कमी करता येईल, असा विश्वास त्यास वाटत होता. म्हणून लॉर्ड मिंटोने संमतीसाठी पाठविलेल्या अनेक दडपशाहीच्या कायद्यांबद्दल त्याने तीव्र नापसंती दाखविल्याचे व काही कायदे नामंजूर केल्याचे दिसते. तथापि, येथील राजकीय चळवळीशी लॉर्ड मिंटोला तोंड द्यावे लागत असल्याने कडक कायद्यांशिवाय राज्यकारभार करता येणे अवघड आहे असे मिंटोला वाटत असे. त्यामुळे बहुतेक वेळा दडपशाहीच्या कायद्यास मोर्लेची संमती मिळविण्यात तो यशस्वी झाल्याचे दिसते.

▣ जहालवाद्याला पायबंद घालणारे जुलमी कायदे

भारतातील वाढता असंतोष दडपून टाकण्यासाठी सन 1907 ते 1910 या काळात सरकारने पाच अन्यायी कायदे केले. या कायद्यांनी भारतीय लोकांच्या व्यक्तिस्वातंत्र्यावर अनेक बंधने येऊन ते जवळजवळ नष्टप्रायच झाले. 11 मे, 1907 रोजी सरकारने सभाबंदीचा वटहुकूम काढला. त्यानुसार कोणत्याही सभेसाठी सरकारला सात दिवस अगोदर कळविण्याचे बंधन घातले गेले. अशा सभेच्या कामकाजाचे निरीक्षण करण्यासाठी आवश्यकता भासल्यास सरकार पोलीस पाठवू शकत होते. लवकरच सभाबंदीचा आणखी एक कायदा जारी झाला. (Prevention of Seditious Meetings Act of 1907.) त्यानुसार वीस माणसांपेक्षा अधिक लोकांची सभा घेणाऱ्यांना सरकारला तीन दिवस अगोदर नोटीस देणे बंधनकारक झाले. सरकार अशा सभेस बंदी घालू शकेल अथवा पोलीस पाठवू शकेल अथवा तेथे कोणी बोलावे हे ठरवू शकेल अशी तरतूद करण्यात आली. प्रारंभी अशा कायद्यांना मोर्लेचा विरोध होता. पण या विरोधावर भारतातील नोकरशाहीने मात केली व आपणास हवे तसे कायदे पास करून घेतले. उपरिनिर्दिष्ट सभाबंदीचा कायदा म्हणजे भारतीय राजकीय जीवन नष्ट करण्याचा प्रयत्न अशा कडक शब्दांत मवाळ नेते डॉ. रासबिहारी घोष यांनी त्याचा निषेध केला.

स्फोटक दारूगोळा जवळ बाळगणे, तो तयार करण्याची साधनसामग्री जवळ बाळगणे, तो तयार करण्यास मदत करणे या गुन्ह्यांबद्दल चौदा वर्षांची काळ्या पाण्याची शिक्षा व स्फोट घडवून आणणाऱ्या (जरी जीवितहानी झाली नाही तरी) गुन्हेगारास काळ्या पाण्याची शिक्षा सांगणारा नवा कायदा पुढच्या साली तयार केला गेला. (The Explosive Substances Act of 1908.)

याच साली (सन 1908) सरकारने फौजदारी कायद्यात हवे तसे बदल केले. मॅजिस्ट्रेट एकतर्फी (Ex-party) चौकशी करून आरोपीला हायकोर्टाच्या स्पेशल बेंचसमोर पाठवू शकत असे. आणखी असे की, सार्वजनिक शांततेला, सुव्यवस्थेला बाधा आणू शकेल अशा कोणत्याही संघटनेस बेकायदेशीर ठरविण्याचा अधिकार सरकारने जाहीर केला. अशा संघटनांमध्ये भाग घेणाऱ्यांविरुद्ध कायदेशीर कारवाई व शिक्षा यांची तरतूद करण्यात आली. वास्तविक दहशतवादी संघटनांचा बीमोड करण्यासाठी या कायद्यांचे अस्त्र वापरावयाचे होते. पण सरकारी नोकरशाहीने त्याचा वाटेल तसा वापर करून अनेक सामाजिक संस्थाही बुडवून टाकल्या.

याशिवाय सरकारविरुद्ध असंतोष निर्माण करणाऱ्या वक्तव्याबद्दल अथवा कृतीबद्दल जास्तीतजास्त जन्मठेपेच्या शिक्षेची तरतूद असणारे कायदेही तयार केले गेले.

▣ वृत्तपत्रीय स्वातंत्र्य नष्ट करणारे कायदे

1908 साली भारतीय वृत्तपत्राच्या स्वातंत्र्याची केवळ गळचेपीच नव्हे तर ते नष्ट करण्याचे अधिकार सरकारला देणारे कायदे तयार केले गेले. सन 1908 च्या वृत्तपत्राच्या कायद्याने (Newspaper Act of 1908) डिस्ट्रिक्ट मॅजिस्ट्रेट कोणतेही वृत्तपत्र ते देशात हिंसेचे वातावरण निर्माण करत आहे, या आरोपावरून बंद पाडू शकत होता. एवढेच नव्हे तर ते ज्या छापखान्याने छापले जाते तो छापखानाही जप्त करू शकत होता. प्रारंभी या कायद्यात अपिलाची तरतूद नव्हती. नंतर मोर्लेसाहेबांच्या सूचनेवरून सरकारच्या कृतीनंतर पंधरा दिवसांच्या आत हायकोर्टात अपील करण्याची तरतूद त्या कायद्यात घालण्यात आली. या कायद्याचा तडाखा देऊन सरकारने भारतातील जहालवाद्यांची 'वंदेमातरम्', 'संध्या' व 'युगांतर' ही तीन प्रमुख वृत्तपत्रे बंद पाडली.

तथापि, देशातील वाढता असंतोष नष्ट करण्यास हाही कायदा अपुरा वाटल्यावरून सरकारने 1910 साली आणखी एक जुलमी कायदा (The Indian Press Act of 1910) पास केला. यानुसार त्या वेळी अस्तित्वात असलेल्या वृत्तपत्राच्या प्रकाशकांकडून व मुद्रकाकडून 500 ते 5,000 रुपयांपर्यंतची आणि नव्या वृत्तपत्राच्या प्रकाशकांकडून व मुद्रकाकडून 500 ते 2,000 रुपयांपर्यंतची रक्कम जामीन म्हणून डिस्ट्रिक्ट मॅजिस्ट्रेट घेऊ शकत होता. राजद्रोही लिखाण प्रसिद्ध झाले तर ही रक्कम सरकारजमा होत असे. क्रांतिकारी संघटनांना आर्थिक साहाय्य करण्याचा प्रचार करणे, लष्करातील लोकांना बंडासाठी चिथावणी देणे या गोष्टी राजद्रोहीपणाच्या तर ठरल्याच, पण आता सरकारी अधिकारीवर्गावर, न्यायाधीशांवर, भारतीय संस्थानिकांवर टीका करणे हेही आक्षेपार्ह मानले जाऊ लागले. विशेष म्हणजे एखाद्या वर्तमानपत्राने प्रसिद्ध केलेला मजकूर हा आक्षेपार्ह आहे की नाही हे सरकार ठरवित असे. तथापि, सरकारच्या निर्णयाविरुद्ध हायकोर्टात जाण्याची तरतूद होती. तीन न्यायाधीशांच्या खास बेंचसमोर असे अपील चाले. हायकोर्ट न्यायाधीश बहुधा ब्रिटिश अथवा सरकारधार्जिणे असत. तेव्हा तेथे न्याय मिळण्याची फारशी आशा नसे.

या कायद्यानुसार सरकारचे पोस्ट ऑफिस आक्षेपार्ह वाटणाऱ्या कोणत्याही प्रकारचे छापील साहित्य जप्त करू शकत असे. एवढेच नव्हे, तर कोणताही छापील ग्रंथ, जर त्यात सरकारच्या दृष्टीने आक्षेपार्ह मजकूर असला तर सरकार जप्त करू शकत असे. हिंसेला प्रोत्साहन देणारे, प्रत्यक्ष–अप्रत्यक्षपणे लष्करात राजद्रोह फैलावणारे, सरकार अथवा त्याचे अधिकारी अथवा संस्थानिक यांची निंदा करणारे सर्व लिखाण आक्षेपार्ह मानले जात असे. आता सरकारचे दोष स्पष्ट शब्दांत मांडणारी टीकाही सरकारी दृष्टिकोनातून आक्षेपार्ह मानली जात होती.

मोर्ले–मिंटो सुधारणांनुसार तयार झालेल्या गव्हर्नर जनरलच्या मंडळाने हा कायदा तयार केला होता. विशेष म्हणजे या कायद्यास भारतीय सभासदांनीही आपली संमती दिली होती. त्यात ना. गोखलेही होते. मवाळांच्या या कृत्याची 'देशात लोककल्याणकारी कारभार प्रस्थापित करण्यास लावलेला हातभार' या शब्दांत सरकारने प्रशंसा केली तरी लवकरच या कायद्याचा वापर विवेकाने केला जात नाही, हे ना. गोखले यांच्या लक्षात आल्यावर त्यांनी त्याबद्दल सरकारचा कडक शब्दांत निषेध केला. पण त्यांच्या निषेधाकडे सरकारने पूर्ण दुर्लक्ष केले.

या जुलमी कायद्यांचा वरवंटा देशातील वृत्तपत्रसृष्टीवर फिरत राहिला. अवघ्या आठ–नऊ वर्षांत देशातील वर्तमानपत्रे छापणारे दोनशे छापखाने बंद पडले व एकशे तीस वर्तमानपत्रांच्या व तीनशे पन्नास छापखान्यांच्या अनामत रकमा जप्त झाल्या. 'अमृतबझार पत्रिका', 'बॉम्बे क्रॉनिकल', 'द हिंदू', 'इन्डिपेन्डन्ट', 'पंजाबी' इत्यादी इंग्रजी; आणि 'वसुमति', 'स्वदेशामित्रम्', 'विजया', 'हिंदुवासी', 'भारतीय' इत्यादी देशी भाषेतील वर्तमानपत्रांना अनेक आपत्तींमधून जावे लागले. परंतु भारतीय लोकांविरुद्ध सतत गरळ ओकणाऱ्या व देशात राष्ट्रीय चळवळीबद्दल द्वेष निर्माण करणाऱ्या आंग्ल–भारतीय (Anglo-Indian) वृत्तपत्रांबद्दल मात्र सरकार मूग गिळून स्वस्थ होते. भारतीय राष्ट्रवाद्यांनी या कायद्यांविरुद्ध कितीही टीका केली तरी तिकडे दुर्लक्ष करून सरकारची दडपशाही चालूच राहिली.

▣ राजद्रोहाचे खटले आणि जबर शिक्षा

कोणत्या लिखाणास अथवा कृत्यास 'राजद्रोह' म्हणावयाचा हे आता नव्या जुलमी कायद्यानुसार सरकारच ठरविणार असल्याने सरकारी नोकरशाहीने भारतात जुलमी कारभाराचा कहर केला. खुद्द व्हॉईसरॉय लॉर्ड मिंटो हा राष्ट्रीय चळवळीस व नेत्यास शत्रुवत् मानणारा असल्याने त्याने अनेक वेळा मोर्लेसाहेबांकडे आग्रह धरून अनेक दहशतवादी कायदे संमत करून घेतले. भारतात सरकारची कशी दडपशाही चालली होती हे पुढील काही वानगीदाखल घटनांवरून स्पष्ट होईल.

'वंदेमातरम्' या वृत्तपत्राला तार पाठविल्याबद्दल व तथाकथित आक्षेपार्ह पत्रके वाटल्याबद्दल अलिगडच्या मोतीलाल वर्मास सात वर्षांची हद्दपारीची शिक्षा दिली गेली. अनेक वृत्तपत्रांच्या संपादकांवर देशद्रोहाचे खटले भरले गेले व शिक्षा करण्यात आल्या. ब्रिटिशांच्या इजिप्तमधील शैक्षणिक धोरणावर टीका करणारा लेख लिहिल्याबद्दल उर्दू–इ–मोल्लाच्या संपादकाला दोन वर्षांची सक्तमजुरी व पाचशे रु. दंड अशी शिक्षा दिली गेली. मुंबईमधील 'हिंद', 'स्वराज्य', 'विहारी', 'अरुणोदय' अशा अनेक पत्रांच्या संपादकांना शिक्षा झाल्या. पण सर्व देशभर असंतोषाचा भडका उडाला तो लो. टिळकांवरील राजद्रोहाच्या खटल्याने. बंगालमध्ये एका बॉंबस्फोटाच्या संदर्भात सरकारी धोरणावर टीका करणारा लेख लोकमान्यांनी लिहिला व तो सरकारच्या दृष्टीने राजद्रोह ठरला. सरकारने दडपशाहीचे धोरण सोडून सुधारणावादी धोरण स्वीकारावे असा त्या लेखाचा सूर होता व त्यात दडपशाहीचे धोकेही सरकारपुढे त्यांनी मांडले होते. मुंबईच्या हायकोर्टात खटला चालून लोकमान्यांना सात वर्षे हद्दपारी व एक हजार रु. दंड अशी शिक्षा झाली. लोकमान्यांना ब्रह्मदेशात मंडाले तुरुंगात हद्दपार करण्यात आले.

दडपशाही करणारे नवे कायदे कमी पडले म्हणून की काय, ब्रिटिशांनी 1818 साली तयार केलेला पुराणा कायदा (Regulation III of 1818) अमलात आणावयास सुरुवात केली. पेंढारी व बंडखोर लोकांचा नायनाट करण्यासाठी वापरल्या गेलेल्या या कायद्यानुसार विनाचौकशी तुरुंगात डांबण्याचे अथवा हद्दपार करण्याचे अधिकार सरकारला मिळाले होते. या अधिकाराचा वापर करून पंजाब प्रांताच्या सरकारने लाला लजपतराय व अजितसिंग या दोन नेत्यांना हद्दपार करून मंडाल्यात डांबले. बंगाल प्रांताच्या सरकारने अश्विनीकुमार दत्त व इतर आठ जणांना हद्दपार केले. बंगाल सरकारने बिपिनचंद्र पाल यांना हद्दपार करण्याचा घाट घातला; पण मोर्लेसाहेबाने त्यास मान्यता दिली नाही.

भारतातील अन्यायी कायदे व दडपशाही यास प्रामुख्याने लॉर्ड मिंटो व त्याच्या हाताखालची ब्रिटिश नोकरशाही कारणीभूत होती. भारतातील दहशतवादी संघटना मोडून काढण्यासाठीच या कायद्यांचा वापर झाला असता तर देशातील लोकमत फारसे संतप्त झाले नसते. पण निःशस्त्र चळवळीचा पुरस्कार करणाऱ्या लोकमान्यांसारख्या मान्यवर नेत्यांनाही चिरडून टाकण्याचा प्रकार म्हणजे शुद्ध अन्याय व दडपशाही होती. लॉर्ड मिंटोने धाडलेल्या कायद्यांना मोर्लेने संमती दिली खरी, पण आतून त्याचे मन सारखे खात होते. मोर्लेचा पिंड हा व्यक्तिस्वातंत्र्यवादी व उदारमतवादी होता. भारतातील सरकारने भारतीय नेत्यांना त्यांच्या साध्या गुन्ह्याबद्दल दिलेल्या शिक्षांचे वर्णन त्याने मिंटोला पाठविलेल्या पत्रातून Outrageous, Monstrous असे केलेले आहे. भारतातील सरकारने केलेल्या दडपशाहीचे पडसाद ब्रिटनमधील वृत्तपत्रांतून व पार्लमेंटमध्येही उमटले आणि सरकारच्या धोरणावर खुद्द उदारमतवादी लोकही टीका करू लागले. अनेक पत्रांमधून मोर्लेसाहेबांनी मिंटोला दडपशाही कमी करून कायदे वापरताना विवेकाचा जास्तीतजास्त वापर करण्याचे आदेश दिलेले आढळतात. ब्रिटिश नोकरशाही ही दडपशाही करणारी आहे याची कबुली देऊन मिंटोला लिहिलेल्या पत्रात मोर्ले त्याचे कारण देताना म्हणतो, *"It is because they don't like or trust law; they in their hearts believe before all else the virtues of will and arbitrary power."*

भारतातील असंतोष व सरकारविरोधी कारवाया दडपून टाकण्यासाठी मोर्ले-मिंटो या राज्यकर्त्यांनी जे कायदे अमलात आणले त्यामुळे बरोबर उलटा परिणाम झाला. भारतीय लोकांचा असंतोष दडपून न जाता तो अधिक खदखदत राहिला. त्यांच्या व्यक्तिस्वातंत्र्यावर कडक निर्बंध टाकल्यामुळे क्रांतिकारकांच्या व जहालवाद्यांच्या गुप्त संघटना व चळवळी अधिकच वाढल्या. सरकारच्या अन्यायी कृत्यांनी लोकजागृती पूर्वीपेक्षाही अधिकच झाली.

17.2 मोर्ले - मिंटो सुधारणा

मोर्ले-मिंटो राज्यकर्त्यांचे भारतविषयकचे धोरण दुहेरी स्वरूपाचे होते. एका बाजूने दडपशाही करावयाची व दुसऱ्या बाजूने काही राजकीय सुधारणा देऊन लोकमत शांत करण्याचा व मवाळ नेत्यांना समाधानी ठेवण्याचा प्रयत्न करावयाचा. या धोरणाचे प्रत्यंतर भारतीय लोकांना मागे नमूद केलेल्या कायद्यांनी आले. आता त्यांच्या धोरणाची सुधारणा देण्याची दुसरी बाजू आपण पाहू. तत्पूर्वी मोर्ले-मिंटो सुधारणा राज्यकर्त्यांस देण्यास कोणती परिस्थिती कारणीभूत झाली हे पाहणे इष्ट ठरेल.

▣ मोर्ले - मिंटो सुधारणास कारणीभूत झालेली परिस्थिती

1. **सन 1892 च्या कायद्याने निर्माण केलेली असमाधानाची परिस्थिती :** भारतीय लोकांच्या राजकीय चळवळीचे एक दृश्य फळ म्हणजे सन 1892 च्या कायद्याने दिलेल्या सुधारणा. परंतु त्यांनी भारतीय लोकांच्या आकांक्षा पूर्ण होऊ शकल्या नाहीत. कायदेमंडळात अप्रत्यक्ष निवडणुकीचे तत्त्व स्वीकारले गेल्यामुळे तेथे नियुक्त केलेले सभासद जनतेचे खरे प्रतिनिधित्व करू शकत नव्हते. शिवाय कायदेमंडळात सरकारी सभासदांचे बहुमत असल्याने सरकारवर कोणत्याही प्रकारचे नियंत्रण निर्माण होत नव्हते. तसेच भारतीय सभासदांना प्रश्न विचारण्याची परवानगी दिली असली तरी त्यांना उपप्रश्न विचारता येत नव्हता. अंदाजपत्रकावर त्यांना चर्चा करण्याचा अधिकार मिळाला तरी त्यातील एखादी तरतूद वगळण्याचा त्यांना अधिकार नव्हता. अशा प्रकारे या कायद्याने दिलेल्या सुधारणा म्हणजे भारतीय लोकांचे समाधान करण्याचा अगदी वरवरचा प्रयत्न होता. लोकशाहीची तत्त्वे अंतर्भूत असणारे हक्क या सुधारणांनी दिलेले नव्हते. ते मिळावेत म्हणून राष्ट्रसभा आपल्या दरवर्षीच्या अधिवेशनातून ठराव पास करत असे आणि अशा ठरावांना सरकार केराची टोपली दाखवित असे. सरकारच्या या धोरणामुळे राष्ट्रसभेच्या नेत्यांमध्ये असंतोष निर्माण झाला होता. 1892 सालापासून अद्यापपावेतो सुधारणा देऊन देशातील लोकमत समाधानी करणे आवश्यक होते.

2. **लॉर्ड कर्झनच्या कारकिर्दीतील दडपशाही :** लोकमान्य टिळक यांनी लॉर्ड कर्झनच्या कारकिर्दीस औरंगजेबाच्या कारकिर्दीची उपमा दिली होती व ती यथार्थच होती. औरंगजेबाप्रमाणे कट्टर साम्राज्यवादी असलेल्या लॉर्ड कर्झनने आपल्या कृत्यांनी भारतीय लोकांत राज्यकर्त्यांविषयी अप्रीतीच नव्हे तर शत्रुत्व निर्माण केले.

त्याचा कलकत्ता कॉर्पोरेशन कायदा, विद्यापीठ कायदा, त्याचे कलकत्ता विद्यापीठातील पदवीदान समारंभातील हिंदू संस्कृतीबद्दलचे अनुद्गार, भारतीय लोकांच्या गुणवत्तेसंबंधी प्रकट केलेले विचार, त्याचे राष्ट्रसभेबद्दलचे धोरण आणि सर्वांवर मात करणारी त्याची बंगालची फाळणी यामुळे ब्रिटिश राजवटीचे खरे स्वरूप सुशिक्षित भारतीय लोकांच्या दृष्टीस पडले. बंगालच्या फाळणीने तर केवळ बंगालच नव्हे तर सर्व देश संतप्त झाला व देशातील जहालवादी चळवळीस जोर चढला. राष्ट्रवादी चळवळ आक्रमक बनू लागली. कर्झनच्या दडपशाहीमुळे भारतीय राष्ट्रीय चळवळीस जे आक्रमक स्वरूप आले होते ते कमी व्हावे; निदान राष्ट्रसभेतील बहुमतवाले मवाळ तरी समाधानी व्हावेत व जेणेकरून राष्ट्रीय चळवळीस आलेली गती कमी व्हावी, हा या मोर्ले-मिंटो सुधारणा प्रदान करण्यात राज्यकर्त्यांचा मुख्य हेतू होता.

3. **राष्ट्रसभेच्या चळवळीचा परिणाम :** 1885 साली राष्ट्रसभा (काँग्रेस) स्थापन झाली तेव्हापासून सन 1905 पर्यंत भारतीय लोकांना राजकीय हक्क मिळावेत, त्यांचा राज्यकारभारात अधिकाधिक प्रवेश व्हावा, त्यांच्यावर आय.सी.एस. सारख्या परीक्षेत होणारा अन्याय दूर व्हावा, आर्थिक पिळवणूक करणारे कायदे दूर व्हावेत यासाठी राष्ट्रसभेने सातत्याने चळवळ चालवली होती. 1892 साली त्यांना सुधारणांचा पहिला हप्ता मिळाला; पण त्यामुळे राष्ट्रसभेचे नेते समाधानी झाले नाहीत. त्यांनी आपल्या अधिवेशनातून निरनिराळ्या मागण्यांचे ठराव सतत मंजूर करून सरकार-दरबारकडे पाठविण्याचा शिरस्ता बंद केला नाही. त्याचबरोबर आपल्या देशातील लोकांत राजकीय जागृती व्हावी म्हणून राष्ट्रसभेचे नेते आपल्या सभा-परिषदांतून व वृत्तपत्रांतून सतत कष्ट घेत असलेले दिसतात. राष्ट्रसभेने ब्रिटनमध्येही शिष्टमंडळे पाठवून तेथील जनतेपुढे भारतीय लोकांची गाऱ्हाणी मांडली व त्याविषयी सहानुभूती पैदा करण्याचा प्रयत्न केला. दादाभाईंसारख्या ज्येष्ठ नेत्याने पार्लमेंटची निवडणूक लढवून, पार्लमेंटच्या व्यासपीठावरून भारतीय लोकांच्या सुधारणांचा प्रश्न उपस्थित करून चर्चा घडवून आणल्या. एवढेच नव्हे, तर ब्रिटनमधील उदारमतवादी नेत्यांचे सहकार्यही मिळविले. या सर्व घडामोडींचा विलायतमधील राज्यकर्त्यांवर हळूहळू पण निश्चितपणे परिणाम घडून येत होता. राष्ट्रसभेच्या मागण्या न्याय्य होत्या, पण त्या देण्याची शक्यतो चालढकल करायची असे राज्यकर्त्यांचे धोरण होते. पण असे फार काळ चालणे अवघड होते. राष्ट्रसभेतील मवाळ नेत्यांची ब्रिटिशांच्या न्यायबुद्धीवर जी श्रद्धा होती ती नष्ट होऊन मवाळही जहाल बनण्यापूर्वी काहीतरी सुधारणा देणे आवश्यक होते.

4. **ब्रिटनमधील उदारमतवादी सरकार :** 1906 साली ब्रिटनच्या राजकारणात बदल घडून आला. ब्रिटिश साम्राज्याची सूत्रे उदारमतवादी मंत्रिमंडळाच्या हाती गेली. उदारमतवादी लोक व्यक्तिस्वातंत्र्य, लोकशाही व मानवी मूल्ये यांचा आदर करणारे असतात. ब्रिटनमधील हे नवे सरकार भारतीय लोकांना स्वराज्य देणार नव्हते हे खरे, पण पूर्वीच्या सरकारांसारखे कट्टर साम्राज्यवादी वृत्तीने वागणार नव्हते. म्हणूनच मोर्लेसाहेब एका बाजूने जुलमी कायद्यांना संमती देत असता त्या कायद्यांच्या अन्यायी अंमलबजावणीच्या वार्ता कानावर पडताच व्हॉईसरॉयची कानउघाडणी करणारी पत्रे लिहीत होता. भारतातील दहशतवादी संघटना निपटून काढण्यासाठी या कायद्यांचा जरूर वापर व्हावा असे मोर्लेला वाटत होते. पण नोकरशहांनी या कायद्याचे हत्यार सर्व प्रकारच्या राजकीय संघटनांवर चालविले व अभूतपूर्व दडपशाही निर्माण केली. पण हे सर्व चालू असता भारतीय लोकांच्या प्रश्नांकडे 'सहानुभूतीने' पाहिले पाहिजे, हा विचार मोर्लेसाहेबांच्या डोक्यातून पूर्णतः नाहीसा झाला नव्हता. म्हणूनच मवाळांशी बोलणी करून सुधारणा देण्याची पार्श्वभूमी निर्माण करण्यात मोर्लेने मोठा वाटा उचललेला दिसतो. ब्रिटनमध्ये मोर्लेसारखे उदारमतवादी राज्यकर्ते नसते तर कदाचित भारतीय लोकांच्या नशिबी फक्त दडपशाहीचे कायदेच आले असते आणि परिस्थिती अधिकच बिकट बनली असती.

5. **जहालवादी व दहशतवादी यांनी निर्माण केलेला असंतोष :** राष्ट्रसभेत जहालवादी गट अल्पमतात असला तरी देशात जहालवादी विचारसरणीची वाढ झपाट्याने होत होती. विशेषतः बंगालच्या फाळणीनंतर तर लो. टिळक, बाबू बिपिनचंद्र, लाला लजपतराय, बाबू अरविंद घोष इत्यादी जहाल नेत्यांनी देशातील वातावरण आपल्या लेखणीने आणि वक्तव्यांनी संतप्त करून सोडले होते. या नेत्यांचा युक्तिवाद सडेतोड व पटणारा असल्याने तरुण पिढी या जहालवादाकडे आकृष्ट होत असल्याचे चित्र सन 1905 नंतर दिसू लागले होते. लॉर्ड मिंटो मोर्लेसाहेबास लिहितो, "ना. गोखले फारच समजूतदार आहेत. ना. गोखले यांनी मला सांगितले की, देशातील सर्व तरुण पिढी जहालवाद्यांच्या बाजूकडे जात आहे; ब्रिटिश अंमल नष्ट करण्याचे तत्त्वज्ञान हे जहालवादी प्रसारित करत असतात आणि त्याकडे हे हेकट तरुण आकृष्ट होत आहेत; ब्रिटिश राज्याबद्दलचे पूर्वीचे आकर्षण आता राहिले नाही आणि आता उडून गेलेला आपला (ब्रिटिशांचा) नैतिक दबाव पुन्हा निर्माण करण्यासाठी, भारतीय लोकांच्या समाधानासाठी काहीतरी करणे आवश्यक आहे."

ना. गोखल्यांप्रमाणेच लॉर्ड मिंटोचेही विचार होते, हे 'काहीतरी' म्हणजे भारतीय लोकांपुढे काहीतरी सुधारणांचे तुकडे टाकणे आवश्यक होते.

सरकारच्या कृत्यांनी काही भारतीय तरुण दहशतवादाकडे आकृष्ट होऊन त्यांनी दहशतवादी संघटना स्थापन केल्या होत्या. सन 1905 सालानंतर अनेक बड्या सरकारी अधिकाऱ्यांचे खून करून या दहशतवाद्यांनी जनतेच्या असंतोषाला वाचा फोडली होती. सरकार पोलादी पंजाने या दहशतवादी चळवळी मोडण्याचा प्रयत्न करत होते. पण त्या दडपल्या जाण्याऐवजी त्यांचा प्रभाव वाढतच होता.

खुद्द पार्लमेंटमध्ये राज्यकर्त्यांच्या दडपशाही धोरणावर टीका करणारे सभासद होते. त्यांचीही तोंडे या सुधारणांच्या घोषणांनी बंद होतील असे स्वतः मोर्लेने मिंटोला पाठविलेल्या पत्रात म्हटले आहे.

6. **भारतातील बिकट परिस्थिती :** भारत हा शेतीप्रधान देश होता. अशा देशामध्ये जे काय हस्तव्यवसाय व उद्योग होते ते ब्रिटनमधील औद्योगिक साम्राज्यवादाने नष्ट झाले होते आणि कारागीर न बनता ते शेतीकडेच वळले. व्यापाराच्या व कराच्या रूपाने लक्षावधी रुपयांची संपत्ती ब्रिटनमध्ये जात होती. अशी आर्थिक पिळवणूक चालू असता देशामध्ये दुष्काळ व प्लेग यांचे सतत थैमान चालू होते. त्यात कोट्यवधी लोक अन्नान्न करीत तडफडून मेले. हा सर्व ब्रिटिश राजवटीचा परिणाम होय असे सामान्य माणसास वाटत होते. त्यातच ब्रिटिश राज्यकर्त्यांच्या सहानुभूतिशून्य धोरणाची भरच पडली. त्यामुळे भारतात असंतोष निर्माण झाला. याचा स्फोट झाल्यास तो आपल्या राज्यास फार धोकादायक ठरेल असे सरकारला वाटत होते.

समाजातील उच्च वर्ग इंग्रजी शिक्षण घेत होता, पण शिक्षण घेतलेल्या सुशिक्षितांना त्यांच्या गुणवत्तेप्रमाणे नोकऱ्या मिळत नव्हत्या. भारतीय माणूस कितीही शिकला तरी त्याच्या ठिकाणी युरोपियनांइतकी पात्रता असू शकणार नाही असा ग्रह ब्रिटिश नोकरशहांचा होता. त्यामुळे सुशिक्षितांतही असंतोष निर्माण झाला होता.

अशा प्रकारच्या सामाजिक असंतोषावर फुंकर घालण्यासाठी राज्यकर्त्यांकडील राजकीय सुधारणेची भेट उपयोगी पडेल असे विलायतेमधील मुत्सद्द्यांना वाटत होते.

7. **जागतिक घडामोडींचा प्रभाव :** भारतीय राजकारण जागतिक घडामोडींपासून अलग राहू शकत नव्हते. 1905 साली जपानसारख्या एका छोट्या आशियाई देशाने रशियासारख्या बलाढ्य युरोपियन देशावर मिळविलेल्या प्रचंड विजयाचा भारतीय राष्ट्रीय चळवळींवर प्रभाव पडल्याशिवाय राहिला नाही. युरोपियन लोकांची संस्कृती श्रेष्ठ आहे व ते अजिंक्य आहेत; लोकशाही हक्क अथवा लोकशाही शासनव्यवस्था ही खास युरोपियन राष्ट्रांची मिरासदारी आहे इत्यादी. ब्रिटिशांचे साम्राज्यवादी तत्त्वज्ञान आता बदलत्या काळात फार दिवस टिकणार नव्हते. भारतातील लोकांच्या वाढत्या राजकीय आकांक्षांना ब्रिटिश फार काळ थोपवू शकत नव्हते.

भारताच्या बाहेर दक्षिण आफ्रिकेतील ब्रिटिश वसाहती, कॅनडा, अमेरिका, कोलंबिया इत्यादी देशांत गेल्यास पन्नास ते साठ वर्षांत लक्षावधी भारतीय लोक कामधंद्यानिमित्त स्थायिक झाले होते. त्यांच्यावर तेथील गोरी सरकारे अत्याचार करीत होती. या भारतीय लोकांना मूलभूत नागरी हक्क नाकारले जात होते. त्यांच्या वार्ता भारतात येऊन येथील वातावरणातील असंतोष अधिकच भडकत होता. आता भारतीय लोकांना काही राजकीय सुधारणा देऊन आपण किती उदारमतवादी आहोत हे दाखवून देण्याची संधी राज्यकर्त्यांना मिळणार होती.

8. **ना. गोखले यांची कामगिरी :** गव्हर्नर जनरलच्या मंडळाचे ना. गोखले हे सभासद होते. मार्च 1906 मध्ये या मंडळाची अंदाजपत्रकावर चर्चा चालू असता नामदार गोखले यांनी कायदेमंडळात सुधारणांविषयीचा पहिला आवाज उठविला. राज्यकर्ते व प्रजा यांच्यात सामंजस्य निर्माण करण्याचा एकच मार्ग आहे व तो म्हणजे प्रजेला राज्यकारभारात जास्तीतजास्त सामावून घेणे असे त्यांनी लॉर्ड मिंटोला स्पष्ट सांगितले. पुढे लवकरच ना. गोखले हे ब्रिटनला गेले व तेथे भारतमंत्री मोर्ले यांच्याशी भारतीय राजकीय प्रश्नांवर त्यांच्या अनेक बैठका झाल्या. या बैठकांमध्ये राजकीय सुधारणांच्या मोबदल्यात सरकारला राष्ट्रसभा सहकार्य करेल असे स्पष्ट आश्वासन मोर्लेला त्यांनी दिले. राष्ट्रसभा जहाल मार्गांचा स्वीकार करणार नाही व जहालांचा आपण बंदोबस्त करू अशी जी मवाळ नेत्यांनी सुरत अधिवेशनात भूमिका घेतली त्यास नामदार गोखले यांच्या मोर्लेसाहेबांशी झालेल्या वाटाघाटी कारणीभूत होत्या. राज्यकर्त्यांशी संघर्ष न करता त्यांच्याशी सहकार्याने वागून जास्तीतजास्त सुधारणा पदरात पाडून घ्याव्यात ही नामदार गोखले यांच्यासारख्या इतर मवाळ नेत्यांनी घेतलेली भूमिका मोर्ले-मिंटो सुधारणांना अनुकूल झाली.

9. **राज्यकर्त्यांची फोडा आणि झोडा नीती :** राष्ट्रसभेच्या स्थापनेपासून राष्ट्रीय चळवळीत मुस्लिमांनी भाग घेऊ नये म्हणून सरकार व नोकरशाही सतत प्रयत्न करीत होती. हिंदू व मुस्लीम यांच्यातील दरी रुंद व्हावी आणि राष्ट्रीय चळवळीस खीळ बसावी यासाठीच बंगालची फाळणी करण्यात आलेली होती. पुढे लॉर्ड मिंटोनेही याच धोरणाचा पुरस्कार केला. 1 ऑक्टोबर, 1906 रोजी लॉर्ड मिंटोला भेटण्यासाठी आगाखान यांच्या नेतृत्वाखाली छत्तीस मुस्लीम नेत्यांचे शिष्टमंडळ आले व त्यांनी 'भावी राजकीय सुधारणेत मुस्लीम समाजाला त्यांच्या लोकसंख्येवरून नव्हे तर देशातील त्यांच्या राजकीय महत्त्वावरून व ब्रिटिश साम्राज्याची ते जी सेवा करीत आहेत ती लक्षात घेऊन वाटा मिळावा' अशी मागणी केली. मुस्लीम नेत्यांना कायदेमंडळात, स्थानिक स्वराज्य संस्थांत व सरकारी नोकऱ्यांत त्यांच्या लोकसंख्येच्या प्रमाणापेक्षा अधिक प्रतिनिधित्व पाहिजे होते. विशेष म्हणजे लॉर्ड मिंटोला या घटनेचा मोठा आनंद झाला. स्थानिक स्वराज्य संस्थांतील व कायदेमंडळातील लोकप्रतिनिधित्वाचा विचार करताना मुस्लीम समाजाचे स्वतंत्र अस्तित्व लक्षात घेतले जाईल व त्यास राजकीय महत्त्वाप्रमाणे जागा दिल्या जातील असे उघड आश्वासन त्याने दिले. या देशातील बहुसंख्य भारतीयांपासून मुस्लीम समाज दूर करण्याच्या ब्रिटिशांच्या कुटील नीतीचे हे स्पष्ट प्रदर्शन होते. पुढे मुस्लीम समाजाला ज्या खास राजकीय सवलती दिल्या गेल्या त्या पाठीमागचे राजकारण असे होते.

▣ मोर्ले - मिंटो यांच्या तीन महत्त्वाच्या सुधारणा

मोर्ले-मिंटो यांच्या कारकिर्दीत प्रमुख अशा तीन महत्त्वाच्या सुधारणा केल्या गेल्या. पहिली सुधारणा भारतमंत्र्याच्या मंडळाबाबतची होती; दुसरी सुधारणा गव्हर्नर जनरलच्या कार्यकारी मंडळाबाबतची होती; आणि तिसरी विशेष नमूद करण्यासारखी गोष्ट म्हणजे भारतमंत्र्याच्या मंडळात भारतीय सभासद घेण्याचा आग्रह भारतमंत्र्याने धरलेला दिसतो तर गव्हर्नर जनरलच्या कार्यकारी मंडळात भारतीय सभासदांचा समावेश करण्यासाठी गव्हर्नर जनरलने आग्रह धरलेला दिसतो.

1. **भारतमंत्र्यांच्या मंडळात भारतीय सभासद :** भारतमंत्री मोर्ले याने आपल्या मंडळात (Indian Council) भारतीय सभासद घेण्याविषयी प्रथम पावले उचलून आपल्या मंत्रिमंडळाची संमती मिळविली आणि भारतमंत्र्याच्या मंडळात भारतीय सभासद नेमण्याचा विलायत सरकारचा विचार असल्याचे त्याने पार्लमेंटमध्ये जुलै 1907 मध्ये घोषित केले. पुढे भारतमंत्र्यांच्या मंडळाची घटना दुरुस्त करणारे विधेयक ऑगस्ट 1907 मध्ये मंजूर झाले. या दुरुस्तीप्रमाणे मोर्लेने बंगालच्या महसूल बोर्डाचे सभासद के. जी. गुप्ता व हैद्राबादच्या निजामाचे सल्लागार सय्यद हुसेन बिलग्रामी या दोन भारतीय सभासदांची नेमणूक आपल्या मंडळावर केली. वास्तविक या दोन गृहस्थांचा भारतातील राष्ट्रीय चळवळीशी काहीही संबंध नव्हता. तथापि, भारतीय लोकांची या ठिकाणी वर्णी लागणे हेच महत्त्वाचे होते.

2. **गव्हर्नर-जनरलच्या कार्यकारी मंडळात भारतीय सभासद :** भारतमंत्र्याच्या मंडळातील भारतीय सभासदांच्या नेमणुकीपेक्षा गव्हर्नर जनरलच्या कार्यकारी मंडळात (Executive Council of the Governor General) भारतीय सभासद नेमण्याच्या प्रश्नावर गव्हर्नर-जनरलच्या मंडळात व ब्रिटिश मंत्रिमंडळात मोठा विरोध झाला. खुद्द मोर्लेसाहेबही या गोष्टीस फारसा अनुकूल नव्हता. गव्हर्नर-जनरलचे कार्यकारी मंडळ म्हणजे भारतातील राज्यकारभाराची धोरणे ठरविणारा बालेकिल्लाच होता. येथे गुप्त खलबते चालत. अशा बालेकिल्ल्यात भारतीय माणसाला प्रवेश कसा देता येईल ? त्यांच्यावर विश्वास कसा ठेवता येईल ? शिवाय भारतातील ब्रिटिश समाज ही गोष्ट सहन करणार नाही अशी भीती विलायतमधील मुत्सद्द्यांना वाटत होती. खुद्द गव्हर्नर-जनरलच्या कार्यकारी मंडळातील सभासद या प्रस्तावाच्या विरुद्ध होते, पण पूर्वी सांगितल्याप्रमाणे लॉर्ड मिंटोने त्याबद्दल आग्रह धरल्याने शेवटी अशा प्रकारे गव्हर्नर-जनरलच्या कार्यकारी मंडळात भारतीय सभासद नेमण्याची त्याची शिफारस विलायत सरकारला मान्य करावी लागली. 11 मार्च, 1909 रोजी त्याचे विधेयक मंजूर होऊन 24 मार्च रोजी बंगालचे ॲडव्होकेट जनरल (लॉर्ड) एस. पी. सिन्हा यांची सरकारने गव्हर्नर जनरलच्या कार्यकारी मंडळावर सभासद म्हणून नेमणूक केली.

3. **सन 1909 चा भारतीय कायदेमंडळाचा कायदा :** भारतमंत्र्याच्या आदेशानुसार लॉर्ड मिंटोने सर अरुंडेल यांच्या अध्यक्षतेखाली आपल्या कार्यकारी मंडळाच्या चार सभासदांची समिती नेमली होती. भारतीय लोकांना राजकीय सुधारणांचा आराखडा तयार करण्याचे काम अरुंडेल समितीवर सोपविलेले होते. या समितीचा अहवाल प्रांतीय सरकारमध्ये बराच चर्चिला गेला व शेवटी आपल्या शिफारशींसह लॉर्ड मिंटोने या विलायत सरकारकडे पाठवून

त्यात आपणास हवा तो बदल करून पार्लमेंटने 21 मे, 1909 रोजी भारतीय कायदेमंडळाच्या सुधारणेचा कायदा (The Indian Act of 1909) मंजूर केला. या कायद्याची महत्त्वाची कलमे पुढीलप्रमाणे होती :

(1) केंद्रीय आणि प्रांतीय कायदेमंडळाची वाढ करण्यात आली. गव्हर्नर जनरलच्या मंडळाच्या सभासदांची संख्या 16 होती ती 60 करण्यात आली. गव्हर्नर जनरल + 7 कार्यकारी मंडळांचे सभासद आणि हे कायदेमंडळाचे 60 सभासद असे गव्हर्नर जनरलच्या कायदेमंडळाचे एकूण 68 सभासद झाले.

(2) बंगाल, मद्रास व मुंबई येथील कायदेमंडळातील सभासदांची संख्या 20 होती ती 50 करण्यात आली. (गव्हर्नरच्या कार्यकारी मंडळातील सभासदांची संख्या या ठिकाणी धरलेली नाही.) पंजाब, ब्रह्मदेश व आसामच्या कायदेमंडळाच्या सभासदांची संख्या 30 करण्यात आली.

(3) केंद्रीय कायदेमंडळातील 60 जादा सभासदांपैकी 28 सरकारी आणि 32 बिनसरकारी सभासद असावेत. पुन्हा 32 बिनसरकारी सभासदांपैकी 5 सरकारनियुक्त आणि 27 लोकनियुक्त असावेत असे ठरले. सारांश, 28 सरकारी सभासद + 8 कार्यकारी सभासद = 36 सरकारी सभासद यांचे बहुमत केंद्रीय कायदेमंडळात राखण्यात आले.

(4) प्रांतीय कायदेमंडळात बिनसरकारी सभासदांचे बहुमत करण्यात आले. उदा., मुंबई प्रांताच्या कायदेमंडळात एकूण 46 सभासद घेण्यात आले; त्यांपैकी 28 बिनसरकारी होते व 18 सरकारी होते. तथापि, गंमत अशी की, हे बहुमत फक्त दिखाऊ होते. कारण 28 बिनसरकारी सभासदांपैकी 7 सरकारनियुक्त असत. म्हणजे ते सरकारला अनुकूलच राहणार हे निश्चित होते. म्हणजे सरकारच्या बाजूचे 18 सरकारी + 7 सरकार-नियुक्त बिनसरकारी सभासद असल्याने खरे बहुमत सरकारचेच होते.

(5) या कायद्यान्वये मुस्लिमांना स्वतंत्र मतदारसंघ देण्यात आले. मुस्लिमांचे राजकीय महत्त्व पाहून त्यांच्या हितसंवर्धनाच्या नावाखाली त्यांना लोकसंख्येच्या प्रमाणाबाहेर प्रतिनिधित्व देण्यात आले. उदाहरणार्थ,

- केंद्रीय कायदेमंडळात स्वतंत्र मतदारसंघांतून निवडून आलेले सहा मुस्लीम सभासद घेण्यात आले.
- मुंबई प्रांतासारख्या कायदेमंडळात स्वतंत्र मतदारसंघातून निवडून आलेल्या सभासदांची संख्या चार होती.

एवढेच नव्हे, तर कॉर्पोरेशन्स, म्युनिसिपालिटीज, विद्यापीठे, जमीनदार यांनाही स्वतंत्र प्रतिनिधी पाठविण्याचे हक्क मिळाले. उदाहरणार्थ, कायदेमंडळात जमीनदारांचे सहा प्रतिनिधी खास मतदारसंघातून निवडून आलेले होते; तसेच कॉर्पोरेशन्स आणि विद्यापीठांचे प्रतिनिधी प्रांतीय कायदेमंडळात असत. उदाहरणार्थ, या कायद्यान्वये मुंबई विद्यापीठ व मुंबई कॉर्पोरेशन यांचे प्रत्येकी एक प्रतिनिधी प्रांतीय कायदेमंडळावर येऊ लागले.

(6) या कायद्यान्वये कायदेमंडळातील सभासदांना अंदाजपत्रकावर चर्चा करण्याचा व ते पास होण्यापूर्वी त्याच्यावर एखादा ठराव करण्याचा अधिकार देण्यात आला. याशिवाय उपप्रश्न विचारण्याचा, स्थानिक संस्थांना दिल्या जाणाऱ्या कर्जाविषयी ठराव मांडण्याचा, नव्या कर्जाविषयी किंवा कराविषयी ठराव मांडण्याचा अधिकार मिळाला. सार्वजनिक हिताच्या कोणत्याही बाबीवर ठराव मांडण्याचा व चर्चा करण्याचा सभासदांना हक्क मिळाला. तथापि, हा ठराव पास झाला तर तो सरकारवर बंधनकारक असेलच असे नाही. कायदेमंडळाचा अध्यक्ष असे ठराव फेटाळून लावू शकत असे. ठराव स्वीकारणे अगर न स्वीकारणे हे सर्वस्वी सरकारच्या मर्जीवर अवलंबून होते.

(7) प्रांतीय सरकारच्या कार्यकारी मंडळाची वाढ करण्यात आली. मुंबई व मद्रास यांच्या कार्यकारी मंडळाच्या सभासदांची संख्या चार करण्यात आली. लेफ्टनंट गव्हर्नरांच्या अधिकाराखाली असलेल्या प्रांतात आणि बंगालमध्ये कार्यकारी मंडळाची निर्मिती गव्हर्नर जनरलने भारतमंत्र्याच्या अनुमतीने करावी असा आदेश देण्यात आला.

(8) सन 1892 चा कायदा निवडणूक तत्त्व मानत नव्हता. स्थानिक संस्थांकडून शिफारशी झालेल्या लोकांच्या नियुक्त्या सरकार कायदेमंडळावर करी. म्हणजे शिफारस केले गेलेले लोक हे सरकारनियुक्त असत. 'निवडणूक' हा शब्द सन 1892 च्या कायद्यात कटाक्षाने टाळला होता. तथापि, त्याचा स्वीकार उघडपणे सन 1909 च्या कायद्यात करण्यात आला. सर्वच जादा सभासद निवडणुकीच्या पद्धतीने आलेले नसत. त्यापैकी काही सरकारनियुक्त असत तर काही अप्रत्यक्ष निवडणूक पद्धतीने आलेले असत. फक्त मुस्लीम प्रतिनिधी व कॉर्पोरेशन्स, विद्यापीठ, चेंबर ऑफ कॉमर्स यांचे प्रतिनिधी प्रत्यक्ष निवडणूक पद्धतीने आलेले असत. बाकीचे प्रतिनिधी प्रांतीय कायदेमंडळाचे सभासद, म्युनिसिपालिटीज, लोकल बोर्ड्स इत्यादी संस्थांतून अप्रत्यक्ष निवडणुकीने येत. प्रांतीय कायदेमंडळातील बिनसरकारी सभासद केंद्रीय कायदेमंडळासाठी तेरा सभासद निवडत. म्हणजे येथेही अप्रत्यक्ष निवडणूक होती. कायदेमंडळातील सभासद, मुस्लीम सभासद वगैरे वगळता, प्रत्यक्ष लोकांकडून निवडून दिले जात नसत. अप्रत्यक्ष निवडणूक पद्धतीमध्येही वर्गवार, जातवार आणि हितसंबधांप्रमाणे मतदारसंघ पाडलेले होते. कारण नाना धर्म, नाना पंथ व नाना जाती असणाऱ्या या भारतात अल्पसंख्याकांचे रक्षण करण्यासाठी स्वतंत्र मतदारसंघाशिवाय अन्य पर्याय नाही असे राज्यकर्त्यांचे मत होते.

▣ मोर्ले -मिंटो सुधारणांचे परीक्षण

1. **सुधारणा देण्यामागची सरकारची भूमिका :** भारताला राजकीय सुधारणा द्यायच्या वाटाघाटी व तत्संबंधी पत्रव्यवहार चालू असता काँग्रेसमधील मवाळांना मोठा आनंद वाटत होता. त्यांना आशा वाटत होती की, भारताच्या मागणीप्रमाणे काही भरीव सुधारणा पदरात पडतील. ना. गोखले यांचा आशावाद जबर होता. त्यांनी या सुधारणांचे वर्णन 'An Exceeding Important Step' असे केले असून त्यामुळे सरकारच्या नोकरशाही कारभारास आवर बसेल अशी आशा व्यक्त केली होती. तथापि, सुधारणा राबविल्या जात असता या सर्व आशा फोल ठरत आहेत असे सर्वांच्याच लक्षात आले. प्रांतीय कायदेमंडळातील बिनसरकारी सभासदांचे बहुमत सरकारवर काहीतरी नियंत्रण टाकू शकेल असे वाटत होते पण ते खरे ठरले नाही.

जबाबदार राज्यपद्धतीची मागणी भारतीय लोक करीत असता त्यांच्या पदरी पोकळ सुधारणाच पडल्या. सरकार पूर्वीसारखेच व पूर्वीइतकेच अनियंत्रित राहिले. खरे म्हणजे या सुधारणा देऊन सरकारला या ठिकाणी लोकशाही कारभार सुरू करावयाचाच नव्हता. तसा इशाराही मोर्ले याने ब्रिटिश पार्लमेंटमध्ये 1908 साली कायद्याचा मसुदा मांडत असता दिला होता. तो म्हणाला होता की,

"या सुधारणांमुळे भारतात प्रत्यक्ष अथवा अप्रत्यक्षपणे लोकशाही शासनपद्धती स्थापन होईल असे जे म्हणत असतील त्यांच्याशी माझे काही कर्तव्य नाही."

या उद्गारावरून स्पष्ट होते की, ब्रिटिशांना या ठिकाणी लोकशाही पद्धती रुजवावयाची नव्हती, फारतर असंतोष वाढू नये म्हणून पोकळ सुधारणांचे तुकडे तोंडावर फेकायचे होते. असे तुकडे तोंडावर फेकून राजकारणातील 'होयबा' नेत्यांना (Yes Men) राज्यकारभारात सामावून घ्यावयाचे तर जहालांना दूर ठेवावयाचे असे सरकारचे धोरण होते. तसेच भारतातील जाती-जमातींत फाटाफूट करून भारतीय लढ्याच्या वाटचालीत खीळ घालावयाची अशी सरकारची भूमिका होती.

2. **लोकशाहीचा बाह्य देखावा तयार झाला :** या कायद्यान्वये कायदेमंडळात लोकशाहीचा बाह्य देखावा तयार झाला. अप्रत्यक्ष निवडणुकीने का होईना, लोकांचे प्रतिनिधी बिनसरकारी सभासद म्हणून कायदेमंडळात बसू लागले. तथापि, त्यांना सरकार तयार करण्याचा, सरकारला खाली ओढण्याचा अगर त्यावर नियंत्रण ठेवण्याचा अधिकार नव्हता. प्रांतातील अथवा केंद्रातील कार्यकारी मंडळ कायदेमंडळास जबाबदार नव्हते. सरकारलाच अशा प्रकारचे जबाबदारीचे तत्त्व अमलात आणावयाचे नव्हते. बिनसरकारी सभासदांना टीका करण्याचा हक्क होता. परंतु त्यांच्या टीकेला सरकार भीक घालीत नसे. सरकारने सभासदांवर कोणत्याही प्रकारची कारभाराची जबाबदारी न टाकल्याने त्यांच्या टीकेची धार वाढतच गेली.

कायदेमंडळातील बिनसरकारी सभासदांची संख्या वाढली व त्यांच्या अधिकारातही थोडीफार भर पडली हे खरे; तथापि, त्यांनी पास केलेले ठराव सरकारवर बंधनकारक नसत. अंदाजपत्रकावर टीका करण्याचा त्यांचा हक्क होता; तथापि, त्यात बदल करण्याचा हक्क नव्हता. ते बदल सुचवू शकत. परंतु तो स्वीकारणे अथवा न स्वीकारणे सरकारच्या

मर्जीवर असे. प्रांतीय कायदेमंडळात बिनसरकारी सभासदांचे बहुमत करून सरकारने लोकशाहीचा आणखी एक देखावा तयार केला होता. हे सरकारनियुक्त बिनसरकारी सभासद पूर्णपणे सरकारशी एकनिष्ठ असत. साहजिकच, प्रांतीय कायदेमंडळात सरकारी सभासद + सरकारनियुक्त बिनसरकारी सभासद यांचा एक गट तयार होऊन तो बहुमत मिळवित असे. याशिवाय प्रांतीय कायदेमंडळाचा ठराव गव्हर्नर व केंद्रीय कायदेमंडळाचा ठराव गव्हर्नर जनरल आपले नकाराधिकार वापरून फेटाळून लावू शकत असत.

सारांश, सरकारने सर्व सत्ता आपल्या हातात ठेवली होती. त्या सत्तेत बिनसरकारी सभासदांना सरकार भागीदार करून घ्यावयास तयार नव्हते. त्यामुळे कायदेमंडळाला वादविवाद मंडळाचे स्वरूप आले होते. पार्लमेंटचे स्वरूप नव्हते. इतिहासकार कूपलँड तर या कायदेमंडळांना दरबाराचीच उपमा देतो. या दरबारात सरकार सर्वाधिकारी होते.

सरकारी सभासद आपली मते विशद करीत बसत नसत किंवा चर्चेतही त्यांना रस वाटत नसे. कारण, त्यांचे प्रमुख काम म्हणजे मतदानाच्या वेळी सरकारच्या बाजूने मतदान करणे हे होते आणि ते काम ते चोख बजावीत.

3. कायदेमंडळातील भारतीय सभासदांची कुचंबणा : या सुधारणांमुळे केंद्रीय व प्रांतीय कायदेमंडळात लोकनियुक्त भारतीय सभासद धाडले गेले, हे खरे; पण त्या दोन्ही कायदेमंडळांत सरकारच्या बाजूनेच बहुमत असल्याने व लोकनियुक्त सभासदांच्या अधिकारावर अनेक जाचक निर्बंध असल्याने त्यांची फार मोठी कुचंबणा होत असे. भारतीय सभासद प्रश्न विचारू शकत असे; पण त्याचे उत्तर सरकारकडून मिळालेच पाहिजे असा आग्रह धरू शकत नसे. कायदेमंडळात भारतीय सभासदांनी टीकेचे कितीही काहूर माजवले तरी त्याचा सरकारी सभासदांवर काही परिणाम होत नसे. जेव्हा मतदानाची वेळ येत असे तेव्हा सरकारी सभासद व सरकारनियुक्त बिनसरकारी सभासद एकजात सरकारला अनुकूल असे मतदान करीत. सरकारने जर निश्चितपणे एखादे धोरण ठरविले तर त्या धोरणापासून सरकारला परावृत्त करण्यास भारतीय सभासद असमर्थ असत, असे उद्गार केंद्रीय कायदेमंडळातील लोकनियुक्त सभासद ना. गोखले यांनी काढले आहेत. *(That once the Government had made up their mind to adopt a particular course, nothings that the non-official members may say in the councils is particularly of any avail in bringing about any change in that course.)*

4. अप्रत्यक्ष निवडणूक पद्धतीचा दोष : अप्रत्यक्ष निवडणूक पद्धती हा या कायद्याचा मोठा दोष होता. प्रांतीय कायदेमंडळे किंवा केंद्रीय कायदेमंडळ या ठिकाणी बिनसरकारी सभासदांपैकी बरेच सभासद हे या पद्धतीने आलेले असत. परंतु ते लोकांकडून निवडले न जाता स्थानिक संस्थांद्वारे निवडले जात. स्थानिक संस्थांमधील सभासद लोकांकडून निवडून आलेले असत. त्यामुळे समाजातील मतदार आणि कायदेमंडळात बसणारा सभासद यांच्यात प्रत्यक्ष व जबाबदारीचा संबंध नव्हता. या सभासदांनाही आपण लोकांचे खरेखुरे प्रतिनिधी आहोत असे वाटत नव्हते. अशा पद्धतीत लोकांना लोकशाहीचे मूलभूत धडे कसे मिळणार ?

निवडणूक पद्धतीचा आणखी दोष म्हणजे काही जागांचे मतदारसंघ फारच लहान असत. केंद्रीय कायदेमंडळातील काही जागांचे मतदारसंघात फक्त तीनशे पन्नास मतदार होते तर प्रांतीय कायदेमंडळाच्या एका मतदारसंघात फक्त दोनशे मतदार होते. जेव्हा हाताच्या बोटावर मोजण्याइतकेच मतदार असत तेव्हा लोकांचे खरे प्रतिनिधित्व ही कायदेमंडळे करतील अशी आशाही धरण्यात अर्थ नव्हता.

5. निवडणुकीच्या पात्रतेसंबंधी जुलमी नियम : प्रांतीय व केंद्रीय कायदेमंडळाच्या निवडणुकीसाठी उभे राहणाऱ्यांची पात्रता ठरविण्याचा सर्वस्वी हक्क सरकारकडे होता. सरकार कोणत्याही उमेदवाराला अपात्र म्हणून घोषित करून त्यास निवडणुकीस उभे राहण्यास मनाई करू शकत असे. तसेच ज्यांना स्वातंत्र्यलढ्याच्या संदर्भात कारावासाची अथवा हद्दपारीची शिक्षा झालेली होती अशांना निवडणुकीस उभे राहता येणार नव्हते. वास्तविक, राजकीय गुन्हे अशा पात्रतेच्या आड येता कामा नयेत. पण सरकारला जहाल नेत्यांना (त्यांच्यापैकी अनेकांना कारावासाच्या अथवा हद्दपारीच्या शिक्षा झालेल्या होत्या.) कायदेमंडळात येऊ द्यायचे नव्हते. त्यामुळे हेतुपुरस्सर अशा प्रकारचा जाचक व अन्यायी निर्बंध भारतातील नोकरशहांनी तयार केला होता. त्यामुळे सुधारणा मिळाव्यात म्हणून जी चळवळ केली तिचा सूड म्हणून ब्रिटिश नोकरशहांनी या सुधारणांमागची तत्त्वे मारून टाकणारे जाचक निर्बंध तयार केले असा आरोप राष्ट्रसभेच्या सन 1909 च्या लाहोर अधिवेशनात सुरेंद्रनाथ बॅनर्जींसारख्या मवाळ नेत्याने केला होता व त्यात बरेच तथ्य होते.

6. **सुशिक्षित मध्यमवर्गीयांना डावलले :** मोर्ले-मिंटो सुधारणांनी भारतात जी केंद्र व प्रांतीय कायदेमंडळे निर्माण होणार होती त्यामध्ये सुशिक्षित मध्यमवर्गीयांना डावलले गेले होते. राजकीयदृष्ट्या हाच वर्ग अधिक जागृत होता व त्याचीच अधिक भीती सरकारला वाटत होती. म्हणून कायदेमंडळातील बऱ्याच जागा जमीनदार, व्यापारी व उद्योगपती या वर्गांना दिल्या गेल्या होत्या. अशा प्रकारे सुशिक्षित मध्यमवर्ग आणि या व्यापारी-जमीनदारांचा वर्ग यांच्यात राजकीय भेद करून सरकारने पक्षपातीपणाचे धोरण स्वीकारलेले होते. यामागील सरकारचा हेतू स्पष्ट होता व अशा श्रीमंत वर्गालाच हाताशी धरणे सरकारला सोईचे वाटत होते.

7. **मुस्लिमांच्या स्वतंत्र मतदारसंघाचा घातक परिणाम :** या कायद्याने भारतीय राष्ट्रवादाला अत्यंत मारक गोष्ट घडवून आणली, ती म्हणजे मुस्लिमांसाठी स्वतंत्र मतदारसंघाची निर्मिती होय. मुस्लिमांच्या हितसंबंधांचे रक्षण करण्याची जबाबदारी आपल्यावर असल्याचा सरकार पुकारा करीत होते. परंतु मतदारसंघ देऊन मुस्लिमांच्या महत्त्वाकांक्षा फुलविणे, त्यातून हिंदू-मुस्लीम समाजात कलह आणि फाटाफूट घडवून आणणे व राष्ट्रसभेच्या नेतृत्वाला शह देणे हेच कुटील कारस्थान ब्रिटिश साधत होते. कायदेमंडळात मुस्लीम सभासदांना आपल्या जागांची निश्चिती मिळाल्यावर ते हिंदूंवर कमी अवलंबून राहू लागले; नव्हे, उलट ते सरकारी धोरणाला पाठिंबा देऊन राष्ट्रसभेच्या धोरणाला विरोध करू लागले. याचे कारण, कायदेमंडळातील मुस्लीम सभासदाला याची जाणीव असे की, सरकारच्या मेहरबानीने आपणास ही जागा मिळालेली आहे. यामुळे सरकार आपले हितचिंतक आहे असे मुस्लिमांना वाटून ते राष्ट्रवादापासून दूर जाऊ लागले. परिणामी, पाकिस्तान या स्वतंत्र मुस्लीम राष्ट्राची निर्मिती या उपखंडात झाली.

स्वतंत्र मतदारसंघाचे विष येथेच थांबले नाही. पुढे सन 1919 च्या कायद्याने शिखांना स्वतंत्र मतदारसंघ मिळाले. सन 1935 च्या कायद्याने तर भारतीय, ख्रिश्चन, अँग्लो-इंडियन्स, युरोपियन आणि हरिजन यांनाही स्वतंत्र मतदारसंघाचे हक्क मिळाले. अशा प्रकारे भारतीय समाजाची अधिकाधिक शकले करण्यात ब्रिटिश राज्यकर्ते यशस्वी झाले.

8. **सुधारणांची जमेची बाजू :**

(1) सन 1892 च्या कायद्याने ज्या राजकीय सुधारणा भारतीयांना मिळाल्या होत्या त्याहून अधिक सुधारणा या सन 1909 च्या कायद्याने मिळाल्या हे मान्य करावयास हवे. कायदेमंडळाची वाढ झाली. बिनसरकारी व निवडून आलेल्या सभासदांच्या संख्येत आणि अधिकारांत वाढ झाली. भारतीय समाजाचे अधिकाधिक प्रतिनिधित्व कायदेमंडळात झाले पाहिजे हे सरकारलाही पटले होते. या सुधारणा म्हणजे पुढे भारतात मिळणाऱ्या जबाबदार राज्यपद्धतीची नांदीच होय असे नामदार गोखले यांच्यासारख्या भारतीय नेत्यांना वाटत होते आणि ते एका अर्थाने सत्यच होते. कारण पुढे 1917 साली भारतमंत्री माँटेग्यूसाहेब यांनी भारतास जबाबदार राज्यपद्धती देण्याचे आपले अंतिम उद्दिष्ट असल्याचे जाहीर केले.

(2) या सुधारणांचा एक विशेष म्हणजे सरकारने लोकशाहीचे मूलभूत तत्त्व – 'निवडणूक तत्त्व' मान्य केले होते. सभासदांना प्रश्न व उपप्रश्न विचारण्याचा अधिकार व अंदाजपत्रकावर ठराव मांडण्याचा व चर्चा करण्याचा अधिकार दिल्याने अनेक सार्वजनिक बाबींवर बिनसरकारी सभासद चर्चा घडवून आणू शकत होते. देशातील असंतोष व्यक्त करू शकत होते आणि हे करीत असतानाच दिलेल्या राजकीय सुधारणा व हक्क किती अपुरे आहेत हे सरकारला सातत्याने पटवून देत होते.

(3) या सुधारणांमुळे भारतमंत्र्याच्या व गव्हर्नर जनरलच्या मंडळात प्रथमच भारतीय सभासदांची वर्णी लागली. भारताविषयी जेथे गुप्त मसलती होत व जेथे धोरण ठरविले जाई अशा मंडळात भारतीय लोकांना समाविष्ट करण्याचे पाऊल भारताला स्वराज्याप्रत नेणारे होते, हे लक्षात ठेवले पाहिजे.

(4) या सुधारणांनी भारतातील ब्रिटिशांची अनियंत्रित सत्ता पूर्वीप्रमाणे अबाधित राखण्याचा आटोकाट प्रयत्न केला होता. अनियंत्रित सत्ता आणि लोकशाही यांची ही तडजोड फार काळ टिकणे शक्य नव्हते. कारण जसजसा काळ पुढे जाणार होता तसतसे लोकशाहीचे अनियंत्रित सत्तेला मिळणारे आव्हान वाढत जाणारे होते. हे आव्हान लवकरच दिले गेले आणि मग शेवटी भारतीय लोकांना लोकशाही शासनव्यवस्था देण्याचे अभिवचन राज्यकर्त्यांना द्यावे लागले. म्हणूनच भारतीय लोकांच्या लोकशाही लढ्यात या सुधारणांचा टप्पा महत्त्वाचा मानला जातो.

◉◉◉

पहिले महायुद्ध आणि होमरूल चळवळ

18.1 पहिले महायुद्ध व राष्ट्रीय चळवळ

18.2 होमरूल चळवळ

18.3 होमरूल चळवळीच्या कार्यांचे परीक्षण

युरोपात ऑस्ट्रियन युवराजाचा खून झाला आणि इतिहासातील पहिले जागतिक महायुद्ध सुरू झाले (सन 1914). या युद्धात ऑस्ट्रिया, जर्मनी, इटली, फ्रान्स, ब्रिटन, अमेरिका अशी अनेक पाश्चात्त्य राष्ट्रे एकामागून एक याप्रमाणे गुंतत गेली आणि त्यांचा लष्करी संघर्ष पुढे सतत चार ते पाच वर्षे चालू राहिला. या युद्धाने केवळ युरोपवरच नव्हे, तर सर्व जगावर परिणाम झाला. ब्रिटन युद्धात पडले व त्याबरोबर भारतही युद्धात ओढला गेला. ब्रिटनची वसाहत म्हणून भारत अलिप्त राहू शकत नव्हता.

18.1 पहिले महायुद्ध व राष्ट्रीय चळवळ

▣ दोस्त-राष्ट्रांच्या नेत्यांच्या वक्तव्याचा परिणाम

पहिले महायुद्ध म्हणजे इतिहासातील सामान्य घटना नव्हती. या वेळी ब्रिटन, फ्रान्स या साम्राज्यवादी राष्ट्रांसोबत अमेरिकेसारखे प्रबळ लोकशाहीवादी राष्ट्रही लढत होते. ब्रिटन, फ्रान्स, अमेरिका इत्यादी राष्ट्रांच्या गटास 'दोस्त राष्ट्रे' असे म्हणतात. या दोस्तांना युद्ध करीत असताना जगातील लोकमत आपल्या बाजूला खेचण्यासाठी आपली युद्ध उद्दिष्टे जाहीर करावी लागली. विशेषतः दोस्त-राष्ट्रांत फ्रान्स, ब्रिटन व अमेरिका ही लोकशाहीवादी परंपरा असणारी राष्ट्रे असल्याने त्यांना हा लढा म्हणजे 'लोकशाही विरुद्ध हुकूमशाही' या पद्धतीने रंगवता आला.

प्रसिद्ध मुत्सद्दी वुड्रो विल्सन हे या वेळी अमेरिकेचे अध्यक्ष होते. उदारमतवादी व लोकशाहीवादी म्हणून त्यांची ख्याती होती. त्यांनी युद्धप्रवेश करतानाच जाहीर केले होते की, ''आम्ही स्वातंत्र्यासाठी, स्वराज्याच्या तत्त्वांसाठी व लोकांच्या सर्वंकष प्रगतीसाठी संघर्ष करीत आहोत. कोणत्याही समाजाला त्याच्या इच्छेविरुद्ध एखाद्या सत्तेखाली दाबून ठेवण्याच्या तत्त्वाविरुद्ध आम्ही आहोत.''

युद्धाच्या प्रारंभीच्या काळात ॲसक्वीथ हा ब्रिटनचा पंतप्रधान होता. युद्धामध्ये जर ब्रिटिश हरले तर गुलामगिरीत पडलेल्या ब्रिटनचे भावी चित्र त्याने आपल्या देशबांधवांसमोर रेखाटले. त्यात तो म्हणतो की, जर्मन या देशावर राज्य करतील, कर बसवतील, सर्व हुद्द्यांच्या जागा त्यांच्याकडे असतील आणि अशी अवस्था ही असह्य अवहेलनची (Intolerable Degradation) असेल. त्यांच्या नंतरच्या लॉईड जॉर्ज या ब्रिटिश पंतप्रधानाने तर युद्धसमाप्तीनंतर प्रदेशांची पुनर्रचना करताना जर्मन वसाहतींमधील लोकांना 'स्वराज्याचे' हक्क स्वयंनिर्णयाच्या तत्त्वानुसार देण्याचे घोषित केले होते.

अशा प्रकारे युद्ध चालू असताना दोस्त-राष्ट्रांच्या नेत्यांची जी वक्तव्ये होत होती, याचा भारतीय नेत्यांवर परिणाम झाल्याशिवाय कसा राहील ? पाश्चात्त्य राष्ट्रे ज्या 'स्वातंत्र्यासाठी लढत होती ते स्वातंत्र्य केवळ युरोपियन लोकांचे स्वातंत्र्य नसून सर्व मानवजातीचे स्वातंत्र्य' होते व युरोपियन मुत्सद्द्यांनाही मान्य होते. 'जगातील लोकशाही सुरक्षित राखण्यासाठी आम्ही लढत आहोत' अशी या मुत्सद्द्यांची दुसरी घोषणा होती. आता ही 'लोकशाही' फक्त पाश्चात्त्यांचीच का ? का सर्व जगातील लोकांची लोकशाही ? दोस्त-राष्ट्रे आता युद्धाच्या अडचणीत सापडल्यामुळे 'आपण सर्व जगाच्या स्वातंत्र्यासाठी व लोकशाहीसाठी' लढत आहोत असा प्रचार करीत होती.

पण याचा भारतासारख्या देशातील राष्ट्रीय चळवळीवर वेगळाच परिणाम होत होता. भारतीय जनता आपल्या स्वातंत्र्यासाठीच संघर्ष करीत होती व या संघर्षाची तत्त्वे योग्य असल्याची अप्रत्यक्ष कबुली दोस्त-राष्ट्रांनी आता दिली होती. जी राष्ट्रे 'स्वातंत्र्य' व 'लोकशाही' या तत्त्वांचा उद्‌घोष करीत आहेत ती राष्ट्रे (विशेषतः ब्रिटन) आपल्याला स्वराज्य हक्क दिल्याशिवाय राहणार नाहीत; तसेच आता तो हक्क नाकारण्याचा नैतिक अधिकारही त्यांना राहिला नाही असे भारतीय नेत्यांना वाटल्यास काही नवल नव्हते. तसेच या संकटप्रसंगी आपल्या राज्यकर्त्यांना आपण द्रव्य व मनुष्यबळ यांनी साहाय्य केल्यास आपली त्यांच्याप्रत असणारी निष्ठा खरी असल्याचे सिद्ध करता येईल व या मदतीच्या मोबदल्यात राज्यकर्ते कृतज्ञ बुद्धीने आपणास स्वराज्याचे हक्क देतील अशीही आशा त्यांना वाटत होती. म्हणून या वेळी भारतीय नेत्यांनी व लोकांनी सरकारला प्रचंड द्रव्यबळ व मनुष्यबळ यांचा पाठिंबा दिला. परंतु अशी मदत करीत असताना भारतीय नेत्यांची भावी सुधारणांवरील नजर किंचितही ढळली नव्हती हे लक्षात घेतले पाहिजे.

■ स्वराज्याची एकमुखाने मागणी

राष्ट्रसभेच्या सुरत अधिवेशनात मवाळ-जहाल यांच्यात फाटाफूट होऊन मवाळांनी जहालांसाठी राष्ट्रसभेची दारे बंद केली. परिणामी, सरकारने जहाल नेत्यांवर दडपशाहीचे हत्यार उपसून जहाल चळवळ दाबून टाकण्याचा प्रयत्न केला. त्यातच सन 1908 मध्ये जहाल नेते लोकमान्य टिळक यांना सहा वर्षांची काळ्या पाण्याची शिक्षा होऊन त्यांना ब्रह्मदेशातील मंडाले तुरुंगात कारावास भोगावा लागला. इतर अनेक जहाल नेत्यांना अशाच प्रकारच्या शिक्षा झाल्या. काही काळ राष्ट्रसभा व देशातील राजकीय चळवळ ना. गोखले, सर फिरोजशहा मेहता, पं. मालवीय इत्यादी मवाळ नेत्यांकडेच होती.

पण पुढे लवकरच सन 1914 मध्ये लोकमान्य टिळक कारावासातून सुटले व त्यांचे देशभर मोठ्या उत्साहाने स्वागत झाले. त्यांच्या वक्तव्यांनी सर्व देशात पुन्हा चैतन्य खेळू लागले व जहालवादी चळवळीस जोर येऊ लागला. चालू युद्धात ब्रिटनला जय मिळावा व त्यासाठी आपण त्याच्याशी सहकार्य केले पाहिजे असे विचार त्यांनी मुत्सद्देगिरीने मांडले व त्यामुळे राष्ट्रसभेत मवाळ व जहाल गटात ऐक्य होईल असे काही नेत्यांना वाटले. त्यात डॉ. ॲनी बेझंट या प्रमुख होत्या. मवाळ-जहाल ऐक्याच्या दृष्टीने त्यांनीही प्रयत्न केले; पण ते अयशस्वी झाले. कारण सरकारच्या न्यायीपणावर लोकमान्य टिळकांचा विश्वास राहिला नव्हता. जरूर पडल्यास सरकारची अडवणूक करण्याचे अस्त्र राष्ट्रसभेने वापरले पाहिजे हे पूर्वीचे आपले मत त्यांनी सोडले नाही.

पुढे लवकरच सन 1915 मध्ये ना. गोखले व सर फिरोजशहा मेहता हे मवाळांचे दोन अध्वर्यू कालाधीन झाले. त्यामुळे लोकमान्य टिळकांचा राष्ट्रसभेतील प्रवेश अधिक सोपा झाला. सन 1915 मध्ये राष्ट्रसभेच्या मुंबईच्या अधिवेशनात जहालांना प्रवेश देण्यासाठी आवश्यक ती घटनादुरुस्ती करून घेण्यात डॉ. बेझंट यांना यश आले आणि पुढच्याच वर्षी जेव्हा लखनौला राष्ट्रसभेचे अधिवेशन भरले तेव्हा राष्ट्रसभा जहालांच्या प्रभावाखाली गेल्याचे सर्व देशाला दिसून आले.

दरम्यानच्या काळात ब्रिटनच्या तुर्कस्तानविरोधी धोरणामुळे भारतातील मुस्लीम समाज व मुस्लीम लीग ही राज्यकर्त्यांपासून फटकून वागू लागली होती. भारतीय मुस्लीम तुर्की सुलतानास आपला खलिफा (धर्मगुरू) मानत असत. अर्थात, त्यांच्याविरुद्धचे ब्रिटिशांचे युद्ध म्हणजे मुस्लिमांविरुद्धचे युद्ध होय अशी भावना भारतामधील मुस्लीम समाजात निर्माण झाली. एवढेच नाही, तर तुर्की सुलतानास सर्व प्रकारचे साहाय्य करण्याची चळवळही मुस्लिमांनी उभारली.

परिणामी, सरकार व मुस्लीम लीग यांच्यात वितुष्ट झाले. इतके की, सरकारने मुहम्मद अली, शौकत अली व अब्दुल कलाम आझाद यांच्यासारख्या लीग नेत्यांना अटक केली. राज्यकर्त्यांशी शत्रुत्व हा समान उद्दिष्टांचा भाग समोर असल्यामुळे मुस्लीम लीगने आता राष्ट्रसभेशी सहकार्य करावयाचे ठरविले; त्या दृष्टीने राष्ट्रसभा व लीग यांची 1915 सालापासून एकाच वेळी व एकाच शहरी अधिवेशने भरू लागली. सन 1916 च्या डिसेंबरमध्ये लखनौ या शहरी अशीच राष्ट्रसभा व लीग यांची अधिवेशने भरली असता भारतातील सुधारणांसंबंधीची एकमुखी मागणी दोन्ही संघटनांच्या व्यासपीठावर मंजूर करण्यात आली. राष्ट्रसभा व लीग यांच्या मागण्यांच्या ठरावाचा मसुदा उभय संघटनांच्या नेत्यांनी तयार केला होता.

गव्हर्नर जनरलच्या कार्यकारी मंडळातील निम्मे सभासद लोकनियुक्त भारतीय असावेत; ते केंद्रीय कायदेमंडळाकडून नियुक्त व्हावेत; केंद्रीय कायदेमंडळातील चार-पाच सभासद लोकनियुक्त असावेत, त्यांपैकी एक-तृतीयांश मुस्लीम असावेत, अशा मुस्लीम सभासदांची निवड स्वतंत्र मतदारसंघातून व्हावी. लष्कर व परराष्ट्र व्यवहार ही दोन खाती सोडून बाकीच्या सर्व खात्यांवर केंद्रीय कायदेमंडळाचे नियंत्रण असावे इत्यादी स्वराज्याच्या मूलभूत मागण्या या राष्ट्रसभा लीग योजनेत अंतर्भूत होत्या.

आतापर्यंत स्वतंत्र मतदारसंघाची व लोकसंख्येच्या प्रमाणाबाहेर प्रतिनिधित्व मागणारी मुस्लीम लीगची मागणी राष्ट्रसभेने कधीच मान्य केली नव्हती. तथापि, स्वराज्याच्या हक्कांची मागणी एकमुखाने व्हावी व त्यामुळे राज्यकर्त्यांशी भांडताना आपली संघशक्ती एकवटली जावी या भावनेने राष्ट्रसभेने मुस्लीम लीगच्या सर्व जातीयवादी मागण्या मान्य

केल्या आणि भावी पाकिस्तानचा पाया असा अप्रत्यक्षरीत्या घातला गेला. तथापि, त्या काळी या घटनेचे भावी परिणाम राज्यकर्त्यांशी संघर्ष करताना देशातील फारसे कोणाच्या लक्षात आले नाहीत. हिंदू व मुस्लीम या दोन मोठ्या समाजांची युती असणे ही त्या काळाची आत्यंतिक गरज होती व ती पूर्ण करण्यासाठी राष्ट्रसभेने उदार मनाने मुस्लीम लीगच्या जातीय मागण्यांनाही आपली संमती दिली. अशा प्रकारची हिंदू-मुस्लीम युती होणार नाही अशी राज्यकर्त्यांची आजपर्यंतची कल्पना होती. पण ती आता प्रत्यक्ष अवतीर्ण झाल्याचे पाहून ते पूर्वीपेक्षा आता खात्रीनेच अडचणीत आले होते.

18.2 होमरूल चळवळ

'होमरूल' म्हणजे आपल्या देशाचा कारभार करण्याचा आपणास अधिकार प्राप्त करून घेणे. दुसऱ्या शब्दांत स्वराज्य प्राप्त करून घेणे. ब्रिटनच्या जोखडाखालून मुक्त होऊन स्वराज्याचे अधिकार प्राप्त करून घेण्यासाठी 'होमरूल चळवळ' प्रथम आयर्लंडमध्ये सुरू झाली. तेव्हा अशाच प्रकारची चळवळ भारतात का सुरू करता येणार नाही असा विचार करून डॉ. ॲनी बेझंट या विदुषीने तिचा विचार प्रथम मांडला व नंतर लोकमान्य टिळकांनी तिचा जोरदार पुरस्कार करून ही 'होमरूल चळवळ' वाढीस लावली.

▣ डॉ. ॲनी बेझंट व होमरूल लीगची स्थापना

डॉ. ॲनी बेझंट या जन्माने आयरिश होत्या; पण सन 1893 पासून भारत ही त्यांनी आपली भूमी मानली होती आणि पुढे हिंदू संस्कृती व धर्म यांचा त्यांनी आजन्म अभिमान बाळगला. त्यांनी हिंदू धर्म व तत्त्वज्ञान यांचा गाढा अभ्यास केला होता व हिंदू तत्त्वज्ञान हे जगातील श्रेष्ठ तत्त्वज्ञान असल्याची सर्व जगाला ग्वाही दिली होती. त्यांच्या धर्मसुधारणेच्या प्रयत्नांतून त्यांनी 'थिऑसॉफिकल सोसायटी' हा संप्रदाय स्थापन केला होता आणि त्याच्या सर्व देशभर शाखा पसरत होत्या. अनेक भारतीय विचारवंत या संप्रदायाचे अनुयायी बनले होते. सुशिक्षितांमध्ये या संप्रदायाचा बराच मोठा प्रभाव होता. पुढे डॉ. ॲनी बेझंट यांनी होमरूल चळवळ सुरू केली तेव्हा त्यांच्या या धर्मसंघटनेचा होमरूलच्या प्रचारासाठी मोठा उपयोग झाला.

भारतीय राजकारणात डॉ. ॲनी बेझंट यांचा प्रभाव सन 1914 पासून अधिक प्रकर्षाने जाणवू लागला. त्या वर्षी त्यांनी राष्ट्रसभेतील मवाळ व जहाल यांच्यात समेट घडवून आणण्याचा प्रयत्न केला; तथापि तो यशस्वी झाला नाही. मवाळांच्या प्रभावाखालची राष्ट्रसभा भारताला स्वराज्याचे हक्क मिळवून देऊ शकणार नाही व ते हक्क मिळाल्याशिवाय भारताचे प्रगतीचे पाऊल पुढे पडणार नाही याबद्दल त्यांना खात्री होती. म्हणून 1913 सालापासून डॉ. ॲनी बेझंट भारतीय स्वराज्याचा पुरस्कार करू लागल्या होत्या. या विचारांचा प्रसार करण्यासाठी त्यांनी 2 जानेवारी, 1914 रोजी मद्रास प्रांतात 'कॉमन वील' हे वृत्तपत्र सुरू केले. ब्रिटिश साम्राज्यांतर्गत स्वराज्य मिळविणे हे या वृत्तपत्राच्या कार्याचे उद्दिष्ट असल्याचे घोषित करण्यात आले. लवकरच आपल्या मताच्या प्रचारासाठी त्या ब्रिटनला गेल्या व तेथे भारताच्या स्वराज्याच्या प्रश्नावर ब्रिटिश लोकमताची सहानुभूती मिळविण्यासाठी त्यांनी व्याख्याने देऊन मोठे परिश्रम घेतले. त्यांनी ब्रिटिशांना ठणकावून सांगितले की, 'भारताची एकनिष्ठता जर तुम्हाला हवी असेल तर तुम्ही भारताला स्वातंत्र्य दिले पाहिजे.'

ब्रिटनचा दौरा करून डॉ. बेझंट भारतात परतल्यानंतर त्यांनी मद्रासमध्ये 'न्यू इंडिया' नावाचे आणखी एक वृत्तपत्र काढून आपला प्रचार जोमाने चालू ठेवला. सप्टेंबर 1915 मध्ये मुंबईत 'होमरूल' या विषयावर भाषण करताना त्या म्हणाल्या होत्या, ''देशाचा कारभार लोकनियुक्त कायदेमंडळामार्फत होणे, अशा कायदेमंडळाचे देशाच्या अंदाजपत्रकावर नियंत्रण असणे आणि सरकार या कायदेमंडळास जबाबदार असणे म्हणजे स्वराज्य होय.'' हे स्वराज्य म्हणजेच होमरूल व ते मिळविण्यासाठीची चळवळ म्हणजे होमरूलची चळवळ. डॉ. बेझंट यांनी 25 सप्टेंबर, 1915 रोजी 'होमरूल लीग' (स्वराज्य संघ) या संघटनेची स्थापना करण्याचा निर्णय जाहीर केला व त्या वर्षीच्या मुंबईच्या अधिवेशनात होमरूलला पाठिंबा मिळविण्यासाठी त्यांनी तशा अर्थाचा ठरावही मांडला. परंतु अद्यापही राष्ट्रसभेवर मवाळांचा प्रभाव असल्याने हा

ठराव पास होऊ शकला नाही. मवाळांना अद्यापही आस्ते कदम जावे असे वाटत होते. होमरूलची चळवळ त्यांना जहाल वाटत होती म्हणून राष्ट्रसभेने होमरूल चळवळीचा विचार करण्यासाठी एक समिती नेमली व तिला 1 सप्टेंबर, 1916 पर्यंत आपला निर्णय द्यावयाचा आदेश दिला; पण समितीने 1 सप्टेंबरपर्यंत काहीच निर्णय न घेतल्याने त्याच महिन्यात होमरूल लीगची स्थापना केल्याचे अधिकृतरीत्या जाहीर केले गेले. थोड्याच दिवसांत मद्रास, मुंबई, कानपूर, अलाहाबाद, वाराणसी, मथुरा, कालिकत, अहमदाबाद इत्यादी अनेक शहरांत होमरूल लीग या संघटनेच्या अनेक शाखा कार्य करू लागल्या.

डॉ. बेझंट यांच्या हाती 'कॉमन वील' आणि 'न्यू इंडिया' ही दोन लोकप्रिय वृत्तपत्रे होती. त्यांच्या माध्यमातून त्यांनी आपल्या होमरूल चळवळीचा तडाखेबंद प्रचार चालविला. डॉ. बेझंट यांची विद्वत्ता, त्यांचा हिंदू संस्कृतीचा अभ्यास व हिंदू तत्त्वज्ञानाबद्दलचे प्रेम यामुळे देशातील हजारो सुशिक्षितांच्या मनात त्यांच्याबद्दल आदरच होता. एक युरोपियन विदुषी हिंदू संस्कृती व समाज यांचा कैवार घेत असल्याचे भारतातील हे चित्र फारच रमणीय व मनाला आनंद देणारे होते.

स्वाभाविकच, जेव्हा डॉ. बेझंटबाईंनी भारतीय स्वराज्याचा प्रश्न आपल्या हाती घेऊन भारतीय लोकांना स्वराज्याचे हक्क मिळविण्यासाठी चळवळ चालविली तेव्हा त्यांना देशातून हजारो अनुयायी मिळाले. त्यासाठी त्यांनी स्थापन केलेल्या थिऑसॉफिकल संघटनेचा त्यांना मोठा लाभ झाला. या संघटनेच्या शाखा देशभर व देशाच्या बाहेरही पसरल्या होत्या. त्या शाखांमार्फत आता होमरूलची चळवळ देशभर विस्तारू लागली. डॉ. बेझंटबाईंनी सर्व देशभर दौरे काढून आपल्या चळवळीची भूमिका आपल्या अमोघ वक्तृत्वाने लोकांसमोर मांडली व एक प्रकारचे चैतन्य निर्माण केले. त्यांच्या या चळवळीच्या कार्याने अल्पावधीतच त्यांना भारतीय राजकारणात मोठे मानाचे स्थान मिळवून दिले. होमरूल चळवळीने सर्व देशभर स्वराज्याच्या हक्कासंबंधी चैतन्य निर्माण झाल्याचे राष्ट्रसभेतील मवाळ नेत्यांनाही कबूल करावे लागले.

▣ लोकमान्य टिळकांची होमरूल चळवळ

भारतासाठी स्वराज्य मागणे व त्यासाठी चळवळ उभारणे ही त्या वेळच्या राजकारणातील जहाल विचारसरणीच होती. अशा चळवळीचा लोकमान्य टिळकांनी पुरस्कार करणे अगदी स्वाभाविक होते. सन 1914 मध्ये युरोपात पहिले महायुद्ध सुरू झाल्यामुळे ब्रिटिश राज्यकर्त्यांवर संकट आले होते. हे राज्यकर्ते इतर युरोपियन मुत्सद्द्यांबरोबर 'स्वातंत्र्य' व 'लोकशाही' या तत्त्वांचा वारंवार उच्चार करीत होते. लोकमान्य टिळकांच्या मते भारतीय राष्ट्रीय चळवळीच्या दृष्टीने ही सुवर्णसंधी होती. याच वेळी राष्ट्रसभेने आपल्या राजकीय हक्कांची चळवळ तीव्र करणे गरजेचे होते. पण राष्ट्रसभा ही मवाळ नेत्यांच्या हाती असून 'साम्राज्यांतर्गत स्वराज्य' हे जरी तिचे ध्येय असले तरी त्याप्रत जाण्याची तिची गती अतिशय मंद होती. राष्ट्रसभेने या वेळी आस्ते कदम जाऊन स्वराज्याचे हक्क पदरी पडणार नाहीत यासाठी 'होमरूल' सारखी तीव्र चळवळ उभारली पाहिजे असे त्यांना वाटत होते. डॉ. ॲनी बेझंट राष्ट्रसभेत होत्या; पण अद्यापी लोकमान्य टिळकांचा राष्ट्रसभेत प्रवेश झालेला नव्हता. तेव्हा होमरूल चळवळ सुरू करण्यास डॉ. ॲनी बेझंटबाईंना राष्ट्रसभेची संमती मिळविणे आवश्यक वाटत होते तसे लोकमान्य टिळकांना वाटत नव्हते. त्यामुळे बेझंटबाईंच्या होमरूल चळवळीच्या पूर्वीच म्हणजे 28 एप्रिल, 1916 रोजी त्यांनी महाराष्ट्रात 'होमरूल लीग' या संघटनेची स्थापना केली. बॅ. जोसेफ बॉप्टिस्टा हे या होमरूल लीगचे (स्वराज्य संघाचे) अध्यक्ष होते तर न. चिं. केळकर हे तिचे सचिव होते. याशिवाय खापर्डे, मुंजे व करंदीकर हे लोकमान्यांचे तीन सहकारी तिचे संस्थापक सभासद होते.

होमरूल चळवळीसंबंधी लोकमान्यांची भूमिका स्वच्छ होती. राष्ट्रसभेसारख्या राष्ट्रव्यापी संघटनेला अशा प्रकारची चळवळ एकदम सुरू करणे अवघड असल्याने तिचा पुढचा मार्ग सुखकर व्हावा म्हणून अशा प्रकारच्या चळवळीची आवश्यकता त्यांनी प्रतिपादन केली. होमरूल चळवळ ही राष्ट्रसभेच्या चळवळीविरुद्ध नसून ती तिला पूरकच आहे असे त्यांनी स्पष्टपणे बजावले होते.

लोकमान्य टिळकांच्या हातीही मराठीतील 'केसरी' व इंग्रजीतील 'मराठा' ही दोन वृत्तपत्रे होती व ती समाजातील बहुसंख्य लोकांकडून वाचली जात होती. या वृत्तपत्रांच्या माध्यमातून त्यांनी आपल्या होमरूल चळवळीचा झंझावती प्रचार सुरू केला. एवढेच नव्हे तर त्यांनी सन 1916 च्या मध्यावर देशव्यापी दौरा काढून व ठिकठिकाणी भाषणे देऊन आपल्या चळवळीची भूमिका व उद्दिष्टे लोकांना विशद करून सांगितली. त्यांच्या दौऱ्याने व भाषणांनी हजारो सुशिक्षित लोकांना या चळवळीकडे आकृष्ट केले व ते मोठ्या संख्येने तिचे सभासद झाले. लोकमान्य टिळकांना या चळवळीने मोठी लोकप्रियता

मिळवून दिली. ते ज्या ठिकाणी जात तेथे त्यांच्या मिरवणुका काढल्या जात व त्यांच्या नावाच्या जयजयकाराने सर्व आसमंत दुमदुमून जात असे. त्यांची लोकप्रियता ही जशी त्यांच्या कार्याची पावती होती तशी राष्ट्रीय चळवळीच्या वाढत्या यशाची साक्षही होती.

डॉ. ॲनी बेझंट व लोकमान्य टिळक यांच्या होमरूल लीगच्या दोन संघटना असल्या तरी त्यांची चळवळ एकच होती. या दोन्ही संघटनांत परस्परांत सहकार्य व सामंजस्य होते. लोकमान्य टिळकांच्या संघटनेने महाराष्ट्र व मध्य प्रांत येथे चळवळ चालवावी व हे दोन प्रदेश सोडून सर्व देशभर डॉ. बेझंटबाईंनी चळवळ चालवावी असे उभयतांत ठरले होते.

▣ होमरूल चळवळीची वाटचाल व सरकारची दडपशाही

तिकडे युरोपात अन्यत्र पहिले महायुद्ध रंगात आले असता भारतात डॉ. बेझंट व लोकमान्य टिळक यांनी चालविलेली होमरूल चळवळ सरकारला आपल्या युद्ध प्रयत्नात अडथळे आणणारी वाटत होती. राज्यकर्ते म्हणून सरकारला तसे वाटणे स्वाभाविक होते. परिणामी, ही चळवळ दडपून टाकण्यासाठी सरकारने पावले उचलण्यास प्रारंभ केला. जुलै 1916 मध्ये सरकारने लोकमान्य टिळकांविरुद्ध त्यांच्या होमरूल चळवळीतील व्याख्यानांमधील काही आक्षेपार्ह विधानांच्या संदर्भात खटला भरला. चांगल्या वर्तणुकीबद्दल वीस हजारांचा जातमुचलका व दहा हजारांचे दोन जामीन देण्यासंबंधी सरकारने लोकमान्य टिळकांवर हुकूम बजावला. परंतु लोकमान्यांनी हा हुकूम हायकोर्टातून रद्द करून घेतला. अशाच प्रकारचे भारी रकमेचे जामीन डॉ. बेझंटबाईंच्या वृत्तपत्रासंबंधी मद्रास सरकारने घेतले होते. डॉ. बेझंटबाईंना मात्र न्यायालयातून न्याय मिळाला नाही व शेवटी त्यांना आपल्या दोन वृत्तपत्रांचे छापखाने विकावे लागले. तथापि, सरकारच्या या अन्यायी कृत्यांनी लोकमान्य टिळक व डॉ. बेझंटबाई यांची लोकप्रियता कमी न होता वाढतच गेली.

या दोन नेत्यांच्या व होमरूल चळवळीच्या लोकप्रियतेचा प्रत्यय सन 1916 च्या राष्ट्रसभेच्या लखनौ अधिवेशनात आला. या वेळी राष्ट्रसभेतील मवाळ-जहाल तर एक झालेच; शिवाय त्याच शहरी मुस्लीम लीगचे अधिवेशन होऊन राष्ट्रसभा व लीग यांचे स्वराज्याच्या मागणीसंबंधी एकमत झाले व त्यातून लखनौ करार पुढे आला. स्वराज्याची मागणी एकमुखाने करण्यात आली. या अधिवेशनानंतर लोकमान्य टिळक व डॉ. बेझंट यांनी सर्व देशभर दौरा काढून सर्व भारत आपल्या प्रचाराने ढवळून काढला. त्या वेळच्या पोलीस रेकॉर्डमध्ये त्यांच्या दौऱ्यांचे वर्णन 'Triumphant Tours' असे केलेले आढळते. अनेक मवाळ मंडळी व तटस्थ वृत्ती धारण करणारे लोक या चळवळीत आपणहून सामील झाले. या होमरूल चळवळीचे वैशिष्ट्य म्हणजे राष्ट्रीय स्वातंत्र्याच्या या चळवळीत प्रथमच भारतीय स्त्रिया सामील झाल्याचे दृश्य दिसून आले.

डॉ. बेझंट व लोकमान्य टिळक यांच्या होमरूल चळवळीने ब्रिटिश सरकार अडचणीत आले. विशेषतः राष्ट्रसभेशी मुस्लीम लीगने तडजोड केल्याने ब्रिटिशांचे नेहमीचे 'फोडा व झोडा' हे तत्त्व आता लागू पडत नव्हते. तसेच राष्ट्रसभा आता जहालवाद्यांच्या प्रभावाखाली गेली होती. 17 जानेवारी, 1917 रोजी भारत सरकारकडून विलायत सरकारला पाठविलेल्या गुप्त खलित्यात म्हटले की, आता भारतातील जागृत समाजाचे नेतृत्व मवाळांच्या हातून जहालांकडे गेले असून भारतीय लोकांचा वाढता असंतोष दूर करण्यासाठी राजकीय सुधारणा जाहीर होणे आवश्यक आहे. अशा प्रकारचे भारतीय समाजातील असंतोषाचे रिपोर्ट भारत सरकारकडून सारखे येत असताना विलायत सरकार सुधारणांचाही विचार करीत होते; पण त्याचबरोबर सरकारची दडपशाही कृत्ये थांबली नव्हती. मुंबई सरकारने डॉ. बेझंटबाईंना मुंबईत प्रवेश करण्यास प्रतिबंध केला होता. लोकमान्य टिळक व बिपिनचंद्र पाल यांना पंजाब व दिल्ली येथील सरकारांनी प्रवेशबंदी केली होती. यापुढे जाऊन मद्रासच्या गव्हर्नरने 15 जून, 1917 रोजी डॉ. बेझंटबाई व त्यांचे दोन सहकारी जी. एस. अरुंडेल व बी. पी. वाडिया यांना कैद करून टाकले. डॉ. बेझंटबाईंच्या कैदेची वार्ता वाऱ्याप्रमाणे सर्व देशभर पसरली व देशात असंतोषाचा अधिकच भडका उडाला. होमरूल चळवळ बेकायदेशीर ठरविण्याचा सरकारचा विचार असण्याची शक्यता बोलून दाखविली जाऊ लागली. तसे झाले तर आपण ही चळवळ सोडून जाणार नसल्याचे अनेक नामांकित व्यक्तींनी अगोदरच जाहीर केले होते.

डॉ. बेझंट यांच्या अटकेच्या निषेधार्थ सर्व देशभर सभा व मोर्चे निघू लागले. राष्ट्रसभेच्या कार्यकारिणीने उघडरीत्या निषेध करून डॉ. बेझंटबाईंच्या सुटकेविषयी व्हॉईसरॉयकडे कडक निवेदन धाडले. एवढेच नव्हे, तर पुढच्या अधिवेशनाच्या अध्यक्षा म्हणून राष्ट्रसभेने डॉ. बेझंटबाईंची नियुक्ती करून त्यांचा अशा प्रकारे गौरवच केला. अर्थात, राष्ट्रसभेच्या या कार्यामागे लोकमान्य टिळकांची प्रेरणा कार्य करीत होती.

टिळकप्रणीत होमरूल लीगचे आतापर्यंत चौदा हजारांवर सभासद झाले होते. मे 1917 मध्ये टिळकांनी नाशिकमध्ये लीगचे अधिवेशन घेऊन चळवळीची उद्दिष्टे पुन्हा एकदा विशद केली. या अधिवेशनानंतर या संघटनेचे कार्यकर्ते सर्व देशभर पसरून चळवळ अधिक जोमाने चालवू लागले. याचा भारत सरकारवर इष्ट तो परिणाम झाल्याशिवाय राहिला नाही. विलायत सरकारला भारत सरकारकडून कळविण्यात आले की, डॉ. बेझंट व टिळक यांच्या होमरूल चळवळीने असंतोष वाढत असून सरकारकडून सुधारणांबद्दल निश्चित आश्वासन न मिळाल्यामुळे मवाळ मंडळीही आता या जहाल चळवळीकडे आकृष्ट होऊ लागली आहेत आणि लोकमत सरकारच्या विरुद्ध होऊ लागले आहे. भारत सरकारने खरोखरच वस्तुस्थिती कळवलेली होती. कारण आता राष्ट्रसभा व मुस्लीम लीग या दोन्ही संघटना सरकारविरुद्ध निःशस्त्र प्रतिकाराची चळवळ सुरू करण्याचा विचार करीत होत्या. त्या दृष्टीने त्यांची पावले पडत होती. या सर्व पार्श्वभूमीवर भारतमंत्री ई. एस. मॉंटेग्यू याने पार्लमेंटमध्ये ऑगस्ट 1917 मध्ये भारतीय स्वराज्याच्या सुधारणांची ऐतिहासिक घोषणा केली. हा होमरूल चळवळीचा प्रत्यक्ष परिणाम व सुमधूर फळ होते. मॉंटेग्यूच्या घोषणेनंतर राष्ट्रसभा व मुस्लीम लीग यांनी निःशस्त्र प्रतिकाराच्या चळवळीची योजना तहकूब केली. एवढेच नव्हे, तर डॉ. बेझंटबाईंनीही आपली होमरूल चळवळ तहकूब केली.

तथापि, लोकमान्य टिळकांनी होमरूल लीगची आपली चळवळ थांबवली नाही. सरकारने भारताला सुधारणा देण्याची जी घोषणा केली होती ती आपल्या तीव्र चळवळीचेच फळ होय याची त्यांना जाणीव होती. म्हणून चळवळीची गती कमी करणे त्यांना इष्ट वाटत नव्हते. विशेष म्हणजे या वेळी बॅ. जीना, मुहम्मद अली, शौकत अली यांसारखे प्रतिष्ठित मुस्लीम पुढारीही या चळवळीस येऊन मिळाले होते. त्यामुळे पश्चिम भारतात या चळवळीचा जोर मॉंटेग्यूच्या घोषणेनंतरही न ओसरता तो वाढीसच लागला. होमरूल चळवळीने लोकमान्य टिळकांचे भारतीय राजकारणातील स्थान किती बळकट व श्रेष्ठ केले होते हे मॉंटेग्यूसाहेबाने भारतभेटीत आपल्या गुप्त अहवालात नमूद करून ठेवले आहे. तो लिहितो, ''डॉ. बेझंटबाई व टिळक या दोघांनी कॉंग्रेस पूर्णपणे जिंकलेली आहे. कॉंग्रेसमधील मवाळ पक्ष हा अस्तंगत झाला आहे. होमरूल चळवळ म्हणजे ती आता कॉंग्रेसचीच चळवळ होऊन बसली आहे.'' मॉंटेग्यूसाहेबांच्या मते, लोकमान्य टिळक हे त्या काळातील सर्वांत सामर्थ्यशाली राजकीय नेते होते. आपल्या सुधारणा राबवून त्या यशस्वी करण्यासाठी अशा पुरुषाच्या सहकार्याची गरज त्यास वाटली व त्यांनी टिळकांचे मन वळविण्याचा प्रयत्न केला. पण टिळकांनी या सुधारणा स्वीकारावयास नकार देऊन चळवळ चालू ठेवण्याचा निर्धार व्यक्त केला.

सन 1917 मध्ये लो. टिळक व डॉ. बेझंट हे लोकप्रियतेच्या शिखरावर होते. त्यांनी राष्ट्रसभा आपल्या पूर्ण प्रभावाखाली आणली होती. स्वाभाविकच डॉ. बेझंटबाईंना राष्ट्रसभेच्या कलकत्ता अधिवेशनाच्या अध्यक्षा करण्यात लोकमान्य टिळकांना फारसी अडचण आली नाही. जे काही मवाळ राष्ट्रसभेत शिल्लक होते त्यांना डॉ. बेझंटबाईंच्या निवडीस फारसा विरोध करता आला नाही. राष्ट्रसभेच्या अध्यक्षा म्हणून डॉ. बेझंटबाईंची निवड झाली ही गोष्ट म्हणजे होमरूल लीग चळवळीचे अपूर्व यश होते. राष्ट्रसभेच्या अधिवेशनाच्या सर्व कामकाजांवर टिळक-बेझंट यांच्या वर्चस्वाची छाप पडलेली होती. आपल्या प्रभावी वक्तृत्वाने केलेल्या भाषणात डॉ. बेझंटबाईंनी राष्ट्रसभेच्या व्यासपीठावर भारताच्या स्वराज्याची मागणी अगदी खणखणीत शब्दांत केली. सन 1923 पर्यंत भारतीय जनतेला पूर्ण स्वराज्याचे हक्क मिळाले पाहिजेत व ही मुदत सन 1928 च्या पुढे कोणत्याही परिस्थितीत जाता कामा नये अशी कालमर्यादा त्यांनी सरकारला घालून दिली.

आपल्या अध्यक्षीय भाषणात डॉ. बेझंटबाई म्हणतात, ''भारत होमरूल (स्वराज्य) दोन कारणांसाठी मागणी करीत आहे. पहिले कारण म्हणजे स्वातंत्र्य हा प्रत्येक राष्ट्राचा जन्मसिद्ध हक्क आहे; दुसरे कारण असे की, भारताची संमती न घेता त्याचे हितसंबंध ब्रिटिश साम्राज्यासाठी डावलले जात आहेत. भारताच्या महत्त्वाच्या गरजा भागविण्यासाठी त्याची साधनसंपत्ती उपयोगात आणली जात नाही. ब्रिटिश साम्राज्याचे संरक्षण करणाऱ्या लष्करावर होणारा प्रचंड खर्च व प्राथमिक शिक्षणावर होणारा खर्च यांचे नुसते आकडे पाहिले तरी हे लक्षात येईल. आता भारताचे डोळे उघडत आहेत. लक्षावधी भारतीय लोकांचे पौरुषत्व जागे होत आहे. भारत ब्रिटिशांसमोर गुडघे टेकून कृपाप्रसाद मागत नाही तर आपल्या पायावर उभे राहून हक्काची मागणी करीत आहे.'' यावेळी राष्ट्रीय चळवळीस कसा जहालपणा प्राप्त झाला होता हे या उताऱ्यावरून स्पष्ट होते.

▣ होमरूल चळवळीचे परदेशातील कार्य

भारतामधील होमरूल चळवळीचे पडसाद परदेशातही उमटले. ब्रिटन व अमेरिका या देशांतील वृत्तपत्रांनीही तिची दखल घ्यावयास सुरुवात केली. विशेषतः अमेरिकेसारख्या लोकशाहीवादी राष्ट्राची सहानुभूती भारतीय स्वराज्याच्या प्रश्नाला मिळत होती व भारतीय नेत्यांच्या दृष्टीने ही महत्त्वाची घटना होती. मद्रास हायकोर्टाचे सेवानिवृत्त न्यायाधीश सर सुब्रह्मण्यम् अय्यर (K.C.I.E.) हे मद्रास प्रांतातील होमरूल लीगचे अध्यक्ष होते. त्यांनी जून 1917 मध्ये अमेरिकेचे अध्यक्ष वुड्रो विल्सन यांना पत्र लिहून भारताच्या स्वराज्य चळवळीस साहाय्य करण्याची विनंती केली. विल्सनने जाहीर केलेल्या युद्धध्येयाच्या घोषणेत लोकशाहीचे संरक्षण व स्वयंनिर्णयाचे तत्त्व यांचा समावेश होता. भारतीय स्वराज्याचा प्रश्न सोडविण्यासाठी या तत्त्वांचा वापर करण्याचे आवाहन सर अय्यर यांनी केले होते. या पत्रात सर अय्यर पुढे म्हणतात, ''आम्ही आज गुलामगिरीच्या शृंखलांनी बद्ध झालो आहोत; पण तुम्ही (दोस्तांनी) आम्हाला स्वराज्याचे निश्चित आश्वासन दिले तर आमचा देश पन्नास लाख सैनिक तीन महिन्यांच्या आत युद्ध आघाडीवर पाठवील व पुढच्या तीन महिन्यांत पन्नास लाख सैनिक तयार करू शकेल.'' हे पत्र ब्रिटनमधील वृत्तपत्रांत प्रसिद्ध होऊन राज्यकर्त्यांच्या गोटात मोठी गडबड उडाली. पार्लमेंटमध्ये या पत्रावर गहजब झाला. मॉंटेग्यूसाहेबाने अय्यरचे हे कृत्य 'लांच्छनास्पद' ठरविले. याउलट, अमेरिकेत दीड हजार वृत्तपत्रांनी सर अय्यरांच्या पत्रास मोठी प्रसिद्धी दिली. या पत्राच्या छापील प्रती काँग्रेस व सिनेटमधील सभासदांच्या डेस्कवर ठेवल्या गेल्या. अमेरिकेत ब्रिटनच्या साम्राज्यवादी धोरणावर सडकून टीका होऊ लागली. अमेरिकन कामगारवर्गाने भारताला कॅनडासारखे वसाहतीचे स्वराज्य देण्यात यावे म्हणून मागणी केली. अमेरिकेसारख्या लोकशाहीप्रेमी देशातील लोकमत भारतीय स्वातंत्र्याच्या चळवळीस अनुकूल व्हावे म्हणून न्यूयॉर्क शहरी इंडियन होमरूल लीगची स्थापना केली गेली आणि तिच्या वतीने'यंग इंडिया' नावाचे वृत्तपत्र सुरू केले गेले. अमेरिकेतील काही वृत्तपत्रे ब्रिटिशांच्या चिथावणीने भारताविषयी खोडसाळ वृत्त देत असत; अशा प्रसंगी भारताच्या प्रश्नांची सत्यस्थिती अमेरिकन लोकांपुढे मांडण्याची मोठी कामगिरी या वृत्तपत्राने केली.

सन 1917 मध्ये लोकमान्य टिळकप्रणीत होमरूल लीगचे तेहतीस हजार सभासद झाले होते. या होमरूल लीगचे त्या वर्षी जे वार्षिक अधिवेशन भरले त्यामध्ये भारतीय स्वराज्याच्या प्रश्नाची बाजू मांडण्यासाठी ब्रिटनमध्ये शिष्टमंडळ पाठविण्याचे ठरले. त्यानुसार जुलै 1917 मध्ये जोसेफ बॉप्टिस्टा यांच्या नेतृत्वाखाली लोकमान्य टिळकांनी एक शिष्टमंडळ ब्रिटनकडे पाठविले. या शिष्टमंडळाने सर्व ब्रिटनभर दौरा काढून ब्रिटिश नागरिकांसमोर भारतीय स्वराज्याचा प्रश्न स्पष्ट करून सांगितला. दरम्यान मार्च 1918 मध्ये लोकमान्य टिळकांनी शिष्टमंडळाचे आणखी दोन गट पाठविले; पण त्यांना विलायत सरकारने जिब्राल्टरच्या खाडीतूनच माघारी धाडले. लवकरच खुद्द टिळकांनी होमरूल शिष्टमंडळाचे नेतृत्व करून ब्रिटनला जाण्याचा इरादा जाहीर केला. या इराद्याचे सर्व देशभर स्वागत झाले. मारवाडी समाजातील छोट्या कापड दुकानदारांनी त्यांना पंधरा हजार रु. दिले तर मुंबईच्या गिरणीतील सोळा हजार कामगारांनी प्रत्येकी एक आणा याप्रमाणे वर्गणी जमा करून एक हजार रुपयांची थैली टिळकांना अर्पण केली. होमरूल चळवळीने समाजातील खालच्या वर्गांनासुद्धा कसे देशाभिमानाने प्रेरित केले होते याचे हे चांगले उदाहरण आहे.

मार्च 1918 मध्ये लोकमान्य टिळक, खापर्डे, केळकर, करंदीकर, बिपिनचंद्र ही मंडळी ब्रिटनच्या प्रवासाला निघाली. मार्गात सर्वत्र त्यांचे उत्साहाने स्वागत झाले. पण कोलंबो बंदरात असताना त्यांचा पासपोर्ट रद्द केल्याचे सरकारने त्यांना कळवून सक्तीने परत यावयास लावले. सरकारच्या या कृत्याने सर्व देशभर संतापाची लाट उसळली आणि होमरूलची लोकप्रियता आणखी वाढीस लागली. खुद्द भारतमंत्री मॉंटेग्यूसाहेबास भारत सरकारचे हे धोरण आवडले नाही. कारण त्यांच्या मते, टिळक म्हणजे 'Biggest leader in India at this moment' होते. लवकरच टिळकांना त्यांच्या चिरोल खटल्यासाठी ब्रिटनला जाण्यास सरकारने परवानगी दिली व त्याप्रमाणे ते ब्रिटनला गेले (जून, 1918). तेथे भारतीय राष्ट्रसभेची ब्रिटिश काँग्रेस कमिटी कार्य करत होती, ती त्यांनी आपल्या प्रभावाखाली आणून राष्ट्रसभेच्या बदलत्या धोरणानुसार तिला जहालवादी विचारसरणी स्वीकारावयास लावली.

लोकमान्य टिळकांनी होमरूल लीगच्या वतीने लाला लजपतराय, एस. एस. हर्डीकर व के. डी. शास्त्री हे तीन भारतीय नेते अमेरिकेतही पाठवून भारतीय होमरूल चळवळीची भूमिका अमेरिकनांपुढे मांडली. या मंडळींनी अमेरिकेतील सॅनफ्रॅन्सिस्को या शहरी होमरूल लीगच्या शाखेची स्थापना केली आणि विविध शहरी भेटी देऊन तेथे व्याख्यानांद्वारे भारतीय प्रश्नांची न्याय्य बाजू लोकांसमोर मांडली. पत्रके व पुस्तिका काढणे व वाटणे, होमरूल लीगचे सभासद करून घेणे, नव्या शाखा स्थापन करणे, वृत्तपत्रांतून लेख लिहिणे, मुलाखती देणे इत्यादी कार्ये अमेरिकेतील होमरूल नेत्यांकडून घडून आली. पुढे महायुद्ध संपल्यावर पॅरिस शहरी फ्रान्सचा पंतप्रधान क्लेमेन्शूच्या अध्यक्षतेखाली शांतता परिषद भरली असता त्यास लोकमान्य टिळकांनी पत्र लिहून भारताला स्वराज्य देऊन त्यास आशियातील प्रमुख सत्ता बनण्याची संधी प्राप्त करून देण्याची विनंती केली.

अमेरिकेप्रमाणे ब्रिटनमध्ये होमरूल लीगच्या शाखा स्थापन केल्या गेल्या. भारतीय प्रश्नांबद्दल ब्रिटनमधील मजूर पक्षीयांना सहानुभूती होती. डॉ. बेझंटबाईंनी ब्रिटिश मजूर नेत्यांना हाक दिली होती की, ''आम्हाला साम्राज्यांतर्गत स्वराज्य मिळविण्यास मदत करा आणि आम्ही जागतिक शांततेसाठी आमचे मनुष्यबळ तुम्हास देऊ. तुमच्या स्वातंत्र्याच्या युद्धात आमची माणसे मृत्युमुखी पडली आणि अशा कामास आलेल्या लोकांच्या मुला-बाळांनाही तुमच्या दास्यात राहावे, यास तुम्ही संमती देणार आहात काय ?'' डॉ. बेझंटबाईंच्या प्रयत्नांनी ब्रिटनमधील अनेक उदारमतवादी नेते भारतीय स्वराज्याला अनुकूल बनू लागले होते.

18.3 होमरूल चळवळीच्या कार्यांचे परीक्षण

▣ राष्ट्रसभेच्या धोरणात बदल

सन 1916 मध्ये सुरू झालेल्या होमरूल लीगच्या चळवळीने राष्ट्रसभेच्या इतिहासात नवे पर्व सुरू झाले. 1907 साली मवाळ-जहाल यांचा संघर्ष झाल्यापासून राष्ट्रसभा मवाळांच्या प्रभावाखाली होती. ती आता सन 1916 मध्ये जहाल नेत्यांच्या प्रभावाखाली आली. देशातील तरुण पिढी, विचारवंत, देशभक्त व विद्यार्थिवर्ग या जहाल चळवळीकडे आकृष्ट झाल्यामुळे राष्ट्रसभेतील मवाळांचा प्रभाव संपुष्टात आला. सन 1915 च्या अधिवेशनात राष्ट्रसभेचे अध्यक्ष स्वराज्याच्या प्रश्नाला हात घालावयास तयार नव्हते. त्याच राष्ट्रसभेच्या व्यासपीठावरून पुढच्याच वर्षी म्हणजे सन 1916 व सन 1917 मध्ये राष्ट्रसभेने भारताच्या स्वराज्याची मागणी जोरदारपणे मांडली. सन 1917 च्या अधिवेशनात तर डॉ. बेझंटबाईंनी सरकारला स्वराज्याच्या प्रदानाची निश्चित कालमर्यादा घालून दिली. राष्ट्रसभेच्या धोरणात जो मूलभूत बदल घडवून आणला गेला तो होमरूल चळवळीने होय ही गोष्ट ध्यानात घेतली पाहिजे. स्वराज्याचे हक्क हे चळवळ उभारून व राज्यकर्त्यांशी झगडूनच मिळविले पाहिजेत, त्यासाठी होमरूल चळवळीसारखी चळवळ अत्यंत गरजेची गोष्ट आहे; ही वस्तुस्थिती आता राष्ट्रसभेतील जवळजवळ सर्व नेत्यांनी स्वीकारली.

▣ पाश्चात्त्य देशात भारतीय स्वराज्याबद्दल सहानुभूती

होमरूल चळवळीच्या नेत्यांनी केवळ भारतातच चळवळ उभी न करता ती देशाबाहेर ब्रिटन-अमेरिका यांसारख्या लोकशाही देशांतही उभी केली. तेथील अनेक शहरांत होमरूल लीगच्या शाखा स्थापन झाल्या. अनेक नेत्यांनी परदेश दौरे करून तेथील शहरांतून सभा घेऊन पाश्चात्त्यांचे मत भारतीय स्वराज्याला अनुकूल करून घेतले. परिणामी, ब्रिटन-अमेरिकेतील वृत्तपत्रांतून ब्रिटिशांच्या भारतविषयक स्वार्थी धोरणावर टीका होऊ लागली. अनेक कामगार संघटनांनी भारतीय स्वराज्यास आपला पाठिंबा दर्शविला. एवढेच नव्हे, तर ब्रिटन-अमेरिकेतील प्रतिष्ठित नेतेही

भारतीय स्वराज्याबद्दल आता आत्मीयतेने बोलू लागले. भारतीय स्वराज्याचा प्रश्न सोडविण्यासाठी भारतप्रेमी पार्लमेंटच्या सभासदांची एक समितीही स्थापन केली गेली. सन 1918 मध्ये 'नॉटिंगहॅम' या शहरी मजूर पक्षाची परिषद भरून तेथे भारताला वसाहतीचे स्वराज्य देण्याविषयीचा ठराव एकमताने मंजूर करण्यात आला. अशा प्रकारे परदेशात भारतीय स्वराज्याच्या प्रश्नासंबंधी जी जागृती झाली तिला होमरूल चळवळ कारणीभूत होती.

◉ माँटेग्यूसाहेबाची इतिहासप्रसिद्ध घोषणा

भारताला स्वराज्य देणे हे आमच्या राजवटीचे अंतिम उद्दिष्ट आहे ही जी घोषणा ऑगस्ट 1917 मध्ये भारतमंत्री माँटेग्यू याने केली ती काही सहजासहजी केली नाही. आंतरराष्ट्रीय दडपण व भारतातील होमरूल चळवळीने निर्माण केलेला असंतोष व जागृती यांचा तो परिणाम होता. किंबहुना, लोकमान्य टिळक व डॉ. ॲनी बेझंट यांच्या होमरूल चळवळीस आलेले हे फलच होते असे म्हटल्यास वावगे होणार नाही. होमरूल चळवळ स्वराज्याच्या भरीव सुधारणांचा हप्ता तातडीने मागत होती व नजीकच्या काळात पूर्ण स्वराज्य दिले जावे असे म्हणत होती. तेव्हा या चळवळीने निर्माण केलेला तणाव कमी करण्यास सुधारणांचा हप्ता घोषित करण्यावाचून माँटेग्यूला अन्य काही पर्याय राहिला नाही.

19

मॉंटेग्यू - चेम्सफर्ड सुधारणा

19.1 माँटेग्यू - चेम्सफर्ड सुधारणांसाठी कारणीभूत झालेली परिस्थिती

19.2 माँटेग्यू - चेम्सफर्ड सुधारणा

19.3 माँट - फर्ड सुधारणांचे परीक्षण

19.4 प्रांतांतील द्विदल राज्यपद्धतीचा प्रयोग

19.5 द्विदल राज्यपद्धतीच्या अपयशाची कारणमीमांसा

(19.1)

1909 साली भारतीय जनतेला विलायत सरकारकडून मोर्ले-मिंटो सुधारणांचा हप्ता मिळाला होता. हे भारतीय राष्ट्रीय चळवळीचे एक फळच होते. तसेच भारताच्या घटनात्मक इतिहासातील तो महत्त्वाचा टप्पा होता. या सुधारणांनी भारतीयांना प्रांतीय व केंद्रीय कायदेमंडळात अधिक जागा व अधिकार प्राप्त झाले. तथापि, भारतीय लोकांच्या वाढत्या राष्ट्रीय आकांक्षेस त्या सुधारणा अपुऱ्या व असमाधानकारक वाटत होत्या. त्यामुळे भारतातील राष्ट्रीय चळवळ न ओसरता ती वाढीसच लागली. परिणामी 1919 साली विलायत सरकारने भारतीय जनतेला सुधारणांचा आणखी एक हप्ता दिला. या सुधारणांना मॉंटेग्यू-चेम्सफर्ड सुधारणा (मॉंट-फर्ड सुधारणा) असे म्हणतात. त्यांचीच चर्चा प्रस्तुत प्रकरणात आपण करणार आहोत.

19.1 मॉंटेग्यू - चेम्सफर्ड सुधारणांसाठी कारणीभूत झालेली परिस्थिती

1. **अपुऱ्या व असमाधानकारक मोर्ले-मिंटो सुधारणा :** मोर्ले-मिंटो सुधारणांनी भारतीय जनतेचे समाधान झाले नाही. याचे कारण म्हणजे ब्रिटिश राज्यकारभाराचे भारतातील निश्चित असे ध्येय या सुधारणांनी जनतेसमोर ठेवले नव्हते. असे ध्येय किंवा उद्देश ब्रिटिशांनी जाहीर करावे अशी भारतीय नेत्यांची मागणी होती. 'साम्राज्यांतर्गत स्वराज्य' हे ध्येय थोडे दूरच असले तरी ते जाहीर करावे असे त्यांचे म्हणणे होते. तथापि, या सर्व भावना बाजूला सारून लोकशाहीच्या हक्कांचा देखावा निर्माण करणाऱ्या सुधारणा मोर्ले-मिंटो यांनी भारतात दिल्या. त्यामुळे ना. गोखले यांच्यासारख्या नेमस्त पुढाऱ्यांचाही अपेक्षाभंग झाला. राष्ट्रीय सभेतील नेमस्त पुढारी तरी सरकारच्या बाजूने राहतील, बोलतील व सामान्य जनतेचे समाधान करतील असे सरकारला वाटत होते, तेही शक्य झाले नाही.

मोर्ले-मिंटो सुधारणाखाली स्थापन झालेल्या भारतातील प्रांतीय व केंद्रीय कायदेमंडळाचे स्थान सल्लागार मंडळासारखे होते. त्यांचा सल्ला मानण्याचे बंधन सरकारवर नव्हते. विशेष म्हणजे देशातील राजकीयदृष्ट्या कमी जागृत असणाऱ्या जमीनदार व्यापारीवर्गास अधिक प्रमाणावर कायदेमंडळातील प्रतिनिधित्व मिळाले होते व राजकीयदृष्ट्या जागृत असणारा सुशिक्षित मध्यमवर्ग मात्र हेतुपुरस्सर डावलला गेला होता; शिवाय राजकीय हक्क देताना देशात एक वर्ग दुसऱ्या वर्गाचे पाय ओढेल आणि वर्गावर्गात सामंजस्य निर्माण न होता बेकी निर्माण होईल अशा पद्धतीने या सुधारणा राबविल्या गेल्या होत्या. मुस्लिमांना जातीय मतदारसंघ मिळाल्यामुळे राष्ट्रीय जीवनात दुहीचे बीजारोपण झाले. अशा प्रकारे मोर्ले-मिंटो सुधारणा या केवळ अपुऱ्याच नव्हे तर राष्ट्रीयत्वाच्या प्रक्रियेत अडथळे आणणाऱ्या होत्या. खुद्द सरकारनेही या सुधारणा देताना भारतात लोकशाही शासनव्यवस्था निर्माण करण्याचा आपला हेतू नसल्याचे अगदी स्पष्ट केले. परिणामी, भारतीय राष्ट्रीय चळवळ वाढतच गेली. राष्ट्रीय जागृतीबरोबर राष्ट्रीय असंतोषही वाढला. तो कमी करण्याची पावले उचलणे सरकारला आवश्यक होते.

2. **क्रांतिकारकांचे प्रयत्न :** ब्रिटिशांनी दिलेल्या सुधारणा देशाच्या स्वातंत्र्याच्या दृष्टीने अगदीच डोळ्यांत धूळ फेकण्यासारख्या आहेत, याविषयीची जाणीव समाजात अधिकाधिक दृढ होत होती. क्रांतिकारकांना त्यामुळे अधिकच चीड येत होती. परिणामी, ब्रिटिश अधिकाऱ्यांच्या खुनाचे प्रयत्न होऊ लागले होते. मातृभूमीच्या स्वातंत्र्यासाठी क्रांतिकारक हसतमुखाने फासावर जात होते व त्यांच्या बलिदानाने सर्व समाज थरारून निघत होता. समाजातील सर्व नागरिकांना क्रांतिकारक बनणे शक्य नव्हते. पण क्रांतिकारक हे अतिउच्च प्रतीचे देशभक्त असून देशासाठी प्राणाहुती देण्यास तयार होतात; ही बाब देशातील देशप्रेम व स्वातंत्र्यप्रेम वाढविण्यास मोठ्या प्रमाणावर कारणीभूत होत होती. क्रांतिकारकांचे स्वातंत्र्याचे प्रयत्न आपण पाहिले आहेतच. त्याचप्रमाणे आणखी एक गोष्ट लक्षात घेतली पाहिजे की, भारतीय मुस्लिमांच्या मौलाना अबुल कलाम आझाद आणि महमद अली जीना यांसारख्या नेत्यांनीही आपल्या मुस्लीम समाजास क्रांतीचा संदेश देऊन त्यांना देशासाठी लढण्यास उद्युक्त केले होते. 1914 साली लाहोर येथे या दोन नेत्यांच्या वक्तव्यांनी प्रभावित होऊन अनेक मुस्लीम तरुण क्रांतिकारक बनले व त्यांनी तुर्कस्तान, चीन, जर्मनी इत्यादी देशांत जाऊन भारतीय स्वातंत्र्याची क्रांतिकारी चळवळ सुरू केली. अशा प्रकारे क्रांतिकारकांच्या प्रयत्नांतून ब्रिटिश सत्ता उलथून पडणार नव्हती, हे सत्य असले तरी क्रांतिकारकांनी घडवून आणलेल्या कृत्यांमुळे भारतातील असंतोषाचे हादरे सर्व जगाला बसत होते व भारतीय प्रश्नाकडे सर्व जगाचे लक्ष आकृष्ट करून घेता येत होते.

क्रांतिकारकांचे स्वातंत्र्याचे प्रयत्न हाणून पाडण्यासाठी 1908 सालापासून सरकारने अनेक जुलमी कायदे तयार केले होते. [उदा., The India Press Act of 1910; The Seditious Meetings Act of 1911; The Criminal Law (Amendement) Act of 1913.] या कायद्यांनी केवळ क्रांतिकारकांनाच नव्हे तर जहालवादी नेत्यांनाही दडपून टाकण्याचे प्रयत्न भारतामधील नोकरशाहीने केले; पण जेवढ्या प्रमाणावर या नोकरशाहीची दडपशाही वाढली तेवढ्या प्रमाणात भारतामधील असंतोष वाढत राहिला.

3. **राष्ट्रसभा - मुस्लीम लीग ऐक्य :** भारतीय राजकारणात मुस्लिमांना ब्रिटिशांनी महत्त्वास आणले होते. आपण राजकारणातील महत्त्वाचे घटक आहोत व सरकारलाही आपल्या सहकार्याची आवश्यकता आहे याची जाणीव त्यांना झाली होती. स्वतंत्र मतदारसंघाचा मलिदा चारून ब्रिटिशांनी त्यांना खुश ठेवले होते. परंतु या खुशीच्या मामल्यापुढे मुस्लिमांची एक धार्मिक बाब आली; आणि धार्मिक गोष्टीसाठी मुस्लीम वाटेल तो त्याग करतो. त्या गोष्टीपुढे ब्रिटिश प्रेमही फिके पडल्यास नवल ते काय ! 1921 साली युरोपात बाल्कन युद्ध सुरू झाले. तुर्की सुलतानाविरुद्ध युरोपातील ख्रिश्चन राष्ट्रांनी युती केली होती. तुर्की सुलतान हा अखिल मुस्लिमांचा खलिफा समजला जात असे. त्याने या युतीविरुद्ध जर्मनीचे साहाय्य घेतले. साहजिकच, युरोपियन राजकारणातील डावपेचानुसार ब्रिटनने तुर्क-जर्मनविरोधी पवित्रा घेतला होता. तुर्की खलिफा ब्रिटनचा शत्रू बनला. भारतीय मुस्लिमांपुढे मोठे प्रश्नचिन्ह उभे राहिले. एकीकडे ब्रिटिश-निष्ठा तर दुसरीकडे खलिफा-निष्ठा. शेवटी हळूहळू खलिफा-निष्ठेचाच विजय होऊ लागला. दरम्यानच्या काळात मुस्लिमांच्या भावना दुखविणारी आणखी एक गोष्ट ब्रिटिशांनी केली होती. ती म्हणजे त्यांनी मुस्लिमांचे हितसंवर्धन करण्यासाठी केलेली बंगालची फाळणी 1911 साली रद्द केली होती. त्यामुळे खरोखरच ब्रिटिशांना मुस्लिमांविषयी जवळीक वाटते की नाही, याबद्दल मुस्लिमांच्या मनात जबर शंका निर्माण झाली होती. अशा परिस्थितीत पहिले महायुद्ध सुरू झाले आणि ब्रिटिश फौजा मुस्लिमांच्या खलिफाविरुद्ध लढू लागल्या. साहजिकच, भारतातील ब्रिटिश राज्यकर्ते आणि मुस्लीम यांच्यातील प्रेमसंबंध नष्ट होऊन परस्परविरोधी भाव निर्माण झाला. तुर्की खलिफा ब्रिटिश साम्राज्याविरुद्ध लढतो आहे म्हणून भारतीय नेत्यांच्या मनातही त्याच्याविषयी सहानुभूती होती. याची परिणती राष्ट्रीय सभा व मुस्लीम लीग सन 1916 मध्ये एकत्र येण्यात व लखनौ करार होण्यात झाली. या करारान्वये राष्ट्रीय सभेने मुस्लीम लीगची स्वतंत्र मतदारसंघाची मागणी मान्य केली. सर्व भारताची एकमुखी मागणी म्हणून राष्ट्रीय सभा व लीग यांनी सरकारला 'काँग्रेस-लीग योजना' सादर केली. सरकारने जरी ती स्वीकारली नाही तरी भारतीय राजकारणातील 'काँग्रेस लीग' या युतीचा जबर धोका सरकारच्या लक्षात आला. हा धोका कमी करण्याच्या दृष्टीने सरकारी पावले पडू लागली.

4. **राष्ट्रसभेची कामगिरी :** सुरतेच्या अधिवेशनापासून राष्ट्रसभा मवाळांच्याच हाती होती. जहालवाद्यांच्या चळवळी व ब्रिटिशविरोधी प्रचार चालू असला तरी राष्ट्रसभेची सूत्रे त्यांच्या हाती नव्हती. आता मवाळांच्या वृत्तीतही फरक जाणवू लागला. सन 1915 मध्ये भरलेल्या अधिवेशनात त्यांनी ब्रिटिश राज्यकारभाराचे ध्येय ब्रिटिशांनी जाहीर करावे असे आवाहन करून विद्यमान कायदेमंडळे व स्थानिक स्वराज्य संस्था यांच्या अधिकाराची वाढ करूनच 'साम्राज्यांतर्गत स्वराज्य' भारतीय लोकांनी सनदशीर मार्गाने मिळवावे अशी घोषणा केली. तथापि, 1915 सालापर्यंत राष्ट्रसभेच्या ठरावांची भाषा मवाळच राहिली; कारण ती मवाळांच्या हाती होती. पण 1916 सालापासून राष्ट्रसभा जहालवाद्यांच्या प्रभावाखाली जाऊन ती दिवसेंदिवस आक्रमक बनू लागली होती.

सन 1916 च्या राष्ट्रसभेच्या लखनौ अधिवेशनातील ठराव म्हणतो, *"India must cease to be a dependency and be raised to the status of a self-governing state as an equal partner with equal rights and responsibilities as an independent unit of the empire".*

ब्रिटिश साम्राज्यातून फुटून निघून स्वतंत्र होण्याची जरी ही भाषा नसली तरी ब्रिटिश नागरिकांसारखे समान हक्क व अधिकार आम्हांस प्राप्त झाले पहिजेत अशी ठाम मागणी येथे केलेली दिसते. या लखनौ अधिवेशनात मवाळ आणि जहाल हे राष्ट्रसभांतर्गत पक्ष एकत्र आले व त्यांनी भारतीय जनतेला 'साम्राज्यांतर्गत स्वराज्य' मिळावे म्हणून ब्रिटिशांकडे एकमुखाने मागणी सादर केली. म्हणजे ब्रिटिशांविरोधी आघाडीत राष्ट्रसभेच्या दोन्हीही पक्षांचे रंग असे बदलत असता ब्रिटिश मात्र युरोपात युद्धाच्या धुमाळीत व्यग्र झाले होते. तथापि, ते भारतातील असंतोषाकडे फार काळ दुर्लक्ष करू शकत नव्हते. या असंतोषातील हवा काढून टाकण्यासाठी त्यांना सुधारणा करणे आवश्यक होते.

5. **परदेशातील भारतीय लोकांवरील अत्याचार व असंतोष :** साम्राज्यविरोधी राष्ट्रीय वृत्तीला धार आणण्यास आंतरराष्ट्रीय क्षेत्रामध्ये आणखी एक बाब घडत होती; ती म्हणजे आफ्रिका, कॅनडा, ऑस्ट्रेलिया या युरोपियन वसाहतींमधील भारतीय लोकांवर गोऱ्या वसाहतवाल्यांनी चालविलेला अन्याय व अत्याचार. कोमागाटा मारू प्रकरणाविषयी माहिती आपण मागे पाहिलीच आहे. आफ्रिका खंडातील दक्षिण प्रदेशातील असणाऱ्या ब्रिटिश वसाहतीतही भारतीय लोकांना अमानुष वागणूक दिली जात होती. या भारतीयांच्या साहाय्याला महात्मा गांधी धावले व त्यांनी सत्याग्रह व सविनय प्रतिकार याद्वारे साम्राज्यवादाशी लढण्याचा एक नवा प्रयोग तेथे आरंभिला. भारताबाहेर ब्रिटिश वसाहतीत भारतीय लोकांवर होणाऱ्या अन्यायाचे पडसाद भारतीय समाजात उठल्याशिवाय कसे राहतील ? खुद्द भारताच्या व्हॉईसरॉयलासुद्धा आफ्रिकेतील अन्यायी कायद्याविरुद्ध भारतीय लोकांच्या बाजूने बोलण्याची पाळी भारतीय लोकमताने आणली.

"The sympathy of India, deep and burning, and not only of India, but of all lovers of India like myself, goes for their compatriots in South Africa in their resistance to invidious and unjust laws".

भारताच्या व्हाईसरॉयने परदेशातील आपल्या जातीच्या राज्यकर्त्यांच्या अन्यायी धोरणाचा केलेला हा अप्रत्यक्ष निषेधच होय. वास्तविक भारतातील राज्यकर्त्यांचा व परदेशातील भारतीय लोकांवर अन्याय करणाऱ्या राज्यकर्त्यांचा तसा प्रत्यक्ष संबंध नव्हता. तरीही भारतीय लोकांच्या दृष्टीने सर्व साम्राज्यवादी सरकारे सारखीच असल्याने परदेशातील भारतीय लोकांवरील अन्यायाच्या वार्ता त्यांच्या असंतोषात भर टाकत राहिल्या.

6. **आंतरराष्ट्रीय क्षेत्रातील घटनांचा परिणाम :** याच सुमारास आंतरराष्ट्रीय क्षेत्रात घडत असलेल्या घडामोडींचा भारतीय राजकारणावर मोठा परिणाम घडून येत होता. भारतीय नेत्यांचे राजकारण काही अंशी युरोपियन राजकारणाशी निगडित झालेले होते. जुलै 1914 मध्ये पहिले महायुद्ध सुरू झाले. प्रामुख्याने ब्रिटनविरुद्ध जर्मनी असा दोन साम्राज्यसत्तांचा हा सामना होता. अशा वेळी ब्रिटिशांचा शत्रू जर्मनी यांच्याविषयी केवळ पोकळ सहानुभूती भारतीय जनतेने व नेत्यांनी दाखविली असती तर सरकार व जनता यांच्यात अधिक तेढ उत्पन्न होऊन त्यातून भारताचा म्हणावा तसा काही फायदा झाला नसता. शिवाय जर्मनी विजयी झाला असता तरी त्याने भारतीय लोकांना स्वातंत्र्य दिले असतेच असे नाही. या गोष्टीचा विचार करून ब्रिटिशांच्या संकटप्रसंगी भारताने त्यांना साहाय्य करावे व निष्ठा व्यक्त करावी म्हणजे त्याचे बक्षीस म्हणून काही भरीव राजकीय सुधारणा मिळतील या आशेने भारतीय नेत्यांनी ब्रिटिशांना साहाय्य करण्याचे भारतीय जनतेला आवाहन केले. खरे म्हणजे या वेळी आंदोलने व चळवळी यांनी भारतात ब्रिटिशांवर अनेक संकटे भारतीय नेत्यांना आणता आली असती. तथापि, ब्रिटिश पुढे उपकार स्मरतील अशा आशावादाने भारतीय नेत्यांनी सहकार्याचा पवित्रा घेतला. हजारो तरुण लष्करात सामील झाले. लाखो रुपयांच्या देणग्या सरकारला देण्यात आल्या. याशिवाय वाढत्या करांच्या रूपाने भारतीय समाजाचे आर्थिक शोषण होत होते ते वेगळेच. असे असूनही सर्व पक्षांनी सरकारविषयी राजनिष्ठा व्यक्त केली होती. इतकी की, लो. टिळकांनी ''मी आपला मुलगा सैन्यात पाठविण्यास तयार आहे'' असे जाहीरपणे सांगितले होते.

''बेल्जियमसारख्या लहान राष्ट्राच्या स्वातंत्र्याच्या रक्षणासाठी आम्ही युद्धात पडलो आहोत'' अशी घोषणा ब्रिटिश राज्यकर्त्यांनी केली होती. युरोपात ब्रिटन हे बेल्जियमसारख्या छोट्या राष्ट्राच्या स्वातंत्र्यासाठी लढते आहे आणि येथे आशिया खंडात भारताला अधिकाधिक काळ पारतंत्र्यात ठेवण्यासाठी धडपडते हे कसे काय ? हा प्रश्न सामान्य भारतीय प्रजेच्या मनात निर्माण झाला. राष्ट्रांच्या स्वातंत्र्याचे पुजारी असल्याचा ब्रिटिशांचा दावा भारतीय लोकांच्या स्वातंत्र्य भावनांना उत्तेजित करीत होता. युद्धानंतर खात्रीने ब्रिटिश स्वराज्य देणार असे बऱ्याच नेत्यांना वाटू लागले होते. पुढे अमेरिकाही दोस्तांच्या बाजूने युद्धात पडली. तिनेही आपले युद्धध्येय जाहीर केले. 'जगातील लोकशाहीच्या रक्षणासाठी हुकूमशाहीच्या आक्रमणापासून जग सुरक्षित करण्यासाठी व युद्ध कायमचे नष्ट करण्यासाठी अमेरिका युद्धात पडत आहे' असे प्रे. विल्सनने घोषित केले होते. युद्धसमाप्तीचा रागरंग दिसत असता प्रे. विल्सनने जी चौदा तत्त्वे जागतिक शांततेसाठी आवश्यक म्हणून जाहीर केली होती त्यात पारतंत्र्यातील राष्ट्रांना स्वातंत्र्याचा प्रकाश दाखविणारे 'स्वयंनिर्णयाचे तत्त्व' महत्त्वपूर्ण होते. हे स्वयंनिर्णयाचे तत्त्व म्हणजे प्रत्येक राष्ट्राला, समाजाला, स्वतंत्र असण्याचा, स्वतंत्र जीवन जगण्याचा हक्क आहे असे प्रतिपादणारे तत्त्व होय. अमेरिका व तिचे अध्यक्ष लोकशाहीचा पुरस्कार करणारे होते. त्यांच्या वक्तव्यांनी पारतंत्र्यात असणाऱ्या भारतीय समाजाला मोठा दिलासा प्राप्त झाला. आपल्या स्वातंत्र्यासाठी चाललेल्या लढ्याला साम्राज्यवाद्यांच्या गोटातीलच एक लोकशाहीवादी राष्ट्र पाठिंबा देत आहे ही गोष्ट भारतीय जनतेला अपूर्व वाटत

होती. त्यामुळे भारतीय जनतेच्या आकांक्षा पल्लवित झाल्या होत्या. आंतरराष्ट्रीय घडामोडींमुळे भारताला स्वराज्याचे काहीना काही हक्क देणे अपरिहार्य होऊन बसले होते.

7. **महायुद्धाने निर्माण केलेली परिस्थिती :** फ्रान्स, बेल्जियम, इराण, आफ्रिका, पॅलेस्टाईन व इजिप्त येथील रणांगणावर भारतीय शिपाई अप्रतिम शौर्याने लढले. त्यांचे शौर्य पाहून गोऱ्यांनाही कौतुकोद्‌गार काढावे लागले. भारतीय हा गोऱ्यांहून शौर्यात कमी नाही ही भारताला आत्मविश्वास देणारी व अधिक जागृत करणारी गोष्ट होती. जे युद्धाच्या निमित्ताने युरोपात गेले त्यांनी त्या ठिकाणची राज्यपद्धती, लोकशाही कारभार, स्वतंत्र नागरिकांचे स्थान या गोष्टी पाहिल्या. स्वदेशी आल्यावर आपल्या देशाची व युरोपियन देशाची स्थिती यांची तुलना साहजिकच त्यांच्या डोळ्यांसमोर उभी राहिली. भारताने आपल्या हजारो पुत्रांचे बलिदान ब्रिटनसाठी केले होते. आपल्या हजारो कन्यांच्या कपाळावरील कुंकू पुसले जात असता, असह्य वेदना त्याने सहन केल्या होत्या. हजारो घरी अंधार पसरलेला होता. युद्धामुळे भयंकर महागाई व बेकारीचे चटके सामान्य माणसाला बसत होते. अशा परिस्थितीत लक्षावधी रुपयांची संपत्ती भारताने ब्रिटनला युद्धासाठी दिलेली होती. या सर्व वेदना भारतीय समाज एका आशेसाठी सहन करीत होता. ती आशा म्हणजे ब्रिटिश राज्यकर्ते भारताला युद्ध संपल्यावर साम्राज्यांतर्गत स्वराज्य बहाल करतील, अशा मागणीसाठी भारतीय राजकारणातील सर्वच पक्ष एकदिलाने एका व्यासपीठावर आले होते. दृष्ट लागावी अशी हिंदू-मुस्लीम यांची एकी देशात निर्माण झाली होती.

8. **होमरूल लीगची चळवळ :** महायुद्धाच्या समाप्तीनंतर भारताला कोणत्या व कशा स्वरूपाच्या सुधारणा मिळाव्यात याविषयी भवती न् भवती चालू असता डॉ. ॲनी बेझंट आणि लो. टिळक यांच्या साम्राज्यांतर्गत स्वराज्यासाठी चळवळी सुरू झाल्या होत्या. बेझंटबाई या युरोपियन असल्या तरी भारतीय स्वातंत्र्याविषयी तळमळ बाळगणाऱ्या व कृती करणाऱ्या होत्या. त्या 1914 साली काँग्रेसमध्ये आल्या. कुणाची देणगी म्हणून नव्हे तर हक्क म्हणून भारताला स्वराज्य मिळालेच पाहिजे हे त्यांनी आग्रहाने व्याख्यानांतून व लेखनातून जोरदारपणे प्रतिपादले. 1916 साली त्यांनी व लो. टिळकांनी होमरूल लीगची स्थापना करून 'स्वराज्याच्या' मागणीची चळवळ तीव्र केली. हजारो सुशिक्षित तरुण या चळवळीत सामील झाले व शेकडो राजकीय कार्यकर्ते देशाच्या सर्व भागांत स्वराज्याच्या हक्कासाठी लोकजागृती करू लागले. देशात व परदेशात अनेक ठिकाणी होमरूल लीगच्या शाखा स्थापन केल्या गेल्या. अमेरिका व ब्रिटन या देशांत जाऊन होमरूल चळवळीच्या नेत्यांनी तेथील लोकशाहीप्रेमी मंडळींची सहानुभूती भारतीय चळवळीस मिळविली. विशेषतः त्यांच्या प्रयत्नांमुळे अमेरिकेतील वृत्तपत्रे ब्रिटिशांच्या भारताविषयीच्या साम्राज्यवादी धोरणावर कडाडून हल्ले करू लागली. अशा परिस्थितीत ब्रिटिश राज्यकर्त्यांना भारतातील आपले अंतिम उद्दिष्ट जाहीर करणे गरजेचे वाटले.

व्हाईसरॉय लॉर्ड हार्डिंग्ज सन 1915 मध्ये मायदेशी गेला. त्याच्या जागी विलायत सरकारने लॉर्ड चेम्सफर्डची नियुक्ती केली होती. भारतमंत्री पदावर सर चेंबरलीन हा होता. तथापि, भारत सरकारने मेसोपोटेमियात चालविलेल्या लष्करी मोहिमेला मोठे अपयश आल्याने त्याला राजीनामा द्यावा लागला व त्याच्या जागी मॉंटेग्यू याची नियुक्ती करण्यात आली (12 जुलै, 1917). भारतात आल्यावर चेम्सफर्डच्या लक्षात एक गोष्ट चटकन आली आणि ती म्हणजे ब्रिटिश राज्यकर्त्यांनी आपल्या कारभाराचे ध्येय भारतीय जनतेसमोर तातडीने ठेवले पाहिजे आणि हे ध्येय 'स्वराज्य' हेच असले पाहिजे. भारताच्या सुदैवाने नवा भारतमंत्री हा भारताबद्दल आस्था व सहानुभूती बाळगणारा होता. भारतीय राज्यकारभारात मूलभूत स्वरूपाचे कालमानाप्रमाणे बदल जर केले नाहीत तर भारतीय असंतोषाला ब्रिटिशांना तोंड देता येणार नाही व भारतीय साम्राज्याला फार लवकर मुकावे लागेल असे त्याला वाटत होते. परिणामी, भारतमंत्री म्हणून सूत्रे हातात घेताच त्याने भारतीय इतिहासात सुप्रसिद्ध ठरलेली 'ऑगस्ट घोषणा' 20 ऑगस्ट, 1917 रोजी केली.

▣ भारतमंत्री मॉंटेग्यूसाहेबाची घोषणा

भारताच्या राज्यकारभाराचे निश्चित असे ध्येय जाहीर करणाऱ्या मॉंटेग्यूसाहेबाच्या घोषणेत पुढील प्रमुख मुद्दे होते :

(1) भारत हा ब्रिटिश साम्राज्याचा अविभाज्य असा घटक राहील. तथापि, त्याला साम्राज्यांतर्गत स्वराज्य देणे हे ब्रिटिशांचे ध्येय राहील.

(2) भारताला मिळणाऱ्या स्वराज्यात जबाबदार राज्यपद्धतीचा स्वीकार केलेला असेल.

(3) या ध्येयाप्रत सरकारला एकदम जाता येणार नाही. हळूहळू प्रगती साधली जाईल. हे ध्येय प्राप्त करण्यासाठी दोन मार्ग आहेत. पहिला, राज्यकारभाराच्या प्रत्येक खात्यात भारतीय लोकांचे अधिकाधिक सहकार्य मिळविणे तर दुसरा, भारतातील स्थानिक स्वराज्य संस्थांची वाढ करणे.

(4) या संदर्भात टप्प्याटप्प्याने सुधारणा देण्यात येतील. विलायत सरकार व भारत सरकार यांच्यावर भारतीय जनतेच्या कल्याणाची जबाबदारी असल्याने या सरकारांनीच अशा सुधारणा केव्हा व कशा मिळवून द्यायच्या हे ठरवावे. भारतीय जनतेने त्यासाठी सहकार्य करावे व मिळालेल्या सुधारणा अशा राबवून दाखवाव्यात की, त्यायोगे आणखी सुधारणांचा हप्ता सरकारला देता येईल. सारांश, भारतीय लोकांनी आपली पात्रता सिद्ध करावी.

या घोषणेने भारतीय राजकारणात एक नवे युग निर्माण केले. भारतात जबाबदार राज्यपद्धती निर्माण करणे (म्हणजे लोकप्रतिनिधींतर्फे हाकला जाणारा राज्यकारभार निर्माण करणे) हे आमचे ध्येय आहे, हे ब्रिटिशांना जाहीर करावे लागले. आठ-नऊ वर्षांपूर्वी (1909 साली) हेच ब्रिटिश सुधारणा देताना अशा ध्येयाविषयी साफ नकार देत होते. त्यांनाच स्पष्टपणे जबाबदार राज्यपद्धतीचे ध्येय जाहीर करावे लागत होते.

असे असले तरी ही जबाबदार राज्यपद्धती एकदम सुरू होणारी नव्हती. पायरी-पायरीने सध्याच्या राज्यपद्धतीचा विकास घडवून व जरूर ते फेरफार करून जबाबदार राज्यपद्धती अस्तित्वात आणावयाची होती. त्यासाठी भारतीय कायदेमंडळातील लोकप्रतिनिधींच्या संख्येत वाढ करणे आणि देशातील स्वयंशासित संस्थांचा विकास घडविणे हे दोन मार्ग सांगण्यात आले होते. या मार्गाने भारत जात असता न्यायाधीशांची भूमिका ब्रिटनची पार्लमेंट आणि भारत सरकार हे दोन घटक स्वीकारणार होते. दिलेल्या सुधारणांचा पहिला हप्ता कसा काय राबविला जातो आणि भारतीय लोकांवर टाकलेली जबाबदारी ते कशी काय पार पाडतात यावर दुसरा हप्ता अवलंबून राहणार होता. सारांश, भारतीय समाजाला स्वातंत्र्याचे अथवा स्वराज्याचे हक्क एकदम न मिळता ते क्रमाक्रमाने मिळणार असल्याची ही मॉंटेग्यूसाहेबाची घोषणा होती.

अत्यंत सुंदर भाषेत ही घोषणा नमूद केली होती. या घोषणेचे स्वागत मवाळ पक्षाने 'Magna Carta of India' असे जरी केले तरी जहालांच्या आकांक्षा या घोषणेने पूर्ण झाल्या नाहीत. या घोषणेनंतर मॉंटेग्यूसाहेबाने पाच महिन्यांचा भारताचा दौरा काढला. अनेक पक्ष आणि संस्था यांच्या मुलाखती घेतल्या. पार्लमेंटला मंजूर होतील व भारताला त्या भरीव वाटतील अशा सुधारणा देण्याचे बिकट कार्य मॉंटेग्यूचे होते. भारत सरकारशी विचारविनिमय करून त्याने 'भारताच्या घटनात्मक सुधारणेचा अहवाल' प्रसिद्ध केला. त्या अहवालावरच पुढे पार्लमेंटमध्ये 23 डिसेंबर, 1919 रोजी 'गव्हर्मेंट ऑफ इंडिया ॲक्ट' हा कायदा पास झाला. हा कायदा पास होत असताना लो. टिळक, जोसेफ बॉप्टिस्टा, बिपिनचंद्र पाल, केळकर इत्यादी भारतीय नेते ब्रिटनमध्ये जाऊन भारताच्या मागण्या पार्लमेंटच्या सभासदांच्या मनात बिंबविण्याचा प्रयत्न करीत होते. त्या वेळी पार्लमेंटमध्ये अल्पमतात असणाऱ्या मजूर पक्षाची ते सहानुभूती मिळवू शकले. तथापि, मजूरपक्षीयांच्या सूचना पार्लमेंटमध्ये मंजूर झाल्या नसल्या तरी ब्रिटनमध्ये भारतीय जनतेच्या आकांक्षेविषयी प्रेम व सहानुभूती बाळगणारा हा पक्ष आहे, ही मोठी समाधानाची गोष्ट होती.

19.2 मॉंटेग्यू - चेम्सफर्ड सुधारणा

सन 1909 च्या मोर्ले-मिंटो सुधारणा देताना भारतात भविष्यकाळात जबाबदार राज्यपद्धती (स्वराज्य) दिली जाईल अशी आशाही व्यक्त करण्यास ब्रिटिश तयार नव्हते. त्यांच्या मते, अशी मागणी करणे म्हणजे आकाशातील चांदोबा मागण्यासारखी अशक्य गोष्ट होती. त्याच ब्रिटिशांनी 1917 साली तशा प्रकारची राज्यपद्धती निर्माण करणे हे आमचे अंतिम उद्दिष्ट असेल असे जाहीर केले. त्यामुळे एकंदर सुधारणेच्या प्रक्रियेला मोठा वेग प्राप्त झाला. सरकारने सुधारणेची दहा पावले पुढे टाकावीत अशी अपेक्षा असताना फक्त एक-दोनच पावले पुढे पडत होती हे खरे; परंतु पावलांची दिशा मात्र लोकशाहीच्या मंदिराकडे जाणारी होती हे मान्यच करावे लागेल. सन 1919 च्या कायद्याने बहाल केलेले हक्क अपुरे वाटतात व काही ठिकाणी ते केवळ लोकशाहीचा देखावा निर्माण करणारेही वाटतात. तथापि, जे काही पदरात पडले होते त्याचे मूल्य घटनात्मक लोकशाहीच्या दृष्टीने काही कमी नव्हते. मिळालेले हक्क ब्रिटिशांनी मोठ्या आनंदाने दिले होते असेही नाही. त्यासाठी पहिल्या महायुद्धात भारताने ब्रिटनला मनोभावे सहकार्य केले होते. परंतु, उलट सरकार मात्र दडपशाहीने वागत होते. मुद्रणस्वातंत्र्यावर गदा आणून व भारतीय नेत्यांना प्रसंगी तुरुंगाची हवा दाखवून राजकीय

हक्कांविषयीच्या चळवळी दडपून टाकण्याचा प्रयत्न करीत होते. लो. टिळक आणि ॲनी बेझंट यांच्या होमरूल चळवळींनी भारतात गती घेतली होती. दिवसेंदिवस भारतीय असंतोष वाढत होता. या असंतोषाचा मोठा उद्रेक होण्यापूर्वीच सुधारणा देणे आवश्यक होते. अशा बराच काळ अपेक्षित असलेल्या सुधारणा सन 1919 च्या कायद्याने मिळाल्या, त्या पुढीलप्रमाणे :

■ सन 1919 च्या कायद्याची कलमें (मॉंट-फर्ड सुधारणा)

(1) पूर्वी भारतमंत्र्याचा पगार भारत सरकारच्या तिजोरीतून भागविला जाई. पण या कायद्यान्वये तो ब्रिटनच्या तिजोरीतून द्यावा असे ठरले.

(2) इंडिया कौन्सिलच्या सभासदांची संख्या आठ ते बारा करण्यात येऊन त्यात तीन भारतीय सभासदांची नियुक्ती करण्यात आली. पूर्वी दोन भारतीय सभासद होते.

(3) या कायद्याने ब्रिटनमध्ये 'हाय कमिशनर फॉर इंडिया' या अधिकाऱ्याची नियुक्ती झाली. गव्हर्नर जनरलचे विलायतेमध्ये प्रतिनिधित्व करण्याची त्याची जबाबदारी होती. गव्हर्नर-जनरलने त्याची नियुक्ती करावयाची होती.

(4) या कायद्याने गव्हर्नर जनरलचे परराष्ट्र खात्यावर प्रत्यक्ष नियंत्रण सुरू झाले.

(5) गव्हर्नर जनरलच्या कार्यकारी मंडळात सहा सभासद असत. त्यांपैकी आता तीन सभासद भारतीय असावेत असे ठरले.

(6) या कायद्यान्वये केंद्रीय मंडळाची दोन गृहे प्रस्थापित झाली :

(i) कनिष्ठ सभा (Legislative Assembly) (ii) वरिष्ठ सभा (Council of State)

(7) कनिष्ठ सभेचे 145 सभासद व वरिष्ठ सभेचे 60 सभासद असावेत असे ठरले. या कायद्यान्वये उभय सभागृहांत लोकप्रतिनिधींचे बहुमत झाले.

(8) कनिष्ठ सभेतील 145 सभासदांपैकी 41 जण सरकारनियुक्त व बाकीचे 104 जण प्रांतांतून लोकांनी निवडून दिलेले असत. लोकनियुक्तांपैकी 30 मुस्लीम, 2 शीख, 7 जमीनदार, 4 व्यापारीवर्गांपैकी आणि 52 सर्वसाधारण मतदारसंघांतून अशी विभागणी होती.

(9) वरिष्ठ सभेच्या 60 सभासदांपैकी 19 सरकारी अधिकारी, 7 सरकारनियुक्त बिनसरकारी सभासद आणि 34 लोकप्रतिनिधी अशी रचना होती. 34 पैकी 10 मुस्लीम मतदारसंघांतील मुस्लीम सभासद असत.

(10) प्रत्येक प्रांताला त्याच्या महत्त्वाप्रमाणे केंद्रीय कायदेमंडळातील जागा मिळत.

(11) मुस्लीम, शीख, युरोपियन आदींना या कायद्याने स्वतंत्र मतदारसंघ बहाल केले. जमीनदार व व्यापारीवर्ग यांच्यासाठीही वेगळे मतदारसंघ निर्माण केले.

(12) या कायद्याने मताचा अधिकार फक्त कर देणाऱ्या व्यक्तींनाच (घरपट्टी, जमीन महसूल इ.) देण्यात आला. सर्वच ठिकाणी मताधिकाराची पात्रता सारखी ठेवण्यात आली नाही.

(13) यापूर्वी गव्हर्नर जनरल हाच कायदेमंडळाचा अध्यक्ष असे. या कायद्याने कनिष्ठ कायदेमंडळास आपणास हव्या त्या सभासदास अध्यक्ष म्हणून निवडण्याचा अधिकार मिळाला. अर्थात, अशा निवडीस गव्हर्नर जनरलची संमती आवश्यक होती.

(14) केंद्रीय कायदेमंडळाला केंद्रीय विषयसूचीतील सर्व बाबींवर कायदे करण्याचा आणि प्रांतांविषयी कायदे करण्याचा अधिकार प्राप्त झाला. प्रांतांविषयी कायदे करीत असता कायदेमंडळाला गव्हर्नर जनरलची पूर्वानुमती आवश्यक होती.

(15) याशिवाय कायदेमंडळाने मंजूर केलेला कायदा रद्द करण्यासाठी किंवा अस्तित्वात असलेला कायदा बदलण्यासाठी गव्हर्नर जनरलची पूर्वानुमती आवश्यक होती.

(16) संरक्षण, परराष्ट्र, धर्म आणि सार्वजनिक कर्ज या विषयांसंबंधी कोणतेही बिल गव्हर्नर जनरलच्या पूर्वसंमती-शिवाय गृहात मांडता येणार नव्हते.

(17) गव्हर्नर जनरलच्या कार्यकारी मंडळाकडून अंदाजपत्रक कनिष्ठ सभेत मांडले जाईल. त्यावर सभासदांना चर्चा करता येईल आणि मतदानही करता येईल; तथापि, संरक्षण खर्च, राजकीय बाबी, सनदी अधिकाऱ्यांचे पगार, कर्जाचे व्याज यांवर सभासदांना मतदान करता येणार नाही असे या कायद्याने ठरले.

(18) सभासदांना एखाद्या बाबीवरील अनुदान (ग्रँट) कमी करण्याचा अधिकार होता, ते वाढविण्याचा नव्हता.

(19) अंदाजपत्रकातील एखादी ग्रँट सभागृहाने नामंजूर केली तरी गव्हर्नर जनरल स्वतःच्या अधिकारात ती मंजूर करी.

(20) केंद्रीय कार्यकारी मंडळ कनिष्ठ सभागृहाला जबाबदार नव्हते. कनिष्ठ सभागृहाला त्याच्यावर अविश्वास प्रकट करून दूर करता येत नव्हते.

(21) प्रश्न विचारणे, उपप्रश्न विचारणे, चर्चा करणे, प्रतिकूल टीका करणे, मत देणे यांसारखे अधिकार सभासदांना होते. तथापि सभासदांनी केलेले ठराव कार्यकारी मंडळावर बंधनकारक नव्हते.

(22) वरिष्ठ सभागृहाचा अध्यक्ष गव्हर्नर जनरलकडून नियुक्त केला जाई. वरिष्ठ गृहाचे प्रमुख कार्य म्हणजे कनिष्ठ सभागृहाने मंजूर करून पाठविलेल्या ठरावावर आपली प्रतिक्रिया व्यक्त करणे. वरिष्ठ सभागृहासाठी मताधिकाराची पात्रता बरीच वरच्या दर्जाची होती. सर्व देशात असे फक्त सतरा हजार मतदार होते.

कनिष्ठ सभागृहाप्रमाणेच वरिष्ठ सभागृहाचे अधिकार होते. फक्त अंदाजपत्रकावर कनिष्ठ सभागृहामध्येच मतदान घेतले जाई, एवढाच फरक होता.

(23) कायदेमंडळाचे अधिवेशन बोलाविणे, तहकूब करणे, बरखास्त करणे हे गव्हर्नर जनरलचे अधिकार होते.

(24) या कायद्यान्वये देशाची सुरक्षितता व शांतता धोक्यात येत असेल तर कोणत्याही बाबीवरील सभागृहात चाललेली चर्चा गव्हर्नर जनरलला थांबविता येई; कोणत्याही प्रश्नाचे उत्तर तो नाकारू शके; सभागृहापुढे केव्हाही भाषण देऊ शके किंवा पास झालेल्या ठरावास संमती देणे, न देणे, तो परत पाठविणे या गोष्टी त्याच्या मर्जीवर अवलंबून होत्या.

(25) कायदेमंडळात पास झालेले कोणतेही बिल विलायत सरकारच्या मंजुरीसाठी तो राखून ठेवू शके. त्याला कायदा करण्याचेही अधिकार होते. त्याने केलेले कायदे रद्द करण्याचे अधिकार कायदेमंडळास नव्हते. ते फक्त विलायत सरकारलाच होते.

(26) या कायद्यान्वये गव्हर्नर जनरल वटहुकूम काढू शकत असे, त्याची मुदत वाढवू शके. त्याच्या संमतीनंतरच अंदाजपत्रक सभागृहापुढे सादर केले जाई.

(27) राज्यकारभाराच्या खात्यांची वाटणी केंद्रात आणि प्रांतात करण्यात आली. या कायद्याने प्रांताकडे द्यावयाची खाती निश्चित झाली. त्यात पुन्हा राखीव व सोपीव अशी विभागणी करण्यात आली. राखीव खात्यांचा कारभार गव्हर्नर सरकारी मंत्र्यांकडूनही पाही तर सोपीव खात्यांचा कारभार लोकप्रतिनिधींच्या हाती सोपविण्यात आला. राखीव खात्यांचे मंत्री हे गव्हर्नरलाच जबाबदार असत तर सोपीव खात्याचे मंत्री प्रांतीय कायदेमंडळाला जबाबदार असत. अशा प्रकारे 'राखीव' व 'सोपीव' अशा दोन गटांत प्रांतीय राज्यकारभाराची वाटणी झाली; तिला 'द्विदल राज्यपद्धती' असे म्हणतात.

(28) लष्कर, परराष्ट्र चलन इत्यादी अखिल भारतीय महत्त्वाची खाती केंद्राकडे देण्यात आली, तर स्थानिक स्वराज्य, आरोग्य, शिक्षण इत्यादी खाती प्रांतांच्या ताब्यात देण्यात आली.

(29) प्रांतांकडे दिलेल्या बाबीतील पोलीस, जमीन महसूल, न्याय इत्यादी खाती राखीव व स्थानिक स्वराज्य, आरोग्य, शिक्षण इत्यादी खाती सोपीव असे ठरविण्यात आले.

(30) या कायद्यान्वये प्रांतीय खात्यांच्या कारभारातील केंद्रीय सरकारच्या हस्तक्षेपाचा अधिकार बराच कमी केला गेला. सोपीव खात्यांवरील केंद्राचे वर्चस्व नष्ट करण्यात आले. प्रांत व केंद्र यांच्या करप्राप्तीच्या बाबी स्पष्ट करण्यात आल्या. प्रांतांनाही काही बाबीत कर वसूल करण्याचा अधिकार मिळाला.

(31) प्रांतीय कायदेमंडळातील सत्तर टक्के जागा लोकप्रतिनिधींच्या करण्यात आल्या. प्रत्यक्ष निवडणुकीचे तत्त्व स्वीकारण्यात आले. मताधिकाराची पात्रता प्रत्येक प्रांतात भिन्न-भिन्न होती. स्त्रियांना मताधिकार मिळाला नाही.

(32) प्रांतीय कायदेमंडळात जातवार व विशिष्ट हितसंबंधांचे प्रतिनिधी कसे घेतले गेले हे सोदाहरण पाहू. मुंबईच्या कायदेमंडळात 111 प्रतिनिधी होते. पैकी 86 लोकनियुक्त, 20 सरकारी व 5 सरकारने नेमलेले बिनसरकारी, 86 पैकी 22 ग्रामीण भागातील मुस्लिमांचे प्रतिनिधी + 5 शहरी भागातील प्रतिनिधी + 35 ग्रामीण भागातील मुस्लिमेतर प्रतिनिधी + 11 मुस्लिमेतर शहरी प्रतिनिधी + 2 युरोपियन + 2 जमीनदार + 7 व्यापारी व उद्योगपती + 1 मुंबई विद्यापीठ.

19.3 मॉंट- फर्ड सुधारणांचे परीक्षण

(1) या कायद्याने भारतमंत्र्याच्या अधिकारात महत्त्वाचे बदल झाले नाहीत. पूर्वीसारखाच तो भारतीय राज्यकारभाराचा सर्वश्रेष्ठ अधिकारी राहिला. तथापि, प्रांतातील सोपीव खात्यांवरील त्याचा प्रत्यक्ष अधिकार रद्द करण्यात आला. भारतीय लोकांना अधिकाधिक कारभारात सामावून घेणे या उद्दिष्टान्वये गव्हर्नर जनरलला पूर्वीपेक्षा अधिक अधिकार मिळाले. पूर्वी प्रांतीय अथवा केंद्रीय कायदेमंडळात बिल मांडण्यापूर्वी भारतमंत्र्याची संमती आवश्यक होती, हे कलम रद्द झाले. आता फक्त संरक्षण, जकात, चलन यांसारख्या महत्त्वाच्या बाबी सोडल्यास भारतामध्ये पास झालेल्या कायद्यांना भारतमंत्र्याची संमती आवश्यक नव्हती.

(2) या कायद्याने 'इंडियन हायकमिशनर' नेमला गेला. तथापि, कॅनडाच्या हायकमिशनरप्रमाणे त्याला दर्जा अथवा अधिकार देण्यात आले नाहीत.

(3) या कायद्यान्वये गव्हर्नर जनरल पूर्वीसारखाच अनियंत्रित व सर्वश्रेष्ठ अधिकारी राहिला होता. केंद्रीय कायदेमंडळाचे त्याच्यावर वर्चस्व प्रस्थापित झाले नाही की राज्यकारभाराचे त्याचे अधिकारही कमी झाले नाहीत.

(4) गव्हर्नर जनरलच्या कार्यकारी मंडळात भारतीय सभासदांची संख्या वाढली तरी हे सभासद लोकनियुक्त नसून सरकारनियुक्त व सरकारच्या खास मर्जीतील होते. तसेच कार्यकारी मंडळ कायदेमंडळाला जबाबदार नसल्याने सभासदांवर कायदेमंडळाचा वचकही नव्हता.

(5) सन 1909 च्या कायद्यात अप्रत्यक्ष निवडणुकीचे तत्त्व होते तर सन 1919 च्या कायद्यात प्रत्यक्ष निवडणुकीचे तत्त्व स्वीकारले गेले. तसेच कायदेमंडळाला (कनिष्ठ) स्वतःचा अध्यक्ष निवडण्याचा हक्क मिळाला.

(6) या कायद्याने केंद्रीय कायदेमंडळ द्विगृही झाले. अशा प्रकारे कायदेमंडळाच्या विकासाचा महत्त्वपूर्ण टप्पा गाठला गेला.

(7) तथापि, या कायद्यात स्वतंत्र मतदारसंघाचे तत्त्व त्याज्य ठरविले गेले नाही. उलट, मुस्लिमांबरोबर शीख, युरोपियन्स, अँग्लो-इंडियन्स, इंडियन ख्रिश्चन्स यांना स्वतंत्र मतदारसंघ बहाल करण्यात आले. राष्ट्रीय एकात्मतेच्या दृष्टीने या कायद्याचा हा मोठा दोष होय. यामुळे देशात फुटीर वृत्ती पोसल्या गेल्या.

(8) अजूनही सर्व नागरिकांना मताधिकार मिळालेला नव्हता. स्त्रियांचा हक्क डावलला गेला होता. हाही कायद्याचा एक दोषच होय.

(9) अंदाजपत्रकावर टीका करण्याचा हक्क जरी सभासदांना मिळाला होता तरी अद्यापही दोन-तृतीयांश अंदाजपत्रकावर त्यांना मतदान करता येत नव्हते. तसेच एखाद्या खात्याविषयी ते प्रश्न विचारू शकत. तथापि, त्या खात्याच्या मंत्र्याला ते खाली खेचू शकत नव्हते. मंत्री त्यांना जबाबदार नसून गव्हर्नर जनरलला जबाबदार होते.

(10) केंद्रामध्ये जबाबदार राज्यपद्धती निर्माण करावी किंवा ब्रिटिश पार्लमेंटच्या धर्तीवर कायदेमंडळाची रचना करावी हा ब्रिटिशांचा उद्देश नव्हताच. त्यामुळे गव्हर्नर जनरलकडे पूर्वीसारखेच अमर्याद अधिकार राहिले. कायदेमंडळात पास झालेले कोणतेही बिल तो ठोकरून लावू शकत होता. सारांश, कायदेमंडळावर त्याची पूर्ण सत्ता चालत होती; तोच खरा सत्ताधारी होता. एका दृष्टीने विचार करता, ब्रिटिशांनी संसदीय पद्धतीचा देखावा निर्माण केला. परंतु प्रत्यक्ष सत्ता मात्र पूर्णपणे आपल्या ताब्यात ठेवली.

(11) या कायद्याने केंद्रात लोकनियुक्त प्रतिनिधींचे बहुमत निर्माण केले. कायदेमंडळाच्या सभासदांच्या हक्कांत वाढ झाली. त्यामुळे सरकारवर अधिक स्वातंत्र्याने टीका करता येऊ लागली. देशात सतत राजकीय जागृती राखण्याच्या दृष्टीने असे चांगले व्यासपीठ लोकनेत्यांना मिळाले. या कायद्याने दिलेल्या या चांगल्या बाबी होत.

(12) या कायद्याचा सर्वांत मोठा विशेष म्हणजे त्यांनी प्रांतांत द्विदल राज्यपद्धती निर्माण केली. सोपीव खाती लोकप्रतिनिधींच्या हाती सोपविण्यात आली. भारतीय लोकांना राज्यकारभारात अधिकाधिक भाग घेऊ देण्याच्या धोरणाचा हा महत्त्वपूर्ण टप्पा होता. जबाबदार राज्यपद्धतीची ती पूर्वतयारी होती. तथापि, याही द्विदल राज्यपद्धतीत प्रांतांच्या गव्हर्नरला इतके खास अधिकार दिले होते की, जे अधिकार लोकप्रतिनिधींना मिळाले होते त्यांची पावलोपावली गळचेपी होत होती. सरकारने कारभारावर आपले वर्चस्व ठेवले होते.

19.4 प्रांतांतील द्विदल राज्यपद्धतीचा प्रयोग

(1) सन 1919 च्या कायद्याने सर्व प्रांतांना समान दर्जा दिला गेला. लेफ्टनंट गव्हर्नर व चीफ कमिशनर यांच्या ठिकाणी गव्हर्नर व कार्यकारी मंडळ निर्माण करण्यात आले.

(2) प्रांताकडे आलेल्या बाबींपैकी राखीव व सोपीव अशी खात्यांची वाटणी करण्यात आली. राखीव खात्यांचा कारभार गव्हर्नरच्या कार्यकारी मंडळांच्या सभासदांकडे होता तर सोपीव खात्याचा कारभार कायदेमंडळाच्या लोकनियुक्त सभासदांकडे देण्यात आला.

(3) जरी खात्यात गंभीर चुका झाल्या तरी राज्यकारभाराचे फारसे नुकसान होणार नाही अशी खाती लोकनियुक्त मंत्र्यांकडे सोपविण्यात आली. (उदा., स्थानिक स्वराज्य, शिक्षण, जंगल, शेती इत्यादी.) सोपीव खात्यात उत्पन्न कमी परंतु त्या खात्यावर खर्च अधिक अशी परिस्थिती होती. पोलीस, न्याय, तुरुंग, जमीन महसूल इत्यादी खाती राखीव म्हणून समजली गेली.

(4) प्रांता-प्रांतात वाद निर्माण झाल्यासच किंवा सोपीव खात्यांच्या कारभारामुळे केंद्रीय खात्यावर काही प्रतिकूल परिणाम होत असेल तरच केंद्राने प्रांताच्या कारभारात हस्तक्षेप करावा असे या वेळी ठरले.

(5) प्रांतीय कायदेमंडळात बिल मांडण्यापूर्वी आता गव्हर्नर जनरलची संमती घेणे आवश्यक राहिले नाही. तथापि, पास झालेल्या बिलांना गव्हर्नर जनरलची संमती आवश्यक होती.

(6) या कायद्यापूर्वी गव्हर्नराच्या कार्यकारी मंडळात सरकारी अधिकारी असत. आता त्यात लोकनियुक्त मंत्र्यांची भर पडली. गव्हर्नराला निर्णायक मत असे. प्रसंगी तो कार्यकारी मंडळाचे मत धुडकावून लावून स्वतःचा निर्णय पक्का करी. कायदेमंडळाचे अधिवेशन बोलावणे, ते बरखास्त करणे हे अधिकार गव्हर्नरकडे होते. पास झालेल्या प्रत्येक बिलाला त्याची अनुमती आवश्यक ठरे. तो कोणत्याही बिलाची चर्चा तहकूब करू शके. सारांश, गव्हर्नर जनरलला केंद्रीय कायदेमंडळाबाबत जसे अधिकार होते तसेच हे अधिकार होते.

(7) कारभार करीत असता एखादे बिल आवश्यक वाटल्यास गव्हर्नरकडून ते कायदेमंडळात मांडले जाई आणि ते नामंजूर झाले तरी त्यास कायद्याचे स्वरूप प्राप्त होई.

(8) सोपीव खात्याचे मंत्री कायदेमंडळास जबाबदार असत. म्हणजे कायदेमंडळाने अविश्वास प्रकट केल्यास त्या मंत्र्याला राजीनामा द्यावा लागे. सामान्यतः ज्या सभासदास कायदेमंडळात बहुमताचा पाठिंबा आहे अशाच सभासदाला गव्हर्नर मंत्री म्हणून नियुक्त करी.

(9) गव्हर्नर, त्याचे कार्यकारी मंडळातील सरकारी सभासद व लोकनियुक्त मंत्री या सर्वांनी एकत्रित विचारविनिमय करून प्रांताचा कारभार हाकावा असा संकेत या कायद्यात होता. सरकारी मंत्र्यांनी आपला अनुभव व लोकनियुक्तांनी जनतेच्या अडचणी सांगून कारभार कार्यक्षम व लोककल्याणकारी करावा अशी मूळ कल्पना होती.

19.5 द्विदल राज्यपद्धतीच्या अपयशाची कारणमीमांसा

(1) खरे म्हणजे द्विदल राज्यपद्धती ही चुकीच्या पायावर उभारलेली होती. राज्यशास्त्रामध्ये तिचे समर्थन करणारे तत्त्व सापडू शकत नाही. राज्यकारभार हा दोन हाती चांगला चालूच शकत नाही, हेच या पद्धतीने स्पष्ट केले. राज्यकारभाराची राखीव व सोपीव खात्यांत विभागणी करून त्याचे दोन स्वतंत्र भाग करण्यात आले. हे भागही एकमेकांस सहसा सहकार्य न करणारे असे होते. एका बाजूकडे सरकारी अधिकारी तर दुसऱ्या बाजूकडे लोकप्रतिनिधी यांच्यात सत्तेची वाटणी झाली होती. राज्यकारभाराची सत्ता अविभाज्य राहिली पाहिजे, हे तत्त्व या ठिकाणी डावलले गेले होते.

(2) सोपीव खाती लोकप्रतिनिधींच्या ताब्यात व राखीव खाती सरकारी अधिकाऱ्यांच्या ताब्यात असल्यामुळे त्यांच्यात साहचर्य व सलोखा कसा तो नांदू शकला नाही. बऱ्याच वेळा ते एकमेकांवर जहरी टीका करीत. संघर्षाच्या प्रसंगी गव्हर्नर सरकारी अधिकाऱ्यांचीच बाजू घेई.

(3) खुद्द लोकनियुक्त मंत्र्यांमध्येही सहकार्य व एकी होती असे नाही, त्यांच्यातही एकमेकांवर कडाडून हल्ले चढविणे यांसारखे प्रकार होत. कायदेमंडळात समर्थ असे संसदीय पक्ष नसल्याने या लोकनियुक्त मंत्र्यात धोरणाची एकवाक्यता येणे अशक्य होते.

(4) लोकनियुक्त मंत्र्यांची परिस्थिती मोठी नाजूक होती. गव्हर्नर त्यांची नेमणूक करी किंवा त्यांची बडतर्फी करी; तर कायदेमंडळ त्यांच्यावर अविश्वासाचा ठराव आणून त्यांना खाली खेचू शके. म्हणजे दोन मालकांची सेवा या लोकनियुक्त मंत्र्यांना करावी लागे. खरे म्हणजे हे मंत्री कायदेमंडळापेक्षा गव्हर्नरसाहेबाचीच मर्जी अधिक सांभाळत. कारण कायदेमंडळात लहान-लहान गट असल्याने त्यात एकी होऊन मंत्र्यांवर अविश्वासाचा ठराव येणे अवघड असे. त्यामुळे त्यांना कायदेमंडळापेक्षा गव्हर्नराचीच भीती अधिक वाटे; ते त्यांची मर्जी संपादन करण्यासाठी धडपडत असत. परिणामी, काही लोकनियुक्त मंत्री हे सरकारी मंत्र्याप्रमाणेच बनून राहत. दुसरे असे की, मंत्रिपदावरून निवृत्त झाल्यावर त्यांना गव्हर्नर आपल्या कार्यकारी मंडळात सरकारी मंत्री म्हणून नेमून घेण्याची शक्यता असे. त्यामुळे साहजिकच, गव्हर्नराच्या इच्छेबाहेर लोकनियुक्त मंत्री सहसा जात नसे.

(5) लोकनियुक्त मंत्र्यांच्या खात्यात जे सनदी नोकर असत त्यांच्यावर या मंत्र्यांचा फारसा अधिकार चालत नसे. सनदी अधिकारी भारतमंत्र्याकडून नियुक्त झालेले असत. लोकनियुक्त मंत्र्यांना आपल्या मर्जीप्रमाणे आपल्या खात्यात सनदी अधिकारी घेण्याचा किंवा बदलण्याचा अधिकार नव्हता. सनदी अधिकाऱ्यांना सरकारचा पाठिंबा असल्याने ते मगरुरीने वागत.

(6) द्विदल राज्यपद्धतीत गव्हर्नराने संयुक्त चर्चेला प्रोत्साहन द्यावे, सर्व मंत्र्यांना बोलावून विचारविनिमयाने राज्यकारभाराचे धोरण ठरवावे असा संकेत व्यक्त केला होता. तथापि, गव्हर्नरांनी मात्र प्रत्येक मंत्र्याला स्वतंत्रपणे चर्चेला बोलावून लोकशाहीविरोधी आचरण चालविले होते. तसेच सर्व मंत्रिमंडळ म्हणजे एक गट,

यशापयश हे सर्वांचे; अशी भावना त्यांनी दृढ करावयास हवी होती. परंतु तसे केल्यास भारतीय लोकांना संसदीय पद्धतीचे मूलभूत शिक्षण मिळेल व ते ब्रिटिशांना द्यावयाचे नव्हते. म्हणून गव्हर्नरांनी शक्यतो या गोष्टी टाळल्या. तेव्हा जेथे गव्हर्नरांनी हा कायदा योग्यरीत्या राबविला नाही तेथे तो अयशस्वी झाला यात नवल कसले ?

(7) शिक्षण, आरोग्य, शेती यांसारख्या खात्यांना पैसा भरपूर लागतो. ही खाती लोकनियुक्त मंत्र्यांकडे सोपविली होती. परंतु तिजोरीची किल्ली म्हणजे अर्थखाते मात्र सरकारने आपल्या हातात ठेवले होते. अर्थखात्याचा मंत्री हा बडा सरकारी सनदी अधिकारी असल्याने त्याला या लोककल्याणकारी खात्यांविषयी आपुलकी नसे. सोपीव खात्यांना पैसा पुरविण्याचे काम अर्थखात्याचे असले तरी अर्थखात्याचा सचिव राखीव खात्यांवरच मेहेरनजर करी. सोपीव खाती दुर्लक्षित राहत. सोपीव खात्यांतील एखादी योजना सरकारी अनुदानास पात्र आहे की नाही हे अर्थखात्याचा सचिव ठरवे व त्याला वाटल्यास तो त्या योजनेला पैसा देई. अशा परिस्थितीत द्विदल राज्यपद्धतीचा प्रयोग यशस्वी होणे अशक्य होते.

(8) द्विदल राज्यपद्धती अपयशी ठरण्यास भारतातील राजकीय असंतोष व ब्रिटिशांची दडपशाही या गोष्टी कारणीभूत ठरल्या. जालियनवाला बाग हत्याकांडासारख्या अमानुष वागणुकीने भारतीय समाजात ब्रिटिशांविरुद्ध भयंकर असंतोष व चीड निर्माण झाली होती. परस्परांत अविश्वास निर्माण झाला होता. दरम्यान 1920 साली मोठा दुष्काळ पडून भारतीय समाजाची आर्थिक स्थितीही खालावली. त्याचे परिणाम सरकारच्या आर्थिक धोरणावर झाले. परिणामी, द्विदल राज्यपद्धतीत हवे असणारे राजकीय व सामाजिक स्वास्थ्य देशात निर्माण होऊ शकले नाही.

◉◉◉

२०

महात्मा गांधी आणि असहकाराची चळवळ

20.1 महात्मा गांधींचे सत्याग्रहाचे अहिंसात्मक तत्त्वज्ञान

20.2 महात्मा गांधींच्या सन **1920** च्या असहकार चळवळीची पार्श्वभूमी

20.3 सन **1920** ची असहकार चळवळ (चळवळीचे स्वरूप)

20.4 सन **1920** च्या असहकार चळवळीचे परीक्षण

20.5 चळवळीची राष्ट्रीय कामगिरी (परिणाम)

पहिल्या महायुद्धाने भारताच्या स्वातंत्र्य चळवळीवर बरेच परिणाम घडवून आणले. या युद्धात ब्रिटनला जय मिळावा म्हणून त्यास भारताने मनुष्यबळ व द्रव्यबळ यांचे बरेच साहाय्य केले. युद्धातील मनुष्यहानी, महागाई, करवाढ व रोगराई या सर्व आपत्ती भारतीय लोकांनी काही आशा उराशी बाळगून सहन केल्या होत्या. युद्धाच्या प्रयत्नात आपण जर राज्यकर्त्यांना साहाय्य केले तर ते आपणास स्वराज्याचे हक्क देतील हीच ती आशा होय. पुढे 1916 साली अशा हक्कांसाठी लो. टिळक व डॉ. ॲनी बेझंट या नेत्यांनी होमरूल ही चळवळ उभारली. ही चळवळ दिवसेंदिवस तीव्र होत असता, सरकारही दडपशाही करीत राहिले; पण शेवटी भारतातील व भारताबाहेरील घटनांच्या दडपणाखाली विलायत सरकारला आपले भारतातील उद्दिष्ट जाहीर करावे लागले. भारताला हप्त्याहप्त्याने स्वराज्य द्यायची घोषणा भारतमंत्री मॉंटेग्यू याने केली आणि त्याप्रमाणे 1919 साली स्वराज्याच्या सुधारणांचा पहिला हप्ताही मिळाला. तथापि, या सुधारणा भारतीय नेत्यांना समाधान देऊ शकल्या नाहीत.

या सुधारणा भारतीय जनतेच्या अपेक्षा पूर्ण न करणाऱ्या असल्याने त्या स्वीकारू नयेत म्हणून सी. आर. दास, बिपिनचंद्र पाल इत्यादी नेत्यांनी आग्रह धरला असता भारतीय राजकारणात एक शक्ती म्हणून उदयास आलेल्या एका नेत्याने म्हणजे महात्मा गांधींनी त्या राबवाव्यात असे आग्रहाचे मत प्रतिपादन केले. तथापि, महात्मा गांधींचे मत काही महिन्यांच्या आतच पालटले व कालपर्यंत सरकारशी सहकार्य करावयास निघालेला हा नेता, सरकारचा कट्टर विरोधक बनला. 1920 साली महात्मा गांधींनी असहकाराची चळवळ हाती घेतली आणि भारतीय राजकारणाच्या प्रवाहात नवे युग सुरू झाले. त्या युगाचा वृत्तान्त पाहण्यापूर्वी महात्माजींविषयी थोडा पूर्ववृत्तान्त पाहू.

■ महात्मा गांधींची दक्षिण आफ्रिकेतील कामगिरी

ब्रिटनमध्ये बॅरिस्टरची उच्च पदवी संपादन करून महात्मा गांधीजी सन 1891 मध्ये भारतात आले व वकिलीचा व्यवसाय करू लागले. सन 1893 मध्ये दक्षिण आफ्रिकेतील एक ब्रिटिश वसाहत-नाताळ येथे एक खटला लढविण्यासाठी ते गेले आणि त्यांच्या जीवनात महान परिवर्तन घडून आले. दक्षिण आफ्रिकेतील वसाहतीत अनेक भारतीय लोक मजूर व व्यापारी म्हणून स्थायिक झाले होते व तेथील गोऱ्या (ब्रिटिश) राजवटीखाली अपमानास्पद जीवन जगत होते. खुद्द गांधीजींना नाताळमध्ये गोऱ्या लोकांकडून होणाऱ्या अवहेलनेचे अनुभव पदोपदी येऊ लागले. ही अवहेलना सहन न करता तिचा प्रतिकार करावयाचा असे त्यांनी ठरविले व त्याच वेळी मोहनदास करमचंद यांच्यामधील महात्मा जागा झाला. नाताळ सरकारने भारतीय लोकांचा 'मतदानाचा हक्क हिरावून घेणारा कायदा' व त्यांच्यावर 'जिझिया करासारखा कर लादण्याचा कायदा' असे दोन कायदे या सुमारास तयार केले. महात्मा गांधींनी प्रथम या अन्यायी कायद्यांविरुद्ध तेथील भारतीय लोकांत जागृती आरंभिली व सरकारविरुद्ध अहिंसात्मक लढा पुकारला. अशाच प्रकारचा लढा त्यांनी ब्रिटिशांची दुसरी वसाहत ट्रान्सव्हाल येथेही चालू केला. ट्रान्सव्हाल सरकारने असा आदेश काढला होता की, प्रत्येक काळ्या माणसाने (भारतीय) आपल्या बोटाचे ठसे सरकारकडे दिले पाहिजेत. बोटांचे ठसे फक्त चोर-दरोडेखोर यांचेच घेतात. अशा अन्यायी कायद्याचा प्रतिकार करण्यासाठी महात्मा गांधींनी प्रथमच सत्याग्रहाचे अस्त्र वापरात आणले.

या आणि अशा प्रकारच्या अनेक वंशभेदी व अन्यायी कायद्यांविरुद्ध सन 1906 ते 1914 मध्ये झालेल्या तडजोडीत गोऱ्या सरकारने जिझिया करासारखे अनेक कर रद्द केले. महात्मा गांधींच्या सत्याग्रह या अस्त्राचा हा पहिला मोठा विजय होता. प्रबळ लष्करी सत्ताधीशांनाही आपण अहिंसात्मक सत्याग्रहाने नमवू शकतो असा आत्मविश्वास त्यांच्या ठिकाणी निर्माण झाला.

■ महात्मा गांधींची भारतातील प्रारंभीची कामगिरी

राजकारणात ना. गोखल्यांचे शिष्यत्व महात्मा गांधी मानत असत. दक्षिण आफ्रिकेत अपूर्व यश कमावल्यावर नामदार गोखले यांनी महात्मा गांधींना लंडनमार्गे भारतात येण्यास सांगितले व त्याप्रमाणे 6 ऑगस्ट, 1914 रोजी ते ब्रिटनला पोहोचले. तत्पूर्वी दोनच दिवस महायुद्ध सुरू झाले होते. नामदार गोखले यांच्याप्रमाणेच महात्मा गांधींचा ब्रिटिशांच्या न्यायबुद्धीवर पूर्ण विश्वास होता. एवढेच नव्हे, तर 'ब्रिटिश साम्राज्य जगाच्या कल्याणासाठी अस्तित्वात आले आहे' अशी त्यांची भावना होती. तेव्हा त्यांनी ब्रिटनमध्ये असताना युद्ध प्रयत्नात भारतीय लोकांनी ब्रिटिशांना साहाय्य करावे अशी भूमिका घेतल्यास नवल नव्हते.

जानेवारी 1995 मध्ये महात्मा गांधीजी भारतात आले. या वेळी भारतीय राष्ट्रसभा (काँग्रेस) ना. गोखले, मालवीय, फिरोजशहा मेहता इत्यादी मवाळ नेत्यांच्या हाती होती; आणि महात्मा गांधींचे सत्याग्रहाचे तत्त्वज्ञान या मंडळींच्या राजकीय साच्यात बसणारे नव्हते. म्हणून महात्मा गांधींनी भारतीय राजकारणात लगेच भाग घेतला नाही. नामदार गोखले यांच्या सल्ल्यानुसार त्यांनी सर्व देशभर भ्रमंती केली. आपल्या लोकांच्या राजकीय व आर्थिक स्थितीचे जवळून निरीक्षण केले. देशातील विविध पक्षांच्या नेत्यांशी देशाच्या विविध प्रश्नांवर चर्चा-विनिमय केला. आपल्या देशाला स्वराज्याचे हक्क मिळाल्याशिवाय आपल्या लोकांचा अभ्युदय होणार नाही याची त्यांना स्पष्ट जाणीव होती. पण स्वराज्याचे हक्क मिळविण्यासाठी राष्ट्रसभा या देशातील सर्वांत मोठ्या राजकीय संस्थेने स्वीकारलेले धोरण त्यांना मान्य नव्हते. पण त्यांच्या सत्याग्रही मार्गाने राष्ट्रसभा व देश जाण्यास अद्यापी कालावधी होता.

दुसऱ्या वर्षी म्हणजे सन 1916 मध्ये महात्मा गांधींनी आपल्या सत्याग्रह अस्त्राचा देशात पहिला प्रयोग केला. भारतातील मजुरांना मुदतबंदीने करार करून फिजी बेटात (प्रशांत महासागर) गोऱ्या मळेवाल्यांच्या शेतावर कामासाठी नेले जाई व गुलामाप्रमाणे वागविले जाई. ही गुलामगिरीचीच कायदेशीर पद्धती होती. ती कायद्याने नष्ट करण्याचे आश्वासन सरकारने देऊनही त्यासंबंधी सरकार चालढकल करीत होते. एवढेच नव्हे, तर ही पद्धती कमीतकमी पाच वर्षे तरी चालू देऊ असे गुप्त आश्वासनही सरकारने गोऱ्या मळेवाल्यांना दिले होते. महात्मा गांधींना हे समजल्यावर सरकारने ही पद्धती 31 मे, 1917 पूर्वी जर कायद्याने बंद पाडली नाही तर आपण सत्याग्रहाची चळवळ हाती घेऊ असे त्यांनी जाहीर केले. महात्मा गांधींची मागणी न्यायाची होती. सरकारला ती मान्य करावी लागली. एप्रिल 1917 मध्ये ही पद्धती बंद केल्याचे सरकारने घोषित केले. महात्मा गांधींच्या सत्याग्रहाचा भारतातील हा पहिला विजय होता.

दुसरा विजय बिहारमधील चंपारण्य सत्याग्रहाचा होता. चंपारण्यात गोऱ्या लोकांनी निळीचे मळे तयार केले होते व तेथे हजारो भारतीय मजूर असहायपणे आपले जीवन जगत होते. गोऱ्यांच्या मगरूर व अन्यायी कृत्यांची वार्ता महात्मा गांधींच्या कानावर येताच त्यांनी तेथील भारतीय मजुरांच्या साहाय्याला जायचे ठरविले. परंतु गोऱ्या मळेवाल्यांच्या पाठीशी सरकार होते. म. गांधींना चंपारण्यात प्रवेश करण्यास मनाई करण्यात आली व ती मोडल्याबद्दल त्यांच्यावर खटला भरण्यात आला (18 एप्रिल, 1917).

सर्व देशाचे लक्ष या खटल्याकडे लागले. महात्मा गांधींनी आपण गुन्हा केल्याचे कबूल करून आपणास शिक्षा व्हावी म्हणून मागणी केली. आपण अन्यायी कायदा मोडला असला तरी आपल्या सद्सद्विवेक बुद्धीस स्मरूनच मोडला असल्याचे त्यांनी जाहीर केले. सर्व देशभर या खटल्याची चर्चा सुरू झाली आणि लोकमताच्या दबावाखाली सरकारला हा खटला काढून घ्यावा लागला. एवढेच नव्हे, तर चंपारण्यामधील मजुरांवरील अन्याय दूर करणारा कायदा करणेही सरकारला भाग पडले. चंपारण्यातील सत्याग्रहात म. गांधींच्या राजकीय जीवनास खरा प्रारंभ झाला. भारतीय राजकीय क्षेत्रात त्यांच्या रूपाने एक नवा तारा उदयास आला होता, त्यांचे सत्याग्रहाचे आगळे तत्त्वज्ञान प्रत्यक्ष अनुभवावरून आकार घेत होते.

चंपारण्याच्या सत्याग्रहानंतर म. गांधींनी अहमदाबादेतील कापड गिरणी कामगारांच्या न्याय्य मागणीसंबंधी आंदोलन उभारून सत्याग्रहाच्या मार्गानेच गिरणी मालकांकडून न्याय मिळवून दिला. यानंतर महात्मा गांधीजी गुजरातमधील खेडा जिल्ह्यातील शेतकऱ्यांच्या साहाय्यास धावले. दुष्काळाने पंचवीस टक्क्यांहून कमी उत्पन्न झाले तर सरकारने सारा तहकुबी करण्याचा कायदा असतानाही आणि खेडा जिल्ह्यात तशी परिस्थिती असतानाही सरकारी अधिकारी सारा तहकुबीस तयार नव्हते. म. गांधींनी शेतकऱ्यांचे नेतृत्व करून सरकारला सारा न देण्याचे व सरकारच्या दडपशाहीस अहिंसात्मक प्रतिकार करण्याचा आदेश दिला. त्याप्रमाणे चळवळ सुरू झाली व सरकारची दडपशाहीही चालू झाली; परंतु शेतकऱ्यांनी माघार घेतली नाही. लाठीमार, घरादारांची जप्ती, तुरुंगवास इत्यादी सर्व त्यांनी सहन केले. परिणामी, शेवटी सरकारला नमावे लागले व शेतकऱ्यांची मागणी मान्य करावी लागली.

चंपारण्याप्रमाणेच खेडा सत्याग्रहाकडे सर्व देशाची नजर लागली होती. येथील यशाने म. गांधींची लोकप्रियता वाढीस लागली; तसेच येथून पुढे राष्ट्रीय मुक्तिसंग्रामात खेड्यातील शेतकरीही सामील होण्याच्या प्रक्रियेस सुरुवात झाली. भारतीय स्वातंत्र्याच्या चळवळीस आता सत्याग्रहाच्या रूपाने राज्यकर्त्यांशी संघर्ष करण्याचे एक नवे अस्त्र लाभले होते. या अस्त्रामध्ये आत्मबल, निर्भयता, अहिंसेवरील अचल श्रद्धा, सर्वांप्रती सद्भाव आणि राष्ट्रप्रेम या गुणांचा समावेश असल्याने नवी चळवळ पूर्वीच्या चळवळींहून अनेक बाबतीत आगळी होती.

20.1 महात्मा गांधींचे सत्याग्रहाचे अहिंसात्मक तत्त्वज्ञान

महात्मा गांधींच्या व्यक्तिगत व सार्वजनिक जीवनात सत्य व अहिंसा या तत्त्वांना परम महत्त्व आहे. त्यांचे संपूर्ण राजकीय तत्त्वज्ञान या तत्त्वांवर आधारलेले आहे. त्यांच्या दक्षिण आफ्रिकेतील चळवळीत जे सत्याग्रहाचे अस्त्र उदयास आले त्या अस्त्राची प्रेरणाही याच दोन तत्त्वांमधून तयार झाली होती. म. गांधींचे सत्याग्रहाचे अहिंसात्मक तत्त्वज्ञान त्यांच्याच शब्दांत समजून घेणे अधिक उचित ठरेल.

1. **अहिंसा म्हणजे भेकडपणा नव्हे :** म. गांधींनी आपल्या अनुयायांना अन्यायाशी व जुलमाशी अहिंसात्मक प्रतिकार करावयास शिकवले. पण ही अहिंसा भ्याड माणसांची नव्हती. जो निर्भय असतो, जो शूर असतो त्यासच ही अहिंसा आचरता येते.

महात्मा गांधी

महात्मा गांधीजी म्हणतात, ''अहिंसा हा भ्याडाचा किंवा नेभळपटणाचा मार्ग नव्हे. मृत्यूला सामोरे जाणाऱ्या शूरांचा तो मार्ग आहे. हाती शस्त्रे घेऊन जो मृत्युमुखी पडतो तो निःसंशय शूर आहे. परंतु जरादेखील कच न खाता किंवा बोटेदेखील न उचलता जो मृत्यूला सामोरा जातो तो अधिक शूर म्हटला पाहिजे. तुम्ही नामर्दपणावर अहिंसेचे अस्तर चढविण्यापेक्षा तुमच्या मनात जर खरोखरच हिंसा धगधगत असेल तर हिंसेचे आचरण करणे अधिक चांगले असे मी बिनदिक्कत सांगेन. नामर्दपणापेक्षा हिंसा केव्हाही श्रेयस्कर.''

युद्धाने भारताचाच काय, अखिल जगाचाही उद्धार होऊ शकणार नाही अशी म. गांधींची दृढ श्रद्धा होती. ते म्हणतात, ''शस्त्रास्त्रांच्या खणखणाटाने भारताचा तर नाहीच, पण जगाचादेखील उद्धार होणे कठीण आहे. न्यायाचे समर्थन करण्याच्या दृष्टीनेदेखील हिंसा आता कुचकामी ठरली आहे; असा माझा विश्वास असल्यामुळे, विशुद्ध अहिंसेवर श्रद्धा ठेवणारा कुणी साथीदार मिळाला नाही तरी मी एकटाच अहिंसेचे कार्य करण्यात संतोष मानीन . . . यासंबंधी माझी निष्ठा किती दृढ आहे हे पटविण्यासाठी मी एवढेच सांगतो की, मला जर हिंसेच्या साहाय्याने माझ्या देशाचे स्वातंत्र्य मिळविता आले तर ते देखील मी नाकारीन. जे तलवारीने कमविता येते ते गमवितादेखील येईल, या शहाण्या उक्तीवर माझी शाश्वत निष्ठा आहे.''

असे असले तरी अहिंसेवरील आपले विचार म्हणजे अखेरचे भाष्य होऊ शकत नाही, असे ते नम्रपणे म्हणतात. ''माझे विचार हे अहिंसेवरील अखेरचे भाष्य समजू नका. मला स्वतःच्या मर्यादांची जाणीव आहे. सत्याचा शोध करणारा मी एक नम्र पाईक आहे. माझ्या प्रत्येक प्रयोगामुळे अहिंसेवरील माझी श्रद्धा अधिक दृढमूल झाली आहे. अहिंसा ही मानवजातीला उपयुक्त अशी एक सर्वश्रेष्ठ शक्ती आहे, तिचा उपयोग व्यक्तीपुरताच मर्यादित नाही; तिचा प्रयोग समुदायालादेखील करता येईल, अशी माझी दृढ श्रद्धा आहे.''

2. **सविनय कायदेभंग म्हणजे अहिंसात्मक बंड :** व्यक्ती अथवा समाज दडपशाहीच्या कायद्याचा आत्मबलाने व अहिंसेवर श्रद्धा ठेवून कायदेभंग करतो तेव्हा ते एक प्रकारचे बंडच असते. तो एक अहिंसात्मक सविनय प्रतिकार असतो. म. गांधीजी म्हणतात, ''संपूर्ण सविनय कायदेभंग म्हणजे हिंसेचा किंचितदेखील अंश नसणारे एक बंड. सर्वतोपरी परिपूर्ण सविनय प्रतिकारक सरकारच्या अधिकाराची पर्वा करीत नाही. सरकारचा प्रत्येक अन्यायी कायदा धुडकावून लावण्याची घोषणा करणारा तो बंडखोर बनतो. उदाहरणार्थ, तो कर देण्याचे नाकारील. आपल्या दैनंदिन व्यवहारात तो सरकारी कायद्याच्या अधिकारांना जुमानण्याचे नाकारील. तो बेकायदा प्रवेशाचे नियम धुडकावून लावील . . . हे सगळे करताना तो शरीरसामर्थ्यांचा उपयोग करीत नसतो किंवा त्याच्याविरुद्ध वापरण्यात येणाऱ्या सामर्थ्यांचा प्रतिकार करत नसतो.''

3. **सत्याग्रहाचे मूलभूत नियम :** महात्मा गांधींनी सत्याग्रहाचे मूलभूत नियम पुढीलप्रमाणे प्रतिपादित केले आहेत :

(1) 'ज्यांना अन्याय सोसावा लागतो त्यांनीच सत्याग्रह करावा' हे सत्याग्रहाचे सारभूत तत्त्व आहे.

(2) अन्याय्य कारणांकरिता सत्याग्रह होऊच शकत नाही.

(3) सत्याग्रहाचा शब्दशः अर्थ सत्याविषयीचा आग्रह असा आहे. या आग्रहामुळे साधकाच्या हाती अनुपम शक्ती येते. सत्याग्रहाने एकदा आपली कमीतकमी मागणी ठरवून टाकल्यानंतर त्यापासून माघार घेऊ नये.

(4) विरोधकांच्या बाबतीत सौजन्य आणि त्यांचा दृष्टिबिंदू (दृष्टिकोन) समजून घेण्याविषयी आतुरता हा सत्याग्रहाचा श्रीगणेशा आहे.

(5) विरोधकांमध्ये जे काही सर्वोत्कृष्ट असेल ते शोधून काढून त्याला आळविणे यात साधुत्व आहे.

(6) सत्याग्रह अगोदर सूचना न देता एकदम आणि इतर सौम्य स्वरूपाचे उपाय अजमावल्यावाचून कधीही सुरू करता येत नसतो.

(7) आत्मक्लेशाने मनात पालट घडवून आणणे हा सत्याग्रहाचा उद्देश असतो. अत्यंत कठोर हृदयाचा किंवा अत्यंत स्वार्थी प्रतिपक्षी असला तरी त्याच्या मनात पालट घडवून आणण्याच्या कामी जी-जी संधी मिळेल ती स्वागतार्ह मानली पाहिजे.

(8) सत्याग्रही हा आपल्या मनात क्रोधाला थारा देणारा नाही. प्रतिपक्षाचा राग तो सहन करील, प्रतिपक्षाकडून होणारे आघात तो सहन करील; उलट तो आघात करणार नाही.

(9) सत्याग्रह खरा असेल तर प्रतिपक्षाची त्याच्याविषयीची वृत्ती त्यांच्या अहिंसेमुळे मृदू व्हावी, कडक होऊ नये. त्या अहिंसेने तो विरघळून जावा.

(10) अन्याय करणाऱ्याला पेचात पाडणे हा सत्याग्रहाचा कधीही उद्देश नसतो. सत्याग्रहाने भयाची भावना कधीही जागृत केली जात नाही. सत्याग्रह करणाऱ्याचा हेतू अन्याय करणाऱ्यावर दडपण आणणे हा नसून त्याचे मन पालटणे हा असतो.

(11) सत्याग्रहाच्या शस्त्राप्रमाणे प्रतिपक्षाकडून जितकी दडपशाही आणि अन्याय जास्त होईल तितके अधिक आत्मक्लेश, अन्यायाला बळी पडत असलेल्यांनी आपल्यावर ओढवून घ्यायचे असतात.

(12) आमरणान्त उपवास हा सत्याग्रहाच्या कार्यक्रमाचा एक अविभाज्य भाग आहे आणि विशिष्ट परिस्थिती असताना तो सत्याग्रहाच्या भात्यातले अतिमहान व प्रभावी शस्त्र ठरते. मात्र योग्य अशा तालमीतून गेल्याखेरीज वाटेल त्याला त्याचा वापर करण्याची लायकी देत नाही.

4. **सविनय कायदेभंगाचा सत्याग्रह :** जेव्हा अन्यायी कायद्यांना नष्ट करण्याचा अर्ज-विनंतीचा मार्ग खुंटतो तेव्हा सत्याग्रहीस सविनय कायदेभंगाची चळवळ व सरकारशी असहकार या मार्गाचाच स्वीकार करावा लागतो. त्यासंबंधीचे विवेचन करताना म. गांधीजी म्हणतात, ''असहकार आणि सविनय कायदेभंग या सत्याग्रह वृक्षाच्या दोन वेगवेगळ्या शाखा आहेत. राजकीय असहकाराचा अर्थ मुख्यत्वे जे सरकार असहकार करणाऱ्याच्या मते नीतिभ्रष्ट झाले आहे, त्याच्याशी असलेला आपला सहकार काढून घेणे. यात उग्र स्वरूपाचा कायदेभंग येत नाही.

सविनय कायदेभंग म्हणजे घटनात्मकरीत्या मंजूर झालेल्या पण नीतीशी संबंध नसलेल्या कायद्याचा भंग. त्यायोगे प्रतिकार करणाऱ्याची शिष्टाचारयुक्त म्हणजेच अहिंसक बंडखोरी दर्शविली जाते.

कायदे करणाऱ्यांची चूक त्यांच्या पदरात अर्ज-विनंती वगैरे मार्गांनी जर तुम्ही घालू शकला नाहीत आणि त्या चुकीपुढे जर तुम्हाला नमते घ्यायचे नसेल तर तुमच्यापुढे एकच अहिंसक उपाय राहतो आणि तो म्हणजे त्या कायद्याचा भंग करून त्याकरिता होणारी शिक्षा स्वतःवर ओढून घेऊन क्लेश सहन करावयाचे.''

20.2 महात्मा गांधींच्या सन 1920 च्या असहकार चळवळीची पार्श्वभूमी

महात्मा गांधींनी ना. गोखल्यांना आपले राजकीय गुरू केले, यातच म. गांधींचा दृष्टिकोन व्यक्त होतो. ना. गोखले हे नेमस्तवादी होते. त्यांची ब्रिटिशांच्या न्यायबुद्धीवर श्रद्धा होती. सनदशीर चळवळीवर विश्वास होता. म. गांधींचाही ब्रिटिशांच्या न्यायीपणावर विश्वास होता. ब्रिटिशांशी सहकार करून, त्यांनी दिलेल्या सुधारणा राबवून देशाची प्रगती करता येईल असे त्यांचे मत होते. 'ब्रिटिश साम्राज्याचा नागरिक' म्हणवून घेण्यात त्यांना अभिमान वाटत होता आणि म्हणूनच सन 1919 च्या सुधारणा राबवाव्यात असे त्यांनी प्रतिपादन केले होते. याच वेळी भरलेल्या अमृतसर काँग्रेसमध्ये केवळ म. गांधींमुळेच काँग्रेसने या सुधारणा स्वीकाराव्यात म्हणून ठराव झाला. परंतु केवळ नऊ महिन्यांच्या कालावधीत म. गांधींनी सरकारविरुद्ध असहकाराचा पवित्रा घेतला. सप्टेंबर 1920 मध्ये कलकत्ता येथे भरलेल्या काँग्रेसच्या खास अधिवेशनात सरकारशी असहकार पुकारण्याचा व सन 1919 च्या कायद्यान्वये होणाऱ्या निवडणुकीवर बहिष्कार टाकण्याचा ठराव म. गांधींच्या पुढारीपणाखाली पास झाला. असा मूलभूत बदल महात्मा गांधीजींच्या वृत्तीत व धोरणात का झाला हे पाहण्यासाठी दरम्यानच्या काळात भारतीय राजकारणातील काही महत्त्वपूर्ण घटना पाहिल्या पाहिजेत :

1. **रौलेट कायदा :** भारतात सशस्त्र क्रांतिकारकांच्या व इतर राजकीय नेत्यांच्या चळवळी बंगालच्या फाळणीनंतर वाढल्या होत्या. क्रांतिकारकांच्या जोराबरोबरच सरकारची दडपशाही वाढली होती. महायुद्धाच्या काळात सरकारने राजद्रोह्यांना आळा घालण्यासाठी खास 'भारत सुरक्षा कायदा' (Defence of India Act) निर्माण केला होता. तथापि, त्याची मुदत युद्धाच्या समाप्तीबरोबरच समाप्त होत होती; परंतु लोकांच्या राजद्रोही कारवाया काही कमी झाल्या नव्हत्या. म्हणून भारतीय लोकांच्या राजद्रोही वृत्तीला आळा घालण्यासाठी मि. रौलेट यांच्या अध्यक्षतेखाली सरकारने एक समिती नियुक्त केली. त्या समितीच्या अहवालानुसार भारत सरकारने दोन कायदे पास केले (फेब्रुवारी 1919). त्यानुसार राजद्रोही व्यक्तींवरील खटला हायकोर्टाच्या तीन न्यायाधीशांच्या खास कोर्टात गुप्तपणे चालविण्याची तरतूद तयार केली गेली. या कोर्टाने दिलेल्या निर्णयाविरुद्ध अपील करता येणार नव्हते. कोणत्याही व्यक्तीला केवळ शंकेवरून सरकारात जामीन देण्याची अथवा आपले राहण्याचे ठिकाण न सोडण्याची अथवा पोलीस कचेरीत रोज हजेरी द्यायची सक्ती प्रांतीय सरकार करू शकत होते; तसेच प्रांतीय सरकार वॉरंटशिवाय कोणाही व्यक्तीस कैद करू शकत असे अथवा कोणत्याही स्थळाची झडती घेऊ शकत होते. सारांश, न्यायतत्त्वांची व व्यक्तिस्वातंत्र्याची पायमल्ली करणारे हे कायदे होते.

या कायद्यांनी भारतीय समाज खवळून उठला. या कायद्यांची युद्ध संपल्यावर आवश्यकता नव्हती, तरीसुद्धा ते सरकारने निर्माण केले. याचा अर्थ, सरकारला लोकांची स्वातंत्र्याची चळवळ दडपून टाकावयाची आहे, अशी असंतोषाची व त्वेषाची भावना सर्वत्र पसरली. 'Black Bills' म्हणून रौलेट बिलाचा सर्वत्र निषेध होऊ लागला. म. गांधींनी लोकांच्या स्वातंत्र्यावर गदा आणणाऱ्या या कायद्यांचा निषेध व्यक्त केला होता. हे कायदे सरकारने पास केले तर आपण देशभर सरकारविरोधी आंदोलन उभारू असा इशाराही त्यांनी दिला होता. परंतु सरकारने म. गांधींचा इशारा मानला नाही. 'हे जुलमी कायदे मी कायदे-पुस्तकात राहू देणार नाही' असा निश्चय करून म. गांधींनी 30 मार्च, 1919 ही देशव्यापी हरताळाची तारीख ठरविली.

2. **जालियनवाला बाग हत्याकांड :** भारतीय इतिहासातील एक अत्यंत कटू पर्व - जालियनवाला बाग प्रकरण याच वेळी घडले. या घटनेने ब्रिटिश राज्यकर्त्यांच्या चारित्र्याला भयंकर कलंक लावला. जालियनवाला बाग हत्याकांडाच्या स्मृती स्वतंत्र भारत कधीही विसरू शकत नाही.

पंजाबी नोकरशाही व पंजाबी जनता यांचा संघर्ष रौलेट कायद्याने तीव्र झाला होता. सरकारने धरपकडीचे व दडपशाहीचे सत्र सुरू केले होते. जनता दबत नव्हती. ती हरताळ, निषेध व मोर्चे यांनी सरकारशी सामना देत होती. 13 एप्रिल, 1919 रोजी अमृतसरच्या जनतेने रौलेट कायद्याचा व भारतीय नेत्यांच्या अटकेचा निषेध म्हणून जालियनवाला बाग येथे सभा भरविली होती. वीस हजार लोक सभेला आले होते. सभेच्या पटांगणाकडे जाणारा फक्त चिंचोळा बोळ होता. बाकी सर्व बाजूंनी पटांगण बंदिस्त होते. अशा परिस्थितीत सभा चालू असता जनरल डायर या ब्रिटिश अधिकाऱ्याने चिलखती गाड्या आणून त्या चिंचोळ्या रस्त्यावर उभ्या केल्या आणि त्या निरपराधी व असहाय

अशा वीस हजार माणसांवर राक्षसी गोळीबार चालू केला. सोळाशे फैरी झाडल्या आणि पुढे दारूगोळाच संपला ! त्यामुळे डायरला गोळीबार बंद करावा लागला. शेकडो माणसे पटापट मेली. हजारो जखमी झाली. आपल्या जखमांनी रात्रभर तळमळत राहिली. त्यांना पिण्यास पाणीही मिळाले नाही. मृतांचा सरकारी आकडा चारशे होता, पण प्रत्यक्ष तो एक हजाराहून अधिक होता.

त्या वेळी पंजाबचे लेफ्टनंट गव्हर्नर सर मायकेल ओडवायर होते. त्यांनी जनरल डायरला त्याच्या कृत्याबद्दल शाबासकी दिली. या हत्याकांडावरच ब्रिटिश अत्याचार थांबले नाहीत. गोऱ्या अधिकाऱ्यांनी लोकांना चाबकाने फोडणे, पोटावर चालावयास लावणे, गोरा दिसेल तेथे सलाम करावयास लावणे असे हुकूम काढून पंजाबात सर्वत्र लोकांचा छळ सुरू केला.

जालियनवाला बाग हत्याकांडाने सर्व भारतीय समाज हादरून गेला. ब्रिटिशांच्या न्यायबुद्धीवर विश्वास असणाऱ्या म. गांधींसारख्या व्यक्तीचीही श्रद्धा नष्ट झाली. ब्रिटिशांच्या अमानुष जुलमाविरुद्ध म. गांधींनी आपली शक्ती पणास लावण्याचे ठरविले.

पुढे जालियनवाला बाग प्रकरणाची चौकशी करण्यासाठी सरकारने हंटर कमिशन नेमले. सरकारी कमिशनरचा अहवाल डायरच्या अमानुष वर्तनावर रंगसफेदी करणारा होता. सरकारने या हत्याकांडातील व्यक्तींना शिक्षा केल्या नाहीत. फक्त डायरला सेवानिवृत्त केले. ओडवायरला हात लावला नाही. भारतातील युरोपियनांनी तर 'ब्रिटिश साम्राज्याचा त्राता' म्हणून डायरचा गौरव करून त्याच्यासाठी फंड उभारला. सारांश, हे हत्याकांड सरकारला मंजूर होते; नव्हे तर हे हत्याकांड पंजाब सरकारने पूर्वनियोजित केले होते असेही नवे संशोधन पुढे आले आहे.

3. **6 एप्रिलचा सत्याग्रह :** फेब्रुवारी 1919 मध्ये रौलेट कायद्याचे विधेयक केंद्रीय कायदेमंडळात मांडताच म. गांधींनी सरकारला हे कायदे मंजूर न करण्याविषयी विनंती केली. तसे न केल्यास 'आम्ही या कायद्यानुसार वागावयास सविनय नकार देऊन सत्याग्रह करू' असेही सांगितले. सरकारने म. गांधींची विनंती मनावर न घेतल्याने त्यांनी 30 मार्चच्या देशव्यापी हरताळाची हाक दिली. परंतु काही कारणांनी हरताळाची तारीख 6 एप्रिलपर्यंत पुढे ढकलण्यात आली. तरीही दिल्लीसारख्या ठिकाणी 30 मार्चला तर पंजाब वगैरे इतर ठिकाणी 6 एप्रिलला मोठ्या प्रमाणावर हरताळ झाला. गांधींना पंजाबमध्ये जाण्यास अटकाव करण्यात आला. त्यांनी तो अटकाव न मानल्याने त्यांना अटक करून मुंबईस आणून सोडण्यात आले. दरम्यान त्यांच्या अटकेची वार्ता सर्वत्र पसरून दिल्ली, अहमदाबाद इत्यादी ठिकाणी हिंसक दंगली झाल्या. जाळपोळ व मोडतोड झाली. पोलीस गोळीबार झाला, अनेकजण मृत्यमुखी पडले. याच दरम्यान 13 एप्रिल रोजी जनरल डायरने जालियनवाला बागेत जमलेल्या निःशस्त्र लोकांची अमानुष कत्तल केली; या कत्तलीने म. गांधींचा ब्रिटिशांच्या न्यायीपणावरील विश्वास पूर्ण नष्ट झाला. सरकार असे अत्याचार करत राहणारच. पण अत्याचाराचा प्रतिकार अत्याचाराने करण्याचे तत्त्व त्यांना मान्य नव्हते. 6 एप्रिलच्या हरताळात अहमदाबाद-नडियाद या ठिकाणी आपल्या लोकांनी केलेल्या हिंसक दंगलीने त्यांचे मन विषण्ण झाले. सत्याग्रहात हिंसा, जाळपोळ यांना थारा नव्हता. पण अशा सत्याग्रहाचे प्रशिक्षण कोणालाच मिळालेले नव्हते. असे प्रशिक्षण देऊन आपले अनुयायी प्रथम तयार करावयास हवे होते व अशी पूर्वतयारी न करता आपण सत्याग्रहाचा आदेश दिला ही आपली 'हिमालयी चूक' झाली असे म. गांधींना वाटून त्यांनी ही चळवळ 18 एप्रिल, 1919 रोजी तहकूब केली. यानंतरच्या अल्पकाळातच त्यांनी सत्याग्रहींच्या तुकड्या तयार केल्या आणि ते पुढच्या तयारीस लागले.

4. **खिलाफत चळवळ :** तुर्कस्तानचा खलिफा हा सर्व मुस्लिमांचा प्रमुख मानला जात होता. पहिले महायुद्ध सुरू झाले तेव्हा या खलिफाने जर्मनीच्या बाजूने ब्रिटनविरुद्ध युद्धात उडी घेतली. साहजिकच, हिंदू-मुस्लिमांच्या मनात खलिफा-निष्ठा व ब्रिटिश-निष्ठा यांच्यातील संघर्ष उभा राहिला. भारतीय फौजेत मोठ्या प्रमाणावर मुस्लीम होते व ते तुर्की सुलतानाविरुद्ध लढण्यास तयार होणे अवघड होते. हे ओळखून ब्रिटिश पंतप्रधान लॉइड जॉर्ज यांनी युद्ध समाप्तीनंतर तुर्की साम्राज्याचे विभाजन आम्ही करणार नाही असे आश्वासन दिले होते. परंतु प्रत्यक्षात जेव्हा युद्ध समाप्तीनंतर तह झाला तेव्हा तुर्की साम्राज्याचे लचके युरोपियन राष्ट्रांनी तोडले. त्याचे निरनिराळे प्रदेश आपापसात वाटून घेतले. तुर्की साम्राज्याला हात लावणार नाही, असे दिलेले वचन ब्रिटिशांनी मोडल्याने हिंदू-मुस्लीम संतप्त झाले. खलिफाची सत्ता पूर्ववत् त्याला मिळावी म्हणून त्यांनी 'खिलाफत' चळवळ सुरू केली. आशिया मायनर व थ्रेस तुर्कस्तानकडे द्यावा व खलिफाची धर्मसत्ता पुन्हा प्रस्थापित व्हावी अशी त्यांनी मागणी केली.

या मागणीस राष्ट्रसभेने म. गांधींच्या नेतृत्वाखाली आपला पूर्ण पाठिंबा दिला. भारतातील मुस्लिमांची खिलाफत चळवळ ही न्याय्य असल्याचा म. गांधींचा विश्वास असल्याने त्यांनी खिलाफत चळवळीस राष्ट्रसभेचा पाठिंबा मिळवून दिला होता. त्यांच्या दृष्टीने होमरूल चळवळीइतकीच खिलाफत चळवळ महत्त्वाची होती. म. गांधींनी खिलाफत चळवळीस दिलेला पाठिंबा पाहून मुस्लिमांना फारच संतोष झाला व त्यांनी दिल्ली येथे नोव्हेंबर 1919 मध्ये भरलेल्या अखिल भारतीय खिलाफत परिषदेचे अध्यक्ष म्हणून त्यांची निवड केली. 'तुर्कस्तानचा प्रश्न सोडविला गेला नाही तर आपण बहिष्कार व असहकार या मार्गांचा अवलंब करू' असा धोक्याचा इशाराही या परिषदेने म. गांधींच्या सल्ल्याने सरकारला दिला.

पुढे लवकरच डिसेंबर 1919 मध्ये अमृतसरला राष्ट्रसभेचे अधिवेशन भरले. याच वेळी खिलाफत चळवळीचे मुस्लीम नेतेही तेथे जमले. राष्ट्रसभा-खिलाफत नेत्यांची तेथे एक परिषद होऊन म. गांधींच्या नेतृत्वाखाली 'खिलाफत चळवळ' सुरू करण्याचा निर्णयही घेण्यात आला. याचे पहिले पाऊल म्हणून हिंदू व मुस्लीम नेत्यांचे एक संयुक्त शिष्टमंडळ सरकारकडे पाठविले गेले, परंतु ते अयशस्वी झाले. यावर म. गांधींनी जाहीरनामा काढला की, ''सरकारशी सहकार्य हे जेव्हा अपमानास्पद होते तेव्हा असहकार्य करणे हेच कर्तव्य ठरते. मुस्लिमांच्या जीवन-मरणाच्या हक्कांची जेव्हा पायमल्ली होते तेव्हा आम्ही मूकपणे राज्यकर्त्यांना शरण जावे अशी ब्रिटनची इच्छा असल्यास ती चुकीची आहे.''

तुर्कस्तानच्या खिलाफतीचा प्रश्न भारतातील मुस्लिमांनी आपला मानावा, नव्हे तो जीवन-मरणाचा संघर्ष मानावा आणि या भावनेचा पुरस्कार म. गांधींनी करावा ही गोष्ट मुस्लिमांच्या धर्मवेडेपणाची व गांधींच्या त्यांच्याविषयीच्या फाजील सहानुभूतीची होती. खिलाफत चळवळीच्या निमित्ताने हिंदू व मुस्लीम या दोन समाजाचे राजकीय ऐक्य होते आहे, ही एकच गोष्ट यात चांगली होती. [पण पुढे खुद्द तुर्की लोकांनीच आपल्या सुलतानाची (खलिफाची) सत्ता उलथून टाकून खिलाफत नष्ट केली (1922). यावरून हिंदू-मुस्लिमांची खिलाफत जवळजवळ कशी अयोग्य पायावर उभी होती, हे सिद्ध झाले.] पण म. गांधींना वाटत होते की, ''आपल्या देशात हिंदू, पारशी, ख्रिश्चन इत्यादी अनेक समाज असून यांपैकी एकाचा हितसंबंध म्हणजे सर्वांचा हितसंबंध अशी भावना असेल तरच आपण राष्ट्र म्हणून जगू शकू व हीच काळाची कसोटी आहे. आम्ही हिंदू-मुस्लीम ऐक्याच्या घोषणा करतो. पण जेव्हा आपल्या मुस्लीम बांधवांचे हितसंबंध धोक्यात असतील तेव्हा आपण जर अलिप्त राहिलो तर त्या घोषणा पोकळ ठरतील.'' म. गांधींची भावना उदात्त होती. पण त्या भावनेने मुस्लिमांच्या अराष्ट्रीय वृत्तींचे पोषण होत होते.

15 मे, 1920 रोजी दोस्तांनी तुर्कस्तानवर लादावयाच्या अटी प्रसिद्ध झाल्या व त्यात स्पष्ट झाले की, ब्रिटिश पंतप्रधानाने मागे दिलेला शब्द पाळलेला नाही. आता खिलाफत चळवळीला असहकाराच्या अस्त्राशिवाय अन्य मार्ग राहिला नाही.

5.   हंटर कमिशनचा अहवाल : पंजाबमध्ये जालियनवाला बाग व अन्यत्र लेफ्टनंट गव्हर्नर ओडवायरच्या हुकमाने ज्या अमानुष कत्तली झाल्या त्यांची चौकशी करण्यासाठी सरकारने हंटर कमिशन नेमले होते. 28 मे रोजी त्याचा अहवाल प्रसिद्ध झाला. या कमिशनमध्ये बहुसंख्य ब्रिटिश अधिकारी असल्याने त्यांनी पक्षपाती अहवाल तयार करून सरकारचे धोरणच उचलून धरले होते. जनरल डायरला जरी त्यांनी दोषी धरले तरी लेफ्टनंट गव्हर्नर व सरकार यांना दोषमुक्त केले होते. भारतातील ब्रिटिश लोकांनी तर जनरल डायरचा 'ब्रिटिश साम्राज्याचा त्राता' म्हणून गौरव केला होता. हे सर्व उद्वेगजनक होते. या अहवालाचा सर्व देशभर निषेध होऊन सर्वत्र संताप व्यक्त केला जाऊ लागला. विलायत सरकारने लेफ्टनंट गव्हर्नर ओडवायरला शिक्षा करून व्हाईसरॉयला परत बोलवावे म्हणून राष्ट्रसभेने मागणी केली होती.

यानंतर राष्ट्रसभा व खिलाफत समिती यांची आंदोलनाच्या दिशेने वेगाने पावले पडत गेली. 1 ऑगस्ट, 1920 रोजी देशव्यापी हरताळ करून या चळवळीची सुरुवात करण्याचे ठरले. या चळवळीचे प्रणेते म. गांधीजी होते. तसेच ही चळवळ प्रामुख्याने खिलाफत चळवळीचेच पुढचे पाऊल होते हे लक्षात घेतले पाहिजे. या वेळी तर ही चळवळ मुस्लिमांच्या मागण्या पूर्ण करून घेण्यासाठी होती. नंतर तिची व्याप्ती वाढत गेली.

20.3 सन 1920 ची असहकार चळवळ (चळवळीचे स्वरूप)

खिलाफत प्रश्नावर देशात असहकार चळवळ सुरू झाली होतीच. या नव्या अस्त्राची चाचणी यापूर्वी लहान प्रमाणावर म. गांधींनी येथे केली होती व हे अस्त्र योग्य तऱ्हेने हाताळले तर ते उन्मत्त राज्यकर्त्यांनाही नमवू शकते असे प्रत्यंतर त्यांना आले होते. राष्ट्रसभेत आता म. गांधीजी प्रमुख नेते मानले जात होते, पण त्यांच्या या नव्या अस्त्राबद्दल इतर अनेक नेत्यांची मने साशंक होती. म्हणून लवकरच सप्टेंबर 1920 मध्ये कलकत्त्यात भरलेल्या राष्ट्रसभेत म. गांधींना आपला 'असहकाराचा' ठराव मंजूर करून घेताना विरोध झाला. सी. आर. दास, बिपिनचंद्र पाल, बेझंट, मालवीय इत्यादी नेत्यांनी विरोध करूनही तो ठराव बऱ्याच चर्चेनंतर मंजूर झाला. आता 'असहकाराची चळवळ' हे राष्ट्रसभेचे अधिकृत धोरण झाले. राष्ट्रसभेच्याच नव्हे तर स्वातंत्र्य चळवळीच्या दुसऱ्या पर्वाची आता सुरुवात झाली.

1. **असहकाराचा ऐतिहासिक ठराव :** कलकत्त्याच्या या खास अधिवेशनात म. गांधींनी हा ठराव मांडला होता. या ठरावात म्हटले होते की, पंजाबमधील अत्याचार थांबविण्यास व खलिफांवरील अन्याय दूर करण्यात ब्रिटिश सत्ताधीश अपयशी ठरले असून या दोन्ही गोष्टीत सरकार न्यायाने वागल्याशिवाय भारतीय जनता समाधानी राहू शकणार नाही आणि पुढे असे अत्याचार व अन्याय होऊ नयेत यासाठी भारतीय जनतेपुढे 'स्वराज्य' हाच एक मार्ग आहे. स्वराज्याचे हक्क मिळविण्यासाठी राज्यकर्त्यांशी असहकाराच्या चळवळीने संघर्ष करण्याशिवाय आता पर्याय राहिला नव्हता. भारतीय जनतेने सरकारशी कशा तऱ्हेने असहकार करावा याविषयी हा ठराव पुढीलप्रमाणे मार्गदर्शन करतो :

(1) भारतीय लोकांनी पदव्यांचा व स्थानिक स्वराज्य संस्थांतील जागांचा त्याग करावा.

(2) सरकारी समारंभांवर बहिष्कार टाकावा.

(3) सरकारी शाळांवर बहिष्कार टाकून राष्ट्रीय शाळा व महाविद्यालये स्थापन करावीत व तेथे मुलांना शिक्षणासाठी घालावे.

(4) सरकारी न्यायालयांवर बहिष्कार घालावा व लोकांनी लवाद नेमून आपले तंटे सोडवावेत.

(5) ब्रिटिशांच्या मेसोपोटेमियात कोणाही भारतीय माणसाने नोकरीवर जाऊ नये.

(6) कायदेमंडळाच्या निवडणुकांवर बहिष्कार टाकावा. मतदान करू नये.

(7) ब्रिटिश मालांवर बहिष्कार टाकावा.

लवकरच नागपूर येथे भरलेल्या अधिवेशनात या ठरावाला कोणी फारसा विरोध केला नाही. म. गांधींचा कार्यक्रम सर्वांनी मानला. राष्ट्रसभेचे बहुतेक सर्व नेते गांधींना अनुकूल बनले. आतापर्यंत 'साम्राज्यांतर्गत स्वराज्य' हे राष्ट्रसभेचे ध्येय होते. आता 'स्वराज्य' हे ध्येय राष्ट्रसभेसमोर ठेवले आणि सनदशीर मार्गाचा त्याग करून सविनय अहिंसात्मक प्रतिकाराचा मार्ग अवलंबिला. अर्थात हे सर्व निर्णय राष्ट्रसभेने म. गांधींच्या नेतृत्वाखाली घेतले.

2. **एका वर्षात स्वराज्य :** राष्ट्रसभेने स्वीकारलेला असहकाराचा ठराव जर भारतीय लोकांनी कसून अमलात आणला तर आपण भारताला एका वर्षात स्वराज्य मिळवून देऊ, असा प्रचार कलकत्ता अधिवेशनानंतर म. गांधीजी आपल्या भाषणातून व लिखाणातून करू लागले. त्यांच्या या घोषणेवर अनेकांनी शंका व्यक्त केली.

अशा टीकाकारांना उत्तर देताना ते म्हणतात, "एक लाख गोरे तीस कोटी भारतीय लोकांवर सत्ता गाजवू शकतात ही किती आश्चर्याची आणि शरमेची गोष्ट आहे. हे ते काही अंशी मनगटाच्या जोरावर अमलात आणतात ही गोष्ट खरी, पण बहुतांशी अनेक प्रकारांनी आमचे सहकार्य मिळवून आणि जसजसा काळ जातो तसतसे आम्हाला जास्त लाचार आणि परावलंबी करून ते अमलात आणतात. सुधारलेली कौन्सिले आली, जास्त कोर्टे झाली किंवा गव्हर्नर पदे मिळाली तरी ती म्हणजे खरे स्वातंत्र्य किंवा सत्ता असे समजू नका. नामर्द बनविण्याचे ते फार सूक्ष्म असे मार्ग आहेत. ब्रिटिश लोक केवळ दंडुक्याच्या बळावर आमच्यावर राज्य करू शकत नाहीत . . . आपली साम्राज्यपिपासा शमविण्याकरिता त्यांना भारताची संपत्ती व मनुष्यबळ पाहिजे आहे. आपण जर त्यांना माणसे आणि द्रव्य पुरविण्याचे नाकारले तर आपले साध्य जे स्वराज्य, समानता, पौरुष ते आपण मिळवू . . . असहकार तेव्हाच शक्य आहे की, जेव्हा सहकार करू लागणारे

तो मागे घ्यायला लागतील. आपण जर सरकार नियंत्रित शाळा, सरकारी कोर्ट आणि कायदे कौन्सिल्स या मायेच्या त्रिपुटीपासून स्वतःला मुक्त करू शकलो आणि खऱ्या रीतीने आपले शिक्षण आपल्या हाती घेतले, आपल्या तंत्राचे आपण नियमन केले आणि कौन्सिलबद्दल पूर्ण उदासीन राहिलो तर स्वतःवर राज्य करण्याची आपली तयारी होईल आणि मगच सरकारी नोकरांना, मुलकी किंवा लष्करी नोकरांना राजीनामा देण्याला सांगण्याची आणि कर देणाऱ्याला कर देण्याचे बंद ठेवण्याबद्दल सांगण्याची आपली तयारी होईल . . .

पालकांनी आपल्या मुलांना शाळा-कॉलेजातून काढून घेऊन आपल्या स्वतःच्या संस्था स्थापन करणे, वकिलांनी आपली वकिली बंद ठेवून आपला वेळ आणि सगळे लक्ष अवश्य तेथे पोटापुरते वेतन घेऊन राष्ट्राची सेवा करण्याकडे लावणे किंवा ज्या कौन्सिलांमार्फत सर्व सत्ता चालविली जाते त्या कौन्सिलात जाऊन आपली प्रत्यक्ष व अप्रत्यक्ष मदत सरकारला न देण्याबद्दल कौन्सिलांच्या उमेदवारांना सांगणे ही काय इतकी अगदी अव्यवहार्य सूचना आहे ? असहकाराची चळवळ म्हणजे दुसरे-तिसरे काही नसून ब्रिटिशांची पाशवी शक्ती आपल्या बळाने भारतावर एक क्षणही आपली पकड ठेवू शकत नाही हे दाखविण्याचा एक प्रयत्न आहे. परंतु जोपर्यंत मी सांगितलेल्या तीन अटी पूर्णपणे अमलात येत नाहीत तोपर्यंत स्वराज्य नाही हे मी स्पष्टपणे सांगतो . . . या सर्वांकरिता शिस्त, आत्मक्लेश, स्वार्थत्याग, संघटनशक्ती, आत्मविश्वास आणि धैर्य यांची आवश्यकता आहे. ज्या वर्गांना आज काही महत्त्व आहे, त्यांच्यात जर हे गुण आपण एका वर्षात दाखवू आणि लोकमत तयार करू तर आपण खात्रीपूर्वक एका वर्षात स्वराज्य मिळवू.''

3. असहकार चळवळीचे विधायक स्वरूप : म. गांधींनी सुरू केलेल्या असहकार चळवळीची विधायक व नकारात्मक अशी दोन स्वरूपे होती. स्वदेशी उद्योगधंद्यांना उत्तेजन देणे, काही नवे उद्योग काढणे, विशेषतः हातमागाच्या व्यवसायाचे पुनरुज्जीवन करणे, अस्पृश्यता नष्ट करणे, हिंदू-मुस्लीम ऐक्य साधणे, दारूबंदीचा प्रचार करणे इत्यादींचा विधायक कार्यक्रमात समावेश होता. या कार्यक्रमातील काही बाबींचा जोरदार पुरस्कार करण्यात आला. 'स्वदेशी' चळवळीसाठी राष्ट्रसभेने लो. टिळकांच्या स्मरणार्थ एक कोटी रुपयांचा 'स्वदेशी फंड' गोळा करण्याचे ठरविले आणि ही रक्कम अल्पावधीत गोळा होऊन पंधरा लाख रु. जादा जमले. या रकमेतून वीस लाख चरखे घराघरांतून फिरू लागले. हातमागावरील खादीचा जोरदार प्रचार होऊ लागला. दारूच्या दुकानावर निरोधने होऊ लागली. अस्पृश्यता निवारण यांसारख्या इतर बाबींसंबंधी या चळवळीला फारसे यश नसले तरी त्याबाबत आता राष्ट्रीय पातळीवरून लोकजागृती होऊ लागली.

4. असहकार चळवळीचे नकारात्मक स्वरूप : परदेशी मालावर बहिष्कार, विशेषतः परदेशी कपड्यावर बहिष्कार, परदेशी कपड्यांची (ते विकत घेऊन) होळी, कायदेमंडळावर बहिष्कार, कोर्टकचेऱ्यांवर बहिष्कार व सरकारच्या शैक्षणिक संस्थांवर बहिष्कार इत्यादींचा असहकाराच्या नकारात्मक स्वरूपात समावेश होत होता. दुकानदारांकडून परदेशी कापड विकत घेऊन त्यांची सत्याग्रहींनी होळी करावी असे खुद्द म. गांधींनीही सांगितले होते. ते आपल्या 'यंग इंडिया' या वृत्तपत्रात म्हणतात, ''परदेशी मालाची होळी करावी या माझ्या म्हणण्यामुळे टीकाकारांनी माझा गदारोळ उठविला आहे. त्यांच्या प्रत्येक मताचा पूर्ण विचार करूनही मी अशा निर्णयाप्रत आलेलो आहे की, परदेशी कापडाची होळी करणे हा उत्तम उपाय आहे.''

राष्ट्रसभेने नव्या कायद्यानुसार होणाऱ्या कायदेमंडळाच्या निवडणुकांवर पूर्ण बहिष्कार टाकला. त्यामुळे ज्यांना समाजात फारसे स्थान नव्हते असे इतर पक्षांचे लोक कायदेमंडळात निवडून गेले. तथापि, हे लोकांचे खरे प्रतिनिधी नाहीत असा राष्ट्रसभेचा प्रचार चालूच राहिला.

असहकार चळवळीचा आदेश मिळताच पं. मोतीलाल नेहरू व सी. आर. दास. यांच्यासारख्या मासिक हजारो रु. उत्पन्न असणाऱ्या अनेक नामांकित वकिलांनी आपला व्यवसाय सोडून देऊन राजकीय चळवळीस पूर्णपणे वाहून घेतले. त्यांचा आदर्श अनेक वकिलांनी, प्राध्यापकांनी व इतर व्यावसायिकांनी गिरविला. तसेच याच वेळी (25 डिसेंबर, 1920) अखिल भारतीय महाविद्यालय विद्यार्थी परिषदेचे अधिवेशन लाला लजपतराय यांच्या अध्यक्षतेखाली नागपूरला भरले आणि सरकारी मदतीवर चालणाऱ्या हायस्कूल-कॉलेजांवर विद्यार्थ्यांनी बहिष्कार टाकावा आणि नेत्यांनी राष्ट्रीय संस्थांची स्थापना करावी असे आवाहन करण्यात आले. परिणामी, कलकत्ता, मुंबई, मद्रास, लाहोर इत्यादी शहरांतील विद्यार्थ्यांनी आपापल्या शाळा-कॉलेजांवर अनेक दिवस बहिष्कार टाकला. अनेक ठिकाणी राष्ट्रीय संस्थांची स्थापना होऊन राष्ट्रीय शिक्षणाची जोमाने अंमलबजावणी होऊ लागली. तसेच अनेक ठिकाणी पंचायतींद्वारा आपले तंटे सोडवून घेण्याचे उत्साही प्रयोग करण्यात आले.

5. प्रिन्स ऑफ वेल्सवर बहिष्कार : भारतातील राजकीय असंतोष कमी करण्याच्या दृष्टीने ब्रिटिश राजपुत्र प्रिन्स ऑफ वेल्स यांची भारतभेट या वेळी गाजत होती. या वेळी प्रिन्सचे स्वागत भारतात व्हावे असे भारत सरकारला वाटत होते. पण राष्ट्रसभेने प्रिन्सच्या भेटीवर बहिष्कार टाकण्याचे निश्चित केले होते. 17 नोव्हेंबर, 1921 रोजी प्रिन्सचे मुंबईत आगमन झाले. तथापि, त्या निमित्त होणाऱ्या समारंभावर लोकांनी हरताळ पाळून बहिष्कार टाकला. त्याच दिवशी चौपाटीवर म. गांधींची भव्य सभा झाली. परंतु नंतर मुंबईच्या रस्त्यारस्त्यावर दंगल सुरू होऊन त्याची परिणती गोळीबारात झाली. अनेक लोक त्यात ठार झाले. त्या दिवशी देशातील इतर शहरांत मात्र हरताळ शांततेत पार पडला. मात्र गांधींनी मुंबईच्या दंगलीचा निषेध करून दुःख व्यक्त केले. तथापि, सरकार आता चिडले होते. चोवीस तासांच्या आत सरकारने राष्ट्रसभा व खिलाफत यांच्या स्वयंसेवक संघांना बेकायदेशीर ठरविले. आठवडाभराने कलकत्ता व मुंबई या शहरांतील लोकांवर तीन महिन्यांसाठी सभा-मिरवणुका बंदीचा हुकूम बजावण्यात आला. प्रिन्सच्या भेटीनंतर निर्माण झालेल्या भारतातील परिस्थितीचे वर्णन खुद्द व्हाईसरॉयने विलायतेला पाठविलेल्या पत्रात 'A new and dangerous situtation' असे करून अधिकाधिक कडक कायद्यांनी ही चळवळ दडपून टाकली पाहिजे, असे मत व्यक्त केले होते. आता सरकारने आपल्या पोलिसी सामर्थ्याने ही चळवळ दडपून टाकण्याचे ठरविले.

6. सी. आर. दास यांचे कार्य : कलकत्त्यासही प्रिन्स ऑफ वेल्सची भेट होणार होती. तेथील कार्यकर्त्यांनी सी. आर. दास यांच्या नेतृत्वाखाली असहकारांची जोमदार चळवळ सुरू केली होती. सी. आर. दास यांचे पुत्र चित्तरंजन दास व सून वासंतीदेवी यांनी स्वयंसेवक बनून प्रथम तुरुंगवास पत्करला. एवढेच नव्हे, तर दासांची पत्नीही चळवळीत सामील झाली. दास कुटुंबाचे देशप्रेम पाहून हजारो बंगाली तरुण स्वयंप्रेरणेने स्वयंसेवक बनून चळवळीत सहभागी झाले. सरकारने अटकेचे सत्र चालू ठेवले. बंगालमधील तुरुंग या राजकीय कैद्यांनी खच्चून भरले. शेवटी कॅम्प-प्रिझन्स उभे करावे लागले, तेव्हा तेही भरून गेले. शेवटी हतबल होऊन कैद्यांना सोडून देण्याशिवाय सरकारजवळ दुसरा पर्याय राहिला नाही.

सरकारची अशी दडपशाही फक्त कलकत्त्यातच चालू होती असे नाही तर देशात सर्वत्र अशी धरपकड चालू होती. मोतीलाल नेहरू, लाला लजपतराय, सी. आर. दास अशा राष्ट्रसभेच्या अनेक प्रमुख पुढाऱ्यांना तुरुंगात डांबण्यात आले होते. प्रिन्स ऑफ वेल्सची कलकत्ता भेट जवळ आल्यावर व्हाईसरॉय लॉर्ड रीडिंग यांनी सी. आर. दास यांच्या मध्यस्थीने म. गांधींशी वाटाघाटी सुरू केल्या, पण त्या यशस्वी झाल्या नाहीत. त्यामुळे सरकार अधिकच संतापून गेले.

7. असहकार चळवळीची समाप्ती : डिसेंबर 1921 मध्ये अहमदाबादेस राष्ट्रसभेचे अधिवेशन झाले. यावेळी चाळीस हजार भारतीय कार्यकर्ते तुरुंगात होते. तरीही असहकाराचा कार्यक्रम जोमाने राबविण्याचा व मोठ्या प्रमाणावर सविनय कायदेभंग चळवळ हाती घेण्याचा ठराव मंजूर करण्यात आला. खुद्द महात्मा गांधींनी गुजरातमधील बार्डोली तालुक्यात कायदेभंगाची चळवळ सुरू करण्याची घोषणा केली (1 फेब्रुवारी). त्यांनी सरकारला सात दिवसांची मुदत दिली होती. त्याच्या आत सरकारने आपले धोरण बदलून सर्व राजबंद्यांना मुक्त करावे, भारताला वृत्तपत्रीय स्वातंत्र्य द्यावे आणि स्वराज्यासाठी झगडणाऱ्या अहिंसावादी सत्याग्रहींच्या चळवळीत हस्तक्षेप न करण्याचे अभिवचन द्यावे अशी त्यांनी मागणी केली होती. हा असहकार चळवळीचा निर्वाणीचा खलिताच होता. पण सरकारही काही लेचेपेचे नव्हते. सरकारचा लष्कर व पोलिसांवर विश्वास होता. वेळ पडलीच तर त्यांच्या साहाय्याने ही चळवळ दडपून टाकता येईल असे त्यास वाटत होते.

परंतु वेळ आलीच नाही. म. गांधीजी बार्डोलीकडे निघाले असता उत्तर प्रदेशातील गोरखपूरजवळच्या 'चौरीचौरा' या गावी झालेल्या भीषण प्रसंगाची वार्ता त्यांच्या कानावर पडली. त्या गावी एका मिरवणुकीवर पोलिसांनी गोळीबार केला. पण दारूगोळा संपताच त्यांनी कचेरीचा आश्रय घेतला. संतापलेल्या लोकांना हे समजताच त्यांनी कचेरी पेटवून देऊन बाहेर पडणाऱ्या एकवीस पोलिसांचे तुकडे-तुकडे करून त्यांना जाळून टाकले (5 फेब्रुवारी, 1922). म. गांधींना ही वार्ता समजताच ही चळवळ आता हिंसात्मक बनत चालल्याचे वाटून त्यांनी ती एकदम तहकूब केल्याची घोषणा केली. पुढे बार्डोलीस भरलेल्या काँग्रेस कमिटीनेही म. गांधींच्या निर्णयास मान्यता दिली.

परंतु राष्ट्रसभेतील बहुतेक पुढाऱ्यांना म. गांधींचा हा आकस्मिक निर्णय आवडला नाही. नव्हे, त्यांना आश्चर्याचा धक्काच बसला. पं. मोतीलाल नेहरू, लाला लजपतराय, सुभाषचंद बोस इत्यादी अनेकांनी त्यांच्यावर कडक टीकाही केली. एका ठिकाणच्या लोकांनी गुन्हा केला म्हणून त्याची सर्व राष्ट्राला शिक्षा काय म्हणून द्यावी, असा त्यांचा सवाल होता. सुभाषचंद्रांनी तर या घटनेचे वर्णन 'National Calamity' असे केले. चळवळीत भाग घेणारे हजारो स्वयंसेवक व

नेते म. गांधींवर चिडले. त्यांच्या लोकप्रियतेला ओहोटी लागल्याचे पाहताच सरकारने त्यांच्यावर त्यांच्या लेखाबद्दल राजद्रोहाचा खटला भरला आणि सहा वर्षांच्या कैदेची शिक्षा सुनावली. या वेळी महात्माजी उद्‌गारले, ''नागरिकांच्या स्वातंत्र्याची गळचेपी करणारे जे कायदे आहेत, त्यांचा मुकुटमणी असे जे '124 - अ कलम' त्याखाली मजवर आरोप ठेविला आहे, त्याबद्दल मला आनंद होत आहे . . . भारतातील अत्यंत लोकप्रिय अशा काही देशभक्तांना या कलमाखाली शिक्षा देण्यात आलेली आहे. म्हणूनच या कलमाखाली माझ्यावर आरोप ठेवणे हा मी माझा सन्मान समजतो. ''

काही दिवसांनी महात्माजींचे शिष्योत्तम पं. नेहरू यांनी या चळवळींच्या अचानक तहकुबीचे समर्थन करताना म्हटले की, महात्माजींचा चळवळ तहकुबीचा निर्णय योग्य होता. कारण चळवळीने देशात हिंसाचाराचे वळण घेतलेले होते. हा हिंसाचार वाढत गेला असता तर सरकारने त्याहीपेक्षा हिंसाचार करून ही चळवळ नेस्तनाबूत केली असती व सामान्य माणसाचे नीतिधैर्य खचून गेले असते.

20.4 सन 1920 च्या असहकार चळवळीचे परीक्षण

भारतातील खिलाफत चळवळीची उद्दिष्टे साध्य करण्यासाठी तसेच पंजाबी लोकांवर जो अत्याचार झाला त्याचे न्याय्य निवारण करण्यासाठी प्रारंभी ही असहकाराची चळवळ सुरू झाली. पुढे कलकत्त्याचे राष्ट्रसभेचे अधिवेशन झाल्यावर या चळवळीने आपण देशास एका वर्षात स्वराज्य मिळवून देतो असेही म. गांधीजी म्हणाले होते. पण यांपैकी सन 1922 पर्यंत काहीही साध्य झाले नाही. स्वराज्य तर दूरच राहो; पण उलट ही चळवळ थांबताच सरकारने अधिकच दडपशाही सुरू केली. या चळवळीस हे जे अपयश आले त्याची कारणे अशी :

चळवळीच्या अपयशाची कारणे :

(1) सर्वांत महत्त्वाचे कारण म्हणजे म. गांधींनी अगदी ऐनवेळी ही चळवळ तहकूब केली. त्यामुळे राष्ट्रसभेच्या नेत्यांसह सर्व जनतेचा विरस झाला. सर्व देशव्यापी आंदोलनामध्ये स्थानिक जनतेत शिस्त राहणे अवघड असते. किंबहुना तिला तसे प्रशिक्षण मिळालेले नसते हे म. गांधींनी लक्षात घेतले नाही. सरकारी दडपशाहीची प्रतिक्रिया म्हणून असे काही हिंसात्मक प्रकार एवढ्या मोठ्या चळवळीत होणे साहजिक होते. शिवाय यात सरकारची चूक नव्हती असे नाही. सरकारने सभा-मोर्चेवाल्यांवर दंडुकशाही चालविल्यावर सामान्य सत्याग्रही शांत राहतील असे नाही. या गोष्टीचा विचार तारतम्यानेच करावयास हवा.

(2) या चळवळीस मुस्लिमांचे सहकार्य मिळावे म्हणून म. गांधींनी खिलाफत प्रकरण उचलून धरले. खरे म्हणजे खिलाफत प्रकरण हा धार्मिक प्रश्न होता. धर्मकारणाची राजकारणाशी सांगड घालणे शक्य नव्हते. खिलाफत चळवळीला पाठीशी घालून हिंदू-मुस्लिमांत ऐक्य निर्माण झाले असेही नाही. ठिकठिकाणी हिंदू-मुस्लिमांत दंगे होतच राहिले.

दुसरे असे की, खुद्द तुर्कस्तानातील राष्ट्रवादी मुस्लिमांनाच खिलाफत नको होती. त्यांच्यापैकी केमाल पाशा या प्रभावी नेत्याने ती 1922 साली उलथून पाडून आधुनिक राष्ट्राची उभारणी सुरू केली. याचा अर्थच असा की, 'खिलाफत चळवळ म्हणजे कालबाह्य तत्त्वासाठी केलेली चळवळ होय.' अशा या असहकाराच्या आंदोलनात म. गांधींनी स्वतःस व राष्ट्रसभेस गोवावयास नको होते.

(3) पदव्यांचा, शाळा-कॉलेजांचा, कायदेमंडळातील जागांचा त्याग करणे हे असहकारातील महत्त्वाचे कलम होते. तसे कित्येकांनी पदव्यांचा व वकिलीचा त्याग केलाही. तथापि, सर्व भारतातील त्यांचे प्रमाण कमी होते. भारतातील सर्व सुशिक्षित लोकांनी सरकारशी असहकार पुकारला असता, भराभर सरकारी यंत्रणेतून बाहेर पडले असते तर खरोखरच एका वर्षात आपणास स्वराज्य मिळाले असते. परंतु हे होऊ शकले नाही. कायदेमंडळात काँग्रेसची माणसे गेली नाहीत, परंतु काँग्रेसेतर गेले त्यांचे काय ? म्हणजे गांधीजींचे असहकाराचे तत्त्वज्ञान राबविणाऱ्या माणसांची अजूनही व्हावी तितकी तयारी झाली नव्हती.

अशा प्रकारे वरील कारणांमुळे जरी असहकार चळवळीस अपयश आले तरी तिने अनेक प्रकारची राष्ट्रीय महत्त्वाची कामगिरी करून दाखविली आहे. ती कामगिरी आता आपण पाहू.

20.5 चळवळीची राष्ट्रीय कामगिरी (परिणाम)

1. **राष्ट्रीय चळवळ सामान्यांपर्यंत पोहोचली :** या चळवळीने भारतीय राजकारणात एक नवे युग निर्माण केले. आतापर्यंत राष्ट्रीय चळवळ ही बुद्धिजीवी वर्गाची व सुशिक्षितांची होती. आता येथून पुढे ही चळवळ सामान्य माणसांची बनली. भारतातील खेड्यात, खेड्यातील प्रत्येक घरात या चळवळीचा आवाज जाऊन पोहोचला. सर्व समाज राष्ट्रीय स्वातंत्र्याच्या भावनेने प्रथमच ढवळून निघून जागृत झाला.

कूपलॅन्ड म्हणतो, ''जे टिळकांना जमले नाही ते गांधींनी केले. त्यांनी राष्ट्रीय चळवळ ही क्रांतिकारी चळवळ बनवली. सनदशीर चळवळीने अथवा चर्चा करून नव्हे तर अहिंसात्मक शक्तीने स्वराज्य कसे मिळू शकेल याचे धडे या चळवळीत त्यांनी आपल्या लोकांना दिले. त्यांनी राष्ट्रीय चळवळ केवळ क्रांतिकारीच नव्हे तर ती लोकप्रियही बनविली. आतापर्यंत ती शहरातील सुशिक्षितांपुरतीच मर्यादित होती; ती ग्रामीण भागात पोहोचली नव्हती. आता गांधींच्या व्यक्तिमत्त्वाने ग्रामीण भागही ढवळून निघाला.''

2. **राष्ट्रसभा कृतीचे व्यासपीठ बनले :** आतापर्यंत राष्ट्रसभेचे व्यासपीठ हे कृतीपेक्षा वादविवाद व ठरावांच्या चर्चेचे होते. सन 1920 च्या म. गांधींच्या असहकार चळवळीने कृतीचे व्यासपीठ बनले. पं. नेहरू म्हणतात की, पूर्वी आम्ही सरकारशी संघर्ष येणार नाही अशा प्रकारचे वाक्प्रयोग करण्यात बराच वेळ खर्च करत असू. आता आम्हाला काय पाहिजे आहे हे आम्ही स्वच्छ शब्दांत सरकारला ठणकावून सांगू शकलो. या चळवळीने राष्ट्रसभेत कसे स्थित्यंतर घडवून आणले याचे वर्णन करताना सुभाषचंद्र बोस म्हणतात, ''सन 1921 च्या वर्षाने देशाला राष्ट्रसभेची बळकट संघटना मिळवून दिली. तत्पूर्वी राष्ट्रसभा ही सनदशीर कार्य करणारी व वादविवाद करणारी संघटना होती. महात्माजींनी या संघटनेस केवळ घटनाच नव्हे तर राष्ट्रव्यापी पाया तयार करून दिला. याहीपेक्षा या संघटनेचे स्वरूप क्रांतिकारी बनविले, हे महत्त्वाचे होय. सर्व देशांत एकाच प्रकारच्या घोषणा, एकाच प्रकारचे धोरण व एकाच प्रकारची विचारप्रणाली असे चित्र दिसू लागले.''

3. **सरकारची भीती नष्ट झाली :** सरकारशी कशा प्रकारे प्रतिकार करावा आणि तोही अहिंसेने व सहनशीलतेने, हे या चळवळीने लोकांना शिकविले. पूर्वी देशाच्या स्वातंत्र्यासाठी सशस्त्र क्रांतिकारक व नेतेच तुरुंगात जात होते. सामान्य जनता ही पोलीस, तुरुंग व सरकार यांना भित होती. या चळवळीने सामान्य माणसाची तुरुंगाबद्दलची व सरकारबद्दलची भीती नष्ट केली. साधी-साधी माणसे हजारोंच्या संख्येने लाठ्या खात तुरुंगात जाऊ लागली. बंगालसारख्या प्रांतात तुरुंग खच्चून भरल्यावर कॅम्प प्रिझन्स तयार केले गेले. तेही भरल्यावर आता सत्याग्रही कैद्यांचे करायचे काय, हा प्रश्न सरकारला सतावू लागला. तेव्हा सरकारने त्यांना मुक्त केले, पण हे कैदी साधे नव्हते. त्यांनी तुरुंगातून बाहेर जाण्यास नकार दिला. तेव्हा सरकारला त्यांना बळजबरीने तुरुंगाबाहेर आणून सोडावे लागले. अशा सत्याग्रहींशी कसे लढावे हेच सरकारला समजेनासे झाले. शिखांसारखे लढाऊ वृत्तीचे लोकही पोलिसांना कोणताही प्रतिकार न करता हसतमुखाने लाठ्या खाऊ लागले. हा या चळवळीचा मोठा विजय म्हटला पाहिजे. थोडक्यात, सत्याग्रहाच्या मार्गाने सरकारशी कसा प्रतिकार करावयाचा याचे शिक्षण या चळवळीने भारतीय समाजाला दिले. या प्रशिक्षणाचा उपयोग भावी काळातील स्वातंत्र्य चळवळी उभारताना भारतीय लोकांना झाला. राज्यकर्त्यांविषयीची व तुरुंगाविषयीची भीती नष्ट झाल्यामुळे येथून पुढे देशात मोठ्या प्रमाणावर चळवळी निर्माण होऊ शकल्या.

4. **स्वराज्य हे नजीकचे ध्येय ठरले :** आतापर्यंत लहानसहान सुधारणा मागण्याकडे राष्ट्रसभेचे लक्ष असताना 'स्वराज्य' हेच तिचे नजीकच्या काळातील ध्येय ठरले. म्हणजे ध्येयाच्या बाबतीत व ते ध्येय साध्य करावयाच्या साधनांच्या बाबतीत या चळवळीपासून मूलभूत फरक पडला. आता राजकीय चळवळी या फक्त नेत्यांच्या राहिल्या

नव्हत्या तर त्या जनतेच्या बनल्या होत्या. अर्ज-विनंत्यांचा काळ केव्हाच मागे पडून स्वराज्यासाठी प्रत्यक्ष कृतीचा कालखंड आता सुरू झाला होता. राष्ट्रवादाला आता चांगली धार येत चालली होती.

पं. जवाहरलाल नेहरूंच्या शब्दांत, ''भारतीय राष्ट्रवादात या चळवळीने नवजीवन - चैतन्य निर्माण केले.''

The movement put a new life into Indian nationalism.

5. **अनेक विधायक कार्यांची सुरुवात :** स्वदेशी मालाचा पुरस्कार व परदेशी मालाचा बहिष्कार, दारूबंदी, अस्पृश्यतानिवारण इत्यादी अनेक विधायक कार्यक्रमांचा अंतर्भाव या चळवळीत होता. या चळवळीच्या प्रेरणेनेच लाखो चरखे घराघरांतून फिरू लागले व स्वदेशी कापडाच्या उत्पादनाला मोठी चालना मिळाली. इतर अनेक उद्योगांनाही गती मिळाली. विशेष म्हणजे स्वदेशीचा पुरस्कार व परदेशी मालावर बहिष्कार टाकल्याने आपण आपल्या देशाचे हितच करतो व तसे न करण्यात अनहित करतो, हे आता सुज्ञ माणसांना समजू लागले. दारूबंदी, अस्पृश्यतानिवारण यांसारख्या चळवळी याच काळापासून मूळ धरू लागल्या. त्या संपूर्ण यशस्वी आजही होऊ शकल्या नाहीत. तेव्हा सन 1920 च्या असहकार चळवळीपासून ती अपेक्षा करणे व्यर्थ आहे. तथापि, त्या दृष्टीने समाजात जागृती होऊ लागली, हीही गोष्ट सामान्य नव्हती.

6. **नेते व कार्यकर्ते यांची पिढी तयार झाली :** सरकारी अधिकाराच्या जागा, कोर्ट-कचेऱ्या, शाळा-कॉलेजेस् यांवरील बहिष्कार हे असहकार चळवळीचे एक मुख्य अंग होते. म. गांधींच्या आवाहनास प्रतिसाद देऊन पं. मोतीलाल नेहरू, सी. आर. दास इत्यादी अनेक नामांकित लोकांनी सरकारशी असहकार म्हणून आपले व्यवसाय सोडले आणि देशसेवेस वाहून घेतले. अनेक महाविद्यालयीन विद्यार्थ्यांनी शिक्षणावर बहिष्कार टाकून राष्ट्रीय चळवळीत उड्या घेतल्या व नंतर ते चळवळीचे पूर्ण वेळ कार्यकर्ते बनले. सारांश, या चळवळीच्या तालमीत कार्यकर्त्यांचे व नेत्यांचे मोहोळच तयार झाले. पूर्वी राजकारण ही रिकाम्या वेळेची कामगिरी असायची. आता हे राष्ट्रीय महत्त्वाचे कर्तव्य बनले.

7. **पदव्या व मानसन्मान याबद्दलचा तिरस्कार :** असहकार चळवळीत भारतीय लोकांनी सरकारने दिलेल्या पदव्या व मानसन्मान परत करावयाचा कार्यक्रम होता. त्याप्रमाणे गुरुवर्य रवींद्रनाथ टागोर, महात्मा गांधी इत्यादी मोठ्या नेत्यांपासून छोट्या नेत्यांपर्यंत अनेकांनी सरकारी पदव्यांचा त्याग केला. त्यापूर्वी सरकारी पदव्या संपादणे ही गोष्ट बहादुरीची व सन्मानाची समजली जाई. आता आपले सर्वस्व लुबाडणाऱ्या राजकर्त्यांकडून पदव्या संपादणे म्हणजे देशद्रोहच होय असे मानले जाऊ लागले. ज्यांनी पदव्या परत केल्या नाहीत त्यांनाही अशा पदव्यांनी समारंभात मिरविणे संकोचाचे होऊ लागले.

अशा प्रकारे असहकार चळवळीचे पहिले पर्व संपले. हे पर्व संपूर्ण यशस्वीही झाले नाही व संपूर्ण अयशस्वीही झाले नाही. तथापि, राष्ट्रीय स्वातंत्र्याविषयीची चळवळ सामान्य माणसांपर्यंत पोहोचविण्याचे कार्य या पर्वाने केले हे मान्य करावयास हवे. या चळवळीत मिळालेल्या शिक्षणावर राष्ट्रीय चळवळीची पुढील वाटचाल झाली.

◉◉◉

21

स्वराज्य पक्षाची कामगिरी

21.1 स्वराज्य पक्षाच्या उदयास कारणीभूत झालेली परिस्थिती

21.2 स्वराज्य पक्ष : स्थापना, उद्देश व धोरण

21.3 स्वराज्य पक्षाचे कार्य

21.4 स्वराज्य पक्षाच्या कार्याचे परीक्षण

21.5 स्वराज्य पक्षाचे यश (कामगिरी)

महात्मा गांधींच्या आदेशानुसार वेगाने चाललेली असहकार चळवळ एकदम थांबली गेली. ही गोष्ट राष्ट्रसभेतील पं. मोतीलाल नेहरू व सी. आर. दास यांसारख्या अनेक ज्येष्ठ नेत्यांना आवडली नाही. राजकीय चळवळ सतत जागृतावस्थेत असली पाहिजे असे या मंडळींचे मत होते. अशा परिस्थितीत 1923 साली कायदेमंडळाच्या निवडणुका तोंडावर आल्या होत्या. या निवडणुका राष्ट्रसभेने लढवाव्यात आणि कायदेमंडळात जाऊन राष्ट्रसभेच्या नेत्यांनी तेथे सरकारची अडवणूक करावी व देशात सतत जागृती राखावी असे नेहरू व दास यांना वाटत होते. पण नव्या धोरणास म. गांधींचा (या वेळी ते तुरुंगात होते.) पाठिंबा नव्हता; कारण तसे केले असते तर 1919 साली राष्ट्रसभेने स्वीकारलेल्या 'असहकार चळवळी'च्या तत्त्वांची पायमल्ली होणार होती. तथापि, नेहरू व दास मंडळींना कायदेमंडळाच्या निवडणुका लढवाव्यात असे प्रामाणिकपणे वाटत होते व पुढे त्यांच्या या विचारातूनच त्यांनी राष्ट्रसभांतर्गत 'स्वराज्य पक्ष' स्थापन केला. प्रथम या स्वराज्य पक्षाच्या स्थापनेस कारणीभूत झालेली परिस्थिती पाहू..

21.1 स्वराज्य पक्षाच्या उदयास कारणीभूत झालेली परिस्थिती

1. **कायदेमंडळातील मवाळांचे नैराश्यजनक कार्य :** सन 1919 च्या राष्ट्रसभेच्या आदेशानुसार राष्ट्रसभेने 1920 साली झालेल्या कायदेमंडळाच्या निवडणुकांवर बहिष्कार टाकला होता. पण राष्ट्रसभेतून फुटून निघून मवाळांनी आपला वेगळा 'प्रागतिक पक्ष' स्थापून या निवडणुका लढवून ते इतर पक्षीयांसह कायदेमंडळात गेले होते. त्यांनी कायदेमंडळात ठराव आणून प्रांतीय स्वायत्तता व केंद्रात जबाबदार राज्यपद्धती या सुधारणांची मागणी केली होती. पण विलायत सरकारने ती धुडकावून लावली होती. परिणामी, प्रागतिक पक्षास जे अपयश आले त्यामुळे नैराश्यजनक परिस्थिती कायदेमंडळात व देशात निर्माण झाली होती.

2. **राज्यकर्त्यांची ताठर भूमिका :** सन 1919 चा माँटेग्यू-चेम्सफर्ड सुधारणा कायदा हा अपुरा व असमाधानकारक असल्याने त्यात त्वरित सुधारणा व्हावी अशी राष्ट्रसभेची व देशातील इतर पक्षांची मागणी होती. तथापि, सरकार ही मागणी स्वीकारावयास तयार नव्हते. उलट ते अधिकाधिक ताठर बनत होते. 2 नोव्हेंबर, 1922 रोजी तर सरकारने जाहीर करून टाकले की, भारताच्या राज्यघटनेत आता लवकर सुधारणा करण्याचा सरकारचा मुळीच इरादा नाही. सरकारची ही ताठर भूमिका अन्यत्रही आढळत होती. मिठावर दुप्पट कर बसविणारी अंदाजपत्रकातील तरतूद केंद्रीय कायदेमंडळाने फेटाळून लावली तरी ती गव्हर्नर जनरलने आपल्या खास अधिकारात मंजूर करून घेतली होती. याच सुमारास ब्रिटिश पंतप्रधान लॉईड जॉर्ज यांनी भारतातील सनदी नोकरांच्या कार्याचा गौरव करून भारतात भविष्यात अनेक वर्षे त्यांना महत्त्वपूर्ण कामगिरी करावयाची आहे असे उद्‌गार काढले होते. याचा अर्थ, सरकार भारतात लोकप्रतिनिधींच्या हाती सत्ता द्यावयास तयार नव्हते.

3. **राष्ट्रसभा व मुस्लीम लीग यांचे सहकार्य समाप्त :** असहकार चळवळ अचानक तहकूब करण्याच्या आदेशाने मुस्लीम लीग दुरावली गेली. अहिंसात्मक सत्याग्रहावर विश्वास नसतानाही मुस्लीम मंडळींनी खिलाफत चळवळींसाठी राष्ट्रसभेशी सहकार्य केले होते. आता ही चळवळ अचानक बंद झाल्याने त्यांना हा आपला विश्वासघात वाटू लागला. विशेष म्हणजे तिकडे तुर्कस्तानातही खुद्द तुर्की लोकांनी खिलाफत नष्ट करून टाकली. तेव्हा खिलाफत चळवळीमधील हवाच निघून गेली. आता पुन्हा मुस्लीम लीग हे आपल्या संकुचित दृष्टीने राष्ट्रीय चळवळीकडे पाहू लागले. राष्ट्रसभा व लीग यांच्यात या वेळी जे वितुष्ट आले ते पुढे वाढतच गेले.

4. **महात्मा गांधींचा चळवळ तहकुबीचा आदेश :** स्वराज्य पक्षाच्या उदयाचे सर्वांत महत्त्वाचे कारण म्हणजे 1922 साली असहकार चळवळ ऐन जोमात आली असता म. गांधींनी तिला तहकूब करण्याचा दिलेला आदेश हे होय. असा आदेश दिला नसता तर चळवळ पुढे चालूच राहिली असती. पण ती अचानक बंद झाल्यामुळे राष्ट्रसभेतील पं. मोतीलाल नेहरू, चित्तरंजन दास, बिपीनचंद्र पाल इत्यादी मंडळींना आश्चर्याचा धक्का बसला. एका ठिकाणच्या लोकांनी सत्याग्रही चळवळीच्या तत्त्वाविरुद्ध आचरण करून गुन्हा केला तर त्याची सर्व राष्ट्रास शिक्षा का म्हणून करावी असे त्यांना वाटत होते. महात्मा गांधींचा हा निर्णय न आवडल्याने या मंडळींनी लोकजागृतीचा वेगळा मार्ग शोधण्याचे ठरविले.

5. महात्मा गांधींच्या अनुपस्थितीमुळे निर्माण झालेली परिस्थिती : असहकार चळवळ तहकूब झाल्यानंतर सरकारने महात्मा गांधींवर लगेच सूड उगवला. त्यांच्या लेखातील काही विधानांना राजद्रोही ठरवून त्यांना सहा वर्षांची कारावासाची शिक्षा सरकारने दिली. अशा प्रकारे महात्मा गांधी तुरुंगात गेल्याने राष्ट्रीय राजकारणाच्या क्षेत्रात जी पोकळी निर्माण झाली ती सामुदायिक नेतृत्वाने भरून काढणे आवश्यक होते. असहकार चळवळीच्या तहकुबीने जे नैराश्य सर्व देशभर पसरले होते ते नष्ट करून पुन्हा राष्ट्रीय चळवळीस चैतन्य आणणे आवश्यक आहे असे नेहरू-दास इत्यादी प्रभृतींना वाटत होते.

6. राष्ट्रसभेच्या चौकशी समितीचा निष्कर्ष : असहकार चळवळ तहकूब केल्यावर राष्ट्रसभेने या चळवळीने देशात किती जागृती घडवून आणली याचे मूल्यमापन करण्यासाठी एक चौकशी समिती (Civil Disobedience Enquiry Committee) नेमली होती. या समितीने देशभर फिरून लोकांच्या मुलाखती घेऊन व परिस्थितीची पाहणी करून असा निष्कर्ष काढला होता की, लोक आता सविनय कायदेभंगाच्या चळवळीस फारसे उत्सुक नाहीत. तसेच चळवळीचा जो विधायक कार्यक्रम आहे तोही हाती घेण्याची त्यांची आज मानसिक तयारी नाही. हा निष्कर्ष कायदेमंडळात प्रवेश करू इच्छिणाऱ्यांना अनुकूल होता. त्यांच्या मते, देश आता लगेच चळवळीस तयार नाही तर मग आम्ही कायदेमंडळात जातो व तेथे असहकाराचा कार्यक्रम राबवून दाखवितो.

21.2 स्वराज्य पक्ष : स्थापना, उद्देश व धोरण

▣ स्वराज्य पक्षाची स्थापना

कायदेमंडळाच्या निवडणुकीत भाग घेणे म्हणजे राष्ट्रसभेने स्वीकारलेल्या असहकार चळवळीच्या तत्त्वाची पायमल्ली करण्यासारखे आहे असे खुद्द महात्मा गांधींना वाटत होते. त्यामुळे त्यांचा कायदेमंडळातील प्रवेशास विरोध होता. परिणामी, राष्ट्रसभेत दोन तट पडणे अपरिहार्य होते व ते तसे पडलेही. या दोन तटांना फेरवादी व नाफेरवादी अशी नावे दिली गेली. निवडणुकीत भाग घेऊन कायदेमंडळात जाऊन सरकारशी संघर्ष करणारे ते फेरवादी व असहकार चळवळीच्या कार्यक्रमानुसार निवडणुकांवर बहिष्कार टाकण्याचेच धोरण पुढे चालवणारे ते नाफेरवादी. नेहरू-दास फेरवादी नेते; तर गांधीजी-राजाजी हे नाफेरवादी नेते होते.

डिसेंबर 1922 मध्ये गया येथे राष्ट्रसभेचे अधिवेशन भरले. सी. आर. दास हे अध्यक्षस्थानी होते. राष्ट्रसभेने कायदेमंडळाच्या निवडणुका लढविण्यास परवानगी द्यावी म्हणून त्यांनी मोठ्या जोमाने आपली बाजू मांडली. पण म. गांधींच्या प्रभावाखाली असणाऱ्या राष्ट्रसभेच्या बहुसंख्य सभासदांनी तशी परवानगी दिली नाही. तेव्हा दासांनी आपल्या अध्यक्षपदाचा राजीनामा दिला. दास व मोतीलाल नेहरू यांनी आपल्या उद्दिष्टपूर्तीसाठी नवा पक्ष काढण्याचे ठरविले व त्यानुसार त्यांनी मार्च 1923 मध्ये अलाहाबाद येथे 'स्वराज्य पक्षाची' स्थापना केली. तथापि, राष्ट्रसभेत अशा प्रकारची फूट पडणे म. गांधींसारख्या विचारी पुरुषास योग्य वाटत नव्हते. राष्ट्रसभेनेही दासांचा राजीनामा स्वीकारलेला नव्हता. राष्ट्रसभेतील बहुसंख्य नेत्यांना राष्ट्रसभा दुभंगावी असे वाटत नव्हते. परिणामी, सप्टेंबर 1923 मध्ये दिल्ली येथे राष्ट्रसभेचे खास अधिवेशन भरविले गेले आणि फेरवादी व नाफेरवादी यांच्यात समझौता करण्यात आला. फेरवाद्यांना निवडणुका लढविण्यास परवानगी देण्यात आली; पण त्यांनी राष्ट्रसभेच्या नावाने निवडणुका लढवू नयेत, स्वतंत्रपणे लढवाव्यात असे ठरले. नेहरू-दास मंडळींचा हा एक विजयच होता.

▣ स्वराज्य पक्षाचे उद्देश

1. आपल्या मताचा प्रचार करणे : सन 1919 चा कायदा स्वराज्यवाद्यांना (स्वराज्य पक्षाच्या मंडळींना) समाधानकारक वाटत नव्हता. तरीही त्या कायद्यानुसार होणाऱ्या कायदेमंडळाच्या निवडणुका ते लढवू इच्छित होते. याचे पहिले कारण म्हणजे अशा निवडणुका लढवून कायदेमंडळात जाऊन तेथील व्यासपीठांचा वापर ते आपल्या प्रचारासाठी करणार होते. कायदेमंडळातील त्यांच्या टीकांना व भाषणांना वृत्तपत्रांतून भरपूर प्रसिद्धी मिळणार होती. परिणामी, त्यांची

मते व धोरणे सामान्य लोकांपर्यंत आपोआपच पोहोचणार होती. परिणामी असहकार चळवळीने लोकांमध्ये जे नैराश्याचे ढग निर्माण झाले होते ते वितळून जाणार होते.

2. **मवाळ व संधिसाधू लोकांची हकालपट्टी :** राष्ट्रसभेने असहकाराचे तत्त्व स्वीकारल्याने 1920 साली झालेल्या कायदेमंडळाच्या निवडणुका तिने लढवल्या नव्हत्या. परिणामी देशातील मवाळ, संधिसाधू नेते व सरकारधार्जिणे लोक या मंडळींचा कायदेमंडळात प्रवेश झालेला होता. ही मंडळी आपणाला 'लोकप्रतिनिधी' म्हणवत होती. तांत्रिकदृष्ट्या ते बरोबर होते. या गोष्टीची पुनरावृत्ती टाळणे हा स्वराज्यवाद्यांचा दुसरा उद्देश होता. स्वराज्यवादी निवडणुकीस उभे राहिले तर वर निर्देशिलेल्या मंडळींना शह बसणार होता. परिणामी, त्यांची कायदेमंडळातून हकालपट्टी होणार होती.

3. **लोकजागृती करणे :** कायदेमंडळात प्रवेश करून राज्यकर्त्यांवर टीकाप्रहार करण्याची संधी या निवडणुकांनी मिळणार होती. तसेच कायदेमंडळातही सरकारशी असहकार करण्याचा स्वराज्यवाद्यांचा उद्देश असल्याने त्यांच्या कृतीने व उक्तीने सर्व देशातील समाज राजकीयदृष्ट्या जागृत राहणार होता आणि तसा तो सतत जागृत राहणे राष्ट्रीय चळवळीच्या प्रगतीसाठी आवश्यक होते.

4. **भारताची घटना बदलणे :** सन 1919 च्या कायद्याने भारताला जी राज्यघटना मिळालेली होती ती बदलण्यासाठी राज्यकर्त्यांवर सतत दडपण आणणे, हाही स्वराज्यवाद्यांचा प्रमुख उद्देश होता. या कायद्याने स्थापन झालेली प्रांतीय व केंद्रीय कायदेमंडळे लोकहिताच्या दृष्टीने कशी कुचकामी आहेत हे राज्यकर्त्यांना प्रत्यक्ष तोंडावरच स्वराज्यवादी दाखवून देणार होते. तसेच भारतीय लोकांची पूर्ण स्वराज्याची मागणी पूर्ण झाल्याशिवाय भारतीय प्रश्न सुटू शकत नाही हेही ते राज्यकर्त्यांना दाखविणार होते.

▣ स्वराज्य पक्षाचे धोरण

स्वराज्यवाद्यांची अलाहाबादेस बैठक घेऊन 14 ऑक्टोबर, 1923 रोजी स्वराज्य पक्षाचा निवडणूक जाहीरनामा प्रसिद्ध केला गेला. या जाहीरनाम्यात स्वराज्य पक्षाची धोरणे अधिकृतपणे मांडली गेली ती अशी :

(1) स्वराज्य पक्ष हा राष्ट्रसभेचा अविभाज्य भाग आहे; राष्ट्रसभेने स्वीकारलेले अहिंसात्मक असहकाराचे तत्त्व तो सतत नजरेसमोर ठेवतो.

(2) कायदेमंडळात प्रवेश केल्यावर स्वराज्य पक्ष भारताची नवी राज्यघटना तयार करण्याच्या हक्काची मागणी करेल आणि ही मागणी मान्य न केल्यास स्वराज्य पक्ष सरकारला राज्यकारभारात सतत अडथळा आणून त्यास कायदेमंडळामार्फत राज्यकारभार करणे अशक्य करून सोडेल.

(3) आपल्या उद्देशांच्या परिपूर्तीसाठी स्वराज्य पक्ष ज्यांना स्वराज्य पक्षाच्या कार्यक्रमाविषयी सहानुभूती आहे, अशा कायदेमंडळातील दुसऱ्या पक्षांचे अथवा स्वतंत्र सभासदांचेही सहकार्य घेईल.

(4) सरकारने स्थापन केलेल्या समित्यांत सहभागी होण्यास तसेच सरकारी समारंभांत सामील होण्यास नकार देऊन स्वराज्य पक्ष सरकारबद्दलचा असंतोष व्यक्त करेल.

(5) स्वराज्य पक्ष स्वराज्याची मागणी सातत्याने कायदेमंडळात मांडेल व जेणेकरून देशात राजकीय जागृती सतत ठेवेल.

(6) सध्याच्या राज्यघटनेत सुधारणा करण्यासाठी तो कायदेमंडळात सतत ठराव आणेल व लोकहिताचे कायदे मंजूर होण्यासाठी तो सतत प्रयत्नशील राहील.

(7) कायदेमंडळाच्या बाहेर स्वराज्य पक्ष महात्मा गांधींच्या विधायक कार्यक्रमाचा जोमाने पुरस्कार व प्रचार करील.

(8) हे उद्देश जर सफल झाले नाहीत तर स्वराज्य पक्ष कायदेमंडळाबाहेर पडून पुन्हा महात्मा गांधींच्या असहकार चळवळीत सामील होईल.

21.3 स्वराज्य पक्षाचे कार्य

1. **निवडणुकीतील यश :** सन 1919 च्या कायद्यानुसार 1923 साली भारतीय कायदेमंडळाच्या निवडणुका झाल्या. त्यात स्वराज्य पक्षाने भाग घेऊन 145 सभासदांच्या केंद्रीय कायदेमंडळात 48 जागा मिळविल्या. याशिवाय सभागृहात 24 स्वतंत्र सभासदही होते. त्यांचे नेतृत्व बॅ. जीनांकडे होते. या सभागृहात 25 सभासद आणि 14 सरकारनियुक्त बिनसरकारी सभासद होते. त्यांची संख्या 39 अशी होत होती. अशा प्रकारे स्वराज्य पक्ष हा जरी केंद्रीय कायदेमंडळातील सर्वांत मोठा पक्ष असला तरी त्यास बहुमत नव्हते. पण त्याने स्वतंत्र सभासदांशी संगनमत केल्यास स्पष्ट बहुमत होत होते. (48 स्वराज्यवादी + 24 स्वतंत्र = 72)

मध्य प्रांतात स्वराज्यवाद्यांना पूर्ण बहुमत मिळाले नाही तरी सभागृहातील सर्वांत मोठा पक्ष म्हणून त्यांना स्थान मिळाले. इतर प्रांतांतही कमी-अधिक फरकाने स्वराज्यवादी कायदेमंडळात निवडून आले. तथापि, त्यांना बहुमत मिळाले नाही.

2. **स्वतंत्र सभासदांशी समझौता :** केंद्रीय कायदेमंडळात स्वराज्यवाद्यांना बहुमत मिळाले नसल्याने त्यांनी स्वतंत्र सभासदांशी समझौता करून 'संयुक्त आघाडी' स्थापन केली. अशी आघाडी स्थापन झाल्यामुळे सरकारला सातत्याने विरोध करण्याच्या पूर्वीच्या धोरणाला स्वराज्यवाद्यांनी थोडी मुरड घातली. आपल्या मागण्या मान्य करून घेण्यासाठी संयुक्त आघाडी सरकारची विधेयके व ठराव उधळून लावणार होतीच; पण राष्ट्रीय जीवनाच्या विकासास उपयुक्त होणाऱ्या सरकारच्या ठरावांना पाठिंबा देणार होती; तसेच स्वतःहून काही विधायक ठराव मांडणार होती. तथापि, स्वराज्यवादी व स्वतंत्र सभासद यांच्यामधील हे साहचर्य दुर्दैवाने फक्त दोन वर्षेच टिकले. पुढे मतभेद होऊन स्वतंत्र सभासदांनी स्वराज्यवाद्यांना दिलेला आपला पाठिंबा काढून घेतला.

▣ स्वराज्यवाद्यांचे केंद्रीय कायदेमंडळातील कार्य

8 फेब्रुवारी, 1924 रोजी स्वराज्यवाद्यांनी भारताच्या राज्यघटनेचा प्रश्न सोडविण्याची मागणी करणारा महत्त्वाचा ठराव केंद्रीय कायदेमंडळाच्या सभागृहात मंजूर केला. त्या ठरावात म्हटले होते, ''भारतामध्ये जबाबदार राज्यपद्धती (लोकशाही शासनव्यवस्था) स्थापन करण्याच्या दृष्टीने सन 1919 चा कायदा दुरुस्त केला जावा. त्यासाठी विलायत सरकारने भारतीय प्रतिनिधींशी चर्चा करण्यासाठी गोलमेज परिषद भरवावी. अशा परिषदेतील प्रतिनिधींनी केलेल्या शिफारशींवर आधारित असा नवा सुधारणा कायदा पार्लमेंटने पास करावा.''

ही उघड-उघड स्वराज्याची मागणी होती आणि या मागणीची पूर्तता करण्यासाठी नुकतेच सत्तेवर आलेले मजूर सरकार लवकर पावले उचलेल अशी आशा भारतीय नेत्यांना होती. कारण भारतीय लोकांच्या लढ्याबद्दल अनेक नेत्यांना सहानुभूती असे. रॅम्से मॅक्डोनाल्ड हे या वेळी ब्रिटनचे पंतप्रधान होते. त्यांनी स्वराज्यवाद्यांची मागणी पूर्णपणे फेटाळून लावली. त्यामुळे स्वराज्यवादी संतप्त बनले.

भारताला स्वराज्याचे हक्क द्यावयास विलायत सरकार सहजासहजी तयार नसल्याचे दिसून आल्यावर स्वराज्यवाद्यांनीही अडवणुकीचे धोरण स्वीकारले. सन 1924 ते 1927 या काळात त्यांनी सरकारचे अनेक ठराव व आर्थिक विधेयके (बिले) उधळून लावली. अर्थात, सरकारचे त्यामुळे काही अडत नव्हते. गव्हर्नर जनरलकडे असणाऱ्या विशेषाधिकाराने स्वराज्यवाद्यांनी नामंजूर केलेली विधेयके सरकार मंजूर करत असे.

असे असले तरी Regulation III of 1818 यांसारखे सरकारचे जुलमी कायदे नष्ट करण्यासाठी स्वराज्यवाद्यांनी सभागृहात बराच खटाटोप केलेला दिसतो. सरकारच्या हाती अंतिम सत्ता असल्यामुळे असे जुलमी कायदे नष्ट करणे स्वराज्यवाद्यांना शक्य झाले नाही. ते लोकांच्या स्वातंत्र्याची मागणी चिकाटीने करीत राहिले व त्यासाठी सरकारवर सतत प्रहार करीत राहिले, ही गोष्ट कमी महत्त्वाची नाही.

1924 साली स्वराज्यवाद्यांनी भारतीय स्वराज्याचा प्रश्न सोडविण्यासाठी गोलमेज परिषदेची मागणी केलेली होती. तथापि, सरकारने ही मागणी पूर्ण न करता भारत सरकारच्या सर अलेक्झांडर मुडिमन या गृहमंत्र्याच्या (Home Member) अध्यक्षतेखाली एक चौकशी समिती नेमली. सन 1919 च्या कायद्याच्या अंमलबजावणीतील दोष कोणते, विशेषतः प्रांतातील द्विदल राज्यपद्धतीच्या अडचणी कोणत्या याची चौकशी ही समिती करणार होती. यात सर तेजबहादूर सप्रू, बॅ. जीना, रँ. परांजपे यांसारखे भारतीय सभासद घेतले गेले. पं. मोतीलाल नेहरू यांनी या समितीत जावयास नकार दिला. या समितीत सरकारी सभासदांचे बहुमत राखले गेले होते, ही गोष्ट लक्षात ठेवली पाहिजे. कारण सरकारचे सभासद सरकारला अनुकूल अशाच शिफारशी करणार होते आणि सरकारच्या अपेक्षेप्रमाणेच घडून आले. मुडिमन समितीतील सरकारी सभासदांच्या बहुमतवाल्या गटाने अशी शिफारस केली की, थोड्याफार दुरुस्त्या करून द्विदल राज्यपद्धती चालू ठेवावी. याउलट, अल्पमतवाल्या भारतीय सभासदांच्या गटाने द्विदल राज्यपद्धतीची अंमलबजावणी ही अशक्यप्राय गोष्ट असून ती शक्य तितक्या लवकर बरखास्त करावी अशी शिफारस केली. सरकारने बहुमतवाल्या गटाची शिफारस मान्य केली.

सप्टेंबर 1924 मध्ये सरकारने मुडिमन समितीचे दोन अहवाल सभागृहासमोर ठेवले. पं. मोतीलाल नेहरूंनी अतिशय प्रभावी भाषण करून सरकारच्या धोरणाचे वाभाडे काढले आणि स्वतः एक ठराव सभागृहात मांडला. हा ठराव बहुमताने पास झाला. या ठरावात म्हटले होते की, भारतात जबाबदार राज्यपद्धती निर्माण करण्यासाठी सरकारने तातडीने गोलमेज परिषद भरवावी व त्यासाठी त्वरित पावले उचलावीत. परंतु सरकारवर या ठरावाचा फारसा परिणाम झाला नाही. पार्लमेंट अशा ठरावांनी घाबरून जाणार नाही असे गव्हर्नर जनरल लॉर्ड आयर्विन यांनी स्पष्ट जाहीर केले. पण अवघ्या नऊ महिन्यांनंतरच भारतीय प्रश्नाची सोडवणूक करण्यासाठी एक 'शाही आयोग' (Royal Commission) स्थापन करण्याची विलायत सरकारने घोषणा केली. हा आयोग म्हणजेच सायमन कमिशन होय.

▣ स्वराज्यवाद्यांचे प्रांतीय कायदेमंडळातील कार्य

मध्य प्रांतामध्ये स्वराज्यवाद्यांना पूर्ण बहुमत प्राप्त झाले होते. त्यामुळे कायदेमंडळात सरकारची अडवणूक करण्याचे स्वराज्य पक्षाचे धोरण तेथे पूर्णपणे अमलात आणता आले. तेथे सभागृहात बहुमत असूनही स्वराज्यवाद्यांनी मंत्रिमंडळात यावयास नकार दिला व गव्हर्नरांनी नियुक्त केलेल्या सोपीव खात्यांच्या मंत्र्यांनाही राजीनामे द्यावयास भाग पाडले. त्यामुळे सोपीव खात्यांचा कारभार गव्हर्नरास आपल्या हाती घ्यावा लागला. बंगालमध्ये कायदेमंडळात स्वराज्यवाद्यांना बहुमत नसले तरी त्यांचा गट सर्वांत मोठा होता. त्यांना काही स्वतंत्र मुस्लीम सभासद येऊन मिळाल्यावर सी. आर. दासांच्या नेतृत्वाखाली त्यांनी बंगाल कायदेमंडळात बहुमत प्रस्थापित केले व गव्हर्नरास द्विदल राज्यपद्धती राबविणे अशक्य करून सोडले. बंगालच्या गव्हर्नरांनी दासांना मंत्रिमंडळ बनविण्यासाठी सांगितले होते. पण त्यास दासांनी नकार दिला. कारण प्रांतातील द्विदल राज्यपद्धतीच बरखास्त करावी अशी त्यांची मागणी होती. त्यासाठी ते मंत्रिमंडळ बनवून सरकारशी सहकार्य करावयास तयार नव्हते.

आणखी असे की, स्वराज्य पक्ष केवळ कायदेमंडळात शिरला असे नाही तर तो स्थानिक स्वराज्य संस्थेतही गेला. कलकत्ता, मुंबई, अलाहाबाद, अहमदाबाद इत्यादी ठिकाणच्या कॉर्पोरेशन्स त्याने जिंकल्या; या ठिकाणी या पक्षाने विधायक कार्य करून दाखविले. स्थानिक स्वराज्य संस्था प्रथमच लोकांना 'आपल्या' वाटू लागल्या.

स्वराज्य पक्षाची शक्ती पुढे हळूहळू क्षीण होत गेली. 1925 साली देशबंधू चित्तरंजन दास मृत्यू पावले. त्यांच्या मृत्यूने स्वराज्य पक्षाला चांगलाच हादरा बसला. बंगालमध्ये अनेक स्वराज्यवाद्यांना सरकारने तुरुंगात टाकले. त्यात सुभाषचंद्र बोसही होते. दुसरे असे की, या पक्षातील अनेक नेत्यांनी (उदा., केळकर, जयकर, मुंजे इत्यादी) सरकारशी सहकार्य करण्याचे धोरण स्वीकारले. त्यामुळे स्वराज्य पक्षाच्या मूळ धोरणालाच तडा गेला. सन 1926 मध्ये निवडणुका झाल्या. तथापि, स्वराज्य पक्ष पूर्वीसारखा दमदार नसल्याने त्याला फारसे यश लाभले नाही. हळूहळू तो अस्तंगत झाला.

21.4 स्वराज्य पक्षाच्या कार्याचे परीक्षण

राष्ट्रसभेने सुरू केलेली असहकाराची चळवळ अचानकपणे थांबवली गेल्याने जी अभूतपूर्व परिस्थिती भारतात निर्माण झाली त्या परिस्थितीत स्वराज्य पक्षाची स्थापना झाली. परंतु जी ध्येये नजरेसमोर ठेवून हा पक्ष स्थापन झाला. त्यांपैकी अनेक ध्येये सफल होऊ शकली नाहीत. यशापेक्षा अपयश बरेच होते. स्वराज्यवाद्यांना असे अपयश येण्यास अनेक बाबी कारणीभूत झाल्या.

▣ स्वराज्य पक्षाच्या अपयशाची कारणे

1. **सरकारधार्जिणे झाल्याचा आरोप :** स्वराज्यवाद्यांनी आपल्यासमोर उच्च ध्येये व उद्दिष्टे ठेवली होती. तथापि, ही ध्येये गाठण्यासाठी त्या काळच्या भारतीय राज्यघटनेने त्यांना अधिकार प्राप्त झालेले नव्हते. तसेच स्वराज्यवाद्यांच्या चळवळीने नमून स्वराज्याचे हक्क बहाल करण्याइतके सरकारही दुबळे नव्हते. भारतीय लोकांना स्वराज्याचे हक्क देणारी नवी राज्यघटना तयार करण्यासाठी सरकारने परिषद बोलवावी व त्यातील एक-तृतीयांश सभासद सरकारी असतील तरी चालतील असा स्वराज्यवाद्यांनी प्रस्ताव मांडल्यामुळे डॉ. ॲनी बेझंटसारख्या इतर भारतीय नेत्यांना स्वराज्यवाद्यांवर 'सरकारधार्जिणेपणाचा' आरोप करता आला. अशा आरोप-प्रत्यारोपामुळे स्वराज्यवाद्यांची प्रतिमा डागळली.

2. **पक्षामध्ये संधिसाधूंची भरती :** स्वराज्य पक्ष निवडणुका लढवून कायदेमंडळात जाणार व तो राष्ट्रसभेची एक शाखा म्हणून काम करणार हे माहीत झाल्यावर अनेक संधिसाधू मंडळींनी स्वराज्य पक्षाची तिकिटे मिळवून निवडणुकांद्वारे कायदेमंडळात प्रवेश करून घेतला. अशा लोकांना असहकार चळवळीतील खडतर देशसेवा मानवणारी नव्हती; ते मानमरातबाच्या मागे होते. सर्वत्र स्वराज्यवादी सभासद होते असे नाही, पण काही संधिसाधू व स्वार्थी लोकांमुळे पक्षाची कायदेमंडळात व कायदेमंडळाबाहेरची पूर्वीची स्वच्छ प्रतिमा तशीच पुढे राहू शकली नाही. त्यामुळे स्वाभाविकच पक्षाच्या लोकप्रियतेस ओहोटी लागली.

3. **धोरणामध्ये केलेला बदल :** कायदेमंडळात जाऊन सरकारला सातत्याने एकसारखा विरोध करीत राहायचे असे स्वराज्यवाद्यांमध्ये जे प्रारंभीचे धोरण होते ते कायदेमंडळात प्रवेश केल्यावर राहिले नाही. स्वराज्यवाद्यांपैकी अनेकांना हे धोरण न पटून त्यांनी काही प्रसंगी सरकारशी सहकार्य करण्यास सुरुवात केली. चांगल्या हेतूने पं. मोतीलाल नेहरू, विठ्ठलभाई पटेल इत्यादींना सरकारशी सहकार्य करावे लागले. भारतात लष्करी कॉलेज स्थापन करण्याच्या उद्देशाने नेमलेल्या स्कीन समितीत नेहरू होते, तर विठ्ठलभाई हे केंद्रीय कायदेमंडळाचे सभापती बनले. असे करणे गरजेचे असले तरी हा पक्ष आपल्या धोरणापासून दूर जात असल्याचे चित्र लोकांना दिसू लागले. शिवाय या बदललेल्या धोरणामुळे खुद्द पक्षामध्येही वैचारिक फूट पडली व पक्षाचे नुकसान झाले.

4. **सी. आर. दास यांचा मृत्यू :** स्वराज्य पक्षाचे मुख्य संस्थापक सी. आर. दास व पं. मोतीलाल नेहरू हे होते. त्यांपैकी 1925 साली सी. आर. दासांचा मृत्यू झाल्यामुळे पक्षाच्या संघटनेची व सामर्थ्याची फार मोठी हानी झाली. येथून पुढे पक्षाची सर्व जबाबदारी एकट्या नेहरूंवर पडली व ते चोहोंकडून होणाऱ्या विरोधास तोंड देऊन पक्षाचे स्वतंत्र अस्तित्व टिकवू शकले नाहीत. त्र्यं. र. देवगिरीकर म्हणतात, ''दासबाबू जिवंत राहिले असते तर स्वराज्य पक्ष हा लढाऊ पक्ष ठरला असता. मोतीलाल नेहरूंना ती शक्ती नव्हती असे सिद्धच झाले. त्यांना पक्ष सांभाळता आला नाही.''

5. सरकारचे दडपशाहीचे धोरण : स्वराज्यवाद्यांचा विशेषतः बंगालमध्ये अधिक जोर होता. बंगालमधील स्वराज्यवाद्यांच्या कार्यात अडथळे आणण्यासाठी बंगाल सरकारने शेकडो स्वराज्यवाद्यांना विनाचौकशी तुरुंगात डांबून टाकले. त्यामध्ये सुभाषचंद्र बोस यांच्यासारखे नेतेही होते. सरकारच्या या कृत्यामुळे बंगालमधील स्वराज्यवाद्यांची चळवळ कमजोर बनली.

6. पक्षामधील अंतर्गत संघर्ष : पं. मोतीलाल नेहरूंनी स्कीन समितीवर जागा स्वीकारल्याने त्यांच्या पक्ष सहकाऱ्यांनी त्यांच्यावर कठोर टीका केली. काहींनी बंडखोरी केली. वास्तविक सरकारच्या चांगल्या उपक्रमाशी सहकार्य करावयास काय हरकत होती ? ज्यांनी नेहरूंविरुद्ध बंड केले ते पूर्ण असहकारवादी होते असे नाही. खरे म्हणजे आपणासही अशा प्रकारची एखादी जागा मिळावी असे त्यांना वाटत होते. याहून वेगळ्या प्रकारचा संघर्ष मध्य प्रांतात उद्‌भवला. त्या प्रांतातील स्वराज्य पक्षाच्या एस. बी. तांबे या अध्यक्षांनी गव्हर्नराच्या कार्यकारी मंडळातील जागा स्वीकारल्यावरून वाद निर्माण झाला. हे पक्षाच्या धोरणाविरुद्ध मानमरातबासाठी केलेले कृत्य होते. स्वाभाविकच, स्वराज्य पक्षाच्या कार्यकारिणीने तांबे यांचा कडक निषेध केला. डॉ. मुंजे, न. चिं. केळकर व जयकर हे स्वराज्यवादी पुढारी तांबे यांचे पाठीराखे होते. त्यांनी आपल्याच पक्षाचा निषेध करून कार्यकारिणीचे राजीनामे देऊन टाकले व वेगळाच एक पक्ष काढला. लाला लजपतराय हे स्वराज्य पक्षाचे ज्येष्ठ नेते व केंद्रीय कायदेमंडळातील उपनेते. पण त्यांनीही हिंदू-मुस्लीम ऐक्याच्या प्रश्नावर पक्षाचा राजीनामा दिला आणि पं. मालवीय यांच्या सहकार्याने 'नवा राष्ट्रीय पक्ष' स्थापन केला. लालाजींच्या या कृत्याने पंजाब व उत्तर प्रदेश येथील स्वराज्य पक्षाचे वर्चस्व नष्ट झाले. अशा प्रकारे पक्षांतर्गत भांडणामुळे स्वराज्य पक्ष 1925 सालापासून पुढे फारसे काही काम करू शकला नाही.

7. अशक्यप्राय उद्दिष्टे : निवडणुका लढवून कायदेमंडळात प्रवेश करणे हे शक्यप्राय उद्दिष्ट असले तरी सरकारशी सतत असहकार करून सरकारला राज्यकारभार करणे अशक्य करून टाकणे, हे स्वराज्य पक्षाचे अशक्यप्राय उद्दिष्ट होते. याचे कारण त्या वेळी भारताची राज्यघटनाच अशी होती की, कायदेमंडळात बहुमताने स्वराज्यवाद्यांनी कितीही व कसेही ठराव पास केले अथवा नामंजूर केले तरी सरकारी धोरणावर त्याचा काही परिणाम होऊ शकत नव्हता. प्रांतात गव्हर्नरांना व केंद्रात गव्हर्नर जनरलला इतके खास व विशेषाधिकार होते की, कायदेमंडळांनी नामंजूर केलेला कोणताही ठराव ते मंजूर करू शकत होते. परिणामी, सरकारची अडवणूक करून स्वराज्याचे हक्क देण्यास सरकारला भाग पाडणे हेही अत्यंत अवघड कार्य होते. साहजिकच, अशा कार्यात स्वराज्यवाद्यांना अपयश आल्यास नवल नव्हते.

8. राष्ट्रसभेचे धोरण : राष्ट्रसभा ही जशी सर्व राष्ट्राचे प्रतिनिधित्व करणारी राष्ट्रीय संघटना होती तशी स्वराज्य पक्षाची संघटना तितकी व्यापक नव्हती. तसेच राष्ट्रसभेच्या बहुसंख्य नेत्यांचा विरोध असता, खुद्द महात्मा गांधींचा विरोध असता, स्वराज्य पक्षाची स्थापना नेहरू-दासांनी केलेली होती. पुढे राष्ट्रसभेने व गांधींनीही आपला पाठिंबा स्वराज्य पक्षास दिला खरा; पण त्यातही काही हातचे राखले गेले. स्वराज्य पक्ष म्हणजे राष्ट्रसभा नव्हती. लोकांनाही याची कल्पना होती. राष्ट्रसभा व स्वराज्य पक्ष यांच्यामधील प्रारंभीच्या काळातील मतभेदही स्वराज्य पक्षावर दूरगामी प्रतिकूल परिणाम करणारे ठरले.

9. महात्मा गांधींची लोकप्रियता : 1924 साली प्रकृतीच्या कारणास्तव सरकारने महात्मा गांधींना तुरुंगातून सोडले होते. त्यानंतर त्यांनी प्रामुख्याने राष्ट्रसभेच्या लोकोद्धारक चळवळीकडे लक्ष दिले होते आणि स्वराज्य पक्षीयांनाही आशीर्वाद दिला होता. परंतु देशातील जातीय दंगली, सरकारची दडपशाही, सरकारची सुधारणा देण्यासंबंधीची चालढकल व स्वराज्य पक्षाचे असमाधानकारक कार्य यामुळे महात्मा गांधींना पुन्हा राजकारणात पडण्याशिवाय गत्यंतर राहिले नाही. 1925 सालापासून त्यांची लोकप्रियताही वाढीस लागली होती व 1926 साली ते लोकप्रियतेच्या शिखरावर पुन्हा आरूढ झाले होते. अशा परिस्थितीत स्वराज्यवाद्यांच्या तोंडाकडे पाहण्यापेक्षा म. गांधींच्या समर्थ नेतृत्वाकडे आकृष्ट होणे जनतेने अधिक पसंत केल्यास नवल नव्हते.

21.5 स्वराज्य पक्षाचे यश (कामगिरी)

स्वराज्य पक्षाने आपल्यासमोर मोठमोठी उद्दिष्टे ठेवली पण त्यातील अनेक उद्दिष्टे त्यांच्या पदरात पडली नाहीत. तथापि, स्वराज्य पक्षाने काहीच यश अथवा कामगिरी केली नाही असे नाही. त्याच्या जमेकडील बाजूवर पुढील कामगिरी दाखविता येईल :

1. **लोकजागृती कायम ठेवली :** स्वराज्य पक्षाचे खरे कार्य पाहण्यासाठी तो कोणत्या परिस्थितीत निर्माण झाला याची प्रथम दखल घेतली पाहिजे. असहकार चळवळीने जो जोम आणि उत्साह देशात उत्पन्न झाला होता तो महात्मा गांधींच्या चळवळ तहकुबीच्या आदेशाने नाहीसा होतो की काय, असा प्रश्न या वेळी निर्माण झाला होता. तो तसा नाहीसा होऊ नये, देशातील लोकजागृती कायम टिकावी यासाठी राष्ट्रनेत्यांनी काही निश्चित कार्यक्रम लोकांसमोर ठेवणे गरजेचे होते. स्वराज्य पक्षाने कायदेमंडळ प्रवेशाचा व कायदेमंडळातील सरकारच्या अडवणुकीचा निश्चित कार्यक्रम लोकांसमोर ठेवला की, जेणेकरून लोकांमध्ये स्वराज्य चळवळीचे प्रेम सतत जागृत ठेवण्यास यश मिळाले.

2. **राज्यकर्त्यांचा जुलमी कारभार चव्हाट्यावर :** स्वराज्यवाद्यांनी केंद्रीय व प्रांतीय कायदेमंडळात प्रवेश केल्यावर सरकारच्या अनेक जुलमी कायद्यांवर कडाडून हल्ले चढविले. Regulation III of 1818 सारख्या व्यक्तिस्वातंत्र्याची पायमल्ली करणाऱ्या कायद्याचे उच्चाटन व्हावे म्हणून ठराव आणला व त्याच्यावर चर्चा करून सरकार भारतीय लोकांवर कसे अत्याचार करत आहे हे दाखवून दिले. अशा प्रकारच्या अनेक अन्यायी कायद्यांची दुरुस्ती करणारे ठराव स्वराज्यवाद्यांनी मांडले. त्यांच्यावर चर्चा घडवून आणल्या, काही प्रसंगी ते मंजूरही केले. तथापि, सरकारवर अशा मंजूर ठरावांची अंमलबजावणी करण्याचे बंधन नसल्याने सरकार असे ठराव उधळून लावत असे, ही गोष्ट निराळी. पण स्वराज्यवाद्यांच्या अशा प्रयत्नामुळे सरकारचे अन्यायी व दडपशाहीचे धोरण उघडे पडत असे. परिणामी जनमानसातील राज्यकर्त्यांच्या प्रतिमेचे खच्चीकरण होऊन व लोकांची सरकारविरोधी भावना वाढीस लागून राष्ट्रीय स्वातंत्र्याच्या लढ्यास पूरक वातावरण तयार होत असे.

3. **स्वराज्याच्या हक्कासाठी लढा व त्याचे फळ :** स्वराज्याचे हक्क लवकरात लवकर प्राप्त करणे हे स्वराज्यवाद्यांचे अंतिम व महत्त्वाचे उद्दिष्ट होते. त्यासाठीच कायदेमंडळात प्रवेश करून सरकारची अडवणूक करण्याचे तंत्र त्यांनी स्वीकारलेले होते. कायदेमंडळात त्यांनी 1924 साली भारतीय लोकांच्या स्वराज्याचा प्रश्न सोडविण्यासाठी गोलमेज परिषदेची मागणी करणारा ठराव मंजूर केला होता. या ठरावाची अंमलबजावणी त्वरित करावी, म्हणून ते वारंवार सरकारवर दडपण आणत होते. स्वराज्यवाद्यांच्या प्रयत्नातूनच सरकारने मुडिमन समिती नेमली हे लक्षात ठेवले पाहिजे. मुडिमन समितीतील बहुमतवाल्यांच्या शिफारशी भारताला प्रतिकूल असल्या तरी अल्पमतवाल्यांच्या शिफारशी अनुकूल होत्या. या अल्पमतवाल्यांच्या अहवालातून प्रांतातील द्विदल राज्यपद्धती कशी कुचकामी ठरलेली आहे याचे स्पष्ट विवेचन केले गेले होते; स्वराज्याचे अधिक हक्क भारतीय लोकांना दिल्याशिवाय प्रांतातील कारभार सुधारणे शक्य नाही हे आता राज्यकर्त्यांनाही उमजून चुकले होते. त्यामुळे भारतीय राज्यघटनेत कोणत्या सुधारणा कराव्यात यासंबंधी विलायतेत चर्चा सुरू झाली. परिणामी भारतातील राजकीय परिस्थितीचा अभ्यास करून आता भारताला कशा प्रकारच्या सुधारणा द्यावयास हव्यात याबद्दल सरकारकडे शिफारशी करण्यासाठी पुढे 1927 साली सायमन कमिशन नियुक्त केले गेले. हे स्वराज्यवाद्यांच्या कामगिरीचेच एक फळ होते असे म्हणावयास हरकत नाही. तसेच भारतीय लोकांच्या स्वराज्याच्या प्रश्नांची सोडवणूक करण्यासाठी भारतीय प्रतिनिधींची व सरकारची एक गोलमेज परिषद भरवावी ही मूळची सूचना स्वराज्यवाद्यांचीच होय, हेही लक्षात घेतले पाहिजे. गोलमेज परिषदेच्या कल्पनेचे श्रेय आपण स्वराज्य पक्षास दिले पाहिजे.

4. स्वातंत्र्यलढ्याचा मधला टप्पा : 1922 साली असहकार चळवळ तहकूब झाली. परिणामी, राष्ट्रसभेच्या वतीने चाललेला राष्ट्रीय स्वातंत्र्याचा लढा तहकूब झाला. पुढे सायमन कमिशनचा धिक्कार करण्याच्या निमित्ताने तो लढा 1927 साली जोमाने सुरू झाला. अशा प्रकारे सन 1922 ते 1927 पर्यंतच्या काळात राष्ट्रीय स्वातंत्र्य चळवळीस जागृत ठेवून ती आपल्या यथाशक्ती सामर्थ्यानुसार चालविण्याचे काम या स्वराज्य पक्षाने केले आहे हे नाकबूल करता येणार नाही. जेव्हा राष्ट्रसभा व महात्मा गांधी यांनी पुन्हा राष्ट्रीय चळवळीस गती देण्याचे ठरविले तेव्हा स्वराज्य पक्ष निष्प्रभ बनला व तो तसा बनणेही आवश्यक होते. पण तत्पूर्वीच्या चार-पाच वर्षांत देशात सतत राजकीय लढा चालू ठेवण्याचे आणि सरकारला प्रतिकार करण्याची भावना लोकांच्या मनात तेवत ठेवण्याचे मधल्या टप्प्याचे कार्य स्वराज्य पक्षाने केले याची नोंद आपण घेतली पाहिजे.

5. कायदेमंडळातील विधायक कामगिरी : कायदेमंडळात प्रवेश करून सरकारला सतत विरोध करावयाचा, हे स्वराज्यवाद्यांचे प्रारंभीचे धोरण बदलून सरकारच्या विधायक ठरावांना सहकार्य द्यायचे; एवढेच नव्हे, तर लोकांच्या कल्याणासाठी विधायक ठराव आपणहून मांडायचे असे ठरले. त्यात प्रामुख्याने राज्यकर्त्यांकडून होणारी भारतीय लोकांची आर्थिक पिळवणूक थांबविणे व देशाची औद्योगिक प्रगती साधणे हे दोन उद्देश स्वराज्यवाद्यांनी नजरेसमोर ठेवले होते. स्वराज्यवाद्यांच्याच प्रयत्नाने भारतात परदेशातून येणाऱ्या भांडवलाच्या गुंतवणुकीची चौकशी करणारी समिती सरकारने नेमली. तसेच स्वराज्यवाद्यांच्या प्रयत्नांनी सरकारने कॉटन एक्साईज ड्युटी रद्द केली, मिठावरचा कर कमी केला आणि सल्फरवरील आयात कर रद्द करून टाकला. याशिवाय देशातील कामगारांच्या परिस्थितीत सुधारणा व्हावी, देशी उद्योगधंद्यांना संरक्षण मिळावे, रेल्वेमधील वांशिक भेद दूर व्हावा, परदेशातील भारतीय लोकांना न्याय मिळावा, भारतात लष्करी कॉलेज स्थापन व्हावे इत्यादी अनेक मागण्या त्यांनी कायदेमंडळाच्या व्यासपीठावर ठरावांद्वारे मांडून सरकार व जनता यांचे लक्ष या प्रश्नांकडे वेधून घेतले.

6. कॉर्पोरेशन्स व लोकल बोर्ड्स येथील कार्य : स्वराज्य पक्षाने फक्त केंद्रीय व प्रांतीय कायदेमंडळात प्रवेश केला असे नाही तर निवडणुका लढवून कॉर्पोरेशन्स व लोकल बोर्ड्स येथेही प्रवेश केला व तेथील कारभार अत्यंत कार्यक्षमतेने करून दाखविला. कॉर्पोरेशन्स, म्युनिसिपल बोर्ड्स, जिल्हा लोकल बोर्ड्स येथे स्वराज्यवाद्यांना विधायक कार्ये करण्यास खूप वाव होता. त्याप्रमाणे त्यांनी कलकत्ता कॉर्पोरेशन, अलाहाबाद म्युनिसिपल बोर्ड, अहमदाबाद म्युनिसिपल बोर्ड आणि मुंबई कॉर्पोरेशन इत्यादी अनेक ठिकाणी अनेक लोकोपयोगी कामे केली. देशबंधू दास हे तर कलकत्ता कॉर्पोरेशनचे मेयर व सुभाषचंद्र बोस हे मुख्य कार्यकारी अधिकारी (Chief Executive Officer) होते. अलाहाबाद म्युनिसिपल बोर्डाचे जवाहरलाल नेहरू तर अहमदाबाद म्युनिसिपल बोर्डाचे वल्लभभाई पटेल चेअरमन होते. असे श्रेष्ठ राष्ट्रीय नेते निःस्वार्थीपणे आपल्या हाती आलेली सत्ता लोककल्याणासाठी वापरत होते. त्यांनी केलेल्या कार्यासंबंधी सुभाषचंद्र बोस म्हणतात, ''म्युनिसिपल संस्थांमधील स्वराज्यवाद्यांच्या कामगिरीमुळे लोकांमध्ये नवीन नागरी जाणीव निर्माण झाली. म्युनिसिपल संस्था आपल्या आहेत व त्यामधील अधिकारी नोकरशहा नसून लोकसेवक आहेत असे प्रथमच लोकांना वाटू लागले.''

अशा प्रकारे स्वराज्यवाद्यांना त्यांची उद्दिष्टे जरी साध्य करता आली नाहीत तरी ज्यावेळी राष्ट्रसभेने राजकीय चळवळीकडे तोंड फिरवून खादी ग्रामोद्योग, अस्पृश्यता निवारण, दारूबंदी, हिंदू-मुस्लीम ऐक्य यांसारख्या सामाजिक सुधारणांवर आपले लक्ष अधिक केंद्रित केले होते त्यावेळी राष्ट्राच्या राजकीय चळवळीची मशाल पेटती ठेवण्याचे कार्य स्वराज्य पक्षाने केले. स्वराज्यवाद्यांच्या प्रवेशाने देशातील कायदेमंडळे प्रथमच लोकशाहीतील कायदेमंडळासारखी वाटू लागली. देशातील सर्व प्रकारचे प्रश्न खुल्या दिलाने त्या ठिकाणी मांडले जाऊ लागले व राज्यकर्त्यांच्या रागा-लोभाची पर्वा न करता त्यांच्या तोंडावर टीकेचा भडिमार करण्यास भारतीय नेते शिकले.

⦿⦿⦿

सविनय कायदेभंगाची चळवळ

22.1 सायमन कमिशन

22.2 नेहरू रिपोर्ट

22.3 महात्मा गांधींची कायदेभंगाची चळवळ

22.4 गांधी - आयर्विन करार (5 मार्च, 1931)

22.5 रॅम्से मॅक्डोनाल्ड यांचा जातीय निवाडा आणि पुणे करार

महात्मा गांधींच्या असहकार चळवळीने सन 1920 ते 1922 या काळात देशात मोठी धामधूम माजविली. तथापि, चळवळीला हिंसक वळण लागताच तत्त्वनिष्ठ गांधींनी ती चळवळ तहकूब केली. म. गांधींच्यावर या वेळी सर्वांनीच गहजब केला. तथापि, त्यांनी आपल्या लोकप्रियतेची पर्वा केली नाही. महात्माजी लोकांच्या नजरेतून थोडे उतरलेले दिसताच सरकारने त्यांना अटक करून कैदेत ठेवले. भारतातील राजकीय चळवळ थंड होऊ नये, ब्रिटिशांविरुद्ध सारखा असंतोष जागृत राहिला पाहिजे या भावनेने पं. नेहरू व देशबंधू दास यांनी स्वराज्य पक्ष निर्माण करून राजकीय जागृतीची ज्योत तेवत ठेवली. तथापि, कायदेमंडळात प्रवेश करून तेथे सरकारविरुद्ध फारसे काही न करता आल्याने स्वराज्य पक्षाबद्दल वाटणारे आकर्षणही जनतेत कमी होऊ लागले. एक प्रकारचे थंड राजकीय वातावरण भारतात निर्माण झाले. महात्मा गांधींनी तुरुंगातून सुटल्यावर 1924 सालापासून हिंदू-मुस्लीममध्ये साहचर्य कसे वाढेल, याच समस्येवर लक्ष केंद्रित केले होते. अशा थंड वातावरणाचे स्वरूप एकदम गरम नव्हे तर तप्त बनले ते सायमन कमिशनच्या नियुक्तीमुळेच.

22.1 सायमन कमिशन

सन 1919 मध्ये भारताला पार्लमेंटच्या कायद्यान्वये सुधारणा मिळाल्या. या सुधारणा कशा काय आहेत याचे परीक्षण करून नव्या कोणत्या सुधारणा द्यायच्या यासाठी विलायत सरकारने दहा वर्षांनंतर एक कमिशन नेमावयाचे होते. हे कमिशन म्हणजेच सायमन कमिशन होय. खरे म्हणजे असे कमिशन म्हणजे मोठी आनंदाची घटना होती. तरीसुद्धा भारतीय जनतेत संतापाची लाट का उसळली, याचे प्रमुख कारण म्हणजे या सायमन कमिशनमधील सर्वच्या सर्व सदस्य एकजात गोरे होते. भारताची भावी राज्यघटना कशा प्रकारची असावी हे ठरविणाऱ्या समितीत एकही भारतीय माणूस नसावा ही गोष्ट भारतीय नेत्यांना संतापजनक होती. तर सरकारचे म्हणणे असे होते की, भारतात नाना धर्म, नाना पंथ, नाना राजकीय पक्ष, कोणाला म्हणून या समितीत घ्यावे ? एकाला घेतले की दुसऱ्या जमातीवर अन्याय होण्याची शक्यता आणि दुसरे असे की त्यांच्यात सुधारणेविषयी एकमत तरी कसे होणार ?

सन 1919 च्या कायद्यान्वये प्रांतांमध्ये द्विदल राज्यपद्धतीचा प्रयोग सुरू झाला होता. त्याने कितपत यश मिळविले आहे ? त्याच्या अडचणी कोणत्या व पुढील जबाबदारीच्या राज्यपद्धतीच्या सुधारणा देणे कितपत योग्य व शक्य आहे या सर्व प्रश्नांचा अभ्यास या कमिशनला करावयाचा होता.

सायमन कमिशनच्या नियुक्तीच्या बातमीने भारतातील सर्व नेत्यांना व राजकीय संघटनांना धक्का बसला. एकही भारतीय माणूस नसलेले कमिशन भारताचे राजकीय भवितव्य कसे ठरविणार ? नव्हे, अशा कमिशनला भवितव्य ठरविण्याचा अधिकारही नाही. अशी प्रतिक्रिया सर्वत्र व्यक्त केली जाऊ लागली. जे मवाळ सरकारनिष्ठ समजले जात त्यांनाही या गोष्टीचा संताप आला. भारतीय समाजाचा हा हेतुपुरस्सर अपमान आहे हे सांगताना सर तेजबहादूर सप्रू म्हणतात, ''या कमिशनमध्ये एकही भारतीय माणूस न नेमता भारतीय लोकांना निकृष्ट दर्जा आहे हे तर ब्रिटिशांनी ठरविलेच; शिवाय स्वतःच्या देशाची घटना कशी असावी, हे ठरविण्याचा अधिकारही ब्रिटिशांनी हिरावून घेतला. ही गोष्ट भारतीय लोकांचा जाणूनबुजून अपमान करणारी आहे.''

सायमन कमिशन जेथे-जेथे गेले तेथे-तेथे 'सायमन परत जा' अशा घोषणांनी त्याचे स्वागत झाले. सर्व देशभर उग्र आंदोलने व निषेध झडू लागले. लाहोर येथे सायमन कमिशन गेले असता लाला लजपतराय यांच्या नेतृत्वाखाली मोठा निषेध मोर्चा निघाला. पोलिसांनी तो अडवून निदर्शकांना भयानक मारहाण केली. लालाजींच्या छातीवर लाठ्या बसल्या. त्या माराने लालाजी पुढे काही दिवसांनी मृत्यू पावले. लालाजींच्या हौतात्म्याने क्रांतिकारकांचे रक्त उफाळून वर आले व त्यांनी लालाजींच्या मृत्यूचा सूड घेतला. सारांश, सायमन कमिशनने सर्व देश पुन्हा एकदा तप्त केला. काही जातीयवादी व कट्टर सरकारनिष्ठ लोक सोडून देशातील सर्वांनी कमिशनचा धिक्कार केला. सर्व गोऱ्यांचे कमिशन नेमून सरकारने मोठी घोडचूक केली.

▣ सायमन कमिशनच्या शिफारशी

सायमन कमिशनने भारताला दोन वेळा भेट देऊन सतत दोन वर्षांच्या परिश्रमाने आपला रिपोर्ट तयार केला. तो मे 1930 मध्ये जाहीर करण्यात आला. भारतीय राजकारणाचा खोल अभ्यास करून त्याचा साद्यंत आढावा घेण्याचे कार्य प्रथमच या कमिशनकडून घडत होते. तथापि, या कमिशनने महात्मा गांधींच्या नेतृत्वाखाली सुरू झालेल्या राजकीय जागृतीची - नव्या युगाची दखल घेतली नाही. त्याला ती घ्यावी असे वाटलेही नाही; कारण सायमन कमिशनची दृष्टी ही सरकारी दृष्टी होती आणि त्याच दृष्टीतून त्याने आपला अहवाल तयार केला. या अहवालातील प्रमुख शिफारशी पुढीलप्रमाणे होत :

(1) प्रांतांमधील द्विदल राज्यपद्धती रद्द करण्यात यावी. पूर्वीची राखीव व सोपीव खात्यांची पद्धती बंद करून सर्व खाती सोपीव म्हणजे लोकप्रतिनिधींच्या ताब्यात द्यावीत. सोपीव खात्यांचे मंत्री कायदेमंडळाला जबाबदार असावेत. राज्यामध्ये कायदा व सुव्यवस्था यांची अंतिम जबाबदारी सरकारवर असल्यामुळे गव्हर्नरकडे खास अधिकार असावेत.

(2) राज्यकारभारातील कार्यक्षमता आणि अल्पसंख्याकांच्या हक्कांचे संरक्षण यासाठी गव्हर्नरला भरपूर व खास अधिकार मिळावेत. गव्हर्नराच्या कौन्सिलमध्ये एखादा अनियुक्त सभासद घ्यावयास हरकत नसावी. तथापि, तो सभासद कायदेमंडळाला जबाबदार असेल.

(3) एकंदर लोकसंख्येच्या दहा ते पंधरा टक्के लोकांना मताधिकार मिळावा. जातीय मतदारसंघ व राखीव मतदारसंघ असेच चालू राहावेत.

(4) केंद्रात द्विदल राज्यपद्धतीचा प्रयोग करू नये. केंद्रीय कार्यकारी मंडळ कायदेमंडळाच्या वर्चस्वाखाली असू नये.

(5) लष्कराचे भारतीयकरण करण्यास हरकत नसावी. तथापि, देशाच्या संरक्षणाची मजबूत व्यवस्था होईपर्यंत ब्रिटिश फौजा भारतात ठेवू द्याव्यात.

(6) केंद्रात संघराज्यात्मक कायदेमंडळ स्थापन करावे. प्रांतांचे व संस्थानांचे प्रतिनिधी येथे घ्यावेत. संस्थानांवर संघराज्यात येण्याची सक्ती नसावी. केंद्रीय कायदेमंडळातील सभासद अप्रत्यक्ष निवडणुकीने निवडून येतील.

(7) भारतापासून ब्रह्मदेश वेगळा करावा. मुंबई प्रांतापासून सिंध प्रदेश वेगळा करावा.

(8) महत्त्वाच्या प्रांतांच्या कायदेमंडळातील सदस्यांची संख्या कमीतकमी दोनशे व जास्तीतजास्त दोनशे पन्नास असावी. सरकारी अधिकारी कायदेमंडळाचे सभासद नसावेत. अल्पसंख्याक मुस्लिमांना त्यांचे योग्य ते प्रतिनिधित्व मिळावे.

(9) प्रत्येक दहा वर्षांनंतर सुधारणा देण्यासाठी कमिशन नेमण्याऐवजी भारताची राज्यघटनाच अशी लवचीक करण्यात यावी की, वेळोवेळी हवा तो बदल राज्यकारभार पद्धतीत करता येईल.

▣ सायमन कमिशन - परीक्षण

सायमन कमिशनने मोठे परिश्रम घेऊन अभ्यासपूर्ण असा अहवाल प्रसिद्ध केला. विशेष म्हणजे कमिशनमधील सर्व सभासदांचे अहवालाविषयी एकमत होते. अर्थात, यात काहीच आश्चर्य नव्हते. सर्वजण गोरे म्हणजे ब्रिटिश साम्राज्यवाद्यांचे हस्तक होते. त्यांच्यात एकवाक्यता असणारच. म्हणून 'या कमिशनच्या अहवालाने भारताच्या घटनात्मक साहित्यात भर पडली' एवढेच त्याचे महत्त्व आहे, असे एका लेखकाने म्हटले आहे. सर शिवस्वामी अय्यर यांनी तर "It should be placed on the scrap-head" अशीच या अहवालाची संभावना केली आहे.

या अहवालानुसार प्रांतात सर्व खाती लोकप्रतिनिधींच्या ताब्यात येणार होती. हे जरी खरे असले तरी गव्हर्नरांना इतके खास अधिकार असणार होते की, तो प्रांतीय स्वायत्ततेचा देखावाच ठरणार होता. शांतता व सुव्यवस्था ठेवण्याचे खाते प्रांतांच्या ताब्यात देण्यात आले. तथापि, गुप्त पोलीस खाते मात्र केंद्रीय सरकारच्या ताब्यात राहावे अशी शिफारस करण्यात आली. गुप्त पोलीस खात्यातर्फे प्रांतीय कारभारावर केंद्राला वर्चस्व निर्माण करता येणार होते.

या कमिशनच्या अहवालानुसार केंद्रात थोडीही जबाबदार राज्यपद्धती निर्माण होणार नव्हती हा या अहवालाचा मोठा दोष होय. या अहवालाप्रमाणे केंद्र पूर्वीप्रमाणेच संपूर्णपणे अनियंत्रित व वर्चस्व गाजविणारे राहणार होते.

स्वयंनिर्णयाच्या तत्त्वानुसार ब्रह्मदेश भारतापासून वेगळा करण्यात येत होता. या तत्त्वानुसार कदाचित अन्य प्रांतही भारतापासून वेगळे करण्यात आले असते. तसे करणे भारताला अत्यंत धोक्याचे होते.

भारत हा देश अफाट असल्यामुळे केंद्रीय कायदेमंडळातील सभासदांच्या निवडणुका अप्रत्यक्ष पद्धतीने व्हाव्यात असे कमिशनने सुचविले. तथापि, प्रत्यक्ष पद्धतीला भारताचा विशालपणा हे काही खरे कारण म्हणून देता येणार नाही. लोकशाहीचे प्रशिक्षण भारतीय समाजाला कमीतकमी द्यावयाचे हाच त्या पाठीमागे हेतू होता.

सायमन कमिशनच्या शिफारशी अमलात आणल्या गेल्या नाहीत, तरी त्यापैकी काही शिफारशी सन 1935 च्या भारतविषयक कायद्यात समाविष्ट करण्यात आल्या. सायमन कमिशनच्या घटनात्मक महत्त्वाइतकेच त्याचे राजकीय महत्त्व लक्षात ठेवले पाहिजे. सायमन कमिशनच्या नियुक्तीने सर्व भारत खवळून उठला. सर्वत्र हरताळ, निषेध-मोर्चे व सभा यांनी भारताच्या राजकारणात एक वेगळा रंग भरला गेला. स्वातंत्र्याच्या लढ्याला नेहमी आवश्यक असणारे वातावरण निर्माण झाले.

22.2 नेहरू रिपोर्ट

भारतात सायमन कमिशनवर बहिष्कार टाकला जात असता व त्याचे सारखे निषेध होत असता भारतमंत्री लॉर्ड बर्कनहेड त्या कमिशनचे समर्थन करीत होते. असेच समर्थन करीत असता त्यांनी भारतीय नेत्यांना आव्हान दिले की, भारतीय राजकीय संघटनांनी एकत्र येऊन भारताची भावी घटना कशी असावी याविषयी एकमताने मसुदा तयार करून सरकारकडे द्यावा. सरकार तो पार्लमेंटकडे पाठवेल. लॉर्ड बर्कनहेड यांची अशी कल्पना होती की, भारतीय राजकीय संघटनांत व नेत्यांत एकमत होणे केवळ अशक्य आहे; परंतु त्याची कल्पना चुकीची ठरली. भारताने ते आव्हान स्वीकारले व काँग्रेस, मुस्लीम लीग, हिंदू महासभा इत्यादी राजकीय संघटनांची सर्वपक्षीय परिषद मुंबईत डॉ. अन्सारी यांच्या अध्यक्षतेखाली 19 मे, 1928 रोजी भरविण्यात आली. भारताची भावी घटना कोणत्या तत्त्वानुसार निर्माण व्हावी हे ठरविण्यासाठी परिषदेने पं. मोतीलाल नेहरू यांच्या अध्यक्षतेखाली एक समिती नियुक्त केली. या समितीत सर तेजबहादूर सप्रू, सर अली इमाम, बापूसाहेब अणे, सुभाषचंद्र बोस इत्यादी व्यक्ती घेण्यात आल्या. समितीने मोठ्या परिश्रमाने देशातील राजकीय व घटनात्मक समस्यांचा अभ्यास व चर्चा करून आपला अहवाल तयार केला. तो जवळजवळ एकमताने तयार झाला होता. सुभाषचंद्र बोस यांच्यासारख्या जहालवाद्यांना समितीने संपूर्ण स्वातंत्र्याचा पुरस्कार करून ते ताबडतोबीचे ध्येय ठरवावे असे वाटत होते; तर बहुसंख्याकांना साम्राज्यांतर्गत स्वराज्य हे ताबडतोबीचे ध्येय व स्वातंत्र्य हे नजीकचे ध्येय ठरवावे असे वाटत होते. समितीने मध्यबिंदू गाठला. साम्राज्यांतर्गत स्वराज्य भारताला लगेच मिळावे व नंतर लगेच दुसरी पायरी पूर्ण स्वातंत्र्याची असावी असे समितीने निश्चित केले.

नेहरू रिपोर्टच्या प्रमुख शिफारशी अशा :

(1) भारताला साम्राज्यांतर्गत स्वराज्य लगेच मिळावे, तद्नंतर पूर्ण स्वातंत्र्य हेच भारताचे ध्येय राहील.

(2) भारत संघराज्यात्मक राज्य असेल. प्रांतांना आवश्यक तेवढी स्वायत्तता मिळेल. प्रांतांना फक्त एकच कायदेमंडळ असावे. राज्यकारभाराच्या विषयांची वाटणी केंद्र व प्रांत यांच्यात व्हावी.

(3) भारत हे निधर्मी राष्ट्र असेल व ते जातीय समस्या समाधानकारक सोडवेल. अल्पसंख्याकांच्या संस्कृतीचे व राजकीय हक्कांचे संरक्षण झाले पाहिजे. परंतु त्यासाठी जातीय मतदारसंघाची आवश्यकता नाही. अल्पसंख्याकांसाठी राखीव जागा असाव्यात, परंतु स्वतंत्र मतदारसंघ नसावेत.

(4) सिंध हा स्वतंत्र प्रांत करावा. वायव्य सरहद्द प्रांताला इतर प्रांतांसारखा दर्जा द्यावा.

(5) जगातील इतर लोकांप्रमाणेच भारतीय लोकांनाही जन्मतःच स्वातंत्र्य व मूलभूत हक्क प्राप्त झालेले असून घटनेत त्यांचा समावेश झाला पाहिजे. (अहवालात 19 मूलभूत हक्कांची यादी देण्यात आलेली होती.)

(6) ब्रिटनचा राजा व कायदेमंडळाची दोन गृहे यांची मिळून भारतीय पार्लमेंट तयार होईल. प्रांतांचे प्रतिनिधी वरिष्ठगृहात बसतील तर कनिष्ठगृहातील प्रतिनिधी हे प्रौढ मतदान पद्धतीने लोकांनी निवडून दिलेले असतील.

(7) आता सध्या भारतीय संस्थानांवर ब्रिटिश सरकारचे जसे अधिकार चालतात तसेच भारतीय पार्लमेंटचे अधिकार त्यांच्यावर चालतील. काही संघर्ष पैदा झाल्यास गव्हर्नर जनरल सुप्रीम कोर्टाकडे तो तंटा सोपवेल.

(8) गव्हर्नर जनरलने प्रधानमंत्र्याची निवड करावी व त्याच्या सल्ल्याने इतर मंत्र्यांची नियुक्ती करावी. गव्हर्नर जनरलने मंत्रिमंडळाच्या सल्ल्याने कारभार करावा. मंत्रिमंडळ हे पार्लमेंटला जबाबदार असेल.

(9) प्रांतांच्या गव्हर्नरांची नियुक्ती ब्रिटनच्या राजाकडून होईल. गव्हर्नरांनी मुख्यमंत्र्यांची निवड करावी. त्यांच्या सल्ल्याने मंत्रिमंडळ तयार करावे. मंत्रिमंडळाच्या सल्ल्याने गव्हर्नराने कारभार करावा. प्रांतीय कायदेमंडळाची मुदत पाच वर्षे असावी व ती वाढविण्याचा किंवा कमी करण्याचा अधिकार गव्हर्नराला असावा.

(10) गव्हर्नर जनरलने सुप्रीम कोर्टाच्या न्यायाधीशांची नियुक्ती करावी. त्यांना दूर करण्याचा हक्क फक्त पार्लमेंटलाच असावा.

(11) प्रधानमंत्री, संरक्षणमंत्री, परराष्ट्रमंत्री, सरसेनापती इत्यादींची संरक्षण समिती गव्हर्नर जनरलने नेमावी. देशाच्या संरक्षणाविषयी त्या समितीने गव्हर्नर जनरलला सल्ला द्यावा.

नेहरू रिपोर्टवर चर्चा करण्यासाठी कलकत्ता येथे सर्वपक्षीय सभा भरली (डिसेंबर 1928). मुस्लीम लीगच्या वतीने बॅ. जीनांनी अनेक दुरुस्त्या मांडल्या, जवळजवळ त्या सर्व फेटाळण्यात आल्या. मुस्लिमांच्या स्वतंत्र मतदारसंघाच्या हक्कावर पाणी सोडण्यास मुस्लीम लीग तयार नव्हती. केंद्रात व प्रांतात तिला पुरेसे प्रतिनिधित्व जातीय पायावर हवे होते. मार्च 1929 मध्ये लीगने अधिवेशन भरवून त्यात काही अटींवर नेहरू रिपोर्ट स्वीकारण्यात आला. खुद्द काँग्रेसमध्येही नेहरू रिपोर्टवर मोठा वाद झाला. पं. जवाहरलाल नेहरू व सुभाषचंद्र बोस यांनी 'संपूर्ण स्वातंत्र्य' या ताबडतोबीच्या ध्येयाचा आग्रह धरला. महात्माजींनी मध्यस्थी करून काँग्रेसला एकमताने नेहरू रिपोर्टचा स्वीकार करावयास लावला आणि त्याची अंमलबजावणी सरकारने 1929 हे वर्ष संपण्यापूर्वी करावी, असा ठराव पास करून घेतला. त्यामुळे जवाहरलाल व बोस यांच्यासारखे तरुण नेते थोडे शांत झाले. गांधीजी पुन्हा आता राजकारणाकडे वळले. एका वर्षाच्या अवधीत साम्राज्यांतर्गत स्वराज्य न मिळाल्यास ते स्वातंत्र्य आंदोलन उभारणार होते.

सर्वपक्षीय सभेत नेहरू रिपोर्टवर एकमत झाले तरी ते दिखाऊ होते. कारण मुस्लीम लीगचा विरोध मूलभूत स्वरूपाचा व जातीय होता. लीगमधील मुस्लिमांना हा रिपोर्ट मान्य नव्हताच; म्हणून त्याचा फेरविचार करण्यासाठी आगाखानांच्या अध्यक्षतेखाली डिसेंबर 1928 मध्ये मुस्लीम लीगचे दिल्ली येथे खास अधिवेशन भरविण्यात आले.

बॅ. जीना या परिषदेला हजर राहिले. त्यांना सर्वपक्षीय सभेत मोठा विरोध झाला होता. त्यामुळे ते नाराज झाले होते. लीगच्या अधिवेशनात त्यांनी आपले राजकीय तत्त्वज्ञान त्यांच्या प्रसिद्ध 'चौदा मुद्द्यात' सांगितले.

▣ बॅ. जीनांचे चौदा मुद्दे

(1) भारतीय राज्यघटना संघराज्यात्मक असावी. शेषाधिकार प्रांतांकडे असावेत.

(2) सर्व प्रांतांना सारखीच स्वायत्तता मिळावी.

(3) सर्व कायदेमंडळात व लोकनियुक्त संस्थांत अल्पसंख्याकांना योग्य व परिणामकारक प्रतिनिधित्व मिळावे. तथापि, त्यामुळे बहुसंख्याकवाला पक्ष अल्पसंख्याक होऊ नये.

(4) केंद्रीय कायदेमंडळात मुस्लिमांना एक-तृतीयांश प्रतिनिधित्व मिळावे.

(5) स्वतंत्र मतदारसंघ हे अस्तित्वात असतीलच. तथापि, कोणाही समाजाला स्वतंत्र मतदारसंघाचा स्वतःहून त्याग करून संयुक्त मतदारसंघ स्वीकारता येईल.

(6) पंजाब, बंगाल आणि वायव्य सरहद्द प्रांत यांची पुनर्रचना करीत असता मुस्लीम मताधिक्य नष्ट होता कामा नये.

(7) सर्व समाजांना आपल्या धर्माचे आचरण करण्यास, प्रचार करण्यास किंवा धार्मिक शिक्षण घेण्यास पूर्ण स्वातंत्र्य असावे.

(8) कोणत्याही कायदेमंडळात अगर लोकनियुक्त संस्थेत एखाद्या समाजाविषयी ठराव पास होत असता त्या समाजातील तीन-चतुर्थांश प्रतिनिधींनी जर त्या ठरावाला विरोध केला तर तो ठराव पास होऊ नये.

(9) मुंबई प्रांतापासून सिंध प्रदेश वेगळा करावा.

(10) वायव्य सरहद्द प्रांत व बलुचिस्तान या प्रांतांत इतर प्रांतांप्रमाणे राजकीय सुधारणा राबवाव्यात.

(11) राज्याच्या व स्थानिक स्वराज्य संस्थांच्या कारभारात मुस्लिमांना योग्य त्या प्रमाणात नोकऱ्या मिळाल्या पाहिजेत.

(12) मुस्लीम संस्कृती, भाषा, शिक्षणसंस्था इत्यादींचे संरक्षण करण्यासाठी घटनेत आवश्यक त्या तरतुदी असाव्यात.

(13) केंद्रीय अथवा प्रांतीय मंत्रिमंडळात एक-तृतीयांश मुस्लीम सदस्य असले पाहिजेत.

(14) केंद्रीय कायदेमंडळाची रचना बदलण्यासाठी प्रांतीय कायदेमंडळाच्या संमतीची आवश्यकता असेल.

▣ लॉर्ड आयर्विन यांची घोषणा

भारताची भावी राज्यघटना कशा स्वरूपाची असावी याविषयी भारतात चर्चा रंगात आली असता ब्रिटनमध्ये सरकारात बदल घडून आला. हुजूर पक्षाचा सन 1929 च्या पंचवार्षिक निवडणुकीत पराभव होऊन मजूर पक्ष अधिकारावर आला. रॅम्से मॅक्डोनाल्ड हे ब्रिटनचे प्रधानमंत्री बनले. मजूर पक्ष विरोधात असता भारतीय स्वातंत्र्याविषयी नेहमीच सहानुभूती दाखवित असे. आता तोच अधिकारावर आल्यावर भारतीय नेत्यांच्या आशा दुणावल्या. गव्हर्नर जनरल लॉर्ड आयर्विन नव्या सरकारशी विचारविनिमय करण्यासाठी लगेच ब्रिटनला रवाना झाले. भारतात परतल्यानंतर त्यांनी 31 ऑक्टोबर, 1929 रोजी घोषणा केली की, भारताला वसाहतीचे स्वराज्य देणे हे सरकारचे उद्दिष्ट आहे. सन 1917 च्या माँटेग्यूच्या घोषणेला अनुसरूनच हे धोरण सरकारने स्वीकारले असून हे उद्दिष्ट क्रमाक्रमाने साकार करण्यात येईल.

सायमन कमिशनचा अहवाल अजून बाहेर पडावयाचा होता. तो बाहेर पडला की, त्यानुसार भारतीय घटनेवर चर्चा करण्यासाठी विलायत सरकार ब्रिटनमध्ये गोलमेज परिषद भरवेल व त्यासाठी भारतीय प्रतिनिधी व सरकारचे प्रतिनिधी बोलविण्यात येतील असेही लॉर्ड आयर्विन यांनी घोषित केले. या गोलमेज परिषदेच्या चर्चेतून निष्पन्न होणारे निर्णय पार्लमेंटकडे विचारासाठी पाठविले जातील. आयर्विनच्या घोषणेत भारताला ताबडतोब वसाहतीचे स्वराज्य किंवा साम्राज्यांतर्गत स्वराज्य मिळेल असे आश्वासन दिलेले नव्हते. तथापि, भारतीय राजकीय समस्येवर तोडगा काढण्याची मजूरपक्षीयांची तळमळ त्या घोषणेमागे होती.

लॉर्ड आयर्विन यांनी घोषणा केल्यावर लगेचच भारतीय नेत्यांनी दिल्ली येथे एकत्र जमून त्यांचे अभिनंदन केले. या नेत्यांत काँग्रेस व बिगर-काँग्रेस नेते होते. वसाहतीचे स्वराज्य देण्याचे सरकारचे उद्दिष्ट सफल होण्यासाठी आवश्यक ते सर्व सहकार्य देण्याचे त्यांनी जाहीर केले. गोलमेज परिषद चांगल्या वातावरणात पार पडावी यासाठी सरकारने सर्व राजकीय कैद्यांना मुक्त करावे असे त्यांनी सरकारला आवाहन केले. गोलमेज परिषदेत भारताला साम्राज्यांतर्गत स्वराज्य केव्हा मिळणार याची चर्चा न करता भारतीय स्वराज्याची घटना कशी असावी यावरच चर्चा होईल व नेहरू रिपोर्टवर आधारित अशी घटना भारताला दिली जाईल असे भारतीय नेत्यांना वाटत होते.

दिल्लीतील या जाहीरनाम्यास सरकारचा काहीच प्रतिसाद मिळाला नाही. जाहीरनाम्यातील महत्त्वाच्या मुद्द्यांचे उत्तरही सरकारने दिले नाही किंवा राजकीय कैद्यांना मुक्त केले नाही. लाहोरला काँग्रेसचे अधिवेशन भरवले जाणार होते. तत्पूर्वी सरकारकडून काहीतरी प्रतिसाद मिळावा म्हणून महात्मा गांधी व व्हाईसरॉय यांची भेट काही मित्रांनी घडवून आणली (डिसेंबर 1929). तथापि, येत्या गोलमेज परिषदेत भारताची भावी राज्यघटना वसाहतीच्या स्वराज्याच्या धर्तीवर कशी करावी याविषयी चर्चा होईल असे आश्वासन लॉर्ड आयर्विन देऊ न शकल्याने वाटाघाटी फिसकटल्या. ब्रिटिशांना नजीकच्या काळात वसाहतीचे स्वराज्य द्यायचे नाही अशी म. गांधींची खात्री पटली. लाहोर काँग्रेस त्याच वर्षीच्या

डिसेंबरमध्ये भरली. साम्राज्यांतर्गत स्वराज्य हे नेहरू रिपोर्टचे ध्येय बाजूला सारून 'संपूर्ण स्वातंत्र्य' तत्काळ मिळविण्याचे ध्येय राष्ट्रसभेने ठरावाद्वारे स्वीकारले. गोलमेज परिषदेवर बहिष्कार टाकण्याचा व सविनय कायदेभंगाची चळवळ सुरू करण्याचा इरादा महात्मा गांधींच्या नेतृत्वाखाली राष्ट्रसभेने प्रकट केला. पं. जवाहरलाल नेहरू राष्ट्रसभा अधिवेशनाचे अध्यक्ष होते. त्यांनी 31 डिसेंबर रोजी रावी नदीच्या किनाऱ्यावर भारतीय स्वातंत्र्याचा ध्वज फडकविला. लवकरच 26 जानेवारीला स्वातंत्र्य दिन मानण्याचा आदेश राष्ट्रसभेने दिला. सर्व देशभर त्या दिवशी स्वातंत्र्य दिन मानला गेला. पूर्ण स्वराज्यासाठी सर्व देश खंबीर मनाने महात्मा गांधींच्या पाठीमागे उभा राहिला.

22.3 महात्मा गांधींची कायदेभंगाची चळवळ

महात्मा गांधींच्या नेतृत्वाखाली आता राष्ट्रसभेने स्वातंत्र्ययुद्धाचे रणशिंग फुंकले. 26 जानेवारी, 1930 हा दिवस 'स्वातंत्र्य दिन' म्हणून सर्व देशभर साजरा केला गेला. राष्ट्रसभेने या दिवशी स्वातंत्र्याची घोषणा केली.

''स्वातंत्र्य हा भारतीय लोकांचा कोणीही हिरावून घेऊ न शकणारा हक्क आहे. ब्रिटिशांनी आमचे स्वातंत्र्य हिरावून घेतले आहे. एवढेच नव्हे, तर त्यांनी आमचे शोषण करून आर्थिक, राजकीय, सांस्कृतिक व पौरुषाच्या दृष्टीने आमचा नाश केला आहे. म्हणून भारताने त्यांचा संबंध तोडला पाहिजे व पूर्ण स्वराज्य स्थापले पाहिजे . . .

असे राज्य चालू देणे हा माणसाविरुद्ध व ईश्वराविरुद्ध गुन्हा आहे. आम्ही अहिंसेने या राज्याला प्रतिकार करणार आहोत. संपूर्ण स्वातंत्र्य स्थापण्याची आम्ही प्रतिज्ञा करीत आहोत. त्याकरिता आम्ही काँग्रेसचे आदेश पाळू.''

ब्रिटनमध्ये उदारमतवादी मजूर पक्ष अधिकारावर आला होता. तथापि, तो काही स्वातंत्र्याचे दान करणार नव्हता. साम्राज्यांतर्गत स्वराज्य देण्याचे उद्दिष्ट सरकारने मान्य केले होते. परंतु ते लगेच द्यायला पाहिजे असे कोठे होते ? त्या दृष्टीने काही पावले टाकावयास सरकार तयार होते. परंतु आता राष्ट्रसभा त्याला तयार नव्हती. तिला 'पूर्ण स्वराज्य' हवे होते. अद्यापही गांधीजींनी तडजोडीची आशा सोडली नव्हती. त्यांनी सरकारशी तडजोडीचे अकरा मुद्दे जाहीर केले. त्यात संपूर्ण दारूबंदी, पन्नास टक्के शेतसारा माफी, मिठावरील कर रद्द, पन्नास टक्के लष्करी खर्चात कपात, देशी मालाला संरक्षण, राजकीय कैद्यांची मुक्तता इत्यादी अटींचा समावेश होता.

सरकारने महात्माजींच्या अटींकडे दुर्लक्ष करून दडपशाही सुरू केली. त्यास प्रत्युत्तर म्हणून 14 फेब्रुवारी, 1930 रोजी राष्ट्रसभेने म. गांधींच्या नेतृत्वाखाली सविनय कायदेभंगाचा जनतेला आदेश दिला. समुद्राच्या मोफत मिळणाऱ्या पाण्यातून निर्माण होणाऱ्या मिठावर सरकारने कर लादला होता. तो अन्यायी आहे असे म. गांधींना वाटले व कायदेभंगाची चळवळ मिठाचा सत्याग्रह करून सुरू करावी अशी त्यांना कल्पना सुचली. तत्पूर्वी त्यांनी आपण कायदेभंगाची चळवळ का सुरू करीत आहोत, हे प्रतिपादन करणारे व तडजोड सुचविणारे पत्र व्हाईसरॉयला लिहिले. व्हाईसरॉयने त्वरित उत्तर पाठविले, परंतु त्यात गांधींच्या प्रश्नांना उत्तरे नव्हती.

12 मार्च, 1930 रोजी साबरमतीच्या आश्रमातून महात्माजी आपल्या 75 निष्ठावान अनुयायांसह दांडीयात्रेला निघाले. सर्व भारत त्यांच्या पदयात्रेकडे प्रक्षोभित मनाने पाहत होता. देशी-विदेशी पत्रकार हा अभिनव प्रयोग टिपण्यासाठी हजर होते. मार्गात हजारो लोक आपणहून या यात्रेत सामील झाले. 5 एप्रिलला महात्माजी दांडीला पोहोचले व त्यांनी मिठाचा कायदा मोडला. त्या दिवशी अनेक ठिकाणी अहिंसात्मक कायदेभंग लोकांनी केला. प्रचंड आंदोलन सुरू झाले. प्रचंड सभा, मोर्चे व निदर्शने होऊ लागली. हजारो सत्याग्रही व शेकडो नेते तुरुंगात डांबले जाऊ लागले. म. गांधींनाही 5 मे रोजी पकडून येरवड्यास रवाना करण्यात आले. परदेशी मालाच्या होळ्या होऊ लागल्या. लोक सरकारी जागांचे राजीनामे देऊ लागले. सारांश, जनतेच्या देशभक्तीला मोठे उधाण आले. जनता आता पोलिसांना अगर लष्कराला घाबरत नव्हती. स्वातंत्र्यासाठी हसत-हसत लाठ्या खात होती. आक्रमक व हिंसक पठाणही महात्माजींच्या तत्त्वज्ञानाने अहिंसेचे पालन करणारे ठरत होते.

(1) मिठाचा सत्याग्रह (2) सरकारी शिक्षणसंस्थांवर बहिष्कार (3) परदेशी माल, दारू, अफू विकणाऱ्या दुकानांवर निदर्शने (4) परदेशी मालाची होळी (5) करबंदी; हे कायदेभंग चळवळीतील प्रमुख आदेश महात्माजींनी जनतेला दिले होते.

म. गांधींनी सुरू केलेली चळवळ ही भारतीयांचे राज्य निर्माण करण्यासाठी सुरू केली आहे, त्यांना भारतीयांचे स्वातंत्र्य पैदा करावयाचे आहे व असे स्वातंत्र्य म्हणजे मुस्लिमांचे पारतंत्र्य होय असा प्रचार लीगने, विशेषतः बॅ. जीनांनी सुरू केला होता. या वेळी सरहद्द प्रांतांतील खान अब्दुल गफारखान यांच्याशिवाय सर्व मुस्लीम नेत्यांनी महात्माजींशी असहकारच पुकारला होता.

पं. जवाहरलालादी काँग्रेस नेते सरकारने तुरुंगात टाकले होते. जवळजवळ साठ हजार लोक ब्रिटिशांचे कैदी बनले. डोक्यावर खादीची टोपी दिसली तरी सरकारला तो अपराधी वाटत असे. सरकारने कायदा हाती घेतला होता. व्हाईसरॉयने खास वटहुकूम काढून पोलिसांचे हात बळकट केले होते. अशा परिस्थितीत सायमन कमिशनचा रिपोर्ट 27 मे, 1930 रोजी प्रसिद्ध झाला. सायमन कमिशनने भारताच्या राजकीय भावना लक्षातच घेतल्या नाहीत. कोणत्याही राजकीय संघटनेने तो स्वीकारला नाही. सरकार आणि काँग्रेस यांच्यात तडजोड घडावी व देशातील अस्थिर परिस्थिती नाहीशी व्हावी म्हणून सर तेजबहादूर सप्रू व जयकर यांनी पुढाकार घेतला. तथापि, अशी तडजोड घडून येऊ शकली नाही. कायदेभंगाची चळवळ लोकांनी चालूच ठेवली. अशा तंग परिस्थितीत ब्रिटिशांनी पहिली गोलमेज परिषद लंडन येथे बोलावली.

▣ पहिली गोलमेज परिषद (सन 1930 - 31)

पहिली गोलमेज परिषद लंडन येथे पंतप्रधान मॅक्डोनाल्ड यांच्या अध्यक्षतेखाली नोव्हेंबर 1930 मध्ये भरविण्यात आली. एकंदर 89 प्रतिनिधी त्या ठिकाणी जमले होते. त्यापैकी 57 ब्रिटिश इंडियातून सरकारनेच नियुक्त केले होते. संस्थांनी 16 प्रतिनिधी पाठविले होते. राहिलेले राष्ट्रसभेशिवाय भारतात असलेल्या राजकीय संघटनांचे प्रतिनिधी होते. राष्ट्रसभेने परिषदेवर पूर्ण बहिष्कार टाकला होता. तेथे जमलेल्या लोकांना सरकार भारताचे प्रतिनिधी समजत होते. अर्थात ही शुद्ध आत्मवंचना होती. राष्ट्रसभा हीच राष्ट्रीय संघटना होती व तिच्याशिवाय परिषद म्हणजे तो एक राजकीय देखावाच होता. प्रतिनिधींमधील मुस्लीम, ख्रिश्चन, शीख, अस्पृश्य, जमीनदार, व्यापारी हे काही सर्व भारताचे प्रतिनिधित्व करू शकत नव्हते.

पहिल्या गोलमेज परिषदेत राष्ट्रसभा नसली तरी तेथे काही महत्त्वाचे राजकीय निर्णय घेण्यात आले. पहिला निर्णय म्हणजे भारतात भावी काळात ब्रिटिश इंडिया आणि संस्थाने यांचे संघराज्य स्थापन करावे. आतापर्यंत असे संघराज्य म्हणजे दूरच्या भविष्यकाळातील एक शक्यता होती. आता संस्थानिक या गोष्टीला तयार झाल्याने संघराज्याच्या निर्मितीचा मार्ग निष्कंटक होता. बिकानेरचे महाराज व भोपाळचे नवाब यांनी संस्थानिकांच्या वतीने संघराज्यात सामील होण्याचे आश्वासन दिले. फक्त त्यांची अंतर्गत स्वायत्तता अबाधित राहिली पाहिजे अशी अट त्यांनी घातली. संघराज्याच्या कल्पनेला मुस्लीम लीगनेही पाठिंबा दिला.

दुसरा महत्त्वाचा निर्णय म्हणजे संघराज्याचे कार्यकारी मंडळ संघराज्याच्या कायदेमंडळाला काही प्रमाणात जबाबदार करण्याचे तत्त्व सरकारने स्वीकारले. अर्थात, केंद्रात जबाबदारीची राज्यपद्धती भावी काळात निर्माण करीत असता सरकार आपल्या हातात बरेच खास अधिकार ठेवणार होते. सायमन कमिशनने केंद्रात ब्रिटिशांची अनियंत्रित सत्ताच राहावी अशी शिफारस केली होती. परिषदेने त्यामुळे खात्रीनेच प्रगती केली.

तिसरा निर्णय प्रांतीय स्वायत्ततेचा होता. द्विदल राज्यपद्धती खालसा करून त्या ठिकाणी प्रांतांना स्वतःचा कारभार करण्याचा अधिकार-स्वायत्तता द्यावी, असे या परिषदेत ठरले. सारांश, भारतात संघराज्य स्थापन होऊन केंद्रात द्विदल राज्यपद्धती व प्रांतात स्वायत्त राज्यकारभार सुरू होणार होता. सन 1919 च्या कायद्यापेक्षा अनेक महत्त्वाच्या राजकीय सुधारणा या निर्णयानुसार भारताला मिळणार होत्या.

जातीय प्रश्नांवर प्रतिनिधींचे एकमत होऊ शकले नाही. मुस्लिमांचा स्वतंत्र मतदारसंघाचा आग्रह तसाच होता. अस्पृश्यांचे पुढारी डॉ. आंबेडकर यांनीही आता राखीव जागांची मागणी केली. हिंदू प्रतिनिधींची अल्पसंख्याकांसाठी राखीव जागांस ना नव्हती; त्यांचा स्वतंत्र मतदारसंघास विरोध होता.

22.4 गांधी - आयर्विन करार (5 मार्च, 1931)

गोलमेज परिषदेचे सूप वाजले. त्यावेळी पंतप्रधानांनी जाहीर केले की, ''सध्या जे कायदेभंग करीत आहेत त्यांनी व्हाईसरॉयच्या विनंतीला मान दिला तर त्यांच्याही सल्ल्यांचा उपयोग करून घेतला जाईल.'' नंतर लवकरच व्हाईसरॉयनी म. गांधींच्या व काँग्रेस वर्किंग कमिटीच्या सभासदांची मुक्तता केली. राष्ट्रसभेवरील बंदीही उठविण्यात आली. देशात शांततेचे व सौजन्याचे वातावरण निर्माण होऊन राजकीय पेचप्रसंग सुटावा असे मजूर पक्षाला वाटत होते, याचाही हा पुरावा होता. गोलमेज परिषदेला गेलेल्या सप्रू, जयकर व श्रीनिवास शास्त्री या भारतीय पुढाऱ्यांनी गांधीजींची भेट घेतली आणि मजूर पक्षाच्या मनात भारताला 'स्वयंनिर्णयाचे तत्त्व' लागू करण्याचा विचार घोळत असल्याचे व भारतीय स्वातंत्र्याबद्दल सहानुभूती असल्याचे सांगितले. महात्माजींनी व्हाईसरॉयची भेट घ्यावी व तडजोड करावी असेही त्यांनी सुचविले. त्याप्रमाणे महात्माजी व आयर्विन यांची फेब्रुवारीत बैठक सुरू झाली. महात्माजी व लॉर्ड आयर्विन या दोघांनीही समजूतदारपणा दाखविला. उभयतांत जो करार झाला तो करार 'गांधी-आयर्विन करार' या नावाने प्रसिद्ध आहे. या करारातील प्रमुख कलमे पुढीलप्रमाणे :

(1) राजकीय कैद्यांची सुटका व्हावी, त्यांच्यावरील दावे काढून टाकावेत, वटहुकूम परत घ्यावेत.

(2) मिठावरील कर काही प्रमाणात रद्द व्हावा. गरिबांना मीठ तयार करण्यास परवानगी मिळावी.

(3) परदेशी दारू व माल विकणाऱ्या दुकानांवर शांततामय निदर्शने करण्याचा हक्क असावा.

(4) कायदेभंग चळवळीत सरकारने ज्यांची मालमत्ता जप्त केली आहे ती त्यांना परत करावी.

(5) कायदेभंग चळवळ स्थगित व्हावी.

(6) राष्ट्रसभेने गोलमेज परिषदेत भाग घ्यावा.

(7) बहिष्कार चळवळ मागे घ्यावी.

(8) संरक्षण, परराष्ट्र, अल्पसंख्याक व काही खाती येत्या राज्यकारभार पद्धतीत राखीव म्हणून राहावीत.

अशा प्रकारे 1930 साली सुरू झालेली सविनय कायदेभंगाची चळवळ गांधी-आयर्विन कराराने समाप्त झाली.

सविनय कायदेभंगाच्या चळवळीचा ताण आता लोकांना फारसा सहन होणार नाही हे चाणाक्ष गांधीजींच्या लक्षात आले होते. लोकांनाही आता थोडी 'मध्यंतर' हवी होती; ती या कराराने दिली. करार झाल्यावर गांधीजींनी हेही जाहीर केले की, 'संपूर्ण स्वातंत्र्याचे' ध्येय त्यांनी सोडलेले नाही. फक्त त्याप्रत जाणारा एक टप्पा त्यांनी गाठला आहे.

करारावर संमिश्र प्रतिक्रिया व्यक्त केली गेली. बहुतेकांनी कराराबद्दल समाधान प्रकट केले तरी राष्ट्रसभेमधील पं. जवाहरलाल व सुभाषचंद्र बोस यांसारख्या तरुण नेत्यांना करारातील कलमे आवडली नाहीत. त्यांच्या दृष्टीने गांधीजींनी सरकारला फार सवलती दिल्या होत्या. नजीकच्या काळात मिळणाऱ्या घटनेत संरक्षण व परराष्ट्र यांसारख्या बाबी 'राखीव' समजल्या जाणार होत्या; याबद्दल पंडितजींना दुःख झाले तर म. गांधीजी भगतसिंगांसारख्या क्रांतिकारकांना वाचवू शकले नाहीत, म्हणून क्रांतिकारक गांधीजींवर खवळले.

म. गांधींनी सरकारला सवलती दिल्या असतील, तथापि त्यांनी तत्त्वांशी तडजोड केली नाही. 'संपूर्ण स्वातंत्र्याच्या' ध्येयापासून दूर झाले नाहीत. ही तडजोड तात्पुरती होती व ती दोघांनाही हवी होती.

▣ दुसरी गोलमेज परिषद (सन 1931)

गांधी-आयर्विन करारानंतर राष्ट्रसभेचे अधिवेशन सरदार पटेल यांच्या अध्यक्षतेखाली कराची येथे भरले. थोडा विरोध झाला तरी अधिवेशनात महात्मा गांधींना करार मान्य करून घेता आला. या कराराने कदाचित देशात शांतता प्रस्थापित करून घटनात्मक प्रश्न सोडविण्याच्या कार्याला मदत झाली असती. तथापि, लॉर्ड आयर्विन एप्रिल 1931 मध्ये आपल्या मायदेशी परत गेले व त्यांच्या जागी प्रतिगामी व नोकरशाही वृत्ती असलेले व्हाईसरॉय लॉर्ड विलिंग्डन हे आले.

लॉर्ड आयर्विन समजूतदार होते. भारतीय स्वातंत्र्यलढ्याबद्दल नाही म्हटले तरी त्यांच्याकडे थोडीतरी सहानुभूती होती. लॉर्ड विलिंग्डन हे कट्टर प्रतिगामी वृत्तीचे होते. राष्ट्रसभेशी सहकार्य करून भारतीय राजकीय प्रश्न सोडविण्याऐवजी त्यांनी तिला दडपण्याचा व स्वातंत्र्य चळवळ चिरडून टाकण्याचा इरादा केला होता. त्यामुळे विलिंग्डनांनी गांधी-आयर्विन करारावर पाणी सोडले. गांधीजी यामुळे संतप्त झाले. राष्ट्रसभेचे एकमेव प्रतिनिधी म्हणून ते दुसऱ्या गोलमेज परिषदेला जाणार होते. सरकार दडपशाहीचा मार्ग स्वीकारेल तर आपण परिषदेला जाणार नाही असेही त्यांनी व्हाईसरॉयला कळविले. व्हाईसरॉयकडून आश्वासन मिळाल्यानंतरच ते ब्रिटनला रवाना झाले (ऑगस्ट 1931).

बरोबर याच वेळी मजूर पक्षाचे बहुमत जाऊन पंतप्रधानांना हुजूरपक्षीयांची मदत घेऊन 'राष्ट्रीय' सरकार स्थापन करावे लागले. म्हणजे प्रतिगामी हुजूर सरकारात असल्याने विलायत सरकारचा भारतीय प्रश्नाकडे बघण्याचा दृष्टिकोन ताठर बनला. पुढे तर ऑक्टोबर 1931 मध्ये निवडणुका होऊन हुजूर पक्षाचेच सरकार स्थापन झाले.

भारताची भावी घटना कशी असावी यावर या परिषदेत चर्चा व्हावयाची होती. तथापि, चर्चा खरी रंगली 'जातीय प्रश्नावर'. मुस्लीम, ख्रिश्चन, अस्पृश्य, अँग्लो-इंडियन यांच्या प्रतिनिधींनी त्यांच्या समाजासाठी स्वतंत्र मतदारसंघांची मागणी केली. त्यांना महात्माजी व राष्ट्रसभा आपले प्रतिनिधित्व करणार आहेत असे वाटत नव्हते. महात्माजींना राष्ट्रसभा हीच राष्ट्राचे प्रतिनिधित्व करणारी संघटना वाटत होती. *(Congress is the only national organization and represents all minorities.)* महात्माजींनी सर्व भारताच्या वतीने संपूर्ण स्वातंत्र्याची मागणी केली. सरकार त्या मागणीस तयार नव्हते. जबाबदार राज्यपद्धती ते केंद्रात आणावयास तयार होते, परंतु तीही अर्धवट; पूर्ण नाही.

महात्माजी एका बाजूकडे तर दुसऱ्या बाजूला भारतातील अल्पसंख्याकांचे प्रतिनिधी असे दृश्य परिषदेत दिसत होते. मुस्लीम, शिखादी प्रतिनिधींनी आपल्या स्वार्थासाठी राष्ट्रीय हित बाजूला केले. त्यामुळे जातीय प्रश्नावर समाधानकारक उत्तर मिळेना. सरकारला हेच हवे होते. अशी गुंतागुंत झाली की मग सरकारी हस्तक्षेप अपरिहार्य ठरतो. भारतीय प्रतिनिधींच्यात एकमत होत नाही असे पाहून सरकारने स्वतः निर्णय घेण्याची घोषणा केली. आता सरकार निर्णय घेणार तो राष्ट्रसभेविरोधी व फुटीर वृत्तींना पाठिंबा आणि प्रोत्साहन देणाराच असणार हे उघड होते. संघराज्याचे न्यायालय, कायदेमंडळ इत्यादी प्रश्नांवर परिषदेत निर्णय घेतले गेले. परंतु मुख्य भारतीय राजकीय प्रश्नावर काही तडजोड निघू शकली नाही. महात्माजी फार निराश झाले. भारतात दिवसेंदिवस राजकीय परिस्थिती चिघळू लागली. सरकारी दडपशाही जोराने सुरू झाली. गुजरात, संयुक्त प्रांत व बंगाल येथे सरकारी जुलूमशाहीला राष्ट्रसभेचा प्रतिकार होऊ लागला.

▣ कायदेभंग चळवळ - दुसरे पर्व (सन 1932 - 34)

दिनांक 28 डिसेंबर, 1931 रोजी महात्माजी विलायतहून मायदेशी आले. लोकांनी मुंबईत त्यांचे स्वागत केले. परंतु महात्माजींच्या मनात भावी लढ्याची चित्रे उभी राहिली होती. त्यांनी लोकांना आता सावध राहण्याचा इशारा दिला. सरकारची दडपशाही सुरू होतीच. खास वटहुकूम काढून सरकार लोकांवर अत्याचार करीत होते. महात्माजींनी व्हाईसरॉयशी वाटाघाटी करण्याची तयारी दर्शविली. तथापि, व्हॉईसरॉय वटहुकूम कोणत्याही परिस्थितीत परत घेणार नाहीत असे त्यांना कळविल्यावर वाटाघाटीचा मार्गच बंद झाला. गांधी-आयर्विन करार जवळजवळ संपुष्टात आला होता. महात्माजींना अन्य पर्याय राहिला नाही. सरकारही या चळवळीला तोंड द्यावयास तयार होते. लॉर्ड आयर्विनने राष्ट्रीय सभेशी समान पातळीवर केलेला करार लॉर्ड विलिंग्डन व त्यांच्या नोकरशाहीला आवडत नव्हता. राष्ट्रसभा व तिची चळवळ दडपशाहीने नष्ट करता येईल असे त्यांना वाटत होते. हुजूरपक्षीय सरकारचा विलिंग्डन यांना पाठिंबा होताच.

पंडित नेहरू, खान अब्दुल गफारखान, शेरवाणी इत्यादी नेत्यांना सरकारने कैद केले. 3 जानेवारी, 1932 रोजी महात्माजींनी देशाला कायदेभंग चळवळ सुरू करण्याचे आवाहन केले. खरे म्हणजे सरकारशी त्यांना संघर्ष नको होता. सरकारनेच अत्यंत प्रतिकूल पवित्रा घेतल्याने त्यांचा नाइलाज झाला. परंतु देशव्यापी चळवळ सुरू करण्यासाठी

जेवढा वेळ आवश्यक होता तेवढाही वेळ महात्माजींना मिळाला नव्हता. म्हणजे राष्ट्रसभा व जनता देशव्यापी चळवळीला सज्ज झाली नव्हती तोच सरकारने दडपशाहीला सुरुवात करून आक्रमक धोरण स्वीकारले.

4 जानेवारीला महात्माजी, सरदार पटेल व इतर अनेक नेत्यांना सरकारने पकडले. राष्ट्रसभा ही बेकायदा संघटना ठरविण्यात आली. सर्व वर्षभर धरपकड चालूच होती. एक लाख वीस हजार लोक तुरुंगात डांबले गेले. सरकारने कडक वटहुकूम काढून भारतीय माणसांच्या सर्व क्षेत्रातील हालचालींवर बंधने टाकली. असे म्हणतात की, सन 1857 नंतर ब्रिटिशांनी भारतात सन 1932 सारखा अत्याचार व दडपशाही केलेली नव्हती. सर्व देशभर निदर्शने, अश्रुधूर, लाठ्यांचा मार, कैद व गोळीबार याशिवाय काही ऐकू येत नव्हते. लोक लाठ्या खात होते, तुरुंगात जात होते, कायदा मोडत होते, त्यांच्या मालमत्ता सरकार जप्त करीत होते. हे आता जनतेला सवयीचे बनले होते. जनता सरकारला घाबरत नव्हती. आता सरकार जनतेला घाबरत होते. म्हणूनच ते दडपशाहीचा स्वीकार करत होते.

22.5 रॅम्से मॅक्डोनाल्ड यांचा जातीय निवाडा आणि पुणे करार

कायदेमंडळात मिळणाऱ्या जागांविषयी भारतीय प्रतिनिधींमध्ये दुसऱ्या गोलमेज परिषदेत एकमत न झाल्याने पंतप्रधान रॅम्से मॅक्डोनाल्ड यांनी आपला निर्णय 16 ऑगस्ट, 1932 रोजी जाहीर केला. तो 'जातीय निवाडा' या नावाने इतिहासात (कु) प्रसिद्ध आहे.

या निवाड्यानुसार ज्या प्रांतात मुस्लीम अल्पसंख्याक होते तेथे त्यांना प्रमाणाबाहेर प्रतिनिधित्व मिळाले. तथापि, जेथे भारतीय अल्पसंख्याक होते तेथे भारतीयांना मात्र प्रमाणापेक्षा अधिक प्रतिनिधित्व मिळाले नाही. ख्रिश्चन, अँग्लो-इंडियन आणि युरोपियन यांनाही त्यांच्या लोकसंख्येच्या प्रमाणाबाहेर प्रतिनिधित्व मिळाले; परंतु याहीपेक्षा महात्माजींना दुःख झाले ते अस्पृश्य समाजालाही भारतीय समाजापासून अलग करण्याच्या ब्रिटिशांनी योजलेल्या कुटील नीतीचे. अस्पृश्यांना स्वतंत्र मतदारसंघ तर मिळालाच, शिवाय सर्वसामान्य मतदारसंघामध्ये मतदान करण्याचा हक्कही मिळाला.

अस्पृश्यांना भारतीयांपासून अलग करणाऱ्या या निवाड्याविरुद्ध महात्माजींनी प्राणांतिक उपोषण करावयाचे ठरविले. या बातमीने सर्वत्र खळबळ माजली. नेत्यांची धावपळ होऊन अस्पृश्य पुढारी डॉ. बाबासाहेब आंबेडकर यांचे मन वळविण्यात आले. महात्माजी व डॉ. आंबेडकर यांच्यात निवाड्याविषयी करार झाला. तो 'पुणे करार' या नावाने प्रसिद्ध आहे. त्याअन्वये असे ठरले की, अस्पृश्यांना स्वतंत्र मतदारसंघ असू नयेत; त्याऐवजी त्यांना राखीव जागा मिळाव्यात. अशा 148 राखीव जागांसाठी काँग्रेस राजी झाली. डॉ. आंबेडकर व महात्माजी यांच्यात झालेल्या या करारास सरकारने आपली मान्यता दिली.

▣ तिसरी गोलमेज परिषद (सन 1932)

महात्माजी तुरुंगात होते. तेथूनच त्यांनी 'हरिजन सेवक संघ' स्थापून हरिजनांच्या उद्धाराची चळवळ सुरू केली. कायदेभंगाच्या चळवळीतील जोर हळूहळू कमी होऊ लागला होता. परंतु सरकार काही नरम आले नव्हते. त्यांची दडपशाही पूर्वीसारखीच चालू होती. कलकत्त्याला राष्ट्रसभेचे अधिवेशन लाठ्यांचा मार खातच प्रतिनिधींना संपवावे लागले होते. 8 मे, 1933 रोजी महात्माजींनी आत्मशुद्धीसाठी उपवास चालू केला. त्या दिवशी सरकारने त्यांना सोडले. परंतु नंतर लवकरच त्यांनी कायदेभंग करणार असल्याचे जाहीर करताच त्यांना 4 ऑगस्टला पकडले. तुरुंगात त्यांची प्रकृती बिघडताच त्यांना सरकारने पुन्हा सोडले. बाहेर पडल्यानंतर त्यांनी हरिजन चळवळीकडे अधिक लक्ष द्यावयास सुरुवात केली. राजकीय चळवळ पुन्हा मरगळली. 1934 साली निवडणुका होणार होत्या. काँग्रेसमधील डॉ. अन्सारी, रॉय,

भुलाभाई देसाई इत्यादी नेत्यांना या निवडणुका लढवून सरकारशी संघर्ष करण्याची संधी साधावी असे वाटत होते. राष्ट्रसभा ही जिवंत संघटना आहे व तिचे बळ मोठे आहे, हेही लॉर्ड विलिंग्डन यांना समजून येणार होते. महात्मा गांधी या विचाराशी फारसे अनुकूल नव्हते. तरीही त्यांनी या मंडळींना निवडणूक लढविण्याची परवानगी दिली.

दरम्यान नोव्हेंबर-डिसेंबर 1932 मध्ये तिसरी गोलमेज परिषद सरकारने भरविली. या परिषदेला खरे म्हणजे सरकार राजी नव्हते. भारतीय प्रतिनिधींशी वाटाघाटी करून भावी घटना तयार करण्याचा विचार सरकारला मुळातच पटत नव्हता. कारण सरकार पूर्णपणे साम्राज्यवादी हुजूरपक्षीयांचे होते.

सरकारशी एकनिष्ठ असलेल्या फक्त 46 लोकांना या परिषदेला बोलाविले होते. राष्ट्रसभा या परिषदेला गेलीच नाही. ब्रिटनमधील मजूर पक्षही तेथे उपस्थित नव्हता. अशा या परिषदेबद्दल व तिच्या कार्याबद्दल कुणालाही फारसे औत्सुक्य नव्हते.

या परिषदेत दुसऱ्या गोलमेज परिषदेने स्थापन केलेल्या समित्यांच्या अहवालांवर प्रामुख्याने चर्चा झाली. आतापर्यंत संस्थानिक संघराज्यात सामील होऊ इच्छित होते. आता तेही का-कू करू लागले. म्हणजे भारतात संघराज्य निर्माण होईल की नाही याविषयीच आता शंका उपस्थित झाली. 'शेषाधिकार' हे केंद्राकडे असावेत असे भारतीय प्रतिनिधींचे मत होते तर ते प्रांतांकडे असावेत असे मुस्लीम प्रतिनिधींचे मत होते. यानंतर येत्या घटनेत गव्हर्नर जनरल व गव्हर्नरांकडे किती खास अधिकार असावेत याविषयीही मतभेद उत्पन्न झाले.

तीन गोलमेज परिषदांच्या अहवालांच्या आधाराने विलायत सरकारने मार्च 1933 मध्ये एक 'श्वेतपत्रिका' प्रसिद्ध केली. ही श्वेतपत्रिका प्रतिगामी स्वरूपाचीच होती. भारत जी घटना मागत होते ती घटना मिळेल असे नेत्यांना वाटत नव्हते. राष्ट्रसभा व इतर प्रागतिक संघटना यांनी ती स्वीकारली नाही. तिच्यावर सर्वत्र प्रतिकूल टीका होऊ लागली. आता ब्रिटिश सरकारने भारताचा राजकीय प्रश्न सोडविण्यासाठी पार्लमेंटची 'जॉइंट सिलेक्शन कमिटी' नेमली. तिच्यापुढे अनेकांच्या साक्षी झाल्या. 160 बैठका झाल्यावर 11 नोव्हेंबर, 1934 रोजी कमिटीने अहवाल सादर केला. विशेष म्हणजे हा अहवाल श्वेतपत्रिकेपेक्षाही प्रतिगामी होता. श्वेतपत्रिकेत दिलेले काही अधिकार या अहवालात काढून घेतलेले होते. अशा या अहवालावर आधारित असे 1935 च्या भारतविषयक भावी कायद्याचे विधेयक पार्लमेंटला सादर करण्यात आले आणि 4 ऑगस्ट, 1934 रोजी त्याचे कायद्यात रूपांतर झाले.

23

भारत सरकारचा सन 1935 चा कायदा

23.1 सन **1935** च्या कायद्याची वैशिष्ट्ये

23.2 सन **1935** च्या कायद्याखालील विलायत सरकार

23.3 सन **1935** च्या कायद्याखालील भारतीय संघराज्य

23.4 सन **1935** च्या कायद्याखालील प्रांतीय सरकार (प्रांतीय स्वायत्तता)

23.5 सन **1935** च्या कायद्याचे परीक्षण

23.6 प्रांतीय स्वायत्ततेची अंमलबजावणी : सन **1937 - 39**

1917 साली भारतमंत्री माँटेग्यू यांनी घोषणा केली होती की, भारतात जबाबदार राज्यपद्धती निर्माण करण्याचे ब्रिटिश राजवटीचे अंतिम उद्दिष्ट आहे. या उद्दिष्टाप्रत भारतीय लोकांना घेऊन जाणारा सुधारणांचा पहिला हप्ता त्यांनी सन 1919 च्या कायद्याने भारताला दिला. हा हप्ता भारतीय लोकांना व त्यांच्या नेत्यांना अपुरा व असमाधानकारक वाटला आणि म्हणूनच या सुधारणांवर समाधान न मानता त्यांनी आपल्या राष्ट्रीय स्वातंत्र्याची चळवळ चालूच ठेवली. या चळवळीचा सन 1920 ते 1935 या काळातील वृत्तान्त आपण गेल्या तीन प्रकरणात पाहिलाच आहे. या काळात 1920 ची महात्मा गांधींची असहकार चळवळ, सन 1923 - 26 ची स्वराज्य पक्षाची चळवळ, सन 1927 - 28 ची सायमन कमिशनविरोधी चळवळ, सन 1930 - 34 च्या दरम्यान झालेली म. गांधींची सविनय कायदेभंगाची चळवळ अशी अनेक राष्ट्रीय आंदोलने घडून आली. या आंदोलनांत भारतीय नेत्यांनी कारावास व छळ सोसला. जनतेने लाठीहल्ले व गोळीबार सहन केला, पण सरकारला प्रतिकार करण्याची जिद्द सोडली नाही. सन 1935 च्या कायद्याने भारतीय लोकांना ज्या सुधारणा मिळाल्या त्या सहजासहजी मिळाल्या नाहीत. भारतीय लोकांनी स्वातंत्र्यासाठी केलेल्या अविश्रांत कष्टाचे ते फळ होते.

सन 1919 चा कायदा प्रसिद्ध झाल्यापासून तो आम्हास पसंत नाही, तो सुधारला जावा म्हणून भारतीय लोकांची मागणी होती; पण सरकार काही लगेच त्यात सुधारणा करणार नव्हते. 1924 साली स्वराज्यवाद्यांनी राज्यघटना मिळावी म्हणून एका ठरावाद्वारे मागणी केल्यानंतर सरकारने 'मुडिमन समिती' नेमली व तिचा अहवाल बाहेर पडला. त्यानंतर सायमन कमिशन, नेहरू रिपोर्ट, बॅ. जीनांचे चौदा मुद्दे, तीन गोलमेज परिषदा इत्यादी अनेक घटनांनी सन 1935 च्या कायद्याची पार्श्वभूमी तयार केली गेली. या घटना जेव्हा घडत होत्या तेव्हा भारताची भावी राज्यघटना कशी असावी याविषयी खूप उलट-सुलट चर्चा व वादविवाद झाले. त्यातच राष्ट्रसभा, मुस्लीम लीग, हिंदू महासभा, देशी संस्थाने यांच्या परस्परविरोधी मागण्यांनी या पार्श्वभूमीत विविध रंग मिसळले गेले. ब्रिटिश हे राज्यकर्ते होते आणि ते सुधारणा देणार होते. त्यांनी भारतीय लोकांतील परस्परविरोधी मागण्यांचा फायदा उठविला आणि सुधारणा देताना अनेक हातचे राखून त्यांनी दिल्या.

23.1 सन 1935 च्या कायद्याची वैशिष्ट्ये

(1) या कायद्याने भारतात ब्रिटिश इंडियाचे प्रांत आणि संस्थाने यांचे एक संघराज्य निर्माण होणार होते; तथापि, संघराज्यात सामील होण्याची संस्थानांवर सक्ती नव्हती. ते त्यांच्या इच्छेवर अवलंबून होते. संघराज्यात सामील झाल्यास संस्थानिकांना अंतर्गत स्वायत्तता राहणार होतीच.

(2) सन 1919 च्या कायद्याने निर्माण झालेली द्विदल राज्यपद्धती नष्ट होऊन प्रांतातील सर्व खाती लोकप्रतिनिधींच्या हाती देण्यात आली. म्हणजे प्रांतीय स्वायत्तता या कायद्याने दिली, हे या कायद्याचे सर्वांत महत्त्वाचे वैशिष्ट्य होय. या स्वायत्ततेवर बरीच बंधने होती.

(3) या कायद्याने केंद्रामध्ये राखीव व सोपीव अशी राज्यकारभाराच्या खात्यांची वाटणी करून द्विदल राज्यपद्धती सुरू केली.

(4) या कायद्याने प्रांतीय व केंद्रीय सरकारात भारतीय जनतेला बरेच अधिकार दिल्याचे जरी दिसत असले तरी गव्हर्नर व गव्हर्नर-जनरल यांच्याकडे इतके खास अधिकार दिले होते की, दिलेल्या अधिकारांची पदोपदी गळचेपी होत होती. बऱ्याच वेळा या सुधारणा म्हणजे नुसता देखावा आहे असे वाटत होते.

(5) संघराज्याचे घटक विरुद्ध केंद्र किंवा एक घटक विरुद्ध दुसरा घटक यांच्यामधील संघर्ष मिटविण्यासाठी संघराज्याच्या कोर्टाची स्थापना केली गेली.

(6) या कायद्याने शेकडा दहा टक्के लोकांना मताधिकार मिळाला. केंद्रीय व प्रांतीय कायदेमंडळातील सभासदांची संख्या वाढली.

(7) राज्यकारभाराच्या बाबींची केंद्रीय, प्रांतीय व संयुक्त अशी विभागणी करण्यात आली. अखिल भारतीय महत्त्वाची खाती केंद्राकडे ठेवण्यात आली.

(8) भारतमंत्र्याचे इंडिया कौन्सिल रद्द करण्यात आले. त्याऐवजी भारतमंत्र्याला सल्ला देणारे सल्लागार नियुक्त करण्यात येऊ लागले.

(9) या कायद्याने जातीय मतदारसंघांचा पुरस्कार केला गेला. मुस्लीम, शीख, ख्रिश्चन एवढेच काय, स्त्रिया व कामगार यांनाही स्वतंत्र मतदारसंघ देऊन या कायद्याने राष्ट्रीय एकात्मतेवर प्रहार केला.

(10) ब्रह्मदेश भारतापासून अलग करण्यात आला.

(11) हा कायदा बदलण्याचा हक्क भारतीय कायदेमंडळाला नसून तो ब्रिटिश पार्लमेंटलाच होता.

23.2 सन 1935 च्या कायद्याखालील विलायत सरकार

▣ ब्रिटनचा बादशाह

सन 1935 च्या कायद्याने भारतात संघराज्य स्थापन होणार होते. या संघराज्यात सामील न झालेली संस्थाने बादशाहच्या प्रतिनिधीच्या (व्हाईसरॉयच्या) अधिकाराखाली पूर्वीप्रमाणेच राहणार होती. संघराज्याचा भारतातील उच्च अधिकारी गव्हर्नर-जनरलच राहणार होता. बादशाहचा प्रतिनिधी म्हणजे व्हाईसरॉय व गव्हर्नर-जनरल ही पदे वस्तुतः दोन; परंतु सन 1935 नंतरही ती एकाच व्यक्तीला देण्यात आली. संघराज्याचे उच्चतम अधिकार बादशाहकडेच असत. तो ते अधिकार गव्हर्नर-जनरलकडे देई. घटनात्मकदृष्ट्या बादशाहचे राज्यकारभारातील स्थान पूर्वीसारखेच श्रेष्ठ, मानाचे व अधिकाराचे राहिले. गव्हर्नर-जनरल, गव्हर्नर व सरसेनापती यांच्या नेमणुका बादशाहच करीत असे. भारतातील काही प्रदेश हा बादशाहच्या खास देखरेखीखाली ठेवला गेला होता.

बादशाहकडे जे सर्वश्रेष्ठ अधिकार होते ते ब्रिटनच्या पंतप्रधानाच्या सल्ल्यानेच बादशाह वापरत असे.

▣ पार्लमेंट

सन 1935 च्या कायद्याने भारतात संघराज्य स्थापन होणार असल्याने व प्रांतांत स्वायत्तता निर्माण होणार असल्याने पार्लमेंटच्या अधिकारावर थोड्या मर्यादा पडल्या. प्रांतावरील गव्हर्नर व त्याच्यावरील गव्हर्नर-जनरल हे बादशाहचे प्रतिनिधी असल्याने घटनात्मकदृष्ट्या भारताच्या राज्यकारभारात हस्तक्षेप करण्याचा पार्लमेंटला अधिकार राहिला नाही. तथापि, गव्हर्नर व गव्हर्नर-जनरल यांच्या हुकमांच्या प्रती चौदा दिवसांच्या आत पार्लमेंटपुढे येणे व त्यासाठी पार्लमेंटची संमती आवश्यक असणे या अटींमुळे पार्लमेंटचे वर्चस्व भारतीय राज्यकारभारावर अप्रत्यक्षरीत्या असे चालूच राहिले. दुसरे असे की, घटनात्मकदृष्ट्या बादशाह हा सर्वश्रेष्ठ असला तरी त्याचे अधिकार पार्लमेंटमधील ब्रिटिश मंत्रिमंडळच वापरत असे; तसेच या कायद्यात बदल करण्याचा फक्त पार्लमेंटलाच अधिकार होता.

▣ भारतमंत्री व त्याचे मंडळ

सन 1935 च्या कायद्यात घटनात्मकदृष्ट्या भारतमंत्र्याला पूर्वीचे सर्वश्रेष्ठ स्थान राहिले नाही. भारत सरकारवरील त्याची पूर्वीची सत्ता या कायद्याने नाहीशी झाली. तथापि, नव्या कायद्यान्वये तो बादशाहचा भारताच्या कारभारविषयक सल्लागार बनला. म्हणजे बादशाहने त्याच्या सल्ल्यानेच भारताचा राज्यकारभार करावयाचा. दुसऱ्या शब्दांत, कायदेशीर भाषेत भारतमंत्र्याच्या सन 1919 च्या कायद्यान्वये मिळालेल्या स्थानात बदल झाला; तथापि, प्रत्यक्षात पूर्वीप्रमाणेच त्याचे अधिकार व वर्चस्व राहिले. परराष्ट्र, लष्कर, चलन इत्यादी महत्त्वाच्या बाबींवर पूर्वीसारखेच त्याचे वर्चस्व राहिले. गव्हर्नर व गव्हर्नर-जनरल यांना त्याच्या आज्ञा पाळणे आवश्यक होते.

भारतमंत्री व त्याचे मंडळ यांची स्थापना सन 1858 च्या कायद्याने केली. सन 1935 च्या कायद्याने भारतमंत्र्याचे मंडळ (इंडिया कौन्सिल) बरखास्त करून त्याऐवजी तीन ते सहा सभासदांच्या सल्लागार मंडळाची स्थापना करण्यात आली. भारतीय राज्यकारभाराचा कमीतकमी दहा वर्षे अनुभव असणाऱ्या व्यक्तींची नेमणूक या मंडळात केली जाई.

▣ हाय-कमिशनर ऑफ इंडिया (भारतीय उच्चायुक्त)

ब्रिटनमध्ये भारताच्या हाय-कमिशनरची नेमणूक सन 1919 च्या कायद्यान्वयेच झाली होती. भारत सरकारला ब्रिटनमधून हव्या असणाऱ्या मालाच्या खरेदीवर देखरेख करणे, भारत सरकारचे व्यापारी हितसंबंध पाहणे, भारतीय विद्यार्थ्यांच्या कल्याणाकडे लक्ष देणे ही त्याची कामे होती. त्याच्या स्थानात व अधिकारात या कायद्याने फरक पडला नाही. इतर वसाहतींचे हायकमिशनर हे त्या वसाहतींचे प्रतिनिधित्व करीत. ते स्थान भारतीय हायकमिशनरला नव्हते.

23.3 सन 1935 च्या कायद्याखालील भारतीय संघराज्य

▣ भारतीय संघराज्याचे स्वरूप

सन 1935 च्या कायद्यान्वये भारतीय संघराज्य निर्माण होणार होते. त्यात गव्हर्नर प्रमुख आहे असे अकरा प्रांत, चीफ कमिशनर प्रमुख आहे असे सहा प्रांत आणि संघराज्यात सामील होऊ इच्छिणारी संस्थाने यांचा समावेश होणार होता. संघराज्यात सामील होण्याची सक्ती संस्थानावर नव्हती. एकंदर संस्थानिक प्रजेच्या निम्म्याहून अधिक प्रजेवरील संस्थानिकांनी सामीलीकरणास संमती दिली आणि त्यास जर पार्लमेंटने संमती दिली तरच हे संघराज्य अस्तित्वात येणार होते. तथापि, संघराज्यात आपल्या स्थानास व अधिकारास बाधा येईल असा स्वार्थी विचार संस्थानिकांनी केल्यामुळे सन 1935 च्या कायद्याने नियोजित केलेले संघराज्य अस्तित्वात आलेच नाही.

संस्थानिकांच्या कारभारावर देखरेख ठेवण्यासाठी बादशाहाने राजप्रतिनिधींचे (व्हाईसरॉयचे) स्थान निर्माण केले होते. त्यांना आपल्या पॉलिटिकल एजंटमार्फत संस्थानांशी व्यवहार करावयाचा होता. बादशाहाने राजप्रतिनिधींचे अधिकार गव्हर्नर-जनरलकडे दिले होते. गव्हर्नर-जनरल हा ब्रिटिश इंडियाचा कारभार पाहणारा अधिकारी होता. म्हणजे त्याला दोन स्थानांवरून काम पाहावयाचे होते : राजप्रतिनिधी म्हणून आणि गव्हर्नर-जनरल म्हणून.

संघराज्य जोपर्यंत अस्तित्वात येत नाही तोपर्यंत सन 1919 च्या घटनेप्रमाणेच मध्यवर्ती सरकार व कायदेमंडळ यांची कामे चालू राहणार होती. फक्त बदलत्या गरजांप्रमाणे त्यात आवश्यक ते बदल घडणार होते. म्हणजे पूर्वीच्या प्रांतांना आता संघराज्यात जसा घटकराज्यांचा दर्जा मिळतो तसा दर्जा मिळणार होता. तसेच घटकराज्ये व केंद्रीय सरकार यांचे संबंध पूर्णतया संघराज्य पद्धतीवर आधारित राहणार होते. प्रांतांकडे (राज्यांकडे) दिल्या गेलेल्या खात्यांत प्रांतांना कारभाराची मोठी स्वायत्तता मिळणार होती. राज्यकारभारातील खात्यांची वाटणी होऊन केंद्रीय सरकारकडे अखिल भारतीय महत्त्वाची खाती राहणार होती.

सन 1935 च्या कायद्याने निर्माण होणाऱ्या संघराज्याची काही वैशिष्ट्ये पुढीलप्रमाणे :

(1) संघराज्य हे स्वतंत्र राज्यांनी एकत्र येऊन निर्माण केलेले असते. भारतीय संघराज्यातील प्रांत म्हणजे काही स्वतंत्र राज्ये नव्हती किंवा त्यांनी स्वतःहून केंद्राकडे सत्ता बहाल केली नव्हती. उलट, केंद्राकडूनच प्रांतांना अधिक सत्ता या संघराज्यात मिळणार होती.

(2) संघराज्य हे घटकराज्यांच्या स्वखुशीने निर्माण होते. या भारतीय संघराज्यात खुशीचा मामला असण्याचे कारणच नव्हते. ब्रिटिशांनी ते भारतीय लोकांसाठी निर्माण केले होते. प्रांतात त्यांचीच अनिर्बंधित सत्ता असल्याने प्रांतांना स्वतःची अशी इच्छा नव्हती.

(3) सर्वसाधारणपणे संघराज्यात सामील होणारी राज्ये सारख्याच गुणधर्माची व स्वरूपाची असतात. येथे गव्हर्नरांचे प्रांत, चीफ कमिशनरांचे प्रांत व संस्थानिकांची संस्थाने अशा वेगवेगळ्या स्वरूपाचे घटक होते. याशिवाय संस्थानिकांवर संघराज्यात सामील होण्याची सक्ती नव्हती हेही लक्षात घेतले पाहिजे. सामीलनाम्यात संस्थानिकांनी जेवढे अधिकार केंद्राला दिले असतील तेवढेच अधिकार केंद्राला चालविता येणार होते.

(4) केंद्रीय सरकारच्या वरिष्ठ आणि कनिष्ठ अशा दोन कायदेमंडळांत संस्थानिकांना त्यांच्या प्रजेच्या संख्येच्या प्रमाणाहून अधिक जागा दिल्या गेल्या होत्या; म्हणजे सर्व घटकराज्यांना कायदेमंडळातील जागा लोकसंख्येच्या प्रमाणात सारख्या प्रमाणात मिळालेल्या नव्हत्या.

(5) संस्थानांचे प्रतिनिधी हे जनतेने निवडून न देता संस्थानिकांकडून नियुक्त केले जाणार होते.

(6) संघराज्यातील कनिष्ठ सभागृहातील प्रतिनिधी अप्रत्यक्ष निवडणुकीने नियुक्त केले जाणार होते.

(7) गव्हर्नर-जनरलला इतके खास अधिकार दिले गेले होते की, तो हव्या त्या वेळी भारताची सर्व सूत्रे आपल्या हाती घेऊ शकत होता.

भारतीय राजकीय संघटनांनी व संस्थानिकांनी अशा या दोषयुक्त संघराज्याला विरोध केल्याने नियोजित संघराज्य अस्तित्वात आले नाही. त्याऐवजी ब्रिटिश इंडियाने संघराज्यासारखे केंद्र व राज्य सरकार स्थापन करण्यात आले. आता सन 1935 च्या कायद्यान्वये निर्माण होणाऱ्या संघराज्यातील केंद्रीय सरकारातील गव्हर्नर-जनरल, मंत्रिमंडळ, वरिष्ठ व कनिष्ठ कायदेमंडळ आणि फेडरल कोर्ट या घटकांची रचना व कार्ये थोडक्यात पाहू.

▣ गव्हर्नर-जनरल

केंद्रीय सरकार :

ब्रिटिश राजाचा प्रतिनिधी म्हणून गव्हर्नर-जनरल संघराज्याचा राज्यकारभार पाहणार होता. पूर्वीसारखेच त्याचे स्थान श्रेष्ठ राहणार होते. सन 1935 च्या कायद्याने प्रांतीय स्वायत्तता निर्माण केल्यामुळे प्रांतामधील त्याचे अधिकार संपुष्टात आले तरी कारभारातील त्याचे स्थान काही कमी दर्जाचे झाले नाही.

सन 1919 च्या कायद्याखाली गव्हर्नर-जनरलकडेच राज्यकारभाराचे सर्व अधिकार होते. त्यामुळे तो सर्वस्वी भारतमंत्र्यालाच जबाबदार होता. आता परिस्थिती थोडी बदलली. सन 1935 च्या कायद्यान्वये गव्हर्नर-जनरलला आपले काही अधिकार लोकनियुक्त प्रतिनिधींकडे सोपवावे लागले. म्हणजे पूर्वी प्रांतामध्ये होती तशा प्रकारची द्विदल राज्यपद्धती केंद्रात निर्माण झाली. राज्यकारभाराच्या खात्यांची राखीव व सोपीव अशी वाटणी झाली. लष्कर, परराष्ट्र व्यवहार, रानटी टोळ्यांचा प्रदेश व ख्रिस्ती धर्म ही खाती राखीव करण्यात आली. बाकीची सर्व खाती सोपीव समजण्यात आली. राखीव खात्यांचा कारभार गव्हर्नर-जनरलने तीन ते सहा सल्लागारांच्या साहाय्याने पाहावा व सोपीव खात्यांच्या कारभारासाठी सुमारे दहा सभासदांचे एक मंत्रिमंडळ निर्माण करावे असे ठरले. सोपीव खात्यांचा कारभार त्याने या मंत्रिमंडळाच्या सल्ल्याने करावयाचा होता. वरवर पाहता असे वाटते की, सोपीव खात्यांचे क्षेत्र बरेच विस्तृत असून सरकारने लोकांच्या प्रतिनिधींना बरेच हक्क व अधिकार दिले. प्रत्यक्षात मात्र गव्हर्नर-जनरलकडे अनेक प्रकारचे अधिकार दिले गेल्याने तो पूर्वीसारखाच अनियंत्रित राहिला होता.

गव्हर्नर-जनरलचे अधिकार तीन प्रकारचे होते :

(i) आपल्या मर्जीनुसार वापरावयाचे अधिकार;

(ii) स्व-मतानुसार वापरावयाचे अधिकार;

(iii) मंत्रिमंडळाच्या सल्ल्यानुसार वापरावयाचे अधिकार.

(i) **मर्जीनुसार वापरावयाचे अधिकार :**

(1) राखीव खात्यांवर संपूर्णपणे गव्हर्नर-जनरलचाच अधिकार चाले. लष्कर व परराष्ट्र ही दोन महत्त्वाची खाती राखीव खात्यात होती. या दोन खात्यांवर लोकप्रतिनिधींचा अधिकार चालत नव्हता.

(2) गव्हर्नर-जनरलला मंत्रिमंडळाची बैठक बोलाविण्याचा, ती तहकूब करण्याचा, मंत्र्यांना दूर करण्याचा, मंत्रिमंडळाच्या बैठकीचे अध्यक्षस्थान स्वीकारण्याचा अधिकार होता.

(3) राखीव खात्यांचे सल्लागार, चीफ कमिशनर्स, रिझर्व्ह बँकेचे गव्हर्नर, हायकोर्टाचे न्यायाधीश इत्यादी कारभारातील अनेक महत्त्वाच्या नेमणुका तो करीत असे.

(4) कायदेमंडळाचे अधिवेशन बोलाविणे, ते तहकूब करणे, कनिष्ठ कायदेमंडळ बरखास्त करणे, एखाद्या विधेयकाबद्दल संदेश पाठविणे, विधेयकाविषयीची चर्चा थांबविणे, विधेयकाला मंजुरी देणे अथवा ते नामंजूर करणे इत्यादी कायदेमंडळाविषयीचे गव्हर्नर-जनरलचे खास अधिकार होते.

(5) आणीबाणीच्या प्रसंगी वटहुकूम काढणे, वटहुकमाची मुदत वाढविणे, वटहुकमांद्वारे तो देशातील सत्ता आपल्या हाती केव्हाही केंद्रित करू शकत असे. त्याच्या वटहुकमाला कायद्याचे स्वरूप असे.

(ii) स्व-मतानुसार वापरावयाचे अधिकार :

मर्जीनुसार वापरावयाच्या अधिकाराच्या सदराखाली गव्हर्नर-जनरलने आपल्या मंत्रिमंडळाचा सल्ला घेण्याची आवश्यकता नसे. तो सल्ला घेऊ शकत असे; परंतु तशी त्याच्यावर सक्ती नव्हती.

स्व-मतानुसार वापरावयाच्या अधिकारांच्या सदराखाली गव्हर्नर-जनरलने मंत्रिमंडळाचा सल्ला घेणे आवश्यक होते; परंतु हा सल्ला त्याने मानलाच पाहिजे असे त्याच्यावर बंधन नव्हते. राज्यकारभार करीत असता काही खास जबाबदाऱ्या गव्हर्नर-जनरलवर पडत असतात. त्यामुळे त्याला काही खास अधिकारही देणे सरकारला आवश्यक वाटत होते. गव्हर्नर-जनरलच्या खास जबाबदाऱ्या पुढीलप्रमाणे होत्या, या वेळी मंत्रिमंडळाचे ठराव बाजूला सारूनही स्व-मतानुसार कारभार करण्याचे त्याला अधिकार होते. त्याच्या खास जबाबदारीची क्षेत्रे अशी होती :

(1) देशाची शांतता व सुरक्षितता

(2) सरकारची आर्थिक पत आणि आर्थिक स्थैर्य

(3) अल्पसंख्याकांच्या हक्कांचे संरक्षण

(4) सनदी लोकांचे हितसंरक्षण

(5) ब्रिटनचा व्यापार

(6) संस्थानिकांचे हित व हक्क यांचे संरक्षण

(7) राखीव खात्यांचा कारभार.

(iii) मंत्रिमंडळाच्या सल्ल्याने वापरावयाचे अधिकार :

सन 1935 च्या कायद्याने मध्यवर्ती सरकारच्या कारभारात द्विदल राज्यपद्धती निर्माण झाली. राखीव व सोपीव अशी खात्यांची वाटणी झाली. सोपीव खात्यांचा कारभार लोकप्रतिनिधींच्या सल्ल्याने गव्हर्नर-जनरलने करावा असे घटनेने सांगितले होते. तथापि, गव्हर्नर-जनरलला भारताच्या राज्यकारभाराचा भार उचलावयाचा असल्याने काही खास जबाबदाऱ्याही त्याच्यावर होत्या. त्यामुळे त्याला खास अधिकारही घटनेने बहाल केले होते. सोपीव खात्यांच्या बाबतीत जेव्हा गव्हर्नर-जनरल आपल्या खास अधिकाराचा उपयोग करीत नसे त्या वेळी तो मंत्रिमंडळाच्या सल्ल्याने राज्यकारभार करी. म्हणजे त्या वेळचे त्याचे अधिकार हे तिसऱ्या प्रकारच्या सदरात मोडत.

▣ गव्हर्नर-जनरल आणि मंत्रिमंडळ

राखीव खात्यांचा कारभार करण्यासाठी गव्हर्नर-जनरल तीन ते सहा अधिकाऱ्यांना सल्लागार म्हणून नियुक्त करीत असे. हे अधिकारी लोकनियुक्त नसून ते पूर्णतः गव्हर्नर-जनरललाच जबाबदार असत. ते कायदेमंडळात बसू शकत; परंतु त्यांना मताधिकार नव्हता.

सोपीव खात्यांचा कारभार गव्हर्नर-जनरल कायदेमंडळातील सभासदांतील मंत्र्यांच्या साहाय्याने करीत असे. या मंत्र्यांची संख्या सुमारे दहा असे. कायदेमंडळातील बहुमतवाल्या पक्षाच्या नेत्याला बोलावून गव्हर्नर-जनरल मंत्रिमंडळ नियुक्त करीत असे. मंत्रिमंडळात संयुक्त जबाबदारीचे तत्त्व वाढीस लागण्यासाठी गव्हर्नर-जनरलने प्रयत्न करावयाचे होते. म्हणजे भारतात लोकशाही पद्धतीची वाढ करावयाची होती. अल्पसंख्याकांचे व संस्थानिकांचे हितसंबंध सुरक्षित राखण्यासाठी मंत्रिमंडळात त्यांच्याही प्रतिनिधींचा समावेश व्हायला हवा या गोष्टीकडे गव्हर्नर-जनरलने लक्ष द्यायचे होते. खरे म्हणजे ही प्रथा संसदीय पद्धतीच्या विरोधी होती.

मंत्रिमंडळ हे कायदेमंडळाला जबाबदार होते. कायदेमंडळात विचारलेल्या प्रश्नांना उत्तर देण्याची जबाबदारी त्याची होती. मंत्रिमंडळावर कायदेमंडळाने अविश्वास प्रकट केल्यास मंत्रिमंडळाला राजीनामा देणे आवश्यक होते.

गव्हर्नर-जनरलच्या स्थानाचे व अधिकारांचे परीक्षण :

गव्हर्नर-जनरल हा सन 1935 च्या कायद्याने केवळ घटनात्मक प्रमुख राहणार नव्हता. तो पूर्वीइतकाच अनियंत्रित होता. सोपीव खात्यांवरही त्याला इतके अधिकार दिले गेले होते की, तो खराखुरा सत्ताधीश होता. केंद्रीय सरकारात द्विदल राज्यपद्धती सुरू होऊन राज्यकारभारातील काही खाती लोकप्रतिनिधींच्या हाती आली हे खरे; परंतु खाते-प्रमुख म्हणून त्यांच्याकडे खरी सत्ता नव्हतीच. गव्हर्नर-जनरलच्या मर्जीनुसार वापरावयाच्या अधिकारांनी त्यांची गळचेपी केली गेली होती. मंत्री सरकारी आज्ञा काढू शकत नसत की स्वतंत्र निर्णय घेऊ शकत नसत. सर्व कारभार 'गव्हर्नर-जनरलच्या' नावाने केला जाई.

राज्यकारभारविषयक, कायदेविषयक आणि अर्थविषयक अधिकार गव्हर्नर-जनरलकडे होते. कायदेविषयकचे अधिकार तर फारच समर्थ होते. कायदेमंडळाची परवानगी न घेता किंवा कायदेमंडळाचा विरोध असतानाही तो एखादा कायदा जाहीर करू शकत असे. याशिवाय त्याला वटहुकमाचे अधिकार होते, ते वेगळेच.

खास जबाबदारीच्या नावाखाली तो आपले खास अधिकार वापरून सोपीव खात्यांवरील कोणताही निर्णय बदलू शके. आर्थिक बाबतीत तर त्याची अंदाजपत्रकावर 80 टक्के पकड असे. अंदाजपत्रकातील कोणता भाग कायदेमंडळात मताला टाकावयाचा व कोणता नाही हे ठरविण्याचा किंवा कायदेमंडळाने नामंजूर केलेला भाग मंजूर करण्याचा अथवा एखादा आर्थिक ठराव मंजूर झाला असता नामंजूर करण्याचा त्याला अधिकार होता. गव्हर्नर-जनरलचे हे सर्व अधिकार पाहता, पं. नेहरूंनी या कायद्याविषयी काढलेले पुढील उद्‌गार यथार्थ वाटतात : ''सन 1935 चा कायदा म्हणजे गुलामगिरीची एक सनदच होती. ते एक अनेक ब्रेक्स असणारे व इंजीन नसणारे यंत्रच होते.''

▣ केंद्रीय कायदेमंडळ

नव्या कायद्यानुसार केंद्रीय कायदेमंडळ द्विगृही होणार होते. वरिष्ठ सभागृह (Council of State), कनिष्ठ सभागृह (House of Assembly) ही ती दोन सभागृहे होत. वरिष्ठ सभागृह घटकराज्यांचे प्रतिनिधित्व करणार होते, तर कनिष्ठ सभागृहात देशातील लोकांचे प्रतिनिधी बसणार होते. प्रथम वरिष्ठ कायदेमंडळाची रचना पाहू.

वरिष्ठ कायदेमंडळाची रचना :

वरिष्ठ कायदेमंडळातील सभासदांची संख्या 260 असून त्यांपैकी 156 सभासद ब्रिटिश इंडियातून व 104 सभासद संस्थानांतून नियुक्त होणार होते.

156 सभासद ब्रिटिश इंडियातून नियुक्त केले जाणार होते. पैकी 6 गव्हर्नर-जनरल नेमणार होता. राहिलेले 150 सभासद जातीय मतदारसंघांतून नियुक्त केले जाणार होते. जागांची प्रांतनिहाय वाटणी पुढीलप्रमाणे होती :

प्रांत	जागा	प्रांत	जागा
बंगाल	20	आसाम	5
मद्रास	20	वायव्य सरहद्द	5
संयुक्त प्रांत	20	ओरिसा	5
बिहार	16	सिंध	5
पंजाब	16	दिल्ली	1
मुंबई	16	बलुचिस्तान	1
मध्य प्रदेश व वऱ्हाड	8	कूर्ग	1
		अजमेर - मारवाड	1
		सरकारनियुक्त	10
	116	+	34 = 150

या 150 जागांपैकी 75 सर्वसाधारण मतदारसंघांतून, 49 मुस्लीम मतदारसंघांतून, 6 शेड्युल्ड कास्टमधून अशी जागांची वाटणी होती.

हिंदू, मुस्लीम आणि शीख यांचे प्रतिनिधी प्रत्यक्ष निवडणुकीने घेतले जाणार होते तर युरोपियन, अँग्लो-इंडियन्स, ख्रिश्चन यांचे प्रतिनिधी अप्रत्यक्षरीत्या नियुक्त केले जाणार होते.

संस्थानांचे जे 104 प्रतिनिधी घेतले जाणार होते त्यांच्याविषयी एक गोष्ट लक्षात ठेवली पाहिजे ती ही की, हे प्रतिनिधी लोकांनी निवडलेले नसून संस्थानिकांनी नियुक्त केलेले असणार होते. लोकांच्या इच्छेला तेथे मान नव्हता. दुसरी एक गोष्ट म्हणजे सर्वच संस्थानांना सारख्या प्रमाणात जागा वाटलेल्या नव्हत्या. उदाहरणार्थ, हैद्राबादला पाच जागा वाटणीस आल्या तर कोल्हापूरला एकच जागा वाटणीस आली.

दर तीन वर्षांनी वरिष्ठ कायदेमंडळातील एक-तृतीयांश सभासद निवृत्त होणार होते व त्यांच्या जागी नवे सभासद येणार होते.

कनिष्ठ कायदेमंडळाची रचना :

कनिष्ठ कायदेमंडळात एकूण 375 सभासद असून त्यांपैकी संस्थानांकडून 125 व ब्रिटिश इंडियामधून 250 असे सभासद भरले जाणार होते. संस्थानांचे प्रतिनिधी हे जनतेचे प्रतिनिधी नसून ते संस्थानिकांचे प्रतिनिधी म्हणजे त्यांनी नियुक्त केलेले असणार होते.

ब्रिटिश इंडियामधील 250 सभासदांची विभागणी पुढीलप्रमाणे होती :

प्रांत	जागा
• मद्रास, संयुक्त प्रांत, बंगाल प्रत्येकी	37
• मुंबई, बिहार, पंजाब प्रत्येकी	30
• मध्य प्रदेश - वऱ्हाड	15
• आसाम	10
• ओरिसा, वायव्य सरहद्द प्रांत, सिंध प्रत्येकी	5
• बलुचिस्तान	1
• दिल्ली	2
• अजमेर - मारवाड	1
• कूर्ग	1
• व्यापार - उद्योग क्षेत्र	4
एकूण	**250**

मतदारसंघांतून झालेली जागांची वाटणी

• सर्वसाधारण मतदारसंघ	105	• अँग्लो-इंडियन्स मतदारसंघ	4
• मुस्लीम मतदारसंघ	82	• व्यापार व उद्योग मतदारसंघ	11
• युरोपियन मतदारसंघ	8	• कामगार मतदारसंघ	11
• हिंदू - ख्रिश्चन मतदारसंघ	8	• जमीनदार मतदारसंघ	7
• शीख मतदारसंघ	10	• महिला मतदारसंघ	9

प्रत्येक संस्थानाला सारख्याच प्रमाणात प्रतिनिधित्व मिळाले नाही. एवढेच नव्हे, तर लोकसंख्येच्या प्रमाणातही जागांचे वाटप झाले नाही. 'फोडा व झोडा' या दुष्ट साम्राज्यवादी तत्त्वाचा वापर ब्रिटिशांनी सुधारणा देताना केला. एकंदर लोकसंख्येच्या सत्तर टक्के भारतीय असताना अल्पसंख्याकांना खुश करण्यासाठी त्याला पन्नास टक्के जागा वाटल्या गेल्या. अल्पसंख्याकावर मेहरनजर एवढ्यासाठी की, ते सरकारनिष्ठ राहावे म्हणून. प्रांतीयवाद व जातीयवाद या तत्त्वांवरच कनिष्ठ सभागृहाच्या निवडणुका व्हाव्यात म्हणून सरकारने प्रयत्न केलेला होता. त्यासाठी प्रत्यक्ष निवडणूक पद्धतीचा अवलंब न करता अप्रत्यक्ष निवडणूक पद्धतीचा स्वीकार करण्यात आला. प्रांतातील कनिष्ठ सभागृहातील सदस्यांतर्फे केंद्रीय व कायदेमंडळातील सभासद निवडले जाण्याची तरतूद करण्यात आली.

कायदेमंडळाचे अधिकार

1. **कायदेविषयक अधिकार :** संघराज्यासाठी संघराज्याच्या कोणत्याही बाबीवर कायदे करण्याचा कायदेमंडळाला अधिकार होता. संघराज्यात ब्रिटिश इंडिया व संस्थाने येणार होती. संस्थानांनी ज्या प्रकारचा सामीलनामा लिहून दिला असेल त्याप्रमाणे कायदेमंडळ कायदे करू शकणार होते. संघराज्याच्या विषयांवर प्रांतीय कायदेमंडळ कायदे करू शकत नव्हते.

संघराज्य व घटकराज्य यांची संयुक्त मालकी असलेल्या विषयांवर संघराज्य कायदे करू शकत असे. एवढेच नव्हे, तर भारताची सुरक्षितता धोक्यात येत असल्यास, प्रांताच्या अखत्यारीत असलेल्या विषयांवरही केंद्रीय कायदेमंडळ कायदे करू शकत असे. फक्त अशा वेळी गव्हर्नर-जनरलची पूर्वसंमती आवश्यक होती.

केंद्रीय कायदेमंडळाच्या दोन्ही सभागृहांत बिल पास होणे आवश्यक होते. त्याशिवाय त्याला कायद्याचे स्वरूप मिळत नसे. दोन्ही सभागृहांत मतभेद झाल्यास त्यांची संयुक्त बैठक बोलावली जाई. प्रत्येक पास झालेल्या बिलाला गव्हर्नर-जनरलची संमती असणे आवश्यक होते.

सन 1935 च्या कायद्याने निर्माण केलेली घटनाच बदलण्याचा हक्क या कायदेमंडळाला नव्हता. म्हणजे ते आजच्या स्वतंत्र भारताच्या कायदेमंडळासारखे सार्वभौम नव्हते.

2. **धोरणविषयक अधिकार :** कायदेमंडळ देशातील महत्त्वाच्या बाबींवर चर्चा करत असे. त्यावर ठराव पास करून सरकारचे लक्ष वेधत असे. हे ठराव अमलात आणीत असता गव्हर्नर-जनरलला आपले खास अधिकार वापरता येत होते. गव्हर्नर-जनरलच्या या खास अधिकारांमुळे कायदेमंडळाचे ठराव केवळ शिफारशींच्या स्वरूपात पडून राहत.

3. **राज्यकारभारविषयक अधिकार :** केंद्रीय मंत्रिमंडळ कनिष्ठ कायदेमंडळाला जबाबदार होते. कनिष्ठ कायदेमंडळ मंत्रिमंडळावर अविश्वासाचा ठराव आणून त्याला सत्तेवरून दूर करू शकत असे. गव्हर्नर-जनरलचे कौन्सिलर्स व मंत्री यांना कायदेमंडळात विचारलेल्या प्रश्नांना उत्तरे द्यावी लागत. कायदेमंडळात पास झालेल्या बिलांना गव्हर्नर-जनरलची संमती आवश्यक असे.

4. **आर्थिक अधिकार :** गव्हर्नर-जनरलच्या अधिकाराखाली संघराज्याचे अंदाजपत्रक तयार होई. या अंदाजपत्रकातील 80 टक्के भागावर कायदेमंडळाचा अधिकार चालत नसे. वीस टक्के भाग कायदेमंडळापुढे संमतीसाठी ठेवला जाई. समजा, वीस टक्के भागातील एखादी रक्कम कायदेमंडळाने नामंजूर केल्यास गव्हर्नर-जनरल आपल्या खास अधिकारान्वये ती मंजूर करू शकत असे. सारांश, कायदेमंडळाचे आर्थिक अधिकार फारच दुबळे होते.

अर्थ-विधेयक फक्त कनिष्ठ कायदेमंडळालाच मांडता येई. वरिष्ठ कायदेमंडळाला तो अधिकार नव्हता.

▣ संघराज्याचे मंत्रिमंडळ

केंद्रीय राज्यकारभाराचे राखीव व सोपीव असे भाग सन 1935 च्या कायद्यान्वये केले. राखीव खात्यांच्या प्रमुखाला 'मंत्री' असे म्हटले जाई. मंत्र्यांची संख्या जास्तीतजास्त दहा असे. त्यांची नेमणूक व बडतर्फी गव्हर्नर-जनरल करत असे. मंत्री म्हणून ज्याची नियुक्त होई तो कायदेमंडळाचा सभासद असणे आवश्यक असे. गव्हर्नर-जनरलने जरी मंत्रिमंडळ नियुक्त करावयाचे होते तरी कनिष्ठ सभागृहातील बहुमतवाल्या पक्षाच्या नेत्याला पाचारण करून त्याच्या सल्ल्यानेच मंत्रिमंडळाची निर्मिती व्हावी असा संकेत होता. गव्हर्नर-जनरल अल्पसंख्याकांचे काही मंत्री हे मंत्रिमंडळात नियुक्त करत

असे. तो मंत्रिमंडळाच्या बैठकींना हजर राहत असे, प्रसंगी निर्णायक मत देई. मंत्रिमंडळात संयुक्त जबाबदारीचे तत्त्व वाढीस लागावे यासाठी गव्हर्नर-जनरलने प्रयत्न करावयाचा होता.

आजच्या मंत्रिमंडळाला घटनेने जसे भरपूर अधिकार दिले आहेत तसे अधिकार सन 1935 च्या कायद्याखाली निर्माण झालेल्या मंत्रिमंडळाला नव्हते. गव्हर्नरच्या खास जबाबदाऱ्या व खास अधिकार मंत्रिमंडळाच्या अधिकाराची गळचेपी करीत होते. आजच्या राष्ट्राध्यक्षासारखा गव्हर्नर-जनरल हा केवळ घटनात्मक प्रमुख नव्हता.

▣ संघराज्याचे न्यायालय (फेडरल कोर्ट)

सन 1935 च्या कायद्याने नवी राज्यघटना भारताला मिळाली. ही राज्यघटना संघराज्याची होती. फेडरल कोर्ट हा संघराज्याचा एक अवयव असतो. त्याप्रमाणे सन 1935 च्या कायद्यान्वये 1937 साली भारतात फेडरल कोर्टाची स्थापना करण्यात आली. या कोर्टात एक मुख्य न्यायाधीश व इतर सहा न्यायाधीश यांचा समावेश होता. या न्यायाधीशांची नियुक्ती व बडतर्फी ब्रिटनच्या बादशाहकडून होत असे. न्यायाधीशांची नेमणूक होण्यासाठी ती व्यक्ती पाच वर्षे हायकोर्टाची न्यायाधीश म्हणून असणे किंवा दहा वर्षे हायकोर्ट ॲडव्होकेट असणे आवश्यक होते.

संघराज्यातील घटनेचा व कायद्यांचा अर्थ लावणे, संघराज्यातील केंद्र आणि घटकराज्ये यांच्या दरम्यान झालेले संघर्ष मिटविणे, लोकांच्या व्यक्तिस्वातंत्र्याचे रक्षण करणे ही फेडरल कोर्टाची प्रमुख कामे होती.

23.4 सन 1935 च्या कायद्याखालील प्रांतीय सरकार (प्रांतीय स्वायत्तता)

सन 1935 च्या कायद्याने गव्हर्नरांचे प्रांत, चीफ कमिशनरांचे प्रांत आणि संस्थाने यांचे संघराज्य निर्माण होणार होते. तथापि, चीफ कमिशनरांचे प्रांत व संस्थाने यांच्या राज्यकारभार पद्धतीत फारसा फरक पडणार नव्हता.

सन 1935 च्या कायद्याने जी प्रांतीय स्वायत्तता निर्माण झाली ती फक्त गव्हर्नरांच्या प्रांतातच निर्माण होणार होती. ही स्वायत्तता म्हणजे 1935 सालच्या कायद्याचे महत्त्वाचे वैशिष्ट्य होय. या कायद्यापूर्वी प्रांतांना स्वतंत्र अस्तित्व नव्हते. प्रांतांची कारभार-यंत्रणा ही केंद्र सरकारची एजंटच होती. पूर्वी गव्हर्नर आणि त्याचे कार्यकारी मंडळ गव्हर्नर-जनरलला जबाबदार असे. पण या कायद्याने प्रांत हा एक स्वायत्त घटक बनला. पूर्वी भारत सरकारकडून प्रांताला सत्ता मिळालेली असे. आता ती ब्रिटनच्या बादशाहकडून मिळालेली आहे असे गृहीत धरले गेले होते. या कायद्यान्वये प्रांतामध्ये स्वायत्त स्वरूपाचे कार्यकारी मंडळ आणि कायदेमंडळ निर्माण होणार होते. याच अर्थ, हे दोन घटक भारत सरकारवर अवलंबून न राहता, प्रांताचा कारभार करणारे होते. केंद्र सरकार हरघडी प्रांतांच्या कारभारामध्ये हस्तक्षेप करणार नव्हते. परंतु याचा अर्थ असाही नव्हता की, ही स्वायत्तता आजच्या संघराज्यातील घटकराज्याच्या स्वायत्ततेप्रमाणे होती. या स्वायत्ततेवर गव्हर्नर-जनरल आणि त्याचा हस्तक गव्हर्नर यांच्या अधिकारांची इतकी बंधने लादली गेली होती की, सन 1935 च्या कायद्याने निर्माण केलेली प्रांतीय स्वायत्तता ही केवळ दिखाऊ स्वायत्तता आहे असे अनेक भारतीय नेत्यांना वाटत होते आणि बऱ्याच अंशी ते खरेही होते.

सन 1936 च्या कायद्याखाली निर्माण झालेली प्रांतीय स्वायत्तता पाहण्यासाठी प्रांतीय राज्यकारभारातील गव्हर्नर, मंत्रिमंडळ आणि कायदेमंडळ यांची रचना व कार्ये थोडक्यात पाहणे आवश्यक आहे.

▣ गव्हर्नर

ब्रिटनच्या बादशाहकडून गव्हर्नरची नेमणूक भारतमंत्र्याच्या सल्ल्याने होत असे. ब्रिटनच्या समाजजीवनात नावाजलेल्या व्यक्तीची गव्हर्नरपदी नेमणूक होई. गव्हर्नरची नेमणूक पाच वर्षांकरिता असे. गव्हर्नरचे स्थान आणि त्याचे अधिकार काही अंशी गव्हर्नर-जनरलसारखेच होते.

गव्हर्नरचे अधिकार तीन प्रकारचे आहेत :

(1) स्वतःच्या मर्जीप्रमाणे वापरावयाचे अधिकार;

(2) स्व-मतानुसार वापरावयाचे अधिकार;

(3) मंत्रिमंडळाच्या सल्ल्याने वापरावयाचे अधिकार

1. **स्वतःच्या मर्जीप्रमाणे वापरावयाचे अधिकार** : पुढील बाबतीत गव्हर्नर हे अधिकार वापरत असे :

(1) मंत्र्यांची नियुक्ती आणि बडतर्फी करणे. (2) मंत्रिमंडळाची बैठक बोलाविणे किंवा रद्द करणे. (3) शांतता व स्थैर्य यांना निर्माण झालेले धोके दूर करणे. (4) राज्यकारभार सुरळीत चालावा म्हणून यंत्रणेविषयी काही नियम करणे. (5) कायदेमंडळाचे अधिवेशन बोलाविणे, तहकूब करणे किंवा कायदेमंडळ बरखास्त करणे. (6) एखाद्या बिलावर चाललेली चर्चा थांबविणे, वटहुकूम काढणे, बिलाला मंजुरी देणे. (7) एखादे बिल गव्हर्नर-जनरलच्या संमतीसाठी पाठविणे. (8) अंदाजपत्रकातील कोणती बाब मतदानास टाकावी व कोणती टाकू नये हे ठरविणे. (9) संरक्षणाविषयीच्या गव्हर्नर-जनरलच्या आज्ञा अमलात आणणे. (10) आणीबाणीच्या प्रसंगी प्रांतातील घटना रद्द करणे.

2. **स्व-मतानुसार वापरावयाचे अधिकार** : स्व-मतानुसार प्रांताचा प्रमुख या नात्याने गव्हर्नरवर अनेक खास जबाबदाऱ्या असत. या जबाबदाऱ्या पार पाडण्यासाठी अर्थातच त्याला घटनेचे खास अधिकार दिलेले होते. हे खास अधिकार त्याने मंत्रिमंडळाच्या सल्ल्याने वापरावयाचे होते; परंतु मंत्रिमंडळाचा सल्ला त्याच्यावर बंधनकारक नव्हता. या सदराखाली येणाऱ्या बाबी पुढीलप्रमाणे :

(1) प्रांतांमध्ये शांतता राखणे. (2) अल्पसंख्याकांच्या हक्कांचे रक्षण करणे. (3) सिव्हिल सर्व्हंट यांच्या हक्कांचे व हितसंबंधांचे रक्षण करणे. (4) संस्थानिकांच्या हितसंबंधांचे रक्षण करणे. (5) गव्हर्नर-जनरलच्या आज्ञा अमलात आणणे.

3. **मंत्रिमंडळाच्या सल्ल्याने वापरावयाचे अधिकार** : गव्हर्नरने मंत्र्यांच्या सल्ल्यानुसारच निर्णय घेण्याच्या बाबी फारच थोड्या होत्या. कारण पहिल्या दोन प्रकारांमध्ये गव्हर्नरकडे इतके अधिकार आले होते की, शांतता आणि सुव्यवस्था या नावाखाली तो जवळजवळ सर्व बाबींवर स्व-मतानुसार निर्णय घेऊ शकत होता; परंतु गव्हर्नरने आपले अधिकार शक्यतो कमीतकमी वापरावे आणि मंत्रिमंडळाच्या सल्ल्याने प्रांताचा कारभार करावा, अशीच सन 1935 चा कायदा करणाऱ्यांची अपेक्षा होती. खरे म्हणजे 'बादशाहचा प्रतिनिधी' या नात्याने गव्हर्नर हा प्रांतीय कारभाराचा कणाच होता. प्रांताच्या कारभाराबाबतचे त्याचे अधिकार जवळजवळ गव्हर्नर-जनरलच्या अधिकारासारखेच होते. त्याच्यावर वैशिष्ट्यपूर्ण जबाबदारी होती आणि ती म्हणजे प्रांतामधील जबाबदार राज्यपद्धतीचा प्रयोग यशस्वी करून दाखविणे.

▣ मंत्रिमंडळ

सन 1935 च्या कायद्यान्वये प्रांतामधील सर्वच खाती सोपीव झाली. म्हणजे सर्व खात्यांचा कारभार लोकप्रतिनिधींच्या ताब्यात आला. घटनेप्रमाणे कायदेमंडळात निवडून आलेल्या सभासदांतून गव्हर्नरने मंत्री नियुक्त करावयाचे होते. प्रत्यक्षात लोकशाही पद्धतीच्या संकेताप्रमाणे सभागृहातील बहुमतवाल्या पक्षाच्या नेत्याला गव्हर्नर पाचारण करून त्याच्या सल्ल्याने मंत्रिमंडळाची निर्मिती करे. मंत्री होण्यासाठी ती व्यक्ती कायदेमंडळाच्या कोणत्या तरी एका सभागृहाची सभासद असणे आवश्यक होते. गव्हर्नर जशी नियुक्त करे तशीच बडतर्फीही करे.

मंत्र्यांचा पगार हा कायदेमंडळ आपल्या ठरावाने ठरवित असे. प्रत्येक प्रांतात मंत्रिमंडळातील सभासदांची संख्या सारखीच होती असे नाही. प्रांताच्या लहान-मोठेपणावर मंत्रिमंडळाचे लहान-मोठेपण अवलंबून असे. प्रांताचा दैनंदिन कारभार मंत्री पाहत असला तरी धोरणविषयकचे निर्णय त्याला स्वतंत्रपणे घेता येत नसत. त्यासाठी गव्हर्नरची संमती आवश्यक असे. मंत्रिमंडळामध्ये संयुक्त जबाबदारीची भावना वाढीस लागावी यासाठी गव्हर्नरने प्रयत्न करावयाचे होते. मंत्रिमंडळ हे कायदेमंडळाला जबाबदार होते. याचा अर्थ, कायदेमंडळाने त्याच्यावर अविश्वासाचा ठराव पास केला तर मंत्रिमंडळाला राजीनामा देणे भाग होते. अशा प्रकारे प्रांतात जबाबदार राज्यपद्धती अस्तित्वात आली होती, परंतु ती पूर्ण नव्हती. कारण गव्हर्नरकडे इतके खास अधिकार होते की, मंत्रिमंडळाला स्वतंत्रपणे काम करणे केवळ अशक्य होते. या मंत्रिमंडळाच्या बाबतीत आणखी एक गोष्ट लक्षात ठेवली पाहिजे; ती म्हणजे मुख्यमंत्र्याने आपल्या मंत्रिमंडळात

अल्पसंख्याकांचे काही प्रतिनिधी घेणे या कायद्याने आवश्यक केले होते. खरे म्हणजे असे बंधन हे मंत्रिमंडळ पद्धतीच्या तत्त्वाविरुद्ध होते; कारण एखाद्या पक्षाला सभागृहामध्ये निर्णायक बहुमत असल्यास त्याने आपल्या पक्षातील मंडळी सोडून केवळ अल्पसंख्याकांचे प्रतिनिधी म्हणून दुसऱ्या सभासदांना का म्हणून घ्यावे ?

मंत्र्यांच्या ताब्यात एक किंवा दोन खाती दिली जात असत. त्या खात्यांच्या कारभाराबद्दल त्याला जबाबदार धरले जाई. त्याला खात्याच्या कारभाराचा जाब द्यावा लागे. एकंदर राज्यकारभाराचे धोरण मंत्रिमंडळ ठरवित असे. अर्थात, अधिक महत्त्वाचे धोरण गव्हर्नरच्या संमतीनेच ठरे.

☐ प्रांतीय कायदेमंडळ

आसाम, बंगाल, मद्रास, मुंबई, बिहार आणि संयुक्त प्रांत या ठिकाणी कायदेमंडळाची दोन सभागृहे होती तर पंजाब, मध्य प्रदेश, ओरिसा इत्यादी ठिकाणी कायदेमंडळाचे फक्त एकच सभागृह निर्माण करण्यात आले. ज्या ठिकाणी कायदेमंडळ द्विगृही होते तेथे सभागृहांची नावे Legislative Council (वरिष्ठ सभागृह) आणि Legislative Assembly (कनिष्ठ सभागृह) अशी होती. एकगृही कायदेमंडळ हे फक्त कनिष्ठ सभागृहाचेच असे. वरिष्ठ कायदेमंडळात प्रतिगामी विचाराची मंडळी येणार म्हणून भारतीय नेत्यांचा द्विगृही कायदेमंडळास विरोध होता.

वरिष्ठ कायदेमंडळाची रचना :

वरिष्ठ कायदेमंडळ हे कायम स्वरूपाचे होते. तीन वर्षांनी एकंदर सभासदांपैकी एक-तृतीयांश सभासद निवृत्त होत व त्यांच्या जागी नवीन भरले जात. प्रत्येक प्रांतातील वरिष्ठ कायदेमंडळातील सभासदांची संख्या सारखी नसे. तसेच मताधिकाराची पात्रताही सर्व प्रांतांत सारखी नव्हती. समाजातील जमीनदार आणि सरंजामदार यांनाच मताधिकार मिळालेला होता.

वरिष्ठ कायदेमंडळाची रचना कशी होती हे समजण्यासाठी मद्रास प्रांतातील वरिष्ठ कायदेमंडळाची रचना पाहू.

मद्रास प्रांत :

		जागा
◆	सर्वसाधारण मतदारसंघ	35
◆	मुस्लीम मतदारसंघ	7
◆	युरोपियन मतदारसंघ	1
◆	भारतीय ख्रिश्चन	3
◆	कनिष्ठ कायदेमंडळाकडून भरावयाच्या जागा	0
◆	गव्हर्नरकडून भरावयाच्या जागा	8 ते 10
	एकूण	**54 ते 56 जागा**

जातीय निवाड्यानुसार, भारतातील जाती-जमातींना प्रांतातील कायदेमंडळावर प्रतिनिधित्व मिळालेले होते. सन 1935 च्या कायद्याची ही काळी बाजू होती. सन 1919 च्या कायद्याने जेवढ्या सवलती अल्पसंख्याकांना दिल्या होत्या त्याहीपेक्षा अधिक सवलती सन 1935 च्या कायद्याने दिल्या होत्या. सतरा प्रकारचे मतदारसंघ या कायद्याने निर्माण केले होते. मुस्लिमांचा स्वतंत्र मतदारसंघ म्हणजे त्या मतदारसंघात मुस्लीम उमेदवारानेच उभे राहावयाचे व त्याला मुस्लिमांनीच निवडून द्यायचे.

प्रांतीय कायदेमंडळाविषयी लक्षात ठेवण्याची आणखी एक गोष्ट म्हणजे सन 1935 च्या कायद्यान्वये प्रांतीय कायदेमंडळाची निर्मिती प्रत्यक्ष निवडणूक तत्त्वानुसार होणार होती.

कनिष्ठ कायदेमंडळाची रचना :

कनिष्ठ कायदेमंडळातील सभासदांची संख्या प्रांतनिहाय निरनिराळी होती. उदाहरणार्थ,

मद्रास	215
मुंबई	175
संयुक्त प्रांत	228
बंगाल	250
बिहार	152

सन 1919 च्या कायद्याखालील कायदेमंडळात अनेक जागा सरकारकडून भरल्या जात होत्या त्या आता रद्द करण्यात आल्या. सर्वच जागा प्रत्यक्ष निवडणुकीने भरल्या जाणार होत्या. अनेक प्रकारच्या मतदारसंघांतून लोकप्रतिनिधी निवडून येत असत. जातीय निवाड्याने प्रत्येक जाती-जमातीला ठरावीक जागा दिल्या होत्याच; त्यानुसार त्या भरल्या जाणार होत्या. मुस्लिमांनी मुस्लीम उमेदवाराला, शिखांनी शीख उमेदवाराला व ख्रिश्चनांनी ख्रिश्चन उमेदवाराला मत द्यायचे होते. त्यांना सर्वसाधारण मतदारसंघात उभे राहण्याचा अगर मत देण्याचा अधिकार नव्हता. साक्षर, ठरावीक कर अथवा महसूल भरणारे, ठरावीक घरभाडे इत्यादी मताधिकारास पात्र होते.

कायदेमंडळाचे अधिकार

प्रांतीय कायदेमंडळाचे अधिकार बऱ्याच प्रमाणात केंद्रीय कायदेमंडळाच्या अधिकाराप्रमाणेच होते.

1. **कायदेविषयक अधिकार :** भारताच्या राज्यकारभाराच्या खात्यांची (1) केंद्रीय खाती (2) प्रांतीय खाती आणि (3) संयुक्त अधिकाराची खाती अशी विभागणी सन 1935 च्या कायद्याने केली होती. प्रांतीय खात्यावर प्रांतासाठी कायदे करण्याचा पूर्ण अधिकार प्रांतीय कायदेमंडळाला होता. तथापि, आणीबाणीच्या वेळी संघराज्याचे केंद्रीय कायदेमंडळ प्रांतीय खात्यांवरही कायदे करू शकत असे. तथापि, अपवाद म्हणूनच अशा गोष्टी होत. संयुक्त अधिकाराच्या खात्यांवर प्रांतीय कायदेमंडळ कायदे करू शकत असे. परंतु त्याने केलेला कायदा केंद्रीय कायदेमंडळाने केलेल्या कायद्याच्या विरुद्ध जात असेल तर केंद्राचा कायदा प्रभावी ठरत असे. केंद्राच्या अखत्यारीत जी खाती असत त्यावर मात्र प्रांतीय कायदेमंडळाला कायदे करण्याचा हक्क नसे.

प्रांतीय कायदेमंडळाच्या कायदे करण्याच्या अधिकारांवर अनेक बंधने होती. काही बाबतीत तर गव्हर्नराची पूर्वसंमती घेतल्याशिवाय कायदे करता येत नसत. उदा., ब्रिटिश पार्लमेंटने केलेल्या कायद्यात दुरुस्ती करीत असता गव्हर्नरची पूर्वसंमती आवश्यक होती. गव्हर्नरने केलेल्या कायद्याच्या बाबतीत असेच बंधन होते. गव्हर्नर सभागृहात पास झालेले बिल गव्हर्नर-जनरलकडे त्याच्या संमतीसाठी पाठवू शकत असे आणि गव्हर्नर-जनरलला वाटल्यास तो बादशाहच्या संमतीसाठीसुद्धा ते बिल पाठवू शकत असे. सारांश, प्रांतीय कायदेमंडळ म्हणजे सार्वभौम संस्था नव्हती.

2. **आर्थिक अधिकार :** पैशासंबंधीचे बिल हे प्रथम कनिष्ठ सभागृहातच मांडले जाई. वरिष्ठ सभागृहाला हा अधिकार नव्हता. वार्षिक अंदाजपत्रकात मतास टाकावयाच्या व न टाकावयाच्या बाबी असत. गव्हर्नरचा पगार, कर्ज बाब, मंत्र्यांचे पगार इत्यादी बाबींवर सभागृहात मतदान होत नसे. तथापि, गव्हर्नरचा पगार ही बाब सोडून सर्व बाबींवर सभागृह चर्चा करत असे. अंदाजपत्रकात मतास न टाकावयाच्या बाबी तीस टक्के असत. राहिलेल्या अंदाजपत्रकात सभागृह दुरुस्ती करत असे. एखादी ग्रँट नामंजूरही करीत असे. तथापि, अंदाजपत्रकातील नामंजूर झालेली ग्रँटही गव्हर्नर आपल्या अधिकारात मंजूर करू शकत असे. म्हणजे आर्थिक क्षेत्रामध्ये प्रांतीय कायदेमंडळाला फारसी सत्ता नव्हती आणि ज्याच्या हाती तिजोऱ्यांच्या किल्ल्या त्याच्याच हातात खरी सत्ता असते हे तत्त्व लक्षात घेतल्यास प्रांतातील स्वायत्तता कशी दिखाऊ होती हे कळून येईल.

3. **राज्यकारभारविषयक अधिकार :** प्रांतात राज्यकारभार करणारे मंत्रिमंडळ प्रांतीय कायदेमंडळाला जबाबदार होते. कायदेमंडळ राज्यकारभारावर चर्चा आणि ठराव पास करून त्यांची अंमलबजावणी करावयास मंत्रिमंडळास भाग पाडी. कायदेमंडळात राज्यकारभारविषयक विविध प्रश्न विचारले जात. त्यांची उत्तरे मंत्र्यांना द्यावी लागत. अंदाजपत्रकातील काही अनुदाने कायदेमंडळ नामंजूर करू शकत असे. सर्वच अंदाजपत्रकावर कायदेमंडळाचा ताबा नव्हता.

सन 1935 च्या कायद्याने प्रांतातील राज्यकारभाराची सर्वच खाती सोपीव झाली. म्हणजे प्रांतीय स्वायत्तता निर्माण झाली. तथापि, स्वायत्तता मिळाली त्याचबरोबर गव्हर्नराच्या जबाबदारीचे क्षेत्रही त्या प्रमाणात वाढले. जबाबदाऱ्या वाढल्या म्हणजे एका बाजूला लोकप्रतिनिधींच्या हाती सत्ता दिली गेली, तर दुसऱ्या बाजूला गव्हर्नरकडे इतके खास अधिकार दिले गेले की लोकप्रतिनिधींना मिळालेल्या अधिकारावर पदोपदी बंधने लादली गेली. गव्हर्नर हा पूर्वीप्रमाणेच अनियंत्रित होता. तो ब्रिटनच्या बादशाहला जबाबदार होता. या ठिकाणी ब्रिटिशांचे राज्य अधिक काळ कसे राहील, इकडे त्याचे लक्ष होते. लोकमताच्या दबावाखाली जरी ब्रिटिशांनी जबाबदार राज्यपद्धतीचा प्रयोग प्रांतात सुरू केला होता तरी त्यांची तशी मनापासूनची इच्छा नव्हती. त्यामुळे प्रांतीय राज्यकारभारात गव्हर्नर हा निष्पक्षपाती नसून ब्रिटिशांच्या हितसंबंधाचा रक्षणकर्ता होता.

23.5 सन 1935 च्या कायद्याचे परीक्षण

भारत सरकारचा सन 1935 चा कायदा म्हणजे भारताच्या राजकीय व घटनात्मक चळवळीतील एक महत्त्वाचा टप्पा आहे. राजकीयदृष्ट्या तो महत्त्वाचा होता. त्याचे कारण, या कायद्यामुळे भारत स्वराज्याच्या जवळ जाऊन पोहोचला. घटनात्मकदृष्ट्याही हा कायदा महत्त्वाचा होता, याचे कारण भारताच्या भावी राज्यघटनेचा विस्तृत पाया या कायद्याने घातला गेला. तथापि, या वेळी भारतीय लोकांची मागणी तो पूर्ण करू शकला नाही. भारतीय लोकांना या वेळी कमीतकमी 'साम्राज्यांतर्गत स्वराज्य' तरी पाहिजे होते. पण ते न मिळाल्याने भारतीय नेत्यांनी या कायद्याचा अत्यंत कडक शब्दात निषेध व्यक्त केला. उदाहरणार्थ, पं. नेहरूंनी हा कायदा म्हणजे 'गुलामगिरीची एक नवी सनदच' असे वर्णन केले होते. मुस्लीम लीगला हा कायदा पसंत नव्हता. तिचे नेते बॅ. जीना यांनी या कायद्याचे 'संपूर्ण सडलेला, मूलतः निकृष्ट आणि संपूर्णपणे अस्वीकारार्ह' (Thoroughly rotten, fundamentally bad and totally unacceptable) असे केले होते. भारतीय महासभेचे नेते पं. मालवीय यांनीही 'हा कायदा आमच्यावर लादण्यात आलेला आहे. तो वरून लोकशाहीचा बुरखा पांघरणारा व आतून संपूर्ण निरुपयोगी (पोकळ) आहे.' असे या कायद्याबद्दल आपले मत व्यक्त केले आहे; पण ही तत्कालीन प्रतिक्रिया होती आणि ती एकांगी होती. या कायद्याला जमेची बाजूही होती हे विसरता कामा नये.

1. **प्रांतीय स्वायत्तता निर्माण झाली :** सन 1919 च्या कायद्याने प्रांताच्या राज्यकारभाराची राखीव व सोपीव खात्यात विभागणी केली होती. या कायद्याने त्याच्या पुढची प्रगती केली होती. प्रांताच्या कारभाराची सर्व खाती लोकप्रतिनिधींच्या हाती सोपविली गेली. दुसऱ्या शब्दात प्रांताचा सर्व कारभार लोकप्रतिनिधींच्या हाती सोपविण्यात आला, यालाच 'प्रांतीय स्वायत्तता' असे म्हणतात. या स्वायत्ततेने प्रांतामध्ये 'स्वराज्य' स्थापन झाले असे म्हणावयास हरकत नाही. राखीव व सोपीव खात्यांत प्रांताच्या राज्यकारभाराची जी विभागणी झालेली होती ती रद्द करा ही 1920 सालापासूनची भारतीय लोकांची मागणी या कायद्याने पूर्ण केली.

2. केंद्रातील राज्यकारभारात वाटणी मिळाली : या कायद्याने प्रांतातील द्विदल राज्यपद्धती रद्द केली, पण केंद्रात ती सुरू केली. पूर्वी केंद्राचा कारभार संपूर्णपणे कायदेमंडळातील सरकारी सभासद पाहत असत. आता या कायद्याने केंद्रातील खात्यांची राखीव व सोपीव अशी विभागणी करून सोपीव खाती लोकप्रतिनिधींच्या हाती सोपवली गेली. संरक्षण, परराष्ट्र व्यवहार, धर्मबाब व वन्य जमातींच्या प्रदेशांचा कारभार एवढ्या बाबी राखीव करून बाकीच्या सर्व बाबी सोपीव केल्या गेल्या. याचा अर्थ, बाकीच्या सर्व बाबींचा कारभार भारतीय लोकांच्या हाती आला.

3. इतर काही सुधारणा : या कायद्याने मतदानाचा अधिकार अधिक विस्तृत केला गेला. यामुळे दहा टक्के लोकांना आता आपले प्रतिनिधी निवडण्याचा हक्क मिळाला. तसेच या कायद्याने फेडरल कोर्ट व रिझर्व्ह बँक स्थापन केली गेली. संघराज्यात केंद्रीय कायदेमंडळाची वरिष्ठ व कनिष्ठ अशी दोन सभागृहे निर्माण करण्यात आली.

असे असले तरी भारताची मागणी या वेळी कमीतकमी साम्राज्यांतर्गत स्वराज्याची असल्यामुळे त्या दृष्टीने पाहिल्यास या कायद्यात अनेक दोष होते ते पुढीलप्रमाणे :

(i) गव्हर्नर व गव्हर्नर-जनरल यांच्या खास अधिकारामुळे सुधारणांचा आत्मा नष्ट झाला : सन 1935 च्या कायद्यान्वये गव्हर्नर व गव्हर्नर-जनरल यांच्याकडे इतके खास अधिकार दिले गेले की, प्रांतामधील स्वायत्तता म्हणजे लोकशाहीचे एक नाटकच वाटावे. प्रांताची सर्व खाती जरी लोकप्रतिनिधींच्या हाती आली तरी कारभाराची अंतिम सत्ता गव्हर्नर व गव्हर्नर-जनरल यांच्याकडेच राहिली. खास जबाबदारीच्या नावाखाली गव्हर्नरास प्रांतीय कायदेमंडळात व गव्हर्नर-जनरलला केंद्रीय कायदेमंडळात इतके खास अधिकार दिले गेले की, त्यांनी जर मनात आणले तर कायदेमंडळाने पास केलेला कोणताही ठराव ते बाजूला सारून स्वतःच्या मताप्रमाणे कारभार करू शकत होते. एवढेच नव्हे, तर प्रांतातील राज्यघटना राबविणे शक्य नाही असे घोषित करून गव्हर्नर केव्हाही मंत्रिमंडळ बरखास्त करून प्रांतातील सर्व राज्यकारभार आपल्या हाती घेऊ शकत होता.

प्रांतातील अंदाजपत्रकावरही भारतीय मंत्र्यांचा पूर्ण अधिकार चालत नव्हता. अंदाजपत्रकातील चाळीस टक्के भाग हा मंजुरीसाठी सभागृहाकडे ठेवलाच जात नसे. गव्हर्नरांच्या खास अधिकारातील तो भाग असे. केंद्रामध्येही अल्पसंख्याक व संस्थानिक यांचे हितसंबंध सुरक्षित राखण्यासाठी व देशात शांतता व सुव्यवस्था ठेवण्यासाठी गव्हर्नर-जनरलला अनेक प्रकारचे खास अधिकार दिले गेले. या अधिकारांकडे पाहिले की, असे म्हणण्याचा मोह व्हावा की, सरकारने भारतीय लोकांना एका हाताने हक्क दिले आणि दुसऱ्या हाताने काढून घेतले. प्रसंग पडलाच तर गव्हर्नर-जनरल आणीबाणी पुकारून सर्व राज्यघटना स्थगित ठेवून तीन वर्षांपर्यंत एकाधिकारशाहीने भारताचा कारभार करू शकेल; अशीही तरतूद या कायद्यात केली गेली होती.

(ii) जातीयवादास खतपाणी घातले : सन 1919 च्या कायद्याने मुस्लिमांना स्वतंत्र मतदारसंघ देऊन राज्यकर्त्यांनी भारतीय राष्ट्रीय एकात्मतेस खोडा घालण्याचा प्रयत्न केला होता. भारतीय लोकांमध्ये फाटाफूट करण्याचे धोरण त्यांनी तसेच पुढे चालवून आता सन 1935 च्या कायद्याने केवळ मुस्लिमांनाच नव्हे तर शीख, हरिजन, स्त्रिया, कामगार, भारतीय, ख्रिश्चन इत्यादींनाही स्वतंत्र मतदारसंघ दिले. त्यामुळे अगोदरच नाना धर्म व पंथ असणाऱ्या या देशातील राजकीय व सामाजिक ऐक्याच्या चळवळीच्या मार्गात अनेक अडसर निर्माण केले गेले. पुढे पाकिस्तानची जी निर्मिती झाली ती अशा प्रकारे राज्यकर्त्यांनी जातीय भावनेस खतपाणी घातल्यामुळेच होय.

या कायद्याने भारतातील अल्पसंख्याकांच्या हिताचे रक्षण करण्यासाठी गव्हर्नर व गव्हर्नर-जनरल यांच्याकडे खास जादा अधिकार दिले होते. यामुळे मुस्लीम, हरिजन इत्यादी समाजांना राज्यकर्ते हे हितकर्ते व जातीय मतदारसंघ नको म्हणणारी राष्ट्रसभा ही हितशत्रू वाटू लागली. ब्रिटिशांची ही कुटील नीती होती.

(iii) **हे कसले संघराज्य ?** : या कायद्याने भारतातील ब्रिटिश प्रांत व भारतीय संस्थाने यांचे मिळून संघराज्य निर्माण होणार होते. भारताच्या एकात्मतेच्या दृष्टीने ही चांगली गोष्ट होती. पण या संघराज्यात सामील होण्याची संस्थानिकांवर सक्ती होणार नव्हती. तसेच सामील झाल्यास अशा संस्थानांवर केंद्राचा कितपत अधिकार चालावा हे संस्थानिक ठरविणार होते. प्रांतामध्ये लोकप्रतिनिधींच्या हाती कारभार राहणार होता, तर संघराज्यातील संस्थानांचा कारभार हा संस्थानिकांकडे राहणार होता. आणखी असे की, केंद्रीय कायदेमंडळातील ब्रिटिश प्रांतांचे प्रतिनिधी लोकांकडून निवडले जाणार होते तर संस्थानांचे प्रतिनिधी संस्थानिकांकडून नेमले जाणार होते (संस्थानी प्रजेकडून नाही). आदर्श संघराज्य हे स्वतंत्र राज्यांचे मिळून बनलेले असते, येथे असे नव्हते. येथील संघराज्यातील प्रांत व संस्थाने ही काही स्वतंत्र नव्हती. आदर्श संघराज्यातील घटकराज्यांचा दर्जा समान असतो. तसा भारतीय संघराज्यातील प्रांतांचा व संस्थानांचा दर्जा सर्वत्र समान नव्हता. अशा प्रकारे आदर्श संघराज्याचे अनेक गुणधर्म सन 1935 च्या कायद्याने होऊ घातलेल्या संघराज्यात नव्हते.

(iv) **स्वयंनिर्णयाचा हक्क डावलला** : या कायद्याने भारताला स्वराज्य अथवा साम्राज्यांतर्गत स्वराज्य मिळवून दिले नाही. तसेच हा कायदा ब्रिटिश पार्लमेंटने तयार केला होता आणि या कायद्यात बदल करण्याचा अधिकार फक्त पार्लमेंटलाच होता. तो अधिकार भारतीय कायदेमंडळांना दिला गेला नव्हता. दुसऱ्या शब्दांत, आपली राज्यघटना कशी असावी, आपली शासनव्यवस्था कशी असावी यासंबंधीचा 'स्वयंनिर्णयाचा हक्क' भारतीय जनतेला दिला गेला नाही. अगदी पहिल्या महायुद्धाच्या काळापासून पाश्चात्त्य राष्ट्रे स्वातंत्र्य व लोकशाही यांचा घोष करत असली तरी प्रत्यक्षात त्यांच्या साम्राज्यात असलेल्या वसाहतींना मात्र ते स्वातंत्र्य अथवा स्वराज्य द्यावयास तयार नव्हते, हेच या कायद्यामुळे पुन्हा एकदा स्पष्ट झाले होते.

23.6 प्रांतीय स्वायत्ततेची अंमलबजावणी : सन 1937 - 39

सन 1935 च्या कायद्यावर काँग्रेस नेत्यांनी टीकेची झोड उठविली. पं. नेहरूंनी तर 'A new charter of bondage' असे त्याचे वर्णन करून त्यावर कडाडून हल्ला चढविला. सरकारने एका हाताने अधिकार दिले होते तर दुसऱ्या हाताने काढून घेतले होते. विशेषतः त्यांच्या मते, प्रांतीय स्वायत्तता ही केवळ दिखाऊ होती. गव्हर्नरच्या हातातच अधिकाराच्या सर्व चाव्या कायद्याने दिल्या होत्या. असे जरी असले तरी राष्ट्रसभेने या कायद्यान्वये सन 1937 मध्ये होणाऱ्या निवडणुका लढविण्याचा निर्णय घेतला. लॉर्ड विलिंग्डनने राष्ट्रसभेला दाबून टाकण्याचा खूप प्रयत्न केला असला तरी राष्ट्रसभा दबलेली नसून ती अधिकच प्रभावी बनलेली आहे, हे निवडणुकातील राष्ट्रसभेच्या विजयांनी दाखवून दिले. संयुक्त प्रांत, बिहार, ओरिसा, मध्य प्रदेश, मद्रास आणि मुंबई या सहा प्रांतांत राष्ट्रसभेला हुकमी बहुमत मिळाले. आसाम, बंगाल व वायव्य सरहद्द प्रांत येथे बहुमत नसले तरी सर्वांत मोठा पक्ष म्हणून राष्ट्रसभाच आली. गंमत अशी की, या निवडणुकांत मुस्लीम लीगला मोठा पराभव पत्करावा लागला. मुस्लिमांच्या 482 जागांपैकी लीगला फक्त 51 जागा मिळाल्या. ज्या प्रांतात मुस्लीम बहुसंख्य होते तेथे लीगला पराजय पत्करावा लागला. जेथे ते अल्पसंख्य होते तेथे लीगला अधिक जागा मिळाल्या. म्हणजे लीगचे वर्चस्व जेथे मुस्लीम अल्पसंख्य होते तेथेच होते.

राष्ट्रसभा सरकारला सहकार्य करून सन 1935 च्या कायद्याच्या सुधारणा यशस्वी करण्याच्या इराद्याने निवडणुकीच्या मैदानात उतरलेली नव्हती. निवडणुकीत अपेक्षेबाहेर विजय मिळाल्यावर प्रांतात मंत्रिमंडळे निर्माण करावीत की नाहीत यावर राष्ट्रसभेत दोन तट निर्माण झाले. शेवटी महात्माजींनी मध्ये पडून तडजोड करून असा सल्ला दिला की, राष्ट्रसभेच्या मंत्रिमंडळाने कायदेमंडळाच्या इच्छेनुसार कारभार करावा. तेथे गव्हर्नराने दैनंदिन कारभारात हस्तक्षेप करू नये आणि गव्हर्नरांनी असे आश्वासन दिल्यास मंत्रिमंडळाची जबाबदारी स्वीकारावी. राष्ट्रसभेच्या मते, गव्हर्नरांनी केवळ 'घटनात्मक प्रमुखाची' भूमिका घ्यावी. गव्हर्नर या गोष्टीस तयार नव्हते. त्यांनी राष्ट्रसभा बहुमतात असलेल्या प्रांतांत अल्पमतात असणाऱ्या पक्षांची हंगामी सरकारे स्थापन केली. तथापि, तशा सरकारांना कायदेमंडळाचा पाठिंबा नव्हता. त्यामुळे सरकारपुढे पेचप्रसंग निर्माण झाला. तीन महिन्यांनंतर लॉर्ड लिनलिथगो यांनी आश्वासन दिले की, मंत्रिमंडळाच्या दैनंदिन कारभारात गव्हर्नर हस्तक्षेप करणार नाही व तो शक्यतो मंत्रिमंडळाच्या सल्ल्यानुसार कारभार पाहील. आता प्रांतांत मंत्रिमंडळे स्थापन करण्यास राष्ट्रसभा राजी झाली. आपण काढलेल्या निवडणूक जाहीरनाम्याप्रमाणे राष्ट्रसभेच्या मंत्रिमंडळांनी कारभार करावा असा आदेश संघटनेने दिला.

आतापर्यंत राष्ट्रसभा ही स्वातंत्र्य चळवळ करणारी संघटना होती. आता ती राज्यकारभार पाहणारी यंत्रणाही बनली. तिला दोन भूमिका वठवावयाच्या होत्या. स्वातंत्र्याचा झगडा चालूच राहणार होता. परंतु त्याचबरोबर सरकारात शिरून लोककल्याण साधून जेवढ्या सुधारणा करता येतील तेवढ्या करावयाच्या होत्या.

जेथे राष्ट्रसभेला हुकमी बहुमत नव्हते तेथे संयुक्त मंत्रिमंडळ स्थापन करून राष्ट्रसभेतर पक्षांना, विशेषतः मुस्लीम लीगला, मंत्रिमंडळात घ्यावे की नाही हाही प्रश्न राष्ट्रसभेसमोर होता. त्यावर संयुक्त मंत्रिमंडळे निर्माण करावयाची नाहीत. कारण त्यामुळे ब्रिटिशांना एकदिलाने तोंड देता येणार नाही, धोरणात एकवाक्यता राहणार नाही व स्वातंत्र्याच्या आंदोलनाला मंद गती प्राप्त होईल असा निर्णय राष्ट्रसभेने घेतला. याचा एक गंभीर परिणाम असा झाला की, लीगला राज्यकारभारात स्थान मिळाले नाही. पुढे-मागे स्वातंत्र्य मिळाल्यास राष्ट्रसभेमधील भारतीय अशाच प्रकारे मुस्लिमांना सत्तेपासून दूर ठेवणार, अशी ओरड बॅ. जीनांनी सुरू केली. तिचा परिणाम लीग बळकट होण्यास व हिंदू-मुस्लीम यांच्यातील दरी रुंदावण्यात झाला. ज्या ठिकाणी राष्ट्रसभेने मंत्रिमंडळे तयार केली तेथे लीगला काही सत्ता दिली असती तर पुढे लीग इतकी आक्रमक बनली नसती व तिने पाकिस्तानची मागणी केली नसती असे काही इतिहासकारांचे मत आहे. राष्ट्रसभेची भूमिका जरी रास्त असली तरी लीगला जातीय द्वेष पेटविण्याचे जबरदस्त कारण मिळाले. बॅ. जीनांनी या घटनेचा चांगलाच फायदा उठविला.

एकंदर आठ प्रांतांत राष्ट्रसभेची मंत्रिमंडळे स्थापन झाली. ती 1939 ऑक्टोबरपर्यंत सत्तेवर होती. 1939 सालच्या ऑक्टोबरमध्ये महायुद्धाच्या प्रश्नावरून राष्ट्रसभेच्या मंत्र्यांनी राजीनामे दिले. या काळात सर्वसाधारणपणे राष्ट्रसभेच्या मंत्रिमंडळांनी चांगला कारभार केला. गव्हर्नरांनी आपले अधिकार पदोपदी वापरले नाहीत. खास अधिकार वापरण्याच्या वेळा फार क्वचित आल्या. कायदेमंडळाने मंजूर केलेल्या बहुसंख्य बिलांना गव्हर्नर संमती देत व गव्हर्नरांनी सुचविलेल्या दुरुस्त्यांवर कायदेमंडळ संमती देई. याचा अर्थ, गव्हर्नर व मंत्रिमंडळ यांच्यात संघर्ष निर्माण झाले नाहीतच असे नाही. उदाहरणार्थ, बिहारच्या मंत्रिमंडळाने राजकीय कैदी सोडण्याचा निर्णय घेतला. गव्हर्नराने तो मान्य केला नाही. यावर मंत्रिमंडळाने तो प्रतिष्ठेचा प्रश्न करून राजीनामा दिला. पुढे दोन्ही बाजूस तडजोड होऊन पुन्हा मंत्रिमंडळ स्थापन करण्यात आले.

प्रांतांमध्ये जनतेचे सरकार निर्माण झाल्याने भारतीय प्रजेत जो दिलासा व उत्साह निर्माण झाला होता त्याचे वर्णन करताना पंडित नेहरू म्हणतात, ''जनतेत घडून आलेला मानसिक बदल मोठा होता. ग्रामीण प्रदेशातून जणू काय उत्साहाचा विद्युतप्रवाह वाहू लागला. शहरापेक्षा ग्रामीण भागातच हा बदल अधिक जाणवत होता. लोकांना भरडून काढणारे एखादे ओझे त्यांच्या मनावरून काढले गेल्याप्रमाणे लोकांना वाटू लागले. आतापर्यंत दाबली गेलेली जनतेची शक्ती उत्साही होऊन सर्वत्र दिसू लागली. काही काळ का होईना, पोलीस व गुप्तहेर यांची भीती नष्ट झाली.''

प्रांतातील स्वायत्त कारभाराविषयी एक मुद्दा लक्षात ठेवण्यासारखा आहे; तो म्हणजे जेथे राष्ट्रसभेची मंत्रिमंडळे होती तेथे मंत्रिमंडळाच्या बैठकीस गव्हर्नर औपचारिकपणे हजर असे. म्हणजे राज्यकारभाराविषयकची धोरणे अगोदरच मंत्रिमंडळ ठरवी व गव्हर्नरसमोर त्याची औपचारिक चर्चा व निर्णय होई. तथापि, जेथे बिगर-राष्ट्रसभा सरकारे होती तेथे गव्हर्नराच्या अध्यक्षतेखालीच राज्यकारभाराचे निर्णय घेतले जात. तेथे गव्हर्नराचा प्रभाव अधिक असे.

ऑक्टोबर 1939 मध्ये आठ प्रांतांतील राष्ट्रसभेच्या मंत्रिमंडळांनी युद्ध-प्रश्नावरून राजीनामे दिले. तेव्हा साहजिकच प्रांतांतील स्वायत्तता नष्ट होऊन तेथे पूर्ववत गव्हर्नरांचा अनियंत्रित राज्यकारभार सुरू झाला.

मुस्लीम लीगचे राजकारण

24.1   मुस्लीम लीगची स्थापना (सन 1906)

24.2   लखनौ करार (सन 1916)

24.3   खिलाफत चळवळ (सन 1919 - 1922)

24.4   हिंदू - मुस्लीम ऐक्याचा भंग

भारत हा अनेक जातिधर्मांचा देश आहे. त्यामध्ये हिंदू व मुस्लीम धर्माचे अनुयायी बहुसंख्य आहेत. धर्माचा प्रसार करण्यासाठी व राज्य संपादन करण्यासाठी मुस्लीम आक्रमक आठव्या शतकापासून भारतात येत राहिले. त्यांनी आपल्या तलवारीच्या जोरावर धर्माबरोबर राज्याचाही प्रसार केला. सहाशे वर्षांहून अधिक काळ त्यांनी भारतावर राज्य केले. मुघल सम्राट औरंगजेबाच्या कारकिर्दीत तर काश्मीरपासून कावेरीपर्यंत मुस्लिमांची सत्ता पसरली होती. पण त्यानंतरच्या काळात मराठ्यांनी मुघल सत्तेविरूद्ध बंड पुकारून आपली सत्ता निर्माण केली. पण मराठ्यांनाही सर्व भारत जिंकता आला नाही. भारतात मुघल साम्राज्याच्या विघटनातून निर्माण झालेली मुस्लिमांची अनेक राज्ये या वेळी अस्तित्वात होती. ब्रिटिशांनी या सर्व मराठी व मुस्लीम राज्यांना जिंकून एकोणिसाव्या शतकात आपले प्रचंड व मजबूत साम्राज्य भारतात उभारले.

प्रारंभीच्या काळातील ब्रिटिश - मुस्लीम संबंध

मराठ्यांनी जरी आपली राजकीय सत्ता स्थापन केली तरी मुस्लीम त्यांना बंडखोरच मानत होते. पुढे ब्रिटिशांनी हिंदू व मुस्लीम या दोघांचीही राज्ये जिंकली; तेव्हा मुस्लीम ब्रिटिशांना आपले शत्रू मानू लागले. भारतावर राज्य करण्याचा आपला अधिकार ब्रिटिशांनी घेतला याचे त्यांना दुःख होत असे. त्यामुळे ब्रिटिशांचा, त्यांच्या संस्कृतीचा, भाषेचा ते द्वेष करत राहिले. इस्लामी शास्त्रे व विद्या, तत्त्वज्ञान व उर्दू भाषा यांचाच अभ्यास ते करत. त्यामुळे इंग्रजी भाषेच्या अध्ययनात मुस्लीम मागे राहिले, पण हिंदू पुढे गेले. ईस्ट इंडिया कंपनीच्या अधिकाऱ्यांनाही मुस्लिमांपेक्षा हिंदू जवळचे वाटत. हिंदूंना इंग्रजी येत असल्याने राज्यकारभारात ते मोठ्या संख्येने शिरले. त्याचे वैषम्य मुस्लिमांना वाटत असे.

सन 1857 च्या बंडात हिंदू-मुस्लीम ऐक्य बऱ्याच प्रमाणावर होऊन या दोन्ही समाजांनी ब्रिटिश सत्तेविरूद्ध प्रखर लढा दिला, पण तो अपयशी ठरला. यानंतर मात्र हिंदू-मुस्लिमांची एकी (लखनौ कराराचा अपवाद सोडल्यास) होऊ शकली नाही. हे बंड चिरडून टाकण्यातही ब्रिटिशांचा अधिक डोळा मुस्लिमांवर होता. बंडास मुस्लीमच बऱ्याच अंशी जबाबदार आहेत असा त्यांचा समज होता. बंडानंतर बराच काळ ब्रिटिश-मुस्लीम यांचे संबंध बिघडलेलेच राहिले.

सर सय्यद अहमद यांचे कार्य

सन 1870 पासून राज्यकर्त्यांचा मुस्लिमांकडे बघण्याचा दृष्टिकोन साफ होऊ लागला. एवढेच नव्हे, तर सर विल्यम हंटरसारख्या मुत्सद्द्यास ब्रिटिश-मुस्लीम मैत्री ही आवश्यक बाब वाटू लागली. पुढे भारतात जसजशी राष्ट्रीय जागृती होऊ लागली तसतशी मुस्लिमांशी मैत्री ब्रिटिशांना अधिक महत्त्वाची वाटू लागली. या कामी सर सय्यद अहमद या मुस्लीम नेत्याची त्यांना मोठी मदत झाली.

सर सय्यद अहमद हे मुस्लीम समाजाचे एकोणिसाव्या शतकातील थोर नेते होत. ते सच्चे मुस्लीम होते. सन 1857 च्या बंडात ते ब्रिटिशांशी एकनिष्ठ राहिले. बंडानंतर त्यांनी एक पुस्तक लिहून भारतातील मुस्लिमांनी राज्यकर्त्यांशी एकनिष्ठ राहावे व हिंदूंशी फटकून राहण्यातच त्यांचा फायदा आहे असा सिद्धान्त प्रथम मांडला. ख्रिस्ती धर्म इस्लामला तात्त्विकदृष्ट्या अधिक जवळचा आहे असेही त्यांनी प्रतिपादिले होते. सन 1857 साली त्यांनी अलिगडमध्ये 'Muhammadan Anglo-Oriental College' स्थापन केले. येथून पुढे हे कॉलेज म्हणजे भारतातील मुस्लिमांच्या राजकारणाचा व कारस्थानाचा अड्डाच बनले. याच कॉलेजचे पुढे सन 1920 मध्ये अलिगड मुस्लीम विद्यापीठात रूपांतर झाले.

सन 1885 मध्ये राष्ट्रसभेची स्थापना झाली. त्याच्या दुसऱ्याच वर्षी सर सय्यद अहमदांनी 'Muslim Educational Conference' या संस्थेची स्थापना केली. भारतभर पसरलेल्या मुस्लिमांचे ऐक्य साधणे व त्यांची शैक्षणिक सुधारणा घडवून आणणे ही या मुस्लीम कॉन्फरन्सची उद्दिष्टे होती. या कॉन्फरन्सच्या वतीने देशभर अनेक संघटना स्थापन करण्यात आल्या. दरवर्षी निरनिराळ्या शहरी या कॉन्फरन्सचे अधिवेशन भरे व तेथे मुस्लिमांच्या सर्वांगीण प्रगतीची चर्चा होऊन भावी धोरण ठरे.

सन 1888 मध्ये सर सय्यद अहमदांनी 'Indian Patriotic Association' स्थापन केली. राष्ट्रसभा (काँग्रेस) ही भारतातील सर्व जातिधर्मांच्या लोकांची आहे, या राष्ट्रसभेच्या प्रचाराशी भारतातील मुस्लीम सहमत नाहीत, मुस्लीम हे ब्रिटिशांचे सच्चे मित्र आहेत, हे ब्रिटनमधील लोकांच्या मनावर ठसविणे हे या संस्थेचे प्रमुख उद्दिष्ट होते.

अलिगडच्या मोहामेडन कॉलेजचे 'बेक' नावाचे प्रिन्सिपॉल हे सर सय्यद अहमदांचे मुख्य सल्लागार होते. या गृहस्थाने आयुष्याच्या अखेरपर्यंत हिंदू-मुस्लीम संबंधात जेवढे म्हणून वितुष्ट येईल तेवढे आणण्यासाठी प्रयत्नांची पराकाष्ठा केली.

राष्ट्रसभा राजकीय हक्कांसाठी भांडत होती. हे राजकीय हक्क म्हणजे लोकशाहीचे हक्क होते. स्वराज्य हे राष्ट्रसभेचे अंतिम ध्येय होते व ते प्राप्त झाले की देशात लोकशाही स्थापन होणारी होती. ही गोष्ट दूरची असली तरी सर सय्यद अहमदांना तिची भीती वाटत होती. कारण लोकशाहीत बहुसंख्याकांच्या हाती राज्याची सत्ता जाते. म्हणजे भविष्यात बहुसंख्याक हिंदूंच्या हाती ही सत्ता जाणार होती. अल्पसंख्याक मुस्लिमांना सत्तेपासून वंचित व्हावे लागणार. यासाठीच सर अहमद म्हणत होते की, भारत हे एक राष्ट्र नाही, येथे अनेक राष्ट्रे आहेत. राष्ट्रसभेची चळवळ म्हणजे 'No more than the cries of Jackals and Crows' असे त्यांना वाटत होते. त्यामुळेच त्यांनी भारतातील मुस्लिमांना राष्ट्रसभेसारख्या राष्ट्रीय संघटनेपासून अलिप्त ठेवले. दुर्दैवाने ते अपेक्षेपेक्षा यशस्वी झाले. भावी पाकिस्तानचे बीजारोपण सर सय्यद अहमदांनी केले.

प्रिन्सिपॉल बेकचे सहकार्य

सर सय्यद अहमदांनी स्थापन केलेल्या कॉलेजचे बेक हे सन 1883 पासून 1899 या काळात प्रिन्सिपॉल होते. हा ब्रिटिश गृहस्थ मोठा मुत्सद्दी व हुशार होता. ब्रिटिश राज्य अधिकाधिक काळ येथे राखण्याची गुरुकिल्ली म्हणजे हिंदू-मुस्लिमांमधील बेकी हे त्याने चाणाक्षपणे जाणले होते आणि अशी बेकी निर्माण करून आपल्या मायदेशाची सेवा करण्याचे कार्य त्याने केले. याबद्दल ब्रिटिशांनी त्याचे खास ऋणी राहिले पाहिजे.

1893 साली प्रि. बेकने सर अहमदांच्या साहाय्याने 'Muhammedan Defence Association of Upper India' नावाची संघटना स्थापन केली. मुस्लीम समाजाने राष्ट्रसभेपासून अलिप्त राहावे हेच या संघटनेचे उद्दिष्ट होते. प्रि. बेक म्हणतो, "या देशातील राजकीय सत्ता ब्रिटिशांपासून आपल्याकडे घेणे हे राष्ट्रसभेचे (काँग्रेस) ध्येय आहे. मुस्लिमांची या मागणीस कधीच सहानुभूती असणार नाही. या देशाला अयोग्य अशी लोकशाही शासनपद्धती मागणाऱ्या चळवळखोरांच्याविरुद्ध मुस्लीम व ब्रिटिश यांनी एक होणे गरजेचे आहे; म्हणून आम्ही सरकारशी निष्ठा आणि ब्रिटिश-मुस्लीम संघटन यांचा पुरस्कार करत आहोत."

आणखी एका ठिकाणी प्रि. बेक म्हणतो, "भारताला संसदीय राज्यपद्धती लागू होऊ शकत नाही आणि तशी ती लागू केली तर मुस्लिमांना बहुसंख्य हिंदूंच्या हुकमतीत राहावे लागेल. या गोष्टीचा मुस्लीम तिरस्कार करतील आणि ती ते सहजासहजी स्वीकारणार नाहीत."

1899 साली ब्रिटिश पार्लमेंटमधील उदारमतवादी नेता चार्ल्स ब्रॉडलॉ याने भारतात लोकशाही संस्था सुरू कराव्यात म्हणून विधेयक आणले, तेव्हा या बेकनेच मुस्लिमांना उठवून बसविले व त्यांच्यामार्फत पार्लमेंटला मुस्लिमांचा विनंती-अर्ज पाठविला की, भारत हे एक राष्ट्र नसल्याने येथे लोकशाही संस्थांचा उपयोग होणार नाही.

मुस्लिमांना हिंदूंपासून अलग करण्यात व त्यांच्या ठिकाणी फुटीरपणाची वृत्ती जोपासण्यात प्रि. बेकने फार जोराचे प्रयत्न केले. भारताला स्वराज्याचे हक्क मिळाले तर लोकशाही पद्धतीने ते हिंदूंकडे जाणार व मुस्लीम अशा हक्कांपासून वंचित होणार हा युक्तिवाद करून त्याने सर सय्यद अहमदासारख्या मुस्लिमांच्या श्रेष्ठ नेत्यास वश केले. त्यामुळे भारताचा सर्व इतिहासच बदलून गेला.

बंगालची फाळणी व सरकारचे मुस्लीमधार्जिणे धोरण

लॉर्ड कर्झनने 1905 साली बंगाल प्रांताची फाळणी केली. राज्यकारभाराच्या सोईसाठी आम्ही या अवाढव्य प्रांताची फाळणी करत आहोत असे जरी राज्यकर्त्यांनी वारंवार भारतीय लोकांना सांगितले तरी बंगालमधील राष्ट्रवादाची चळवळ चिरडून टाकणे व त्यासाठी प्रथम हिंदू-मुस्लीम ऐक्य नष्ट करणे हा त्यांचा मुख्य हेतू होता. बंगालपासून 'पूर्व बंगाल व आसाम' यांचा मुस्लीम बहुसंख्याकांचा एक वेगळा प्रांत करून आपण मुस्लिमांच्या हितास जपत आहोत, या नव्या प्रांतात अधिकाराच्या जागा मुस्लिमांना अधिक मिळतील असे खुद्द व्हाईसरॉयने उद्‍गार काढले होते. बंगालची फाळणी ही राष्ट्रविघातक व हिंदू-मुस्लिमांत भेद पाडण्यासाठी असल्याने सर्व देशातील हिंदूंनी तिचा निषेध केला. यामुळे राज्यकर्त्यांचा डाव यशस्वी झाला. राज्यकर्ते हे 'हितकर्ते' व हिंदू हे 'हितशत्रू' असे मुस्लिमांना वाटू लागले.

आपण ब्रिटिश राज्यातच अधिक सुरक्षित आहोत, हिंदूंच्या राज्यात आपली काही धडगत नाही अशी भावना आता खुद्द मुस्लीम नेतेच बोलून दाखवू लागले.

सिमला शिष्टमंडळ व मुस्लिमांची स्वतंत्र मतदारसंघाची मागणी

सन 1892 च्या सुधारणा राष्ट्रसभेला पसंत नव्हत्या. राष्ट्रसभेच्या राजकीय सुधारणांविषयीच्या मागण्या वाढत होत्या. मवाळांचे राजकारण प्रभावी होत नाही हे पाहून जहालवाद्यांचा व क्रांतिकारकांचा उदय झाला होता. अशा वेळी मवाळांना खुश करून जहालांना झोडपून काढण्याचे धोरण सरकारने ठरविले व काहीतरी घटनात्मक सुधारणा दिल्याशिवाय देशातील असंतोष थोडा कमी होणार नाही हे जाणून सरकार सुधारणा देण्याचा विचार करू लागले.अशा वेळी मुस्लीम समाजाला अलग करून तो राष्ट्रसभेशी हातमिळवणी करणार नाही यासाठी त्यावेळचे व्हाईसरॉय लॉर्ड मिंटो यांनी मुस्लिमांची स्वतंत्र राजकीय संघटना असावी या विचाराला चालना दिली. आपल्या अधिकाऱ्यांकडून मुस्लिमांच्या शिष्टमंडळाला आपली भेट सिमला येथे घेण्यास व आपणाला त्यांच्या समाजाच्या राजकीय मागण्या सादर करण्यास त्यांनी सांगितले. सर आगाखान आणि अलिगड कॉलेजचे सेक्रेटरी नवाब मोहशीन उलमुल्क यांच्या नेतृत्वाखाली मुस्लीम समाजाचे शिष्टमंडळ 1 ऑक्टोबर, 1906 रोजी व्हाईसरॉयला सिमला येथे भेटले. त्यांनी पुढील मागण्या आपल्या निवेदनात मांडल्या :

- मुस्लिमांसाठी स्वतंत्र मतदारसंघ;
- त्याच्या संख्येवर नव्हे तर राजकीय महत्त्वावर कायदेमंडळात आणि इतर प्रातिनिधिक संस्थांत जागा;
- सरकारी नोकऱ्यांत राखीव जागा;
- गव्हर्नर-जनरलच्या मंडळात काही जागा.

या घटनेने लॉर्ड मिंटोला अत्यंत आनंद झाला. त्यांच्या नीतीला फळे आली. त्याने मुस्लीम नेत्यांच्या निवेदनाला उत्तर देताना सांगितले, ''तुम्ही या देशातील एकेकाळचे जेते होता आणि तुम्हास ब्रिटिश राज्यामुळे होणाऱ्या फायद्याची जाणीव आहे. परंतु त्याबरोबर अलीकडील काही घटनांमुळे तुमच्या समाजातील तरुण पिढीत अस्वस्थता उत्पन्न झाली, हे तुम्ही नमूद केलेत. त्याचा आशय माझ्या ध्यानात आला. मी समजतो त्याप्रमाणे तुमची मागणी अशी आहे की, म्युनिसिपालिटी, डिस्ट्रिक्ट लोकल बोर्ड किंवा कायदेमंडळ यांपैकी कोठेही लोकनियुक्त प्रतिनिधी घ्यावयाचे असतील तर मुस्लीम समाजाला 'वेगळा समाज' म्हणून निवडणुकीचा हक्क असावा. त्याखेरीज त्यांचे हितसंबंध रक्षण करणारे असे खरे प्रतिनिधी प्रातिनिधिक संस्थांतून निवडून यावयाचे नाहीत. त्याचप्रमाणे मुस्लीम समाजाने पाठवावयाच्या प्रतिनिधींची संख्या ही नुसती लोकसंख्येवर अवलंबून न ठेवता ती त्या समाजाचे राजकीय महत्त्व लक्षात घेऊन त्यास लोकसंख्येच्या प्रमाणाहून जादा प्रतिनिधित्व द्यावे, या तुमच्या मागणीशी मी पूर्णपणे सहमत आहे.''

मुस्लीम शिष्टमंडळाला व्हाईसरॉयने खास गार्डन-पार्टी दिली. या गार्डन-पार्टीला आपण हजर राहू शकलो नाही याबद्दल खुद्द भारतमंत्री लॉर्ड मोर्लेला वाईट वाटले. तो व्हाईसरॉयला लिहितो, ''तुम्ही मला मुस्लीम शिष्टमंडळाबद्दल जे काय लिहिले, ते मोठे कुतूहलजनक आहे. मला वाईट एवढे वाटते की, तुमच्या गार्डन-पार्टीच्या प्रसंगी मला तेथे प्रत्यक्ष राहून हिंडून ते सर्व पाहता आले नाही.''

ब्रिटिश साम्राज्याच्या इतिहासातील हा क्षण कदाचित अत्यंत भाग्यशाली ठरला असेल. तथापि, भारतीय इतिहासातील तो अत्यंत दुर्दैवी क्षण ठरला. या गार्डन-पार्टीमुळेच पुढे जातीयवादाचे भूत भारतात थैमान घालू लागले.

24.1 मुस्लीम लीगची स्थापना (सन 1906)

व्हाईसरॉयच्या चिथावणीने मुस्लीम नेत्यांचा आत्मविश्वास वाढला. ब्रिटिश राजकारणात मुस्लीम नेते अडकले गेले. आपल्या राजकीय मागण्यास सरकारचा पाठिंबा मिळतो आहे, हे पाहून त्यांनी पुढच्या प्रगतीची पावले उचलली. मुस्लीम नेत्यांची बैठक ढाक्का येथे भरून 30 डिसेंबर, 1906 रोजी मुस्लीम लीग या राजकीय संघटनेची स्थापना करण्यात आली.

मुस्लीम लीगची पुढील उद्दिष्टे ठरविण्यात आली :

(1) ब्रिटिश राज्याविषयी मुस्लिमांमध्ये एकनिष्ठा निर्माण करणे व सरकारी धोरणाविषयी त्यांच्यात निर्माण होणारे गैरसमज दूर करणे.

(2) भारतातील मुस्लिमांच्या हितसंबंधांचे संरक्षण आणि संवर्धन करणे व त्यांच्या मागण्या सरकारकडे मांडणे.

(3) इतर जाती-जमातींविषयी मुस्लिमांमध्ये द्वेष पसरणार नाही हे पाहणे.

मुस्लीम नेते या प्रसंगी कसा विचार करीत होते, याचा एक नमुना पाहा. नवाब विकारूल्मुक अलिगडमध्ये आपल्या व्याख्यानात म्हणतात, ''ब्रिटिश हा देश सोडून गेले की, हिंदूच आमच्यावर राज्य करणार हे निश्चित होय. आपल्या मालमत्तेला, जीविताला व जीवनमूल्यांना मग फार मोठा धोका निर्माण होईल. यासाठी ब्रिटिश राज्य या ठिकाणी राहील याच प्रयत्नात मुस्लिमांनी सहकार्य करावे. असे सहकार्य मुस्लिमांनी केले तर ब्रिटिश राज्य या ठिकाणी दृढ होईल. माझ्या मुस्लीम बंधूंनो, आपण ब्रिटिश राज्याचे शिपाई आहोत. जरूर तर त्या राज्यासाठी आपले रक्त सांडू, बलिदान करू.''

ब्रिटिशांशी एकनिष्ठ राहून आणि राष्ट्रीय सभेला विरोध करून लीगला राजकीय हक्क मिळवावयाचे होते; तर लीगला जवळ करून राष्ट्रसभेला व भारतातील स्वातंत्र्य चळवळीला ब्रिटिशांना शह द्यायचा होता. लीग ही प्रारंभापासून अशी अराष्ट्रीय प्रवृत्तीची बनली होती.

अर्थात, मुस्लीम समाजातील सर्वच मुस्लीम नेते लीगच्या या तत्त्वज्ञानाने भारावलेले होते असे नाही. पाकिस्तानचे जनक बॅ. जीना हे प्रारंभी राष्ट्रीय सभेत असून ते कट्टर राष्ट्रवादी होते. त्यांच्याशिवाय मजरूल्मुक हक, मौलाना अबुल कलाम आझाद या मंडळींनी लीगच्या या ध्येयधोरणांवर कडाडून हल्ला चढविला. तथापि, मुस्लीम समाजावर लीगचाच अधिक प्रभाव पडत गेला. इतका की, पुढे खुद्द जीनाही या लीगचे मुख्य नेते बनले.

मुस्लीम लीगच्या जातीय राजकारणाला अनेक मुस्लीम नेत्यांनी विरोध केला. अलाहाबादच्या राष्ट्रीय अधिवेशनात खुद्द जीनांनी स्वतंत्र मतदारसंघ तत्त्वाची निंदा करणारा ठराव मांडला (1910). सन 1909 च्या मोर्ले-मिंटो सुधारणांनी मुस्लिमांना त्यांच्या लोकसंख्येच्या प्रमाणाबाहेर प्रतिनिधित्व मिळाले होते. तरीही काही राष्ट्रीय मुस्लीम त्यांचा धिक्कार करीत होते. मौलाना महमद अली यांनी 'Comrede' हे इंग्रजी आणि 'हमदर्द' हे उर्दू वृत्तपत्र चालवून लीगच्या अराष्ट्रीय प्रवृत्तीवर कोरडे ओढण्यास सुरुवात केली. मौलाना आझाद यांनी 'अल-हिलाल' या पत्रातून तेच कार्य चालविले. याशिवाय सय्यद वझीर हुसेन, हसन इमाम, हकीम अझमल खान या राष्ट्रीय वृत्तीच्या पुढाऱ्यांनीही मुस्लीम समाजात राष्ट्रीय वृत्तीची जागृती करण्याचे व्रत स्वीकारले. मौलाना महमद उल-हसन यांनी तर 'जमेत-उल-उलेमा हिंद' अशी मुस्लिमांची राष्ट्रीय संघटना स्थापन केली. या संघटनेमुळे अनेक राष्ट्रीय वृत्तीचे मुस्लीम राष्ट्रसभेला मिळाले.

24.2 लखनौ करार (सन 1916)

मुस्लीम बहुसंख्याकांचा प्रदेश बंगालमधून वेगळा करून मुस्लिमांच्या फुटीर वृत्तीला खतपाणी घालण्याचे कार्य 'वंगभंगा'ने केले होते. मुस्लिमांच्या हितसंबंधांचे संरक्षण करण्यासाठी हा वंगभंग केला गेला होता. तथापि, सन 1911 मध्ये पंचम जॉर्ज बादशाहने बंगालची ही फाळणी रद्द झाल्याचे जाहीर केल्याने मुस्लिमांच्या राजकीय महत्त्वाकांक्षेला जबर हादरा बसला. 'आपल्या एकनिष्ठेचे हेच फळ काय ?' असे ते सरकारला विचारू लागले. सरकार आपल्या स्वार्थासाठी मुस्लिमांचाही बळी देऊ शकते ही गोष्ट लीगच्या लक्षात आली.

सन 1912 मध्ये युरोपात बाल्कन युद्ध झाले. या युद्धात बाल्कन प्रदेशातील युरोपियन प्रजेने तुर्की सुलतानाचा अंमल उडवून लावला. तुर्की साम्राज्याचे लचके युरोपियन सत्ता तोडू लागल्या. तुर्कस्तानचा सुलतान हा जगातील सर्व मुस्लिमांचा खलिफा (म्हणजे धर्मगुरू) समजला जात होता. पहिल्या महायुद्धात खलिफाने जर्मनीच्या बाजूने युद्धात उडी घेतल्याने तो ब्रिटिशांचा पक्का शत्रू बनला. युद्ध सन 1818 मध्ये संपले आणि त्यानंतर ब्रिटिशांनी खलिफाला पदच्युत करून तुर्कस्तानचा बराच प्रदेश आपल्या साम्राज्याला जोडला. ही गोष्ट धर्माभिमानी मुस्लिमांना न आवडून ते ब्रिटिशांविरोधी धोरण स्वीकारू लागले. खलिफाची राज्यसत्ता व धर्मसत्ता यांना आपण हात लावणार नाही असे ब्रिटिशांनी दिलेले आश्वासन मोडले गेले होते. मुस्लिमांचा ब्रिटिशांवरील विश्वास उडाला होता.

मुस्लिमांच्या सहकार्याशिवाय राष्ट्रसभेला संपूर्ण राष्ट्रीय स्वरूप येऊ शकत नाही; याची जाणीव राष्ट्रसभेला होतीच. तथापि, लीगचे 'स्वतंत्र मतदारसंघाचे तत्त्व' आड येत होते. शेवटी त्या तत्त्वालाही राष्ट्रसभेला संमती द्यावी लागली. राष्ट्रसभेमध्ये हा जो फरक पडला त्याचे कारण हिंदू-मुस्लीम या दोन समाजांनी स्वातंत्र्य चळवळीत एकत्र येणे आवश्यक आहे असे राष्ट्रसभेच्या नेत्यांना मनापासून वाटत होते. म्हणून लीगला ही सवलत त्यांनी दिली.

उपरिनिर्दिष्ट घटनांमुळे मुस्लीम लीगच्या ध्येयधोरणात व कार्यात फरक पडू लागला. ब्रिटिशांवरील त्यांची निष्ठा ढळू लागली. भारतीय नेत्यांशी समझौता करावा व भारतीय लोकांचे 'स्वराज्य' हे ध्येय समोर ठेवावे या गोष्टी त्यांच्या डोक्यात येऊ लागल्या. या विचारसरणीतून सन 1916 मध्ये लखनौ या ठिकाणी राष्ट्रसभा व मुस्लीम लीग यांच्यात करार झाला. त्याअन्वये लीगचा 'स्वतंत्र मतदारसंघाचा हक्क' राष्ट्रसभेने मान्य केला. राष्ट्रसभा आणि लीग यांनी एकत्र येऊन सरकारला घटनात्मक सुधारणांविषयी एकमुखी मागणी सादर केली. सरकारने ती धुडकावून तर लावलीच; उलट स्वतंत्र मतदारसंघाचे तत्त्व भारतीय समाजातील शिखादी इतर जाती-जमातींना लागू केले.

24.3 खिलाफत चळवळ (सन 1919 - 1922)

तुर्कस्तानच्या खलिफाबाबत ब्रिटिशांनी दिलेले वचन न पाळल्याने भारतातील मुस्लीम खवळून उठले व त्यांनी खलिफांवर झालेल्या अन्यायाचे निवारण करण्यासाठी 'खिलाफत चळवळ' उभारली. ही चळवळ राज्यकर्त्यांविरुद्ध असल्याने आता मुस्लिमांचे आपल्या राष्ट्रीय चळवळीस सहकार्य मिळेल, या भावनेने राष्ट्रसभेनेही या चळवळींचा पुरस्कार केला. 1919 साली खिलाफत चळवळीचे पहिले अधिवेशन दिल्लीस झाले. या अधिवेशनास महात्मा गांधी हजर होते. खिलाफतीच्या मागण्या मंजूर करून घेण्यासाठी मुस्लिमांनी असहकाराची चळवळ उभी करावी असा सल्ला त्यांनी मुस्लिमांना दिला (जून 1920). खिलाफत चळवळीचे दुसरे अधिवेशन अलाहाबादला झाले. त्यावेळी महात्मा गांधी, सप्रू, पं. मोतीलाल नेहरू, ॲनी बेझंट इत्यादी बिगर-मुस्लीम नेते हजर होते. याच अधिवेशनात 1 ऑगस्ट, 1920 पासून सरकारविरुद्ध असहकाराची चळवळ सुरू करण्यात यावी असा ठराव पास झाला. सन 1920 ची महात्मा गांधींची असहकाराची चळवळ प्रथम खिलाफतीसाठी होती, ही महत्त्वाची गोष्ट लक्षात घेतली पाहिजे.

राष्ट्रसभा पक्षपाती नाही, तिला मुस्लिमांवरील अन्यायाची कळकळ आहे हे सिद्ध करण्यासाठी महात्मा गांधींचा हा सारा खटाटोप होता. राष्ट्रसभा व लीग या दोन प्रमुख पक्षांचे ऐक्य व्हावे, म्हणून लखनौ कराराने राष्ट्रसभेच्या नेत्यांनी मुस्लिमांची स्वतंत्र मतदारसंघाची मागणी मान्य केली होती व आता तर त्यांनी खुद्द खिलाफत चळवळीचाच पुरस्कार केला होता. या वेळी हिंदूंनी मुस्लिमांच्या फायद्यासाठी सहकार्य केले तर मुस्लिमांना ते नको होते असे नाही. फक्त जेव्हा सर्व राष्ट्राच्या हिताचा प्रश्न उभा राहिला तेव्हा मात्र मुस्लीम फिरून निघून गेले व सवत्या सुभ्याने राहू लागले.

1933 साली दोस्त-राष्ट्रांनी तुर्कस्तानशी करार करून तुर्कांना फायदेशीर असा करार केला व दोस्त-राष्ट्रांचे सर्व सैन्य तुर्कस्तानातून निघून गेले. लवकरच 1924 साली खुद्द 'तरुण तुर्कांनी' आपल्या सुलतानाविरुद्ध बंड करून त्यास हाकलून लावले व त्याची 'खिलाफत' बरखास्त करून तुर्की 'प्रजासत्ताक राज्य' स्थापन झाल्याची घोषणा केली.

तेव्हा तर भारतातील मुस्लिमांच्या खिलाफत चळवळीतील हवाच निघून गेली. तुर्कस्तानातील खिलाफत खुद्द तुर्कांनीच बरखास्त केल्यामुळे भारतातील मुस्लिमांनी कशासाठी चळवळ करावी ?

24.4 हिंदू - मुस्लीम ऐक्याचा भंग

खिलाफत चळवळ ऱ्हासास जाण्यास व हिंदू-मुस्लिमांची मने कलुषित होण्यास आणखी काही गोष्टी कारणीभूत झाल्या. 1921 साली मलबारमधील मोपला मुस्लिमांनी हिंदूंवर अनन्वित अत्याचार केले. हिंदूंच्या कत्तली केल्या. त्यांच्या स्त्रियांवर बलात्कार केले. पुढे अनेक वर्षे भारतात हिंदू-मुस्लिमांचे दंगे चालूच राहिले. तसेच 1920 साली सुरू केलेली असहकाराची चळवळ महात्मा गांधींनी चौरीचौराच्या हिंसात्मक घटनेमुळे अचानक बंद केली. त्यामुळे म. गांधींनी (हिंदूंनी) आपला विश्वासघात केला असे मुस्लिमांना वाटू लागले. मुस्लिमांना सरकारशी असहकार करावयास लावून, चांगल्या अधिकाराच्या जागा सोडावयास लावून मुस्लीम समाजास खाली ओढण्याचा हिंदूंचा डाव आहे असाही म. गांधींवर जातीय मुस्लीम आरोप करू लागले. त्यामुळे खिलाफत चळवळीत निर्माण झालेले हिंदू-मुस्लिमांचे बंधुभावाचे संबंध नष्ट होऊन ते पूर्वीसारखे शत्रुत्वाचे बनले. मुस्लीम लीगची स्वतंत्र मतदारसंघाची मागणी मान्य करून राष्ट्रसभेने फार मोठी राष्ट्रहानी केली व त्याच्या मोबदल्यात शेवटी काहीच हाती आले नाही असे राष्ट्रसभेतील नेत्यांना वाटू लागले. ''जातीय मतदारसंघ व देशाचे ऐक्य या दोन्ही बाबी एकत्र नांदू शकत नाहीत'' असे मत लाला लजपतरायांसारखे नेते स्पष्टपणे मांडू लागले.

▣ बॅ. जीनांचे चौदा मुद्दे

1927 साली भारताची भावी राज्यघटना ठरविण्यासाठी विलायत सरकारने सायमन कमिशनची नेमणूक केली. त्यात एकही भारतीय सभासद नसल्याने या कमिशनचा सर्वत्र निषेध झाला. याच वेळी सन 1927 च्या डिसेंबरमध्ये मुस्लीम लीगचे कलकत्त्यास अधिवेशन होऊन सिंध या स्वतंत्र प्रांताची निर्मिती आणि बलुचिस्तान व वायव्य सरहद्द प्रांतांत सुधारणा यांची मागणी करण्यात आली.

सायमन कमिशनचे कार्य चालू असतानाच भारतमंत्री लॉर्ड बर्कनहेड यांचे आव्हान स्वीकारून भारतातील सर्व पक्षांनी एकत्र येऊन पं. मोतीलाल नेहरूंच्या अध्यक्षतेखाली एक समिती स्थापन केली. तिचा अहवाल 1928 साली प्रसिद्ध झाला. यामध्ये राष्ट्राच्या हितासाठी स्वतंत्र मतदारसंघाची आवश्यकता नसल्याचे सांगून अल्पसंख्याकांच्या हितासाठी राखीव जागा असाव्यात अशी सूचना केली गेली; तसेच सिंधचा स्वतंत्र प्रांत करावा असेही म्हटले होते. या अहवालास प्रारंभी फारसा विरोध झाला नाही. पण पुढे मुस्लीम लीगचे नेते बॅ. जीना यांनी आत्यंतिक दृष्टिकोन स्वीकारून 'नेहरू रिपोर्ट' लीगच्या वतीने फेटाळून लावला. एवढेच नव्हे, तर त्याच सालच्या हिवाळी अधिवेशनात त्यांनी आपले प्रसिद्ध 'चौदा मुद्दे' मांडले. भारतीय राज्यघटना संघराज्यात्मक असावी, तिच्यातील शेषाधिकार प्रांतांकडे असावेत, सर्व प्रांतांना सारखीच स्वायत्तता मिळावी, केंद्रीय कायदेमंडळात मुस्लिमांना एक-तृतीयांश प्रतिनिधित्व मिळावे, मुस्लीम स्वतंत्र मतदारसंघाचा त्याग करणार नाहीत, पंजाब - बंगाल व वायव्य सरहद्द प्रांत यांची पुनर्रचना करताना मुस्लिमांचे मताधिक्य नष्ट होता कामा नये इत्यादी चौदा मुद्दे म्हणजे हिंदू-मुस्लीम जातीय राजकारणास पुन्हा चिथावणी देणारे राजकीय तत्त्वज्ञानच होते. कारण मुस्लिमांनी आपली स्वतंत्र मतदारसंघाची मागणी सोडून न देता नेहरू रिपोर्टातील चैतन्यच नष्ट करून टाकले होते.

▣ डॉ. महमद इक्बाल व पाकिस्तानची कल्पना

सुप्रसिद्ध मुस्लीम कवी डॉ. महमद इक्बाल हे सन 1930 च्या मुस्लीम लीगच्या अलाहाबाद अधिवेशनाचे अध्यक्ष होते. त्यांच्या भाषणात त्यांनी मुस्लिमांच्या स्वतंत्र राज्याचा पुरस्कार प्रथम केला. ''पंजाब, वायव्य सरहद्द प्रांत, सिंध व बलुचिस्तान यांचे एकत्रीकरण करून एक स्वतंत्र राज्य झाल्याचे मला आवडेल. ब्रिटिश साम्राज्यात किंवा ब्रिटिश साम्राज्याबाहेर भारताच्या वायव्येला असणारे असे संघटित राज्य; याशिवाय उत्तरेतील विशेषतः वायव्येकडील मुस्लिमांचे राज्य हे शेवटचे भवितव्य असेल.''

तथापि, मुस्लिमांच्या स्वतंत्र राष्ट्राची कल्पना कित्येक मुस्लीम नेत्यांना अशक्य व काल्पनिक वाटत होती. पण जसजसा कालावधी जाऊ लागला तसतसे ही कल्पना प्रत्यक्षात साकार करणे शक्य आहे असे मुस्लीम नेत्यांना वाटू लागले. डॉ. इक्बाल हे बॅ. जीनांना लिहितात, ''खूप अभ्यासांती व विचाराने मी अशा निर्णयाप्रत आलो आहे की, इस्लामच्या कायद्याचे काटेकोर पालन करावयाचे झाले तर भारतातील मुस्लिमांना स्वतंत्र राज्याशिवाय अन्य पर्याय नाही.'' आणखी एका ठिकाणी ते म्हणतात, ''मुस्लिमांच्या स्वतंत्र राज्याची स्थापना झाल्याशिवाय भारतातील मुस्लिमांच्या भाकरीची व शांततेची समस्या सुटणार नाही. पण ती सुटली नाही तर मात्र हिंदू-मुस्लीम यांच्या यादवी युद्धाशिवाय दुसरा पर्याय नाही.'' डॉ. इक्बाल यांच्या तत्त्वज्ञानातूनच पुढे फाळणीचे तत्त्वज्ञान साकार झाले.

'पाकिस्तान' हा शब्द रहमत खान या केंब्रिज विद्यापीठातील विद्यार्थ्याने 'Now or Never' नावाची एक पुस्तिका काढली होती; त्यात प्रथम 1933 साली हा शब्द वापरला ही गोष्ट लक्षात ठेवण्यासारखी आहे.

▣ जातीय निवाडा

भारतातील भावी राज्यघटना कशी असावी, भारतीय कायदेमंडळात भारतातील विविध जाती-जमातींना कसे प्रतिनिधित्व मिळावे याविषयी सन 1930-31 च्या सुमारास दोन गोलमेज परिषदा झाल्या. पण त्यातून सर्व पक्षांना मान्य असा तोडगा निघू शकला नाही. परिणामी, ब्रिटिश पंतप्रधान रॅम्से मॅक्डोनाल्ड यांनी 16 ऑगस्ट, 1932 रोजी आपला (कु) प्रसिद्ध 'जातीय निवाडा' जाहीर केला. या निवाड्यानुसार मुस्लिमांचे स्वतंत्र मतदारसंघ तर राखले गेलेच; शिवाय ज्या प्रांतांत मुस्लीम अल्पसंख्याक होते तेथेही त्यांना कायदेमंडळात प्रमाणाबाहेर प्रतिनिधित्व मिळाले. उदाहरणार्थ, मद्रास प्रांतात एकूण लोकसंख्येच्या 7.9 टक्के मुस्लीम होते व प्रांतीय कायदेमंडळात 215 जागा होत्या, तेथे त्यांना 215 जागांपैकी 29 जागा मिळाल्या. अशा प्रकारची राज्यकारभार पद्धती ही अपवादात्मक आहे, पण तिच्याशिवाय सरकारपुढे काही पर्याय नाही असे मॅक्डोनाल्ड यांनी जाहीर केले होते. वास्तविक राज्यकर्त्यांनी हेतुपुरस्सर 'Divide and Rule' या राजनीतीचा वापर चालविला होता. स्वतंत्र मतदारसंघातील मुस्लिमांनी मुस्लीम प्रतिनिधीलाच निवडून द्यायचे व त्या मुस्लीम प्रतिनिधीने फक्त मुस्लिमांचेच हितसंबंध पाहावयाचे या सूत्रामुळे हिंदू-मुस्लीम या दोन वर्गांतील दरी रुंदावत जाणार होती व तशी ती गेली हे ऐतिहासिक सत्य आहे.

▣ सन 1937 च्या प्रांतीय कायदेमंडलाच्या निवडणुका

सन 1935 च्या कायद्यानुसार 1937 साली प्रांतीय कायदेमंडळाच्या निवडणुका झाल्या. या निवडणुकांत राष्ट्रसभा (काँग्रेस) व मुस्लीम लीग या दोन्ही संघटनांनी भाग घेतला होता. मुस्लीम लीगने या निवडणुकीत सहकार्य करावे असे राष्ट्रसभेच्या नेत्यांना वाटत होते. पण लीगवाले आपल्या स्वतंत्र अस्तित्वाला जपत होते. मुस्लीम जागा फक्त आम्हीच लढविणार असा दुराग्रह त्यांनी धरल्याने राष्ट्रसभा-लीग सहकार्य होऊ शकले नाही. प्रांतीय कायदेमंडळाच्या एकूण 1,585 जागांपैकी राष्ट्रसभेने 711 जागा जिंकल्या. मुस्लिमांच्या एकूण 489 जागा होत्या; पण त्यापैकी मुस्लीम लीगला फक्त 104 जागा मिळाल्या. बाकीच्या जागा स्वतंत्र मुस्लीम पक्षास व स्वतंत्र राष्ट्रसभेस मिळाल्या होत्या. मुस्लीम लीगचे हे प्रचंड अपयश होते. विशेष म्हणजे ज्या ठिकाणी मुस्लीम बहुसंख्याक होते त्या ठिकाणी लीगला फारसे यश मिळाले नाही; तेथे दुसरे मुस्लीम पक्ष यशस्वी झाले. जेथे मुस्लीम अल्पसंख्य होते तेथे लीगला बरे यश मिळाले.

या निवडणुकीनंतर राष्ट्रसभा व लीग यांच्यातील शत्रुत्व वाढतच गेले. त्यास एक महत्त्वाची घटना कारणीभूत झाली. राष्ट्रसभेने आता आठ प्रांतांत आपली मंत्रिमंडळे स्थापन केली. पण लीगवाल्यांचा समावेश त्यात केला नाही; त्यामुळे भविष्यात स्वातंत्र्य मिळाले की, राष्ट्रसभावाले अशाच प्रकारे मुस्लिमांना बाजूस सारून सर्व सत्ता आपल्या हाती ठेवणार, असा लीगवाल्यांना प्रचार करणे सोपे गेले. असा प्रचार सामान्य मुस्लिमांना सहज पटणारा होता. वास्तविक, राष्ट्रसभा सर्व जाती-जमातींची होती व तिच्या मंत्रिमंडळात सर्व जाती-जमातींचे लोक होते. पण तिकडे जाणूनबुजून दुर्लक्ष केले जात होते.

प्रांतीय सरकारात स्थान न मिळाल्यामुळे लीगवाले चिडून गेले. त्यातच आता राष्ट्रसभावाल्यांनी मुस्लीम समाजात आपल्या ध्येयधोरणांचा प्रचार करण्याची मोहीम उघडल्यामुळे ते अधिकच चिडले. भारतातील मुस्लिमांचे प्रतिनिधित्व फक्त आम्हीच करणार, असा लीगवाल्यांचा दावा होता. राष्ट्रसभा ही मुस्लीम समाजात लोकप्रिय होऊ नये म्हणून आता लीगच्या बॅ. जीना यांनी राष्ट्रसभेवर कडाडून हल्ले चढविण्यास सुरुवात केली. राष्ट्रसभा हिंदूंची आहे, राष्ट्रसभेस हिंदी राष्ट्रभाषा करून मुस्लिमांची उर्दू नष्ट करावयाची आहे, 'वंदेमातरम्' हे गीत इस्लामविरोधी आहे, राष्ट्रसभेचे एकूण ध्येयधोरणच इस्लाम धर्म व संस्कृती यांना मारक आहे, असा खोटा जातीय प्रचार त्यांनी धडाक्याने चालू केला. विशेष म्हणजे या प्रचारास अनेक स्वतंत्र मुस्लीम नेते बळी पडले व ते लीगला जाऊन मिळाले. आतापर्यंत पंजाब, उत्तर प्रदेश या ठिकाणी लीगचे बस्तान नव्हते तेथे ती आता मुस्लीम समाजात लोकप्रिय होऊ लागली. अलिगड विद्यापीठातील विद्यार्थ्यांनी या कामी बॅ. जीनांना मोठी मदत केली. लीगवाले येथेच थांबले नाहीत तर ज्या प्रांतांत राष्ट्रसभेची मंत्रिमंडळे सत्तेवर होती तेथे त्यांनी त्यांच्या राज्यकारभाराची चौकशी करणाऱ्या 'चौकशी समित्या' नेमल्या. या चौकशी समित्यांचे अहवाल अर्थात 'मुस्लिमांवर राष्ट्रसभेचे नेते घोर अन्याय करत आहेत' असेच दर्शविणारे होते. हाती सत्ता आली की राष्ट्रसभा हिंदूंचे राज्य स्थापन करणार असा एकसारखा आक्रोश लीगवाल्यांनी चालविल्यामुळे सामान्य मुस्लीम समाज (विशेषतः तो जेथे अल्पसंख्याक होता तेथे) या खोट्या प्रचारास बळी पडला.

सन 1938-39 च्या दरम्यान राष्ट्रसभेच्या म. गांधी. पं. जवाहरलाल नेहरू, सुभाषचंद्र बोस, डॉ. राजेंद्रप्रसाद, सप्रू इत्यादी नेत्यांचा व बॅ. जीनांचा पत्रव्यवहार चालूच होता. मुस्लीम लीग हीच केवळ भारतातील मुस्लिमांचे प्रतिनिधित्व करणारी एकमेव संघटना आहे असा जीनांचा सतत आग्रह होता. तथापि, हाच मुद्दा राष्ट्रसभेच्या नेत्यांना मंजूर नसल्याने पत्रव्यवहार असफल झाला. दरम्यानच्या काळात मुस्लीम समाजात मात्र जीनांची लोकप्रियता वाढत जाऊन त्यांचे व लीगचे आसन स्थिर झाले.

▣ दुसरें महायुद्ध आणि मुस्लीम लीग

सप्टेंबर 1939 मध्ये युरोपात दुसरे महायुद्ध सुरू झाले आणि त्यात ब्रिटन ओढले गेले. ब्रिटनबरोबर भारतही युद्धात पडल्याची घोषणा भारताच्या व्हाईसरॉयने केली. भारतातील नेत्यांना न विचारताच ही घोषणा व्हाईसरॉयने केली असल्याने राष्ट्रसभेचे नेते संतापले. नाझी व फॅसिस्ट हुकूमशाहीला जरी आपला विरोध असला तरी भारताचे मत न घेता त्यास युद्धात ओढण्याच्या सरकारच्या निर्णयाचा त्यांनी निषेध केला आणि भारतास प्रथम स्वातंत्र्य दिल्याशिवाय ते सरकारला युद्धात साहाय्य करणार नाही असे जाहीर केले. यावेळी राष्ट्रसभेच्या नेत्यांबरोबर मुस्लीम लीगच्या अध्यक्षांना (बॅ. जीनांना) सरकारने वाटाघाटीसाठी पाचारण केल्याने लीगवाल्यांची प्रतिष्ठा वाढली. सन 1935 च्या कायद्याने भारतात स्थापन होणारे संघराज्य मुस्लिमांना घातक असल्याने ते रद्द व्हावे आणि मुस्लिमांची संस्कृती, धर्म व हक्क पूर्णपणे सुरक्षित राहणारी घटना केली जावी अशी लीगने मागणी केली. भारताला तातडीने स्वातंत्र्य देण्यास सरकारने नकार दिल्यामुळे प्रांतांमधील मंत्रिमंडळांना राष्ट्रसभेने राजीनामे द्यावयास लावले. अशा प्रकारे राष्ट्रसभेचा सरकारशी असहकाराचा लढा सुरू झाला. यानंतर राष्ट्रसभा व लीग या दोन प्रमुख राजकीय पक्षांत ऐक्य व्हावे म्हणून सरकारनेदेखील प्रयत्न केले. पण बॅ. जीनांनी ऐक्यासंबंधी अशा काही अटी घातल्या की ते साकार होऊ शकले नाही. उदाहरणार्थ, प्रत्येक प्रांतात लीगला घेऊन आघाडीचे सरकार स्थापन करावे, प्रांतातील कनिष्ठ सभागृहातील दोन-तृतीयांश मुस्लीम सभासदांनी विरोध केलेले विधेयक मंजूर होऊ नये, वंदेमातरम् बंद करावे इत्यादी.

जुलै 1940 मध्ये बॅ. जीनांनी मुस्लीम लीगच्या मागण्या पत्राने व्हाईसरॉयला कळविल्या. त्यात त्यांनी म्हटले होते की, मुस्लिमांना पसंत नसणारी कोणतीही राज्यघटना भारताच्या माथ्यावर सरकार मारणार नाही, अशी स्पष्ट घोषणा सरकारने केली पाहिजे. तसेच व्हाईसरॉयच्या कार्यकारी मंडळात व युद्धमंडळात (War Council) हिंदूंच्या इतकेच मुस्लिमांना प्रतिनिधित्व मिळाले पाहिजे. लीगच्या मते, राष्ट्रसभेचे प्रतिनिधी म्हणजे हिंदूंचे प्रतिनिधी होते. यापूर्वीच

मार्च 1940 मध्ये मुस्लीम लीगच्या लाहोरच्या अधिवेशनात मुस्लीम बहुसंख्याक प्रदेशाची स्वतंत्र राज्य बनविण्याची मागणी करणारा ठराव मंजूर झाला होता. मुस्लीम हे भारतात अल्पसंख्य नाहीत; तो एक स्वतंत्र समाज आणि स्वतंत्र राष्ट्र आहे असे त्यांचे स्वरूप आहे असे या वेळी घोषित केले गेले. जरी या ठिकाणी 'पाकिस्तान' या शब्दाची योजना नसली तरी हा ठराव म्हणजे भारतातून फुटून स्वतंत्र राज्याची स्थापना करणारी मागणीच होती. यावेळी बॅ. जीनांचे मुस्लीम लीगवर पूर्ण वर्चस्व प्रस्थापित झाले होते आणि त्यांच्या एकसारख्या खोट्या प्रचारामुळे भारतामधील मुस्लिमांना ते आपले मुक्तिदाता वाटू लागले होते. ते आता मोठ्या संख्येने लीगच्या पाठीशी राहू लागले. सरकारलाही आता वाटू लागले की, लीगचे सहकार्य घेतल्याशिवाय भारताच्या राज्यघटनेवर कोणताही तोडगा निघू शकणार नाही.

लाहोरचा ठराव म्हणजे हिंदी राष्ट्राच्या भावी फाळणीची नांदीच असून ती एखाद्या मुलाचे 'दोन तुकडे' करण्यासारखी आहे अशी टीका राष्ट्रसभेचे नेते महात्मा गांधी व राजगोपालाचारी यांनी केली. तेव्हा बॅ. जीनांनी उत्तर दिले की, ''भारत नावाचे राष्ट्रच मुळात अस्तित्वात नाही. भारतात अनेक राष्ट्रांचे लोक आहेत, तेव्हा राष्ट्राच्या फाळणीचा प्रश्न येतोच कुठे ?''

▣ पाकिस्तानकडे वाटचाल : पाकिस्तानची निर्मिती

(1) भारतातील राजकीय पेचप्रसंग सोडविण्यासाठी मार्च 1942 मध्ये क्रिप्स मिशन भारतात आले. क्रिप्स मिशनने जी आपली योजना जाहीर केली तिच्यात भारताची भावी राज्यघटना मुस्लीम बहुसंख्याक प्रांतांना मंजूर न झाल्यास त्यांना भावी हिंदी युनियनमधून बाहेर पडता येणार होते. ही गोष्ट राष्ट्रसभेने मान्य केली नाही; कारण तिच्यात देशाच्या भावी फाळणीची बीजे स्पष्ट दिसत होती. लीगला मुस्लिमांच्या स्वतंत्र राष्ट्राच्या निर्मितीचे निःसंदिग्ध आश्वासन हवे होते, तसे क्रिप्स मिशनने दिलेले नव्हते. तथापि, क्रिप्सच्या योजनेत पाकिस्तानची प्रतिमा स्पष्ट दिसत होती व हा लीगवाल्यांचा मोठा राजकीय विजय होता.

(2) ऑगस्ट, 1942 मध्ये राष्ट्रसभेने 'छोडो भारत' चळवळीचा आदेश दिला. या चळवळीपासून मुस्लीम लीग केवळ अलिप्तच राहिली असे नाही तर तिने सरकारची बाजू घेऊन या चळवळीस विरोध केला. राष्ट्रसभेला स्वराज्य व लोकशाही यांच्या नावाने देशात 'हिंदू राज्य' स्थापन करावयाचे आहे व हे एक मुस्लिमांच्या विरुद्धचे कारस्थान आहे, हा मुस्लीम लीगच्या वतीने बॅ. जीनाच्या टीकेचा मुख्य मुद्दा होता. ''भारतातील मुस्लिमांचे प्रतिनिधित्व करणाऱ्या लीगला बरोबर घेतल्याशिवाय राज्यकर्ते भारत कसे सोडू शकतात व राष्ट्रसभाही स्वराज्य कशी मिळवू शकते ?'' हा त्यांचा मुख्य सवाल होता. राष्ट्रसभेने आपली स्वतंत्र राज्याची पाकिस्तानची मागणी मान्य केली की सर्व प्रश्न चुटकीसरशी सुटतात असा त्यांचा युक्तिवाद होता. राष्ट्रसभेने जर तडजोड केली नाही तर त्याचे गंभीर परिणाम देशाला भोगावे लागतील अशी त्यांची धमकी होती.

सन 1942-45 या काळात मुस्लीम लीगच्या बॅ. जीनादी नेत्यांनी एकच गोष्ट केली; ती म्हणजे भारतातील हिंदू व मुस्लीम या दोन समाजात जास्तीतजास्त वितुष्ट निर्माण करावयाचे. भारत अखंड राहिला तर मुस्लीम हे हिंदूंचे गुलाम बनणार अशी भीती त्यांनी मुस्लिमांच्या मनात निर्माण केली होती आणि दुर्दैवाने मुस्लिमांना ते खरे वाटत राहिले. विशेष म्हणजे महात्मा गांधींचे एक सहकारी राजगोपालाचारी यांनी मुस्लीम लीगची स्वतंत्र राष्ट्राची मागणी जवळजवळ मान्य करणारी एक योजना म. गांधींच्या संमतीने बॅ. जीनांसमोर मांडली. तथापि, बॅ. जीनांनी ती स्वीकारली नाही. (पाहा, राजाजी योजना) खुद्द म. गांधींनी बॅ. जीनांशी वाटाघाटी केल्या, पण त्या असफल झाल्या. महात्मा गांधींच्या वाटाघाटीमुळे जीनांची मात्र प्रतिष्ठा वाढली.

(3) युद्ध प्रयत्नात भारतीय लोकांचे सहकार्य मिळावे म्हणून राष्ट्रसभा व लीग यांच्यात समझौता घडवून आणून त्या दोघांनी केंद्रात राष्ट्रीय सरकार स्थापावे म्हणून राज्यकर्ते प्रयत्नशील होते. त्यातून सन 1945 च्या सुरुवातीला राष्ट्रसभेचे केंद्रीय कायदेमंडळातील नेते भुलाभाई देसाई व लीगचे नेते लियाकत अली खान यांचा एक करारही झाला. पण लीगचे सर्वाधिकारी बॅ. जीनांनी हा करार धुडकावून लावून ताठर भूमिका स्वीकारली.

(4) ब्रिटिश राज्यकर्ते भारत सोडून जाणार होते, पण हे सत्तांतर सोपे नव्हते. तेव्हा हिंदू-मुस्लिमांच्या प्रश्नाचा खोडा होता. भारताची राज्यघटना तयार झाल्यावर भारतीय नेत्यांच्या हाती सत्ता सोपवून ब्रिटिश जाणार होते. पण दरम्यान व्हाईसरॉयच्या कार्यकारी मंडळाचे पूर्ण भारतीयकरण व्हावयाचे होते. त्यासाठी आता व्हाईसरॉय वॅव्हेल यांनी सिमला येथे राष्ट्रसभा व लीग यांच्या नेत्यांची परिषद बोलावली. तथापि, व्हाईसरॉयच्या मंडळातील मुस्लीम सभासद हा लीगचाच असला पाहिजे, राष्ट्रसभेस मुस्लीम प्रतिनिधी पाठविण्याचा हक्कच नाही असा आग्रह जीनांनी धरल्याने परिषद असफल झाली. लीगच्या अडवणुकीच्या या धोरणाने तिची प्रतिष्ठा वाढतच गेली.

(5) सन 1945 च्या जुलै महिन्यात ब्रिटनमध्ये निवडणुका होऊन मजूर पक्ष सत्तेवर आला. मि. ॲटली हे पंतप्रधान बनले. भारताला शक्य तितक्या लवकर स्वातंत्र्य देऊन तेथील लोकांच्या हाती सत्ता द्यायची हे या पक्षाचे धोरण होते. त्यानुसार सन 1945 च्या शेवटी भारतातील केंद्रीय व प्रांतीय कायदेमंडळाच्या निवडणुका घेण्यात आल्या. केंद्रीय कायदेमंडळातील 102 जागांपैकी 57 जागा राष्ट्रसभेने तर 30 जागा मुस्लीम लीगने जिंकल्या. विशेष म्हणजे मुस्लिमांच्या सर्व जागा लीगने जिंकल्या. आसाम, बिहार, उत्तर प्रदेश, मुंबई इत्यादी अनेक प्रांतांत राष्ट्रसभेची मंत्रिमंडळे स्थापन झाली. बंगाल व सिंध प्रांतांत लीगची मंत्रिमंडळे आली.

(6) याच सुमारास ब्रिटनहून त्रिमंत्री शिष्टमंडळ (Cabinet Mission) धाडण्यात आले. भारतातील घटनात्मक पेचप्रसंग सोडविण्याची ऐतिहासिक कामगिरी त्याच्यावर सोपवली होती. तथापि, हे शिष्टमंडळ राष्ट्रसभा व लीग यांच्यात समझौता करू शकले नाही. म्हणून शिष्टमंडळाने स्वतःची योजना सादर केली. त्यात लीगची स्वतंत्र राष्ट्राची मागणी धुडकावून लावली होती. ही योजना पुढे लीगने अमान्य केली.

(7) दरम्यान भारतात हंगामी सरकार स्थापन करण्याचे व्हाईसरॉयचे प्रयत्न चालू होते. व्हाईसरॉयच्या कार्यकारी मंडळात सहा जागा राष्ट्रसभेस, पाच जागा लीगला, एक जागा शीखांना, एक जागा ॲंग्लो-इंडियनांना व एक जागा हरिजनांना देण्याची योजना व्हाईसरॉय लॉर्ड वॅव्हेल यांनी मांडली. तिला लीगने नकार दिला, पण राष्ट्रसभेने संमती दिली. पुढे बऱ्याच वाटाघाटी होऊन लीगही हंगामी सरकारात आली (ऑक्टो. 1946).

(8) यापूर्वीच बॅ. जीनांनी पाकिस्तानच्या ध्येयप्राप्तीसाठी आपल्या अनुयायांना 'प्रत्यक्ष कृती'चा (Direct Action) आदेश दिला होता. सरकार व राष्ट्रसभा पाकिस्तानच्या मागणीस सहजासहजी होकार देत नाही, असे पाहून आता लीगच्या आदेशाने मुस्लीम प्रत्यक्ष कृती करणार होते. ही प्रत्यक्ष कृती म्हणजे हिंदूंवर हल्ले करून त्यांच्या कत्तली करणे व त्यांना लुटणे. 16 ऑगस्ट, 1946 हा दिवस प्रत्यक्ष कृतीचा ठरला होता. त्या दिवशी व त्यानंतर दोन दिवस कलकत्ता शहरात मुस्लिमांनी हिंदूंची भयंकर कत्तल व लूटमार केली. तीन दिवसांत तीन हजार हिंदू मारले गेले, हजारो जखमी झाले, हजारो स्त्रियांवर अत्याचार झाले. विशेष म्हणजे बंगालमध्ये या वेळी लीगचे मंत्रिमंडळ होते व मुख्यमंत्री सुऱ्हावर्दींची या कत्तलीस उघड फूस होती. या दंगलीचे लोण उत्तर भारतात इतरत्र पसरून अनेक ठिकाणी हिंदू-मुस्लिमांच्या दंगली घडून आल्या.

(9) दरम्यान स्वतंत्र भारताची घटना तयार करण्यासाठी घटनापरिषदेची बैठक भरली. या बैठकीवर लीगने बहिष्कार टाकला. राष्ट्रसभा व लीग या दोन्ही पक्षांना मंजूर होईल असा तोडगा निघणे ही अशक्य गोष्ट होती. अशा परिस्थितीत 20 फेब्रुवारी, 1947 रोजी ब्रिटिश सरकारने (मि. ॲटलींनी) घोषणा केली की, कोणत्याही परिस्थितीत जून 1948 पूर्वी आम्ही भारत सोडून जाणार आणि हे सत्तांतर कसे करावे हे आम्हाला ठरवावेच लागेल. या पेचप्रसंगातून सुटका करण्यासाठी आता ब्रिटिश सरकारने लॉर्ड माउंटबॅटन यांची व्हाईसरॉय म्हणून नियुक्ती केली. माउंटबॅटनपुढचे कार्य मुत्सद्देगिरीची कसोटी पाहणारे होते.

(10) मुस्लीम लीगचे पाकिस्तानचे ध्येय आता जवळ येत चालले होते. आसाम, बंगाल, पंजाब, वायव्य सरहद्द प्रांत, सिंध या प्रांतांतील अधिकाधिक मुलूख पाकिस्तानला मिळावा म्हणून तेथे मुस्लिमांच्या 'प्रत्यक्ष कृतीने' कहर चालविला होता. बहुसंख्याक मुस्लीम प्रदेशात हिंदूच्या ठरवून कत्तली केल्या जात होत्या. मुस्लिमांच्या गुंडांना त्यावेळचे ब्रिटिश पोलीस अधिकारी साहाय्य करीत होते. राष्ट्रसभेचे नेते असहाय बनले होते. दररोजच्या कत्तलीच्या व अत्याचाराच्या वार्तेने ते सर्व जण हबकून गेले होते. लीगच्या प्रत्यक्ष कृतीचे उद्दिष्ट अखेर साकार होत होते. राष्ट्रसभेलाही आता देशाच्या फाळणीशिवाय अन्य पर्याय राहिला नाही.

(11) व्हाईसरॉय लॉर्ड माउंटबॅटन यांचीही भारताची फाळणी हाच या पेचप्रसंगावरचा एकमेव तोडगा आहे अशी खात्री झाली. हिंदूच्या भयानक कत्तली चालू देण्यापेक्षा आता फाळणीस मान्यता द्यावी असे राष्ट्रसभेच्या नेहरू-पटेल या नेत्यांनाही समजून चुकले. शेवटी व्हाईसरॉय, राष्ट्रसभा व मुस्लीम लीग यांच्यात वाटाघाटी होऊन फाळणीची योजना तयार झाली. 3 जून, 1947 रोजी व्हाईसरॉयने ती प्रसिद्ध केली. या योजनेनुसार बंगाल, आसाम, पंजाब इत्यादी प्रदेशांची फाळणी करण्यात येऊन पाकिस्तानला स्वातंत्र्य मिळाले. बॅ. जीना हे पहिले गव्हर्नर जनरल बनले. सर महमद इक्बाल यांच्या स्वप्नातील मुस्लिमांचे स्वतंत्र राष्ट्र साकार झाले. हा प्राचीन देश एकराष्ट्रीयत्वाच्या बंधनाने अखंड राहण्याची सुवर्णसंधी मुस्लीम लीगच्या संकुचित व जातीय धोरणामुळे कायमची नष्ट झाली.

◉◉◉

भारतीय स्वातंत्र्य चळवळीचे शेवटचे पर्व

25.1 दुसरे महायुद्ध व भारतीय स्वातंत्र्याची चळवळ

25.2 क्रिप्स योजना

25.3 'छोडो भारत' चळवळ अथवा 'चले जाव'ची चळवळ

25.4 राजाजी योजना

25.5 वेव्हेल योजना

25.6 नेताजी सुभाषचंद्र बोस : आझाद हिंद सेना

25.7 कॅबिनेट मिशन/त्रिमंत्री शिष्टमंडळ

25.8 लॉर्ड माउंटबॅटन यांची फाळणीची योजना

25.9 भारताच्या स्वातंत्र्याचा कायदा : सन 1947

सन 1935 च्या कायद्यानुसार प्रांतांत स्वायत्तता निर्माण होणार होती. या कायद्यानुसार 1937 साली प्रांतीय कायदेमंडळाच्या निवडणुका झाल्या. राष्ट्रसभेस हा कायदा पसंत नसला तरी सरकारशी कायदेमंडळाद्वारे असहकार करण्याच्या भूमिकेने तिने या निवडणुका लढविल्या आणि त्यानंतर आठ प्रांतांत राष्ट्रसभेची (काँग्रेसची) सरकारे स्थापन झाली. पण जेव्हा 1939 साली युरोपात युद्ध सुरू झाले तेव्हा ब्रिटनही त्यात ओढले गेले आणि ब्रिटिश साम्राज्यातील एक वसाहत म्हणून भारतालाही त्यात ओढण्यात आले.

हिटलरबद्दल राष्ट्रसभेला प्रेम नव्हते. पण या युद्धात भारतीय लोकांना न विचारताच भारत युद्धात पडल्याची जी घोषणा व्हाईसरॉय लॉर्ड लिनलिथगो यांनी केली ती भारतीय लोकांना डावलणारी होती. भारतीय लोकांना स्वतःचे काहीच मत प्रदर्शित करता येणार नाही किंवा ते पारतंत्र्यात असल्याने युद्धात पडायचे की नाही हे ठरविण्याचा हक्क भारतीय लोकांना नाही, असाच या घोषणेचा अर्थ होता आणि ही गोष्ट अपमानास्पद होती.

सरकारच्या या कृत्याचा निषेध करण्यासाठी राष्ट्रसभेच्या आदेशाने आठ प्रांतांतील काँग्रेसच्या मंत्रिमंडळांनी सरकारला राजीनामे सादर करून सरकारशी असहकार पुकारला आणि येथून पुढे भारतीय स्वातंत्र्य चळवळीचे शेवटचे पर्व सुरू झाले. या पर्वाचा शेवट देशाच्या स्वातंत्र्यात नव्हे तर दुःखद फाळणीही होण्यात झाला. त्याचाच वृत्तान्त या प्रकरणात पाहावयाचा आहे.

25.1 दुसरे महायुद्ध व भारतीय स्वातंत्र्याची चळवळ

भारताच्या स्वातंत्र्याची चळवळ जागतिक राजकारणाशी निगडित होती. 1905 साली रशिया-जपान युद्धापासून आंतरराष्ट्रीय राजकारणाचे भारतीय राष्ट्रीय चळवळीवर कसे परिणाम घडून येतात हे अधिक प्रकर्षाने जाणवू लागले होते. पुढे पहिले महायुद्ध आले. या युद्धात भारतीय लोकांचे सहकार्य मिळावे म्हणून राज्यकर्त्यांना त्यांचा अनुनय करावा लागला. स्वातंत्र्य व लोकशाही ही सर्व मानवी समाजाची मूलतत्त्वे आहेत, हे तत्त्व मान्य करावे लागले. आपणास भारताला स्वराज्य द्यायचे आहे हे धोरण त्यांनी जाहीर केले व त्या दृष्टीने काही पावले उचलली, पण ही खरी वाटचाल फार मंद होती. यानंतर वीस वर्षांच्या आतच दुसरे महायुद्ध पेटून या वाटचालीस आणखी गती मिळाली व ती स्वातंत्र्य मिळेपर्यंत थांबली नाही.

1. **हुकूमशाहचे आव्हान :** पहिल्या महायुद्धात ब्रिटन, फ्रान्स, अमेरिका आदी राष्ट्रांनी जर्मनीचा पराभव केला व तिच्यावर सन 1919 चा अपमानास्पद असा व्हर्सायचा तह लादला. या तहाने जर्मन राष्ट्राची अवहेलना झाली होती. या अवहेलनेनेच हिटलरसारखा भस्मासूर निर्माण झाला. लोकांच्या भावनेचा फायदा घेऊन हिटलरने जर्मनीतील सर्व सत्ता काबीज केली. हिटलरला सर्व युरोप; नव्हे सर्व जग आपल्या सत्तेखाली आणावयाचे होते. इटलीत मुसोलिनी हा हिटलरच्याच प्रवृत्तीचा सत्ताधीश उदयास आला होता. त्यालाही स्वातंत्र्य, लोकशाही, समता इत्यादी तत्त्वांचा बळी घेऊन इटलीचा प्रभाव जगात वाढवावयाचा होता. अतिपूर्वेकडे जपान हे राष्ट्रही आक्रमक साम्राज्यवादी राष्ट्रवादाचा पुरस्कार करीत होते. इतरांचे स्वातंत्र्य हिरावून घेऊन अतिपूर्वेकडे, जमल्यास सर्व आशियावर जपानी साम्राज्य उभारण्याची जपानी साम्राज्यवाद्यांची महत्त्वाकांक्षा होती.

ब्रिटन व फ्रान्स या राष्ट्रांचा दुसरा गट या हुकूमशाहांच्या विरुद्ध उभा होता. ही राष्ट्रे साम्राज्यवादीच होती. तथापि, त्यांच्या देशात लोकशाही जीवनपद्धतीचा त्यांनी स्वीकार केला होता. खुद्द युरोपातही ही राष्ट्रे लोकशाहीचा पुरस्कार करणारी होती. लोकशाहीवर त्यांची श्रद्धा होती. म्हणजे हा झगडा दोन विचारप्रणालींचा होता. एका बाजूला साम्राज्यवादी हुकूमशाही तर दुसऱ्या बाजूला लोकशाही.

2. लॉर्ड लिनलिथगोची घोषणा : हिटलरने प्रथम ऑस्ट्रिया व झेकोस्लोव्हाकिया यांचा ग्रास घेतल्यावर पोलंडकडे दृष्टी टाकली. हिटलरच्या फौजा पोलंडमध्ये घुसताच 3 सप्टेंबर, 1939 रोजी ब्रिटनने जर्मनीविरुद्ध युद्ध पुकारले. लॉर्ड लिनलिथगो हे त्या वेळी भारताचे व्हाईसरॉय होते. त्यांनी त्याच दिवशी भारताला ब्रिटनच्या बाजूने युद्धात ओढल्याचे जाहीर करून टाकले. म्हणजे कायदेशीरदृष्ट्या जर्मनी व भारत यांच्यातही युद्ध सुरू झाले. भारताला युद्धात ढकलण्यापूर्वी भारतीय नेत्यांशी व्हाईसरॉयनी विचारविनिमय करणे आवश्यक होते. परंतु व्हाईसरॉयना त्याची आवश्यकता वाटली नाही. एवढेच नव्हे, तर ब्रिटिश पार्लमेंटने सन 1935 च्या कायद्यात दुरुस्ती करून आता भारताची सर्व प्रांतीय व केंद्रीय सत्ता गव्हर्नर जनरलच्या हाती सोपविली. युद्धमान परिस्थितीशी तोंड देण्यासाठी असे सर्वाधिकार गव्हर्नर जनरलला देणे पार्लमेंटला आवश्यक वाटले. परंतु त्यामुळे प्रांतांतील जबाबदार राज्यपद्धतीच्या मुळावरच घाव बसला. याची प्रतिक्रिया प्रांतांतील राष्ट्रसभा मंत्रिमंडळाने राजीनामे देण्यात झाली.

आता काँग्रेसची (राष्ट्रसभेची) महायुद्धाविषयी कोणती प्रतिक्रिया होती ते पाहू. युरोपात युद्धाचे वातावरण बरेच दिवस अगोदर निर्माण होत असता 1936 सालीच पंडित नेहरूंनी लखनौच्या अधिवेशनात जाहीर केले होते की,

''साम्राज्यवाद्यांनी कितीही समर्थन केले तरी त्यांचे प्रत्येक युद्ध हे साम्राज्यवादी हेतूसाठीच केलेले असते. म्हणून आपण या युद्धापासून दूर राहिलेलेच बरे.''

साम्राज्यवाद्यांचे युद्ध हे साम्राज्यवादासाठीच असणार. अशा युद्धात गुलामगिरीत असलेल्या भारताने का सहभागी व्हावे ? राष्ट्रसभेचे हेच मत होते. लोकशाही व स्वातंत्र्यासाठी ब्रिटन युद्ध करीत असेल तर ब्रिटनने प्रथम भारताला स्वातंत्र्य द्यावे. मग आम्ही ब्रिटनच्या युद्धप्रयत्नात सामील होऊ, पारतंत्र्यात असता आम्ही ब्रिटनच्या वतीने लढणार नाही असे राष्ट्रसभेने सरकारला ठणकावून सांगितले. पंजाब, बंगाल व सिंध या ठिकाणी राष्ट्रसभेची मंत्रिमंडळे नव्हती. या मंत्रिमंडळांनी सरकारला पाठिंबा दिला. मुस्लीम लीग लगेच निर्णय घेण्यास राजी नव्हती. भारतातील मुस्लिमांचे प्रतिनिधित्व करणारी लीग ही एकमेव संघटना असून तिच्या संमतीशिवाय स्वतंत्र भारताची घटना निर्माण केली जाणार नाही असे आश्वासन सरकारकडून लीगला पाहिजे होते.

व्हाईसरॉयने अनेक भारतीय नेत्यांशी चर्चा केली आणि 17 ऑक्टोबर, 1939 रोजी जाहीर केले की, भारताला वसाहतीचे स्वराज्य देणे हे आमचे धोरण असून युद्ध संपल्यावर भारतीय लोकांच्या इच्छा लक्षात घेऊन घटना निर्माण करण्यात येईल. तूर्त सन 1935 चीच घटना अस्तित्वात राहील. म्हणजे युद्धसमाप्तीनंतर भारताला पूर्ण स्वातंत्र्य देण्यास ब्रिटिश अजूनही तयार नव्हते. या गोष्टीस राष्ट्रसभा तयार झाली नाही. सरकारशी असहकार म्हणून काँग्रेस मंत्रिमंडळांनी 27 ऑक्टोबर ते 15 नोव्हेंबरच्या दरम्यान राजीनामे सादर केले. व्हाईसरॉयना बरेच वाटले. कारण राष्ट्रसभेच्या मंत्रिमंडळाचा अडसर दूर झाल्याने बहुतेक प्रांतीय कारभार गव्हर्नरांच्या हाती आला. राष्ट्रसभेचा अनुनय करण्याची गरज व्हाईसरॉयना फारशी न वाटल्याने ते आता मुस्लीम लीगला पाठीशी घालू लागले. सरकार जर मुस्लिमांच्या जातीय हितसंबंधाचे रक्षण करणार असेल तर लीगचा सरकारला पाठिंबा होताच.

3. ऑगस्ट घोषणा : युरोपात युद्धाचा चांगलाच भडका उडाला होता. जर्मनीची धडक जोरदार होती. जून 1940 पर्यंत नॉर्वे, डेन्मार्क, बेल्जिअम हे देश फ्रान्स–जर्मनीने पादाक्रांत केले होते. ब्रिटनही पादाक्रांत होणे अशक्य नव्हते. राष्ट्रसभेला विशेषतः महात्माजींना ब्रिटनच्या नाशातून भारतीय स्वातंत्र्य नको होते. याचा परिणाम म्हणून पुणे येथे राष्ट्रसभेच्या वर्किंग कमिटीने ब्रिटनला सशर्त पाठिंबा देण्याचे ठरविले. महायुद्धाच्या समाप्तीनंतर भारताला लगेच स्वातंत्र्य मिळणार असेल व दरम्यानच्या काळात सर्व पक्षांचे राष्ट्रीय सरकार ब्रिटिश निर्माण करणार असतील तर राष्ट्रसभा ब्रिटनच्या युद्ध प्रयत्नात सामील होणार होती.

दरम्यान ब्रिटनच्या अंतर्गत राजकारणात बदल घडून आला. पंतप्रधान चेंबरलीन जाऊन त्याच्या जागी कट्टर साम्राज्यवादी चर्चिल आला. चर्चिल हा भारतीय लोकांना स्वातंत्र्य देण्याच्या विरुद्ध असला तरी युरोपातील परिस्थितीच एवढी गंभीर होती की भारतीय जनतेचा – विशेषतः राष्ट्रसभेचा विश्वास संपादन करणे ब्रिटनला आवश्यक वाटत होते. त्या दृष्टीने 8 ऑगस्ट, 1940 रोजी व्हाईसरॉयने एक निवेदन केले. ते 'ऑगस्ट घोषणा' या नावाने प्रसिद्ध आहे.

त्यातील महत्त्वाचे मुद्दे असे :

(1) भारताला वसाहतीचे स्वराज्य देणे हे ब्रिटनचे धोरण आहे.

(2) युद्धसमाप्तीनंतर भारताची घटना निर्माण करण्यासाठी भारतीय प्रतिनिधींचीच घटनापरिषद बोलावली जाईल. ही घटना अशी असेल की ती अल्पसंख्याकांच्या हिताचे रक्षण करेल.

(3) गव्हर्नर जनरलचे कौन्सिल वाढवून त्यात अनेक पक्षातील नेत्यांचा समावेश करण्यात येईल.
(सल्लागार युद्धमंडळाची स्थापना करण्यात येईल.)

सरकारने राष्ट्रसभा व लीग या दोन संघटनांना समाधानी ठेवण्याचा प्रयत्न या निवेदनात केला होता. तथापि, दोन्हीही संघटनांनी हे निवेदन स्वीकारले नाही. गव्हर्नर जनरलच्या सल्लागार युद्धमंडळात 'संरक्षण' हे खाते भारतीय नेत्यांकडे देण्याविषयी सरकारने आश्वासन न दिल्यामुळे आणि भारताच्या भावी घटनानिर्मितीच्या वेळी लीगला मिळणार असलेल्या व्हेटो अधिकारामुळे राष्ट्रसभेला 'ऑगस्ट निवेदन' मान्य झाले नाही. मुस्लीम लीगला व्हाईसरॉयच्या मंडळात हिंदू सभासदांच्या संख्येइतकी मुस्लीम सभासदांची संख्या हवी होती. ती देण्यास नकार मिळाल्याने लीगनेही निवेदन स्वीकारले नाही.

4. **भारताची प्रतिक्रिया :** ब्रिटन आणि जर्मनी यांच्यातील झगड्यात राष्ट्रसभेची सहानुभूती ब्रिटनच्या पाठीशी होती. तथापि, ब्रिटन स्वातंत्र्याची हमी देत नाही हे पाहून राष्ट्रसभेने सरकारशी असहकार पुकारला होता. ब्रिटन हा युरोपात जीवन-मरणाच्या संघर्षात असता राष्ट्रसभेला, विशेषतः गांधी-नेहरूंना, ब्रिटनला आणखी संकटात टाकावयाचे नव्हते. म्हणून महात्माजींनी वैयक्तिक सत्याग्रहाच्या चळवळीला सुरुवात केली. त्यासाठी विनोबांची पहिला सत्याग्रही म्हणून निवड केली. वैयक्तिक सत्याग्रह ही प्रतीकात्मक बाब होती. ब्रिटन भारताच्या स्वातंत्र्याच्या आड येत आहे या गोष्टीचा सातत्याने निषेध झाला पाहिजे होता. विनोबाजी, जवाहरलाल आणि इतर नेते एका-पाठीमागून-एक तुरुंगात गेले.

जुलै 1941 मध्ये व्हाईसरॉयने आपले मंडळ वाढविले. त्यात पाच नव्या सभासदांची भर पडून सभासदांची एकूण संख्या बारा झाली. त्यापैकी चार गोरे व आठ भारतीय सभासद होते. राष्ट्रसभा या मंडळात सामील होणारच नव्हती. तथापि, लीगनेही नकार दिला; कारण आठ भारतीय सभासदांपैकी लीगला चार जागा हव्या होत्या. या गोष्टीस व्हाईसरॉयने नकार दिला. तेव्हा साहजिकच राष्ट्रसभा व लीग सोडून इतर भारतीय नेत्यांची वर्णी मंडळात लागली. तथापि, संरक्षण, गृह आणि अर्थ ही खाती ब्रिटिशांनी आपल्याकडेच ठेवली. गव्हर्नर-जनरल हा पूर्वीप्रमाणेच सर्व सत्ताधीश होता. भारतीय मंत्र्यांच्या हाती नाममात्र सत्ता होती.

डिसेंबर 1941 मध्ये व्हाईसरॉयने अटक केलेल्या सत्याग्रहींना मुक्त केले. ब्रिटनच्या युद्धप्रयत्नात भारतीय लोकमत अधिक अनुकूल व साहाय्यकारी व्हावे म्हणून हे पाऊल त्यांनी उचलले असावे. तथापि, महात्माजींना ही गोष्ट आवडली नाही. त्यामुळे आपल्या धोरणात कोणताच बदल होणार नाही असे त्यांनी सांगितले. तथापि, लवकरच गांधीजींनाही आपले धोरण बदलून सत्याग्रही चळवळ थांबवावी लागली. कारण युद्धाने युरोपात व अन्य ठिकाणी घेतलेले वळण जर्मनी व रशिया यांची युती फुटून जर्मनीच्या फौजा रशियन भूमीवर चालून गेल्या. एका-पाठीमागून-एक प्रदेश त्या जिंकत होत्या. अशा वेळी डिसेंबरमध्ये पर्ल हार्बर येथील अमेरिकन आरमारावर प्रचंड हल्ला करून व ते बुडवून जपानने जर्मनीच्या बाजूने युद्धात उडी टाकली. शांघाय, सयाम, सिंगापूर, मलाया, इंडोचायना, इंडोनेशिया घेऊन जपानी फौजा ब्रह्मदेशातही घुसल्या. त्या भारतात यावयास फार कालावधी लागणार नव्हता. भारताचे संरक्षण करण्यास ब्रिटन समर्थ नव्हते अशी स्पष्ट कबुलीही चर्चिलने दिली. भारत जपानने जिंकला तर भारताला लवकर स्वातंत्र्य मिळेलच असे नाही असे राष्ट्रसभेला वाटत होते. तेव्हा आता प्रमुख प्रश्न खुद्द भारताच्या संरक्षणाचा असल्याने राष्ट्रसभेने आपली सत्याग्रहाची चळवळ थांबविली. भारताचा राजकीय प्रश्न सोडविण्याच्या दृष्टीने दरम्यानच्या काळात साम्राज्यवादी विलायत सरकारवरही आंतरराष्ट्रीय दडपण येत होते.

ब्रिटनचा तर सर्वच आघाडीवर पराभव होत होता. भारतही जपानच्या घशात जाण्याची भीती निर्माण झाली होती. अशा वेळी भारतीय राजकीय प्रश्न लोंबकळत ठेवणे चुकीचे आहे असे पार्लमेंटमधील कित्येक सभासदांनाही वाटत होते. त्यांचे व ब्रिटनमधील लोकमताचे दडपण सरकारवर वाढत होते. या सर्वांचा परिणाम म्हणून सरकारने (चर्चिलने) सर स्टॅफर्ड क्रिप्स या विलायत सरकारच्या मंत्र्यास भारतात राजकीय पेचप्रसंग सोडविण्यास पाठविण्याचे जाहीर केले (11 मार्च, 1942).

25.2 क्रिप्स योजना

क्रिप्सचे मिशन पाठविण्यास निर्माण झालेली कारणे

1. **राष्ट्रसभेचा पवित्रा :** राष्ट्रसभेच्या स्थापनेपासून ती भारतीय लोकांच्या न्याय्य हक्कांसाठी झगडत होती. जसजसा काळ जाऊ लागला तसतसे तिने आक्रमक स्वरूप धारण केले होते. लोकमान्य टिळक व महात्मा गांधींच्या नेतृत्वाखाली तिने तीव्र प्रतिकाराची चळवळ सुरू केली होती. दुसरे महायुद्ध सुरू झाले त्या वेळी राज्यकर्त्यांनी भारतीय लोकांना विश्वासात न घेता भारताला युद्धात ओढले. परिणामी राष्ट्रसभेने सरकारविरोधी पवित्रा घेऊन सत्याग्रहाची चळवळ सुरू केली. जर्मनी व जपान या शत्रूंची सर्वत्र विजयाची घोडदौड सुरू असता भारतासारख्या वसाहतीमधील लोकमत असंतुष्ट व प्रतिकूल राहणे ही गोष्ट विलायतेमधील राज्यकर्त्यांना धोक्याची वाटत होती. एवढेच नव्हे, तर ब्रिटनमधील राजकीय पक्षांना व लोकांनाही आता भारताला भरीव सुधारणांचे आश्वासन दिल्याशिवाय व त्यामुळे राष्ट्रसभेसारख्या राष्ट्रीय संघटनेस अनुकूल केल्याशिवाय जपानसारख्या शत्रूशी पूर्वेकडे लढणे अवघड आहे हे कळून चुकले होते.

2. **प्रे. रुझवेल्टचा दबाव :** अमेरिकन राष्ट्र हे लोकशाहीवादी राष्ट्र होते. पहिल्या महायुद्धातही अमेरिकेने लोकशाहीचे संरक्षण हे आपले युद्धध्येय जाहीर केले होते. तेव्हापासून अमेरिकेला भारताच्या स्वातंत्र्य चळवळीबद्दल आस्था वाटत होती. दुसरे महायुद्ध सुरू झाल्यानंतर ब्रिटन-अमेरिका युती जमली व अटलांटिक सनदेनुसार स्वातंत्र्य, लोकशाही, स्वयंनिर्णय इत्यादी तत्त्वांचा उद्घोष करण्यात आला. प्रत्येक राष्ट्रास त्याचे भवितव्य ठरविण्याचा अधिकार मान्य करण्यात आला. पण सप्टेंबर 1941 मध्ये चर्चिलने जाहीर केले की, अटलांटिक सनद भारताला लागू नाही. ब्रिटनचा हा कट्टर साम्राज्यवाद अमेरिकेला पसंत नव्हता. युद्ध संपल्यानंतर भारताला साम्राज्यांतर्गत स्वराज्य न देण्याचा चर्चिलचा विचार होता. ही गोष्ट भारतीय लोकांच्या असंतोषाचे व त्यांच्या असहकाराचे कारण होते. परंतु पूर्वेकडील जपानविरुद्धचे युद्ध जिंकण्यासाठी भारताचे सहकार्य अत्यंत आवश्यक आहे असे अमेरिकन अध्यक्ष रुझवेल्ट यांना वाटत होते. परिणामी, प्रे. रुझवेल्टनी चर्चिलवर दबाव आणून भारताला स्वराज्य देण्याच्या दृष्टीने योजना तयार करण्यास उद्युक्त केले.

3. **चँग-काय-शेक व इव्हॅट यांचे आवाहन :** दुसऱ्या महायुद्धात चीन दोस्तांच्या गोटात होता. चीनचे सरसेनापती चँग-काय-शेक यांनी फेब्रुवारी 1942 मध्ये भारताला भेट दिली. आपल्या वास्तव्यात ते व्हाईसरॉयला व प्रमुख भारतीय नेत्यांना भेटले व युद्धातून निर्माण झालेल्या परिस्थितीविषयी त्यांनी चर्चा केली. भारतातून आपल्या मायदेशाकडे जाण्यापूर्वी त्यांनी भारतीय लोकांच्या न्याय्य मागण्या सरकारने लवकर पूर्ण कराव्यात अशा प्रकारचे आवाहन ब्रिटिशांना केले. ऑस्ट्रेलियाचे परराष्ट्रमंत्री डॉ. इव्हॅट यांनीही भारतीय प्रश्नांची लवकर सोडवणूक करण्याची सूचना ऑस्ट्रियन पार्लमेंटमध्ये ब्रिटिशांना केली. खुद्द ब्रिटिश पार्लमेंटमधील अनेक सभासदांनी या प्रश्नाकडे विलायत सरकारने तातडीने लक्ष द्यावे म्हणून आपली मते स्पष्ट मांडावयास सुरुवात केली होती. या सर्वांचा दबाव ब्रिटिश प्रधानमंत्री चर्चिल यांच्यावर पडल्याशिवाय राहिला नाही.

4. **जपानचा धोका :** चर्चिलसाहेबांना क्रिप्स मिशन पाठविण्यात तातडीने भाग पाडणारी घटना म्हणजे जपानने पूर्वेकडे मिळविलेला नेत्रदीपक विजय. 7 डिसेंबर, 1941 रोजी जपानने पर्ल हार्बरवर हल्ला करून युद्धात प्रवेश केला आणि आपल्या जोरदार मुसंडीने इंडोचायना, इंडोनेशिया, मलाया इत्यादी प्रदेश एकामागून एक असे जिंकून घेतले. एवढेच नव्हे, तर ब्रिटिशांच्या ताब्यात असणाऱ्या ब्रह्मदेशावर हल्ला करून 8 मार्च, 1942 रोजी ब्रह्मदेशाची राजधानी रंगून जपानने काबीज केली. अशा प्रकारे ब्रह्मदेश शत्रूच्या हाती जाऊन शत्रू भारताच्या द्वाराजवळ आल्यावर चर्चिलसाहेब हादरले आणि जपानने जर भारतावर हल्ला केला तर भारताचे संरक्षण आपण यशस्वीपणे करू शकणार नाही असे स्पष्टपणे त्यांना दिसू लागले. अशा परिस्थितीत भारतीय लोकांच्या सहानुभूतीशिवाय भारतीय साम्राज्याचे आपणास संरक्षण करता येणार नाही, याची खात्री होऊन रंगूनच्या पाडावानंतर अवघ्या तीन दिवसांनी चर्चिलसाहेबांनी सर स्टॅफर्ड क्रिप्स या पार्लमेंटमधील नेत्यास भारतात राजकीय शिष्टाईस पाठविण्याची घोषणा केली. क्रिप्स हे प्रसिद्ध

समाजवादी नेते तसेच मुत्सद्दी म्हणून प्रसिद्ध होते. यापूर्वी त्यांनी दोन वेळा भारताला भेट दिली होती. पं. नेहरूंसारखे काही भारतीय नेते त्यांचे खास वैयक्तिक मित्र होते.

◙ क्रिप्स योजनेची कलमे

विलायत सरकारचे खास प्रतिनिधी म्हणून क्रिप्ससाहेब 23 मार्च, 1942 रोजी भारतात आले. आपल्या योजनेचा मसुदा त्यांनी 29 मार्चला जाहीर केला. त्या मसुद्यातील प्रमुख कलमे अशी होती :

(1) लवकरच भारतात इंडियन युनियनची स्थापना करावी अशी सरकारची इच्छा आहे. भारताला वसाहतीच्या दर्जाचे पूर्ण स्वातंत्र्य दिले जाऊन अंतर्गत व परराष्ट्र व्यवहारात भारताचा दर्जा इतर कोणत्याही डोमिनियनप्रमाणेच असेल. इंडियन युनियनला ब्रिटिश राष्ट्रकुटुंबातून मर्जीप्रमाणे बाहेरही पडता येईल.

(2) महायुद्ध संपताच घटनासमितीची निर्मिती करण्यात येईल. प्रांतीय कायदेमंडळाकडून घटनासमितीच्या सभासदांची निवड केली जाईल. संस्थानेही आपले प्रतिनिधी घटनासमितीत पाठवू शकतील. घटनासमितीने निर्माण केलेली घटना ब्रिटन स्वीकारेल.

(3) परंतु ज्या प्रांतांना अगर संस्थानांना ही घटना मंजूर नसेल अशा प्रांतांना अगर संस्थानांना स्वतंत्र घटना निर्माण करण्याचा अधिकार राहील. अशा प्रांतांना व संस्थानांना इंडियन युनियनचाच दर्जा दिला जाईल. ते विलायत सरकारशी स्वतंत्र संबंध ठेवू शकतील.

(4) घटना निर्माण होताच तिच्या अंमलबजावणीसाठी सरकार घटनासमितीशी तह करेल; परंतु असा तह करताना भारतातील अल्पसंख्याकांच्या हितसंरक्षणाची व्यवस्था विलायत सरकार करेल. ती सरकारची जबाबदारीच आहे. तथापि, इंडियन युनियनचे परराष्ट्राशी कसे संबंध असावेत याविषयी विलायत सरकार काहीही बंधने घालणार नाही.

(5) जोपर्यंत युद्ध चालू आहे तोपर्यंत संरक्षणाची जबाबदारी ब्रिटनवरच राहील. त्यासाठी संरक्षण व्यवस्थेवर ब्रिटनचाच ताबा राहील.

◙ क्रिप्स योजना अपयशी का झाली ?

ऑगस्ट 1940 मध्ये व्हाईसरॉयने जी आश्वासने जाहीर केली होती त्याहून क्रिप्स योजनेत खात्रीने अधिक काहीतरी होते. भारताची घटना भारतीय घटनापरिषदेने निर्माण करण्याचा व राष्ट्रकुटुंबात राहण्याचा अगर न राहण्याचा भारताचा हक्क विलायत सरकारने मान्य केला होता.

क्रिप्स योजनेने राष्ट्रसभा, लीग आणि संस्थानिक या सर्वांनाच खुश ठेवण्याचा प्रयत्न केलेला दिसतो. वरील दोन हक्क सरकारने मान्य केल्याने राष्ट्रसभेची स्वातंत्र्याची मागणी बऱ्याच अंशाने पूर्ण होणार होती. मुस्लीम बहुसंख्य असलेल्या प्रांतांना इंडियन युनियनमधून मर्जीप्रमाणे बाहेर पडता येणार होते. त्यामुळे लीगची, पाकिस्तानची महत्त्वाकांक्षा पूर्ण होणार होती. संस्थानिकांना आपली संस्थाने वाटल्यास स्वतंत्र राज्ये म्हणून ठेवता येणार होती.

सन 1940 पर्यंत मुस्लिमांच्या हितसंबंधासाठी लीग भांडत होती. तथापि, सन 1940 मधील लाहोर बैठकीनंतर लीगचा पवित्राच बदलला. आता लीगवाल्यांना मुस्लिमांचे स्वतंत्र राष्ट्रच हवे होते व त्याची मागणी ते जोराने पुढे मांडीत होते. क्रिप्स योजनेने त्यांची मागणी पूर्ण होणार होती. तरीही लीगने ही योजना स्वीकारली नाही. याची कारणे अशी :

(1) लीगच्या दृष्टीने अत्यंत महत्त्वाची बाब म्हणजे मुस्लिमांचे स्वतंत्र राष्ट्र निर्माण करण्यात येईल असे स्पष्ट शब्दात क्रिप्स योजनेत आश्वासन मिळालेले नव्हते.

(2) लीगला मुस्लिमांचे प्रतिनिधित्व करणारी घटनापरिषद पाहिजे होती. क्रिप्स योजनेतून निर्माण होणाऱ्या घटनापरिषदेत हिंदू प्रतिनिधींचे बहुमत राहणार होते.

(3) अल्पसंख्याकांच्या विशेषतः मुस्लिमांच्या हिताचे व हक्कांचे संरक्षण ब्रिटिश सरकार कोणत्या रीतीने करणार आहे याविषयी स्पष्ट निवेदन क्रिप्स योजनेत नव्हते.

(4) या योजनेने संस्थानांवर घटनापरिषदेत सामील होण्याची सक्ती नव्हती.

यावरून हे स्पष्ट होते की, बॅ. जीना व लीगवाले हे या योजनेवर फारसे नाखुश नव्हते. त्यांना आतून आनंदच झाला होता. फक्त त्यांच्या स्वतंत्र मागणीविषयी त्यांना अधिक स्पष्टीकरण व निःसंदिग्ध आश्वासन हवे होते.

आता राष्ट्रसभेने ही योजना का स्वीकारली नाही याची कारणे पाहू.

(1) भारताला स्वयंनिर्णयाचे तत्त्व लागू करावे अशी भारतीय जनतेची मागणी होती हे खरे; परंतु याचा अर्थ असा नव्हता की, ते तत्त्व प्रत्येक प्रांताला व संस्थानाला लागू करावे. ब्रिटिशांनी या योजनेने कुटील डाव टाकला होता. या योजनेने इंडियन युनियनमधून बाहेर पडण्याचा हक्क प्रांत व संस्थाने यांना देण्यात आल्यामुळे भारतामध्ये अनेक राज्ये, नव्हे राष्ट्रेच निर्माण होणार होती. तशी झाली असती तर राष्ट्रीय ऐक्य नष्ट होऊन ही सर्व राज्ये ब्रिटिश साम्राज्यवाद्यांच्या प्रभावाखाली आणखी काही वर्षे राहिली असती. राष्ट्राचे अनेक तुकडे पडलेले राष्ट्रसभेला साहजिकच नको होते.

(2) घटनासमितीत संस्थानांचे असलेले प्रतिनिधी हे जनतेचे प्रतिनिधी नसून संस्थानिकांनी नियुक्त केलेले प्रतिनिधी असणार होते.

(3) घटनेची अंमलबजावणी सुरू होईपर्यंत संरक्षण खाते ब्रिटिशांच्या हातीच राहणार होते. युद्धप्रयत्नात भारताचे खरे सक्रिय सहकार्य हवे असेल तर ते खाते भारतीय मंत्र्याच्या हाती येणे आवश्यक आहे व त्याशिवाय जबाबदार राज्यपद्धती पूर्ण होऊ शकत नाही असे राष्ट्रसभेचे ठाम मत होते.

(4) वसाहतीच्या दर्जाचे स्वातंत्र्य प्राप्त होण्यापूर्वी भारतात हंगामी सरकार निर्माण होणार होते. या सरकारातील मंत्रिमंडळ खऱ्या अर्थाने सत्ताधारी व्हावे आणि गव्हर्नर जनरलने घटनात्मक प्रमुख असावे अशी राष्ट्रसभेची मागणी होती. आणीबाणीच्या परिस्थितीत ही मागणी सरकार मान्य करणे शक्य नव्हते. सरकार सत्तांतर करावयास तयार आहे तर मग त्याचा प्रयोग आताच का सुरू करू नये अशी राष्ट्रसभेची भूमिका होती.

याशिवाय क्रिप्स योजना अपयशी होण्याची आणखी कारणे पुढीलप्रमाणे देता येतील :

- क्रिप्स योजनेप्रमाणे निर्माण होणाऱ्या प्रांतिक कायदेमंडळाची रचना सदोष होती. घटनासमितीची निवड यांतूनच होणार असल्याने तीही सदोषच राहणार होती.
- घटनासमितीतील संस्थानांचे प्रतिनिधी व लीगवाले यांचा एक प्रतिगामी गट निर्माण होण्याची मोठी शक्यता होती. त्यांच्या युतीमुळे पुरोगामी व राष्ट्रीय घटना निर्माण होणे शक्य नव्हते. शेवटी ही अशी घटना स्वीकारावयाची की नाही हाही अधिकार संस्थानांना व लीगवाल्यांना होता.
- हिंदू महासभावाल्यांना अखंड भारत हवा होता. त्यांचा या योजनेला कट्टर विरोध होता. शिखांनाही इंडियन युनियनमध्येच पंजाब हवा असे वाटत होते. मागासलेल्या जाती-जमातींना असे वाटत होते की, आपल्या हितसंबंधांचे संरक्षण करण्याची खास तरतूद या योजनेत नाही.
- भारतीय राजकारणातील खरा प्रश्न असा होता की, खरोखर ब्रिटिशांना सत्ता सोडावयाची आहे की निव्वळ आश्वासने देऊन या ना त्या मार्गाने त्यांना सत्ता हातात ठेवावयाची आहे ? या प्रश्नाला योजनेत सरळ उत्तर नव्हते. ब्रिटिश सत्ता सोडावयास खळखळ करीत आहेत, नव्हे ते फारसे तयार नाहीत हेच सत्य होते. चर्चिलने तर 1941 साली जाहीरच केले की, ब्रिटिश साम्राज्याचे दिवाळे वाजविण्यासाठी मी पंतप्रधान झालेलो नाही. याचा अर्थ उघड होता, भारताला स्वातंत्र्य द्यावे अशी ब्रिटनची इच्छा नव्हती.
- क्रिप्स योजना अपयशी झाली याचा दोष काहीसा क्रिप्ससाहेबांकडेही जातो. त्यांनी आपल्या वक्तव्यात सुसंगती ठेवली नाही. इतकेच नव्हे, सरकारी दडपणाखाली काही वेळा त्यांचीच आश्वासने त्यांना परत घ्यावी लागली. उदाहरणार्थ, प्रारंभी ते केंद्रात जबाबदार राज्यपद्धती आणावयाच्या बाजूचे होते. परंतु चर्चिलच्या दडपणामुळे त्यांना आपली भूमिका बदलावी लागली. त्यामुळे भारतीय नेत्यांचा त्यांच्यावरील विश्वास उडाला. खुद्द आपण दिलेली आश्वासने आपणास पूर्ण करता येत नाहीत व आपली योजना राबविता येणे शक्य नाही हे पाहताच क्रिप्सने ब्रिटनला प्रयाण केले. अशा प्रकारे क्रिप्स योजना असफल झाली आणि भारतीय राजकीय प्रश्न अनिर्णित राहिला.

25.3 'छोडो भारत' चळवळ अथवा 'चले जाव'ची चळवळ

क्रिप्ससाहेब निघून गेले. त्यांची योजना म्हणजे भारतीय लोकमत झुलवत ठेवणारी एक फसवणूक होती. जगाच्या विशेषतः अमेरिकेच्या दडपणाखाली चर्चिलने ही योजना जाहीर केली असली तरी चर्चिलला भारताला स्वातंत्र्य द्यायचे नव्हते; आता हे महात्माजींच्याही पूर्ण लक्षात आले होते. क्रिप्स योजनेच्या वाटाघाटीत गांधीजी कॉंग्रेसच्या नेतृत्वापासून थोडे बाजूस होते. आता त्यांनी परत राष्ट्रसभेचे सर्वस्वी नेतृत्व स्वीकारले व पुढच्या लढ्याची तयारी मनात चालविली. आपल्या 'हरिजन' या पत्रकातून त्यांनी एप्रिल 1942 पासून आपली यासंबंधीची मतेही मांडावयास सुरुवात केली.

''आमचे काहीही होवो, ब्रिटिशांनी भारत सोडून शांतपणे जावे. त्यात भारत आणि ब्रिटन या दोघांचेही भले आहे.''

राष्ट्रसभेच्या इतर नेत्यांना महात्माजींचे हे विचार चटकन समजू शकले नाहीत. कारण केवळ 'छोडो भारत' असे म्हणून ब्रिटिश भारत सोडणार नव्हते. त्यासाठी योजना आखणे जरुरीचे होते. चळवळ उभारणे आवश्यक होते. तशी आखणी महात्माजी करणार होते. त्यांच्यावर राष्ट्रसभेच्या नेत्यांची श्रद्धा होती. सर्वांनी त्यांच्या नेतृत्वाखाली हे 'उघड बंड' सुरू करण्याचे मान्य केले.

2 मे, 1942 रोजी अलाहाबादला राष्ट्रसभेने महात्माजींच्या विचारावर आधारित असा ठराव पास केला. 'भारत आपले स्वातंत्र्य आपल्या स्वतःच्या शक्तीवरच मिळवील व राखील. भारताच्या हिताच्या दृष्टीनेच नव्हे तर ब्रिटिशांच्या सुरक्षिततेसाठी व जागतिक शांतीसाठी ब्रिटिशांनी भारत सोडला पाहिजे. स्वातंत्र्याच्या भूमिकेवरूनच ब्रिटन व इतर राष्ट्रांशी भारत बोलणी करू शकेल.'

अशा प्रकारे राष्ट्रसभा सरकारशी संघर्ष करण्याच्या पवित्र्यात उभी होती. लवकरच राष्ट्रसभेने सरकारला 'छोडो भारत'चा आदेश देऊन आपल्या क्रांतिकारी चळवळीस पुन्हा आरंभ केला.

▣ 'छोडो भारत' चळवळीची कारणे

1. **क्रिप्स कमिशनचे अपयश :** भारताच्या स्वराज्याचा प्रश्न सोडविण्यासाठी विलायत सरकारने क्रिप्स मिशन पाठविले होते, पण ते असफल झाले. त्यास भारतीय प्रश्नांवर समाधानकारक तोडगा काढता आला नाही. क्रिप्ससाहेबांनी या अपयशाचे खापर राष्ट्रसभेवर फोडले. त्यामुळे राष्ट्रसभेचे नेते संतप्त झाले. युद्धाच्या प्रारंभी खुद्द महात्मा गांधींची सहानुभूती दोस्तांकडे होती. पण या क्रिप्स मिशनच्या अपयशाने तीही आटून गेली. चळवळीशिवाय ब्रिटिशांकडून स्वातंत्र्य मिळविता येणार नाही याबद्दल पुन्हा एकदा त्यांची खात्री झाली.

2. **साम्राज्यवाद्यांचा उलटा प्रचार :** क्रिप्स मिशन पाठवून विलायत सरकार असे भासवत होते की, भारतीय प्रश्न सोडविण्यास ते फार उत्सुक आहे; पण राष्ट्रसभेनेच असहकाराचा व अडवणुकीचा मार्ग स्वीकारल्याने भारतीय प्रश्नाची सोडवणूक होऊ शकत नाही. यापुढे जाऊन ब्रिटनमधील वृत्तपत्रांनी असे मत मांडावयास सुरुवात केली की, राष्ट्रसभा ही काही सर्व भारताचे प्रतिनिधित्व करीत नाही आणि ब्रिटिशांनी भारत सोडून जायचे तर कोणाकडे सत्ता सुपूर्द करावयाची हा मोठा प्रश्न आहे. अशा प्रकारचा प्रचार करून जगातील लोकशाहीवादी लोकांच्या डोळ्यांत धूळ फेकण्याचे काम साम्राज्यवादी मंडळी करीत होती. याला चळवळ हेच उत्तर होते.

3. **राज्यकर्त्यांची कृत्ये व महागाई :** सरकारची दडपशाही व अन्यायी कृत्ये थांबली नव्हती. उदाहरणार्थ, बंगालमध्ये लष्करी तळासाठी व हालचालीसाठी हजारो एकर जमीन गरीब शेतकऱ्यांकडून हिसकावून घेतली गेली होती. त्यामुळे हजारो शेतकऱ्यांचे चरितार्थाचे साधनच नष्ट झाले होते. देशात इतरत्र सर्व प्रजा युद्धजन्य परिस्थिती, महागाई व बेकारी यामुळे त्रस्त होऊन गेली होती. कागदी चलन-फुगवटा इतका झाला की लोकांचा चलनी नोटांवरील विश्वास उडू लागला होता. परिणामी, भारतीय समाजातील असंतोषात अधिकच भर पडून उग्र चळवळीची पार्श्वभूमी तयार झाली.

4. जपानी आक्रमण आणि गांधींची भूमिका : आग्नेय आशियातील सिंगापूर, मलाया, रंगून इत्यादी ठिकाणांवरून ज्या पद्धतीने जपानने ब्रिटिशांचा पराभव करून त्यांची हकालपट्टी केली ती पाहून महात्मा गांधींची खात्री होती की, जपानने जर भारतावर हल्ला केला तर ब्रिटिश भारताला वाचवू शकणार नाहीत. महात्मा गांधींना असेही वाटत होते की, जपानने भारतावर जर स्वारी केली तर ब्रिटिशांच्या हाती भारत आहे म्हणूनच ती होईल; अन्यथा जपानी लोकांचे भारतीय लोकांशी शत्रुत्व नाही. तत्पूर्वीच जर ब्रिटिशांनी भारत सोडला तर जपान भारतावर आक्रमणही करणार नाही. तेव्हा ब्रिटिशांनी हा देश सोडून जावे हे उत्तम.

26 एप्रिल, 1942 च्या 'हरिजन' मध्ये महात्मा गांधी म्हणतात, ''भारताला त्याच्या नशिबाच्या हवाली करून ब्रिटिश निघून गेले तर अहिंसेवर श्रद्धा असणाऱ्या भारताचे काहीच नुकसान होणार नाही. बहुधा जपानी लोक भारताला हातही लावणार नाहीत. कदाचित, भारतीय पक्षांनी एकोपा केला तर भारत चीनला शांतीच्या कार्यात मदत करेल आणि भावी काळात जागतिक शांतता प्रस्थापित करण्याच्या कामी तो सहायक ठरेल. परंतु जेव्हा भारत सोडण्याची सक्तीच होईल तेव्हाच ब्रिटिश ते सोडून गेले तर या गोष्टी होणार नाहीत. वास्तविक आता भारताला त्याचे घर सांभाळण्यास सांगून ब्रिटिश निघून गेले व त्यांनी युरोपातीलच युद्धावरच आपली शक्ती एकवटली तर ती शौर्याचीच गोष्ट होईल. या युद्धात आपले साम्राज्य ते सांभाळू शकतील, याची खात्री नाही. भारताची आणि ब्रिटनचीही खरी सुरक्षितता ब्रिटिशांनी भारतातून शिस्तबद्ध माघार घेण्यात आहे, मग परिणाम काहीही होवोत !''

5. महात्मा गांधींचे वास्तव धोरण : इतिहासाच्या विद्यार्थ्याला आश्चर्य वाटावे अशा वास्तव धोरणांचा पुरस्कार या वेळी महात्मा गांधींनी केलेला आहे. 1922 साली चौरीचौरा या ठिकाणी झालेल्या हिंसात्मक घटनेमुळे महात्माजींनी देशव्यापी चळवळ एकदम तहकूब केली होती. या गोष्टीचा राष्ट्रीय चळवळीवर झालेल्या प्रतिकूल परिणामावर त्यांनी खूप चिंतन केले होते. अहिंसा हे त्यांचे जीवन-तत्त्वज्ञान होते. पण या तत्त्वज्ञानाचा शंभर टक्के स्वीकार करूनच लोकांनी राष्ट्रीय चळवळ पुढे चालविली पाहिजे असा आग्रह धरणे बरोबर नाही, हे आता त्यांच्या लक्षात आले होते. देशव्यापी चळवळीत हिंसात्मक कृत्ये होतील, तरी स्वातंत्र्याच्या प्राप्तीसाठी त्याचा धोकाही पत्करावा असे त्यांना वाटत होते. ब्रिटिश गेले तर येथे अराजकता माजेल असे म्हणणाऱ्या एका ब्रिटिश वार्ताहरास ते म्हणाले होते की, ब्रिटिश राज्यात असणाऱ्या शिस्तबद्ध अराजकतेपेक्षा (Ordered Anarchy) ब्रिटिश निघून गेल्यावर निर्माण होणारी अराजकता केव्हाही वाईट असणार नाही.

महात्मा गांधी पुढे म्हणतात, ''मी गेली बावीस वर्षे विचार करीत आहे. परकीय सत्ता उलथून पाडण्यासाठी अहिंसात्मक शक्तीची साधना देशाने करावी म्हणून मी वाट पाहतच राहिलो. पण आता माझ्या विचारात बदल झाला आहे. मला वाटते की, मी आता फार काळ वाट पाहू शकत नाही. मी जर वाट पाहण्याचे चालू ठेवले तर जगाच्या अंतापर्यंत मला थांबावे लागेल. दरम्यानच्या काळात भोवतालच्या परिस्थितीच्या आगीत आम्ही नष्ट होऊन जाऊ आणि म्हणून काही धोका पत्करून लोकांना गुलामगिरीचा प्रतिकार करण्यास सांगण्याचा निर्णय मी घेतला आहे. परंतु याचा अर्थ असा नव्हे की, माझी अहिंसेवरील श्रद्धा उडालेली आहे. लोकांच्याजवळ माझी अहिंसा नसेल पण माझी अहिंसा त्यांना मदत करत असेल.''

भारताच्या पूर्व सीमांवर जपानी संकट उभे असता व युरोपात ब्रिटन जीवन-मरणाच्या झगड्यात असता राष्ट्रसभेचे हे 'बंड' ब्रिटिश सरकार कसे सहन करणार ? परंतु महात्माजींना मात्र असे वाटत होते की, ब्रिटिश अडचणीत असल्याने आपली चळवळ ते क्रूरपणे दडपून टाकणार नाहीत. त्यांना राष्ट्रसभेसमोर नमते घ्यावे लागेल. 14 जुलैला वर्धा येथे राष्ट्रसभेच्या वर्किंग कमिटीने इतिहासप्रसिद्ध 'छोडो भारत' ठराव पास करून त्या स्वातंत्र्यलढ्याचे नेतृत्व गांधीजींकडे दिले. या ठरावावरच राष्ट्रसभेने मुंबई येथे 8 ऑगस्टचा महत्त्वपूर्ण ठराव पास केला. या ठरावातील महत्त्वाचे मुद्दे असे :

(1) ब्रिटिश राजवट चालू राहणे भारताला अपमानास्पद आहे व भारताला ती दुर्बल करीत आहे.

(2) भारताच्या स्वातंत्र्यावरून ब्रिटन व संयुक्त राष्ट्राची परीक्षा होणार आहे. त्यामुळे आशिया व आफ्रिकेतील जनतेत आशा व उत्साह निर्माण होणार आहे.

(3) स्वतंत्र भारत आपली सर्व शक्ती स्वातंत्र्याकरिता खर्च करील. तो नाझी, फॅसिस्ट व साम्राज्यशाही आक्रमणाविरुद्ध लढेल.

(4) राष्ट्रसभेची ही सभा अत्यंत जोरदारपणे भारतातून ब्रिटिश सत्ता काढून घेण्याची मागणी पुन्हा करीत आहे. भारत स्वतंत्र झाल्यावर हंगामी सरकार जे स्थापन करील ते सरकार दोस्त-राष्ट्राचे दोस्त होईल. त्या सरकारचे पहिले काम म्हणजे दोस्ताच्या मदतीसह भारताचे रक्षण, सशस्त्र व अहिंसक साधनांनी शत्रुराष्ट्रांच्या आक्रमणाला प्रतिकार केला जाईल.

(5) गेल्या बावीस वर्षांत राष्ट्राने जी शांततेच्या लढ्यासाठी शक्ती एकत्रित केली आहे ती सारी आता त्याने देशव्यापी अहिंसात्मक चळवळीसाठी उपयोगात आणावी. हा लढा अर्थातच महात्मा गांधींच्या नेतृत्वाखाली होईल. ही कमिटी गांधीजींना नेतृत्व घेण्याची व राष्ट्राला मार्ग दाखवण्याची विनंती करीत आहे.

(6) राष्ट्रसभेला नव्हे तर देशाला सत्ता मिळावी म्हणून राष्ट्रसभा आंदोलन करीत आहे.

महात्मा गांधींनी या वेळी अत्यंत महत्त्वपूर्ण भाषण केले. ते म्हणाले, ''अहिंसा हा धर्म आहे. पण तुम्ही लोकांनी तिचा धोरण म्हणून पुरस्कार करावा. तुम्ही जेव्हा आंदोलन सुरू कराल तेव्हा तुम्ही अहिंसा सोडता कामा नये . . . स्वराज्यासाठी आपणाला संघर्ष करावाच लागेल, ते काही आकाशातून पडणार नाही. आम्ही आवश्यक तो त्याग केला व आपली शक्ती दाखविली तर ब्रिटिशांना आपले स्वातंत्र्य द्यावेच लागेल . . . मी तुम्हाला छोटा मंत्र देतो. हा मंत्र असा : आम्ही करू अथवा मरू (We shall do or die), आम्ही भारताला स्वतंत्र करू अथवा स्वातंत्र्य मिळविताना मरून जाऊ. आता आम्ही गुलामगिरीत राहू शकत नाही. परमेश्वरासमोर प्रतिज्ञा करा व सद्सद्विवेक बुद्धीस स्मरून निश्चय करा की, स्वातंत्र्य मिळेपर्यंत आम्ही विश्रांती घेणार नाही; स्वातंत्र्य मिळविण्यासाठी आम्ही आमचे बलिदान करावयास तयार राहू. . . . आमचे हे बंड निःशस्त्र, अल्पकालीन व गतिमान असेल.''

◻ छोडो भारत चळवळीची वाटचाल

1. **राष्ट्रसभेच्या नेत्यांची कैद :** जपानी आक्रमण दाराशी आल्यामुळे आपण जर आंदोलन सुरू केले तर सरकार आपणास व इतर काँग्रेस नेत्यांस कैद करून पेचप्रसंग निर्माण करणार नाही, असा महात्मा गांधींचा अंदाज होता. पण हा अंदाज चुकला. राष्ट्रसभेने हिटलर-मुसोलिनीविरुद्ध पवित्रा घेतला होता. ही गोष्ट अमेरिकेसारख्या राष्ट्राची अधिक सहानुभूती भारतीय लोकांना मिळवून देणारी होती. तसे होण्यापूर्वीच सरकारने राष्ट्रसभेच्या नेत्यांना पकडून त्यांचा आवाज दडपून टाकण्याचे ठरविले होते. महात्मा गांधींच्या नेतृत्वाखाली ही 'छोडो भारत'ची चळवळ सुरू होणार होती व ते प्रथम व्हाईसरॉयशी पत्रव्यवहार करून या प्रश्नाची सोडवणूक होते का, हे पाहणार होते. यासाठी दोन आठवड्यांचा अवधी जाणार होता. पण सरकारने 8 ऑगस्टच्या रात्रीच महात्मा गांधी, जवाहरलाल नेहरू, मौलाना आझाद, आचार्य कृपलानी, असफ अली, गोविंद वल्लभ पंत इत्यादी राष्ट्रसभेच्या नेत्यांना पकडून तुरुंगात पाठविले. म. गांधींना पुण्याच्या आगाखान पॅलेसमध्ये तर इतरांना अहमदनगरच्या तुरुंगात ठेवण्यात आले. राजेंद्रप्रसाद यांना पाटण्यात कैद केले गेले. ही सर्व मंडळी 15 जून, 1945 पर्यंत तुरुंगातच डांबली गेली. ही नेतेमंडळी कोठे आहेत याचा सरकारने जनतेला सुगावा लागू दिला नव्हता. चळवळीची पाळेमुळे खणून काढण्यासाठी शेकडो लहान-मोठ्या नेत्यांना विनाचौकशी तुरुंगात टाकण्यात आले होते.

राष्ट्रसभा बेकायदेशीर ठरविण्यात आली व संघटनेची बँकेतील खाती सरकारजमा करण्यात आली.

मुस्लीम लीगने या वेळी सरकारशी हातमिळवणी केली. राष्ट्रसभेची ही चळवळ म्हणजे देशाची सत्ता हिंदूंच्या हाती आणण्याची खटपट होय असा आरोप लीगने केला. हिंदू महासभा उदासीन राहिली तर कम्युनिस्टांनी सरकारला अनुकूल असे धोरण स्वीकारले. (कारण या वेळी रशिया ब्रिटनच्या बाजूने युद्धात पडला होता.) समाजवादी पक्षाने मात्र या चळवळीस आपला पाठिंबा दिला व पुढे या पक्षाच्या लोकांनी भूमिगत राहून चळवळ चालू ठेवली.

2. **जनतेनेच चळवळ चालविली :** ऑगस्ट 1942 चा ठराव झाल्यानंतर लगेच काही चळवळ सुरू होणार नव्हती. महात्मा गांधी या चळवळीचा कार्यक्रम व पद्धती जाहीर करणार होते; पण सरकारने त्यांना सर्व नेत्यांसह पकडल्यामुळे देशातील जनता नेतृत्वहीन बनली. नेते पकडले होते तेव्हा चळवळ कशी करावी हे जनतेला समजेना.

तेव्हा ही जनता जसे समजेल तशी ती चळवळ चालवू लागली. महात्मा गांधींना चळवळीने हिंसात्मक बनावे असे कधीच वाटत नव्हते. पण आता ते तुरुंगात पडल्यावर त्यांचा दबाव जनतेवर राहावा कसा ? 8 ऑगस्टच्या ठरावात महात्मा गांधींनी Do or Die चा आदेश सर्व राष्ट्रास दिला होता, एवढे सामान्य जनतेस माहीत होते. सरकारशी आपण मरेपर्यंत संघर्ष करायचा होता; पण तो कसा व कोणत्या पद्धतीने याविषयीचे मार्गदर्शन जनतेला मिळत नव्हते.

तथापि, नेत्यांचे मार्गदर्शन नाही म्हणून जनता स्वस्थ बसली नाही. तिच्या छोट्या-छोट्या नेत्यांनी जसे जमेल तसे आंदोलन चालू करावयाचे ठरविले. त्यात महात्मा गांधींचे विचार न समजलेली मंडळीही होती. त्यांचा महात्मा गांधींच्या अहिंसेवर विश्वास नव्हता. त्यांची हिंसात्मक कृत्येही या चळवळीच्या नावावर मांडली जाऊ लागली. एरव्ही शांततेच्या मार्गाने आंदोलन करणारी जनता याच वेळी हिंसात्मक व आक्रमक बनली. याचे दुसरे एक महत्त्वाचे कारण म्हणजे सरकारने चालविलेली दडपशाही. जनतेला सभा, मिरवणुका, निषेध-मोर्चे, हरताळ या चळवळीच्या साधनांचा हक्क नाकारला गेला. सभांवर व मोर्चांवर सरकार लाठीहल्ले व गोळीबार करू लागले. मग जनतेने आपला असंतोष कसा प्रकट करावा ? जनता हिंसात्मक मार्गाकडे वळली.

रस्त्याच्या कडेची झाडे तोडून ती रस्त्यावर पाडून वाहतूक अडविणे, टेलिफोनच्या तारा तोडणे, रेल्वेच्या फिशप्लेट काढून रेल्वेगाड्या उलथून टाकणे, रेल्वेवर हल्ले करणे, रेल्वे स्टेशन्स - पोस्ट ऑफिसेस् - तहसील कचेऱ्या - इतर सरकारी कार्यालये इत्यादींवर हल्ले करून ती जाळणे, सरकारी खजिन्यावर व शस्त्रागारावर हल्ले करून ते लुटणे व त्या लुटीच्या साहाय्याने प्रतिसरकार स्थापण्याचा प्रयत्न करणे यांसारखी कृत्ये या चळवळीत केली गेली.

याशिवाय विद्यार्थिवर्गही या चळवळीत मोठ्या संख्येने दाखल झाला. देशातील शेकडो हायस्कूल-कॉलेजातून विद्यार्थी बाहेर पडले. देशातील अनेक विद्यापीठे बंद पडली. बनारस विद्यापीठाचा तर लष्कराने ताबा घेतला. या चळवळीस कामगारांनीही आपला हातभार लावला. जमशेदपूर, मुंबई, अहमदाबाद इत्यादी प्रमुख शहरांतील कारखान्यात व गिरण्यांत काम करणाऱ्या कामगारांनी संप व हरताळ केले. विशेषतः मुंबई-अहमदाबादेतील कापड गिरणीतील कामगार याबाबतीत आघाडीवर होते.

छोडो भारत चळवळ सर्व देशभर सुरू होती. पण त्यातही ती बिहार, मध्य प्रांत, बंगाल, उत्तर प्रदेश, महाराष्ट्र येथे अधिक तीव्र प्रमाणावर केली गेली. ही चळवळ शहरापेक्षा ग्रामीण भागात अधिक तीव्र झाली. याचे कारण पोलीस व लष्कर यांच्या साहाय्याने शहरातील चळवळी दडपून टाकणे सरकारला शक्य होते; पण ग्रामीण भागातील चळवळ दडपणे अवघड होते. ग्रामीण भागात तर अनेक ठिकाणी क्रांतिकारकांनी प्रतिसरकार स्थापन करण्याचे प्रयत्न केले. सातारा जिल्ह्यात क्रांतिसिंह नाना पाटील यांच्या नेतृत्वाखाली साताराच्या मंडळींनी असा प्रतिसरकार स्थापन करण्याचा प्रयत्न केला होता. बंगालमध्ये मिदनापूर जिल्ह्यात, मद्रास इलाख्यात बालिया व बस्ती जिल्ह्यांतही अशाच प्रकारची प्रतिसरकारे स्थापन केली गेली. पण या प्रतिसरकारची शक्ती ब्रिटिश सत्तेपुढे फारच कमी पडत असल्याने हा प्रयोग धाडसी असला तरी यशस्वी होऊ शकला नाही.

3. **सरकारची दडपशाही :** ही चळवळ दडपून टाकण्यात सरकारने कोणतीच कसूर केली नाही. शांततामय सभा-मोर्चांवरही लाठीहल्ले व बंदुका चालविल्या गेल्या. काही ठिकाणी जमावांना पांगविण्यासाठी विमानातून मशिनगन्स चालवून कत्तली केल्या गेल्या. काही ठिकाणी तर पोलीस व लष्कर दलातील लोकांनी निःशस्त्र लोकांवर अत्याचार केले. स्त्रियांची विटंबना केली. अनेकांची अब्रू लुटण्यात आली. अनेक वेळा चळवळीतील लोकांना उपाशीपोटी कैदेत ठेवण्यात आले व त्यांचे अनेक प्रकारे हालहाल केले. या चळवळीत गोळीबाराने 1,028 लोक मृत्यमुखी पडले व 3,200 जखमी झाले असे सरकारने पुढे जाहीर केले. पं. नेहरूंच्या मते, चळवळीत मृत्युमुखी पडलेल्यांची व जखमींची संख्या दहा हजार असावी. कारावासात गेलेल्यांची संख्या सरकारी आकडेवारीनुसार साठ हजार होती.

पाटणा, नादिया, बंगलोर इत्यादी ठिकाणी जमावाला पांगविण्यासाठी सरकारला बॉंबहल्ले करावे लागले व एकूण साठ ठिकाणी लष्कराला पाचारण करावे लागले. जनतेने या चळवळीत एकूण 318 रेल्वे-स्टेशन्स जाळली, बारा हजार ठिकाणी टेलिफोन तारा तोडल्या, 60 पोस्ट ऑफिसेस् नष्ट केली व शेकडो पोस्ट ऑफिसांवर हल्ले केले. 59 रेल्वे उलथून पाडल्या. या सर्व प्रकारांत 44 लाख रुपयांची संपत्ती नष्ट झाली.

4. **महात्मा गांधींचे एकवीस दिवसांचे उपोषण :** सन 1943 च्या सुरुवातीला ब्रिटिश सरकारने 'दंगलीतील राष्ट्रसभेची जबाबदारी' नावाची पुस्तिका प्रकाशित केली. या पुस्तिकेत सन 1942 च्या आंदोलनातील हिंसक कृत्यास महात्माजी व काँग्रेस नेतेच जबाबदार असून त्यांच्या ओठावर अहिंसावाद व कृतीत हिंसावाद आहे असा गंभीर आरोप करण्यात आला होता. सरकारला आपल्या दडपशाहीवर व पाशवी कृत्यांवर पांघरूण घालावयाचे होते; म्हणून ब्रिटन व अमेरिकेतील लोकांच्या डोळ्यांत ही धूळफेक चालली होती.

सन 1942 च्या लढ्याने हिंसक वळण घेतले होते हे सत्यच होय. तथापि, त्याची जबाबदारी लढ्यापूर्वी तुरुंगात टाकलेल्या महात्माजी व इतर नेते यांच्यावर कशी येते ? ज्यांना महात्माजींचे अहिंसात्मक तत्त्वज्ञान फारसे कळले नव्हते किंवा या तत्त्वज्ञानावर ज्यांची श्रद्धा नव्हती अशांनी या लढ्याचे नेतृत्व केले. शिवाय सशस्त्र क्रांतिकारकांचा गट अद्यापि अस्तित्वात होता. त्यांनीही आपली शस्त्रे या वेळी बाहेर काढली. जनतेला शांततेने हरताळ व निदर्शने करू दिली असती तर जनताही चिडली नसती. म्हणजे खरी जबाबदारी सरकारवर होती.

सरकारने गांधींवर 'अनीतिमत्ता, गुप्तता, असत्यता, जपानधार्जिणेपणा, हिंसाविषयक चिथावणी' हे भयंकर आरोप लादले. महात्माजींना या आरोपांचे दुःख झाले. त्यांनी सरकारने पुरावा पुढे आणून आपल्यावर खटला चालवावा, मी माझी बाजू उघड मांडतो म्हणून व्हाईसरॉयला पत्र लिहिले. तथापि, सरकारने तिकडे दुर्लक्ष केले. अशा परिस्थितीत महात्माजींनी 'ईश्वराच्या न्यायालयात न्याय मागण्यासाठी' एकवीस दिवसांचा उपवास सुरू केला (10 फेब्रुवारी, 1943). या उपवासातून महात्माजी वाचणे अशक्य आहेत अशी सरकारला खात्री होती. त्यांच्या मृत्यूनंतरच्या चितेसाठी चंदनी लाकडेही आणून ठेवली होती. तथापि, सरकार व डॉक्टर यांचा अंदाज फोल ठरवून महात्माजी उपवासातून सहीसलामत बाहेर पडले.

▣ 'छोडो भारत' चळवळीचे परीक्षण

1. **जयप्रकाश नारायण यांचे मत :** सन 1942 ची 'छोडो भारत' अथवा 'चले जाव'ची चळवळ ही ब्रिटिशांनी भारतातून चालते व्हावे म्हणून करण्यात आली. आधुनिक भारताच्या इतिहासातील ती अत्यंत महत्त्वाची घटना आहे. या चळवळीत भूमिगत राहून चळवळ चालविणाऱ्यांचे एक ज्येष्ठ नेते जयप्रकाश नारायण म्हणतात की, ''फ्रान्समध्ये जसे फ्रेंच राज्यक्रांतीचे स्थान आहे, रशियात जसे रशियन राज्यक्रांतीचे स्थान आहे तसे 1942 च्या क्रांतीचे भारताच्या इतिहासात स्थान आहे. जगातील कोणत्याही क्रांतीत एवढ्या मोठ्या प्रमाणावर जनतेने भाग घेतलेला नाही.''

2. **'छोडो भारत'ची घोषणा :** 'छोडो भारत' या घोषणेबद्दल एक महत्त्वाची गोष्ट लक्षात घेण्यासारखी आहे. राष्ट्रसभेने आपल्या कोणत्याच ठरावात 'छोडो भारत' अथवा 'चले जाव' असे शब्द वापरलेले नाहीत. राष्ट्रसभेच्या ठरावाचा अर्थ तसा होत असल्याने जनतेनेच ती घोषणा तयार केली व तिने केलेल्या चळवळीस 'छोडो भारत'ची चळवळ असे नावही प्राप्त झाले.

3. **ही चळवळ जनतेने सुरू केली :** या चळवळीचे वैशिष्ट्य हे की, ही चळवळ जनतेने सुरू केली, राष्ट्रसभेने नाही. अखिल भारतीय काँग्रेस कमिटीने महात्मा गांधींच्या ठरावास मान्यता देऊन त्यांना चळवळ सुरू करण्याचा आदेश दिला. पण त्याच महात्मा गांधींसह इतर सर्व प्रमुख नेते पकडले गेल्याने काँग्रेस कमिटीचे आदेश कागदावरच राहिले. लोकांना चळवळ करायची एवढेच माहीत होते. पण ती कशी करायची याविषयी सुसंगत असा कार्यक्रम तयार झाला नाही. परिणामी लोकांनी आपणहूनच चळवळीचे नेतृत्व केले.

4. **चळवळीच्या अपयशाची कारणमीमांसा :**

- ब्रिटिश साम्राज्याच्या बलाढ्य सत्तेस भारत सोडून जाण्यास लावण्यासाठी फार मोठ्या देशव्यापी चळवळीची गरज होती आणि अशी चळवळ उभारायची व ती यशस्वी करावयाची म्हणजे तिची पद्धतशीर आखणी करणे गरजेचे होते. पण राष्ट्रसभेच्या नेत्यांनी अशा चळवळीचा जरी निर्णय घेतला तरी तिची आखणी त्यांनी केलेली नव्हती. तेवढा वेळ त्यांना मिळालाच नाही. दुसरे असे की, महात्मा गांधींना असे वाटत होते की, जपानी आक्रमणाचा धोका दारात उभा असता सरकारला ही चळवळ धोकादायक होईल. त्यामुळे सरकार राष्ट्रसभेशी वाटाघाटी करेल, या समजुतीने महात्माजी गाफील राहिले.

- डॉ. अंबाप्रसाद चळवळीच्या अपयशाचे दुसरे कारण देताना म्हणतात की, सरकारच्या नोकरीत असणाऱ्या भारतीय नोकरांनी या चळवळीत ब्रिटिश सरकारच्या पायाशी जी एकनिष्ठा दाखविली, त्यामुळे ब्रिटिशांचे राज्य देशावर चालू राहिले. भारतीय नोकरांनी जर असहकार पुकारला असता तर ब्रिटिशांना येथे राज्य करणे शक्य झाले नसते.
- चळवळीच्या अपयशाचे सर्वांत महत्त्वाचे कारण म्हणजे ब्रिटिश सत्तेचा बलाढ्यपणा. अशा बलाढ्य सत्तेशी सामना देणे व तिला पराभूत करणे ही गोष्ट अत्यंत अवघड होती आणि सर्व राष्ट्रनेते तुरुंगात असते तर त्याहून अधिक अवघड होते. सरकारजवळ मोठे पोलीस दल व प्रचंड लष्कर होते. प्रचंड साधनसामग्री व कार्यक्षम दळणवळण यंत्रणा होती. परिणामी, जनतेने चालविलेली नेतृत्वहीन चळवळ दडपून टाकणे सरकारला अशक्य नव्हते.

5. **राष्ट्रीय स्वातंत्र्याच्या चळवळीतील महत्त्वाचा टप्पा :** अशा प्रकारे ही चळवळ देशाला स्वातंत्र्य मिळवून देण्यास अपयशी ठरली तरी तिने देशाला काहीच दिले नाही असे नाही. ही चळवळ म्हणजे राष्ट्रीय स्वातंत्र्य चळवळीतील एक अत्यंत महत्त्वाचा टप्पा होता. या चळवळीनंतर अवघ्या चार-पाच वर्षांत देशाला स्वातंत्र्य मिळाले. या स्वातंत्र्याची पार्श्वभूमी या चळवळीने निर्माण केली. स्वातंत्र्याच्या प्राप्तीसाठी अनेक संघर्ष करावे लागतात. शेवटचा संघर्ष यशस्वी होतो. याचा अर्थ, पूर्वीचे अनेक अयशस्वी संघर्ष निरुपयोगी झाले असा मुळीच होत नाही. उलट, पूर्वीच्या संघर्षांमुळेच शेवटचा संघर्ष यशस्वी होत असतो.

6. **राज्यकर्त्यांचा आत्मविश्वास ढळला :** सन 1942 च्या चळवळीने सर्व देशभर जागृती केली. हजारो लोक तुरुंगात गेले. शेकडोंनी मारले गेले. लाठीहल्ले व गोळीबार यांची भीती समाजातून नष्ट झाली. अनेक ठिकाणी प्रतिसरकार स्थापन करून राज्यकर्त्यांच्या सत्तेस आव्हान देण्याचे प्रयोग झाले. लोकांची सहानुभूती या चळवळकर्त्या मंडळींच्या पाठीशी होती. सरकार व जनता यांचे शत्रुत्व आता वाढत चालले होते. खुद्द लष्करामधील भारतीय सैनिक व अधिकाऱ्यांमध्ये राष्ट्रीय चळवळीबद्दल आस्था व प्रेम वाढीस लागले होते. अशा भारतावर आपण फार काळ राज्य करू शकू असे राज्यकर्त्यांना वाटेनासे झाले. परिणामी त्यांचा आत्मविश्वास ढळला.

7. **आझाद हिंद सेनेने दिलेली स्फूर्ती :** या चळवळीने भारताच्या बाहेर आग्नेय आशिया, चीन, जपान इत्यादी प्रदेशात स्थायिक झालेल्या भारतीय लोकांना व क्रांतिकारकांना चेतावणी दिली गेली. रासबिहारी बोस यांनी आझाद हिंद सेनेची स्थापना केली व तिचे नेतृत्व पुढे सुभाषचंद्र बोस यांनी केले; हा इतिहास सुपरिचितच आहे. या आझाद हिंद सेनेच्या कर्तृत्वाची पार्श्वभूमी सन 1942 च्या छोडो भारत चळवळीने तयार केली आहे. दुसऱ्या महायुद्धात जपानला शरण जाणाऱ्या भारतीय सैनिकांचे विचार सन 1942 च्या चळवळीने अगोदरच प्रभावित झाले होते. परिणामी, त्यांनी सुभाषबाबूंच्या देशसेवेच्या आवाहनास लगेच प्रतिसाद दिला.

8. **ब्रिटिश-लीग युती घनिष्ठ झाली :** या चळवळीला मुस्लीम लीगने पाठिंबा दिला नाही. कारण ही चळवळ हिंदूंची चळवळ आहे, असा खोटा प्रचार लीगवाले व त्यांचे नेते बॅ. जीना करत होते. या वेळी लीगने ब्रिटिशांशी सहकार्य केले. ब्रिटिशांनाही राष्ट्रीय चळवळ दडपून टाकावयाची असल्याने त्यांनी लीगचे सहकार्य आनंदाने स्वीकारले. लीगने केलेल्या सहकार्याचे फळ पुढे पाकिस्तानच्या रूपाने लीगवाल्यांना राज्यकर्त्यांकडून मिळाले.

अशा प्रकारे सन 1942 ची ही 'छोडो भारत' चळवळ अनेक दृष्टीने महत्त्वाची ठरली. या मोठ्या आंदोलनामुळे भारताचे स्वातंत्र्य जवळ आले, हे कोणीही नाकबूल करणार नाही. या वेळी लोकांनी जे धाडस व देशप्रेम दाखविले ते विलक्षण होते.

म्हणून पं. नेहरूंनी या आंदोलनाची स्तुती करताना म्हटले आहे, *"I am very proud of what happened in 1942 . . . I make it plain that I cannot condemn those who took part in the 1942 movement."*

25.4 राजाजी योजना

एप्रिल 1944 मध्ये महात्माजी फार आजारी पडले. ते आता फार दिवस जगू शकणार नाहीत, तेव्हा त्यांच्या मृत्यूची जबाबदारी आपण कशाला स्वीकारा; म्हणून नवीन व्हाईसरॉय वॅव्हेल यांनी त्यांना 6 मे, 1944 रोजी मुक्त केले. ऑक्टोबर 1943 मध्ये लॉर्ड वेव्हेल यांनी आपल्या व्हाईसरॉयपदाची सूत्रे हाती घेतली होती.

युरोपातील युद्धाची परिस्थिती बदलली होती. दोस्तांचे पारडे जड झाले होते. जर्मनीचा पराभव नजरेत दिसत होता. जर्मन-जपानी फौजांची माघार चालू होती. अशा वेळी भारतीय राजकीय प्रश्नाची सोडवणूक कशी करावी हा राष्ट्रसभेपुढेसुद्धा प्रश्न होता. खरी समस्या लीगबद्दलची होती. लीगने पाकिस्तानची मागणी चालविल्यामुळे व तिच्या सहकार्याशिवाय सरकार पुढे पाऊल टाकीत नसल्याने सर्वच प्रगतीचे घोडे अडले होते. महात्माजींचे एक हुशार सहकारी चक्रवर्ती राजगोपालचारी यांनी लीगशी राष्ट्रसभेची तडजोड घडवून आणावी म्हणून एक योजना महात्माजींसमोर मांडली. महात्माजींनी ती मान्य केली (मार्च 1944). परंतु बॅ. जीनांनी ती अमान्य केली. या योजनेतील मुख्य मुद्दे असे :

(1) स्वतंत्र भारताची घटना निर्माण होण्यापूर्वीची व्यवस्था म्हणून राष्ट्रसभा व लीग यांचे हंगामी केंद्रीय सरकार स्थापन व्हावे.

(2) महायुद्ध संपल्यावर मुस्लीम बहुसंख्याक असलेल्या प्रांताच्या सीमा ठरविण्यासाठी समिती नेमावी. या प्रांतात सार्वमत घेण्यात येऊन त्या प्रांतांतील लोकांना भारतात राहावयाचे आहे की स्वतंत्र पाकिस्तान पाहिजे हे ठरवावे.

(3) सर्व पक्षांना या सार्वमताच्या वेळी प्रचार करण्याची समान संधी असेल.

(4) संरक्षण, व्यापार व दळणवळण याविषयी दोन्ही राष्ट्रांत आवश्यक करार करण्यात येतील.

बॅ. जीनांनी ही योजना धुडकावून लावली. त्यांना बंगाल, आसाम, सिंध, पंजाब, सरहद्द प्रांत व बलुचिस्तान या प्रांतांचे पाकिस्तान हवे होते. शिवाय सार्वमतात सर्व पक्षांनी भाग घेण्याची आवश्यकता त्यांना वाटत नव्हती. महात्माजींनीही जीनांशी वाटाघाटी केल्या, पण त्याही असफल झाल्या. महात्माजींनी 'देशाच्या विभाजनाच्या' तत्त्वावर लीगशी वाटाघाटी केल्यावर मुस्लीम राजकारणात अर्थातच लीगची प्रतिष्ठा वाढली. बॅ. जीनांच्या संमतीशिवाय प्रश्नाची उकल होणे अशक्य आहे, असा भास सर्वांनाच होऊ लागला.

राष्ट्रसभा व लीग यांच्यात समझौता घडवून आणण्याचा प्रयत्न राष्ट्रसभा नेते भुलाभाई देसाई व लीग नेते लियाकत अली खान यांनी आपल्या योजनेद्वारे केला. या योजनेचे सार म्हणजे हंगामी सरकारात राष्ट्रसभा व लीग या दोघांनीही सहकार्य करावे. व्हाईसरॉय मंडळात दोन्ही बाजूंचे समान प्रतिनिधी असावेत, परंतु ही योजना फलदायी झाली नाही.

25.5 वेव्हेल योजना

भारतात राजकीय पेचप्रसंग वाढत असता सरकारनेच वेव्हेल योजनेच्या स्वरूपात पुढे पाऊल का टाकले, हे प्रथम पाहिले पाहिजे. मे 1945 मध्ये युरोपातील युद्ध संपले. ब्रिटन विजयी झाले. लवकरच पार्लमेंटच्या निवडणुका होणार होत्या. चर्चिल भारताचा प्रश्न सोडवू इच्छित नव्हता. त्यामुळे हुजूर पक्षीयांबद्दल स्वातंत्र्यप्रिय ब्रिटिश जनता नाराज होती. आंतरराष्ट्रीय दडपणही ब्रिटिश सरकारवर वाढत होते. युद्धसमाप्तीनंतर पारतंत्र्यातील राष्ट्रे स्वतंत्र झाली पाहिजेत, अशी रशियानेही घोषणा केली होती. अशा परिस्थितीत चर्चिलला आपण भारताचा प्रश्न सोडविण्यास अत्यंत उत्सुक आहोत असा भास निर्माण करणे तरी आवश्यक होते. कारण मजूर पक्षाची पूर्ण सहानुभूती भारतीय स्वातंत्र्यलढ्याला होती. मजूर पक्ष सत्तेवर आला तर भारताला स्वातंत्र्य लवकर मिळण्याची शक्यता होती.

विलायत सरकारशी सल्लामसलत करण्यासाठी वेव्हेल मार्च 1945 मध्ये ब्रिटनला गेले होते. ते जून 1945 मध्ये परत आले. 14 जून रोजी त्यांनी योजना जाहीर केली :

(1) नवी घटना भारतीय लोकांनीच तयार केली पाहिजे.

(2) जपानबरोबर करावयाच्या युद्धात सर्वांचे साहाय्य मिळेल अशी आशा आहे.

(3) त्याकरिता केंद्रीय सरकारच्या कार्यकारिणीची पुनर्रचना करण्यात येईल. गव्हर्नर जनरल व कमांडर-इन-चीफ याशिवाय सर्व सभासद भारतीय असतील. त्यात सजातीय हिंदू व मुस्लीम यांचे प्रमाण समान राहील.

(4) भारतीय व्यक्तीकडे परराष्ट्रीय खाते राहील व तीच देशाबाहेर भारताचे प्रतिनिधित्व करील.

(5) पक्ष नेते, प्रांतांचे आजी व माजी पंतप्रधान यांची परिषद व्हाईसरॉय बोलावतील. ते त्यांना याद्या द्यावयास सांगतील व त्यातून केंद्रीय कार्यकारिणीकरिता सभासद निवडतील.

(6) केंद्रीय सहकार्य सुरू झाले म्हणजे प्रांतांतील 93 कलमी कारभार संपेल.

(7) विद्यमान घटनेप्रमाणे जास्तीतजास्त व्यवहार्य सत्ता दिली जाईल. त्यामुळे भविष्यकालीन घटनांवर किंवा घटनेवर परिणाम होणार नाही.

आता मुख्य प्रश्न सत्तांतराचा नव्हता तर तो 'राष्ट्रीय सरकार' निर्माण करण्याचा होता. घटना तयार झाल्यावर ब्रिटिश सत्तांतर करणार हे गृहीत धरले गेले होते. तथापि, तोपर्यंत व्हाईसरॉयच्या मंडळाचे पूर्ण भारतीयीकरण व्हावे असे सर्वांचेच मत होते. पण हे व्हावे कसे ? कुणाला किती जागा मिळाव्यात ? या प्रश्नांवर चर्चा करण्यासाठी वेव्हेलसाहेबांनी सिमला येथे परिषद बोलावण्याचे योजिले. तत्पूर्वी वातावरण चांगले व्हावे यासाठी त्यांनी राष्ट्रसभेच्या सभासदांना मुक्त केले. तथापि, राष्ट्रसभेला वेव्हेल योजनेतील 'सजातीय हिंदूंचा' उल्लेख आवडला नाही. परिषदेत हिंदू महासभेला पाचारण केले गेले नव्हते. कारण बॅ. जीना समजत होते त्याप्रमाणे वेव्हेलही राष्ट्रसभेला हिंदूंची संघटना समजत होते. राष्ट्रसभेने आपले प्रतिनिधी म्हणून मौलाना अबुल कलाम आझाद यांना पाठविले होते. बॅ. जीना लीगचे प्रतिनिधी म्हणून हजर होते.

25 जून, 1945 रोजी परिषद चांगल्या वातावरणात सुरू झाली. युद्धप्रयत्नात भारताचे सहकार्य, युद्ध संपेपर्यंत हंगामी सरकारचे अस्तित्व इत्यादी प्रश्नांवर सर्वांचे एकमत होते. तथापि, व्हाईसरॉयच्या मंडळाच्या रचनेवर चर्चा येताच चर्चासत्राचे घोडे अडले. बॅ. जीनांनी नेहमीप्रमाणे अडवणुकीची भूमिका घेतली. व्हाईसरॉयच्या मंडळात हिंदू व मुस्लीम यांचे समान प्रतिनिधी असावेत हे राष्ट्रसभा व लीग यांना तत्त्वतः मान्य असल्यासारखे असले तरी राष्ट्रसभेने फक्त हिंदू सभासदच पाठवावेत व लीगने मुस्लीम सभासद पाठवावेत; म्हणजे व्हाईसरॉयच्या मंडळातील मुस्लीम सभासद हा लीगचाच असला पाहिजे ही जीनांची भूमिका होती. अर्थात, राष्ट्रसभेने त्याला मोठा विरोध केला. राष्ट्रसभा ही राष्ट्रीय संघटना होती. तिला हिंदू, मुस्लीम, पारशी, हरिजन, शीख इत्यादी धर्माचे व जातीचे प्रतिनिधी पाठविण्याचा नैतिक हक्क होता. तो हक्कच जीना अमान्य करीत होते. याशिवाय राज्यकारभाराच्या कोणत्याही प्रश्नावर मुस्लीम सभासदांनी बहुमताने संमती दिल्याशिवाय निर्णय होऊ नये असाही आग्रह त्यांनी धरला. हा आग्रह व्हाईसरॉय मान्य करू शकले नाहीत. त्यांनी 14 जुलैला परिषद अपयशी होऊन बरखास्त झाल्याचे जाहीर केले. याचा अर्थ, आता भारताचा राजकीय प्रश्न सोडविण्याच्या किल्ल्या ब्रिटिशांनी बॅ. जीनांच्या हाती दिल्या होत्या. भारतातील सर्व मुस्लिमांचे आपण एकमेव प्रतिनिधित्व करत आहोत, हा त्यांचा दावा फोल होता. भारतात पंजाब व सरहद्द प्रांत या ठिकाणी इतरही मुस्लीम संघटना होत्या व तेथे पूर्वी त्यांची प्रांतीय सरकारेही होती. मुस्लिमांच्या इतर संघटना होत्या. त्यांनाही कळून चुकले की, लीगशी सहकार्य केल्याशिवाय राजकीय प्रश्न सुटू शकत नाही. म्हणजे लीगचा पाया अधिकच भक्कम होऊ लागला.

या ठिकाणी ब्रिटनच्या राजकारणात झालेला बदल लक्षात ठेवला पाहिजे. सिमला परिषद बरखास्त होण्यापूर्वी चारच दिवस अगोदर ब्रिटनमध्ये मजूर पक्षाचा विजय झाला होता. चर्चिल पराभूत होऊन ॲटली हे ब्रिटनचे पंतप्रधान बनले. पेथिक लॉरेन्स भारत-सचिव बनले. याच वेळी जपान शरण आला. त्याच्या आक्रमणाची भीती आता राहिली नाही. तेव्हा आता स्वातंत्र्यासाठी आणखी एक लढा पुकारावा की काय या मनःस्थितीत राष्ट्रसभा होती.

25.6 नेताजी सुभाषचंद्र बोस : आझाद हिंद सेना

जानेवारी 1941 मध्ये नेताजी स्थानबद्ध असतानाच गुप्त पोलिसांच्या हातावर तुरी देऊन निसटले. ते काबूल-मास्कोमार्गे प्रथम जर्मनीत गेले व तेथे त्यांनी जर्मनांना शरण आलेल्या भारतीय सैनिकांच्या 'आझाद हिंद सेनेची' स्थापना केली. तथापि, भारताच्या पूर्वेकडील मलाया, सिंगापूर, ब्रह्मदेश इत्यादी प्रदेश जपानने जिंकल्यामुळे तिकडेच लष्कराशी जुळवाजुळव करून जपानच्या मदतीने भारतावर स्वारी करता येईल या महत्त्वाकांक्षेने ते पाणबुडीमधून नव्वद दिवसांचा प्रवास करून सिंगापूरला पोहोचले. हजारो भारतीय सैनिक जपानला शरण आले होते. त्यांच्या हृदयात स्वातंत्र्याची ज्योत प्रज्वलित करून रासबिहारी बोस यांनी निर्माण केलेल्या सेनेचे नेतृत्व त्यांनी स्वीकारले. सिंगापूरला त्यांनी हंगामी भारतीय सरकारही स्थापन केले. सन 1943-44 मध्ये जपानच्या सहकार्याने आझाद हिंद सेनेने ब्रिटिश फौजांशी अनेक ठिकाणी लढाया केल्या व प्रदेश काबीज केला. तथापि, जून 1944 पासून आझाद हिंद सेनेची माघार सुरू झाली; ते दिवस दोस्तांच्या सरशीचे होते. लवकरच जर्मनी व त्यामागून जपान शरण गेला. भारतावर लष्करी स्वारी करून त्याला स्वतंत्र करण्याचे नेताजींचे भव्य व तेजस्वी स्वप्न साकार झाले नाही. सिंगापूरहून ते जपानला जात असता फार्मोसावर त्यांच्या विमानाला 18 ऑगस्ट, 1945 रोजी अपघात झाला व त्यात ते मरण पावले असे म्हणतात. भारत एका तेजस्वी सुपुत्राला मुकला.

आझाद हिंद सेनेतील सैनिकांवर व सेनानींवर ब्रिटिश सरकारने खटला चालविला. ब्रिटिश साम्राज्याचा द्रोह केल्याचा आरोप त्यांच्यावर ठेवण्यात आला होता. धिल्लन, सेहगल व शहानबाज खान हे तीन सेनानी प्रमुख आरोपी होते. आरोपींच्या वतीने पं. जवाहरलाल नेहरू, सर सप्रू आणि भुलाभाई देसाई यांनी जोरदार समर्थन केले. सर्व देशभर स्वातंत्र्यप्रेमाचे भरते आले होते. सैनिकांबद्दल प्रेम व सहानुभूती दाखविण्यासाठी अनेक ठिकाणी निदर्शने झाली. सरकारला त्यांच्यावर काही ठिकाणी गोळीबार करावा लागला. आरोपी दोषी ठरून त्यांना देहान्ताच्या शिक्षा झाल्या. तथापि, देशातील लोकमताचा प्रभाव जाणून सरकारने त्यांना माफी दिली. राष्ट्रसभेचा आणखी एक विजय नोंदला गेला.

(या विषयाची अधिक चर्चा पुढील प्रकरणात केलेली आहे.)

25.7 कॅबिनेट मिशन/त्रिमंत्री शिष्टमंडळ

सिमला परिषद अयशस्वी होण्यास मुस्लीम लीगचे नेते बॅ. जीना यांचा आडमुठेपणा व सवत्या सुभ्याची प्रवृत्तीच कारणीभूत ठरली होती. व्हाईसरॉय वेव्हेल यांनी भारतीय प्रश्न सोडविण्याचा प्रामाणिक प्रयत्न चालविला असला तरी ब्रिटिश नोकरशाही ही मुस्लिमांच्या बाजूनेच असल्याने नोकरशाहीची चिथावणी वेळोवेळी लीगला मिळत होतीच.

जुलै महिन्यात ब्रिटनमध्ये निवडणुका होऊन 'हुजूर पक्ष' पराभूत झाला. 'मजूर पक्ष' अधिकारावर आला. भारताला स्वातंत्र्य देणे हे मजूरपक्षीयांचे उद्दिष्टच होते. ब्रिटन व अमेरिका येथील लोकमतही मजूर पक्षाच्या या निर्णयाला पूर्वीपासूनच अनुकूल होते.

15 मार्च, 1946 रोजी ॲटलींनी पार्लमेंटमध्ये घोषित केले की, भारताला शक्य तितक्या लवकर पूर्ण स्वातंत्र्य देणे आवश्यक आहे. कारण सन 1946 चा भारत म्हणजे सन 1920 चा किंवा सन 1930 चा; एवढेच काय, सन 1942 चाही भारत राहिलेला नाही. सत्तांतर करीत असता आम्ही अल्पसंख्याकांच्या रक्षणाकडे जरूर लक्ष देऊ, परंतु अल्पसंख्याकांच्या प्रगतीची वाट रोखून धरता येणार नाही.

ॲटलींच्या बोलण्याचा रोख बॅ. जीनांवर होता. बॅ. जीनांनी लगेच तीव्र शब्दांत जाहीर केले की, मुस्लीम हे अल्पसंख्याक नसून ते एक राष्ट्र आहे.

तत्पूर्वी लॉर्ड वेव्हेल यांना पंतप्रधान ॲटली यांनी भारतीय प्रश्नावर चर्चा करण्यासाठी ब्रिटनला बोलावले होते. ब्रिटनला जाण्यापूर्वी त्यांना जाहीर केले होते की, केंद्रीय व प्रांतीय कायदेमंडळाच्या निवडणुका लवकरच घेण्यात येतील. घटना निर्माण होऊन स्वतंत्र भारताचा कारभार त्याप्रमाणे चालण्याच्या काळापर्यंत भारतात 'राष्ट्रीय सरकार' निर्माण करण्याच्या दृष्टीने ब्रिटिशांचा हा प्रयत्न होता. परंतु मुख्य प्रश्न देशाच्या फाळणीचा होता. मुस्लिमांच्या पाकिस्तानच्या मागणीचा प्रश्न कसा सोडवावयाचा हीच एक समस्या ब्रिटिशांच्या समोर होती. त्यासाठी पंतप्रधान ॲटली यांनी आपल्या मंत्रिमंडळापैकी (1) सर पेथिक लॉरेन्स (2) सर स्टॅफर्ड क्रिप्स (3) मि. ॲलेक्झांडर यांचे शिष्टमंडळ भारतात पाठविले. ते मार्च 1946 मध्ये भारतात येऊन पोहोचले.

त्रिमंत्री शिष्टमंडळाने प्रथम व्हाईसरॉय, प्रांतांचे गव्हर्नर व व्हाईसरॉयच्या कार्यकारी मंडळाचे सभासद यांच्याशी चर्चा करून भारतीय राजकीय समस्या समग्र समजून घेतली. पुढचे काम म्हणजे भारतातील राजकीय संघटना व नेते यांच्याशी चर्चा करून सर्वांना संमत असा तोडगा काढणे हे होते. शिष्टमंडळ त्या कामास लागले. 472 नेत्यांच्या मुलाखती त्यांनी घेतल्या. परंतु बॅ. जीनांनी आपला आग्रह सोडला नाही. त्यांच्या मते, भारत हे एक राष्ट्र कधी नव्हतेच; मुस्लीम संस्कृती ही हिंदू संस्कृतीहून भिन्न असल्याने मुस्लीम हे एक राष्ट्र आहे व राष्ट्र म्हणून अस्तित्वात येण्याचा त्यांना हक्क आहे. राष्ट्रसभेचा देशाच्या फाळणीस विरोध होता. त्यामुळे काँग्रेस व लीग यांना पसंत असलेला तोडगा निघणे शक्य न झाल्याने त्रिमंत्र्यांनी शेवटी 16 मे, 1946 रोजी आपली योजना जाहीर केली. त्यातील प्रमुख मुद्दे असे :

(1) भारताला संपूर्ण स्वातंत्र्य शक्यतो लवकर द्यावे असा विलायत सरकारचा विचार असून हे सत्तांतर सुलभ व्हावे यासाठी या शिष्टमंडळाची योजना झालेली नाही.

(2) भारताची फाळणी करावी की तो अखंड ठेवावा या समस्येवर राष्ट्रसभा व लीग यांचे एकमत न झाल्याने तडजोड होऊ शकली नाही. आता आम्ही ब्रिटिश सरकारच्या मान्यतेने पुढील योजना सादर करीत आहोत :

- ब्रिटिश भारत व संस्थाने यांचे मिळून भारतात एक राज्य बनावे. या राज्याकडे परराष्ट्र संबंध, संरक्षण आणि दळणवळण या खात्यांचा कारभार असावा. या खात्यांचा कारभार पाहण्यासाठी आवश्यक तो पैसा उभा करण्याचे अधिकार या राज्याकडे असावेत.
- या राज्यात ब्रिटिश भारत व संस्थाने यांच्या प्रतिनिधींचे कार्यकारी मंडळ व कायदेमंडळ असावे. एखाद्या जातीय प्रश्नावर निर्णय घेण्याचा प्रसंग निर्माण झाल्यास त्या विशिष्ट जातीच्या प्रतिनिधींच्या बहुमताची, दोन समाजाच्या (हिंदू व मुस्लीम) प्रतिनिधींच्या बहुमताची व हजर असणाऱ्या प्रतिनिधींच्या बहुमताची आवश्यकता असेल.
- केंद्राकडे जे विषय आहेत ते सोडून बाकीचे सर्व विषय व शेषाधिकार प्रांतांना मिळावेत.
- संस्थानांनी केंद्राकडे जे विषय दिले आहेत ते सोडून सर्व विषयांवर संस्थानांचा अधिकार राहील.
- भारतातील प्रांतांचे तीन गट करावेत. पहिला गट मद्रास, मुंबई, संयुक्त प्रांत, बिहार, मध्य प्रांत व ओरिसा यांचा; दुसरा गट पंजाब, सरहद्द प्रांत व सिंध यांचा; तिसरा गट बंगाल व आसाम यांचा. या तीन गटांतून 292 प्रतिनिधी घटनापरिषदेकरिता निवडले जावेत. संस्थानांसाठी 93 जागा असाव्यात.

  गटातील प्रांतांनी स्वतंत्रपणे बसून आपापल्या प्रांतांसाठी प्रांतीय घटना तयार करावी. गटातील प्रांतांना गटासाठी स्वतंत्र घटना हवी असेल तर ती त्यांनी निर्माण करावी. गटाकडे कोणते विषय द्यावेत, हे त्या गटातील प्रांतांनी ठरवावे. प्रथम गटांच्या घटना व नंतर संघराज्याची घटना असा क्रम राहील.
- प्रत्येकी दहा वर्षांच्या कालखंडानंतर दुरुस्तीचा ठराव प्रांतातील कायदेमंडळास मांडता येईल.
- संस्थानांवरील ब्रिटिशांची सर्वोच्च सत्ता नष्ट करण्यात येईल.
- व्हाईसरॉयच्या मंडळाची पुनर्रचना करून भारतातील प्रमुख पक्षांचे हंगामी सरकार स्थापन करण्यात येईल.

▣ त्रिमंत्री योजनेचे परीक्षण

(1) मुस्लीम समाजासाठी स्वतंत्र राष्ट्र हवे हा मुस्लीम लीगचा दावा त्रिमंत्री योजनेने अमान्य केला होता. राजकीयदृष्ट्या, भौगोलिकदृष्ट्या, राज्यकारभारदृष्ट्या आणि लष्करीदृष्ट्या असे वेगळे राष्ट्र निर्माण करणे हे मुस्लिमांच्या हिताचे नाही असा स्पष्ट कौल मिशनने दिला होता. पाकिस्तानच्या निर्मितीने भारतात राहणाऱ्या लाखो अल्पसंख्याक मुस्लिमांचा प्रश्न सुटणार नव्हता; शिवाय पाकिस्तानात अल्पसंख्याक हिंदूंचा प्रश्न निर्माण होणार होताच. यालाच तोडगा म्हणून या योजनेने भारत अखंड ठेवून प्रांतांची गटात विभागणी केली व केंद्राकडे फार थोडे अधिकार ठेवून गटाकडे बाकीचे सर्व अधिकार दिले. गट नं. 2 व 3 या ठिकाणी मुस्लीम बहुसंख्य लोकसंख्या असून त्यांना त्यांच्या संस्कृती संरक्षणासाठी मोठीच स्वायत्तता मिळणार होती. म्हणजे स्वतंत्र भारतामध्ये आपले संरक्षण होणार नाही, या भीतीचे निराकरण या योजनेने केले होते. प्रत्येक गटाची वेगळी घटना असल्याने त्या-त्या गटांना आपला कारभार स्वतंत्रपणे करता येणार होता. म्हणजे पाकिस्ताननिर्मितीचे सर्व फायदे भारताची फाळणी केली न जाता मुस्लिमांना मिळणार होते.

(2) पूर्वी कायदेमंडळासाठी जाती-जमातींना त्यांच्या लोकसंख्येच्या प्रमाणाबाहेर प्रतिनिधित्व सरकार देत असे. ही पद्धती योजनेने न स्वीकारता लोकशाही पद्धतीनुसार लोकसंख्येच्या प्रमाणात घटनासमितीत प्रतिनिधित्व देण्यात आले. मुस्लीम व शीख यांच्याशिवाय इतरांचे जातीय मतदारसंघ नष्ट करण्यात आले. अँग्लो-इंडियन, ख्रिश्चन, युरोपियन, हरिजन, मजूर इत्यादी मतदारसंघ रद्द करण्यात आले.

(3) निर्माण होणारी घटनासमिती पूर्ण भारतीय स्वरूपाची व लोकशाही पद्धतीवर आधारित अशी राहणार होती. युरोपियनांचा हस्तक्षेप तिच्यात होणार नव्हता. भारताची घटना कशी असावी हे ठरविण्याचा सार्वभौम अधिकार तिला असणार होता. ब्रिटिश सरकार तिच्याशीच सत्तांतराचा तह करणार होते.

कॅबिनेट मिशनमधील चांगले मुद्दे वरीलप्रमाणे होते, तथापि काही दोषही या योजनेत होते, ते पुढीलप्रमाणे :

(1) कॅबिनेट मिशनने कागदावर पाकिस्तान निर्माण केले नाही हे खरे; परंतु प्रत्यक्षात नं. 2 व 3 हे गट पाडून पाकिस्तान निर्मितीचे सर्व फायदे मुस्लिमांना दिले. या गटातील मुस्लिमेतर लोकांची इच्छा लक्षात घेतली गेली नाही.

(2) प्रथम गटांची घटना व नंतर केंद्रीय सरकारची घटना हा क्रम घटनात्मकदृष्ट्या व राजकीयदृष्ट्या चुकीचा व हास्यास्पद होता.

(3) या योजनेने केंद्रसत्ता अगदीच दुबळी होणार होती. प्रांतांना प्रमाणाबाहेर स्वायत्तता मिळणार होती. केंद्राचा फारसा दबाव प्रांतांवर राहणार नव्हता.

(4) या योजनेप्रमाणे ब्रिटिशांनी भारत सोडतेवेळी सर्व संस्थाने सार्वभौम होणार होती. त्यांनी स्वतंत्र राहावयाचे की संघराज्यात सामील व्हायचे हे स्वातंत्र्य ब्रिटिश देणार होते. याचाच अर्थ, भारतात राजकीय ऐक्य स्थापन होण्याच्या कामी हे संस्थानिक मोठी अडचण होणार होते.

(5) घटनासमिती ही खऱ्या अर्थाने सार्वभौम ठरणारी नव्हती. कारण ब्रिटिशांनी अल्पसंख्याक व संस्थानिक यांना दिलेल्या आश्वासनाच्या संदर्भात घटनासमितीने संघराज्याची घटना तयार करावयाची होती. म्हणजे समितीवर बंधने होतीच. शिवाय प्रत्येक गटाला व गटामधील प्रत्येक प्रांताला स्वतंत्र घटना निर्माण करण्याचा हक्क होता. म्हणजे संघराज्यातील गटाची, प्रांताची तसेच केंद्राची घटना वेगवेगळी राहणार होती. संस्थाने संघराज्यात येणार असतील तर त्यांनी आपली घटना स्वतंत्ररीत्या ठरवावयाची होती. अशा प्रकारे चमत्कारिक संघराज्य या योजनेने निर्माण होणार होते.

▣ राष्ट्रसभा - लीग संघर्ष

मुस्लीम लीगने कॅबिनेट मिशनची योजना स्वीकारली. कारण तिच्या मते नं. 2 (ब) व नं. 3 (क) या गटांमध्ये तिच्या अपेक्षेप्रमाणे पाकिस्तान साकार होणार होते. प्रत्यक्षात पाकिस्तान निर्माण झाल्यासारखेच होणार होते. मध्यवर्ती सत्ता कमकुवत राहिल्याने हे दोन गट भारतीय संघराज्यातून पुढे फुटून निघणार होते. शिवाय या योजनेखाली

लीगच्या सत्तेखाली संपूर्ण पंजाब, संपूर्ण बंगाल व संपूर्ण आसाम हे प्रांत येणार होते. या प्रांतांत हिंदू बहुसंख्येने होते. राष्ट्रसभेने ही योजना स्वीकारली असती तर आज भारतात असणारे पूर्व पंजाब, पश्चिम बंगाल व आसाम हे मुस्लिमेतर लोकसंख्या असलेले प्रांत पाकिस्तानात असलेले आपणास पाहावयास मिळाले असते.

गटामध्ये प्रांतांना राहावयाची सक्ती असणार की नाही या प्रश्नावर राष्ट्रसभा व लीग यांच्यात संघर्ष सुरू झाला. राष्ट्रसभेला योजना मान्य होती; परंतु तिच्या मते, प्रांतांना गटामध्ये राहावयाचे की नाही हे ठरविण्याचे स्वातंत्र्य आहे. लीगच्या मते, असे स्वातंत्र्य नाही; परंतु याहीपेक्षा खरा वाद निर्माण झाला तो मध्यवर्ती हंगामी सरकारच्या रचनेविषयी. व्हाईसरॉयचे कार्यकारी मंडळ सर्वस्वी भारतीय बनणार होते. घटना लागू होईपर्यंत हे सरकार काम पाहणार होते; परंतु या सरकारात कोणाला किती जागा असाव्यात याविषयी वादंग निर्माण झाले.

16 जून, 1946 रोजी व्हाईसरॉयनी आपल्या कार्यकारी मंडळाच्या चौदा सभासदांची यादी जाहीर केली. या यादीत राष्ट्रसभेला सहा, लीगला पाच, शिखांना एक, अँग्लो-इंडियनांना एक व हरिजनांना एक अशा जागा दिल्या होत्या. जाहीर झालेल्या राष्ट्रसभेच्या जागांवर एकही मुस्लीम नव्हता. म्हणजे राष्ट्रसभेला मुस्लीम व्यक्ती मंडळावर पाठविण्याचा हक्क नाही हे बॅ. जीनांचे म्हणणे सरकारने ग्राह्य धरले होते. राष्ट्रसभेने हे मान्य केले नाही; आपण अशा सरकारात भाग घेणार नाही असे राष्ट्रसभेच्या वर्किंग कमिटीने जाहीर केले. लीगची भूमिका अशी होती की, ज्यांना हंगामी सरकारात येण्याची इच्छा आहे अशांचे सरकार ब्रिटिशांनी बनवावे. व्हाईसरॉयने या गोष्टीस मान्यता दिली नाही.

दरम्यान घटनासमितीच्या निवडणुका जुलै 1946 मध्ये झाल्या. ब्रिटिश भारतातील सर्वसाधारण मतदारसंघांतील 210 जागांपैकी राष्ट्रसभेने 199 जागा जिंकल्या. 78 मुस्लीम जागांपैकी 73 जागा लीगने जिंकल्या. घटनासमितीमध्ये राष्ट्रसभेला जबर बहुमत मिळाले होते. त्यामुळे लीग चिडून गेली. लीगच्या रागाला आणखी दोन घटना घडल्या. त्रिमंत्र्यांमधील लॉरेन्स आणि क्रिप्स यांनी याच वेळी जाहीर केले की, हंगामी सरकारात मुस्लीम सभासद पाठविण्याचा केवळ लीगचा हक्क आम्हांस मान्य नाही. दुसरी घटना पं. नेहरूंच्या वार्ताहर परिषदेची होय. पंडितजींनी जाहीर केले की, राष्ट्रसभेने घटनासमितीत जाण्याचे मान्य केले आहे; परंतु कॅबिनेट मिशन योजना दुरुस्त करण्याचा हक्क तिने सोडलेला नाही. घटनासमितीत मिळालेल्या बहुमताच्या जोरावर राष्ट्रसभा कॅबिनेट मिशन योजना आपणाला अनुकूल कशी करून घेणार अशी बॅ. जीनांनी ओरड करून आता मुस्लिमांनी घटनात्मक पद्धतीवर विश्वास न ठेवता पाकिस्तानच्या निर्मितीसाठी 'प्रत्यक्ष कृती' करावी असा मुस्लिमांना आदेश दिला. 16 ऑगस्ट हा 'प्रत्यक्ष कृती'चा दिवस ठरला. बंगाल व सिंध या ठिकाणच्या मुस्लीम मंत्रिमंडळांनी तर सार्वत्रिक सुट्टीच जाहीर केली. बंगालमध्ये सुऱ्हावर्दी मुख्यमंत्री होता. त्याने 5 ऑगस्टच्या Statesman मध्ये आपली भूमिका स्पष्ट केली, ती अशी :

"उदात्त ध्येयासाठी आपण झटत असलो तर रक्तपात व अराजक म्हणजे काही वाईट गोष्टी नाहीत आणि आज पाकिस्तानशिवाय मुस्लिमांपुढे दुसरी कोणतीही प्रिय व उदात्त गोष्ट नाही."

'प्रत्यक्ष कृती' म्हणजे हिंदूंच्या कत्तली करणे हा सरळ अर्थ जीनांच्या आदेशात होता. रक्तपिपासू मुस्लिमांनी तो तंतोतंत अमलात आणला. देवगिरीकर लिहितात, "16 ऑगस्टचा प्रत्यक्ष कृतीचा दिवस होऊन गेला होता. सुऱ्हावर्दी हे बंगालचे मुख्यमंत्री होते. ते स्वतः दंग्यांना प्रत्यक्ष-अप्रत्यक्ष उत्तेजन देत होते. कलकत्ता शहर हे हिंदूंच्या कत्तलीचा खाटिकखाना झाला. निर्भयपणे मुस्लीम गुंड कत्तली, लुटालूट, जाळपोळ करीत. पोलीस हात जोडून राहत. पोलिसांनी एकदाही लाठी चालविली नाही किंवा अश्रुधूर सोडला नाही. युरोपियन सार्जंट गुंडांना दंगे करताना शस्त्रास्त्रांसह पकडत व सुऱ्हावर्दी त्यांना सोडून देत. सारे कलकत्ता शहर थरथर कापत होते. कलकत्त्यात पाच हजार मुडदे पाडण्यात आले व दहा हजार लोक जखमी झाले. जालियनवाला बागला मागे टाकणारा रक्तपात येथे झाला. रस्तोरस्ती मुडदे सडत-कुजत पडले. असा भयंकर रक्तपात तोपर्यंत कुठेही झाला नाही."

फक्त तीन दिवसांतील हा संहार होता. कलकत्त्याप्रमाणे देशात अन्य ठिकाणीही हिंदूंच्या कत्तली झाल्या. लीगने हंगामी सरकार व घटनापरिषदेत यावे म्हणून व्हाईसरॉयचे प्रयत्न चालूच होते. शेवटी लीग हंगामी सरकारात जाण्यास कबूल झाली. 'प्रत्यक्ष कृतीचे कार्य अधिक जोमदार करण्याकरिता' लीगला पाकिस्तान हवे होते. हंगामी सरकारात जाऊन राष्ट्रसभेच्या प्रगतीला अडथळे आणून पाकिस्तानचे स्वप्न साकार करण्यास मदतच होईल असे लीगला वाटले. विलायत सरकार राष्ट्रसभेस आदेश देत होते की, लीग आली तर उत्तमच; नाहीतर तुम्ही राज्यकारभार सुरू करा. परंतु व्हाईसरॉयचा लीगचा अनुनय सुटत नव्हता. त्यांना लीगने सरकारात येणे आवश्यक वाटत होते. लीग हंगामी सरकारात जावयास कबूल झाली तर ती घटनापरिषदेत भाग घेणार नव्हती.

सप्टेंबर 1946 मध्ये राष्ट्रसभेने आपले सभासद सरकारात पाठविले. त्यात पं. नेहरू, सरदार पटेल, राजाजी, डॉ. राजेंद्रप्रसाद इत्यादींचा समावेश होता. लीग ऑक्टोबरात मंत्रिमंडळात आली. राष्ट्रसभेचे सहा व लीगचे पाच आणि इतर अल्पसंख्याकांचे तीन अशा चौदा सभासदांचे हंगामी सरकार (मंत्रिमंडळ) तयार झाले; परंतु ज्याला जबाबदार राज्यपद्धती किंवा कॅबिनेट सिस्टिम म्हणतो ती प्रस्थापित होऊ शकली नाही. पं. जवाहरलाल या मंत्रिमंडळाचे प्रमुख होते. राष्ट्रसभा व लीग मंत्रिमंडळात सहकार्याने राहू शकत नाहीत, लीग पदोपदी अडथळे निर्माण करीत आहे असा कटू अनुभव त्यांना लवकरच आला.

आता घटनापरिषदेची बैठक भरणार होती. या परिषदेला हजर राहण्यास लीगने नकार दिला. याला प्रमुख कारण म्हणजे पंडित नेहरूंची इतिहासातील अत्यंत दुर्दैवी अशी वार्ताहर परिषद होय. या परिषदेत पंडितजींनी आम्ही घटनापरिषदेत कॅबिनेट योजना बदलू असे उद्‌गार काढल्याने बॅ. जीनांनी योजनेला दिलेला पाठिंबा मागे घेतला. त्यांच्या मते, भारताची भावी घटना कॅबिनेट योजनेच्या पायावर आधारभूत अशीच होणार होती. मौलाना आझाद यांनी पंडितजींच्या वार्ताहर परिषदेचा उल्लेख "One of those unfortunate events which change the course of history" असा केला आहे व तो अगदी बरोबर आहे.

बाजू आपल्यावर उलटली आहे हे पाहताच राष्ट्रसभेने पंडितजींच्या विधानावर तीव्र नापसंती जाहीर करून कॅबिनेट योजनेप्रमाणे भावी घटना करू असे आश्वासन लीगला दिले; परंतु जीनांनी ते मानले नाही. ''ब्रिटिश अजून सत्ता सोडून गेले नाहीत तोपर्यंतच राष्ट्रसभा आपले मत असे बदलू शकते, तर उद्या त्यांच्या हाती सत्ता आल्यावर ते मुस्लिमांना योग्य न्याय देऊ शकणार नाहीत, पंडितजींचे उद्‌गार म्हणजे राष्ट्रसभेचा आतला आवाज होय'' असे जीनांनी जाहीर करून मुस्लिमांनी 'प्रत्यक्ष कृतीच्या' धोरणाला सोडू नये म्हणून घोषित केले. ब्रिटिश सरकारनेही पार्लमेंटमध्ये लीगला आश्वासन दिले; परंतु त्याचाही जीनांच्यावर परिणाम झाला नाही.

▣ लंडन परिषद

भारतीय राजकारणातील पेचप्रसंग अधिकच गुंतागुंतीचा झाला. ही गुंतागुंत सोडवून घटनापरिषदेचे कार्य सुरळीत मार्गी लागण्यासाठी पंतप्रधान ॲटली यांनी राष्ट्रसभा व लीग यांच्या नेत्यांना लंडनला बोलावले. राष्ट्रसभेचे पं. नेहरू व सरदार पटेल आणि लीगचे बॅ. जीना व लियाकत अली खान परिषदेला हजर राहिले. तेथे पुन्हा प्रांतांना गटात राहण्याची सक्ती करता येते की नाही हाच महत्त्वाचा प्रश्न उभा राहिला. विलायत सरकारने लीगच्या बाजूने कौल दिला. प्रांताविषयीचे निर्णय गटाच्या प्रतिनिधींच्या बहुमताने घ्यावेत; म्हणजे एखाद्या प्रांताला एखाद्या गटातून बाहेर पडावयाचे झाल्यास त्या गटातील लोकप्रतिनिधींच्या बहुमताची गरज लागेल. राष्ट्रसभेच्या नेत्यांना हा कौल मान्य झाला नाही. परिषद पुन्हा अयशस्वी ठरली. तथापि, लीगला विलायत सरकार आपल्या बाजूला झाल्याचा लाभ झाला. याशिवाय ज्या घटनासमितीत लीग नाही अशा घटनासमितीने निर्माण केलेली घटना मुस्लीम समाजावर बंधनकारक राहणार नाही असेही आश्वासन ब्रिटिशांकडून लीगला या वेळी मिळाले. पं. नेहरूंनी मायदेशी परत आल्यावर त्यांनी राष्ट्रसभेला अहवाल दिला. विलायत सरकारचा कौल राष्ट्रसभेच्या विरूद्ध होता. तरीही गटाचा कारभार प्रांतांच्यावर अन्याय होणार नाही अशा रीतीने करावा अशी ढोबळ शर्त राष्ट्रसभेने घालून लंडन परिषदेच्या निर्णयाला मान्यता दिली.

▣ ॲटलींची घोषणा

घटनासमितीची परिषद 9 डिसेंबर, 1946 रोजी सुरू झाली. एकंदर 207 सभासद परिषदेत हजर होते. पं. नेहरू, मौलाना आझाद, राजाजी, आचार्य कृपलानी, पं. पंत, डॉ. राजेंद्रप्रसाद हे आधुनिक भारताचे शिल्पकार त्या समितीत होते. डॉ. राजेंद्रप्रसाद कायमस्वरूपी अध्यक्ष म्हणून नियुक्त केले गेले. पं. नेहरूंनी 'स्वतंत्र व सार्वभौम प्रजासत्ताक' या भारताच्या उद्दिष्टांविषयीचा आपला ठराव परिषदेत मांडला. तथापि, लीगने परिषदेवर बहिष्कार टाकला होता. लीगचा बहिष्कार व प्रत्यक्ष कृतीचे धोरण या मुद्द्यांवर राष्ट्रसभेने लीगचा हंगामी सरकारमधून राजीनामा मागितला तर लीगने राष्ट्रसभेचा राजीनामा मागितला.

इकडे देशात लीगच्या सत्तेखाली असणाऱ्या प्रदेशात व मुस्लीम बहुसंख्य प्रदेशात मुस्लिमांनी लीगच्या आदेशानुसार हिंदूंच्या कत्तली चालविल्या होत्या. पूर्व बंगालमधील नौखाली जिल्ह्यात सुरू झालेल्या कत्तली भीषण होत्या. हजारो हिंदूंना ठार करण्यात आले, त्यांच्या स्त्रियांची अब्रू घेण्यात आली, त्यांची मालमत्ता लुबाडण्यात आली. या सर्व

कृत्यांना गोरे अधिकारी व लीगवाले यांचे सक्रिय साहाय्य होत होते. बंगालमधील हिंदूंच्या कत्तलीचा सूड बिहारमधील हिंदूंनी मुस्लिमांवर घेतला. तेथे मुस्लिमांच्या कत्तली झाल्या. सर्व भारतात भीतीचे वातावरण निर्माण झाले. भारतात हिंदू व मुस्लीम यांच्यात यादवी युद्ध सुरू होऊन भारतातील कायदा व सुव्यवस्था यांची यंत्रणा कोलमडून जाण्याची भीती विलायत सरकारला वाटू लागली. काहीतरी धाडसी पाऊल उचलणे ॲटली यांना अपरिहार्य वाटू लागले. सत्तांतराची निश्चित तारीख ठरविण्याच्या विचाराकडे त्यांचा कल वाढू लागला. व्हाईसरॉयना हा विचार पसंत नव्हता. त्यांच्या मते, भारतातील जातीय प्रश्न सोडविल्याशिवाय सत्तांतर करणे म्हणजे ब्रिटिशांची घोडचूक होईल. ॲटलींच्या मते, सत्तांतराची तारीख ठरली गेली की मग राजकीय प्रश्न सोडविण्याच्या दृष्टीने सर्वच पक्ष झपाट्याने पावले उचलतील. व्हाईसरॉय वेव्हेल यांना हे मत न पटल्याने त्यांनी राजीनामा दिला. त्यांच्या जागी ॲटली यांनी लॉर्ड माउंटबॅटन यांची नियुक्ती केली (मार्च 1947).

तत्पूर्वी 20 फेब्रुवारीला ॲटली यांनी पार्लमेंटमध्ये अत्यंत महत्त्वपूर्ण घोषणा केली. त्या घोषणेतील मुद्दे असे :

(1) ब्रिटन भारतावरील आपली सत्ता जून 1948 पूर्वी सोडेल. हा निर्णय पूर्ण विचारांती घेण्यात आला आहे.

(2) या घोषणेने भारतीय पक्षावरील जबाबदारी वाढेल व काहीतरी तडजोड करतील. परंतु अशी तडजोड झाली नाही किंवा घटनानिर्मिती होऊ शकली नाही तर भारतातील सत्ता एखाद्या केंद्रीय सरकारकडे सोपवावयाची की प्रांताकडे द्यायची की अन्य कोणता मार्ग काढावयाचा याविषयीचा हक्क ब्रिटनने आपल्याकडे राखून ठेवला आहे.

(3) आमची संस्थानांवर जी सत्ता आहे ती सत्ता आम्ही भारतातून सत्तांतर केल्यावर नष्ट होत आहे. म्हणजे संस्थानिकांना पूर्ववत त्यांची सत्ता प्राप्त होईल.

देशाची फाळणी होणार हे आता निश्चित होऊ लागले होते. तरीही राष्ट्रसभेने ॲटलींच्या घोषणेचे स्वागत केले व लीगला घटनापरिषदेत येऊन राजकीय पेचप्रसंग सोडविण्याचे आवाहन केले. तथापि, लीगला वाटाघाटी नको होत्या. आपण पाकिस्तानच्या मागणीपासून इंचभरही मागे जाणार नाही असे बॅ. जीनांनी प्रत्युत्तर दिले. ॲटलींच्या निवेदनात त्यांना पाकिस्तानची मागणी पूर्ण होताना दिसत होती. निवेदनात ॲटलींनी म्हटले होते की, ''भारतातील केंद्रीय सत्तेस अथवा काही प्रांतांमध्ये असणाऱ्या सरकारकडे आम्ही सत्ता सोपवून जाऊ.'' काही प्रांतांमधील सत्ता म्हणजे लीगची सत्ता असा उघड अर्थ होत होता आणि म्हणूनच जीनांना राष्ट्रसभेशी सहकार्य करून पेचप्रसंग सोडविण्याची गरज नव्हती. तथापि, अधिकाधिक प्रदेश पाकिस्तानात सामील व्हावा म्हणून लीगवाल्यांनी आसाम, सरहद्द प्रांत व पंजाब या ठिकाणी आपली 'प्रत्यक्ष कृती' सुरू केली. मुस्लीम बहुसंख्य असलेल्या प्रदेशात हिंदूंच्या कत्तली पुन्हा सुरू झाल्या. बॅ. जीनांचा हा पाकिस्तानसाठी शेवटचा लढा होता. पाकिस्तानचा मार्ग हिंदूंच्या रक्तपातातून जात होता. पंजाबमधील लीगच्या हिंसक कारवायांनी राष्ट्रसभेलाही नमविले. 8 मार्च, 1947 रोजी राष्ट्रसभा वर्किंग कमिटीने 'येथून पुढचा तरी हिंसाचार टाळण्यासाठी पंजाबची फाळणी करावयास हरकत नाही' असा ठराव पास केला. बॅ. जीना व लीगवाले यांचा हा मोठा विजय होता. आता पाकिस्तानची निर्मिती हा काही कालावधीचाच प्रश्न होता.

या ठिकाणी एक गोष्ट नमूद केली पाहिजे की, ब्रिटिशांनी जर मनात आणले असते तर मुस्लिमांना हिंदूंच्या कत्तली करता आल्या नसत्या. ब्रिटिशांजवळ मोठे लष्कर होते. त्या लष्कराच्या जोरावर कसलाही दंगा आटोक्यात आणला गेला असता; परंतु ब्रिटिशांना हे करावयाचे नव्हते.

25.8 लॉर्ड माउंटबॅटन यांची फाळणीची योजना

व्हाईसरॉय म्हणून भारतात येण्यापूर्वी ॲटली सरकारने माउंटबॅटन यांना काही सूचना दिल्या होत्या. ब्रिटिश भारत व संस्थाने यांचे एक संघराज्य भारतात स्थापन व्हावे अशीच सरकारची भूमिका आहे व त्या दृष्टीने व्हाईसरॉयने प्रयत्न करावेत या सूचनेचा समावेश त्यात होता. तथापि, लॉर्ड माउंटबॅटन भारतात आल्यावर त्यांना समजून चुकले की, फाळणीशिवाय अन्य पर्याय आता उरलेलाच नाही. महात्माजींनी फाळणीला मोठा विरोध केला. एका ठिकाणी ते असेही

म्हणाले की, फाळणी होण्यापेक्षा भारताची सर्व सत्ता तुम्ही लीगकडे सोपवून जा. तथापि, त्यामुळे पेचप्रसंग सुटू शकणार नव्हता. महात्माजींनी आता वाटाघाटीतून अंग काढून घेऊन, देशातील जातीय ऐक्याच्या प्रश्नाकडे लक्ष लावले. राजकीय निर्णयाचे काम त्यांनी राष्ट्रसभेच्या वर्किंग कमिटीकडे सोपविले.

जातीय दंगलीने देशातील परिस्थिती भयानक होऊ लागली होती. राष्ट्रसभेचे नेते नेहरू-पटेल यांनाही फाळणी अपरिहार्य वाटू लागली होती. अखंड भारतात लीग आपणास कार्य करू देणार नाही, त्यापेक्षा फाळणी परवडेल असे त्यांना वाटत होते. व्हाईसरॉयही हळूहळू "Whatever its implications, Pakistan is inevitable" या निर्णयाप्रत येऊ लागले होते. असा निर्णय त्यांना घ्यायचाच होता. कारण आता पेचप्रसंग कायमचा सोडविण्यासाठी त्यांची नियुक्ती झाली होती. त्यांना आपली योजना यशस्वी करावयाची होती. पूर्वीच्या योजनांप्रमाणे ही योजना अयशस्वी होऊन चालायचे नव्हते.

2 मे, 1947 रोजी व्हाईसरॉयने आपली योजना ब्रिटनला पाठविली. काही दुरुस्त्या करून विलायत सरकारने ती परत पाठविली. दरम्यान व्हाईसरॉयने ही योजना पं. नेहरू व व्ही. पी. मेनन यांना दाखविली असता ती त्यांनी संपूर्ण अमान्य केली. या योजनेने अनेक राज्यांत देश विभागला जाईल व केंद्र सरकारच राहणार नाही असा त्यांनी इशारा दिला. व्ही. पी. मेनन यांनी स्वतः एक योजना तयार केली होती. त्यात मुस्लीम बहुसंख्य असलेल्या प्रदेशाची पाकिस्तान निर्मितीची पंजाब व बंगाल यांच्या फाळणीची योजना होती. तसेच भारत व पाकिस्तान या दोन स्वतंत्र राज्यांच्या योजनांचाही समावेश होता. व्हाईसरॉयना ही योजना पसंत पडून तिच्या आधारे राष्ट्रसभा व लीग यांच्या नेत्यांशी वाटाघाटी करून दोन्ही बाजूंच्या नेत्यांना पसंत असणारी योजना त्यांनी तयार केली. ती योजना घेऊन ते ब्रिटनला गेले व परत येऊन त्यांनी 3 जून, 1947 रोजी ती प्रसिद्ध केली.

(1) भारताची फाळणी ही एक अपरिहार्य बाब आहे, ती वस्तुस्थिती आहे.

(2) बंगाल, आसाम व पंजाब यांचे या फाळणीसाठी विभाजन करण्यात येईल.

(3) भारत व पाकिस्तान यांपैकी कोणात सामील व्हावे यासाठी सरहद्द प्रांतात सार्वमत घ्यावे.

(4) आसामच्या सिल्हेट या जिल्ह्यात असेच सार्वमत घ्यावे.

(5) पंजाब व बंगाल येथील प्रांतीय कायदेमंडळांनी त्या-त्या प्रांतांचे विभाजन करावयाचे की नाही ते ठरवावयाचे आहे.

(6) ब्रिटिश सरकार 15 ऑगस्ट, 1947 रोजी भारताची सत्ता सोडून देईल.

(7) ब्रिटिश राष्ट्रकुटुंबात राहावयाचे की नाही हे ब्रिटिश सत्तेच्या वारसदारांनी स्वतंत्रपणे ठरवावयाचे आहे.

(8) भारत व पाकिस्तान या दोन राज्यांच्या सीमा ठरविण्यासाठी एक सीमा कमिशन नियुक्त केले जाईल.

(9) त्रिमंत्री योजनेत नमूद केल्याप्रमाणे भारतीय संस्थानिकांची परिस्थिती राहील.

राष्ट्रसभेच्या वर्किंग कमिटीने माउंटबॅटन योजना त्याच दिवशी मान्य केली. बॅ. जीनांना सर्व बंगाल व पंजाब पाहिजे होता. त्यांनी योजना स्वीकारावयास थोडी खळखळ केली. पण शेवटी त्यांनाही मान्यता द्यावी लागली. महात्माजी सर्वांत अधिक दुःखी होते. पं. नेहरू व सरदार पटेल यांनी युक्तिवाद करून त्यांचे मतपरिवर्तन केले खरे; परंतु त्यांच्या हृदयातील दुःख नाहीसे झाले नाही. त्यांना त्यांच्या अहिंसेचा पराभव वाटू लागला. ''फाळणीमुळे देशाची हानीच होणार आहे, 150 वर्षांची गुलामगिरी जाईल हे खरे, पण आपले स्वातंत्र्य फार काळ टिकणार नाही, फाळणीच्या योजनेत मला दुष्टपणा दिसत आहे. या विचाराने मला वेदना होतात.'' असे उद्गार ते काढू लागले.

हिंदू महासभेने फाळणीस आपला कडवा विरोध दर्शविला. समाजवादी पक्षाने आपली नापसंती जाहीर केली. शिखांनी लाहोरमध्ये परिषद घेऊन आपल्याला भारताची फाळणी मंजूर नसल्याचे जोरदार मत व्यक्त केले. तथापि, राष्ट्रसभा व लीग या दोन प्रमुख राजकीय पक्षांनी फाळणी मंजूर केल्यावर विलायत सरकारने इतर पक्षांच्या मतांकडे फारसे लक्ष दिले नाही.

25.9 भारताच्या स्वातंत्र्याचा कायदा : सन 1947

माउंटबॅटन योजनेबरहुकूम भारताच्या स्वातंत्र्याचे बिल ब्रिटनच्या पार्लमेंटमध्ये ॲटली सरकारने मांडले. अवघ्या चौदा दिवसांत ते दोन्ही सभागृहांनी मंजूर करून 18 जुलै, 1947 रोजी बादशाहने त्याला संमती देताच त्याचे कायद्यात रूपांतर झाले. त्यातील प्रमुख कलमे पुढीलप्रमाणे :

(1) ब्रिटिश पार्लमेंटकडे व भारत सरकारकडे भारतात असलेली सर्व सत्ता 15 ऑगस्ट 1947 रोजी भारत सरकार व पाकिस्तान सरकार यांच्याकडे देण्यात येईल. 15 ऑगस्ट, 1947 रोजी भारत व पाकिस्तान ही दोन राष्ट्रे निर्माण होतील.

(2) घटना निर्माण होईतोपर्यंत व त्या घटनांची अंमलबजावणी होईपर्यंत दोन्ही राज्यांच्या घटनापरिषदा त्या-त्या राज्यांच्या कायदेमंडळाचे कार्य करतील.

(3) राज्यांच्या कायदेमंडळांनी रद्द करेतोपर्यंत सध्याचे सर्व कायदे त्या स्वरूपात असतील.

(4) 15 ऑगस्ट, 1947 नंतर भारतातील कोणत्याही प्रदेशावर ब्रिटनच्या सरकारचा हक्क राहणार नाही.

(5) घटनापरिषदांनी आपापल्या देशासाठी घटना निर्माण कराव्यात. घटना निर्माण होऊन त्यांची अंमलबजावणी सुरू होईतोपर्यंत सन 1935 च्या कायद्याप्रमाणे राज्यकारभार व्हावा; अर्थात त्यात बदल करण्याचा हक्क कायदेमंडळांना आहे.

(6) ब्रिटिश राष्ट्रकुटुंबात राहावयाचे की नाही याचा निर्णय उभय राष्ट्रांनी स्वतंत्रपणे घ्यायचा आहे.

(7) ब्रिटिश सरकारचे संस्थानांशी झालेले सर्व करारमदार रद्द करण्यात येत आहेत. संस्थानांनी भारत अगर पाकिस्तान यांच्यात सामील व्हावे अगर स्वतंत्र राहावे.

(8) ब्रिटनच्या राजाचे 'हिदुस्थानचा सम्राट' हे पद रद्द करण्यात येत आहे.

▣ भारताची फाळणी

पंजाब व बंगाल प्रांतांतील हिंदू बहुसंख्याक प्रदेशातील कायदेमंडळाच्या सभासदांनी फाळणीस अनुकूलता दर्शविली. त्याचप्रमाणे पंजाब व बंगालची फाळणी झाली. आसाममधील सिल्हेट जिल्ह्याने पाकिस्तानात जाण्याचा निर्णय सार्वमताने घेतला. त्याचे सामीलीकरण पाकिस्तानात झाले. सरहद्द प्रांतात खानबंधूंची 'खुदाई खिदमतगार' संघटना राष्ट्रसभेचीच होती. त्यांना फाळणी मान्य नव्हती, पण आता त्यांचे कोण ऐकतो ? शेवटी पठाणांनी स्वतंत्र पुख्तुनिस्थानची मागणी केली. तथापि, ती पूर्ण झाली नाही, कारण जीनांचे पाकिस्तान निर्माण व्हायचे होते.

व्हाईसरॉय माउंटबॅटनला अगदी तडफेने पावले उचलावयाची होती. फाळणीमुळे अनेक प्रश्न उद्‌भवले होते. प्रदेशाची फाळणी करून सीमा ठरविण्यासाठी त्यांनी रॅडक्लिफ कमिशन नियुक्त केले. कमिशनने दिलेले काम 15 ऑगस्टपूर्वी पूर्ण केले. बॅ. जीनांना भारतीय नोकरशाहीचीही फाळणी पाहिजे होती. त्यांना मुस्लिमेतर अधिकारी पाकिस्तानात राहावयास नको होते. त्यांच्या इच्छेप्रमाणे नोकरशाहीची, एवढेच नव्हे तर लष्कराची व लष्करी साधनसामग्रीचीही फाळणी करण्यात आली. जीनांना सामाईक असे काहीच नको होते.

▣ भारताचे स्वातंत्र्य

14 ऑगस्ट, 1947 च्या रात्री बरोबर 12.00 वाजता भारताचे 180 वर्षांचे पारतंत्र्य नष्ट झाले. भारत स्वतंत्र झाला. असंख्य हुतात्म्यांनी, क्रांतिकारकांनी व स्वातंत्र्यवीरांनी उरी बाळगलेले कित्येक वर्षांचे स्वातंत्र्याचे स्वप्न पूर्ण झाले.

12.45 वाजता घटनापरिषदेची बैठक सुरू झाली. सर्वांच्या अंगात आवेश व जोम संचारला होता. यावेळी पं. जवाहरलाल नेहरू आपल्या भाषणात आत्मविश्वासाने म्हणाले,

"आम्ही नियतीबरोबर अनेक वर्षांपूर्वी संकेत केला होता आणि ती प्रतिज्ञा पूर्ण करण्याची वेळ आता आली आहे. पूर्णांशाने नव्हे, पण बऱ्याच मोठ्या प्रमाणात भरीवपणे मध्यरात्रीचा 12 वाजण्याचा टोला पडताच सारे जग झोपेत मग्न झाले असता; भारत हा जीवनात व स्वातंत्र्यात जागा होत आहे असा एक क्षण येतो आणि तो इतिहासात फारच क्वचित येतो की, जेव्हा आपण जुन्यातून नवीनमध्ये प्रवेश करतो; जेव्हा एका युगाचा अंत होतो आणि जेव्हा दीर्घकाल दडपल्या गेलेल्या राष्ट्राच्या आत्म्याला वाचा फुटते अशा या पवित्र वेळी भारताच्या, भारतीय जनतेच्या आणि त्याहीपेक्षा विशाल अशा मानवतेच्या सेवेला वाहून घेण्याची प्रतिज्ञा करणे उचित होईल !"

भारताला स्वातंत्र्य प्राप्त झाले ही घटना जगाच्या इतिहासात अनन्यसाधारण आहे. भारतीय जनतेने महात्माजींच्या नेतृत्वाखाली दिलेल्या स्वातंत्र्याच्या लढ्याला जगाच्या इतिहासात तोड नाही. स्वातंत्र्यलढ्यात सशस्त्र क्रांतिकारकांनी केलेल्या बलिदानाची किंमत खचितच कमी नाही. तथापि, मुख्य लढा महात्माजींच्या अहिंसात्मक नेतृत्वाखालीच दिला गेला. त्यामुळे भारतीय स्वातंत्र्याचे फार मोठे श्रेय महात्माजी व राष्ट्रसभा यांच्याकडे जाते हे एक ऐतिहासिक सत्य होय.

⦿⦿⦿

नेताजी सुभाषचंद्र बोस, आझाद हिंद सेना व नौदलाचे बंड

26.1 नेताजी सुभाषचंद्र बोस यांचे पूर्वायुष्य

26.2 नेताजी जर्मनीकडे

26.3 रासबिहारी बोस व आझाद हिंद सेना

26.4 आझाद हिंद सेनेची कर्तबगारी

26.5 सन 1946 चे नौदलाचे बंड

26.1 नेताजी सुभाषचंद्र बोस यांचे पूर्वायुष्य

नेताजी सुभाषचंद्र बोस

थोर बंगाली क्रांतिकारक व भारताचे महान देशभक्त नेताजी सुभाषचंद्र बोस हे उच्चविद्याविभूषित होते. ते ICS परीक्षा पास झाले होते व ICS अधिकारी म्हणूनही रुजू झाले होते. पण जेव्हा ब्रिटनच्या राजसिंहासनाशी एकनिष्ठ राहण्याची शपथ (नियमाप्रमाणे) घेण्याची पाळी त्यांच्यावर आली तेव्हा त्यांनी ती घेण्यास नकार दिला व उच्च अधिकाराच्या जागेकडे पाठ फिरवून ते स्वातंत्र्य चळवळीत सामील झाले (सन 1921). त्या वेळी म. गांधींची असहकाराची चळवळ चालू होती. म. गांधींच्या अहिंसा व सत्याग्रह या तत्त्वज्ञानाशी नेताजींचे विचार जुळणारे नव्हते. म्हणून लवकरच पुढे जेव्हा पं. मोतीलाल नेहरू व दासबाबू यांनी स्वराज्य पक्ष स्थापन केला तेव्हा त्यांनी दासबाबूंचे शिष्यत्व पत्करून स्वराज्य पक्षाच्या उभारणीस वाहून घेतले.

नेताजी शक्तीचे उपासक होते. भारतीय इतिहासातील राणा प्रताप व छत्रपती शिवाजी हे थोर पुरुष त्यांना प्रेरणास्थानी होते. स्वाभाविक गांधीजींच्या राजकारणात ते जहालवादी राजकारणी म्हणून ओळखले जाऊ लागले.

दासबाबू व नेताजी यांनी स्वराज्य पक्षाच्या प्रचाराने सर्व बंगाल ढवळून काढला होता. स्वराज्य पक्षाने कलकत्ता कॉर्पोरेशनच्या निवडणुका जिंकून दासबाबूंना कलकत्त्याचे मेयर व नेताजींना मुख्य कार्यकारी अधिकारी बनविले होते. बंगालमधील क्रांतिकारकांशी खुद्द नेताजींचे संबंध होते. सरकारच्या हे लक्षात येताच त्यांना अटक करून मंडालेच्या तुरुंगात त्यांची रवानगी करण्यात आली (सन 1924). ते ब्रह्मदेशात असतानाच त्यांच्या अनुपस्थितीत बंगाली लोकांनी त्यांची बंगालच्या कायदेमंडळावर निवड करून त्यांचा सन्मान केला होता. पुढे नेताजींची प्रकृती बिघडली आणि 1927 साली त्यांना सरकारला सोडून द्यावे लागले. पण नेताजी स्वस्थ बसले नाहीत. तो काळ सायमन कमिशनविरोधी चळवळीचा होता. नेताजींनी या चळवळीचे नेतृत्व करून सर्व बंगालभर सायमन कमिशनविरोधी वातावरण करून सोडले.

राष्ट्रसभेतील तरुण गटाचे नेतृत्व नेताजींकडे होते. तरुणांमध्ये ते अतिशय लोकप्रिय होते. स्वाभाविकच 1938 साली त्यांची राष्ट्रसभेचे अध्यक्ष म्हणून निवड झाली. एवढेच नव्हे, तर दुसऱ्याही वर्षी त्यांनी अध्यक्षपदाची निवडणूक जिंकली. म. गांधींच्या अहिंसक तत्त्वज्ञानावर नेताजींची श्रद्धा नव्हती. ते त्या तत्त्वज्ञानावर हल्ले चढवित असत. परिणामी म. गांधींशी त्यांचे पटले नाही व त्यांनी राष्ट्रसभेच्या अध्यक्षपदाचा राजीनामा देऊन 'फॉरवर्ड ब्लॉक' या नव्या पक्षाची स्थापना केली. सरकारविरुद्ध उघडपणे लढा देण्याचे आवाहन त्यांनी आपल्या देशबांधवांना केले.

26.2 नेताजी जर्मनीकडे

1939 साली दुसरे महायुद्ध सुरू झाले. ब्रिटिश अडचणीत आले. या वेळी भारतीय लोकांनी आपल्या स्वातंत्र्याचा लढा तीव्र करावयास हवा असे नेताजींना वाटत होते. नेताजींची विचारसरणी सरकारला चांगली माहीत होती; म्हणून सरकारने त्यांना 'भारत सुरक्षा कायद्याखाली' जुलै 1940 मध्ये अटक केली. पण तुरुंगात असतानाच त्यांनी आमरण उपोषण सुरू केले. त्यामुळे ते अत्यवस्थ झाल्याने सरकारने त्यांची 5 डिसेंबर, 1940 रोजी सुटका केली. सुटका झाली तरी नेताजींच्या घरावर सरकारी पोलिसांची कडक नजर होती. तथापि, या कडक नजरकैदेतून नेताजी 17 जानेवारी, 1941 रोजी निसटले. ते निसटल्याचे सरकारच्या लक्षात दहा दिवसांनी आले. दरम्यान नेताजींनी विविध नावे व वेष परिधान करून भारताची सरहद्द ओलांडलीही होती. झियाउद्दीन हे नाव धारण करून ते पेशावरच्या बाजूने

अफगाणिस्तानात व तेथून ते रशियात पोहोचले. 28 मार्च रोजी ते मॉस्कोहून विमानाने निघाले व बर्लिनला येऊन पोहोचले. यापूर्वीही त्यांनी जर्मनी व इटली या देशांत जाऊन हिटलर-मुसोलिनी या नेत्यांच्या भेटी घेतल्या होत्या व भारताच्या स्वातंत्र्यास ही मंडळी कितपत साहाय्यभूत होऊ शकतात याची चाचपणी केली होती. हिटलरचा उजवा हात रिबेनट्रॉप याने नेताजींचे बर्लिनमध्ये स्वागत केले. जर्मनीमधील भारतीय लोकांची सेना उभारण्याचे कार्य हाती घेऊन नेताजींनी तीन हजारांचे लष्करही (Free India Army) उभारले. युद्धात ब्रिटिश फौजेतील भारतीय सैनिक जर्मनांकडून कैद झाले होते. त्यांचे मन वळवून नेताजींनी दुसरी एक फौज (Liberation Army) तयार केली. एवढ्यात सन 1941 च्या शेवटी जपानने पर्ल हार्बरवर हल्ला करून युद्धात उडी घेतली आणि पूर्वेकडे युद्धआघाडी उघडली गेली. नेताजींच्या दृष्टीने ही अपूर्व संधी होती. जपानचे सामर्थ्य प्रचंड होते. या जपानी सामर्थ्याच्या साहाय्याने व आग्नेय आशियातील भारतीय लोकांच्या सहकार्याने आपला देश स्वतंत्र करता येईल असे त्यांना वाटून त्यांनी पूर्वेकडे जाण्याचा इरादा केला. एवढ्यात त्यांना जपानमध्ये असलेले प्रसिद्ध क्रांतिकारक रासबिहारी बोस यांचे पूर्वेकडे येण्याचे निमंत्रण मिळाले.

26.3 रासबिहारी बोस व आझाद हिंद सेना

व्हॉईसरॉयवरील बॉंबफेकीच्या खटल्यात हवे असणारे रासबिहारी बोस ब्रिटिश सरकारच्या हातावर तुरी देऊन 1915 सालीच भारतातून निसटून जपानमध्ये आले होते व तेथेच ते वास्तव्य करत होते. तथापि, त्यांचे देशप्रेम त्यांना स्वस्थ बसू देत नव्हते. दुसरे महायुद्ध सुरू झाल्यावर आणि जपानने त्यात जर्मनीच्या बाजूने ब्रिटनच्या विरूद्ध उडी टाकल्यावर या संधीचा फायदा उठविण्याचे त्यांनी ठरविले. पर्ल हार्बरवर हल्ला केल्यानंतर अल्पकाळातच जपानी लष्कराने दोस्तराष्ट्रांच्या (ब्रिटिश) फौजांचा पराभव करून सिंगापूर, मलाया, ब्रह्मदेश इत्यादी प्रदेश जिंकले होते. जपानने जिंकलेल्या प्रदेशात लक्षावधी भारतीय लोक राहत होते. या भारतीय लोकांची संघटना बांधून रासबिहारी बोस यांनी 'हिंदी स्वातंत्र्य संघ' (Indian Independence League) स्थापन केला होता. लवकरच त्यांनी पूर्वेकडील देशांत राहणाऱ्या भारतीय लोकांच्या प्रतिनिधींची बैठक टोकिओ या ठिकाणी घेऊन 'आझाद हिंद सेना' (Indian National Army) स्थापन करण्याचा निर्णय घेतला (मार्च 1942). पुढे जून 1942 मध्ये बँकॉक येथेही अशाच प्रकारची बैठक होऊन नेताजी सुभाषचंद्र बोस यांना जर्मनीहून पाचारण करण्याचे ठरविले गेले. नेताजी जेव्हा पूर्वेकडे आले त्या वेळी ही आझाद हिंद सेना उभारली गेली होती.

मलाया, सिंगापूर इत्यादी प्रदेशात ब्रिटिशांच्या भारतीय फौजा लढत होत्या, पण जपानी माऱ्यापुढे त्या पराभूत पावून जपानला शरण गेल्या. अशा शरण आलेल्या भारतीय सैनिकांच्या मनात स्वातंत्र्याचे प्रेम जागृत करून त्यांची आझाद हिंद सेनेत भरती करण्यात आली होती. ऑगस्ट 1942 पर्यंत चाळीस हजार शरणागत भारतीय सैनिक आझाद हिंद सेनेत सामील झाले. कॅ. मोहनसिंग हे या सेनेचे सेनानी बनले. याशिवाय आग्नेय आशियातील हजारो भारतीय नागरिक आता स्वेच्छेने आझाद हिंद सेनेत सामील होऊ लागले. त्यासाठी खास प्रशिक्षण केंद्रे स्थापन केली गेली.

भारतीय क्रांतिकारकांच्या बँकॉकच्या बैठकीत भारतीय सैनिक व नागरिक यांची आझाद हिंद सेना उभारण्याच्या प्रयत्नास अधिकृत मान्यता मिळाली. भारतीय स्वातंत्र्य-संघाने या फौजेची देखभाल करावी आणि त्या दृष्टीने जपानी साहाय्य घ्यावे असे ठरले. भारताच्या स्वातंत्र्याचा लढा चालू ठेवण्यासाठी 'कृती समिती' (Council of Action) स्थापन करण्यात आली. रासबिहारी बोस या समितीचे अध्यक्ष बनले व कॅ. मोहनसिंग हे युद्धखात्याचे प्रमुख आणि आझाद हिंद सेनेचे सेनापती बनले. फौजेला पूरक अशी इतरही खाती सुरू झाली.

▣ नेताजी आझाद हिंद सेनेचे सरसेनापती

रासबिहारी बोस यांचे बँकॉक बैठकीचे निमंत्रण येताच नेताजी सुभाषचंद्र बोस पूर्वेकडील प्रवासास निघाले. एका जर्मन यू बोटीतून अटलांटिक महासागराच्या तळातून प्रवास करून ते अरबी समुद्रातील मादागास्कर बेटाच्या दक्षिणेस चारशे मैलांवर आले व तेथे ते जपानी पाणबुडीत शिरले. प्रथम ते सुमात्रास गेले व तेथून ते 13 जून, 1943 रोजी टोकिओस पोहोचले. जपानी पंतप्रधान टोजो यांनी त्यांचे मनःपूर्वक स्वागत केले.

जपानी सरकार भारतीय लोकांना त्यांच्या स्वातंत्र्याच्या लढ्यात साहाय्य करावयास तयार होते. जपानी फौजा व आझाद हिंद सेना यांनी संयुक्तपणे भारताची भूमी मुक्त करावी व तशी मुक्त झाली की भारतीय लोकांच्या ताब्यात ती दिली जाईल असे आश्वासन टोजोंनी नेताजींना दिले व त्यासाठी हंगामी भारतीय सरकार स्थापन करण्याचा सल्ला त्यांनी त्यास दिला. लवकरच टोजोंनी ब्रिटिशांच्या वर्चस्वाखालून भारत मुक्त करण्यासाठी जपान कटिबद्ध झाल्याची घोषणा जपानी पार्लमेंटमध्ये केली. याच वेळी टोकिओ स्टेशनवरून भाषण करून नेताजींनी भारताबाहेरच्या भारतीय लोकांनी भारतीय स्वातंत्र्याच्या लढ्यासाठी प्राण पणास लावावेत असे आवाहन केले. त्यांच्या आवाहनाने आग्नेय आशियातील सर्व भारतीय समाजात नवचैतन्य निर्माण झाले.

लवकरच नेताजी सिंगापूरला आले (जुलै 1943). येथील भारतीय लोकांनी त्यांचे वीरोचित स्वागत केले. रासबिहारी बोस तेथेच होते. त्यांनी 'हिंदी स्वातंत्र्य संघाची' व 'आझाद हिंद सेनेची' सर्व सूत्रे नेताजींकडे सोपविली. नेताजी हे हिंदी (भारतीय) स्वातंत्र्य संघाचे अध्यक्ष व आझाद हिंद सेनेचे सरसेनापती बनले. याच वेळी त्यांनी आझाद हिंद सेनेस 'चलो दिल्ली'ची घोषणा दिली. लोकांनी मोठ्या प्रेमाने त्यांना 'नेताजी' ही पदवी बहाल केली. पुढे या नावाने ते भारताच्या इतिहासात अजरामर झाले.

आझाद हिंद सेनेचे नेतृत्व स्वीकारल्याबरोबर तिची पुनर्रचना करण्याच्या कार्यास त्यांनी सुरुवात केली. प्रशिक्षण केंद्रात कार्यक्षमता आणली गेली. स्त्रियांचीही लष्करी प्रशिक्षण केंद्रे सुरू करण्यात आली. 21 ऑक्टोबर, 1943 रोजी नेताजींनी 'हंगामी सरकारची' स्थापना केली आणि भारताच्या स्वातंत्र्यासाठी आपण ब्रिटन व अमेरिका यांच्याविरुद्ध युद्ध पुकारत आहोत असे जाहीर केले. या घटनेचे पडसाद सर्व जगभर उमटले. जपान, जर्मनी, इटली, ब्रह्मदेश, राष्ट्रीय चीन, मांचुरिया इत्यादी अनेक राष्ट्रांनी नेताजींच्या या हंगामी सरकारास मान्यता दिली. लवकरच जपानी फौजांनी जिंकून घेतलेले अंदमान व निकोबार हे भारतीय प्रदेश या हंगामी सरकारकडे सुपूर्द करण्यात आले.

26.4 आझाद हिंद सेनेची कर्तबगारी

नेताजींचे तेरॉचीला तेजस्वी उत्तर

जपानी फौजा व आझाद हिंद सेना यांनी संयुक्तपणे मोहिमा काढून भारताची भूमी मुक्त करावयाची असे सर्वसाधारणपणे धोरण ठरले होते. परंतु या धोरणास आग्नेय आशियातील जपानी फौजांचा सेनापती फिल्ड मार्शल काउंट तेरॉची याने विरोध केला. त्याच्या मते, आझाद हिंद सेनेतील सैनिक हे शरण आलेल्या फौजातील असल्याने त्यांच्या ठिकाणच्या नीतिधैर्याचे खच्चीकरण झाले आहे; शिवाय जपानी सैनिकांप्रमाणे ते संकटात कसोटीस उतरू शकणार नाहीत. भारतीय भूमी जपानी फौजा मुक्त करतील आणि आझाद हिंद सेनेने हेरगिरी व प्रचार एवढेच काम करावे. फिल्ड मार्शल तेरॉचीच्या या वक्तव्याने नेताजी संतापून गेले. ''जपानी सैनिकांच्या पराक्रमाने मिळणारे भारताचे स्वातंत्र्य गुलामगिरीहून वाईट दर्जाचे असेल आणि असे स्वातंत्र्य आम्ही स्वीकारणार नाही,'' असे तेजस्वी उत्तर नेताजींनी तेरॉचीला दिले. भारताच्या स्वातंत्र्यासाठी भारतीय सैनिकांचे रक्त व प्राण खर्ची पडलेच पाहिजेत आणि म्हणून भारताच्या मोहिमेवरील आघाडीची बाजू आम्ही घेतो असेही त्यांनी सांगितले. तथापि, तेरॉचीला खात्री वाटत नव्हती. पण नेताजींना तो नाहीही म्हणू शकत नव्हता. शेवटी आझाद हिंद सेनेची एक तुकडी प्रयोग म्हणून जपानी सेनेबरोबर देण्यास त्याने संमती दिली. या तुकडीने जर जपानी सैनिकांसारखा पराक्रम करून दाखविला तर राहिलेल्या आझाद हिंद सेनेस जपानी सेनेबरोबर राहण्याची परवानगी मिळणार होती.

सुभाष ब्रिगेडची कामगिरी

आझाद हिंद सेनेच्या गांधी ब्रिगेड, आझाद ब्रिगेड व नेहरू ब्रिगेड अशा तीन ब्रिगेड होत्या. नेताजींनी या ब्रिगेडना दिलेली नेत्यांची नावे, त्या नेत्यांबद्दल नेताजीस किती आदर होता हेच दर्शवितात. या तीन ब्रिगेडमधून शूर जवान निवडून चौथी ब्रिगेड तयार केली गेली. या चौथ्या ब्रिगेडमधील सैनिकांनीच (नेताजींच्या नापसंतीकडे लक्ष न देता) आपल्या

ब्रिगेडचे नाव 'सुभाष ब्रिगेड' असे ठेवले. जनरल शहानवाजखान या ब्रिगेडचे कमांडर होते. ही बिग्रेड ब्रह्मदेशातील जपानी फौजांबरोबर राहणार होती. ब्रह्मदेशातील जपानी फौजांचा प्रमुख लष्करी सेनानी काटाकुरा यांच्या आदेशानुसार ती मोहीम होणार होती.

सुभाष ब्रिगेड ब्रह्मदेशात जाऊन छावणी करून राहिली. लवकरच या ब्रिगेडच्या नंबर 1 च्या बटालियनला पश्चिम ब्रह्मदेशातील आराकान प्रदेशातील कलादन खोऱ्यात शिरून तेथील ब्रिटिश ठाणी जिंकण्याचा हुकूम देण्यात आला (फेब्रुवारी 1944). या बटालियनने मार्गातील शत्रूच्या हवाई हल्ल्यास तोंड देत कलादन खोऱ्यात यशस्वी प्रवेश केला व तेथील ब्रिटिशांच्या निग्रो फौजांचा पराभव करून तेथे छावणी केली. यानंतर जपानी लष्करी तुकड्या भारतीय बटालियनला येऊन मिळाल्या. या संयुक्त सैन्याने उत्तरेकडे सरकत अनेक ठाणी जिंकली. शेवटी भारताची सरहद्द आली. एके दिवशी रात्री भारतीय सैनिकांनी हल्ला करून भारताच्या सरहद्दीतील माऊडॉक हे ठाणे जिंकले. भारताच्या भूमीवर आझाद हिंद सेनेने मिळविलेला हा पहिला विजय. भारतीय सैनिक आनंदाने बेहोष होऊन नाचू लागले व आपल्या भूमीच्या मातीचे चुंबन घेऊ लागले. भारताचा तिरंगा आता तेथे डौलाने फडकू लागला.

पण लवकरच जपानी-भारतीय सैन्याच्या लक्षात आले की, साधनसामग्रीचा अपुरा पुरवठा व ब्रिटिशांचे संभाव्य हल्ले यामुळे ते माऊडॉक ठाणे हाती ठेवणे अशक्य आहे; तेव्हा ते सोडून देणे हेच योग्य. हे ठाणे सोडण्याचा जेव्हा निर्णय झाला तेव्हा आझाद हिंद सेनेच्या सैनिकांनी जपानी अधिकाऱ्यांना सांगितले, "आम्ही येथून माघार घेऊ शकत नाही. टोकिओ मागे आहे, तेव्हा तुम्ही माघार घेऊन परत जाऊ शकता. आमची दिल्ली पुढे आहे आणि आम्हास दिल्ली घेण्याचा हुकूम आहे. आमच्यासाठी माघार नाहीच." कॅप्टन सूरजमल याच्या नेतृत्वाखाली भारतीय सैनिक तेथेच राहिले व जपानी सैन्याने माघार घेतली. तेथे राहणे म्हणजे मृत्यूच्या जबड्यात राहण्यासारखेच होते; पण भारतीय सैनिकांनी हे असामान्य धाडस व शौर्य दाखविले. ब्रह्मदेशातील जपानी सेनानीस हे जेव्हा समजले तेव्हा तो नेताजींकडे गेला आणि त्यांना प्रणाम करून म्हणाला, "महाराज, आमची चूक झाली. आझाद हिंद सेनेच्या सैनिकांबद्दल आम्ही गैरसमज करून घेतला होता. आता आम्हास कळून चुकले की, ते भाडोत्री सैनिक नसून खरे देशभक्त आहेत." कॅप्टन सूरजमलच्या नेतृत्वाखाली भारतीय फौज तेथे मे 1944 पासून सप्टेंबर 1944 पर्यंत होती व तिने अनेक वेळा ब्रिटिशांचे हल्ले परतवून लावून महान पराक्रम करून दाखविला.

सुभाष ब्रिगेडच्या दुसऱ्या दोन बटालियन्सनी अशाच प्रकारचे शौर्य अनेक लढ्यात दाखविले. येथे स्थलाअभावी त्या सर्वांचा वृत्तान्त देणे शक्य नाही. भारतीय सैनिकांचा पराक्रम पाहून आता आझाद हिंद सेनेस जपानी फौजेबरोबर कामगिरी करण्यास हरकत नाही असे जपानी लष्करी अधिकाऱ्यांना वाटू लागले. लवकरच जपानी फौजेबरोबर सुभाष ब्रिगेडने नागा प्रदेशातील कोहिमा शहराकडे कूच केले व ते शहर जिंकून तेथे तिरंगा फडकविला. पुढे इम्फाळ घेऊन ब्रह्मपुत्रेच्या खोऱ्यातून बंगालमध्ये शिरण्याची योजना होती. परंतु ती यशस्वी होऊ शकली नाही. जपानची अवस्था बिकट होऊन इम्फाळ न घेताच जपानी फौजा व सुभाष ब्रिगेड यांना माघार घ्यावी लागली.

दुसऱ्या बाजूने इम्फाळ घेण्याचे काम दुसऱ्या काही जपानी फौजेस व आझाद हिंद सेनेच्या गांधी ब्रिगेडला सांगण्यात आले होते. इम्फाळकडे जाणाऱ्या मार्गावर गांधी ब्रिगेडने ब्रिटिश फौजांवर अनेक विजय मिळविले (जून 1944). परंतु जपानी-भारतीय फौजांना इम्फाळ घेता आले नाही. या फौजांनी ब्रह्मदेशाची हद्द ओलांडून भारतीय प्रदेशातील काही ठाणी जिंकली होती. पण हा विजय फार काळ उपभोगता आला नाही.

▣ आझाद हिंद सेनेचे शेवटचे पर्व

जपानी व भारतीय फौजांनी इम्फाळ घेण्याचा निकराचा प्रयत्न केला. सिंगापूरप्रमाणे आसाममधील हे मोक्याचे ठिकाण आपल्या हाती सहज पडेल असे जपानला वाटत होते; पण तसे घडले नाही. तिकडे प्रशांत महासागरात अमेरिकन फौजांनी जोरदार आक्रमक पवित्रा घेतला होता व जपानी सरकारचे लक्ष ब्रह्मदेशाच्या सरहद्दीवरील या युद्धापेक्षा प्रशांत महासागरातील लढ्याकडे होते. जपानी विमानदल व साधनसामग्री यांचा ओघ आता प्रशांत महासागराकडे वळला. परिणामी ब्रह्मदेशातील जपानची आघाडी कमकुवत बनली. तिकडे युद्धात जपानच्या मित्रांची बाजू कोसळली होती. इटलीने

शरणागती स्वीकारली होती व जर्मनी पराभवाच्या मार्गावर होता. प्रशांत महासागरात अमेरिकन फौजा जपानी फौजांचा धुव्वा उडवित होत्या. अशा परिस्थितीत भारतातील ब्रिटिश फौजांना उत्तेजन मिळणे स्वाभाविक होते. ब्रिटिश फौजांनी आता आक्रमक पवित्रा घेऊन भारताच्या भूमीवरून आणि ब्रह्मदेशातून जपानी व आझाद हिंद सेना मागे हटविण्यास सुरुवात केली व त्यात ते यशस्वी झाले. शेवटी ब्रिटिश फौजांनी रंगून काबीज केले व तेथील आझाद हिंद सेना कैद करून टाकली (मे 1945).

जपानच्या पराभवामुळे नेताजींचे स्वप्न भंगले. आझाद हिंद सेनेने असामान्य पराक्रम करूनदेखील जागतिक परिस्थिती प्रतिकूल बनल्याने त्यांना अपयश आले होते. 18 ऑगस्ट, 1945 रोजी ते बँकॉकहून टोकिओकडे विमानाने निघाले असता मार्गातच चीनजवळच्या फार्मोसा बेटामधील ताय-पै विमानतळावर त्यांच्या विमानास अपघात झाला व त्यात जबर जखमी होऊन त्याच रात्री ते मृत्यमुखी पडले. अर्थात जपानी सरकारचा हा वृत्तान्त आहे. भारताला हा वृत्तान्त खरा वाटत नाही. स्वतंत्र भारताने नेताजींच्या मृत्यूसंबंधी दोन चौकशी समित्या नेमल्या. पण त्यांच्याकडूनही नेताजींच्या मृत्यूचे गूढ पूर्णपणे उकलले नाही. नेताजी विमान अपघातात ठार झाले हा चौकशी समित्यांचा निष्कर्ष भारतीय जनता मनापासून मानावयास तयार नाही.

भारतीय नेते सत्यनारायण सिन्हा यांनी स्वतः फार्मोसात जाऊन व साक्षीदारांच्या प्रत्यक्ष साक्षी घेऊन असा निर्णय दिला आहे की, 18 ऑगस्ट रोजी फार्मोसातील ताय पै विमानतळावर त्या दिवशी अपघात झाल्याची नोंदच नाही. सिन्हांच्या मते, नेताजी तेथून मांचुरियात डिरेन येथे गेले. पुढे जपान शरण आल्यावर मांचुरिया रशियाने व्यापला, तेव्हा ते रशियन सैनिकांकडून पकडले गेले. रशियाच्या कम्युनिस्ट सरकारने त्यांना कैद करून सैबेरियात (तुरुंगात) रवाना केले. तेथेच अद्यापपर्यंत ते असावेत. (अथवा ते एव्हाना मृत्यूही पावले असावेत.)

▣ आझाद हिंद सेनेच्या कार्याचे परीक्षण

(1) आझाद हिंद सेना पराक्रमात व शौर्यात यत्किंचितही कमी पडली नाही. जपानी लष्करी अधिकाऱ्यांनी तिच्या पराक्रमाबद्दल प्रथम शंका व्यक्त केली. पण त्यांनीच पुन्हा तिच्या शौर्याची व देशभक्तीची स्तुती केली. जगातील कोणत्याही राष्ट्रीय फौजेस शोभेल अशीच कामगिरी तिने करून दाखविली असे म्हटल्यास चूक ठरू नये.

(2) आझाद हिंद सेनेच्या सुभाष ब्रिगेडचे कमांडर शहानवाज खान म्हणतात की, ''अपुरी साधनसामग्री व शस्त्रास्त्रे असूनही आम्ही ब्रह्मदेशाची सरहद्द ओलांडून भारताच्या अंतर्गत भागात 150 मैलांपर्यंत धडक मारली होती. आम्ही जेव्हा आक्रमक पवित्रा घेऊन पुढे येत होतो तेव्हा ब्रिटिशांना आमचा एकदाही पराभव करता आला नाही अथवा आम्ही जिंकून घेतलेले एकही ठाणे त्यांना परत घेता आले नाही . . . . . सुभाष ब्रिगेडच्या या मोहिमेत आमचे एकूण चार हजार सैनिक कामी आले.''

(3) आझाद हिंद सेनेतील सैनिक व अधिकारी कैद झाल्यावर त्यांच्यावर ब्रिटिश सत्तेविरुद्ध राजद्रोह केल्याचा व युद्धाचा आरोप ठेवून दिल्लीतील लाल किल्ल्यात त्यांच्यावर खटला भरण्यात आला. हा खटला सर्व देशभर गाजला. आझाद हिंद सेनेतील सैनिक व अधिकारी यांची लोकप्रियता पराकोटीस पोहोचली. राष्ट्रासाठी प्राणार्पण करणारे वीर म्हणून भारतीय जनता त्यांच्याकडे पाहू लागली. आझाद हिंद सेनेतील सैनिक म्हणजे पूर्वीचे ब्रिटिश फौजेतीलच सैनिक; पण देशभक्ती दाखविण्याची संधी जेव्हा त्यांना मिळाली तेव्हा त्यांचे देशप्रेम उफाळून वर आले. ज्यांच्या जोरावर आपण भारतात राज्य करायचे त्या भारतीय सैनिकांच्या मनात भारताबद्दल प्रेम व ब्रिटिश सत्तेबद्दल द्वेष असेल तर आपणास येथे फार काळ राज्य करता येणार नाही हे सत्य 1944-45 सालानंतर ब्रिटिश राज्यकर्त्यांना प्रकर्षाने उमजले आणि त्यांनी भारत सोडून जाण्याचा निर्णय पक्का केला. अशा प्रकारे भारत सोडून जाण्याच्या ब्रिटिश निर्णयास नेताजी सुभाषचंद्र बोस व त्यांची आझाद हिंद सेना यांचा पराक्रम व देशभक्ती बऱ्याच प्रमाणावर कारणीभूत झालेली आहे.

26.5 सन 1946 चे नौदलाचे बंड

दुसऱ्या महायुद्धाची रणधुमाळी चालू असताना 1942 साली अतिपूर्वेकडे रासबिहारी बोस आणि नेताजी सुभाषचंद्र बोस यांनी आझाद हिंद सेना स्थापन करून भारतीय स्वातंत्र्यासाठी जो लष्करी संघर्ष केला त्याचे ब्रिटिशांच्या साम्राज्यवादी धोरणावर व भारतीय लोकांच्या स्वातंत्र्य चळवळीवर दूरगामी परिणाम झाल्याशिवाय राहिले नाहीत. आझाद हिंद सेनेतील अधिकाऱ्यांवर व सैनिकांवर सरकारने चालविलेल्या खटल्यांमुळे तर भारतीय लोकांच्या राष्ट्रप्रेमास उधाण आले होते. एकूण आझाद हिंद सेनेच्या तेजस्वी कामगिरीचा परिणाम ब्रिटिशांच्या भारतातील लष्करावरही झाल्याशिवाय राहिला नाही. आपल्या देशाच्या स्वातंत्र्यासाठी भारतीय सैनिकांनी ब्रिटिशांविरुद्ध जो संघर्ष केला तो न्याय्यच होता अशीच भावना भारतीय लष्करात जोमाने फैलावू लागली. सन 1946 मध्ये ब्रिटिशांच्या 'रॉयल इंडियन नेव्ही' मध्ये जे बंड झाले तो या भावनेचाच परिपाक होता.

▣ नौदलाच्या बंडाची कारणे

या वेळी मौलाना आझाद हे राष्ट्रसभेचे अध्यक्ष होते. कराचीत ते आले असता रॉयल इंडियन नेव्हीमधील काही अधिकारी त्यांच्या भेटीस आले होते. त्या भेटीत या अधिकाऱ्यांनी मौलाना आझाद यांना सांगितले, ''ब्रिटिश सरकार व काँग्रेस यांच्यामध्ये संघर्ष उभा राहिल्यास आम्ही काँग्रेसचीच बाजू घेऊन अगदी प्राणपणाने लढू.'' या उद्‌गारावरून ब्रिटिशांच्या नौदलामध्ये राष्ट्रभक्तीची भावना कशी उफाळून वर येऊ पाहत होती याची कल्पना येते. 18 फेब्रुवारी, 1946 रोजी या नौदलात उद्रेक झाला. तो पाहण्यापूर्वी बंडाची कारणे थोडक्यात लक्षात घेणे आवश्यक आहेत.

(1) या बंडास मोठ्या प्रमाणावर भारतात राष्ट्रसभेने चालविलेली स्वातंत्र्याची चळवळ व त्यातील साम्राज्य वादाविरोधी स्पष्ट भूमिका कारणीभूत होती. ''जे युद्ध साम्राज्यवादी हेतूंनी प्रेरित आहे व जे भारतातील आणि अन्य ठिकाणची, साम्राज्यशाही बळकट करण्यासाठी लढले जात आहे त्या युद्धात आपण ब्रिटिशांना कोणतेही सहकार्य करणार नाही'' अशी राष्ट्रसभेची खंबीर स्वातंत्र्यवादी भूमिका होती.

(2) आझाद हिंद सेनेची कामगिरी म्हणजे ब्रिटिश साम्राज्य सत्तेविरुद्धचे एक मोठे बंडच होते. ते नुकतेच घडून येऊन त्याचे उदाहरण - नौदलातील सैनिकांसमोर त्यांना स्वातंत्र्याची प्रेरणा देत उभे होते. आपल्या देशबांधवांना गुलामीत जखडून टाकणाऱ्या साम्राज्यवादी सरकारविरुद्ध बंड पुकारणे हा आपला जन्मसिद्ध हक्कच आहे, ही भावना आता नौदलातील सैनिकांच्या मनामध्ये थैमान घालू लागली होती.

(3) सर्व देशातील हजारो सामान्य लोक देशभक्तीने प्रेरित होऊन ब्रिटिशांच्या दडपशाहीविरुद्ध सामना करून, लाठ्यांचा मार, बंदुकीच्या गोळ्या झेलून देशासाठी तुरुंगात जात होते, प्रसंगी हौतात्म्य पत्करत होते. हे सर्व घडत असता आपण साम्राज्यवादी सरकारच्या आज्ञा पाळून नौदलातील गणवेश अंगावर मिरविणे हे भूषणास्पद नाही असे नौदल सैनिकांना वाटू लागले होते.

(4) लष्करातील भारतीय सैनिकांना ब्रिटिशांच्या वंशभेदाचे व साम्राज्यवादी धोरणाचे चटके नेहमीच बसत होते. पण आता दुसरे महायुद्ध संपल्यावर हे चटके अधिक जाणवू लागले. वास्तविक नौदलातील भारतीय सैनिकांनी ब्रिटिश नौदलातील सैनिकांइतकीच मर्दुमकी दाखविली होती. पराक्रम केला होता, पण महायुद्धाच्या समाप्तीनंतर नौदलातील भारतीय सैनिकांच्या वाट्याला साम्राज्यवादी सरकारकडून उपेक्षाच आली. त्यांना युद्धोत्तर विजयोत्सवात किरकोळ सन्मान दिले गेले. आपण गाजविलेल्या शौर्याचे साम्राज्यवादी सरकारने चीज केले नाही अशीच भावना नौदलातील भारतीय सैनिकांत सर्वत्र फैलावली होती.

(5) अशा परिस्थितीत 'आझाद हिंद सेनेमधील' क्रांतिकारी सैनिक व सन 1942 च्या 'चले जाव चळवळी'तील क्रांतिकारी देशभक्त यांच्याशी नौदलातील सैनिकांचे संबंध प्रस्थापित झाले. हे क्रांतिकारक आता त्यांना साम्राज्यवादी सत्तेचे जोखड फेकून देण्याविषयी उद्युक्त करू लागले होते.

अशा प्रकारे नौदलातील सामान्य सैनिकांच्या मनात असंतोष खदखदत होता आणि मग त्याचा स्फोट लवकरच घडून आला.

▣ नौदलातील बंडाची सुरुवात

प्रत्यक्ष बंडाची ठिणगी पडण्यापूर्वी नौदलात स्वातंत्र्यप्रेमाचे वारे वाहू लागले होते. मुंबई बंदरात रॉयल इंडियन नेव्हीच्या अनेक नौका नांगरून उभ्या होत्या. 'तलवार' ही त्यापैकीच एक प्रसिद्ध लढाऊ नौका. या नौकेवरील सैनिकांच्या एका गटाने 'आझाद हिंद चळवळ' नावाची एक गुप्त संघटनाही स्थापन केली होती. संघटनेच्या नावावरून त्यांनी सुभाषबाबूंच्या 'आझाद हिंद सेनेपासून' प्रेरणा घेतली होती हे उघड होते.

1 डिसेंबर, 1945 हा 'नौदल दिन' म्हणून साजरा होणार होता. त्या दिवशी 'तलवार' या नौकेस भेट देण्याचे नियंत्रण मुंबईतील अनेक प्रतिष्ठित नागरिकांना दिलेले होते. अशा प्रसंगी आपल्या मनातील ब्रिटिशांविषयीचा द्वेष उघड करण्याचे 'तलवार' वरील नौदल सैनिकांनी ठरविले. त्यांनी अत्यंत गुप्तपणे नौकेच्या भिंतीवर मोठमोठ्या अक्षरात पुढील घोषणा रंगविल्या : 'भारत छोडो', 'साम्राज्यवाद्यांचा धिक्कार असो', 'आताच बंड करा', 'ब्रिटिशांना ठार करा' या घोषणा पाहताच गोऱ्या नौदल अधिकाऱ्यांना धक्काच बसला व चौकशी सुरू झाली.

दुसऱ्या दिवशी 'तलवारला' लष्कर प्रमुखांच्या भेटी होणार होत्या. त्याही दिवशी या घोषणा नव्याने लिहिलेल्या आढळल्या. परिणामी, गोऱ्या अधिकाऱ्यांनी नौकेवरील पहारा कडक करून खास गुप्तहेरांकडून चौकशी सुरू केली. बी. सी. दत्त या नौदल सैनिकाच्या नेतृत्वाखाली हे सर्व घडून आल्याचे स्पष्ट झाले. परिणामी, दत्त यांना अटक करण्यात आली. पण हा प्रकार बाहेर येऊ शकला नाही. गोऱ्या अधिकाऱ्यांनी या प्रक्षोभक घटनेविषयी अत्यंत गुप्तता पाळली होती. पण नौदल सैनिक स्वस्थ बसलेले नव्हते. 18 फेब्रुवारी, 1946 हा दिवस त्यांनी उठावाचा निश्चितच केला होता.

त्या दिवशी 'तलवार' वरील नौदल सैनिकांनी 'भूक हरताळ' पुकारून संप सुरू केला (18 फेब्रुवारी). रॉयल इंडियन नेव्हीत असा प्रकार कधीच घडला नव्हता. त्यामुळे गोरे अधिकारी चक्रावून गेले. त्यांची धावपळ सुरू झाली. नौदलातील ध्वजाधिकारी रिअर ॲडमिरलच्या नौकेवर तातडीने आले आणि त्यांनी संपवाल्यांशी चर्चा केली. पण लवकरच त्यांच्या लक्षात आले की हा संप राजकीय उद्दिष्टांनी केला गेला आहे.

सायंकाळी नौदल सैनिकांनी एका 'संप' समितीची स्थापना केली. समितीने तयार केलेल्या मागणी-पत्रकात सुधारित सेवाशर्ती व चांगला अन्नपुरवठा या मागण्यांबरोबर आझाद हिंद सेनेतील सैनिकांसह भारतातील सर्व राजबंद्यांची सुटका करावी आणि ब्रिटिशांनी भारत सोडून जावे अशा क्रांतिकारी मागण्याही केल्या गेल्या होत्या. मुंबईतील या बंडखोर नौदल सैनिकांचे नेतृत्व एम. एस. खान, मदन दत्त हे नौदलातील सैनिक करीत होते. त्यावर 'तलवार' वरील बिनतारी यंत्रणेच्या साहाय्याने अन्य युद्धनौकांवरील आपल्या सैनिक बांधवांशी संपर्क साधला तेव्हा त्या नौकांवरील अनेक सैनिकांनी आपल्या नौका सोडून 'तलवारच्या' दिशेने कूच केले.

▣ नौदलातील बंड आणि त्याचा उपशम

आता 'तलवार' वर उघड-उघड बंड पुकारून नौदल सैनिक मुंबईच्या रस्त्यावर आले. त्यांना पाहून लोकांमध्ये अभूतपूर्व उत्साह संचारला. हजारो देशप्रेमी सामान्य लोक त्यांच्या मिरवणुकीत सामील झाले. त्यामध्ये कापड गिरण्या, कारखाने व रेल्वे वर्कशॉप्समधील शेकडो कामगार सहभागी होते. त्यांच्या 'इन्कलाब जिंदाबाद' आणि 'हिंदू-मुस्लीम एक हैं' या नाऱ्यांनी मुंबईचे मुख्य रस्ते दुमदुमून गेले.

नौदल सैनिकांनी अचानक पुकारलेला संप म्हणजे ब्रिटिश साम्राज्याविरुद्ध बंडखोरीच होती. हा उठाव पाहून ब्रिटिश सरकार हादरून गेले. कोणत्याही परिस्थितीत हा उठाव चिरडून टाकण्याचा त्यांनी निश्चय केला. पोलीस दल व सशस्त्र सैन्यदल यांना पाचारण केले गेले. तेथून पुढे सतत चार दिवस मुंबईच्या रस्त्यांवर पोलिसांच्या गाड्या व रणगाडे घरघरत राहिले. उठावात सामील झालेले लोक व सैन्यदल यांची धुमश्चक्री चालू राहिली. अनेक वेळा गोळीबार झाले. लोक रणगाड्यांवर व सशस्त्र सैनिकांवर दगड-विटांचा मारा करून आपला प्रतिकार दाखवित असत. सरकारजवळ प्रभावी शस्त्रे व साधने होती. लोक तसे निःशस्त्रच होते. तथापि, त्यांनी सरकारच्या गोळीबारास दाद न देता संघर्ष चालूच ठेवला. चार दिवसांतील गोळीबारात एकूण 228 जण मृत्युमुखी पडले. तरीही लोक मागे हटले नाहीत.

नौदल सैनिकांनी मात्र यावेळी आपल्या शस्त्रांनी प्रतिकार केला. भूदलाच्या सशस्त्र दलाने जेव्हा नौदलाच्या 'कॅसल' या बराकीस वेढा दिला तेव्हा उभयदलात गोळीबाराचा संघर्ष घडून आला.

आता उठाव झालेल्या नौकांना आणि त्यांच्या बराकींना वेढून त्यांची रसद तोडण्याचा सरकारने निर्णय घेतला; आणि त्याप्रमाणे त्यांच्याभोवती सशस्त्र दलातील सैनिकांचे पहारे बसविण्यात आले. पण लोकांना जेव्हा कळाले की, सरकार नौदल सैनिकांची कोंडी करून त्यांना शरण आणू पाहते आहे तेव्हा मुंबईतील शेकडो देशप्रेमी नागरिकांनी खाद्यपदार्थांची पुडकी घेऊन गेट वे ऑफ इंडियाकडे कूच केले. विशेष म्हणजे ही पुडकी नौदल सैनिकांकडे पोहोचती करण्यात ते यशस्वीही झाले.

नौदल उठावातील एक प्रमुख नेते बी. सी. दत्त यांनी या प्रसंगावर 'म्युटिनी ऑफ द इनोसंट' नावाचे पुस्तक लिहिले आहे. त्यात या प्रसंगाचे वर्णन करताना दत्त लिहितात, 'मुंबई बंदर या वेळी नेहमीपेक्षा अगदी वेगळे दिसत होते. भारतीय सैनिकांचा फिरता पहारा सतत चालू होता आणि जवळच सशस्त्र ब्रिटिश सोल्जर्स बंदुका रोखून उभे होते. अशा स्थितीत भारतीय सैनिकांनी पाठीवर बंदुका अडकवून ठेवून नागरिकांना आणलेले खाद्यपदार्थ छोट्या-छोट्या बोटींमधून नाविकांच्या जहाजांकडे पाठविले. पहारा करणारे सैनिकच असे नागरिकांना सामील होऊन बंडखोर नाविकांना रसद पोहोचवू लागले.' त्या वेळी मात्र ब्रिटिश अधिकारी व सोल्जर्स हताशपणे बाजूला उभे राहून ते आक्रीत पाहत राहिले . . . तलवारवर आम्ही पंधराशे नौदल सैनिक होतो आणि मुंबईतील नागरिक आम्हाला सर्व तऱ्हेचे साहाय्य करण्यास एका पायावर तयार होते.

दत्त यांच्या साक्षीवरून स्पष्ट होते की, भूदल सैनिकांच्या मनातही या नौदल सैनिकांच्या उठावाबद्दल सहानुभूती निर्माण झाली होती आणि त्यांचे गंभीर परिणाम भूदलांवर होऊ शकत होते.

इतिहासकार रजनी पामदत्त यांनी या उठावाचे वर्णन आपल्या 'इंडिया टुडे' या ग्रंथात केले होते. ते सारांशाने असे : ''कापड गिरण्या, कारखाने आणि रेल्वे वर्कशॉप्स यांतील कामगारांनी उठावात सहभागी होण्यासाठी केलेला संप शंभर टक्के यशस्वी झाला होता. ठिकठिकाणचे लोक घोळक्या-घोळक्यांनी जमले होते. मिरवणुका निघाल्या होत्या. मिरवणुकांच्या अग्रभागी राष्ट्रीय सभेचा तिरंगा, मुस्लीम लीगचा चाँदतारा असलेला झेंडा आणि कम्युनिस्टांचे लाल निशाण एकत्रितपणे फडकत होते. मुंबईकरांच्या एकजुटीने माथे भडकलेल्या ब्रिटिश अधिकाऱ्यांनी खास गोरे सोल्जर्स बोलावून घेतले होते. ते रायफली व स्टेनगन्ससह उघड्या भरघाव ट्रकमधून परळच्या गिरणगावातून लोकांवर बेछूट गोळीबार करीत पुढे जात. डिलाईल रोडसारख्या ठिकाणी त्यांनी चाळी-चाळीत घुसून, घरांच्या दारांतून बंदुका रोखून गोळीबार केला.''

अशा प्रकारचा उठाव चालूच राहिला तर त्यातून भीषण रक्तपात घडून आला असता आणि राष्ट्रसभेच्या एकूण राजकीय ध्येयधोरणात न बसणारी ही घटना होती. कोणीतरी मध्यस्थी करून नौदल सैनिकांचा हा उद्रेक शमविण्यासाठी मदत करण्याची आवश्यकता निर्माण झाली होती. सुदैवाने राष्ट्रसभेचे नेते सरदार पटेल व मुस्लीम लीगचे नेते बॅ. जीना या वेळी मुंबईत धावून आले आणि त्यांनी नौदल सैनिक व सरकार यांच्यात वाटाघाटी करून 'कोणत्याही नौदल सैनिकास शिक्षा होणार नाही व बंड करून उठल्याबद्दल कोणताही सूड उगवला जाणार नाही' असे सरकारच्या वतीने आश्वासन दिले. हे आश्वासन मिळाल्यावर रॉयल इंडियन नेव्हीमधील बंडखोर सैनिकांनी 23 फेब्रुवारी, 1946 रोजी सकाळी सरकारपुढे शरणागती स्वीकारली. अशा प्रकारे नौदलातील हा अभूतपूर्व उठाव शांत झाला.

या वेळी प्रसिद्ध केलेल्या पत्रकात नौदलाच्या केंद्रीय संप समितीने म्हटले होते, ''आमच्या देशबांधवांना आम्ही सांगू इच्छितो की, आमचा संप हा देशाच्या इतिहासातील एक अर्थपूर्ण घटना आहे. लष्करातील भारतीय सैनिक आणि इतर भारतीय यांचे रक्त सामाजिक ध्येयासाठी एकत्रितपणे सांडले जाण्याची ही पहिलीच वेळ आहे. लष्करी सेवेत असणारे आम्ही ही गोष्ट कधीच विसरणार नाही. आमच्या अन्य भारतीय बंधू-भगिनींनाही त्याचा विसर पडणार नाही, अशी आम्हाला खात्री आहे. आपला महान देश चिरायु होवो ! जयहिंद !!''

◻ नौदलातील उठावाचे राष्ट्रीय स्वातंत्र्यलढ्यातील महत्त्व

1. **ब्रिटिशांचा लष्करावरील विश्वास उडाला :** 1857 साली भारतीय लष्करातील सैनिकांनी ब्रिटिश साम्राज्य सत्तेविरुद्ध उठाव केले होते. ब्रिटिश सरकारने ते मोडून काढल्यानंतर भारतीय लष्कराची त्यांनी अशी पुनर्रचना केली होती की भारतीय सैनिकांमध्ये राष्ट्रभक्तीची प्रेरणा निर्माण होऊ नये. भारतीय सैनिकांच्या पलटणी जातीच्या पायावर उभारून त्यांच्यात कधीच एकराष्ट्रीयत्वाची भावना निर्माण होणार नाही याची काळजी सरकारने घेतली होती. आपण घेतलेली दक्षता परिपूर्ण आहे असा भरवसा सरकारला वाटत होता व भारतीय लष्कराच्या राजनिष्ठेबद्दल ते निश्चिंत होते.

पण सरकारच्या या विश्वासाला पहिला तडाखा आझाद हिंद सेनेच्या निर्मितीने बसला तर दुसरा तडाखा नौदलातील सैनिकांच्या उठावाने बसला. हा उठाव मुंबईपुरताच मर्यादित राहिला नाही तर कलकत्ता, कराची व मद्रास या ठिकाणांच्या नौदलातही तो कमी-अधिक फरकाने घडून आला होता. सरदार पटेल यांनी मध्यस्थी केली नसती तर उठावाचा हा वणवा नौदलात सर्वत्र फैलावून गेला असता व त्यांचे गंभीर परिणाम ब्रिटिश साम्राज्यसत्तेला भोगावे लागले असते. भूदल व हवाई दल यांमधीलही सैनिक नौदल सैनिकांशी हातमिळवणी करण्याचा धोका उत्पन्न झाला होता. असे झाले असते तर भारतात अभूतपूर्व असे अराजक निर्माण होऊन ब्रिटिशांना अतिशय नामुष्कीने माघार घ्यावी लागली असती. या सर्व बाबींचा विचार करून ब्रिटिश राज्यकर्त्यांनी भारत शक्य तितक्या लवकर सोडण्याचा निर्णय घेतला. त्यास राज्यकर्त्यांचा लष्करासंबंधीचा अविश्वास ही बाब प्रमुख होती.

2. **आझाद हिंद सेनेच्या कृतीचे पुढचे पाऊल :** आझाद हिंद सेनेचा जेव्हा भारताच्या भूमीवर प्रवेश होईल त्या वेळी भारतीय लोकांचे स्वातंत्र्यप्रेमाने भारावून गेलेले आंदोलनाचे प्रवाह आपणास येऊन मिळाले पाहिजेत अशी नेताजींची अपेक्षा होती. सन 1942 च्या चळवळीतील भूमिगत कार्यकर्त्यांचे असे काही 'आझाद दस्ते' निर्माणही झाले होते. भारताच्या भूमीवर आझाद हिंद सेना येताच हे 'आझाद दस्ते' तिला जाऊन मिळणार होते. पण भूमिगतांची चळवळ लवकरच संपुष्टात आल्याने नेताजींचे हे स्वप्न साकार झाले नाही.

सन 1946 च्या नौदलाच्या या उठावात मात्र बंड करून उठलेल्या सैनिकांशी लोकांनी मोठ्या देशभक्तीने व निर्भीड वृत्तीने सहकार्य केल्याचे दिसून येते. प्रा. ग. प्र. प्रधान हे आपल्या 'स्वातंत्र्य संग्रामाचे महाभारत' या ग्रंथात म्हणतात, ''नाविक बंडाचे खरे महत्त्व हे की या बंडामध्ये लोकशक्ती आणि बंडखोर नाविकांची शक्ती यांचा संगम होऊन त्यांनी ब्रिटिश सत्तेविरुद्ध दंड थोपटले. सुभाषचंद्र बोस यांनी सुरू केलेल्या लढ्याचेच हे पुढचे युद्धकांड होते.''

3. **अंतिम स्वातंत्र्यसंग्रामाचे तिसरे पर्व :** भारताच्या स्वातंत्र्य चळवळीतील अंतिम पर्व सन 1942 च्या 'चले जाव' संग्रामाने सुरू झाले. या अंतिम पर्वाचेही तीन भाग होते. सन 1946 च्या नौदलाचा उठाव हा या पर्वाचा शेवटचा भाग होता. त्या भागाचे महत्त्व सांगताना प्रा. प्रधान लिहितात, ''सन 1942 मधील 'चले जाव' चळवळ हे पहिले पर्व. एका वेळी ब्रिटिशांच्या बाजूने लढणाऱ्या सैनिकांनी व अधिकाऱ्यांनी सुभाषबाबूंच्या नेतृत्वाखाली भारताच्या स्वातंत्र्यासाठी केलेला पराक्रमी संग्राम हे दुसरे पर्व. तिसऱ्या पर्वामध्ये नाविकांनी बंड केले असताना सर्वसामान्य जनतेने त्यांच्याशी हातमिळवणी केली आणि दोघांनी मिळून संयुक्तपणे ब्रिटिश सत्तेला प्रतिआव्हान दिले. या तिसऱ्या पर्वात जे घडले त्यावरून; भविष्यकाळात काय घडेल याची ब्रिटिशांना कल्पना आली आणि त्यांनी साम्राज्य गुंडाळून भारत सोडून पळ काढण्याचा निर्णय घेतला.''

4. **ॲटलीची घोषणा :** नौदलाचे बंड फेब्रुवारीमध्ये झाले व 19 मार्च, 1946 रोजी ब्रिटनचे पंतप्रधान ॲटली यांनी पार्लमेंटमध्ये जाहीर केले की, भारतातील राजकीय पेचप्रसंग जलदरीत्या सोडविण्यासाठी म्हणजे भारताला लवकरात लवकर स्वातंत्र्य देण्यासाठी आपल्या मंत्रिमंडळातील तीन सदस्यांचे एक शिष्टमंडळ (कॅबिनेट मिशन) पाठविले जाईल. अशा प्रकारची घोषणा करण्यास जी परिस्थिती निर्माण झाली त्यामध्ये नौदलातील सैनिकांचे बंड हा एक अतिशय महत्त्वपूर्ण घटक होता.

अशा प्रकारे भारताच्या स्वातंत्र्यलढ्याच्या अंतिम पर्वात आझाद हिंद सेनेची तेजस्वी कामगिरी व नौदलातील सैनिकांचा स्वयंस्फूर्त उद्रेक या महत्त्वाच्या घटना मानल्या जातात. हे दोन्हीही उठाव वरवर अयशस्वी झाल्याचे दिसत असले तरी शेवटी त्यांच्या परिणामाच्या दृष्टीने विचार करता ते यशस्वीच झाले असे म्हणावे लागेल. या दोन्ही उठावांमुळे आता भारतावर सैन्यबळाच्या जोरावर राज्य करता येणार नाही ही राज्यकर्त्यांची भावना बळावत गेली. परिणामी, भारत शक्य तितक्या लवकर सोडून जाण्याचा त्यांनी निर्णय घेतला आणि पुढच्याच वर्षी (1947) आपल्या देशाला स्वातंत्र्य मिळाले.

⊙⊙⊙

भारतीय राज्यघटनेची वैशिष्ट्ये

27.1 भारतीय राज्यघटनेच्या निर्मितीची पार्श्वभूमी

27.2 भारतीय राज्यघटनेचा सरनामा

27.3 भारतीय राज्यघटनेची प्रमुख वैशिष्ट्ये

27.1 भारतीय राज्यघटनेच्या निर्मितीची पार्श्वभूमी

भारताची राज्यघटना भारतीय लोकप्रतिनिधींनी तयार करावी असा आवाज प्रथम महात्मा गांधीजींनी सन 1922 मध्ये उठविला होता. पुढे 1936 च्या फैजपूर अधिवेशनात काँग्रेसने ही मागणी अधिकृतरीत्या सरकारपुढे मांडली. यानंतर काँग्रेस व काँग्रेस-नेते ही मागणी करीतच राहिले. तथापि, सरकारने त्यांना दाद दिली नाही. शेवटी क्रिप्स योजनेत ब्रिटिश सरकारने भारतासाठी घटनासमिती स्थापन करण्याचे मान्य केले. स्वातंत्र्याचा लढा जसजसा तीव्र होत गेला तसतशी घटना समितीची आवश्यकता तीव्रतेने भासू लागली. कॅबिनेट मिशन योजनेने भारतीय घटनासमितीची रचना व कार्य कसे असावे याविषयी आदेश दिल्यावर नोव्हेंबर 1946 मध्ये घटना समिती अस्तित्वात आली.

घटनासमितीच्या सभासदांची संख्या 389 इतकी होती. पैकी 246 जागा ब्रिटिश इंडिया व 93 जागा संस्थाने यांच्याकडून भरल्या जाणार होत्या. प्रांतिक कायदेमंडळाकडून ब्रिटिश इंडियाचे प्रतिनिधी निवडले जाणार होते. निवडणुकांत काँग्रेसने 211 जागा जिंकल्या. मुस्लीम लीगच्या वाट्याला फक्त 73 जागा आल्या. घटनासमितीत काँग्रेसचे प्राबल्य राहणार म्हणून मुस्लीम लीगने घटनासमितीवर बहिष्कार टाकण्याचे व मुस्लिमांसाठी वेगळी घटनासमिती मागण्याचे ठरविले. घटना समितीपुढे केवळ लीगनेच निर्माण केलेली अडचण होती असे नाही. संस्थानांवरील ब्रिटिशांची अधिसत्ता 15 ऑगस्ट, 1947 नंतर नष्ट होणार होती. ते या घटनासमितीत येण्यास तयार नव्हते. दुसरे असे की, ही घटनासमिती ब्रिटिशांनी आपल्या सत्तेखाली तयार केली होती. तिला स्वतंत्र भारताच्या सार्वभौम घटना समितीचा दर्जा कायदेशीररीत्या नव्हता. तथापि, स्वातंत्र्य प्राप्त झाल्यावर घटनासमिती सार्वभौम झाली असे 15 ऑगस्ट, 1947 रोजी पं. नेहरूंनी जाहीर केले.

Freedom and power bring responsibility. That responsibility rests on the Constituent Assembly, a sovereign body, representing the sovereign people of India.

डॉ. बाबासाहेब आंबेडकर

घटनासमितीचे पहिले अधिवेशन 9 डिसेंबर, 1946 रोजी डॉ. सच्चिदानंद सिन्हा यांच्या अध्यक्षतेखाली भरले. लवकरच घटनासमितीचे कायमचे अध्यक्ष म्हणून डॉ. बाबू राजेंद्रप्रसाद यांची निवड झाली. समितीला घटनाविषयक सल्ला देण्यासाठी बी. एन. राव यांची घटनात्मक सल्लागार म्हणून नियुक्ती करण्यात आली. घटना समितीने आपल्या सभासदांच्या अनेक उपसमित्या तयार केल्या. त्यापैकी सर्वांत महत्त्वाची म्हणजे घटनेचा कच्चा खर्डा तयार करणारी डॉ. बाबासाहेब आंबेडकर यांच्या अध्यक्षतेखाली नेमलेली उपसमिती होय.

या उपसमितीने अल्पसंख्याक समिती, मूलभूत हक्क समिती इत्यादी समित्यांकडून आलेल्या अहवालावर आधारित भारताच्या भावी राज्यघटनेचा खर्डा तयार केला. हा खर्डा घटना समितीच्या अधिवेशनात चर्चिला जाऊन 26 डिसेंबर, 1949 रोजी मंजूर झाला. 26 जानेवारी, 1950 रोजी भारतीय राज्यघटनेची अंमलबजावणी सुरू झाली. भारत हे सार्वभौम लोकशाही प्रजासत्ताक राज्य झाले.

27.2 भारतीय राज्यघटनेचा सरनामा

आपल्या राज्यघटनेत घटनेचा सरनामा महत्त्वाचा समजला जातो. घटनासमितीच्या अधिवेशनाच्या प्रारंभी पं. नेहरूंनी भारताच्या Aims and Objects वर जो ठराव मांडला होता त्यावर आधारितच हा सरनामा आहे. या सरनाम्यात भारतीय जनतेच्या ध्येयांचे प्रतिबिंब उमटलेले दिसून येते. हा सरनामा असा :

"आम्ही भारताची जनता, भारताचे एक सार्वभौम, समाजवादी, धर्मनिरपेक्ष, लोकशाही, प्रजासत्ताक गणराज्य निर्माण करण्याचे प्रतिज्ञापूर्वक ठरवून आणि भारतीय नागरिकांना.

न्याय : सामाजिक, आर्थिक व राजकीय

स्वातंत्र्य : विचार, उच्चार, समजुती, श्रद्धा व पूजा यांचे

समानता : दर्जा व संधी यांची

ही प्राप्त व्हावीत म्हणून आणि राष्ट्राचे ऐक्य व व्यक्तीची प्रतिष्ठा यासंबंधी भरवसा देऊन त्यांच्यामध्ये भातृभाव वाढावा याकरिता,

आमच्या या घटनासमितीमध्ये सन 1949 च्या नोव्हेंबर महिन्याच्या 26 तारखेस ही घटना मान्य करीत आहोत व तत्संबंधी कायदा करून आपली म्हणून तिचा स्वीकार करीत आहोत."

अनेक घटनातज्ज्ञांनी या सरनाम्याची स्तुती केलेली आहे. उच्चतम न्यायालयाने एका खटल्याच्या संदर्भात या सरनाम्याविषयी अत्यंत महत्त्वाचा शेरा मारला आहे, तो असा :

"ज्या वेळी घटनेतील कलमांचा अर्थ व उद्दिष्ट स्पष्ट नसेल त्या वेळी त्या कलमांचा अर्थ समजून घेण्यासाठी सरनाम्याचा आश्रय घ्यावा लागेल."

या सरनाम्याने अगदी सुरुवातीलाच स्पष्ट केले आहे की, भारतीय राज्यघटना ही कुणी देणगी म्हणून दिलेली नसून ती भारतीय जनतेने निर्माण केली आहे; तसेच भारतीय जनता सार्वभौम आहे. सार्वभौम जनतेने निर्माण केलेली ही राज्यघटनाही सार्वभौम आहे.

27.3 भारतीय राज्यघटनेची प्रमुख वैशिष्ट्ये

आज जगातील बहुतेक सर्व देशांना स्वतःच्या राज्यघटना आहेत, त्या एकसारख्या नाहीत. प्रत्येक देशाची राजकीय व सामाजिक जडणघडण, तेथील राज्यव्यवस्था निर्माण करण्यासाठी घडून आलेले संघर्ष, संबंधित लोकांची संस्कृती व मनोवृत्ती इत्यादी अनेक घटकांचा राज्यघटनेच्या निर्मितीवर प्रभाव पडलेला दिसून येतो. या प्रभावातून त्या-त्या राज्यघटनेची वैशिष्ट्ये निर्माण होतात. जशी ब्रिटन, अमेरिका इत्यादी देशांच्या राज्यघटनेची काही स्वतंत्र वैशिष्ट्ये आहेत तशी भारतीय राज्यघटनेचीही वैशिष्ट्ये आहेत. काही खास आहेत तर काही अन्य राज्यघटनांमध्ये आढळणाऱ्या वैशिष्ट्यांप्रमाणेच आहेत.

1. **ब्रिटिशांच्या प्रशासन यंत्रणेचा वारसा :** भारताला स्वातंत्र्य मिळाल्यानंतर त्यांची राज्यघटना निर्माण होऊन अमलात आली असली तरी ती ज्या प्रशासन तत्त्वांच्या व प्रशासन यंत्रणेच्या पायावर उभी आहे तो पाया ब्रिटिश राजवटीतच भरला गेला होता, हे लक्षात घ्यावयास हवे. वास्तविक ब्रिटिशांच्या सत्तेची प्रशासन यंत्रणा एका वर्षात अथवा दशकात तयार झालेली नव्हती. सन 1773 च्या 'रेग्युलेटिंग ॲक्ट' पासून सन 1935 च्या सुधारणा कायद्यापर्यंत ब्रिटनच्या पार्लमेंटने जे वेळोवेळी कायदे केले त्यातून उपरोक्त यंत्रणा निर्माण झाली होती. विशेषतः विसाव्या शतकातील सन 1909 चा कायदा, 1919 चा कायदा व 1935 चा कायदा यांचा या प्रक्रियेत मोठा वाटा आहे. सन 1935 चा कायदा तर इतका महत्त्वाचा आहे की आपली राज्यघटना म्हणजे या कायद्याची सुधारित आवृत्तीच भासावी.

याच कायद्याने भारतीय संघराज्य पद्धतीची रूपरेषा निश्चित केली गेली. म्हणून भारतीय घटनात्मक विकासाच्या इतिहासामध्ये हा कायदा पायाभूत मानला जातो. तेव्हा भारतीय राज्यघटना म्हणजे पूर्वीच्या शासनव्यवस्थेशी पूर्णपणे फारकत घेतलेली घटना नाही. पूर्वीच्या शासनव्यवस्थेत आवश्यक तो बदल करून आपल्या राज्यघटनेने नवी शासनव्यवस्था निर्माण केली आहे.

2. **जगातील सर्वांत मोठी लिखित राज्यघटना :** जगातील सर्व लिखित राज्यघटनांमध्ये आपली राज्यघटना सर्वांत मोठी आहे. सुप्रसिद्ध घटनातज्ज्ञ पायली यांनी तिचे वर्णन 'An Elephantine Constitution' असे केले आहे. आपल्या राज्यघटनेत एकूण 395 कलमे आणि 9 परिशिष्टे आहेत. अमेरिकेची राज्यघटना फक्त चौदा कलमांची मिळून बनली आहे. आपल्या राज्यघटनेच्या लांबलचकपणाची काही कारणे आहेत. घटनेत काही संदिग्धता अथवा अनिश्चितता राहू नये म्हणून घटनाकारांनी तपशीलवार तरतुदी दिल्या आहेत. त्यामुळे आपल्या राज्यघटनेत शासनसंस्थेच्या मूलभूत तत्त्वांबरोबर प्रशासन यंत्रणेच्या संदर्भातीलही तरतुदी दिल्या आहेत. याशिवाय केंद्र सरकार व घटकराज्य सरकार यांची रचना, अधिकार व कार्ये, परस्परांतील संबंध, त्यांचे परस्परांविषयीचे अधिकार, मूलभूत हक्क, मार्गदर्शक तत्त्वे, राष्ट्रपतींचे स्थान, त्यांचे अधिकार, आणीबाणीतील खास अधिकार, न्यायमंडळाची रचना, लोकसेवा आयोग, निर्वाचन आयोग, अनुसूचित जाती-जमाती आणि मागासवर्गीय यांचे कल्याण, जम्मू-काश्मीर, नागभूमी, सिक्कीम, मणिपूर इत्यादी घटकराज्यांचे संघराज्यातील स्थान अशा कितीतरी बाबींचा अंतर्भाव आपल्या राज्यघटनेत झालेला आहे. परिणामी तिचा आकार वाढणे अपरिहार्य होते.

3. **अनेक राज्यघटनांचा प्रभाव :** आपल्या घटनातज्ज्ञांनी जगातील अनेक देशांच्या राज्यघटनांचा अभ्यास करून आपल्या देशाची राज्यघटना निर्माण केलेली आहे. त्यांनी अमेरिकन, ब्रिटिश, आयरिश इत्यादी राज्यघटनांमधील आदर्श तरतुदी त्यातील तत्त्वांसह घेतल्या आहेत. अर्थात, अशी उसनवारी ही चांगल्यासाठीच केलेली होती हे लक्षात घेतले पाहिजे आणि ती करीत असता आपल्या देशाच्या राजकीय, सामाजिक व आर्थिक परिस्थितीनुसार त्यामध्ये आवश्यक ते बदल करून त्यांचा स्वीकार केलेला आहे. उदाहरणार्थ, आपल्या संसदीय राज्यपद्धतीचा सांगाडा व कायद्याच्या अधिसत्तेचे तत्त्व या बाबी आपण ब्रिटनच्या राज्यघटनेवरून घेतल्या आहेत. आपल्या राज्यघटनेतील मूलभूत हक्क आणि उच्चतम न्यायालयाचे अधिकार यावर अमेरिकन राज्यघटनेचा प्रभाव पडलेला आहे तर आयरिश राज्यघटनेतून आपण मार्गदर्शक तत्त्वे घेतलेली आहेत.

4. **ताठरता व लवचीकता यांचा सुरेख समन्वय :** ए. पी. शर्मा म्हणतात, *"The Indian Constitution is unique combination or rigidity and flexibility".* भारतीय राज्यघटना काही प्रमाणात ताठरही आहे तर काही प्रमाणात लवचीकही आहे. ब्रिटनची राज्यघटना फारच लवचीक तर अमेरिकेची फारच ताठर आहे. भारताने सुवर्णमध्य साधला आहे. उदाहरणार्थ, एखाद्या प्रांताची पुनर्रचना करणे, त्या प्रांताचे नाव बदलणे, अखिल भारतीय सेवांसंबंधी नियम करणे इत्यादी बाबींसंबंधी घटनादुरुस्ती करणे आवश्यक असते. अशी घटनादुरुस्ती पार्लमेंटमधील साध्या बहुमतानेही होऊ शकते. तथापि, राष्ट्रपतींची निवडणूक, मध्यवर्ती सरकारच्या कायदेमंडळाचे अधिकार, न्यायमंडळ इत्यादींविषयी घटनादुरुस्ती करीत असता पार्लमेंटपुढे तशा स्वरूपाचे बिल येण्यापूर्वी घटकराज्यातील एक-द्वितीयांश कायदेमंडळांनी ते मंजूर करणे आवश्यक आहे. अशा वेळी आपल्या राज्यघटनेचे स्वरूप ताठर होते. अशा प्रकारे आपल्या घटनाकारांनी आपल्या राज्यघटनेत ताठरता व लवचीकता यांचा सुरेख समन्वय साधला आहे.

5. **संसदीय राज्यपद्धतीचा स्वीकार :** लोकशाही राज्यपद्धतीत प्रामुख्याने संसदीय राज्यपद्धती आणि अध्यक्षीय राज्यपद्धती अशा दोन पद्धती येतात. आपल्या राज्यपद्धतीत केंद्रात राष्ट्रपती व राज्यात राज्यपाल हे घटनात्मक प्रमुख असतात, म्हणजे त्यांच्या नावे राज्यकारभार केला जातो; ते प्रत्यक्ष राज्यकारभार करीत नाहीत. हा राज्यकारभार कार्यकारी मंडळांकडून (मंत्रिमंडळाकडून) केला जातो आणि हे मंत्रिमंडळ कायदेमंडळास जबाबदार असते. कायदेमंडळात लोकांनी निवडून दिलेले प्रतिनिधी असतात; म्हणजे मंत्रिमंडळ अप्रत्यक्षरीत्या लोकांस जबाबदार असते. कायदेमंडळाने जर मंत्रिमंडळावर अविश्वास दाखविला तर मंत्रिमंडळास राजीनामा द्यावा लागतो. अशा प्रकारचे हे जबाबदार राज्यपद्धतीचे तत्त्व हे संसदीय राज्यपद्धतीचे सर्वांत महत्त्वाचे वैशिष्ट्य आहे.

चालू शतकात ब्रिटिशांनी आपल्या देशात विविध सुधारणा कायद्यांनी (उदाहरणार्थ, सन 1909, 1919 व सन 1935 चा कायदा) हे जबाबदार राज्यपद्धतीचे तत्त्व हळूहळू रुजविले होते. स्वाभाविकच, अशा प्रकारच्या नोकरशाही पद्धतीचा स्वीकार करणे आपल्या घटनाकारांना आवश्यक व अधिक यथार्थ वाटले.

6. **सार्वभौम लोकशाही प्रजासत्ताक राज्य :** घटनेच्या सरनाम्यातच भारत हे राष्ट्र सार्वभौम लोकशाही प्रजासत्ताक बनत असल्याचे जाहीर करण्यात आले आहे. 'सार्वभौम' याचा अर्थ, भारत इतर कोणत्याही राष्ट्राच्या सत्तेखाली नाही व कोणतीही सत्ता तो मानत नाही. राष्ट्रकुटुंबाचा अगर यूनोचा तो सभासद असला तरी त्यांच्या सार्वभौमत्वाला बाधा येत नाही. भारतीय घटना व राज्य हे लोकशाहीप्रधान आहे. म्हणजे राज्याची खरी सत्ता भारतीय जनतेत सामावलेली आहे. राज्यकर्ते जनतेने निवडलेले असून ते जनतेला जबाबदार आहेत. जातीय मतदारसंघ नष्ट करून सर्व नागरिक समतेच्या पायावर आणले गेले आहेत. तसेच भारत हे 'प्रजासत्ताक' राज्य आहे. प्रजासत्ताकाला लोकनियुक्त राष्ट्राध्यक्ष असेल, त्यांची सत्ता वंशपरंपरेने चालू राहणार नाही. पाच वर्षांनंतर त्याच्या पदावर दुसरी व्यक्ती येऊ शकते. याचाच अर्थ, हे पद आनुवंशिक स्वरूपाचे नाही. ब्रिटन, जपान इत्यादी देश लोकशाही असले तरी ते 'प्रजासत्ताक' नाहीत; कारण त्या देशांतील शासनप्रमुख 'राजा' अथवा 'सम्राट' असून त्याचे पद त्यास वंशपरंपरेने प्राप्त झालेले असते. प्रजासत्ताक भारताचे शासनप्रमुख 'राष्ट्रपती' असून ते अप्रत्यक्षरीत्या म्हणजे संसद आणि राज्याच्या विधानसभा यांमधील लोकप्रतिनिधींकडून निवडले जातात. तथापि, आपण संसदीय लोकशाहीचा स्वीकार केल्याने आपले राष्ट्रपती हे आपल्या राष्ट्राचे नामधारी शासनप्रमुख असतात. राष्ट्राचा कारभार पंतप्रधान व त्यांचे मंत्रिमंडळ राष्ट्रपतींच्या नावे करीत असतात.

7. **संघराज्य पद्धतीचा स्वीकार :** आपल्या राज्यघटनेने संघराज्य पद्धतीचा स्वीकार केलेला आहे. अमेरिका, कॅनडा, स्वित्झर्लंड इत्यादी काही देशांत अशी पद्धती स्वीकारली गेली आहे. आपल्या देशाचा खंडप्राय विस्तार व येथील सांस्कृतिक व भाषिक विविधता या पार्श्वभूमीवर आपल्या घटनाकारांनी संघराज्य तत्त्वांचा स्वीकार केला आहे. संघराज्यामध्ये घटकराज्यांना काही प्रमाणात स्वायत्तता दिली जाते. अशी स्वायत्तता आपल्या राज्यघटनेने राज्यांना दिली आहे. असे असले तरी राज्यांची स्वायत्तता आणि राष्ट्रीय एकात्मता यांचा आवश्यक समतोल राज्यघटनेत साधला जातो.

वास्तविक, सन 1935 च्या सुधारणा कायद्याने भारतात संघराज्य तत्त्वाचा अवलंब केला गेला होता. पुढे आपल्या राज्यघटनेने या तत्त्वाचा विकास करून त्याची अंमलबजावणी केली. स्वातंत्र्यानंतरच्या कालखंडात देशातील प्रांतांची भाषावार प्रांतरचनेच्या तत्त्वानुसार पुनर्रचना केली गेली आणि प्रमुख भाषांची राज्ये निर्माण केली गेली. आज आपल्या संघराज्यात एकूण 25 घटकराज्ये व 7 केंद्रशासित प्रदेश आहेत.

भारतीय संघराज्यात जगातील इतर संघराज्यांप्रमाणे केंद्र आणि घटकराज्ये यांच्यात अधिकारांची विभागणी केली आहे. या उभयतांत अधिकाराच्या क्षेत्रासंबंधी काही वाद उपस्थित झाल्यास त्यावर निर्णय देण्याचा अधिकार राज्यघटनेने न्यायमंडळास दिलेला आहे.

8. **प्रबळ केंद्र आणि राष्ट्रीय एकात्मता :** जी. एन. जोशी म्हणतात, *"Though federal in form, the Indian Constitution unlike other federal constitutions is both unitary as well as federal according to the requirement of time".* याचा अर्थ, कालपरत्वे भारतीय राज्यघटनेचे स्वरूप पालटते. शांततेच्या काळात भारतीय राज्यपद्धती 'संघराज्यात्मक' असली तरी आणीबाणीच्या प्रसंगी ती एकावयवी होऊ शकते. आपली घटना संघराज्यात्मक असली तरी घटनाकारांनी हेतुतः 'संघराज्य' हा शब्द वापरलेला नाही. कारण अमेरिकन संघराज्यासारखे आपले संघराज्य नाही. स्वतंत्र राज्यांनी एकत्र येऊन तेथे संघराज्य स्थापन केले आहे; आपल्या देशात असे झालेले नाही.

संघराज्य पद्धतीत केंद्र आणि घटकराज्ये यांच्यात तीन प्रकारच्या अधिकारांची विभागणी होत असते :

(1) कायदेविषयक (2) प्रशासकीय (3) आर्थिक.

आपल्या राज्यघटनेत या तिन्ही अधिकार प्रकारांत केंद्राचे घटकराज्यांवर वर्चस्व प्रस्थापित केले गेले आहे. केंद्राकडे अधिक संख्येने व अधिक महत्त्वाचे विषय दिले गेले आहेत. (उदाहरणार्थ, लष्कर, चलन, परराष्ट्र व्यवहार इत्यादी.) एवढेच नव्हे, तर एखाद्या घटकराज्याचा कारभार घटनेनुसार चालत नसल्यास तेथील सरकार बरखास्त करून त्याचे

अधिकार आपल्याकडे घेण्याचे म्हणजे राष्ट्रपती राजवट लागू करण्याचे अधिकार केंद्रास आहेत. याचाच अर्थ, राज्यघटनेने केंद्रसत्ता अधिक प्रबळ बनविली आहे. भाषिक व सांस्कृतिक विविधता असणाऱ्या आपल्या देशात 'राष्ट्रीय एकात्मता' टिकून राहावी हे त्यामागे प्रमुख कारण आहे. यासाठीच आणीबाणीच्या प्रसंगी केंद्राला भरपूर प्रभावी अधिकार दिलेले आहेत. संकटकाळी भारतीय संघराज्याचे स्वरूप 'एकावयवी' बनत असल्याने कोणाही घटकराज्याला संघराज्यातून फुटून बाहेर पडता येत नाही. याशिवाय सर्व राष्ट्रांचे मिळून एकच राष्ट्रगीत, एकच राष्ट्रध्वज, एकच न्यायदान पद्धती, एकच अखिल भारतीय प्रशासकीय सेवा इत्यादी खास बाबींमुळे आपल्या देशाची राष्ट्रीय एकात्मता अधिक बळकट बनत चालली आहे.

9. मूलभूत हक्क : सुप्रसिद्ध विचारवंत प्रा. लास्कींनी एके ठिकाणी म्हटले आहे की, 'A state is known by the right it maintains'. नागरिकांना कोणते मूलभूत हक्क दिले गेले आहेत त्यावरून राज्याच्या स्वरूपाची खरी कल्पना येते. त्या दृष्टीने पाहिल्यास भारतीय राज्यघटनेने जगातील उच्चतम मूलभूत हक्क भारतीयांना दिलेले आहेत. न्याय, स्वातंत्र्य, समता व बंधुभाव या उदात्त तत्त्वांवर आधारित असे लोककल्याण हे उद्दिष्ट आपल्या घटनाकारांनी नजरेसमोर ठेवले आहे.

आपल्या राज्यघटनेतील मूलभूत हक्क पुढीलप्रमाणे आहेत : (1) समतेचा हक्क (2) स्वातंत्र्याचा हक्क (3) पिळवणूकविरोधी हक्क (4) धार्मिक स्वातंत्र्याचा हक्क (5) सांस्कृतिक व शैक्षणिक हक्क (6) मालमत्ता संपादन करण्याच्या स्वातंत्र्याचा हक्क (7) घटनात्मक इलाज करण्याचा हक्क.

या प्रत्येक मूलभूत हक्काची व्याप्ती फार मोठी आहे. उदाहरणार्थ, स्वातंत्र्याचा हक्क म्हणजे (1) भाषण स्वातंत्र्य (2) सभा स्वातंत्र्य (3) संघटन स्वातंत्र्य (4) संचार स्वातंत्र्य (5) वास्तव्याचे स्वातंत्र्य (6) मालमत्तेचे स्वातंत्र्य (7) व्यवसायाचे स्वातंत्र्य.

भारतीय राज्यघटनेमधील 'मूलभूत हक्कांचा' विभाग अत्यंत महत्त्वाचा समजला जातो. अशा प्रकारच्या मूलभूत हक्कांच्या यादीचा समावेश कॅनडा, न्यूझीलंड किंवा ब्रिटन यांच्याही राज्यघटनेत नाही हे लक्षात ठेवले पाहिजे. मूलभूत हक्कांच्या शाश्वतीशिवाय लोकशाही स्थिर पायावर उभी राहू शकणार नाही आणि तसे झाले तर राज्यकर्त्यांचा जुलूम नागरिकांवर होईल व नागरिकांच्या व्यक्तिमत्त्वाचा सर्वांगीण विकास होऊ शकणार नाही. राज्यकर्त्यांचे नागरिकांच्या मूलभूत हक्कांवर आक्रमण होणार नाही यासाठी राज्यघटनेने स्वतंत्र न्यायमंडळाची स्थापना केली आहे. मूलभूत हक्कांची पायमल्ली झाल्यास सरकारविरुद्ध उच्चतम न्यायालयात जाण्याचा व योग्य तो न्याय संपादन करण्याचा प्रत्येक नागरिकाला हक्क आहे. विशेष म्हणजे घटनाकारांनी या हक्काचा समावेश मूलभूत हक्कांमध्येच केला आहे.

10. मूलभूत कर्तव्ये : मूलभूत हक्क ही नाण्याची एक बाजू आहे. दुसरी बाजू म्हणजे मूलभूत कर्तव्ये. नागरिकांनी केवळ हक्कांसाठी नव्हे तर कर्तव्यासाठी जागरूक राहिले पाहिजे. परंतु घटनाकारांनी घटनानिर्मितीच्या वेळी अशा कर्तव्यांची यादी दिलेली नव्हती. ही त्रुटी सन 1976 मध्ये घडवून आणलेल्या 42 व्या घटनादुरुस्तीने भरून काढली आहे. आता राज्यघटनेत मूलभूत हक्कांबरोबरच मूलभूत कर्तव्यांचाही समावेश केला गेला आहे. ही मूलभूत कर्तव्ये एकूण दहा असून ती सारांशरूपाने अशी आहेत :

(1) आपल्या राज्यघटनेचे संरक्षण करणे; राष्ट्रध्वज व राष्ट्रगीत यांचा आदर राखणे.

(2) ज्या आदर्शांमुळे राष्ट्राच्या स्वातंत्र्यलढ्यास प्रेरणा मिळाली त्या आदर्शांची जोपासना करणे.

(3) आपल्या देशाचे सार्वभौमत्व, एकता व एकात्मता यांचे संरक्षण करणे.

(4) देशाच्या संरक्षणासाठी जेव्हा आवाहन केले जाईल तेव्हा त्या आवाहनास प्रतिसाद देणे.

(5) धार्मिक, भाषिक, प्रांतिक अथवा वर्गीय भेद बाजूस ठेवून राष्ट्रातील ऐक्य व बंधुभाव यांच्या वाढीस हातभार लावणे.

(6) भारतीय संमिश्र संस्कृतीचा वारसा जतन करणे.

(7) वने, सरोवरे, नद्या व वन्य जीवसृष्टी यांसह बनलेल्या पर्यावरणाचे संरक्षण करणे. प्राणिमात्रांविषयी दयाबुद्धी बाळगणे.

(8) विज्ञाननिष्ठा, मानवतावाद, सुधारणावाद इत्यादी आधुनिक तत्त्वांचा स्वीकार करून विकास साधणे.

(9) हिंसाचाराचा त्याग करून राष्ट्रीय अथवा सार्वजनिक संपत्तीचे रक्षण करणे.

(10) व्यक्तिगत आणि सार्वजनिक क्षेत्रांत अशी कामगिरी करणे की जेणेकरून उपक्रम व सिद्धी या दोन्ही बाबतीत राष्ट्र उच्च पातळीवर जाईल.

या ठिकाणी एक गोष्ट लक्षात ठेवली पाहिजे की, मूलभूत हक्कांना जसे न्यायालयीन बंधन आहे तसे मूलभूत कर्तव्यांना नाही. याचा अर्थ, समजा, एखाद्या नागरिकाने आपले मूलभूत कर्तव्य बजावले नाही तर त्यावर कायदेशीर इलाज करता येणार नाही. पण सरकार या मूलभूत कर्तव्याला अनुसरून कायदा करू शकते व असा कायदा झाला तर मात्र कर्तव्यच्युत नागरिकांवर कायदेशीर इलाज करता येईल. तोपर्यंत मूलभूत कर्तव्ये ही नागरिकांवर नैतिक बंधनाच्या स्वरूपातच राहतील.

11. मार्गदर्शक तत्त्वे : आपल्या राज्यघटनेने काही मार्गदर्शक तत्त्वांचा स्वीकार केला आहे. या तत्त्वांनुसार राज्याने लोककल्याणकारी राज्यकारभार करावा व मार्गदर्शक तत्त्वांची उद्दिष्टे सफल करावीत असा घटनाकारांचा आदेश आहे. ही मार्गदर्शक तत्त्वे म्हणजे घटनाकारांनी राज्यापुढे ठेवलेले आदर्श आहेत. त्यानुसार राज्याने वागावे व कारभार करावा अशी राज्यघटनेची अपेक्षा आहे. परंतु तसा तो करता आला नाही तर राज्यकर्त्यांविरुद्ध नागरिकांना कोर्टात दाद मागता येणार नाही. मार्गदर्शक तत्त्वे म्हणजे राज्यांवरील नैतिक बंधने आहेत.

राज्यघटनेत नमूद केलेली मार्गदर्शक तत्त्वे पुढीलप्रमाणे आहेत :

(i) **आर्थिक प्रगतीची तत्त्वे :** समाजात आर्थिक, सामाजिक व राजकीय न्याय प्रस्थापित व्हावा यासाठी आणि कल्याणकारी राज्याच्या निर्मितीसाठी राज्याने पुढील आचरण करावे :

(1) सर्वांना उपजीविकेचे साधन उपलब्ध करून देणे.

(2) मक्तेदारी कमी करून संपत्तीचे विकेंद्रीकरण करणे. आर्थिक समता प्रस्थापित करण्याचा प्रयत्न करणे.

(3) स्त्री आणि पुरुष यांना समान कामाबद्दल समान वेतन देणे.

(4) शिक्षणाचा प्रसार करणे; वृद्ध, आजारी माणसे व बेकारांना सरकारी मदत देणे.

(5) कामगारांचे राहणीमान उंचावणे इत्यादी.

(ii) **गांधीवादी तत्त्वे :**

(1) ग्रामपंचायती सुधारणे, गावचा कारभार शक्यतो पंचायतीमार्फत करून घेणे.

(2) खाजगी अथवा सहकारी तत्त्वावर ग्रामोद्योगाला प्रोत्साहन देणे.

(3) दारूबंदी करणे.

(4) मागासलेला वर्ग व जमाती यांची उन्नती करणे.

(5) गो-वध बंदी करणे.

(6) ऐतिहासिक वास्तू, वस्तू व कागदपत्रे यांचे जतन करणे.

(7) न्यायमंडळ व कार्यकारी मंडळ ही स्वतंत्र ठेवणे.

(iii) आंतरराष्ट्रीय शांततेची तत्त्वे :

(1) आंतरराष्ट्रीय शांतता व सुरक्षितता प्रस्थापित करण्याचा प्रयत्न करणे.

(2) राष्ट्रा-राष्ट्रांमध्ये सहकार्याची व मैत्रीची भावना निर्माण करणे.

(3) आंतरराष्ट्रीय कायदा व करारमदार यांचे पालन करणे.

(4) आंतरराष्ट्रीय समस्या शांततेच्या व वाटाघाटीच्या मार्गाने सोडविण्यास हातभार लावणे.

12. धर्मातीत राज्याची संकल्पना : राज्यघटनेने भारत हे धर्मातीत (धर्मनिरपेक्ष) राज्य बनवलेले आहे. देशातील बहुसंख्य लोकांचा हिंदू हा जरी धर्म असला तरी तो राष्ट्रधर्म म्हणून स्वीकारलेला नाही. घटनेने प्रत्येक नागरिकाला धर्मस्वातंत्र्य दिले आहे; परंतु कोणत्याही धर्मास राज्य पाठिंबा देणार नाही. धर्माच्या बाबतीत ते तटस्थ असेल असे घोषित केले गेले आहे. धर्मातील राज्याची कल्पना स्पष्ट करीत असता व्यंकटरामन म्हणतात, *"A secular state is neither religious nor anti-religious but wholly detached from religious dogmas and activities and so neutral in religious matters."* याच तत्त्वानुसार भारतात अनेक धर्म व पंथ असल्याने राज्यघटनेने राज्याला धर्मातीत स्वरूप दिले आहे. कोणत्याही नागरिकावर धर्माच्या नावाखाली अन्याय केला जाणार नाही तसेच त्याच्यावर सरकारी कृपाही होणार नाही.

धर्मातीत अथवा धर्मनिरपेक्ष राज्याच्या संकल्पनेत नागरिकांना त्यांच्या-त्यांच्या धर्माप्रमाणे अथवा श्रद्धेप्रमाणे वागण्याचे पूर्ण स्वातंत्र्य असते. पण असे स्वातंत्र्य उपभोगत असता सार्वजनिक शांतता, नीतिमत्ता अथवा व्यवस्था यांना बाधा पोहोचणार नाही याची दक्षता संबंधितांनी घ्यायची असे. याचाच अर्थ, धर्मातीत राज्यात कोणाही व्यक्तीस अमर्याद धर्मस्वातंत्र्य असणार नाही.

आज जगात अनेक देशांत मूलतत्त्ववाद्यांच्या धर्मांध चळवळी फोफावत असून अनेक देशांनी धर्मातीत तत्त्वांचा त्याग केला असताना भारत आपल्या राज्यघटनेतील या तत्त्वानुसार धर्मातीत मार्गावरून पुढे जात आहे, ही मोठी कौतुकास्पद कामगिरी आहे.

13. एकेरी नागरिकत्व : अमेरिका, स्वित्झर्लंड यांसारख्या संघराज्यांत दुहेरी नागरिकत्व आहे. याचा अर्थ, संघराज्यातील प्रत्येक व्यक्तीला घटकराज्याचे तसेच संघराज्याचे असे दुहेरी नागरिकत्व प्राप्त होते. आपल्या राज्यघटनेने मात्र एकेरी नागरिकत्व स्वीकारले आहे. म्हणजे भारतीय व्यक्तीला घटकराज्याचे नागरिकत्व नसते. जे असते ते भारतीय संघराज्याचे नागरिकत्व. अशा परिस्थितीत व्यक्तीस नागरिकत्व बहाल करणे अथवा ते रद्द करणे हा अधिकार घटकराज्याकडे न राहता तो संघराज्यातील केंद्राकडे (भारताच्या संसदेकडे) राहतो. असे करण्यात राष्ट्रीय एकात्मतेच्या भावनेस जास्तीतजास्त बळकटी यावी हेच उद्दिष्ट घटनाकारांनी आपल्या डोळ्यांसमोर ठेवले होते, हे उघड आहे.

14. कायद्याच्या अधिसत्तेचे तत्त्व : आपल्या राज्यघटनेने कायद्याच्या अधिसत्तेच्या तत्त्वाचा (Rule of Law) स्वीकार केलेला आहे. हे तत्त्व म्हणजे राज्यात सर्वांत श्रेष्ठ कायदा असून राज्यातील कुणीही व्यक्ती अथवा संस्था राज्याच्या कायद्याहून मोठी नाही. याच तत्त्वानुसार राज्याला व्यक्ती-व्यक्तीमध्ये धर्म, वंश, जात, लिंग आदी कारणांवरून भेदाभेद करता येत नाही. दुसऱ्या शब्दांत, कायद्यासमोर सर्व समान आहेत. पंतप्रधानांना एक कायदा आणि सामान्य नागरिकांस दुसरा कायदा असे असू शकत नाही. याच तत्त्वानुसार कोणत्याही वर्गास अथवा गटास विशेषाधिकार बहाल केले जात नाहीत.

15. एकेरी व स्वतंत्र न्यायमंडळ : अमेरिकन संघराज्यात घटकराज्याचे एक व संघराज्याचे एक अशी दोन स्वतंत्र न्यायमंडळे आहेत; यास 'दुहेरी न्यायमंडळ पद्धती' असे म्हणतात. भारतीय संघराज्याच्या राज्यघटनेत दोन्हीचे मिळून एकच न्यायमंडळ आहे; त्यास 'एकेरी न्यायमंडळ पद्धती' असे म्हणतात. यामध्ये तालुका न्यायालयापासून उच्चतम न्यायालयापर्यंत एकसूत्री न्यायव्यवस्था निर्माण केलेली असून उच्चतम न्यायालयाचा अधिकार सर्व न्यायव्यवस्थेवर चालत असतो. देशातील कोणत्याही दिवाणी अथवा फौजदारी खटल्याचा अंतिम निर्णय हेच उच्चतम न्यायालय करीत असते. तसेच घटनात्मक तरतुदीविषयी काही वाद उपस्थित झाल्यास त्यावरही अंतिम निर्णय हेच न्यायालय देत असते. या न्यायालयाचे निर्णय देशातील सर्व न्यायालयांवर बंधनकारक असतात.

संघराज्य पद्धतीत स्वतंत्र न्यायमंडळाचा अंतर्भाव असतो. आपल्या राज्यघटनेनेही तसा अंतर्भाव केला असून आपले न्यायमंडळ स्वतंत्र आहे. दुसऱ्या शब्दांत, आपले न्यायमंडळ राज्यकर्त्यांच्या दबावाखाली नाही. न्यायाधीशांचे पगार व नोकरीतील मुदत, सुविधा वगैरे राज्यघटनेने ठरवून दिलेल्या आहेत. त्यांच्या पगारात संसदही कपात करू शकत नाही.

राज्यघटनेच्या कलमांचा अर्थ लावणे, सरकारने केलेले कायदे घटनेच्या कलमांचे उल्लंघन करतात की काय ते पाहणे, नागरिकांच्या मूलभूत अधिकारांवर झालेले आक्रमण दूर करणे इत्यादी मूलभूत बाबी न्यायमंडळाच्या कार्यात समाविष्ट होतात.

16. न्यायालयीन पुनर्विलोकनाचे तत्त्व : प्रसिद्ध कायदेपंडित डॉ. दुर्गादास बसू म्हणतात, *"If I were asked to mention the best feature of our constitution, I would take little time to say – 'Judicial Review'* (न्यायालयीन पुनर्विलोकन) *and this has been empty demonstrated by the working of our judiciary during the last few decades."* हे न्यायालयीन पुनर्विलोकन म्हणजे देशातील कायदेमंडळांनी केलेला कायदा राज्यघटनेतील तरतुदींशी विसंगत असल्याने तो रदबातल ठरविण्याचा अधिकार, या अधिकाराचे तत्त्व प्रथम अमेरिकन संघराज्यात प्रस्थापित झाले. आपणही संघराज्य पद्धतीचा स्वीकार केल्याने या तत्त्वाचा अंतर्भाव राज्यघटनेत होणे अपरिहार्य होते. आपल्या देशात हा न्यायालयीन पुनर्विलोकनाचा अधिकार घटकराज्यातील उच्च न्यायालये व राजधानीतील उच्चतम न्यायालय यांना आहे. या अधिकारानुसार न्यायालयास केंद्र अथवा घटकराज्याच्या सरकारने केलेल्या कायद्याची वैधता तपासून पाहता येते व राज्यघटनेतील तरतुदींशी विसंगत असेल तर तो रदबातलही ठरविता येतो.

आपल्या राज्यघटनेचे व त्यातील मूलभूत तत्त्वांचे संरक्षण व्हावे, हाच उद्देश हे तत्त्व स्वीकारण्यामागे आपल्या घटनाकारांचा होता. या तत्त्वाच्या स्वीकारामुळे आपल्या राज्यघटनेतील न्यायमंडळाचे स्वातंत्र्य व श्रेष्ठ अधिकार यांचे स्पष्ट दिग्दर्शन होते.

17. मागासलेल्या जाती-जमातीविषयक तरतुदी : कल्याणकारी राज्याचे उद्दिष्ट गाठण्यासाठी समाजातील सर्व वर्गांचा विशेषतः आर्थिक व सामाजिकदृष्ट्या मागासलेल्या जाती-जमाती आणि आदिवासी या वर्गाचा विकास होणे आवश्यक आहे हे जाणून घटनाकारांनी त्यांच्या विकासासाठी राज्यघटनेत काही खास तरतुदी करून ठेवल्या आहेत. राज्यघटनेच्या सोळाव्या भागात अशा जाती-जमातींची यादी दिलेली असून त्यांना 'अनुसूचित जाती-जमाती' असे संबोधले गेले आहे. या भागात या अनुसूचित जाती-जमातींच्या संरक्षणासाठी व विकासासाठी विशेष तरतुदी नमूद केल्या आहेत. त्यानुसार सरकारने काही खास सवलती त्यांच्यासाठी दिल्यास आपल्या समतेच्या हक्कास बाधा येत आहे अशी तक्रार अन्य नागरिकांना करता येणार नाही. या सवलतींमध्ये शैक्षणिक सुविधा व सवलती, शासकीय व निमशासकीय नोकऱ्यांत तसेच संसद, राज्याची कायदेमंडळे, स्थानिक स्वराज्य संस्था येथे राखीव जागा इत्यादी सवलतींचा अंतर्भाव होतो.

18. आणीबाणीविषयक तरतुदी : परचक्र, युद्ध अथवा अंतर्गत बंडाळी यांसारख्या संकटांनी देशाचे अस्तित्वच जेव्हा धोक्यात येते तेव्हा ते अस्तित्व टिकविण्यासाठी राज्यघटनेने शासनप्रमुख म्हणून भारताच्या राष्ट्रपतींना आणीबाणी पुकारण्याचे खास अधिकार दिलेले आहेत. अशा प्रकारची आणीबाणी पुकारण्याची तरतूद जगातील कोणत्याही लोकशाही राज्यघटनेत नाही. त्या दृष्टीने आणीबाणीची तरतूद हे आपल्या राज्यघटनेचे खास वैशिष्ट्य मानावे लागेल.

आणीबाणीच्या काळात घटकराज्यातील मंत्रिमंडळे बरखास्त करून त्यांचे अधिकार केंद्राकडे सोपविण्याचे अधिकार राष्ट्रपतींना आहेत. अशा परिस्थितीत आपल्या राज्याचे संघराज्यात्मक स्वरूप नाहीसे होऊन त्यास एकावयवी (किंवा एकात्म) स्वरूप प्राप्त होते. राष्ट्रपतींना राजकीय आणीबाणीप्रमाणे आर्थिक आणीबाणीही जाहीर करता येते. देशाची संपूर्ण अर्थव्यवस्थाच जर धोक्यात येत असेल तर राष्ट्रपती आर्थिक आणीबाणी घोषित करतात.

अर्थात, राष्ट्रपतींनी अशी आणीबाणी जाहीर केल्यावर त्याला संसदेच्या दोन्ही सभागृहांची संमती घेणे बंधनकारक आहे. संसदेच्या दोन्ही सभागृहांचा दोन-तृतीयांश बहुमताचा संमतिदर्शक ठराव त्यासाठी आवश्यक असतो.

आपल्या घटनाकारांनी फार विचारपूर्वक ही आणीबाणीची तरतूद करून ठेवली आहे. कोणत्याही परिस्थितीत देशाचे अस्तित्व हे सर्वश्रेष्ठ मानून त्याची एकात्मता कायम टिकली पाहिजे, या एकाच उदात्त हेतूने त्यांनी या तरतुदींचा समावेश राज्यघटनेत केला आहे.

28

उद्योगधंदे, कृषी आणि दळणवळण क्षेत्रांमधील भारताची वाटचाल : सन 1858 ते 1950

28.1 भारताची औद्योगिक वाटचाल

28.2 औद्योगिकीकरणाचा भारतीय समाजावरील परिणाम

28.3 भारताची कृषिक्षेत्रातील वाटचाल

28.4 भारताची दळणवळणाच्या क्षेत्रातील वाटचाल

28.5 भारतातील रेल्वेमार्गांची वाटचाल

28.6 भारतातील जलमार्गांची वाटचाल

28.7 भारतातील हवाई मार्गांचा विकास

ब्रिटिश राजवटीमधील भारताचा राजकीय व घटनात्मक इतिहास आपण अभ्यासला. त्याचप्रमाणे भारताचा सामाजिक इतिहास, विशेषतः समाजसुधारकांनी आधुनिक भारत बनविण्याच्या दृष्टीने केलेल्या सुधारणा चळवळींचा इतिहासही आपण पाहिला. पण एवढ्याने आधुनिक भारताच्या इतिहासाचे समग्र दर्शन होऊ शकत नाही. इतरत्रही अनेक क्षेत्रांमधील प्रगती आधुनिक भारताच्या इतिहासात समाविष्ट होते. त्या सर्वच क्षेत्रांना स्पर्श करणे येथे शक्य होणार नसले तरी देशाच्या जडणघडणीमधील उद्योगधंदे, कृषी व दळणवळण या महत्त्वाच्या क्षेत्रांमधील भारताची वाटचाल आपण येथे अवलोकन करणार आहोत.

28.1 भारताची औद्योगिक वाटचाल

1. **ब्रिटिशांच्या आगमनापूर्वीची भारताची औद्योगिक प्रगती :** ब्रिटिश राजवट प्रस्थापित होण्यापूर्वी भारतातील खेडे हे स्वयंशासित व स्वयंपूर्ण असे होते. बाहेरच्या जगाशी खेड्यांचा फारसा संबंध येत नव्हता. जो काही संबंध येत असे तो सरकारी अधिकाऱ्यांना जमीन महसूल देण्यापुरता. एरवी खेड्यातील गरजा या बव्हंशी खेड्यांतील लोकांकडूनच आपापसात भागविल्या जात. खेड्याला पुरेल एवढे धान्य खेड्यातच उत्पन्न होत असे. सूतकताई व कापड विणकाम हा व्यवसाय शेतीला जोडव्यवसाय म्हणून केला जाई. याशिवाय बहुसंख्य शेतकरी समाजाच्या इतर गरजा पुरविण्यासाठी सुतार, लोहार, कुंभार, चांभार इत्यादी व्यवसाय करणारे लोक असत. ते खेड्याचे एक प्रकारचे सेवकच असत व त्यांना धान्याच्या रूपाने त्यांच्या सेवांचा मोबदला मिळत असे.

शहरातील समाजव्यवस्थेचे चित्र काहीसे वेगळे होते. मध्ययुगात भारतातील शहरे निरनिराळ्या कारणांनी उदयास आली होती. काही राजधान्या अथवा राजकीय महत्त्वामुळे, काही तीर्थक्षेत्रांच्या माहात्म्यामुळे तर काही व्यापार उद्योगधंद्यांच्या उलाढालीमुळे उदयास आली होती. यापैकी अनेक शहरांमध्ये सुती कापड, मलमल, रेशीम, हस्तिदंत, सुवर्णालंकार इत्यादी वस्तू मोठ्या प्रमाणावर तयार होत असत. भारतातील मलमल, रेशीम, हस्तिदंत, मसाल्याचे पदार्थ यांसारख्या वस्तू सर्व जगभर प्रसिद्ध होत्या. याशिवाय लष्करासाठी निरनिराळ्या प्रकारची हत्यारे तयार करणे, विविध प्रकारची जहाजे बांधणे हेही व्यवसाय भरभराटीस आले होते. राजप्रासाद, मंदिरे, किल्ले इत्यादी बांधण्याची भारतीय वास्तुशिल्पकला जगप्रसिद्ध होती.

भारताशी होणाऱ्या व्यापारात होत असलेल्या प्रचंड फायद्यामुळे पोर्तुगाल, फ्रेंच, ब्रिटिश व डच हे युरोपियन लोक आकृष्ट झाले. सोळाव्या शतकात त्यांचे व्यापारी संबंध सुरू झाले व पुढे सतराव्या व अठराव्या शतकात ते वाढतच गेले. त्यामध्ये ब्रिटनची ईस्ट इंडिया कंपनी अग्रेसर ठरली. सन 1600 ते सन 1757 या कालखंडात भारताचा परराष्ट्र व्यापार कितीतरी पटीने वाढला. ढाक्क्याची मलमल, मुर्शिदाबादचे रेशीम, बनारसचे जरतारी कापड, काश्मीरच्या शाली, किनारी प्रदेशातील हस्तिदंत, मसाल्याचे पदार्थ, नीळ इत्यादी अनेक वस्तूंना युरोपात प्रचंड मागणी होती. या वस्तूंच्या मोबदल्यात युरोपातून भारतात सोने व चांदी यांची प्रचंड आयात होत होती. भारतात खरोखरच या वेळी सोन्या-चांदीच्या राशी होत्या.

जहांगीरकालीन ब्रिटिश प्रवासी **एडवर्ड टेरी** म्हणतो, *"An Indian ship returning from the Red Sea was usually worth two hundred thousand pounds sterling, most of it in gold and silver."* सन 1708 ते 1757 या अर्धशतकात केवळ ब्रिटनमधून 22 दशलक्ष पौंड संपत्ती भारतात आली. याचा परिणाम कापड व लोकर उद्योगांवर होऊन ब्रिटनच्या अर्थव्यवस्थेला जबर तडाखा बसला.

2. **ब्रिटिश राजवटीत चित्र बदलले :** भारताच्या समाजव्यवस्थेचे व अर्थव्यवस्थेचे हे वैभवशाली चित्र सन 1757 च्या प्लासीच्या लढाईनंतर झपाट्याने पालटत गेले. या लढाईने प्रथम बंगालमधील आर्थिक नाड्या ब्रिटिशांच्या हाती आल्या व लवकरच बंगालमधील राजकीय सत्ता त्यांनी हस्तगत केली. बंगालमध्ये नव्याने स्थापन केलेल्या राजकीय सत्तेच्या लष्करी बळावर त्यांनी भारतातील एक-एक प्रदेश जिंकून आपली सत्ता वाढविण्यास सुरुवात केली. ब्रिटिश सत्ता वाढत असतानाच तिच्या अधिकाराखाली असणाऱ्या भारतीय प्रदेशातील लोकांची आर्थिक पिळवणूक

वाढत गेली. आपल्या कुटील राजनीतीने व प्रशासन नीतीने कंपनीच्या अधिकाऱ्यांनी भारतीय लोकांची अक्षरशः लूट सुरू केली. हाती सत्ता आल्यानंतर ते मन मानेल त्या किमतीने भारतीय माल सक्तीने खरेदी करू लागले. प्रसिद्ध अर्थशास्त्रज्ञ **ॲडम स्मिथ** याने तर त्यांना 'Plunderers of India' असे संबोधले आहे.

नवी राज्यव्यवस्था, नवी जमीन महसूल पद्धती, नवे कायदेकानून, दळणवळणाच्या साधनांत झालेली विलक्षण प्रगती, औद्योगिक क्रांतीने निर्माण केलेली यंत्रसामग्री व त्यातून होणारे प्रचंड उत्पादन, भारतीय मालांवर ब्रिटनमधील आयातीवर बसलेला जबर कर, ब्रिटनच्या राज्यकर्त्यांनी स्वीकारलेले एकतर्फी 'मुक्त व्यापारतत्त्व' (Laissez Faire) अशा विविध कारणांनी भारताचा परराष्ट्रीय व्यापार मोठ्या वेगाने ऱ्हासास पोहोचला व शेवटी रसातळाला गेला.

ज्या भारतातून लक्षावधी रुपयांचे कापड ब्रिटनला दरवर्षी निर्यात होत असे त्याच भारतात आता लक्षावधी रुपयांचे कापड आयात करावे लागू लागले. भारतीय लोकांचे हस्तकौशल्य व हस्तव्यवसाय (ढाक्क्याची जगप्रसिद्ध मलमल) लयाला गेला. सन 1787 मध्ये ढाक्क्याने 30 लाख रुपयांची मलमल ब्रिटनला पाठविली होती; पण हा धंदा साफ बुडून मलमलची निर्यात सन 1817 मध्ये शून्यावर आली. ज्या मुर्शिदाबाद शहराबद्दल खुद्द लॉर्ड क्लाईव्हने उद्‌गार काढले होते की, "या शहराचा विस्तार, लोकसंख्या व संपत्ती लंडन शहराइतकी प्रचंड आहे; फरक इतकाच की या शहरातील काही व्यक्तींची मालमत्ता लंडनमधील सर्वांत श्रीमंत व्यक्तींपेक्षा अनंत पटीने जास्त आहे." ते मुर्शिदाबाद शहर आता कंपनीच्या राजवटीत ओस पडले. ढाक्का, मुर्शिदाबाद या एकेकाळी वैभवशाली असणाऱ्या नगरांतील मनुष्यवस्ती परागंदा होऊन तिथे झाडी वाढली.

3. **औद्योगिक भांडवलशाहीचा उदय :** अठराव्या शतकाच्या मध्यावर ब्रिटनमध्ये औद्योगिक क्रांतीचा उदय झाला. या क्रांतीने ब्रिटनचा औद्योगिक व आर्थिक चेहरामोहराच बदलून टाकला. ब्रिटनमध्ये अस्तित्वात असलेल्या व्यापारी भांडवलशाहीची (Mercantile Capitalism) जागा आता औद्योगिक भांडवलशाहीने (Industrial Capitalism) घेतली. ब्रिटनमध्ये आता नवा उद्योगपतींचा वर्ग उदयास आला होता आणि त्यास भारताच्या सर्व व्यापारावर फक्त ईस्ट इंडिया कंपनीच्या व्यापाऱ्यांचीच मक्तेदारी असावी हे मान्य नव्हते. ॲडम स्मिथच्या 'मुक्त व्यापार' धोरणानुसार सर्व ब्रिटिशांना भारतात व्यापारासाठी 'मुक्तद्वार' हवे होते. या उद्योगपतीवर्गाचा ब्रिटिश पार्लमेंटमध्ये प्रभाव असल्याने कंपनीची भारतीय व्यापारविषयीची मक्तेदारी सन 1833 मध्ये संपुष्टात आणली गेली.

ईस्ट इंडिया कंपनीच्या कुटील व्यापारनीतीने भारताची पिळवणूक करून मायदेशी प्रचंड लूट नेली होती. नव्या उद्योगपतीवर्गाची लुटीची नीती वेगळी होती. त्यांना ब्रिटनमध्ये उदयास आलेल्या कारखाने-गिरण्यांना लागणारा कच्चा माल भारतातून हवा होता. त्याचप्रमाणे ब्रिटनमध्ये तयार होणाऱ्या पक्क्या मालास हमखास बाजारपेठ हवी होती. त्यासाठी ते भांडवली गुंतवणूक करण्यास तयार होते. सरकार त्यांच्या पाठीशी होते. सन 1833 पासून पुढे काही दशकांतच शेकडो ब्रिटिश उद्योगपती भारतात येऊन त्यांनी चहा, कॉफी, ताग, नीळ, रबर, कापूस, खनिजे यांच्या उत्पादनासाठी लक्षावधी पौंडाची गुंतवणूक केली. सरकारी प्रोत्साहनाने मोठमोठ्या जमिनी खरेदी करून चहा, कॉफी, नीळ यांचे मळे तयार केले. तयार होणारा कच्चा माल बंदरापर्यंत निर्यातीस नेण्यासाठी रेल्वेमार्ग बांधले जाऊ लागले. सागरी वाहतूक आधुनिक व प्रगत केली गेली. त्यातही ब्रिटिश भांडवलशहांनी प्रचंड गुंतवणूक केली. चहा, कॉफी व रबरांचे मळे, खनिजांच्या खाणी, बँका, रेल्वे इत्यादी बाबींत गुंतविलेल्या भांडवलातून प्रचंड पैसा नफ्याच्या रूपाने भारतातून ब्रिटनमध्ये जाऊ लागला.

4. **आधुनिक उद्योगधंद्यांचा भारतात प्रारंभ :** ब्रिटिश राज्यकर्त्यांना भारताचा औद्योगिक विकास व्हावा, असे मुळीच वाटत नव्हते. उलट भारत हा देश ब्रिटनसारख्या औद्योगिकदृष्ट्या प्रगत देशाचा 'Agricultural Farm' म्हणून राहावा असे त्यांचे धोरण होते. या देशातील वस्त्रोद्योगासारखे अनेक उद्योग ब्रिटिशांच्या कुटील अर्थनीतीमुळे ऱ्हासाला गेल्याचे आपण पाहिलेच आहे.

पण युरोपियन साम्राज्यवादाच्या गरजाच अशा होत्या की, भारतासारख्या देशातही उद्योगधंद्यास पायाभूत असणारी परिस्थिती त्यांना आपल्या स्वार्थासाठी का होईना, पण निर्माण करावी लागली. भारतासारख्या अफाट देशावर आपली पकड कायम घट्ट ठेवणे आणि निरनिराळ्या मार्गांनी त्याचे आर्थिक शोषण करणे या दोन उद्दिष्टांच्या पूर्तीसाठी त्यांना भारतात पक्के रस्ते, रेल्वे, बंदरे, पोस्ट, टेलिग्राफ, जलसिंचन योजना, बँका, एक्स्चेंज आणि इन्शुअरन्स योजना इत्यादी

बाबी निर्माण करून त्यांची प्रगती साधावीच लागली. अशी प्रगती म्हणजे भारताच्या भावी उद्योगधंद्यांच्या उदयाची पार्श्वभूमीच होती.

रेल्वेचेच उदाहरण घेऊ. सन 1846 मध्ये सर लॉर्ड हार्डिंग्ज याने म्हटले होते की, भारतात बंडाचा बीमोड करण्यासाठी, युद्धाचा शेवट जलद गतीने घडून आणण्यासाठी व साम्राज्याच्या सुरक्षिततेसाठी रेल्वेची अत्यंत गरज आहे. पुढे भारतातील पहिला रेल्वेमार्ग सन 1853 मध्ये सुरू झाला. त्या वेळी लॉर्ड डलहौसीने रेल्वेची ब्रिटनच्या कापड गिरणी उद्योगाला किती गरज आहे, याचे विवेचन आपल्या एका पत्रात केले आहे. तो म्हणतो, ''ब्रिटनला भारतातील कापसाची फार-फार आवश्यकता आहे; आणि भारतात तसा कापूस पैदाही होत आहे आणि त्याहीपेक्षा जादा पैदा होईल. पण हा कापूस बंदरापर्यंत नेण्यासाठी रेल्वेचे जाळे देशात तयार होणे गरजेचे आहे. असे झाले तर ब्रिटनमध्ये तयार होणारा पक्का मालही भारताच्या कानाकोपऱ्यात आपणाला पोहोचविता येईल.''

डलहौसी साहेब ज्या वेळी विलायत सरकारला भारतातील रेल्वेमार्गाच्या आवश्यकतेविषयी लिहीत होता त्याच वेळी सुप्रसिद्ध अर्थशास्त्रीय तत्त्वज्ञ कार्ल मार्क्स लिहीत होता की, ''जेव्हा एखाद्या देशाच्या दळणवळणामध्ये तुम्ही यंत्रांचा अवलंब करता तेव्हा ती यंत्रे तयार करण्यापासून त्या देशाला तुम्ही फार काळ थोपवू शकणार नाही. रेल्वे इंजिनाच्या दैनंदिन गरजा भागविण्याच्या सुविधा निर्माण केल्याशिवाय तुम्हाला भारतासारख्या विशाल देशात रेल्वेचे जाळे निर्माण करता येणार नाही आणि मग प्रकरण इथेच थांबत नाही. त्या अनुषंगाने उद्योगधंद्यांच्या अनेक क्षेत्रांत यंत्रांचा शिरकाव झाल्याशिवाय राहत नाही. अशा प्रकारे भारतातील रेल्वे ही भावी उद्योगधंद्यांचा अग्रदूत झाल्याशिवाय राहणार नाही.'' (22 जुलै, 1853). कार्ल मार्क्सचे हे उद्गार काळाने खरे ठरविले आहेत असे म्हणावे लागेल.

5. **पहिल्या महायुद्धापर्यंतची औद्योगिक वाटचाल :** सन 1850 ते 1855 या कालखंडात भारतातील पहिल्या कापड गिरणीची, पहिल्या ज्यूट गिरणीची व खनिज उद्योगाची स्थापना झाली. याच कालखंडात भारतातील पहिला रेल्वेमार्ग मुंबई ते ठाणे सुरू झाला (सन 1853). लवकरच हावडा व मद्रास येथेही रेल्वेमार्ग बांधले गेले. भारतातील बंडाच्या उद्रेकाची भीती ब्रिटिशांच्या मनातून गेली नव्हती. या भीतिपोटी त्यांनी 1865 सालापर्यंत 3,000 मैलांचा रेल्वेमार्ग बांधून काढला. या सालापर्यंत मुंबईत 10 व मुंबई इलाख्यात इतरत्र 3 अशा 13 कापड गिरण्या स्थापन झाल्या होत्या. पुढे गिरण्यांची ही संख्या वाढतच गेली. 1877 सालापर्यंत ही संख्या 51 झाली. या गिरण्यांत एकूण एक हजार यंत्रमाग बसविले गेले होते. 1865 साली कलकत्त्यास फक्त 2 ज्यूट (ताग) गिरण्या होत्या. त्यांची संख्या सन 1878 मध्ये 18 झाली. या वेळी कोळशाच्या खाणीमधील उत्पादन दरवर्षी 10,00,000 टनांवर गेले होते आणि रेल्वेमार्गाची लांबी 8,000 मैलांवर गेली होती. 1890 सालापर्यंत ज्यूट गिरण्यांची संख्या 26 वर गेली व त्यामधील कामगारांची संख्या 62,000 इतकी झाली. या सुमारास कोळशाचे उत्पादन व रेल्वेमार्गाची लांबी दुपटीने वाढली. या सर्व प्रगतीचा परिणाम भारताच्या परराष्ट्र व्यापारावर झाला. सन 1860 ते 1890 या कालखंडात भारताच्या परराष्ट्र व्यापारात लक्षणीय प्रगती झाली. या प्रगतीस प्रामुख्याने ब्रिटिशांचे मुक्त व्यापार धोरण, ब्रिटिश भांडवलाची प्रचंड गुंतवणूक, रेल्वेमार्गांची व रस्त्यांची बांधणी इत्यादी अनेक घटक कारणीभूत होते. विशेषतः रेल्वेमुळे भारतातील कच्चा माल मोठ्या प्रमाणावर गोळा करून ब्रिटनला निर्यात करणे ब्रिटिश भांडवलदारांना शक्य झाले होते. चहा, नीळ, कापूस, ज्यूट यांसारखा मालच नव्हे तर तांदूळ, गहू, गळिताची धान्ये इत्यादी लोकांच्या दैनंदिन आहारातील वस्तूंचीही ब्रिटनला प्रचंड निर्यात होऊ लागली. त्याच्या मोबदल्यात ब्रिटनच्या कारखान्यात तयार होणारा पक्का माल भारताच्या कानाकोपऱ्यात जाऊन पोहोचू लागला. ही किमया रेल्वेमुळेच झाली होती. या सर्व प्रक्रियेमुळे भारतीय जनतेचे आर्थिक शोषण वाढतच राहिले.

सन 1890 ते 1914 या उपरोक्त कालखंडात भारतीय उद्योगधंद्यांची सावकाश गतीने का होईना, पण वाढ होत राहिली. मध्यंतरी या वाढीस राष्ट्रीय चळवळीकडून मोठा हातभार लागला. ब्रिटिश राज्यकर्त्यांना नमविण्याचे एक हत्यार म्हणून राष्ट्रीय चळवळीने 'स्वदेशी' मालाचा पुरस्कार केला. या स्वदेशी चळवळीने हळूहळू चांगलीच गती घेतली. परिणामी, भारतातील कापड उद्योग व तत्सम उद्योग यांना आपली प्रगती करण्यास मोठे सहकार्य जनतेकडूनच मिळाले. या काळात कापड गिरण्यांतील यंत्रमागांची संख्या चौपट झाली, ज्यूट यंत्रमागांची संख्या साडेचार पट झाली, कोळशाचे उत्पादन सहा पटीने वाढले आणि दरवर्षी आठशे मैल या वेगाने रेल्वेमार्ग बांधले गेले.

सन 1879 ते 1914 या कालखंडात भारतातील कापड, ज्यूट व कोळसा या प्रमुख उद्योगांची कशी वाढ झाली हे पुढील तक्ता क्र. 28.1 वरून दिसून येईल.

तक्ता क्र. 28.1

	सन 1879 - 80	सन 1889 - 90	सन 1900-01	सन 1913-14
1. कापड उद्योग				
गिरण्यांची संख्या	58	114	194	264
कामगार संख्या	39,537	99,224	1,56,355	2,60,847
यंत्रमागांची संख्या	13,307	22,078	40,542	96,688
2. ज्यूट उद्योग				
गिरण्यांची संख्या	22	27	36	64
कामगार संख्या	27,494	62,789	1,14,795	2,16,288
यंत्रमागांची संख्या	4,946	8,204	16,119	36,050
3. कोळसा उद्योग	**सन 1855**	**सन 1901**	**सन 1914**	
कामगार संख्या	22,745	. . . . .	1,51,367	
कोळसा उत्पादन	12,94,221 टन	60,38,053 टन	1,57,38,153 टन	

6.   **पहिल्या महायुद्धकालीन औद्योगिक विकास (सन 1914 ते 1918) :** सन 1914 मध्ये युरोपात पहिल्या महायुद्धाचा स्फोट झाला. हे युद्ध बराच काळ चालू होते (सन 1914 ते 1918). या युद्धामुळे लोखंड, पोलाद, ज्यूट, कातडी व लोकरी कापड या वस्तूंची मागणी वाढली. कापड व ज्यूट उद्योगाने भारतात प्रचंड नफा मिळविला. पण हा नफा नवनव्या उद्योगांत भांडवल म्हणून न गुंतविता तो आपल्या भागधारकांना कंपन्यांनी वाटून टाकला. युद्धामुळे सागरी वाहतुकीस व्यत्यय निर्माण झाल्याने यंत्रसामग्रीच्या आयातीच्या संदर्भात भारताची किती कुचंबणा होऊ शकते, हे राज्यकर्त्यांच्या लक्षात आले. त्यामुळे भारताचे औद्योगिकीकरण ही गरजेची गोष्ट आहे; येथे अवजड उद्योगधंदेही सुरू करावयास हवेत असे त्यांना वाटू लागले. युद्धजन्य परिस्थितीमुळे ब्रिटनमधून भारतात येणाऱ्या मालाची आयात घटली. परिणामी, इतर देशांचा माल भारतात खपू लागला. यापेक्षा खुद्द भारतातच उद्योगधंद्यांची वाढ का करू नये, असाही विचार राज्यकर्ते करू लागले. त्या दृष्टीने त्यांनी 'इंडियन इंडस्ट्रिअल कमिशनची' नियुक्ती केली (सन 1916). पण युद्ध संपताच राज्यकर्त्यांचे विचार बदलले. भारतात उद्योगधंद्यांचा – विशेषतः कारखानदारीचा विकास होणे ही गोष्ट त्यांना धोकादायक वाटत राहिली. कमिशनने शिफारस केलेले काही मोजके उद्योगसुद्धा राज्यकर्त्यांनी विचारात घेतले नाहीत.

पण राज्यकर्त्यांची इच्छा असो अगर नसो; युद्ध गरजांचा रेटाच एवढा जबर होता की, भारतातील कापड, ज्यूट व पोलाद या उद्योगांच्या उत्पादनात लक्षणीय वृद्धी झाली. कापड व ज्यूट यांच्या गिरण्या अहोरात्र चालू राहिल्या. पोलादाचे उत्पादन युद्धपूर्व काळात प्रतिवर्षी फक्त 19,000 टन होते. ते युद्धसमाप्तीच्या वेळी 1,24,000 टन झाले. युद्धजन्य परिस्थितीमुळे ब्रिटनमधून भारतात होणारी आयात कमी झाल्यामुळे ग्राहक वस्तूंचे (Consumers Goods) उत्पादन वाढले. त्या उत्पादित करणाऱ्या उद्योगांना सरकारनेही काही प्रमाणात संरक्षण दिले होते. पण मुळातच भारतात मूलभूत उद्योग (Basic Industries) यांचा अभाव असल्याने भारतीय उद्योजकांना या संरक्षण सवलतींचा फायदा उठविता आला नाही.

7.   **दोन महायुद्धांच्या दरम्यानचा औद्योगिक विकास (सन 1918 ते 1939) :** दोन्ही महायुद्धांच्या दरम्यानच्या कालखंडात राज्यकर्त्यांनी भारतीय उद्योगधंद्यांविषयी निश्चित असे काही धोरण ठरविलेले दिसून येत नाही. 1922 साली अर्थ आयोगाने (Fiscal Commission) काही उद्योगांना विभेदी संरक्षणाची (Discriminating Protection) शिफारस केली होती. राज्यकर्त्यांनी ती स्वीकारून पोलाद, कापड, साखर, कागद, आगपेट्या या उद्योगांना हे संरक्षण दिले.

साखर, आगपेट्या व सिमेंट या वस्तूंच्या बाबतीत देश स्वयंपूर्ण झाला. परिणामी, या वस्तूंची आयात एकदम कमी झाली; पण यंत्रसामग्रीची आयात वाढतच राहिली.

युद्धसमाप्तीनंतर भारतात ब्रिटिश भांडवलाचा ओघ एकदम वाढला. कापड व ज्यूट उद्योगांत ब्रिटिश भांडवलाचा मोठा प्रभाव होता. परिणामी, या उद्योगांतील प्रचंड नफा ब्रिटनला जात होता. उदाहरणार्थ, ब्रिटिश भांडवलदारांच्या हाती असलेल्या 41 ज्यूट गिरण्यांत सहा दशलक्ष पौंड भांडवल गुंतविले गेले होते. पण या गिरण्यांनी ब्रिटिश भांडवलदारांना सन 1918 ते 1921 या काळातच 42 दशलक्ष पौंड नफा उत्पन्न करून दिला. सन 1908 ते 1910 या कालखंडात ब्रिटनहून भारतात दरवर्षी 14.7 दशलक्ष पौंड भांडवल येत होते; हा ओघ वाढत जाऊन सन 1921 मध्ये 29 दशलक्ष पौंड तर सन 1922 मध्ये 36 दशलक्ष पौंड इतका प्रचंड वाढला. युद्धसमाप्तीच्या वेळी भारतात औद्योगिक कंपन्यांची संख्या 2,713 इतकी होती आणि त्यांचे वसूल झालेले भांडवल (Paid-up Capital) 106 कोटी रुपये होते. सन 1921-22 मध्ये कंपन्यांची संख्या 4,781 होऊन त्यांचे वसूल झालेले भांडवल 223 कोटी रुपयांपर्यंत गेले. तथापि, याच सुमारास भारताच्या औद्योगिक क्षेत्रात मंदी आली. राज्यकर्त्यांचे चलनविषयक धोरण व परदेशी मालाची स्पर्धा यामुळे अनेक कंपन्या बुडाल्या. अनेक उद्योग अडचणीत आले; यास Tata Iron and Steel Co. सुद्धा अपवाद राहिली नाही. अशा परिस्थितीत राज्यकर्त्यांनी भारतीय उद्योगधंद्यास संरक्षण न देता आपल्या मायदेशातील आयात मालासच संरक्षण देण्याचे स्वार्थी धोरण स्वीकारले, पण तसे करताना त्यांना केंद्रीय अथवा प्रांतीय कायदेमंडळातील भारतीय प्रतिनिधींच्या तीव्र विरोधास तोंड द्यावे लागले.

यानंतर 1929 साली जागतिक महामंदी आली. तिचाही तडाखा भारताच्या अर्थव्यवस्थेला बसल्याशिवाय राहिला नाही. सन 1929 ते 1933 या कालखंडातील भारतातील आयात मूल्य रु. 339 कोटींवरून 135 कोटी रुपयांवर आले तर निर्यात मूल्य रु. 260 कोटींवरून 135 कोटी रुपयांवर घसरले. पण याच वेळी भारताच्या प्रशासनावर विलायत सरकारच्या होणाऱ्या खर्चापोटी (Home Charges) आणि कर्जफेड म्हणून राज्यकर्त्यांनी या देशातून 241 दशलक्ष पौंडाची संपत्ती (सोन्याच्या स्वरूपात) मायदेशी पाठविली. यामुळे स्वाभाविकच भारतीय जनतेचे दारिद्र्य वाढले व देशाची औद्योगिक क्षमता कमजोर झाली.

तथापि, अशा प्रतिकूल परिस्थितीतही भारतीय उद्योगांनी पोलाद, कच्चे लोखंड, कोळसा, सिमेंट, कापड, ज्यूट, कागद, साखर इत्यादी मालाच्या उत्पादनात सन 1922 ते 1939 या कालखंडात भरीव प्रगती केली. कापड उद्योग हा सर्वांत अग्रेसर. या क्षेत्रात सन 1913 व 1914 मध्ये 1,164 दशलक्ष यार्ड कापड उत्पादन झाले होते; ते सन 1938 व 1939 मध्ये 3,975 दशलक्ष यार्ड इतके वाढले. या काळात कापड उद्योगातील कामगार-संख्याही 2,60,000 वरून 4,42,000 वर गेली. पोलाद उद्योगातही अशीच लक्षणीय प्रगती झाली. सन 1932 ते 1933 पर्यंत भारतातील तीन-चतुर्थांश बाजारपेठ भारतीय पोलादाने काबीज केली. सन 1914 ते 1918 या कालखंडात कच्च्या लोखंडाचे उत्पादन 2,43,000 टन होत होते; ते सन 1934 ते 1938 या कालखंडात 14,95,000 टन इतके झाले. 1935 ते 1936 सालापर्यंत देशाची सिमेंटची 95 टक्के गरज देशांतर्गत उद्योगांकडून भागविली जाऊ लागली. साखरेबाबत सन 1932 ते 1936 या काळात स्वयंपूर्णता आली. काच, साबण, वनस्पती तेल, आगपेट्या इत्यादी मालांचेही उत्पादन वाढले. सन 1938 ते 1939 च्या सुमारास देशात विद्युत उपकरणांचे उत्पादन सुरू झाले. आता जगातील औद्योगिक राष्ट्रांत उत्पादनाच्या संदर्भात भारत आठव्या क्रमांकावर जाऊन बसला; असे असले तरी भारताची औद्योगिक प्रगती फार समाधानकारक होती असे नाही. पोलाद, कापड, साखर इत्यादी बाबींमध्ये स्वयंपूर्णता असली तरी भारतास अनेक बाबींसाठी परकीय देशांवर अवलंबून राहावे लागत होते. विशेषतः उद्योगधंद्यांस पायाभूत असणाऱ्या यंत्रसामग्रीच्या संदर्भात तो पूर्णपणे परावलंबी होता.

8. **दुसऱ्या महायुद्धकालीन औद्योगिक विकास (सन 1939 ते 1945) :** सन 1939 मध्ये युरोपात दुसऱ्या महायुद्धाचा भडका उडाला. तथापि, भारत सरकार येथील औद्योगिक धोरणाविषयी उदासीनच राहिले. आपल्या फौजांना आवश्यक असलेला कापड, कातडी वस्तू, साखर, कागद, धान्य इत्यादी माल आपणास युद्धकाळातही भारतातून उपलब्ध होईल अशी सरकारला खात्री होती. पण जेव्हा कापड, कातडी, कागद इत्यादी उद्योगांना अत्यावश्यक असणाऱ्या कॉस्टिक

सोडा, ब्लिचिंग पावडर, सोडिअम कार्बोनेट यांसारख्या रासायनिक मालाचा युद्धाच्या धामधुमीमुळे पुरवठा बंद झाला तेव्हा हे उद्योगही अडचणीत आले आणि मग सरकारच्या लक्षात आले की, भारतात आपण रासायनिक उद्योग सुरू केले नाहीत ही मोठीच चूक झाली.

पहिल्या महायुद्धाहून दुसऱ्या महायुद्धाची व्याप्ती व त्यामध्ये होणाऱ्या साधनसामग्रीच्या विनाशाचे प्रमाण मोठे होते. त्यातच ब्रिटनमधील कारखाने व गिरण्या यांच्यावर बाँबवर्षाव होऊ लागले; फ्रान्ससारखे बलाढ्य राष्ट्र शरणागत झाले. ब्रिटिश मालवाहू जहाजे शत्रूकडून नष्ट होऊ लागली आणि सर्वांत धोकादायक म्हणजे महायुद्धात जपानने उडी घेऊन आग्नेय आशियातील प्रदेश काबीज करीत ब्रिटिशांच्या भारतीय साम्राज्याला गंभीर धोका निर्माण केला. अशा परिस्थितीत युद्धजन्य गरजा भागविण्यासाठी भारत व ऑस्ट्रेलिया या आपल्या वसाहतींची निवड राज्यकर्त्यांनी 'रसद पुरवठा केंद्रे' (Centres of Supplies) म्हणून करून त्या विकसित करण्याचे धोरण स्वीकारले. परिणामी, खुद्द सरकारला युद्धोपयोगी साहित्याचे उद्योग सुरू करावे लागले तर काही पूरक वस्तू उत्पादन करणाऱ्या उद्योगाला परवाने द्यावे लागले. अस्तित्वात असलेल्या कापड, ज्यूट, कागद इत्यादी उद्योगांना उत्पादन वाढविण्याची मोठी संधी मिळाली. सन 1938-39 मध्ये भारतात कच्च्या लोखंडाचे उत्पादन 16,00,000 टन इतके होते. युद्धामुळे ते सन 1941 मध्ये 20,00,000 टनांवर पोहोचले. तयार पोलादी वस्तूंचे उत्पादन 8,67,000 टनांवरून 12,50,000 टनांवर पोहोचले. याच साली दारूगोळा व हत्यारांचे उत्पादन करणारी चार कोटींची योजना कार्यान्वित करण्यात आली. तोफखान्याच्या वाढत्या गरजा भागविण्यासाठी अनेक वर्कशॉप सुरू करण्यात आले. युद्धोपयोगी युद्धसामग्री उत्पादित करण्यासाठी 54 फर्म्सना परवाने देण्यात आले. सुमारे तीनशे अभियांत्रिकी वस्तू भारतात नव्याने उत्पादित होऊ लागल्या. रासायनिक उद्योगांची सुरुवात याच वेळी (सन 1941) झाली. सन 1941 मध्ये बेंगलोरच्या 'The Hindustan Aircraft Company' मध्ये परदेशातून आयात केलेल्या भागांची जुळणी करून भारतातील पहिले विमान तयार झाले. या सर्वांचा परिणाम म्हणजे भारताचे निर्यात मूल्य रु. 47,60,00,000 वरून (सन 1938-39) ते 81,20,00,000 रुपयांवर गेले. (सन 1940-41).

युद्धजन्य परिस्थितीचा रेटाच इतका जबरदस्त होता की, ब्रिटिश राज्यकर्त्यांना आपल्या पूर्वेकडील वसाहती व दोस्तांच्या वसाहती यांचे युद्धोपयोगी वस्तूंच्या उत्पादनासाठी संघटन करावे लागले. अशा वसाहतींची एक परिषद 'The Eastern Group Conference' त्यांनी स्थापन केली होती. याशिवाय सन 1942 मध्ये 'ग्रॅन्डी कमिशन' नियुक्त केले गेले. तथापि, भारत सरकारने या परिषदेचा किंवा ग्रॅन्डी कमिशनचा अहवाल भारतीय उद्योजकांच्या हाती पडू दिला नाही. या अहवालांनी भारतात अनेक नवे उद्योग सुरू करण्याची शिफारस केली होती; आणि तसे उद्योग सुरू करण्याची क्षमता (कच्च्या मालाचा पुरवठा इत्यादी) भारतामध्ये असल्याची ग्वाहीपण दिली होती. पण खुद्द सरकारच्याच मनात भारतामध्ये हे उद्योग सुरू होऊ नयेत अशी भावना असल्याने भारतीय जनतेच्या नव्या उद्योग स्थापनेच्या मागण्यांना काहीना काही कारणे दाखवून वाटाण्याच्या अक्षता लावल्या गेल्या. भारताबरोबर ऑस्ट्रेलियाही या 'Eastern Group Conference' मध्ये होता. पण भारत व ऑस्ट्रेलिया या दोहोंत ब्रिटिशांचा ओढा ऑस्ट्रेलियाकडे होता. युद्धाच्या प्रारंभीच्या काळात ज्या ऑस्ट्रेलियाचा पोलाद उद्योग भारताच्या पोलाद उद्योगाहून फारच मागासलेला होता तो ऑस्ट्रेलिया अवघ्या दोन-तीन वर्षांत पोलाद उद्योगात व यंत्रनिर्मितीत इतका प्रगत केला गेला की तिथे युद्धकाळातच विमानांची निर्मिती होऊ लागली; आणि ज्या भारताचा पोलाद उद्योग युद्धपूर्वकाळातच विकसित झाला होता त्या भारतात रेल्वे इंजीनचा कारखाना उभारण्याचे आराखडे तयार असतानाही 'अशी रेल्वे इंजिने आयात करणेच अधिक सोईस्कर आहे' असे सरकारने कारण सांगून रेल्वे इंजीन योजनासुद्धा बारगळून टाकली. अशीच कथा मोटार-उद्योगाची झाली. येथील उद्योजक मोटारी उत्पादनाचा उद्योग काढण्यासाठी उत्सुक असूनही सरकारने युद्धाच्या अडचणी सांगून त्यास संमती नाकारली. विशेष म्हणजे खुद्द सरकारला या वेळी मोटारींची आत्यंतिक गरज असून ते मोटारी आयात करीत असताना ही संमती नाकारली गेली होती. याचाच अर्थ, कच्च्या मालाचा पुरवठा करणारी आणि पक्क्या मालाची बाजारपेठ बनू शकणारी वसाहत म्हणूनच त्यांना भारत ब्रिटिश साम्राज्यात ठेवावयाचा होता. भारतीय उद्योजकांकडून होणारी भारताची औद्योगिक प्रगती त्यांच्या साम्राज्यवादी आर्थिक धोरणात बसू शकत नव्हती. असे असले तरी युद्धजन्य परिस्थितीचा रेटाच इतका जबरदस्त होता की भारताचे औद्योगिक उत्पादन वाढणे स्वाभाविक होते. कापड, ज्यूट, पोलाद, रासायनिक द्रव्ये, साखर, सिमेंट, कागद इत्यादी अनेक महत्त्वपूर्ण उद्योगांच्या उत्पादनात युद्धकाळात कापडाचे सर्वाधिक उत्पादन 4,826 दशलक्ष यार्ड (सन 1943 ते 1944); पोलादाचे सर्वाधिक उत्पादन 11,60,000 टन (सन 1943);

सिमेंटचे सर्वाधिक उत्पादन (दर मास) 1,60,000 टन आणि कागदाचे सर्वाधिक उत्पादन 1,00,000 टन (सन 1945) अशी प्रमुख उद्योगांची वाढ झाल्याचे दिसून येते. जॉइंट स्टॉक कंपन्यांच्या वसूल झालेल्या भांडवलात 290 कोटी रुपयांहून (सन 1939-40) 424 कोटी रुपयांपर्यंत वाढ झाली.

युद्धकाळात देशात अस्तित्वात असलेले कारखाने व गिरण्या पूर्ण क्षमतेने चालू राहिल्या. ॲल्युमिनिअम, अँटिमनी यांसारखे धातू उद्योग, डिझेल इंजिन्स, पम्पस्, सायकली, शिवणयंत्रे तयार करणारे उद्योग, कॉस्टिक सोडा, क्लोरीन, सुपर फॉस्फेट निर्माण करणारे रासायनिक उद्योग, औषधांचे कारखाने इत्यादी उद्योगांची सुरुवात याच कालखंडात झाली. 1943 साली भारतातील 48 हजार कामगारांना औद्योगिक प्रशिक्षण देण्याची योजना सरकारने आखली. काहींना ब्रिटनमधील कारखान्यांत प्रशिक्षणासाठी धाडले गेले. सन 1940 मध्ये सर भटनागर यांच्या अध्यक्षतेखाली 'वैज्ञानिक आणि औद्योगिक संशोधन मंडळ' (Board of Scientific and Industrial Research) ही संस्था सरकारने स्थापन केली. पाच लाख रुपये अनुदान देऊन तिची प्रयोगशाळा अलिपूर येथे सुरू केली गेली. लवकरच हे अनुदान दरवर्षी दहा लाखांपर्यंत वाढविले गेले. या संस्थेतील तज्ज्ञांनी औद्योगिक क्षेत्रातील उत्पादनाच्या अनेक नव्या पद्धतींचा शोध लावला. विशेषतः वनस्पती-वंगण, औषधे, रंग, प्लॅस्टिक व लाख या उद्योगांना नव्या संशोधनामुळे गती आली.

9. युद्धोत्तर कालखंडातील औद्योगिक विकास (सन 1946 ते 1950) : युद्धोत्तर काळ हा भारतीय उद्योगधंद्यांच्या दृष्टीने बराच खडतर ठरला. भारतातील प्रमुख उद्योगांची यंत्रसामग्री युद्धकालीन गरजा भागविण्यासाठी अहोरात्र खपल्यामुळे झीज होऊन तिची उत्पादन क्षमता कमी झाली होती. अशा झिजलेल्या यंत्रसामग्रीच्या ठिकाणी नवी यंत्रसामग्री बसविणे आवश्यक होते. त्यातच भारताचे विभाजन होऊन भारत व पाकिस्तान अशी दोन राष्ट्रे बनल्यामुळे काही नव्या औद्योगिक समस्या उभ्या राहिल्या. उदाहरणार्थ, ज्यूट उत्पादनाचा प्रदेश पूर्व पाकिस्तानात गेला तर ज्यूटच्या गिरण्या कलकत्त्यात राहिल्या. मुंबईच्या कापड गिरण्यांना कापूस पुरविणारा सिंधचा प्रदेश पश्चिम पाकिस्तानात गेला. त्यामुळे काही काळ समस्या निर्माण झाल्या.

स्वातंत्र्यानंतर निर्माण झालेल्या नव्या भारत सरकारने देशातील औद्योगिक समस्यांचा विचार करण्यासाठी डिसेंबर 1947 मध्ये एक परिषद भरविली. त्यानंतर सरकारने देशातील एकूण 32 मोठ्या उद्योगांची निवड करून त्यांच्या समस्या सोडविण्यासाठी विविध समित्यांची नियुक्ती केली. या उद्योगांना कमी पडणाऱ्या मालाच्या पुरवठ्यांवर उपाययोजना आखली गेली. परिणामी, स्वतंत्र भारतात नवनवे उद्योग जोमाने सुरू झाले. सन 1946 ते 1951 या कालखंडात 290 कोटी रुपयांचे भांडवल नव्या उद्योगात गुंतविले गेले. जुन्या यंत्रसामग्रीच्या ठिकाणी सुमारे 125 कोटी रुपयांची नवी यंत्रसामग्री परदेशातून आयात केली गेली.

या कालखंडात अभियांत्रिकी व रासायनिक उद्योगांत विशेषकरून भारताने लक्षणीय प्रगती साध्य केली. मोटार उद्योगात दहा कोटी रुपयांची गुंतवणूक होऊन पाच नव्या फर्म्स कार्यक्षमतेने उत्पादन करू लागल्या. कापड उद्योगात लागणारी यंत्रसामग्री आतापर्यंत आयात करावी लागत होती. आता ही यंत्रसामग्री स्वदेशात तयार करण्यासाठी पाच कोटी रुपयांची योजना आखली गेली. युद्धसमाप्तीच्या वेळी इंधनावर चालणाऱ्या पंपाचे उत्पादन देशात सुरू झाले होते. असे पंप उत्पादित करणाऱ्या कारखान्यांची संख्या सन 1947 मध्ये फक्त चार होती; ती आता सन 1950 मध्ये दुप्पट झाली.

सन 1947 मध्ये रेडिओ सेट्स तयार करणारी फक्त दोन केंद्रे होती; सन 1950 मध्ये 11 उद्योगकेंद्रे दरवर्षी 45 हजार रेडिओ सेट्स तयार करू लागली. सन 1939 मध्ये देशात विजेचे दिवे उत्पादन करणाऱ्या फक्त चार फॅक्टऱ्या होत्या, त्या आता दहा झाल्या व त्यांची दरवर्षी उत्पादन क्षमता 23 दशलक्ष लॅम्प्स इतकी झाली. त्याचप्रमाणे देशाची 2,00,000 विजेच्या पंख्यांची गरज भागविण्याची क्षमताही विद्युत साहित्यनिर्मिती उद्योगाजवळ आली. याशिवाय देशांतर्गत कटलरी, रेझर ब्लेड, घड्याळे, बॉल बेअरिंग्ज, पिस्टन रिंग्ज् इत्यादी अनेक वस्तू तयार होऊ लागल्या. पूर्वी त्या सर्व परदेशांतून आयात केल्या जात होत्या.

रासायनिक उद्योगात 1950 सालापर्यंत बरीच प्रगती झाली. सोडिअम सल्फेट, सोडिअम सिलिकेट, कॅल्शिअम क्लोराइड, पोटॅशिअम ब्रोमाईड, इप्सम् सॉल्ट आणि मॅग्नेशिअम क्लोराइड इत्यादी रासायनिक वस्तूंच्या बाबतीत देश सन 1950 पर्यंत स्वयंपूर्ण झाला. उद्योगधंद्यांना आवश्यक असणाऱ्या रासायनिक द्रव्यांची निर्मिती करण्यासाठी सुमारे साठ कंपन्यांना तीस कोटी रुपयांची भांडवली गुंतवणूक करण्याची संमती सरकारने दिली. याच कालखंडात देशातील

प्लॅस्टिक उद्योगास गती आली. विद्युत उपकरणे, रेडिओ सेट्स, हॅन्डल्स, बटन्स, कटलरी, टूथब्रश यांच्या निर्मितीसाठी प्लॅस्टिकचा मोठा वापर होऊ लागला. प्लॅस्टिक उद्योगाप्रमाणेच रेऑन उद्योग, पेन्ट्स आणि वॉर्निश उद्योग, वनस्पती उद्योग, साबण उद्योग, काच उद्योग असे अनेक उद्योग आता देशांतर्गत जोमाने वाढू लागले.

स्वतंत्र भारतात 15 मार्च, 1950 रोजी 'नियोजन मंडळाची' (Planning Commission) स्थापना झाली. या मंडळाने आखलेल्या नियोजनाप्रमाणे सन 1951 मध्ये 'पहिली पंचवार्षिक योजना' सुरू झाली. स्वातंत्र्यपूर्व काळात ब्रिटिश सरकारच्या साम्राज्यवादी धोरणामुळे भारतीय उद्योगधंद्यांची गळचेपी केली जात होती. आता आपल्या सरकारने निरनिराळ्या उद्योगधंद्यांचा विकास हे नवराष्ट्र निर्मितीचे महत्त्वाचे साधन मानले. खाजगी व सार्वजनिक अशा दोन्ही क्षेत्रांत उद्योगधंद्यांना उत्तेजन दिले जाऊ लागले. विशेषतः दुसऱ्या पंचवार्षिक योजनेत उद्योगधंद्यांना प्राधान्य दिले गेले. स्वातंत्र्योत्तर काळात भारताने उद्योगधंद्यांच्या अनेक क्षेत्रांत नेत्रदीपक प्रगती केली आहे. बंदुकांपासून रणगाड्यांपर्यंत, जहाजांपासून विमानांपर्यंत, अणुभट्ट्यांपासून अवकाश उपग्रहापर्यंत, टाईपरायटरपासून कॉम्प्युटरपर्यंत अनेक वस्तूंची निर्मिती आज आपण देशांतर्गत करू शकतो.

28.2 औद्योगिकीकरणाचा भारतीय समाजावरील परिणाम

1. **भारतीय हस्तकला व हस्तव्यवसाय यांचा ऱ्हास :** अगदी प्राचीन काळापासून भारत हा हस्तकौशल्याबद्दल जगप्रसिद्ध होता. तलम सुती कापड, उच्च दर्जाची मलमल व सुंदर जरतारी कापड, रेशीम व हस्तिदंती वस्तू यांच्या निर्मितीबद्दल भारतातील ढाक्का, मुर्शिदाबाद, सुरत इत्यादी अनेक शहरे प्रसिद्ध होती. ब्रिटिश राजवटीनंतर ब्रिटिशांनी या हस्तकला व्यवसायांची विशेषतः कापड व मलमल व्यवसायाची पद्धतशीर गळचेपी केली. याच वेळी ब्रिटनमधील औद्योगिक क्रांतीने वेग घेतला. ब्रिटनमधील कारखाने व गिरण्या यामध्ये तयार होणारा माल मोठ्या प्रमाणावर भारतात खपू लागला. त्यांना भारताच्या कानाकोपऱ्यात पोहोचविण्याचे काम रेल्वे करू लागली. त्यातच राज्यकर्त्यांनी स्वीकारलेले मुक्त व्यापार तत्त्व व ब्रिटिश मालास संरक्षण देण्याचे धोरण यांचा भारतीय हस्तकला व्यवसाय बुडविण्याच्या कामी मोठा हातभार लागला. आधुनिक दळणवळणाच्या साधनांनी व शोधांनी भारतीय हस्तव्यवसाय कसे बुडविले हे कार्ल मार्क्सने सन 1853 मध्ये सांगून ठेवले आहे. पूर्वी शेती व हस्तव्यवसाय यांची सांगड होती; ती वाफेवर चालणाऱ्या ब्रिटिश कारखान्यांनी व ब्रिटिश शास्त्रीय शोधांनी सबंध भारतातून नष्ट करून टाकली. मार्क्सने हे एक कटू ऐतिहासिक सत्यच सांगितले आहे.

2. **भारतीय शेतीचे व्यापारीकरण :** ब्रिटिश राजवटीपूर्वी भारतात वस्तुविनिमय पद्धती अस्तित्वात होती. शेतकरी आपल्या जमिनीचा महसूल वस्तूंच्या रूपात सरकारला देत. ब्रिटिश राजवटीत 'पैसा विनिमय पद्धती' (Money System) सुरू झाली. अन्नधान्याचे रूपांतर पैशात करण्यासाठी शेतकरी बाजारपेठेकडे वळला. पूर्वी इतर सेवासुद्धा वस्तुविनिमयावर आधारित होत्या. त्या आता पैशाच्या व्यवहाराने होऊ लागल्या. त्यामुळे 'पैशाचा' व्यवहार वाढला. अशा प्रकारे शेतीचा व्यवसाय बाजारपेठेशी निगडित बनला.

अशा परिस्थितीत कापूस, ताग, नीळ, ऊस अशी नगदी पिके (Cash Crops) घेण्याची शेतकऱ्यांची प्रवृत्ती अधिकाधिक होऊ लागली. विशेषतः ब्रिटनमधील गिरण्यांना भारतातील कापूस मोठ्या प्रमाणावर निर्यात होऊ लागला. सन 1861 ते 1865 या काळात अमेरिकेतून ब्रिटनमध्ये निर्यात होणारा कापूस तेथील यादवी युद्धामुळे थांबला. त्याचा परिणाम म्हणून भारतातील कापसास प्रचंड मागणी वाढली. खानदेश, वऱ्हाड व गुजरात या प्रदेशातील कापसाच्या शेतीचे क्षेत्र वाढले.

ब्रिटिश भांडवलदारांनी भारतात चहा, कॉफी, रबर, नीळ यांचे मोठमोठे मळे तयार करून मोठ्या प्रमाणावर उत्पादन सुरू केले. या सर्व घटकांनी भारतातील शेतीचे लक्षणीय प्रमाणावर व्यापारीकरण (Commercialization) झाले. त्यामध्ये उद्योगधंद्यांतून निर्माण झालेली भांडवली अर्थव्यवस्था कारणीभूत होती. अशा प्रकारे औद्योगिकीकरणाचा भारतीय शेतीवर झालेला हा अप्रत्यक्ष परिणाम होता.

3. **दुष्काळ आणि भयंकर मनुष्यसंहार :** ब्रिटनमधील औद्योगिक क्रांतीने भारतातील अनेक हस्तव्यवसाय बुडविले. शेती हेच जगण्याचे एकमेव साधन बहुसंख्य भारतीय लोकांकडे राहिले. भारतातील बहुतेक शेती मान्सूनवर अवलंबून असल्याने मान्सूनने दगा दिला की लोकांना भीषण दुष्काळाला तोंड द्यावे लागे. डब्ल्यू. एस. लिली या लेखकाने आपल्या 'India and it's Problems' या पुस्तकात दिलेला भयंकर मनुष्यसंहार पाहिला की या प्रश्नाचे गांभीर्य आपल्या लक्षात येते.

तक्ता क्र. 28.2

कालखंड	दुष्काळातील मनुष्यसंहार
सन 1800 ते 1825	10 लक्ष लोक
सन 1826 ते 1850	4 लक्ष लोक
सन 1851 ते 1875	50 लक्ष लोक
सन 1876 ते 1900	2 कोटी 60 लक्ष लोक

ज्या भारतीय भूमीत सोन्या-चांदीच्या राशी होत्या, जिचे वर्णन 'सुवर्णभूमी' म्हणून केले जात होते. अशा भूमीमध्ये लक्षावधी माणसे अन्नान्न करून तडफडून मरत होती. ब्रिटिश साम्राज्यवाद व औद्योगिक भांडवलशाही यांच्याकडून होणाऱ्या आर्थिक शोषणाची ही अपरिहार्य परिणती होती.

4. **भारतात औद्योगिक संस्कृतीचा उदय :** आतापर्यंत आपण ब्रिटनमधील औद्योगिकीकरणाचे भारतीय समाजावर झालेले (प्रतिकूल) परिणाम पाहिले. ब्रिटनमधील उद्योगधंद्यांची चक्रे सतत फिरती ठेवण्यासाठी ब्रिटिशांना भारतात रेल्वेमार्ग बांधावे लागले; त्यामागे भारतातील कच्चा माल मोठ्या प्रमाणावर गोळा करून बंदरांपर्यंत नेण्याची सोय व्हावी तसेच ब्रिटनहून बंदरात आलेला माल देशात सर्वत्र पोहोचला जावा हा हेतू होता. पण रेल्वेच्या चक्रांबरोबर लहान-मोठे अनेक उद्योग भारतात सुरू झाले. ब्रिटिश भांडवलदारांनीच पुढे होऊन कापड व ज्यूट यांच्या गिरण्यांची स्थापना केली. लवकरच टाटा, बिर्ला, लालचंद, हिराचंद यांसारखे भारतीय उद्योजकही या क्षेत्रामध्ये येऊन त्यांनी निरनिराळे उद्योग सुरू केले. पारशी, गुजराती यांसारख्या जमाती उद्योगप्रधान बनल्या. टाटासारख्यांनी पोलाद, रेल्वे इंजीन, जलविद्युत, विमान सेवा अशा अनेक क्षेत्रांत आपला नावलौकिक वाढविला.

भारतात उद्योगधंदे वाढावेत अशी ब्रिटिश राज्यकर्त्यांची मुळीच इच्छा नव्हती. पण बऱ्याच वेळा महायुद्धासारख्या जागतिक परिस्थितीच्या रेट्याने त्यांना भारतातील अनेक उद्योगांना चालना द्यावी लागली. अनेकांना संरक्षण द्यावे लागले तर अनेक उद्योग त्यांना स्वतःच सुरू करावे लागले. परिणामी, भारतात आधुनिक उद्योगधंद्यांचा विकास होतच राहिला; त्याचबरोबर औद्योगिक संस्कृतीही विकसित होऊ लागली.

5. **भांडवलदार व कामगारवर्गाचा उदय :** वाढत्या औद्योगिकीकरणाचा एक अपरिहार्य परिणाम म्हणजे भांडवलदार व कामगार अशा दोन नव्या वर्गांचा उदय. असा उदय युरोपात घडून आला होता तसाच तो भारतातही घडून आला. औद्योगिक क्रांतीचा प्रसार भारतात होण्यापूर्वी भारतीय समाजात राजेरजवाडे, सरदार, जमीनदार यांचा उच्च वर्ग व जमीन कसणाऱ्या शेतकऱ्यांचा बहुसंख्य वर्ग असे दोन वर्ग प्रमुख होते. हस्तव्यवसाय करणाऱ्या कारागिरांचा व बनियांचाही वर्ग होता; पण तो संख्येने लहान होता.

उद्योगधंद्यांच्या वाढीबरोबर भांडवलदारवर्गाची निर्मिती होत गेली. प्रारंभी भारतात ब्रिटिश भांडवलदारांची कापड, ज्यूट, खाणी इत्यादी व्यवसायांत प्रचंड गुंतवणूक होती. त्यानंतर भारतीय उद्योजकांनीही निरनिराळे उद्योग सुरू केले. परिणामी, त्यांचाही भांडवलदारवर्ग तयार झाला. तसेच या उद्योगधंद्यात राबणाऱ्या कामगारांचाही वर्ग तयार झाला. त्यांची संख्या वर्षानुवर्षे वाढतच गेली. उद्योग क्षेत्रांतील कामगारवर्गाच्या समस्या सोडविण्यासाठी चळवळी सुरू झाल्या. कामगारांच्या हिताचे संरक्षण करण्यासाठी पुढे साम्यवादी पक्षही स्थापन झाला.

कामगारवर्गाच्या संदर्भात एका गोष्टीचा उल्लेख करावयास हवा; तो म्हणजे औद्योगिक क्रांतीच्या प्रारंभीच्या काळात युरोपात - विशेषतः ब्रिटनमध्ये कामगारवर्गावर जे अत्याचार व अन्याय झाले तशा प्रकारचे अत्याचार व अन्याय भारतीय कामगारवर्गाला सहन करावे लागले नाहीत. याचा अर्थ, त्यांना त्यांच्या न्याय्य हक्कांसाठी संघर्ष करावा लागला नाही असे नाही.

6. **कामगार संघटनांचा उदय :** कामगारवर्गाच्या उदयाबरोबर त्यांच्या हितसंबंधांची जोपासना करण्यासाठी व कामगारांमध्ये सर्वांगीण प्रगती साधण्यासाठी कामगार संघटना स्थापन झाल्या. आज भारतामध्ये कामगार संघटनांचे क्षेत्र कारखाने-गिरण्या यापुरतेच मर्यादित राहिलेले नाही. पोस्ट, टेलिग्राफ, रेल्वे इत्यादी क्षेत्रांतही कामगार संघटना विकास पावलेल्या आहेत.

भारतातील पहिली कामगार संघटना 'मुंबई गिरणी कामगार संघ' महाराष्ट्रातील मुंबई येथे सन 1890 मध्ये नारायण मेघाजी लोखंडे या नेत्याने स्थापन केली होती हे आपणास खचितच भूषणास्पद आहे. पुढे सन 1917 मध्ये रशियात साम्यवादी क्रांती घडून 'कामगारांचे राज्य' स्थापन झाले. त्यानंतर सन 1919 मध्ये आंतरराष्ट्रीय कामगार संघटनेची स्थापना झाली. या पार्श्वभूमीवर आपल्या देशात सन 1920 मध्ये 'ऑल इंडिया ट्रेड युनियन' या कामगार संघटनेचा उदय झाला. देशातील कामगार संघटनांची शक्ती वाढविणे व विविध कामगार संघटनांच्या कार्यपद्धतीत एकसूत्रता आणणे हे या राष्ट्रव्यापी संघटनेचे ध्येय होते.

भारतातील कामगार चळवळींना एन. एम. जोशी, व्ही. व्ही. गिरी, मानवेंद्र रॉय, एस. ए. डांगे, एस. व्ही. देशपांडे, बी. टी. रणदिवे, जॉर्ज फर्नांडिस, मधू लिमये इत्यादी अनेक विचारवंत नेत्यांचे मार्गदर्शन व नेतृत्व मिळाले.

आज अखिल भारतीय पातळीवरील 'ऑल इंडिया ट्रेड युनियन काँग्रेस' (आयटक : स्थापना - सन 1920); 'इंडियन नॅशनल ट्रेड युनियन काँग्रेस' (इंटक : स्थापना - सन 1947); 'हिंद मजदूर सभा' (स्थापना - सन 1948); 'भारतीय मजदूर संघ' (स्थापना - सन 1955) अशा प्रमुख कामगार संघटना कार्यरत आहेत.

7. **नवनवीन औद्योगिक केंद्रांचा उदय :** औद्योगिकीकरण ही सतत वाढत राहणारी प्रक्रिया आहे. उद्योगधंद्यांच्या विकासाबरोबर भारतात ठिकठिकाणी औद्योगिक शहरांचा विकास झाला. काही शहरे नव्यानेच स्थापन झाली तर काहींचा विस्तार वाढत गेला. मुंबई, कलकत्ता, मद्रास, अहमदाबाद, बेंगलोर, विशाखापट्टणम् इत्यादी अनेक शहरांची प्रचंड वाढ झाली. एक मोठा उद्योग सुरू झाला की त्यावर अवलंबून असणारे अनेक छोटे-मोठे उद्योग त्या-त्या परिसरात सुरू होतात. त्यातूनच शहरांचा विकास होत राहतो. काही बंदरे विकसित झाली तर काही ठिकाणी खाणीच्या जवळची गावे विकसित होऊन त्यांचे रूपांतर शहरात झाले. अगदी अलीकडचे उदाहरण म्हणजे गेल्या 25 वर्षांत महाराष्ट्रात ज्या-ज्या ठिकाणी साखर कारखाने स्थापन झाले आहेत त्या-त्या ठिकाणी औद्योगिक केंद्रे विकसित होत आहेत असे आपणास दिसून येईल. अशा प्रकारे नवनवीन औद्योगिक केंद्रांची निर्मिती व विकास हा औद्योगिकीकरणाच्या प्रक्रियेतील एक भाग आहे.

8. **सामाजिक जीवनात घडून आलेले परिवर्तन :** वाढत्या औद्योगिकीकरणामुळे समाजाचा चेहरा बदलून टाकला गेला. अनेक जातीपाती, वर्ण, पंथ, धर्म इत्यादी भेदांनी भारतीय समाज अनेक छोट्या-मोठ्या विभागांत वाटला गेला होता. या जातींची एक उतरंडच अस्तित्वात आलेली होती. नव्या औद्योगिक संबंधाने या जातीपातीच्या उतरंडीला धक्का दिला. आज कारखान्यात काम करणारा व दुपारी कारखान्याच्या भोजनालयात जाणारा कामगार आपल्या शेजारी कोणत्या जातीचा माणूस बसला आहे याची चौकशी करीत नाही. या परिहार्य बदलत्या परिस्थितीने स्पृश्यास्पृश्य भावही नाहीसा केला गेला.

समाजात पूर्वी संस्कृत विद्या शिकलेल्या ब्राह्मणवर्गांचे व पुरोहितांचे वर्चस्व होते. त्यांना प्रतिष्ठा होती; आता समाजात उद्योगपती, व्यापारी, वकील, शिक्षणतज्ज्ञ, निरनिराळ्या व्यवसायातील विशेषज्ञ, सनदी नोकर, व्यवस्थापक यांचा एक नवा वर्ग उदयास येऊन त्यास समाजात प्रतिष्ठा प्राप्त झाली आहे. या संदर्भात आता वर्णश्रेष्ठत्व महत्त्वाचे मानले जात नाही तर गुणवत्ता व कर्तबगारी यांना किंमत दिली जाते. पूर्वी जातीच्या बंधनामुळे अमूक एका जातीने अमूक एक व्यवसायच केला पाहिजे असा सामाजिक दंडक होता. आता समाजात पूर्णपणे व्यवसाय स्वातंत्र्य आहे. त्याबरोबर कनिष्ठ जातींमधील अनेक कर्तबगार व्यक्ती आपली प्रगती करू शकल्या आहेत अशी अनंत उदाहरणे समाजात दिसून येतात.

प्रभावी व बुद्धिजीवी मध्यमवर्ग हे आधुनिक समाजाचे एक वैशिष्ट्य असते. असा मध्यमवर्ग पूर्वी अस्तित्वात नव्हता. आता औद्योगिकीकरणाच्या प्रक्रियेने निरनिराळ्या व्यावसायिकांचा मध्यमवर्ग देशात अस्तित्वात आला. या मध्यमवर्गानेच देशामधील राष्ट्रीय, सामाजिक, आर्थिक व सांस्कृतिक चळवळींना मार्गदर्शन व नेतृत्व दिल्याचे दिसून येते. भारतातील सर्व प्रकारच्या चळवळींचा इतिहास आपणास हेच दाखवून देतो की, मध्यमवर्ग हाच समाजाचे, पर्यायाने देशाचे नेतृत्व करीत आहे.

9. स्त्री-मुक्तीस मोठा हातभार : औद्योगिकीकरणाने स्त्री-मुक्ती चळवळीस खऱ्या अर्थाने मोलाची मदत केली आहे. स्त्रियांच्या शिक्षणाच्या प्रसाराबरोबर अनेक स्त्रिया निरनिराळ्या विद्याशाखांत व तंत्रज्ञानात पारंगत होऊ लागल्या. चार भिंतीच्या आत कोंडल्या गेलेल्या व 'चूल आणि मूल' या सूत्राशी बद्ध झालेल्या स्त्रीला उद्योगधंद्यांच्या विकासाने आपल्या प्रगतीची अनेक क्षेत्रे मोकळी करून दिली. आज पुणे, मुंबई, दिल्ली यांसारख्या प्रगत शहरी अनेक औद्योगिक संस्थांमध्ये स्त्रियांचा सहभाग लक्षणीय आहे. त्या व्यवस्थापन क्षेत्रातही आपल्या कर्तबगारीने चमकताना दिसतात. केवळ कामगार म्हणूनच नव्हे तर कर्तबगार व्यवस्थापक, विशेषज्ञ, अभियंता, डॉक्टर, वकील, शिक्षक अशा अनेक भूमिका स्त्रिया बजावताना दिसतात आणि जेव्हा स्त्री ही आर्थिकदृष्ट्या आपल्या पायावर समर्थपणे उभी राहते तेव्हा ती सामाजिकदृष्ट्याही स्वतंत्र होते. आर्थिक स्वावलंबन हे स्त्रीला मुक्त करणारे प्रभावी साधन बनले असून अशा प्रकारचे हे साधन औद्योगिकीकरणातूनच निर्माण झाले आहे याची नोंद आपणास घेतली पाहिजे.

28.3 भारताची कृषिक्षेत्रातील वाटचाल

भारतीय अर्थव्यवस्थेत शेतीचे महत्त्व अनन्यसाधारण आहे. शेती हा या अर्थव्यवस्थेचा कणाच आहे. देशाला स्वातंत्र्य मिळाले त्या वेळी सत्तर टक्क्यांहून अधिक लोक शेतीवरच उपजीविका चालवित होते. याचा अर्थ 'समृद्ध शेती म्हणजे समृद्ध देश' हे तत्त्व भारताला यथार्थपणे लागू पडत होते. आजही त्यात फारसा बदल झाल्याचे दिसत नाही.

1. भारतातील शेती उत्पादनाची परिस्थिती : सन 1891 ते 1947 या स्वातंत्र्यपूर्व कालखंडातील शेतीच्या उत्पादनाविषयी जी आकडेवारी उपलब्ध आहे त्यावरून भारतात शेती उत्पादनाची वाढ अत्यंत संथ गतीने होत होती असे दिसून येते. या कालखंडात सरासरीने शेती उत्पादन दरवर्षी 0.37 टक्क्याने वाढत होते. त्यातही सन 1914 पर्यंत या वाढीची जी गती होती ती पुढे कमी झाली. यामध्ये अन्नधान्यांच्या उत्पादनाची वाढ दरवर्षी फक्त 0.11 टक्के अशी राहिली. इतर पिकांच्या उत्पादनाची वाढ दरवर्षी 1.3 टक्के राहिली. भारतातील लोकसंख्यावाढीचे प्रमाण लक्षात घेतले तर असे दिसून येते की, या कालखंडात लोकसंख्यावाढीच्या निम्म्या प्रमाणात शेती उत्पादनाची वाढ होत होती. ही वाढ सरासरीने दरवर्षी 0.6 टक्के इतकीही होत नव्हती. पुढे सन 1921 नंतर लोकसंख्यावाढीचा वेग 1.3 टक्के झाला; त्याबरोबर भारतातील दरडोई शेतीच्या उत्पादनाचे (विशेषतः अन्नधान्याचे) प्रमाण खाली-खाली जाऊ लागले.

तक्ता क्र. 28.3

सन 1896 ते 1906	80.4
सन 1906 ते 1916	77.8
सन 1916 ते 1926	76.3
सन 1926 ते 1936	71.1
सन 1936 ते 1945	65.5

सन 1893-94 ते 1945-46 या कालखंडात सर्वसाधारण शेती उत्पादनाचे दरडोई प्रमाण 20 टक्क्यांनी कमी झाले तर अन्नधान्याच्या बाबतीत हे प्रमाण 32 टक्क्यांनी कमी झाले. शेतीतील इतर उत्पादनांच्या मानाने अन्नधान्याचे उत्पादन कसे कमी होत गेले हे शेजारील तक्ता क्र. 28.3 वरून स्पष्ट होईल.

वाढती लोकसंख्या व त्या प्रमाणात न वाढणारे अन्नधान्याचे उत्पादन यामुळे ब्रिटिश राजवटीत भारतीय लोकांना गेल्या शतकात नव्हे तर चालू शतकातही अत्यंत भीषण अशा दुष्काळांना तोंड द्यावे लागले. लक्षावधी लोकांचा बळी या दुष्काळात गेला. सन 1907-08 आणि सन 1918-19 मध्ये व सन 1920-21 मध्ये मोठे दुष्काळ पडले. पण दळणवळणाच्या साधनांच्या झालेल्या प्रगतीमुळे अन्नधान्याचा पुरवठा जलद गतीने केला गेल्याने भूकबळींची संख्या कमी झाली एवढेच. पुढे 1943 साली बंगालच्या दुष्काळात लक्षावधी माणसे मृत्युमुखी पडली. पण त्यास ब्रिटिश सरकारचा प्रशासकीय गलथानपणाच मोठ्या प्रमाणावर जबाबदार होता. भारतातील शेती ही बहुतांशी मान्सूनवर अवलंबून असल्याने एखाद्या वर्षी पाऊस पडला नाही की शेतीवर अवलंबून असणाऱ्या दरिद्री-शेतमजूर वगैरेंची खरेदीशक्तीच नष्ट होत असे. त्यामुळे देशात अन्नधान्याचे साठे असूनही ते खरेदी करू शकत नसत. परिणामी ते भूकबळी ठरत.

2. **भारतातील शेतीच्या मागासलेपणाची कारणे :** प्राचीन काळापासून भारतीय शेतकरी शेतीचा व्यवसाय करीत असूनही आधुनिक युगामध्ये तो मागासलेला समजला गेला. भारतीय शेती मागासलेलीच राहिली. त्यातच परकीय सत्तेच्या आर्थिक शोषणाची भर पडून भारताला अनेक भीषण दुष्काळांना सामोरे जावे लागले. पण शेतीच्या दुर्दशेला केवळ 'राजकीय सत्तेची गुलामगिरी' हे एकच कारण नव्हते. भारतातील शेती ही मान्सूनच्या लहरीवर इतकी अवलंबून होती की, तिचे वर्णन 'A gamble in the monsoons' असे केले जाई. अशी शेती करणारा भारतीय शेतकरी हा अडाणी, अंधश्रद्धाळू, नव्या तंत्रज्ञानाचा स्वीकार सहजासहजी न करणारा व दरिद्री होता. दारिद्र्य व कर्ज यांच्या जाळ्यात तो नेहमीच गुरफटलेला असे. अशा अवस्थेत शकडो वर्षे परंपरेने चालत आलेल्या साधनांनीच तो शेती करीत असे. याशिवाय शेतजमिनीचे लहानसहान तुकडे, जमीनदारी, आधुनिक तंत्रज्ञानाचा व खत वगैरेंचा अभाव इत्यादी अनेक कारणे भारतीय शेतीच्या मागासलेपणाच्या मुळाशी होती. अशा प्रकारे मागासलेल्या शेतीच्या उद्योगांकडे ब्रिटिश सरकारचे प्रारंभीच्या काळात मुळीच लक्ष नव्हते. जमिनीच्या मालकीसंबंधीचे न्यायदान, जमीन महसुलाची वसुली एवढ्यापुरताच सरकारचा शेतीशी संबंध येई.

3. **कृषी खात्याची स्थापना :** सन 1966 मध्ये बंगाल व आसाम या दोन प्रांतांत भीषण दुष्काळ पडला. या दुष्काळावर मात करण्यासाठी सरकारला अनेक उपाययोजना योजाव्या लागल्या. दुष्काळाला तोंड देण्याचा उत्तम मार्ग म्हणजे शेती उत्पादन वाढविणे. या गरजेतून 'शेती' या विषयाकडे सरकार गंभीरपणे पाहू लागले. त्याच साली नेमलेल्या दुष्काळ निवारण आयोगाने मध्यवर्ती सरकारात खास 'कृषी खाते' निर्माण करण्याची शिफारस केली. पण असे खाते निर्माण करण्यासाठी अनुकूल परिस्थिती नाही असे सांगून सरकारने ही शिफारस फेटाळली.

ब्रिटनमधील कापड गिरण्यांना लांब धाग्याच्या कापसाची गरज होती. भारतामध्ये असा लांब धाग्याचा कापूस उत्पादित करण्याचा प्रयत्न करावा असे दडपण तेथील उद्योगपतींनी सरकारवर आणल्यावर येथे सन 1968 मध्ये अशा कापसाच्या उत्पादनासाठी काही योजना आखल्या गेल्या. भारतातील शेती सुधारणेसाठी ब्रिटिश सरकारने केलेला हा पहिला प्रयत्न होता. या वेळी शेतीसुधारणेसाठी खास खाते निर्माण करावे अशी मागणी ब्रिटनमधील 'मँचेस्टर कॉटन ऑर्गनायझेशन' या संस्थेने केली होती. पण याही वेळी सरकारने त्याकडे दुर्लक्ष केले.

सन 1871 मध्ये भारत सरकारने 'महसूल, कृषी व वाणिज्य' असे एक स्वतंत्र खाते निर्माण केले. प्रत्येक प्रांतात कृषी खाते निर्माण करून शेतीविषयक योजना त्यांच्याकडून राबवाव्या असेही ठरले. पण शेतीविषयक आकडेवारी गोळा करण्याशिवाय या खात्याने कोणतेही भरीव कार्य केले नाही. शेवटी आर्थिक अडचणींची सबब सांगून सरकारने हे खाते बंद करून ते गृहखात्यात समाविष्ट केले. त्यानंतरची दहा वर्षे सरकारने शेतीविषयी परिषदा घेण्यात व आयोग नेमण्यातच खर्च केली. शेवटी सन 1881 च्या दुष्काळ आयोगाच्या शिफारशीनुसार भारतातील शेती खात्याचे पुनरुज्जीवन करण्यात आले. आता प्रांतांमध्येही अशीच शेती खाती निर्माण करून त्यांच्याकडून उत्पादनवाढीच्या निरनिराळ्या योजना राबविण्याचा निर्णय सरकारने घेतला. मध्यवर्ती शेती खाते हे प्रांतीय खात्यांना मार्गदर्शन करणारे केंद्र ठरणार होते. मात्र शेतीविषयक संशोधन व प्रयोग यांची जबाबदारी प्रांतीय खात्यांवर टाकण्यात आली.

यानंतरच्या कालखंडात वायव्य प्रांत, मुंबई, बंगाल, मद्रास आणि मध्य प्रदेश या प्रांतांत शेती खाती निर्माण केली गेली. या प्रांतांपैकी फक्त मुंबई प्रांतातील शेती खात्याने थोडेफार संशोधन प्रकल्प हाती घेतले आणि काही प्रांतांत अमेरिकन कॉटन, भुईमूग, बटाटे, फळे इत्यादींवर काही शास्त्रीय प्रयोग करण्यात आले. इतर ठिकाणी प्रांतीय खात्यांनी शेतीविषयक आकडेवारी गोळा करण्यातच सार्थक मानले. सारांश, मध्यवर्ती अथवा प्रांतीय खाती निर्माण होऊनसुद्धा भारतातील शेतीची फारसी प्रगती होऊ शकली नाही. याला सरकारच्या ठाम धोरणाचा व कार्यक्षम प्रशासन यंत्रणेचा अभाव हेच घटक मुख्यतः कारणीभूत होते.

4. **व्होएलकर अहवाल (सन 1889) :** आतापर्यंतचे भारतातील शेती सुधारणा करण्यासंबंधीचे सरकारचे प्रयत्न तसे वरवरचेच होते. भारताच्या शेती उत्पादनाची वाढ करण्यासाठी कृषितज्ज्ञांचा सल्ला घेतल्याशिवाय पर्याय नाही असे आता सरकारला वाटू लागले. या विचारातून सरकारने डॉ. जे. ए. व्होएलकर या नामवंत कृषी-रसायनशास्त्रज्ञास सन 1889 मध्ये भारतात पाचारण करून त्यास येथील जमिनीची प्रत आणि शेतीची परिस्थिती यांचा अभ्यास करणे हा उद्देश दिला. भारतातील कृषी संशोधनासाठी सरकारने उचललेले हे पहिले खरेखुरे पाऊल होते. डॉ. व्होएलकर यांनी आपला अहवाल सादर केल्यावर त्यानुसार 1891 साली भारत सरकारला कृषीविषयक सल्ला देण्यासाठी

'इन्स्पेक्टर जनरल ऑफ ॲग्रिकल्चर' हा सर्वोच्च अधिकारी नेमला गेला. त्याच्याकडे भारतातील शेतीचा पद्धतशीर अभ्यास करून शेतीच्या क्षेत्रातील परिस्थितिजन्य अडचणी व दोष यांचा शोध घेण्याचे तसेच प्रांतीय शेती खात्यावर देखरेख व मार्गदर्शन करण्याचे, नवनवीन शेती सुधारणांच्या साधनांचा अवलंब करण्याचे काम सोपविले गेले. त्याचप्रमाणे शेतीखात्याशी संबंधित इन्स्टिट्यूट ऑफ व्हेटरिनरी रिसर्च, बोटॅनिकल अॅन्ड जिऑलॉजिकल सर्व्हेज अशा प्रकारचे अनेक संशोधन विभागही लवकरच सुरू करण्यात आले.

5. शेती खात्याची प्रगती (सन 1901 ते 1926) : सन 1901 च्या दुष्काळ आयोगाचा अहवाल हा भारताच्या कृषी खात्याच्या विकासातील एक महत्त्वपूर्ण टप्पा मानला जातो. या आयोगाने कृषी खात्यामधील वैज्ञानिक कर्मचाऱ्यांची संख्या व गुणवत्ता वाढविण्याचा आणि शेती विकासासाठी सहकारी पत सोसायट्या निर्माण करण्याचा कायदा करण्याची शिफारस केली. लॉर्ड कर्झनच्या कारकिर्दीत आयोगाच्या या शिफारशी स्वीकारून त्यांची त्वरित अंमलबजावणीही करण्यात आली. देशातील शेती खात्यांची पुनर्रचना केली गेली. खात्यामधील कर्मचाऱ्यांची संख्या व कार्याची व्याप्ती वाढविली गेली. पुसा या ठिकाणी 'इम्पीरिअल ॲग्रिकल्चरल रिसर्च इन्स्टिट्यूट' स्थापन करण्यात येऊन कृषिविज्ञान क्षेत्रातील संशोधन कार्याचा प्रारंभ करण्यात आला. त्याचबरोबर कृषी संचालकांची (Directors of Agriculture) सर्व प्रांतांत नियुक्ती करण्यात आली. कृषी संशोधन व प्रयोग यासाठी प्रांतांतर्गत अनेक विभाग पाडण्यात येऊन त्यावर उपसंचालकांच्या नेमणुका करण्यात आल्या. अस्तित्वात असणाऱ्या कृषी महाविद्यालयांची पुनर्रचना करण्यात आली व ठिकठिकाणी नवीन संशोधन केंद्रे स्थापन केली गेली. लवकरच सन 1906 मध्ये सरकारने 'इम्पीरिअल ॲग्रिकल्चरल सर्व्हिस' ही कृषिसेवा यंत्रणा उभी केली. मध्यवर्ती सरकारच्या पुढाकारामुळे व अनुदानामुळे प्रांतांमध्ये सन 1905 ते 1914 या काळात कृषीविषयक संशोधनाभ्यासास गती मिळाली. सन 1919 च्या सुधारणा कायद्याने कृषी खाते हे 'सोपीव खाते' बनले. आता मध्यवर्ती सरकारकडे देशातील त्यांच्या अखत्यारीतील संशोधन केंद्रांवर देखरेख व मार्गदर्शन करणे एवढीच जबाबदारी राहिली. पुढे सन 1935 च्या सुधारणा कायद्याने तर मध्यवर्ती सरकारचा अधिकार अखिल भारतीय महत्त्वाच्या धोरणात्मक बाबींसंबंधीच मर्यादित झाला. कृषी खात्याचा विकास करण्याची संधी प्रांतीय सरकारांना मिळाली खरी; पण पुरेशा अनुदानाअभावी ही सरकारे काहीही भरीव प्रगती करू शकली नाहीत. या काळात भारतात काही जलसिंचन योजना राबविल्या गेल्या ही एक मोठी जमेची बाजू होती एवढेच म्हणता येईल.

6. रॉयल कमिशनचे कार्य (सन 1926) : सन 1926 मध्ये सरकारने 'रॉयल कमिशन ऑफ ॲग्रिकल्चर' या आयोगाची नियुक्ती केली. आयोगाची उद्दिष्टे पुढीलप्रमाणे होती :

(1) शेतीची प्रगती, शेतीवरील पशुधनाच्या विकासासाठी केलेली उपाययोजना, शेतीचे संशोधन, प्रयोग व शिक्षण, शेती उत्पादनाच्या आकडेवारीचे संकलन, पिकांच्या नवीन जाती, दुग्धव्यवसाय इत्यादी बाबींचा शोध घेऊन नवीन उपाययोजना सुचविणे.

(2) शेती उत्पादनाच्या संदर्भात वाहतूक व बाजारपेठ या प्रश्नांचा विचार करणे.

(3) शेतीव्यवसायात करण्यात येणाऱ्या अर्थसाहाय्याच्या व पतसंस्था सुविधांच्या विकासासंबंधी विचार करणे.

(4) ग्रामीण शेतकरी समाजाच्या कल्याणाच्या योजना राबविणे.

रॉयल कमिशनने जो अहवाल सादर केला त्यामध्ये शेती उत्पादनाच्या क्षेत्रातील सर्व बाजूंची कार्यक्षमता विचारात घेतली गेली होती. या कमिशनने केलेल्या शिफारशीचे उद्दिष्ट भारतातील शेती ही केवळ चरितार्थ चालवणारी बाब राहू नये तर तो एक 'किफायतशीर उद्योग' व्हावा असे होते. त्या दृष्टीने कमिशनने जलसिंचन व्यवस्था, पशुधन, ग्रामीण शिक्षण, सहकार, बाजारपेठा अशा अनेक बाबींचा साकल्याने विचार केला होता. कमिशनचे असे मत होते की, भारतातील शेतीची प्रगती होण्यासाठी भारतीय शेतकऱ्यांचा शेतीकडे बघण्याचा दृष्टिकोन बदलायला हवा. त्यासाठी त्याची आवड शेतीव्यवसायात अधिक निर्माण होईल अशा उपाययोजना आखल्या पाहिजेत; ग्रामीण जनतेचा विकास हा शेतीशी संबंधित असला तरी एकूण ग्रामीण अर्थव्यवस्थेचा विचार नजरेसमोर ठेवूनच शेतीच्या प्रगतीचा प्रश्न सोडवायला हवा, ग्रामीण अर्थव्यवस्थेत निश्चितच असे बदल घडवून तिचा विकास करण्याच्या दृष्टीने कमिशनने सरकारवर अनेक जबाबदारीची कार्ये सोपविली होती. कमिशनच्या शिफारशीनुसार सरकारने लवकरच 'इम्पीरिअल कौन्सिल ऑफ ॲग्रिकल्चर' ही संस्था स्थापन केली.

7. सर जॉन रसेल यांचा अहवाल (सन 1936) : रॉयल कमिशनच्या शिफारशीनुसार स्थापन झालेल्या 'इम्पीरिअल कौन्सिल ऑफ ॲग्रिकल्चरल रिसर्च' या संस्थेच्या कार्याचे वेळोवेळी मूल्यमापन व्हायचे होते. असे मूल्यमापन करण्यासाठी व शेतीसुधारणेसंबंधी नव्या शिफारशी करण्यासाठी सरकारने ब्रिटनमधील 'रोस्टास्टेड एक्स्पिरिमेंट स्टेशन' या संस्थेचे संचालक सर जॉन रसेल यांना भारतात पाचारण केले (सन 1936).

सर रसेल यांनी येथे आल्यावर कौन्सिलच्या कार्याचा व शेती प्रश्नांचा अभ्यास करून आपला अहवाल सरकारला सादर करताना म्हटले की, ''शेती संशोधन प्रगतीच्या संदर्भात कौन्सिलने चांगली कामगिरी पार पाडली आहे. पण कौन्सिलने केलेल्या संशोधन कार्याची समाजात प्रसिद्धी होऊन त्यानुसार संशोधनाची प्रत्यक्ष कार्यवाही होणे गरजेचे आहे. त्या दृष्टीने कौन्सिलची भूमिका 'विकास आयोगाची' (Development Commission) असली पाहिजे. कौन्सिलच्या संशोधन कार्याचे निष्कर्ष असे असले पाहिजेत की त्यामुळे भारतातील दरएकरी अन्नधान्याचे उत्पादन वाढू शकेल; त्यामुळे जनतेस पुरेसा अन्नधान्याचा पुरवठा तर होईलच, शिवाय अन्नधान्याखालील जमिनीचे प्रमाण कमी होऊन ती जमीन इतर पिकांसाठी तसेच दुग्धव्यवसाय वाढविण्यासाठी (गवतचाऱ्याच्या उत्पादनासाठी) वापरात आणता येईल.''

कौन्सिलने स्वतः आणखी संशोधन कार्य करीत बसण्यापेक्षा ते कार्य विद्यापीठावर सोपवावे आणि कौन्सिलला उपलब्ध असलेल्या कृषिज्ञानाचा लाभ प्रत्यक्ष शेतजमीन कसणाऱ्या शेतकऱ्यांना द्यावा अशा प्रकारे संशोधन-फलित प्रयोगशाळेतून शेतावर आणावे असे 'रसेल अहवालात' आवर्जून सांगितले गेले होते.

8. भारतातील शेतीची सन 1950 पर्यंतची वाटचाल : भारत सरकारने मध्यवर्ती व प्रांतीय कृषी खाती निर्माण केली; कृषी संशोधन केंद्रे स्थापन केली. प्रात्यक्षिक प्लॉट्स तयार केले. कृषी महाविद्यालये स्थापन केली, पण एवढे सर्व देशाच्या एकूण विस्ताराच्या आणि शेती प्रश्नांच्या व्याप्तीच्या मानाने तुटपुंजे ठरावे अशी परिस्थिती होती. सरकारच्या योजना, कृषिविज्ञानातील नवनवे शोध सामान्य शेतकऱ्यांपर्यंत नेण्यासाठी ग्रामीण भागात विस्तार अधिकाऱ्यांची प्रचंड यंत्रणा उभी करणे आवश्यक होते. पण अशा प्रचंड यंत्रणेस लागणारा पैसा खर्च करण्याची सरकारची इच्छा नव्हती. परिणामी, सरकारच्या अस्तित्वात असलेल्या यंत्रणेकडून आधुनिक शेतीचे ज्ञान व तंत्र सामान्य शेतकऱ्यांपर्यंत जाऊ शकत नव्हते.

उपरोक्त कालखंडात भारतात जी काही शेतीची प्रगती झाली त्यामध्ये सुधारित जातींच्या पिकांची लागवड व जलसिंचन योजना या दोन गोष्टी महत्त्वपूर्ण होत्या. तांदूळ, गहू, कापूस, ज्यूट, भुईमूग व ऊस या पिकांच्या सुधारित जातींचे उत्पादन देशात काही ठिकाणी सुरू झाले. पण अशा सुधारित जातींच्या लागवडीचा तेवढा सार्वत्रिक प्रसार होऊ शकला नाही. उदाहरणार्थ, सन 1937-38 मध्ये देशात भाताखाली जेवढी जमीन होती त्यातील फक्त 6 टक्के जमीनच नव्या जातीच्या भात-पिकाखाली होती. याचा अर्थ, 94 टक्के भात-पीक हे जुन्या बियाणांचेच होते. कापसाच्या बाबतीत स्थिती थोडी समाधानकारक राहिली. यासाठी 'इंडियन सेंट्रल कॉटन' कमिटीने घेतलेला पुढाकार महत्त्वाचा होता. इतर पिकांच्या उत्पादनाच्या बाबतीत भारतीय शेतकरी फारसी प्रगती करू शकला नाही. याचे एक महत्त्वाचे कारण म्हणजे त्याची इच्छा असूनही तो भांडवलाच्या अभावी नव्या तंत्रज्ञानाचा स्वीकार करू शकत नव्हता.

जलसिंचनाच्या संदर्भात एक गोष्ट स्पष्ट होते; ती म्हणजे सरकारच्या कृषिविज्ञान संशोधनापेक्षा या जलसिंचन योजनेमुळेच शेतकऱ्यांचा अधिक फायदा झाला. कारण जी भूमी वैराण होती तेथे या योजनांमुळे ती ओलिताखाली आली व त्यामुळे संबंधित प्रदेशातील शेती उत्पादन अनेक पटीने वाढले. या शतकाच्या सुरुवातीला भारतात 19.25 दशलक्ष एकर जमीन ओलिताखाली होती. जलसिंचन योजनेमुळे ओलिताखालील जमिनीचे प्रमाण वाढून ते 1938-39 साली 32.61 दशलक्ष एकर झाले. पण देशाचा एकूण विस्तार पाहता हे प्रमाण फार कमी म्हणजे एकूण शेतजमिनीच्या फक्त 13 टक्के होते. दुसरे असे की, ओलिताखालच्या जमिनीचे प्रमाण सर्व प्रांतांत सर्वसाधारणपणे सारखे नव्हते. सिंध व पंजाबमध्ये हे प्रमाण अनुक्रमे 66.1 आणि 58.3 टक्के होते तर कूर्ग आणि मुंबई प्रांतांत ते अनुक्रमे 2.7 व 4.5 टक्के इतके कमी होते (सन 1941-42). शेतीव्यवसायातील भांडवली गुंतवणूक या शतकाच्या सुरुवातीस फक्त 42.2 कोटी रु. होती, ती सन 1941-42 मध्ये 152.80 कोटी रुपयांपर्यंत वाढत गेली. तथापि, शेतीच्या विकासावर सरकारकडून होणारा खर्च फारच कमी होता. सन 1935-36 मध्ये मध्यवर्ती व प्रांतीय सरकारचे अर्थसंकल्प सांगतात की, सरकार शेतीच्या विकासावर सर्व प्रकारचा खर्च मिळून फक्त 2 कोटी 70 लाख रु. खर्च करीत होते. भारत सरकारच्या एकूण खर्चापैकी ही रक्कम फक्त दीड टक्के होती.

9. **देशाच्या स्वातंत्र्यानंतर :** स्वातंत्र्य मिळाले पण देशाची फाळणी झाली. त्यामुळे पाकिस्तानमधील लक्षावधी शेतकरी आपली शेतीवाडी व घरदार सोडून भारतात आले. पण हे शेतकरी अत्यंत कष्टाळू व हरहुन्नरी असल्याने ते जेथे स्थायिक झाले तेथे त्यांनी उत्तम शेतीवाडी करून राष्ट्राच्या उत्पादनात भरच घातली.

पुढे भारत सरकारने 1951 सालापासून पंचवार्षिक योजना राबविण्यास सुरुवात केली. शेतीच्या क्षेत्रातील संशोधन, प्रयोग, शिक्षण आदींचा विस्तार झपाट्याने होऊ लागला. जलसिंचनासाठी मोठमोठ्या धरणांची पायाभरणी झाली. ओलिताखालची जमीन वाढू लागली. शेतीचे उत्पादन वाढत गेले पण लोकसंख्येचे प्रमाण त्याहून अधिक वेगाने वाढल्याने अन्नधान्याच्या बाबतीत स्वातंत्र्य मिळूनही भारत अनेक दशके परावलंबीच राहिला. सुदैवाने सध्या आपला देश अन्नधान्याच्या बाबतीत स्वयंपूर्ण झाला. कृषिविज्ञान संशोधनात तो आज आघाडीवर आहे.

स्वातंत्र्यानंतरच्या कालखंडात शेतीसुधारणेचा एक महत्त्वाचा प्रयत्न म्हणजे सरकारने देशातील जमीनदारी, इनामदारी किंवा जहागीरदारी पद्धती नष्ट करून चाळीस टक्के जमीन ती कसणाऱ्या शेतकऱ्यांच्या मालकीची केली. रयतवारी पद्धतीमध्येसुद्धा 'कसेल त्याची जमीन' हे तत्त्व लागू करून लक्षावधी शेतकऱ्यांना जमिनीचे मालक बनविले. त्याचप्रमाणे सामाजिक व आर्थिक विषमता दूर करण्यासाठी 'कमाल जमीन धारणा' यासारखे अनेक कायदे लागू केले. 'तुकडेबंदी' अथवा 'तुकडेजोड' यांसारख्या योजना राबविल्या. या सर्वांचा परिणाम आज देशाच्या शेतीच्या उत्पादनवाढीत दिसून येत आहे.

28.4 भारताची दळणवळणाच्या क्षेत्रातील वाटचाल

कोणत्याही देशाच्या इतिहासात त्या देशातील दळणवळण साधने ही महत्त्वाची मानली गेली आहेत. दळणवळणाची साधने म्हणजे देशाच्या रक्तवाहिन्याच होत. त्या जेवढ्या सुदृढ, समृद्ध व प्रगत तेवढा कोणताही देश सुदृढ, समृद्ध व प्रगत असे मानावयास हरकत नाही. देशाची केवळ औद्योगिक प्रगतीच नव्हे तर समाजव्यवस्था, राजकीय व्यवस्था, कृषी व वाणिज्य व्यवस्था, शैक्षणिक प्रगती इत्यादी अनेक बाबी दळणवळणाच्या साधनांच्या उपलब्धतेवर अवलंबून आहेत. प्रगत दळणवळणाच्या साधनांच्या साहाय्यानेच ब्रिटिशांनी या देशावरची आपल्या साम्राज्याची पकड घट्ट केली. सन 1857 चा उठाव चिरडून टाकण्यास ब्रिटिशांनी रेल्वे, तारायंत्र या आधुनिक साधनांचा केवढा उपयोग केला होता ते इतिहासाच्या विद्यार्थ्यांना माहीत आहेच. पुढे याच आधुनिक दळणवळणाच्या साधनांनी सुशिक्षित भारतीय नेत्यांना एकत्र आणले व त्यांच्यामध्ये राष्ट्रीयत्व जागृत करून भारतात राष्ट्रीय स्वातंत्र्याची चळवळ उभी केली ही गोष्ट आपणास ज्ञात आहे. सारांश, दळणवळण क्षेत्र हे देशाच्या इतिहासातील महत्त्वाचे अंग आहे. म्हणूनच त्याचा आपल्या देशात कसकसा विकास होत गेला हे आपण थोडक्यात पाहणार आहोत. दळणवळणाची साधने अनेक आहेत. पण त्यातील भूमार्ग (रस्ते), रेल्वेमार्ग, जलमार्ग व हवाई मार्ग अशा प्रमुख मार्गांचाच विकास आपण अभ्यासू.

▣ भारतातील भूमार्गांचा (रस्ते) विकास

संस्कृतीच्या उदयाबरोबरच भूमार्गांचा उदय झालेला आहे. मानवी प्रगतीबरोबरच भूमार्गांची प्रगतीही होत गेली आहे. 'भूमार्ग' ही मानवजातीची 'एक मूलभूत संस्था' (Fundamental Institution of Mankind) मानली जाते. Man the road builder cannot be separated from the man - the builder of civilization असे जे म्हटले जाते ते यथार्थच होय. आजही प्रगत संस्कृतीच्या देशात प्रगत भूमार्ग दिसून येतात. कोणत्याही देशाची औद्योगिक व सांस्कृतिक प्रगती त्या देशातील रस्त्यांशी संबंधित असते.

भारतातील भूमार्गांचा इतिहास सिंधू संस्कृतीच्या काळापासून उपलब्ध आहे. प्राचीन काळातील प्रसिद्ध भूमार्गांविषयी मॅगेस्थेनिससारख्या प्रवाशानेही नोंदी केल्या आहेत. मुघल काळात एकूण तेरा महामार्ग भारतात अस्तित्वात होते. उदाहरणार्थ, आग्रा - दिल्ली, दिल्ली - लाहोर, सिरोंज - नरवार, दिल्ली - पटना इत्यादी.

1. सार्वजनिक बांधकाम खात्याची (PWD) निर्मिती : भूमार्गांच्या बांधणीच्या कामात खरी गती ब्रिटिश राजवटीतच आली. ईस्ट इंडिया कंपनीच्या राजवटीत तिच्या अधिकाराखाली असणाऱ्या प्रदेशांच्या भूमार्गांची देखभाल लष्करी मंडळाकडून (Military Boards) होत असे. त्यासाठी खास खाते म्हणजे सार्वजनिक बांधकाम खाते (Public Works Department) हे लॉर्ड डलहौसीच्या कारकिर्दीत निर्माण केले गेले. लवकरच सन 1855 मध्ये अशी खाती (PWD) सर्व प्रांतांत सुरू करण्यात आली. डलहौसीच्या कारकिर्दीत भारतात रेल्वेमार्ग बांधले जाऊ लागले आणि या रेल्वेमार्गाला जोडणाऱ्या चांगल्या भूमार्गांची (रस्त्यांची) आवश्यकता सरकारला भासू लागली. कारण अशा चांगल्या रस्त्यांशिवाय रेल्वे स्टेशनपर्यंत पोहोचलेला माल दूरपर्यंत पोहोचविला जाणे अथवा दूरवर उत्पादित झालेला माल रेल्वे स्टेशनपर्यंत येणे या गोष्टी कार्यक्षमतेने होणे शक्य नव्हते. तेव्हा पक्के रस्ते ही काळाची गरज ठरली होती.

रस्त्यांच्या बांधकामास लॉर्ड मेयो व लॉर्ड रिपन या दोन्ही व्हाईसरॉयच्या कारकिर्दीत मोठी चालना मिळाली. याचे महत्त्वाचे कारण म्हणजे सार्वजनिक बांधकाम खाते हे स्थानिक स्वराज्य संस्थेकडे सुपूर्द करण्यात आले. पुढे पहिल्या व दुसऱ्या महायुद्धाच्या काळात युद्धसाहित्याच्या वाहतुकीसाठी रस्त्यांचे महत्त्व अधिकच वाढले; विशेषतः सीमावर्ती प्रदेशात रस्तेबांधणीची मोठमोठी कामे पूर्ण करण्यात आली.

2. नागपूर योजना (सन 1943) : दरम्यान सरकारने भूमार्गांचा अभ्यास करण्यासाठी 'जयकर समिती' नियुक्त केली. या समितीच्या अहवालावर चर्चा करून निश्चित निर्णय घेण्यासाठी सरकारने सन 1943 मध्ये नागपूर येथे प्रांतामधील मुख्य अभियंत्यांची परिषद बोलावली. या परिषदेने सरकारला 'वीस वर्षांची रस्ते सुधारणा योजना' सादर केली. या योजनेनुसार परिषदेने रस्त्यांचे वर्गीकरण पाच गटात केले होते : (i) राष्ट्रीय महामार्ग (ii) प्रांतीय महामार्ग (iii) प्रमुख जिल्हामार्ग (iv) लघू जिल्हामार्ग (v) खेड्यातील मार्ग. राष्ट्रीय महामार्गांमध्ये देशातील राजधान्यांची ठिकाणे, प्रमुख शहरे व बंदरे यांना जोडणारे मार्ग तसेच नेपाळ व ब्रह्मदेश आदी देशांना जोडणारे मार्ग समाविष्ट केले गेले. प्रांतांतर्गत प्रमुख शहरांना व जिल्ह्यांच्या ठिकाणांना जोडणारे मार्ग प्रांतीय महामार्ग गटात बसविले गेले. नागपूर योजनेप्रमाणे देशात एकूण 4,30,000 मैल रस्त्यांची बांधणी होऊन 448 कोटी रु. त्यावर खर्च होणार होते. दरम्यान देशाच्या फाळणीमुळे रस्त्यांची लांबी कमी झाली.

3. 'सेंट्रल रोड ऑर्गनायझेशन'ची निर्मिती : नागपूर परिषदेने जरी अनेक महामार्गांची व त्यांना जोडणाऱ्या लहान-मोठ्या रस्त्यांची योजना मांडली तरी सरकार इतका पैसा त्यावर खर्च करण्यास राजी नव्हते. त्यामुळे उपलब्ध आर्थिक तरतुदींमध्ये रस्त्यांच्या कामांचे अग्रक्रम ठरविले. त्यामध्ये अत्यंत आवश्यक ठिकाणी पूल बांधणे, अस्तित्वात असलेल्या मार्गांची व पुलांची दुरुस्ती करून त्यांना कार्यक्षम बनविणे आणि खेड्यांमधील दळणवळण सुधारण्यासाठी छोटे-छोटे रस्ते तयार करणे असा तो उपक्रम केला गेला.

लवकरच सरकारने राष्ट्रीय महामार्गांची बांधणी व देखभाल करण्यासाठी 'सेंट्रल रोड ऑर्गनायझेशन' स्थापन केली. पुढे स्वातंत्र्यानंतर सरकारने एकूण 120 कोटी रुपयांची रस्त्यांच्या विकासाची पंचवार्षिक योजना (सन 1947 ते 1952) तयार केली व त्याप्रमाणे कामही सुरू केले. या योजनेअंतर्गत 28,015 कि.मी. प्रांतीय महामार्ग जिल्हामार्गाची बांधणी; 53,429 कि.मी. मार्गाची दुरुस्ती आणि 48,149 कि.मी. खेड्यांतील रस्त्यांची बांधणी व दुरुस्ती करण्यात येणार होती. तथापि, या योजनेप्रमाणे काम पार पडू शकले नाही. सरकारच्या चलनवाढविरोधी उपाययोजनेमुळे मूळ योजनेच्या खर्चात कपात केली गेली. एकूण फक्त पन्नास कोटी रुपयांचे रस्त्यांचे काम झाले. 1 एप्रिल, 1951 रोजी भारतामध्ये असलेल्या पक्क्या व कच्च्या रस्त्यांची लांबी अनुक्रमे 1,56,800 कि.मी. व 2,41,600 कि.मी. इतकी होती.

4. पंचवार्षिक योजना : याच वेळी पहिली पंचवार्षिक योजना सुरू झाली. देशाची कृषी व औद्योगिक प्रगती नजरेसमोर ठेवून या योजनेने रस्तेबांधणीच्या कामास महत्त्वाचे स्थान दिले. फाळणीने निर्माण झालेल्या प्रदेशांच्या पुनर्रचनेमुळे काही नवे रस्ते बांधणे आवश्यक होते. प्रारंभी या योजनेअंतर्गत 97.6 कोटी रु. या कामावर खर्च होणार होते. पण सरकारने ही रक्कम वाढवून ती 131.3 कोटी रु. अशी केली. पुढे प्रत्येक पंचवार्षिक योजनेत रस्त्यांची बांधणी आणि देखभालीवर सरकार प्रचंड पैसा खर्च करीत होते.

28.5 भारतातील रेल्वेमार्गांची वाटचाल

1. **रेल्वेमार्गाचा प्रारंभ (सन 1853) :** 16 एप्रिल, 1853 रोजी भारतातील पहिला रेल्वेमार्ग मुंबई ते ठाणे मुंबईच्या न्यायाधीशांच्या हस्ते सुरू झाला. तीन इंजिने व चौदा डबे असलेल्या या रेल्वेने आधुनिक भारताच्या इतिहासात एक महत्त्वाचे पर्व सुरू केले.

वास्तविक भारतात रेल्वेमार्ग बांधण्याच्या योजना अगदी 1832 सालापासून आखल्या जात होत्या. भारतातील प्रचंड साम्राज्याच्या संरक्षणासाठी व व्यापार-उद्योगाच्या वाढीसाठी देशभर रेल्वेमार्गांचे जाळे विणले पाहिजे असे लॉर्ड डलहौसीने मायदेशी लिहिलेल्या एका खलित्यात आवर्जून म्हटलेले होते. त्याच्याच पुढाकाराने पहिला रेल्वेमार्ग सुरू झाला होता. पुढे 1860 सालापर्यंत भारतातील रेल्वेमार्ग बांधण्यासाठी एकूण आठ कंपन्या निर्माण झाल्या. त्यासाठी लागणारी जमीन सरकारने विनामोबदला दिली. शिवाय कंपन्यांनी गुंतविलेल्या भांडवलावर सरकारने पाच टक्के व्याज देण्याची हमी दिली. खाजगी व्यवस्थापनाखाली असणारे हे रेल्वेमार्ग 99 वर्षांनी सरकारच्या मालकीचे होणार होते. आवश्यकता भासली तर 25 वर्षांनंतरही सरकार तसे करू शकत होते.

2. **रेल्वेमार्गाच्या बांधणीत सरकारचा पुढाकार (सन 1869 - 1881) :** आता खुद्द सरकार रेल्वेबांधणीच्या कार्यात पुढे झाले. त्यासाठी चार कोटी रुपयांची वार्षिक अर्थसंकल्पीय तरतूद करण्यात आली. त्यानुसार दि इंडस व्हॅली, दि पंजाब नॉर्दन इत्यादी सहा नवे रेल्वेमार्ग बांधले गेले. 1879 सालापर्यंत खाजगी कंपन्यांनी बांधलेल्या रेल्वेमार्गांची लांबी 9,805 कि.मी. होती. (भांडवली गुंतवणूक एकूण 9,78,72,000 पौंड) आणि सरकारने बांधलेल्या मार्गांची लांबी 14,920 कि.मी. होती. (भांडवली गुंतवणूक एकूण 2,36,95,226 पौंड).

रेल्वेवर सरकार करीत असलेला खर्च व त्यातून मिळणारा फायदा यात बरीच तफावत होती. रेल्वेमार्ग तसे तोट्यातच होते. उपरोक्त कालखंडात सरकारला रेल्वेपासून एकूण पंधरा कोटी रुपयांचा तोटा सहन करावा लागला होता.

3. **रेल्वेची वाटचाल (सन 1881 ते 1914) :** सन 1881 मध्ये लॉर्ड हार्डिंग्ज (Secretary of State for India) याने रेल्वेमार्गाचे तीन प्रकारे वर्गीकरण केले : (i) उत्पादित (ii) अनुत्पादित (iii) संरक्षित. सुमारे चार टक्के व्याजाची रक्कम ज्यातून मिळते तो मार्ग उत्पादित मानला गेला. ज्या मार्गावर नुकसान होते पण दुष्काळपीडितांचे जीव वाचविण्यासाठी जो मार्ग चालू ठेवणे गरजेचे आहे असा मार्ग सुरक्षित मानला गेला. लवकरच अनेक कंपन्यांशी रेल्वेमार्ग बांधण्याचे करार सरकारने केले.

सन 1884 मध्ये पार्लमेंटने रेल्वेची वाढ करण्याच्या प्रश्नासंबंधी 'सिलेक्ट कमिटी' स्थापन केली. या कमिटीने पुढील शिफारशी केल्या :

(1) सरकार व कंपन्या या दोघांनीही रेल्वेमार्ग बांधावेत.

(2) सरकारने स्वावलंबी मार्ग बांधावेत.

(3) अंतर्गत व परराष्ट्र व्यापार वाढविण्यासाठी रेल्वेमार्गांची लांबी वाढवावी.

उपरोक्त कालखंडात दरवर्षी 1,188 कि.मी. रेल्वेमार्गांची बांधणी होत गेली. सन 1900 सालापर्यंत एकूण 98 रेल्वे कंपन्या आणि 39,603 कि.मी. रेल्वेमार्ग अस्तित्वात आला.

असे असले तरी सरकारच्या दृष्टीने रेल्वे तोट्यातच होती. याला मोठ्या प्रमाणावर रेल्वेमधील अव्यवस्था व अकार्यक्षमता कारणीभूत होती. सरकार व खाजगी कंपन्या असा दो-हाती कारभारही जबाबदार होता. सन 1901 मध्ये पार्लमेंटने 'रॉबर्टसन कमिटी' स्थापन केली. या कमिटीच्या शिफारशीनुसार, सरकारने भारतात 'रेल्वे बोर्ड' स्थापन केले (सन 1905). यानंतर 1907 साली रेल्वेचे प्रशासन व तिची आर्थिक परिस्थिती यांचा अभ्यास करण्यासाठी 'मॅकी कमिटी' स्थापन केली गेली. या कमिटीच्या शिफारशीनुसार रेल्वे बोर्डाची पुनर्रचना करण्यात आली. 92 कोटी रुपयांची गुंतवणूक सरकारने रेल्वेत केली आणि 16,000 कि.मी. लांबीचा नवा रेल्वेमार्ग (Branch and Feeder Lines) बांधला. सन 1900 मध्ये रेल्वेमार्गांची लांबी 39,603 कि.मी. होती; ती आता सन 1914 मध्ये 56,456 कि.मी. झाली. एकूण गुंतवणूक 330 कोटींहून 500 कोटींवर गेली.

4. रेल्वेची वाटचाल (सन 1914 ते 1947) : पहिल्या महायुद्ध काळात भारतीय रेल्वेवर युद्धजन्य गरजा भागविण्यासाठी प्रचंड ताण पडला. अनेक रेल्वेमार्ग त्यामुळे कमकुवत बनले. पूर्व आफ्रिकेत रेल्वेचे कर्मचारी, रेल्वे वॅगन्स, रूळ धाडल्यामुळे रेल्वे अडचणीत आली. त्याचबरोबर रेल्वे तिकिटांचे दर वाढविल्याने लोकमत प्रतिकूल बनले. वॅगन्सच्या तुटवड्यामुळे उद्योजकांच्या मालाच्या वाहतुकीवर गंभीर परिणाम झाला. अशा परिस्थितीतही सीमावर्ती भागांतील लष्करी आघाडीच्या सुरक्षिततेच्या दृष्टीने सरकारला नवीन रेल्वेमार्ग बांधावे लागले. सन 1914 ते 1921 या कालखंडात रेल्वेमार्गांची लांबी 58,776 कि.मी. झाली आणि भांडवली गुंतवणूक 566 कोटी रुपयांवर पोहोचली.

सन 1920 मध्ये पार्लमेंटने रेल्वेच्या आर्थिक परिस्थितीचा व भावी विकासाचा अभ्यास करण्यासाठी 'ॲक्वर्थ कमिटी' नेमली. या कमिटीच्या शिफारशीनुसार काही कंपन्यांचे व्यवस्थापन सरकारने आपल्या ताब्यात घेतले; प्रवाशांच्या सुखसोई वाढविण्यात आल्या, प्रवास-भाड्यांच्या संदर्भात 'रेट्स ॲडव्हायझरी कमिटी' नियुक्त केली.

रेल्वेचा अर्थसंकल्प सर्वसाधारण अर्थसंकल्पापासून अलग करून रेल्वेखात्यास अंतर्गत आर्थिक स्वातंत्र्य दिले गेले. रेल्वे-व्यवस्थापन रेल्वे-अधिकाऱ्यांवर सोपविले गेले. सन 1925 मध्ये रेल्वेमार्गांची लांबी 61,232 कि.मी. इतकी झाली.

सन 1926 मध्ये रेल्वेच्या हिशेब पद्धतीत सुधारणा करण्यासाठी 'डिकिन्सन कमिटी' स्थापन करण्यात आली. त्याच वेळी रेल्वेच्या तांत्रिक विभागात प्रगती घडवून आणण्यासाठी 'रोहेन कमिटी' निर्माण केली गेली. लवकरच मुंबई व मद्रास या ठिकाणी इलेक्ट्रिक इंजिन्सवर चालणारी रेल्वे धावू लागली. रेल्वेमार्गांची लांबी सन 1930 सालापर्यंत 66,758 कि.मी. वर जाऊन पोहोचली.

1931 सालापासून व्यापारी क्षेत्रात आलेल्या मंदीमुळे व महापूर-भूकंप यांसारख्या नैसर्गिक आपत्तींमुळे रेल्वे तोट्यात जाऊ लागली. तेव्हा रेल्वेची आर्थिक व प्रशासकीय सुधारणा करण्यासाठी दोन समित्या नेमल्या गेल्या. त्यांच्या शिफारशीच्या अंमलबजावणीमुळे रेल्वेची आर्थिक बाजू सन 1936 पासून थोडीबहुत सावरून धरली गेली. सन 1936 ते 1939 या काळात 2,080 कि.मी. नवीन रेल्वेमार्ग बांधण्यात आला. पण सन 1937 मध्ये ब्रह्मदेश भारतापासून अलग करण्यात आल्यामुळे रेल्वेमार्गांची एकूण लांबी थोडी कमी झाली. 1939 साली भारतात एकूण 65,850 कि.मी. रेल्वेमार्ग अस्तित्वात होता. सन 1939 मध्ये दुसरे महायुद्ध सुरू झाले. युद्धसाहित्याच्या वाहतुकीमध्ये रेल्वेने मोठा वाटा उचलला. त्यातच सन 1943-44 मध्ये बंगालमधील भीषण दुष्काळाशी मुकाबला करण्यासाठी रेल्वेला अहोरात्र काम करावे लागले. माल व प्रवासी यांची रेल्वेमार्गावरील वाहतूक वाढली. सन 1939-40 मध्ये 53 कोटी प्रवाशांनी रेल्वे प्रवास केला. प्रवाशांची ही संख्या सन 1944-45 मध्ये 92 कोटींवर पोहोचली. परिणामी, रेल्वे फायद्यात चालू राहिली. सन 1943-44 मध्ये रेल्वेचे उत्पन्न 32 कोटी रुपयांवरून 89 कोटी रुपयांवर पोहोचले आणि सन 1944-45 मध्ये ते 232 कोटी रुपयांवर गेले.

5. स्वातंत्र्योत्तर काळातील रेल्वेची वाटचाल (सन 1947 ते 1950) : देशाच्या फाळणीबरोबर रेल्वेच्या मालमत्तेचे व कर्मचारीवर्गाचेही विभाजन झाले. भारताकडे 7,248 इंजिन्स; 20,166 प्रवासी डबे; 2,10,099 वॅगन्स आणि 68,933 कि.मी. रेल्वेमार्ग राहिला. पाकिस्तानकडे 1,339 इंजिन्स; 4,280 प्रवासी डबे; 40,221 वॅगन्स आणि 11,133 कि.मी. रेल्वेमार्ग गेला. पाकिस्तानात जे रेल्वे कर्मचारी गेले त्यामध्ये अनेक कुशल कामगार (Skilled Workers) होते. त्यामुळे काही काळ भारतीय रेल्वेची कुचंबणा झाली.

स्वतंत्र भारत सरकारने रेल्वे उद्योगाच्या वाढीसाठी आणि रेल्वे प्रशासनाच्या सुधारणेसाठी अनेक उपाययोजना अमलात आणल्या. रेल्वेच्या विकासाचा सर्वंकष अभ्यास करण्यासाठी डॉ. हृदयनाथ कुंझरू यांच्या अध्यक्षतेखाली चौकशी समिती नेमली (सन 1948). या समितीने रेल्वेची आर्थिक सुधारणा, तांत्रिक व प्रशासकीय प्रगती होण्यासाठी अनेक उपाययोजना सुचविल्या. अगदी जुनी रेल्वे इंजिन्स अथवा स्लिपर्स यांच्या प्रशासनातून विना-तिकीट प्रवाशांच्या प्रश्नांपर्यंत अनेक प्रश्नांचा ऊहापोह कुंझरू समितीने आपल्या अहवालात करून त्याच्याशी संबंधित अशा अनेक शिफारशी केल्या. रेल्वेमधील संशोधन विभागाच्या विकासासाठीही सूचना केल्या.

लवकरच 'पहिली पंचवार्षिक योजना' (सन 1951) सुरू झाली. या पंचवार्षिक योजनेच्या एकूण 2,069 कोटी रुपयांच्या खर्चाच्या अंदाजपत्रकात भारतीय रेल्वेच्या विकासासाठी चारशे कोटी रु. धरले गेले. रेल्वे विकासाच्या विविध योजना आखल्या गेल्या. परिणामी, रेल्वेची प्रगती झपाट्याने होत गेली. आर्थिक बाबतीत रेल्वे स्वयंपूर्ण झाली. 'चित्तरंजन लोकोमोटिव्ह वर्क्स' आणि 'टाटा इंजिनिअरिंग ॲन्ड लोकोमोटिव्ह कंपनी' या कारखान्यांत रेल्वे-इंजीन उत्पादन मोठ्या गतीने होऊ लागले. नवे रेल्वेमार्ग, नवे पूल, नवी स्टेशन्स, प्रवाशांच्या सुविधा इत्यादी अनेक बाबतींत भारतीय रेल्वे प्रगतिपथावर चालू लागली.

28.6 भारतातील जलमार्गांची वाटचाल

जलमार्गात दोन प्रकार आढळतात : (1) देशांतर्गत जलमार्ग (2) सागरी जलमार्ग. देशांतर्गत जलमार्गांत नद्या, कालवे व सरोवरे येथील जलवाहतूक समाविष्ट होते. या सर्वांचा परामर्श घेणे स्थलाभावी शक्य नाही; म्हणूनच आपण भारताच्या सागरी जलमार्गाच्या विकासाचा आढावा थोडक्यात घेणार आहोत.

प्राचीन काळापासून भारत सरकारी जलमार्गांविषयी प्रसिद्ध होता. इराण, अरबस्तान, पूर्व आफ्रिका, जावा, सुमात्रा, मलाया इत्यादी परदेशांशी भारताचा प्राचीन व मध्ययुगीन काळात भरभराटीचा सागरी व्यापार चालू होता. अगदी अठराव्या शतकात कान्होजी आंग्रेच्या मराठा आरमाराने ब्रिटिशांवर कशी दहशत निर्माण केली होती हे आपणास ज्ञात आहेच.

▣ ब्रिटिश राजवटीमधील सागरी जलमार्ग

ब्रिटिशांनी अगदी 1736 सालापासून आपल्या व्यापारासाठी जहाज बांधण्याचे कार्य सुरू केले होते. 1863 सालापर्यंत ब्रिटिशांनी (ईस्ट इंडिया कंपनीच्या सागरी वाहतुकीसाठी) मुंबईमध्ये तीनशे लहान-मोठी जहाजे बांधली होती. सन 1800 मध्ये लॉर्ड वेलस्लीने मायदेशाला पाठविलेल्या तो पत्रात म्हणतो की, कलकत्ता बंदरामध्ये दहा हजार टनांची क्षमता असणारी जहाजे असून कंपनीच्या वाढत्या सागरी व्यापारासाठी ही जहाजे भावी काळातही समर्थ राहतील.

भारतातील जहाजबांधणी कलेबद्दल वेलस्लीने कौतुकाचे उद्गार काढले आहेत. मुंबई बंदरात तयार होणारे जहाज ब्रिटिश जहाजापेक्षा सरस असते असे तो म्हणतो. सन 1839 ते 1857 या कालखंडात मुंबईत तयार झालेली जहाजे इराकपर्यंत वाहतूक करीत होती. आता त्यामध्ये वाफेवर चालणाऱ्या जहाजांची (आगबोटी) भर पडली. अशा प्रकारे भारतीय जहाज उद्योग व जलमार्गावरील वाहतूक या बाबी एकोणिसाव्या शतकाच्या अखेरपर्यंत प्रगत अवस्थेत होत्या. पण पुढे त्यांचा ऱ्हास सुरू झाला. खुद्द महात्मा गांधींनी या संदर्भात म्हटले आहे,

"Indian Shipping had to Perish, so that British Shipping might Flourish".

सागरी वाहतुकीच्या क्षेत्रात ब्रिटिश कंपन्या अग्रेसर होत्या. भारतीय उद्योजकांनी अशा कंपन्या काढून हा उद्योग वाढविण्याचा प्रयत्न केला. पण सरकारचे परदेशी कंपन्यांना वाढविण्याचे प्रयत्न असल्याने देशी कंपन्या लयाला गेल्या. उदाहरणार्थ, 'टाटा लाईन्स' नावाची भारतीय जलवाहतूक कंपनी चीनच्या मालाची वाहतूक करीत असे. तिला स्पर्धा करण्यासाठी 'पेनिन्स्यिलर ॲन्ड ओरिएन्ट कंपनी' पुढे आली. सरकारच्या खास चिथावणीने या कंपनीने वाहतुकीचा प्रतिटन दर 16 रुपयांवरून दीड रुपयांवर आला. अशा दर युद्धात (Rate War) 'टाटा लाइन्स' तग धरू शकली नाही. सन 1937 मध्ये 33 भारतीय जलवाहतूक कंपन्या सुरू झाल्या. त्यापैकी फक्त चार कंपन्या कशाबशा तग धरू शकल्या, बाकीच्या बुडाल्या. सन 1944 मध्ये सरकारने सर सी. पी. रामस्वामी अय्यर यांच्या अध्यक्षतेखाली भारतीय जलवाहतुकीचा अभ्यास करून तिच्या विकासाच्या शिफारशी करण्यासाठी नियुक्त केली होती. या समितीने आपला अहवाल 1947 साली सादर केला. त्यामध्ये भारतीय जलवाहतुकीची कार्यक्षमता प्रतिवर्षी दहा दशलक्ष टन माल व तीन दशलक्ष प्रवासी इतकी व्हावी; जहाज कंपन्यांचे सर्व डायरेक्टर्स, मॅनेजिंग एजंट्स भारतीय असावेत.

75 टक्के शेअर्स भारतीय लोकांचे असावेत; पोर्ट ट्रस्टचा कारभार सरकारने हाती घ्यावा. किनाऱ्यावरील शंभर टक्के व्यापार ब्रह्मदेश, सिलोन इत्यादी शेजारच्या देशांशी चालणाऱ्या व्यापारांपैकी 75 टक्के व्यापार व इतर परराष्ट्रांशी असणाऱ्या व्यापारांपैकी 50 टक्के व्यापार भारतीय जहाज कंपन्यांकडे सोपवावा अशा अनेक महत्त्वाच्या शिफारशी केल्या गेल्या. याशिवाय जहाजबांधणीविषयी अनेक शिफारशी केल्या होत्या.

अय्यर समितीच्या शिफारशींच्या अभ्यासावर आधारित पंचवार्षिक योजनेमध्ये भारतीय जलवाहतुकीच्या विकासाची सूत्रे प्रमाणित केली गेली.

28.7 भारतातील हवाई मार्गांचा विकास

27 नोव्हेंबर 1877 रोजी जोसेफ लीन याने मुंबईत लालबाग गार्डन येथून बलूनच्या साहाय्याने पहिले हवाई उड्डाण केले. तो 7,500 फूट उंचीवर गेला. तेथून तो दाराजवळ एका दगडाच्या खाणीजवळ उतरला. भारतातील हा 'पहिला हवाई प्रवास' होय.

1. **प्रारंभीची वाटचाल :** सन 1911 मध्ये सर जॉर्ज लॉईड यांनी भारतातील पहिली हवाई उड्डाण संघटना मुंबई येथे स्थापन केली. मुंबई व कराची अशी काही प्रायोगिक उड्डाणेही केली गेली. लवकरच पहिले महायुद्ध सुरू झाले. पहिल्या महायुद्धातील विमानांचा वापर हा प्रायोगिक स्वरूपाचा होता. भारतात मुलकी विमान सेवा (Civil Aviation) सुरू करण्याच्या दृष्टीने सरकारने मुंबई - कराची अशी विमान सेवा सुरू केली. पण ही तात्पुरती व अनुभवातून माहिती गोळा करण्यासाठी होती. आवश्यक ती माहिती मिळताच ही सेवा बंद केली गेली. व्यापारी तत्त्वावर मुलकी विमान सेवा सुरू करण्यास अद्यापी अनुकूलता नाही असे सरकारला आढळून आले.

पण भारतात मुलकी विमान सेवा सुरू करावी असा दबाव जगातील घडामोडींनीच निर्माण केला. परिणामी, सन 1927 मध्ये मुलकी विमान सेवा खाते (Civil Aviation Department) सुरू केले गेले. ठिकठिकाणी फ्लाईंग क्लब्स् (Flying Clubs) स्थापन झाले. ब्रिटिशांची 'इम्पीरिअल एअरवेज'ची सेवा कराचीपर्यंत येत होती, ती दिल्लीपर्यंत येऊ लागली (सन 1929). दर आठवड्याला दिल्लीहून विमान उड्डाणे सुरू झाली.

सन 1932 मध्ये भारतीय उद्योजकांची 'टाटा एअरवेज लि.' विमान कंपनी सुरू झाली. अलाहाबाद-कलकत्ता-कोलंबो अशी त्यांची विमान सेवा सुरू झाली. आठवड्यातून एकदा मद्रास-कराची असेही उड्डाण होऊ लागले. या मार्गावर हैद्राबाद, मुंबई व अहमदनगर या ठिकाणी विमान थांबत असे. देशांतर्गत विमान सेवा करणारी 'इंडियन नॅशनल एअरवेज' ही भारतीय उद्योजकांची दुसरी कंपनी दुसऱ्याच वर्षी स्थापन झाली. या कंपनीने कलकत्ता-ढाक्का दररोज व कलकत्ता-रंगून आठवड्यातून एकदा अशी विमान सेवा सुरू केली. सरकारशी दहा वर्षांचा करार करून लाहोर-कराची अशीही आठवड्यातून एकदा विमान सेवा चालू केली.

2. **सन 1933 ते 1938 या काळातील प्रगती :** सन 1933 मध्ये ब्रिटिशांच्या 'इम्पीरिअल एअरवेज' कंपनीने लंडन-कराची विमान सेवा पुढे सिंगापूरपर्यंत वाढविली. परदेशी विमान सेवा चालू करण्याच्या दृष्टीने 'इंडियन ट्रान्स-कॉन्टिनेन्टल एअरवेज लि.' ही कंपनी स्थापन झाली. या कंपनीत भारतीय संचालकांचे बहुमत राखले गेले. कंपनीच्या शेअर्सपैकी 51 टक्के शेअर्स इम्पीरिअल एअरवेज लि. या कंपनीचे, 25 टक्के इंडियन नॅशनल एअरवेज लि. यांचे व 24 टक्के भारत सरकारचे. कंपनीने कराची ते सिंगापूर अशी सप्ताह सेवा सुरू केली. लवकरच ऑस्ट्रेलियापर्यंत भारतीय विमान सेवा जाऊन पोहोचली.

सन 1935 मध्ये सरकारी मुलकी विमान सेवा सुधारण्यासाठी खास 93 लाखांचा निधी निर्माण केला. पंचवार्षिक सुधारणा योजना तयार केली गेली. सन 1933 ते 1938 या काळात भारतात मुलकी विमान सेवेने बरीच प्रगती केली. सन 1938 च्या अखेरपर्यंत 156 विमानांची सरकार दफ्तरी नोंद झाली.

भारतातील मुलकी विमान सेवेच्या क्षेत्रातील महत्त्वाचा टप्पा म्हणजे 'एम्पायर एअर मेल सर्व्हिस'ची निर्मिती भारत सरकार व सिलोन सरकार यांनी ब्रिटिश सरकारच्या सहकार्याने सन 1938 मध्ये सुरू केली होती. या सेवेअंतर्गत लंडन-कलकत्ता अशी आठवड्यातून चार वेळा विमान सेवा सुरू झाली. कराची-मद्रास-कोलंबो आणि कराची-लाहोर या मार्गांवरीलही विमानांची उड्डाणे वाढविली गेली. अंतर्गत हवाई टपाल सेवेचे काम 'टाटा सन्स लि.' आणि 'इंडियन नॅशनल एअरवेज लि.' या दोन कंपन्यांकडे सोपविले गेले.

3. दुसऱ्या महायुद्धकालीन प्रगती : भारतातील हवाई वाहतुकीस दुसऱ्या महायुद्धाने मोठी चालना मिळाली. विशेषतः जपानने महायुद्धात उडी घेऊन ब्रिटिशांच्या भारतीय साम्राज्याला गंभीर धोका निर्माण केल्यावर सरकारने विमान सेवा कंपन्यांना सर्व प्रकारचे प्रोत्साहन व साहाय्य द्यावयाचे धोरण स्वीकारले. हवाई टपाल सेवा जवळजवळ रद्द केली गेली. त्याचबरोबर सर्व हवाई सेवा सरकारच्या युद्धजन्य गरजा भागविण्यासाठी उपयोगात आणल्या जाऊ लागल्या. या वेळी भारतात टाटा सन्स लि. आणि इंडियन नॅशनल एअरवेज या दोन कंपन्या प्रमुख होत्या. त्यांच्याकडे अरबी समुद्राच्या हवाई क्षेत्राची पाहणी, सैन्याची ने-आण, ब्रह्मदेशातील निर्वासितांची वाहतूक इत्यादी महत्त्वाची कामे सोपविली गेली. या दोन्ही कंपन्यांनी त्यांच्यावर सोपविलेली कामगिरी उत्कृष्टपणे पार पाडली. सरकारनेही त्यांच्या कामगिरीबद्दल भरीव मोबदला दिला. त्यामुळे त्यांची आर्थिक बाजू बळकट झाली. त्याशिवाय युद्धजन्य परिस्थितीमुळे भारतीय वैमानिकांना मोठा तांत्रिक अनुभव मिळाला. आधुनिक विमानातील यंत्रसामग्री हाताळण्याचे प्रशिक्षण मिळाले. अधिकाधिक भारतीय तरुण हवाई सेवेकडे आकृष्ट होऊ लागले.

4. महायुद्धोत्तर काळातील प्रगती (सन 1945 ते 1950) : सन 1944 मध्ये भारतातील मुलकी विमान सेवा विकासासाठी सरकारने युद्धोत्तर योजना जाहीर केली होती. सर मुहम्मद उस्मान यांच्या अध्यक्षतेखाली त्यासाठी एक समितीही नियुक्त केली गेली. या समितीने देशातील विमानतळांच्या विकासासाठी 15.5 कोटी रुपयांची योजना सरकारला सादर केली. समितीने केलेल्या शिफारशींमध्ये (1) आणखी विमान सेवा सुरू कराव्यात; (2) आंतरराष्ट्रीय हवाई सेवेत इतर देशांबरोबर सहभागी व्हावे. (3) Air Transport Licensing Board ची स्थापना करावी या प्रमुख शिफारशी होत्या.

उस्मान समितीच्या शिफारशीनुसार सरकारने 'Air Transport Licensing Board' स्थापन केले (सन 1946). त्या बोर्डाच्या अधिकारात सन 1947 च्या अखेरपर्यंत अकरा विमान कंपन्यांची अधिकृत नोंद करण्यात आली. त्यामध्ये एअर इंडिया, इंडियन नॅशनल, ओरिएन्ट एअरवेज इत्यादी प्रमुख कंपन्या होत्या. देशाच्या फाळणीमुळे विमान सेवाक्षेत्रात काही समस्या निर्माण झाल्या. पण त्यावर मात करून देशाची त्या क्षेत्रातील प्रगती पुढे चालूच राहिली.

'टाटा एअरलाइन्स' या कंपनीने आपल्या नावात बदल करून 'एअर इंडिया' असे नवे नाव धारण केले. भारत सरकारने आपल्या आंतरराष्ट्रीय हवाई सेवेच्या विकासासाठी या कंपनीशी सहकार्याचा करार करून कंपनी स्थापन केली. यानंतर भारताची देशांतर्गत व आंतरराष्ट्रीय क्षेत्रातील हवाई सेवेची प्रगती जोमाने होत राहिली. पहिल्या पंचवार्षिक योजनेत या सेवेच्या विकासासाठी 13 कोटी 37 लाख रुपयांची तरतूद केली. लवकरच भारत सरकारने सर्व प्रकारच्या विमान कंपन्यांचे राष्ट्रीयीकरण करून देशांतर्गत हवाई सेवेसाठी 'इंडियन एअरलाइन्स कॉर्पोरेशन' आणि आंतरराष्ट्रीय हवाई सेवेसाठी 'एअर इंडिया इंटरनॅशनल' अशा दोन कॉर्पोरेशन्स स्थापन केल्या (सन 1953). यानंतर आंतरराष्ट्रीय हवाई सेवेमध्ये स्वतंत्र भारताने कौतुकास्पद प्रगती केली आहे. इतकी की 'एअर इंडिया'ने प्रवास करणे हे आंतरराष्ट्रीय क्षेत्रात प्रतिष्ठेचे मानले जाते.

◉◉◉

स्वतंत्र भारताच्या समस्या :
सन 1947 ते 1966

29.1 भारतीय संस्थानांच्या विलीनीकरणाची समस्या

29.2 संस्थानांचे विलीनीकरण

29.3 संस्थानी प्रदेशांच्या एकात्मतेची प्रक्रिया

29.4 भाषावार प्रांतपुनर्रचनेची समस्या

29.5 भारतापुढील इतर काही समस्या

29.6 भारत - पाकिस्तान संबंध : सन 1947 ते 1966

15 ऑगस्ट, 1947 रोजी भारताला स्वातंत्र्य मिळाले. हिंदुस्थानची फाळणी होऊन त्याच्यातून भारत व पाकिस्तान अशी दोन नवीन राष्ट्रे उदयास आली. स्वातंत्र्याची घटना ही कोणत्याही राष्ट्राच्या इतिहासात अत्यंत महत्त्वाची आहे. तशी ती भारताच्या बाबतीतही महत्त्वाची होय. पण स्वातंत्र्य मिळाले म्हणून भारताच्या समस्या संपल्या नाहीत; उलट राजकीय व सामाजिक क्षेत्रांत त्यांनी तीव्र स्वरूप धारण केल्याचे दिसून येते. आपण प्रथम राजकीय क्षेत्रातील संस्थानांचे विलीनीकरण व भाषावार प्रांतरचना या दोन समस्या भारताने कशा सोडविल्या त्याचा वृत्तान्त पाहू.

29.1 भारतीय संस्थानांच्या विलीनीकरणाची समस्या

भारतात ब्रिटिशांच्या आधिपत्याखाली दोन प्रकारचा प्रदेश मोडत होता. पहिला प्रकार म्हणजे ब्रिटिश भारत. हा प्रदेश प्रत्यक्ष ब्रिटिश सरकारच्या ताब्यात असे व त्यावर ब्रिटिश राजवट असे. दुसरा प्रकार संस्थानी भारताचा. हा प्रदेश संस्थानिकांच्या आधिपत्याखाली असे व त्यावर संस्थानिकांची राजवट चाले. ब्रिटिशांची त्यांच्यावर अधिसत्ता असे.

▣ ब्रिटिश अमलाखालील संस्थानांची परिस्थिती

स्वातंत्र्यप्राप्तीच्या पूर्वी व त्यानंतरही भारतात अनेक लहान-मोठी संस्थाने होती. काहींच्या ताब्यात तर फारच थोड्या मैलांचा टापू होता तर काही संस्थाने ब्रिटनच्या आकाराहून मोठी होती. हैद्राबाद, म्हैसूर व काश्मीर ही संस्थाने सर्वांत मोठी होती. या संस्थानांतील प्रगतीचा वेग सर्वत्र सारखाच असणे शक्य नव्हते. काही ठिकाणी म्हणजे म्हैसूर संस्थानासारख्या संस्थानात ब्रिटिश भारतातील प्रगतीइतकी प्रगती झाली होती. तथापि, सर्वसाधारणपणे पाहता, संस्थानांत ब्रिटिश भारतासारखी प्रगती होऊ शकली नाही. याचे कारण उघड होते. संस्थानांचा कारभार राजेशाही पद्धतीवर चालत असे आणि फारच थोड्या राजांना - संस्थानिकांना प्रजेबद्दल प्रेम व तळमळ असे. आपल्या प्रजेवर पुत्रवत प्रेम करणारे कोल्हापूरचे छत्रपती शाहू महाराज किंवा बडोद्याचे श्रीमंत सयाजीराव गायकवाड यांच्यासारखे संस्थानिक फारच थोडे असत. बहुसंख्य संस्थानिक संस्थांनी वैभवात लोळत पडलेले असत. त्यांचा कारभार हा स्वतःच्या मर्जीप्रमाणे चालत असे. लोकांना लोकशाहीचे हक्क दिले जात नसत. संस्थानी प्रदेश ही संस्थानिक आपली मालमत्ता समजत.

आपल्या पॉलिटिकल एजंट्समार्फत ब्रिटिश सरकार संस्थानांवर आपल्या अधिसत्तेचे वर्चस्व ठेवीत असत. या अधिसत्तेचे स्वरूप बरेच प्रभावी होते. सर्व संस्थानिक खऱ्या अर्थाने ब्रिटिश सत्तेच्या संपूर्ण वर्चस्वाखाली होते. हे खरे की, संस्थानिकांना स्वतःचा कारभार पाहण्याचे स्वातंत्र्य होते आणि हेही खरे की संस्थानी प्रजा ही ब्रिटिश प्रजा नव्हती. तथापि, पॉलिटिकल एजंटचा सल्ला (एकप्रकारे ती आज्ञाच असे) मानावाच लागे. संस्थानिकांना मिळणाऱ्या पदव्या व मानमरातब ठरविण्याचा अधिकार ब्रिटिश सरकारचा होता. आपल्या अधिसत्तेच्या जोरावर ते कोणाही संस्थानिकाला काढून टाकू शकत. नवा वारसदार बसवू शकत असत. परंतु अशा गोष्टी क्वचित होत.

▣ ॲटलींची घोषणा व संस्थानिकांची भूमिका

20 फेब्रुवारी, 1947 रोजी ब्रिटिश पंतप्रधान ॲटली यांनी भारतीय संस्थाने व भारताची भावी राज्यव्यवस्था याबाबत अत्यंत महत्त्वाचे निवेदन केले. ते म्हणाले की, भारतातील ब्रिटिशांची संस्थानांवरील अधिसत्ता सत्तांतर होताच संपुष्टात येईल. ती अधिसत्ता भारतातील ब्रिटिश सत्तेच्या वारसदार सत्तेस मिळू शकणार नाही. अर्थात याचा अर्थ असा नव्हता की, संस्थानिकांनी घटना परिषदेच्या कार्यात सहभागी होऊ नये किंवा भारताच्या भावी राज्यव्यवस्थेत सहभागी होऊ नये. ते स्वातंत्र्य ब्रिटिश सत्तेने संस्थानिकांना दिले होते. पूर्वी सन 1935 च्या कायद्यानेच भारतातील प्रांत आणि भारतीय संस्थाने यांचे संघराज्य अस्तित्वात येणार होते. तशा प्रकारचे संघराज्य किंवा अन्य काहीही व्यवस्था संस्थानिकांनी करावयाची होती. फक्त ब्रिटिश सरकार आपली अधिसत्ता सोडून देऊन या बाबतीत हस्तक्षेप करणार नव्हते. तथापि, भारताच्या भावी संघराज्यात संस्थानिकांनी सामील व्हावे अशी ब्रिटिश सरकारची इच्छा होती.

देशाच्या भावी घटनेबद्दल आणि फाळणीबद्दल राष्ट्रसभा व लीग यांच्या भूमिकांमुळे जशा अनेक समस्या निर्माण झाल्या होत्या तशाच समस्या या संस्थानिकांच्या भवितव्याने निर्माण झाल्या होत्या. संस्थानांनी स्वतंत्र राहावे की भावी संघराज्यात सामील व्हावे ? मग भारतात सामील व्हावे की, पाकिस्तानात सामील व्हावे ? असे अनेक प्रश्न संस्थानिकांना सतावत होते. सत्तांतरामुळे त्यांना स्वातंत्र्य मिळणार होते; त्यांनी या स्वातंत्र्याचा त्याग करू नये असे वाटणे स्वाभाविक होते. परंतु बदलत्या परिस्थितीचाही विचार करणे त्यांना आवश्यक होते. प्रत्येक संस्थान स्वतंत्र व सार्वभौम झाले तर भारतात शेकडो स्वतंत्र राष्ट्रे निर्माण झाली असती.

ॲटलींनी 20 फेब्रुवारीची घोषणा करताच प्रश्नांचे गांभीर्य पंडित नेहरूंच्या लक्षात आले. त्यांनी नरेंद्र मंडळाच्या चॅन्सेलरला, भोपाळच्या नवाबाला, संस्थानांनी घटनापरिषदेत आपले प्रतिनिधी पाठवावेत म्हणून आवाहन केले. सन 1921 मध्ये हे नरेंद्र मंडळ सरकारच्या पुढाकाराने स्थापन झाले होते. या नरेंद्र मंडळातील सर्व संस्थानिकांशी वाटाघाटी केल्याशिवाय आपण काही निर्णय देऊ शकत नाही असे नवाबांनी उत्तर दिले. खरे म्हणजे नवाबांना घटनासमितीत यायचेच नव्हते. घटना कशा घडतात ते पाहून संस्थानिकांनी धोरण ठरवावे व त्यासाठी वाट पाहावी असे त्यांना वाटत होते. तथापि, बिकानेर व पतियाळा यांच्या महाराजांनी या धोरणाला विरोध करून संस्थानिकांनी घटनासमितीत सहभागी व्हावे व तेच त्यांच्या हिताचे आहे असे आवाहन संस्थानिकांना केले. संस्थानिकांच्या मनात चलबिचल पाहून पंडित नेहरूंनी तर 18 एप्रिलला धमकीच दिली की, घटनासमितीत सामील न होणारे संस्थान भारत सरकारचे शत्रू म्हणून समजले जाईल. मुस्लीम लीगचे नेते लियाकत अलीखान यांनी नेहरूंची ही धमकी 'फुसकी' असून संस्थानिकांनी तिकडे लक्ष देऊ नये, ते स्वतंत्र निर्णय घेऊ शकतात अशी फूस दिली. शेवटी 28 एप्रिलला बडोदा, बिकानेर, पतियाळा, जयपूर, कोचीन व रावा या संस्थानांनी आपले प्रतिनिधी घटनासमितीत पाठविले. या संस्थानिकांनी या वेळी देशप्रेम व देशाभिमान दाखविला याची इतिहासाने निश्चित नोंद घेतली पाहिजे. जाता-जाता एक गोष्ट सांगितली पाहिजे, ती म्हणजे काही गोऱ्या अधिकाऱ्यांनी - विशेषतः Political Department च्या कॉरफिल्डसारख्या अधिकाऱ्यांनी संस्थानांचा प्रश्न अधिक बिकट व्हावा म्हणून भोपाळच्या नवाबाच्या मदतीने मोठा खटाटोप केला. सत्तांतरानंतर संस्थानिक स्वतंत्र होत आहेत तेव्हा त्यांनी एकत्र येऊन भारतात स्वतःची तिसरी शक्ती प्रस्थापित करावी असे आवाहन कॉरफिल्ड सारखे करीत होता. त्यासाठी त्याचा अनेक संस्थानिकांशी पत्रव्यवहारही चालू होता. तथापि, बिकानेर, पतियाळा व उदयपूर यांच्या महाराजांनी हा कुटील डाव चालू दिला नाही.

3 जून, 1947 रोजी माउंटबॅटन यांनी आपली योजना जाहीर केली. पूर्वी सत्तांतराची तारीख जून 1948 ठरली होती. नव्या योजनेप्रमाणे त्याही अगोदर लवकरच सत्तांतर होणार होते. संस्थानांविषयी कॅबिनेट मिशनने जे जाहीर केले होते त्याचीच अंमलबजावणी होणार होती. म्हणजे विलायत सरकार आपली अधिसत्ता सत्तांतराच्या वेळी काढून घेणार होते. भोपाळच्या नवाबांनी यानंतर लगेच पत्र लिहून व्हाईसरॉयला कळविले की, आपले संस्थान अधिसत्ता काढून घेतल्यानंतर स्वतंत्र राहील. मग त्यानंतर भारत किंवा पाकिस्तान यांच्याशी संबंध कसे ठेवावयाचे ते आपण पाहू. 11 जून, 1947 रोजी त्रावणकोरच्या सर रामस्वामी अय्यरने जाहीर केले की, सत्तांतरानंतर त्रावणकोर संस्थान स्वतंत्र व सार्वभौम राहील. दुसऱ्या दिवशी हैद्राबाद संस्थानाने अशीच घोषणा केली.

राष्ट्रसभेला (काँग्रेसला) आपले धोरण जाहीर करणे आवश्यक होते. तिच्या वर्किंग कमिटीने लगेच 15 जूनला सर्व संस्थानिकांना उद्देशून ठराव पास केला की, घटनासमितीच्या कार्यात संस्थानांनी सामील व्हावे; त्यांना इतर प्रांतांप्रमाणेच स्वायत्तता दिली जाईल. तसेच सत्तांतरानंतर भारतात स्वतंत्र होऊन राहण्याचा कोणत्याही संस्थानाचा हक्क राष्ट्रसभा देशाच्या हितासाठी मान्य करीत नाही.

29.2 संस्थानांचे विलीनीकरण

18 जुलै, 1947 रोजी ब्रिटिश पार्लमेंटने भारताच्या स्वातंत्र्याचा कायदा पास केला. त्यानुसार भारतातील भारतीय संस्थानिकांवर असणारी ब्रिटिश राजसिंहासनाची अधिसत्ता स्वातंत्र्याच्या दिवशीच नष्ट होणार होती. 15 ऑगस्ट रोजी सर्व संस्थाने स्वतंत्र होणार होती. परंतु ब्रिटिशांना त्यांचे स्वतंत्र अस्तित्व म्हणजे भारतातील यादवीस आमंत्रण वाटत होते. संस्थानांना आंतरराष्ट्रीय क्षेत्रातही 'स्वतंत्र राष्ट्राचा' दर्जा मिळणे कठीण आहे असेही त्यांचे मत होते.

वेळ फार थोडा होता. पावले लवकर उचलणे आवश्यक होते. संस्थानी खात्याची त्या दृष्टीने निर्मिती करण्यात येऊन सरदार पटेलांनी ते खाते आपल्याकडे घेतले. व्ही. पी. मेननसारखे अनुभवी व हुशार सेक्रेटरी सरदारांना मिळाले होते. याशिवाय व्हाईसरॉय लॉर्ड माउंटबॅटन यांच्या सदिच्छा त्यांच्या पाठीशी होत्याच; सरदारांनी विलीनीकरणाची योजना तयार केली व संस्थानांनी संरक्षण, परराष्ट्र व्यवहार व दळणवळण ही अखिल भारतीय महत्त्वाची खाती भारतीय संघराज्याकडे देऊन संघराज्यात सामील व्हावे असे संस्थानांना आवाहन केले.

व्हाईसरॉय लॉर्ड माउंटबॅटन यांचे मतही सरदारांना अनुकूल असेच होते. नरेंद्र मंडळापुढे बोलताना ते 25 जुलै, 1947 रोजी म्हणाले की, संस्थानांनी भारत अथवा पाकिस्तान या राष्ट्रांत सामील व्हावे; कारण त्यांना स्वतंत्र अस्तित्वाने राहता येणे कठीण आहे. ब्रिटिश अधिसत्तेच्या गमनाने निर्माण झालेली पोकळी भरली गेली पाहिजे, अन्यथा सर्वत्र अराजक व अव्यवस्था माजेल; संरक्षण, परराष्ट्र व दळणवळण ही खाती संस्थानांना पेलण्यासारखी नाहीतच. तेव्हा ती मध्यवर्ती सत्तेकडे देऊन संघराज्यात सामील होणे हे संस्थानांच्या व देशाच्या हिताच्या दृष्टीने अधिक योग्य आहे, लोककल्याणाच्या दृष्टीने त्यांनी ते करावे.

संरक्षण, परराष्ट्र व दळणवळण या खात्यांखेरीज संस्थानांना राज्यकारभारात स्वायत्तता मिळणार होती; तसे आश्वासनही सरदारांनी आपल्या विलीनीकरणाच्या जाहीरनाम्यात दिले होते. संस्थानांचे स्वतंत्र अस्तित्व ही मोठी कठीण बाब आहे व संस्थाने मध्यवर्ती सत्तेशिवाय स्वतंत्र राहू शकणार नाहीत. हे सत्य हळूहळू संस्थानिकांना पटू लागले व 15 ऑगस्ट, 1947 पूर्वी जवळजवळ सर्व संस्थाने भारत अथवा पाकिस्तान या दोन राष्ट्रांत सामील झाली. फक्त काश्मीर, जुनागढ आणि हैद्राबाद या तीन संस्थानांनी सामीलीकरणात भाग घेतला नाही. त्यांचाच इतिहास आपण बघणार आहोत.

संस्थानांच्या विलीनीकरणाचे श्रेय सरदार पटेल, व्ही. पी. मेनन व लॉर्ड माउंटबॅटन या त्रयीला दिले पाहिजे. सरदार पटेलांची हुशारी, करारीपणा, प्रामाणिकपणा, राजकारणपटुत्व या गुणांचा राष्ट्राला ऐन मोक्याच्या वेळी मोठा लाभ झाला. भारत त्यांच्या ऐतिहासिक व अमोल सेवेबद्दल नेहमीच ऋणी व कृतज्ञ राहील. लॉर्ड माउंटबॅटन व मेनन यांनीही या प्रश्नाचा सतत पाठपुरावा करून संस्थानिकांची मने वळविली. बॅ. जीनांनी जोधपूर व जयपूर यांच्या महाराजांना स्वतःच्या सहीचा कोरा कागद दिला होता. त्यावर वाटेल त्या अटी लिहून त्यांनी पाकिस्तानात यावे म्हणून आटोकाट प्रयत्न केला. तथापि, मेनन व लॉर्ड माउंटबॅटन यांच्या राजकारणाने त्या महाराजांनी बॅ. जीनांना नकार दिला.

◙ जुनागढचा प्रश्न

जुनागढ हे काठेवाडमधील मुस्लीम राज्यकर्ता असलेले एक संस्थान होते. सव्वा तीन हजार चौरस मैलांचे त्याचे क्षेत्रफळ असून लोकसंख्या मुख्यत्वेकरून भारतीय होती. मुस्लीम 20 टक्के होते. पोस्ट, तार, रेल्वे इत्यादी व्यवस्था पूर्वी ब्रिटिश सरकारच्या कारभाराखालीच होती. याशिवाय भोवतालच्या सामील झालेल्या संस्थानांचा काही प्रदेश असा होता की, तिकडे जाण्यास जुनागढ प्रदेशातून मार्ग असे. जुनागढचा नवाब हा विलासी व कुत्र्यांचा शौकीन होता.

विलीनीकरणाचा प्रश्न आलाच तर नवाब पाकिस्तानच्या बाजूने झुकणार हे उघड होते; परंतु नवाबाने 14 ऑगस्टपर्यंत काहीच निर्णय जाहीर केला नाही. 15 ऑगस्टला मात्र आपले संस्थान पाकिस्तानात विलीन केल्याचे त्याने जाहीर केले. परंतु तसे भारत सरकारला मात्र कळविले नाही. संस्थानच्या भारतीय प्रजेची इच्छा भारतात सामील होण्याची होती. तरीसुद्धा पाकिस्तान सरकारने हे विलीनीकरण स्वीकारले. खरे म्हणजे जुनागढच्या सर्व बाजूंनी भारतीय संस्थाने असून त्या सर्वांनी विलीनीकरण स्वीकारले होते. म्हणजे पाकिस्तानशी जुनागढला भूमीवरून संबंध जोडता येणार नव्हता. समुद्रावरून संबंध ठेवता येईल असे नवाब म्हणत होता.

तथापि, जुनागढ संस्थानातील परिस्थिती दिवसेंदिवस बिघडत गेली. कायदा व सुव्यवस्था नष्ट होऊन हजारो भारतीय निर्वासित झाले. अशा अस्थिर परिस्थितीत आपले आसन बळकट नाही हे पाहून नवाब आपला परिवार व खजिना यासह पाकिस्तानात पळून गेला. शहानवाज भुत्तो हा त्या वेळी जुनागढचा दिवाण होता. त्याने परिस्थिती काबूत ठेवण्याचा प्रयत्न केला. तथापि, आर्थिक, राजकीय व लष्करी कोंडीपुढे त्याचाही नाइलाज झाला व शेवटी त्याने भारतीय लष्करी अधिकारी सरसेनापती गुरू दयाळसिंग यांच्या हाती कारभार सोपविला. भारत सरकारने लवकरच तेथे सार्वमत घेतले. फक्त 39 लोकांनी पाकिस्तानात जुनागढ जावे म्हणून मते दिली. अशा प्रकारे जुनागढचे विलीनीकरण पूर्ण झाले.

▣ हैद्राबादचा प्रश्न

भारतात हैद्राबादच्या राज्याचे स्थान मध्यवर्ती असल्याने त्याने भारतात विलीन होणे महत्त्वाचे होते. 82 हजार चौरस मैलांचा टापू या संस्थानाचा असून हिंदूंची संख्या 85 टक्के होती. असे जरी असले तरी निजामी कारभारातील जवळजवळ सर्व जागांवर मुस्लिमांची भरती होत असे. हिंदूंना राज्यकारभारात काही स्थान नव्हतेच. ब्रिटिश सरकारच्या 3 जून, 1947 च्या घोषणेनंतर निजामानेही घोषणा केली की, सत्तांतरानंतर हैद्राबाद राज्य स्वतंत्र व सार्वभौम राहील. ते पाकिस्तान अगर भारत या राज्यांत विलीन होणार नाही.

11 जुलै, 1947 रोजी व्हाईसरॉयकडे निजामाने शिष्टमंडळ पाठवून आपली भूमिका स्पष्ट केली. व्हाईसरॉयनी तसे न करता भारतात विलीन होण्याचा सल्ला दिला. तथापि, निजामाने तो मानला नाही. त्यामुळे 15 ऑगस्ट, 1947 पूर्वी हैद्राबाद भारतात विलीन होऊ शकले नाही. निजामाशी वाटाघाटी करून त्याला अनुकूल निर्णयास आणण्याचे काम व्हाईसरॉयकडे सोपविण्यात आले. रेल्वे, लष्कर इत्यादी अखिल भारतीय महत्त्वाच्या बाबतीत निजाम सरकारशी सहकार्याचा करार करावयास तयार होता; परंतु सरदार पटेल त्यास तयार नव्हते. इतर संस्थानिकांशी केलेल्या करारांपेक्षा वेगळ्या स्वरूपाचा करार करावयास ते तयार नव्हते. निजामाने हैद्राबाद राज्यात सार्वमत घेऊन हा प्रश्न सोडवावा असेही सरदार व व्हाईसरॉय यांनी सांगितले. पण निजाम सार्वमताला तयार नव्हता. त्याचा बॅ. जीनांशी अंतस्थ पत्रव्यवहार चालला होता.

धर्मांध रझाकारांचा नेता कासीम रझवी हा निजामाचा सल्लागार होता. तो सारखा निजामाच्या मनावर बिंबवित होता की, भारत सरकार काश्मीर प्रश्नात गुंतले असून हैद्राबादने स्वातंत्र्य पुकारले तर त्याच्याकडे लक्ष द्यायला भारताजवळ वेळही नाही व लष्करी बळही नाही. हैद्राबादचे लष्कर व रझाकार हैद्राबादचे संरक्षण करण्यास समर्थ आहेत. निजाम या कासीम रझवीच्या सल्ल्याने वागत होता. त्याची शिष्टमंडळे सारखी दिल्लीच्या वाऱ्या करीत होती. व्हाईसरॉयने निजामाचा भ्रम दूर करण्याचा प्रयत्न केला व भारत सरकार वाटते तेवढे कमजोर नाही, हैद्राबाद राज्यालाच शेवटी पश्चात्ताप होईल अशी वस्तुस्थितीही सांगितली. खुद्द कासीम पण दिल्लीला जाऊन आला. भारताने सार्वमताचा जर आग्रह धरला तर 'शेवटी तलवारीला तलवार भिडेल' अशी गर्वोक्ती त्याने सरदार पटेलांकडे केली.

अशा परिस्थितीत हैद्राबादशी 'जैसे थे' करार करण्यात भारत सरकारला यश आले. तथापि, या कराराने मिळणाऱ्या वेळेमध्ये भारतविरोधी सामर्थ्य गोळा करण्याच्या उद्योगास निजाम लागला. हैद्राबादमधून निर्यात होणाऱ्या मालावर त्याने निर्बंध घातले. भारतीय चलन रद्द करून टाकले आणि पाकिस्तानला वीस कोटी रुपयांचे कर्ज देऊ केले.

अशा वेळी रझाकारांनी धुमाकूळ घालावयास सुरुवात केली. ते शेजारच्या मुंबई, मद्रास व मध्य प्रदेशातील प्रदेशात घुसून लूटमार करू लागले. कासीम रझवी तर बेताल बडबडत होता. ''इस्लामचे वर्चस्व प्रस्थापित झाल्याशिवाय आम्ही तलवार म्यान करणार नाही''; ''बंगालच्या उपसागरातील जल आमच्या सम्राटाच्या पायाला स्पर्श करण्याचा दिवस लांब नाही''; ''एका हातात कुराण व दुसऱ्या हातात तलवार घेऊन शत्रूचा निःपात करा'' अशा त्याच्या वल्गना चालू होत्या. प्रकरण एवढ्यावर थांबले नव्हते. रझाकारांनी हिंदूंवर भयंकर अत्याचार चालविले होते. हिंदूंच्या बायका भ्रष्ट करणे, हिंदूंचे डोळे फोडणे, त्यांच्या कत्तली करणे, घरेदारे लुटणे याला सीमा राहिली नव्हती. हा अत्याचार सहन होण्याच्या पलीकडे गेला. शेवटी भारत सरकारने लष्करी कारवाई करावयाचे ठरविले.

शेवटी 13 सप्टेंबर, 1948 रोजी लेफ्टनंट जस्टीस चौधरी यांच्या आधिपत्याखाली भारतीय सेना हैद्राबाद संस्थानात शिरली. रझाकार व निजामी फौजांनी दोन दिवस तोंड दिले व नंतर ते भराभर शरण येऊ लागले. शेवटी अवघ्या 108 तासांत हैद्राबाद संस्थानावर भारत सरकारने विजय मिळविला. कासीम रझवीची इस्लामच्या वर्चस्वाची स्वप्ने धुळीस मिळाली. लेफ्टनंट जस्टीस चौधरींची लष्करी राजवट डिसेंबर 1949 पर्यंत होती. 1950 साली राष्ट्रसभेचे मंत्रिमंडळ स्थापन करण्यात आले. 1952 साली निवडणुका होऊन लोकशाही पद्धतीचे सरकार निर्माण झाले. अशा प्रकारे हैद्राबाद संस्थानाच्या विलीनीकरणाचे प्रकरण संपले.

▣ काश्मीरचा प्रश्न

काश्मीरची भौगोलिक स्थिती आणि स्थान भारतातील इतर संस्थानांहून वेगळे आहे. भारताच्या अगदी उत्तरेच्या टोकावर असलेल्या या संस्थानाच्या सीमा आंतरराष्ट्रीय सीमांना स्पर्श करतात. पश्चिमेला पाकिस्तान, पूर्वेला तिबेट, ईशान्येला चीन, वायव्येला अफगाणिस्तान अशा राष्ट्रांच्या कैचीत काश्मीर सापडल्याने त्याच्या प्रश्नाला आंतरराष्ट्रीय महत्त्व येणे स्वाभाविक होते. रशियाची सरहद्दही काश्मीरपासून लांब नाही हेही लक्षात ठेवले पाहिजे. खुद्द काश्मीर चार विभागांचे मिळून बनलेले आहे. (1) लडाख (2) गिलगिट (3) काश्मीर खोरे (4) जम्मू. लडाखमध्ये बौद्धधर्मीय, गिलगिटमध्ये इस्लामधर्मीय, काश्मीर खोऱ्यात हिंदू व मुस्लीम आणि जम्मूत हिंदू लोक बहुसंख्येत होते. तेव्हा काश्मीरचे महाराज सर हरिसिंग यांच्यापुढे मोठा पेच होता. प्रथम त्यांचा विचार स्वतंत्र होण्याचा होता. तथापि, ब्रिटन त्यांच्या स्वातंत्र्यास मान्यता देणार नाही हे लॉर्ड माउंटबॅटन यांनी स्पष्ट सांगितल्यावर पाकिस्तानात सामील व्हावे की, भारतात सामील व्हावे याविषयी त्यांच्या मनाचा निर्णय पक्का होईना. भारतात सामील झालो तर मुस्लीम बंड करून उठतील व पाकिस्तानात सामील झालो तर हिंदू खवळतील अशी भीती त्यांना वाटत होती.

शेवटी काश्मीरच्या महाराजांनी भारत व पाकिस्तान या दोन्ही देशांशी 'जैसे थे' करार करण्याचा मानस जाहीर केला. भारत सरकारने तिकडे दुर्लक्ष केले; परंतु पाकिस्तानने मात्र लगेच करार केला. तथापि, करार करूनही पाकिस्तानचे वर्तन मात्र शत्रुत्वाचे राहिले. काश्मीरकडे जाणारे सर्व रस्ते बॅ. जीनांनी अडवून धरून मालाची नाकेबंदी केली. काश्मीरवर लष्करी दडपण आणण्याचा प्रयत्न सुरू केला. मुस्लीम प्रजेला बंडाची चिथावणी देण्यास सुरुवात केली. अशा नाजूक परिस्थितीत महाराजांनी न्या. मेहरचंद महाजन यांना आपले प्रधानमंत्री म्हणून नियुक्त केले. महाराजांनी ब्रिटिश प्रधानमंत्र्यांशी पत्रव्यवहार करून पाकिस्तानवर करार पाळण्याचे दडपण आणावे अशी विनंती केली. तथापि त्याचा काही उपयोग झाला नाही.

22 ऑक्टोबर, 1947 रोजी मुस्लीम टोळ्यांनी काश्मीरवर आक्रमण सुरू केले. या टोळ्यांचे नेतृत्व पाकिस्तानी फौजी अधिकारी करीत होते. काश्मिरी फौजांचा प्रतिकार दुबळा पडत होता. कारण फौजेतील मुस्लीम सैनिक शत्रूला भराभर मिळत होते. मुस्लीम टोळ्या बारमुल्लापर्यंत येऊन थडकल्या आणि श्रीनगर टोळीवाल्यांच्या कब्जात जाण्याचा गंभीर धोका निर्माण झाला.

आता काश्मीरच्या महाराजांनी मदतीसाठी भारत सरकारकडे विनंती केली. तथापि, या विनंतीकडे लक्ष द्यावयास पंडित नेहरू तयार नव्हते. शेवटी महाराजांनी काश्मीर भारतात विलीन करण्याचा निर्णय कळविला व तसा करार दिल्लीला पाठविल्यावर 27 ऑक्टोबर रोजी हवाई मार्गाने श्रीनगरला सैन्य पाठविण्यात आले. या सैन्यानेच त्या दिवशी श्रीनगर वाचविले. भारतीय सेनेला यावयास थोडा जरी उशीर झाला असता तर श्रीनगर मुस्लिमांनी नष्ट करून टाकले असते.

या ठिकाणी आणखी एक गोष्ट लक्षात घेतली पाहिजे की, काश्मीरमध्ये काश्मिरी लोकांचा सर्वांत मोठा पक्ष म्हणजे 'नॅशनल कॉन्फरन्स' हा होता. या नॅशनल कॉन्फरन्सनेही टोळीवाल्यांच्या हल्ल्यापासून काश्मीर वाचविण्याची विनंती भारत सरकारला केली होती. नॅशनल कॉन्फरन्स हा काश्मीरमधील बहुसंख्य लोकांचे प्रतिनिधित्व करणारा पक्ष होता व शेख अब्दुल्ला हे त्याचे नेते होते.

भारतीय सेनेचे काश्मीरमधील आगमन बॅ. जीनांना समजताच त्यांच्या अंगाचा तिळपापड झाला. त्यांनी आपल्या सेनेला काश्मीरवर हल्ला करण्याचा हुकूमही दिला. परंतु फिल्ड मार्शल आचिनलेक यांनी जीनांना सांगितले की, भारत व पाकिस्तान यांच्यात युद्ध सुरू झाले तर आपणास पाकिस्तान फौजेतील सर्व ब्रिटिश अधिकाऱ्यांना परत बोलवावे लागेल. फिल्ड मार्शलचा हा पवित्रा पाहताच बॅ. जीनांनी आपला हुकूम परत मागे घेतला. तथापि, 'काश्मीरचे विलीनीकरण हे भ्रष्टाचार व हिंसाचार यांनी घडवून आणल्याने आपण त्यास मान्यता देणार नाही' असे बॅ. जीनांनी जाहीर करून टाकले. पाकिस्तानी प्रधानमंत्री लियाकत अली खान यांनी 'काश्मीरवर आक्रमण' केल्याचा भारतावर आरोप केला.

आता टोळीवाल्यांना मागे रेटण्याचे काम सेनेने हाती घेतले. लेह व लडाख खोऱ्यातून व पूंच प्रदेशांतून त्यांना हाकलून लावण्यात आले. बारामुल्ला परत जिंकण्यात आला. बारामुल्लाच्या चौदा हजार स्त्रियांपैकी तेरा हजार स्त्रिया टोळीवाल्यांनी आपल्याबरोबर पळवून नेल्या होत्या. भारत सरकारने सेना पाठविली नसती तर काश्मीरच्या हिंदूंवर व त्यांच्या स्त्रियांवर किती अत्याचार झाला असता याची कल्पनाही करवत नाही.

लॉर्ड माउंटबॅटन यांनी काश्मीर प्रश्नाबद्दल पाकिस्तान व भारत यांच्यात समझौता घडवून आणण्याचा प्रयत्न केला. तथापि तो असफल झाला. लॉर्ड माउंटबॅटन यांच्या सांगण्यावरूनच भारताने हा प्रश्न यूनोत नेला. 1 जानेवारी, 1949 पासून काश्मीरमध्ये युद्धविराम झाला. दोन्ही देशांच्या फौजा जेथे होत्या तेथेच युद्धविराम रेषा आखण्यात आली. काश्मीर प्रश्नाचे घोंगडे अजूनही यूनोत भिजत पडले आहे आणि ते लवकर सुटेल असे वाटत नाही.

पाकिस्तानची भूमिका अशी आहे की, काश्मीरमध्ये बहुसंख्याक मुस्लीम असल्याने ते पाकिस्तानात आले पाहिजे. परंतु फाळणी ही द्विराष्ट्र सिद्धान्तानुसार झालीच नव्हती. शक्यतो बहुसंख्याक मुस्लीम लोकसंख्या असलेल्या ब्रिटिश इंडियाच्या भागात पाकिस्तानचे वेगळे राष्ट्र निर्माण व्हावे हाच उद्देश प्रारंभी होता. दुसरे असे की, कॅबिनेट मिशनप्रमाणे व 3 जूनच्या घोषणेप्रमाणे आपले संस्थान पाकिस्तानात विलीन करावयाचे की भारतात याचा निर्णय संस्थानिकाने घ्यायचा होता. काश्मीरच्या राजाने तो निर्णय भारताला अनुकूल असा घेतल्याने भारताची कायदेशीर बाजू बळकट आहे. या निर्णयाप्रमाणे भारताने काश्मीरला सामील करून घेतले यात त्याची चूक काय ? जयपूर संस्थान पाकिस्तानात सामील व्हावे म्हणून जीनांनी जयपूर महाराजांकडे काय कमी प्रयत्न केले होते ? जुनागढच्या नवाबाचे सामीलीकरण जीनांनी स्वीकारले नव्हते काय ? असे अनेक प्रश्न भारताच्या वतीने विचारता येतात.

29.3 संस्थानी प्रदेशांच्या एकात्मतेची प्रक्रिया

भारतात इतकी संस्थाने होती की, त्यांच्या निश्चित संख्येचा आकडा अनेकांनी वेगवेगळा दिलेला आहे. बटलर समितीने हा आकडा 562 असा दिला आहे तर भारत सरकारच्या निवेदन पत्रिकेत तो 601 असा दिला होता. वॉर्नर लीसच्या मते, ही संस्थाने 693 इतक्या प्रचंड संख्येने अस्तित्वात होती. आपण 601 आकडा जरी गृहीत धरला तरी तो काही थोडाथोडका नाही. प्रत्येक संस्थानाचा राज्यकर्ता वेगळा, त्याची राज्यपद्धती वेगळी, त्याचे धोरण वेगळे, त्याच्या सुधारणेचा वेग कमी-अधिक, अशा कितीतरी गोष्टी या संस्थानांमुळे निर्माण झाल्या होत्या. ही संस्थानेही सारख्या आकाराची नव्हती. हैद्राबाद संस्थान सर्वांत मोठे म्हणजे 82 हजार सातशे चौरस मैल क्षेत्राचे व साडेसोळा दशलक्ष रु. उत्पन्नाचे तर बिलवारीसारखे संस्थान म्हणजे काही एकर क्षेत्राचे व शंभराहूनही कमी रुपये उत्पन्न असणारे होते. अशी ही संस्थाने म्हणजे स्वतंत्र भारताच्या सरकारला फार मोठी डोकेदुखी होती. सरदार पटेलांनी त्यांना भारतात सामील करून टाकले. परंतु तेवढ्याने ही समस्या सुटली नव्हती. कारण या संस्थांनी प्रदेशांनी भारताच्या मुख्य भूमीशी खरेखुरे विलीनीकरण किंवा एकसंधीकरण, तद्नंतर त्यांचे लोकशाहीकरण आणि आधुनिकीकरण करणे आवश्यक होते.

या सर्व गोष्टींसाठी प्रथम दोन पर्याय होते. ते म्हणजे एक तर या छोट्या-छोट्या संस्थानांचा एक मोठा संस्थानी संघ तयार करणे किंवा ही संस्थाने राज्यकारभाराच्या दृष्टीने जवळच्या प्रांतात किंवा मोठ्या संस्थानात विलीन करून टाकणे. असे केल्याशिवाय अखिल भारताच्या प्रगतीसाठी नवीन राज्यकारभार पद्धती निर्माण करता येणार नव्हती. एकसंध धोरण स्वीकारता येणार नव्हते.

ओरिसा - छत्तीसगड प्रदेशात 39 संस्थाने होती. त्यांची लोकसंख्या सत्तर लाख इतकी होती. राज्यकारभाराच्या दृष्टीने या संस्थानांचे ओरिसा किंवा मध्य प्रांतात विलीनीकरण व्हावयास हवे होते. सरदार वल्लभभाईंनी 1 जानेवारी, 1948 रोजी या छोट्या संस्थानांशी करार केला. संस्थानांनी आपले राज्यकारभाराचे सर्व हक्क व अधिकार भारत सरकारकडे दिले. या संस्थानांचा प्रदेश ओरिसा आणि मध्य प्रांतास जोडण्यात आला. मार्च 1948 मध्ये दक्षिणेकडील 17 संस्थाने मुंबई प्रांताला अशीच जोडण्यात आली. गुजरातेतील 28 संस्थाने जून 1948 मध्ये याच मुंबई प्रांतात आणली गेली. सन 1949 च्या मे मध्ये बडोदा जोडले गेले.

पूर्व पंजाबमधील 21 संस्थानांचा हिमाचल प्रदेश संघ निर्माण करण्यात आला (एप्रिल 1948). बुंदेलखंडातील 35 संस्थानांचा त्याच महिन्यात 'विंध्य प्रदेश' म्हणून संघ स्थापन करण्यात आला. मे 1948 मध्ये कच्छ हा चीफ कमिशनरचा प्रांत करण्यात आला. तसेच पंजाबमधील विलासपूरचे संस्थान, भोपाळचे संस्थान व त्रिपुरा संस्थान सरकारने याच सुमारास ताब्यात घेतले.

काठेवाडात अनेक संस्थाने होती. त्या सर्वांचे मिळून 'काठेवाड संयुक्त राज्ये' (United States of Kathiwar) हे राज्य निर्माण करण्यात आले. या राज्याला कायदेमंडळ, कार्यकारी मंडळ आणि न्यायालय पद्धती होती. सर्व संस्थानिकांनी एक राजप्रमुख निवडून द्यायचा व या राजप्रमुखाने आपल्या मंत्रिमंडळाच्या सल्ल्याने कारभार करावयाचा अशी पद्धती येथे स्वीकारण्यात आली. राजप्रमुख हा घटनात्मक प्रमुख असे. अशाच प्रकारे "The Union of Vindhya Pradesh, United States of Gwalior, Indor and Malwa, The Patiala and East Punjab States Union, The United States of Rajasthan" अशी अनेक राज्ये अथवा संघ स्थापन करण्यात आले.

29.4 भाषावार प्रांतपुनर्रचनेची समस्या

1. **प्रांतपुनर्रचनेची गरज :** स्वातंत्र्यपूर्व काळात भारत अनेक प्रांतांत विभागला गेला होता. हे विभाजन काही शास्त्रीय तत्त्वानुसार झालेले नव्हते. जशी गरज भासली तसे प्रांत निर्माण करण्यात आले. अनेक भाषिक लोक एकाच प्रांतात असत. यासाठी मुंबई प्रांताचेच उदाहरण घेऊ. मुंबई प्रांतात किंवा इलाख्यात महाराष्ट्र, गुजरात, सिंध व कर्नाटक प्रदेशांचा समावेश होता. या इलाख्यातील लोकांची भाषा एकच नव्हती. तथापि, ब्रिटिशांना राज्यकारभाराच्या दृष्टीने काहीच अडचण येत नव्हती. कारण त्यांचा कारभार इंग्रजी भाषेतून चालत असे. शिवाय हा कारभार लोकाभिमुख नव्हता. स्वातंत्र्य मिळाल्यावर परिस्थिती पालटली. लोकांचे व लोकांसाठी राज्य निर्माण झाले. लोक राज्यकारभारात भाग घेऊ लागले. राज्यकर्त्यांचे धोरण व कारभार त्यांना समजणे आवश्यक वाटू लागले. त्यासाठी प्रांतांची भाषिक तत्त्वानुसार पुनर्रचना व्हावी अशी मागणी वाढत गेली. खरे म्हणजे राष्ट्रसभेने स्वातंत्र्यपूर्व काळात अनेक वेळा या तत्त्वानुसार प्रांतांची पुनर्रचना करावी म्हणून मागणी केली होती. आता तीच राष्ट्रसभा अधिकारावर आली होती. साहजिकच तिने लोकांची अपेक्षा पूर्ण करणे आवश्यक होते.

2. **स्वतंत्र आंध्रची निर्मिती :** या दृष्टीने सन 1948 मध्ये भारत सरकारने श्री. दार यांच्या अध्यक्षतेखाली 'भाषावार प्रांतिक समिती' नियुक्त केली. या कमिटीने आपला अहवाल सादर केला. त्यात म्हटले होते की, भाषिक तत्त्वानुसार प्रांतांची पुनर्रचना केली तर भारतीय राष्ट्रवादाच्या प्रगतीत अनेक अडसर निर्माण होतील. प्रांतवाद बोकाळेल, त्यानंतर या अहवालाचा अभ्यास करण्यासाठी पं. नेहरू, सरदार पटेल व पट्टाभीसीतारामय्या यांची समिती निर्माण झाली. तथापि, या समितीच्या शिफारशींनी भाषावार प्रांतरचना निर्माण करण्याच्या प्रक्रियेला फारसी गती आली नाही. खरे म्हणजे भाषावार प्रांतरचना व्हावी असे पं. नेहरूंना वाटत नव्हते. त्यांच्यासमोर भारतीय एकात्मता होती. म्हणून लोकसभेत 1952 साली भाषावार प्रांतरचनेचा ठराव पं. नेहरूंच्या आदेशानुसार नामंजूर करण्यात आला होता. परंतु भारतातील लोकमत या प्रश्नावर अधिकाधिक अनुकूल होत होते. अशा वेळी आंध्रमध्ये एक गंभीर घटना घडली. आंध्रच्या जनतेने 'स्वतंत्र विशाल आंध्रासाठी' आंदोलन चालविले. 'स्वतंत्र विशाल आंध्र' निर्माण व्हावा म्हणून पोट्टी श्रीरामुलु यांनी आमरण उपोषण सुरू केले. त्यातच त्यांचा देहान्त झाला. आंध्र प्रदेशात प्रचंड दंगा झाला. दंगा व हिंसाचार यापुढे पंडित नेहरूंच्या सरकारने नमते घेऊन 20 डिसेंबर, 1952 रोजी आंध्रच्या जनतेची मागणी मान्य केली व त्यानुसार 2 ऑक्टोबर, 1953 रोजी स्वतंत्र आंध्र राज्य निर्माण करण्यात आले.

3. **फाजल अली कमिशन :** आंध्रच्या लोकांबरोबर इतर भाषिकांचीही मागणी वाढत होती. सरकारला एका देशव्यापी समस्येला तोंड द्यायचे होते आणि म्हणूनच पंडित नेहरूंनी पार्लमेंटमध्ये 22 डिसेंबर, 1953 रोजी घोषणा केली की, राष्ट्राचे हित व लोकांचे कल्याण हे समोर ठेवून प्रांतांची पुनर्रचना करण्यासाठी समिती नेमण्यात येईल. लवकरच श्री. फाजल अली यांच्या अध्यक्षतेखाली समिती नियुक्त करण्यात आली. पं. हृदयनाथ कुंझरू आणि सरदार पणीकर हे त्या समितीचे सभासद होते. फाजल अली समितीने कोणत्या पद्धतीने व तत्त्वानुसार कार्य करावे यासाठी भारत सरकारच्या गृहखात्याने काही आदेश दिले. त्यांपैकी महत्त्वाचे आदेश असे :

(1) भाषावार प्रांतरचना या प्रश्नाचा अभ्यास करीत असता समितीने त्या प्रश्नाचे स्वरूप, ऐतिहासिक पार्श्वभूमी आणि इतर संबंधित घटक लक्षात घ्यावेत.

(2) प्रथम प्रश्नाचा सखोल अभ्यास करून मग हा प्रश्न कोणत्या मुख्य तत्त्वानुसार सोडवावा याविषयी शिफारशी कराव्यात.

(3) त्या-त्या प्रदेशातील भाषा व संस्कृती हे घटक पुनर्रचनेच्या दृष्टीने अत्यंत महत्त्वाचे आहेत; परंतु त्या घटकांप्रमाणे पुनर्रचना होत असता राष्ट्राची एकात्मकता आणि सुरक्षितता धोक्यात येऊ नये, इकडेही समितीने लक्ष दिले पाहिजे.

(4) याशिवाय प्रांत पुनर्रचना करीत असता आर्थिक आणि राज्यकारभारविषयक प्रश्न अखिल भारतीय दृष्टिकोनातून हाताळले गेले पाहिजेत.

4. फाजल अली कमिशनच्या शिफारशी : फाजल अली कमिशनने आपले काम सुरू केले. 38 हजार मैलांचा प्रवास करून नऊ हजार लोकांच्या मुलाखती घेतल्या. हजारो निवेदने स्वीकारली. मुलाखती, निवेदने, पाहणी या सर्व परिस्थितीचा अभ्यास करून कमिशनने 30 सप्टेंबर, 1955 रोजी आपला अहवाल सरकारला सादर केला. 267 पानांचा हा अहवाल 10 ऑक्टोबर, 1954 रोजी प्रसिद्ध झाला. या अहवालातील प्रमुख शिफारशी अशा :

(1) भारतात सध्या 27 राज्ये आहेत. ती बरखास्त करून त्यांच्या जागी नवीन 16 राज्ये निर्माण करावीत. त्रावणकोर-कोचीन, म्हैसूर, कूर्ग, सौराष्ट्र, कच्छ, मध्य भारत, भोपाळ, विंध्य प्रदेश, पेप्सू, हिमाचल प्रदेश, अजमेर आणि त्रिपुरा ही राज्ये बरखास्त करावीत.

(2) पेप्सू (The Patiala and East Punjab States Union) आणि हिमाचल प्रदेश यांचा समावेश पंजाब प्रांतात व्हावा.

(3) सध्याचे राजप्रमुख हे कारभारातील पद नष्ट करावे.

(4) अल्पसंख्याकांना त्यांच्या मातृभाषेतून प्राथमिक शिक्षण मिळावे.

(5) राष्ट्रीय एकात्मता साधली जावी या दृष्टीने ऑल इंडिया सर्व्हिसेसमधील पन्नास टक्के नोकर राज्याबाहेरील घ्यावेत. राज्या-राज्यात त्यांच्या वारंवार बदल्या कराव्यात. हायकोर्ट न्यायाधीशांपैकी एक-तृतीयांश न्यायाधीश दुसर्‍या प्रांतातील असावेत.

(6) महाराष्ट्र व गुजरात यांचे द्विभाषिक राज्य करावे.

(7) तेलगू भाषा बोलणार्‍यांची हैद्राबाद व आंध्र अशी राज्ये करावीत.

(8) विदर्भ हे वेगळे राज्य करावे.

(9) इतर सर्व राज्यांची पुनर्रचना भाषिक तत्त्वानुसार करावी.

(10) दिल्ली, अंदमान, निकोबार व मणिपूर हे प्रदेश केंद्रशासित करावेत.

फाजल अली कमिशनच्या शिफारशी सरकारने जशाच्या तशा स्वीकारल्या नाहीत. त्यात आवश्यक त्या सुधारणा करून सरकारने भाषावार प्रांतरचनेचे बिल लोकसभेत मांडले. 31 ऑगस्ट, 1956 रोजी या बिलाचे कायद्यात रूपांतर करण्यात आले. तत्पूर्वी या प्रश्नावर सर्व देशात मोठी खळबळ माजली. विरोधी पक्षांनी सरकारविरुद्ध रान उठविले. विशेषतः महाराष्ट्रीयांना मुंबईसह महाराष्ट्राचे स्वतंत्र राज्य हवे होते. मुंबई शहराचे उत्पन्न प्रचंड होते. गुजराती लोकांचे व्यापार व उद्योगधंदे तेथे प्रामुख्याने असल्याने त्यांना मुंबई सोडवत नव्हती. इतर राज्यांतील लोकही मोठ्या प्रमाणावर मुंबईत होते. तेव्हा मुंबईचा प्रश्न कसा सोडवावा हा प्रश्न सरकारपुढे होता.

5. सन 1956 चा राज्यपुनर्रचना कायदा : सन 1956 च्या राज्यपुनर्रचना कायद्याप्रमाणे भारतातील प्रदेशांची पुनर्रचना पुढीलप्रमाणे झाली :

(1) हैद्राबाद राज्यातील बराच प्रदेश सामील करून स्वतंत्र आंध्र प्रदेशाची स्थापना करण्यात आली. काही प्रदेश मद्रास राज्यात सामील करण्यात आला.

(2) त्रावणकोर-कोचीन राज्याच्या प्रदेशातून केरळचे वेगळे राज्य निर्माण करण्यात आले.

(3) लखदीव, मिनिकॉय व अमीनदीवी बेटे, दिल्ली, हिमाचल प्रदेश, मणिपूर व त्रिपुरा हे प्रदेश केंद्रशासित करण्यात आले.

(4) म्हैसूर राज्यात हैद्राबाद, मद्रास, मुंबई व कूर्ग या प्रांतांतील प्रदेश घालण्यात आले.

(5) मुंबई प्रांतात महाराष्ट्र व गुजरात यांचा समावेश करून हैद्राबाद, मध्य प्रदेश, सौराष्ट्र, कच्छ याही प्रदेशातील काही भाग जोडण्यात आला.

(6) मध्य प्रदेश, विंध्य प्रदेश, भोपाळ आणि राजस्थानचा काही भाग या सर्वांचे मिळून मध्य प्रदेश अस्तित्वात आले.

(7) राजस्थान या राज्यात अजमेरचा समावेश करण्यात आला.

(8) पतियाळा व पूर्व पंजाबमधील राज्ये पंजाब राज्यात समाविष्ट करण्यात आली.

(9) भारताचे पाच विभाग (Zones) करण्यात आले :

- उत्तर विभाग : पंजाब, राजस्थान, दिल्ली व हिमाचल प्रदेश
- मध्य विभाग : उत्तर प्रदेश व मध्य प्रदेश
- पूर्व विभाग : बिहार, पश्चिम बंगाल, ओरिसा, आसाम, मणिपूर व त्रिपुरा
- पश्चिम विभाग : मुंबई व म्हैसूर
- दक्षिण विभाग : आंध्र, मद्रास व केरळ

प्रत्येक विभागासाठी एक विभागीय मंडळ स्थापन करण्यात आले. केंद्राचा एक मंत्री त्याचा अध्यक्ष तर राज्याचे मुख्यमंत्री त्या मंडळाचे सभासद राहणार होते. विभागातील राज्यांचे प्रश्न सामोपचाराने सोडविण्यासाठी अशा विभागांची निर्मिती करण्यात आली. राज्यांना व केंद्रांना आर्थिक, सामाजिक, भाषिक, आंतरराज्य वाहतूक यांवर किंवा अन्य कोणत्याही निगडित प्रश्नांवर राज्ये आणि केंद्र यांना सल्ला देणे हे विभागीय मंडळाचे काम होते.

6. काही नव्या राज्यांची निर्मिती :

(1) सन 1956 च्या प्रांत पुनर्रचना कायद्यान्वये महाराष्ट्र व गुजरात यांचे द्विभाषिक राज्य स्थापन करण्यात आले होते. इतर सर्व प्रदेशांची पुनर्रचना भाषिक तत्त्वानुसार झाली असता महाराष्ट्रावरच द्विभाषिक राज्यात राहण्याची सक्ती का, असा महाराष्ट्रीयांचा सवाल होता. महाराष्ट्रीय लोकांना हा आपणावर केंद्राने केलेला अन्याय वाटत होता. त्यासाठी त्यांनी प्रचंड आंदोलन उभारले. 1960 साली भारत सरकारला द्विभाषिक राज्य रद्द करण्याचा तसेच महाराष्ट्र व गुजरात ही स्वतंत्र राज्ये करण्याचा निर्णय घ्यावा लागला. त्याप्रमाणे कायदाही करण्यात आला. महाराष्ट्राला राजधानी म्हणून मुंबई मिळाली.

(2) जुलै 1960 मध्ये नागालँड हे नवे राज्य निर्माण करण्यात आले. नागालँडची कोहिमा ही राजधानी ठरविण्यात आली. नागालँडमधील असंतोष कमी व्हावा व तेथील लोकांची भौतिक प्रगती जलदरीत्या व्हावी या उद्देशाने नवे राज्य स्थापन करण्यात आले.

(3) सन 1966 मध्ये पंजाब राज्याचे विभाजन करण्यात आले. पंजाब व हरियाणा ही दोन स्वतंत्र राज्ये स्थापन करण्यात आली.

(4) 25 जानेवारी, 1971 रोजी हिमाचल प्रदेशाचे वेगळे राज्य निर्माण करण्यात आले. जानेवारी 1972 मध्ये मेघालय, मणिपूर व त्रिपुरा ही तीन नवीन राज्ये अस्तित्वात आली. मिझोराम व अरुणाचल प्रदेश हे संघप्रदेश केंद्रशासित ठेवण्यात आले.

यानंतर सन 1987 मध्ये अरुणाचल व मिझोराम, सन 2000 मध्ये छत्तीसगड, उत्तरांचल (नंतर उत्तराखंड) व झारखंड अशा नव्या राज्यांची निर्मिती होऊन भारतातील राज्यांची संख्या 28 झाली आहे. याशिवाय अंदमान-निकोबार, चंदीगढ, दमण-दीव, लक्षद्वीप व पाँडिचेरी हे संघप्रदेश (Union Territories) आहेत. दिल्ली हे राष्ट्रीय राजधानी (National Capital Territory) क्षेत्र आहे.

29.5 भारतापुढील इतर काही समस्या

1. **भारताची फाळणी व निर्वासितांचे पुनर्वसन :** मुस्लीम लीगच्या हट्टी व जातीय धोरणामुळे भारताची फाळणी झाली आणि भारत-पाकिस्तान अशी दोन नवीन राष्ट्रे उदयास आली. स्वातंत्र्यपूर्व काळात देशातील मुस्लिमांनी एकसारख्या अशा काही जातीय दंगली घडवून आणल्या की राष्ट्रसभेच्या नेत्यांनाही आता फाळणीशिवाय दुसरा पर्याय नाही असे वाटू लागले. परिणामी, त्यांनी फाळणीस संमती दिली; पण फाळणी झाली म्हणून जातीय दंगली थांबल्या नाहीत. उलट, पाकिस्तानात गेलेल्या पंजाब, सिंध व बंगाल या प्रांतांतील भारतीयांवर तेथील मुस्लिमांनी अनन्वित असे अत्याचार करून हजारो भारतीय स्त्री-पुरुषांच्या कत्तली केल्या. पाकिस्तान सरकारला या दंगली थांबवावयाच्या नव्हत्या. या दंगलीमुळे जेवढे भारतीय नष्ट होतील अगर पळून जातील तेवढे पाकिस्तान सरकारला हवेच होते. परिणामी, पूर्व व पश्चिम पाकिस्तानातून निर्वासित भारतीयांचा लोंढा भारतात येऊ लागला. सुमारे एक कोटी निर्वासित जीव वाचविण्यासाठी पाकिस्तानातून भारतात पळून आले. त्यांच्या प्रचंड छावण्या भारत सरकारला उभाराव्या लागल्या. त्यांच्या अन्न, पाणी, वस्त्र व निवारा इत्यादी प्राथमिक गरजा भागविण्यासाठी भारत सरकारला करोडो रुपये खर्च करावे लागले. त्यामुळे भारतीय अर्थव्यवस्थेवर दूरगामी परिणाम घडून आले. निर्वासितांच्या लोंढ्यांनी देशाची लोकसंख्या वाढली व त्या प्रमाणात बेकारी व महागाई वाढली. फाळणीमुळे 2 कोटी 20 लक्ष एकर चांगल्या प्रतीची बारमाही ओलिताखाली असणारी जमीन पाकिस्तानकडे गेली. त्यामुळे स्वाभाविकच अन्नधान्याची टंचाई उत्पन्न झाली. याच वेळी भारत-पाकिस्तान कराराप्रमाणे भारतास 55 कोटी रु. पाकिस्तानला द्यावे लागले. त्यामुळे भारताच्या राष्ट्रीय तिजोरीवर मोठा बोजा पडला. त्याशिवाय निर्वासितांच्या पुनर्वसनासाठी सरकारला निरनिराळ्या योजना आखून त्यावर पैसा खर्च करावा लागला तो वेगळाच. या सर्व समस्यांना भारताला सन 1955 सालापर्यंत तोंड द्यावे लागले. आज हे निर्वासित भारतीय जीवनात समरस झाले असले तरी एके काळी त्यांची मोठी समस्या भारत सरकारपुढे उभी राहिली होती हे लक्षात घेतले पाहिजे.

2. **लोकसंख्येची समस्या :** भारताची लोकसंख्या तशी सन 1921 सालापासून वाढतच आहे. तथापि, तिच्या वाढीचा दर स्वातंत्र्यानंतरच्या काळात कमी न होता वाढतच गेला. सन 1921 ते 1951 या तीस वर्षांत लोकसंख्या फक्त 10 कोटी 90 लक्षाने वाढली तर त्यानंतरच्या अवघ्या दहा वर्षांत ती 7 कोटी 81 लक्षांनी वाढली. पुढे ही वाढ होतच राहिली. स्वतंत्र भारत सरकारने शेती व उद्योगधंदे यांच्यात कितीतरी प्रगती केली तर ही वाढती लोकसंख्या या प्रगतीची सर्व फळे नष्ट करून टाकत आहे हे सरकारच्या लक्षात आले आणि मग लोकसंख्येच्या वाढीचा वेग कसा कमी होईल याकडे सरकार लक्ष पुरवू लागले. ✻ पहिल्या पंचवार्षिक योजनेच्या काळात (सन 1951 ते 1956) सरकारने कुटुंबनियोजन कार्यासाठी 65 लक्ष रुपयांची तरतूद केली आणि देशात एकूण कुटुंबनियोजन कार्याचा प्रसार करण्यासाठी एकूण 147 संततिनियमन केंद्रे स्थापन केली. ✻ दुसऱ्या पंचवार्षिक योजनेत या कार्यावर 2 कोटी 55 लक्ष तर तिसऱ्या पंचवार्षिक योजनेत 24 कोटी 86 लक्ष रुपये खर्च करण्यात आले. लोकसंख्या जसजशी भयानक वेगाने वाढू लागली तसतसे सरकार अधिक जागृत होऊन कुटुंबनियोजनाचा कार्यक्रम अधिक जोरदारपणे राबवू लागले. सन 1972 मध्ये सरकारने कायदेशीर गर्भपातास संमती देणारा कायदाही मंजूर केला. ✻ पाचव्या पंचवार्षिक योजनेत सरकारने कुटुंबकल्याण योजनेवर एकूण 516 कोटी रुपये खर्च केला. उत्तरोत्तर हा खर्च वाढत गेला आणि लोकसंख्याही वाढली. (सन 2011 मध्ये भारतात लोकसंख्येने 110 कोटींचा आकडा पार केला आहे.)

3. **अस्पृश्यतेची समस्या :** भारत हा शेकडो जातींचा व पंथांचा देश आहे. काही जाती उच्च तर काही कनिष्ठ समजल्या जातात. एवढेच नव्हे तर उच्च जातीतील लोक महार, मांग, चांभार यांसारख्या कनिष्ठ जातीतील लोकांना स्पर्शही करावयाचे टाळतात. ही अस्पृश्यता मानवतेच्या व मानवी स्वातंत्र्याच्या विरुद्ध आहे. ती नष्ट व्हावी म्हणून महात्मा गांधी, डॉ. बाबासाहेब आंबेडकर इत्यादी महापुरुषांनी एकसारखा प्रयत्न करूनही स्वातंत्र्य मिळाले तेव्हासुद्धा ती नष्ट झाली नव्हती. स्वतंत्र भारत सरकारने अस्पृश्यता नष्ट करण्यासाठी अनेक उपाययोजना केल्या. खुद्द आपल्या भारतीय राज्यघटनेत कोणत्याही प्रकारे अस्पृश्यता पाळणे हा गुन्हा ठरविला गेला. सार्वजनिक संस्था, समारंभ, सार्वजनिक जागा

या ठिकाणी अस्पृश्यांना प्रवेश-स्वातंत्र्याची हमी आपल्या राज्यघटनेने दिली आहे. याशिवाय सरकारी नोकऱ्या, लोकसभा व विधानसभा येथे अस्पृश्यांसाठी खास राखीव जागा ठेवण्याची तरतूद केली गेली. त्यांना खास शैक्षणिक शिष्यवृत्त्या दिल्या जाऊ लागल्या. सन 1955 मध्ये अस्पृश्यता बाळगणे हा गुन्हा ठरविणारा कायदा भारत सरकारने मंजूर केला. या कायद्यानुसार सार्वजनिक पूजास्थाने, सार्वजनिक विहिरी व झरे, दुकाने, दवाखाने, शिक्षणसंस्था, करमणुकीची ठिकाणे इत्यादी जागी अस्पृश्यांना प्रवेश नाकारल्यास दंड व शिक्षा यांची तरतूद करण्यात आली. तथापि, ही समस्या शेकडो वर्षे अस्तित्वात असून ती पाच-पंचवीस वर्षांत संपूर्ण नाहीशी होणे अवघड आहे. सरकार आपल्या परीने अस्पृश्यता निवारणार्थ जेवढी शक्य आहे तेवढी सर्व उपाययोजना करीत आहे; परंतु या समस्येचे स्वरूप असे आहे की शिक्षणाचा वाढता प्रसारच तिला समूळ नष्ट करू शकेल असे वाटते.

4. **निरक्षरता निवारण :** अस्पृश्यतेप्रमाणेच भारतामधील सर्वसामान्य माणसाची निरक्षरता ही एक फार मोठी समस्या स्वातंत्र्यपूर्व काळात होती. स्वातंत्र्य मिळाल्यानंतर स्वतंत्र भारत सरकारने शिक्षणाच्या प्रसारावर मोठा भर दिला. याचे कारण देशाची सर्वांगीण प्रगती शेवटी शिक्षणावरच असते. शिक्षणाचा दर्जा सुधारावा, ते अधिक जीवनाभिमुख व्हावे व त्याचा सर्व स्तरांत प्रसार व्हावा म्हणून सन 1948 मध्ये राधाकृष्णन् कमिशन, 1952 साली मुदलियार कमिशन व सन 1964 मध्ये कोठारी कमिशन अशी तीन महत्त्वाची कमिशने एकामागून एक नेमली गेली. सरकारने पहिल्या पंचवार्षिक योजनेत शिक्षणावर 133 कोटी रुपये खर्च केले. पुढे ही रक्कम तिसऱ्या योजनेत 418 कोटी रुपयांपर्यंत गेली. असे असूनही 1951 साली देशातील साक्षरतेचे प्रमाण 16.5 टक्के होते तर त्यात या प्रयत्नाने वाढ होऊन सन 1961 मध्ये 24 टक्के असे झाले. उत्तरोत्तर भारताने साक्षरता प्रसाराच्या क्षेत्रात लक्षणीय प्रगती केल्याचे दिसून येते. सन 2001 च्या जनगणनेनुसार, देशात 64.83 टक्के साक्षरता होती; सन 2011 च्या जनगणनेनुसार ती आता 74.04 एवढी वाढलेली आहे. अद्यापी, आपल्या देशात 25 टक्क्यांहून अधिक लोक निरक्षर असावेत ही काही सामान्य समस्या नाही. शिवाय ही गोष्ट भूषणास्पद तर नाहीच नाही.

29.6 भारत - पाकिस्तान संबंध : सन 1947 ते 1966

भारतामधील मुस्लीम लीग या पक्षाने स्वातंत्र्यपूर्व काळात द्विराष्ट्र सिद्धान्ताचा पुरस्कार केला व भारतातील मुस्लीम हे एक स्वतंत्र राष्ट्रच आहेत असे प्रतिपादले. एवढ्यावरच न थांबता मुस्लीम समाजासाठी स्वतंत्र राष्ट्राची मागणी सतत चालू ठेवली व ती पूर्ण करण्यासाठी जातीय दंगलीचा आश्रय घेतला. शेवटी ब्रिटिश राज्यकर्ते व कॉंग्रेस नेते यांच्यापुढे लीगवाल्यांनी देशाच्या फाळणीशिवाय अन्य काही पर्याय ठेवला नाही. 15 ऑगस्ट रोजी भारताची फाळणी झाली आणि भारत व पाकिस्तान अशी दोन राष्ट्रे या उपखंडात निर्माण झाली. पाकिस्तानची निर्मिती भारतीयांच्या द्वेषातून झाली असल्याने आणि पाकिस्तानला काश्मीरचा प्रदेश हवा असल्याने त्याने भारताशी सतत शत्रुत्वच केले आहे.

1. **काश्मीर प्रश्न :** भारत आणि पाकिस्तान या दोन राष्ट्रांत वारंवार संघर्ष होण्याचे एक प्रमुख कारण म्हणजे काश्मीरचा प्रदेश. काश्मीरच्या महाराजांनी कायदेशीर करार करून भारतात काश्मीरचे विलीनीकरण केले असले तरी पाकिस्तान सरकारला हे विलीनीकरण मान्य झाले नाही. 1947 सालीच पठाण टोळीवाले व लष्कर घुसवून काश्मीर घेण्याचा प्रयत्न बॅ. जीनांनी केला. त्या वेळी भारत सरकारने तातडीने लष्कर पाठवून टोळीवाल्यांचे आक्रमण मागे हटवले. पण हे आक्रमण मागे हटवत असतानाच उभयपक्षी युद्धबंदी जाहीर झाली व काश्मीरचा तंटा संयुक्त राष्ट्रसंघटनेत (यूनोत) नेण्यात आला. त्यामुळे पाकिस्तानच्या ताब्यात गेलेला काश्मीरचा दोन-पंचमांश भाग हा भारतीय लष्करास मुक्त करता आला नाही. संयुक्त राष्ट्रसंघटनेने हा प्रश्न सोडविण्याचा अनेक वेळा प्रयत्न केला, पण तो अयशस्वी ठरला आहे.

भारत हा आपला नंबर एकचा शत्रू आहे असे पाकिस्तान समजत आले आहे आणि येथेच भारत-पाकिस्तान संघर्षाचे खरे मूळ आहे. भारताला पाकिस्तान जिंकून घ्यायचे आहे असा खोटा प्रचार पाकिस्तानचे राज्यकर्ते आतापर्यंत करीत आले आहेत. भारताबरोबर लढण्यासाठी आपणास प्रचंड शस्त्रास्त्रे व पाठबळ मिळावे म्हणून पाकिस्तान 'सेंटो' (CENTO) आणि 'सिटो' (SEATO) या करारात सामील झाले आहे. या करारात सामील झाल्यामुळे अमेरिका व ब्रिटन इत्यादी

पाश्चात्त्य राष्ट्रांकडून मोठ्या प्रमाणावर युद्धसामग्री पाकिस्तानला मिळालेली आहे. पाकिस्तानच्या या धोरणामुळे भारतीय उपखंडात सतत वाढता लष्करी व राजकीय तणाव निर्माण होऊन तेथील शांतता अनेक वेळा धोक्यात आलेली आहे. भारत-पाक यांच्या दरम्यान 'युद्ध नको, करार व्हावा' असे भारत सरकारने अनेक वेळा सुचविले आहे. पण त्यास पाक सरकार तयार नाही. याचाच अर्थ, त्यास भारत सरकारशी सतत शत्रुत्वाचे संबंध ठेवावयाचे आहेत.

2. **सिंधू खोऱ्यातील पाणी तंटा :** भारत-पाक यांच्या दरम्यानचे संबंध बिघडण्यास सिंधू खोऱ्यातील पाण्याचा तंटाही कारणीभूत झाल्याचे दिसून येते. सिंधू नदीच्या खोऱ्यातील अनेक नद्यांचे पाणी या दोन देशांनी कसे व किती वापरावे याविषयीचा हा संघर्ष होता. शेवटी बऱ्याच वाटाघाटी होऊन 19 सप्टेंबर, 1960 रोजी उभय राष्ट्रांत 'सिंधू पाणी करार' (Indus Waters Treaty) करण्यात आला. त्यानुसार रावी, बियास व सतलज या सिंधूच्या तीन उपनद्यांचे पाणी भारतास मिळाले तर सिंधू, झेलम व चिनाब या नद्यांचे पाणी पाकिस्तानास मिळाले. पुढे सिंधू खोऱ्याच्या जलसंपत्तीचा अधिकाधिक वापर करण्यासाठी एकूण 380 कोटी पौंड भारतासाठी खर्च होणार होते. अमेरिका, ब्रिटन, न्यूझीलंड, जर्मनी अशा अनेक देशांनी या योजनेस साहाय्य केले.

3. **सन 1965 चे भारत-पाकिस्तान युद्ध :** पाकिस्तानची इच्छा भारताबरोबर शांततेने राहण्याची नव्हती. काश्मीरचा प्रश्न सतत सीमेवर पेटता ठेवून आपल्या नागरिकांचे लक्ष सतत सीमेवर केंद्रित ठेवावयाचे असे पाक हुकूमशहाचे धोरण असल्याने त्यांनी काश्मीरमध्ये लहान-सहान आक्रमणे सतत चालू ठेवली. 1947 साली काश्मीरमध्ये जी युद्धविराम रेषा तयार केली गेली होती तिचा पाक लष्कराकडून वारंवार भंग होऊ लागला. सन 1963 मध्ये 448 वेळा, सन 1964 मध्ये 1,522 वेळा व सन 1965 मध्ये 1,800 वेळा पाक सैनिकांनी काश्मीरमध्ये घुसखोरी करून या युद्धविराम रेषेचा भंग केल्याचे दिसून येते. हा पाकचा केवळ युद्धखोरपणाच होय.

सन 1965 च्या एप्रिलमध्ये पाकिस्तानने कच्छच्या प्रदेशावर आक्रमण करून तो काबीज करण्याचा प्रयत्न केला. याच वेळी काश्मीरवर आक्रमण करून श्रीनगर-लेह हा महत्त्वाचा मार्ग काबीज करण्याचा प्रयत्न केला. भारतानेही पाकची काही ठाणी घेऊन त्यास उत्तर दिले. शेवटी संयुक्त राष्ट्रसंघटनेच्या सुरक्षा समितीने मध्यस्थी करून उभयपक्षीचे युद्ध थांबविले.

पण या युद्धाने पुन्हा ऑगस्ट 1965 मध्ये पेट घेतला. 4 ऑगस्ट रोजी पाक सरकारने हजारो सैनिक साध्या वेशात काश्मीरमध्ये पाठवून उठाव घडवून आणण्याचा मोठा डाव रचला होता. योजनेप्रमाणे हजारो पाक सैनिक काश्मीरमध्ये गुप्तपणे घुसले व ते काश्मीरभर पसरले. 8 ऑगस्ट रोजी श्रीनगरमध्ये पीर दस्तगीर साहेब यांचा मोठा उत्सव साजरा होणार होता. त्याच दिवशी उठाव करण्याचा या पाक घुसखोरांचा बेत होता. तथापि, भारत सरकारला त्यांची बातमी वेळेतच मिळाल्यामुळे पाकचा हा कारस्थानी बेत उघडकीस आला व सर्वत्र लपलेले छुपे पाक सैनिक शोधून काढण्यात भारतास यश आले.

यानंतर लगेच भारत-पाक युद्धाला चांगलेच तोंड फुटले. भारतीय लष्कराने प्रतिआक्रमणे करून 'हाजी पीर' सारखी अजिंक्य वाटणारी ठाणीही शत्रूकडून जिंकून घेऊन शत्रूची जबर हानी केली. जम्मूमधील अखनूर विभागात पाक रणगाड्यांच्या लष्कराने हल्ला करून जम्मू-काश्मीरला जोडणारा रस्ता काबीज करण्याचा प्रयत्न केला. तेव्हा भारतीय सैन्याने छांब प्रदेशापर्यंत माघार घेतली व पाक रणगाड्यास पुढे येऊ दिले. नंतर भारतीय हवाई दलाच्या साहाय्याने आपल्या लष्कराने पाक रणगाड्यांच्या पथकावर हल्ले करून त्यांचे अनेक रणगाडे व विमाने नष्ट केली (1 सप्टेंबर, 1965).

4 सप्टेंबर, 1965 रोजी सुरक्षा समितीने भारत व पाक या दोघांनाही युद्ध तहकुबीचा आदेश दिला; पण पाकिस्तान ते मानावयास तयार नव्हते. आता त्याचा मित्र चीन यानेही त्यास आपला पाठिंबा जाहीर केला. तेव्हा युद्ध चालूच राहिले. भारताने आता पंजाबमधून पुढे आक्रमण करून लाहोरच्या दिशेने कूच केले व इछगूल कालव्यापर्यंत प्रदेश जिंकून घेतला. सियालकोट (जम्मू) व गाद्रा (राजस्थान) या विभागांतही भारतीय सैन्याने आघाडी मारून पाकचा बराच मुलूख आपल्या ताब्यात घेतला. पाकला मात्र फक्त छांब भागातच भारतीय प्रदेशात शिरण्यात यश मिळाले होते. भारतीय फौजांनी या वेळी अनेक लढायांत असामान्य पराक्रम केला. खेमकरण भागातील एका लढाईत तर एकाच दिवशी भारतीय सैनिकांनी पाकचे 97 रणगाडे नष्ट केले व 9 रणगाडे सुस्थितीत पकडले. या युद्धात भारतीय लष्कराने पाक लष्कराचे एकूण 471 रणगाडे नष्ट केले.

भारतीय हवाई दलाने पाक हवाई दलाशी आमनेसामने लढा देण्यासाठी खूप प्रयत्न केला. पण असा सामना टाळून पाक-बॉंबर्स अंबाला, अमृतसर, दिल्ली इत्यादी ठिकाणच्या नागरी वस्त्यांवर व प्रार्थना मंदिरे-दवाखान्यांवर हल्ला करण्यात बहादुरी मानत होती. तरीही त्या पाक बॉंबर्सना गाठून त्यापैकी अनेकांना शूर भारतीय वैमानिकांनी खाली जमिनीवर लोळविले. अशी पाकची एकूण 70 विमाने नष्ट झाली. या युद्धात भारताने पाकिस्तानची 740 चौरस मैल भूमी जिंकली तर पाकिस्तानला भारताची फक्त 210 चौरस मैलांची भूमीच जिंकता आली.

4. **ताश्कंद घोषणा :** संयुक्त राष्ट्रसंघटनेच्या मध्यस्थीने शेवटी 23 सप्टेंबर, 1965 रोजी भारत व पाकिस्तान यांच्या दरम्यान युद्धविराम झाला. पुढे या उपखंडात चिरस्थायी शांतता व्हावी व उभयपक्षांचे तंटे सामोपचाराने मिटविले जावेत म्हणून रशियाचे पंतप्रधान कोसिजीन यांनी या तंट्यात लक्ष घातले. त्यांच्या निमंत्रणावरून भारताचे पंतप्रधान स्व. लालबहादूर शास्त्री व पाकिस्तानचे अध्यक्ष जनरल अयुबखान हे दोन नेते ताश्कंद या शहरी भेटले. या तीन नेत्यांनी वाटाघाटी करून बैठकीच्या शेवटी 'ताश्कंद घोषणा' जाहीर केली (10 जानेवारी, 1966).

या ताश्कंद करारानुसार भारत व पाकिस्तान यांच्या दरम्यान पूर्ववत शांततामय संबंध प्रस्थापित करण्याचे व उभय देशांतील जनतेत सामंजस्य व मैत्री निर्माण करण्याचे उद्दिष्ट जाहीर केले गेले. पूर्वी उभय राष्ट्रांच्या फौजांनी 5 ऑगस्ट, 1965 रोजी त्या जेथे होत्या तेथे 25 फेब्रुवारी, 1966 पूर्वी जाण्याचे ठरले. तसेच उभय फौजांनी युद्धविराम पालन करण्याचे ठरले. एकमेकांच्या अंतर्गत कारभारात हस्तक्षेप न करण्याचे, एकमेकांविरुद्धचा विरोधी प्रचार थांबविण्याचे, एकमेकांच्या राजधानीत राजनैतिक संबंध प्रस्थापित करण्याचे तसेच व्यापारी व आर्थिक संबंध पूर्ववत करण्याचेही उभयपक्षी मान्य झाले.

5. **भारत-पाक संबंधांचे परीक्षण :** सन 1947 ते 1966 या वीस वर्षांच्या कालावधीत भारत व पाकिस्तान यांचे संबंध फारसे मित्रत्वाचे राहिले नाहीत. एवढेच नव्हे तर ते अनेक वेळा शत्रुत्वाचे बनले. या काळात व यानंतरही उभय राष्ट्रांत अनेक युद्धे घडून आली. परिणामी, भारत-पाक यांच्या संबंधात मैत्री घडून येऊ शकली नाही. अगदी जन्मापासून पाक सरकार भारताबद्दल द्वेषाची भावना बाळगत आलेले आहे. भारत हा आपला नंबर एकचा शत्रू आहे अशी कल्पना पाकच्या राज्यकर्त्यांनी करवून घेतली व त्याच वेड्या कल्पनेने जनतेलाही भुलविले. त्यामुळे उभय राष्ट्रांत सहकार्याचे व बंधुभावाचे वातावरण निर्माण होऊ शकले नाही.

काश्मीर हा भारत-पाक संबंध सुधारणेच्या मार्गातील सर्वांत मोठा अडथळा होय. वास्तविक काश्मीर हा भारताचा राजकीय व भौगोलिकदृष्ट्या एक अविभाज्य भाग आहे. काश्मीरच्या महाराजांनी काश्मीरचे भारतात कायदेशीर विलीनीकरण केले आहे, तेव्हा काश्मीर हा भारताच्या दृष्टीने संपलेला प्रश्न आहे. पण पाकिस्तानला असे वाटते की, काश्मीरमध्ये मुस्लीम बहुसंख्य असल्याने तो प्रदेश आपणास मिळाला पाहिजे. केवळ मुस्लिमांची संख्या एखाद्या प्रदेशात अधिक आहे हे सूत्र येथे लागू पडत नाही. कारण 'भारताची फाळणी ब्रिटिश भारतापुरतीच मर्यादित होती आणि सरहद्द आखताना मुस्लीम बहुसंख्येने असलेल्या केवळ ब्रिटिश भारतातील प्रांतांच्याच प्रश्नांचा विचार करण्यात आला. संस्थानांमध्ये कोणत्या धर्माचे किती लोक आहेत हा प्रश्नच नव्हता. एखाद्या संस्थानाने भारतात सामील व्हावे की पाकिस्तानात सामील व्हावे हा प्रश्न सर्वस्वी त्या संस्थानाच्या अधिपतीवर सोपविला होता' (श्री. एम. सी. छगला यांचे सुरक्षा मंडळासमोरचे भाषण). पण या कायदेशीर व घटनात्मक मुद्द्यांकडे हेतुपुरस्सर दुर्लक्ष करून पाकिस्तान काश्मीर प्रश्नावर सतत काहूर माजवत आले आहे.

पाकिस्तानने भारताविषयी असे शत्रुत्वाचे व आडदांडपणाचे धोरण जे स्वीकारले आहे त्यामागची आणखी एक वस्तुस्थिती लक्षात घेतली पाहिजे; ती म्हणजे भारतात 26 जानेवारी, 1950 पासून सतत लोकशाही पद्धतीने राज्यकारभार चालू होता तर पाकिस्तानच्या दुर्दैवाने तेथे लोकशाहीचा प्रयोग यशस्वी झाला नाही. परिणामी, तेथे एकामागून एक हुकूमशहा सत्तेवर आले व या हुकूमशहांनी आपले आसन टिकविण्यासाठी वेळोवेळी भारताशी युद्धे उकरून काढली व लढवली. देशाच्या सीमा सतत पेटत्या ठेवल्या की लोक युद्धाच्या प्रयत्नात निमग्न राहतात व हुकूमशहा काय करतो याकडे त्यांचे लक्ष जात नाही असे हुकूमशहाचे अनुमान असते. या सूत्रास अनुसरून ज. अयुबखान व ज. याह्याखान या पाकिस्तानी हुकूमशहांनी भारतावर आक्रमणे केलेली दिसतात.

⦿⦿⦿

30

स्वतंत्र भारताची अर्थव्यवस्था व परराष्ट्रीय धोरण : सन 1947 ते 1966

30.1 पंडित नेहरूंवर समाजवादाचा प्रभाव : मिश्र अर्थव्यवस्थेकडे वाटचाल

30.2 पंडित नेहरूंची लोकशाही व समाजवादी अर्थव्यवस्था

30.3 स्वतंत्र भारताचे परराष्ट्रीय धोरण : अलिप्ततावाद व पंचशील

सन 1920 च्या दशकात पंडित नेहरू समाजवादी तत्त्वज्ञानाकडे आकृष्ट झाले. सन 1929 मध्ये ते राष्ट्रसभेचे अध्यक्ष झाले; तेव्हा आपल्या अध्यक्षीय भाषणात ते म्हणाले होते, ''मी समाजवादी आहे. आपण हे लक्षात घेतले पाहिजे की, जगभराच्या समाजात आज समाजवादाच्या तत्त्वज्ञानाने हळूहळू प्रवेश केला आहे. आता वादाचा मुद्दा समाजवाद कोणत्या गतीने व कोणत्या पद्धतीने स्थापन करावयाचा हाच आहे. आपल्या देशातील गरिबी व विषमता दूर करावयाची असेल तर भारतालाही त्याच मार्गाने जावे लागणार आहे; पण ते करण्यासाठी भारतीय लोक कदाचित त्यांची वेगळी पद्धत निवडतील.'' या उद्‌गारातच स्वातंत्र्योत्तर काळात भारताने स्वीकारलेल्या मिश्र अर्थव्यवस्थेची बीजे आपणाला आढळून येतात.

30.1 पंडित नेहरूंवर समाजवादाचा प्रभाव : मिश्र अर्थव्यवस्थेकडे वाटचाल

सन 1931 ते 1936 या कालखंडात पंडित नेहरूंवर रशियातील मार्क्सवादी समाजवादाच्या प्रयोगाचा, रशियाने स्वीकारलेल्या नियोजनबद्ध अर्थव्यवस्थेचा आणि त्यातून त्याने केलेल्या भौतिक प्रगतीचा मोठा प्रभाव पडला होता. तो इतका की 1936 साली ते पुन्हा जेव्हा राष्ट्रसभेचे अध्यक्ष झाले तेव्हाही त्यांनी जाहीर केले की, देशातील गरिबी, बेरोजगारी, गुलामगिरी, विषमता नष्ट करण्याचा समाजवाद हाच एक प्रभावी उपाय असून आपण त्यांचा पुरस्कार करीत आहोत.

तथापि, पंडित नेहरूंची समाजवादावर आंधळी श्रद्धा नव्हती. रशियात समाजवादी क्रांती राबवित असता केला जाणारा हिंसाचार व शासनसंस्थेची हुकूमशाही त्यांना मान्य नव्हती. त्याचबरोबर पाश्चात्त्य लोकशाहीवादी देशांमधील भांडवलशाही त्यांना तितकीच हिंसक व आक्रमक वाटत होती. ते म्हणतात, ''पाश्चात्त्य भांडवलशाही व्यवस्था हिंसा व दमन यावर आधारलेली आहे. हिंसेशिवाय इतके दिवस ती टिकूच शकली नसती.''

पंडित नेहरू हे मूलतः लोकशाहीवादी होते; पण पाश्चात्त्य लोकशाहीवादी राष्ट्रांनी जोपासलेला साम्राज्यवाद व भांडवलशाही अर्थव्यवस्था यांना त्यांचा विरोध होता. त्याचबरोबर रशियासारख्या समाजवादी देशात लोकांच्या हक्कांची व स्वातंत्र्याची होणारी गळचेपीही त्यांना निषिद्ध होती. म्हणजे ते एकाच वेळी लोकशाहीवादी होते आणि समाजवादीही होते; पण त्यांना लोकशाहीतील अनिर्बंध व्यक्तिस्वातंत्र्याच्या नावाखाली फोफावणारी राक्षसी भांडवलशाही नको होती; तसेच समाजवाद यशस्वी करण्यासाठी व्यक्तिस्वातंत्र्याचा बळी घेणारी शासनसंस्थेची हुकूमशाहीपण नको होती. तेव्हा या मर्यादा लक्षात घेऊन त्यांना स्वतंत्र भारताच्या लोकशाहीची स्वतःची अशी वेगळी समाजवादी वाटचाल करायची होती.

एके ठिकाणी पंडित नेहरू म्हणतात, ''प्रत्येक देशातील समाजवाद हा त्या देशातील वैशिष्ट्यांसह विकसित होईल. आपणास सोव्हिएत रशियातील प्रयोगाचे आंधळेपणाने अनुकरण करता येणार नाही. समाजवादाकडे जाण्याचा स्वतःचा असा मार्ग भारताने शोधला पाहिजे. कारण इतर देशांतील व्यवस्था येथे मुळासह कलम करता येत नाही.'' पंडित नेहरूंच्या या विचारप्रणालीतून स्वतंत्र भारताचे आर्थिक धोरण व आर्थिक नियोजन यांचा पाया घातला गेला. अर्थातच, हा पाया 'मिश्र अर्थव्यवस्थेचा' होता. लोकशाहीमधील भांडवलशाही अर्थव्यवस्था व समाजवादी अर्थव्यवस्था यांचा सुवर्णमध्य साधणारी ही व्यवस्था होती.

▣ मिश्र अर्थव्यवस्था म्हणजे काय ?

मिश्र अर्थव्यवस्था म्हणजे काय हे समजून घेण्यापूर्वी भांडवलशाही अर्थव्यवस्था तसेच समाजवादी अर्थव्यवस्था यांची वैशिष्ट्ये ध्यानात घेतली पाहिजेत. भांडवलशाही अर्थव्यवस्थेत समाजातील उत्पादनाची साधने म्हणजे शेती, उद्योगधंदे, दळणवळणाची साधने इत्यादी खाजगी असतात तर समाजवादी अर्थव्यवस्थेत ही उत्पादनाची साधने सरकारच्या मालकीची असतात. मिश्र अर्थव्यवस्थेत या दोन्ही अर्थव्यवस्था एकत्र नांदत असतात. म्हणजे काय होते ? दर देशातील मूलभूत व अवजड असे उद्योगधंदे सरकार आपल्या ताब्यात ठेवते आणि मग हे उद्योगधंदे सोडून बाकीचे सर्व उद्योगधंदे खाजगी क्षेत्राकडे दिले जातात. अर्थात अशा प्रकारची मिश्र अर्थव्यवस्था राबविण्यासाठी आर्थिक नियोजनाची कास धरावी लागते. सरकारच्या नियोजन समितीने घालून दिलेल्या मार्गदर्शक सूत्रानुसार सार्वजनिक व खाजगी क्षेत्रातील उद्योगधंद्यांनी आपली वाटचाल चालू ठेवायची असते. दोन्ही क्षेत्रांतील उद्योगंधदे एकमेकांस पूरक व उपकारक असावेत अशी अपेक्षा मिश्र अर्थव्यवस्थेत केली जाते. दुसऱ्या शब्दांत, मिश्र अर्थव्यवस्थेच्या उपरोक्त दोन्ही अर्थव्यवस्थांतील दोष टाळले जातात आणि त्यांच्यातील गुणांचा प्रगतीसाठी उपयोग केला जातो.

30.2 पंडित नेहरूंची लोकशाही व समाजवादी अर्थव्यवस्था

स्वातंत्र्यप्राप्तीनंतर भारताने पंडित नेहरूंच्या नेतृत्वाखाली संसदीय लोकशाही मार्गाचा स्वीकार केला; कारण राज्यसंस्थेची सर्वंकष हुकूमशाही आणि तिचे संघटित हिंसात्मक धोरण त्यांनी अनेक क्षेत्रांत पाहिले होते. अशा संघटित हिंसात्मक धोरणांपासून लोकांचे संरक्षण लोकशाही व्यवस्थाच करू शकते असा त्यांचा विश्वास होता. आधुनिक भारताची प्रगती शांततामय मार्गाने, सर्व पक्षीयांचे सहकार्य घेऊन, तसेच विचारांचे आदान-प्रदान करूनच करता येईल; अशा प्रकारे झालेली प्रगती देदीप्यमान नसेल; पण तिला जनतेच्या संमतीचे अधिष्ठान असेल असा त्यांचा लोकशाहीवादी दृष्टिकोन होता.

स्वाभाविक, भारताच्या सामाजिक व आर्थिक प्रगतीसाठी पंडित नेहरूंनी नियोजनबद्ध विकासाचा मार्ग पत्करला. अर्थातच हे नियोजन मिश्र अर्थव्यवस्थेच्या संदर्भात होते आणि त्यामध्ये सार्वजनिक व खाजगी या दोन्ही क्षेत्रांना महत्त्वपूर्ण स्थान दिलेले होते. त्यासाठी भारत सरकारने सार्वजनिक क्षेत्रातील उद्योगधंदे कोणते, खाजगी क्षेत्रातील उद्योगधंदे कोणते याविषयीचे आपले औद्योगिक धोरण (Industrial Policy) सन 1948 मध्ये जाहीर केले होते. या धोरणानुसार, भारतातील उद्योगधंद्यांची चार विभागांत वर्गवारी केली होती. पहिल्या व दुसऱ्या वर्गांत शस्त्रे व दारूगोळा, अणुशक्ती, रेल्वे, कोळसा, पोलाद, विमान व जहाजबांधणी, टेलिफोन व खनिज तेले असे उद्योगधंदे येत होते. या उद्योगधंद्यांवर सरकारची मालकी राहील म्हणजे हे उद्योगधंदे सरकारच्या ताब्यात असतील असे जाहीर केले गेले. याशिवाय तिसऱ्या वर्गात मीठ, मोटारी, ट्रॅक्टर, अवजड यंत्रसामग्री, वीज, खते, कापड व लोकर, सिमेंट, साखर, कागद, रबर, खनिजे इत्यादी उद्योगधंदे मोडत होते. हेही उद्योगधंदे मूलभूत स्वरूपाचे असल्याने त्यावरही सरकारचे नियंत्रण राहील असे जाहीर केले गेले. याशिवाय राहिलेले सर्व चौथ्या वर्गातील उद्योगधंदे खाजगी क्षेत्रात ठेवले गेले. पहिल्या दोन वर्गांत ज्या उत्पादकांनी यापूर्वीच कारखाने काढले आहेत त्यांना ते दहा वर्षांच्या मुदतीपर्यंत चालू ठेवता येतील; त्यानंतर सरकारला वाटले तर त्यांचे राष्ट्रीयीकरण केले जाईल असेही जाहीर केले गेले.

गरिबी आणि भूक यांच्याविरुद्धची लढाई जिंकण्यासाठी सार्वजनिक व खाजगी अशा दोन्ही क्षेत्रांत पूर्ण क्षमतेने उत्पादन करणे व जास्तीतजास्त लोकांना रोजगार उपलब्ध करणे हे सरकारने आपले उद्दिष्ट ठरविले होते. असे झाले तर लोकांची क्रयशक्ती वाढेल आणि समाजात संपत्तीचे न्याय्य वितरण होईल असे पंडितजींना वाटत होते. या पार्श्वभूमीवर त्यांनी सन 1950 मध्ये नियोजन मंडळाची (Planning Commission) स्थापना केली. या मंडळाने केलेल्या आखणीप्रमाणे पहिली पंचवार्षिक योजना पुढच्याच वर्षी म्हणजे सन 1951 मध्ये सुरू झाली.

1. **पहिली पंचवार्षिक योजना (सन 1951 ते 1956) :** दुसऱ्या महायुद्धामुळे भारताची अर्थव्यवस्था होरपळून निघाली होती. त्यातच स्वातंत्र्याबरोबर देशाची फाळणीही झाली. त्यामुळे भारतीय अर्थव्यवस्थेचा समतोल ढळला होता; तो दुरुस्त करणे, लोकांचे राहणीमान उंचावून आर्थिक विषमता कमी करणे, लोकांना समान संधी व रोजगार उपलब्ध करून देणे आणि सर्वांगीण सुधारणेसाठी पायाभूत प्रक्रिया सुरू करणे ही या पहिल्या पंचवार्षिक योजनेची मुख्य उद्दिष्टे होती.

या योजनेत शेती, पाणीपुरवठा, वीजनिर्मिती, ग्रामीण व लघुउद्योग, वाहतूक व दळणवळण इत्यादी विषयांवर एकूण 1,960 कोटी रु. खर्च झाले. योजनेच्या शेवटी देशाचे उत्पन्न 18 टक्क्यांनी वाढले आणि दरडोई उत्पन्न 11 टक्क्यांनी वाढले. हे उत्पन्न अपेक्षेहून अधिक होते तसेच शेतीचे उत्पादनही 19 टक्क्यांनी वाढले तेही अपेक्षेहून अधिक होते. औद्योगिक क्षेत्रात 40 टक्क्यांनी उत्पादनवाढ झाली. 380 मैलांचा नवीन रेल्वेमार्ग टाकला गेला. 45 लाख लोकांना रोजगार पुरविला गेला.

2. **दुसरी पंचवार्षिक योजना (सन 1956 ते 1961) :** या योजनेअंतर्गत राष्ट्रीय उत्पन्न 25 टक्क्यांनी वाढविण्याचे आणि त्यासाठी मूलभूत अवजड उद्योगधंद्यांचा विकास घडवून आणण्याचे उद्दिष्ट ठेवले गेले. पहिल्या पंचवार्षिक योजनेप्रमाणेच याही योजनेत शेती, पाणीपुरवठा, वीज, उद्योगधंदे, खनिजे इत्यादी क्षेत्रांवर 4,600 कोटी रु. खर्च करण्यात आले.

या योजनेच्या शेवटी राष्ट्रीय उत्पन्न 25 टक्क्यांनी आणि दरडोई उत्पन्न 8 टक्क्यांनी वाढले. औद्योगिक उत्पादन 35 टक्क्यांनी वाढले. पोलाद क्षेत्रातील भिलाई, दुर्गापूर, रुरकेला हे कारखाने याच काळात उभारले गेले. अन्नधान्याचे उत्पादन 65.8 दशलक्ष टनांवरून 78 दशलक्ष टनांपर्यंत आणि विजेचे उत्पादन 2.3 दशलक्ष किलोवॅटवरून 5.7 दशलक्ष किलोवॅटपर्यंत पोहोचले. एकूण 80 लाख लोकांना रोजगारसंधी दिली गेली.

3. **तिसरी पंचवार्षिक योजना (सन 1961 ते 1966) :** तिसरी पंचवार्षिक योजना दुसरीहून दुप्पट मोठी होती. शेतीच्या उत्पादनात वाढ करून अन्नधान्याच्या बाबतीत स्वयंपूर्णता मिळविणे; वीज, लोखंड, रासायनिक द्रव्ये यांचे उत्पादन वाढविणे; यंत्राच्या उत्पादनात प्रगती साधणे इत्यादी उद्दिष्टे ठेवली गेली.

या योजनेत रेयॉन, औषधे, रसायने यांसारख्या वस्तू देशात उत्पादित होऊ लागल्या. पूर्वी त्या आयात कराव्या लागत. या काळात साखर, सिमेंट, कागद, सुती कापड व कोळसा या उद्योगधंद्यांची उत्पादन क्षमता लक्षणीय गतीने वाढली. साखर, कापड, विद्युत वस्तू, यंत्रे यांचे उत्पादन अपेक्षेपेक्षा वाढले. असे असले तरी राष्ट्रीय उत्पन्नात अपेक्षित अशी वार्षिक 5 टक्के वाढ होऊ शकली नाही, ती 4.2 टक्के झाली. अन्नधान्याच्या उत्पादनाचे लक्ष 100 दशलक्ष टन ठेवले होते. प्रत्यक्षात 72.3 दशलक्ष टनच उत्पादन झाले. याचप्रमाणे कापूस, ताग, खत, सिमेंट, कोळसा, लोखंड या क्षेत्रांतही अपेक्षेप्रमाणे उत्पादनवाढ झाली नाही.

तिसऱ्या पंचवार्षिक योजनेत भारताला अपेक्षित फळ मिळाले नाही. याला नियोजनातील दोष आणि अंमलबजावणीतील त्रुटी कारणीभूत होत्या. तसेच याच कालखंडात 1962 साली चीनने व 1965 साली पाकिस्तानने आपल्या देशावर आक्रमण केले. त्यामुळे देशाच्या अर्थव्यवस्थेवर ताण पडून पंचवार्षिक योजनेच्या निधीतील बराच मोठा भाग संरक्षण व्यवस्थेवर खर्ची झाला.

तिसऱ्या पंचवार्षिक योजनेतील अपयशांवर तज्ज्ञांची बरीच चर्चा झाली. योजना सुरू ठेवावी की न ठेवावी यावर वादविवाद झाले. त्यातून सरकारने चौथी पंचवार्षिक योजना लगेच सुरू करण्याऐवजी ती तहकूब केली आणि त्याऐवजी वार्षिक योजना राबविण्याचे ठरविले. त्यानुसार पुढची तीन वर्षे (1966 ते 1969) तीन वार्षिक योजना राबविल्या गेल्या आणि मग 1969 साली चौथी पंचवार्षिक योजना सुरू केली. या सर्व विषयांच्या खोलात येथे जाण्याची आवश्यकता नाही. येथे एवढेच लक्षात ठेवू या की, स्वतंत्र भारताने आर्थिक क्षेत्रात ब्रिटन-अमेरिकादी भांडवलशाही देशांची अथवा रशिया-चीन आदी समाजवादी देशांची सही-सही नक्कल न करता आपल्या आर्थिक प्रगतीचा मार्ग स्वतःहून तयार केला आणि त्यावरून लोकशाही पद्धतीने वाटचाल केली. पं. नेहरूंच्या अपेक्षेप्रमाणेच ही वाटचाल होती.

30.3 स्वतंत्र भारताचे परराष्ट्रीय धोरण : अलिप्ततावाद व पंचशील

गुलामगिरीमध्ये असणाऱ्या राष्ट्रास आपले स्वतःचे परराष्ट्रीय धोरण असू शकत नाही; म्हणून 1939 साली दुसरे महायुद्ध सुरू झाले तेव्हा ब्रिटनने आमच्या नेत्यांशी विचारविनिमयसुद्धा न करता भारत युद्धात पडल्याची घोषणा केली. पुढे भारत स्वतंत्र झाला व तो आपले परराष्ट्रीय धोरण स्वतः ठरवू लागला. भारताचे परराष्ट्रीय धोरण ठरविण्याची फार मोठी जबाबदारी नियतीने भारताचे पंतप्रधान म्हणून पंडित जवाहरलाल नेहरूंवर टाकली होती व ती त्यांनी समर्थपणे पेलली.

1. **परराष्ट्रीय धोरणाचे मुख्य सूत्र - अलिप्ततावाद :** भारताच्या परराष्ट्रीय धोरणाचा पंडित नेहरू यांनी पाया रचला. भारत स्वतंत्र होण्यापूर्वी सन 1946 मध्ये स्थापन झालेल्या हंगामी सरकारचे प्रमुख असताना 7 सप्टेंबर, 1946 रोजी आकाशवाणीवर भाषण करताना ते म्हणाले होते,

"सत्तेच्या राजकारणातील गटांपासून शक्य तितके अलिप्त राहण्याचा आमचा विचार आहे. या गटबाजीमुळेच जगावर युद्धे कोसळली व त्यामुळेच भविष्यातही याहून मोठी संकटे येण्याची शक्यता आहे. शांतता व स्वातंत्र्य ही अविभाज्य आहेत आणि स्वातंत्र्याची गळचेपी म्हणजे संघर्ष व युद्ध यांना निमंत्रण होय असे आम्हास वाटते. वसाहतींमधील लोकांना स्वातंत्र्य मिळावे आणि सर्व समाजांना संधी मिळावी याबद्दल आमच्या मनात कळकळ आहे."

पंडित नेहरू

वरील उद्‌गारांत पंडित नेहरूंनी भावी काळात भारताचे परराष्ट्रीय धोरण कसे राहील हे स्पष्ट केले आहे आणि त्यानुसारच पुढे ते धोरण विकसित होत गेले. दुसऱ्या महायुद्धानंतरच्या काळात एका बाजूला अमेरिका-ब्रिटन या लोकशाहीवादी व भांडवलशाहीवादी राष्ट्रांचा गट व दुसऱ्या बाजूला रशिया-चीन या साम्यवादी राष्ट्रांचा गट अशा दोन गटांत जगातील प्रमुख राष्ट्रांची विभागणी झाली होती. या दोन्ही गटांत राजकीय, आर्थिक व लष्करी स्पर्धा सुरू होऊन जगातील अधिकाधिक देश आपल्या गटात ओढण्याची त्यांची स्पर्धा चालू होती. या स्पर्धेसच 'शीतयुद्ध' असे म्हणतात. हे शीतयुद्ध खेळत असता जगातील या बड्या राष्ट्रांनी सेंटो, सिटो, वॉर्सा करार यांसारखे लष्करी करार करून आपापल्या गटातील राष्ट्रे संरक्षणाच्या साखळीने बद्ध केली होती. अशा साखळीने बद्ध झाल्याने एखाद्या देशास प्रचंड युद्धसामग्री व स्वातंत्र्याची हमी असे फायदे मिळत असत; पण त्याच्या मोबदल्यात त्या देशास आपली स्वतंत्र विचारसरणी व सारासार विवेकबुद्धी यांना तिलांजली देऊन आपल्या स्वातंत्र्यावर बंधने स्वीकारावी लागत होती. पंडित नेहरूंना अशी बंधने नको होती. राष्ट्राचे सार्वभौमत्व व स्वातंत्र्य अबाधित राखण्यासाठी सत्तागटाच्या दावणीस भारतास बांधण्यास ते तयार नव्हते.

2. **अलिप्ततेच्या धोरणाचे फायदे :** अमेरिका गट अथवा रशिया गट अशा कोणत्याच गटात सामील न झाल्याने व कोणत्याच लष्करी कराराने बद्ध न झाल्याने भारताच्या स्वातंत्र्यावर कोणतीच बंधने पडली नाहीत; शिवाय आपल्या विविध योजनांसाठी त्याला दोन्ही गटांतील देशांकडून मदत मिळविता आली. 'गार्डियन' या वृत्तपत्रात 'नेहरूंचे भवितव्य' या लेखात ब्रिटनमधील एक मुत्सद्दी लॉर्ड ॲल्ट्रिंसॅम म्हणतात, ''अलीकडच्या काळात आपण जर्मनी, इटली आणि जपान यांनी केलेल्या चमत्काराबद्दल बरेच ऐकले आहे; परंतु एका अत्यंत मोठ्या, निरक्षर आणि अर्धपोटी राहणाऱ्या समाजातील लोकांना लोकशाहीच्या मार्गाने नेऊन त्यांची प्रगती करणाऱ्या भारतातील चमत्काराबद्दल फारसे कोणी बोलत नाही. हा चमत्कार कोणी केला असेल तर तो जवाहरलाल नेहरू यांनी. त्यांनी अलिप्ततेचे धोरण अनुसरले नसते तर त्यांना इतके कार्य साध्य करता आले नसते. या धोरणांमुळे त्यांना साम्राज्यवादी प्रबळ प्रवृत्तींना आटोक्यात ठेवता आले आणि शीतयुद्ध चालू असताना दोन्ही राष्ट्रगटांकडून मदत मिळविता आली.'' (22 नोव्हेंबर, 1962)

भारताचे मित्र व रशियाचे पंतप्रधान क्रुश्चेव्ह यांनी सुप्रीम सोव्हिएतसमोर भाषण करताना स्पष्ट कबुली दिली होती, ''भारताने अलिप्ततेच्या, तटस्थतेच्या धोरणाने जगात बरीच नैतिक आणि राजकीय प्रतिष्ठा संपादन केली आहे.''

3. **वसाहतवादास विरोध :** वसाहतवाद अथवा साम्राज्यवाद यास विरोध करून पारतंत्र्यात असणाऱ्या देशांच्या स्वातंत्र्याचा आग्रहाने पुरस्कार करणे हे भारताच्या परराष्ट्र धोरणाचे दुसरे महत्त्वाचे सूत्र होते. खुद्द भारत हा 150 वर्षे पारतंत्र्यात होता तेव्हा पारतंत्र्याचे दुःख त्याने चांगले अनुभवल्याने पारतंत्र्यात असणाऱ्या देशांबद्दल त्याला आस्था व प्रेम वाटणे अगदी स्वाभाविक होते. साम्राज्यवादाला आपला विरोध असल्याचे सांगताना पं. नेहरू म्हणतात,

''परवापर्यंत आशियातील बराच मोठा प्रदेश साम्राज्यवादी वर्चस्वाखाली होता. त्यापैकी बराच प्रदेश स्वतंत्र झाला; पण अद्यापही काही प्रदेश पारतंत्र्यात आहेत. आश्चर्याची गोष्ट अशी की, अद्यापही त्यांना साम्राज्यवादाच्या प्रत्यक्ष वा अप्रत्यक्ष स्वरूपाच्या वर्चस्वाखाली ठेवण्याचा काही देश प्रयत्न करतात. जगातील कोणत्याही ठिकाणी, कोणत्याही स्वरूपात असणाऱ्या साम्राज्यवादास आमचा केवळ शाब्दिक नव्हे तर कृतीचा विरोध असेल. आशियामधील आम्ही भारतीयांनी साम्राज्यवादाचे चटके सहन केलेले आहेत. त्यामुळे प्रत्येक वसाहतीच्या स्वातंत्र्याचा प्रयत्न करण्यासाठी आम्ही बद्ध आहोत.''

या सूत्रानुसार भारताने इंडोनेशिया, लिबिया, इंडोचायना (व्हिएतनाम), ट्युनिशिया, अल्जेरिया इत्यादी राष्ट्रांनी पाश्चात्त्य साम्राज्यवादाविरोधी चालविलेल्या स्वातंत्र्य चळवळींना सक्रिय पाठिंबा दिला.

4. **वंशवादास विरोध :** 'आमचाच वंश श्रेष्ठ असल्याने आशिया व आफ्रिका या खंडांतील कनिष्ठ वंशाच्या लोकांवर अधिराज्य करण्याचा आम्हाला निसर्गतःच हक्क प्राप्त झाला आहे' असे गेली 150 वर्षे युरोपियन लोक सांगत आले होते. युरोपियन वंशवाद हे पाश्चात्त्य साम्राज्यवादाचेच एक हिडीस स्वरूप होते. भारताला या वंशवादाची कडू फळे चाखावयास मिळालेली होती. म्हणून भारत स्वतंत्र झाल्यावर साम्राज्यवाद्यांनी चालू ठेवलेल्या वंशवादाचा पंडित नेहरूंनी निषेध केला. आम्हाला स्वातंत्र्य मिळाले तेव्हा आफ्रिका खंडातील बहुतेक सर्व देश गोऱ्यांच्या वर्चस्वाखाली होते व त्यांच्या वांशिक जुलूमशाहीखाली भरडले जात होते. भारताने या काळ्या लोकांच्या स्वातंत्र्याचा पुरस्कार व गोऱ्यांच्या वंशभेदी तत्त्वज्ञानाचा सतत निषेध केला. विशेषतः संयुक्त राष्ट्रसंघटनेत आफ्रिकन लोकांच्या स्वातंत्र्याच्या प्रश्नास त्याने चालना दिली. भारताच्या आग्रहानेच संयुक्त राष्ट्रसंघटनेने दक्षिण आफ्रिकी सरकारच्या वंशभेदी धोरणाचा निषेध करणारा ठराव मंजूर केला गेला; तसेच दक्षिण आफ्रिकेची ब्रिटिश राष्ट्रकुलातून हकालपट्टी करण्यात आली.

5. **आशिया खंडातील देशांना प्राधान्य :** पंडित नेहरूंच्या परराष्ट्रीय धोरणात आशिया खंडातील देशात राहणाऱ्या लोकांना खास स्थान होते. कारण आशिया खंडातील अनेक देश स्वतंत्र झाले असले तरी अद्यापी अनेक देश पारतंत्र्यात होते आणि अशा पारतंत्र्यात असणाऱ्या देशांच्या स्वातंत्र्य चळवळीस नवोदित स्वतंत्र देशांनी सक्रिय पाठिंबा देणे आवश्यक आहे असे त्यांना वाटत होते. आशिया खंडातील देशांनी जर ऐक्य केले तर त्यांचे सामर्थ्य एकवटेल आणि त्या एकवटलेल्या सामर्थ्याच्या दबावापुढे साम्राज्यवाद्यांना माघार घ्यावी लागेल अशी त्यांची खात्री होती. त्यासाठी त्यांनी सन 1947 मध्ये आशियातील देशांची एक परिषद (Asian Relations Conference) दिल्लीत बोलावली होती. त्या प्रसंगी पंडित नेहरू म्हणाले होते, ''जग जेव्हा संकटात सापडेल तेव्हा आशियाला महत्त्वाची भूमिका पार पाडावी लागेल. आता आशिया खंडातील देशांचा वापर बुद्धिबळातील प्याद्यांसारखा कोणालाही करता येणार नाही. आशिया खंडाचे स्वतःचे राजकारण जागतिक राजकारणात स्थान मिळवेल . . . या अणुयुगात जागतिक शांतता टिकविण्याच्या कार्यात आशियाला अत्यंत महत्त्वाची व कृतिशील भूमिका पार पाडावी लागणार आहे. आशियाने आपली भूमिका पार पाडल्याशिवाय जागतिक शांतता नांदूच शकत नाही.''

6. **पंचशील तत्त्वे व बांडुंग परिषद :** पंडित नेहरू हे महात्मा गांधींचे आवडते शिष्य होते. महात्माजींच्या 'सत्य व अहिंसा' या तत्त्वांचा त्यांच्या व्यक्तिमत्त्वावर मोठा प्रभाव पडला होता. म्हणूनच राष्ट्रा-राष्ट्रांमधील संघर्ष लष्करी मार्गाने सोडविण्यापेक्षा शांततेच्या मार्गाने सोडविण्यावरच त्यांची श्रद्धा होती. शांतता प्रस्थापनेचे संयुक्त राष्ट्रसंघटनेचे महान उद्दिष्ट साध्य करण्यासाठी धडपडणारे पंडित नेहरू हे महान नेते होते. 1954 साली भारत-चीन मैत्री करारामध्ये ज्या 'पंचशीलाची' घोषणा करण्यात आली त्यामध्ये पंडित नेहरूंच्या परराष्ट्रीय धोरणाची तत्त्वे स्पष्टपणे नमूद केली आहेत.

पंचशील तत्त्वे पुढीलप्रमाणे आहेत : (1) परक्या राष्ट्राच्या अंतर्गत कारभारात हस्तक्षेप न करणे. (2) अनाक्रमण (3) दुसऱ्या राष्ट्राच्या सार्वभौमत्वाचा आदर (4) परस्परांविषयी आदरभाव (5) परस्परांविरोधी शांततामय सहजीवन.

एप्रिल 1955 मध्ये इंडोनेशियामधील बांडुंग या शहरी नव्यानेच स्वतंत्र झालेल्या आशियाई व आफ्रिकी राष्ट्रांची साम्राज्यवादाविरोधी परिषद भरली. ही परिषद भरविण्यात पंडित नेहरूंनी मोठा पुढाकार घेतला. या परिषदेत आशियाई व आफ्रिकी जनतेची शक्ती व नवा आशावाद सर्व जगाला दिसून आला. परिषदेने साम्राज्यवादाचा निषेध करून जगातून तो नाहीसा करण्यासाठी स्वातंत्र्यवादी राष्ट्रांना आवाहन केले. या परिषदेत पंडित नेहरूंनी जागतिक शांततेसाठी आंतरराष्ट्रीय सहकार्याचे आवाहन केले आणि आशियाई व आफ्रिकी जनतेच्या मनात युरोपियनांविषयी द्वेषाची भावना नसल्याचे

जाहीर केले. बांडुंग परिषदेचा जाहीरनामा हा साम्राज्यवादाच्या जोखडातून मुक्त झालेल्या व जागतिक शांतता हवी असणाऱ्या राष्ट्रांचा जाहीरनामा होता. त्यामध्ये पंडित नेहरूंचे पंचशील तत्त्वज्ञान अंतर्भूत झाल्याचे स्पष्ट दिसत होते.

7. **जागतिक राज्याची कल्पना :** अशा प्रकारे स्वतंत्र भारताचे धोरण अलिप्तपणे व जागतिक शांततेचा पुरस्कार करणारे होते. जगातील प्रत्येक राष्ट्र स्वतंत्र असावे, कोणी कोणाच्या अंतर्गत कारभारात हस्तक्षेप करू नये, एकमेकांच्या सार्वभौमत्वाचा व स्वातंत्र्याचा एकमेकांनी आदर करावा, परस्परातील तंटे युद्धाच्या मार्गाने न सोडविता ते वाटाघाटीच्या मार्गाने सोडवावेत अशी भारताची परराष्ट्र-नीती होती व आहे. राष्ट्रा-राष्ट्रातील, वंशा-वंशातील भेद हे शेवटी कृत्रिमच आहेत. या सर्वांहून मानवता श्रेष्ठ होय, अशी 'भारताच्या परराष्ट्र धोरणाचे श्रेष्ठ शिल्पकार' पं. नेहरू यांची श्रद्धा होती आणि म्हणून 'एक जगत् - एक राज्य' हे सुखद स्वप्न जग केव्हातरी साकार करेल असा आशावाद त्यांना वाटत होता.

पंडित नेहरू म्हणतात, ''जगातील देशांत आपापसांत स्पर्धा, हेवेदावे व संघर्ष आहेत हे खरे; पण असे असूनही जग हे परस्परांतील गाढ सहकाराकडे आणि जागतिक राष्ट्रकुटुंब बांधणीकडे सरकत आहे. ही 'एक जगत्' संकल्पना आहे; आणि ती साकार करण्यासाठी भारत प्रयत्नशील राहील. येथे कोणताही वर्ग अथवा कोणताही गट कोणाची पिळवणूक करणार नाही.''

नेहरूंच्या काळात 'एक जगत्' (One World) हे एक दिवास्वप्न वाटत होते; पण आजच्या जागतिकीकरणाच्या पार्श्वभूमीवर विशेषतः युरोपियन युनियन, सार्क यांसारख्या संघटनांच्या पार्श्वभूमीवर पंडितजींचे 'एक जगत्'चे स्वप्न एकविसाव्या शतकात साकार होऊ शकेल इतका आशावाद लोकशाहीवाद्यांना व शांततावाद्यांना आता वाटू लागला आहे.

संदर्भ ग्रंथ

मराठी

- फाटक न. र. : अर्वाचीन महाराष्ट्रातील सहा थोर पुरुष
- बनहट्टी श्री. ना. : आदरांजली
- पाटणे संभाजीराव : महर्षी विठ्ठल रामजी शिंदे
- मंगुडकर मा. पं. (संपादक) : शिंदे लेखसंग्रह
- कर्मवीर शिंदे वि. रा. : माझ्या आठवणी (भाग 1, 2 व 3)
- केळकर भा. कृ. : सावरकर दर्शन
- जोशी महादेवशास्त्री (संपादक) : भारतीय संस्कृतिकोश (खंड 1 ते 9)
- खांडेकर वि. स. : आगरकर चरित्र
- घोरपडे ए. के. : बाबासाहेब आंबेडकर
- भोसले द. ता. : महात्मा फुले
- देसाई वसंत : म. जोतीराव फुले
- न्या. रानडे म. गो. : ग. ल. चंदावरकर
- नित्सुरे य. गो. : महाराष्ट्राचे सुपुत्र
- माडखोलकर ग. त्र्यं. : व्यक्तिरेखा
- कुलकर्णी वा. ल. (संपादक) : मोठी माणसे : लो. टिळक
- क्षीरसागर श्री. के. : सागरमंथन
- बागल माधवराव : बहुजन समाजाचे शिल्पकार
- पाटील पी. जी. : कर्मवीरोपनिषद्
- जाधव पंजाबराव : कर्मवीर भाऊराव पाटील
- भगत रा. तु. : महात्मा जोतीराव ते कर्मवीर भाऊराव
- बोकील का. द., बापट शकुंतला : शिक्षणाचे शिल्पकार
- प्रधान ग. प्र. (संपादक) : आगरकर लेखसंग्रह
- जावडेकर शं. द. : आधुनिक भारत
- जोग रा. श्री. (संपादक) : मराठी वाङ्मयाचा इतिहास (खंड 4 व 5)
- दत्त रजनी पाम : आजचा हिंदुस्थान
- बिपिनचंद्र, त्रिपाठी अमलेश, डे बरून : स्वातंत्र्याचा लढा
- पवार जयसिंगराव : हिंदुस्थानचा राजकीय आणि घटनात्मक इतिहास
- ओतुरकर रा. वि., घारे पा. श्री. : भारतीय राज्यघटनेचा सोपपत्तिक इतिहास
- देवगिरीकर त्र्यं. र. : भारतीय स्वातंत्र्यलढ्याचा इतिहास
- पंडित नलिनी : महाराष्ट्रातील राष्ट्रवादाचा इतिहास

- वराडकर र. घ. : भारतीय राजकीय विचारवंत
- गर्गे स. मा. (संपादक) : समाजविज्ञान कोश (खंड 1 ते 5)
- मोदी होमी : फिरोजशहा मेहता
- साने गुरुजी : नामदार गोखले चरित्र

— — — — — — — — — — — — — — — — — — — —

🌹 इंग्रजी 🌹

- **Basu B. D.** : India Under the British Crown
- **Bhagwan Vishnoo** : Constitutional History of India and National Movement
- **Chhabra G. S.** : Advanced Study in the History of Modern India (Vol. II)
- **Chopra P. N., Puri B. N., Das M. N.** : A Social Cultural & Economic History of India
- **Col. Malleson** : The Indian Mutiny of 1857
- **Desai A. R.** : Social Background of Indian Nationalism
- **Dodwell H. H.** : The Cambridge History of India : The Indian Empire
- **Gupta D. C.** : Indian National Movement and Constitutional Development
- **H. H. Dodwell (Ed.)** : The Cambridge Shorter History of India
- **Kripalani Krishna** : Modern India - Ram Mohan Roy to Rabindranath Tagore
- **Lovett Verney** : A History of the Indian National Movement
- **Mahajan V. D.** : British Rule in India
- **Mujumdar R. C. (Ed.)** : British Paramountccy & Indian Renaissance (The History & Culture of the Indian People)
- **Mujumdar R. C. (Ed.)** : Struggle for Feedom (The History & Culture of the Indian People)
- **Mujumdar, Raychaudari & Datta** : An Advanced History of India
- **Nehru Jawaharlal** : The Discovery of India
- **Pandit Sundarlal** : British Rule in India
- **Singh G. N.** : Landmarks in Indian Constitutional and National Development (Vol. I)
- **Smith Vincent A.** : The Oxford History of India
- **Suda J. P.** : The Indian National Movement
- **Tara Chand** : History of the Freedom Movement in India (Vo. I & II)
- **Thompson & Garratt** : Rise and Fulfillment of British Rule in India
- **Vaish Devi Charanlal** : The Rise of British Power and the Fall of the Marathas
- **Vinay Kumar Malhotra** : International Relations

◉◉◉

NIRALI PRAKASHAN

ALL IN ONE PREPARATOR APP **NAP**

We are Now on Mobile!

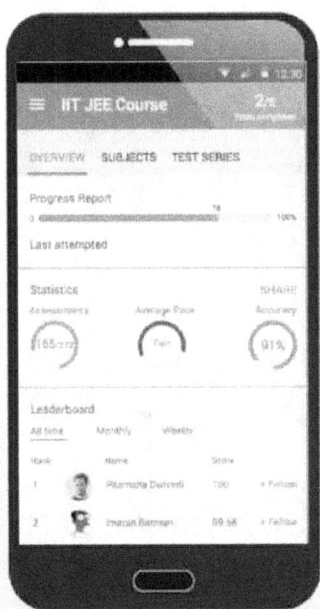

Download Our New Mobile App For Free!

✔ Real Time Test Experience On The Go!

✔ Detailed Performance Reports

✔ Attain Exam Readiness

✔ Ace The Exam With Full Confidence

✔ Showoff your performance with your friends and compare with toppers

✔ NAP contains examinations for all leading streams like GPAT, MBA, Engineering, MPSC, JEE & **MHT-CET**

Visit us on: www.nap.net.in

niralipune@pragationline.com | www.pragationline.com

Also find us on [f] www.facebook.com/niralibooks

[ ] www.twitter.com/niralibooks

www.ingramcontent.com/pod-product-compliance
Lightning Source LLC
LaVergne TN
LVHW080001230825
819400LV00036B/1207